PHẬT GIÁO YẾU LƯỢC

PHẬT GIÁO YẾU LƯỢC
THIỆN PHÚC

Tác giả giữ bản quyền. Nhà xuất bản Liên Phật Hội (United Buddhist Publisher) phát hành với sự cho phép từ tác giả.

Thiết kế bìa và dàn trang sách: Nguyễn Minh Tiến

Copyright © 2021 by Thien Phuc
ISBN-13: 978-1-0919-9076-0

© All rights reserved. No part of this book may be reproduced by any means without prior written permission from the author.

THIỆN PHÚC

PHẬT GIÁO YẾU LƯỢC

NHÀ XUẤT BẢN LIÊN PHẬT HỘI
UNITED BUDDHIST PUBLISHER

NỘI DUNG

Lời Nhà Xuất Bản 11
Lời Đầu Sách 13
Chương 1. Thời Kỳ Tiền Phật Giáo Trên Thế Giới 17
Chương 2. Phật Đản Sanh 23
Chương 3. Đại Sự Nhân Duyên 27
Chương 4. Đức Phật 28
Chương 5. Đạo Phật 37
Chương 6. Vũ Trụ Quan Phật Giáo 43
Chương 7. Nhân Sinh Quan Của Đạo Phật 46
Chương 8. Bài Pháp Đầu Tiên 52
Chương 9. Ý Nghĩa Của Đạo Phật 53
Chương 10. Đạo Phật: Tôn Giáo Luôn Xây Dựng 55
Chương 11. Đạo Phật Vô Thần Hay Hữu Thần? 57
Chương 12. Đạo Phật Là Tôn Giáo Của Chân Lý 58
Chương 13. Đạo Phật: Tôn Giáo Của Chân Lý 60
Chương 14. Giáo Lý Đạo Phật Luôn Đồng Điệu 63
Chương 15. Chân Lý Tứ Thánh Đế 65
Chương 16. Chân Lý Bát Thánh Đạo 68
Chương 17. Chân Lý Mười Hai Nhân Duyên 83
Chương 18. Chân Lý Về Bảy Phẩm Giác Ngộ 88
Chương 19. Chân Lý Về Tứ Vô Lượng Tâm 97
Chương 20. Chân Lý Nhân Quả 110
Chương 21. Chân Lý Nghiệp Báo 116
Chương 22. Nguyên Lý Duyên Khởi 129
Chương 23. Nguyên Lý Như Thật 141
Chương 24. Nguyên Lý Viên Dung 144

Chương 25. Nguyên Lý Giải Thoát Cứu Cánh 146
Chương 26. Thật Tướng Luận Trong Phật Giáo 148
Chương 27. Niềm Tin Trong Đạo Phật 151
Chương 28. Những Vấn Đề Siêu Hình
Trong Đạo Phật 158
Chương 29. Đạo Phật Và Ý Niệm
Về Hình Tượng Phật 160
Chương 30. Đạo Phật Và Quan Niệm
Về Nguyên Nhân Đầu Tiên 163
Chương 31. Quan Niệm Linh Hồn Trong Phật Giáo 164
Chương 32. Giáo Dục Trong Phật Giáo 166
Chương 33. Đạo Phật Và Việc Thờ Cúng Tổ Tiên 168
Chương 34. Phật Giáo Và Lễ Bái 170
Chương 35. Đạo Phật Và Cái Đẹp 179
Chương 36. Đạo Phật Bi Quan Hay Lạc Quan? 181
Chương 37. Đạo Phật Và Triết Học 182
Chương 38. Lời Nguyện Trong Phật Giáo 189
Chương 39. Thế Giới Hòa Bình và Chiến Tranh 193
Chương 40. Tánh Thực tiễn Của Phật giáo 195
Chương 41. Quan Niệm Của Phật Giáo Về Tiền Định 197
Chương 42. Phật Giáo Và Tri Thức 198
Chương 43. Phật Giáo Và Đấng Sáng Tạo 200
Chương 44. Đạo Phật Chết 203
Chương 45. Phật Giáo Và Thế Mạt Luận 205
Chương 46. Phật Giáo Và Mỹ Thuật 206
Chương 47. Vị Trí Của Con Người Trong Đạo Phật 207
Chương 48. Hôn Nhân Theo Quan Điểm Phật Giáo ...210
Chương 49. Sự Im Lặng Cao Quý 213

Chương 50. Tám Điều Giác Ngộ
    Của Các Bậc Vĩ Nhân 215
Chương 51. Tam Thiên Đại Thiên Thế Giới 219
Chương 52. Bốn Cách Nhìn Về Pháp Giới 221
Chương 53. Cõi Ta-bà 222
Chương 54. Phật Tánh 225
Chương 55. Như Lai 228
Chương 56. Như Lai Tạng 231
Chương 57. Niết-bàn 232
Chương 58. Thiên Đàng Không Phải Là Niết-bàn 239
Chương 59. Phật Niết-bàn 240
Chương 60. Hữu Dư Và Vô Dư Niết-bàn 241
Chương 61. Ba Trường Phái Phật Giáo 245
Chương 62. Cốt Lõi Của Đạo Phật 249
Chương 63. Thuyết Vô Ngã 251
Chương 64. Thuyết Tất Định Và Vô Ngã 254
Chương 65. Tam Bảo 256
Chương 66. Quy Y Tam Bảo 263
Chương 67. Tu Tập Tứ Niệm Xứ 272
Chương 68. Tu Tập Lục Độ Ba La Mật 281
Chương 69. Tu Tập Tứ Vô Lượng Tâm 283
Chương 70. Tu Tập Mười Thiện Nghiệp 296
Chương 71. Lục Phàm Tứ Thánh 299
Chương 72. Cứu Độ Chúng Sanh 304
Chương 73. Những Lời Dạy Cuối Cùng Của Đức Phật ...307
Chương 74. Bức Thông Điệp Vô Giá Của Đức Phật 314
Chương 75. Mười Hai Lời Nguyện Của Đức Dược Sư ...315

7

Chương 76. Mười Hai Lời Nguyện
  Của Đức Quán Thế Âm Bồ Tát 321
Chương 77. Tu Tập Phổ Hiền Hạnh Nguyện 328
Chương 78. Đức Phật A Di Đà 332
Chương 79. Bồ Đề Tâm 341
Chương 80. Giác Ngộ 345
Chương 81. Giải Thoát 352
Chương 82. Sanh Tử & Tái Sanh
  Theo Quan Điểm Phật Giáo 353
Chương 83. An Lạc Hạnh 366
Chương 84. Sư Tử Thân Trung Trùng 369
Chương 85. Chân Đế Và Tục Đế 375
Chương 86. Đệ Nhất Nghĩa Đế 381
Chương 87. Phương Tiện Thiện Xảo 383
Chương 88. Thời Thuyết Giáo 386
Chương 89. Pháp Thân 391
Chương 90. Ăn Chay Hay Ăn Thịt? 394
Chương 91. Tu Hành Trong Phật Giáo 403
Chương 92. Phật Thị Hiện 409
Chương 93. Duy Tâm 415
Chương 94. Phước Đức & Công Đức 424
Chương 95. Giới Định Tuệ 434
Chương 96. Vô Thủy Vô Chung
  Theo Quan Điểm Phật Giáo 440
Chương 97. Học và Vô Học 443
Chương 98. Tứ Ân 446
Chương 99. Pháp Môn Bất Nhị 450
Chương 100. Khai Thị Ngộ Nhập 454

Chương 101. Mười Điều Tâm Niệm	457
Chương 102. Tương Đối & Tuyệt Đối	458
Chương 103. Thiện Pháp & Bất Thiện Pháp	462
Chương 104. Giới Luật Phật Giáo	473
Chương 105. Bát Nhã	480
Chương 106. Tánh	486
Chương 107. Mười Tám Cảnh Giới	488
Chương 108. Tám Ngọn Gió Độc	493
Chương 109. Tánh Không	507
Chương 110. Chúng Sanh	515
Chương 111. Ngũ Uẩn	524
Chương 112. Tứ Đại	532
Chương 113. Năm Mươi Ma Chướng Nơi Ngũ Uẩn	535
Chương 114. Thất Tình Lục Dục	563
Chương 115. Những Pháp Ấn Trong Phật Giáo	568
Chương 116. Bồ Tát Hạnh & Bồ Tát Nguyện	573
Chương 117. Tâm Phàm Phu	582
Chương 118. Tâm Thánh	590
Chương 119. Tu Phước	595
Chương 120. Tu Huệ	598
Chương 121. Phước Huệ Song Tu	601
Chương 122. Chúng Sanh Trong Sáu Nẻo	609
Chương 123. Kết Tập Kinh Điển	619
Chương 124. Tam Tạng Kinh Điển	633
Chương 125. Tứ Hoằng Thệ Nguyện	639
Chương 126. Tam Giới Như Hỏa Trạch	641
Chương 127. Lục Hòa	642
Chương 128. Hàng Phục Phiền Não	644

Chương 129. Thiện Ác 646
Chương 130. Luôn Biết Hổ Thẹn & Sám Hối 650
Chương 131. Tam Độc Tham Sân Si 661
Chương 132. Thu Thúc Lục Căn 674
Chương 133. Vô Minh 677
Chương 134. Bạn Lành & Bạn Ác 680
Chương 135. Sự Giác Ngộ Của Đức Phật 683
Chương 136. Tám Thức 688
Chương 137. Phật Tánh Và Pháp Tánh 699
Chương 138. Mười Giai Đoạn Chăn Trâu 703
Chương 139. Bảy Vị Cổ Phật 711
Chương 140. Thân Phật 714
Chương 141. Tam Thân Phật 718
Chương 142. Sống Tỉnh Thức
  Theo Quan Điểm Phật Giáo 725
Chương 143. Vi Diệu Pháp 733
Chương 144. Hạnh Phúc Theo Quan Điểm Đạo Phật ...742
Chương 145. Thiểu Dục Tri Túc 755
Chương 146. Chúng Hội 758
Chương 147. Những Điều Bất Khả Tư Nghì 764
Chương 148. Những Điều Khó
  Theo Giáo Thuyết Phật Giáo 767
Chương 149. Thông Đạt Phật Đạo 772
Chương 150. Những Ngày Lễ Trong Phật Giáo 780

TÀI LIỆU THAM KHẢO 783

LỜI NHÀ XUẤT BẢN

Quyển Phật Giáo Yếu Lược này được tác giả biên soạn trong nỗ lực giới thiệu những điều cơ bản nhất cho những ai muốn tìm hiểu Phật giáo, đặc biệt là những ai thực sự muốn bước vào con đường tu tập. Với nguồn tư liệu tham khảo phong phú, tác giả đã nêu bật được những vấn đề thiết yếu nhất mà người Phật tử cần nắm hiểu.

Xét thấy đây là một tài liệu thiết thực trong bước đầu học Phật, được tác giả hệ thống hóa trong một tập sách duy nhất nên người đọc có thể dễ dàng sử dụng như một tài liệu tham khảo rộng rãi về nhiều đề mục. Do đó, chúng tôi đã tiến hành việc xuất bản nhằm có thể lưu hành rộng rãi quyển sách này, với sự cho phép của chính tác giả. Chúng tôi xin chân thành cảm ơn tác giả Thiện Phúc về sự cho phép này.

Bản thảo chúng tôi nhận được trình bày cả tiếng Anh và tiếng Việt, nhưng không phải hình thức in song ngữ đối chiếu, mà được in tuần tự nối tiếp nhau. Để tạo điều kiện dễ dàng hơn cho độc giả khi sử dụng sách này, chúng tôi sẽ lần lượt xuất bản thành 3 tập riêng biệt.

Tập thứ nhất, Phật Giáo Yếu Lược, là tập sách này, hoàn toàn bằng tiếng Việt. Tập thứ hai là bản tiếng Anh: Essential Summaries of Buddhist Teachings. Tập thứ ba sẽ in toàn bộ nội dung theo hình thức đối chiếu song ngữ.

Toàn bộ nội dung sách cũng được lưu hành miễn phí trên website www.rongmotamhon.net. Chỉ quý vị nào muốn có bản sách in mới phải trả tiền chi phí in ấn. Mong rằng những nỗ lực này sẽ góp phần đưa Giáo pháp đến với khắp thảy muôn người.

Trân trọng,

NHÀ XUẤT BẢN LIÊN PHẬT HỘI
UNITED BUDDHIST PUBLISHER

Lời Đầu Sách

Vào thế kỷ thứ 7 trước Tây lịch, xã hội Ấn Độ trước thời Đức Phật và ngay trong thời Đức Phật là một xã hội đầy khủng hoảng, đặc biệt nhất là những sự tranh chấp quyền lực và của cải vật chất. Lúc này, nhiều người Ấn Độ nghi ngờ tôn giáo của chính xứ sở họ. Họ sợ hãi vì muôn đời phải đầu thai vào một giai cấp. Nếu họ thuộc giai cấp cùng đinh, họ phải tiếp tục đầu thai vào giai cấp này hết đời này qua đời khác. Nhiều người không thể tìm ra câu trả lời thỏa mãn về những khó khăn xáo trộn trong đời sống hằng ngày của họ. Vì sự không toại nguyện này mà trong thời gian này đã có rất nhiều cải cách tôn giáo xuất hiện trong cố gắng tìm ra lối thoát cho Ấn Độ giáo ra khỏi tính nông cạn của nó. Một trong những cải cách này là Phật giáo. Ngay từ khoảng năm 600 trước Tây lịch, đức Phật chẳng những đã đề xướng tứ diệu đế như căn bản học thuyết như chúng đã hiện ra khi Ngài đại ngộ, mà Ngài còn chỉ cho mọi người làm cách nào để sống một cách khôn ngoan và hạnh phúc, vì thế mà giáo pháp của Ngài đã lan rộng từ xứ Ấn Độ ra khắp các miền châu Á, và xa hơn thế nữa. Về mặt tâm linh mà nói, Ngài đã thúc đẩy con người đứng lên chống lại hệ thống bạo lực đang tồn tại thời đó. Kỳ thật Phật giáo không phải là một tôn giáo mới mẻ ở Ấn Độ, mà nó mà một biểu tượng của sự ly khai với Ấn Độ giáo. Như chúng ta thấy, trong khi kinh Vệ Đà cổ võ việc cho phép giết súc vật để dâng cúng thần linh thì Phật giáo kịch liệt bài bác những kiểu tế lễ như thế. Hơn thế nữa, Phật giáo còn tiến hành nhiều cuộc vận động mạnh mẽ chống lại việc tế lễ này. Bởi vì nghi thức tế lễ đòi hỏi phải được thực hiện bởi những người Bà La Môn, là những người chuyên môn về nghi lễ tôn giáo thời đó, trong khi thường dân từ thế hệ này qua thế hệ khác chỉ có thể làm những việc tay chân mà thôi. Chính vì thế mà đạo Phật bác bỏ hoàn toàn hệ thống giai cấp ở Ấn Độ thời bấy giờ. Và Đức Phật bác bỏ mọi sự tự cho mình là dòng dõi cao sang như kiểu tự hào của giai cấp Bà La Môn. Đạo Phật bác bỏ mọi sự phân biệt trong xã hội giữa người với người và nói rằng chính cái nghiệp, tức là những việc làm của một người, mới quyết định sự danh giá hay thấp hèn của người đó mà thôi. Đức Phật khẳng định với các đệ tử của Ngài: "Việc nhấn mạnh đến sự bình đẳng về địa vị xã hội, căn cứ trên việc làm của một người chứ không phải trên dòng dõi của họ." Một ý tưởng cách mạng khác mà chúng ta có thể tìm thấy trong Phật giáo là tôn giáo này mở rộng cửa đón nhận cả nam giới lẫn nữ giới trong đời sống tu tập. Ngoài các ni sư và các nữ Phật tử tại gia nổi tiếng như Khema, Patacara, Dhammadinna, Sujata, Visakha, và Samavati, ngay cả những cô gái điếm như Amrapali cũng không bị chối bỏ cơ hội sống đời tu hành phạm hạnh. Chính vì thế mà từ lúc mà đạo Phật bắt đầu tại vùng Đông Bắc Ấn cho đến ngày nay đã gần 26 thế kỷ, nó đã chẳng những đi sâu vào lòng của các dân tộc châu Á, mà từ thế kỷ thứ 19 nó đã trở thành nguồn tư tưởng tu tập cho nhiều người ở Âu châu và Mỹ châu nữa.

Thoạt đầu, Đức Phật luôn bị dày vò bởi những câu hỏi như "Tại sao có bất hạnh?", "Làm sao con người được hạnh phúc?", vân vân. Ngài chuyên tâm tu tập khổ hạnh, nhưng sau sáu năm kiên trì tìm kiếm và tích cực hy sinh, Ngài vẫn không tìm ra được câu trả lời cho những vấn đề này. Sau sáu năm tìm kiếm sự giải thoát bằng con đường khổ hạnh, Thái tử Tất Đạt Đa quyết định tìm câu trả lời qua tư tưởng và thiền định. Sau 49 ngày đêm thiền định dưới cội Bồ Đề, Ngài đã trở thành một người "Giác Ngộ". Con đường mà Đức Phật tìm ra là con đường "Trung Đạo" giữa những cực đoan. Những cực đoan phải tránh là một mặt quá ham mê đời sống nhục dục, mặt khác là đời sống khổ hạnh. Cả hai cực đoan này dẫn đến sự mất quân bình trong cuộc sống. Cả hai cực đoan chẳng bao giờ có thể đưa ai đến mục tiêu thật sự giải thoát khỏi khổ đau và phiền não. Đức Phật tuyên bố: "Muốn tìm con đường Trung Đạo hòa hợp với cuộc sống, mỗi người phải tự mình thận trọng tìm kiếm, không nên phí thì giờ vào việc tranh cãi. Mỗi người phải thăm dò và tự thật nghiệm, không có ngoại lệ." Trải qua gần hai mươi sáu thế kỷ, cả Phật giáo Đại Thừa lẫn Tiểu Thừa đã chứng tỏ có thể thích ứng với những hoàn cảnh thay đổi và với những dân tộc khác nhau. Vì thế mà Phật giáo sẽ tiếp tục là một ảnh hưởng thật sự trong đời sống tâm linh của nhiều dân tộc trên thế giới với niềm tin là những điều Đức Phật khám phá ra có thể giúp đỡ hầu hết mọi người. Với câu hỏi "Tại sao tôi không hạnh phúc?" Đức Phật gợi ý: vì bạn tràn đầy mong muốn, cho đến khi sự mong muốn là sự khao khát thì nó không thể nào được thỏa mãn dù bạn đã được những thứ mà bạn muốn. Như vậy "Làm thế nào để tôi có hạnh phúc?" Bằng cách chấm dứt mong muốn. Giống như ngọn lửa sẽ tự nhiên tắt khi bạn không châm thêm dầu vào, cho nên sự bất hạnh của bạn chấm dứt khi nhiên liệu tham dục thái quá bị lấy đi. Khi bạn chiến thắng được lòng ích kỷ, những thói quen và hy vọng dại dột, hạnh phúc sẽ thật sự hiện ra. Đạo Phật quả là một tôn giáo đưa đến cuộc tu giải thoát và cuộc sống an lạc, tỉnh thức và hạnh phúc.

Vào khoảng năm 2009, Thiện Phúc đã biên soạn bộ Phật Pháp Căn Bản, gồm 8 tập. Tuy nhiên, quả là rất khó đặc biệt là người tại gia với nhiều gia vụ đọc hay nghiên cứu một bộ sách với khoảng 6184 trang giấy khổ lớn. Vì vậy mà Thiện Phúc đã trích một số chương, cố gắng biên soạn gọn lại và in thành tập sách nhỏ có nhan đề là Phật Giáo Yếu Lược. Quyển sách nhỏ này không phải là một nghiên cứu về triết lý thâm sâu của Phật giáo, mà nó chỉ đơn thuần là một cái nhìn thoáng qua về Đạo Phật nhìn tổng thể nhằm mục đích giúp cho những người sơ cơ dễ dàng có được cái nhìn về một tôn giáo hết sức đặc biệt: Phật Giáo. Hành giả chân thuần nên luôn nhớ rằng "Tu" có nghĩa là tu tập hay thực tập những lời giáo huấn của Đức Phật, bằng cách tụng kinh sáng chiều, bằng ăn chay học kinh, giữ giới, và thanh tịnh thân tâm bằng thiền tọa; tuy nhiên những yếu tố quan trọng nhất trong "thật tu" là sửa tánh, là loại trừ những thói hư tật xấu, là từ bi hỷ xả, là xây dựng đạo hạnh. Trong khi tụng kinh ta phải hiểu lý kinh. Hơn thế nữa, chúng ta nên thực tập thiền quán mỗi ngày để có được tuệ giác Phật. Với Phật tử tại gia, tu là sửa đổi tâm tánh, làm lành lánh dữ. Chính vì vậy, trước khi tu tập, hành giả chân thuần nên quán triệt Yếu Lược Phật Giáo để biết nên làm cái gì và cái gì không nên làm. Mong rằng tập sách này sẽ giúp làm tăng sự hiểu biết về Đạo Phật một cách dễ dàng cho nhiều người, nhất là những người sơ cơ. Phật tử chân thuần nên luôn nhớ rằng mục đích chính của người tu Phật là bước vào việc thực tập những bài tập được liên kết để thiết lập những mẫu mực sống hằng ngày của mình, làm cho đời sống của chúng ta trở nên yên bình hơn. Đức Như Lai đã giải thích rõ về con đường tu tập mà Ngài đã tìm ra và trên con đường đó Ngài đã tiến tới quả vị Phật. Đường tu tập còn đòi hỏi nhiều cố gắng và hiểu biết liên tục. Chính vì thế mà mặc dù hiện tại đã có quá nhiều sách viết về Phật giáo, tôi cũng mạo muội biên soạn tập sách "Phật Giáo Yếu Lược" song ngữ Việt Anh nhằm giới thiệu giáo lý nhà Phật cho Phật tử ở mọi trình độ. Những mong sự đóng góp nhoi này sẽ mang lại lợi lạc cho những ai mong cầu có được cuộc sống an bình, tỉnh thức và hạnh phúc.

Thiện Phúc

Chương 1. Thời Kỳ Tiền Phật Giáo Trên Thế Giới

Khoảng 3.000 năm trước Tây lịch, tại lưu vực sông Ấn Hà, phát khởi một nền văn minh đô thị, được gọi là "Văn Hóa Thung Lũng Ấn Hà." Hai đô thị lớn là Mohenjo Daro và Harrappa, vì vậy nền văn hóa này cũng được gọi là "Văn Hóa Harrappa". Theo Andrew Skilton trong Đại Cương Lịch Sử Phật Giáo, có lẽ đây là một xã hội đã có tổ chức cao, rất bảo thủ, không thay đổi bao nhiêu qua niều thế kỷ. Những cố gắng nhằm tái xác định lại những phong tục và tín ngưỡng của xã hội này phần lớn chỉ do sự suy đoán mặc dầu người ta đã tìm thấy những di vật có ý nghĩa với những dấu ấn được sử dụng rộng rãi trong việc buôn bán ở các vùng bờ biển. Những con dấu này khắc lại một loại chữ viết, mà đến nay vẫn chưa giải mã được. Một con dấu nổi tiếng vẽ hình một người ở tư thế ngồi thiền, mà một số người nghĩ là nó mô tả một hình thức ngồi thiền hay quán tưởng trong buổi sơ khai. Nền văn minh này từ từ lụn tàn vào khoảng 1.200 năm trước Tây lịch, có lẽ do hậu quả của những thay đổi về môi trường, nhưng chắc hơn là do sự thay đổi dòng chảy của sông Ấn Hà.

Tuy nhiên, những dấu vết này không liên quan gì đến sự xuất hiện cùng thời của những bộ tộc xâm lăng từ phía Tây bắc tràn xuống. Rất có thể những bộ tộc này đã đến đây đúng vào lúc nền văn hóa này đang tàn lụn. Có nhiều học giả cho rằng đây không phải là một cuộc xâm lăng, mà chỉ là một sự thẩm thấu văn hóa. Nói gì thì nói, sau khi nền văn minh Thung Lũng Ấn Hà bị tàn lụi thì lục địa này trở thành quê hương mới cho làn sóng người di dân của những bộ tộc du mục tới định cư. Sau khi trèo vượt qua những núi đèo xuyên qua Hi Mã Lạp Sơn dẫn tới những vùng biên giới Tây Bắc Ấn Độ và Népal bây giờ, nhiều thế kỷ sau đó những bộ tộc Aryan này bắt đầu một cuộc càng quét trọn vẹn trên toàn thể bán lục địa này. Những bộ tộc người Aryan này mang theo với họ tín ngưỡng đa thần giáo. Họ cũng mang theo với họ một hệ thống giai cấp xã hội, chia xã hội thời đó ra làm ba thành phần: tư tế, chiến binh, và nông dân. Thành phần tư tế bao gồm những người có khả năng tụng đọc rành nghề cử hành nghi lễ, là tiền thân của giai cấp Bà La Môn sau này. Hai giai cấp sau cùng giống với những giai cấp chiến binh và thứ dân về sau này. Chúng ta biết được tất cả những điều trên nhờ vào những văn bản do chính con cháu của những người này viết ra về sau này. Đây là những kinh điển căn bản của Bà La Môn giáo, không được Phật giáo thừa nhận.

Trước thời Phật giáo, Ấn Độ giáo, tôn giáo đã ăn sâu vào Ấn Độ mà nguồn gốc hãy còn là một huyền thoại. Tôn giáo không có giáo chủ, cũng không có giáo điển. Nó luôn đưa vào tất cả mọi mặt của chân lý. Người theo Ấn Độ giáo tin tưởng vào luật của Nghiệp lực. Đây là tên gọi chung cho hệ thống xã hội, văn hóa và tôn giáo của giống người Aryan ở Ấn Độ, đây là giống dân di cư vào Ấn Độ vào ngay trước thời kỳ bắt đầu có lịch sử của nước này. Duy trì xã hội làm bốn giai cấp, trong đó Bà La Môn là giai cấp tối thượng. Theo nguyên tắc thờ phượng Thượng đế bằng những nghi thức đề ra từ Thánh Kinh Vệ Đà. Trung thành hay tin tưởng tuyệt đối vào thuyết nghiệp quả luân hồi, lấy sự tái sanh vào cõi trời làm mục tiêu tối thượng cho người trần tục. Họ tin có một định luật hoạt động suốt cuộc đời. Gieo gì gặt nấy ở một lúc nào đó và ở một chỗ nào đó. Đó là định luật mỗi hành động, mỗi ý định hành động, mỗi thái độ đều mang quả riêng của nó. Người trở thành thiện do những hành động thiện và trở thành ác do những hành động ác. Nghĩa là mỗi người phải chịu trách nhiệm về hoàn cảnh của chính mình, chứ không thể đổ lỗi cho người khác được. Bạn chính là bạn vì những thứ mà bạn đã làm trong quá khứ. Đối với người theo Ấn Độ giáo, đương nhiên quá khứ bao gồm tất cả những kiếp sống trước của bạn. Theo truyền thống Ấn Giáo, nhiệm vụ chính của người nữ là sanh con và làm việc trong nhà. Vì vậy mà nó coi cuộc sống độc thân là cuộc sống vô ích, và những người đàn bà không kết hôn đáng bị phỉ báng. Những câu chuyện trong Kinh Vệ Đà cho thấy rất nhiều người Ấn Độ đã tìm kiếm những câu trả lời về cuộc sống quanh họ, cũng như về vũ trụ xa xăm. Sách cổ nhất của Ấn Độ giáo là bộ kinh Vệ Đà. Bộ kinh này gồm những câu thơ và những bài thánh ca cổ được sáng tác từ hơn 3000 năm trước. Những luật lệ Bà La Môn mà các tu sĩ dùng làm nghi lễ thờ phượng đã có vào khoảng giữa 1200 và 1000 trước Thiên Chúa. Những Thiên Anh Hùng Ca vĩ đại là những câu thơ triết lý về anh hùng truyền thuyết về các vị thần. Những thiên anh hùng ca này là những truyện cổ được kể lại qua nhiều thế hệ trước khi được viết vào đầu kỷ nguyên Thiên Chúa. Một chương ngắn của Thiên Anh Hùng Ca, Dáng đi Bhavagavad Gita, trở thành một tác phẩm tôn giáo được ưa thích ở Ấn Độ.

Theo giáo lý Ấn Độ giáo, mỗi người có một vị trí riêng trong cuộc sống và trách nhiệm riêng biệt. Mỗi người được sanh ra ở một chỗ với những khả năng riêng biệt vì những hành động và thái độ trong quá khứ. Có bốn giai cấp chính trong Ấn Độ Giáo. Trong bốn đẳng cấp có 12 nhánh. Qua nhiều năm, hơn 1000 thứ bậc đẳng cấp đã xuất hiện trong đời sống xã hội Ấn Độ, nhưng tất cả đều thuộc một trong bốn nhóm chính này. Trong đời sống xã hội bình thường, ranh giới đẳng cấp phản ảnh bất công thật sự và thành kiến nặng nề. Chính nhiều người Ấn Độ giáo cũng cố gắng thực hiện xóa bỏ một số bất công trắng trợn. Ngài Gandhi là người đã đem hết sức lực để phục hồi "tiện dân" vào địa vị có đẳng cấp. Thứ nhất là nhóm trí thức và thầy tu. Thứ nhì, tầng lớp quí tộc, kể cả giai cấp quân nhân. Thứ ba, nhóm hành chính, gồm những nhà buôn và địa chủ. Thứ tư, số lớn dân chúng làm những việc thông thường trong xã hội. Giai cấp gọi là "tiện dân" hay "người bị ruồng bỏ" (mới đây bị hủy bỏ do luật của Ấn Độ) gồm những người có nguồn gốc thuộc những phân nhóm khác của giai cấp thứ tư, quần chúng nhân dân. Do những điều kiện xã hội và kinh tế khác nhau, họ bị mất đẳng cấp, hay mất vị trí trong xã hội. Mục đích quan trọng nhất mà mỗi người phải vươn lên là thoát khỏi ảnh hưởng của bất hạnh trong quá khứ. Mỗi người đều có mục tiêu căn bản suốt cuộc đời là thoát khỏi ảo tưởng thông qua với sự hợp nhất với Bà La Môn. Đời sống lạc thú, thực hiện tất cả những ham thích bình thường của con người kể cả ham thích rất quan trọng bắt nguồn từ nhục dục. Người theo Ấn Độ giáo không bác bỏ kinh nghiệm giác quan về cuộc đời, phát triển quan hệ sáng tạo với người khác, biết thẩm mỹ, biểu lộ tình dục. Nhưng người Ấn Độ giáo coi kinh nghiệm này khi được dùng đúng cách và không được coi như là những mục tiêu duy nhất của đời sống. Trách nhiệm tham gia vào hoạt động kinh tế phúc lợi công cộng, bao gồm một số công việc hay nghề nghiệp có giá trị. Mỗi người có bổn phận với chính mình và với xã hội để làm một số công việc có ích. Vì việc này người ấy sẽ nhận được tiền bạc cần thiết cho nhu cầu hằng ngày, và thông qua đó người ấy đóng góp vào phúc lợi chung. Sống đúng theo luân lý hay đạo đức sống. Ta có bổn phận với chính ta và đối với người khác để làm những gì được trông đợi ở chính mình về luân lý và đạo đức. Bổn phận đã được phân định khá rõ ràng tại Ấn Độ, cho mỗi một đẳng cấp có một luật lệ hành động và thái độ mà mỗi thành viên phải thi hành. Và đối với luật lệ này, một người phát nguyện bằng nỗ lực của mình nếu muốn đạt một đời sống tốt đẹp.

Vào khoảng 800 năm trước Thiên Chúa, Ấn Độ giáo biên soạn bộ kinh U Bà Ni Sà Đa, gồm những câu trả lời của những ẩn sĩ nổi tiếng thời đó trước những câu hỏi về đời sống và vũ trụ. Một thời gian ngắn trước thời Đức Phật, bản kinh U Bà Ni Sà Đa bằng văn xuôi đã được biên soạn, kinh nói về những lời giảng bí mật, chỉ truyền từ thầy sang đệ tử mà thôi. Bộ kinh này được coi là giai đoạn cuối cùng của kinh Vệ Đà, và vì vậy mà được gọi là "Tột đỉnh của Vệ Đà". Ở đây các yếu tố nghi lễ không có tầm quan trọng như trong các bộ kinh trước, thay vào đó là những lời giảng bí truyền và đầy ấn tượng về sự tái sanh và đầu thai. Một mặt người ta đi tìm cái nền tảng của thế giới hiện tượng, cốt lõi của vạn hữu ngoại giới, cái đó được gọi là "Brahman"; mặt khác người ta đi tìm cái sự vật hiện hữu tối hậu bên trong mỗi cá nhân, là cái người ta cho là sự sống và ý thức, và cái này được gọi là "Atman". Kinh U Bà Ni Sà Đa đi đến giáo huấn bí truyền cuối cùng là đồng hóa hai thực tại này, cho rằng "Atman" và "Brahman" chỉ là một thực tại duy nhất. Ranh giới đẳng cấp phản ảnh bất công thật sự và thành kiến nặng nề trong đời sống xã hội bình thường. Chính nhiều người Ấn Độ giáo cũng cố gắng thực hiện xóa bỏ một số bất công trắng trợn. Ngay những người trong giai cấp quí tộc cũng đã đem hết sức lực để phục hồi "tiện dân" vào địa vị có đẳng cấp.

Ai trong chúng ta cũng đều biết rằng các nền văn minh trên thế giới vốn luôn đi kèm với những sóng gió của việc tranh giành quyền lực và của cải vật chất. Chính điều này đã thúc đẩy mọi sức mạnh tâm linh của con người phải đứng lên chống lại hệ thống bạo lực đương quyền. Tại Ấn Độ những lực lượng đối kháng nổi lên trong những vùng Tây Bắc. Ngay từ lúc mới được thành lập, Phật giáo chủ yếu nhắm đến các tầng lớp thị dân đông đảo. Chính vì vậy mà chúng ta thấy Phật giáo phát triển quanh các vùng Benares và Patna, nơi mà vào thời đại đồ sắt đã sản sinh ra những ông vua đầy tham vọng xuất thân từ quân đội, đã thiết lập các vương quốc mênh mông với nhiều thành phố rộng lớn. Phần lớn công việc hoằng hóa của Đức Phật đều được thực hiện tại các thành phố lớn, điều này giúp chúng ta lý giải dễ dàng tính cách tri thức trong lời dạy của Ngài, cũng như phong cách thành thị trong ngôn ngữ được sử dụng và tính hợp lý trong các tư tưởng được Ngài truyền dạy. Để đối kháng với những mê tín về thần quyền, Đức Phật luôn nhấn mạnh rằng Ngài chỉ là người dẫn đường, chứ không phải là một đấng quyền năng, và rằng mọi sự gợi ý chỉ dẫn đều cần phải được chứng nghiệm, kể cả những chỉ dẫn của chính Ngài.

Trong khi Phật giáo bắt đầu nảy mầm tại Ấn Độ thì tại Trung Hoa một trong những tôn giáo lớn của thế giới cũng đang bắt đầu: Khổng giáo. Hệ thống luân lý đạo đức này thoát thai từ giáo lý của Đức Khổng Phu Tử, nhấn mạnh về lòng hiếu, để, trung, lễ, tín, công bằng, liêm sĩ. Khổng Tử sanh vào khoảng năm 557-479 trước Tây lịch, người nước Lỗ. Ông sống vào thời luân lý và văn hóa của Nhà Châu đang suy vi, nên đã cố gắng tìm cách chấn hưng; ông dạy 3.000 đệ tử về thi, sử, lễ và nhạc. Ông là nhà giáo dục vĩ đại của Trung quốc và được người hiện đời gọi ông là "Vạn Thế Sư Biểu." Tuy nhiên, đạo Khổng và đạo Phật hoàn toàn khác biệt nhau. Đạo Khổng chỉ nặng về gia đình và xã hội, con cái lớn lên lập gia đình, lấy vợ gả chồng, rồi sanh con đẻ cháu nối dõi tông đường, thờ vua giúp nước, vân vân. Ngược lại, đạo Phật thì chủ trương việc xuất gia, rời bỏ gia đình cha mẹ, vợ con, và lục thân quyến thuộc mà đi tu. Cho nên lúc khởi đầu các học giả Khổng học, khi chưa hiểu thấu suốt về đạo Phật, cho rằng đạo Phật là tà giáo ngoại đạo, bỏ cha mẹ, vợ con, phá hoại nền tảng gia đình và xã hội, bất trung bất hiếu. Vì thế mà khi đạo Phật mới được đưa vào Trung Quốc đã bị các học giả Khổng giáo quyết liệt chống đối. Tuy nhiên, Đức Phật và tôn giáo của Ngài được phổ biến rộng rãi phần lớn nhờ vào phương pháp tiếp cận với đa số quần chúng. Ngài yêu cầu đệ tử của Ngài thuyết giảng Phật pháp bằng chính ngôn ngữ của người dân tại đó làm cho dân chúng vô cùng cảm kích. Lão giáo là một trong những tôn giáo lớn của Trung Quốc. Tôn giáo này được Lão Tử sáng lập cùng thời với Phật giáo bên Ấn Độ. Giáo lý của tôn giáo này dựa trên "Đạo" hay con đường tự nhiên. Những người tu tập theo Lão giáo theo truyền thống cố gắng đạt đến trường sanh bất tử, mà theo Phật giáo là một thí dụ cổ điển về chuyện luyến chấp vào thân.

Chương 2. Phật Đản Sanh

Vào năm 563 trước Tây lịch, một cậu bé được sanh ra trong một hoàng tộc tại miền Bắc Ấn Độ. "Trên trời dưới trời, riêng ta cao nhất. Trên trời dưới trời riêng ta tôn quý nhất (Thiên Thượng Thiên Hạ Duy Ngã Độc Tôn)." Theo truyền thuyết Ấn Độ, đó là lời Đức Phật lúc Ngài mới giáng sanh từ bên sườn phải Hoàng Hậu Ma Da và bước bảy bước đầu tiên. Đây không phải là một câu nói cao ngạo mà là câu nói để chứng tỏ rồi đây Ngài sẽ hiểu được sự đồng nhứt của bản tánh thật của toàn vũ trụ, chứ không phải là bản ngã theo thế tục. Lời tuyên bố này cũng là thường pháp của chư Phật ba đời. Đối với Đại Thừa, Ngài là tiêu biểu cho vô lượng chư Phật trong vô lượng kiếp. Hoàng tử này trưởng thành trong giàu sang xa xỉ, nhưng sớm nhận ra tiện nghi vật chất và sự an toàn trên thế gian không đem lại hạnh phúc thật sự. Ngài động lòng trắc ẩn sâu xa trước hoàn cảnh khổ đau quanh Ngài, chính vì vậy mà Ngài nhất định tìm cho ra chìa khóa đưa đến hạnh phúc cho nhân loại. Vào năm 29 tuổi Ngài rời bỏ vợ đẹp con ngoan và cung vàng điện ngọc để cất bước lên đường học đạo với những bậc thầy nổi tiếng đương thời. Những vị thầy này dạy Ngài rất nhiều nhưng không vị nào thật sự hiểu biết nguồn cội của khổ đau phiền não của nhân loại và làm cách nào để vượt thoát khỏi những thứ đó. Cuối cùng sau sáu năm tu học và hành thiền, Ngài liễu ngộ và kinh qua kinh nghiệm tận diệt vô minh và thành đạt giác ngộ. Từ ngày đó người ta gọi Ngài là Phật, bậc Chánh Đẳng Chánh Giác. Trong 45 năm sau đó Ngài chu du khắp miền Bắc Ấn để dạy người những gì mà Ngài đã chứng ngộ. Lòng từ bi và hạnh nhẫn nhục của Ngài quả thật kỳ diệu và hàng vạn người đã theo Ngài, trở thành tín đồ Phật giáo. Đến năm Ngài 80 tuổi, dù xác thân già yếu bệnh hoạn, nhưng lúc nào Ngài cũng hạnh phúc và an vui, cuối cùng Ngài nhập Niết-bàn vào năm 80 tuổi. Lìa bỏ gia đình không phải là chuyện dễ dàng cho Đức Phật. Sau một thời gian dài đắn đo suy nghĩ Ngài đã quyết định lìa bỏ gia đình. Có hai sự lựa chọn, một là hiến thân Ngài cho gia đình, hai là cho toàn thể thế gian. Sau cùng, lòng từ bi vô lượng của Ngài đã khiến Ngài tự cống hiến đời mình cho thế gian. Và mãi cho đến nay cả thế giới vẫn còn thọ hưởng những lợi ích từ sự hy sinh của Ngài. Đây có lẽ là sự hy sinh có nhiều ý nghĩa hơn bao giờ hết.

Hiện nay vẫn còn nhiều bàn cãi về năm sanh chính xác của Đức Phật; tuy nhiên ý kiến của phần đông chọn năm 623 trước Tây Lịch. Ngày Phật đản sanh là ngày trăng tròn tháng 4 Âm Lịch, đó là một ngày tuyệt đẹp. Tiết trời trong sạch, gió mát thoang thoảng. Trong vườn trăm hoa đua nở, tỏa hương ngào ngạt, chim hót líu lo... tạo thành một cảnh tượng thần tiên ở thế gian để đón chào sự đản sanh của Thái Tử. Theo truyền thuyết Ấn Độ thì lúc đó đất trời rung động, từ trên trời cao tuôn đổ hai dòng nước bạc, một ấm một mát, tắm gội cho thân thể của Thái Tử. Ngày nay các quốc gia theo truyền thống Phật giáo, tổ chức ngày Đại lễ Phật Đản vào khoảng giữa tháng tư âm lịch. Cũng theo truyền thuyết Ấn Độ, ngày Phật Đản sanh đáng tin cậy, có lẽ vào ngày mồng 8 tháng 4; tuy nhiên, tất cả các nước theo Phật giáo lấy ngày trăng tròn tháng tư làm lễ kỷ niệm. Đối với cộng đồng Phật giáo, ngày lễ quan trọng nhất là ngày lễ Phật Đản. Đó là ngày trăng tròn tháng tư. Hằng triệu người trên thế giới cử hành lễ Phật Đản. Ngày này được gọi là ngày Vesak tại xứ Tích Lan, ngày Visakha Puja tại Thái Lan. Vào ngày này, Phật tử tại vài xứ như Trung Hoa, Đại Hàn tham dự vào lễ "Tắm Phật." Họ rưới nước thơm vào tượng Phật Đản Sanh. Việc này tượng trưng cho thanh tịnh nơi tâm ý và hành động. Chùa viện được trang hoàng bông hoa cờ phướn; trên bàn thờ đầy lễ vật cúng dường. Những bữa cơm chay được dọn ra cho mọi người. Người ta làm lễ phóng sanh. Đây được xem như là ngày thật vui cho mọi người. Theo truyền thống Nguyên Thủy, ngày Phật Đản sanh, có lẽ vào ngày mồng 8 tháng

Chương 2. Phật Đản Sanh

4; tuy nhiên, tất cả các nước theo Phật giáo lấy ngày trăng tròn tháng tư làm lễ kỷ niệm. Đây là một trong những ngày lễ quan trọng nhất của Phật giáo, vì ngày đó vừa là ngày Đức Phật đản sanh, thành đạo và đạt Niết-bàn. Theo truyền thống Đại Thừa, ngày rằm tháng tư là ngày mà các nước theo truyền thống Phật giáo tổ chức ngày lễ kỷ niệm Phật Đản sanh, xuất gia, thành đạo và nhập Niết-bàn. Lễ Vesak gồm có một thời giảng pháp, một buổi quán niệm về cuộc đời Đức Phật, các cuộc rước xung quanh nơi thờ. Ngoài ra ngày Vesak còn là dịp nhắc nhở chúng ta cố gắng đạt tới Đại giác.

Dù Đức Phật đã nhập diệt, nhưng trên 2.500 năm sau những giáo thuyết của Ngài vẫn còn tế độ rất nhiều người, gương hạnh của Ngài vẫn còn là nguồn gợi cảm cho nhiều người, và những lời dạy dỗ của Ngài vẫn còn tiếp tục biến đổi nhiều cuộc sống. Chỉ có Đức Phật mới có được oai lực hùng mạnh tồn tại sau nhiều thế kỷ như thế ấy. Đức Phật không bao giờ tự xưng rằng Ngài là một thần linh, là con của thần linh, hay là sứ giả của thần linh. Ngài chỉ là một con người đã tự cải thiện để trở nên toàn hảo, và Ngài dạy rằng nếu chúng ta noi theo gương lành ấy chính ta cũng có thể trở nên toàn hảo như Ngài. Ngài không bao giờ bảo đệ tử của Ngài thờ phượng Ngài như một thần linh. Kỳ thật Ngài cấm chỉ đệ tử Ngài làm như vậy. Ngài bảo đệ tử là Ngài không ban phước cho những ai thờ phượng Ngài hay giáng họa cho ai không thờ phượng Ngài. Ngài bảo Phật tử nên kính trọng Ngài như một vị Thầy. Ngài còn nhắc nhở đệ tử về sau này khi thờ phượng lễ bái tượng Phật là tự nhắc nhở chính mình phải cố gắng tu tập để phát triển lòng yêu thương và sự an lạc với chính mình. Hương của nhang nhắc nhở chúng ta vượt thắng những thói hư tật xấu để đạt đến trí tuệ, đèn đốt lên khi lễ bái nhằm nhắc nhở chúng ta đuốc tuệ để thấy rõ rằng thân này rồi sẽ hoại diệt theo luật vô thường. Khi chúng ta lễ lạy Đức Phật là chúng ta lễ lạy những giáo pháp cao thượng mà Ngài đã ban bố cho chúng ta. Đó là cốt tủy của sự thờ phượng lễ bái trong Phật giáo. Nhiều người đã lầm hiểu về sự thờ phượng lễ bái trong Phật giáo, ngay cả những Phật tử thuần thành. Người Phật tử không bao giờ tin rằng Đức Phật là một vị thần linh, thì không có cách chi mà họ có thể tin rằng khối gỗ hay khối kim loại kia là thần linh. Trong Phật giáo, tượng Phật được dùng để tượng trưng cho sự toàn thiện toàn mỹ của nhân loại. Tượng Phật cũng nhắc nhở chúng ta về tầm mức cao cả của con người trong giáo lý nhà Phật, rằng Phật giáo lấy con người làm nòng cốt, chứ không phải là thần linh, rằng chúng ta phải tự phản quang tự kỷ, phải quay cái nhìn vào bên trong để tìm trạng thái toàn hảo trí tuệ, chứ không phải chạy đông chạy tây bên ngoài. Như vậy, không cách chi mà người ta có thể nói rằng Phật tử thờ phượng ngẫu tượng cho được. Kỳ thật, từ xa xưa lắm, con người nguyên thủy tự thấy mình sống trong một thế giới đầy thù nghịch và hiểm họa. Họ lo sợ thú dữ, lo sợ không đủ thức ăn, lo sợ bệnh hoạn và những tai ương hay hiện tượng thiên nhiên như giông gió, bão tố, núi lửa, sấm sét, vân vân. Họ không cảm thấy an toàn với hoàn cảnh xung quanh và họ không có khả năng giải thích được những hiện tượng ấy, nên họ tạo ra ý tưởng thần linh, nhằm giúp họ cảm thấy thoải mái tiện nghi hơn khi sự việc trôi chảy thuận lợi, cũng như có đủ can đảm vượt qua những lúc lâm nguy, hoặc an ủi khi lâm vào cảnh bất hạnh, lại cho rằng thượng đế đã sắp đặt an bài như vậy. Từ thế hệ này qua thế hệ khác, người ta tiếp tục niềm tin nơi "thượng đế" từ cha anh mình mà không cần phải đắn đo suy nghĩ. Có người cho rằng họ tin nơi thượng đế vì thượng đế đáp ứng những thỉnh nguyện của họ mỗi khi họ lo âu sợ hãi. Có người cho rằng họ tin nơi thượng đế vì cha mẹ ông bà họ tin nơi thượng đế. Lại có người cho rằng họ thích đi nhà thờ hơn đi chùa vì những người đi nhà thờ có vẻ sang trọng hơn những người đi chùa. Phật tử thuần thành nên luôn nhớ rằng mỗi tôn giáo có một niềm tin riêng biệt. Người Phật tử chúng ta không thể nào lấy tôn giáo này để so sánh với tôn giáo khác, cũng không thể nào nói tôn giáo này hơn tôn giáo khác được. Cẩn trọng!

Chương 3. Đại Sự Nhân Duyên

Phật Ra Đời Vì Một Đại Sự Nhân Duyên. Phật xuất hiện vì một đại sự nhân duyên: Khai thị cho chúng sanh ngộ nhập tri kiến Phật, hay là giác ngộ theo kinh Pháp Hoa, Phật tánh theo kinh Niết-bàn và thiên đường cực lạc theo kinh Vô Lượng Thọ. Theo kinh Tăng Nhất A Hàm, Đức Phật là một chúng sanh duy nhất, một con người phi thường, xuất hiện trong thế gian này, vì lợi ích cho chúng sanh, vì hạnh phúc của chúng sanh, vì lòng bi mẫn, vì sự tốt đẹp của chư nhơn Thiên. Đức Phật đã khai sáng ra đạo Phật. Có người cho rằng đạo Phật là một triết lý sống chứ không phải là một tôn giáo. Kỳ thật, Phật giáo không phải là một tôn giáo theo lối định nghĩa thông thường, vì Phật giáo không phải là một hệ thống tín ngưỡng và tôn sùng lễ bái trung thành với một thần linh siêu nhiên. Đạo Phật cũng không phải là một thứ triết học hay triết lý suông. Ngược lại, thông điệp của Đức Phật thật sự dành cho cuộc sống hằng ngày của nhân loại: "Tránh làm điều ác, chuyên làm việc lành và thanh lọc tâm ý khỏi những nhiễm trược trần thế." Thông điệp này ra đời từ sự thật chứng chân lý của Đức Phật. Dù sống trong cung vàng điện ngọc với đủ đầy vật chất xa hoa, Đức Phật vẫn luôn suy tư sâu xa tại sao chúng sanh phải chịu khổ đau phiền não trên cõi trần thế này. Cái gì gây nên sự khổ đau phiền não này? Một ngày nọ, lúc thiếu thời của Đức Phật, khi đang ngồi dưới một tàng cây, Ngài bỗng thấy một con rắn xuất hiện và đớp lấy một con lươn. Trong khi cả hai con rắn và lươn đang quần thảo, thì một con diều hâu sà xuống chớp lấy con rắn với con lươn còn trong miệng. Sự cố này là một thời điểm chuyển biến quan trọng cho vị hoàng tử trẻ về việc thoát ly cuộc sống thế tục. Ngài thấy rằng sinh vật trên cõi đời này chẳng qua chỉ là những miếng mồi cho nhau. Một con bắt, còn con kia trốn chạy và hễ còn thế giới này là cuộc chiến cứ mãi dằng co không ngừng nghỉ. Tiến trình săn đuổi và tự sinh tồn không ngừng này là căn bản của bất hạnh. Nó là nguồn gốc của mọi khổ đau. Chính vì thế mà Thái tử quyết tâm tìm phương chấm dứt sự khổ đau này. Ngài đã xuất gia năm 29 tuổi và sáu năm sau, Ngài đã thành đạo. Theo Đức Phật, luật "Nhơn Quả Nghiệp Báo" chi phối chúng sanh mọi loài. Nghiệp có nghĩa đơn giản là hành động. Nếu một người phạm phải hành động xấu thì không có cách chi người đó tránh khỏi được hậu quả xấu. Phật chỉ là bậc đạo sư, chỉ dạy chúng sanh cái gì nên làm và cái gì nên tránh, chứ Ngài không thể nào làm hay tránh dùm chúng sanh được. Trong Kinh Pháp Cú, Đức Phật đã chỉ dạy rõ ràng: "Bạn phải là người tự cứu lấy mình. Không ai có thể làm gì để cứu bạn ngoại trừ chỉ đường dẫn lối, ngay cả Phật."

Chương 4. Đức Phật

Phật xuất hiện vì một đại sự nhân duyên: Khai thị cho chúng sanh ngộ nhập tri kiến Phật, hay là giác ngộ theo kinh Pháp Hoa, Phật tánh theo kinh Niết-bàn và thiên đường cực lạc theo kinh Vô Lượng Thọ. Theo kinh Tăng Nhất A Hàm, Đức Phật là một chúng sanh duy nhất, một con người phi thường, xuất hiện trong thế gian này, vì lợi ích cho chúng sanh, vì hạnh phúc của chúng sanh, vì lòng bi mẫn, vì sự tốt đẹp của chư nhơn Thiên. Đức Phật đã khai sáng ra đạo Phật. Có người cho rằng đạo Phật là một triết lý sống chứ không phải là một tôn giáo. Kỳ thật, Phật giáo không phải là một tôn giáo theo lối định nghĩa thông thường, vì Phật giáo không phải là một hệ thống tín ngưỡng và tôn sùng lễ bái trung thành với một thần linh siêu nhiên. Đạo Phật cũng không phải là một thứ triết học hay triết lý suông. Ngược lại, thông điệp của Đức Phật thật sự dành cho cuộc sống hằng ngày của nhân loại: "Tránh làm điều ác, chuyên làm việc lành và thanh lọc tâm ý khỏi những nhiễm trược trần thế." Thông điệp này ra đời từ sự thật chứng chân lý của Đức Phật. Dù sống trong cung vàng điện ngọc với đủ đầy vật chất xa hoa, Đức Phật vẫn luôn suy tư sâu xa tại sao chúng sanh phải chịu khổ đau phiền não trên cõi trần thế này. Cái gì gây nên sự khổ đau phiền não này? Một ngày nọ, lúc thiếu thời của Đức Phật, khi đang ngồi dưới một tàng cây, Ngài bỗng thấy một con rắn xuất hiện và đớp lấy một con lươn. Trong khi cả hai con rắn và lươn đang quần thảo, thì một con diều hâu sà xuống chớp lấy con rắn với con lươn còn trong miệng. Sự cố này là một thời điểm chuyển biến quan trọng cho vị hoàng tử trẻ về việc thoát ly cuộc sống thế tục. Ngài thấy rằng sinh vật trên cõi đời này chẳng qua chỉ là những miếng mồi cho nhau. Một con bắt, còn con kia trốn chạy và hễ còn thế giới này là cuộc chiến cứ mãi dằng co không ngừng nghỉ. Tiến trình săn đuổi và tự sinh tồn không ngừng này là căn bản của bất hạnh. Nó là nguồn gốc của mọi khổ đau. Chính vì thế mà Thái tử quyết tâm tìm phương chấm dứt sự khổ đau này. Ngài đã xuất gia năm 29 tuổi và sáu năm sau, Ngài đã thành đạo. Theo Đức Phật, luật "Nhơn Quả Nghiệp Báo" chi phối chúng sanh mọi loài. Nghiệp có nghĩa đơn giản là hành động.

Nếu một người phạm phải hành động xấu thì không có cách chi người đó tránh khỏi được hậu quả xấu. Phật chỉ là bậc đạo sư, chỉ dạy chúng sanh cái gì nên làm và cái gì nên tránh, chứ Ngài không thể nào làm hay tránh dùm chúng sanh được. Trong Kinh Pháp Cú, Đức Phật đã chỉ dạy rõ ràng: "Bạn phải là người tự cứu lấy mình. Không ai có thể làm gì để cứu bạn ngoại trừ chỉ đường dẫn lối, ngay cả Phật".

Chữ Phật không phải là một danh từ riêng mà là một từ có nghĩa là "Bậc Giác Ngộ" hay "Bậc Đại Giác." Thái tử Sĩ Đạt Tha không phải sanh ra để được gọi là Phật. Ngài không sanh ra tự nhiên giác ngộ, mà phải với nỗ lực tự thân, Ngài mới đạt đến Giác Ngộ. Bất cứ chúng sanh nào thành tâm và cố gắng vượt thoát khỏi mọi vướng mắc đều có thể giác ngộ và thành Phật được. Tất cả Phật tử nên luôn nhớ rằng Đức Phật không phải là một vị thần linh. Cũng như chúng ta, Đức

Phật sanh ra là một con người. Sự khác biệt giữa Đức Phật và phàm nhân là Đức Phật đã giác ngộ còn phàm nhân vẫn còn mê mờ. Tuy nhiên, dù giác hay dù mê thì Phật tánh nơi ta và Phật tánh nơi Phật không sai khác. Phật là danh hiệu của một bậc đã xé tan bức màn vô minh, tự giải thoát mình khỏi vòng luân hồi sanh tử, và thuyết giảng con đường giải thoát cho chúng sanh. Chữ "Buddha" lấy từ gốc Phạn ngữ "Budh" có nghĩa là giác ngộ, chỉ người nào đạt được Niết-bàn qua thiền tập và tu tập những phẩm chất như trí tuệ, nhẫn nhục, bố thí. Con người ấy sẽ không bao giờ tái sanh trong vòng luân hồi sanh tử nữa, vì sự nối kết ràng buộc phàm phu tái sanh đã bị chặt đứt. Qua tu tập thiền định, chư Phật đã loại trừ tất cả những tham dục và nhiễm ô. Vị Phật của hiền kiếp là Phật Thích-ca Mâu Ni. Ngài sanh ra với tên là Tất Đạt Đa trong dòng tộc Thích-ca. Phật là Đấng Toàn Giác hay một người đã giác ngộ viên mãn: về chân tánh của cuộc sinh tồn. Chữ Phật có nghĩa là tự mình giác ngộ, đi giác ngộ cho người, sự giác ngộ này là viên mãn tối thượng. Từ Buddha" được rút ra từ ngữ căn tiếng Phạn "Budh" nghĩa là hiểu rõ, thấy biết hay tỉnh thức. Phật là người đã giác ngộ, không còn bị sanh tử luân hồi và hoàn toàn giải thoát. Tàu dịch là "Giác" và "Trí". Phật là một người đã giác ngộ và giải thoát khỏi vòng luân hồi sanh tử.

Vì thiếu thông tin và sự kiện cụ thể chính xác nên bây giờ chúng ta không có niên đại chính xác liên quan đến cuộc đời của Đức Phật. Người Ấn Độ, nhất là những người dân ở vùng Bắc Ấn, thì cho rằng Đức Phật nhập diệt khoảng 100 năm trước thời vua A Dục. Tuy nhiên, các học giả cận đại đều đồng ý rằng Ngài đã được đản sanh vào khoảng tiền bán thế kỷ thứ bảy trước Tây lịch và nhập diệt 80 năm sau đó. Phật là Đấng Chánh Biến Tri, đản sanh vào năm 623 trước Tây lịch, tại miền bắc Ấn Độ, bây giờ là xứ Népal, một nước nằm ven sườn dãy Hy Mã Lạp Sơn, trong vườn Lâm Tỳ Ni trong thành Ca Tỳ la Vệ, vào một ngày trăng tròn tháng tư. Cách đây gần

26 thế kỷ dòng họ Thích-ca là một bộ tộc kiêu hùng của dòng Sát Đế Lợi trong vùng đồi núi Hy Mã Lạp Sơn. Tên hoàng tộc của Ngài là Siddhartha, và họ của Ngài là Gautama, thuộc gia đình danh tiếng Okkaka của thị tộc Thái Dương. Dòng họ này có một đức vua hiền đức là vua Tịnh Phạn, dựng kinh đô ở Ca Tỳ La Vệ, vị chánh cung của đức vua này là hoàng hậu Ma Gia. Khi sắp lâm bồn, theo phong tục thời ấy, hoàng hậu xin phép đức vua trở về nhà song thân mình ở một kinh thành khác, đó là Devadaha để sanh nở. Giữa đường hoàng hậu muốn nghỉ ngơi trong vườn Lâm Tỳ Ni, một khu vườn tỏa ngát hương hoa, trong lúc ong bướm bay lượn và chim muông đủ sắc màu ca hót như thể vạn vật đều sẵn sàng chào đón hoàng hậu. Vừa lúc bà đứng dưới một tàng cây sala đầy hoa và vin lấy một cành đầy hoa, bà liền hạ sanh một hoàng tử, là người sau này trở thành Đức Phật Cồ Đàm. Đó là ngày rằm tháng tư năm 623 trước Tây lịch. Vào ngày lễ đặt tên, nhiều vị Bà La Môn thông thái được mời đến hoàng cung. Một ẩn sĩ tên A Tư Đà tâu với vua Tịnh Phạn rằng sẽ có hai con đường mở ra cho thái tử: một là thái tử sẽ trở thành vị Chuyển Luân Thánh Vương, hoặc thái tử sẽ xuất thế gian để trở thành một Bậc Đại Giác. A Tư Đà đặt tên thái tử là Sĩ Đạt Đa, nghĩa là "người đạt được ước nguyện." Thoạt tiên đức vua hài lòng khi nghe điều này, nhưng về sau ngài lo ngại về lời tiên đoán rằng thái tử sẽ xuất thế và trở thành một vị ẩn sĩ không nhà. Tuy nhiên hoan lạc liền theo bởi sầu bi, chỉ bảy ngày sau khi hoàng tử chào đời, hoàng hậu Ma Gia đột ngột từ trần. Thứ phi Ba Xà Ba Đề, cũng là em gái của hoàng hậu, đã trở thành người dưỡng mẫu tận tụy nuôi nấng thương yêu hoàng tử. Dù sống trong nhung lụa, nhưng tánh tình của thái tử thật nhân từ. Thái tử được giáo dục hoàn hảo cả kinh Vệ Đà lẫn võ nghệ. Một điều kỳ diệu đã xảy ra trong dịp lễ Hạ Điền vào thời thơ ấu của Đức Phật. Đó là kinh nghiệm tâm linh đầu đời mà sau này trong quá trình tìm cầu chân lý nó chính là đầu mối đưa ngài đến giác ngộ. Một lần nhân

ngày lễ Hạ Điền, nhà vua dẫn thái tử ra đồng và đặt thái tử ngồi dưới gốc cây đào cho các bà nhũ mẫu chăm sóc. Bởi vì chính nhà vua phải tham gia vào lễ cày cấy, nên khi thái tử thấy phụ vương đang lái chiếc cày bằng vàng cùng với quần thần. Bên cạnh đó thái tử cũng thấy những con bò đang kéo lê những chiếc ách nặng nề và các bác nông phu đang nhễ nhại mồ hôi với công việc đồng áng. Trong khi các nhũ mẫu chạy ra ngoài nhập vào đám hội, chỉ còn lại một mình thái tử trong cảnh yên lặng. Mặc dù tuổi trẻ nhưng trí khôn của ngài đã khôn ngoan. Thái tử suy tư rất sâu sắc về cảnh tượng trên đến độ quên hết vạn vật xung quanh và ngài đã phát triển một trạng thái thiền định trước sự kinh ngạc của các nhũ mẫu và phụ vương. Nhà vua rất tự hào về thái tử, song lúc nào ngài cũng nhớ đến lời tiên đoán của ẩn sĩ A Tư Đà. Ngài vây bao quanh thái tử bằng tất cả lạc thú và đám bạn trẻ cùng vui chơi, rất cẩn thận tránh cho thái tử không biết gì về sự đau khổ, buồn rầu và chết chóc. Khi thái tử được 16 tuổi vua Tịnh Phạn sắp xếp việc hôn nhân cho ngài với công chúa con vua Thiện Giác là nàng Da Du Đà La. Trước khi xuất gia, Ngài có một con trai là La Hầu La. Mặc dù sống đời nhung lụa, danh vọng, tiền tài, cung điện nguy nga, vợ đẹp con ngoan, ngài vẫn cảm thấy tù túng như cảnh chim lồng cá chậu. Một hôm nhân đi dạo ngoài bốn cửa thành, Thái tử trực tiếp thấy nhiều cảnh khổ đau của nhân loại, một ông già tóc bạc, răng rụng, mắt mờ, tai điếc, lưng còng, nương gậy mà lê bước xin ăn; một người bệnh nằm bên lề rên xiết đau đớn không cùng; một xác chết sình chương, ruồi bu nhặng bám trông rất ghê tởm; một vị tu khổ hạnh với vẻ trầm tư mặc tưởng. Những cảnh tượng này làm cho Thái tử nhận chân ra đời là khổ. Cảnh vị tu hành khổ hạnh với vẻ thanh tịnh cho Thái tử một dấu chỉ đầu tiên trên bước đường tìm cầu chân lý là phải xuất gia. Khi trở về cung, Thái tử xin phép vua cha cho Ngài xuất gia làm Tăng sĩ nhưng bị vua cha từ chối. Dù vậy, Thái tử vẫn quyết chí tìm con đường tu hành để đạt được chân lý giải thoát cho mình và chúng sanh. Quyết định vô tiền khoáng hậu ấy làm cho Thái tử Sĩ Đạt Đa sau này trở thành vị giáo chủ khai sáng ra Đạo Phật. Năm 29 tuổi, một đêm Ngài dứt bỏ đời sống vương giả, cùng tên hầu cận là Xa Nặc thắng yên cương cùng trốn ra khỏi cung, đi vào rừng xâu, xuất gia tầm đạo. Ban đầu, Thái tử đến với các danh sư tu khổ hạnh như Alara Kalama, Uddaka Ramaputta, những vị này sống một cách kham khổ, nhịn ăn nhịn uống, dãi nắng dầm mưa, hành thân hoại thể. Tuy nhiên ngài thấy cách tu hành như thế không có hiệu quả, Ngài khuyên nên bỏ phương pháp ấy, nhưng họ không nghe. Thái tử bèn gia nhập nhóm năm người tu khổ hạnh và ngài đi tu tập nhiều nơi khác, nhưng đến đâu cũng thấy còn hẹp hòi thấp kém, không thể giải thoát con người hết khổ được. Thái tử tìm chốn tu tập một mình, quên ăn bỏ ngủ, thân hình mỗi ngày thêm một tiều tụy, kiệt sức, nằm ngã trên cỏ, may được một cô gái chăn cừu đổ sữa cứu khỏi thần chết. Từ đó, Thái tử nhận thấy muốn tìm đạo có kết quả, cần phải bồi dưỡng thân thể cho khỏe mạnh. Sau sáu năm tầm đạo, sau lần Thái tử ngồi nhập định suốt 49 ngày đêm dưới cội Bồ Đề bên bờ sông Ni Liên tại Gaya để chiến đấu trong một trận cuối cùng với bóng tối si mê và dục vọng. Trong đêm thứ 49, lúc đầu hôm Thái tử chứng được túc mệnh minh, thấy rõ được tất cả khoảng đời quá khứ của mình trong tam giới; đến nửa đêm Ngài chứng được Thiên nhãn minh, thấy được tất cả bản thể và nguyên nhân cấu tạo của vũ trụ; lúc gần sáng Ngài chứng được Lậu tận minh, biết rõ nguồn gốc của khổ đau và phương pháp dứt trừ đau khổ để được giải thoát khỏi luân hồi sanh tử. Thái tử Sĩ Đạt Đa đã đạt thành bậc Chánh Đẳng Chánh Giác, hiệu là Thích-ca Mâu Ni Phật. Ngày thành đạo của Ngài tính theo âm lịch là ngày mồng tám tháng 12 trong lúc Sao Mai bắt đầu ló dạng. Hai tháng sau khi thành đạo, Đức Phật giảng bài pháp đầu tiên là bài Chuyển Pháp Luân cho năm vị đã từng tu khổ hạnh với Ngài tại Vườn Nai thuộc thành Ba La

Nại. Trong bài này, Đức Phật dạy: "Tránh hai cực đoan tham đắm dục lạc và khổ hạnh ép xác, Như Lai đã chứng ngộ Trung Đạo, con đường đưa đến an tịnh, thắng trí, giác ngộ và Niết-bàn. Đây chính là Bát Thánh Đạo gồm chánh kiến, chánh tư duy, chánh ngữ, chánh nghiệp, chánh mạng, chánh tinh tấn, chánh niệm và chánh định." Kế đó Ngài giảng Tứ Diệu Đế hay Bốn Sự Thật Cao Thượng: "Khổ, nguyên nhân của Khổ, sự diệt khổ và con đường đưa đến sự diệt khổ." Liền sau đó, tôn giả Kiều Trần Như chứng quả Dự Lưu và bốn vị còn lại xin được Đức Phật nhận vào hội chúng của Ngài. Sau đó Đức Phật giảng cho Yasa, một công tử vùng Ba La Nại và 54 người bạn khác của Yasa, tất cả những vị này đều trở thành các bậc A La Hán. Với sáu mươi đệ tử đầu tiên, Đức Phật đã thiết lập Giáo Hội và Ngài đã dạy các đệ tử: "Ta đã thoát ly tất cả các kiết sử của cõi Trời người, chư vị cũng được thoát ly. Hãy ra đi, này các Tỳ-kheo, vì lợi ích cho mọi người, vì hạnh phúc cho mọi người, vì lòng bi mẫn thế gian, vì lợi ích, an lạc và hạnh phúc của chư Thiên và loài người. Hãy thuyết pháp hoàn thiện ở phần đầu, hoàn thiện ở phần giữa, hoàn thiện ở phần cuối, hoàn hảo cả về ý nghĩa lẫn ngôn từ. Hãy tuyên bố đời sống phạm hạnh hoàn toàn đầy đủ và thanh tịnh." Cùng với những lời này, Đức Phật đã truyền các đệ tử của Ngài đi vào thế gian. Chính Ngài cũng đi về hướng Ưu Lâu Tần Loa (Uruvela). Nơi đây Ngài đã nhận 30 thanh niên quý tộc vào Tăng Đoàn và giáo hóa ba anh em tôn giả Ca Diếp, chẳng bao lâu sau nhờ bài thuyết giảng về lửa thiêu đốt, các vị này đều chứng quả A La Hán. Sau đó Đức Phật đi đến thành Vương Xá (Rajagaha), thủ đô nước Ma Kiệt Đà (Magadha) để viếng thăm vua Tần Bà Sa La (Bimbisara). Sau khi cùng với quần thần nghe pháp, nhà vua đã chứng quả Dư Lưu và thành kính cúng dường Đức Phật ngôi Tịnh Xá Trúc Lâm, nơi Đức Phật và Tăng chúng cư trú trong một thời gian dài. Tại đây hai vị đại đệ tử Xá Lợi Phất (Sariputra) và Mục Kiền Liên (Maggallana) đã được nhận vào Thánh chúng. Tiếp đó Đức

CHƯƠNG 4. Đức Phật

Phật trở về thành Ca Tỳ La Vệ và nhận con trai La Hầu La và em khác mẹ là Nan Đà vào Giáo Hội. Từ giả quê hương, Đức phật trở lại thành Vương Xá và giáo hóa cho vị trưởng giả tên là Cấp Cô Độc. Nơi đây vị này đã dâng cúng Tịnh Xá Kỳ Viên. Từ sau khi đạt giác ngộ vào năm 35 tuổi cho đến khi Ngài nhập Niết-bàn vào năm 80 tuổi, Ngài thuyết giảng suốt những năm tháng đó. Chắc chắn Ngài phải là một trong những người nhiều nghị lực nhất chưa từng thấy: 45 năm trường Ngài giảng dạy ngày đêm, và chỉ ngủ khoảng hai giờ một ngày. Suốt 45 năm, Đức Phật truyền giảng đạo khắp nơi trên xứ Ấn Độ. Ngài kết nạp nhiều đệ tử, lập các đoàn Tăng Già, Tỳ-kheo và Tỳ-kheo Ni, thách thức hệ thống giai cấp, giảng dạy tự do tín ngưỡng, đưa phụ nữ lên ngang hàng với nam giới, chỉ dạy con đường giải thoát cho dân chúng trên khắp các nẻo đường. Giáo pháp của Ngài rất đơn giản và đầy ý nghĩa cao cả, loại bỏ các điều xấu, làm các điều lành, thanh lọc thân tâm cho trong sạch. Ngài dạy phương pháp diệt trừ vô minh, đường lối tu hành để diệt khổ, sử dụng trí tuệ một cách tự do và khôn ngoan để có sự hiểu biết chân chánh. Đức Phật khuyên mọi người nên thật hành mười đức tính cao cả là từ bi, trí tuệ, xả, hỷ, giới, nghị lực, nhẫn nhục, chân thành, cương quyết, thiện ý và bình thản. Đức Phật chưa hề tuyên bố là Thần Thánh. Người luôn công khai nói rằng bất cứ ai cũng có thể trở thành Phật nếu người ấy biết phát triển khả năng và dứt bỏ được vô minh. Khi giác hạnh đã viên mãn thì Đức Phật đã 80 tuổi. Đức Phật nhập Niết-bàn tại thành Câu Thi Na, để lại hàng triệu tín đồ trong đó có bà Da Du Đà La và La Hầu La, cũng như một kho tàng giáo lý kinh điển quý giá mà cho đến nay vẫn được xem là khuôn vàng thước ngọc.

Đức Phật nói: "Ta không phải là vị Phật đầu tiên ở thế gian này, và cũng không phải là vị Phật cuối cùng. Khi thời điểm đến sẽ có một vị Phật giác ngộ ra đời, Ngài sẽ soi sáng chân lý như ta đã từng nói với chúng sanh." Trước khi nhập diệt, Đức Phật đã dặn dò tứ chúng một câu cuối cùng: "Mọi vật trên đời không có gì quý giá. Thân thể rồi sẽ tan rã. Chỉ có đạo Ta là quý báu. Chỉ có chân lý của Đạo Ta là bất di bất dịch." Phật là Đấng đã đạt được toàn giác dẫn đến sự giải thoát hoàn toàn khỏi luân hồi sanh tử. Danh từ Phật không phải là danh từ riêng mà là một tên gọi "Đấng Giác Ngộ" hay "Đấng Tỉnh Thức." Thái tử Sĩ Đạt Đa không phải sanh ra để được gọi là Phật. Ngài không sanh ra là tự nhiên giác ngộ. Ngài cũng không nhờ ân điển của bất cứ một đấng siêu nhiên nào; tuy nhiên sau nhiều cố gắng liên tục, Ngài đã giác ngộ. Hiển nhiên đối với Phật tử, những người tin tưởng vào luân hồi sanh tử, thì Đức Phật không phải đến với cõi Ta-bà này lần thứ nhất. Như bất cứ chúng sanh nào khác, Ngài đã trải qua nhiều kiếp, đã từng luân hồi trong thế gian như một con vật, một con người, hay một vị thần trong nhiều kiếp tái sanh. Ngài đã chia xẻ số phận chung của tất cả chúng sanh. Sự viên mãn tâm linh của Đức Phật không phải và không thể là kết quả của chỉ một đời, mà phải được tu luyện qua nhiều đời nhiều kiếp. Nó phải trải qua một cuộc hành trình dài đăng đẳng. Tuy nhiên, sau khi thành Phật, Ngài đã khẳng định bất cứ chúng sanh nào thành tâm cũng có thể vượt thoát khỏi những vướng mắc để thành Phật. Tất cả Phật tử nên luôn nhớ rằng Phật không phải là thần thánh hay siêu nhiên. Ngài cũng không phải là một đấng cứu thế cứu người bằng cách tự mình gánh lấy gánh nặng tội lỗi của chúng sanh. Như chúng ta, Phật cũng sanh ra là một con người. Sự khác biệt giữa Phật và phàm nhân là Phật đã hoàn toàn giác ngộ, còn phàm nhân vẫn mê mờ tăm tối. Tuy nhiên, Phật tánh vẫn luôn đồng đẳng trong chúng sanh mọi loài. Trong Tam Bảo, Phật là đệ nhất bảo, pháp là đệ nhị bảo và Tăng là đệ tam bảo.

Chương 5. Đạo Phật

Đạo Phật là tôn giáo của Đấng Giác Ngộ, một trong ba tôn giáo lớn trên thế giới do Phật Thích-ca sáng lập cách nay trên 25 thế kỷ. Đức Phật đề xướng tứ diệu đế như căn bản học thuyết như chúng đã hiện ra khi Ngài đại ngộ. Ngài đã chỉ cho mọi người làm cách nào để sống một cách khôn ngoan và hạnh phúc và giáo pháp của Ngài đã lan rộng từ xứ Ấn Độ ra khắp các miền châu Á, và xa hơn thế nữa. Danh từ Phật giáo phát xuất từ chữ Phạn "Budhi", có nghĩa là "giác ngộ", "tỉnh thức", và như vậy Phật giáo là tôn giáo của giác ngộ và tỉnh thức. Chính vì thế mà định nghĩa thật sự của Phật giáo là "Diệu Đế." Đức Phật không dạy từ lý thuyết, mà Ngài luôn dạy từ quan điểm thực tiễn qua sự hiểu biết, giác ngộ và thật chứng về chân lý của Ngài. Triết lý này xuất phát từ kinh nghiệm của một người tên là Sĩ Đạt Đa Cồ Đàm, được biết như là Phật, tự mình giác ngộ vào lúc 36 tuổi. Tính đến nay thì Phật giáo đã tồn tại trên 2.500 năm và có trên 800 triệu tín đồ trên khắp thế giới (kể cả những tín đồ bên Trung Hoa Lục Địa). Người Tây phương cũng đã nghe được lời Phật dạy từ thế kỷ thứ 13 khi Marco Polo (1254-1324), một nhà du hành người Ý, thám hiểm châu Á, đã viết các truyện về Phật giáo trong quyển "Cuộc Du Hành của Marco Polo." Từ thế kỷ thứ 18 trở đi, kinh điển Phật giáo đã được mang đến Âu châu và được phiên dịch ra Anh, Pháp và Đức ngữ. Cho đến cách nay 100 năm thì Phật giáo chỉ là một triết lý chánh yếu cho người Á Đông, nhưng rồi dần dần có thêm nhiều người Âu Mỹ lưu tâm gắn bó đến. Vào đầu thế kỷ thứ 20, Alan Bennett, một người Anh, đã đến Miến Điện xuất gia làm Tăng sĩ dưới Pháp danh là Ananda Metteya. Ông trở về Anh vào năm 1908. Ông là người Anh đầu tiên trở thành Tăng sĩ Phật giáo. Ông dạy Phật pháp tại Anh. Từ lúc đó, Tăng Ni từ các quốc gia như Tích Lan, Thái, Nhật, Trung Hoa và các quốc gia theo Phật giáo khác tại Á châu đã đi đến phương Tây, đặc biệt là trong khoảng thời gian 70 năm trở lại đây. Nhiều vị thầy vẫn giữ truyền thống nguyên thủy, nhiều vị tùy khế cơ khế lý tới một mức độ nào đó nhằm thỏa mãn được nhu cầu Phật pháp trong xã hội phương Tây. Trong những năm gần đây, nhu cầu Phật giáo lớn mạnh đáng kể tại Âu châu. Hội viên của các hiệp hội Phật giáo tăng nhanh và nhiều trung tâm mới được thành lập. Hội viên của những trung tâm này bao gồm phần lớn là những nhà trí thức và những nhà chuyên môn. Ngày nay chỉ ở Anh thôi đã có trên 40 trung tâm Phật giáo tại các thành phố lớn.

Danh từ "philosophy", nghĩa là triết học, có hai phần: "philo" có nghĩa là ưa thích yêu chuộng, và "sophia" có nghĩa là trí tuệ. Như vậy, philosophy là sự yêu chuộng trí tuệ, hoặc tình yêu thương và trí tuệ. Cả hai ý nghĩa này mô tả Phật giáo một cách hoàn hảo. Phật giáo dạy ta nên cố gắng phát triển trọn vẹn khả năng trí thức để có thể thông suốt rõ ràng. Phật giáo cũng dạy chúng ta phát triển lòng từ bi để có thể trở thành một người bạn thật sự của tất cả mọi chúng sanh. Như vậy Phật giáo là một triết học nhưng không chỉ đơn thuần là một triết học suông. Nó là một triết học tối thượng. Vào năm 563 trước Tây lịch, một cậu bé được sanh ra trong một hoàng tộc tại miền Bắc Ấn Độ. Hoàng tử này trưởng thành trong giàu sang xa xỉ, nhưng sớm nhận ra tiện nghi vật chất và sự an toàn trên thế gian không đem lại hạnh phúc thật sự. Ngài động lòng trắc ẩn sâu xa trước hoàn cảnh khổ đau quanh Ngài, chính vì vậy mà Ngài nhất định tìm cho ra chìa khóa đưa đến hạnh phúc cho nhân loại. Vào năm 29 tuổi Ngài rời bỏ vợ đẹp con ngoan và cung vàng điện ngọc để cất bước lên đường học đạo với những bậc thầy nổi tiếng đương thời. Những vị thầy này dạy Ngài rất nhiều nhưng không vị nào thật sự hiểu biết nguồn cội của khổ đau phiền não của nhân loại và làm cách nào để vượt thoát khỏi những thứ đó. Cuối cùng sau sáu năm tu học và hành thiền, Ngài liễu ngộ và kinh qua kinh nghiệm tận diệt vô minh và thành đạt giác ngộ. Từ ngày đó người ta gọi Ngài là Phật, bậc Chánh Đẳng Chánh Giác. Trong 45 năm sau đó Ngài chu du khắp miền Bắc Ấn để dạy người những gì mà Ngài đã chứng ngộ. Lòng từ bi và hạnh nhẫn nhục của Ngài quả thật kỳ diệu và hàng vạn người đã theo Ngài, trở thánh tín đồ Phật giáo. Đến năm Ngài 80 tuổi, dù xác thân già yếu bệnh hoạn, nhưng lúc nào Ngài cũng hạnh phúc và an vui, cuối cùng Ngài nhập Niết-bàn vào năm 80 tuổi.

Lìa bỏ gia đình không phải là chuyện dễ dàng cho Đức Phật. Sau một thời gian dài đắn đo suy nghĩ Ngài đã quyết định lìa bỏ gia đình. Có hai sự lựa chọn, một là hiến thân Ngài cho gia đình, hai là cho toàn thể thế gian. Sau cùng, lòng từ bi vô lượng của Ngài đã khiến Ngài tự cống hiến đời mình cho thế gian. Và mãi cho đến nay cả thế giới vẫn còn thọ hưởng những lợi ích từ sự hy sinh của Ngài. Đây có lẽ là sự hy sinh có nhiều ý nghĩa hơn bao giờ hết. Dù Đức Phật đã nhập diệt, nhưng trên 2.500 năm sau những giáo thuyết của Ngài vẫn còn tế độ rất nhiều người, gương hạnh của Ngài vẫn còn là nguồn gợi cảm cho nhiều người, và những lời dạy dỗ của Ngài vẫn còn tiếp tục biến đổi nhiều cuộc sống. Chỉ có Đức Phật mới có được oai lực hùng mạnh tồn tại sau nhiều thế kỷ như thế ấy. Đức Phật không bao giờ tự xưng rằng Ngài là một thần linh, là con của thần linh, hay là sứ giả của thần linh. Ngài chỉ là một con người đã tự cải thiện để trở nên toàn hảo, và Ngài dạy rằng nếu chúng ta noi theo gương lành ấy chính ta cũng có thể trở nên toàn hảo như Ngài. Ngài không bao giờ bảo đệ tử của Ngài thờ phượng Ngài như một thần linh. Kỳ thật Ngài cấm chỉ đệ tử Ngài làm như vậy. Ngài bảo đệ tử là Ngài không ban phước cho những ai thờ phượng Ngài hay giáng họa cho ai không thờ phượng Ngài. Ngài bảo Phật tử nên kính trọng Ngài như một vị Thầy. Ngài còn nhắc nhở đệ tử về sau này khi thờ phượng lễ bái tượng Phật là tự nhắc nhở chính mình phải cố gắng tu tập để phát triển lòng yêu thương và sự an lạc với chính mình. Hương của nhang nhắc nhở chúng ta vượt thắng những thói hư tật xấu để đạt đến trí tuệ, đèn đốt lên khi lễ bái nhằm nhắc nhở chúng ta đuốc tuệ để thấy rõ rằng thân này rồi sẽ hoại diệt theo luật vô thường. Khi chúng ta lễ lạy Đức Phật là chúng ta lễ lạy những giáo pháp cao thượng mà Ngài đã ban bố cho chúng ta. Đó là cốt tủy của sự thờ phượng lễ bái trong Phật giáo. Nhiều người đã lầm hiểu về sự thờ phượng lễ bái trong Phật giáo, ngay cả những Phật tử thuần thành. Người Phật tử không bao giờ tin rằng Đức Phật là một vị thần linh, thì không có cách chi mà họ có thể tin rằng khối gỗ hay khối kim loại kia là thần linh. Trong Phật giáo, tượng Phật được dùng để tượng trưng cho sự toàn thiện toàn mỹ của nhân loại. Tượng Phật cũng nhắc nhở chúng ta về tầm mức cao cả của con người trong giáo lý nhà Phật, rằng Phật giáo lấy con người làm nòng cốt, chứ không phải là thần linh, rằng chúng ta phải tự phản quang tự kỷ, phải quay cái nhìn vào bên trong để tìm trạng thái toàn hảo trí tuệ, chứ không phải chạy đông chạy tây bên ngoài. Như vậy, không cách chi mà người ta có thể nói rằng Phật tử thờ phượng ngẫu tượng cho được. Kỳ thật, từ xa xưa lắm, con người nguyên thủy tự thấy mình sống trong một thế giới đầy thù nghịch và hiểm họa. Họ lo sợ thú dữ, lo sợ không đủ thức ăn, lo sợ bệnh hoạn và những tai ương hay hiện tượng thiên nhiên như giông gió, bão tố, núi lửa, sấm sét, vân vân. Họ không cảm thấy an toàn với hoàn cảnh xung quanh và họ không có khả năng giải thích được những hiện tượng ấy, nên họ tạo ra ý tưởng thần linh, nhằm giúp họ cảm thấy thoải mái tiện nghi hơn khi sự việc trôi chảy thuận lợi, cũng như có đủ can đảm vượt qua những lúc lâm nguy, hoặc an ủi khi lâm vào cảnh bất hạnh, lại cho rằng thượng đế đã sắp đặt an bài như vậy. Từ thế hệ này qua thế hệ khác, người ta tiếp tục niềm tin nơi "thượng đế" từ cha anh mình mà không cần phải đắn đo suy nghĩ. Có người cho rằng họ tin nơi thượng đế vì thượng đế đáp ứng những thỉnh nguyện của họ mỗi khi họ lo âu sợ hãi. Có người cho rằng họ tin nơi thượng đế vì cha mẹ ông bà họ tin nơi thượng đế. Lại có người cho rằng họ thích đi nhà thờ hơn đi chùa vì những người đi nhà thờ có vẻ sang trọng hơn những người đi chùa.

Đức Phật dạy chúng ta nên cố gắng nhận biết chân lý, từ đó chúng ta mới có khả năng thông hiểu sự sợ hãi của chúng ta, tìm cách giảm thiểu lòng ham muốn của ta, tìm cách triệt tiêu lòng tự kỷ của chính mình, cũng như trầm tỉnh chấp nhận những gì mà chúng ta không thể thay đổi được. Đức Phật thay thế nỗi lo sợ không phải bằng một niềm tin mù quáng và không thuận lý nơi thần linh, mà bằng sự hiểu biết thuận lý và hợp với chân lý. Hơn nữa, Phật tử không tin nơi thần linh vì không có bằng chứng cụ thể nào làm nền tảng cho sự tin tưởng như vậy. Ai có thể trả lời những câu hỏi về thần linh? Thần linh là ai? Thần linh là người nam hay người nữ hay không nam không nữ? Ai có thể đưa ra bằng chứng rõ ràng cụ thể về sự hiện hữu của thần linh? Đến nay chưa ai có thể làm được chuyện này. Người Phật tử dành sự phán đoán về một thần linh đến khi nào có được bằng chứng rõ ràng như vậy. Bên cạnh đó, niềm tin nơi thần linh không cần thiết cho cuộc sống có ý nghĩa và hạnh phúc. Nếu bạn tin rằng thần linh làm cho cuộc sống của bạn có ý nghĩa và hạnh phúc hơn thì bạn cứ việc tin như vậy. Nhưng nhớ rằng, hơn hai phần ba dân chúng trên thế giới này không tin nơi thần linh, và ai dám nói rằng họ không có cuộc sống có ý nghĩa và hạnh phúc? Và ai dám cả quyết rằng toàn thể những người tin nơi thần linh đều có cuộc sống có ý nghĩa và hạnh phúc hết đâu? Nếu bạn tin rằng thần linh giúp đỡ bạn vượt qua những khó khăn và khuyết tật thì bạn cứ tin như vậy đi. Nhưng người Phật tử không chấp nhận quan niệm cứu độ thần thánh như vậy. Ngược lại, căn cứ vào kinh nghiệm của Đức Phật, Ngài đã chỉ bày cho chúng ta là mỗi người đều có khả năng tự thanh tịnh thân tâm, phát triển lòng từ bi vô hạn và sự hiểu biết toàn hảo. Ngài chuyển hướng thần trời sang tự tâm và khuyến khích chúng ta tự tìm cách giải quyết những vấn đề bằng sự hiểu biết chân chánh của chính mình. Rốt rồi, thần thoại về thần linh đã bị khoa học trấn áp. Khoa học đã chứng minh sự thành lập của vũ trụ hoàn toàn không liên hệ gì đến ý niệm thần linh.

Phật giáo là một triết lý dạy cho con người có cuộc sống hạnh phúc. Nó cũng dạy cho người ta cách chấm dứt luân hồi sanh tử. Giáo lý chính của Đức Phật tập trung vào Bốn Chân Lý Cao Thượng hay Tứ Diệu Đế và Bát Thánh Đạo. Gọi là "cao thượng" vì nó phù hợp với chân lý và nó làm cho người hiểu biết và tu tập nó trở thành cao thượng. Người Phật tử không tin nơi những điều tiêu cực hay những điều bi quan, huống là tin nơi những thứ dị đoan phù phiếm. Ngược lại, người Phật tử tin nơi sự thật, sự thật không thể chối cãi được, sự thật mà ai cũng biết, sự thật mà mọi người hướng tới để kinh nghiệm và đạt được. Những người tin tưởng nơi thần linh thì cho rằng trước khi được làm người không có sự hiện hữu, rồi được tạo nên do ý của thần linh. Người ấy sống cuộc đời của mình, rồi tùy theo những gì họ tin tưởng trong khi sống mà được lên nước trời vĩnh cửu hay xuống địa ngục đời đời. Lại có người cho rằng mỗi cá nhân vào đời lúc thọ thai do những nguyên nhân thiên nhiên, sống đời của mình rồi chết, chấm dứt sự hiện hữu, thế thôi. Phật giáo không chấp nhận cả hai quan niệm trên. Theo giải thích thứ nhất, thì nếu có một vị thần linh toàn thiện toàn mỹ nào đó, từ bi thương xót hết thảy chúng sanh mọi loài thì tại sao lại có người sanh ra với hình tướng xấu xa khủng khiếp, có người sanh ra trong nghèo khổ cơ hàn. Thật là vô lý và bất công khi có người phải vào địa ngục vĩnh cửu chỉ vì người ấy không tin tưởng và vâng phục thần linh. Sự giải thích thứ hai hợp lý hơn, nhưng vẫn còn để lại nhiều thắc mắc chưa được giải đáp. Thọ thai theo những nguyên nhân thiên nhiên là rõ ràng, nhưng làm thế nào một hiện tượng vô cùng phức tạp như cái tâm lại được phát triển, mở mang, chỉ giản dị từ hai tế bào nhỏ là trứng và tinh trùng? Phật giáo đồng ý với sự giải thích về những nguyên nhân tự nhiên; tuy nhiên, Phật giáo đưa ra sự giải thích thỏa đáng hơn về vấn đề con người từ đâu đến và sau khi chết thì con người đi về đâu. Khi chết, tâm chúng ta với khuynh hướng, sở thích, khả năng và tâm tánh đã được tạo duyên và khai triển trong đời sống, tự cấu hợp trong buồng trứng sẵn sàng thọ thai. Như thế ấy, một cá nhân sanh ra, trưởng thành và phát triển nhân cách từ những yếu tố tinh thần được mang theo từ những kiếp quá khứ và môi trường vật chất hiện tại. Nhân cách ấy sẽ biến đổi và thay đổi do những cố gắng tinh thần và những yếu tố tạo duyên như nền giáo dục và ảnh hưởng của cha mẹ cũng như xã hội bên ngoài, lúc lâm chung, tái sanh, tự cấu hợp trở lại trong buồng trứng sẵn sàng thọ thai. Tiến trình chết và tái sanh trở lại này sẽ tiếp tục diễn tiến đến chừng nào những điều kiện tạo nguyên nhân cho nó như ái dục và vô minh chấm dứt. Chừng ấy, thay vì một chúng sanh tái sanh, thì tâm ấy vượt đến một trạng thái gọi là Niết-bàn, đó là mục tiêu cùng tột của Phật giáo.

Chương 6. Vũ Trụ Quan Phật Giáo

Theo quan điểm Phật giáo thì vũ trụ là vô cùng vô tận. Tuy nhiên, nếu chúng ta nói về sự thành hình của hệ thống thế giới mà chúng ta đang ở, chúng ta có thể nói về sự thành hình của nó như sau: "Nói về các yếu tố cấu thành vũ trụ, yếu tố ban đầu là "gió", có nền tảng từ hư không. Rồi gió chuyển động, và dựa vào đó mà hơi nóng xuất hiện, rồi có hơi nước, rồi có chất cứng tức là đất." Vũ Trụ Luận của Phật Giáo không phải chỉ bàn đến sự hiện hữu của vô số hệ thống thế giới tập hợp thành những nhóm mà ta vẫn gọi là các thiên hà, mà nó còn đề cập đến những khái niệm rộng rãi về thời gian của vũ trụ. Đức Phật tuyên bố rằng trên mức độ hiểu biết cao nhất thì toàn thể vũ trụ là bản tâm thanh tịnh. Tuy nhiên, trên mức độ hiểu biết thông thường thì Ngài vẽ nên một thứ vũ trụ với vô số những hệ thống thế giới với vô số những hành tinh nơi mà mọi chủng loại chúng sanh đang sanh sống. Vì vậy, hệ thống thế giới của chúng ta không phải là một hệ thống thế giới duy nhất trong vũ trụ. Những thế giới khác cũng có chư Phật giảng dạy về giác ngộ đạo. Những bản kinh Phật cổ xưa nhất nói đến các thành kiếp và hoại kiếp với những khoảng thời gian lớn lao của những thiên hà ấy, chúng dần dần hình thành như thế nào và sau một thời kỳ tương đối ổn định và có đời sống trong các thế giới của chính chúng đã tồn tại rồi tất nhiên phải suy tàn và hủy diệt như thế nào. Tất cả đều là sự vận hành của những quá trình, biến cố này dẫn đến biến cố khác một cách hoàn toàn tự nhiên. Như bạn đã biết mặc dù Đức Phật đã khám phá ra sự hiện hữu của nhiều Thượng đế trong vũ trụ, Ngài không bao giờ cố ý đánh giá thấp quyền uy của đấng Thượng đế được dân chúng Ấn Độ thờ phượng thời bấy giờ. Ngài chỉ thuyết giảng chân lý. Và chân lý đó không gây ảnh hưởng gì đến quyền lực của đấng Thượng đế. Tương tự, sự kiện vũ trụ có nhiều mặt trời không làm giảm thiểu sự quan trọng của mặt trời trong thái dương hệ của chúng ta, vì mặt trời của chúng ta vẫn tiếp tục cho chúng ta ánh sáng mỗi ngày. Đối với một số tôn giáo khác, Thượng đế rất có quyền năng so với loài người, nhưng theo Phật giáo, các ngài chưa giải thoát được sự khổ đau phiền não, và có thể các ngài vẫn còn sân hận. Thọ mạng của các ngài rất dài, nhưng không trường cửu như một số tôn giáo vẫn tin tưởng.

Các vấn đề thường được các học giả nói đến về Phật Giáo là Nhân sinh quan và Vũ trụ quan Phật giáo. Sự khảo sát nguồn gốc nhân sinh quan và vũ trụ quan là công việc của lãnh vực của các nhà chuyên môn trong lãnh vực Siêu Hình Học và vấn đề này đã được khảo sát từ buổi ban sơ của các nền văn minh Hy Lạp, Ấn Độ và Trung Hoa. Ở đây chỉ nói đại cương về Nhân sinh quan và Vũ trụ quan Phật giáo mà thôi. Vũ Trụ Luận của Phật Giáo không phải chỉ bàn đến sự hiện hữu của vô số hệ thống thế giới tập hợp thành những nhóm mà ta vẫn gọi là các thiên hà, mà nó còn đề cập đến những khái niệm rộng rãi về thời gian của vũ trụ. Theo vũ trụ luận Phật giáo, trái đất trải qua những chu kỳ; trong một vài chu kỳ này, trái đất tốt đẹp hơn, nhưng trong những chu kỳ khác, nó sa đọa. Tuổi trung bình của con người là dấu hiệu chỉ tính chất thời đại mà người ấy sống. Tuổi có thể thay đổi từ 20 đến hằng trăm triệu năm. Vào thời Đức Phật Thích-ca, mức độ trung bình của đời sống là 100 năm. Sau thời của Ngài, thế gian hư hỏng, cuộc sống con người rút ngắn đi. Đáy sâu của tội lỗi và bất hạnh sẽ hiện ra khi tuổi thọ trung bình của con người hạ xuống còn 10 tuổi. Lúc đó Diệu Pháp của Đức Phật sẽ hoàn toàn bị bỏ quên. Nhưng sau đó thì một cuộc đột khởi mới lại bắt đầu. Khi nào đời sống con người lên tới 80.000 năm thì Phật Di Lặc ở cung trời Đâu Suất sẽ hiện ra trên trái đất. Ngoài ra, những bản kinh Phật cổ xưa nhất nói đến các thành kiếp và hoại kiếp với những khoảng thời gian lớn lao của những thiên hà ấy, chúng dần dần hình thành như thế nào và sau một thời kỳ tương đối ổn định và có đời sống trong các thế giới của chính chúng đã tồn tại rồi tất nhiên phải suy tàn và hủy diệt như thế nào. Tất cả đều là sự vận hành của những quá trình, biến cố này dẫn đến biến cố khác một cách hoàn toàn tự nhiên. Đức Phật là vị Thầy khám phá ra bản chất thật sự của luật vũ trụ và khuyên chúng ta nên sống phù hợp với định luật này. Ngài đã khẳng định rằng không ai trong chúng ta có thể thoát khỏi được định luật vũ trụ bằng cách cầu nguyện một đấng thần linh tối thượng, bởi lẽ định luật vũ trụ vô tư với mọi người. Tuy nhiên, Đức Phật dạy rằng chúng ta có thể ngăn chặn việc làm xấu ác bằng cách gia tăng hành vi thiện lành, và rèn luyện tâm trí loại bỏ những tư tưởng xấu. Theo Đức Phật, con người có thể trở thành một thượng đế nếu con người ấy sống đúng đắn và chánh đáng bất kể người ấy thuộc tôn giáo nào. Nghĩa là một ngày nào đó người ấy có thể đạt được an lạc, tỉnh thức, trí tuệ và giải thoát nếu người ấy sẵn sàng tu tập toàn thiện chính mình. Đức Phật Thích-ca Mâu Ni chính là người đã chứng ngộ chân lý, Ngài xem tất cả những câu hỏi về siêu hình là trống rỗng. Chính vì thế mà Đức Phật thường giữ thái độ im lặng hay không trả lời những câu hỏi liên quan đến siêu hình vì Ngài cho rằng những câu hỏi này không phải là hướng nhắm đến của Phật tử, hướng nhắm đến của Phật tử là sự giải thoát rốt ráo. Theo Đức Phật, làm sao con người có thể biết được sự thật của vũ trụ khi con người không thể biết được sự thật của chính mình? Thế nên Ngài dạy: "Điều thực tiễn cho con người là quay trở về với chính mình để biết mình là ai, đang ở đâu và đang làm gì để loại trừ hết thảy các thứ ngăn che mình khỏi sự thật của vạn hữu. Nghĩa là con người phải tự mình tu tập để thanh lọc cả thân lẫn tâm. Về vấn đề vũ trụ, Đức Phật cho rằng thế giới vật chất do tứ đại hình thành như nhiều nhà tư tưởng Ấn Độ trước thời Đức Phật đã tuyên bố. Đó là đất, nước, lửa và gió. Các yếu tố này luôn vận hành và vô thường, thế nên vạn hữu do chúng làm cũng vô thường. Vấn đề thắc mắc về nguồn gốc của Tứ Đại đối với giáo thuyết Duyên Khởi do Đức Phật phát hiện là hoàn toàn vô nghĩa và không được chấp nhận.

Chương 7. Nhân Sinh Quan Của Đạo Phật

Thật là sai lầm khi nghĩ rằng nhân sinh quan và vũ trụ quan của đạo Phật là một quan niệm bi quan, rằng con người luôn sống trong tinh thần bi quan yếm thế. Ngược lại, người con Phật mỉm cười khi họ đi suốt cuộc đời. Người nào hiểu được bản chất thật của cuộc sống, người ấy hạnh phúc nhất, vì họ không bị điên đảo bởi tính chất hư ảo, vô thường của vạn vật. Người ấy thấy đúng thật tướng của vạn pháp, chứ không thấy như cái chúng dường như. Những xung đột phát sanh trong con người khi họ đối đầu với những sự thật của cuộc đời như sanh, lão, bệnh, tử, vân vân, nhưng sự điên đảo và thất vọng này không làm cho người Phật tử nao núng khi họ

CHƯƠNG 7. Nhân Sinh Quan Của Đạo Phật

sẵn sàng đối diện với chúng bằng lòng can đảm. Quan niệm sống như vậy không bi quan, cũng không lạc quan, mà nó là quan niệm thực tiễn. Người không biết đến nguyên tắc hằng chuyển trong vạn pháp, không biết đến bản chất nội tại của khổ đau, sẽ bị điên đảo khi đương đầu với những thăng trầm của cuộc sống, vì họ không khéo tu tập tâm để thấy các pháp đúng theo thật tướng của chúng. Việc xem những lạc thú là bền vững, là dài lâu của con người, dẫn đến biết bao nhiêu nỗi lo toan, khi mọi chuyện xảy ra hoàn toàn trái ngược với sự mong đợi của họ. Do đó, việc trau dồi, tu tập một thái độ xả ly đối với cuộc sống, với những gì liên quan đến cuộc sống thật là cần thiết. Thái độ xả ly hay thản nhiên vô chấp này không thể tạo ra những bất mãn, thất vọng và những xung đột nội tâm, bởi vì nó không chấp trước vào thứ này hay thứ khác, mà nó giúp chúng ta buông bỏ. Điều này quả là không dễ, nhưng nó là phương thuốc hữu hiệu nhất nhằm chế ngự, nếu không muốn nói là loại trừ những bất toại nguyện hay khổ đau. Đức Phật thấy khổ là khổ, hạnh phúc là hạnh phúc, và Ngài giải thích rằng mọi lạc thú thế gian, giống như các pháp hữu vi khác, đều phù du và hư ảo. Ngài cảnh tỉnh mọi người không nên quan tâm quá đáng đến lạc thú phù du ấy, vì không sớm thì muộn cũng dẫn đến khổ đau phiền não. Xả là phương thuốc giải độc hữu hiệu nhất cho cả hai thái độ bi quan và lạc quan. Xả là trạng thái quân bình của Tâm, không phải là trạng thái lãnh đạm thờ ơ. Xả là kết quả của một cái tâm đã được an định. Thật ra, giữa thái độ bình thản khi xúc chạm với những thăng trầm của cuộc sống là điều rất khó, thế nhưng đối với người thường xuyên trau dồi tâm xả sẽ không đến nỗi bị nó làm cho điên đảo, Hạnh phúc tuyệt đối không thể phát sinh nơi những gì do điều kiện và sự kết hợp tạo thành (các pháp hữu vi). Những gì chúng ta ấp ủ với bao nỗi hân hoan vào giây phút này, sẽ biến thành đau khổ vào giây phút kế. Lạc thú bao giờ cũng thoáng qua và không bền vững. Sự thỏa mãn đơn thuần của giác quan mà chúng ta gọi là lạc, là thích thú, nhưng trong ý nghĩa tuyệt đối của

47

nó thì sự thỏa mãn như vậy không phải là điều đáng mừng. Vui cũng là khổ, là bất toại nguyện, vì nó phải chịu sự chi phối của luật vô thường. Nếu có cái nhìn đầy trí tuệ như vậy, chúng ta sẽ thấy được các pháp đúng theo tính chất của nó, trong ánh sáng chân thật của nó, có thể chúng ta sẽ nhận ra rằng thế gian này chẳng qua chỉ là tuồng ảo hóa, nó dẫn những ai dính mắc vào nó đi lầm đường lạc lối. Tất cả những thứ gọi là lạc thú đều là phù du, là sự mở màn cho đau khổ mà thôi. Chúng chỉ nhất thời xoa dịu những vết lở lói thảm hại của cuộc đời. Đây chính là những gì thường được hiểu là khổ trong đạo Phật. Do biến hoại, chúng ta thấy rằng khổ không bao giờ ngừng tác động, nó vận hành dưới dạng thức này hay dạng thức khác.

Về chúng sanh nói chung, đạo Phật xem tất cả chúng hữu tình kể cả vương quốc thảo mộc (những chúng sanh vô tình) là chúng sanh; tuy nhiên, từ "sattva" giới hạn nghĩa trong những chúng sanh có lý lẽ, tâm thức, cảm thọ. Những chúng sanh có tri giác, nhạy cảm, sức sống, và lý trí. Về cái gọi là Tự Ngã, theo Phật giáo, chỉ là sự tích tụ của những yếu tố tinh thần, kinh nghiệm và ý niệm. Thật chất không có cái ngã nào ngoài kinh nghiệm. Nói như vậy không có nghĩa là con người không quan trọng. Kỳ thật, Phật giáo là giáo pháp được Đức Phật truyền giảng là một nền giáo lý hoàn toàn xây dựng trên trí tuệ của con người. Đức Phật dạy: "Bạn hãy là ngọn đuốc và là nơi tối thượng cho chính bạn, chứ đừng nên tìm nơi nương tựa vào bất cứ người nào khác." Rồi Đức Phật lại dạy thêm: "Ta là Phật đã thành, chúng sanh là Phật sẽ thành." Với Phật giáo, tất cả những gì thực hiện được đều hoàn toàn do nỗ lực và trí tuệ rút từ những kinh nghiệm của con người. Phật dạy con người làm chủ vận mệnh của mình. Con người có thể làm cho đời mình tốt hơn hoặc xấu hơn, và con người cũng có thể thành Phật nếu nỗ lực tu y theo Phật.

Về quan niệm Nhân Thừa và Thiên thừa, theo Đại Thừa: Tái sanh vào nhân gian hay cõi người nhờ tu trì ngũ giới (hữu

CHƯƠNG 7. Nhân Sinh Quan Của Đạo Phật

tình quan Phật Giáo lấy loài người làm trọng tâm. Con người có thể làm lành mà cũng có thể làm ác, làm ác thì bị sa đọa trong ba đường dữ như địa ngục, ngạ quỷ, súc sanh; làm lành thì được sanh lên các đường lành như nhơn và thiên, A La Hán, Bích Chi Phật, vân vân). Tuy nhiên, có nhiều dị biệt về số phận con người. Tỷ như có kẻ thấp người cao, có kẻ chết yểu có người sống lâu, có kẻ tàn tật bệnh hoạn, có người lại tráng kiện mạnh khỏe, có người giàu sang phú quí mà cũng có kẻ nghèo khổ lầm than, có người khôn ngoan lại có kẻ ngu đần, vân vân. Theo nhân sinh quan Phật giáo, tất cả những kết quả vừa kể trên đây không phải là sự ngẫu nhiên. Chính khoa học ngày nay cũng chống lại thuyết "ngẫu nhiên," các Phật tử lại cũng như vậy. Người con Phật chơn thuần không tin rằng những chênh lệch trên thế giới là do cái gọi là đấng Sáng Tạo hay Thượng Đế nào đó tạo ra. Người con Phật không tin rằng hạnh phúc hay khổ đau mà mình phải kinh qua đều do sự sáng tạo của một đấng Sáng Tạo Tối Thượng. Theo nhân sinh quan Phật giáo, những dị biệt vừa kể trên là do nơi sự di truyền về môi sinh, mà phần lớn là do nguyên nhân hay nghiệp, không chỉ ngay bây giờ mà còn do nơi quá khứ gần hay xa. Chính con người phải chịu trách nhiệm về hạnh phúc hay khổ sở của chính mình. Con người tạo thiên đường hay địa ngục cho chính mình. Con người là chủ tể định mệnh của mình, con người là kết quả của quá khứ và là nguồn gốc của tương lai. Về quan niệm Thiên Thừa, đây chỉ là một trong ngũ thừa, có công năng đưa những người tu tập thiện nghiệp đến một trong sáu cõi trời dục giới, cũng như đưa những người tu tập thiền định đến những cảnh trời sắc giới hay vô sắc giới cao hơn. Chúng sanh được tái sanh vào cõi trời nhờ tu trì thập thiện.

Về quan niệm Thân và Tâm, đạo Phật nói về giáo thuyết thân tâm vô thường. Có người cho rằng luận thuyết "Thân Tâm Vô Thường" của đạo Phật phải chăng vô tình gieo vào lòng mọi người quan niệm chán đời, thối chí. Nếu thân và tâm cũng như sự vật đều vô thường như vậy thì chẳng nên làm gì cả, vì nếu có làm thành sự nghiệp lớn lao cũng không đi đến đâu. Mới nghe tưởng chừng như phần nào có lý, kỳ thật nó không có lý chút nào. Khi thuyết giảng về thuyết này, Đức Phật không muốn làm nản chí một ai, mà Ngài chỉ muốn cảnh tỉnh đệ tử của Ngài về một chân lý. Phật tử chơn thuần khi hiểu được lẽ vô thường sẽ giữ bình tĩnh, tâm không loạn động trước cảnh đổi thay đột ngột. Biết được lẽ vô thường mới giữ được tâm an, mới cố gắng làm những điều lành và mạnh bạo gạt bỏ những điều ác, cương quyết làm, dám hy sinh tài sản, dám tận tụy đóng góp vào việc công ích cho hạnh phúc của mình và của người. Vạn sự vạn vật không ngừng thay đổi, chứ không bao giờ chịu ở yên một chỗ. Cuộc đời nay còn mai mất, biến chuyển không ngừng nghỉ. Thân con người cũng vậy, nó cũng là vô thường, nó cũng nằm trong định luật "Thành Trụ Hoại Không." Thân ta phút trước không phải là thân ta phút sau. Khoa học đã chứng minh rằng trong thân thể chúng ta, các tế bào luôn luôn thay đổi và cứ mỗi thời kỳ bảy năm là các tế bào cũ hoàn toàn đổi mới. Sự thay đổi làm cho chúng ta mau lớn, mau già và mau chết. Càng muốn sống bao nhiêu chúng ta lại càng sợ chết bấy nhiêu. Từ tóc xanh đến tóc bạc, đời người như một giấc mơ. Thế nhưng có nhiều người không chịu nhận biết ra điều này, nên họ cứ lao đầu vào cái thòng lọng tham ái; để rồi khổ vì tham dục, còn khổ hơn nữa vì tham lam ôm ấp bám víu mãi vào sự vật, đôi khi đến chết mà vẫn chưa chịu buông bỏ. Đến khi biết sắp trút hơi thở cuối cùng mà vẫn còn luyến tiếc tìm cách nắm lại một cách tuyệt vọng. Thân ta vô thường, tâm ta cũng vô thường. Tâm vô thường còn mau lẹ hơn cả thân. Tâm chúng ta thay đổi từng giây, từng phút theo với ngoại cảnh, vui đó rồi buồn đó, cười đó rồi khóc đó, hạnh phúc đó rồi khổ đau đó.

Theo Kinh Duy Ma Cật, khi Văn Thù Sư Lợi Bồ Tát vâng mệnh của Đức Phật đi thăm bệnh cư sĩ Duy Ma Cật, nên mới có cuộc đối đáp về "thân". Văn Thù hỏi cư sĩ Duy Ma Cật:

CHƯƠNG 7. Nhân Sinh Quan Của Đạo Phật

"Phàm Bồ Tát an ủi Bồ Tát có bệnh như thế nào?" Duy Ma Cật đáp: "Nói thân vô thường, nhưng không bao giờ nhàm chán thân này. Nói thân có khổ, nhưng không bao giờ nói về sự vui ở Niết-bàn. Nói thân vô ngã mà khuyên dạy dắt dìu chúng sanh. Nói thân không tịch, chứ không nói là rốt ráo tịch diệt. Nói ăn năn tội trước, chứ không nói vào nơi quá khứ. Lấy bệnh mình mà thương bệnh người. Phải biết cái khổ vô số kiếp trước, phải nghĩ đến sự lợi ích cho tất cả chúng sanh, nhớ đến việc làm phước, tưởng đến sự sống trong sạch, chớ nên sanh tâm buồn rầu, phải thường khởi lòng tinh tấn, nguyện sẽ làm vị y vương điều trị tất cả bệnh của chúng sanh. Bồ Tát phải an ủi Bồ Tát có bệnh như thế để cho được hoan hỷ." Ngài Văn Thù Sư Lợi! Bồ Tát có bệnh đấy phải quán sát được các pháp như thế. Lại nữa, quán thân vô thường, khổ, không, vô ngã, đó là huệ. Dù thân có bệnh vẫn ở trong sanh tử làm lợi ích cho chúng sanh không nhàm mỏi, đó là phương tiện. Lại nữa, ngài Văn Thù Sư Lợi! Quán thân, thân không rời bệnh, bệnh chẳng rời thân, bệnh này, thân này, không phải mới, không phải cũ, đó là huệ. Dù thân có bệnh mà không nhàm chán trọn diệt độ, đó là phương tiện.

Về quan niệm "Thân Tâm Bất Tịnh" hay không tinh sạch. Bất tịnh có nghĩa là không tinh sạch, không thánh thiện, không đẹp đẽ. Đứng về cả hai phương diện sinh lý và tâm lý, con người là bất tịnh. Đây không phải là một cái nhìn tiêu cực hay bi quan, mà chỉ là cái nhìn khách quan về con người. Thấy được sự cấu tạo của cơ thể, từ tóc trên đỉnh đầu, cho đến máu, mủ, đàm, phân, nước tiểu, những vi khuẩn ẩn náo trong ruột và những bệnh tật cứ chực sẵn để phát sinh, ta thấy phần sinh lý của ta quả là bất tịnh. Phần sinh lý đó cũng là động lực thúc đẩy ta đi tìm sự thỏa mãn dục lạc, do đó nên kinh gọi thân thể là nơi tích tụ của tội lỗi. Còn phần tâm lý? Vì không thấy được sự thật về vô thường, khổ không và vô ngã của sự vật cho nên tâm ta thường trở thành nạn nhân của tham vọng thù ghét; do tham vọng và thù ghét mà chúng ta tạo ra biết bao tội lỗi, cho nên kinh nói "tâm là nguồn suối phát sinh điều ác."

Thêm một nhân sinh quan khác về Thân của Đạo Phật là "Thân Người Khó Được" Trong các trân bảo, sinh mạng là hơn, nếu mạng mình còn là còn tất cả. Chỉ mong sao cho thân mạng này được sống còn, thì lo chi không có ngày gầy dựng nên cơ nghiệp. Tuy nhiên, vạn vật ở trên đời nếu đã có mang cái tướng hữu vi, tất phải có ngày bị hoại diệt. Đời người cũng thế, hễ có sanh là có tử; tuy nói trăm năm, nhưng mau như ánh chớp, thoáng qua tựa sương, như hoa hiện trong gương, như trăng lồng đáy nước, hơi thở mong manh, chứ nào có bền lâu? Phật tử chơn thuần nên luôn nhớ rằng khi sanh ra đã không mang theo một đồng, nên khi chết rồi cũng không cầm theo một chữ, suốt đời làm lụng khổ thân tích chứa của cải, rốt cuộc vô ích cho bản thân mình trước cái sanh lão bệnh tử. Sau khi chết đi, của cải ấy liền trở qua tay người khác một cách phủ phàng. Lúc ấy không có một chút phước lành nào để cho thần thức nương cậy về kiếp sau, cho nên phải đọa vào tam đồ ác đạo. Cổ đức có dạy: "Thiên niên thiết mộc khai hoa dị, nhất thất nhơn thân vạn kiếp nan." Nghĩa là cây sắt ngàn năm mà nay nở hoa cũng chưa lấy làm kinh dị, chớ thân người một khi đã mất đi thì muôn kiếp cũng khó mà tái hồi. Vì thế, Phật tử chơn thuần nên luôn nhớ những gì Phật dạy: "Thân người khó được, Phật pháp khó gặp. Được thân người, gặp Phật pháp, mà ta nở để cho thời gian luống qua vô ích, quả là uổng cho một kiếp người."

Chương 8. Bài Pháp Đầu Tiên

Bài pháp đầu tiên ngay sau khi Phật đạt được đại giác tại Bồ đề đạo tràng. Phật đã đi vào vườn Lộc uyển tại thành Ba La Nại, để giảng bài pháp đầu tiên về Trung Đạo, Tứ Diệu Đế và Bát Chánh Đạo. Tại Vườn Lộc Uyển trong thành Ba La Nại, thoạt đầu Đức Phật bị năm anh em Kiều Trần

Như lãng tránh, nhưng khi Đức Phật tiến lại gần họ, họ cảm nhận từ nơi Ngài có những tướng hảo rất đặc biệt, nên tất cả đều tự động đứng dậy nghênh tiếp Ngài. Sau đó năm vị đạo sĩ thỉnh cầu Đức Thế Tôn chỉ giáo những điều Ngài đã giác ngộ. Đức Phật nhân đó đã thuyết Bài Pháp Đầu Tiên: Chuyển Bánh Xe Pháp. Ngài bắt đầu thuyết giảng: "Này các Sa Môn! Các ông nên biết rằng có bốn Chân Lý. Một là Chân Lý về Khổ. Cuộc sống đầy dẫy những khổ đau phiền não như già, bệnh, bất hạnh và chết chóc. Con người luôn chạy theo các dục lạc, nhưng cuối cùng chỉ tìm thấy khổ đau. Mà ngay khi có được thú vui thì họ cũng nhanh chóng cảm thấy mệt mỏi vì những lạc thú này. Không có nơi nào mà con người tìm thấy được sự thỏa mãn thật sự hay an lạc hoàn toàn cả. Thứ hai là Chân Lý về Nguyên Nhân của Khổ. Khi tâm chúng ta chứa đầy lòng tham dục và vọng tưởng chúng ta sẽ gặp mọi điều đau khổ. Thứ ba là Chân Lý về sự Chấm dứt Khổ. Khi tâm chúng ta tháo gỡ hết tham dục và vọng tưởng thì sự khổ đau sẽ chấm dứt. Chúng ta sẽ cảm nghiệm được niềm hạnh phúc không diễn tả được bằng lời. Cuối cùng là Chân Lý về Đạo Diệt Khổ. Con đường giúp chúng ta đạt được trí tuệ tối thượng."

Chương 9. Ý Nghĩa Của Đạo Phật

Có người cho rằng đây chỉ là đời sống của Đức Phật, tấm gương của Đức Phật và những đệ tử gần gũi nhất của Ngài đặt ra, đó là kỳ công quang vinh của một người, một người đứng trước công chúng tuyên bố con đường giải thoát. Với số người khác, Phật giáo có nghĩa là học thuyết quần chúng như đã ghi trong văn học Phật giáo gồm Tam Tạng kinh điển. Và trong đó miêu tả một triết lý cao quý, sâu sắc, phức tạp và uyên bác về cuộc đời. Danh từ Phật giáo được lấy từ gốc Phạn ngữ "Bodhi" có nghĩa là "Giác ngộ," và do vậy Phật giáo là triết lý của sự giác ngộ. Chính vì thế mà định nghĩa thật sự của Phật giáo là "Diệu Đế." Đức Phật không dạy từ lý thuyết, mà Ngài luôn dạy từ quan điểm thực tiễn qua sự hiểu biết, giác ngộ và thật chứng về chân lý của Ngài. Triết lý này xuất phát từ kinh nghiệm của một người tên là Sĩ Đạt Đa Cồ Đàm, được biết như là Phật, tự mình giác ngộ vào lúc 36 tuổi. Tính đến nay thì Phật giáo đã tồn tại trên 2.500 năm và có trên 800 triệu tín đồ trên khắp thế giới (kể cả những tín đồ bên Trung Hoa Lục Địa). Người Tây phương cũng đã nghe được lời Phật dạy từ thế kỷ thứ 13 khi Marco Polo (1254-1324), một nhà du hành người Ý, thám hiểm châu Á, đã viết các truyện về Phật giáo trong quyển "Cuộc Du Hành của Marco Polo." Từ thế kỷ thứ 18 trở đi, kinh điển Phật giáo đã được mang đến Âu châu và được phiên dịch ra Anh, Pháp và Đức ngữ. Cho đến cách nay 100 năm thì Phật giáo chỉ là một triết lý chánh yếu cho người Á Đông, nhưng rồi dần dần có thêm nhiều người Âu Mỹ lưu tâm gắn bó đến. Vào đầu thế kỷ thứ 20, Alan Bennett, một người Anh, đã đến Miến Điện xuất gia làm Tăng sĩ dưới Pháp danh là Ananda Metteya. Ông trở về Anh vào năm 1908. Ông là người Anh đầu tiên trở thành Tăng sĩ Phật giáo. Ông dạy Phật pháp tại Anh. Từ lúc đó, Tăng Ni từ các quốc gia như Tích Lan, Thái, Nhật, Trung Hoa và các quốc gia theo Phật giáo khác tại Á châu đã đi đến phương Tây, đặc biệt là trong khoảng thời gian 70 năm trở lại đây. Nhiều vị thầy vẫn giữ truyền thống nguyên thủy, nhiều vị tùy khế cơ khế lý tới một mức độ nào đó nhằm thỏa mãn được nhu cầu Phật pháp trong xã hội phương Tây. Trong những năm gần đây, nhu cầu Phật giáo lớn mạnh đáng kể tại Âu châu. Hội viên của các hiệp hội Phật giáo tăng nhanh và nhiều trung tâm mới được thành lập. Hội viên của những trung tâm này bao gồm phần lớn là những nhà trí thức và những nhà chuyên môn. Ngày nay chỉ ở Anh thôi đã có trên 40 trung tâm Phật giáo tại các thành phố lớn.

Với Đức Phật, con người là tối thượng, nên Ngài đã dạy: "Hãy là ngọn đuốc và là nơi nương tựa của chính bạn, chớ đừng tìm nơi nương tựa vào bất cứ nơi nào khác." Đó là lời nói chân thật của Đức Phật. Ngài đã từng nói: "Tất cả những gì thực hiện được đều hoàn toàn do nỗ lực và trí tuệ rút ra từ kinh nghiệm bản thân của con người. Con người làm chủ vận mệnh của mình. Con người có thể làm cho cuộc đời mình tốt hơn hoặc xấu hơn. Con người nếu tận sức tu tập đều có thể thành Phật." Đạo Phật là con đường duy nhất đưa con người từ hung ác đến thiện lành, từ phàm đến Thánh, từ mê sang giác. Đạo Phật là tôn giáo của Đấng Giác Ngộ, một trong ba tôn giáo lớn trên thế giới do Phật Thích-ca sáng lập cách nay trên 25 thế kỷ. Đức Phật đề xướng tứ diệu đế như căn bản học thuyết như chúng đã hiện ra khi Ngài đại ngộ. Ngài đã chỉ cho mọi người làm cách nào để sống một cách khôn ngoan và hạnh phúc và giáo pháp của Ngài đã lan rộng từ xứ Ấn Độ ra khắp các miền châu Á, và xa hơn thế nữa.

Chương 10. Đạo Phật: Tôn Giáo Luôn Xây Dựng Trên Trí Tuệ Của Con Người

Phải thành thật mà nói, về mọi phương diện, giáo lý của đạo Phật luôn xây dựng trên trí tuệ của con người. Đạo Phật, một triết lý, một phương cách sống hay là một tôn giáo. Điều này không quan trọng. Phật giáo là giáo pháp của Đức Phật thuyết giảng, một nền giáo lý hoàn toàn xây dựng trên trí tuệ của con người. Đạo Phật rất tôn trọng lý trí. Nhắm mắt tin suông là trái với giáo lý nhà Phật. Chính Đức Phật đã dạy: "Không nên tin một cách mù quáng những lời ta dạy, mà trước tiên hãy thử nó như đem lửa thử vàng để biết vàng thật vàng giả." Đạo Phật không phải là một tôn giáo chuyên thờ cúng hay cầu xin các vị thần linh. Đạo Phật không cấm Phật tử tìm hiểu giáo lý của những tôn giáo khác. Đức Phật dạy nếu có những điều phải và hợp lý thì Phật tử có quyền tự do thụ nhận cho dù điều ấy là giáo lý của một tôn giáo khác. Đạo Phật khác với các tôn giáo và các chủ nghĩa khác ở chỗ tôn trọng quyền nhận xét của cá nhân, tự do tư tưởng và phát triển lý trí. Chính vì vậy mà Đức Phật dạy rằng giáo lý của Ngài không có gì dấu diếm trong tay áo cả. Ngài còn nói thêm rằng giáo lý tùy thuộc vào vào sự thấu hiểu chân lý của con người, chứ không phải tùy thuộc vào ân huệ của một vị thần linh hay bất cứ quyền năng nào khác. Đức Phật còn nhấn mạnh về sự tự do dò xét khi Ngài bảo các đệ tử rằng nếu cần phải xét đoán ngay cả Đức Như Lai nữa, để có thể hoàn toàn tin chắc giá trị của vị Thầy mà mình đang theo. Phật dạy rằng chúng ta phải học, hiểu, hành rồi mới tin. Ngài nhắc nhở rằng nếu chưa hiểu hoặc còn hoài nghi mà mê muội tin theo là phỉ báng Phật. Hoài nghi không phải là một cái tội, vì Phật giáo không có những tín điều buộc phải tin theo. Hoài nghi tự nhiên mất khi con người hiểu rõ, thấy rõ sự thật, thấy rõ chân lý. Nói tóm lại, dù Đức Phật muốn hay không muốn, giáo lý và cách sống mà Ngài đã thuyết giảng trở thành một tôn giáo mà người ta gọi là đạo Phật. Tuy nhiên, đạo Phật không phải là một tôn giáo để bàn luận, mà đạo Phật là một tôn giáo giải thoát cho những ai tinh chuyên tu trì. Bạn không cần phải là một học giả hay người có lòng tin mù quáng để trở thành Phật tử, điều bạn cần là lòng chân thành trong việc tu trì. Trong đạo Phật, niềm tin mù quáng không có chỗ đứng, mỗi người chúng ta phải tìm hiểu và thẩm thấu những gì thích đáng và những gì không thích đáng cho đời sống cũng như những trở ngại của chúng ta. Nếu để ý một chút chúng ta sẽ thấy rằng giáo pháp nhà Phật là vô cùng vô tận, nhưng những giáo pháp ấy bao giờ cũng là chân lý không thể nghĩ bàn. Những thông điệp mà Đức Phật đã truyền trao lại cho chúng ta lúc nào cũng có giá trị bất diệt. Không ai có thể biện luận chống lại hay phủ nhận giáo thuyết "Vô Thường" của nhà Phật. Vô thường không có nghĩa là không hiện hữu, mà vô thường là mọi thứ đều tiếp diễn không ngừng, nhưng tiếp diễn như trong một luồng hay trong một tiến trình thay đổi và tiến hóa không ngừng nghỉ.

Chính vì thế mà giáo thuyết nhà Phật có thể thích nghi với các nền văn minh qua bao thời đại khác nhau trên thế giới. Ngay cả với nền văn minh hiện đại, Phật giáo vẫn luôn thích hợp trong mọi trường hợp. Thật vậy, nếu bạn có cơ hội tiếp cận với bất cứ khía cạnh nào của đạo Phật, bạn sẽ thấy ngay rằng đó là điều thích hợp, bổ ích và có thể áp dụng trong cuộc sống hằng ngày của bạn. Phật tử thuần thành phải luôn nhớ rằng trong đạo Phật không có cái gọi là những ràng buộc của mối quan hệ siêu nhân, Thượng đế, hay sự sáng tạo, hay tội lỗi thừa hưởng từ người khác, ngoài những gì đã do chính bạn làm ra.

Chương 11. Đạo Phật Vô Thần Hay Hữu Thần?

Đạo Phật xuất hiện ở Ấn Độ vào thế kỷ thứ 5 trước Tây lịch và tất cả những hình thức biến đổi của nó có thể lần ra từ cội nguồn này. Theo lịch sử thời cổ đại của Ấn Độ, sự khởi đầu mang tính lịch sử chính xác của truyền thống có một chút gì không rõ ràng lắm, vì vào thời đó khắp xứ Ấn Độ có quá nhiều vương quốc nhỏ. Tuy nhiên, không còn nghi vấn gì về chuyện vào khoảng thế kỷ thứ 5 trước Tây lịch, có một vị thầy với khả năng đặc biệt để thu hút môn đệ, có thể là thành viên của dòng tộc Thích-ca trong thành Ca Tỳ La Vệ, ngày nay thuộc vương quốc Népal, bắt đầu thuyết giảng một phương cách giải quyết mới về vấn đề cứu độ đã có từ lâu trước đó. Người ta cho rằng giáo lý của Ngài là phản ứng đối với nền văn hóa thống trị Bà La Môn vào thời đại của Ngài, được tập trung vào hệ thống giáo lý Vệ Đà và những tục lệ tế thần được giai cấp giáo sĩ Bà La Môn tiến hành. Kỳ thật không phải như vậy, giáo lý của Đức Phật rất đơn giản, nó biểu thị lòng nhân ái của con người đối với con người. Điều quan trọng nhất trong đạo Phật là một tâm hồn thanh cao, một trái tim đôn hậu và những cảm xúc nồng ấm. Đức Phật tin rằng mỗi người đều có một cơ hội để chuyển hóa và giác ngộ là thành quả tối thượng của mỗi người. Tuy vậy, Phật giáo cũng tác động đến đời sống tín ngưỡng và tri thức của Ấn Độ hơn 16 thế kỷ. Nó có một vai trò cơ bản trong việc xác định rõ nền văn hóa Ấn Giáo, và một trong những thế kỷ đầu của nó nó thật sự làm cho người ta bối rối trong xã hội Ấn Độ (cùng với những giáo lý tâm linh khác trong tiểu lục địa Ấn Độ) chính điều này dẫn đến sự suy nghĩ lệch lạc của người ta về nó như là một phong trào cải cách về ý thức bản thân.

Đôi khi người ta nói Phật Giáo là "Vô Thần" hay là một "tôn giáo không có thần linh." Tuy nhiên, những lời Phật dạy về "Lục Đạo" đã xua tan quan niệm ấy, vì trong lục đạo, Đức Phật đã nói rõ ràng có chư Thiên, nhưng chư Thiên trong Phật giáo không phải là những vị Thần với quyền năng tối thượng sáng tạo vũ trụ, hay thưởng phạt chúng sanh. Theo Phật giáo, các vị thần có thể được tôn thờ nhằm cho những phước lạc có giới hạn của trần gian, nhưng chính các chư thiên này cũng vô thường và tầm thường, không thể thỏa mãn cho việc cầu xin liên hệ tới giải thoát hay Niết-bàn, vốn là những thứ siêu thế gian mà chính họ chưa bao giờ chứng đắc. Bất quá Phật giáo chỉ là vô thần trong ý nghĩ rằng Phật giáo phê bác lý thuyết về một nguyên nhân "Đầu Tiên," một Thượng đế sáng tạo.

Chương 12. Đạo Phật Là Tôn Giáo Của Chân Lý

Dù Đức Phật đã nhập diệt, nhưng trên 2.500 năm sau những giáo thuyết của Ngài vẫn còn tế độ rất nhiều người, gương hạnh của Ngài vẫn còn là nguồn gợi cảm cho nhiều người, và những lời dạy dỗ của Ngài vẫn còn tiếp tục biến đổi nhiều cuộc sống vì những lời dạy của Ngài mãi mãi thuộc về chân lý. Chỉ có Đức Phật mới có được oai lực hùng mạnh tồn tại sau nhiều thế kỷ như thế ấy. Đức Phật không bao giờ tự xưng rằng Ngài là một thần linh, là con của thần linh, hay là sứ giả của thần linh. Ngài chỉ là một con người đã tự cải thiện để trở nên toàn hảo, và Ngài dạy rằng nếu chúng ta noi theo gương lành ấy chính ta cũng có thể trở nên toàn hảo như Ngài. Ngài không bao giờ bảo đệ tử của Ngài thờ phượng Ngài như một thần linh. Kỳ thật Ngài cấm chỉ đệ tử Ngài làm như vậy. Ngài bảo đệ tử là Ngài không ban phước cho những ai thờ phượng Ngài hay giáng họa cho ai không thờ phượng Ngài. Ngài bảo Phật tử nên kính trọng Ngài như một vị Thầy. Ngài còn nhắc nhở đệ tử về sau này khi thờ phượng lễ bái tượng Phật là tự nhắc nhở chính mình phải cố gắng tu tập để phát triển lòng yêu thương và sự an lạc với chính mình. Hương của nhang nhắc nhở chúng ta vượt thắng những thói hư tật xấu để đạt đến trí tuệ, đèn đốt lên khi lễ bái nhằm nhắc nhở chúng ta đuốc tuệ để thấy rõ rằng thân này rồi sẽ hoại diệt theo luật vô thường. Khi chúng ta lễ lạy Đức Phật là chúng ta lễ lạy những giáo pháp cao thượng mà Ngài đã ban bố cho chúng ta. Đó là cốt tủy của sự thờ phượng lễ bái trong Phật giáo. Nhiều người đã lầm hiểu về sự thờ phượng lễ bái trong Phật giáo, ngay cả những Phật tử thuần thành. Người Phật tử không bao giờ tin rằng Đức Phật là một vị thần linh, thì không có cách chi mà họ có thể tin rằng khối gỗ hay khối kim loại kia là thần linh. Trong Phật giáo, tượng Phật được dùng để tượng trưng cho sự toàn thiện toàn mỹ của nhân loại. Tượng Phật cũng nhắc nhở chúng ta về tầm mức cao cả của con người trong giáo lý nhà Phật, rằng Phật giáo lấy con người làm nòng cốt, chứ không phải là thần linh, rằng chúng ta phải tự phản quang tự kỷ, phải quay cái nhìn vào bên trong để tìm trạng thái toàn hảo trí tuệ, chứ không phải chạy đông chạy tây bên ngoài. Như vậy, không cách chi mà người ta có thể nói rằng Phật tử thờ phượng ngẫu tượng cho được. Kỳ thật, từ xa xưa lắm, con người nguyên thủy tự thấy mình sống trong một thế giới đầy thù nghịch và hiểm họa. Họ lo sợ thú dữ, lo sợ không đủ thức ăn, lo sợ bệnh hoạn và những tai ương hay hiện tượng thiên nhiên như giông gió, bão tố, núi lửa, sấm sét, vân vân. Họ không cảm thấy an toàn với hoàn cảnh xung quanh và họ không có khả năng giải thích được những hiện tượng ấy, nên họ tạo ra ý tưởng thần linh, nhằm giúp họ cảm thấy thoải mái tiện nghi hơn khi sự việc trôi chảy thuận lợi, cũng như có đủ can đảm vượt qua những lúc lâm nguy, hoặc an ủi khi lâm vào cảnh bất hạnh, rằng thì là thượng đế đã sắp đặt an bài như vậy. Từ thế hệ này qua thế hệ khác, người ta tiếp tục niềm tin nơi "thượng đế" từ cha anh mình mà không cần phải đắn đo suy nghĩ. Có người cho rằng họ tin nơi thượng đế vì thượng đế đáp ứng những thỉnh nguyện của họ mỗi khi họ lo âu sợ hãi. Có người cho rằng họ tin nơi thượng đế vì cha mẹ ông bà họ tin nơi thượng đế. Lại có người cho rằng họ thích đi nhà thờ hơn đi chùa vì những người đi nhà thờ có vẻ sang trọng hơn những người đi chùa, vân vân và vân vân.

Chương 13. Đạo Phật: Tôn Giáo Của Chân Lý Và Triết Lý Sống Động

Không chút nghi ngờ về đạo Phật là một tôn giáo của chân lý và một triết lý sống động hai mươi sáu thế kỷ về trước. Đạo Phật vẫn còn là một tôn giáo của chân lý và một triết lý sống động ngay trong thế kỷ này (thế kỷ thứ 21). Đạo Phật đồng điệu với tất cả những tiến bộ của khoa học ngày nay and nó sẽ luôn đồng điệu với khoa học vượt thời gian. Giáo lý cơ bản về từ, bi, hỷ, xả, chánh kiến, chánh tư duy, chánh ngữ, chánh nghiệp, chánh mạng, chánh tinh tấn, chánh định và chánh niệm, cũng như năm giới căn bản không sát sanh, không trộm cắp, không tà dâm, không vọng ngữ và không uống những chất cay độc... vẫn luôn là ngọn đuốc soi sáng thế gian u tối này. Thông điệp về hòa bình, tình thương yêu và hạnh phúc của đạo Phật gửi đến chúng sanh mọi loài vẫn luôn luôn là một chân lý rạng ngời cho nhân loại. Bất cứ ai trong chúng ta cũng có thể đạt được mục tiêu cao nhất của đạo Phật, dù xuất gia hay tại gia. Tuy nhiên, điều thiết

CHƯƠNG 13. Đạo Phật: Tôn Giáo Của Chân Lý

yếu nhất là chúng ta phải thành khẩn tu tập theo những lời dạy dỗ của Đức Phật. Đức Phật và những đại đệ tử của Ngài không phải tự nhiên mà đắc thành chánh quả. Đức Phật và các đệ tử của Ngài một thời cũng là những phàm phu như chúng ta. Họ cũng bị phiền não bởi những bất tịnh nơi tâm, luyến chấp, sân hận và vô minh. Nhưng giờ này họ đã thành Phật, thành Thánh, còn chúng ta sao cứ mãi u mê lăn trôi tạo nghiệp trong luân hồi sanh tử? Phật tử thuần thành nên lắng nghe lời Phật dạy, nên thanh tịnh thân, khẩu ý để đạt đến chân trí tuệ, trí tuệ giúp chúng ta hiểu được chân lý và đạt được mục tiêu tối hậu của Phật giáo. Nói cách khác, nếu chúng ta chịu thành tâm tu tập giáo pháp nhà Phật thì một ngày không xa nào đó ai trong chúng ta cũng đều làm việc thiện, tránh làm việc ác; ai cũng hết lòng giúp đỡ người khác chứ không làm hại ai, và tâm niệm chúng ta luôn ở trạng thái thanh tịnh. Như vậy chắc chắn tu tập giáo pháp này thì đời này và đời sau cuộc sống chúng ta sẽ hạnh phúc, thịnh vượng. Cuối cùng tu tập giáo pháp ấy sẽ dẫn đưa chúng ta đến mục tiêu tối hậu là giải thoát, đó là hạnh phúc tối thượng của Niết-bàn.

Có người cho rằng danh từ tôn giáo là một danh từ không thích hợp để gọi đạo Phật, vì Phật giáo không phải là một tôn giáo, mà là một triết học luân lý. Theo tôi, đạo Phật vừa là một tôn giáo mà cũng vừa là một triết lý sống dựa theo những lời chỉ dạy của Đức Phật Thích-ca Mâu Ni ở xứ Ấn Độ trên 2.500 năm qua. Trước khi đi sâu vào vấn đề chúng ta nên phân tích sơ qua về hai danh từ Phật và triết học. Trước hết, danh từ Phật giáo phát xuất từ chữ Phạn "Budhi", có nghĩa là "giác ngộ", "tỉnh thức", và như vậy Phật giáo là tôn giáo của giác ngộ và tỉnh thức. Triết lý này xuất phát từ kinh nghiệm của một người tên là Sĩ Đạt Đa Cồ Đàm, được biết như là Phật, tự mình giác ngộ vào lúc 36 tuổi. Tính đến nay thì Phật giáo đã tồn tại trên 2.500 năm và có gần một phần ba dân số trên khắp thế giới là tín đồ Phật giáo. Cho đến cách nay 100 năm thì Phật giáo chỉ là một triết lý chánh yếu cho người Á Đông, nhưng rồi dần dần có thêm nhiều người Âu Mỹ lưu tâm gắn bó đến. Thứ hai, danh từ "philosophy", nghĩa là triết học, có hai phần: "philo" có nghĩa là ưa thích yêu chuộng, và "sophia" có nghĩa là trí tuệ. Như vậy, philosophy là sự yêu chuộng trí tuệ, hoặc tình yêu thương và trí tuệ. Cả hai ý nghĩa này mô tả Phật giáo một cách hoàn hảo. Phật giáo dạy ta nên cố gắng phát triển trọn vẹn khả năng trí thức để có thể thông suốt rõ ràng. Phật giáo cũng dạy chúng ta phát triển lòng từ bi để có thể trở thành một người bạn thật sự của tất cả mọi chúng sanh. Như vậy Phật giáo là một triết học nhưng không chỉ đơn thuần là một triết học suông. Nó là một triết học tối thượng. Vào năm 563 trước Tây lịch, một cậu bé được sanh ra trong một hoàng tộc tại miền Bắc Ấn Độ. Hoàng tử này trưởng thành trong giàu sang xa xỉ, nhưng sớm nhận ra tiện nghi vật chất và sự an toàn trên thế gian không đem lại hạnh phúc thật sự. Ngài động lòng trắc ẩn sâu xa trước hoàn cảnh khổ đau quanh Ngài, chính vì vậy mà Ngài nhất định tìm cho ra chìa khóa đưa đến hạnh phúc cho nhân loại. Lìa bỏ gia đình không phải là chuyện dễ dàng cho Đức Phật. Sau một thời gian dài đắn đo suy nghĩ Ngài đã quyết định lìa bỏ gia đình. Có hai sự lựa chọn, một là hiến thân Ngài cho gia đình, hai là cho toàn thể thế gian. Sau cùng, lòng từ bi vô lượng của Ngài đã khiến Ngài tự cống hiến đời mình cho thế gian. Và mãi cho đến nay cả thế giới vẫn còn thọ hưởng những lợi ích từ sự hy sinh của Ngài. Đây có lẽ là sự hy sinh có nhiều ý nghĩa hơn bao giờ hết. Sau những đắn đo suy nghĩ, vào năm 29 tuổi Ngài rời bỏ vợ đẹp con ngoan và cung vàng điện ngọc để cất bước lên đường học đạo với những bậc thầy nổi tiếng đương thời. Những vị thầy này dạy Ngài rất nhiều nhưng không vị nào thật sự hiểu biết nguồn cội của khổ đau phiền não của nhân loại và làm cách nào để vượt thoát khỏi những thứ đó. Cuối cùng sau sáu năm tu học và hành thiền, Ngài liễu ngộ và kinh qua kinh nghiệm tận diệt vô minh và thành đạt giác ngộ. Từ ngày đó người ta gọi Ngài là Phật, bậc Chánh Đẳng Chánh Giác. Trong 45 năm sau đó Ngài chu du khắp miền Bắc Ấn để dạy người những gì mà Ngài đã chứng ngộ. Lòng từ bi và hạnh nhẫn nhục của Ngài quả thật kỳ diệu và hàng vạn người đã theo Ngài, trở thành tín đồ Phật giáo. Đến năm Ngài 80 tuổi, dù xác thân già yếu bệnh hoạn, nhưng lúc nào Ngài cũng hạnh phúc và an vui, cuối cùng Ngài nhập Niết-bàn vào năm 80 tuổi. Sau khi Đức Phật nhập diệt, các đệ tử của Ngài đã kết tập và ghi lại tất cả những lời giáo huấn của Ngài mà bây giờ chúng ta gọi là Kinh Điển. Không phải một quyển mà có thể ghi lại tất cả những lời dạy ấy, mà tổng cộng có trên 800 quyển ghi lại vừa Kinh, Luật và Luận. Nói tóm lại, trong Phật giáo, không có sự phân biệt giữa thần linh hay chúng sanh siêu việt và người bình thường. Hình thức cao nhứt của một chúng sanh là Phật. Tất cả mọi người đều có khả năng thành Phật nếu họ chịu theo tu tập theo những lời chỉ dạy của Đức Phật Thích-ca Mâu Ni. Bằng cách tuân theo những giáo thuyết của Đức Phật và những pháp thật hành về Phật giáo, ai cũng có thể trở thành một vị Phật. Một vị Phật cũng là một chúng sanh con người, nhưng chúng sanh ấy đã chứng ngộ và thông hiểu tất cả những tác dụng và ý nghĩa của đời sống và vũ trụ. Khi một con người chứng ngộ và thật sự thông hiểu về mình và vạn hữu, người ta gọi người đó là Phật, hay là bậc giác ngộ.

Chương 14. Giáo Lý Đạo Phật Luôn Đồng Điệu Với Đời Sống Và Khoa Học Vào Mọi Lúc

Giáo lý chính của Đức Phật tập trung vào Bốn Chân Lý Cao Thượng hay Tứ Diệu Đế và Bát Thánh Đạo. Gọi là "cao thượng" vì nó phù hợp với chân lý và nó làm cho người hiểu biết và tu tập nó trở thành cao thượng. Người Phật tử không tin nơi những điều tiêu cực hay những điều bi quan, huống là tin nơi những thứ dị đoan phù phiếm. Ngược lại, người Phật tử tin nơi sự thật, sự thật không thể chối cãi được, sự thật mà ai cũng biết, sự thật mà mọi người hướng tới để kinh nghiệm và đạt được. Những người tin tưởng nơi thần linh thì cho rằng trước khi được làm người không có sự hiện hữu, rồi được tạo nên do ý của thần linh. Người ấy sống cuộc đời của mình, rồi tùy theo những gì họ tin tưởng trong khi sống mà được lên nước trời vĩnh cửu hay xuống địa ngục đời đời. Lại có người cho rằng mỗi cá nhân vào đời lúc thọ thai do những nguyên nhân thiên nhiên, sống đời của mình rồi chết, chấm dứt sự hiện hữu, thế thôi. Phật giáo không chấp nhận cả hai quan niệm trên. Theo giải thích thứ nhất, thì nếu có một vị thần linh toàn thiện toàn mỹ nào đó, từ bi thương xót hết thảy chúng sanh mọi loài thì tại sao lại có người sanh ra với hình tướng xấu xa khủng khiếp, có người sanh ra trong nghèo khổ cơ hàn. Thật là vô lý và bất công khi có người phải vào địa ngục vĩnh cửu chỉ vì người ấy không tin tưởng và vâng phục thần linh. Sự giải thích thứ hai hợp lý hơn, nhưng vẫn còn để lại nhiều thắc mắc chưa được giải đáp. Thọ thai theo những nguyên nhân thiên nhiên là rõ ràng, nhưng làm thế nào một hiện tượng vô cùng phức tạp như cái tâm lại được phát triển, mở mang, chỉ giản dị từ hai tế bào nhỏ là trứng và tinh trùng? Phật giáo đồng ý với sự giải thích về những nguyên nhân tự nhiên; tuy nhiên, Phật giáo đưa ra sự giải thích thỏa đáng hơn về vấn đề con người từ đâu đến và sau khi chết thì con người đi về đâu. Khi chết, tâm chúng ta với khuynh hướng, sở thích, khả năng và tâm tánh đã được tạo duyên và khai triển trong đời sống, tự cấu hợp trong buồng trứng sẵn sàng thọ thai. Như thế ấy, một cá nhân sanh ra, trưởng thành và phát triển nhân cách từ những yếu tố tinh thần được mang theo từ những kiếp quá khứ và môi trường vật chất hiện tại. Nhân cách ấy sẽ biến đổi và thay đổi do những cố gắng tinh thần và những yếu tố tạo duyên như nền giáo dục và ảnh hưởng của cha mẹ cũng như xã hội bên ngoài, lúc lâm chung, tái sanh, tự cấu hợp trở lại trong buồng trứng sẵn sàng thọ thai. Tiến trình chết và tái sanh trở lại này sẽ tiếp tục diễn tiến đến chừng nào những điều kiện tạo nguyên nhân cho nó như ái dục và vô minh chấm dứt. Chừng ấy, thay vì một chúng sanh tái sanh, thì tâm ấy vượt đến một trạng thái gọi là Niết-bàn, đó là mục tiêu cùng tột của Phật giáo.

Mặc dù khoa học không phải là một trong những lời giảng chính trong Phật giáo, những giáo thuyết nhà Phật luôn đồng điệu với khoa học trong mọi thời kỳ. Albert Einstein đã từng khẳng định: "Nếu có một tôn giáo nào đương đầu được với nhu cầu của khoa học hiện đại, thì đó sẽ là Phật giáo. Phật giáo không cần xét lại quan điểm của mình để cập nhật hóa với những khám phá mới của khoa học. Phật giáo không cần phải từ bỏ quan điểm của mình để xu hướng theo khoa học, vì Phật giáo bao trùm cả khoa học cũng như vượt qua khoa học." Cũng theo Egerton C. Baptist: "Khoa học không thể đưa ra một sự quyết đoán nào. Nhưng Phật giáo có thể đương đầu với những thách thức của nguyên tử lực, vì kiến thức siêu việt của Phật giáo bắt đầu nơi, mà ở đó, khoa học kết thúc. Và đây là một chứng minh rõ ràng cho những ai đã từng nghiên cứu về Phật giáo. Chẳng hạn, xuyên qua thiền định, những cấu trúc nguyên tử có thể tìm thấy và được cảm nhận."

Chương 15. Chân Lý Tứ Thánh Đế

Tứ Diệu Đế hay bốn chân lý nhiệm mầu trong giáo lý nhà Phật, nói rõ vì đâu có khổ và con đường giải thoát. Người ta nói Đức Phật Thích-ca Mâu Ni đã giảng bài pháp đầu tiên về "Tứ Diệu Đế" trong vườn Lộc Uyển, sau khi Ngài giác ngộ thành Phật. Trong đó Đức Phật đã trình bày: "Cuộc sống chứa đầy đau khổ, những khổ đau đó đều có nguyên nhân, nguyên nhân của những khổ đau này có thể bị hủy diệt bằng con đường diệt khổ." Tứ Diệu Đế là bốn trong những giáo lý căn bản nhất của giáo lý nhà Phật. Theo Hòa Thượng Piyadassi trong quyển "Con Đường Cổ Xưa," đối với đạo Phật, việc thức tỉnh từ Vô Minh đến Giác Ngộ luôn luôn hàm ý sự thấu triệt Tứ Thánh Đế. Bậc Giác Ngộ được gọi là Phật, chỉ vì Ngài đã thấu triệt Tứ Đế. Toàn bộ bài pháp đầu tiên của Đức Phật dành trọn vẹn để trình bày về Tứ Thánh Đế này; vì đó là cốt tủy của đạo Phật. Ví như dấu chân của các loài đi trên đất, có thể được chứa đựng trong dấu chân voi, được xem là lớn nhất về tầm cỡ, giáo lý Tứ Thánh Đế này cũng vậy, bao quát hết thảy mọi thiện pháp. Trong kinh điển Pali, đặc biệt là trong tạng kinh (Suttas), Tứ Đế này được diễn giải chi tiết bằng nhiều cách khác nhau. Không có một nhận thức rõ ràng về Tứ Đế, người ta khó có thể hiểu được Đức phật đã dạy những gì trong suốt 45 năm hoằng hóa. Đối với Đức phật thì toàn bộ lời dạy của Ngài chỉ nhằm để hiểu về Khổ, tính chất bất toại nguyện của mọi hiện hữu duyên sanh, và hiểu về con đường thoát khỏi tình trạng bất toại nguyện này. Toàn bộ lời dạy của Đức Phật không gì khác hơn là sự ứng dụng một nguyên tắc này. Như vậy chúng ta thấy rõ Đức phật đã khám phá ra Tứ Đế, phần còn lại chỉ là sự khai triển có hệ thống và chi tiết hơn về Tứ Thánh Đế này. Có thể xem đây là giáo lý tiêu biểu của ba đời chư Phật. Tính chất ưu việt của Tứ Thánh Đế trong lời dạy của Đức Phật, được thể hiện rõ nét qua bức thông điệp của Ngài trong rừng Simsapa, cũng như từ bức thông điệp trong vườn Lộc Uyển. Thời Đức Phật còn tại thế, Ngài luôn nhấn mạnh rằng không thông hiểu và thật hành Tứ Diệu Đế sẽ khiến chúng ta phải lăn trôi mãi trong vòng luân hồi sanh tử. Hành giả tu tập thiền quán nên luôn nhớ rằng 'Tứ Diệu Đế' được thấy rõ khi chánh niệm và trí tuệ có mặt.

Khổ Đế: Không có từ ngữ dịch tương đương trong Anh ngữ cho từ "Dukkha " trong tiếng Pali (Nam Phạn) hay tiếng Sanskrit (Bắc Phạn), nên người ta thường dịch chữ "Dukkha" dịch sang Anh ngữ là "Suffering". Tuy nhiên chữ "Suffering" thỉnh thoảng gây ra hiểu lầm bởi vì nó chỉ sự khốn khổ hay đau đớn cực kỳ. Cần nên hiểu rằng khi Đức Phật bảo cuộc sống của chúng ta là khổ, ý Ngài muốn nói đến mọi trạng thái không thỏa mãn của chúng ta với một phạm vi rất rộng, từ những bực dọc nho nhỏ đến những vấn đề khó khăn trong đời sống, từ những nỗi khổ đau nát lòng chí đến những tang thương của kiếp sống. Vì vậy chữ "Dukkha" nên được dùng để diễn tả những việc không hoàn hảo xảy ra trong đời sống của chúng ta và chúng ta có thể cải hóa chúng cho tốt hơn. Nói tóm lại, mọi hiện hữu đều có bản chất khổ chứ không mang lại toại nguyện (sự khổ vô biên vô hạn, sanh khổ, già khổ, bịnh khổ, chết khổ, thương yêu mà phải xa lìa khổ, oán ghét mà cứ gặp nhau là khổ, cầu bất đắc khổ, vân vân. Khổ đeo theo ngũ uẩn như sắc thân, sự cảm thọ, tưởng tượng, hình ảnh, hành động, tri thức). Qua thiền định, hành giả tu thiền có thể thấy trực tiếp là các hiện tượng danh và sắc, hay thân và tâm, đều đau khổ. Tập Đế: Tập đế là sự thật rõ ràng về nguồn gốc của những nỗi khổ. Theo giáo lý nhà Phật, tham ái là nguyên nhân của đau khổ. Những dục vọng xấu xa nảy nở từ những việc vụn vặt trong gia đình, lan ra ngoài xã hội, và nổ lớn thành chiến tranh giữa các chủng tộc, giữa các quốc gia, hay giữa những phe nhóm của các quốc gia trên thế giới. Ngu si là nguyên nhân của mọi cái khổ (sự ham sống làm cho chúng sanh cứ mãi chết đi sống lại, hễ ham sống tất ham vui sướng, ham quyền thế, ham tài sản, càng được càng ham). Diệt Đế: Cứu cánh diệt khổ là Niết-bàn tịnh tịch (nếu chịu hạ lòng tham xuống rồi bỏ nó đi, hay trục nó ra khỏi mình thì gọi là diệt). Qua thiền quán, chánh niệm và trí tuệ có mặt, hành giả thấy rõ sự chấm dứt khổ đau một khi si mê và các phiền não khác đều biến mất. Đạo Đế: Chân lý về con đường diệt khổ, ấy là thật hành Bát Thánh đạo. Đức Phật đã dạy rằng: "Bất cứ ai chấp nhận Tứ Diệu Đế và chịu hành trì Bát Chánh Đạo, người ấy sẽ hết khổ và chấm dứt luân hồi sanh tử."

Chương 16. Chân Lý Bát Thánh Đạo

Bát Thánh Đạo chính là diệu đế thứ tư trong tứ diệu đế có thể giúp cho chúng ta ngăn ngừa những trở ngại trong cuộc sống hằng ngày. Đây là con đường đưa đến chấm dứt khổ đau phiền não. Nếu chúng ta đi theo Bát Thánh Đạo thì cuộc sống của chúng ta sẽ ít khổ đau và nhiều hạnh phúc hơn. Tám con đường đúng dẫn tới sự chấm dứt đau khổ, mục đích của diệu đế thứ ba trong tứ diệu đế (Đạo đế). Bát Chánh Đạo là tám nẻo trong 37 nẻo bồ đề. Tu tập Bát Chánh Đạo sẽ đưa đến những lợi ích thật sự như tự cải tạo tự thân, vì tu bát chánh đạo là sửa đổi mọi bất chính, sửa đổi mọi tội lỗi trong đời sống hiện tại, đồng thời còn tạo cho thân mình có một đời sống chân chánh, lợi ích và thiện mỹ; cải tạo hoàn cảnh vì nếu ai cũng tu bát chánh đạo thì cảnh thế gian sẽ an lành tịnh lạc, không còn cảnh khổ đau bất hạnh gây nên bởi hận thù, tranh chấp hay chiến tranh giữa người với người, giữa nước này với nước kia, hay chủng tộc này với chủng tộc khác, ngược lại lúc đó thanh bình sẽ vĩnh viễn ngự trị trên quả đất này. Ngoài ra, tu tập bát chánh đạo còn là tu tập thiền định căn bản đầu tiên cho sự giác ngộ, là nền tảng chánh giác, là căn bản giải thoát, ngày nay tu bát chánh đạo là gieo trồng cho mình những hạt giống Bồ Đề để ngày sau gặt hái quả Niết-bàn Vô Thượng.

Thứ nhất, người Phật tử tu tập tỉnh thức không nên nói những gì sai với sự thật. Chánh ngữ là không nói những gì sai với sự thật, hoặc những lời chia rẽ và căm thù, mà chỉ nói những lời chân thật và có giá trị xây dựng sự hiểu biết và hòa giải. Chánh ngữ là nói lời thành thật và sáng suốt, nói hợp lý, nói không thiên vị, nói thẳng chứ không nói xéo hay xuyên tạc, nói lời thận trọng và hòa nhã; nói lời không tổn hại và có lợi ích chung. Nói đúng là không nói dối, không ba hoa, tán gẫu hay dèm pha. Chánh ngữ là một trong những phương cách có khả năng giúp chúng ta sống hòa ái giữa chúng ta và người khác và thế giới. Chánh Ngữ là một trong ba phần của Giới Học (hai phần khác là Chánh Nghiệp và Chánh Mạng). Lời nói có thể làm ảnh hưởng đến hàng triệu người. Người ta nói rằng một lời nói thô bạo có thể làm tổn thương hơn vũ khí, trong khi một lời nói nhẹ nhàng có thể thay đổi cả trái tim và tâm hồn của một phạm nhân bướng bỉnh nhất. Vì vậy chánh ngữ trong Phật giáo bao hàm sự tôn trọng chân lý và phúc lợi của người khác. Chánh Ngữ bắt đầu với việc tránh xa bốn loại lời nói gây tổn hại: nói dối, nói lời ly gián, nói lời thô ác và nói chuyện phù phiếm. Chẳng những vậy, Phật tử thuần thành nên luôn cố gắng dùng lời nói như thế nào cho người khác được vui vẻ. Thay vì trút đi sự giận dữ và bực dọc lên người khác, Phật tử thuần thành nên nghĩ đến những cách hữu hiệu để truyền đạt những nhu cầu và cảm xúc của chúng ta. Ngoài ra, Chánh Ngữ còn là nói lời khen ngợi những thành tựu của người khác một cách chân tình, hay an ủi người đang buồn khổ, hay giảng Pháp cho người. Lời nói là một công cụ có công năng ảnh hưởng mạnh mẽ lên người khác, nếu chúng ta biết dùng lời nói một cách khôn ngoan thì sẽ có rất nhiều người được lợi lạc. Lời nói có thể làm ảnh hưởng đến hàng triệu người. Người ta nói rằng một lời nói thô bạo có thể làm tổn thương hơn vũ khí, trong khi một lời nói nhẹ nhàng có thể thay đổi cả trái tim và tâm hồn của một phạm nhân bướng bỉnh nhất. Vì vậy chánh ngữ trong Phật giáo bao hàm sự tôn trọng chân lý và phúc lợi của người khác, nghĩa là tránh nói dối, tránh nói xấu hay vu khống, tránh nói lời hung dữ, và tránh nói chuyện vô ích.

Thứ nhì, người Phật tử tu tập tỉnh thức nên chọn cách sống chân chánh cho chính mình. Chánh nghiệp là chọn cách sống chân chánh cho chính mình, không sát sanh hại vật, không làm cho người khác khổ đau phiền não, không trộm cắp, không lấy những gì không phải là của mình, không tà dâm, cũng không vì những ham muốn của mình mà làm khổ đau người khác. Chánh nghiệp còn có nghĩa là tránh những hành động tà vạy, sống thanh khiết, không làm gì tổn hại đến tha nhân, không trộm cắp, không tà dâm; giữ gìn thân khẩu ý bằng cách luôn tu tập mười nghiệp lành và nhổ dứt mười nghiệp dữ. Không ai trong chúng ta tránh được nghiệp quả; tuy nhiên, chúng ta có quyền lựa chọn cách phản ứng, vì nó hoàn toàn tùy thuộc vào chúng ta. Nói cách khác, lựa chọn cách sống chân chánh hay không chân chánh cho chính mình là tùy ở mình. Nói như vậy để thấy rằng những gì chúng ta đã gieo trong quá khứ thì nay chúng ta phải gặt, không có ngoại lệ; tuy nhiên, chúng ta có quyền cố gắng tu tập trong đời này để ít nhất cuộc sống của mình trong hiện tại được an lạc hơn. Chánh Nghiệp là một trong ba pháp tu học cao thượng về Giới Học (hai pháp khác là Chánh Ngữ và Chánh Mạng). Như vậy chánh nghiệp bao hàm tôn trọng đời sống, tôn trọng tài sản và tôn trọng quan hệ cá nhân. Tôn trọng đời sống là không giết hại và không bảo người khác giết hại, tôn trọng tài sản là không trộm cắp và không bảo người khác trộm cắp, tôn trọng những quan hệ cá nhân là tránh tà dâm. Chánh Nghiệp là hành động chân chánh khiến cho chúng ta có thể tránh được ba việc làm tổn hại về thân (sát sanh, trộm cắp và tà dâm). Chánh Nghiệp dạy cho chúng ta ý thức được những tai hại mà chúng ta gây ra cho người khác. Thay vì làm những điều mà trước mắt chúng ta cảm thấy ưa thích thì chúng ta lại quan tâm đến tha nhân. Một khi có Chánh Nghiệp thì dĩ nhiên tự động các mối quan hệ của chúng ta với mọi người sẽ được tốt đẹp hơn và mọi người sẽ cảm thấy hạnh phúc hơn khi cùng sống với chúng ta. Chánh Nghiệp cũng bao gồm việc ra tay giúp đỡ người khác như phụ giúp người già cả, cứu trợ thiên tai bão lụt, hay cứu giúp người đang lâm nạn, vân vân.

Thứ ba, người Phật tử tu tập tỉnh thức nên chọn cho mình một nghề để sống chân chánh. Chánh mạng là chọn cho mình một nghề để sống chân chánh, không làm tổn hại đến người khác; nghề nghiệp nào không liên quan đến sự sát hại, trộm cắp hay không lương thiện. Chánh mạng cũng có nghĩa là hành động chân chánh, đúng với lẽ phải, có ích lợi chung. Luôn luôn hành động trong sự tôn trọng hạnh phúc chung; tôn trọng lương tâm nghề nghiệp của mình; không làm tổn hại đến quyền lợi, nghề nghiệp, địa vị, danh dự, và tính mạng của người khác; giữ gìn thân khẩu ý bằng cách luôn tu tập mười nghiệp lành và nhổ dứt mười nghiệp dữ. Chánh mạng là sự mở rộng về luật của chánh nghiệp đối với sinh kế của Phật tử trong xã hội. Chánh mạng còn có nghĩa là tạo ra của cải tài sản bằng những phương cách thích đáng. Phật tử thuần thành không nên nhúng tay tham gia vào loại hành động hay lời nói tổn hại để mưu sinh, hoặc giả xúi giục khiến người khác làm và nói như vậy. Trí tuệ và hiểu biết của đạo Phật phải được thể hiện vào đời sống của chúng ta, thì đạo đó mới được gọi là đạo Phật sống. Không ai trong chúng ta tránh được nghiệp quả; tuy nhiên, chúng ta có quyền lựa chọn cách phản ứng, vì nó hoàn toàn tùy thuộc vào chúng ta. Nói cách khác, chọn cho mình một nghề để sống chân chánh là tùy ở mình. Nói như vậy để thấy rằng những gì chúng ta đã gieo trong quá khứ thì nay chúng ta phải gặt, không có ngoại lệ; tuy nhiên, chúng ta có quyền cố gắng tu tập trong đời này để ít nhất cuộc sống của mình trong hiện tại được an lạc hơn. Chánh Mạng là một trong ba pháp tu học cao thượng về Giới Học (hai pháp khác là Chánh Ngữ và Chánh Nghiệp). Chánh mạng là làm việc hay có nghề nghiệp chân chánh khiến cho chúng ta có thể tránh được ba việc làm tổn hại về thân (sát sanh, trộm cắp và tà dâm). Chánh mạng còn dạy cho chúng ta ý thức được những tai hại mà chúng ta gây ra cho người khác. Thay vì làm những điều mà trước mắt chúng ta cảm thấy ưa thích thì chúng ta lại quan tâm đến tha nhân. Đức Phật dạy: "Có năm loại sinh kế mà người Phật tử không nên làm là buôn bán súc vật để làm thịt, buôn bán nô lệ, buôn bán vũ khí, độc dược, và các chất say như ma túy và rượu. Năm loại nghề nghiệp này người Phật tử không nên làm vì chúng góp phần làm cho xã hội băng hoại và vi phạm nguyên tắc tôn trọng sự sống và phúc lợi của người khác." Ngược lại, người Phật tử nên sống bằng những nghề nghiệp lương thiện, không làm hại mình hại người. Theo Kinh Hoa Nghiêm, chánh mạng là khí giới của Bồ Tát, vì xa rời tất cả tà mạng. Thiền giả an định nơi pháp này thời có thể diệt trừ những phiền não, kiết sử đã chứa nhóm từ lâu của tất cả chúng sanh.

Thứ tư, người Phật tử tu tập tỉnh thức nên cố gắng thấy được những luật thiên nhiên đang chi phối đời sống của mình. Chánh kiến là nhận thấy một cách khách quan ngay thẳng; thấy thế nào thì ghi đúng thế ấy, không bị thành kiến hoặc tình cảm ảnh hưởng mà làm cho sự nhận xét bị sai lệch; biết phân biệt cái thật cái giả; nhận thức đạo lý chân chánh để tiến tới tu hành giải thoát. Chánh kiến có nghĩa là thấy được những luật thiên nhiên đang chi phối đời sống của mình. Một trong những luật quan trọng là luật 'Nhơn Quả', mỗi hành động đều sẽ mang đến một kết quả nào đó, không có bất cứ ngoại lệ nào. Không có chuyện 'không thiện không ác' trong Phật giáo. Như vậy, thiền giả nên luôn nhớ rằng mỗi khi chúng ta hành động vì tham-sân-si, ắt khổ đau sẽ đến với mình. Ngược lại, khi chúng ta làm vì lòng từ bi hay trí tuệ, kết quả sẽ là hạnh phúc và an lạc. Phật tử chơn thuần nên luôn có tâm tỉnh thức để khôn khéo biết phối hợp luật nhơn quả vào cuộc sống hằng ngày của mình. Chánh kiến cũng có nghĩa là thấy và hiểu được cái tánh chân thật hay cái chân như của mình. Trong Phật Giáo, chánh kiến là sự hiểu biết về khổ hay tính chất bất toại nguyện của mọi hiện hữu duyên sanh, hiểu biết về nhân sanh khổ, về sự diệt khổ và con đường dẫn đến sự diệt khổ. Chánh Kiến là một trong hai phần học của Trí Tuệ (phần học khác là Chánh Tư Duy). Chánh kiến là thấy đúng bản chất, hiểu biết chân lý thật sự của mọi sự, không phải nhìn thấy chúng có vẻ như thế. Theo quan điểm Phật giáo, chánh kiến có nghĩa là tuệ giác, là sự hiểu biết

CHƯƠNG 16. Chân Lý Bát Thánh Đạo

thâm sâu, hay nhìn thấy được mặt dưới của sự việc qua lăng kính của Tứ Diệu Đế, lý nhân duyên, vô thường, vô ngã, vân vân. Chúng ta có thể tự mình đạt được chánh kiến hay hiểu biết chân lý do người khác chỉ bày. Tiến trình đạt được chánh kiến phải theo thứ tự, trước nhất là quan sát khách quan những việc quanh ta, kế thứ xem xét ý nghĩa của chúng. Nghĩa là nghiên cứu, xem xét, và kiểm tra, và cuối cùng là đạt được chánh kiến qua thiền định. Vào thời điểm này thì hai loại hiểu biết, tự mình hay thông qua người khác, trở nên không thể phân biệt được. Nói tóm lại, tiến trình đạt được chánh kiến như sau: quan sát và nghiên cứu, khảo sát một cách có trí tuệ những điều mình đã quan sát và nghiên cứu, và cuối cùng là tập trung tư tưởng để tư duy về cái mà mình đã khảo sát. Nói tóm lại, chánh kiến có nghĩa là sự hiểu biết về tứ diệu đế: khổ đế và tập đế hay những nguyên nhân khiến kéo dài dòng luân hồi sanh tử, diệt đế và đạo đế hay con đường đưa đến chấm dứt khổ đau và giải thoát hoàn toàn. Người tu theo Phật nên phát triển chánh kiến bằng cách nhìn mọi vật dưới ánh sáng của vô thường, khổ và vô ngã sẽ chấm dứt được luyến ái và mê lầm. Không luyến ái không có nghĩa là ghét bỏ. Ghét bỏ thứ gì mà chúng ta đã có và ưa thích trước đây chỉ là sự ghét bỏ tạm thời, vì sự luyến ái lại sẽ trở về với chúng ta. Mục đích của hành giả không phải là đi tìm sự khoái lạc, mà là đi tìm sự bình an. Bình an nằm ngay trong mỗi chúng ta, sự bình an được tìm thấy cùng chỗ giao động với khổ đau. Không thể nào tìm thấy sự bình an trong rừng sâu núi thẳm. Bình an cũng không thể được ban phát bởi người khác. Hành giả tu thiền định là để theo dõi đau khổ, thấy nguyên nhân của nó và chấm dứt nó ngay bây giờ hơn là đương đầu với kết quả của nó về sau này. Chánh kiến là trí tuệ như thật bản chất của thế gian. Muốn được vậy, chúng ta cần phải có sự thấu thị rõ ràng về Tứ Thánh Đế. Đó là Khổ đế, Tập đế, Diệt đế và Đạo đế. Đối với người có chánh kiến, khó có thể có cái nhìn mê mờ về mọi hiện tượng

73

(chư pháp), vì người ấy đã vô nhiễm với mọi bất tịnh và đã đạt đến bất động tâm giải thoát (Akuppa ceto vimutti). Chánh kiến có nghĩa là hiểu biết các pháp như chúng thật sự là chứ không như chúng dường như là. Điều quan trọng là phải nhận thức được rằng chánh kiến trong đạo Phật có một ý nghĩa đặc biệt khác hẳn với những gì thường được mọi người gán cho. Trong Phật giáo, Chánh kiến là soi chiếu tuệ giác trên năm thủ uẩn và hiểu được bản chất thật của nó, điều này có nghĩa là phải hiểu được chính thân tâm con người. Đó là trực nghiệm, tự quan sát thân tâm của chính mình. Chánh kiến là sự hiểu biết về khổ hay tính chất bất toại nguyện của mọi hiện hữu duyên sanh, hiểu biết về nhân sanh khổ, về sự diệt khổ và con đường đưa đến sự diệt khổ. Chánh kiến rất quan trọng trong Bát Chánh Đạo, vì bảy phần còn lại đều do chánh kiến hướng dẫn. Chánh kiến đoan chắc rằng các tư duy chân chánh đã được duy trì và nhiệm vụ của nó là sắp xếp lại các ý niệm; khi những tư duy và ý niệm này đã trở nên trong sáng và thiện lành thì lời nói và hành động của chúng ta cũng sẽ chân chánh như vậy. Lại nữa, chính nhờ có chánh kiến mà người ta từ bỏ được những tinh tấn có hại hay bất lợi, đồng thời tu tập chánh tinh tấn hỗ trợ cho sự phát triển chánh niệm. Chánh tinh tấn và chánh niệm có chánh kiến hướng dẫn sẽ đem lại chánh định. Như vậy chánh kiến được xem là động lực chính trong Phật giáo, thúc đẩy các phần khác trong Bát Chánh Đạo vận hành trong mọi sự tương quan hoàn chỉnh. Có hai điều kiện cần thiết để đưa tới chánh kiến; do nghe người khác, nghĩa là nghe chánh pháp (saddhamma) từ nơi người khác; và do như lý tác ý. Điều kiện thứ nhất thuộc về bên ngoài, nghĩa là những gì chúng ta thu thập được từ bên ngoài; trong khi điều kiện thứ hai nằm ở bên trong, đó là những gì chúng ta tu tập, hay những gì ở trong tâm của chúng ta. Những gì chúng ta nghe tạo thành thức ăn cho tư duy và hướng dẫn chúng ta trong việc thành hình những quan điểm riêng của mình. Do vậy, nghe là điều rất cần thiết, nhưng chỉ đối với những gì liên quan đến chánh kiến, và nên tránh tất cả những lời nói bất thiện của người khác, vì nó làm cản trở tư duy chân chính. Điều kiện thứ hai là tác lý như ý, khó tu tập hơn, vì nó đòi hỏi phải có sự tỉnh giác thường xuyên trên những đối tượng chúng ta gặp trong cuộc sống hằng ngày. Tác lý như ý thường được dùng trong các bài pháp có ý nghĩa rất quan trọng, vì nó có thể làm cho chúng ta thấy được các pháp một cách sâu xa hơn. Từ "Yoniso" có nghĩa là bằng đường ruột, thay vì chỉ trên bề mặt nông cạn. Do đó, diễn đạt theo lối ẩn dụ, thì đó là sự chú ý triệt để hay sự chú ý hợp lý. Hai điều kiện nghe và tác ý như lý phối hợp với nhau sẽ giúp cho việc phát triển chánh kiến. Người tầm cầu chân lý sẽ không thỏa mãn với kiến thức bề mặt, với cái giả tưởng hời hợt bên ngoài của chư pháp, mà muốn tìm tòi sâu hơn để thấy những gì nằm ngoài tầm thấy của mắt thường. Đó là loại nghiên cứu được Đức Phật khuyến khích, vì nó dẫn đến chánh kiến. Người có đầu óc phân tích tuyên bố một điều gì sau khi đã phân tích chúng thành những tính chất khác nhau, được sắp đặt lại theo hệ thống, làm cho mọi việc trở nên rõ ràng dễ hiểu, người ấy không bao giờ tuyên bố một điều gì khi chúng còn nguyên thể, mà sẽ phân tích chúng theo những nét đặc thù sao cho sự thật chế định và sự thật tuyệt đối có thể được hiểu rõ ràng không bị lẫn lộn. Đức Phật là một bậc toàn giác, một nhà phân tích đã đạt đến trình độ tuyệt luân. Cũng như một nhà khoa học phân tích con người thành các mô và các mô thành các tế bào. Đức phật cũng phân tích các pháp hữu vi thành những yếu tố cơ bản, cho đến khi đã phân tích thành những pháp cùng tột, không còn có thể phân tích được nữa. Đức Phật bác bỏ lối phân tích nông cạn, không tác ý như lý, có khuynh hướng làm cho con người trở nên đần độn và ngăn trở việc nghiên cứu tìm tòi vào bản chất thật sự của chư pháp. Nhờ chánh kiến mà người ta thấy được tác động nhân quả, sự sanh và sự diệt của các pháp hữu vi. Thật tánh của chư pháp chỉ có thể nắm bắt theo cách đó, chớ không phải do niềm tin mù quáng, tà kiến, sự suy diễn hay ngay cả bằng triết lý trừu tượng mà chúng ta có thể hiểu được sự thật của chư pháp. Theo Kinh Tăng Chi Bộ, Đức Phật dạy: "Pháp này dành cho người có trí chứ không phải cho người vô trí." Trong các kinh điển, Đức Phật luôn giải thích các pháp hành và các phương tiện để đạt đến trí tuệ và tránh những tà kiến hư vọng. Chánh kiến thấm nhuần toàn bộ giáo pháp, lan tỏa đến mọi phương diện của giáo pháp, và tác động như yếu tố chánh của phật giáo. Do thiếu chánh kiến mà phàm phu bị trói buộc vào bản chất thật của cuộc đời, và không thấy được sự thật phổ quát của cuộc sống là khổ, thậm chí họ còn không muốn hiểu những sự thật này, thế nhưng lại vội kết án giáo pháp nhà Phật về Tứ Diệu Đế là bi quan yếm thế. Có lẽ đây cũng là điều tự nhiên, vì đối với những người còn mãi mê trong những lạc thú trần gian, những người lúc nào cũng muốn thỏa mãn các giác quan và chán ghét khổ, thì ngay cả ý niệm về khổ này cũng đã làm cho họ bực bội và xoay lưng lại với nó. Tuy nhiên, họ không nhận ra rằng cho dù họ có lên án cái ý niệm về khổ này, và cho dù họ có trung thành với chủ nghĩa lợi ích cá nhân, và lạc quan về các pháp, họ vẫn bị đè bẹp bởi tính chất bất toại nguyện cố hữu của cuộc đời.

Thứ năm, người Phật tử tu tập tỉnh thức không bị chi phối bởi những cảm giác tham lam, sân hận và tàn độc. Chánh tư duy là những tư tưởng không bị chi phối bởi những cảm giác tham lam, sân hận và tàn độc. Tư tưởng không bị chi phối bởi những ác tâm có nghĩa là chúng ta không bị cai quản bởi sự giận dữ, vì giận dữ có khả năng thiêu đốt chúng ta và những người chung quanh nếu chúng ta không cẩn thận. Tư duy chân chánh là những tư duy có liên quan đến sự xuất ly (Nekkhamma-samkappa), tư duy vô sân hay từ ái (Avyapada-samkappa). Những tư duy này cần được tu tập và mở rộng đến muôn loài chúng sanh bất kể chủng tộc, giai cấp, dòng dõi hay tín ngưỡng, vì chúng bao trùm mọi loài có hơi thở, không có những giới hạn quy định. Chánh tư duy là suy nghĩ đúng với lẽ phải, có lợi cho mình, và có lợi cho người khác. Suy nghĩ những hành vi lầm lỗi, những tâm niệm xấu xa cần phải cải sửa. Suy nghĩ giới định tuệ để tu tập giải thoát. Suy xét vô minh là nguyên nhân của mọi sự đau khổ, là nguồn gốc của mọi tội ác; suy nghĩ tìm phương pháp đúng để tu hành giải thoát cho mình và cho người. Nghĩ đúng là ý nghĩ từ bỏ mọi dục vọng tham sân si. Nghĩ đúng là luôn nghĩ về lòng khoan dung và nhân từ với mọi loài. Nhờ thiền quán mà ta có khả thể nhận diện và buông bỏ ác tâm, khi đó tâm ta sẽ trở nên nhẹ nhàng và thoải mái, bản chất thương yêu của tâm sẽ tự nhiên hiển lộ. Cũng nhờ thiền quán mà ta có khả thể nhận diện và buông bỏ tâm tánh tàn bạo, khi đó chúng ta sẽ có tâm thương xót những ai bị đau khổ và muốn cứu giúp họ. Chánh Tư Duy là một trong hai phần học của trí tuệ (phần khác là Chánh Kiến). Chánh tư duy có nghĩa là tránh luyến ái và sân hận. Theo Phật giáo, nguồn gốc của khổ đau và phiền não là vô minh, luyến ái và sân hận. Trong khi chánh kiến loại bỏ vô mình thì chánh tư duy loại bỏ luyến ái và sân hận; vì vậy chánh kiến và chánh tư duy cùng nhau loại bỏ nguyên nhân của khổ đau và phiền não. Để loại bỏ luyến ái và tham lam, chúng ta phải trau dồi buông bỏ, trong khi muốn loại bỏ sân hận và giận dữ chúng ta phải trau dồi lòng yêu thương và bi mẫn. Buông bỏ phát triển bằng cách suy gẫm về bản chất bất toại nguyện của đời sống, đặc biệt là bản chất bất toại của lạc thú giác quan. Lạc thú giác quan cũng giống như nước mặn, càng uống càng khát. Do hiểu biết bản chất bất toại của cuộc sống, và công nhận những hậu quả không được ưa thích của lạc thú giác quan, chúng ta có thể trau dồi sự buông bỏ và không luyến chấp một cách dễ dàng. Chúng ta có thể phát triển lòng yêu thương và bi mẫn do công nhận sự bình đẳng thiết yếu ở chúng sanh mọi loài. Giống như con người, tất cả chúng sanh đều sợ chết và run rẩy trước hình phạt. Hiểu thấu điều này chúng ta không nên giết hại hay làm cho chúng sanh khác bị giết hại. Cũng giống như con người, tất cả chúng sanh đều muốn sống và hạnh phúc. Hiểu thấu điều này, chúng ta không nên tự cho mình cao hơn người khác hay đánh giá mình khác với cách mà chúng ta đánh giá người khác. Chánh Tư Duy có nghĩa là những tư duy không cố chấp, từ ái và bất tổn hại. Ở mức độ cao hơn, Chánh Tư Duy chỉ cho loại tâm thức có khả năng giúp chúng ta phân tích không tính một cách vi tế, để nhận biết được tính không một cách trực tiếp.

Thứ sáu, người Phật tử tu tập tỉnh thức nên chuyên cần siêng năng làm lợi mình và lợi người. Chánh tinh tấn có nghĩa là chuyên cần siêng năng làm lợi mình và lợi người; không làm những việc bất chính như sát hại, gian xảo, đàng điếm, cờ bạc, ác độc và bỉ ổi, vân vân; ngược lại phải chú tâm làm những việc lành, tạo phước nghiệp. Chánh tin tấn còn có nghĩa là nỗ lực đúng có nghĩa là cố gắng không cho phát khởi những điều tà vạy, cố gắng vượt qua những tà vạy đang mắc phải, cố gắng làm nẩy nở những điều thiện lành chưa nẩy nở, cố gắng phát huy những điều thiện lành đã phát khởi. Chánh tinh tấn còn có nghĩa là vun bồi thiện nghiệp cùng lúc nhổ bỏ ác nghiệp. Khi tu tập chánh tinh tấn chúng ta cần phải thật hành với những tư duy của chúng ta. Nếu suy xét chúng ta sẽ thấy rằng những tư duy này không phải lúc nào cũng là thiện lành trong sáng. Đôi khi chúng chỉ là những tư duy bất thiện và ngu xuẩn, mặc dù không phải lúc nào chúng ta cũng bộc lộ chúng thành lời nói hay hành động. Như vậy, nếu chúng ta cứ để cho những tư duy này khởi lên, đó là một dấu hiệu không tốt, vì khi một tư duy không thiện lành được phép tái diễn nhiều lần, nó sẽ thành thói quen. Vì thế, điều thiết yếu là phải nỗ lực không để cho những tư duy bất thiện này tới gần, vì cho đến khi nào chúng ta thành công trong việc chế ngự chúng, những tư duy bất thiện này vẫn sẽ xâm chiếm tâm chúng ta. Không phải chỉ trong những giờ hành thiền chúng ta mới để ý đến tính chất vô cùng quan trọng của chánh tinh tấn. Chánh tinh tấn cần phải được thường xuyên tu tập bất cứ khi nào và bất cứ ở đâu có thể được. Trong mọi lời nói của chúng ta, mọi hành động của chúng ta và cách cư xử của chúng ta trong đời sống hằng ngày, chúng ta cần chánh tinh tấn để thực hiện những bổn phận của chúng ta một cách toàn hảo. Nếu chúng ta thiếu chánh tinh tấn hay đức tính nhiệt tâm tinh cần này, chúng ta có thể bị những trạng thái hôn trầm và lười biếng khuất phục, thì chắc chắn không thể nào chúng ta có thể tiến triển việc tu tập được. Chánh Tinh Tấn là một trong ba phần học của Thiền Định (hai phần học khác là Chánh Niệm và Chánh Định). Theo Phật giáo, chánh tinh tấn là trau dồi một thái độ tự tin của tâm, chú ý và tỉnh thức: Chánh tinh tấn là sự nỗ lực trau dồi thái độ tự tin đối với công việc hay đảm nhận và theo đuổi nhiệm vụ bằng nghị lực và ý chí thi hành nhiệm vụ ấy cho đến cùng. Để tiến bộ trên con đường đạo, chúng ta cần phải nỗ lực trong việc tu tập theo Chánh Pháp. Nhờ nhiệt tâm tinh cần chúng ta có thể làm cho những hành động quấy ác ô nhiễm mà mình đã làm trước đây trở nên thanh tịnh, đồng thời ngăn ngừa những hành động này phát sinh trong tương lai. Lại nữa, tinh cần rất cần thiết để duy trì đức hạnh mà chúng ta đã tu tập, cũng như xây dựng những đức hạnh mới trong tương lai. Nhiệm vụ của chánh tin tấn là để cảnh giác và chặn đứng những tư duy không lành mạnh, đồng thời tu tập, thúc đẩy, duy trì những tư duy thiện và trong sáng đang sanh trong tâm hành giả.

Thứ bảy, người Phật tử tu tập tỉnh thức nên chú tâm đúng và nên tưởng đến sự thật và chối bỏ tà vạy. Chánh niệm là nhớ đúng, nghĩ đúng là giai đoạn thứ bảy trong Bát Thánh đạo. Nhìn vào hay quán vào thân tâm để luôn tỉnh thức. Chánh niệm có nghĩa là lìa mọi phân biệt mà niệm thật tính của chư pháp. Chánh niệm là nhớ đến những điều hay lẽ phải, những điều lợi lạc cho mình và cho người. Theo Bát Chánh Đạo, chánh niệm là "Nhất Tâm" và Thiền sẽ giúp hành giả có được Chánh Niệm. Nhờ Thiền mà chúng ta luôn tỉnh thức. Thật vậy, trong cuộc sống hằng ngày, chúng ta nên luôn tỉnh thức về những điều chúng ta suy nghĩ, nói năng và hành động. Chúng ta phải tập trung tư tưởng vào mọi việc trước khi chúng ta có thể làm tốt được. Tỷ như, nếu chúng ta tập trung tư tưởng trong lớp học, chúng ta sẽ không bỏ sót những lời dạy của thầy cô. Chánh niệm còn có nghĩa là ức niệm hay nghĩ nhớ tới cảnh quá khứ, nhớ đến lỗi lầm cũ để sửa đổi, nhớ ân cha mẹ thầy bạn để báo đáp, nhớ ân tổ quốc để phụng sự bảo vệ; nhớ ân chúng sanh để giúp đỡ trả đền; nhớ ân Phật Pháp Tăng để tinh tấn tu hành. Chánh niệm còn có nghĩa là quán niệm hay quán sát cảnh hiện tại và tưởng tượng cảnh tương lai. Chúng ta nên quán tưởng đến cảnh đời đau khổ, bệnh tật, mê mờ của chúng sanh mà khuyến tu; tưởng niệm làm những điều lợi ích chung, không thối lui, không e ngại khó khăn nhọc nhằn. Chánh niệm còn có nghĩa là chú tâm đúng là tưởng đến sự thật và chối bỏ tà vạy. Lúc nào cũng tỉnh táo dẹp bỏ tham lam và buồn khổ của thế tục. Chánh niệm còn có nghĩa là lúc nào cũng tỉnh giác về thân thể, cảm xúc, tư tưởng cũng như những đối tác bên ngoài. Chánh niệm có nghĩa là ý thức được những gì đang xảy ra trong giờ phút hiện tại. Có nghĩa là phải biết được sự biến chuyển của mọi hiện tượng; khi đi thì mình ý thức được những cử động của thân thể; khi quán hơi thở, mình ý thức được cảm giác ra-vào nơi mũi hay lên-xuống nơi bụng; phải ý thức sự có mặt của tư tưởng hay cảm giác khi chúng khởi lên hay khi chúng biến mất. Chánh niệm sẽ đem lại cho tâm chúng ta sự thăng bằng và an tĩnh. Chánh niệm còn có khả năng giữ cho tâm được linh hoạt, để chúng ta có thể ngồi lại quan sát, theo dõi những hiện tượng đang xảy ra như một vở tuồng chung quanh chúng ta. Chánh Niệm là một trong ba phần học của Thiền Định (hai phần học khác là Chánh Tinh Tấn và Chánh Định). Chánh Niệm là ý thức, hay sự chú ý, như vậy chánh niệm là tránh sự xao lãng hay tình trạng

CHƯƠNG 16. Chân Lý Bát Thánh Đạo

tâm trí vẫn đục. Trong việc tu tập Phật pháp, chánh niệm giữ vai trò một sợi dây cương kiểm soát tâm của chúng ta vì tâm chúng ta không bao giờ tập trung hay đứng yên một chỗ. Đức Phật dạy: "Tu tập chánh niệm là tu tập chú tâm vào thân, chú tâm vào cảm nghĩ, chú tâm vào thức, và chú tâm vào đối tượng của tâm." Nói tóm lại, chánh niệm là kiểm soát thân và tâm và biết chúng ta đang làm gì vào mọi lúc. Chánh Niệm là một yếu tố tâm thức quan trọng có chức năng làm cho chúng ta nhớ tới những gì có lợi lạc. Chánh niệm giữ một vai trò quan trọng trong thiền định, thí dụ Chánh Niệm có thể giúp chúng ta làm tan đi những tư tưởng rộn rịp xôn xao trong tâm thức, và cuối cùng giúp chúng ta có đủ năng lực đạt được sự nhất tâm trên hơi thở. Chánh niệm là phát khởi niệm hay gán sự chú tâm vào: nơi thân tỉnh thức bằng cách thực tập tập trung vào hơi thở; nơi cảm thọ tỉnh thức bằng cách quán sát sự đến đi trong ta của tất cả mọi hình thức của cảm thọ, vui, buồn, trung tính; nơi những hoạt động của tâm tỉnh thức bằng cách xem coi tâm ta có chứa chấp dục vọng, sân hận, lừa dối, xao lãng, hay tập trung; nơi vạn pháp tỉnh thức bằng cách quán sát bản chất vô thường của chúng từ sanh trụ dị diệt để tận diệt chấp trước và luyến ái.

Thứ tám là Chánh Định: Chánh định là tập trung tư tưởng đúng là tập trung vào việc từ bỏ những điều bất thiện và tập trung tinh thần được hoàn tất trong bốn giai đoạn thiền định. Chánh định còn có nghĩa là tập trung tư tưởng vào một vấn đề gì để thấy cho rõ ràng, đúng với chân lý, có lợi ích cho mình và cho người. Chánh định có nghĩa là chúng ta phải giữ cho tâm mình định tỉnh để thấy rõ bản chất thật của vạn hữu. Thực tập chánh định có thể làm cho chúng trở thành một con người hiểu biết và hạnh phúc hơn. Chánh định đòi hỏi hành giả phải tu tập những bước vừa kể trên. Trừ phi nào mình có chánh định, để tâm có thể an trụ nhất điểm mà không bị lôi cuốn hay làm cho lo ra bởi sự buông thả hay kích thích, chừng đó mình mới có thể đi vào thiền định đòi hỏi sự tập trung mãnh liệt. Tu tập Định trong Thiền hay tập chú tâm trong Thiền định. Trong khi hành thiền chúng ta thường nghĩ rằng sự ồn ào, tiếng xe chạy, tiếng người nói, hình ảnh bên ngoài là những chướng ngại đến quấy nhiễu chúng ta khiến chúng ta phóng tâm, trong khi chúng ta đang cần sự yên tỉnh. Kỳ thật, ai quấy nhiễu ai? Có lẽ chính chúng ta là người quấy nhiễu chúng. Xe cộ, âm thanh vẫn hoạt động theo đường lối tự nhiên của chúng. Chúng ta quấy nhiễu chúng bằng những ý tưởng sai lầm của chúng ta, cho rằng chúng ở ngoài chúng ta. Chúng ta cũng bị dính chặt vào ý tưởng muốn duy trì sự yên lặng, muốn không bị quấy nhiễu. Phải học để thấy rằng chẳng có cái gì quấy nhiễu chúng ta cả, mà chính chúng ta đã ra ngoài để quấy nhiễu chúng. Hãy nhìn cuộc đời như một tấm gương phản chiếu chúng ta. Khi tập được cách này thì chúng ta tiến bộ trong từng thời khắc, và mỗi kinh nghiệm của chúng ta đều làm hiển lộ chân lý và mang lại sự hiểu biết. Một cái tâm thiếu huấn luyện thường chứa đầy lo âu phiền muộn. Bởi thế chỉ một chút yên tịnh do thiền đem lại cũng dễ khiến cho chúng ta dính mắc vào đó. Đó là sự hiểu biết sai lầm về sự an tịnh trong thiền. Có đôi lúc chúng ta nghĩ rằng mình đã tận diệt được tham sân si, nhưng sau đó chúng ta lại thấy bị chúng tràn ngập. Thật vậy, tham đắm vào sự an tịnh còn tệ hơn là dính mắc vào sự dao động. Bởi vì khi dao động, ít ra chúng ta còn muốn thoát ra khỏi chúng; trong khi đó chúng ta rất hài lòng lưu giữ sự an tịnh và mong muốn được ở mãi trong đó. Đó chính là lý do khiến chúng ta không thể tiến xa hơn trong hành thiền. Vì vậy, khi đạt được hỷ lạc, bạn hãy tự nhiên, đừng dính mắc vào chúng. Dù hương vị của sự an tịnh có ngọt ngào đi nữa, chúng ta cũng phải nhìn chúng dưới ánh sáng của vô thường, khổ và vô ngã. hành thiền nhưng đừng mong cầu phải đạt được tâm định hay bất cứ mức độ tiến bộ nào. Chỉ cần biết tâm có an tịnh hay không an tịnh, và nếu có an tịnh thì mức độ của nó nhiều hay ít mà thôi. Làm được như vậy thì tâm của chúng ta sẽ tự động phát triển. Phải có sự chú tâm kiên cố thì trí tuệ mới phát sanh. Chú tâm như bật đèn và trí tuệ là ánh sáng phát sanh do sự bật đèn đó. Nếu không bật đèn thì đèn sẽ không sáng, nhưng không nên phí thì giờ với cái bật đèn. Cũng vậy định tâm chỉ là cái chén trống không, trí tuệ là thật phẩm đựng trong cái chén ấy. Đừng dính mắc vào đối tượng như dính mắc vào một loại chú thuật. Phải hiểu mục tiêu của nó. nếu chúng ta thấy niệm Phật khiến chúng ta dễ chú tâm thì niệm Phật, nhưng đừng nghĩ sai lầm rằng niệm Phật là cứu cánh trong việc tu hành. Chánh định là sự an định vững chắc của tâm có thể so sánh với ngọn đèn cháy sáng không dao động ở nơi kín gió. Chính sự tập trung đã làm cho tâm an trú và khiến cho nó không bị dao động, xáo trộn. Việc thật hành định tâm (samadhi) đúng đắn sẽ duy trì tâm và các tâm sở ở trạng thái quân bình. Hành giả có thể phải đương đầu với rất nhiều chướng ngại của tinh thần, nhưng với sự hỗ trợ của chánh tinh tấn và chánh niệm, tâm định vững vàng có khả năng đẩy lùi những chướng ngại, những tham dục đang khuấy động tâm của vị hành giả. Tâm định vững chắc không bị các pháp trần làm cho xao lãng, vì nó đã chế ngự được năm triền cái. Chánh Định là một trong ba phần học của Thiền Định (hai phần khác là Chánh Tinh Tấn và Chánh Niệm). Chánh định là tập trung tâm vào một đối tượng. Chánh định tiến bộ từ từ đến trạng thái tâm an trú nhờ vào Chánh Tinh Tấn và Chánh Niệm. Chánh định còn có thể giúp chúng ta tiến sâu vào sự nhất tâm cao hơn, hay những tầng thiền (sắc giới và vô sắc giới).

Chương 17. Chân Lý Mười Hai Nhân Duyên

Theo Đức Phật, nhân là nhân mà bạn đã gieo, thì từ đó bạn phải gặt lấy kết quả tương ứng, không có ngoại lệ. Nếu bạn gieo nhân tốt, ắt gặt quả tốt. Và nếu bạn gieo nhân xấu, ắt nhận lấy quả xấu. Vì vậy mà nếu bạn gieo một nhân nào đó với những duyên khác đi kèm, một quả báo hay hậu quả nào đó sẽ đến, không có ngoại lệ. Đức Phật dạy: "Do sự nối kết của các chuỗi nhân duyên mà có sự sinh, có sự diệt." Nhân quả trong đạo Phật không phải là chuyện tin hay không tin. Cho dù bạn không tin nhân quả thì nhân quả vẫn vận hành đúng theo chiều hướng mà nó phải vận hành. Nhân chính là chủng tử (hạt). Cái góp phần cho sự lớn mạnh của nó là duyên (hay điều kiện). Trồng một cái hạt xuống đất là gieo nhân. Những điều kiện là những yếu tố phụ vào góp phần làm cho cái hạt nảy mầm và lớn lên như đất đai, nước, ánh nắng mặt trời, phân bón và người làm vườn, vân vân. Theo đạo Phật, nhân loại và các loài hữu tình đều tự tạo, hoặc chủ động hoặc thụ động. Vũ trụ không phải là quy tâm độc nhất; nó là môi trường cọng sinh của vạn hữu. Phật giáo không tin rằng vạn hữu đến từ một nguyên nhân độc nhất, nhưng cho rằng mọi vật nhất định phải được tạo thành ít nhất là hai nguyên nhân. Những sáng hóa hay biến thành của các nguyên nhân đi trước nối tiếp trong liên tục thời gian, quá khứ, hiện tại và vị lai, như một chuỗi dây xích. Chuỗi xích này được chia thành 12 bộ phận, gọi là 12 khoen nhân duyên vì mỗi bộ phận liên quan nhau với công thức như sau "Cái này có nên cái kia có; cái này sinh nên cái kia sinh. Cái này không nên cái kia không; cái này diệt nên cái kia diệt." Như vậy, từ "Duyên Khởi" chỉ rằng: một sự vật sinh khởi hay được sinh sản từ tác dụng của một điều kiện hay duyên. Một vật không thành hình nếu không có một duyên thích hợp. Chân lý này áp dụng vào vạn hữu và mọi hiện tượng trong vũ trụ. Đức Phật đã trực nhận điều này một cách thâm sâu đến nỗi ngay cả khoa học hiện đại cũng không thể nghiên cứu xa hơn được. Khi chúng ta nhìn kỹ các sự vật quanh ta, chúng ta nhận thấy nước, đá, và ngay cả con người, mỗi thứ đều được sản sanh bởi một mẫu mực nào đó với đặc tính riêng của nó. Nhờ vào năng lực hay chiều hướng nào mà các duyên phát khởi nhằm tạo ra những sự vật khác nhau trong một trật tự

CHƯƠNG 17. Chân Lý Mười Hai Nhân Duyên

hoàn hảo từ một năng lượng bất định hay cái không như thế? Khi xét đến quy củ và trật tự này, chúng ta không thể không chấp nhận rằng có một quy luật nào đó. Đó là quy luật khiến cho mọi vật hiện hữu. Đây chính là giáo pháp mà Đức Phật đã tuyên thuyết.

Theo Kinh Trung Bộ, Đức Phật dạy: "Tùy thuộc vào dầu và tim đèn mà ngọn lửa của đèn bùng cháy; nó không phải sinh ra từ trong cái này cũng không phải từ trong cái khác, và cũng không có một nguyên động lực nào trong chính nó; hiện tượng giới cũng vậy, nó không hề có cái gì thường tại trong chính nó. Chúng ta cũng vậy, chúng ta không hiện hữu một cách ngẫu nhiên, mà hiện hữu và sống nhờ pháp này. Ngay khi chúng ta hiểu được sự việc này, chúng ta ý thức được cái nền tảng vững chắc của chúng ta và khiến cho tâm mình thoải mái. Chẳng chút bốc đồng nào, nền tảng này dựa trên giáo pháp vững chẳy vô song. Sự bảo đảm này là cội nguồn của một sự bình an vĩ đại của một cái thân không bị dao động vì bất cứ điều gì. Đây là giáo pháp truyền sức sống cho hết thảy chúng ta. Pháp không phải là cái gì lạnh lùng nhưng tràn đầy sức sống và sinh động. Tất cả hiện hữu là không thật có; chúng là giả danh; chỉ có Niết-bàn là chân lý tuyệt đối." Nghĩa chính của Lý Nhân Duyên là mọi hiện tượng đều được sinh ra và biến dịch do bởi luật nhân quả. Từ này chỉ rằng: một sự vật sinh khởi hay được sinh sản từ tác dụng của một điều kiện hay duyên. Một vật không thành hình nếu không có một duyên thích hợp. Chân lý này áp dụng vào vạn hữu và mọi hiện tượng trong vũ trụ. Đức Phật đã trực nhận điều này một cách thâm sâu đến nỗi ngay cả khoa học hiện đại cũng không thể nghiên cứu xa hơn được. Khi chúng ta nhìn kỹ các sự vật quanh ta, chúng ta nhận thấy nước, đá, và ngay cả con người, mỗi thứ đều được sản sanh bởi một mẫu mực nào đó với đặc tính riêng của nó. Nhờ vào năng lực hay chiều hướng nào mà các duyên phát khởi nhằm tạo ra những sự vật khác nhau trong một trật tự hoàn hảo từ một năng lượng bất định hay cái không như thế? Khi xét đến quy củ và trật tự này, chúng ta không thể không chấp nhận rằng có một quy luật nào đó. Đó là quy luật khiến cho mọi vật hiện hữu. Đây chính lá giáo pháp mà Đức Phật đã tuyên thuyết. Chúng ta không hiện hữu một cách ngẫu nhiên, mà hiện hữu và sống nhờ pháp này. Ngay khi chúng ta hiểu được sự việc này, chúng ta ý thức được cái nền tảng vững chắc của chúng ta và khiến cho tâm mình thoải mái. Chẳng chút bốc đồng nào, nền tảng này dựa trên giáo pháp vững chảy vô song. Sự bảo đảm này là cội nguồn của một sự bình an vĩ đại của một cái thân không bị dao động vì bất cứ điều gì. Đây là giáo pháp truyền sức sống cho hết thảy chúng ta. Pháp không phải là cái gì lạnh lùng nhưng tràn đầy sức sống và sinh động. Mọi vật trong thế giới hiện hữu đều do sự phối hợp của nhiều nhân duyên khác nhau, chính yếu là 12 nhân duyên.

Thứ nhất là Vô Minh: Vô minh có nghĩa là ngu dốt, hay hiểu sai lầm, không sáng, mê muội, không đúng như thật, mờ ám. Ngoài ra, vô minh còn có nghĩa là hoặc, mê tối, mù quáng tối tăm. Vô minh còn có nghĩa là không hiểu được tứ diệu đế, không hiểu được thật chất và nguyên nhân khổ đau cuộc đời, không biết được diệt khổ, không biết được con đường diệt khổ. Thứ nhì là Hành: Từ vô minh sanh ra hành. Vô minh là sự ngu dốt lầm nhận những hiện tượng huyễn hóa trên đời này mà cho rằng chúng là có thật. Khi có vô minh thì có hành động, tức là có sự biểu hiện, hay hiện bày. Khi có chỗ hiển bày thì có thức. Hành có nghĩa là hành vi, hoạt động do vô minh phiền não nổi lên làm cho thân, khẩu, ý tạo tác các nghiệp lành dữ, tức là sẽ tự thắt vào vòng luân hồi sanh tử, hay tiến dần đến giải thoát. Thứ ba là Thức: Từ hành sanh ra thức. Thức nghĩa là sự phân biệt. Hành là pháp hữu vi. Khi có pháp hữu vi thì tâm phân biệt liền sanh khởi. Mà có tâm phân biệt là có chuyện rắc rối khởi sanh. Thần thức là phần tinh thần. Nếu chưa được giải thoát thì sau khi chết, thân xác tiêu tan, nhưng do thân khẩu ý tạo những nghiệp lành dữ, ý thức ấy sẽ đi theo tiến trình luân hồi mà đi vào bụng mẹ. Chỉ khi nào tam nghiệp đồng thanh tịnh thì người ấy được giải thoát. Thứ tư là Danh Sắc: Từ ý thức ấy sanh ra một cái tên hay danh sắc. Sau khi sanh ra, nhờ vào ý thức mà chúng sanh ấy biết rằng nó có tên và thân thể, từ đó có ý thức về giác quan. Danh sắc chính là sự rắc rối trên đời này. Danh thì có rắc rối của danh, còn sắc lại có rắc rối của sắc. Trên cõi đời này, hễ có danh sắc là có rắc rối, mà hễ có rắc rối cũng do bởi tại danh sắc. Thứ năm là Lục Nhập: Sáu căn là sáu cơ quan bao gồm ngũ quan và tâm, nơi tiếp xúc với đối tượng bên ngoài. Sáu căn sanh ra là vì muốn hiểu biết. Do đó mới gọi là mắt, tai, mũi, lưỡi, thân và ý. Vì sao sanh khởi lục nhập? Vì muốn hiểu biết mà sanh khởi lục nhập. Tuy nhiên, có mấy ai ngờ rằng càng hiểu biết thì người ta càng mê muội, mà càng mê muội thì càng không hiểu biết. Thứ Sáu là Xúc: Sự tiếp xúc với thế giới bên ngoài, từ đó sanh ra cảm giác. Xúc nghĩa là xúc chạm, tiếp xúc. Khi không hiểu biết thì chúng ta cứ xúc chạm đủ phía giống như con ruồi cứ bay va chạm vào bức tường thành vậy. Vì sao chúng ta lại muốn xúc chạm? Vì chúng ta muốn hiểu biết. Những cảm giác vui, buồn, sướng khổ. Qua cảm giác đưa tới sự ham muốn. Thứ bảy là Thọ: Sau khi tiếp xúc thì chúng ta có cảm giác, đó là "Thọ". Khi không chạm phải việc khó khăn thì cảm giác của chúng ta rất thoải mái. Một khi chạm phải việc khó khăn chúng ta mới có cảm giác khó chịu. Khi không có người nào chê mình dở thì mình cảm thấy sung sướng, tới lúc bị chê mới thấy không vui. Đây chính là Cảm Thọ hay Cảm Giác. Thứ tám là Ái: Ham muốn vui sướng kéo dài. Từ ham muốn đưa đến trói buộc. Khi có cảm thọ thì yêu thích và chấp trước khởi sanh. Tại sao chúng ta có cảm giác bất an? Vì chúng ta có ái. Có ái có yêu thì có ghét bỏ hay không thích. Đối với thuận cảnh thì sanh lòng yêu thích; với nghịch cảnh thì ghét bỏ. Tại sao mình vui? Vì sao mình không vui, vân vân, tất cả đều do ái ố mà ra. Ố nghĩa là không yêu thích hay ghét bỏ. Chính vì

87

có ái ố mà sự việc ngày càng thêm rắc rối. Thứ chín là Thủ: Chấp thủ vào những thứ mà mình ham thích. Khi mình yêu thích thứ gì thì mình sanh tâm muốn nắm giữ nó, tức là thủ. Thủ là gì? Thủ là chấp trước, muốn chiếm hữu hay nắm giữ. Bởi vì có ái nên mới có lòng muốn chiếm đoạt. Khi đã chiếm hữu rồi, dục vọng liền được thỏa mãn. Vì sao mình lại muốn thỏa mãn dục vọng? Tại vì mình muốn sở hữu nó. Thứ mười là Hữu: Do đó mới nói "Hữu" tức là "Có". Từ những tham dục mà chấp hữu, cố gắng làm chủ những gì mình muốn như tiền bạc, nhà cửa, danh vọng, vân vân. Thứ mười một là Sanh: Qua chấp hữu mà "sanh" theo liền. Vì có cái hữu, nghĩa là "Có" hay "sự hiện hữu," nên cứ muốn vật gì đó thuộc về mình. Khi đã thuộc về mình, thì liền có "Sanh". Như vậy, thủ và hữu làm thành những nguyên nhân hiện tiền đưa đến "Sanh". Mà qua sanh là dị diệt, khổ đau và chết chóc. Thứ mười hai là Lão Tử: Hễ có sanh ra là có già và có chết. Trong cuộc sống mới này, rồi con người sẽ phải đi đến lão và tử như mọi chúng sanh khác vậy thôi.

Chương 18. Chân Lý Về Bảy Phẩm Giác Ngộ

Trong Phật giáo, bảy phẩm giác ngộ còn được gọi là thất bồ đề phần. Đức Phật luôn nhắc nhở chúng đệ tử của Ngài như vầy: "Thất Bồ Đề Phần là bảy yếu tố giác ngộ hay thất giác chi đều đem lại lợi ích kỳ diệu. Một khi các yếu tố này được phát triển đầy đủ sẽ có năng lực chấm dứt khổ đau phiền não." Điều này có nghĩa là vòng luân hồi sanh tử tạo bởi danh sắc sẽ hoàn toàn dừng nghỉ khi các yếu tố giác ngộ được phát triển đầy đủ. Ngoài ra, bảy yếu tố giác ngộ cũng có công năng tiêu diệt những đạo binh ma. Bao lâu những đạo binh ma này còn hiện diện thì chúng ta vẫn còn bị lẩn quẩn trong vòng đau khổ tái sanh. Đức Phật và những vị giác ngộ đã phát triển đầy đủ thất giác chi, đã thoát khỏi khổ đau trong vòng tam giới (dục giới, sắc giới và vô sắc giới).

CHƯƠNG 18. Chân Lý Về Bảy Phẩm Giác Ngộ

Bảy yếu tố giác ngộ được phát triển tròn đầy sẽ giúp đưa hành giả đến sự an lạc của Niết-bàn. Vì vậy mà bảy yếu tố này luôn được xem như những linh dược, chúng tạo nên sức mạnh cho tâm chịu đựng được mọi thăng trầm vinh nhục của cuộc sống. Thêm vào đó, bảy yếu tố giác ngộ này cũng thường chữa trị được thân và tâm bệnh. Theo Kinh Phúng Tụng trong Trường Bộ Kinh, có bảy giác chi hay thất bồ đề phần. Phật tử tu hành thất giác chi đạt được những kết quả sau đây: Tất cả ác pháp đều được tiêu trừ; tất cả pháp lành càng ngày càng tăng trưởng; vì tu thiện bỏ ác nên luôn luôn được an lạc, không bị đau khổ; sẽ chứng quả thành Phật.

Hành giả không thể nào nhìn trời nhìn đất mà đạt được giác ngộ. Hành giả cũng không thể nào chỉ đọc sách hay nghiên cứu kinh điển mà đắc đạo, cũng không phải do suy tư hay mong ước mà thành Phật. Theo Kinh Phúng Tụng trong Trường Bộ Kinh, có bảy giác chi hay thất bồ đề phần. Đây là những điều kiện cần thiết để đưa đến giác ngộ. Phật tử tu hành thất giác chi đạt được những kết quả sau đây: Tất cả ác pháp đều được tiêu trừ; tất cả pháp lành càng ngày càng tăng trưởng; vì tu thiện bỏ ác nên luôn luôn được an lạc, không bị đau khổ; sẽ chứng quả thành Phật. Chữ "Bojjhanga" xuất phát từ hai chữ "Bodhi" và "anga." Chữ "Bodhi" có nghĩa là giác ngộ hay người giác ngộ, và chữ "anga" có nghĩa là nguyên nhân đưa đến sự giác ngộ. Một nghĩa khác của chữ "Bojjhanga" căn cứ trên một trong hai nghĩa gốc của từ Pali trên. Như vậy nghĩa khác của "Bojjhanga" là sự hiểu biết hay thấy được bốn chân lý và Bát Chánh Đạo. Thỉnh thoảng, bảy yếu tố giác ngộ còn được gọi là 'sambojjhanga'. Tiếp đầu ngữ 'sam' có nghĩa là tròn đầy hay hoàn hảo; tuy nhiên, tiếp đầu ngữ này không làm khác nghĩa của bảy yếu tố giác ngộ. Tất cả hành giả đều hiểu Tứ Diệu Đế ở một mức độ nào đó, nhưng theo Phật giáo, hiểu biết chân chính về bốn chân lý ấy đòi hỏi một thời điểm chuyển biến đặc biệt của tâm thức, gọi là đạo tâm. Đó là một trong những tuệ cao nhất mà hành giả đạt được trong tu tập tập thiền quán vì nó bao gồm luôn cả kinh nghiệm về Niết-bàn. Một khi hành giả đã chứng nghiệm được điều này, tức là người ấy đã hiểu biết sâu xa về Tứ Diệu Đế, và như thế có nghĩa là hành giả đã có được các "Bồ Đề phần" bên trong mình. Một người như vậy được gọi là một bậc cao thượng. Như vậy "Bồ Đề Phần" hay những yếu tố của sự giác ngộ cũng là những phẩm chất của một bậc cao quý. Bảy yếu tố giác ngộ gồm: Trạch Pháp Giác Chi, Tinh Tấn Giác Chi, Hỷ Giác Chi (hỷ lạc), Khinh An Giác Chi, Niệm Giác Chi, Định Giác Chi, và Xả Giác Chi. Người tu thiền theo Phật giáo có thể tìm thấy trong tất cả những yếu tố này trong tiến trình tu tập thiền định của mình. Người tu tập Thiền định nên luôn nhớ lời Phật dạy: "Nếu Thiền Tứ Niệm Xứ được thật hành với nỗ lực, tinh tấn và chuyên cần thì bảy yếu tố giác ngộ sẽ tự động phát triển trọn vẹn." Như vậy, chính Đức Phật đã nhấn mạnh rất rõ ràng về sự liên hệ giữa Thiền và Thất Bồ Đề Phần. Tuy nhiên, hành giả không nhờ nhìn trời nhìn đất mà được giác ngộ. Hành giả cũng không nhờ đọc sách hay học kinh điển mà được giác ngộ, cũng không phải nhờ suy nghĩ, không phải do mong ước mà sự giác ngộ sẽ bừng sáng trong tâm của hành giả. Có những điều kiện cần thiết để đưa hành giả đến giác ngộ. Làm thế nào để phát triển những yếu tố này? Muốn phát triển những yếu tố này phải tu tập giới, định, tuệ.

Thứ nhất là Trạch Pháp Giác Chi: Trạch pháp hay nhiệt thành khảo sát giáo pháp hay hiện tượng. Trạch pháp là kiến thức sâu sắc và có tính cách phân tách đến chi tiết để thấu đạt trọn vẹn thật chất của tất cả các pháp hữu vi, vô tri vô giác hay hữu giác hữu tri, người hay chư Thiên. Đó là thấy đúng thật tướng của sự vật, thấy sự vật đúng trong bối cảnh của nó. Chỉ có xuyên qua thiền định chúng ta mới có khả năng thấy được tất cả các pháp hữu vi một cách rốt ráo và cùng tột những nguyên tố căn bản. Nhờ nhiệt thành thiền định và khảo sát như vậy mà ta có thể nhận thức rằng tất cả

CHƯƠNG 18. Chân Lý Về Bảy Phẩm Giác Ngộ

các pháp hữu vi đều trải qua những giai đoạn sanh, trụ, dị, diệt một cách nhanh chóng, đến độ khó có thể thấy được; toàn thể vũ trụ đều liên tục biến đổi, không hề tồn tại giống hệt trong hai khoảnh khắc kế tiếp nhau; mọi sự vật đều phải chịu sự chi phối của duyên, nhân, và quả; những gì vô thường, bất ổn định đều đưa đến quả khổ; không có cái gọi là "thật ngã," hay một linh hồn trường tồn bất biến; thật tướng của ba đặc tính vô thường, khổ và vô ngã.

Thứ nhì là Tinh Tấn Giác Chi: Tinh tấn là một tâm sở, mà cũng là chi thứ sáu của Bát Chánh Đạo, được gọi là "chánh tinh tấn." Tinh tấn là năng lực kiên trì, liên tục thiền định, liên tục hướng tâm vào đối tượng quan sát. Người tu thiền nên dũng cảm và tinh tấn trong khi tu tập thiền định. Đức Phật không tự xưng là một đấng cứu thế có khả năng và sẵn sàng lãnh chịu tội lỗi của chúng sanh. Ngài chỉ là người vạch ra con đường, chứ Ngài không đi thế dùm ai được. Chính vì thế mà Ngài khuyên rằng mỗi người phải thành thật, nhiệt tâm, và nhứt quyết thành đạt mục tiêu mà mình muốn đến. Ngài cũng đã khuyên tứ chúng rằng: "Hãy tự lấy con làm hải đảo cho con, hãy lấy chính con làm nơi nương tựa cho con." Như thế ấy, Đức Bổn Sư kêu gọi tứ chúng không nên ỷ lại vào ai khác ngoài mình. Bất luận ở vào trường hợp nào, người tu theo Phật không nên đánh mất niềm hy vọng và tinh tấn. Hãy nhìn tấm gương rạng ngời của Phật, Ngài không bao giờ thối chí, Ngài luôn dũng mãnh và tinh tấn, ngay từ thời Ngài còn là vị Bồ Tát. Người tu tập thiền định phải kiên nhẫn chấp nhận những khó khăn và thử thách trong lúc hành thiền, phải bỏ hết mọi lạc thú hay sở thích hàng ngày, phải cố gắng dụng công tu tập thiền định một cách liên tục. Một trong những điều khó khăn nhất cho hành giả tu thiền là cái tâm dong ruổi, không bao giờ chịu ở yên trên đề mục mà cả ngày chỉ muốn đi lang bạt khắp mọi nơi. Còn nơi thân, mỗi khi chúng ta ngồi tréo chân hành thiền, chúng ta đều cảm thấy toàn thân căng thẳng, hay khó chịu vì những cơn đau hoành hành. Có lúc chúng ta nhứt tâm cố gắng ngồi tréo cẳng cho được một tiếng đồng hồ, nhưng chỉ sau mười phút là chân tê, cổ cứng, vân vân và vân vân. Người tu thiền cần phải có sự quyết tâm tinh tấn để sẵn sàng đương đầu với mọi khó khăn thử thách. Một khi chúng ta phát triển tinh tấn trong thiền định, tâm của chúng ta sẽ có đủ sức mạnh để chịu đựng những cơn đau nhức, khó chịu và mệt mỏi một cách kiên nhẫn và can đảm. Tinh tấn có khả năng làm cho tâm tỉnh táo và mạnh mẽ cho dầu trong bất cứ hoàn cảnh khó khăn nào. Người tu tập thiền định phải luôn tinh tấn tu tập bốn thứ sau đây: điều lành chưa sanh, phải tinh cần làm cho sanh; điều thiện đã sanh, phải tinh cần khiến cho ngày càng thêm lớn; điều ác chưa sanh, phải tinh cần cho chúng đừng sanh; điều ác đã sanh, phải tinh cần dứt trừ đi. Đức Phật đã dạy trong Kinh Pháp Cú, câu 280: "Người sống tiêu cực, uể oải, dã dượi, không tinh tấn chuyên cần, dầu còn trẻ tuổi và khỏe mạnh vẫn lười biếng, suy nhược và thiếu quyết tâm, con người lười biếng ấy không bao giờ tìm ra được con đường dẫn đến trí tuệ và giác ngộ, giải thoát."

Thứ ba là Hỷ Giác Chi (hỷ lạc): Hỷ Lạc Giác Chi có nghĩa là vui thích, nhưng một đặc tánh đặc biệt của Hỷ Lạc Giác Chi là nó có thể khiến các tâm sở khác có cảm giác nhẹ nhàng, vui thích và thỏa mãn. Hỷ giác chi là một tâm sở, và là một đức tánh có ảnh hưởng sâu rộng đến thân và tâm. Người thiếu đức "hỷ lạc" không thể tiến bước trên đường giác ngộ, vì trong người ấy lúc nào cũng mang máng một trạng thái lãnh đạm lạnh lùng trước thiện pháp, một thái độ bất mãn với thiền tập, một sự biểu lộ bất toại nguyện. Hành giả tu thiền nên luôn nhớ rằng Hỷ Giác Chi chỉ phát sanh khi tâm của chúng ta tương đối rũ sạch các phiền não. Để rũ bỏ phiền não, chúng ta không có sự lựa chọn nào khác hơn là phải tinh tấn chánh niệm trong từng phút giây để định tâm được phát sinh và phiền não bị tận diệt. Như vậy, chúng ta phải luôn hướng tâm vào việc phát triển Hỷ Giác Chi qua chánh

CHƯƠNG 18. Chân Lý Về Bảy Phẩm Giác Ngộ

niệm liên tục, dù lúc chúng ta đang đi, đứng, nằm, ngồi hay đang làm các công việc khác. Muốn tu tập đức "hỷ lạc," hay tâm phỉ, hành giả cần luôn nhớ rằng hạnh phúc không tìm được từ vật chất bên ngoài, mặc dù chuyện lớn chuyện nhỏ bên ngoài luôn có ảnh hưởng đến tâm mình. Hạnh phúc chỉ có được nơi những người biết tri túc. Hành giả tu theo Phật nên luôn nhớ rằng có sự khác biệt lớn lao giữa thỏa thích và hạnh phúc. Cảm giác thích thú là cái gì tạm bợ nhất thời, chỉ thoáng qua rồi mất. Thỏa thích có thể là một dấu hiệu báo trước khổ đau phiền não, vì những gì mà ta ôm ấp tâng tiu trong khoảnh khắc này, có thể là nguồn đau khổ trong khoảnh khắc kế tiếp. Khi thấy một hình sắc, nghe một âm thanh, ngửi một mùi, nếm một vị, hay nhận thức một ý nghĩ, chúng ta thường bị các đối tượng của giác quan và trần cảnh kích thích, cũng như cảm thấy ít nhiều thỏa thích. Tuy nhiên, chúng chỉ là những hiện tượng phù du tạm bợ, vừa phát sanh đã hoại diệt. Hạnh phúc thật sự không đến với chúng ta bằng cách bám víu hay nắm chắc lấy những vật vô tri hay hữu tri, mà chỉ đạt được bằng hạnh buông bỏ. Đức Phật đã từ bỏ cung vàng điện ngọc, vợ đẹp con ngoan, uy quyền tột đỉnh, để cuối cùng Ngài đạt được giác ngộ và giải thoát, chúng ta há có con đường nào khác?

Thứ tư là Khinh An Giác Chi: Khinh an có nghĩa là an hay vắng lặng an tĩnh. Có nhiều người tâm luôn ở trạng thái dao động, luôn chạy lung tung hết nơi này đến nơi khác không ngừng nghỉ. Khi tâm bị tán loạn thì chúng ta không thể nào kiểm soát được hành động của chính mình. Ngược lại, chúng ta bắt đầu hành động theo sự ngông cuồng và tưởng tượng, chẳng ý thức được sự tốt xấu của việc mình đang làm. Có hai loại khinh an: thân an có nghĩa sự an tịnh của toàn thể các tâm sở, chớ không riêng phần thân thể vật chất. Nói cách khác, đây là trạng thái an tĩnh vắng lặng của sắc uẩn, thọ uẩn, tưởng uẩn, và hành uẩn; tâm an, hay trạng thái an tĩnh vắng lặng của thức uẩn. Người đã trau dồi tâm khinh an vắng lặng sẽ không còn phiền lụy, bối rối hay cảm kích khi phải đương đầu với tám pháp thăng trầm của thế gian, vì người ấy nhận thức được trạng thái phát sanh và hoại diệt, cũng như tánh cách mong manh nhất thời của vạn hữu. Tâm khinh an vắng lặng là việc rất khó thực hiện vì tâm luôn có khuynh hướng không bao giờ ở yên một chỗ. Rất khó cột và kéo tâm trở lại. Kinh Pháp Cú, từ câu 33 đến 36, Đức Phật đã dạy: "Tâm ở trong trạng thái giống như con cá mới bị bắt ra khỏi nước và bị vứt lên đất khô. Nó luôn phóng nhảy bất định." Sự bình tĩnh và trầm lặng không phải là một thái độ hèn yếu. Chỉ có những con người có văn hóa mới làm được chuyện này. Bình tĩnh trầm lặng trước thuận cảnh không phải là điều khó, điều khó ở đây là người Phật tử phải luôn giữ tâm an tĩnh vắng lặng trước mọi nghịch cảnh. Làm được như vậy mới mong thành đạt được giác ngộ và giải thoát.

Thứ năm là Niệm Giác Chi: Niệm Giác chi hay trạng thái chánh niệm tỉnh thức qua quán chiếu. Đây là phương tiện hữu hiệu nhất để làm chủ lấy mình. Ngoài ra, Niệm Giác Chi còn có nghĩa là 'sức mạnh của sự quán sát', và chức năng của chánh niệm là giữ cho đối tượng luôn nằm trong tầm quán sát của mình, không quên nó, mà cũng không cho nó biến khỏi tầm quán sát của mình. Một khi chánh niệm có mặt thì đối tượng sẽ được ghi nhận không bị quên lãng. Niệm giác chi bao gồm thân niệm xứ hay quán thân bất tịnh. Thọ niệm xứ hay quán thọ thị khổ; tâm niệm xứ hay quán tâm vô thường; pháp niệm xứ hay quán pháp vô ngã. Con người không thể có chánh niệm nếu không kiểm soát những tác động của thân, khẩu và ý của mình. Nói cách khác, nếu không tinh chuyên hành trì giới luật thì không bao giờ có thể nói đến tỉnh thức được. Trong Kinh Trường A Hàm, lời di huấn tối hậu của Đức Phật trước khi Ngài nhập Niết-bàn là: "Tất cả các pháp hữu vi đều vô thường. Hãy kiên trì chánh niệm để thành đạt giải thoát. Ngài Xá Lợi Phất trước khi nhập diệt cũng đã khuyên nhủ tứ chúng: "Hãy kiên trì chánh niệm để thành đạt giải

CHƯƠNG 18. Chân Lý Về Bảy Phẩm Giác Ngộ

thoát." Trong Kinh Tăng Nhất A Hàm, Đức Phật đã dạy: "Này chư Tỳ-kheo, Như Lai không thấy một pháp nào mà có nhiều năng lực như sự chuyên cần chú niệm, để làm phát sinh những tư tưởng thiện chưa phát sanh, và làm tan biến những tư tưởng bất thiện đã phát sanh. Với người hằng có chánh niệm, những tư tưởng thiện, nếu chưa sanh sẽ phát sanh, và những tư tưởng bất thiện, nếu đã phát sanh sẽ tan biến."

Thứ sáu là Định Giác Chi: Định Giác Chi là khả năng giữ tâm tập trung không tán loạn. Định chính là tâm sở nằm trên đối tượng quán sát. Định cũng ghìm tâm vào đối tượng, xuyên thấu và nằm trong đối tượng đó. Bản chất của định là không tách rời, không tán loạn, không phân tán. Tâm định là tâm dán chặt vào đối tượng, chìm trong đối tượng và duy trì sự tĩnh lặng ngay trong đối tượng. Khi tu tập thiền quán, hành giả dán chặt tâm mình vào đối tượng hay quán sát trực tiếp các hiện tượng để thấy rõ bản chất thật của chúng mà không dựa vào sự suy nghĩ hay phân tích nào cả. Mặc dầu thời điểm định chỉ là tạm thời, nhưng định có thể khởi sinh từ thời điểm này qua thời điểm khác không gián đoạn nếu chúng ta chịu khó tu tập liên tục. Bên cạnh đó, định còn có khả năng gom tụ các tâm sở khác lại với nhau, không cho chúng phân tán hay tách rời nhau. Nhờ vậy mà tâm an trụ vững chãi trong đối tượng. Tâm an trụ và tập trung vào đề mục hành thiền. Một khi tâm yên tịnh và tĩnh lặng thì trí tuệ phát sinh và từ đó chúng ta có thể nhìn thấy sự vật đúng theo chân tướng của nó. Do đó, định giác chi là nguyên nhân gần nhất của sự phát sanh ra trí tuệ. Tâm an trụ có khả năng chế ngự được năm pháp triền cái (tham dục, Sân hận, hôn trầm thụy miên, trạo cử hối quá, và nghi hoặc triền cái), vì từng bước từng bước, trí tuệ sẽ ngàng càng xuyên thấu vào chân lý. Chừng đó, hành giả sẽ trực nhận được bản chất vô thường, khổ và vô ngã của vạn hữu, và từ đó không có triền cái nào còn có thể chế ngự được mình nữa. Người hành thiền hay

95

người có nguyện vọng thành tựu giác ngộ, phải đương đầu với rất nhiều chướng ngại, đặc biệt là năm pháp gây trở ngại mạnh mẽ trong việc định tâm, và chận ngang con đường giải thoát. Định là trạng thái tâm ổn định vững chắc, có thể ví như ngọn đèn vững ngọn, không dao động, ở một nơi không có gió. Định có khả năng giữ các tâm sở trong trạng thái quân bình. Định giữ cho tâm ngay thẳng, không lay chuyển; tiêu trừ khát vọng chẳng những giúp tâm không vọng động, mà còn giúp mang lại sự thanh tịnh nơi tâm. Người quyết tâm trau dồi "định" phải nghiêm trì giới luật, vì chính giới đức đạo hạnh nuôi dưỡng đời sống tâm linh và làm cho tâm an trụ vắng lặng.

Thứ bảy là Xả Giác Chi: Xả Giác Chi là hoàn toàn xả bỏ, nghĩa là tâm không còn bị quấy nhiễu bởi nội chướng hay ngoại trần. Thuật ngữ Bắc Phạn 'Upeksa' có nghĩa là bình thản, trầm tỉnh, vô tư, không thành kiến, không lệch lạc, không thiên vị. Trong thiền định, tâm xả là tâm luôn giữ một thái độ không thành kiến và trầm tĩnh trước những khó khăn và thử thách. Tâm xả là cái tâm giữ được quân bình về năng lực, và có thể đạt được qua công phu tu tập hằng ngày. Theo Vi Diệu Pháp, "xả" có nghĩa là trung lập, không thiên vị bên nào. Đó là trạng thái tâm quân bình chứ không phải tâm lãnh đạm thờ ơ, hay thản nhiên dửng dưng. Đây là kết quả của tâm định an tĩnh vắng lặng. Theo Đức Phật, phương cách hay nhất khiến cho tâm xả này phát sanh là có sự chú tâm sáng suốt và chánh niệm liên tục. Một khi tâm xả được phát triển thì tâm xả trước sẽ tạo ra tâm xả kế tiếp và cứ như vậy mà tiếp diễn liên tục. Trong xã hội loạn động hôm nay, con người khó mà tránh khỏi những chao động khi phải va chạm thường xuyên với những thăng trầm của cuộc sống; tuy nhiên, người đã tu tập được "xả giác chi" này không còn nghe phiền lụy bực mình nữa. Giữa những phong ba bão táp của cuộc đời như lợi lộc, lỗ lã, danh thơm, tiếng xấu, tán tụng, chê trách, hạnh phúc và khổ đau, người có tâm xả không bao giờ bị lay động. Hành giả tu tập thiền định có khả năng xả bỏ để hiểu rằng trên đời này không có ai làm chủ được bất cứ thứ gì cả. Trong Kinh Pháp Cú, câu 83, Đức Phật đã từng dạy: "Người tốt buông xả tất cả. Bậc Thánh nhân không nghĩ đến ái dục. Dầu hạnh phúc hay đau khổ bậc thiện trí không bồng bột cũng không để tinh thần suy sụp." Người đã tu tập và trau dồi được tâm xả, luôn bình thản và tránh được bốn con đường sai lạc: tham ái, sân hận, yếu hèn và si mê. Người tu tập và trau dồi được tâm xả luôn nhìn chúng sanh mọi loài một cách bình đẳng, không thiên vị.

Chương 19. Chân Lý Về Tứ Vô Lượng Tâm

Tâm vô lượng là tâm rộng lớn không thể tính lường được. Thật ra, có rất nhiều tế hạnh mà hành giả tu Phật phải chuẩn bị trước cũng như trong lúc tu tập. Hành giả tu Phật phải tu tập thế nào mà khi chứng kiến sự thành công của người khác mình phải khởi tâm tùy hỷ; khi thấy người khác đau khổ mình phải khởi tâm thương xót và thông cảm. Khi chính mình thành công mình phải luôn giữ tâm khiêm cung, vân vân và vân vân. Tuy nhiên, Đức Phật đã chỉ ra bốn cái tâm lớn vô lượng. Bốn tâm vô lượng này không những làm lợi ích cho vô lượng chúng sanh, dẫn sinh vô lượng phúc đức và tạo thành vô lượng quả vị tốt đẹp trong thế giới đời sống trong một đời, mà còn lan rộng đến vô lượng thế giới trong vô lượng kiếp sau này, và tạo thành vô lượng chư Phật. Bốn tâm vô lượng, còn gọi là Tứ Đẳng hay Tứ Phạm Hạnh, hay bốn trạng thái tâm cao thượng. Được gọi là vô lượng vì chúng chiếu khắp pháp giới chúng sanh không giới hạn không ngăn ngại. Cũng còn được gọi là "Phạm Trú" vì đây là nơi trú ngụ của Phạm Chúng Thiên trên cõi Trời Phạm Thiên.

Chính tinh thần Từ Bi mà Đức Phật dạy đã ảnh hưởng sâu sắc đến trái tim của vua A Dục, một đại hoàng đế Phật tử của Ấn Độ vào thế kỷ thứ 3 trước Tây Lịch. Trước khi trở thành một Phật tử, ông đã từng là một vị quân vương hiếu chiến giống như cha mình trước là vua Bình Sa Vương, và ông nội mình là vua Candaragupta. Khát vọng muốn bành trướng lãnh thổ của mình đã khiến nhà vua đem quân xâm lăng và chiếm cứ nước láng giềng Kalinga. Trong cuộc xâm lăng này, hàng ngàn người đã bị giết, trong khi nhiều chục ngàn người khác bị thương và bị bắt làm tù binh. Tuy nhiên, khi sau đó nhà vua tin nơi lòng từ bi của đạo Phật, ông đã nhận ra sự điên rồ của việc giết hại này. Vua A Dục cảm thấy vô cùng ân hận mỗi khi nghĩ đến cuộc thảm sát khủng khiếp này và nguyện giã từ vũ khí. Có thể nói vua A Dục là vị quân vương duy nhất trong lịch sử, là người sau khi chiến thắng đã từ bỏ con đường chinh phục bằng đường lối chiến tranh và mở đầu cuộc chinh phục bằng đường lối chánh pháp. Như chỉ dụ 13 khắc trên đá của vua A Dục cho thấy "Vua đã tra kiếm vào vỏ không bao giờ rút ra nữa. vì Ngài ước mong không làm tổn hại đến các chúng sanh." Việc truyền bá tín ngưỡng từ bi của Đức Phật trên khắp thế giới phương Đông, phần lớn là do những nỗ lực táo bạo và không mệt mỏi của vua A Dục. Pháp Phật đã một thời làm cho tâm hồn người Á Châu trở nên ôn hòa và không hiếu chiến. Tuy nhiên, nền văn minh hiện đại đang xiết chặt trên các vùng đất Châu Á. Một điều mà ai trong chúng ta cũng phải chấp nhận là với đà tăng trưởng và phát triển của văn minh, thì sức sống nội tâm sẽ suy thoái, và con người ngày càng trở nên sa đọa. Với sự tiến triển của khoa học hiện đại rất nhiều thay đổi đã diễn ra, tất cả những thay đổi và cải tiến này, thuộc về lãnh vực vật chất bên ngoài, và có khuynh hướng làm cho con người thời nay ngày càng trở nên quan tâm đến nhục dục trần tục hơn, nên họ xao lãng những phẩm chất nơi tâm hồn, và trở nên ích kỷ hay vô lương tâm. Những đợt sóng văn minh vật chất đã ảnh hưởng đến nhân loại và tác động đến lối suy tư cũng như cách sống của họ. Con người bị trói buộc thậm tệ bởi giác quan của họ, họ sống quá thiên về thế giới vật chất đến nỗi không còn tiếp chạm được với cái thiện mỹ của thế giới bên trong. Chỉ có quan niệm sống từ bi theo lời Đức Phật dạy mới có thể lập lại sự quân bình về tinh thần và hạnh phúc cho nhân loại mà thôi.

Hành giả tu Phật nên luôn tuân thủ tứ vô lượng tâm vì đó là bốn phẩm hạnh dẫn tới lối sống cao thượng. Chính nhờ bốn phẩm hạnh này mà hành giả có thể loại trừ được tánh ích kỷ và trạng thái bất hòa; đồng thời tạo được tánh vị tha và sự hòa hợp trong gia đình, xã hội và cộng đồng. Trong thiền tập, đây là bốn tâm giải thoát, vì từ đó mình có thể nhìn thấy những gì tốt đẹp nhất nơi tha nhân. Như vậy, tứ vô lượng tâm cũng có thể được xem như những đề mục hành thiền thù thắng, qua đó hành giả có thể trau dồi những trạng thái tâm cao siêu hơn. Nhờ tu tập những phẩm chất cao thượng của tứ vô lượng tâm mà hành giả có thể an trụ nơi tâm tỉnh lặng và thanh sạch. Phương pháp thiền tập về tự phân tích, tự kiểm, tự khám phá không bao giờ nên hiểu là chúng ta phải ngưng cảm thông với những người khác. Đi theo con đường tu tập thiền định không phải là tự cô lập trong một cái lồng hay một cái buồng, mà là tự do cởi mở trong quan hệ với mọi người. Con đường tự nhận thức bao giờ cũng đem lại kết quả tạo nên một đường lối đối xử khác với mọi người, một đường lối thấm nhuần từ bi, thương yêu và cảm thông với mọi sanh linh.

Từ Vô Lượng Tâm: Lòng từ, một trong những đức tính chủ yếu của Phật giáo. Lòng từ thiện vô tư đối với tất cả mọi người. Thực tập lòng từ nhằm chiến thắng hận thù, trước là với người thân rồi sau với ngay cả người dưng, và sau cùng là hướng lòng từ đến với ngay cả kẻ thù, vì tâm từ là lòng ước muốn tất cả chúng sanh đều được an vui hạnh phúc. Trong kinh Pháp Cú, Đức Phật dạy: "Hận thù không chấm dứt được hận thù; chỉ có tình thương mới chấm dứt được hận thù mà thôi." Thật vậy, lòng bi mẫn và lòng từ ái là những thứ cực kỳ quan trọng đối với con người, vì dẫu rằng có những cố gắng tự cung tự túc, nhưng con người vẫn cần có nhau. Không ai là một hòn đảo riêng biệt cả. Một hòn đảo biệt lập ngoài biển khơi có thể tự tồn một mình, nhưng con người không thể sống một mình. Chúng ta cần lẫn nhau, và chúng ta phải xem nhau như những người bạn hay những người giúp đỡ hỗ trợ lẫn nhau. Mọi người, theo thuyết luân hồi, thật ra đều là anh em với nhau, đúng nghĩa là những thành viên trong một đại gia đình, vì qua nhiều vòng liên hồi liên tục, không có một người nam hay một người nữ nào trong quá khứ đã không từng là cha mẹ hay anh chị em của chúng ta. Vì vậy, chúng ta phải tập thương yêu nhau, kính trọng nhau, che chở cho nhau, và chia sẻ với người khác những gì mình có. Tu tập thiền định là tự tập loại trừ lòng ganh ghét, thù hận và vị kỷ, để phát triển lòng từ bi lân mẫn đến với mọi loài. Chúng ta có thân xác và đời sống của riêng mình, nhưng chúng ta vẫn có thể sống hài hòa và giúp đỡ người khác trong khả năng có được của mình. Trong đạo Phật, lòng từ là lòng yêu thương rộng lớn đối với chúng sanh mọi loài, còn gọi là từ vô lượng tâm. Từ vô lượng tâm là lòng thương yêu vô cùng rộng lớn đối với toàn thể chúng sanh mọi loài, và gây tạo cho chúng sanh cái vui chân thật. Hành giả tu thiền phải cẩn thận canh phòng cái gọi là 'tình yêu thương dưới hình thức yêu thương xác thịt', đó chỉ là cái vui của thế gian mà thôi. Cái vui của thế gian chỉ là cái vui giả tạm, vui không lâu bền, cái vui ấy bị phiền não chi phối; khi tham sân si được thỏa mãn thì vui; khi chúng không được thỏa mãn thì buồn. Muốn có cái vui chân thật, cái vui vĩnh viễn thì trước tiên chúng ta phải nhổ hết khổ đau do phiền não gây ra. "Từ" phải có lòng bi đi kèm. Bi để chỉ nguyên nhân của đau khổ và khuyên bảo chúng sanh đừng gây nhân khổ, từ để chỉ phương pháp cứu khổ ban vui. Tuy nhiên, lòng từ không phải là một đặc tính bẩm sinh. Nếu chúng ta muốn phát triển lòng từ chúng ta phải bỏ nhiều thời gian hơn để thật hành. Ngồi thiền tự nó không mang lại cho chúng ta cái gọi là "lòng từ." Muốn được lòng từ , chúng ta phải đưa nó vào hành động trong cuộc sống hằng

CHƯƠNG 19. Chân Lý Về Tứ Vô Lượng Tâm

ngày của chúng ta. Trong những sinh hoạt hằng ngày của chúng ta, chúng ta phải phát triển sự cảm thông và gần gũi với người khác bằng cách suy niệm về những khổ đau của họ. Chẳng hạn như khi gặp ai đang khổ đau phiền não thì chúng ta hết lòng an ủi hoặc giúp đỡ họ về vật chất nếu cần. Nỗi khổ của chúng sanh vô lượng thì lòng từ cũng phải là vô lượng. Muốn thành tựu tâm từ này, hành giả tu thiền phải dùng đủ phương tiện để làm lợi lạc cho chúng sanh, trong khi hóa độ phải tùy cơ và tùy thời. Tùy cơ là quan sát trình độ căn bản của chúng sanh như thế nào rồi tùy theo đó mà chỉ dạy. Cũng giống như thầy thuốc phải theo bệnh mà cho thuốc. Tùy thời là phải thích ứng với thời đại, với giai đoạn mà hóa độ. Nếu không thích nghi với hoàn cảnh và không cập nhật đúng với yêu cầu của chúng sanh, thì dù cho phương pháp hay nhất cũng không mang lại kết quả tốt. Trong Kinh Tâm Địa Quán, Đức Phật đã dạy về bốn thứ không tùy cơ là nói không phải chỗ, nói không phải thời, nói không phải căn cơ, và nói không phải pháp. Thiền định trên Tâm Từ là tu tập làm sao có được cái tâm đem lại niềm vui sướng cho chúng sanh. Ở đây hành giả với tâm đầy lòng từ trải rộng khắp nơi, trên, dưới, ngang, hết thảy phương xứ, cùng khắp vô biên giới, vị ấy luôn an trú biến mãn với tâm từ, quảng đại, vô biên, không hận, không sân. Từ vô lượng tâm còn có nghĩa là tâm ao ước mong muốn phúc lợi và hạnh phúc của chúng sanh. Sức mạnh của "Lòng Từ" là Hạnh Phúc Thế Gian, nhưng cũng là Năng Lực cho sự tu tập Thiền Định. Tâm từ có sức mạnh đem lại hạnh phúc thế tục cho chúng ta trong kiếp này. Không có tâm từ, con người trên thế giới này sẽ đương đầu với vô vàn vấn đề như hận, thù, ganh ghét, đố kỵ, kiêu ngạo, vân vân. Phật tử nên phát triển tâm từ, nên ấp ủ yêu thương chúng sanh hơn chính mình. Thương yêu nên được ban phát một cách vô điều kiện, bất vụ lợi và bình đẳng giữa thân sơ, bạn thù.

Bi Vô Lượng Tâm: Bi vô lượng tâm là cái tâm hay tấm lòng bi mẫn thương xót cứu vớt người khác thoát khỏi khổ đau phiền não. Lòng bi là lòng vị tha, không vì bản ngã, mà dựa trên nguyên tắc bình đẳng. Khi thấy ai đau khổ bèn thương xót, ấy là bi tâm. Lòng bi mẫn có nghĩa là tư duy vô hại. "Karuna" được định nghĩa như "tính chất làm cho trái tim của người thiện lành rung động trước những bất hạnh của người khác" hay "tính chất làm khơi dậy những cảm xúc dịu dàng trong một người thiện lành, khi nhìn thấy những khổ đau của người khác. Độc ác, hung bạo là kẻ thù trực tiếp của lòng bi mẫn. Mặc dù sự buồn rầu hay sầu khổ có thể xuất hiện dưới dạng một người bạn, nó vẫn không phải là Karuna thật sự, mà chỉ là lòng trắc ẩn giả dối, lòng trắc ẩn như vậy là không trung thật và chúng ta phải cố gắng phân biệt tâm bi thật sự với lòng trắc ẩn giả dối này. Người có lòng bi mẫn là người tránh làm hại hay áp bức kẻ khác, đồng thời cố gắng xoa dịu những bất hạnh của họ, bố thí sự vô úy hay đem lại sự an ổn cho họ cũng như cho mọi người, không phân biệt họ là ai. Lòng Bi Mẫn không có nghĩa là thụ động. Lòng Bi Mẫn trong đạo Phật có nghĩa là từ bi lân mẫn, và từ bi lân mẫn không có nghĩa là cho phép người khác chà đạp hay tiêu diệt mình. Chúng ta phải tử tế với mọi người, nhưng chúng ta cũng phải bảo vệ chính chúng ta và nhiều người khác. Nếu cần giam giữ một người vì người ấy nguy hiểm, thì phải giam. Nhưng chúng ta phải làm việc này với tâm từ bi. Động lực là ngăn ngừa người ấy tiếp tục phá hoại và nuôi dưỡng lòng sân hận. Đối với hành giả tu Phật, Lòng Bi Mẫn có thể giúp chế ngự được sự ngạo mạn và ích kỷ. Bi Vô Lượng Tâm là tâm cứu khổ cho chúng sanh. Ở đây hành giả với tâm đầy lòng bi mẫn trải rộng khắp nơi, trên, dưới, ngang, hết thảy phương xứ, cùng khắp vô biên giới, vị ấy luôn an trú biến mãn với tâm bi, quảng đại, vô biên, không hận, không sân. Bi vô lượng tâm còn làm tâm ta rung động khi thấy ai đau khổ. Tâm ao ước mong muốn loại trừ đau khổ của người khác, đối lại với sự tàn ác. Một khi chúng ta đã kiện toàn lòng bi mẫn thì tâm chúng ta sẽ tràn đầy những tư tưởng vị tha, và tự

CHƯƠNG 19. Chân Lý Về Tứ Vô Lượng Tâm

nhiên chúng ta nguyện cống hiến đời mình cho việc cứu khổ người khác. Ngoài ra, lòng bi mẫn còn giúp chúng ta chế ngự được sự ngạo mạn và ích kỷ. Lòng bi mẫn có nghĩa là mong cầu cho người khác được thoát khỏi những khó khăn và đau khổ mà họ đã và đang phải trải qua. Lòng bi mẫn khác với lòng thương hạivà những tâm thái có tính cách chiếu cố khác. Lòng bi mẫn luôn đi kèm với nhận thức về sự bình đẳng giữa mình và những chúng sanh khác về phương diện mong cầu hạnh phúc và mong muốn thoát khỏi cảnh khổ, và từ đó làm cho chúng ta có thể giúp người khác dễ dàng như giúp chính bản thân mình. "Đồng cảm từ bi hay khoan dung," một trong những phẩm chất quan trọng và nổi bật nhất của chư Phật và chư Bồ tát, và "bi" cũng chính là động lực phía sau sự theo đuổi cứu cánh giác ngộ Bồ Đề. Sự đồng cảm này thể hiện một cách không phân biệt đối với tất cả chúng sanh mọi loài. Từ bi là một thái độ tích cực quan tâm đến sự khổ não của các chúng sanh khác. Sự đồng cảm ở người tu tập phải được gia tăng bằng trí năng để trở thành đúng đắn và có hiệu quả. Tính từ bi thể hiện ở Bồ Tát Quán Âm. Theo Phật giáo Nguyên Thủy, bi là một trong "tứ vô lượng tâm." Nó quan hệ tới việc phát triển lòng thương cảm nơi vô số chúng sanh. Theo Phật giáo Đại thừa, từ bi không chưa gọi là đủ, vì nó vẫn còn kém lòng "đại bi" của chư Bồ Tát đến với hết thảy chúng sanh, và từ bi phải đi đôi với trí tuệ mới có thể đạt đến đại giác được. Vì vậy hành giả phải tu tập cả bi lẫn trí, để cái này cân bằng và làm mạnh cái kia. Lòng "Bi" chính là một trong những cửa ngõ quan trọng đi đến đại giác, vì nhờ đó mà chúng ta không giết hại chúng sanh.

Lòng bi mẫn có nghĩa là mong cầu cho người khác được thoát khỏi những khó khăn và đau khổ mà họ đã và đang phải trải qua. Lòng bi mẫn khác với lòng thương hại và những tâm thái có tính cách chiếu cố khác. Lòng bi mẫn luôn đi kèm với nhận thức về sự bình đẳng giữa mình và những chúng sanh khác về phương diện mong cầu hạnh phúc và mong muốn thoát khỏi cảnh khổ, và từ đó làm cho chúng ta có thể giúp người khác dễ dàng như giúp chính bản thân mình. Ở đây vị Tỳ-kheo với tâm đầy lòng bi mẫn trải rộng khắp nơi, trên, dưới, ngang, hết thảy phương xứ, cùng khắp vô biên giới, vị ấy luôn an trú biến mãn với tâm bi, quảng đại, vô biên, không hận, không sân. Bi vô lượng tâm còn làm tâm ta run động khi thấy ai đau khổ. Tâm ao ước mong muốn loại trừ đau khổ của người khác, đối lại với sự tàn ác. Lòng bi mẫn của chư vị Bồ Tát là không thể nghĩ bàn. Chư Bồ Tát là những bậc đã giác ngộ, những vị Phật tương lai, tuy nhiên, các Ngài nguyện sẽ tiếp tục trụ thế trong một thời gian thật dài. Tại sao vậy? Vì lợi ích cho tha nhân, vì các ngài muốn cứu vớt chúng sanh ra khỏi cơn đại hồng thủy của khổ đau phiền não. Nhưng còn lợi ích của chính các ngài ở đâu? Với các ngài, lợi ích của chúng sanh chính là lợi ích của các ngài, bởi vì các ngài muốn như vậy. Tuy nhiên, nói như vậy thì ai có thể tin được? Thật là đúng với những người khô cạn tình thương, chỉ nghĩ đến riêng mình thì thấy khó tin được lòng vị tha của vị Bồ Tát. Nhưng những người có từ tâm thì hiểu nó dễ dàng. Chúng ta chẳng thấy đó sao, một số người nguội lạnh tình thương thấy thích thú trước niềm đau nỗi khổ của người khác, dù cho niềm đau nỗi khổ chẳng mang lại lợi ích chi cho họ? Và chúng ta cũng phải thừa nhận rằng chư Bồ Tát, cương quyết trong tình thương, thấy hoan hỷ giúp ích cho kẻ khác không chút lo âu vị kỷ. Chúng ta chẳng thấy sao, những kẻ u minh trước bản chất thật sự của vạn hữu nên coi cái "Ngã" là thật nên trói buộc vào nó và hậu quả là khổ đau phiền não. Trong khi chư Bồ Tát đã xóa bỏ được cái "Ngã" nên ngừng xem những cái "Ta" và "của ta" là thật. Chính vì thế mà chư vị Bồ Tát luôn ân cần từ bi đối với tha nhân và sẵn sàng chịu muôn ngàn khổ đau phiền não vì sự ân cần từ bi này. Lòng bi mẫn chắc chắn không phải là một trạng thái ủy mị hay yếu đuối của tâm. Nó là một cái gì đó mạnh mẽ, vững chắc. Trái tim của người có lòng bi mẫn thật sự sẽ rung động, khi thấy một người nào đó trong cơn hoạn nạn. Tuy nhiên, đây không phải là một sự ưu sầu buồn bã; chính sự rung động này đã khích lệ người ấy hành động và thúc dục người ấy cứu nguy kẻ bất hạnh. Muốn làm được điều này phải cần đến sức mạnh của tâm, phải cần đến rất nhiều lòng khoan dung và tâm xả. Thật là sai lầm khi có người vội vã đi đến kết luận rằng lòng bi mẫn là sự biểu lộ một tâm hồn yếu đuối, bởi vì nó có tính chất dịu dàng, nhu mì. Quan điểm của đạo Phật về lòng bi mẫn không có những giới hạn quy định. Mọi chúng sanh kể cả những sinh vật nhỏ bé nhất bò dưới chân chúng ta. Như vậy, nhân sinh quan của đạo Phật cho rằng không có chúng sanh nào được xem như nằm ngoài vòng từ bi và không có sự phân biệt giữa người, thú, sâu bọ, hay giữa người và người như thượng đẳng hay hạ liệt, giàu hay nghèo, mạnh hay yếu, trí hay ngu, đen hay trắng, Bà La Môn hay Chiên Đà La, vân vân, vì Từ Bi không có biên giới, và ngay khi chúng ta cố gắng phân chia con người ra trên căn bản sai lầm vừa kể trên, liền theo đó cái cảm xúc tư riêng đã lẻn vào và những phẩm chất vô hạn này đã trở thành hữu hạn, mà điều này trái ngược lại với những lời dạy của Đức Phật. Chúng ta cần phải thận trọng không để nhầm lẫn tâm bi với những biểu hiện bệnh hoạn của sự buồn rầu, với những cảm giác khổ thân, và với sự ủy mị. Mất một người thân, chúng ta khóc, nhưng cái khóc đó không phải là lòng bi mẫn. Nếu phân tích những cảm xúc này một cách cẩn thận, chúng ta sẽ thấy rằng chúng chỉ là những biểu hiện bề ngoài của những tư tưởng, hay ý nghĩ trìu mến, ích kỷ nằm bên trong của chúng ta. Tại sao chúng ta cảm thấy buồn rầu? Bởi vì người thân của chúng ta đã qua đời. Người đó là bạn bè, họ hàng của chúng ta nay không còn nữa. Chúng ta cảm thấy rằng mình đã mất đi một niềm hạnh phúc và mọi thứ khác mà người ấy đem lại, cho nên chúng ta buồn rầu. Dầu thích hay không thích, tự lợi vẫn là nguyên nhân chính của tất cả những tình cảm đó. Không thể gọi đây là "Karuna" được, tại sao chúng ta không buồn khóc khi những người chết đó không phải là người thân của chúng ta? Đơn giản là vì chúng ta không quen với họ, chúng ta chẳng mất mát gì cả và sự qua đời của họ cũng chẳng ảnh hưởng gì đến những vui thú và lợi ích mà chúng ta đã có.

Theo Hòa Thượng Thích Nhất Hạnh trong tác phẩm "Giận," hiểu biết và từ bi là hai nguồn năng lượng rất mạnh. Hiểu biết và từ bi ngược lại với ngu si và thụ động. Nếu cho rằng từ bi là thụ động, yếu đuối hay hèn nhát tức là không hiểu gì hết về ý nghĩa đích thật của hiểu biết và từ bi. Nếu cho rằng những người có tâm từ bi không bao giờ chống đối và phản ứng với bất công là lầm. Họ là những chiến sĩ, những anh hùng, anh thư đã từng thắng trận. Khi bạn hành động với tâm từ bi, với thái độ bất bạo động trên căn bản của quan điểm bất nhị thì bạn phải có rất nhiều hùng lực. Bạn không hành động vì sân hận, bạn không trừng phạt hay chê trách. Từ luôn lớn mạnh trong bạn và bạn có thể thành công trong việc tranh đấu chống bất công. Từ bi không có nghĩa là chịu đau khổ không cần thiết hay mất sự khôn ngoan bình thường. Thí dụ như bạn hướng dẫn một đoàn người đi thiền hành, di chuyển thật chậm và thật đẹp. Thiền hành tạo ra rất nhiều năng lượng; thiền hành đem lại sự yên tịnh, vững chảy và bình an cho mọi người. Nhưng nếu bất thình lình trời lại đổ cơn mưa thì bạn đâu có thể cứ tiếp tục đi chậm để cho mọi người phải bị ướt sũng được? Như vậy là không thông minh. Nếu bạn là một người hướng dẫn tốt bạn sẽ chuyển qua thiền chạy (lúp súp). Bạn vẫn duy trì được niềm vui của thiền hành. Bạn vẫn có thể cười và mỉm cười để tỏ ra mình không ngu ngơ trong tu tập. Bạn vẫn có thể giữ chánh niệm khi thực tập thiền chạy dưới cơn mưa. Chúng ta phải thực tập bằng đường lối thông minh. Thiền tập không phải là một hành động ngu ngơ. Thiền tập không phải là nhắm mắt bắt chước người kế bên. Thiền tập là khéo léo và sử dụng trí thông minh của chính mình. Người tu tập thiền quán nên luôn nhớ rằng con người không phải là kẻ thù của chúng ta. Kẻ thù của chúng ta không phải là người khác. Kẻ thù của chúng ta là bạo động, si mê, và bất công trong chính chúng ta và trong người khác. Khi chúng ta trang bị với lòng từ bi và sự hiểu biết, chúng ta không đấu tranh với người khác, nhưng chúng ta chống lại khuynh hướng chiếm đoạt, khống chế và bóc lột. Chúng ta không muốn tiêu diệt người khác, nhưng chúng ta không để cho họ khống chế và bóc lột chúng ta hay người khác. Chúng ta phải tự bảo chúng ta. Chúng ta có trí thông minh, và trí tuệ. Từ bi không có nghĩa là để cho người khác mặc tình bạo động với chính họ và với chúng ta. Từ bi có nghĩa là thông minh. Hành động bất bạo động xuất phát từ tình thương chỉ có thể là một hành động thông minh. Khi nói tới bi mẫn, vị tha và phúc lợi của người khác, chúng ta không nên lầm tưởng rằng nó có nghĩa là mình phải quên mình hoàn toàn. Lòng bi mẫn vị tha là kết quả của một tâm thức mạnh mẽ, mạnh đến độ con người đó tự thách đố lòng vị kỷ hay lòng chỉ yêu có mình từ đời này qua đời khác. Bi mẫn vị tha hay làm vì người khác là một trong những cửa ngõ quan trọng đi vào đại giác, vì nhờ đó mà chúng ta không đổ thừa đổ lỗi cho người.

Hỷ Vô Lượng Tâm: Hỷ là sự sung sướng vui mừng vô ngần trong thiền định. Hỷ là một trong những cửa ngõ quan trọng đi vào đại giác, vì nhờ đó mà chúng ta xả bỏ đi những ưu phiền và khó chịu của cuộc sống hằng ngày của chúng ta, và cũng nhờ đó mà chúng ta đạt được nhiều trạng thái định tĩnh cho tâm trí. Đây là giác chi thứ ba, giai đoạn mà vị Bồ Tát cảm thấy thích thú khi đạt được chân lý. Hỷ tâm là tâm tiến đến sự cứu vớt tha nhân, tâm vui mừng trước sự thành công, hạnh phúc của kẻ khác. Hỷ, niềm vui chia sẻ, niềm vui khi thấy người khác hạnh phúc. Thực tập Hạnh "hỷ" nhằm giúp chống lại tật xấu là vui trên niềm bất hạnh của kẻ khác, và cũng nhằm xóa bỏ sự phân biệt giữa ta và người. Hỷ vô lượng tâm là tâm vui mừng khi thấy người khác thoát khổ được vui. Ở đây hành giả với đầy tâm hỷ trải rộng khắp nơi, trên, dưới, ngang, hết thảy phương xứ, cùng khắp vô biên giới, vị ấy luôn an trú biến mãn với tâm hỷ, quảng đại, vô biên, không hận, không sân. Hỷ tâm còn là tâm vui khi thấy người thành công thịnh vượng. Thái độ khen ngợi hay chúc mừng này giúp loại bỏ tánh ganh tỵ bất mãn với sự thành công của người. Hỷ tâm còn là cái tâm vui theo điều thiện. Vui theo cái vui của người (thấy người làm việc thiện, lòng mình hoan hỷ vui sướng theo). Đây là hạnh nguyện thứ năm trong Phổ Hiền Thập Hạnh Nguyện. Tùy hỷ công đức là phát tâm chứng nhất thiết trí mà siêng tu cội phước, chẳng tiếc thân mạng, làm tất cả những hạnh khó làm, đầy đủ các môn Ba La Mật, chứng nhập các trú địa của Bồ Tát, đến trọn quả vô thượng Bồ đề, vân vân bao nhiêu căn lành ấy, dù nhỏ dù lớn, chúng ta đều tùy hỷ. Hỷ là cái tâm có công năng loại trừ ác cảm. Do công phu tu tập thiền định và khảo sát những thăng trầm của kiếp sống, hành giả có thể trau dồi đức hạnh cao thượng này và hoan hỷ với tình trạng an lành, hạnh phúc và tiến bộ của người khác. Kỳ thật, khi chúng ta vui được với niềm vui của người khác, tâm chúng ta càng trở nên thanh tịnh, tinh khiết và cao cả hơn.

Xả Vô Lượng Tâm: "Xả" là nội tâm bình đẳng và không có chấp trước, một trong những đức tính chính của Phật giáo, xả bỏ sẽ đưa đến trạng thái hửng hờ trước những vui khổ hay độc lập với cả hai thứ này. Xả được định nghĩa là tâm bình đẳng, như không phân biệt trước người vật, kỷ bỉ; xả bỏ thế giới vạn hữu, không còn bị phiền não và dục vọng trói buộc. Xả là một trong thất giác phần hay thất bồ đề phần. Đức Phật dạy: "Muốn được vào trong cảnh giới giải thoát thậm thâm của các bậc Bồ Tát, Phật tử trước hết cần phải xả bỏ tất cả dục lạc của ngũ dục của phàm phu. Theo Kinh Duy Ma Cật, khi ngài Văn Thù Sư Lợi Bồ Tát đến thăm bệnh cư sĩ Duy Ma Cật, ông có hỏi về lòng "xả". Văn Thù Sư Lợi hỏi Duy Ma Cật: "Sao gọi là lòng xả?" Duy Ma Cật đáp: "Những phước báo mà vị Bồ Tát đã làm, không có lòng hy vọng". Xả bỏ là không luyến chấp khi làm lợi lạc cho tha nhân. Thói thường khi chúng ta làm điều gì nhất là khi được kết quả tốt, thì chúng ta hay tự hào, tự mãn, và đắc chí. Sự bất bình, cãi vã xung đột giữa người và người, nhóm này với nhóm khác cũng do tánh chấp trước mà nguyên nhân là do sự chấp ngã, chấp pháp mà ra. Đức Phật dạy rằng nếu có người lên án mình sai, mình nên trả lại họ bằng lòng thương, không nên chấp chặt. Khi họ càng cuồng dạy thì chúng ta càng xả bỏ, luôn tha thứ cho họ bằng sự lành. Làm được như vậy là vui. Các vị Bồ Tát đã ly khai quan niệm chấp pháp, nên không thấy mình là ân nhân của chúng sanh; ngược lại, lúc nào họ cũng thấy chính chúng sanh mới là ân nhân của mình trên bước đường lợi tha mẫn chúng, tiến đến công hạnh viên mãn. Thấy chúng sanh vui là Bồ tát vui vì lòng từ bi. Các ngài xả bỏ đến độ người gần xa đều xem bình đẳng, kẻ trí ngu đều coi như nhau, mình và người không khác, làm tất cả mà thấy như không làm gì cả, nói mà không thấy mình có nói gì cả, chứng mà không thấy mình chứng gì cả. Tâm xả bỏ mọi thứ vật chất cũng như vượt lên mọi cảm xúc. Ở đây hành giả với đầy tâm xả trải rộng khắp nơi, trên, dưới, ngang, hết thảy phương xứ, cùng khắp vô biên giới, vị ấy luôn an trú biến mãn với tâm xả, quảng đại, vô biên, không hận, không sân. Xả vô lượng tâm còn được coi như là nơi mà chư Thiên trú ngụ. Đây là trạng thái tâm nhìn người không thiên vị, không luyến ái, không thù địch, đối lại với thiên vị và thù hằn. Tâm 'Xả' giúp cho hành giả tu thiền gác qua một bên cả hai cực đoan bám víu và thù hằn. Nhờ tâm 'Xả' mà hành giả luôn đi trên trung đạo, không còn chạy theo những thứ ưa thích hay xua đuổi những thứ làm mình không vừa ý. Nhờ tâm 'Xả' mà hành giả luôn có tâm bình thản, quân bình, không giận dữ, buồn phiền hay lo âu. Xả đóng vai trò rất quan trọng chẳng những cho việc tu tập, mà còn trong đời sống hằng ngày của chúng ta nữa. Thông thường, chúng ta bị những đối tượng vừa lòng và thích thú làm dính mắc hay bị dao động vì gặp phải những đối tượng không ưa thích. Đây là những trở ngại hầu như mọi người đều gặp phải. Chúng ta bị yêu ghét chi phối nên không có sự quân bình. Vì vậy mà tham lam và sân hận dễ dàng lôi kéo chúng ta. Theo Thiền Sư U. Pandita trong quyển "Ngay Trong Kiếp Này", có năm cách để phát triển tâm xả: Xả đối với tất cả chúng sanh. Điều thiết yếu đầu tiên làm cho tâm xả phát sinh là có thái độ xả ly đối với tất cả chúng sanh, bao gồm những người thân yêu và ngay cả loài vật. Để chuẩn bị cho tâm xả phát sanh, chúng ta phải cố gắng vun bồi thái độ không luyến ái, không chấp giữ và có tâm xả đối với cả người và vật mà mình yêu thương. Phàm nhân chúng ta có thể có một ít dính mắc vào những người thân thuộc, nhưng quá nhiều dính mắc sẽ có hại cho cả mình và người. Có thái độ xả ly với vật vô tri vô giác. Muốn phát triển tâm xả chúng ta cũng phải có thái độ xả ly với vật vô tri vô giác như tài sản, y phục, quần áo thời trang. Tất cả mọi thứ rồi cũng sẽ phải bị hủy hoại theo thời gian bởi mọi thứ trên thế gian này đều bị vô thường chi phối. Tránh xa người quá luyến ái. Những người này thường dính mắc vào sự chấp giữ, chấp giữ vào người, vào vật mà họ cho là thuộc về mình. Nhiều người cảm thấy khổ sở khi thấy người khác sử dụng tài sản hay vật dụng của mình. Thân cận người không quá luyến ái và người có tâm xả. Hướng tâm vào việc phát triển tâm xả. Khi tâm hướng vào việc phát triển xả ly thì nó không còn lang thang những việc phàm tình thế tục nữa.

Chương 20. Chân Lý Nhân Quả

Trong đạo Phật, nhân là nguyên nhân, là năng lực phát động; quả là kết quả, là sự hình thành của năng lực phát động. Định luật nhân quả chi phối vạn sự vạn vật trong vũ trụ không có ngoại lệ. Luật nhân quả hay sự tương quan giữa nguyên nhân và kết quả trong luật về "Nghiệp" của Phật giáo. Mọi hành động là nhân sẽ có kết quả hay hậu quả của nó. Giống như vậy, mọi hậu quả đều có nhân của nó. Luật nhân quả là luật căn bản trong Phật giáo chi phối mọi hoàn cảnh. Luật ấy dạy rằng người làm việc lành, dữ hoặc vô ký sẽ nhận lấy hậu quả tương đương. Người lành được phước, người dữ bị khổ. Nhưng thường thường người ta không hiểu chữ phước theo nghĩa tâm linh, mà hiểu theo nghĩa giàu có, địa vị xã hội, hoặc uy quyền chánh trị. Chẳng hạn như người ta bảo rằng được làm vua là do quả của mười nhân thiện đã gieo trước, còn người chết bất đắc kỳ tử là do trả quả xấu ở kiếp nào, dầu kiếp này người ấy không làm gì đáng trách. Nhân quả là một định luật tất nhiên nêu rõ sự tương quan, tương duyên giữa nhân và quả, không phải có ai sinh, cũng không phải tự nhiên sinh. Nếu không có nhân thì không thể có quả; nếu không có quả thì cũng không có nhân. Nhân nào quả nấy, không bao giờ nhân quả tương phản hay mâu thuẫn nhau. Nói cách khác, nhân quả bao giờ cũng đồng một loại. Nếu muốn được đậu thì phải gieo giống đậu. Nếu muốn được cam thì phải gieo giống cam. Một khi đã gieo cỏ dại mà mong gặt được lúa bắp là chuyện không tưởng. Một nhân không thể sinh được quả, mà phải được sự trợ giúp của nhiều duyên khác, thí dụ, hạt lúa không thể nảy mầm lúa nếu không có những trợ duyên như ánh sáng, đất, nước, và nhân công trợ giúp. Trong nhân có quả, trong quả có nhân. Chính trong nhân hiện tại chúng ta thấy quả vị lai, và chính trong quả hiện tại chúng ta tìm được nhân quá khứ. Sự chuyển từ nhân đến quả có khi nhanh có khi chậm. Có khi nhân quả xảy ra liền nhau như khi ta vừa đánh tiếng trống thì tiếng trống phát hiện liền. Có khi nhân đã gây rồi nhưng phải đợi thời gian sau quả mới hình thành như từ lúc gieo hạt lúa giống, nảy mầm thành mạ, nhổ mạ, cấy lúa, mạ lớn thành cây lúa, trổ bông, rồi cắt lúa, vân vân, phải qua thời gian ba bốn tháng, hoặc năm sáu tháng.

Có khi từ nhân đến quả cách nhau hằng chục năm như một đứa bé cắp sách đến trường học tiểu học, đến ngày thành tài 4 năm đại học phải trải qua thời gian ít nhất là 14 năm. Có những trường hợp khác từ nhân đến quả có thể dài hơn, từ đời trước đến đời sau mới phát hiện. Hiểu và tin vào luật nhân quả, Phật tử sẽ không mê tín dị đoan, không ỷ lại thần quyền, không lo sợ hoang mang. Biết cuộc đời mình là do nghiệp nhân của chính mình tạo ra, người Phật tử với lòng tự tin, có thêm sức mạnh to lớn sẽ làm những hành động tốt đẹp thì chắc chắn nghiệp quả sẽ chuyển nhẹ hơn, chứ không phải trả đúng quả như lúc tạo nhân. Nếu làm tốt nữa, biết tu thân, giữ giới, tu tâm, nghiệp có thể chuyển hoàn toàn. Khi biết mình là động lực chính của mọi thất bại hay thành công, người Phật tử sẽ không chán nản, không trách móc, không ỷ lại, có thêm nhiều cố gắng, có thêm tự tin để hoàn thành tốt mọi công việc. Biết giá trị của luật nhân quả, người Phật tử khi làm một việc gì, khi nói một lời gì, nên suy nghĩ trước đến kết quả tốt hay xấu của nó, chứ không làm liều, để rồi phải chịu hậu quả khổ đau trong tương lai.

Một số người tin theo Cơ Đốc giáo, và theo Cơ Đốc giáo, thì định mệnh của con người được Thượng đế quyết định. Thượng đế quyết định cho một người được lên thiên đàng hay xuống địa ngục; Thượng đế còn định trước cả cuộc đời của con người trên thế gian này. Vài người khác tin vào thuyết định mệnh, rằng mỗi người chúng ta đều có số phận sẵn mà chúng ta không thể nào thay đổi, cũng như không làm gì khác hơn được. Họ tin rằng 'Việc gì đến sẽ đến'. Trong triết lý này, nhân tố quyết định số phận con người không phải là Thượng đế, mà là một sức mạnh huyền bí gọi là 'số phận' vượt quá tầm hiểu biết của chúng ta. Còn một số người khác nữa lại tin vào sự trái ngược lại với số phận, họ là những người tin vào thuyết 'vô định': mọi việc xảy ra đều do sự tình cờ hay ngẫu nhiên nào đó. Họ tin rằng nếu một người may mắn, người đó sẽ đạt được hạnh phúc và sự thành công; nếu không may thì sẽ phải chịu khổ đau và thất bại, nhưng tất cả những gì mà con người nhận lãnh đều không do một tiến trình của sự

CHƯƠNG 20. Chân Lý Nhân Quả

quyết định, mà đều do tình cờ, hoàn toàn ngẫu nhiên. Trong Cơ Đốc giáo, người tín hữu thờ phượng Thượng đế và cầu nguyện Ngài để được tha thứ khỏi phải lãnh những hậu quả của những hành động xấu ác mà người ấy đã gây tạo. Phật giáo khác với Cơ Đốc giáo ở chỗ Phật giáo xét căn nguyên của mọi điều xấu do bởi vô minh chứ không do tội lỗi do sự nhận thức sai lầm, chứ không do việc hành động theo ý muốn và chống đối. Về một định nghĩa thực tiễn cho vô minh, chúng ta có thể xem đó là bốn tà kiến làm cho chúng ta đi tìm sự thường hằng trong chỗ vô thường, tìm sự thanh thản trong chỗ không thể tách rời ra khỏi khổ đau, tìm cái ngã trong chỗ chẳng liên quan gì đến bản ngã chân thật, và tìm vui thú trong chỗ thật ra chỉ toàn là sự ghê tởm đáng chán. Theo luật 'Nhân Quả' của nhà Phật, hiện tại là cái bóng của quá khứ, tương lai là cái bóng của hiện tại. Vì vậy mà hành động của chúng ta trong hiện tại là quan trọng nhất, vì điều mà chúng ta làm ngày nay ấn định con đường của sự phát triển tương lai của mình. Vì lý do này mà người tu thiền nên luôn chú tâm vào hiện tại hầu có thể tiến triển tốt trên đường tu đạo. Theo giáo lý về tái sanh trong đạo Phật, quan hệ nhân quả giữa hành động và hậu quả của nó không những chỉ có giá trị trong hiện đời, mà còn có giá trị với những đời quá khứ và tương lai nữa. Luật nhân quả phổ thông này không thể nào tránh được. Giống như mình không thể nào chạy trốn được cái bóng của chính mình, chúng ta không thể nào trốn chạy hậu quả của những hành động của mình. Chúng sẽ mãi đeo đuổi chúng ta dầu chúng ta có lẩn trốn ở bất cứ nơi đâu. Ngoài ra, Đức Phật còn dạy, tâm bất thiện tạo ra những tư tưởng bất thiện (hận, thù, tổn hại và tà kiến, vân vân), cũng như những hành động gây ra khổ đau loạn động. Tâm bất thiện sẽ hủy diệt sự an lạc và thanh tịnh bên trong.

Đạo Cơ Đốc tự mâu thuẫn bởi một câu viết trong Thánh Kinh "Người gieo cái gì thì sẽ gặt cái nấy" với sự ân xá nhờ ơn Chúa hay Thượng đế. Cái câu "Gieo gì gặt nấy" rõ ràng hoàn toàn phù hợp với ý nghĩa của luật nhân quả tự nhiên, trong khi sự ân xá nhờ ơn Chúa hoàn toàn phủ nhận luật nhân quả tự nhiên này. Nhưng trong đạo Phật, không ai có thể tha thứ cho một người khỏi những vi phạm của người đó. Nếu làm một điều ác thì người đó phải gặt hái những hậu quả xấu, vì tất cả đều do luật chung điều khiển chứ không do một đấng sáng tạo toàn năng nào. Theo Phật giáo, những vui sướng hay đau khổ trong kiếp này là ảnh hưởng hay quả báo của tiền kiếp. Thế cho nên cổ đức có nói: "Dục tri tiền thế nhân, kim sanh thọ giả thị. Dục tri lai thế quả, kim sanh tác giả thị." Có nghĩa là muốn biết nhân kiếp trước của ta như thế nào, thì hãy nhìn xem quả báo mà chúng ta đang thọ lãnh trong kiếp này. Muốn biết quả báo kế tiếp của ta ra sao, thì hãy nhìn vào những nhân mà chúng ta đã và đang gây tạo ra trong kiếp hiện tại. Một khi hiểu rõ được nguyên lý này rồi, thì trong cuộc sống hằng ngày của người con Phật chơn thuần, chúng ta sẽ luôn có khả năng tránh các điều dữ, làm các điều lành. Mọi hành động làm nhân sẽ có một kết quả hay hậu quả. Cũng như vậy, kết quả hay hậu quả đều có nhân của nó. Luật nhân quả là khái niệm căn bản trong đạo Phật, nó chi phối tất cả mọi trường hợp. Người Phật tử tin luật nhân quả chứ không không phải thưởng phạt. Mọi hành động hễ là nhân ắt có quả. Tương tự, hễ là quả ắt có nhân. Luật nhân quả là ý niệm căn bản trong Phật giáo chi phối mọi hoàn cảnh. Đây là định luật căn bản của vạn hữu, nếu một người gieo hạt giống tốt thì chắc chắn người đó sẽ gặt quả tốt; nếu người ấy gieo hạt giống xấu thì hiển nhiên phải gặt quả xấu. Dù kết quả có thể mau hay chậm, mọi người chắc chắn sẽ nhận những kết quả tương ứng với những hành động của mính. Người nào thâm hiểu nguyên lý này sẽ không bao giờ làm điều xấu.

Theo Phật Giáo, mọi hành động là nhân sẽ có kết quả hay hậu quả của nó. Giống như vậy, mọi hậu quả đều có nhân của nó. Luật nhân quả là luật căn bản trong Phật giáo chi

CHƯƠNG 20. Chân Lý Nhân Quả

phối mọi hoàn cảnh. Luật ấy dạy rằng người làm việc lành, dữ hoặc vô ký sẽ nhận lấy hậu quả tương đương. Người lành được phước, người dữ bị khổ. Nhưng thường thường người ta không hiểu chữ phước theo nghĩa tâm linh, mà hiểu theo nghĩa giàu có, địa vị xã hội, hoặc uy quyền chánh trị. Chẳng hạn như người ta bảo rằng được làm vua là do quả của mười nhân thiện đã gieo trước, còn người chết bất đắc kỳ tử là do trả quả xấu ở kiếp nào, dầu kiếp này người ấy không làm gì đáng trách. Nhân quả là một định luật tất nhiên nêu rõ sự tương quan, tương duyên giữa nhân và quả, không phải có ai sinh, cũng không phải tự nhiên sinh. Nếu không có nhân thì không thể có quả; nếu không có quả thì cũng không có nhân. Nhân nào quả nấy, không bao giờ nhân quả tương phản hay mâu thuẫn nhau. Nói cách khác, nhân quả bao giờ cũng đồng một loại. Nếu muốn được đậu thì phải gieo giống đậu. Nếu muốn được cam thì phải gieo giống cam. Một khi đã gieo cỏ dại mà mong gặt được lúa bắp là chuyện không tưởng. Một nhân không thể sinh được quả, mà phải được sự trợ giúp của nhiều duyên khác, thí dụ, hạt lúa không thể nảy mầm lúa nếu không có những trợ duyên như ánh sáng, đất, nước, và nhân công trợ giúp. Trong nhân có quả, trong quả có nhân. Chính trong nhân hiện tại chúng ta thấy quả vị lai, và chính trong quả hiện tại chúng ta tìm được nhân quá khứ. Sự chuyển từ nhân đến quả có khi nhanh có khi chậm. Có khi nhân quả xảy ra liền nhau như khi ta vừa đánh tiếng trống thì tiếng trống phát hiện liền. Có khi nhân đã gây rồi nhưng phải đợi thời gian sau quả mới hình thành như từ lúc gieo hạt lúa giống, nảy mầm thành mạ, nhổ mạ, cấy lúa, mạ lớn thành cây lúa, trổ bông, rồi cắt lúa, vân vân, phải qua thời gian ba bốn tháng, hoặc năm sáu tháng. Có khi từ nhân đến quả cách nhau hằng chục năm như một đứa bé cắp sách đến trường học đến ngày thành tài phải trải qua thời gian ít nhất là 10 năm. Có những trường hợp khác từ nhân đến quả có thể dài hơn, từ đời trước đến đời sau mới phát hiện.

Chương 21. Chân Lý Nghiệp Báo

Khi chúng ta hành động, dù thiện hay ác, thì chính chúng ta chứng kiến rõ ràng những hành động ấy. Hình ảnh của những hành động này sẽ tự động in vào tiềm thức của chúng ta. Hạt giống của hành động hay nghiệp đã được gieo trồng ở đấy. Những hạt giống này đợi đến khi có đủ duyên hay điều kiện là nảy mầm sanh cây trổ quả. Cũng như vậy, khi người nhận lãnh lấy hành động của ta làm, thì hạt giống của yêu thương hay thù hận cũng sẽ được gieo trồng trong tiềm thức của họ, khi có đủ duyên hay điều kiện là hạt giống ấy nảy mầm sanh cây và trổ quả tương ứng. Đức Phật dạy nếu ai đó đem cho ta vật gì mà ta không lấy thì dĩ nhiên người đó phải mang về, có nghĩa là túi chúng ta không chứa đựng vật gì hết. Tương tự như vậy, nếu chúng ta hiểu rằng nghiệp là những gì chúng ta làm, phải cất chứa trong tiềm thức cho chúng ta mang qua kiếp khác, thì chúng ta từ chối không cất chứa nghiệp nữa. Khi túi tiềm thức trống rỗng không có gì, thì không có gì cho chúng ta mang vác. Như vậy làm gì có quả báo, làm gì có khổ đau phiền não. Như vậy thì cuộc sống cuộc tu của chúng ta là gì nếu không là đoạn tận luân hồi sanh tử và mục tiêu giải thoát rốt ráo được thành tựu. Từ sáng đến tối chúng ta thân tạo nghiệp, khẩu tạo nghiệp, và ý tạo nghiệp. Nơi ý hết tưởng người này xấu đến tưởng người kia không tốt. Nơi miệng thì nói thị phi, nói láo, nói lời thêu dệt, nói điều ác độc, nói đâm thọc, nói lưỡi hai chiều. Nghiệp là một trong các giáo lý căn bản của Phật giáo. Mọi việc khổ vui, ngọt bùi trong hiện tại của chúng ta đều do nghiệp của quá khứ và hiện tại chi phối. Hễ nghiệp lành thì được vui, nghiệp ác thì chịu khổ. Vậy nghiệp là gì? Nghiệp theo chữ Phạn là 'karma' là hành động và phản ứng, quá trình liên tục của nhân và quả. Luân lý hay hành động tốt xấu (tuy nhiên, từ 'nghiệp' luôn được hiểu theo nghĩa tật xấu của tâm hay là kết quả của hành động sai lầm trong quá khứ) xảy ra trong lúc sống, gây nên những quả báo tương ứng trong tương lai. Nghiệp không phải là tiền định mà cũng không phải là số mệnh. Cuộc sống hiện tại của chúng ta là kết quả tạo nên bởi hành động và tư tưởng của chúng ta trong tiền kiếp. Đời sống và hoàn cảnh hiện tại của chúng ta là sản phẩm của ý nghĩ và hành động của chúng ta trong quá khứ, và cũng thế các hành vi của chúng ta đời nay, sẽ hình thành cách hiện hữu của chúng ta trong tương lai. Theo định nghĩa của nghiệp thì quá khứ ảnh hưởng hiện tại, nhưng không át hẳn hiện tại vì với nghiệp, quá khứ và hiện tại đều như nhau. Tuy nhiên, cả quá khứ và hiện tại đều ảnh hưởng đến tương lai. Quá khứ là cái nền để đời sống tiếp diễn trong từng khoảnh khắc. Tương lai thì chưa đến. Chỉ có hiện tại là hiện hữu và trách nhiệm sử dụng hiện tại cho thiện ác là tùy nơi từng cá nhân. Nghiệp có thể được gây tạo bởi thân, khẩu, hay ý; nghiệp có thể thiện, bất thiện, hay trung tính (không thiện không ác). Tất cả mọi loại nghiệp đều được chất chứa bởi A Lại Da và Mạt Na thức. Chúng sanh đã lên xuống tử sanh trong vô lượng kiếp nên nghiệp cũng vô biên vô lượng. Dù là loại nghiệp gì, không sớm thì muộn, đều sẽ có quả báo đi theo. Không một ai trên đời này có thể trốn chạy được quả báo.

"Karma" là thuật ngữ Bắc Phạn chỉ "hành động, tốt hay xấu," bao gồm luyến ái, thù nghịch, uế trược, sân hận, ganh ghét, etc. Nghiệp được thành lập từ những quan niệm của một chúng sanh. Chính tiềm năng ấy hướng dẫn mọi ứng xử và lèo lái hành vi cũng như tư tưởng cho đời này và những đời trước. Theo Phật giáo, nghiệp khởi lên từ ba yếu tố: thân, khẩu và ý. Chẳng hạn như khi bạn đang nói, đó là hành vi tạo tác bằng lời nói hay khẩu nghiệp. Khi bạn làm gì thì đó là hành vi tạo tác của thân hay thân nghiệp. Nếu bạn đang suy nghĩ điều gì thì đó là sự tạo tác bằng ý nghiệp. Ý nghiệp là sự tạo tác mà không hề có bất cứ sự biểu hiện nào của thân hay khẩu. Quan tâm hàng đầu của giáo thuyết đạo đức Phật giáo là những hành động do sự đắn đo suy nghĩ lựa chọn vì những hành động như vậy tất đưa đến những hậu quả tương ứng không tránh khỏi. Hậu quả có thể là vui hay không vui, tùy theo hành động nguyên thủy. Trong vài trường hợp kết quả đi liền theo hành động, và những trường hợp khác hậu quả hiện đến một thời gian sau. Vài nghiệp quả chỉ hiển hiện ở kiếp lai sanh mà thôi. Nghiệp là những hành vi tạo tác dẫn đến những hậu quả tức thời hay lâu dài. Như vậy nghiệp là những hành động thiện ác tạo nên trong lúc còn sống. Nghiệp không bị giới hạn bởi không gian và thời gian. Một cá nhân đến với cõi đời bằng kết quả những nghiệp đời trước. Nói một cách vắn tắt, nghiệp là "hành vi." Tất cả mọi hành vi chúng ta làm đều tạo thành nghiệp. Bất cứ hành vi nào bao giờ cũng có một kết quả theo sau. Tất cả những gì của chúng ta vào lúc này đều là kết quả của nghiệp mà chúng ta đã tạo ra trong quá khứ. Nghiệp phức tạp và nghiêm trọng. Các hành vi của chúng ta, dù nhỏ thế mấy, cũng để lại dấu vết về vật chất, tâm lý và hoàn cảnh. Những dấu vết để lại trong ta bao gồm ký ức, tri thức, thói quen, trí tuệ và tính chất. Những dấu vết này được tạo nên bởi sự chất chứa kinh nghiệm và hành vi trong suốt một thời gian dài. Những dấu vết mà các hành vi của chúng ta để lại trên thân thể của chúng ta thì còn thấy được, chứ chỉ có một phần những dấu vết trong tâm còn nằm trên bề mặt của tâm, còn đa phần còn lại đều được giấu kín trong tâm hay chìm sâu trong tiềm thức. Đây chính là sự phức tạp và nghiêm trọng của nghiệp.

Theo Phật giáo, nghiệp không phải là số mệnh hay tiền định; nghiệp cũng không phải là một hành động đơn giản, vô ý thức hay vô tình. Ngược lại, nó là một hành động cố ý, có ý thức, và được cân nhắc kỹ lưỡng. Cũng theo Phật giáo, bất cứ hành động nào cũng sẽ dẫn đến kết quả tương ứng như vậy, không có ngoại lệ. Nghĩa là gieo gì gặt nấy. Nếu chúng ta tạo nghiệp thiện, chúng ta sẽ gặt quả lành. Nếu chúng ta tạo ác nghiệp, chúng ta sẽ lãnh quả dữ. Phật tử chân thuần nên cố gắng thông hiểu luật về nghiệp. Một khi chúng ta hiểu rằng trong đời sống này mỗi hành động đều có một phản ứng tương ứng và cân bằng, một khi chúng ta hiểu rằng chúng ta sẽ gánh chịu hậu quả của hành động mình làm, chúng ta sẽ cố gắng kềm chế tạo tác những điều bất thiện. Nghiệp là sản phẩm của thân, khẩu, ý, như hạt giống được gieo trồng, còn quả báo là kết quả của nghiệp, như cây trái. Khi thân làm việc tốt, khẩu nói lời hay, ý nghĩ chuyện đẹp, thì nghiệp là hạt giống thiện. Ngược lại thì nghiệp là hạt giống ác. Theo Phật giáo, mỗi hành động đều phát sanh một hậu quả. Vì thế khi nói về "Nghiệp" tức là nói về luật "Nhân Quả." Chừng nào chúng ta chưa chấm dứt tạo nghiệp, chừng đó chưa có sự chấm dứt về kết quả của hành động. Trong cuộc sống của xã hội hôm nay, khó lòng mà chúng ta có thể chấm dứt tạo nghiệp. Tuy nhiên, nếu phải tạo nghiệp chúng ta nên vô cùng cẩn trọng về những hành động của mình để được hậu quả tốt mà thôi. Chính vì vậy mà Đức Phật dạy: "Muốn sống một đời cao đẹp, các con phải từng ngày từng giờ cố gắng kiểm soát những hoạt động nơi thân khẩu ý chớ đừng để cho những hoạt động này làm hại cả ta lẫn người." Nghiệp và quả báo tương ứng không sai chạy. Giống lành sanh cây tốt quả ngon, trong khi giống xấu thì cây xấu quả tệ là chuyện tất nhiên. Như vậy, trừ khi nào chúng ta ta hiểu rõ ràng và hành trì tinh chuyên theo luật nhân quả hay nghiệp báo, chúng ta không thể nào kiểm soát hay kinh qua một cuộc sống như chúng ta ao ước đâu. Theo Phật Pháp thì không có thiên thần quỷ vật nào có thể áp đặt sức mạnh lên chúng ta, mà chúng ta có hoàn toàn tự do xây dựng cuộc sống theo cách mình muốn. Phật tử chơn thuần nên luôn nhớ rằng "Nghiệp" lúc nào cũng rất công bằng. Nghiệp tự nó chẳng thương mà cũng chẳng ghét, chẳng thưởng chẳng phạt. Nghiệp và Quả Báo chỉ đơn giản là định luật của Nguyên nhân và Hậu quả mà thôi. Nếu chúng ta tích tụ thiện nghiệp, thì quả báo phải là hạnh phúc sướng vui, chứ không có ma quỷ nào có thể làm hại được chúng ta. Ngược lại, nếu chúng ta gây tạo ác nghiệp, dù có lạy lục van xin thì hậu quả vẫn phải là đắng cay đau khổ, không có trời nào có thể cứu lấy chúng ta.

Theo đạo Phật, con người là kẻ sáng tạo của cuộc đời và vận mạng của chính mình. Mọi việc tốt và xấu mà chúng ta gặp phải trên đời đều là hậu quả của những hành động của chính chúng ta phản tác dụng trở lại chính chúng ta. Những điều vui buồn của chúng ta cũng là kết quả của những hành động của chính mình, trong quá khứ xa cũng như gần, là nguyên nhân. Và điều chúng ta làm trong hiện tại sẽ ấn định điều mà chúng ta sẽ trở nên trong tương lai. Cũng vì con người là kẻ sáng tạo cuộc đời mình, nên muốn hưởng một đời sống hạnh phúc và an bình, người ấy phải là một kẻ sáng tạo tốt, nghĩa là phải tạo nghiệp tốt. Nghiệp tốt cuối cùng phải đến từ một cái tâm tốt, một cái tâm an tịnh. Luật nghiệp báo liên kết các đời trong quá khứ, hiện tại và tương lai của một cá nhân xuyên qua tiến trình luân hồi của người ấy. Để có thể hiểu được tại sao có được sự liên kết giữa những kinh nghiệm và hành động của một cá nhân trong các cuộc đời nối tiếp, chúng ta cần nhìn lướt qua về sự phân tích của đạo Phật về "thức". Theo triết học Phật giáo về "thức", trường phái Duy Thức Học, có tám thức. Có năm thức về giác quan: nhãn, nhĩ, tỷ, thiệt, và thân thức. Những thức này gây nên sự xuất hiện của năm trần từ năm căn. Thức thứ sáu là ý thức, với khả năng phán đoán nhờ phân tích, so sánh và phân biệt các trần và quan niệm. Thức thứ bảy gọi là mạt na thức, tức là ngã thức, tự biết mình vốn là ngã riêng biệt giữa mình và những người khác. Ngay cả những lúc mà sáu thức đầu không hoạt động, tỷ dụ như lúc đang ngủ say, thì thức thứ bảy vẫn đang hiện diện, và nếu bị đe dọa, thì thức này, vì sự thúc đẩy tự bảo vệ, sẽ đánh thức chúng ta dậy. Thức thứ tám được gọi là a lại da thức, hay tàng thức. Vì thức này rất sâu kín, nên rất khó cho chúng ta hiểu được nó. A lại da là một cái kho chứa tất cả những dấu tích hành động và kinh nghiệm của chúng ta. Tất cả những gì chúng ta thấy, nghe, ngửi, nếm, sờ mó,

Chương 21. Chân Lý Nghiệp Báo

hoặc làm đều được giữ như những chủng tử vào cái kho tàng thức này. Chủng tử là nhân của năng lực nghiệp báo. Vì a lại da thâu góp tất cả những chủng tử của hành động chúng ta đã làm, nó chính là kẻ xây dựng vận mạng của chúng ta. Cuộc đời và cá tánh của chúng ta phản ảnh những chủng tử ở trong kho tàng thức của mình. Nếu chúng ta gửi vào đó những chủng tử xấu, nghĩa là nhân của những việc ác, chúng ta sẽ trở thành kẻ xấu. Do bởi đạo Phật đặt trách nhiệm tối thượng về cuộc đời của chúng ta ở trong tay chúng ta, nên nếu chúng ta muốn nhào nặn cho cuộc đời mình tốt đẹp hơn chúng ta phải hướng tâm trí của mình về một hướng tốt đẹp hơn, vì chính tâm trí điều khiển bàn tay nhào nặn cuộc đời của chúng ta. Tuy nhiên, có lúc chúng ta thấy một người rất đạo đức, tử tế, hiền hậu, dễ thương và khôn ngoan, thế mà cuộc đời người ấy lại đầy những trở ngại từ sáng đến tối. Tại sao lại như vậy? Còn cái lý thuyết về hành động tốt đem lại hạnh phúc và hành động xấu đem lại khổ đau thì sao? Muốn hiểu điều này, chúng ta phải nhận thức rằng nghiệp quả không nhất thiết phải trổ ra trong cùng hiện đời mà nghiệp nhân được tạo. Có khi nghiệp đem lại hậu quả chỉ trong đời sau hoặc những đời kế tiếp. Nếu một người từng hành xử tốt trong đời trước, người ấy có thể được hưởng hạnh phúc và sung túc trong đời này mặc dù sự hành xử của người ấy bây giờ có xấu xa đi chăng nữa. Và có người bây giờ rất đức hạnh nhưng có thể vẫn gặp phải nhiều trở ngại vì nghiệp xấu từ đời trước đó. Cũng giống như gieo nhiều thứ hạt khác nhau, có loại trổ bông rất sớm, có loại lâu hơn, có khi cả năm. Luật nhân quả không sai chạy, nhưng kết quả đến từng lúc có khác nhau, dưới hình thức khác nhau, và ở nơi chốn khác nhau. Tuy có một số kinh nghiệm của chúng ta là do nghiệp tạo ra trong đời này, số khác lại do nghiệp tạo ra từ những đời trước. Ở đời này, chúng ta chịu hậu quả những hành động chúng ta đã làm từ những đời trước cũng như ngay trong đời này. Và những gì chúng ta gặt trong tương lai là kết quả việc chúng ta đang làm ngày hôm nay. Giáo lý về nghiệp không chỉ là giáo lý về nhân quả, mà là hành động và phản hành động. Giáo lý này tin rằng bất cứ một hành động nào cố ý thực hiện, từ một tác nhân, dù là ý nghĩ, lời nói hay việc làm, đều có phản động trở lại trên chính tác nhân ấy. Luật nghiệp báo là một luật tự nhiên, và không một quyền lực thần linh nào có thể làm ngưng lại sự thi hành nó được. Hành động của chúng ta đưa đến những kết quả tất nhiên. Nhận ra điều này, người Phật tử không cần cầu khẩn một ông thần nào tha thứ, mà đúng ra điều chỉnh hành động của họ hầu đưa chúng đến chỗ hài hòa với luật chung của vũ trụ. Nếu họ làm ác, họ cố tìm ra lỗi lầm rồi chỉnh đốn lại hành vi; còn nếu họ làm lành, họ cố duy trì và phát triển hạnh lành ấy. Người Phật tử không nên quá lo âu về quá khứ, mà ngược lại nên lo cho việc làm trong hiện tại. Thay vì chạy ngược chạy xuôi tìm sự cứu rỗi, chúng ta nên cố gắng gieo chủng tử tốt trong hiện đời, rồi đợi cho kết quả đến tùy theo luật nghiệp báo. Thuyết nghiệp báo trong đạo Phật cho con người chứ không ai khác, con người là kẻ tạo dựng nên vận mạng của chính mình. Từng giờ từng phút, chúng ta làm và dựng nên vận mệnh của chính chúng ta qua ý nghĩ, lời nói và việc làm. Chính vì thế mà cổ đức có dạy: "Gieo ý nghĩ, tạo hành động; gieo hành động, tạo tính hạnh; gieo tính hạnh, tạo cá tánh; gieo cá tánh, tạo vận mạng."

Nghiệp mà chúng ta đang có có căn gốc rất sâu dày và phức tạp vô cùng. Nó bao gồm nghiệp cũ mà con người đã tích tập từ lúc khởi thủy. Chúng ta cũng sở hữu nghiệp cũ mà chính chúng ta đã tạo ra trong các đời trước và ở một mức độ nào đó, chúng ta mang nghiệp mà tổ tiên chúng ta đã tạo (với những ai cùng sanh ra trong một dòng họ hay cùng một quốc gia đều có những cộng nghiệp ở một mức độ nào đó). Và dĩ nhiên chúng ta mang "hiện nghiệp" do chính chúng ta tạo ra trong đời này. Phải chăng một người bình thường có thể thoát khỏi nghiệp và nhập vào trạng thái tâm thức của sự giải thoát hoàn toàn (hay thoát khỏi thế giới ảo tưởng) nhờ

CHƯƠNG 21. Chân Lý Nghiệp Báo

vào trí tuệ của chính người ấy? Điều này rõ ràng chứ không có gì để nghi ngờ. Nếu như vậy thì chúng ta làm sao để được như vậy? Tất cả những gì mà người ta đã kinh nghiệm, suy nghĩ và cảm nhận trong quá khứ vẫn tồn tại trong chiều sâu của tiềm thức. Các nhà tâm lý học công nhận rằng tiềm thức không chỉ gây một ảnh hưởng lớn vào tính chất và chức năng tâm lý của con người, mà còn tạo ra nhiều rối loạn khác nhau. Vì nó thường ở bên ngoài tầm của chúng ta nên chúng ta không thể kiểm soát tiềm thức chỉ bằng cách tư duy và thiền định suông được.

Khi chúng ta gieo hạt tiêu thì cây tiêu sẽ mọc lên và chúng ta sẽ có những hạt tiêu, chớ không phải là những trái cam. Tương tự, khi chúng ta hành động thiện lành thì hạnh phúc phát sanh chớ không phải khổ đau. Khi chúng ta hành động bạo ác thì khổ đau đến chớ không phải là hạnh phúc. Một cái hạt mầm nhỏ có thể phát triển thành một cây to nhiều quả, cũng y như vậy một hành động nhỏ có thể gây ra những kết quả quả to lớn. Vì vậy, chúng ta nên cố gắng tránh những hành động đen tối dù nhỏ, và cố gắng làm những hành động trong sáng dù nhỏ. Nếu không tạo nhân thì không bao giờ có quả. Nếu không gieo hạt thì không có cây. Một người đã không gây tạo nhân để có quả bị giết thì người ấy sẽ không chết ngay trong tai nạn xe hơi. Đức Phật dạy: bạn là kẻ tạo nên số phận của chính bạn. Bạn không nên chỉ trích bất cứ ai trước những khó khăn của mình, khi mà chỉ có mình chịu trách nhiệm về cuộc đời của mình, tốt hơn hay tệ hơn, đều do mình mà ra cả. Những khó khăn và khổ não của bạn thật ra là do chính bạn gây ra. Chúng phát sinh do các hành động bắt nguồn từ tham, sân, si. Thật vậy, sự khổ đau là cái giá bạn phải trả cho lòng tham đắm cuộc sống hiện hữu và những thú vui nhục dục. Cái giá quá đắc mà bạn phải trả là sự khổ đau thể xác và lo âu về tinh thần. Tương tự như bạn trả tiền hằng tháng cho chiếc xe Chevrolet Corvette mới tinh để được sở hữu nó. Tiền trả hằng tháng là sự đau khổ về thân và tâm mà bạn phải chịu đựng, trong khi đó cái xe mới tinh kia được xem như là cơ thể nhờ đó mà bạn thụ hưởng các thú vui thế gian. Bạn phải trả giá cho sự thụ hưởng khoái lạc: không có thú vui nào mà không phải trả một cái giá đắc, thật là không mai mắn. Nếu chúng ta hành động thiện lành (tích cực) thì kết quả hạnh phúc sớm muộn gì cũng xuất hiện. Khi chúng ta hành động đen tối (tiêu cực), những dấu ấn xấu không bao giờ mất đi mặc dù chúng không đưa đến kết quả tức thì. Phật tử chân thuần nên luôn nhớ rằng, "sông và biển có thể cạn, núi có thể mòn, nhưng nghiệp tạo từ muôn kiếp trước không bao giờ mất đi; ngược lại, nó kết thành quả, dù ngàn vạn năm trôi qua, cuối cùng mình cũng phải trả nghiệp." Thân thể chúng ta, lời nói, và tâm chúng ta đều tạo ra nghiệp khi chúng ta dính mắc. Chúng ta tạo thói quen. Những thói quen này sẽ khiến chúng ta đau khổ trong tương lai. Đó là kết quả của sự dính mắc của chúng ta, đồng thời cũng là kết quả của những phiền não trong quá khứ. Mọi tham ái đều dẫn đến nghiệp. Hãy nhớ rằng không phải chỉ do thân thể mà cả ngôn ngữ và tâm hồn cũng tạo điều kiện cho những gì sẽ xảy ra trong tương lai. Trong quá khứ nếu chúng ta làm điều gì tốt đẹp, bây giờ chỉ cần nhớ lại thôi chúng ta cũng sẽ thấy sung sướng, hãnh diện. Trạng thái sung sướng hãnh diện hôm nay là kết quả của những gì chúng ta đã làm trong quá khứ. Nói cách khác, những gì chúng ta nhận hôm nay là kết quả của nghiệp trong quá khứ. Tất cả mọi sự đều được điều kiện hóa bởi nguyên nhân, dầu đó là nguyên nhân đã có từ lâu hay trong khoảnh khắc hiện tại.

Theo truyền thống Phật giáo, có hai loại nghiệp: nghiệp cố ý và nghiệp không cố ý. Nghiệp cố ý sẽ phải mang nghiệp quả nặng nề. Nghiệp không cố ý, nghiệp quả nhẹ hơn. Lại có hai loại nghiệp khác: thiện nghiệp và bất thiện nghiệp. Thiện nghiệp như bố thí, ái ngữ và lợi tha. Bất thiện nghiệp như sát sanh, trộm cắp, nói dối, vọng ngữ. Theo Giáo Sư Junjiro Takakusu trong Cương Yếu Triết Học Phật Giáo, có hai loại nghiệp: Thứ nhất là Dẫn Nghiệp, tức là nghiệp đưa một sinh vật thác sinh làm người, làm trời hay làm thú; không thế lực nào khác có thể đưa một sinh vật đến một hình thái đặc biệt nào đó của đời sống. Thứ nhì là Mãn Nghiệp. Sau khi mỗi đời sống đã được quyết định, mãn nghiệp sẽ kiện toàn tính chất hữu hình của sinh vật để nó trở thành một chủng loại hoàn hảo. Lại có hai ảnh hưởng của hành động: Thứ nhất là Biệt Nghiệp. Biệt nghiệp tạo ra cá biệt thể. Biệt nghiệp là những sự việc mà chúng sanh hành động một cách riêng lẽ. Thứ nhì là Cộng Nghiệp, tức là nghiệp tạo ra vũ trụ. Cộng nghiệp của thế giới này không phải chỉ là nghiệp của loài người, mà là của chung muôn loài chúng sanh. Cũng theo truyền thống Phật giáo, có ba loại nghiệp: thân nghiệp, khẩu nghiệp, và ý nghiệp. Lại có ba loại nghiệp khác: hiện phước nghiệp, hiện phi phước nghiệp, và hiện bất động nghiệp. Lại có ba loại nghiệp khác nữa: hữu lậu nghiệp, vô lậu nghiệp, và phi lậu phi vô lậu nghiệp. Lại có ba loại nghiệp khác nữa: thiện nghiệp, bất thiện nghiệp, và nghiệp không thiện không ác. Lại có ba loại nghiệp khác nữa, còn được gọi là Tam Thời Nghiệp: Thứ nhất là nghiệp quá khứ tích tụ quả hiện tại. Thứ nhì là nghiệp hiện tại tích tụ quả hiện tại. Thứ ba là nghiệp hiện tại tích tụ quả vị lai.

Theo Kinh Phúng Tụng trong Trường Bộ Kinh, có bốn loại nghiệp: Thứ nhất là Hắc Nghiệp Hắc Báo. Thứ nhì là Bạch Nghiệp Bạch Báo. Thứ ba là Hắc Bạch Nghiệp, Hắc Bạch Báo. Thứ tư là Phi Hắc Phi Bạch Nghiệp, Phi Hắc Phi Bạch Báo, đưa đến sự tận diệt các nghiệp. Theo Phật giáo Đại thừa, có bốn loại nghiệp: Thứ nhất là Nghiệp Tích Lũy, tức là nghiệp tạo từ nhiều đời trước. Thứ nhì là Nghiệp Tập Quán, tức là nghiệp tạo trong đời hiện tại. Thứ ba là Cực Trọng Nghiệp, tức là nghiệp có khả năng mạnh có thể chi phối tất cả các nghiệp khác. Thứ tư là Cận Tử Nghiệp, tức là nghiệp rất mạnh lúc sắp chết. Theo A Tỳ Đạt Ma Luận (Vi Diệu Pháp), có bốn loại nghiệp: thiện nghiệp, bất thiện nghiệp, nghiệp không thiện không ác, và nghiệp trong trạng thái dừng chờ. Riêng nghiệp trong trạng thái dừng chờ là loại nghiệp mà hành vi tạo tác đã dừng hẳn, và trạng thái này tồn tại trong dòng tâm thức tương tục. Trạng thái dừng chờ này là một sự tĩnh tại có tác động, hay một sự bằng lặng có hàm chứa tác nhân. Đây là một năng lực khi hành vi tạo tác không đơn thuần là hoàn toàn dừng hẳn mà vẫn còn có khả năng tạo ra những kết quả trong tương lai. Những trạng thái dừng chờ này có khả năng tự phục hoạt từng sát na cho đến khi kết quả được hình thành. Dù mau hay dù chậm, khi hội đủ những điều kiện thích hợp (đủ duyên), nó sẽ chín muồi và tạo ra quả. Nếu con người không chịu nương nhờ vào một phương tiện để hóa giải tiềm lực của nghiệp, chẳng hạn như sám hối và phát nguyện không tiếp tục tái phạm nữa thì nghiệp lực này vẫn tồn tại. Lại có bốn nghiệp khác: nghiệp tái tạo, nghiệp trợ duyên, nghiệp bổ đồng, và nghiệp tiêu diệt.

Khi có một đệ tử đến sám hối với Đức Phật về những việc sai trái trong quá khứ, Đức Phật không hề hứa tha thứ, vì Ngài biết rằng mỗi người đều phải gặt kết quả của nhân do chính mình đã gieo. Thay vì vậy, Ngài giải thích: "Nếu ông thấy việc ông từng làm là sai và ác, thì từ nay trở đi ông đừng làm nữa. Nếu ông thấy việc ông làm là đúng và tốt, thì hãy làm thêm nữa. Hãy cố mà diệt ác nghiệp và tạo thiện nghiệp. Ông nên biết hình ảnh của ông ngày nay là bóng của ông trong quá khứ, và hình ảnh tương lai của ông là bóng của ông ngày hôm nay. Ông phải chú tâm vào hiện tại hầu tinh tấn trong việc tu đạo." Theo Kinh Tăng Nhất A Hàm, Đức Phật dạy: "Này các thầy Tỳ-kheo! Ý muốn là cái mà Như Lai gọi là hành động hay nghiệp. Do có ý mà ta hành động thân, khẩu và tư tưởng." Trong Kinh Pháp Cú, Đức Phật dạy: "Trong các pháp, tâm dẫn đầu, tâm là chủ, tâm tạo tác tất cả. Nếu đem tâm ô nhiễm nói năng hoặc hành động, sự khổ sẽ theo nghiệp kéo đến như bánh xe lăn theo chân con vật kéo xe (Dharmapada 1). Trong các pháp, tâm dẫn đầu,

CHƯƠNG 21. Chân Lý Nghiệp Báo

tâm làm chủ, tâm tạo tác tất cả. Nếu đem tâm thanh tịnh tạo nghiệp nói năng hoặc hành động, sự vui sẽ theo nghiệp kéo đến như bóng với hình (Dharmapada 2). Những người gây điều bất thiện, làm xong ăn năn khóc lóc, nhỏ lệ dầm dề, vì biết mình sẽ phải thọ lấy quả báo tương lai (67). Những người tạo các thiện nghiệp, làm xong chẳng chút ăn năn, còn vui mừng hớn hở, vì biết mình sẽ thọ lấy quả báo tương lai (68). Khi ác nghiệp chưa thành thục, người ngu tưởng như đường mật, nhưng khi ác nghiệp đã thành thục, họ nhứt định phải chịu khổ đắng cay (69). Những vị A-la-hán ý nghiệp thường vắng lặng, ngữ nghiệp hành nghiệp thường vắng lặng, lại có chánh trí giải thoát, nên được an ổn luôn (96). Hãy gấp rút làm lành, chế chỉ tâm tội ác. Hễ biếng nhác việc lành giờ phút nào thì tâm ưa chuyện ác giờ phút nấy (116). Nếu đã lỡ làm ác chớ nên thường làm hoài, chớ vui làm việc ác; hễ chứa ác nhứt định thọ khổ (117). Nếu đã làm việc lành hãy nên thường làm mãi, nên vui làm việc lành; hễ chứa lành nhứt định thọ lạc (118). Khi nghiệp ác chưa thành thục, kẻ ác cho là vui, đến khi nghiệp ác thành thục kẻ ác mới hay là ác (119). Khi nghiệp lành chưa thành thục, người lành cho là khổ, đến khi nghiệp lành thành thục, người lành mới biết là lành (120). Chớ khinh điều ác nhỏ, cho rằng "chẳng đưa lại quả báo cho ta." Phải biết giọt nước nhểu lâu ngày cũng làm đầy bình. Kẻ ngu phu sở dĩ đầy tội ác bởi chứa dồn từng khi ít mà nên (121). Chớ nên khinh điều lành nhỏ, cho rằng "chẳng đưa lại quả báo cho ta." Phải biết giọt nước nhểu lâu ngày cũng làm đầy bình. Kẻ trí sở dĩ toàn thiện bởi chứa dồn từng khi ít mà nên (122). Không tạo ác nghiệp là hơn, vì làm ác nhứt định thọ khổ; làm các thiện nghiệp là hơn, vì làm lành nhứt định thọ vui (314). Hết thảy pháp đều vô ngã; khi đem trí tuệ soi xét như thế thì sẽ nhàm lìa thống khổ để được giải thoát. Đó là Đạo thanh tịnh (Dharmapada 279)."

Theo Kinh Địa Tạng, tùy theo hoàn cảnh của chúng sanh mà Ngài Địa Tạng sẽ khuyên dạy: "Nếu gặp kẻ sát hại loài sinh vật, thời dạy rõ quả báo vì ương lụy đời trước mà phải bị chết yểu. Nếu gặp kẻ trộm cắp, thời ngài dạy rõ quả báo nghèo khốn khổ sở. Nếu gặp kẻ tà dâm thời ngài dạy rõ quả báo làm chim se sẽ, bồ câu, uyên ương. Nếu gặp kẻ nói lời thô ác, thời ngài dạy rõ quả báo quyến thuộc kình chống nhau. Nếu gặp kẻ hay khinh chê, thời ngài dạy rõ quả báo không lưỡi và miệng lở. Nếu gặp kẻ quá nóng giận, thời ngài dạy rõ quả báo thân hình xấu xí tàn tật. Nếu gặp kẻ bỏn xẻn thời ngài dạy rõ quả báo cầu muốn không được toại nguyện. Nếu gặp kẻ ham ăn, thời ngài dạy rõ quả báo đói, khát và đau cổ họng. Nếu gặp kẻ buông lung săn bắn, thời ngài dạy rõ quả báo kinh hãi điên cuồng mất mạng. Nếu gặp kẻ trái nghịch cha mẹ, thời ngài dạy rõ quả báo trời đất tru lục. Nếu gặp kẻ đốt núi rừng cây cỏ, thời ngài dạy rõ quả báo cuồng mê đến chết.

Nếu gặp cha mẹ ghẻ ăn ở độc ác, thời ngài dạy rõ quả báo thác sanh trở lại hiện đời bị roi vọt. Nếu gặp kẻ dùng lưới bắt chim non, thời ngài dạy rõ quả báo cốt nhục chia lìa. Nếu gặp kẻ hủy báng Tam Bảo, thời ngài dạy rõ quả báo đui, điếc, câm, ngọng. Nếu gặp kẻ khinh chê giáo pháp, thời ngài dạy rõ quả báo ở mãi trong ác đạo. Nếu gặp kẻ lạm phá của thường trụ, thời ngài dạy rõ quả báo ức kiếp luân hồi nơi địa ngục. Nếu gặp kẻ làm ô nhục người tịnh hạnh và vu báng Tăng già, thời ngài dạy rõ quả báo ở mãi trong loài súc sanh. Nếu gặp kẻ dùng nước sôi hay lửa, chém chặt, giết hại sanh vật, thời ngài dạy rõ quả báo phải luân hồi thường mạng lẫn nhau. Nếu gặp kẻ phá giới phạm trai, thời ngài dạy rõ quả báo cầm thú đói khát. Nếu gặp kẻ ngã mạn cống cao, thời ngài dạy rõ quả báo hèn hạ bị người sai khiến. Nếu gặp kẻ đâm thọc gây gổ, thời ngài dạy rõ quả báo không lưỡi hay trăm lưỡi. Nếu gặp kẻ tà kiến mê tín, thời ngài dạy rõ quả báo thọ sanh vào chốn hẻo lánh.

Chương 22. Nguyên Lý Duyên Khởi

I. Tổng Quan Về Nguyên Lý Duyên Khởi

Hãy xem hàng tỷ năm trôi qua, trái đất chúng ta không có sự sống, núi lửa tuôn tràn những dòng thác dung nham, hơi nước, và khí đầy cả bầu trời. Tuy nhiên, khi trái đất nguội mát trong khoảng hai tỷ năm, các vi sinh vật đơn bào được tạo ra. Hẳn nhiên chúng được tạo ra nhờ sự vận hành của pháp. Chúng được sinh ra khi năng lượng "Không" tạo nên nền tảng của dung nham, khí và hơi nước gặp những điều kiện thích hợp hay duyên. Chính Pháp đã tạo ra những điều kiện cho sự phát sinh đời sống. Do đó chúng ta nhận ra rằng Pháp không lạnh lùng, không phải là một nguyên tắc trừu tượng mà đầy sinh động khiến cho mọi vật hiện hữu và sống. Ngược lại, mọi sự vật có năng lực muốn hiện hữu và muốn sống. trong khoảng thời gian hai tỷ năm đầu của sự thành hình trái đất, ngay cả dung nham, khí và hơi nước cũng có sự sống thôi thúc. Đó là lý do khiến các sinh vật đơn bào được sinh ra từ các thứ ấy khi các điều kiện đã hội đủ. Những sinh vật vô cùng nhỏ này đã trải qua mọi thử thách như sự nóng và lạnh cực độ, những cơn hồng thủy, và những cơn mưa như thác đổ trong khoảng thời gian hai tỷ năm, và vẫn tiếp tục sống. Hơn nữa, chúng dần dần tiến hóa thành những hình hài phức tạp hơn và tới đỉnh của sự phát triển này là con người. Sự tiến hóa này do bởi sự thôi thúc sống của những vi sinh vật đầu tiên này. Sự sống có ý thức và qua đó nó muốn sống, và ý thức này đã có trước khi có sự sống trên trái đất. Cái ý muốn như thế có trong mọi sự vật trong vũ trụ. Cái ý muốn như vậy có trong con người ngày nay. Theo quan điểm khoa học, con người được thành hình bởi một sự tập hợp của các hạt cơ bản, và nếu chúng ta phân tích điều này một cách sâu sắc hơn, chúng ta sẽ thấy rằng con người là một sự tích tập của năng lượng. Do đó cái ý muốn sống chắc chắn phải có trong con người.

Ai trong chúng ta cũng đều biết nhân là gì và duyên là gì. Tuy nhiên, theo Đức Phật, lý Nhân Duyên rất thâm sâu. Nhiều người tin rằng lý nhân duyên là một trong những chủ đề khó nhất trong Phật giáo. Thật vậy, có lần ngài A Nan cho rằng mặc dầu lý nhân duyên có vẻ khó khăn, nhưng giáo thuyết này thật ra đơn giản; và Đức Phật đã quở A Nan rằng giáo lý nhân duyên rất thâm sâu chớ không đơn giản đâu. Tuy nhiên, giáo lý nhân duyên trong đạo Phật rất rõ ràng và dễ hiểu. Nhân đó Đức Phật đã đưa ra hai thí dụ cho đại chúng. Trước hết là thí dụ về ngọn đèn, Ngài nói ngọn lửa của ngọn đèn dầu cháy được là do dầu và tim đèn. Nghĩa là khi có dầu và tim đèn thì ngọn lửa của đèn cháy. Nếu không có hai thứ đó thì đèn tắt. Bên cạnh đó, yếu tố gió cũng quan trọng, nếu gió lớn quá thì ngọn đèn dầu không thể tiếp tục cháy được. Thí dụ thứ hai về một cái mầm cây. Mầm cây nẩy nở không chỉ tùy theo hột giống, mà còn tùy thuộc vào đất, nước, không khí và ánh sáng mặt trời nữa. Như vậy, không một hiện tượng nào lại không tác dụng đến lý nhân duyên. Tất cả mọi hiện tượng không thể phát sanh nếu không có một nhân và một hoặc nhiều duyên. Mọi vật trong thế giới hiện tượng, duyên khởi duyên sanh, là sự phối hợp của những nguyên nhân và điều kiện khác nhau (bởi Thập Nhị nhân duyên). Chúng hiện hữu tương đối và không có thật thể. Đức Phật thường bày tỏ rằng Ngài giác ngộ bằng một trong hai cách, hoặc hiểu rõ Tứ Diệu Đế, hay am tường Lý Nhân Duyên. Người tu tập theo Phật giáo, muốn đạt được giác ngộ, phải hiểu rõ những chân lý ấy.

Theo đạo Phật, ai hiểu được bản chất phụ thuộc lẫn nhau hay duyên khởi, tức là đã hiểu được Pháp, mà ai hiểu được Pháp, tức là đã thấy Phật vậy. Bản chất phụ thuộc vào nhau trong giáo lý nhà Phật có nghĩa là mọi vật, mọi hiện tượng, hay mọi biến cố trong vũ trụ này đều phụ thuộc vào nhau với những nhân duyên khác nhau để sanh khởi. Đạo Phật không chấp nhận một tranh luận về sự vật hình thành một

CHƯƠNG 22. Nguyên Lý Duyên Khởi

cách hoàn toàn tự nhiên, không hề có nguyên nhân và điều kiện; đạo Phật cũng không chấp nhận sự tranh luận khác về việc sự vật thành hình từ một đấng sáng tạo đầy quyền năng. Theo Phật giáo, mọi đối tượng vật chất đều do các thành phần hợp lại để làm thành một thật thể trọn vẹn, và cũng như vậy một thật thể trọn vẹn phụ thuộc vào sự tồn tại của các thành phần. Nói cách khác, mọi sự vật, mọi hiện tượng chỉ hiện hữu như là kết quả của sự kết hợp đồng thời của tất cả những yếu tố tạo thành. Như vậy không có một sự vật nào có tự tính độc lập hay riêng lẽ trong vũ trụ này. Tuy nhiên, nói như vậy không có nghĩa là sự vật không hiện hữu; sự vật có hiện hữu nhưng chúng không có tính độc lập hay tự tồn của chính chúng. Khi chúng ta hiểu được lý nhân duyên hay thấu suốt nền tảng về bản chất của thực tại, chúng ta sẽ thấy rằng mọi thứ cảm nhận và thể nghiệm đều khởi lên như là kết quả của sự tương tác và kết hợp của các tác nhân và các điều kiện. Nói cách khác, khi thông hiểu lý nhân duyên có nghĩa là chúng ta cũng đồng thời cũng thông hiểu luôn luật nhân quả.

Pháp Duyên Khởi là hệ quả tất yếu đối với Thánh đế thứ hai và thứ ba trong Tứ Thánh Đế, và không thể, như một số người có khuynh hướng cho rằng đây là một sự thêm thắt sau này vào lời dạy của Đức Phật. Giáo lý duyên khởi này luôn luôn được giải thích bằng những từ ngữ hết sức thực tiễn, nhưng nó không phải là lời dạy chỉ có tính giáo điều, mặc dù thoạt nhìn có vẻ như vậy, do tính chất ngắn gọn của các lời giải thích. Những ai từng quen thuộc với Tam Tạng Kinh Điển đều hiểu rằng Giáo Lý Duyên Khởi này được thiết lập trên cơ sở làm rõ nét những nguyên tắc căn bản của trí tuệ. Trong lời dạy về tánh duyên khởi của vạn hữu trong thế gian, người ta có thể nhận ra quan điểm của Đức Phật về cuộc đời. Tính duyên khởi này diễn tiến liên tục, không bị gián đoạn và không bị kiểm soát bởi bất cứ loại tự tác hay tha tác nào cả. Tuy nhiên, cũng không thể gán cho giáo lý Duyên Khởi này là quyết định thuyết hay định mệnh thuyết, bởi vì trong giáo lý này cả hai môi trường vật lý và quan hệ nhân quả của cá nhân vận hành cùng nhau. Thế giới vật lý ảnh hưởng đến tâm của con người, và tâm của con người ngược lại cũng ảnh hưởng đến thế giới vật lý, hiển nhiên ở mức độ cao hơn, vì theo Kinh Tương Ưng Bộ, như Đức Phật nói: "Thế gian bị dẫn dắt bởi tâm." Nếu chúng ta không hiểu ý nghĩa chính xác của Pháp Duyên Khởi và sự ứng dụng của nó trong cuộc sống, chúng ta sẽ lầm lẫn cho đó là một quy luật nhân quả có tính máy móc hoặc thậm chí nghĩ rằng đó chỉ là một sự khởi sanh đồng thời, một nguyên nhân đầu tiên của các pháp hữu tình cũng như vô tình. Vì hoàn toàn không có một sự khởi nguồn nào từ không mà có trong lời dạy của Đức Phật. Pháp Duyên Khởi cho thấy tính không thể có được của nguyên nhân đầu tiên này. Nguồn gốc đầu tiên của sự sống, dòng đời của các chúng sanh là điều không thể quan niệm được, và như Đức Phật nói trong Kinh Tương Ưng Bộ: "Những suy đoán và ý niệm liên quan đến thế gian có thể đưa đến sự rối loạn về tâm trí. Vô thỉ, này các Tỳ-kheo, là sự luân hồi. Điểm bắt đầu cũng không thể nêu rõ đối với chúng sanh bị vô minh che đậy, bị khát ái trói buộc, phải lưu chuyển luân hồi." Thật vậy, rất khó có thể hình dung được về một điểm khởi đầu, không ai có thể phăng ra cùng tột nguồn gốc của bất cứ điều gì, ngay một hạt cát, huống là con người. Truy tìm khởi điểm đầu tiên trong một quá khứ vô thỉ thật là một việc làm vô ích và vô nghĩa. Đời sống không phải là một cái gì đồng nhất, nó là một sự trở thành. Đó là một dòng biến dịch của các hiện tượng tâm-sinh lý.

Hai mươi lăm thế kỷ về trước Đức Phật đã nói rằng: "Chúng sanh và thế giới là do nhân duyên kết hợp mà thành." Câu nói ấy đã phủ nhận cái gọi là "Đấng Tạo Hóa" hay "Thượng Đế" sáng tạo ra muôn vật. Câu nói ấy đặt ra một cái nhìn khoa học và khách quan về thế giới thực tại hay "Duyên Khởi Luận." Duyên khởi nghĩa là sự nương tựa hỗ tương lẫn nhau

CHƯƠNG 22. Nguyên Lý Duyên Khởi

mà sinh thành và tồn tại. Không có cái gì có thể tự mình sinh ra mình và tự tồn tại độc lập với những sự vật khác. Tất cả mọi sự mọi vật trên thế giới này đều phải tuân theo định luật "Duyên Khởi" mà Thành, Trụ, Hoại và Không. Con người là một tiểu vũ trụ cũng không phải tự nhiên mà có, mà là do nghiệp lực kết hợp các duyên mà thành, và cũng nằm trong định luật "Thành Trụ Hoại Không." Mười hai nhân duyên này nghĩa lý rất thâm diệu. Đây là những cửa ngỏ quan trọng để cho chúng sanh bước vào Thánh quả, thoát khỏi sanh tử, trói buộc, và khổ não trong ba cõi sáu đường, để chứng thành quả vị Duyên Giác Thừa.

Phật giáo không đồng ý có cái gọi là tồn thể, cũng không có cái gọi là đấng sáng tạo. Nhưng điều này không có nghĩa là tất cả sinh vật và sự vật không hiện hữu. Chúng không thể hiện hữu với một bản thể hay một tinh thể thường hằng như người ta thường nghĩ, mà chúng hiện hữu do những tương quan hay những tập hợp của nhân quả. Mọi sự hiện hữu, hoặc cá nhân hoặc vạn hữu, đều bắt nguồn từ nguyên lý nhân quả, và hiện hữu trong sự phối hợp cuả nhân quả. Tâm điểm của hoạt động nhân quả là tác nghiệp riêng của mọi cá thể, và tác nghiệp sẽ để lại năng lực tiềm ẩn của nó quyết định sự hiện hữu kế tiếp. Theo đó, quá khứ hình thành hiện tại, và hiện tại hình thành tương lai cuả chúng ta. Trong thế giới này, chúng ta tạo tác và biến dịch như là một toàn thể mà chúng ta cứ tiến hành mãi trong cuộc sống.

Những định nghĩa về nguyên lý duyên khởi căn cứ trên sự giải thích về Duyên Khởi của Giáo Sư Junjiro Takakusu trong Cương Yếu Triết Học Phật Giáo. Thứ nhất là sự vật chờ duyên mà nẩy sinh, đối lại với tánh giác hay chân như. Thứ nhì là vạn sự vạn vật hay các pháp hữu vi đều từ duyên mà khởi lên, chứ không có tự tánh. Thứ ba là Phật giáo không coi trọng ý niệm về nguyên lý căn nhân hay nguyên nhân đệ nhất như ta thường thấy trong các hệ thống triết học khác; và cũng không bàn đến ý niệm về vũ trụ luận. Tất nhiên, triết

133

học về Thần học không thể nào phát triển trong Phật giáo. Đừng ai mong có cuộc thảo luận về Thần học nơi một triết gia Phật giáo. Đối với vấn đề sáng thế, đạo Phật có thể chấp nhận bất cứ học thuyết nào mà khoa học có thể tiến hành, vì đạo Phật không thừa nhận có một xung đột nào giữa tôn giáo và khoa học. Theo đạo Phật, nhân loại và các loài hữu tình đều tự tạo, hoặc chủ động hoặc thụ động. Vũ trụ không phải là quy tâm độc nhất; nó là môi trường cộng sinh của vạn hữu. Phật giáo không tin rằng vạn hữu đến từ một nguyên nhân độc nhất, nhưng cho rằng mọi vật nhất định phải được tạo thành ít nhất là hai nguyên nhân. Những sáng hóa hay biến thành của các nguyên nhân đi trước nối tiếp trong liên tục thời gian, quá khứ, hiện tại và vị lai, như một chuỗi dây xích. Chuỗi xích này được chia thành 12 bộ phận, gọi là 12 khoen nhân duyên vì mỗi bộ phận liên quan nhau với công thức như sau "Cái này có nên cái kia có; cái này sinh nên cái kia sinh. Cái này không nên cái kia không; cái này diệt nên cái kia diệt."

Theo Triết Học Trung Quán, thuyết Duyên Khởi là một học thuyết vô cùng trọng yếu trong Phật Giáo. Nó là luật nhân quả của vũ trụ và mỗi một sinh mạng của cá nhân. Nó quan trọng vì hai điểm. Thứ nhất, nó đưa ra một khái niệm rất rõ ràng về bản chất vô thường và hữu hạn của mọi hiện tượng. Thứ hai, nó cho thấy sanh, lão, bệnh, tử và tất cả những thống khổ của hiện tượng sinh tồn tùy thuộc vào những điều kiện như thế nào và tất cả những thống khổ này sẽ chấm dứt như thế nào khi vắng mặt các điều kiện đó. Trung Quán lấy sự sanh và diệt của các thành tố của sự tồn tại để giải thích duyên khởi là điều kiện không chính xác. Theo Trung Quán, duyên khởi không có nghĩa là nguyên lý của một tiến trình ngắn ngủi, mà là nguyên lý về sự lệ thuộc vào nhau một cách thiết yếu của các sự vật. Nói gọn, duyên khởi là nguyên lý của tương đối tánh. Tương đối tánh là một khám phá vô cùng quan trọng của khoa học hiện đại. Những gì mà ngày

CHƯƠNG 22. Nguyên Lý Duyên Khởi

nay khoa học khám phá thì Đức Phật đã phát hiện từ hơn hai ngàn năm trăm năm về trước. Khi giải thích duyên khởi như là sự lệ thuộc lẫn nhau một cách thiết yếu hoặc là tánh tương đối của mọi sự vật, phái Trung Quán đã bác bỏ một tín điều khác của Phật giáo Nguyên Thủy. Phật giáo Nguyên Thủy đã phân tích mọi hiện tượng thành những thành tố, và cho rằng những thành tố này đều có một thực tại riêng biệt. Trung Quán cho rằng chính thuyết Duyên Khởi đã tuyên bố rõ là tất cả các pháp đều tương đối, chúng không có cái gọi là 'thật tánh' riêng biệt của chính mình. Vô tự tánh hay tương đối tánh đồng nghĩa với 'Không Tánh,' nghĩa là không có sự tồn tại đích thật và độc lập. Các hiện tượng không có thực tại độc lập. Sự quan trọng hàng đầu của Duyên Khởi là vạch ra rằng sự tồn tại của tất cả mọi hiện tượng và của tất cả thật thể trên thế gian này đều hữu hạn, chúng không có sự tồn tại đích thật độc lập. Tất cả đều tùy thuộc vào tác động hỗ tương của vô số duyên hay điều kiện hạn định. Ngài Long Thọ đã sơ lược về Duyên Khởi như sau: "Bởi vì không có yếu tố nào của sự sinh tồn được thể hiện mà không có các điều kiện, cho nên không có pháp nào là chẳng 'Không,' nghĩa là không có sự tồn tại độc lập đích thật."

II. Bốn Loại Duyên Khởi Tiêu Biểu

Theo Giáo Sư Junjiro Takakusu trong Cương Yếu Triết Học Phật Giáo, các tông phái Phật Giáo Đại Thừa đều tin vào Nguyên Lý Duyên Khởi. Pháp giới duyên khởi là cực điểm của tất cả những thuyết nhân quả; thực sự đó là kết luận của thuyết duyên khởi bởi vì nó là lý tắc nhân quả phổ biến và đã nằm trong lý bản hữu, thông huyền của vũ trụ, hay nói thế nào cũng được. Lý tắc duyên khởi được giải thích trước tiên bằng nghiệp cảm duyên khởi, nhưng vì nghiệp phát khởi trong tạng thức, nên thứ đến chúng ta có A Lại Da duyên khởi. Vì A Lại Da, hay tạng thức, là kho tàng của chủng tử, sanh khởi từ một cái khác nên chúng ta có Như Lai Tạng duyên khởi, hay chân như. Từ ngữ kỳ lạ này chỉ cho cái làm khuất lấp Phật tánh. Do sự che khuất này mà có phần bất tịnh, nhưng vì có Phật tánh nên có cả phần tịnh nữa. Nó đồng nghĩa với Chân Như (Tathata, không phải như thế này hay như thế kia) mà theo nghĩa rộng nhất thì có đủ cả bản chất tịnh và bất tịnh. Do công năng của những căn nhân tịnh và bất tịnh, nó biểu lộ sai biệt tướng của hữu tình như sống và chết, thiện và ác. Chân như bảo trì vạn hữu, hay nói đúng hơn, tất cả vạn hữu đều ở trong Chân như. Nơi đây, giai đoạn thứ tư, Pháp giới Duyên khởi được nêu lên. Đó là lý tắc tự khởi và tự tạo của hữu tình và vũ trụ, hoặc giả chúng ta có thể gọi nó là duyên khởi nghiệp cảm chung của tất cả mọi loài. Nói hẹp thì vũ trụ sẽ là một sự biểu hiện của Chân như hay Như Lai Tạng. Nhưng nói rộng thì đó là duyên khởi của vũ trụ do chính vũ trụ, chứ không gì khác. Duyên Khởi có nhiều loại. Dưới đây là bốn loại duyên khởi tiêu biểu:

Thứ nhất là "Nghiệp Cảm Duyên Khởi": Nghiệp cảm duyên khởi được dùng để miêu tả bánh xe sinh hóa. Trong sự tiến hành của nhân và quả, phải có định luật và trật tự. Đó là lý thuyết về nghiệp cảm. Trong 12 chi duyên khởi, không thể nêu ra một chi nào để nói là nguyên nhân tối sơ. Bởi vì, cả 12 chi tạo thành một vòng tròn liên tục mà người ta gọi là "Bánh Xe Sinh Hóa," hay bánh xe luân hồi. Người ta có thói quen coi sự tiến hành của thời gian như một đường thẳng từ quá khứ vô cùng ngang qua hiện tại đến vị lai vô tận. Thế nhưng đạo Phật lại coi thời gian như là một vòng tròn không có khởi đầu, không có chấm dứt. Thời gian tương đối. Một sinh vật chết đi không là chấm dứt; ngay đó, một đời sống khác bắt đầu trải qua một quá trình sống chết tương tự, và cứ lập lại như vậy thành một vòng tròn sinh hóa bất tận. Theo đó một sinh vật khi được nhìn trong liên hệ thời gian, nó tạo thành một dòng tương tục không gián đoạn. Không thể xác định sinh vật đó là thứ gì, vì nó luôn luôn biến đổi và tiến hóa qua 12 giai đoạn của đời sống. Phải đặt toàn bộ các giai đoạn này trong toàn thể của chúng coi như là đang biểu hiện cho một sinh thể cá biệt. Cũng vậy, khi một sinh vật được nhìn trong tương quan không gian, nó tạo thành một tập hợp phức tạp gồm năm yếu tố hay ngũ uẩn. Bánh xe sinh hóa là lối trình bày khá sáng sủa của quan điểm Phật giáo và một sinh vật trong liên hệ với thời gian và không gian. Bánh xe sinh hóa là một vòng tròn không khởi điểm, nhưng thông thường người ta trình bày nó bắt đầu từ vô minh, một trạng thái vô ý thức, mù quáng. Kỳ thật, vô minh chỉ là một tiếp diễn của sự chết. Lúc chết, thân thể bị hủy hoại nhưng vô minh vẫn tồn tại như là kết tinh các hiệu quả của các hành động được tạo ra trong suốt cuộc sống. Đừng nên coi vô minh như là phản nghĩa của tri kiến; phải biết nó bao gồm cả tri, sự mù quáng hay tâm trí u tối, vô ý thức. Vô minh dẫn tới hành động u tối, mù quáng. Hành, năng lực, hay kết quả của hành vi mù quáng đó, là giai đoạn kế tiếp. Nó là động lực, hay ý chí muốn sống. Ý chí muốn sống không phải là loại ý chí mà ta thường dùng trong ý nghĩa như "tự do ý chí;" thật sự, nó là một động lực mù quáng hướng tới sự sống hay khát vọng mù quáng muốn sống. Vô Minh và Hành được coi là hai nhân duyên thuộc quá khứ. Chúng là những nguyên nhân khi nhìn chủ quan từ hiện tại; nhưng khi nhìn khách quan đời sống trong quá khứ là một đời sống toàn diện giống hệt như đời sống hiện tại.

Thứ nhì là "A Lại Da Duyên Khởi": A Lại Da Duyên Khởi để giải thích căn nguyên của nghiệp. Nghiệp được chia thành ba nhóm, chẳng hạn như nghiệp nơi thân, nơi khẩu và nơi ý. Nếu khởi tâm tạo tác, phải chịu trách nhiệm việc làm đó và sẽ chịu báo ứng, bởi vì ý lực là một hành động của tâm ngay dù nó không phát biểu ra lời nói hay bộc lộ trong hành động của thân. Nhưng tâm là cứ điểm căn để nhất của tất cả mọi hành động luật duyên sinh phải được đặt vào kho tàng tâm ý, tức Tàng Thức hay A Lại Da thứ (Alaya-vijnana). Lý thuyết ý thể của đạo Phật, tức học thuyết Duy Thức, chia thức thành tám công năng, như nhãn thức, nhĩ thức, tỷ thức, thiệt thức, thân thức, ý thức, mạt na thức, và a lại da thức. Trong tám thức này, thức thứ bảy và thứ tám cần phải giải thích. Thức thứ bảy là trung tâm cá biệt hóa của ngã tính, là trung tâm hiện khởi của các ý tưởng vị ngã, ích kỷ, kiêu mạn, tự ái, ảo tưởng và mê hoặc. Thức thứ tám là trung tâm tích tập của ý thể, là nơi chứa nhóm các 'hạt giống' hay chủng tử của tất cả mọi hiện khởi và chúng được bộc lộ trong các hiện khởi đó. Đạo Phật chủ trương rằng nguyên khởi của vạn hữu và vạn tượng là hiệu quả của ý thể. Mỗi chủng tử tồn tại trong tàng thức và khi nó trào vọt vào thế giới khách quan, nó sẽ được phản ảnh để trở thành một hạt giống mới. Nghĩa là tâm vươn ra thế giới ngoại tại và khi tiếp nhận các đối tượng nó đặt những ý tưởng mới vào trong tàng thức. Lại nữa, hạt giống mới đó sẽ trào vọt để phản ảnh trở lại thành một hạt giống mới mẻ khác nữa. Như thế, các hạt giống hay các chủng tử tụ tập lại và tất cả được chứa nhóm ở đây. Khi chúng tiềm ẩn, chúng ta gọi chúng là những chủng tử. Nhưng khi chúng hoạt động, chúng ta gọi chúng là những hiện hành. Những chủng tử cố hữu, những hiện hành, và những chủng tử mới hỗ tương phụ thuộc lẫn nhau tạo thành một vòng tròn mãi mãi tái diễn tiến trình trước sau như nhất. Đây gọi là A Lại Da Duyên Khởi. Cái làm cho chủng tử hay vô thức tâm phát khởi thành hiện hành, nghĩa là động lực tạo ra dòng vận động của duyên khởi, chính là ý thể, nghĩa là thức. Có thể thấy một cách dễ dàng, theo thuyết A Lại Da Duyên Khởi này, rằng Hoặc, Nghiệp và Khổ khởi nguyên từ nghiệp thức, hay ý thể. Tàng thức lưu chuyển tái sinh để quyết định một hình thái của đời sống kế tiếp. Có thể coi tàng thức giống như một linh hồn trong các tôn giáo khác. Tuy nhiên, theo học thuyết của đạo Phật, cái tái sanh không phải là linh hồn, mà là kết quả của các hành động được thi hành trong đời sống trước. Trong đạo Phật, người ta không nhận có hiện hữu của linh hồn.

CHƯƠNG 22. Nguyên Lý Duyên Khởi

Thứ ba là "Chân Như Duyên Khởi": Chân Như Duyên Khởi, để giải thích căn nguyên của tàng thức. Tàng thức của một người được quy định bởi bản tính của người đó và bản tánh này là hình thái động của chân như. Không nên hỏi chân như hay Như Lai tạng khởi lên từ đâu, bởi vì nó là thể tánh, là chân như cứu cánh không thể diễn đạt. Chân như là từ ngữ duy nhất có thể dùng để diễn tả thực tại cứu cánh vượt ngoài định danh và định nghĩa. Còn được gọi là Như Lai Tạng. Như Lai Tạng là Phật tánh ẩn tàng trong bản tánh của phàm phu. Như Lai là một biểu hiệu được Phật tự dùng để thay cho các danh xưng như "Tôi" hay "Chúng ta," nhưng không phải là không có một ý nghĩa đặc biệt. Sau khi Ngài thành đạo, Đức Phật gặp năm anh em Kiều Trần Như hay năm nhà khổ hạnh mà trước kia đã từng sống chung với Ngài trong đời sống khổ hạnh trong rừng. Năm nhà khổ hạnh này gọi Ngài là "Bạn Gotama." Phật khiển trách họ, bảo rằng, đừng gọi Như Lai như là bạn và ngang hàng với mình, bởi vì Ngài bấy giờ đã là Đấng Giác Ngộ, Đấng Tối Thắng, Đấng Nhất Thiết Trí. Khi Ngài "đến như vậy" trong tư thế hiện tại của Ngài với tư cách là vị đạo sư của trời và người, họ phải coi Ngài là Đấng Trọn Lành chứ không phải là một người bạn cố tri. Lại nữa, khi Đức Phật trở về thành Ca Tỳ La Vệ, quê cũ của Ngài, Ngài không đi đến cung điện của phụ vương mà lại ở trong khu vườn xoài ở ngoại thành, và theo thường lệ là đi khất thật mỗi ngày. Vua Tịnh Phạn, phụ vương của Ngài, không thể chấp nhận con mình, một hoàng tử, lại đi xin ăn trên các đường phố thành Ca Tỳ La Vệ. Lúc đó, vua đến viếng Đức Phật tại khu vườn, và thỉnh cầu Ngài trở về cung điện. Phật trả lời vua bằng những lời lẽ như sau: "Nếu tôi vẫn còn là người thừa kế của Ngài, tôi phải trở về cung điện để cùng chung lạc thú với Ngài, nhưng gia tộc của tôi đã đổi. Bây giờ tôi là một người thừa kế các Đức Phật trong quá khứ, các ngài đã "đến như vậy" như tôi đang đến như vậy ngày nay, cùng sống trong các khu rừng, và cùng khất thật. Vậy Bệ Hạ hãy bỏ qua những gì mà ngài đã nói." Đức vua hiểu rõ những lời đó, và tức thì trở thành một người đệ tử của Đức Phật. Như Lai, đến như vậy hay đi như vậy, trên thực tế, cùng có ý nghĩa như nhau. Phật dùng cả hai và thường dùng chúng trong hình thức số nhiều. Đôi khi các chữ đó được dùng cho một chúng sinh đã đến như vậy, nghĩa là, đến trong con đường thế gian. Đến như vậy và đi như vậy do đó có thể được dùng với hai nghĩa: "Vị đã giác ngộ nhưng đến trong con đường thế gian," hay "vị đến trong con đường thế gian một cách đơn giản." Bấy giờ, Chân như hay Như Lai tạng chỉ cho trạng thái chân thật của vạn hữu trong vũ trụ, cội nguồn của một đấng giác ngộ. Khi tĩnh, nó là tự thân của Giác Ngộ, không liên hệ gì đến thời gian và không gian; nhưng khi động, nó xuất hiện trong hình thức loài người chấp nhận một đường lối thế gian và sắc thái của đời sống. Trên thực tế, Chân như hay Như Lai tạng là một, và như nhau: chân lý cứu cánh. Trong Đại Thừa, chân lý cứu cánh được gọi là Chân như hay Như thật. Chân như trong ý nghĩa tĩnh của nó thì phi thời gian, bình đẳng, vô thủy vô chung, vô tướng, không sắc, bởi vì bản thân sự vật mà không có sự biểu lộ của nó thì không thể có ý nghĩa và không bộc lộ. Chân như trong ý nghĩa động của nó có thể xuất hiện dưới bất cứ hình thức nào. Khi được điều động bởi một nguyên nhân thuần tịnh, nó mang hình thức thanh thoát; khi được điều động bởi một nguyên nhân ô nhiễm, nó mang hình thức hủ bại. Do đó chân như có hai trạng thái: tự thân chân như, và những biểu lộ của nó trong vòng sống và chết.

Thứ tư là "Pháp Giới Duyên Khởi": Pháp giới (Dharmadhatu) có nghĩa là những yếu tố của nguyên lý và có hai sắc thái: trạng thái chân như hay thể tánh và thế giới hiện tượng. Tuy nhiên trong Pháp Giới Duyên Khởi, người ta thường dùng theo nghĩa thứ hai, nhưng khi nói về thế giới lý tưởng sở chứng, người ta thường dùng nghĩa thứ nhất. Đạo Phật chủ trương rằng không có cái được tạo độc nhất và riêng rẻ. Vạn hữu trong vũ trụ, tâm và vật, khởi lên đồng thời; vạn hữu trong vũ trụ nương tựa lẫn nhau, ảnh hưởng lẫn nhau, và do đó tạo ra một bản đại hòa tấu vũ trụ của toàn thể điệu. Nếu thiếu một, vũ trụ sẽ không toàn vẹn; nếu không có tất cả, cái một cũng không. Khi toàn thể vũ trụ tiến tới một bản hòa âm toàn hảo, nó được gọi là nhất chân pháp giới, vũ trụ của cái "Một" hay cái "Thật," hay "Liên Hoa Tạng." Trong vũ trụ lý tưởng đó, vạn hữu sẽ tồn tại trong hòa điệu toàn diện, mỗi hữu không chướng ngại hiện hữu và hoạt động của các hữu khác. Mặc dù quan niệm viên dung và đồng khởi là vũ trụ, nó là một thuyết Pháp Giới Duyên Khởi, bản tính của hiện khởi là vũ trụ, nó là một thứ triết lý về toàn thể tính của tất cả hiện hữu, hơn là triết học về nguyên khởi.

Chương 23. Nguyên Lý Như Thật

Theo Phật giáo, như thật là chân như hay là căn bản tối hậu của tư tưởng Phật học đề cập trạng thái chân thật của tất cả những gì hiện hữu. Lẽ đương nhiên mọi người trước tiên đi tìm tinh thể uyên áo nhất giữa giả tượng ngoại giới của vạn hữu, hay tìm một sự kiện bất biến giữõa vô số sự vật biến chuyển. Rồi thất bại, người ta mới cố phân biệt cái bất khả tri với cái khả tri, cái thật với cái giả, hay vật tự thể với vật y tha. Nỗ lực này rốt cuộc cũng thất bại, vì cái mà họ chọn làm cái thật hay vật tự thể hoàn toàn vượt ra ngoài nhận thức của con người. Những nỗ lực như thế có thể mệnh danh là truy tầm thế giới lý tánh hay đời sống lý tánh. Phương pháp truy tầm và những lý thuyết kết quả thành ra đa dạng. Một số chủ trương nhất nguyên hay phiếm thần, một số khác chủ trương nhị nguyên hay đa nguyên. Đạo Phật một mình đứng hẳn ngoài các quan điểm đó. Đạo Phật là vô thần, cái đó khỏi phải nghi ngờ. Khi được hỏi về nguyên nhân hay nguyên lý tối sơ, Đức Phật luôn luôn không nói gì. Còn đối với đời sống lý tánh, Ngài phủ nhận sự hiện hữu của một bản ngã hay linh hồn hay bất cứ cái gì cùng loại đó mà người ta có thể gọi là thật ngã, như chúng ta đã thảo luận. Thấy cái bản tánh chân thật hay trạng thái chân thật của vạn hữu không phải là tìm thấy cái một trong cái nhiều, hay cái một trước cái nhiều, cũng không phải là phân biệt nhất tính khác dị tính hay tĩnh khác động. Theo Giáo Sư Junjiro Takakusu trong Cương Yếu Triết Học Phật Giáo, trạng thái chân thật là trạng thái không có một điều kiện riêng biệt nào. Sự thật, đó là cái "thực tại chân thật không có thực tại," nghĩa là không có một tướng trạng hay bản tánh riêng biệt nào cả. Tâm trí con người rất khó hiểu nổi ý niệm về một thực tại trong đó không có gì là bản thể hay bản trụ. Ý niệm về một bản thể thường trụ với những phẩm tính biến chuyển, đã cắm rễ quá sâu trong tập quán tư tưởng chúng ta. Các học phái Phật học, bất kể phái nào, Tiểu hay Đại thừa, Duy thật hay Duy tâm, hoàn toàn không lệ thuộc vào một tập quán tư tưởng nào như thế và tất cả đều chủ trương lý thuyết về biến chuyển triệt để. Khi một người theo đạo Phật nào đó nói về trạng thái chân thật của thực tại, ông ta muốn nói trạng thái không có bản tánh riêng biệt. Theo quan niệm tổng quát của Tiểu Thừa, trạng thái không điều kiện riêng biệt là Niết-bàn, vì Niết-bàn là giải thoát toàn vẹn khỏi ràng buộc. Phái Duy Thật (Sarvastivada) hay Nhất Thiết Hữu Bộ, thuộc Tiểu Thừa, bước xa hơn, cho rằng vô ngã, vô thường và Niết-bàn (sự tắt lửa) đều là trạng thái chân thật của vạn hữu. Phái Hư Vô Luận (Satyasiddhi) hay Thành Thật Luận chủ trương rằng vạn hữu, tâm và vật, thảy đều không và bất thật, không có cái gì hiện hữu, cả đến Niết-bàn. Trong Đại Thừa, phái Phủ Định Luận tứ Trung Quán (Madhyamika) dạy rằng chân lý chỉ có thể khám phá được bằng các quan điểm phủ định về sự hữu; và đằng khác, phái Duy Tâm Luận (Vijnaptimatra) chủ trương rằng sự viên mãn chân thật chỉ có thể chứng được một cách tiêu cực bằng phủ nhận bản tính hư ảo và duyên sinh của hiện hữu. Phái Hoa Nghiêm

Chương 23. Nguyên Lý Như Thật

(Avatamsaka) của Đại Thừa nghĩ rằng thế giới lý tưởng, hay nhất chân pháp giới, là thế giới không có cá thể biệt lập. Phái Pháp Hoa (Pundarika) đồng nhất trạng thái biểu hiện như thế là như thế với thật thể chân thật nội tại trong bản tánh. Xét trên toàn thể, nếu chỉ thấy sự kiện một đóa hoa đang rụng, thì nhất định đó là một thiên kiến theo thuyết vô thường. Chúng ta phải thấy rằng nội tại trong sự kiện một đóa hoa đang rụng chứa sẵn sự kiện một đóa hoa đang nở, và cũng nội tại trong sự kiện một đóa hoa đang nở có sẵn sự kiện một đóa hoa rụng. Như thế sự đối lập của rụng (diệt) và nở (sinh) được dung hợp và chúng tạo thành quan điểm về hỗ tương trong đối đãi, là một cái nhìn trung đạo không thiên chấp. Từ đó nói rằng chúng ta nhìn thấy cái vô hành trong cái hành, cái hành trong cái vô hành, bất động trong động, và động trong bất động, lặng trong sóng và sóng trong lặng. Thế là chúng ta đi tới trạng thái chân thật của vạn hữu, nghĩa là Trung Đạo. Và cái đó được gọi là Như thật hay Chân thật. Khi quan điểm ấy được phát biểu một cách tiêu cực, nó chỉ vào sự tiêu cực thật thụ hay cái "Không," bởi vì phủ nhận hết mọi trạng thái riêng biệt của mọi vật. Quan niệm tối hậu của triết học Phật giáo được nhận định như thế. Khi nguyên lý tối hậu được nhận định từ quan điểm phổ biến, nó được gọi là Pháp giới (Dharmadhatu). Cảnh vực của lý tánh, nhưng khi được nhận định từ quan điểm nhân cách, nó được gọi là Như Lai Tạng (Tathagata-garbha). Những cách diễn tả khác cùng nói lên ý tưởng này là: Phật tánh (Buddhata), hay Phật Tự Tánh (Buddha-svabhava), và Pháp thân (Dharmakaya). Những chữ này, trên thực tế, đồng nghĩa. Nếu không biết tới nguyên lý Chân như hay Tánh Không theo nghĩa cao nhất của chữ đó, thì không cách nào hiểu nổi giáo pháp của Đại Thừa. Chữ "không" trong nghĩa cao nhất không có nghĩa là "không chi cả" hay "ngoan không" mà nó chỉ cho cái "không có những điều kiện riêng biệt," hay "không tự tánh."

Chương 24. Nguyên Lý Viên Dung

Theo Phật giáo, viên dung có nghĩa là dung hòa hay dung thông, chu biến khắp cả, hay vạn pháp viên dung không trở ngại. Viên dung là tuyệt đối trong tương đối và ngược lại. Lý tính của chư pháp vốn đầy đủ hay vạn pháp sự lý đều viên dung không trở ngại, không phải hai, không có phân biệt. Như sóng với nước, sóng tức là nước. Sóng nước là một, nước sóng là một. Như phiền não và Bồ Đề, phiền não tức Bồ Đề. Như sinh tử và Niết-bàn, sinh tử tức Niết-bàn. Như sống và chết, chết là khởi đầu cho cuộc sống khác, sống là đang đi dần về cái chết. Bản chất của chư pháp đều giống nhau, tất cả là chân như, chân như là tất cả. Theo Giáo Sư Junjiro Takakusu trong Cương Yếu Triết Học Phật Giáo, sự viên dung của tam đế trong giáo thuyết của tông Thiên Thai hay nguyên lý viên dung là nguyên lý mà mỗi hiện tượng tự biểu lộ là ba chân lý trong một hòa điệu, tức Không Giả và Trung, nghĩa là, thật thể vốn nội tại, hoàn toàn nội tại, nội tại trong lý tánh và nội tại trong bản tánh. Ba đế mà tông Thiên Thai đã dựng lên Hệ thống 'Tam Quán' này dựa trên triết lý của ngài Long Thọ, người đã sống ở Đông Nam Ấn Độ vào thế kỷ thứ hai.

Thứ nhất là Không Đế: Không dĩ pháp nhất thiết pháp (không để phá cái hoặc kiến tư, nghĩa là phá tất cả các pháp quán sát cái tâm chẳng ở trong, chẳng ở ngoài, chẳng ở giữa, tức là không có thật). 'Không' còn là sự phá bỏ ảo tưởng của cảm quan và sự kiến tạo tri thức tối thượng (prajna). Nói về Tùng giả nhập Không, ở mức độ quán chiếu thứ nhất này, "giả hữu" chỉ cho tri kiến sai lầm về thế giới hiện tượng như thật hữu của phàm nhân, và "nhập không" có nghĩa là phủ nhận một chủ thể độc lập trong hiện tượng. Vì vậy, Trí Khải nói: "Khi hành giả thấy được Không, hành giả không những chỉ nhận biết Không mà còn biết được thật tánh của giả hữu nữa." Thứ nhì là Giả Đế: Giả dĩ lập nhất thiết pháp (Giả dùng để phá các hoặc trần sa và để lập tất cả các pháp quán sát thấy cái tâm đó có đủ các pháp, các pháp đều do tâm mà có, tức là giả tạm, không bền, vô thường). 'Giả' là sự chấm dứt những lậu hoặc của trần thế và giải thoát khỏi các điều xấu. Nói về Tùng không nhập Giả, ở mức độ quán chiếu thứ nhì này, "giả hữu" chỉ cho một lối hiểu đúng và sự chấp nhận hiện tượng khách quan từ nhân duyên tương nhập sinh khởi. Không ở đây chỉ cho một sự trói buộc sai lầm vào chính khái niệm về Không, hoặc hiểu lầm Không là cái không của chủ nghĩa đoạn diệt. Trí Khải nói: "Nếu hành giả hiểu vào Không, hành giả hiểu rằng chẳng có 'không'. Vì vậy nên hành giả phải 'nhập vào' trong giả hữu. Hành giả nên biết rằng đường lối quán chiếu này được thuyết ra là để cứu chúng sinh, và nên biết rằng chân không phải chỉ là chân, mà là một phương tiện xuất hiện một cách giả tạm. Vì vậy mà nói là 'từ không'. Hành giả phân biệt thuốc tùy theo bệnh, không có sự phân biệt thuộc khái niệm. Vì vậy mà gọi là 'vào giả'." Thứ ba là Trung Đế: Trung dĩ diệu nhất thiết pháp (Trung để phá cái hoặc vô minh và thấy được sự huyền diệu tất cả các pháp, quán sát thấy cái tâm chẳng phải không không, cũng chẳng phải giả tạm, vừa là không vừa là giả, tức là trung Đạo). 'Trung' là sự phá bỏ ảo giác do vô minh mà ra và có được một đầu óc giác ngộ. Nói về Trung Đạo Đệ Nhất Nghĩa Quán, đây là mức độ quán chiếu cao nhất mà hành giả có thể tiếp nhận một cách đúng đắn và đồng thời giá trị của cả hai Không và Giả. Trí Khải Đại Sư nói: "Trước hết, quán chiếu và đạt trí tuệ liên quan đến Không và Giả là không luân hồi tự tánh. Kế tiếp, quán chiếu và đạt trí tuệ liên quan đến không không là không cả Niết-bàn. Như vậy, cả hai cực đoan đều phủ nhận. Đây gọi là quán hai mặt Không như phương tiện nhằm mục đích thấy được Trung Đạo... Pháp quán thứ nhất dùng Không, và pháp quán thứ hai dùng Giả. Đây là phương tiện tiếp nhận chân lý trong cả hai cực đoan, nhưng khi hành giả vào được Trung Đạo, cả hai chân lý soi sáng cùng lúc giống nhau."

Chương 25. Nguyên Lý Giải Thoát Cứu Cánh

Trong Phật giáo, giải thoát có nghĩa là giải thoát khỏi sanh tử. Mục tiêu của mọi Phật tử và mục đích của mọi tông phái dựa vào thiền định. Trong thiền, giải thoát đồng nghĩa với đại giác. Giải thoát là giải thoát khỏi mọi trở ngại của cuộc sống, những hệ lụy của dục vọng và tái sanh. Giải thoát tối hậu hay giải thoát vĩnh viễn, giải thoát khỏi sự tái sanh trong vòng luân hồi sanh tử. Giải thoát là lìa bỏ mọi trói buộc để được tự tại, giải thoát khỏi vòng luân hồi sanh tử, cởi bỏ trói buộc của nghiệp hoặc, thoát ra khỏi những khổ đau phiền não của nhà lửa tam giới. Giải thoát khỏi những khổ đau phiền não do hiểu được nguyên nhân của chúng, xuyên qua thật hành Tứ diệu đế mà xóa bỏ hay làm biến mất những nhơ bẩn ấy. "Vimukti" đánh dấu sự loại bỏ những ảo ảnh và đam mê, vượt thoát sinh tử và đạt tới cứu cánh Niết-bàn. Nói chung, giáo pháp nhà Phật đều nhắm vào việc giải thoát con người khỏi những khổ đau phiền não ngay trong kiếp này. Các lời dạy này đều có cùng một chức năng giúp đỡ cá nhân hiểu rõ phương cách khơi dậy thiện tâm và từ bỏ ác tâm. Thí dụ như dùng bi tâm để giải thoát sân hận, dùng vô tham để giải thoát lòng tham, dùng trí tuệ để giải thoát si mê, dùng vô thường, tưởng và khổ để giải thoát sự ngã mạn cống cao. Đối với người tại gia còn có bổn phận đối với tự thân, gia đình, tôn giáo và xứ sở, Đức Phật đã khuyên nên từng bước tu tập các nghiệp không sát sanh, không trộm cắp, không tà dâm, không vọng ngữ, không làm những hành động do chấp trước hay tham sân si và sợ hãi tác động, không tiêu phí tài sản bằng những cách uống rượu, la cà đường phố, tham dự các tổ chức đình đám không có ý nghĩa, không đánh bạc, không làm bạn với người xấu và không nhàn cư (vì cổ đức có dạy 'nhàn cư vi bất thiện.'). Ngoài ra, người tại gia nên luôn giữ gìn tốt sáu mối quan hệ gia đình và xã hội: liên hệ giữa cha mẹ và con cái, giữa vợ chồng, giữa thầy trò, giữa bà con

CHƯƠNG 25. Nguyên Lý Giải Thoát Cứu Cánh

thân thuộc, giữa láng giềng, giữa người tại gia và người xuất gia, giữa chủ và thợ, vân vân. Các mối quan hệ này phải được xây dựng trên cơ sở tình người, sự thủy chung, sự biết ơn, biết chấp nhận và cảm thông với nhau, biết tương kính lẫn nhau vì chúng liên hệ mật thiết với hạnh phúc cá nhân trong những giây phút hiện tại. Chính vì thế mà Phật Pháp được gọi là Pháp Giải Thoát.

Để hiểu đạo Phật một cách chính xác, chúng ta phải bắt đầu ở cứu cánh công hạnh của Phật. Năm 486 trước Tây Lịch, hay vào khoảng đó, là năm đã chứng kiến thành kết hoạt động của Đức Phật vói tư cách một đạo sư tại Ấn Độ. Cái chết của Đức Phật, như mọi người đều rõ, được gọi là Niết-bàn, hay tình trạng một ngọn lửa đã tắt. Khi một ngọn lửa đã tắt, không thấy còn lưu lại một chút gì. Cũng vậy, người ta nói Phật đã đi vào cảnh giới vô hình không sao miêu tả được bằng lời hay bằng cách nào khác. Trước khi Ngài chứng nhập Niết-bàn, trong rừng Ta La song thọ trong thành Câu Thi Na, Ngài đã nói những lời di giáo này cho các đệ tử: "Đừng than khóc rằng Đức đạo sư của chúng ta đã đi mất, và chúng ta không có ai để tuân theo. Những gì ta đã dạy, Pháp cùng với Luật, sẽ là đạo sư của các ngươi sau khi ta vắng bóng. Nếu các người tuân hành Pháp và Luật không hề gián đoạn, há chẳng khác Pháp thân (Dharmakaya) của Ta vẫn còn ở đây mãi mãi. Dù có những lời giáo huấn ý nhị đó, một số đệ tử của Ngài đã nẩy ra một ý kiến dị nghị ngay trước khi lễ táng của Ngài. Do đó đương nhiên các bậc trưởng lão phải nghĩ đến việc triệu tập một đại hội trưởng lão để bảo trì giáo pháp chính thống của Phật. Họ khuyến cáo vua A Xà Thế lập tức ra lệnh cho 18 Tăng viện chung quanh thủ đô phải trang bị phòng xá cho các hội viên của Đại Hội Vương Xá. Khi thời gian đã tới, năm trăm trưởng lão được chọn lựa cùng hợp nhau lại. Ông A Nan đọc lại kinh pháp (Dharma) và Upali đọc lại luật nghi (Vinaya). Thật ra không cần đọc lại các Luật, vì chúng đã được Phật soạn tập khi Ngài còn tại thế. Hội nghị đã kết tập tinh tấn về Pháp và Luật. Kết quả hoạt động của các trưởng lão được thừa nhận như là có thẩm quyền do những người có khuynh hướng chủ trương hình thức và thực tại luận. Tuy nhiên, có một số quan điểm dị biệt, Phú Lâu Na là một thí dụ, vị này sau bị giết chết lúc đang giảng pháp. Phú Lâu Na ở trong một khu rừng tre gần thành Vương Xá suốt thời đại hội, và được một cư sĩ đến hỏi, Ngài trả lời: "Đại hội có thể tạo ra một kết tập tinh tế. Nhưng tôi sẽ giữ những gì đã tự mình nghe từ Đức Đạo Sư của tôi." Vậy chúng ta có thể cho rằng đã có một số người có các khuynh hướng duy tâm và tự do tư tưởng.

Chương 26. Thật Tướng Luận Trong Phật Giáo

Thật tướng là chân tướng, bản tánh, là bản thể của vạn hữu (tướng là vô tướng), đối lại với hư vọng. Trong tu tập Phật giáo, hành giả có thể hướng về tính chất chân thật thường trụ hay Pháp tánh hay thể tính vạn pháp mà chẳng hoại thế gian tướng (sự tướng thế gian). Tu tập Phật giáo phải ngày đêm dốc tâm quyết chí tu. Khi uống trà, khi ăn cơm, khi vui khi buồn, khi giận; ở chỗ tịnh chỗ uế, lúc sum hợp vợ con, lúc cùng bè bạn thù tạc, ở chỗ làm việc, nơi đình đám hội hè, hay bất cứ hình thức sinh hoạt nào, thảy đều là những cơ hội tốt cho chúng ta ra sức tu tập, cho chúng ta tự nhắc nhở và cảnh giác lấy mình. Ngày trước Quan Đô Úy Lý Văn Hòa ở trong phú quý mà tham đắc Thiền, thông suốt đại ngộ. Dương văn Công ngộ Thiền trong lúc đang tòng sự tại Hàn Lâm Viện. Trương Ngộ Nguyên ngộ Thiền khi đang làm Chuyển Vận Sứ ở Giang Tây. Ba vị này là tấm gương cho thấy, để đạt được giác ngộ, họ chẳng cần tránh vợ con, từ quan bãi chức, gặm cuống rau, khổ hình liệt chí, tránh náo cầu tĩnh, sau đó vào hang động. Những cư sĩ tại gia này phải cần nhiều sức lực vì họ phải tu tập trong những điều kiện không thuận lợi; nhưng họ đã chứng tỏ cho chúng ta thấy rằng việc tu tập Phật giáo có thể hoàn tất trong bất cứ điều kiện nào.

CHƯƠNG 26. Thật Tướng Luận Trong Phật Giáo

Quan niệm cho rằng thế giới tiềm tàng trong một khoảnh khắc của tư tưởng, là triết học nội tại thể, thì hiện tượng và tác động của tâm là một. Ta có thể gọi là "Hiện tượng luận," nhưng theo thuật ngữ, nên gọi là "Thật tướng luận," mỗi hiện tượng tâm hay vật, tự biểu lộ lý tánh hay bản tánh của chính nó. Theo Hòa Thượng U. Thittila trong Những Hạt Ngọc Trí Tuệ Phật Giáo, mặc dù Phật Giáo dạy nghiệp là nguyên nhân chính của các sự bất bình đẳng trên thế giới nhưng không chủ trương thuyết định mệnh hay thuyết tiền định, và cũng không khư khư cho rằng mọi thứ đều do quá khứ. Luật nhân quả trong triết lý nhà Phật là một trong năm trật tự mà chính chúng là luật hành hoạt trong vũ trụ. Thứ nhất là luật vật lý vô cơ tức hiện tượng về gió mưa của mỗi mùa. Trật tự chính xác về mùa, những thay đổi và biến chuyển theo đặc thù của mùa gây ra gió mưa, tính chất nóng bức, vân vân, thuộc nhóm này. Thứ nhì là luật về vật lý hữu cơ hay về mầm và hạt giống. Thuyết khoa học về tế bào và gien cũng như những cái giống nhau về mặt vật lý như gạo, gạo lấy ra từ thóc; đường lấy ra từ mía hay mật, và đặc tính của một số trái cây, vân vân. Thứ ba là luật về kết quả của hành động. Hành động tốt xấu sanh kết quả tương ứng tốt xấu. Cũng như nước tự tìm mức độ nông sâu, nghiệp một khi đã cho cơ hội tạo ra kết quả không tránh được, không phải dưới hình thức thưởng phạt mà là sự liên tục bẩm sinh Sự liên tục của hành vi và hậu quả tự nhiên và cần thiết như con đường của mặt trăng và các vì sao. Thứ tư là luật hấp dẫn và những luật thiên nhiên tương đương (luật về tiêu chuẩn). Thứ năm là luật về tâm hay tâm linh. Tiến trình của thức cũng như sự mất đi và phát sanh của thức, yếu tố cấu tạo thức và sức mạnh của tâm, hay tất cả những thứ mà khoa học chưa thể diễn tả được, vân vân.

Nói về Thật Tướng Thân của đức Như Lai, theo kinh Duy Ma Cật, chương mười hai, Đức Thế Tôn hỏi Duy Ma Cật rằng: "Ông nói ông muốn đến đây để thấy Như Lai thì lấy chi quán sát?" Duy Ma Cật thưa: "Như con quán thật tướng của thân, thân Phật cũng thế. Con quán Như Lai đời trước không đến, đời sau không đi, hiện tại không ở; không quán sắc, không quán sắc như, không quán sắc tánh; không quán thọ, tưởng, hành, thức, không quán thức như, không quán thức tánh; không phải tứ đại sinh, cũng không như hư không; sáu nhập không tích tập, mắt, tai, mũi, lưỡi, thân, tâm đã vượt qua; không ở ba cõi, đã lìa ba cấu; thuận ba môn giải thoát; có đủ ba minh, cùng ngang vô minh, không một tướng, không khác tướng, không có tự tướng, không có tha tướng, không phải không tướng, không phải chấp tướng; không bờ bên này, không bờ bên kia, không giữa dòng mà hóa độ chúng sanh; quán tịch diệt cũng không diệt hẳn; không đây, không kia, không nương nơi đây, không nương nơi kia; không thể dùng trí mà hiểu được, không thể dùng thức mà biết được; không tối không sáng; không danh không tướng; không mạnh không yếu; không phải sạch không phải nhơ; không ở phương sở, không lìa phương sở; không phải hữu vi, không phải vô vi; không bày không nói; không bố thí, không bỏn xẻn; không giữ giới, không phạm giới; không nhẫn không giận; không tinh tấn không giải đãi; không định không loạn; không trí không ngu; không thật không dối; không đến không đi; không ra không vào; bặt đường nói năng; không phải phước điền, không phải không phước điền; không phải xứng cúng dường, không phải không xứng cúng dường; không phải thủ, không phải xả; không phải có tướng, không phải không tướng; đồng với chân tế bình đẳng như pháp tánh; không thể cân, không thể lường, qua các sự cân lường, không lớn không nhỏ; không phải thấy, không phải nghe, không phải giác, không phải tri; lìa các kiết phược, bình đẳng các trí, đồng với chúng sanh; đối các pháp không phân biệt; tất cả không tổn thất, không trược không não, không tác không khởi, không sanh không diệt, không sợ không lo, không mừng không chán, không đã có, không sẽ có, không hiện có, không thể lấy tất cả lời nói phân biệt chỉ bày được. Bạch Thế Tôn! Thân Như Lai như thế, con quán cũng thế, nếu người nào quán theo đây gọi là chánh quán, quán khác gọi là tà quán."

Chương 27. Niềm Tin Trong Đạo Phật

Niềm tin căn bản trong Phật giáo là thế giới với đầy dẫy những khổ đau phiền não gây ra bởi tham, sân, si, mạn, nghi, tà kiến. Nếu chúng ta có thể buông bỏ những thứ vừa kể trên thì khổ đau phiền não sẽ tự nhiên chấm dứt. Tuy nhiên, buông bỏ những thứ vừa kể trên không có nghĩa là chạy theo dục lạc trần thế, cũng không có nghĩa là bi quan yếm thế. Theo Đức Phật, nguyên nhân của tất cả những khó khăn trong cuộc sống hằng ngày là luyến ái. Chúng ta nóng giận, lo lắng, tham dục, oán trách, đắng cay, vân vân, đều do luyến ái mà ra. Tất cả những nguyên nhân của bất hạnh, tinh thần căng thẳng, cố chấp và phiền não đều do luyến ái mà ra. Như vậy nếu chúng ta muốn chấm dứt khổ đau phiền não, theo Phật giáo, phải chấm dứt luyến ái, không có ngoại lệ. Tuy nhiên, dứt bỏ luyến ái không phải là chuyện dễ vì muốn chấm dứt luyến ái, chúng ta phải tự chiến thắng chính mình. Chính vì thế mà Đức Phật dạy trong Kinh Pháp Cú: "Chiến thắng vĩ đại nhất của con người không phải là chinh phục được người khác mà là tự chiến thắng lấy mình. Dù có chinh phục hàng muôn người ở chiến trường nhưng chinh phục chính mình mới là chiến thắng cao quí nhất." Thật vậy, mục tiêu tối thượng của người Phật tử là hướng về bên trong để tìm lại ông Phật nơi chính mình chứ không phải hướng ngoại cầu hình. Vì vậy mục đích tu tập của người Phật tử là phải phát triển sự tự tin vào khả năng của chính mình, khả năng tự mình có thể đạt được trí tuệ giải thoát khỏi mọi hệ lụy của khổ đau phiền não. Đạo Phật cực lực chống lại một niềm tin mù quáng vào sự cứu độ của tha lực, không có căn cứ. Đức Phật thường nhắc nhở tứ chúng: "Các ngươi phải từ bỏ niềm tin mù quáng. Đừng xét đoán theo tin đồn, theo truyền thống, theo những lời đoan chắc vô căn cứ, theo Thánh thư, theo bề ngoài, hoặc đừng vội tin vào bất cứ thứ gì mà một bậc tu hành hay một vị thầy đã nói như vậy mà không có kiểm chứng.

Với Phật giáo, tin tưởng tôn giáo mà không hiểu biết tường tận về tôn giáo đó tức là mù quáng, không khác gì mê tín dị đoan. Dầu có hiểu biết mà không chịu nhận ra chân ngụy hay hiểu biết sai, không hợp với lẽ tự nhiên, đó cũng là mê tín hay tín ngưỡng không chân chánh. Tin rằng nếu bạn gieo hột ớt thì bạn sẽ có cây ớt và cuối cùng là bạn sẽ có những trái ớt. Tuy nhiên, nếu bạn sớm nhận chân ra rằng ớt cay, là loại trái mà bạn không muốn, dù đã lỡ gieo, bạn có thể không bón phân tưới nước, lẽ đương nhiên cây ớt sẽ èo ọt, sẽ không sanh trái. Tương tự như vậy, nếu biết hành động như vậy là ác, là bất thiện, bạn không hành động thì dĩ nhiên là bạn không phải gánh lấy hậu quả xấu ác. Đức Phật hoàn toàn phủ nhận việc tin tưởng rằng bất cứ điều gì xảy ra cho một người, hoặc tốt hoặc xấu, là do cơ hội, số mệnh hay vận may rủi. Mọi việc xảy ra đều có nguyên nhân của nó và có mối liên hệ chặt chẽ nào đó giữa nhân và quả. Người muốn tin Phật cũng đừng vội vàng đến với Phật giáo bằng sự hiểu lầm hay sự mù quáng. Bạn nên từ từ tìm tòi, học hỏi trước khi quyết định sau cùng. Những tôn giáo thờ thần linh thì luôn xem lý trí và trí tuệ như là kẻ thù của niềm tin và lòng trung thành với giáo điều vì với họ chỉ có tin hay không tin mà thôi, chứ không có điều gì khác nữa để lý luận. Kỳ thật, nếu chúng ta chấp nhận có cái gọi là thần linh vô song thì chúng ta không thể chấp nhận bất cứ sự khám phá cơ bản nào của khoa học hiện đại, cũng không thể chấp nhận thuyết tiến hóa của Darwin hay sự tiến hóa của vũ trụ do khoa học hiện đại mang đến. Vì theo những người tin tưởng thần linh thì cái gọi là thần linh vô song hay thượng đế đã sáng tạo ra loài người và vũ trụ cùng một lúc và cả ba thứ, thần linh, con người và vũ trụ đều riêng rẽ nhau.

CHƯƠNG 27. Niềm Tin Trong Đạo Phật

Tuy nhiên, khoa học hiện đại đồng ý với những gì mà Đức Phật đã dạy hơn hai mươi sáu thế kỷ về trước, và khoa học đã chứng minh được vũ trụ như là một tiến trình thay đổi vô tận. Hơn nữa, sự tin tưởng vào thần linh cứu rỗi đã gây nên một mối nguy hiểm đáng sợ cho nhân loại, đặc biệt từ thế kỷ thứ nhất đến mãi cuối thế kỷ thứ mười chín, vì những người tin tưởng sự cứu rỗi được thần linh hay thượng đế ban cho họ rồi thì họ lại bắt đầu nghĩ rằng họ cũng phải áp đặt sự cứu rỗi cho người khác. Chính vì lý do đó mà các xứ theo Cơ Đốc giáo đã gởi binh lính và cố đạo của họ đi khắp thế giới để cứu rỗi những dân tộc khác bằng vũ lực. Và kết quả là người ta đã nhân danh "Chúa Trời" để tàn sát và chinh phục hàng triệu triệu người. Phật giáo thì ngược lại với các tôn giáo tin tưởng thần linh. Phật giáo dạy rằng con người phải phát triển trí tuệ. Tuy nhiên, trí tuệ trong Phật giáo không phải là loại trí tuệ được bảo hay được dạy. Chân trí tuệ hay trí tuệ thật sự là nhìn thấy trực tiếp và tự mình hiểu. Với loại trí tuệ này, con người có tâm lượng cởi mở hơn, con người chịu lắng nghe quan điểm tương phản của người khác hơn là tin tưởng một cách mù quáng. Phật tử thuần thành không bao giờ tin vào luật trường cửu. Đức Phật công nhận luật vô thường và hoàn toàn phủ nhận sự hiện hữu trường cửu của sự vật. Vật chất và tinh thần đều là những ý niệm trừu tượng không thật, thật sự chỉ là những yếu tố luôn thay đổi hay chư pháp, liên hệ lẫn nhau, sanh khởi tùy thuộc lẫn nhau. Như vậy niềm tin trong Phật giáo có nghĩa là tin tưởng vào Đức Phật như một vị Đạo sư, tin giáo pháp của Ngài như ngọn đuốc soi đường và tin Tăng chúng là những gương hạnh về lối sống theo Phật giáo. Theo quan điểm Phật giáo về niềm tin, mọi người có toàn quyền lựa chọn cho mình một niềm tin, không ai có quyền can dự vào niềm tin của ai. Đức Phật dạy trong Kinh Kalama: "Không nên chấp nhận điều gì chỉ vì lý do truyền thống, quyền thế của vị thầy, hay vì nó là quan điểm của nhiều người, hay của một nhóm đặc biệt, hay ngược lại. Mọi thứ đều phải được cân nhắc, quan sát và phán xét xem đúng hay sai dưới ánh sáng nhận thức về lợi ích của chính mình. Nếu là sai không nên bác bỏ ngay mà nên để lại xét thêm nữa. Như vậy chúng ta thấy rõ ràng Phật giáo đặt căn bản ở kinh nghiệm cá nhân, hợp lý, thật hành đạo đức nội tâm. Không cần phải vâng phục thần thánh, cũng không cần phải lấy lòng một vị thầy nào. Với người Phật tử, không có chuyện gắn bó với một niềm tin mù quáng hay với các tín điều cứng nhắc, những nghi lễ, những Thánh thư hay huyền thoại. Đức Phật thường khẳng định với tứ chúng rằng cứu rỗi có đạt được bởi con người và chỉ do con người mà không cần bất cứ một trợ lực nhỏ nào của cái gọi là thượng đế hay thần linh.

Đức Phật dạy chúng ta nên cố gắng nhận biết chân lý, từ đó chúng ta mới có khả năng thông hiểu sự sợ hãi của chúng ta, tìm cách giảm thiểu lòng ham muốn của ta, tìm cách triệt tiêu lòng tự kỷ của chính mình, cũng như trầm tĩnh chấp nhận những gì mà chúng ta không thể thay đổi được. Đức Phật thay thế nỗi lo sợ không phải bằng một niềm tin mù quáng và không thuận lý nơi thần linh, mà bằng sự hiểu biết thuận lý và hợp với chân lý. Hơn nữa, Phật tử không tin nơi thần linh vì không có bằng chứng cụ thể nào làm nền tảng cho sự tin tưởng như vậy. Ai có thể trả lời những câu hỏi về thần linh? Thần linh là ai? Thần linh là người nam hay người nữ hay không nam không nữ? Ai có thể đưa ra bằng chứng rõ ràng cụ thể về sự hiện hữu của thần linh? Đến nay chưa ai có thể làm được chuyện này. Người Phật tử dành sự phán đoán về một thần linh đến khi nào có được bằng chứng rõ ràng như vậy. Bên cạnh đó, niềm tin nơi thần linh không cần thiết cho cuộc sống có ý nghĩa và hạnh phúc. Nếu bạn tin rằng thần linh làm cho cuộc sống của bạn có ý nghĩa và hạnh phúc hơn thì bạn cứ việc tin như vậy. Nhưng nhớ rằng, hơn hai phần ba dân chúng trên thế giới này không tin nơi thần linh, và ai dám nói rằng họ không có cuộc sống có ý nghĩa và hạnh phúc? Và ai dám cả quyết rằng toàn thể những người tin nơi thần linh đều có cuộc sống có ý nghĩa và hạnh phúc hết đâu? Nếu bạn tin rằng thần linh giúp đỡ bạn vượt qua những khó khăn và khuyết tật thì bạn cứ tin như vậy đi. Nhưng người Phật tử không chấp nhận quan niệm cứu độ thần thánh như vậy. Ngược lại, căn cứ vào kinh nghiệm của Đức Phật, Ngài đã chỉ bày cho chúng ta là mỗi người đều có khả năng tự thanh tịnh thân tâm, phát triển lòng từ bi vô hạn và sự hiểu biết toàn hảo. Ngài chuyển hướng thần trời sang tự tâm và khuyến khích chúng ta tự tìm cách giải quyết những vấn đề bằng sự hiểu biết chân chánh của chính mình. Rốt rồi, thần thoại về thần linh đã bị khoa học trấn áp. Khoa học đã chứng minh sự thành lập của vũ trụ hoàn toàn không liên hệ gì đến ý niệm thần linh.

Đạo Phật lấy việc giải thoát của con người là quan trọng. Có một lần một vị Tỳ-kheo tên Malunkyaputta hỏi Đức Phật, rằng thì là vũ trụ này trường tồn hay không trường tồn, thế giới hữu biên hay vô biên, linh hồn và thể xác là một hay là hai, một vị Phật trường tồn sau khi nhập diệt hay không, vân vân và vân vân. Đức Phật cương quyết từ chối bàn luận những vấn đề trừu tượng như vậy và thay vào đó Ngài nói cho vị Tỳ-kheo ấy một thí dụ. "Nếu một người bị trúng tên tẩm thuốc độc, mà người ấy vẫn lảm nhảm 'Tôi nhứt định không chịu nhổ mũi tên ra cho tới chừng nào tôi biết ai bắn tôi,' hoặc giả 'Tôi nhứt định không nhổ mũi tên ra cho tới chừng nào tôi biết mũi tên bắn tôi bị thương làm bằng chất gì.'" Như một người thực tiễn dĩ nhiên người ấy sẽ để cho y sĩ trị thương tức thời, chứ không đòi biết những chi tiết không cần thiết không giúp ích gì cả. Đây là thái độ của Đức Phật đối với những suy nghĩ trừu tượng không thực tế và không giúp ích gì cho cuộc tu hành của chúng ta. Đức Phật sẽ nói, "Đừng lý luận hay biện luận." Ngoài ra, đạo Phật không chấp nhận những việc bốc số bói quẻ, đeo bùa hộ mạng, xem địa lý, coi ngày, vân vân. Tất cả những việc này đều là những mê tín vô ích trong đạo Phật. Tuy nhiên, vì tham lam, sợ hãi và mê muội

155

mà một số Phật tử vẫn còn bám víu vào những việc mê muội dị đoan này. Chừng nào mà người ta thấu hiểu những lời dạy của Đức Phật, chừng đó người ta sẽ nhận thức rằng một cái tâm thanh tịnh có thể bảo vệ mình vững chắc hơn những lời bói toán trống rỗng, những miếng bùa vô nghĩa hay những lời tán tụng mù mờ, chừng đó người ta sẽ không còn lệ thuộc vào những thứ vô nghĩa ấy nữa. Trong đạo Phật, giải thoát là phương châm để đề cao tinh thần tự tại ngoài tất cả các vòng kiềm tỏa, bó buộc hay áp bức một cách vô lý, trong đó niềm tin của mỗi cá nhân cũng phải tự mình lựa chọn, chứ không phải ai khác. Tuy nhiên, Đức Phật thường nhấn mạnh: "Phải cố gắng tìm hiểu cặn kẽ trước khi tin, ngay cả những lời ta nói, vì hành động mà không hiểu rõ bản chất thật của những việc mình làm đôi khi vô tình phá vỡ những truyền thống cao đẹp của chính mình, giống như mình đem ném viên kim cương vào bùn nhơ không khác." Đức Phật lại khuyên tiếp: "Phàm làm việc gì cũng phải nghĩ tới hậu quả của nó." Ngày nay, sau hơn 2.500 năm sau thời Đức Phật, tất cả khoa học gia đều tin rằng mọi cảnh tượng xảy ra trên thế gian này đều chịu sự chi phối của luật nhân quả. Nói cách khác, nhân tức là tác dụng của hành động và hiệu quả tức là kết quả của hành động. Đức Phật miêu tả thế giới như một dòng bất tận của sự tái sanh. Mọi thứ đều thay đổi, chuyển hóa liên tục, đột biến không ngừng và như một dòng suối tuôn chảy. Mọi thứ lúc có lúc không. Mọi thứ tuần hoàn hiện hữu rồi lại biến mất khỏi cuộc sống. Mọi thứ đều chuyển động từ lúc sanh đến lúc diệt. Sự sống là một sự chuyển động liên tục của sự thay đổi tiến đến cái chết. Vật chất lại cũng như vậy, cũng là một chuyển động không ngừng của sự thay đổi để đi đến hoại diệt. Một cái bàn từ lúc mới tinh nguyên cho đến lúc mụt rửa, chỉ là vấn đề thời gian, không có ngoại lệ. Giáo lý về tính chất vô thường của mọi vạn hữu là một trọng điểm quan yếu của đạo Phật. Không có thứ gì trên thế giới này có thể được coi là tuyệt đối. Nghĩa là không thể có cái gì sanh mà không

CHƯƠNG 27. Niềm Tin Trong Đạo Phật

có diệt. Bất cứ thứ gì cũng đều phải lệ thuộc vào sự duyên hợp thì cũng phải lệ thuộc vào sự tan rã do hết duyên. Thay đổi chính nó là thành phần của mọi thật thể. Trong đời sống hàng ngày, sự việc tiến triển và thay đổi giữa những cực đoan và tương phản, tỷ như thăng trầm, thành bại, được thua, vinh nhục, khen chê, vân vân và vân vân. Không ai trong chúng ta có thể đoan chắc rằng thăng không theo sau bởi trầm, thành không theo sau bởi bại, được theo sau bởi thua, vinh theo sau bởi nhục, và khen theo sau bởi chê. Hiểu được luật vô thường này, người Phật tử sẽ không còn bị khống chế bởi những vui, buồn, thích, chán, hy vọng, thất vọng, tự tin hay sợ hãi nữa.

Trong giáo huấn cao thượng của Đức Phật, lòng chân thật, từ mẫn, hiểu biết, nhẫn nhục, quảng đại bao dung, và những đức tính cao đẹp khác thật sự bảo vệ và mang lại cho chúng ta hạnh phúc và thịnh vượng thật sự. Một người tu tập sao cho có được những đức tánh tốt vừa kể trên, là người ấy đang hành trình trên đường đến đất Phật. Thật vậy, Phật tánh không thể từ bên ngoài mà tìm thấy được. Phật tánh không có giới hạn nơi Đông, Tây, Nam, Bắc, mà Phật ở ngay tại trong tâm của mỗi người. Trong Kinh Pháp Hoa, Đức Phật dạy: "Thuở xưa có một người cha già yếu và sắp chết, nhưng người ấy còn một người con nhỏ, muốn đứa con sau này được no đủ, ông mới để một viên kim cương vào gấu áo của đứa con. Sau khi cha chết, đứa bé không biết mình có viên ngọc báu, nên cứ đi đây đi đó xin xỏ nhờ vả người khác, nhưng không được một ai giúp đỡ. Một ngày nọ, chàng trai sực nhớ lại viên ngọc báu của cha mình để lại, từ đó về sau chàng trở nên người sang trọng và không còn nhờ cậy người khác nữa."

Hầu hết ai trong chúng ta đều cũng phải đồng ý rằng trong tất cả các loài sinh vật, con người là những sinh vật độc nhất trong hoàn vũ có thể hiểu được chúng ta đang làm cái gì và sẽ làm cái gì. So sánh với các loài khác thì con người có phần thù thắng và hoàn hảo hơn chẳng những về mặt tinh thần, tư tưởng, mà còn về phương diện khả năng tổ chức xã hội và đời sống nữa. Đời sống của con người không thể nào bị thay thế, lập lại hay quyết định bởi bất cứ một ai. Một khi chúng ta được sanh ra trong thế giới này, chúng ta phải sống một cuộc sống của chính mình sao cho thật có ý nghĩa và đáng sống. Chính vì thế mà cổ đức có dạy: "Con người là một sinh vật tối linh" hay con người được xếp vào hàng ưu tú hơn các loài khác. Và Đức Phật dạy trong kinh Ưu Bà Tắc: "Trong mọi loài, con người có những căn và trí tuệ cần thiết. Ngoài ra, điều kiện hoàn cảnh của con người không quá khổ sở như những chúng sanh trong địa ngục, không quá vui sướng như những chúng sanh trong cõi trời. Và trên hết, con người không ngu si như loài súc sanh." Như vậy con người được xếp vào loại chúng sanh có nhiều ưu điểm. Con người có khả năng xây dựng và cải tiến cho mình một cuộc sống toàn thiện toàn mỹ.

Chương 28. Những Vấn Đề Siêu Hình Trong Đạo Phật

Trong Phật giáo, đức Phật không quan tâm đến những yếu tố tạo nên con người cũng như đến những lý thuyết siêu hình về cuộc đời. Ngài chỉ quan tâm sống giây phút hiện tại như thế nào. Đó là quan điểm của ngài. Bánh mì được làm ra từ bột mì. Làm thế nào để khi được đưa vào lò, bột biến thành bánh mì là vấn đề quan trọng nhất đối với đức Phật. Làm thế nào để đạt đến giác ngộ là mối quan tâm chính của ngài. Một người giác ngộ là một con người hoàn hảo, có tánh cách được ưa thích cho chính mình và cho người khác. Đức Phật muốn giúp con người tìm ra cách phát triển tánh cách lý tưởng này, cách mà các bậc thánh ngày xưa trở thành thánh. Để hiểu được cách làm thế nào một miếng bột tròn nhỏ trở thành cái bánh mì toàn hảo, ngài đã làm đi làm lại, cho đến khi đến chỗ hoàn toàn thành công. Đó là cách tu tập của ngài.

Theo Đức Phật, những vấn đề siêu hình chỉ làm bối rối con người và làm đảo lộn sự cân bằng của tâm trí họ như vậy. Sự giải quyết của chúng chắc chắn sẽ không giải thoát nhân loại khỏi những ác nghiệp và khổ đau. Đó là lý do tại sao Đức Phật do dự khi trả lời những câu hỏi như vậy, và đôi lúc Ngài phải tránh giải thích những câu hỏi thường được đặt ra một cách sai lầm. Đức Phật là một bậc Thầy thực tiễn, mục đích duy nhất của Ngài là giải thích tường tận về vấn đề khổ, sự kiện phổ quát của cuộc đời, làm cho mọi người cảm nhận được ảnh hưởng mạnh mẽ của nó và trực nhận sự thật của cuộc đời này. Đức Phật đã nói rõ cho chúng ta biết những gì Ngài cần giải thích và những gì Ngài sẽ không bao giờ giải thích. Ngay cả những câu hỏi liên quan đến quá khứ và tương lai, câu trả lời của Đức Phật thật là rõ ràng: "Hãy để yên quá khứ, hãy để yên vị lai." Đức Phật luôn nhấn mạnh: "Khi cái này có mặt, cái kia có mặt. Do cái này sanh, cái kia sanh. Khi cái này không có, cái kia cũng không có. Do cái này diệt, cái kia diệt." Tóm lại, đây là giáo lý của đạo Phật về tánh duyên khởi hay Pháp Tùy Thuộc Phát Sanh (Paticca-samup-pada). Giáo lý này tạo thành nền tảng của Tứ Thánh Đế, chân lý trung tâm của đạo Phật.

Tuy nhiên, trong thiền Phật giáo lại có một khía cạnh siêu nhiên thần bí, cũng là một thành phần thiết yếu của bản chất của Thiền. Không có khía cạnh đó nó không thể là cái tôn giáo mà tự căn bản nó vẫn là, và Thiền chắc hẳn đã mất đi cái địa vị là một diễn viên khôi hài trong vở kịch Phật giáo. Trong nhiều giai thoại Thiền chúng ta có thể thấy cái phương cách Thiền thị hiện những thần thông và sự diễu cợt của nó với chúng một cách trắng trợn. Mục Châu Đạo Tung là sư phụ của Vân Môn. Chính Sư là người đã khai mở tâm thức cho Vân Môn bằng cách làm cho Vân Môn què chân. Sau này Đạo Tung trở về quê ở Mục Châu vì thân mẫu của Sư đã quá già và cần có người phụng dưỡng. Từ đó Sư sinh sống bằng nghề đan giày cỏ. Vào thời loạn Hoàng Sào bùng nổ, khi loạn quân tiến đến Mục Châu, Đạo Tung đến trước cửa thành treo lên đó một chiếc dép lớn. Khi quân Hoàng Sào đến, họ không tài nào mở cửa vào thành được. Hoàng Sào nhẫn nhục ra lệnh cho thuộc hạ, "Hẳn phải có một vị tôn túc sống trong thành này. Chúng ta nên để yên là hơn." Nói rồi Hoàng Sào hạ lệnh rút quân, và Mục Châu thoát được nạn bị tàn phá. Trong khi đi dạo núi Thiên Thai, Sư Mục Quang Xạ gặp Thiền sư Hoàng Bá, nói chuyện với nhau như đã quen biết từ lâu. Hai người đồng hành, gặp một khe suối đầy nước chảy mạnh, sư lột mũ chống gậy đứng lại. Mục Quang Xạ thúc Hoàng Bá đồng qua. Hoàng Bá bảo: "Huynh cần qua thì tự qua." Mục Quang Xạ liền vén y, bước trên sóng như đi trên đất bằng. Qua đến bờ, Mục Quang Xạ xây lại hối: "Qua đây! Qua đây!" Hoàng Bá bảo: "Bậy! Việc ấy tự biết. Nếu tôi sớm biết sẽ chặt bắp đùi huynh." Mục Quang Xạ khen: "Thật là pháp khí Đại Thừa, tôi không bì kịp." Nói xong, không thấy Mục Quang Xạ đâu nữa. Mặc dầu Thiền chế diễu và không ưa những hành động làm phép lạ và thần thông, các thiền sư đã đắc pháp tuyệt nhiên không phải là không có khả năng làm những thứ đó. Họ có thể làm nếu họ cho là cần thiết cho một mục đích xứng đáng. Những thần thông này chỉ là cái phó sản tất nhiên của thật ngộ. Một người ngộ hoàn toàn phải có chúng nếu không cái ngộ của người ấy nhiều nhất chỉ có thể coi là mới được phần nào thôi. Phổ Hóa Trấn Châu Thiền Sư là một thí dụ điển hình khác về khía cạnh siêu nhiên thần bí của Thiền.

Chương 29. Đạo Phật Và Ý Niệm Về Hình Tượng Phật

Ảnh tượng là một trong những nhu cầu để tưởng nhớ đến Đức Phật. Tuy nhiên, thật là không thể nào diễn tả Đức Phật được bằng hình tượng vì Ngài chính là sự tỉnh thức, giác

CHƯƠNG 29. Đạo Phật Và Ý Niệm Về Hình Tượng Phật

ngộ, trí tuệ, từ bi, hỷ, xả, vân vân. Tuy nhiên, nếu chúng ta không diễn tả Ngài bằng hình tượng toàn hảo thì làm sao chúng ta có thể mường tượng ra được những biểu tượng của Ngài? Chúng ta nên diễn tả những biểu tượng này của Ngài bằng những hình thức lý tưởng nhất của chúng sanh, vì chủ yếu đây là hình tượng của Đức Phật khi Ngài đạt được sự giác ngộ tối thượng. Vì vậy hình tượng của Đức Phật phải ở trong tư thế tĩnh lặng và hững hờ trước những sướng khổ của cuộc đời. Người ta thường cảm thấy có nhu cầu để nhớ những vật mà họ thương mến và kính ngưỡng dưới một hình thức mà họ có thể thấy được. Tỷ dụ như, hình ảnh để nhớ tới người thân. Quốc kỳ nhắc nhở những người trung thành với tổ quốc. Hình ảnh và quốc kỳ là những thí dụ về biểu tượng trong ký ức về phẩm chất của người hay vật được tiêu biểu. Chúng thành hình tiêu điểm của sự cảm nhận yêu thương, kính ngưỡng và trung thành. Cũng như vậy, bệ thờ ở nhà hay trong tự viện cũng là tiêu điểm cho người Phật tử tu hành. Ngay giữa bệ thờ, thường là hình tượng của Đức Phật. Hình tượng Phật có thể được làm bằng nhiều chất liệu khác nhau như đá cẩm thạch, vàng, gỗ hay đất sét. Hình tượng Phật là một biểu tượng giúp cho chúng ta nhớ lại những phẩm chất cao quý của Ngài. Bệ thờ cũng có thể có những vật thờ đã nói trong kinh tiêu biểu cho Pháp. Một vài bệ thờ trưng bày hình tượng, hình ảnh của chư Thánh Tăng hay Thầy Tổ tiêu biểu trong cộng đồng Tăng già. Khi người Phật tử đứng trước bệ thờ, những vật thờ mà họ thấy đều giúp cho họ nhớ lại những phẩm hạnh nơi Đức Phật và Tăng già. Điều này khuyến tấn họ nên luôn tu trì để đạt được những phẩm hạnh ấy nơi chính họ.

Theo Giáo Sư Junjiro Takakusu trong Cương Yếu Triết Học Phật Giáo, tất cả những điêu khắc đầu tiên tại Sanci và Barhut không trình bày Phật trong diện mạo con người. Điều đáng lưu ý chúng ta là, những biến cố chính trong đời sống của Đức Phật đã được đưa ra đầy đủ trong điêu khắc mà không mang diện mạo một anh hùng. Làm sao có thể được?

Phật khi giáng sinh được tượng trưng bằng đóa hoa sen nở trọn; khi thành đạo tượng trưng bằng cây Bồ Đề có tường rào chung quanh; lúc Ngài thuyết pháp đầu tiên (chuyển Pháp Luân) tượng trưng bằng một bánh xe trên đó đôi khi có thêm dấu hiệu Tam Bảo (Tri-ratna); lúc khất thật tượng trưng bằng một cái bình bát, vân vân. Nếu sự gợi hứng là một phương tiện của nghệ thuật đích thật, các nghệ sĩ Phật tử đầu tiên đã hiểu điều đó khá trọn vẹn và đã dùng ý niệm đó một cách khéo léo cho những mục đích thực tiễn. Tuy nhiên, tất cả những điều này không nhất thiết có nghĩa rằng các trưởng lão đã tuyệt nhiên không trình bày Đức Phật suốt thời gian Ngài còn tại thế, vì có truyện kể về việc họ đã tạo một bức tượng để cúng dường trong suốt thời gian Ngài vắng mặt. Họ là những người chủ trương hình thức và duy thật, và như thế nếu Phật đang ở ngay trước mặt, họ có quyền miêu tả Ngài bằng hội họa hay điêu khắc. Nhưng bây giờ Ngài đã đi vào Niết-bàn, mà trình bày một người không còn hiện hữu trong thực tại nữa, đó là điều bất xác. Chính do sau này, một phát triển khả quan của các nền nghệ thuật Gandhara mà Nam phương Phật giáo bắt đầu có những tượng Phật. Việc này có thể xảy ra cùng lúc với việc ghi chép các giáo thuyết của Phật thành văn tự, tức khoảng năm 80 trước Tây Lịch. Các trưởng lão có khuynh hướng duy tâm và tự do tư tưởng, mà chúng ta có thể coi như là những nhà tiền phong của Đại Thừa, hình như không có cuộc hội họp để đọc lại các bài pháp của Phật, cũng không mở rộng các luật nghi của họ vượt ngoài những gì Phật đã thiết định. Họ thường ghi lại những Thánh ngôn bằng ký ức hay bằng văn tự tùy theo sở thích. Họ không ngần ngại sử dụng các tài năng của mình trong hội họa hay điêu khắc để miêu tả hình ảnh Phật theo lý tưởng riêng của mình về cái đẹp và cái toàn như họ đã làm ở nghệ thuật Gandhara. Ngành tự do tư tưởng cũng có thể được thấy trong các luận giải siêu hình của các nhà Phân Biệt Thuyết (Vaibhasika) hay Tỳ Bà Sa, trong đó nhiều quan niệm về pháp (dharma) hay thắng pháp (abhidharma) được sưu tập và một số quan niệm tự do đã được tuyển và được khuyến cáo học tập. Mặc dù phái Tỳ Bà Sa thuộc hệ Tiểu Thừa, nhưng đã mở ra một khuynh hướng nhắm tới trường phái tự do tư tưởng. Hạng người tự do tư tưởng như thế cố nhiên can đảm trong việc thích nghĩa, bác học, chú giải, hay hình thành và diễn tả bất cứ quan niệm nào. Tuy nhiên, điều này không có nghĩa rằng họ đi xa ngoài các giáo pháp nguyên thủy của Phật.

Ngày nay, ngoài hai bức tượng Phật vĩ đại ở A Phú Hãn đã bị Taliban phá hủy hồi năm 2002, còn có năm bảy tượng phật lớn khác ở khắp nơi trên thế giới, trong số này có 2 tượng lớn ở Nhật Bản: 1) tượng Phật Tỳ Lô Giá Na lớn tại tự viện Todaiji ở Nại Lương, được vua Shonu dâng cúng vào năm 751; 2) tượng Phật A Di Đà, được vua Joko tài trợ và được xây dựng năm 1495. Mặt tượng Phật này vẫn còn nguyên, nhưng đến cuộc động đất vào năm 1923 làm hư hại nền tượng. Công tác trùng tu gần như toàn bộ đã được khởi công năm 1960 và hoàn tất năm 1961.

Chương 30. Đạo Phật Và Quan Niệm Về Nguyên Nhân Đầu Tiên

Theo Phật giáo, 'Nguyên lý vũ trụ' có nghĩa là chân lý tuyệt đối tác động và thể hiện một cách tự phát và không bị gò bó, vô cùng khác nhau trong thế giới các hiện tượng phù hợp với hoàn cảnh từng lúc. Với Phật giáo, phải có nhân là nguyên nhân, là năng lực phát động thí mới có quả là kết quả, là sự hình thành của năng lực phát động. Định luật nhân quả chi phối vạn sự vạn vật trong vũ trụ không có ngoại lệ. Chính ví thế, Phật giáo không thừa nhận có cái gọi là nguyên nhân đầu tiên. Nếu người ta thừa nhận có nguyên nhân đầu tiên, thì họ phải biện minh được khi bị hỏi về nhân của nguyên nhân đầu tiên đó, vì không có thứ gì thoát ra khỏi quy luật "nhân-duyên", quy luật này được xem là hiển nhiên với mọi người, trừ phi người ta không muốn nghe thấy chân lý. Tuy nhiên, một người tin vào Thượng đế sẽ cho rằng đó là do ý của Thượng đế, không cần phải bàn luận chi hết, vì hoài nghi quyền năng của Thượng đế là phạm Thánh. Có lẽ chính ý niệm về Thượng đế này đã kềm chế sự tự do suy tư của con người, không cho họ suy luận, phân tích, tìm tòi để thấy những gì vượt ngoài mắt trần này, và làm trở ngại cho việc phát triển tuệ giác. Tuy nhiên, điều quan trọng cần phải hiểu ở đây là tham ái không nên được xem như là nguyên nhân đầu tiên, vì theo đạo Phật hoàn toàn không có cái gọi là "nguyên nhân đầu tiên" này, mà các pháp nhân quả không khởi điểm, ngoài ra không một điều gì khác chi phối thế gian này. Các pháp phát sanh không phải chỉ do một nhân, cũng không phải vô nhân sanh, mà tuỳ thuộc phát sanh (Pháp Duyên Khởi) các pháp do nhiều nhân sanh. Tham ái, cũng như các pháp khác, thuộc vật chất hay tinh thần, cũng đều do duyên sanh, chúng tùy thuộc và liên quan lẫn nhau. Tự thân nó không có một khởi điểm hay kết thúc nào cả. Mặc dù tham ái được nói đến như nguyên nhân gần của khổ, nó không phải là một pháp độc lập mà tùy thuộc vào các pháp khác. Ái phát sanh do thọ làm duyên, thọ phát sanh do xúc làm duyên, vân vân.

Chương 31. Quan Niệm Linh Hồn Trong Phật Giáo

Trong tư tưởng Phật giáo, không có cái gọi là "Linh hồn." Sanh đi trước tử, và tử cũng đi trước sanh, vì cặp sanh tử này cứ theo nhau liên tiếp không ngừng. Tuy nhiên, không có cái gọi là linh hồn hay bản ngã, hay thật thể cố định nào di chuyển từ kiếp này qua kiếp khác. Mặc dù con người là một đơn vị tâm-vật lý bao gồm hai phần vật chất và tinh thần hay tâm, nhưng tâm không phải là linh hồn hay bản ngã theo nghĩa của một thật thể vĩnh hằng, một cái gì đó được tạo

CHƯƠNG 31. Quan Niệm Linh Hồn Trong Phật Giáo

sẵn và thường hằng. Tâm chỉ là một lực, một dòng tương tục năng động, có khả năng tồn trữ những ký ức không chỉ trong kiếp này, mà cả những kiếp quá khứ nữa. Tâm không phải là một thật thể cố định. Chính Đức Phật đã nhấn mạnh rằng cái gọi là con người hay cá thể chỉ là một sự kết hợp của các tâm và vật lực thay đổi liên tục mà thôi. Có người sẽ hỏi nếu không có một linh hồn hay bản ngã thường hằng đi đầu thai, thì cái gì được tái sanh? Theo Phật giáo, không hề có một thật thể thường hằng dưới dạng bản ngã hay linh hồn đi đầu thai hay di chuyển từ kiếp này sang kiếp khác. Tất cả đều ở trong trạng thái trôi chảy liên tục. Cái mà chúng ta thường gọi là đời sống ở đây chỉ là sự vận hành của ngũ uẩn, hoặc là sự vận hành của những năng lực của thân và tâm mà thôi. Những năng lực này không bao giờ giống hệt nhau trong hai khoảnh khắc liên tiếp, và trong cái hợp thể thân và tâm này chúng ta không thấy có thứ gì thường hằng cả. Con người trưởng thành hôm nay không phải là đứa bé của năm xưa, cũng không phải là một người hoàn toàn khác biệt, mà chỉ là mối quan hệ của tương tục tính. Hợp thể thân và tâm hay năng lực tinh thần và thể xác này không mất vào lúc chết, vì không có năng lực nào đã từng mất cả. Nó chỉ sắp xếp lại, tổ chức lại trong điều kiện mới mà thôi. Về những vấn đề tâm lý học, Phật giáo không chấp nhận sự hiện hữu của một linh hồn được cho là chân thật và bất tử. Vô ngã áp dụng cho tất cả vạn hữu (sarva dharma), hữu cơ hay vô cơ. Theo Nhân Sinh, Phật giáo cũng không chủ trương có linh hồn, không có cái ngã chơn thật nào là bất tử. Còn trong trường hợp chỉ chung cho vạn hữu, cũng không có bản thể, không có bản chất nào mà không biến dịch. Bởi vì không có một cái ngã chân thật theo không gian, nghĩa là không có thật thể, nên không bao giờ có thường hằng.

Chương 32. Giáo Dục Trong Phật Giáo

Mục đích của người tu Phật là tự giác (tự giác là tự quán sát bằng cái trí của chính mình chứ không dựa vào kẻ khác), giác tha (sau khi tự mình đã giác ngộ lại thuyết pháp để giác ngộ cho người khác, khiến họ được khai ngộ và giúp họ rời bỏ mọi mê lầm và khổ não trong vòng luân hồi) rồi cuối cùng mới đi đến giác hạnh viên mãn. Phật tử thuần thành nên luôn nhớ rằng giáo dục nhà Phật nhằm giúp chúng sanh thành Phật hay ít nhất cũng thành một đệ tử chân thật của Đức Phật chứ không nhằm mục đích xã hội hóa con người theo nghĩa một con người thế tục. Vì đạo Phật là đạo tìm trở về với chính mình (hướng nội) nên giáo dục trong nhà Phật cũng là nền giáo dục hướng nội chứ không phải là hướng ngoại cầu hình cầu tướng. Như trên đã nói, nguyên nhân căn bản gây ra khổ đau phiền não là tham, sân, si, mạn, nghi, tà kiến, sát, đạo, dâm, vọng... và mục đích tối hậu của đạo Phật là nhằm giúp chúng sanh, nhất là những chúng sanh con người loại trừ những thứ ấy để nếu chưa thành Phật thì ít nhất chúng ta cũng có một cuộc sống an lạc, tỉnh thức và hạnh phúc. Chính vì thế mà nền giáo dục Phật giáo là nhằm giúp những người tu Phật thoát khỏi những phiền trược vừa kể trên để họ có thể thấy được thực tại và chân lý như thật. Đức Phật dạy rằng con người hiện tại của chúng ta là kết quả của cả triệu triệu tư tưởng và hành động trong quá khứ, chứ con người không phải được làm sẵn như một cái bánh hay một thỏi kẹo. Tính nết của con người được xác định bởi sự suy tư của người ấy, vì thế mà con người không thể nào hoàn hảo được. Muốn hoàn hảo hoàn thiện, con người phải tự giáo dục và rèn luyện chính mình. Trong các loài chúng sanh thì con người là loài chúng sanh có khả năng biết suy nghĩ và lý luận và có trí thông minh để tự giáo dục và xây dựng cho mình một cuộc đời tốt đẹp hơn. Tuy nhiên, để làm được điều này, một con người dù là Phật tử hay không Phật tử, không có con đường nào khác hơn là phải giáo dục mình bằng ngũ giới, bằng Tứ Diệu Đế, bằng bát Thánh đạo... nghĩa là về luân lý. Ngoài ra, cốt lõi của đạo Phật là quy luật về "Nhân Quả" vì thế giáo dục Phật giáo không thể thiếu điều này. Người Phật tử thuần thành nên luôn nhớ "Cái này có thì cái kia có; cái này sinh thì cái kia sinh. Cái này không có thì cái kia không có; cái này diệt thì cái kia diệt." Giáo dục trong Phật giáo là nhằm vạch rõ cho mọi người thấy rằng luật nhân quả chi phối chúng sanh mọi loài, từ phàm đến Thánh. Nếu bạn gieo nhân tốt thì bạn gặt quả lành. Ngược lại, nếu bạn gieo nhân xấu, thì quả xấu, không có ngoại lệ. Như vậy, theo giáo dục nhà Phật, bất cứ cái nào làm tăng tham, sân, si, mạn, nghi, tà kiến, sát, đạo, dâm, vọng... là cái xấu nên tránh xa; còn bất cứ cái nào giúp giảm những thứ vừa kể là cái tốt nên theo. Nói gì thì nói, Phật tử thuần thành nên luôn nhớ rằng Phật giáo không chỉ là một hệ thống giáo lý suông, mà đó là một lối sống. Nếu chúng ta chịu giáo dục và thật hành đúng như lời Phật dạy, thì chắc chắc cuộc sống của chúng ta phải an lạc, tỉnh thức và hạnh phúc.

Người Phật tử luôn cần hai hướng giáo dục. Hướng thứ nhất là giáo dục ngoài đời và hướng thứ hai là giáo dục trong đạo. Hai hướng này được xem như là hai cánh của loài chim. Không có hai cánh loài chim không bay được. Tương tự như vậy, không có đủ đầy hai hướng giáo dục, người Phật tử chẳng những không có được đời sống ấm no ngoài đời, mà đời sống tâm linh cũng nghèo nàn tăm tối. Giáo dục ngoài đời sẽ giúp chúng ta nghề nghiệp nuôi thân và gia đình, trong khi giáo dục trong đạo giúp chúng ta có được hạnh phúc chân thật trong đời sống tâm linh. Thật vậy, giáo dục tôn giáo là cực kỳ cần thiết vì nó dạy chúng ta suy nghĩ và hành động như thế nào để thành người lương thiện và có được hạnh phúc. Giáo dục tôn giáo còn giúp chúng ta biết thương yêu và thông hiểu ý nghĩa cuộc đời để tự thích ứng được mình theo quy luật nhân sinh trong bất cứ hoàn cảnh nào. Sau sáu năm kinh qua tu tập khổ hạnh, Đức Phật đã khuyên hàng đệ tử của Ngài nên theo đường trung đạo. Ngài dạy: "Phật tử nên luôn lợi dụng tối đa cuộc sống ngoài đời trong khi tu hành để đi đến chân hạnh phúc trong đời này và đời sau."

Chương 33. Đạo Phật Và Việc Thờ Cúng Tổ Tiên

Theo cổ tục, Phật tử chúng ta thờ cúng tổ tiên là để tỏ lòng biết ơn. Theo đạo Phật thì thờ cúng tổ tiên, không phải là một phong tục xấu, với hy vọng mong cho họ được nhẹ nghiệp. Người Phật tử nên luôn nhớ rằng tu hành tinh tấn là cách đền đáp tổ tiên xứng đáng nhất. Tuy nhiên, một số Phật tử vì hiểu lầm Phật giáo nên xem chuyện thờ cúng là tối quan trọng trong đạo Phật. Theo tín ngưỡng của quần chúng, khi trong gia đình có người chết, người ta thường làm lễ thất 49 ngày vì người ta tin rằng ngày thứ 49 là ngày cuối của thời kỳ "Thân Trung Ấm". Việc thờ cúng tổ tiên của Dân tộc Việt Nam đã có từ lâu. Dân Việt Nam tin tưởng có linh hồn hay thần thức sau khi qua đời. Người ta luôn nghĩ rằng tổ tiên phù hộ con cháu còn sống. Chính vì thế mà con cháu luôn thờ phượng tổ tiên với lòng kính trọng tối thượng. Người Việt Nam không những tổ chức ngày kỵ giỗ cho cha mẹ quá vãng, mà họ còn làm lễ kỵ giỗ cho ông bà nội, ngoại, ông bà cố, hay cố tổ nữa. Họ có thể làm lễ kỵ giỗ như một bữa tiệc hay một nghi thức thờ cúng đơn giản nhất là đốt nhang và lạy trước bàn thờ hay hình ảnh của tổ tiên họ. Trong vài gia đình, ngoài việc dâng cúng thức ăn thức uống trước bàn thờ tổ tiên, họ còn có tục đốt giấy tiền cho người chết. Hơn nữa, trong vài vùng ở miền Trung nước Việt, hãy còn những ngôi nhà thờ họ, nơi thờ cúng những tổ tiên trong cùng dòng tộc. Chẳng nghi ngờ gì cả, tập tục thờ cúng tổ tiên đã giúp cho dân ta duy trì được sự đoàn kết và nối dòng nối dõi. Theo cổ tục, Phật tử chúng ta thờ cúng tổ tiên là để tỏ lòng biết ơn. Theo đạo Phật thì thờ cúng tổ tiên, không phải là một phong tục xấu, với hy

CHƯƠNG 33. Đạo Phật Và Việc Thờ Cúng Tổ Tiên

vọng mong cho họ được nhẹ nghiệp. Người Phật tử nên luôn nhớ rằng tu hành tinh tấn là cách đền đáp tổ tiên xứng đáng nhất. Tuy nhiên, một số Phật tử vì hiểu lầm Phật giáo nên xem chuyện thờ cúng là tối quan trọng trong đạo Phật. Phật giáo không bao giờ khuyến khích Phật tử thờ cúng tổ tiên của họ một cách mù quáng. Ngược lại, Phật giáo luôn khuyến khích việc thờ cúng tổ tiên một cách hợp lý bằng cách tụng kinh cầu siêu cho người quá vãng, với hy vọng làm nhẹ đi nghiệp chướng cho họ sớm được siêu thoát. Ngoài ra, thường vào ngày rằm tháng ba Âm lịch, ngày lễ "Thanh Minh" được cử hành nhằm cúng bái tổ tiên và những vong linh. Các dân tộc Đông Á như Tàu, Nhựt, Đại Hàn và Việt Nam, thường cử hành lễ này bằng cách đi đến các nghĩa trang để dẫy cỏ và làm sạch mộ tổ tiên, cũng như dâng cúng thật phẩm và hoa quả. Theo các truyền thống Phật giáo, Phật tử còn có tục Thờ Phật. Tại Ấn Độ, sau khi Đức Phật nhập diệt, các tín đồ dành cho Đức Phật tất cả những tôn vinh của một vị thần hiện thân trong Ấn Độ giáo. Họ chuyển qua thờ cúng tượng Phật, bởi những lý do giống như tín đồ Ấn Độ giáo, đó là để kích thích cảm nghĩ và thiền định.

Dân tộc Việt Nam từ lâu đã tin tưởng có thần thức sau khi qua đời. Người ta luôn nghĩ rằng tổ tiên phù hộ con cháu còn sống. Chính vì thế mà con cháu luôn thờ phượng tổ tiên với lòng kính trọng tối thượng. Người Việt Nam không những tổ chức ngày kỵ giỗ cho cha mẹ quá vãng, mà họ còn làm lễ kỵ giỗ cho ông bà nội, ngoại, ông bà cố, hay cố tổ nữa. Họ có thể làm lễ kỵ giỗ như một bữa tiệc hay một nghi thức thờ cúng đơn giản nhất là đốt nhang và lạy trước bàn thờ hay hình ảnh của tổ tiên họ. Trong vài gia đình, ngoài việc dâng cúng thức ăn thức uống trước bàn thờ tổ tiên, họ còn có tục đốt giấy tiền cho người chết. Hơn nữa, trong vài vùng ở miền Trung nước Việt, hãy còn những ngôi nhà thờ họ, nơi thờ cúng những tổ tiên trong cùng dòng tộc. Chẳng nghi ngờ gì cả, tập tục thờ cúng tổ tiên đã giúp cho dân ta duy trì được

169

sự đoàn kết và nối dòng nối dõi. Phật giáo luôn khuyến khích việc thờ cúng tổ tiên bằng cách tụng kinh cầu siêu cho người quá vãng, với hy vọng làm nhẹ đi nghiệp chướng cho họ sớm được siêu thoát.

Chương 34. Phật Giáo Và Lễ Bái

Ngày nay ai cũng biết sự thờ cúng thần tượng trong Ấn Độ giáo đã có từ khoảng từ năm 500 đến 450 trước Tây Lịch. Ngày nay ở các nước Tích Lan, Miến Điện, Trung Hoa, Việt Nam, và các nước Phật giáo khác, người ta cũng thờ tượng Đức Phật theo kiểu người Ấn Độ giáo thờ thần, bằng cách dâng cúng hoa quả, thức ăn, vải vóc, nhang đèn và sự cầu khẩn. Thậm chí, họ còn điểm nhãn bức tượng mới làm ra. Đây là một nghi thức thần bí của Ấn Độ. Họ tin tưởng rằng làm như vậy thì bức tượng sẽ trở nên linh thiêng hơn. Tuy nhiên, Phật tử chơn thuần nên luôn nhớ rằng Đức Phật chẳng bao giờ chấp nhận việc dựng tượng Ngài để thờ cúng trong tháp như vậy. Phật tử chân thuần chẳng những không xem các hình tượng như biểu hiện của đấng thần linh vô hình khi lễ bái, mà cũng không tin rằng trong bản chất của hình tượng đó có hàm chứa bất cứ thần tính nào. Người Phật tử nên kính thờ tượng Phật và các pháp bảo liên hệ khác như những hình ảnh tưởng niệm một đấng cao siêu, trí tuệ và từ bi nhất trong thế giới này vì đối với chúng ta, Đức Phật đáng được tôn sùng và kính mến hơn bất cứ vĩ nhân nào khác. Người Phật tử chân thuần cũng nên luôn nhớ rằng, ngay từ lúc đầu Đức Phật đã chỉ trích sự ham chuộng nghi lễ và các hành động hướng ngoại khác có thể làm tăng trưởng đức tin mù quáng và mê tín của chúng ta. Phật tử cúng dường hương hoa là bên ngoài tỏ lòng kính trọng Phật. Khi cúng dường hoa, chúng ta nên nghĩ rằng hoa này rồi sẽ tàn phai héo úa và hoại diệt đi, chúng ta cũng sẽ hoại diệt như vậy, không có một thứ gì trên đời này đáng cho ta bám víu. Tuy nhiên, khi cúng Phật người

CHƯƠNG 34. Phật Giáo Và Lễ Bái

Phật tử lấy năm thứ hương để ví với ngũ phần pháp thân của Đức Như Lai: giới hương, định hương, huệ hương, giải thoát hương, và giải thoát tri kiến hương.

Theo Phật giáo, lễ lạy với ý nghĩa Tôn Trọng, hay tôn quý và kính trọng. Trong đạo Phật, đảnh lễ là hành động tỏ lòng tôn kính đối với một vị trưởng lão, một vị thầy, một vị Tỳ-kheo Ni, Tỳ-kheo, Bồ Tát, hay một vị Phật. Tuy nhiên, cách tốt nhứt để tôn quý và kính trọng Phật là làm theo lời Phật dạy: "Không làm các điều ác, làm các điều lành, và giữ cho tâm ý thanh sạch." Ngoài ra, lễ bái hay kính điền là một trong những cách tu hành thù thắng. Lễ bái Phật, Pháp, Tăng. Ngôi ruộng cung kính, nghĩa là lễ kỉnh và hộ trì Tam Bảo, Phật, Pháp, Tăng thì sẽ được tăng thêm phước đức. Khi nhận đồ cúng dường của ai, vị Tỳ-kheo hay Tỳ-kheo Ni nên xá một cách "Tôn quý và kính trọng", trong tư thế hai tay chắp lại thành một nụ sen búp. Về mặt sự mà nói, lễ lạy rất quan trọng, đó là hình thức biểu hiện bên ngoài một phần việc thực tập thiền định của chúng ta. Hình thức lễ lạy phải được thực hiện một cách đúng đắn. Đầu phải sát xuống sàn, cùi chỏ phải để gần đầu gối và hai đầu gối phải cách nhau một gang tay. Lễ lạy dùng hình thức bên ngoài để tự huấn luyện mình, làm cho cơ thể và tâm hồn trở nên điều hòa. Đừng để rơi vào khuyết điểm là xem người khác lễ lạy như thế nào. Phán đoán người khác chỉ làm gia tăng tính tự kiêu, ngã mạn của chúng ta mà thôi. Thay vì phán đoán người khác hãy xem xét chính mình, lễ lạy thường xuyên sẽ giúp chúng ta dần dần loại bỏ được tính ngã mạn cống cao. Về mặt lý mà nói, cổ đức có dạy: "Tác lễ vô trụ hóa vãng sanh." Lạy chầm chậm và chánh niệm trong thân thể của chúng ta. Đó là cách chữa bệnh kiêu ngạo, ngã mạn. Chúng ta phải lễ lạy thường xuyên. Khi lạy ba lạy, chúng ta có thể giữ trong mình ba đặc tính quý báu: Phật, Pháp, Tăng; đó là đức tính của tâm trong sạch sáng suốt và bình an. Chúng ta phải "Hành sở vô sự," nghĩa là làm mà như chẳng làm. Khi lễ lạy rồi chúng ta đừng nên chấp trước rằng mình được công đức này nọ, thì đó mới chính là chân lễ bái. Có nhiều loại lễ bái. Thứ nhất là Chấp Chưởng: Chấp chưởng có nghĩa là chấp hay tay chào (hai bàn tay chấp vào nhau). Chấp mười ngón tay hay hai bàn tay vào nhau, đây là "mẹ" của tất cả các dấu ấn. Hai bàn tay để bên nhau trong tư thế khất thật, nâng từ từ lên trán như một dấu hiệu khẩn khoản và tôn kính. "Anajali" là thuật ngữ Bắc Phạn có nghĩa là chấp mười ngón tay hay hai bàn tay vào nhau. Trong "Hợp Chưởng", chúng ta hợp hai lòng bàn tay lại với nhau nhằm diễn tả sự về nương, đầy lòng biết ơn và sự hợp nhất với Đức Phật. Bàn tay phải tượng trưng cho Đức Phật và bàn tay trái tượng trưng cho chúng sanh. Khi hai bàn tay hợp lại với nhau, chúng ta có cảm giác như Đức Phật đang hiện hữu trong chúng ta và chúng ta trong Đức Phật. "Hợp Chưởng" là biểu tượng của sự hợp nhất toàn hảo giữa con người và Đức Phật. Bên cạnh đó, hai bàn tay để bên nhau trong tư thế khất thật, nâng từ từ lên trán còn là một dấu hiệu khẩn khoản và tôn kính. Thứ nhì là Lễ Bái Trì Danh: Đây là phương thức vừa lạy vừa niệm Phật. Hoặc niệm một câu, lạy một lạy, hoặc một mặt niệm, một mặt lạy, không luận câu Phật nhiều hay ít. Cách lễ Phật lại phải hết sức nhẹ nhàng chậm rãi, lễ niệm song hành, thân miệng hợp nhất. Nếu thêm vào đó ý thành khẩn tha thiết, thì thành ra ba nghiệp đều tập trung, ngoài câu Phật hiệu, không còn một tơ hào vọng niệm. Phương pháp này có sở năng phá trừ hôn trầm, công đức và hiệu lực rất to lớn, vì hành giả vận dụng cả ba nghiệp để trì niệm. Cư sĩ Vương Nhật Hưu khi xưa từng áp dụng cách trên đây, mỗi ngày đêm ông lễ niệm trung bình là một ngàn lạy. Nhưng dường như đây là lối niệm đặc biệt của hạng người tâm lực tinh tấn, thiếu khả năng tất khó vững bền, bởi lạy lâu thân thể mỏi mệt dễ sanh chán nản. Cho nên thông thường, cách thức này chỉ hợp kiêm dụng, khó bề chuyên dụng. Thứ ba là Chuyển Cách Lan: Theo truyền thống Kim Cang Thừa, Chuyển Cách Lan là lối đảnh lễ bằng cách đi vòng tam bộ nhứt bái quanh Chùa Trung Tâm Lhasa, để cầu nguyện tiêu tai cát tường. Thứ tư là Tiếp Túc Tác Lễ: Tiếp Túc Tác Lễ có nghĩa là ôm chân, như ôm chân Phật để tỏ lòng tôn kính. Theo truyền thống Phật giáo từ thời Đức Phật còn tại thế, khi đảnh lễ Đức Phật, hai tay người Phật tử chạm chân vị Thế Tôn hay ôm chân Phật để tỏ lòng tôn kính, rồi ngữa hai tay nâng chân Phật như tiếp nhận lấy (theo Trí Độ Luận, trên cơ thể người ta chỗ quý nhất là cái đầu, vì nó ở trên hết, và có năm tính bày tỏ; trong khi chân là bộ phận hạ tiện nhất, vì nó ở dưới cùng và luôn dẫm lên những chỗ bất tịnh. Vì thế để tỏ lòng tôn quý, ta nên lấy cái cao quý nhất của mình để lễ lạy cái hạ tiện nhất của người). Thứ năm là Đi Nhiễu Vòng Quanh: "Pradaksina" là thuật ngữ Bắc Phạn dùng để chỉ "Đi nhiễu vòng quanh." Đi nhiễu vòng tròn về hướng phải của bậc tôn kính. Đây là một trong những sinh hoạt về việc làm phước đức khắp thế giới Phật giáo, phổ cập cả trong sinh hoạt tự viện lẫn ngoài đời sống tại gia. Lối đi nhiễu để đảnh lễ có nhiều hình thức khác nhau, nhưng sự thật hành chính yếu vẫn là đi bộ vòng quanh một thánh địa theo chiều kim đồng hồ. Một ngoại lệ với người Tây Tạng không phải là Phật tử, mà theo truyền thống cổ Tây tạng (Bon-Po), thì họ đi ngược chiều kim đồng hồ. Lý do có lẽ do họ tin vòng theo chiều kim đồng hồ đối với lễ là bất tịnh. Ngoài ra, ở Ấn Độ còn có chín loại chào kính khác. Theo Ngài Huyền Trang, có chín phương cách tỏ vẻ tôn kính của Ấn Độ. Đó là phát ngôn úy vấn (tỏ lời chào hỏi (hỏi thăm sức khỏe và ăn nói nhỏ nhẹ), phủ thủ thị kính (cúi đầu kính chào), cử thủ cao ấp (đưa tay lên cao để chào), hợp chưởng bình củng (chấp tay cúi đầu chào), khuất tất (nhún cong đầu gối chào), trường quỳ (quỳ gối để chào), thủ tất cứ địa (chào bằng cách để hai bàn tay và hai đầu gối xuống đất), ngũ luân câu khất (chào bằng cách cho hai cùi chỏ và hai đầu gối xuống đất), và ngũ thể đầu địa (chào bằng cách phủ phục cả thân người sát đất).

Theo Phật giáo, khi đảnh lễ là phải đảnh lễ cả Thân-

Khẩu-Ý. Thứ nhất là "Đảnh Lễ Bằng Thân": Đảnh lễ thân chủ yếu là hành động để tỏ lòng tôn kính bằng thân. Có nhiều hình thức đảnh lễ khác nhau. Phật tử có một cách đảnh lễ đặc biệt là chấp tay như hình một đóa sen búp. Ngoài ra, cúi đầu chào cũng là một hành động của sự tôn kính bằng thân. Thứ nhì là "Đảnh Lễ Bằng Khẩu": Có nhiều cách đảnh lễ bằng khẩu, trì chú là một trong những cách này, niệm Phật là một cách khác. Khi nhìn thấy tượng Phật mà phát lồ "Quy Y" với vị Phật đó cũng là một hình thức đảnh lễ bằng khẩu. Thứ ba là "Ý Đảnh Lễ": Ý đảnh lễ hay đảnh lễ bằng ý rất quan trọng. Bạn có thể không quỳ lạy hay dùng ngôn ngữ để diễn tả lòng tôn kính, nhưng lòng tôn kính trong thâm tâm nó mãnh liệt không thể nào nói lên được. Theo Truyền Thống Tây Tạng, người ta đảnh lễ Đức Bổn Sư với nhiều ý nghĩa. Thứ nhất, chúng con đảnh lễ dưới gót chân sen của người, hỡi đấng Bổn Sư Kim Cang Trì. Sắc thân châu báu của người tỏa ánh từ bi. Ban cho chúng con Giác Ngộ tối thượng tức thời nhập vào Tam Thân, an trụ trong Đại Hỷ Lạc. Thứ nhì, chúng con đảnh lễ dưới chân người hỡi đấng Thánh Trí Quy y Hộ Pháp của muôn loài. Người là Kim Cang Giác Ngộ Bồ Đề của vô lượng Phật. Hóa thân Tỳ-kheo mang áo cà sa vàng. Như là phương tiện thiện xảo để khế hợp cứu độ chúng đệ tử. Thứ ba, chúng con đảnh lễ dưới chân người, hỡi đấng Bổn Sư tôn kính. Mãi mãi là nguồn phúc lợi và hỷ lạc duy nhất không ngoại lệ. Người giải trừ căn gốc mọi sai lầm và bản ngã. Là kho tàng muôn ngàn đức hạnh như châu báu. Thứ tư, chúng con đảnh lễ dưới chân người hỡi đấng Bổn Sư nhân từ rộng lượng. Người là thật thể của chư Phật, là đấng Thiên Nhân Sư của muôn loài. Là nguồn suối của tám vạn bốn ngàn pháp môn thanh tịnh. Người siêu việt trên tất cả chư tôn Thánh Trí. Thứ năm, với tín tâm, tự tin và cả một biển lời tán thán, hóa thành muôn vạn thân, nhiều như các nguyên tử trong vũ trụ. Chúng con đảnh lễ người, đấng Bổn Sư của ba đời và của mười phương. Và đảnh lễ Tam Bảo Vô

Thượng cùng các chư tôn Bồ Tát. Ngoài ra, Phật tử thuần thành nên luôn lễ bái Đức Thế Tôn. Hạnh lễ bái cúng dường chư Phật trong tất cả cõi Phật, đây là một trong mười hạnh của chư Đại Bồ Tát. Chư Đại Bồ Tát an trú trong hạnh này thời thành tựu hạnh phi khứ phi lai của chư Phật. Chư Bồ tát dùng pháp cúng dường chư Phật làm y-chỉ, vì nhờ đó mà tín tâm thanh tịnh. Đây là một trong mười y chỉ của chư Đại Bồ Tát. Theo Kinh Hoa Nghiêm, phẩm Ly Thế Gian, Bồ Tát Phổ Hiền bảo Phổ Huệ rằng chư Bồ Tát có mười chỗ y-chỉ giúp chư Bồ Tát đạt được chỗ sở-y đại trí vô thượng của Như Lai. Phật tử thuần thành phải noi theo gương hạnh của chư Đại Bồ Tát, rốt ráo cung kính cúng dường tất cả Như Lai. Lễ bái Đức Thế Tôn là quỳ lạy đức Phật là một biểu hiện khiêm cung để tỏ lòng kính trọng và biết ơn đối với Ngài, vị Đạo sư đã thông suốt vũ trụ và bản tánh của chúng sanh. Với lòng từ bi cứu độ chúng sanh vượt thoát khỏi khổ đau, Đức Phật là một tấm gương mẫu mực cho nhân loại. Chính vì thế mà khi quỳ lạy Đức Phật, chúng ta cũng tự nhắc mình về ông Phật nơi chính mình. Chúng ta khiêm tốn quán xét tâm mình và nhắc lại hạnh nguyện gột rửa mọi cấu chướng làm ngăn trở chúng ta đi đến giác ngộ thành Phật bằng cách thể hiện lòng từ bi mà Đức Bổn Sư đã chỉ dạy để làm lợi ích cho sanh chúng muôn loài. Khi lạy Phật chúng ta phải chuyên tâm thành ý, vì lạy Phật là một pháp tu có thể giúp tiêu trừ tội chướng như lời dạy trong các kinh điển: "Phật tiền đảnh lễ, tội diệt hà sa", nghĩa là đảnh lễ trước mặt Phật tiêu tội nghiệp nhiều như số cát sông Hằng, vì nếu tội mà có hình tướng thì nó sẽ nhiều không khác gì cát trên sông Hằng đâu. Đây là hạnh nguyện đầu tiên trong Phổ Hiền Thập Hạnh Nguyện. Lễ kỉnh chư Phật là luôn tín tâm tin và hiểu chư Phật in như các Ngài đang hiện diện trước mắt ta, là tam nghiệp thân, khẩu, ý hằng thanh tịnh. Hư không vô tận thì lễ kỉnh cũng vô cùng; chúng sanh vô lượng, phiền não vô tận thì lễ kỉnh cũng vô cùng vô tận không dứt. Lễ lạy rất quan trọng, đó là hình thức biểu hiện bên ngoài một phần việc thực tập thiền định của chúng ta. Hình thức lễ lạy phải được thực hiện một cách đúng đắn. Đầu phải sát xuống sàn, cùi chỏ phải để gần đầu gối và hai đầu gối phải cách nhau một gang tay. Lạy chầm chậm và chánh niệm trong thân thể của chúng ta. Đó là cách chữa bệnh kiêu ngạo, ngã mạn. Chúng ta phải lễ lạy thường xuyên. Khi lạy ba lạy, chúng ta có thể giữ trong mình ba đặc tính quý báu: Phật, Pháp, Tăng; đó là đức tính của tâm trong sạch sáng suốt và bình an. Lễ lạy dùng hình thức bên ngoài để tự huấn luyện mình, làm cho cơ thể và tâm hồn trở nên điều hòa. Đừng để rơi vào khuyết điểm là xem người khác lễ lạy như thế nào. Phán đoán người khác chỉ làm gia tăng tính tự kiêu, ngã mạn của chúng ta mà thôi. Thay vì phán đoán người khác hãy xem xét chính mình, lễ lạy thường xuyên sẽ giúp chúng ta dần dần loại bỏ được tính ngã mạn cống cao. Lễ Bái còn là một trong mười pháp trì danh. Phương thức này là vừa lạy vừa niệm Phật. Hoặc niệm một câu, lạy một lạy, hoặc một mặt niệm, một mặt lạy, không luận câu Phật nhiều hay ít. Cách lễ Phật lại phải hết sức nhẹ nhàng chậm rãi, lễ niệm song hành, thân miệng hợp nhất. Nếu thêm vào đó ý thành khẩn tha thiết, thì thành ra ba nghiệp đều tập trung, ngoài câu Phật hiệu, không còn một tơ hào vọng niệm. Phương pháp này có sở năng phá trừ hôn trầm, công đức và hiệu lực rất to lớn, vì hành giả vận dụng cả ba nghiệp để trì niệm. Cư sĩ Vương Nhật Hưu khi xưa từng áp dụng cách trên đây, mỗi ngày đêm ông lễ niệm trung bình là một ngàn lạy. Nhưng dường như đây là lối niệm đặc biệt của hạng người tâm lực tinh tấn, thiếu khả năng tất khó vững bền, bởi lạy lâu thân thể mỏi mệt dễ sanh chán nản. Cho nên thông thường, cách thức này chỉ hợp kiêm dụng, khó bề chuyên dụng.

Trong Phật giáo, người đầu tiên tạc tượng Phật là vua Ưu Điền của xứ Kausambi, người cùng thời với Đức Phật, đã tạc tượng Phật cao 5 bộ Anh bằng gỗ đàn hương ngay sau khi

Phật nhập diệt. Người ta tin rằng nếu họ tạo tượng Phật thì trong những kiếp tới họ sẽ có một nhãn quan trong sáng, họ sẽ không bị sanh vào ác đạo, họ sẽ được sanh vào gia đình cao thượng và tốt lành, họ sẽ được giàu sang, và họ sẽ có dịp kính thờ Tam Bảo, vân vân. Thật ra, theo Đức Phật, Phật tử thuần thành không cần ảnh tượng hay hình tướng bên ngoài. Trước khi đạt đến Hoan Hỷ Địa, vị Bồ Tát nhập vào cảnh giới vô tướng. Một vị Bồ Tát khi lên đến địa thứ bảy vẫn còn có dấu vết của tâm lý, nhưng ở địa thứ tám thì có trạng thái vô hình tướng, tức không có nỗ lực có ý thức. Chính nhờ trí tuệ mà vô tướng và diệu trang nghiêm được thể chứng. Phật tử chân thuần nên luôn nhớ rằng, tạt bao nhiêu tượng không là vấn đề, vấn đề là chúng ta tu hành như thế nào ngay trong kiếp này. Người Phật tử thuần thành nên luôn nhớ rằng sùng bái tượng Phật để tỏ lòng kính trọng đối với những gì mà tượng đó tiêu biểu, chứ không kính trọng bức tượng. Người Phật tử thuần thành nên luôn nhớ rằng sùng bái tượng Phật để tỏ lòng kính trọng đối với những gì mà tượng đó tiêu biểu, chứ không kính trọng bức tượng. Theo Kinh Địa Tạng Bồ Tát, Phẩm 13, Đức Phật bảo ngài Hư Không Tạng Bồ Tát: "Như có hàng trời, rồng, quỷ thần ở hiện tại và vị lai nghe danh hiệu của ngài Địa Tạng Bồ Tát, đảnh lễ hình tượng của ngài Địa Tạng Bồ Tát, hoặc nghe các sự về bổn nguyện tu hành của ngài Địa Tạng Bồ Tát mà ngợi khen chiêm lễ, thời sẽ đặng bảy điều lợi ích sau đây: mau chứng bậc Thánh; nghiệp ác tiêu diệt; chư Phật đến ủng hộ; không thối thất Bồ Đề; bổn lực được tăng trưởng; việc đời trước đều rõ biết; và rốt ráo thành Phật. Theo Kinh Địa Tạng Bồ Tát Bổn Nguyện, Phẩm thứ Mười Một, ngài Kiên Lao Địa Thần bạch cùng Đức Phật rằng: "Bạch đức Thế Tôn! Con xem xét chúng sanh ở hiện tại nay và về vị lai sau này, nơi chỗ sạch sẽ ở phương nam trong cuộc đất của mình ở, dùng đất đá tre gỗ mà dựng cất cái khám cái thất. Trong đó có thể họa vẽ, cho đến dùng vàng, bạc, đồng, sắt đúc nắn hình tượng Địa Tạng Bồ Tát, đốt hương cúng dường, chiêm lễ ngợi khen, thời chỗ người đó ở được mười điều lợi ích. Những gì là mười điều?" Một là đất cát tốt mầu. Hai là nhà cửa an ổn mãi mãi. Ba là người đã chết được sanh lên cõi trời. Bốn là những người hiện còn hưởng sự lợi ích. Năm là cầu chi cũng toại ý cả. Sáu là không có tai họa về nước và lửa. Bảy là trừ sạch việc hư hao. Tám là dứt hẳn ác mộng. Chín là khi ra lúc vào có thần theo hộ vệ. Mười là thường gặp bậc Thánh Nhơn. Ngoài ra, theo Kinh Địa Tạng Bồ Tát, Phẩm 13, Đức Phật bảo ngài Hư Không Tạng Bồ Tát: "Lắng nghe! Lắng nghe cho kỹ! Ta sẽ vì ông mà nói rõ việc ấy cho. Trong đời sau, người thiện nam cùng thiện nữ nào thấy hình tượng của ngài Địa Tạng Bồ Tát và nghe kinh này, cho đến đọc tụng, dùng hương hoa, đồ ăn món uống, y phục, vật báu mà bố thí cúng dường ngợi khen chiêm lễ thời kẻ ấy được hai mươi tám điều lợi ích như sau đây: các hàng trời rồng thường hộ niệm; quả lành càng ngày càng thêm lớn; chứa nhóm nhân vô thượng của các bậc Thánh; mãi không còn thối thất đạo Bồ Đề; đồ mặc món ăn dồi dào đầy đủ; những bệnh tật không đến được nơi thân; khỏi những tai nạn về lửa và nước; không bị hại bởi nạn trộm cướp; người khác thấy đến liền sanh lòng cung kính; các hàng quỷ thần theo hộ trì; đời sau thân nữ sẽ chuyển thành thân nam; đời sau sẽ làm con gái hàng Vương Giả, Đại Thần; thân tướng xinh đẹp; phần nhiều được sanh về cõi trời; hoặc làm bậc vua chúa; có trí sáng biết rõ việc trong những đời trước; có mong cầu chi cũng đều được toại ý; quyến thuộc an vui; các tai vạ bất ngờ đều dứt sạch; đi đến đâu cũng đều không bị sự trở ngại; đêm nằm chiêm bao an ổn vui vẻ; những người thân tộc đã chết có tội thời được khỏi khổ; nếu về đời trước có phước thời được thọ sanh về cõi vui sướng; các bậc Thánh ngợi khen; căn tánh lanh lợi thông minh; giàu lòng từ mẫn; và cuối cùng rốt ráo thành Phật.

Chương 35. Đạo Phật Và Cái Đẹp

Nhiều người, đặc biệt là những người từ thế giới Tây phương, có một quan niệm sai lầm về Phật giáo. Họ cho rằng Phật giáo bi quan yếm thế. Họ cho rằng với đạo Phật mọi thứ đều là vô thường, khổ và vô ngã, nên không có cái gọi là "Đẹp" trong đạo Phật. Kỳ thật, Đức Phật chưa bao giờ đả kích về "Vẻ Đẹp" trong các bài thuyết giảng của ngài. Và người Phật tử cũng không lãng tránh cái đẹp, cũng không từ bỏ nó. Người ấy chỉ cố làm sao cho nó không trở thành đối tượng của yêu và ghét của riêng mình, vì Đức Phật đã dạy: "Bất cứ thứ gì khả lạc, khả ái trên đời này đều làm cho chúng sanh tham luyến, rồi sinh lòng yêu thích hay ghét bỏ." Nhớ như vậy người Phật tử nhìn nhận cái đẹp qua giác quan nhận thức, nhưng trong cái đẹp, người Phật tử luôn thấy tính biến hoại của nó mà không sanh luyến chấp. Người ấy luôn nhớ lời dạy của Đức Phật về mọi pháp hữu hình: "Chúng có sinh khởi, thì chúng phải chịu hoại diệt." Như vậy người Phật tử chân thuần chiêm ngưỡng cái đẹp mà không pha lẫn lòng tham muốn chiếm hữu. Với người Phật tử, dáng dấp hay nhan sắc bên ngoài không hề gì vì nó chỉ tạm bợ với thời gian. Một gương mặt trẻ đẹp hôm nay, có thể một ngày nào đó nó trở nên già nua xấu xí với những vết nhăn và những đốm đồi mồi đầy mặt. Với người Phật tử, bất luận gương mặt họ đẹp xấu thế nào, họ luôn trưởng dưỡng lòng yêu thương, vì chính lòng yêu thương ấy sẽ mang đến cho họ một nét đẹp vĩnh hằng, đó mới chính là cái đẹp chân thật của người con Phật.

Theo những hồ sơ còn sót lại của cộng đồng Phật giáo, những biểu tượng bằng hình ảnh không được Đức Phật Thích-ca Mâu Ni và các đệ tử của Ngài khuyến khích, vì các Ngài muốn tránh về sau này phát triển ra những hệ phái chỉ nhắm vào hình tượng Phật, hơn là giáo pháp mà Ngài đã giảng dạy. Hơn nữa, điểm tập trung chủ yếu của cộng đồng Phật giáo là thiền định về tự xem xét nội tâm của chính mình, hơn là những biểu tượng bên ngoài. Khi Phật giáo phát triển và thu hút nhiều tín đồ hơn thì sự tiêu biểu về nghệ thuật bắt đầu xuất hiện. Tuy nhiên, có sự rụt rè ban đầu để biểu trưng về Đức Phật, và thường thì Ngài được vẽ dưới những dạng không phải người mà cũng không phải là động vật, như dấu bàn chân của Ngài hay là cây Bồ Đề. Lan truyền rộng rãi nhất là những "tháp." Những tháp này tiếp tục phổ cập trong thế giới Phật giáo, và quá nhiều kiểu cách đã phát triển. Trong Phật giáo Ấn Độ người ta thường nghĩ rằng những tháp này tiêu biểu cho hình thể Đức Phật, và trong một vài kinh điển người ta còn tin tưởng một cách rộng rãi rằng tôn kính tháp cũng như tôn kính Đức Phật vậy. Những biểu tượng về hình thể bắt đầu xuất hiện trên những tháp ở Bharhut, Sanci, và Amaravati. Những tượng đài này đã được khắc những cảnh họa về đời sống của Đức Phật. Vào khoảng cuối thế kỷ thứ nhất, các nhà họa sĩ bắt đầu vẽ các kiểu biểu trưng về Đức Phật hay những dấu hiệu tản mác về Ngài từ khắp nơi trên thế giới. Những thí dụ sớm nhất về hình tượng của Đức Phật được mượn từ những chủ đề không phải là của Phật giáo, vì có lúc người ta không chấp nhận khái niệm về phải nên họa Ngài như thế nào. Thí dụ như những nhà họa sĩ ở Mathura, bây giờ là Bắc Trung Ấn, chấp nhận hình ảnh từ bức họa miêu tả của những Dạ Xoa, và ở Kiện Đà La, bây giờ là A Phú Hãn, các nhà họa sĩ dường như chịu ảnh hưởng của nghệ thuật Hy Lạp. Khi Phật giáo được truyền đi tới các nơi khác trên thế giới thì khuynh hướng này vẫn tiếp tục, và hình tượng Đức Phật có hơi hướng địa phương của các cộng đồng phật giáo này, nghệ thuật và hình tượng cũng đã quyện vào thiền tập. Mặc dầu sự chối bỏ tiên khởi của Phật giáo về những biểu tượng nghệ thuật, nghệ thuật Phật giáo vẫn thịnh hành ngay trên đất Ấn và khắp Á Châu. Với sự phát triển của Mật Tông ở Tây Tạng, Mông Cổ, Trung Hoa, Nhật Bổn, Đại Hàn và Việt Nam, việc sử dụng hình tượng một cách trau chuốt đã trở nên phổ cập ở nhiều nơi.

Chương 36. Đạo Phật Bi Quan Hay Lạc Quan?

Có một số người nhìn đời bằng bi quan thống khổ thì họ lại bỏ qua những cảm giác bất toại với cuộc đời, nhưng khi họ bắt đầu bỏ qua cuộc sống vô vọng này để thử tìm lối thoát cho mình bằng cách ép xác khổ hạnh, thì họ lại đáng kinh tởm hơn. Nhiều người cho rằng đạo Phật bi quan yếm thế vì quan điểm đặc sắc của nó cho rằng thế gian này không có gì ngoài sự đau khổ, cho đến hạnh phúc rồi cũng phải kết cuộc trong đau khổ. Thật là sai lầm khi nghĩ như vậy. Đạo Phật cho rằng cuộc sống hiện tại vừa có hạnh phúc vừa có khổ đau, vì nếu ai nghĩ rằng cuộc đời chỉ toàn là hạnh phúc thì kẻ đó sẽ phải khổ đau một khi cái gọi là hạnh phúc chấm dứt. Đức Phật cho rằng Hạnh phúc và khổ đau lồng nhau trong cuộc sống hằng ngày của chúng ta. Nếu ai không biết rằng hạnh phúc là mầm của đau khổ, kẻ đó sẽ vô cùng chán nản khi đau khổ hiện đến. Vì thế mà Đức Phật dạy rằng chúng ta nên nhận thức đau khổ là đau khổ, chấp nhận nó như thật kiến và tìm cách chống lại nó. Từ đó mà Ngài nhấn mạnh đến chuyên cần, tinh tấn và nhẫn nhục, mà nhẫn nhục là một trong lục độ Ba La Mật. Nói tóm lại, theo quan điểm Phật giáo, đời có khổ có vui, nhưng ta không được chán nản bi quan khi đau khổ ập đến, cũng như không được trụy lạc khi hạnh phúc đến tay. Cả hai thứ khổ vui đều phải được chúng ta đón nhận trong dè dặt vì hiểu rằng đau khổ nằm ngay trong hạnh phúc. Từ sự hiểu biết này, người con Phật chơn thuần quyết tinh tấn tu tập để biến khổ vui trần thế thành một niềm an lạc siêu việt và miên viễn, nghĩa là lúc nào chúng ta cũng thoát khỏi mọi hệ lụy của vui và khổ. Chúng đến rồi đi một cách tự nhiên. Chúng ta lúc nào cũng sống một cuộc sống không lo, không phiền, không não, vì chúng ta biết chắc rằng mọi việc rồi sẽ qua đi. Quan điểm của Phật giáo đối với bi quan và lạc quan rất sáng tỏ: Phật giáo không bi quan mà cũng chẳng lạc quan về cuộc sống con người. Hai thái cực lạc quan và bi quan đều bị chận đứng bởi học thuyết trung đạo của Phật giáo.

Chương 37. Đạo Phật Và Triết Học

Danh từ "philosophy", nghĩa là triết học, có hai phần: "philo" có nghĩa là ưa thích yêu chuộng, và "sophia" có nghĩa là trí tuệ. Như vậy, philosophy là sự yêu chuộng trí tuệ, hoặc tình yêu thương và trí tuệ. Cả hai ý nghĩa này mô tả Phật giáo một cách hoàn hảo. Phật giáo dạy ta nên cố gắng phát triển trọn vẹn khả năng trí thức để có thể thông suốt rõ ràng. Phật giáo cũng dạy chúng ta phát triển lòng từ bi để có thể trở thành một người bạn thật sự của tất cả mọi chúng sanh. Như vậy Phật giáo là một triết học nhưng không chỉ đơn thuần là một triết học suông. Nó là một triết học tối thượng. Đạo Phật có phải là một triết lý hay không, tùy thuộc vào sự định nghĩa của từ ngữ; và cho dù người ta có thể đưa ra một sự định nghĩa mà định nghĩa này sẽ bao trùm tất cả mọi hệ thống tư tưởng có tính triết lý hiện có, thì điều này cũng thật đáng ngờ. Triết lý, theo định nghĩa có nghĩa là yêu mến trí tuệ. Triết lý vừa là đi tìm trí tuệ, vừa là trí tuệ đi tìm. Trong tư tưởng Ấn Độ, triết lý được định danh là "Darsana," minh thị chân lý. Tóm lại, mục đích của triết lý phải là khám phá ra sự thật tối hậu hay chân lý. Đạo Phật cũng chủ trương đi tìm chân lý, nhưng sự đi tìm này không đơn thuần là suy lý, hay một cấu trúc có tính cách lý thuyết suông, hay một sự thu thập và tồn trữ tri kiến đơn thuần. Đức Phật nhấn mạnh đến phương diện thật hành những lời dạy của Ngài, đến việc áp dụng tri kiến vào cuộc sống, nhìn vào bản chất của cuộc sống chứ không chỉ nhìn vào nó trên bề mặt. Đối với Đức Phật, toàn bộ những lời dạy của Ngài chỉ nhằm để hiểu về bản chất bất toại nguyện của mọi hiện hữu duyên sinh và để tu tập con đường đi ra khỏi sự khổ đau này.

Đạo Phật là đạo của trí tuệ, thế nên, đạo Phật không bao giờ chấp nhận mê tín dị đoan (thờ đầu cọp, đầu trâu, hay thờ thần rắn rít, bình vôi ông táo, xin xâm, bói quẻ, vân vân); tuy nhiên, những tín ngưỡng và nghi lễ mê tín đã được đưa vào

CHƯƠNG 37. Đạo Phật Và Triết Học

nhằm tô son điểm phấn cho tôn giáo để lôi kéo quần chúng, nhưng một lúc sau thì những dây leo được trồng để trang hoàng lăng tẩm đã leo phủ cả lăng tẩm, và kết quả là giáo lý tôn giáo bị gạt ra nhường chỗ cho những nghi thức mê tín. Đức Phật dạy chúng ta nên cố gắng tìm hiểu sự sợ hãi của chúng ta, tìm cách giảm thiểu lòng ham muốn của ta, cũng như trầm tĩnh chấp nhận những gì mà chúng ta không thể thay đổi được. Đức Phật thay thế nỗi lo sợ không phải bằng một niềm tin mù quáng và không thuận lý nơi thần linh, mà bằng sự hiểu biết thuận lý và hợp với chân lý. Hơn nữa, Phật tử không tin nơi thần linh vì không có bằng chứng cụ thể nào làm nền tảng cho sự tin tưởng như vậy. Ai có thể trả lời những câu hỏi về thần linh? Thần linh là ai? Thần linh là người nam hay người nữ hay không nam không nữ? Ai có thể đưa ra bằng chứng rõ ràng cụ thể về sự hiện hữu của thần linh? Đến nay chưa ai có thể làm được chuyện này. Người Phật tử dành sự phán đoán về một thần linh đến khi nào có được bằng chứng rõ ràng như vậy. Bên cạnh đó, niềm tin nơi thần linh không cần thiết cho cuộc sống có ý nghĩa và hạnh phúc. Nếu bạn tin rằng thần linh làm cho cuộc sống của bạn có ý nghĩa và hạnh phúc hơn thì bạn cứ việc tin như vậy. Nhưng nhớ rằng, hơn hai phần ba dân chúng trên thế giới này không tin nơi thần linh, và ai dám nói rằng họ không có cuộc sống có ý nghĩa và hạnh phúc? Và ai dám cả quyết rằng toàn thể những người tin nơi thần linh đều có cuộc sống có ý nghĩa và hạnh phúc hết đâu? Nếu bạn tin rằng thần linh giúp đỡ bạn vượt qua những khó khăn và khuyết tật thì bạn cứ tin như vậy đi. Nhưng người Phật tử không chấp nhận quan niệm cứu độ thần thánh như vậy. Ngược lại, căn cứ vào kinh nghiệm của Đức Phật, Ngài đã chỉ bày cho chúng ta là mỗi người đều có khả năng tự thanh tịnh thân tâm, phát triển lòng từ bi vô hạn và sự hiểu biết toàn hảo. Ngài chuyển hướng thần trời sang tự tâm và khuyến khích chúng ta tự tìm cách giải quyết những vấn đề bằng sự hiểu biết chân chánh của chính mình. Rốt rồi, thần thoại về thần linh đã bị khoa học trấn áp. Khoa học đã chứng minh sự thành lập của vũ trụ hoàn toàn không liên hệ gì đến ý niệm thần linh. Trong đạo Phật, tin tưởng vào siêu nhiên chỉ là một nhu cầu để an ủi con người khi họ đang tuyệt vọng khổ đau. Trong những hoàn cảnh cực kỳ tuyệt vọng, người ta thường quay sang niềm tin hay đến với ngoại lực mong nhờ sự hỗ trợ, an ủi hay ban ân. Phật giáo, ngược lại, hững hờ với vấn đề trừu tượng và siêu nhiên vì Phật giáo đề cao khả năng và lý trí của con người. Với Phật giáo, con người không vô năng thụ động chỉ nhờ vả vào các thế lực bên ngoài. Với Phật giáo, trách nhiệm của mỗi con người là phải tự giải phóng lấy mình. Chính vì thế mà Đức Phật dạy trong kinh Niết-bàn: "Các ngươi nên tự thắp đuốc lên mà đi. Ta chỉ có trách nhiệm chỉ dẫn đường đi nước bước đưa đến sự giải thoát. Cứu cánh giải thoát phải do các ngươi phải tự định đoạt, chứ không phải ai khác." Người Phật tử không tin vào một niềm tin không được đặt trên sự kiện hay trên lý trí mà chỉ là sự kết hợp của các ý tưởng tượng hay phép lạ. Nếu bạn có thể chỉ rõ cho một người Phật tử thấy từ những cuộc nghiên cứu nghiêm chỉnh và thận trọng về sự hiện hữu của thần linh, được các nhà khoa học ghi chép thì người Phật tử ấy sẽ thừa nhận rằng tin vào thần linh không phải là hoang đường. Nhưng chúng ta chưa bao giờ nghe thấy bất cứ một cuộc nghiên cứu nào về thần linh, đơn giản là các nhà khoa học không bận tâm nghiên cứu những việc không thể có như vậy, nên chúng tôi nói không có bằng chứng nào chứng tỏ có sự hiện hữu của thần linh. Vào thuở xa xưa khi con người chưa có được kiến thức về khoa học, con người không thể nào giải thích được về nguồn gốc của vũ trụ, nên họ đã quay vào thần linh như là một đấng sáng thế, nhưng ở vào thế kỷ 21 này thì các khoa học gia đã giải thích quá rõ ràng về nguồn gốc của vũ trụ mà không phải nhờ đến ý niệm thượng đế. Như vậy chúng ta phải thấy rằng sự thiếu khả năng giải thích về nguồn gốc vũ trụ không chứng minh được về sự hiện hữu của thần linh. Trước khi y học tiến bộ, người ta tin rằng thần linh tạo ra bệnh tật để trừng phạt con người. Ngày nay ai trong chúng ta cũng đều biết nguyên do gây ra bệnh. Chính vì vậy mà Đức Phật đã ân cần dặn dò chúng đệ tử là "khoan hẳn vội tin bất cứ điều gì nếu chưa suy xét kỹ càng, ngay cả những lời Phật nói." Ngoài ra, Đức Phật còn khuyên các đệ tử của Ngài không nên dùng thần thông phép lạ để quy nạp những người có niềm tin mù quáng. Ngài nhắc đến những phép thần thông như đi trên mặt nước, phù phép làm người chết đứng dậy và thi triển những thứ gọi là phi thường. Ngài cũng nhắc đến những cách tiên đoán như tha tâm thông, tiên tri, bói toán, vân vân. Khi những người có niềm tin mù quáng thấy những phép lạ ấy, thì họ cho rằng thật nên niềm tin của họ càng sâu đậm hơn; tuy nhiên, đây không phải là niềm tin chân thật vì nó không đến từ sự chứng ngộ chân lý của họ mà là do sự tin tưởng mù quáng. Với Đức Phật, phép lạ của sự chứng nghiệm mới đúng là phép lạ. Khi một người biết mình tham, sân, si, mạn, nghi và dẫy đầy tà kiến, nên sẵn sàng chấm dứt những hành động tà vạy và bất thiện ấy, đó mới chính là phép lạ trong cuộc đời của người ấy. Khi một kẻ giết người, một tên trộm cắp, khủng bố, say rượu hay gian dâm, nhận thức được việc làm của mình là sai quấy, kẻ đó thay đổi, từ bỏ lối sống xấu xa, vô luân và gây tai hại cho người khác, sự thay đổi này mới thật là phép lạ. Theo Phật giáo, phép lạ thật sự là chúng ta thấy rõ cõi đời này chỉ là một tiến trình từ sanh, trụ, dị, diệt với dẫy đầy khổ đau phiền não. Vì vậy không cách chi chúng ta có thể trốn chạy tiến trình ấy được. Càng cố gắng trốn chạy những khó khăn, chúng ta càng chất chứa khổ đau phiền não nhiều hơn ở bên trong chúng ta. Chừng nào chúng ta hiểu rõ bản chất thật của khổ đau phiền não, chừng đó chúng ta mới có cơ may giải quyết được chúng. Theo Phật giáo, tất cả nguyên nhân của khổ đau phiền não đều phát sanh bởi vô minh, sân hận và tham lam. Đây là "tam độc của tâm", và chỉ có phát triển trí tuệ chúng ta mới có khả năng loại trừ được si mê, và khi tâm đạt được trạng thái thanh tịnh, nó mới giúp chúng ta thấy rõ được đâu là chân ngụy, chánh tà, tốt xấu...

cũng như những sân hận có hại cho cuộc sống hằng ngày của chúng ta. Lẽ dĩ nhiên, ai trong chúng ta cũng đều mong muốn thoát khỏi khổ đau phiền não, vì đó là những nhân tố đầu tiên của cuộc sống hạnh phúc. Tuy nhiên, chừng nào chúng ta vẫn còn tin rằng ai đó có thể cứu độ chúng ta bằng cách loại trừ khổ đau phiền não trong cuộc sống hằng ngày của chính mình, chừng đó chúng ta vẫn còn luôn cảm thấy sợ hãi, lẩn tránh và không chịu đối mặt với chúng và vì thế khổ đau phiền não không bao giờ chịu rời bỏ chúng ta một cách tự nhiên. Theo Phật giáo, khổ đau phiền não không tự nhiên mà có, rất có thể chúng là sản phẩm của tiền nghiệp của chúng ta. Hiểu rõ khái niệm này chúng ta sẽ không đổ lỗi cho người khác. Không có gì phải quá khó chịu với chính mình, đã là con người, chúng ta ai cũng bất toàn. Mỗi người chúng ta đều đã có ít nhất một lần làm điều gì đó sai trái. Điều quan trọng là chúng ta có nhận biết những sai trái đó hay không mà thôi. Nếu chúng ta chấp nhận những việc làm sai trái thì chúng ta sẽ có chỗ cho chính mình sửa sai.

Phật giáo là một triết lý dạy cho con người có cuộc sống hạnh phúc. Nó cũng dạy cho người ta cách chấm dứt luân hồi sanh tử. Giáo lý chính của Đức Phật tập trung vào Bốn Chân Lý Cao Thượng hay Tứ Diệu Đế và Bát Thánh Đạo. Gọi là "cao thượng" vì nó phù hợp với chân lý và nó làm cho người hiểu biết và tu tập nó trở thành cao thượng. Người Phật tử không tin nơi những điều tiêu cực hay những điều bi quan, huống là tin nơi những thứ dị đoan phù phiếm. Ngược lại, người Phật tử tin nơi sự thật, sự thật không thể chối cãi được, sự thật mà ai cũng biết, sự thật mà mọi người hướng tới để kinh nghiệm và đạt được. Những người tin tưởng nơi thần linh thì cho rằng trước khi được làm người không có sự hiện hữu, rồi được tạo nên do ý của thần linh. Người ấy sống cuộc đời của mình, rồi tùy theo những gì họ tin tưởng trong khi sống mà được lên nước trời vĩnh cửu hay xuống địa ngục đời đời. Lại có người cho rằng mỗi cá nhân vào đời lúc thọ

CHƯƠNG 37. Đạo Phật Và Triết Học

thai do những nguyên nhân thiên nhiên, sống đời của mình rồi chết, chấm dứt sự hiện hữu, thế thôi. Phật giáo không chấp nhận cả hai quan niệm trên. Theo giải thích thứ nhất, thì nếu có một vị thần linh toàn thiện toàn mỹ nào đó, từ bi thương xót hết thảy chúng sanh mọi loài thì tại sao lại có người sanh ra với hình tướng xấu xa khủng khiếp, có người sanh ra trong nghèo khổ cơ hàn. Thật là vô lý và bất công khi có người phải vào địa ngục vĩnh cửu chỉ vì người ấy không tin tưởng và vâng phục thần linh. Sự giải thích thứ hai hợp lý hơn, nhưng vẫn còn để lại nhiều thắc mắc chưa được giải đáp. Thọ thai theo những nguyên nhân thiên nhiên là rõ ràng, nhưng làm thế nào một hiện tượng vô cùng phức tạp như cái tâm lại được phát triển, mở mang, chỉ giản dị từ hai tế bào nhỏ là trứng và tinh trùng? Phật giáo đồng ý với sự giải thích về những nguyên nhân tự nhiên; tuy nhiên, Phật giáo đưa ra sự giải thích thỏa đáng hơn về vấn đề con người từ đâu đến và sau khi chết thì con người đi về đâu. Khi chết, tâm chúng ta với khuynh hướng, sở thích, khả năng và tâm tánh đã được tạo duyên và khai triển trong đời sống, tự cấu hợp trong buồng trứng sẵn sàng thọ thai. Như thế ấy, một cá nhân sanh ra, trưởng thành và phát triển nhân cách từ những yếu tố tinh thần được mang theo từ những kiếp quá khứ và môi trường vật chất hiện tại. Nhân cách ấy sẽ biến đổi và thay đổi do những cố gắng tinh thần và những yếu tố tạo duyên như nền giáo dục và ảnh hưởng của cha mẹ cũng như xã hội bên ngoài, lúc lâm chung, tái sanh, tự cấu hợp trở lại trong buồng trứng sẵn sàng thọ thai. Tiến trình chết và tái sanh trở lại này sẽ tiếp tục diễn tiến đến chừng nào những điều kiện tạo nguyên nhân cho nó như ái dục và vô minh chấm dứt. Chừng ấy, thay vì một chúng sanh tái sanh, thì tâm ấy vượt đến một trạng thái gọi là Niết-bàn, đó là mục tiêu cùng tột của Phật giáo.

Một tôn giáo, nhất là tôn giáo tiến bộ như Phật giáo, bao gồm tất cả triết học, luân lý và đạo đức học. Thật vậy, chúng ta có thể nói hầu như toàn bộ Phật giáo gồm giáo lý triết học và đạo đức. Tuy nhiên, khi ta nghiên cứu sâu vào giáo lý, chúng ta nhận thấy có cái gì vượt ra ngoài điều này, nó xúc chạm trực tiếp vào lòng ta. Giống như ánh sáng bao trùm chúng ta một cách ấm áp và rực chiếu rạng rỡ, soi sáng con đường của chúng ta. Nó là cái gì khiến chúng ta phát triển đầy đủ theo đúng khả năng của chúng ta. Nói tóm lại, Phật giáo là một tôn giáo tâm linh cho tất cả chúng sanh. Chúng ta có thể gọi tất cả những gì thuộc về chân lý là giáo lý nhà Phật, hay có thể gọi không là giáo lý gì cả, vì chúng là chân lý, chúng vượt ra ngoài tất cả ngôn ngữ văn tự của loài người. Tuy nhiên, Phật tử thuần thành nên luôn nhớ rằng, tâm, Phật, và chúng sanh không sai khác. Vì vậy, không cần biết bạn thuộc tôn giáo nào, miễn bạn là một sinh vật, thì Phật giáo coi bạn như là một phần của nó, vì với Phật giáo mọi chúng sanh đều có Phật tính như nhau.

Theo Hòa Thượng Piyadassi trong quyển "Con Đường Cổ Xưa," một số người thích gọi những lời dạy của Đức Phật là một tôn giáo, số khác gọi là một triết lý, cũng có người nghĩ những lời dạy của Đức Phật vừa mang tính chất tôn giáo, vừa mang tính triết lý. Tuy nhiên, chính xác hơn có thể gọi đó là một "lối sống." Nhưng gọi như vậy không có nghĩa rằng đạo Phật không có gì khác ngoài luân lý. Trái lại, đạo Phật là một đường lối tu tập với đầy đủ ba phương diện: Giới, Định, và Huệ (giới hạnh, tinh thần và tri thức) nhằm dẫn đến tâm giải thoát viên mãn. Chính Đức Phật đã gọi những lời dạy của Ngài là Pháp và Luật. Thế nhưng đạo Phật, trong ý nghĩa nghiêm túc nhất của từ ngữ, không thể được gọi là một tôn giáo, vì nếu tôn giáo hàm ý "hành động hay tư cách đạo đức biểu thị lòng tin nơi sự tôn kính đối với ước muốn làm vừa lòng một đấng quyền năng thiêng liêng nào đó; là việc thật hành hay thể hiện những lễ nghi, sự vâng giữ những điều răn, vân vân, là sự nhìn nhận của con người về một đấng quyền năng vô hình và cao cả nào đó như có quyền kiểm soát vận mạng của họ và xứng đáng được tôn sùng, kính trọng và tôn thờ." Thì Phật giáo chắc chắn không phải là thứ tôn giáo như vậy. Trong tư tưởng Phật giáo, Phật giáo không chấp nhận hay tin tưởng có sự hiện hữu của một đấng sáng tạo, dù bằng bất cứ hình thức nào, nắm quyền thưởng phạt những việc làm thiện ác của các chúng sanh do vị ấy tạo ra. Người Phật tử nương tựa nơi Đức Phật, nhưng không hy vọng rằng họ sẽ được Ngài cứu độ. Hoàn toàn không có sự bảo đảm như vậy. Đức Phật chỉ là người Thầy khai thị con đường và hướng dẫn những người đi theo mình đi đến sự giải thoát của riêng họ.

Dù rằng chúng ta gọi những lời dạy của Đức Phật là Phật Giáo, như vậy chúng ta đã bao gồm những lời dạy ấy vào trong số các "chủ thuyết" và "học thuyết", thật ra chúng ta có gán cho nó là gì cũng không thành vấn đề. Gọi đó là tôn giáo, là triết lý, là Phật Giáo, hay bằng bất cứ tên gọi nào khác mà chúng ta thích. Những nhãn hiệu này không quan trọng lắm đối với một người đi tìm chân lý giải thoát. Với Đức Phật, con người là tối thượng, nên Ngài đã dạy: "Hãy là ngọn đuốc và là nơi nương tựa của chính bạn, chớ đừng tìm nơi nương tựa vào bất cứ nơi nào khác." Đó là lời nói chân thật của Đức Phật. Ngài đã từng nói: "Tất cả những gì thực hiện được đều hoàn toàn do nỗ lực và trí tuệ rút ra từ kinh nghiệm bản thân của con người. Con người làm chủ vận mệnh của mình. Con người có thể làm cho cuộc đời mình tốt hơn hoặc xấu hơn. Con người nếu tận sức tu tập đều có thể thành Phật."

Chương 38. Lời Nguyện Trong Phật Giáo

Phạn ngữ "Prani (Praniddhana)" có nghĩa là "Thệ nguyện." Nói chung, đây là sự hoàn thành thệ nguyện tôn giáo và phát triển thái độ đúng về việc tu tập. Lời nguyện do một vị Bồ Tát nói lên khi khởi đầu con đường tiến về đại giác của mình. Một lời tự nguyện, thường là thượng cầu Phật đạo hạ hóa chúng sanh, hoặc là độ tận chúng sanh trước khi thành Phật, v.v. Trong Phật giáo Đại Thừa, "Nguyện" là ba la mật thứ bảy trong "Thập Ba la mật" mà một vị Bồ Tát phải tu tập trên đường tiến tới Phật quả. Phát Nguyện là phát khởi từ trong tâm tưởng một lời thề, hay lời hứa kiên cố, vững bền, nhất quyết theo đuổi ý định, mục đích, hoặc công việc tốt lành nào đó cho đến lúc đạt thành, không vì bất cứ lý do gì mà thối chuyển lui sụt. Phật tử chơn thuần nên nguyện tu y như Phật để được thành Phật, rồi sau đó nguyện đem pháp mầu của chư Phật độ khắp chúng sanh, khiến cho nhất thiết chúng sanh đều bỏ mê về giác, phản vọng quy chơn. Theo Tịnh Độ tông, nguyện tức là khởi tâm tha thiết mong cầu thoát khỏi Ta-bà khổ lụy để được sanh về cõi Cực Lạc yên vui. Theo trường phái Tịnh Độ, Phật tử thuần thành nên phát nguyện tự lợi lợi tha, và hoàn thành nguyện vãng sanh Tịnh Độ của Đức Phật A Di Đà. Đây là pháp môn thứ ba trong năm pháp môn đi vào cõi Tịnh Độ. Phật tử chơn thuần nên luôn phát khởi thệ nguyện rằng: "Phát tâm Bồ đề, tin sâu lý nhân quả, đọc tụng kinh điển, khuyến tấn người tu hành, và cứu độ chúng sanh."

Sức mạnh của nguyện tiêu trừ được trọng nghiệp, quét sạch những bệnh tật của tâm và thân, điều phục ma quân và có thể đưa chư thiên và loài người đến chỗ được tôn kính. Vì vậy Phật tử chân thuần thệ nguyện từ Phật giáo mà sanh, hộ trì chánh pháp, chẳng để dứt Phật chủng, để sanh vào nhà như Lai cầu nhứt thiết trí. Tất cả Phật tử đều muốn vượt thoát khỏi biển khổ đau phiền não trong khi nguyện lại là chiếc thuyền có thể chở họ vượt biển sanh tử để đến bờ Niết-bàn bên kia. Có một số Phật tử học theo nguyện của các vị Bồ Tát như Quán Thế Âm, Phật Dược Sư hay Phật A Di Đà, vân vân. Điều này cũng tốt, nhưng đó vẫn là những biệt nguyện của các ngài. Chúng ta phải lập nguyện của chính chúng ta. Khi chúng ta đã lập nguyện của chính mình tức là chúng ta đã có đích để đến trong việc tu tập. Ngoài ra, một khi chúng ta đã lập nguyện, ngay chuyện dễ duôi chúng ta cũng không dám vì những nguyện ấy đã ấn sâu vào tâm khảm của chúng ta.

Theo trường phái Tịnh Độ, có hai điều chính yếu để thệ nguyện cứu mình cứu người, đó là phải nhận rõ mục đích cầu vãng sanh, và muốn được vãng sanh. Sở dĩ chúng ta cầu về Tịnh Độ, là vì chúng ta muốn thoát sự khổ cho mình và tất cả chúng sanh. Hành giả phải nghĩ rằng, 'sức mình yếu kém, còn bị nghiệp nặng ràng buộc, mà ở cõi đời ác trược này cảnh duyên phiền não quá mạnh. Ta cùng chúng sanh bị chìm đắm nơi dòng mê, xoay vần trong sáu nẻo, trải qua vô lượng kiếp từ vô thỉ đến nay, cũng vì lẽ ấy. Bánh xe sống chết quay mãi không ngừng, ta làm thế nào để tìm con đường độ mình độ người một cách yên ổn chắc chắn? Muốn được như thế duy có cầu sanh Tịnh Độ, gần gũi Phật, Bồ Tát, nhờ cảnh duyên thắng diệu bên cõi ấy tu hành chứng vô sanh nhẫn, mới có thể vào nơi đời ác cứu khổ cho hữu tình. Luận Vãng sanh đã nói: "Phát tâm Bồ Đề chính là phát tâm cầu thành Phật, tâm cầu thành Phật là tâm độ chúng sanh, tâm độ chúng sanh là tâm nhiếp chúng sanh về cõi Phật. Lại muốn sanh về Tịnh Độ, phải có đủ hai phương diện, một là xa lìa ba pháp chướng Bồ Đề; hai là tùy thuận ba pháp thuận Bồ Đề. Làm thế nào để thành tựu sự xa lìa và tùy thuận Bồ Đề? Ấy là phải cầu sanh tịnh độ để được thường gần Phật, tu hành cho đến khi chứng vô sanh nhẫn. Chừng đó mặc ý cõi thuyền đại nguyện vào biển luân hồi sanh tử, vận tâm bi trí cứu vớt chúng sanh, tùy duyên mà bất biến, không còn gì trở ngại nữa. Hành giả phải xa lìa ba pháp chướng Bồ Đề: tâm cầu sự an vui riêng cho mình, chấp ngã và tham trước bản thân. Hành giả phải y theo trí tuệ môn mà xa lìa tâm niệm ấy; tâm rời bỏ không chịu cứu vớt chúng sanh đau khổ. Hành giả phải y theo từ bi môn mà xa lìa tâm niệm ấy; tâm chỉ mong cầu sự cung kính cúng dường, không tìm phương pháp làm cho chúng sanh được lợi ích an vui. Hành giả phải y theo phương tiện môn mà xa lìa tâm niệm ấy. Hành giả phải thành đạt ba pháp thuận Bồ Đề: 1) Vô nhiễm thanh tịnh tâm, tức là tâm không vì tự thân mà cầu các sự vui, vì Bồ Đề là thể trong sạch lìa nhiễm trước, nếu cầu sự vui riêng cho mình tức thân tâm có nhiễm, làm chướng ngại Bồ Đề Môn; nên tâm thanh tịnh không nhiễm gọi là tùy thuận Bồ Đề. 2) An Thanh Tịnh Tâm, tức là tâm vì cứu độ hết thảy mọi đau khổ cho chúng sanh, bởi vì Bồ Đề là tâm trong sạch làm cho chúng sanh được an ổn, nếu không cứu độ loài hữu tình, khiến họ được lìa sự khổ sanh tử, tức là trái với Bồ Đề môn; nên tâm cứu khổ đem lại an ổn cho chúng sanh gọi là tùy thuận Bồ Đề. 3) Lạc Thanh Tịnh Tâm, túc là cái tâm muốn khiến cho tất cả chúng sanh được Đại Niết-bàn. Bởi Đại Niết-bàn là chỗ cứu cánh thường vui, nếu không khiến cho loài hữu tình được niềm vui cứu cánh tức là ngăn che Bồ Đề môn; nên tâm muốn cho chúng sanh được hưởng cảnh thường lạc gọi là tùy thuận Bồ Đề. Hành giả phải quán tưởng y báo và chánh báo nơi cõi Cực Lạc: Hành giả nên quán tưởng báo thân kiết tường của Phật A Di Đà sắc vàng rực rỡ, có tám muôn bốn ngàn tướng, mỗi tướng có tám muôn bốn ngàn vẻ đẹp, mỗi vẻ đẹp có tám muôn bốn ngàn tia sáng, soi khắp pháp giới, nhiếp lấy chúng sanh niệm Phật. Hành giả nên quán cõi Cực Lạc bảy báu trang nghiêm như các kinh Tịnh Độ đã nói. Ngoài ra, người niệm Phật khi bố thí, trì giới, cùng làm tất cả các hạnh lành đều phải hồi hướng cầu cho mình và chúng sanh đồng vãng sanh Cực Lạc.

Ngoài ra, hành giả cũng phải phát nguyện thượng cầu Bồ Đề, hạ hóa chúng sanh. Bồ Tát nguyện phát xuất từ sự tỉnh giác của Bồ Tát về thế giới khổ đau. Có bốn phổ nguyện lớn của Phật và Bồ Tát, trong khi Đức Phật A Di Đà có bốn mươi tám lời nguyện. Theo truyền thống Đại Thừa, có ba vị Bồ Tát lớn là Quán Thế Âm tượng trưng cho lòng từ, Văn Thù tượng trưng cho trí tuệ, và Phổ Hiền tượng trưng cho lời thệ nguyện. Trong những nguyện của chư Bồ Tát đã thể hiện tột đỉnh lý tưởng của Bồ Tát là chỉ yêu thương quan tâm đến chúng sanh đau khổ và chuyển hóa họ giác ngộ thành Phật. Bồ Tát là người khao khát đạt được trí tuệ ba la mật tại thế giới vô minh vọng tưởng của chúng sanh không biết đến giải pháp thoát khổ. Bồ Tát có trí tuệ toàn hảo trong thế giới hữu vi này vì lòng từ bi vô lượng nên phát đại nguyện thệ độ chúng sanh vô tận. Pháp Môn Chúng Hạnh là môn nói về hành giả dùng nhiều hạnh để vãng sanh về Cực Lạc. Như trong Kinh Hoa Nghiêm, Phổ Hiền Bồ Tát khuyến tấn Thiện Tài đồng tử và đại chúng nơi hải hội dùng mười đại nguyện cầu sanh Tịnh Độ. Trong mỗi nguyện ấy đều có nói khi nào cõi hư không, cõi chúng sanh, nghiệp chúng sanh, phiền não của chúng sanh hết, thì nguyện tôi mới hết. Và hành giả phải dùng ba nghiệp thân, khẩu, ý, thật hành nguyện đó không gián đoạn, không chán mỏi. Đến khi lâm chung, tất cả mọi thứ tùy thân đều để lại, cho đến các căn đều tan rã, duy những đại nguyện ấy hằng theo bên mình trong khoảng sát na hành giả liền được sanh về Cực Lạc. Ngoài ra, hành giả còn phải hiếu dưỡng cha mẹ, phụng thờ sư trưởng, tâm từ bi không giết hại, tu mười nghiệp lành. Thọ trì tam quy, giữ kỹ các giới, không phạm oai nghi. Phát lòng Bồ Đề, tin lý nhân quả, đọc tụng kinh điển Đại Thừa, khuyến tấn người tu hành. Ngoài ra, những kẻ cất chùa xây tháp, tạo tượng, lễ bái tán tụng, giữ gìn trai giới, đốt hương, rải hoa, cúng dường tràng phan bảo cái, trai Tăng bố thí, nếu hạnh lành thuần thục, dùng lòng tín nguyện hồi hướng, đều có thể vãng sanh.

Chương 39. Thế Giới Hòa Bình và Chiến Tranh Theo Quan Điểm Đạo Phật

Theo quan điểm Phật giáo, để tạo dựng một thế giới tốt hơn, một thế giới hòa bình, tương hợp, trong đó mọi dân tộc đều biết yêu thương lẫn nhau, chúng ta phải khởi sự bằng cách tu tập chính mình. Vì cộng nghiệp của thế giới không có gì khác hơn là phản ảnh nghiệp báo của từng cá nhân lập nên cái thế giới ấy. Muốn tu tập "nghiệp" chúng ta phải bắt đầu từ tâm. Vì mọi thứ hành động không có gì khác hơn là những biểu hiện ra ngoài của sự việc đang xảy ra trong tâm. Nếu như tâm chúng ta chứa đầy sân hận, việc gì sẽ xảy ra? Chúng ta sẽ tạo nên nhiều kẻ thù. Nếu tâm chúng ta chứa đầy tình thương thì chúng ta sẽ có nhiều bạn hữu hơn. Việc gì đang khuấy động trong tâm tự phát lộ ra thế giới bên ngoài. Như vậy mọi việc đều tùy thuộc vào cái tâm của con người. Đức Khổng Phu Tử cũng suy nghĩ như vậy khi Ngài nói: "Tâm có chính thì hình mới tốt. Hình có tốt thì nhà mới hòa. Nhà có hòa thì nước mới yên. Nước có yên thì thế giới mới có hòa bình." Như vậy, theo quan điểm Phật giáo, nếu chúng ta muốn có thế giới hòa bình thì trước hết chúng ta phải tự tu sửa lấy mình; chúng ta phải trau dồi cá tánh và chỉnh đốn tâm mình. Khi tự mình đã được cải tiến thì mình mới có thể tạo cho gia đình một đời sống hạnh phúc và hòa hợp. Khi một quốc gia gồm những gia đình hòa hợp tạo nên, thì quốc gia ấy có trật tự. Với những quốc gia có trật tự, chúng ta có thể thiết lập một thế giới hòa bình. Theo Phật giáo, con đường dẫn tới hòa bình là qua sự hòa bình: chúng ta phải phát triển hòa bình ngay trong chính chúng ta nếu chúng ta muốn thiết lập hòa bình trên thế giới. Hiện trạng của thế giới là sản phẩm của việc làm, lời nói và sự suy nghĩ của những con người tạo nên thế giới này. Nếu mọi người đều thật hành tốt hơn trong việc làm, lời nói và sự suy nghĩ, thì chắc chắn thế giới này sẽ trở nên tốt hơn.

Người Phật tử nên luôn vâng theo lời Phật dạy, nhất là giới thứ nhất là "cấm sát sanh." Trong hơn 2.500 năm lịch sử Phật giáo, có vài cuộc chiến tranh giữa các nhà sư hay giữa các nhà sư và nhà đương cuộc. Tuy nhiên, sự xâm lăng nhân danh tôn giáo chưa từng được biết đến trong Phật giáo (một quốc gia đi xâm lăng quốc gia khác để truyền bá một tôn giáo chưa từng xảy ra trong các quốc gia theo Phật giáo). Trong quá khứ, lý do mà các vị sư chiến tranh với nhau hay chiến tranh với chính quyền chủ yếu vì tiền bạc và quyền lực chứ không phải để truyền bá Phật giáo. Cũng cùng những lý do ấy với những cuộc chiến tranh giữa các nhà sư và chính quyền tại Nhật. Tại Tích Lan, dưới triều vua Dutthagamani đã đánh lại triều đại Damilas của Tamils vì họ là những kẻ xâm lăng Tích Lan thời đó, chứ vua Dutthagamani chưa bao giờ chủ trương chiến tranh xâm chiếm lục địa Ấn Độ để truyền bá Phật giáo. Đức Phật dạy chúng ta không sát sanh, chứ Đức Phật chưa từng bảo chúng ta đừng đánh lại kẻ thù để bảo vệ tổ quốc.

Chương 40. Tánh Thực tiễn Của Phật giáo

Phật giáo chỉ nhắm vào những vấn đề thực tiễn, chứ nó không lưu ý đến những vấn đề có tính cách học thuật hay siêu hình học. Theo Kinh Chulamalunkya, Đức Phật đã bày tỏ rất rõ ràng về tính thật dụng trong cách giải quyết mọi vấn đề của Phật giáo. Đức Phật đã dùng câu chuyện ngụ ngôn về một người bị thương. Trong câu chuyện này, người bị thương bởi một mũi tên muốn biết ai là người bắn mũi tên, mũi tên bắn từ phía nào, mũi tên làm bằng xương hay bằng sắt, cái cung làm bằng loại gỗ gì trước khi người ấy cho rút mũi tên ra. Đức Phật muốn ám chỉ thái độ của những người muốn biết nguồn gốc của vũ trụ bất diệt hay không bất diệt, không gian có tận cùng hay không tận cùng, vân vân và vân vân, trước khi người ấy chịu tu tập một tôn giáo. Theo Đức Phật, đây là loại người chỉ biết nhàn đàm hý luận. Những người như vậy sẽ chết đi một cách vô tích sự chứ chẳng bao giờ họ có được câu trả lời về những câu hỏi không thích đáng, giống y như người đàn ông trong câu chuyện ngụ ngôn sẽ chết trước khi anh ta có được những câu trả lời mà anh ta muốn tìm về nguồn gốc và bản chất của mũi tên vậy. Chính vì thế, Đức Phật dạy: "Ưu tiên hàng đầu của con người là giảm thiểu hay loại bỏ khổ đau phiền não, chứ đừng phí thời giờ quý báu vào những đòi hỏi không thích đáng."

Theo Phật giáo, hành giả tu Phật không khác chi một người đang muốn trốn chạy khỏi tay bọn cướp đi đến gặp phải một khoảng nước bao la trước mặt. Người ấy biết rằng bờ bên này nguy hiểm và bờ bên kia an toàn. Tuy nhiên, không có tàu thuyền gì để đi đến bờ bên kia. Nên người ấy nhanh nhẹn gom góp nhánh lá làm một chiếc bè, và với chiếc bè, người ấy đã qua bờ bên kia một cách an toàn. Chánh Đạo được dạy bởi Đức Phật cũng giống như chiếc bè. Nó có công năng đưa chúng ta từ bến bờ khổ đau phiền não đến bỉ ngạn vô ưu. Trong Phật giáo Đại Thừa, giáo pháp giống như chiếc bè; khi cứu cánh bỉ ngạn đã đến, thì bè cũng phải bỏ lại sau lưng. Giáo pháp không phải là cứu cánh mà chỉ là phương tiện thôi. Theo Kinh Ẩn dụ Con Rắn, Đức Phật dạy: "Giáo pháp của ta như chiếc bè để vượt qua chứ không phải để nắm giữ." Pháp của Phật lại cũng như chiếc bè, sang sông rồi thì bè nên bỏ, đến bờ của Niết-bàn thì chánh pháp còn nên bỏ hà huống phi pháp. Cho nên nói tất cả các pháp được nói ra đều gọi là phiệt dụ, chỉ là phương tiện giúp đáo bỉ ngạn mà thôi.

Trong Phật giáo, Pháp chỉ tất cả mọi phương cách tu hành được dạy bởi Đức Phật mà cuối cùng đưa đến cứu cánh giác ngộ. Chư pháp là phương tiện đưa đến cứu cánh, chứ tự chúng không phải là cứu cánh. Giáo pháp của Đức Phật cũng giống như chiếc bè, được dùng để đi qua bên kia bờ. Tất cả chúng ta đều phải lệ thuộc vào chiếc bè Phật pháp này để vượt thoát dòng sông sanh tử. Chúng ta gắng sức bằng tay chân, bằng trí tuệ để đạt đến bỉ ngạn. Khi cứu cánh bỉ ngạn đã đến, thì bè cũng phải bỏ lại sau lưng. Giáo pháp không phải là cứu cánh mà chỉ là phương tiện thôi. Theo Kinh Ẩn dụ Con Rắn, Đức Phật dạy: "Giáo pháp của ta như chiếc bè để vượt qua chứ không phải để nắm giữ." Cũng theo Kinh Trung Bộ, Đức Phật dạy: "Pháp mà ta giảng dạy chỉ là chiếc bè. Ngay cả Pháp ấy còn phải xả bỏ, huống là phi pháp. Chiếc bè Pháp ấy chỉ nên được dùng để đáo bỉ ngạn, chứ không nên giữ lại."

Chương 41. Quan Niệm Của Phật Giáo Về Tiền Định

Phật giáo không để tâm đến các thuyết tất định hay bất định, bởi vì Phật giáo chủ trương lý thuyết tự do ý chí giữa các lãnh vực nhân sinh. Do đó, Phật giáo không liên hệ đến thuyết định mệnh, nó không chấp nhận sự hiện hữu của một định mệnh. Theo đạo Phật, chúng sanh mọi loài nhận đời sống hiện hữu như là kết quả tự tạo, và ngay ở hiện tại, chúng cũng đang tự tạo lấy kết quả. Sống chết không phải là định mệnh có trước cho một chúng sanh, mà chỉ đơn thuần là hậu thân của nghiệp. Ai hành động, sớm muộn gì rồi cũng phải gặt lấy hậu quả, chứ không ai có khả năng quyết định vận mạng của ai trong vũ trụ này cả. Trong Kinh Pháp Cú, Đức Phật đã dạy: "Tất cả chúng ta đều là kết quả của những gì chúng ta đã tư tưởng; nó nương tựa trên các tư tưởng của chúng ta." Vì thế làm gì có chỗ đứng cho quan niệm về "Tạo Hóa" trong đạo Phật.

Theo thuyết định mệnh, mỗi người chúng ta đều có một số phận sẵn mà chúng ta không thể thay đổi cũng như không thể làm gì khác. Như câu nói "Việc gì đến, sẽ đến." Theo triết lý này, nhân tố ấn định số phận không phải là Thượng Đế có cá tánh theo thuyết thần quyền, mà đúng ra là một sức mạnh bí mật và trừu tượng gọi là "Số phận" vượt quá tầm hiểu biết của chúng ta, và do đó vượt ngoài khả năng thuyết phục hay dẫn giải của con người. Trong đạo Phật không có cái gọi là số phận. Kỳ thật đạo Phật coi đó là đường nẻo mà chúng sanh phải đi qua (vì nghiệp lực của chính mình). Vận mạng của chúng ta sinh ra từ cá tánh, cá tánh sanh ra từ tánh hạnh, tánh hạnh sanh ra từ hành động, và hành động sanh ra từ ý nghĩ, và ý nghĩ phát khởi từ tâm, nên khiến tâm trở thành phương thức tối hậu của vận mạng. Thật vậy, tâm là đấng sáng tạo duy nhất được Phật giáo công nhận, và sức mạnh của tâm là sức mạnh đáng kể trên thế giới. Milton, một thi sĩ người Anh vào thế kỷ thứ 17 nói: "Tâm có thể biến địa ngục thành thiên đường và thiên đường thành địa ngục." Khi chúng ta nghĩ tốt, hành động của chúng ta không thể xấu. Bằng cách nghĩ tốt, chúng ta sẽ tạo hành động tốt hơn, phát triển tánh hạnh tốt hơn, nhào nặn cá tánh tốt hơn, và hưởng thọ vận mạng tốt hơn.

Chương 42. Phật Giáo Và Tri Thức

Theo Phật giáo, sự nhìn thấy bản tính của mình không phải là một cái thấy tri thức, đứng ngoài, mà là cái thấy thể nghiệm, có thể nói là từ bên trong. Sự khác biệt giữa cái biết tri thức và thể nghiệm này thật là quan trọng cốt yếu đối với thiền và đồng thời là một trong những khó khăn căn bản mà các thiền sinh Tây phương cố gắng hiểu về thiền. Tây phương, suốt hai ngàn năm vẫn tin rằng câu giải đáp sau cùng cho vấn đề hiện sinh có thể trả lời bằng tư tưởng; câu trả lời đúng trong tôn giáo và trong triết học có tầm quan trọng tối thượng. Nhấn mạnh như vậy người ta chuẩn bị con đường cho sự nẩy nở của khoa học thiên nhiên. Ở đây cái tư tưởng đúng, trong khi không đưa ra được câu trả lời tối hậu cho vấn đề hiện sinh, lại cố hữu trong phương pháp và cần thiết cho việc áp dụng tư tưởng vào thật hành, nghĩa là, cho kỹ thuật. Trái lại, thiền dựa vào tiền đề rằng không thể trả lời câu đáp tối hậu cho đời sống bằng tư tưởng được. Cái phương thức cố định trí thức của "có" và "không" thì thật là thích hợp khi sự vật diễn ra bình thường; nhưng ngay khi câu hỏi tối hậu của đời sống khởi dậy, trí năng không trả lời thỏa mãn được. Trong Phật giáo, tri thức phàm phu được xem như là những chướng ngại vật đối với hiểu biết. Nếu chúng ta xem điều gì đó là chân lý, chúng ta có thể bám víu vào đó đến độ khi chân lý gõ cửa nhà mình, mình không muốn mời vào. Chúng ta phải đủ sức vượt lên trên tri thức đã có sẵn theo cách chúng ta leo thang. Nếu mới lên đến bực thứ năm mà tưởng rằng mình đã lên quá cao, sẽ không có hy vọng gì chúng ta leo lên

CHƯƠNG 42. Phật Giáo Và Tri Thức

đến bực thứ sáu. Chúng ta phải học cách vượt lên trên quan điểm cá nhân của mình. Hiểu biết, theo kiểu dòng nước chảy, giúp chúng ta thấm nhập. Quan điểm kiến thức và trí tuệ là những vật thể rắn, có thể cản trở con đường hiểu biết. Vì những lý do này mà đức Phật dạy: "Vô minh bị chất chứa càng lúc càng nhiều thêm do bởi cái tri thức bất toàn từ vô thỉ là nguồn gốc của tâm."

Ngay cả nhận thức, Phật giáo cũng dựa trên cơ sở thực tiễn của chân lý nhân quả, chứ không nhận thức bất cứ thứ gì một cách mù quáng. Theo văn chương Phật giáo thì Đức Phật phê bình những nghi thức mê muội của những người Bà La Môn và tố giác các đạo sĩ đã đặt ra những tập tục này chỉ với lý do là moi tiền của người giàu và chiếm được quyền hành mà thôi. Tuy nhiên, sự phê bình này đưa đến việc thách thức thẩm quyền của kinh Vệ Đà mà các giáo sĩ Ấn Độ giáo xem là thiêng liêng. Những giáo sĩ Bà La Môn từ chối không chấp nhận thuyết nhân quả. Họ tiếp tục theo đuổi tà kiến, không tương hợp với giáo lý nhà Phật. Tà kiến này khởi lên từ quan niệm lầm lẫn về bản chất thật của sự hiện hữu. Trong thời Đức Phật còn tại thế, có ít nhất là 62 tà kiến ngoại đạo. Ngược lại, Phật giáo nhấn mạnh trên thuyết nhân quả. Hiểu được thuyết nhân quả là đã giải được phần lớn câu hỏi về nguồn gốc của khổ đau phiền não. Không hiểu hay không chịu hiểu thuyết nhân quả là một loại tà kiến trong Phật giáo. Theo Đức Phật, chúng sanh phải chịu đựng khổ đau phiền não vì tham lam, sân hận và si mê, và nguyên nhân của những điều độc hại này chẳng những là vô minh mà còn do tà kiến nữa. Về sau này, luận sư Pháp Xứng phê bình giáo thuyết Bà La Môn về thẩm quyền đặc biệt của kinh Vệ Đà, vì các giáo sĩ này cho rằng kinh Vệ Đà là những lời mặc khải của Thượng đế, những điều mà ngài Pháp Xứng cho rằng không ai có thể xác minh được. Ngược lại, Đức Phật dạy những điều mà ai cũng có thể xác minh được. Tuy nhiên, việc xác minh trọn vẹn những giáo lý của Đức Phật được coi là không thể được với những ai mà nhãn quan còn bị vô minh che phủ. Về tri thức luận, Phật giáo không bàn đến nhiều như các triết học khác. Đối với nguồn gốc của nhận thức, Phật giáo nhìn nhận có thế giới của cảm giác hay thế giới hiện lượng (Pratyaksa-pramana); thế giới của suy luận hay thế giới tỷ lượng (Anumana); thế giới của trực giác thuần túy hay thế giới thiền định (dhyana). Như vậy, các giác quan, lý tính và kinh nghiệm nội tại sẽ cung ứng cho nội dung của tri thức. Ngoài ra, bất cứ lúc nào chúng ta cũng có thể viện tới Thánh Giáo Lượng (Agama) tức ngôn ngữ được phát ra từ thế giới của giác ngộ viên mãn (Bodhi), nghĩa là ngôn ngữ của Phật, đấng giác ngộ.

Chương 43. Phật Giáo Và Cái Gọi Là Đấng Sáng Tạo

Trong Phật giáo, không có sự phân biệt giữa thần linh hay chúng sanh siêu việt và người bình thường. Hình thức cao nhứt của một chúng sanh là Phật. Tất cả mọi người đều có khả năng thành Phật nếu họ chịu theo tu tập theo những lời chỉ dạy của Đức Phật Thích-ca Mâu Ni. Bằng cách tuân theo những giáo thuyết của Đức Phật và những pháp thật hành về Phật giáo, ai cũng có thể trở thành một vị Phật. Một vị Phật cũng là một chúng sanh con người, nhưng chúng sanh ấy đã chứng ngộ và thông hiểu tất cả những tác dụng và ý nghĩa của đời sống và vũ trụ. Khi một con người chứng ngộ và thật sự thông hiểu về mình và vạn hữu, người ta gọi người đó là Phật, hay là bậc giác ngộ.

Ngoại đạo tin rằng có một đấng tạo hóa hay thượng đế có thể tự ý tạo dựng nên vạn vật. Nói cách khác, mọi sự vật, họa phúc, xấu tốt, vui khổ trên thế gian đều do quyền năng của một đấng tạo hóa tối cao, một vị chúa tể duy nhất sáng tạo có quyền thưởng phạt. Đạo Phật, ngược lại, không phải là một hệ thống của niềm tin và sự thờ phượng mù quáng. Đức Phật dạy rằng không có cái gọi là "Thượng đế sáng tạo."

CHƯƠNG 43. Phật Giáo Và Cái Gọi Là Đấng Sáng Tạo

Chúng sanh không được sáng tạo bởi một đấng thượng đế hay đấng tạo dựng, cũng không phải là kết quả của tiến trình tiến hóa lâu dài như đã đề nghị trong thuyết tiến hóa của Darwin. Theo kinh Trung Bộ, thế giới tự nhiên và con người không phải là sản phẩm của bất kỳ mệnh lệnh sáng tạo của một đấng sáng tạo nào, mà chúng chỉ đơn thuần là những kết quả của tiến trình tiến hóa mà thôi. Trong đạo Phật, không có những thứ như lòng tin theo giáo điều hay lòng tin vào đấng tối thượng. Thật ra, Phật giáo không tin rằng có một đấng tuyệt đối siêu việt hơn con người. Chính vì vậy mà Đức Phật thuyết giảng về thập nhị nhân duyên hoặc lý duyên khởi. Pháp duyên khởi nhấn mạnh các pháp đều tùy thuộc lẫn nhau cả về hai mặt hiện tượng lẫn bản thể, cùng đồng sanh và đồng diệt với các pháp khác. Không có thứ gì có thể tồn tại độc lập hoặc có thể nói là tự tồn tại. Phật giáo không tin rằng có một thật thể duy nhất trong vũ trụ; và Phật giáo cũng không chấp nhận khái niệm nhất thần của một đấng Tuyệt Đối như là một thật thể tối hậu. Theo giáo thuyết của Đức Phật thì lúc nào cũng có con người, không nhất thiết là ở hành tinh này của chúng ta. Sự xuất hiện của một thân thể vật chất của con người tại bất cứ nơi nào đều bắt đầu với sự phát sinh tinh thần của "nghiệp chúng sanh." Chính cái tâm, chứ không phải là thân thể vật chất là căn nguyên của tiến trình này. Con người không phải là sản phẩm đặc biệt của cái gọi là Thượng đế, và con người không được độc lập với những hình thức tái sanh khác của chúng sanh và có thể tái sanh trong lục đạo. Cũng như vậy, những chúng sanh khác cũng có thể tái sanh làm người.

Theo Đức Phật, con người không được tạo ra bởi thượng đế sáng tạo, cũng không là kết quả của một tiến trình tiến hóa lâu dài theo như thuyết tiến hóa của Darwin cũng như thuyết Tân tiến hóa. Theo giáo pháp của Đức Phật, con người đã từng hiện hữu, không nhất thiết là trên địa cầu này. Sự hiện hữu của con người tại bất cứ nơi đặc biệt nào cũng đều bắt đầu bằng sự phát khởi tinh thần về "nghiệp của con người." Tâm, chứ không phải là thân, là yếu tố chính trong tiến trình này. Con người không độc lập với những hình thức khác của chúng sanh trong vũ trụ và con người có thể tái sanh vào những đường khác trong sáu đường sanh tử. Cũng như vậy, các chúng sanh khác cũng có thể tái sanh làm người. Cái chân lý tối thượng của chúng sanh của chúng sanh là Phật Tánh và cái Phật Tánh này không thể tạo mà cũng không thể diệt. Từ vô thỉ, khi trời đất chưa có, chưa có con người. Chưa có trái đất, chưa có sinh vật, chưa có cái gọi là thế giới. Căn bản là chưa có thứ gì hiện hữu. Và rồi, vào lúc thành lập kiếp, khi ấy sự vật bắt đầu hiện hữu, con người từ từ xuất hiện. Họ từ đâu đến? Có người nói rằng họ tiến hóa từ loài khỉ. Nhưng loài khỉ tiến hóa từ đâu? Nếu con người tiến hóa từ loài khỉ, thì tại sao bây giờ không thấy con người tiến hóa từ khỉ nữa? Điều này thật là lạ. Những người chủ xướng thuyết này quả là không có sự hiểu biết. Họ chỉ đề ra một vài thuyết đặc biệt nào đó mà thôi. Tại sao con người lại không tiến hóa từ những loài chúng sanh khác, mà phải từ loài khỉ?

Các tôn giáo khác cho rằng Thượng đế ban giáo pháp của Ngài dưới hình thức một thông điệp cho một người, rồi người này truyền bá đến những người khác, cho nên họ cần phải tin người này dù rằng cái gọi là "Đấng Sáng Tạo" mà người đó tuyên bố lúc nào cũng vô hình đối với họ. Còn trái lại, bất cứ khi nào Đức Phật nói việc gì, việc đó đã được Ngài trắc nghiệm giá trị của nó qua bản thân Ngài như một con người bình thường. Ngài tuyên bố không có thần linh. Không bao giờ Ngài cho rằng bất cứ việc gì là đều do nhận được từ nguồn tin bên ngoài. Trong suốt quá trình hoằng pháp của Ngài, Ngài luôn khẳng định các người dự thính cứ tự do hỏi Ngài, chất vấn Ngài về giáo lý của Ngài để tự họ có thể hiểu được chân lý. Chính vì vậy mà Ngài khẳng định: "Hãy đến xem nhận xét, chứ không phải đến để tin." Phật tử chơn thuần nên tự hỏi cái nào đáng tin cậy hơn, lời xác nhận do kinh nghiệm bản thân của một người có thật, hay tin cậy vào một người mà họ cho rằng đã nghe thấy từ một người nào đó và người này lúc nào cũng vô hình.

Chương 44. Đạo Phật Chết

Phật giáo là tôn giáo của Đấng Giác Ngộ, một trong ba tôn giáo lớn trên thế giới do Phật Thích-ca sáng lập cách nay trên 25 thế kỷ. Đức Phật đề xướng tứ diệu đế như căn bản học thuyết như chúng đã hiện ra khi Ngài đại ngộ. Ngài đã chỉ cho mọi người làm cách nào để sống một cách khôn ngoan và hạnh phúc và giáo pháp của Ngài đã lan rộng từ xứ Ấn Độ ra khắp các miền châu Á, và xa hơn thế nữa. Đức Phật không bao giờ tự xưng rằng Ngài là một thần linh, là con của thần linh, hay là sứ giả của thần linh. Ngài chỉ là một con người đã tự cải thiện để trở nên toàn hảo, và Ngài dạy rằng nếu chúng ta noi theo gương lành ấy chính ta cũng có thể trở nên toàn hảo như Ngài. Ngài không bao giờ bảo đệ tử của Ngài thờ phượng Ngài như một thần linh. Kỳ thật Ngài cấm chỉ đệ tử Ngài làm như vậy. Ngài bảo đệ tử là Ngài không ban phước cho những ai thờ phượng Ngài hay giáng họa cho ai không thờ phượng Ngài. Ngài bảo Phật tử nên kính trọng Ngài như một vị Thầy. Ngài còn nhắc nhở đệ tử về sau này khi thờ phượng lễ bái tượng Phật là tự nhắc nhở chính mình phải cố gắng tu tập để phát triển lòng yêu thương và sự an lạc với chính mình. Hương của nhang nhắc nhở chúng ta vượt thắng những thói hư tật xấu để đạt đến trí tuệ, đèn đốt lên khi lễ bái nhằm nhắc nhở chúng ta đuốc tuệ để thấy rõ rằng thân này rồi sẽ hoại diệt theo luật vô thường. Khi chúng ta lễ lạy Đức Phật là chúng ta lễ lạy những giáo pháp cao thượng mà Ngài đã ban bố cho chúng ta. Đó là cốt tủy của sự thờ phượng lễ bái trong Phật giáo. Nhiều người đã lầm hiểu về sự thờ phượng lễ bái trong Phật giáo, ngay cả những Phật tử thuần thành. Người Phật tử không bao giờ tin rằng Đức Phật là một vị thần linh, thì không có cách chi mà họ có thể tin rằng khối gỗ hay khối kim loại kia là thần linh. Trong Phật giáo, tượng Phật được dùng để tượng trưng cho sự toàn thiện toàn mỹ của nhân loại. Tượng Phật cũng nhắc nhở chúng ta về tầm mức cao cả của con người trong giáo lý nhà Phật, rằng Phật giáo lấy con người làm nòng cốt, chứ không phải là thần linh, rằng chúng ta phải tự phản quang tự kỷ, phải quay cái nhìn vào bên trong để tìm trạng thái toàn hảo trí tuệ, chứ không phải chạy đông chạy tây bên ngoài. Người Phật tử thuần thành chúng ta nên luôn nhớ rằng Đạo mà không lấy con người làm nòng cốt là Đạo chết. Như vậy, không cách chi mà người ta có thể nói rằng Phật tử thờ phượng ngẫu tượng cho được.

Đạo Phật chết là đạo Phật qua những hình thức tổ chức rườm rà, nghi lễ cổ điển, cúng kiến, kinh kệ bằng những ngôn ngữ xa lạ làm cho giới trẻ hoang mang. Từ đó giới trẻ nhìn về những ngôi chùa như một viện dưỡng lão của ông già bà cả, cho những người thiếu tự tin, hoặc cho những thành phần mê tín dị đoan. Ngoài ra, đạo Phật chết có mặt khi giáo lý nhà Phật chỉ được nói suông chứ không được thật hành. Nói rằng tin Phật chưa đủ; nói rằng biết giáo lý nhà Phật chỉ để nói thì thà là đừng biết. Thời gian bay nhanh như tên bay và ngày tháng bay qua như thoi đưa. Sóng trước đùa sóng sau. Cuộc đời lại cũng qua đi nhanh như vậy. Vô thường chẳng chừa một ai, tuổi già theo liền bên tuổi trẻ trong từng lúc, và chẳng mấy chốc chúng ta rồi sẽ già và hoại diệt chẳng để lại dấu vết gì. Phật tử thuần thành nên luôn nhớ rằng nếu chỉ tin suông theo Phật mà không hành trì, cũng không hơn gì tin theo đạo Phật chết. Điều này cũng giống như chúng ta đi vào một nhà hàng để đọc thật đơn chơi cho vui chứ không kêu món để ăn, chẳng có lợi ích gì cho mình cả. Vì thế, chúng ta nên luôn nhớ rằng Đạo mà không được thật hành là Đạo chết hay Đạo cùng; đức mà không đạt được bởi tu trì chỉ là đức giả.

Chương 45. Phật Giáo Và Thế Mạt Luận

Trong Phật giáo không có vấn đề Thế Mạt Luận thông thường, bởi vì tất cả chúng sanh đều chìm đắm trong dòng sinh hóa vô cùng tận. Tuy nhiên, nên nhớ rằng, cái sống mở đường cho cái chết, và rồi cái chết lại mở đường cho cái sống. Sống và chết là hai hiện tượng tất nhiên của chu kỳ sự sống, nó không ngớt tái diễn. Cùng đích của chuỗi tự tạo đó chỉ giản dị là thể hiện cuộc sống lý tưởng, nghĩa là không gây ra mọi điều kiện thọ sinh; nói cách khác, là thành tựu tự do toàn vẹn, không còn bị lệ thuộc vào nhân duyên trong thời-không nữa. Niết-bàn là trạng thái tự do toàn vẹn đó. Phật tử thuần thành phải luôn nhớ rằng tâm thức chúng ta không dừng lại khi chúng ta rũ bỏ xác thân tứ đại này. Tâm thức chúng ta không có hình dạng hay màu sắc, nhưng khi chúng rời thân hiện tại vào lúc chúng ta chết, chúng sẽ tái sanh vào những thân khác. Chúng ta tái sanh làm cái gì là tùy thuộc vào những hành động trong hiện tại của chúng ta. Vì vậy mà một trong những mục đích của kiếp mà chúng ta đang sống là chuẩn bị cho sự chết và những kiếp tương lai. Bằng cách đó, chúng ta có thể chết một cách thanh thản với ý thức rằng tâm thức chúng ta sẽ tái sinh vào cảnh giới tốt đẹp. Một mục đích khác mà chúng ta có thể hướng tới trong việc sử dụng kiếp sống này là đạt đến sự giải thoát hay giác ngộ. Chúng ta có thể chứng quả vị A La Hán, giải thoát khỏi vòng luân hồi sanh tử; hoặc chúng ta có thể tiếp tục tu tập để trở thành vị Phật Chánh đẳng Chánh giác, có khả năng làm lợi lạc cho mọi người một cách có hiệu quả nhất. Đạt đến sự giải thoát, dòng tâm thức của chúng ta sẽ được hoàn toàn thanh tịnh và không còn những tâm thái nhiễu loạn. Chúng ta sẽ không còn sân hận, ganh tỵ hay cao ngạo nữa; chúng ta cũng sẽ không còn cảm thấy tội lỗi, lo lắng hay phiền muộn nữa, và tất cả những thói hư tật xấu đều tan biến hết. Hơn thế nữa, nếu có chí nguyện đạt đến sự giác ngộ vì lợi ích cho tha nhân thì lúc ấy chúng ta sẽ phát khởi lòng từ ái đối với chúng sanh muôn loài, và biết làm những việc cụ thể để giúp đỡ họ một cách thích hợp nhất. Cũng còn một cách khác nhằm lợi dụng cái thân quý báu này là phải sống một đời sống viên mãn nhất trong từng giây từng phút.

Chương 46. Phật Giáo Và Mỹ Thuật

Theo những hồ sơ còn sót lại của cộng đồng Phật giáo, những biểu tượng bằng hình ảnh không được Đức Phật Thích-ca Mâu Ni và các đệ tử của Ngài khuyến khích, vì các Ngài muốn tránh về sau này phát triển ra những hệ phái chỉ nhắm vào hình tượng Phật, hơn là giáo pháp mà Ngài đã giảng dạy. Hơn nữa, điểm tập trung chủ yếu của cộng đồng Phật giáo là thiền định về tự xem xét nội tâm của chính mình, hơn là những biểu tượng bên ngoài. Khi Phật giáo phát triển và thu hút nhiều tín đồ hơn thì sự tiêu biểu về nghệ thuật bắt đầu xuất hiện. Tuy nhiên, có sự rụt rè ban đầu để biểu trưng về Đức Phật, và thường thì Ngài được vẽ dưới những dạng không phải người mà cũng không phải là động vật, như dấu bàn chân của Ngài hay là cây Bồ Đề. Lan truyền rộng rãi nhất là những "tháp." Những tháp này tiếp tục phổ cập trong thế giới Phật giáo, và quá nhiều kiểu cách đã phát triển. Trong Phật giáo Ấn Độ người ta thường nghĩ rằng những tháp này tiêu biểu cho hình thể Đức Phật, và trong một vài kinh điển người ta còn tin tưởng một cách rộng rãi rằng tôn kính tháp cũng như tôn kính Đức Phật vậy. Những biểu tượng về hình thể bắt đầu xuất hiện trên những tháp ở Bharhut, Sanci, và Amaravati. Những tượng đài này đã được khắc những cảnh họa về đời sống của Đức Phật. Vào khoảng cuối thế kỷ thứ nhất, các nhà họa sĩ bắt đầu vẽ các kiểu biểu trưng về Đức Phật hay những dấu hiệu tản mác về Ngài từ khắp nơi trên thế giới. Những thí dụ sớm nhất về hình tượng của Đức Phật được mượn từ những chủ đề không phải là của Phật giáo, vì có lúc người ta không chấp nhận khái niệm về phải nên họa Ngài như thế nào. Thí dụ như những nhà họa sĩ ở Mathura, bây giờ là Bắc Trung Ấn, chấp nhận hình ảnh từ bức họa miêu tả của những Dạ Xoa, và ở Kiện Đà La, bây giờ là A Phú Hãn, các nhà họa sĩ dường như chịu ảnh hưởng của nghệ thuật Hy Lạp. Khi Phật giáo được truyền đi tới các nơi khác trên thế giới thì khuynh hướng này vẫn tiếp tục, và hình tượng Đức Phật có hơi hướng địa phương của các cộng đồng phật giáo này, nghệ thuật và hình tượng cũng đã quyện vào thiền tập. Mặc dầu sự chối bỏ tiên khởi của Phật giáo về những biểu tượng nghệ thuật, nghệ thuật Phật giáo vẫn thịnh hành ngay trên đất Ấn và khắp Á Châu. Với sự phát triển của Mật Tông ở Tây Tạng, Mông Cổ, Trung Hoa, Nhật Bổn, Đại Hàn và Việt Nam, việc sử dụng hình tượng một cách trau chuốt đã trở nên phổ cập ở nhiều nơi.

Chương 47. Vị Trí Của Con Người Trong Đạo Phật

Cổ nhân Đông phương có dạy: "Nhân ư vạn vật tối linh," tuy nhiên, đối với Phật giáo, bất cứ sinh mạng nào cũng đều quý và có giá trị như nhau. Nghĩa là không sinh mạng nào quý hơn sinh mạng nào. Theo kinh Ưu Bà Tắc, Phật giáo đồng ý trong mọi loài thì con người có được các căn và trí tuệ cần thiết. Phật giáo cũng đồng ý rằng điều kiện của con người không quá cực khổ như những chúng sanh ở địa ngục hay ngạ quỷ. Với Phật giáo, sanh ra làm người là chuyện khó. Nếu chúng ta sanh ra làm người, với nhiều phẩm chất cao đẹp, khó có trong đời. Vì vậy chúng ta phải cố gắng làm cho kiếp sống này trở nên có ý nghĩa hơn. Ngoài ra, con người có trí thông minh. Phẩm chất quý báu này giúp chúng ta có thể tìm hiểu được ý nghĩa đích thật của cuộc sống và tu tập giác ngộ. Phật tử thuần thành nên luôn nhớ rằng kiếp sống kế tiếp của chúng ta như thế nào là tùy vào những hành động và những thói quen mà chúng ta thành lập trong hiện tại. Vì vậy mục đích của chúng ta ngay trong kiếp này hoặc là giải thoát khỏi luân hồi sanh tử, hoặc là trở thành một bậc chánh đẳng chánh giác. Và hơn hết, là chúng ta biến cuộc sống quý báu này thành một đời sống viên mãn nhất trong từng phút từng giây. Muốn được như vậy, khi làm việc gì mình phải ý thức được mình đang làm việc ấy, chứ không vọng động. Theo quan điểm Phật giáo, chúng ta đang có kiếp sống của con người với nhiều phẩm chất cao đẹp khó có trong đời. Vì vậy mà chúng ta nên làm cho kiếp sống này có ý nghĩa hơn. Thông thường chúng ta cứ nghĩ rằng kiếp con người mà mình đang có là chuyện đương nhiên và vì vậy mà chúng ta hay vương vấn níu kéo những cái mà chúng ta ưa thích và sắp xếp mong cầu cho được theo ý mình, trong khi sự việc vận hành biến chuyển theo quy luật riêng của chúng. Suy nghĩ như vậy là không thực tế và khiến chúng ta phải phiền muộn. Tuy nhiên, nếu chúng ta ý thức rằng chúng ta đang có những phẩm chất cao quý và ý thức rằng mọi việc trong cuộc sống của chúng ta đang diễn ra một cách tốt đẹp thì chúng ta sẽ có một cái nhìn tích cực và một cuộc sống an vui hơn. Một trong những phẩm chất cao quý mà chúng ta đang có là trí thông minh của con người. Phẩm chất quý báu này khiến chúng ta có thể hiểu được ý nghĩa đích thật của cuộc sống và cho phép chúng ta tiến tu trên đường đi đến giác ngộ. Nếu tất cả các giác quan của chúng ta như mắt, tai, mũi, lưỡi, thân, ý, vân vân còn nguyên vẹn thì chúng ta có thể nghe chánh pháp, đọc sách về chánh pháp và suy tư theo chánh pháp. Chúng ta thật may mắn được sanh ra trong thời đại lịch sử mà Đức Phật đã thị hiện và giảng dạy Chánh pháp. Từ thời Đức Phật đến nay, chánh pháp thuần khiết này đã được truyền thừa qua nhiều thế hệ. Chúng ta cũng có cơ may có nhiều vị đạo sư có phẩm hạnh dạy dỗ, và những giáo đoàn xuất gia với những cộng đồng pháp lữ chia sẻ lợi lạc và khuyến tấn chúng ta trên bước đường tu tập. Những ai trong chúng ta có may mắn sống trong các xứ sở ấp ủ bảo vệ tự do tôn giáo nên việc tu tập không bị giới hạn. Hơn nữa, hiện nay hầu hết chúng ta

CHƯƠNG 47. Vị Trí Của Con Người Trong Đạo Phật

đều có cuộc sống không quá nghèo khổ, thức ăn đồ mặc đầy đủ và chỗ ở yên ổn, đó là cơ sở để chúng ta tiến tu mà không phải lo lắng về những nhu cầu vật chất. Tâm thức chúng ta không bị các tà kiến hay định kiến che chắn quá nặng nề, chúng ta có tiềm năng để làm những việc lớn lao trong cơ hội hiện tại, chúng ta phải trân trọng, phải khai triển cái nhìn dài hạn cho cuộc tu tập này vì kiếp sống hiện tại của chúng ta rất ngắn ngủi.

Ngày nay con người đang làm việc không ngừng trên mọi phương diện nhằm cải thiện thế gian. Các nhà khoa học đang theo đuổi những công trình nghiên cứu và thí nghiệm của họ với sự quyết tâm và lòng nhiệt thành không mệt mỏi. Những khám phá hiện đại và các phương tiện truyền thông liên lạc đã tạo những kết quả đáng kinh ngạc. Tất cả những sự cải thiện này, dù có những lợi ích của nó và đáng trân trọng, nhưng vẫn hoàn toàn thuộc về lãnh vực vật chất và nằm ở bên ngoài. Trong cái hợp thể của thân và tâm của con người còn có những điều kỳ diệu chưa từng được thăm dò, mà dù cho các nhà khoa học có bỏ ra hàng nhiều năm nghiên cứu cũng chưa chắc đã thấy được. Thật tình mà nói, cái thế gian mà các nhà khoa học đang cố gắng cải thiện này, theo quan điểm của đạo Phật, đang phải chịu rất nhiều biến đổi trên mọi lãnh vực của nó, và rằng không ai có khả năng làm cho nó hết khổ. Cuộc sống của chúng ta vô cùng bi quan với tuổi già, bao phủ với sự chết, gắn bó với vô thường. Đó là những tính chất cố hữu của cuộc sống, cũng như màu xanh là tính chất cố hữu của cây vậy. Những phép mầu và sức mạnh của khoa học dù toàn hảo đến đâu cũng không thể thay đổi được tính chất cố hữu này. Sự huy hoàng và bất tử của những tia nắng vĩnh hằng đang chờ, chỉ những ai có thể dùng ánh sáng của trí tuệ và giới hạnh để chiếu sáng và giữ gìn đạo lộ mà họ phải vượt qua con đường hầm tăm tối, bất hạnh của cuộc đời. Con người của thế gian ngày nay hẳn đã nhận ra bản chất biến đổi vô thường của cuộc sống. Mặc dù thấy được như vậy, họ vẫn không ghi nhớ trong tâm và ứng xử với sự sáng suốt, vô tư. Sự đổi thay, vô thường lúc nào cũng nhắc nhở con người và làm cho họ khổ đau, nhưng họ vẫn theo đuổi cái sự nghiệp điên rồ của mình và tiếp tục lăn trôi trong vòng sanh tử luân hồi, để bị giằng xé giữa những cơn gió độc của khổ đau phiền não.

Hầu hết ai trong chúng ta đều cũng phải đồng ý rằng trong tất cả các loài sinh vật, con người là những sinh vật độc nhất trong hoàn vũ có thể hiểu được chúng ta đang làm cái gì và sẽ làm cái gì. So sánh với các loài khác thì con người có phần thù thắng và hoàn hảo hơn chẳng những về mặt tinh thần, tư tưởng, mà còn về phương diện khả năng tổ chức xã hội và đời sống nữa. Đời sống của con người không thể nào bị thay thế, lập lại hay quyết định bởi bất cứ một ai. Một khi chúng ta được sanh ra trong thế giới này, chúng ta phải sống một cuộc sống của chính mình sao cho thật có ý nghĩa và đáng sống. Đức Phật dạy trong kinh Ưu Bà Tắc: "Trong mọi loài, con người có những căn và trí tuệ cần thiết. Ngoài ra, điều kiện hoàn cảnh của con người không quá khổ sở như những chúng sanh trong địa ngục, không quá vui sướng như những chúng sanh trong cõi trời. Và trên hết, con người không ngu si như loài súc sanh." Như vậy con người được xếp vào loại chúng sanh có nhiều ưu điểm. Con người có khả năng xây dựng và cải tiến cho mình một cuộc sống toàn thiện toàn mỹ.

Chương 48. Hôn Nhân Theo Quan Điểm Phật Giáo

Hôn nhân theo tự điển nghĩa là sự liên hệ hỗ tương giữa một người nam và một người nữ. Họ kết hợp với nhau theo một kiểu cách đặc biệt về sự lệ thuộc vào nhau trên pháp lý xã hội với mục đích là cùng nhau tạo dựng và duy trì gia đình. Trong hôn nhân thật sự, người chồng và người vợ nghĩ nhiều đến những người trong gia đình hơn là nghĩ đến chính họ. Họ hy sinh vì lợi ích của gia đình hơn vì lợi ích của chính cá nhân họ. Trong đạo Phật, nếu chưa có đại duyên xuất gia thì không có gì sai trái với việc kết hôn; tuy nhiên, việc lập gia đình phải được xem như là một tiến trình của đời sống và Phật tử tại gia phải coi đây như là cơ hội tốt cho họ thật hành những điều tu tập. Nhiều người đã biến đời sống hôn nhân của họ thành một cuộc sống khổ sở vì thiếu sự cảm thông, lòng khoan dung và kiên nhẫn. Nghèo không phải thật sự là nguyên nhân chính dẫn đến cuộc sống không hạnh phúc ví hàng ngàn năm trước đây con người vẫn có cuộc sống hôn nhân hạnh phúc mà không cần đến vật chất của cải của thời đại hôm nay. Chồng và vợ lúc nào cũng phải tương kính lẫn nhau, họ phải học cách chia sẻ những vui buồn trong đời sống hằng ngày. Tương kính và cảm thông là hai thứ quan trọng nhất trong cuộc sống hạnh phúc gia đình.

Không có nghi thức làm lễ cho việc kết hôn trong giáo điển Phật giáo, và chư Tăng thường tránh né không tham dự vào nghi thức cưới hỏi, cũng không lấy gì làm ngạc nhiên vì nhấn mạnh của Đức Phật là cộng đồng tu viện mà các thành viên phải tự mình tách rời khỏi cuộc sống thế tục và những quan ngại của cuộc sống ấy. Hôn nhân thường được Phật giáo xem như một phần của tiến trình sanh, lão, bệnh và tử, và cuộc sống gia đình thường được các giáo điển Phật giáo xem như là làm cho con người liên hệ tới một mạng lưới rối rắm dẫn tới khổ đau phiền não là không thể tránh được. Hơn nữa, Ba la đề mộc xoa chứa đựng một đoạn văn như sau: "Nếu ai trong Tăng đoàn hành xử như làm mai mối, mang một người nam và một người nữ lại với nhau, hoặc cho mục đích kết hôn hay chỉ với mục đích của một lần giao hợp mà thôi, thì vị Tăng ấy phạm tội phải nên sám hối trước Tăng đoàn." Dù vậy, việc chư Tăng được mời đi dự tiệc cưới cũng rất thường. Nếu họ chọn đi dự tiệc cưới, họ nên tới đó tụng kinh cầu an và hạnh phúc cho gia đình mới này. Tuy nhiên họ không nên giữ bất cứ vai trò nào trong nghi thức cưới hỏi. Chư Tăng Ni phải nên luôn nhớ rằng việc cưới hỏi là việc của thế tục nên phải được thực hiện bởi người thế tục. Ngày nay một số giáo hội có chuẩn bị nghi thức cưới hỏi nhằm đáp ứng nhu cầu và niềm tin của các Phật tử tại gia và khi chư tăng được mời đến dự lễ cưới, họ thường nguyện cầu chúc phúc và thuyết giảng nhằm giúp đỡ đôi vợ chồng mới. Tuy nhiên, dù có những cải cách, phần lớn chư Tăng Ni có khuynh hướng nhận thấy rằng tham dự vào đám cưới là không thích hợp và vi phạm giới luật nhà Phật.

Trong Phật giáo, không có sự khuyến khích về hôn nhân thế tục, nhưng Đức Phật tán thán những cặp vợ chồng sống hạnh phúc với nhau. Đức Phật cũng khuyên dạy các đệ tử tại gia làm sao có cuộc sống hôn nhân hạnh phúc. Những bài giảng của Đức Phật về nền tảng đạo đức Phật giáo trong xã hội trong kinh Thi Ca La Việt, phác họa mẫu mực căn bản trong mối quan hệ vợ chồng, cha mẹ và con cái, nêu những bổn phận ràng buộc với nhau, nhấn mạnh đến những khía cạnh thiết yếu của cuộc chung sống. Theo Đức Phật, văn hóa tương hợp giữa chồng và vợ là một trong những yếu tố đem lại thành công trong hạnh phúc lứa đôi, vì hôn nhân không đơn giản chỉ là nhục dục và lãng mạn. Nhiều vấn đề hôn nhân phát xuất từ sự thiếu khả năng của người hôn phối trong việc nhận thức những hy sinh trong hôn nhân. Như vậy, giáo lý Phật giáo cũng nhằm mang lại an vui và hạnh phúc, khuyến khích luân lý tình dục, thỏa mãn tâm lý và phúc lợi vật chất cho cả chồng lẫn vợ.

Vào thời Đức Phật, Ngài không nói gì về việc sinh hoạt tình dục trước hôn nhân, và không có luật nào nghiêm cấm những sinh hoạt này cho người tại gia. Chúng ta có thể suy luận rằng nếu cả hai người trong cuộc đều đến tuổi trưởng thành và đồng thuận việc này, họ hoàn toàn chịu trách nhiệm về những hành động của họ, miễn là việc làm của họ đừng làm tổn hại tới người khác. Tuy nhiên, việc làm này bị nghiêm cấm nếu một trong hai người này còn ở tuổi vị thành niên (vẫn còn dưới sự kiểm soát của cha mẹ), và nếu việc này làm cha mẹ và những người trong gia đình của người trẻ đó buồn phiền. Đức Phật dạy: "Tình yêu hôn nhân giữa người chồng và người vợ dĩ nhiên là một yếu tố quan trọng trong việc tạo lập gia đình và xã hội. Tuy nhiên, người ta có xu hướng trở thành bị ràng buộc quá nhiều vào tình yêu như thế và trở thành ích kỷ trong tình yêu. Họ có thể không biết đến cái tình yêu rộng lớn hơn mà họ nên có đối với tất cả chúng sanh." Mặc dầu theo luật nhà Phật, Tăng Ni phải sống đời độc thân. Họ có thể đã từng có gia đình trước khi xuất gia; tuy nhiên, sau khi xuất gia họ phải từ bỏ cuộc sống thế tục.

Tại Nhật Bản vào thời Minh Trị Phục Hưng vào khoảng giữa thế kỷ thứ 19, chính phủ muốn những người xuất gia lập gia đình. Vì vậy mà bây giờ tại Nhật có cả hai dòng truyền thừa xuất gia độc thân và xuất gia có gia đình cho cả Nam lẫn Nữ, và giới luật mà họ phải trì giữ cũng khác nhau trong các truyền thống Phật giáo khác nhau. Chỉ trừ Bát Quan Trai giới là lãnh thọ trong một ngày, còn tất cả những giới khác phải lãnh thọ suốt đời. Có những trường hợp không đoán trước được, chư Tăng Ni không thể giữ giới được nữa, hoặc giả không còn muốn thọ lãnh giới luật nữa. Trong trường hợp đó, chư Tăng Ni có thể thưa với một vị thầy, hay chỉ cần nói với một người có thể nghe và hiểu để xin hoàn trả lại những giới luật mà mình đã thọ lãnh là được.

Chương 49. Sự Im Lặng Cao Quí

Đức Phật từ chối mọi sự trả lời về nhiều vấn đề siêu hình. Ngài đã im lặng khi các môn đồ hỏi Ngài xem cái Ngã có tồn tại, xem những người Đại giác có tồn tại sau khi chết bằng cách này hay cách khác, xem thế giới có phải là vĩnh hằng và vô tận hay không, vân vân. Để biện minh cho sự im lặng của mình đối với những câu hỏi này, Đức Phật nói rằng những lời giải thích của Ngài sẽ không giúp ích gì cho ai trên con đường giải thoát, vì chúng không giúp ta chiến thắng đam mê dục vọng để đạt tới trí năng toàn hảo, mà ngược lại chúng chỉ làm cho ta càng xa rời con đường giải thoát mà thôi. Chính vì vậy mà Ngài chỉ nói khi cần thiết. Đức Phật không trả lời những câu hỏi về tự tồn, không tự tồn, thế giới vĩnh cửu, vân vân. Theo Đức Phật, người giữ im lặng là người khôn ngoan vì tránh được hao hơi tổn tướng cũng như những lời nói tiêu cực vô bổ.

Đức Phật luôn giữ im lặng trước những câu hỏi không ăn nhập gì đến tu tập. Một hôm có người nói với Phật y sẽ nhập bọn các đệ tử của Ngài nếu Ngài đưa ra được những giải đáp sáng tỏ về các vấn đề như Phật sống mãi hay không, nếu thế thì cái gì sẽ xãy ra sau khi Ngài chết? Nguyên nhân đầu tiên của vũ trụ là gì và vũ trụ rồi sẽ giống như cái gì trong tương lai? Tại sao loài người sống và cái gì xãy ra sau khi chúng ta chết? Vân vân và vân vân. Nếu người ấy hỏi để vấn nạn Phật thì Ngài chỉ im lặng. Ví bằng Ngài thấy rằng người ấy hỏi để học thì Ngài sẽ trả lời như thế này: "Giả sử bạn bị trúng một mũi tên tẩm thuốc độc, có một y sĩ đến để nhổ mũi tên ấy ra khỏi thân thể của bạn và trị vết thương cho lành, trước tiên bạn có hỏi ông ta những vấn đề như mũi tên được làm bằng thứ gì, thuốc độc được chế bằng thứ gì, ai bắn mũi tên đó, và nếu y sĩ không trị vết thương, cái gì sẽ phải xãy ra, vân vân và vân vân; và từ chối chữa trị trừ phi y sĩ trả lời tất cả những vấn đề đó để thỏa mãn bạn? Bạn sẽ chết trước khi nhận được những giải đáp." Trong thí dụ này, Phật khuyến cáo các người hỏi nếu là đệ tử của Ngài thì đừng nên phí mất thời gian về những vấn đề quá sâu xa ngoài tầm lãnh hội của một người thường, có thể sau thời gian dài tu tập theo nhà Phật thì tự nhiên sẽ thấu hiểu.

Theo Triết Học Trung Quán, sự im lặng bí ẩn của Đức Phật đối với những câu hỏi có tính cách siêu hình căn bản nhất đã thúc đẩy Bồ Tát Long Thọ nghiên cứu tìm hiểu lý do tại sao Đức Phật lại giữ im lặng. Có phải Đức Phật chủ trương "Bất khả tri" như một số người Tây phương nghiên cứu Phật Giáo đã nghĩ? Nếu không thì vì lý do gì mà Ngài giữ thái độ im lặng? Qua một cuộc nghiên cứu đối với sự im lặng này, Long Thọ đã đặt ra biện chứng pháp. Có một số câu hỏi trứ danh mà Đức Phật cho là "Vô ký," tức là những giải đáp mà Ngài cho rằng không thể diễn đạt. Trong những chú giải của Nguyệt Xứng về Trung Luận, Ngài đã từng nói về chuyện Đức Thế Tôn đã tuyên bố về mười bốn sự việc không thể thuyết minh được như sau: Thế giới phải chăng là...vĩnh hằng, không vĩnh hằng, hoặc vừa vĩnh hằng vừa không vĩnh hằng, hoặc chẳng phải vĩnh hằng mà cũng chẳng phải không vĩnh hằng. Phải chăng thế giới là...hữu biên, vô biên, hoặc vừa hữu biên vừa vô biên, hoặc chẳng phải hữu biên mà cũng chẳng phải vô biên. Phải chăng sau khi Như Lai nhập diệt... Ngài vẫn tồn tại, Ngài không còn tồn tại, hoặc Ngài vừa tồn tại vừa không tồn tại, hoặc Ngài chẳng tồn tại mà cũng chẳng không tồn tại. Phải chăng linh hồn và thể xác đồng nhất, hay không đồng nhất.

Theo Kinh Trung Bộ II, kinh Tiểu Malunkyaputta, Đức Phật nhắc nhở tôn giả Malunkyaputta: "Này Malunkyaputta! Có các vấn đề không được Như Lai giải thích, bị Như Lai bỏ sang một bên, hay không được Như Lai quan tâm tới; đó là: 'Thế giới thường hằng, hay vô thường? Vũ trụ hữu biên hay vô biên? Sinh mạng và thân là một hay sinh mạng và thân là khác? Như Lai tồn tại sau khi chết hay Như Lai không tồn tại sau khi chết? Như Lai vừa tồn tại, vừa không tồn tại sau khi chết? Như Lai không tồn tại cũng không không tồn tại sau khi chết?' Giải thích những vần đề này chỉ tốn thời gian vô ích."

Chương 50. Tám Điều Giác Ngộ Của Các Bậc Vĩ Nhân

Tám điều giác ngộ của các bậc vĩ nhân hay còn gọi là Bát Đại Nhân Giác. Xét về phương diện hình thức thì kinh văn rất đơn giản. Kinh văn rất cổ, văn thể của kinh thuộc loại kết tập như Kinh Tứ Thập Nhị Chương và Kinh Lục Độ Tập. Tuy nhiên, nội dung của kinh rất sâu sắc nhiệm mầu. Sa môn An Thế Cao, người Parthia, dịch từ Phạn sang Hán vào khoảng năm 150 sau Tây Lịch (đời Hậu Hán) tại Trung Tâm Phật Giáo Lạc Dương. Hòa Thượng Thích Thanh Từ dịch từ Hán sang Việt vào khoảng thập niên 70s. Nguyên văn bản kinh bằng Phạn ngữ không biết còn lưu truyền tới ngày nay hay không. Kinh này thích hợp với cả hai truyền thống Phật giáo Nguyên Thủy và Đại Thừa. Kỳ thật, từng điều trong tám điều giác ngộ của các bậc vĩ nhân trong kinh này có thể được coi như là đề tài thiền quán mà hàng Phật tử chúng ta, đêm lẫn ngày hằng giữ thọ trì, chí thành tụng niệm ghi nhớ, tám điều giác ngộ của các bậc vĩ nhân. Đây là tám Chân lý mà chư Phật, chư Bồ Tát và các bậc vĩ nhân đã từng giác ngộ. Sau khi giác ngộ, các vị ấy lại tiến tu vô ngần từ bi đạo hạnh để tăng trưởng trí tuệ. Dùng thuyền Pháp Thân thong dong dạo chơi cõi Niết-bàn, chỉ trở vào biển sanh tử theo đại nguyện cứu độ chúng sanh. Các bậc này lại dùng tám Điều Giác Ngộ để khai lối dắt dìu chúng sanh, khiến cho ai nấy đều biết rành sự khổ não của tử sanh sanh tử, để từ đó can đảm xa lìa ngũ dục bợn nhơ mà quyết tâm tu theo Đạo Thánh. Nếu là Phật tử phải nên luôn trì tụng kinh này, hằng đêm thường trì tụng và nghĩ tưởng đến tám điều này trong mỗi niệm, thì bao nhiêu tội lỗi thảy đều tiêu sạch, thong dong tiến vào nẻo Bồ Đề, nhanh chóng giác ngộ, mãi mãi thoát ly sanh tử, và thường trụ nơi an lạc vĩnh cửu. Ai trong chúng ta cũng đều khao khát sâu xa muốn đạt được hạnh phúc và cố sức tránh né khổ đau phiền não; tuy nhiên, những hành vi và cách ứng xử của mình trong cuộc sống hằng ngày chẳng những không mang lại được hạnh phúc, mà ngược lại, chúng chỉ làm tăng thêm khổ đau phiền não cho chính mình. Tại sao lại như vậy? Phật giáo cho rằng chỉ đơn thuần là chúng ta không giác ngộ chân lý. Phật giáo cho rằng các kinh nghiệm có vẻ như vui sướng trên cõi đời này thật chất đều là những trạng thái đau khổ. Phật tử thuần thành nên thấy rõ vấn đề nằm ở chỗ chúng ta

CHƯƠNG 50. Tám Điều Giác Ngộ Của Các Bậc Vĩ Nhân

cảm nhận chúng như những trạng thái vui sướng chỉ vì khi so sánh với những kinh nghiệm khổ đau phiền não thì chúng có vẻ như là nhẹ nhàng và thoải mái hơn, thế thôi. Phật tử nên ngày đêm hết lòng đọc tụng và thiền quán về tám điều giác ngộ lớn mà chư Đại Bồ Tát đã khám phá.

Điều Giác Ngộ Thứ Nhất là giác ngộ rằng cõi thế gian là vô thường, đất nước nguy ngập, bốn đại khổ không, năm ấm không phải ta, luôn sinh luôn diệt thay đổi, hư ngụy vô chủ, tâm là nguồn ác, hình là rừng tội bất tịnh, hãy quán sát như thế mà lìa dần sanh tử. Đời vô thường quốc độ bở dòn, tứ đại khổ không, năm ấm không phải ta, đổi đời sanh diệt chẳng lâu, giả dối không chủ lý mầu khó tin, tâm là nguồn ác xuất sanh, thân hình rừng tội mà mình chẳng hay, người nào quán sát thế này sẽ lần hồi sanh tử sớm chầy thoát ra. Điều Giác Ngộ Thứ Hai là giác ngộ rằng ham muốn nhiều là khổ nhiều. Tất cả những khó khăn trên đời này đều khởi lên từ lòng tham dục. Những ai ít ham muốn thì mới có khả năng thư giản, thân tâm mới được giải thoát khỏi những hệ lụy của cuộc đời. Tham dục nhiều, khổ thiệt thêm nhiều (ham muốn nhiều là khổ nhiều). Nhọc nhằn sanh tử bao nhiêu (tất cả những khổ nhọc trên đời đều do ham muốn mà ra) bởi do tham dục, mà chiêu khổ này. Những ai có ít ham muốn thì thân tâm được giải thoát tự tại (bớt lòng tham dục chẳng gây, thân tâm tự tại vui này ai hơn). Điều Giác Ngộ Thứ Ba là giác ngộ rằng tâm chúng sanh không bao giờ biết đủ, chỉ tham cầu nhiều nên tội ác luôn tăng. Trong cuộc sống hằng ngày lúc nào họ cũng mong được ăn ngon, mặc đẹp, trang sức lộng lẫy, nhưng những thứ này chỉ làm mình thỏa mãn trong một thời gian ngắn mà thôi, nhưng sau đó một thời gian chính những thứ đã từng mang lại niềm vui cho mình giờ đây có thể làm cho mình nhàm chán. Cũng như vậy, danh vọng mà chúng ta đang có cũng không khác gì. Ban đầu mình có thể nghĩ rằng mình thật hạnh phúc khi được nổi danh, nhưng sau một thời gian, những gì mình cảm thấy có thể chỉ còn là sự nhàm chán và không thỏa mãn. Bậc Bồ Tát không thế, mà ngược lại tâm luôn biết đủ, luôn thanh bần lạc đạo, luôn lấy trí tuệ làm sự nghiệp tu hành. Đắm mê trần mải miết chẳng dừng, một bề cầu được vô chừng, tội kia thêm lớn có ngừng được đâu, những hàng Bồ Tát hiểu sâu, nhớ cầu tri túc chẳng lâu chẳng sờn, cam nghèo giữ đạo là hơn, lầu cao trí tuệ chẳng khờn dụng lên. Điều Giác Ngộ Thứ Tư là giác ngộ rằng biếng lười là đọa lạc, nên thường phải tu hành tinh tấn để dẹp tắt tứ ma mà thoát ra ngục ngũ ấm và tam giới. Kẻ biếng lười hạ liệt trầm luân, thường tu tinh tấn vui mừng, dẹp trừ phiền não ác quân nhiều đời, bốn ma hàng phục như chơi. Ngục tù ấm giới thảnh thơi ra ngoài. Điều Giác Ngộ Thứ Năm là giác ngộ rằng vì si mê nên phải sinh tử tử sinh không dứt. Vì thế Bồ Tát luôn học nhiều, nghe nhiều để phát triển trí tuệ, thành tựu biện tài. Nhờ vậy mà có thể giáo hóa hết thảy chúng sanh vào cảnh giới hỷ lạc. Ngu si là gốc khổ luân hồi, Bồ Tát thường nhớ không nguôi. Nghe nhiều học rộng chẳng lơi chút nào, vun bồi trí tuệ càng cao, biện tài đầy đủ công lao chóng thành. Đặng đem giáo hóa chúng sanh, Niết-bàn an lạc còn lành nào hơn. Điều Giác Ngộ Thứ Sáu là giác ngộ rằng nghèo khổ sinh nhiều oán hận giận hờn, từ đó mà ác duyên kết tụ. Bồ Tát bình đẳng bố thí, không phân biệt kẻ oán người thân, chẳng nghĩ đến lỗi xưa, cũng không ghét người đương thời làm ác. Người khổ nghèo lắm kết oán hờn, không duyên tạo tác ác đâu sờn. Bồ Tát bố thí, ai hơn kẻ này, lòng không còn thấy kia đây; ít khi nhớ đến buồn gây thuở nào. Dù người làm ác biết bao, một lòng thương xót khổ đau cứu giùm. Điều Giác Ngộ Thứ Bảy là giác ngộ rằng ngũ dục dẫn đến lỗi vạ. Dù cùng người tục sinh sống mà không nhiễm thói trần tục. Như vị Tỳ-kheo xuất gia, thường chỉ tam y nhất bát, sống thanh bần lạc đạo, giới hạnh thanh cao, bình đẳng và từ bi với tất cả chúng sanh mọi loại. Năm dục gây lầm lỗi ngất trời. Tuy người thế tục ngoài đời; mà lòng không nhiễm vui chơi thế tình, ba y thường nhớ của mình, ngày nào sẽ được ôm bình ngao du. Chí mong lìa tục đi tu, đạo gìn trong sạch chẳng lu không mờ. Hạnh lành cao vút kính thờ, thương yêu tất cả không bờ bến đâu. Điều Giác Ngộ Thứ Tám là giác ngộ lửa dữ sanh tử gây ra vô lượng khổ não khắp nơi. Bồ Tát phát đại nguyện cứu giúp tất cả chúng sanh mọi loài, cùng chịu khổ với chúng sanh mọi loài, và dẫn dắt chúng sanh đến cảnh giới an lạc. Tử sanh hoài đau khổ vô cùng. Phát tâm dõng mãnh đại hùng, quyết lòng độ hết đồng chung Niết-bàn. Thà mình chịu khổ muôn vàn, thay cho tất cả an nhàn thảnh thơi. Mọi người đều được vui tươi, đến bờ giác ngộ rạng ngời hào quang.

Chương 51. Tam Thiên Đại Thiên Thế Giới

Đại Thiên thế giới này chẳng phải do một duyên, chẳng phải do một sự mà được thành tựu; phải do vô lượng duyên, vô lượng sự mới được thành. Những là nổi giăng mây lớn, tuôn xối mưa lớn. Tất cả đều do cộng nghiệp của chúng sanh và thiện căn của chư Bồ Tát phát khởi, làm cho tất cả chúng sanh trong đó đều tùy sở nghi mà được thọ dụng. Do vô lượng duyên như vậy mới thành Đại Thiên thế giới. Pháp giới như vậy không có sanh giả, không có tác giả, không có tri giả, không có thành giả, nhưng Đại Thiên thế giới vẫn được thành tựu. Từ trên 25 thế kỷ về trước, Đức Phật đã dạy về sự rộng lớn vô biên và sự vô cùng của vũ trụ. Thế giới mà chúng ta đang ở không phải chỉ có một, mà nhiều như cát sông Hằng. Vũ trụ của ba ngàn đại thiên thế giới (thế giới chúng ta đang ở là thế giới Ta-bà. Ta-bà tiếng Phạn gọi là Saha, nghĩa là thọ khổ, kham khổ, vì không gian vô hạn và thế giới kiểu thế giới Ta-bà này lại có vô lượng thế giới, giăng bủa khắp mười phương, lớn nhỏ khác nhau tạo thành một tiểu thế giới. Một ngàn tiểu thế giới hiệp thành một tiểu thiên thế giới, một ngàn tiểu thiên thế giới thành một trung thiên thế giới, một ngàn trung thiên thế giới thành một đại thiên thế giới.). Mỗi tam thiên đại thiên thế giới như thế gồm một ngàn triệu thế giới nhỏ như thế giới của chúng ta đang ở. Hơn nữa, vũ trụ không phải chỉ có một đại thiên thế giới, mà gồm vô số đại thiên thế giới. Về thời gian theo Phật giáo thì mỗi thế giới có bốn trung kiếp, mỗi trung kiếp có 20 tiểu kiếp, mỗi tiểu kiếp có 16 triệu năm. Như thế, một thế giới từ lúc được thành lập đến khi bị tiêu diệt trung bình là một ngàn hai trăm tám chục triệu năm. Dân Ấn Độ xưa tin rằng vũ trụ này gồm nhiều ngàn thế giới (tiểu thiên thế giới). Tiểu thiên thế giới gồm một ngàn thế giới, mà mỗi thế giới lấy núi Tu Di làm trung tâm được bao bọc xung quanh bởi các núi Thiết Vi và biển. Tuy nhiên, theo giáo thuyết Phật giáo thì hệ thống một thế giới gồm tứ châu, một ngàn hệ thống thế giới này hợp lại thành một tiểu thiên thế giới, một ngàn tiểu thiên thế giới làm thành một trung thiên thế giới, và một ngàn trung thiên thế giới làm thành một đại thiên thế giới (một ngàn nhân với một ngàn, nhân với một ngàn thế giới làm thành một tỷ thế giới trong mỗi một đại thiên thế giới).

Tông Thiên Thai đề ra một vũ trụ gồm mười cảnh vực với căn bản ba nghìn thế giới này, tức là thế giới của hữu tình được chia thành mười cõi (Tứ Thánh Lục Phàm). Tông này hoàn toàn quay về lý thuyết duy tâm nhưng diễn tả khác hơn. Thiên Thai cho rằng trong một sát na tâm hay một khoảnh khắc của tư tưởng bao gồm cả ba nghìn thế giới (nhất niệm tam thiên). Đây là một lý thuyết riêng của tông này và được gọi là "Bản Cụ Tam Thiên" hay "Lý Cụ Tam Thiên" hay "Tánh Cụ Tam Thiên," và có khi được gọi là "Viên Cụ Tam Thiên." Nội thể, hoặc cụ hay bản tánh hay viên mãn đều chỉ chung một ý niệm như nhau, tức là, trong một khoảnh khắc của tư tưởng hay sát na tâm đều có cả đại thiên thế giới. Có người coi ý niệm này như là rất gần với ý niệm về tuyệt đối thể. Nhưng nếu bạn coi tuyệt đối thể như là căn nguyên của tất cả tạo vật thì nó không đúng hẳn là tuyệt đối thể. Vậy nó có thể được coi như là một hình thái của lý thuyết duy tâm, nhưng nếu người ta nghĩ rằng tâm thể ấy biểu hiện thế giới ngoại tại bằng tiến trình phân hai thì lại khác hẳn, vì nó không có nghĩa rằng, một khắc của tư tưởng tạo ra ba nghìn thế giới, bởi vì một sự tạo tác là sự khởi đầu của một chuyển động theo chiều dọc, nghĩa là tạo tác trong thời gian. Nó cũng không có nghĩa rằng ba nghìn thế giới được thu vào trong một khoảnh khắc của tư tưởng, bởi vì sự thu giảm là một hiện hữu theo chiều ngang, nghĩa là cọng hữu trong không gian. Dù chủ thuyết tam thiên đại thiên thế giới được quảng diễn trên căn bản duy tâm nhưng nó không chỉ là duy tâm vì tất cả các pháp trong vũ trụ đều ở ngay trong một ý niệm nhưng không giản lược vào tam hay ý.

Chương 52. Bốn Cách Nhìn Về Pháp Giới Theo Quan Điểm Đạo Phật

Theo tông Hoa Nghiêm, có bốn cách nhìn về pháp giới: Thứ nhất là sự pháp giới: Đây là cách nhìn pháp giới như là một thế giới của những vật thể cá biệt, trong đó chữ giới (dhatu) có nghĩa là cái phân biệt. Đây là thế giới của thực tại, thế giới hiện tượng, hay thế giới hiện tượng, các pháp sắc và tâm của chúng sanh. Sự pháp giới biểu hiện cho giáo lý duy thật của Tiểu Thừa. Thứ nhì là lý pháp giới: Đây là cách nhìn Pháp Giới như là sự hiển hiện của nhất tâm (ekacitta) hay một bản thể cơ bản (ekadhatu). Đây là thế giới thể tánh nói về các pháp sắc và tâm của chúng sanh tuy có sai khác nhưng cùng chung một thể tánh. Đây là thế giới của lý tắc. Nó được Tam Luận Tông và Pháp Tướng Tông chủ xướng, dạy rằng lý tách rời với sự. Thứ ba là lý sự vô ngại pháp giới: Đây là cách nhìn Pháp Giới như là một thế giới trong đó tất cả những hiện hữu riêng biệt của nó (vastu) có thể đồng nhất được với một tâm là sở y. Pháp Giới này không có trở ngại giữa lý và sự vì lý do sự mà hiển bày, sự nhờ lý mà thành tựu. Khởi Tín và Thiên Thai tông chủ trương nhất thể giữa sự và lý, nghĩa là thế giới của lý tắc và thực tại được hợp nhất, hay thế giới lý tưởng được thể ngộ. Thứ tư là sự sự vô ngại pháp giới: Cách nhìn Pháp Giới như là một thế giới trong đó mỗi một vật thể riêng biệt của nó đồng nhất với mọi vật thể riêng biệt khác, mà tất cả những giới hạn phân cách giữa chúng thảy đều bị bôi bỏ. Đây là thế giới của tất cả thực tại được kết dệt lại hay được đồng nhất trong nhịp điệu toàn vẹn, nghĩa là tất cả mọi hiện tượng đều tương ứng thông dung nhau, một tức nhiều, lớn chứa nhỏ. Đây là chủ trương của tông Hoa Nghiêm, theo đó tất cả những sự thật hay thực tại dị biệt nhất thiết phải tạo thành một toàn thể nhịp nhàng do sự tương dung tương nhiếp để chứng ngộ thế giới lý tưởng là "nhất như." Theo Giáo Sư Junjiro Takakusu trong Cương Yếu Triết Học Phật Giáo, đem thật hành mà thích ứng lý thuyết không phải là điều khó khăn, nhưng tai hại ở chỗ là con người, kẻ thì quá thiên về lý thuyết, người lại quá trọng thật hành. Do đó cần phải có một giải pháp hữu lý.

Lại nữa, trong thế giới thực tế, thật hành thường chống lại thật hành, sự kiện chống lại sự kiện, công tác chống lại công tác, cá thể chống lại cá thể, đẳng cấp chống lại đẳng cấp, quốc gia chống lại quốc gia. Đó là sắc thái của thế giới cá nhân chủ nghĩa, rồi từ đó toàn thể thế giới hóa ra phân chia thành mảnh vụn vặt. Chủ nghĩa tập thể hay tinh thần tương trợ không ngừng, vẫn chưa đủ để ngăn chận ác tính của đời sống. Để hòa điệu một trạng thái sinh tồn như vậy và để đưa tất cả vạn vật đến chỗ nhu hòa, thế giới tương giao tương cảm cần phải được tạo ra. Một thế giới lý tưởng như vậy được gọi là "sự sự vô ngại pháp giới."

Chương 53. Cõi Ta-bà

Cõi Ta-bà còn được gọi là Nam Thiệm Bộ Châu. Châu này được đặt tên Diêm Phù Đề có thể là vì trên châu này mọc nhiều cây Diêm Phù, hoặc giả từ trên cây Diêm Phù khổng lồ trên núi Tu Di có thể nhìn thấy toàn châu. Ta-bà có nghĩa là

CHƯƠNG 53. Cõi Ta-bà

khổ não, lại cũng có nghĩa là phiền lụy hay trói buộc, chẳng được ung dung tự tại. Thế giới mà chúng ta đang sống hay cõi Diêm Phù đề chỉ là một phần nhỏ của thế giới Ta-bà, nằm về phía nam của núi Tu Di, theo vũ trụ học cổ Ấn Độ, đây là nơi sinh sống của con người, là thế giới Ta-bà của Đức Phật Thích-ca. Thế giới Ta-bà, nơi đầy dẫy những mâu thuẫn, hận thù và bạo động. Nơi mà chúng ta đang sống là một thế giới bất tịnh, và Phật Thích-ca đã bắt đầu thanh tịnh nó. Con người sống trong thế giới này chịu phải vô vàng khổ hãi vì tam độc tham, sân, si cũng như những dục vọng trần tục. Cõi Ta-bà này đầy dẫy những đất, đá, gai chông, hầm hố, gò nổng, thường có những mối khổ về đói khát, lạnh, nóng. Chúng sanh trong cõi Ta-bà phần nhiều tham đắm nơi phi pháp, tà pháp, chớ chẳng chịu tin chánh pháp, thọ số của họ ngắn ngủi, nhiều kẻ gian trá. Nói về vua quan, dầu có nước để cai trị, họ chẳng hề biết đủ, mà ngược lại sanh lòng tham lam, kéo binh đánh chiếm nước khác, khiến cho nhiều người vô tội chết oan; lại thêm nhiều thiên tai như hạn hán, bão lụt, mất mùa, đói khát, vân vân nên chúng sanh trong cõi này phải chịu vô lượng khổ sở. Nơi cõi Ta-bà này, sự thuận duyên cùng an vui tu tập thì ít, mà nghịch duyên phiền não thì nhiều. Hầu hết người tu hành đều dễ bị thối thất tâm Bồ Đề đã phát lúc ban đầu. Theo Đức Phật, quả đất mà chúng ta đang ở đây có tên là Nam Thiệm Bộ Châu, nằm về hướng nam của núi Tu Di, vốn là một phần nhỏ nhất trong hệ thống Đại Thiên Thế Giới do Đức Phật Thích-ca Mâu Ni làm giáo chủ.

Ta-bà có nghĩa là khổ não, lại cũng có nghĩa là phiền lụy hay trói buộc, chẳng được ung dung tự tại. Thế giới Ta-bà, nơi đầy dẫy những mâu thuẫn, hận thù và bạo động. Nơi mà chúng ta đang sống là một thế giới bất tịnh, và Phật Thích-ca đã bắt đầu thanh tịnh nó. Con người sống trong thế giới này chịu phải vô vàn khổ hãi vì tam độc tham, sân, si cũng như những dục vọng trần tục. Cõi Ta-bà này đầy dẫy những đất, đá, gai chông, hầm hố, gò nổng, thường có những mối khổ về đói khát, lạnh, nóng. Chúng sanh trong cõi Ta-bà phần nhiều tham đắm nơi phi pháp, tà pháp, chớ chẳng chịu tin chánh pháp, thọ số của họ ngắn ngủi, nhiều kẻ gian trá. Nói về vua quan, dầu có nước để cai trị, họ chẳng hề biết đủ, mà ngược lại sanh lòng tham lam, kéo binh đánh chiếm nước khác, khiến cho nhiều người vô tội chết oan; lại thêm nhiều thiên tai như hạn hán, bão lụt, mất mùa, đói khát, vân vân nên chúng sanh trong cõi này phải chịu vô lượng khổ sở. Nơi cõi Ta-bà này, sự thuận duyên cùng an vui tu tập thì ít, mà nghịch duyên phiền não thì nhiều. Hầu hết người tu hành đều dễ bị thối thất tâm Bồ Đề đã phát lúc ban đầu. Theo Đức Phật, quả đất mà chúng ta đang ở đây có tên là Nam Thiệm Bộ Châu, nằm về hướng nam của núi Tu Di, vốn là một phần nhỏ nhất trong hệ thống Đại Thiên Thế Giới do Đức Phật Thích-ca Mâu Ni làm giáo chủ. Chính vì vậy mà "Saha" còn được gọi là Sa Ha Lâu Đà, hay Sách Ha, nghĩa là chịu đựng hay nhẫn độ; nơi có đầy đủ thiện ác, cũng là nơi mà chúng sanh luôn chịu cảnh luân hồi sanh tử, được chia làm tam giới. Thế giới Ta-bà, thế giới chịu đựng để chỉ thế giới của chúng ta, nơi có đầy những khổ đau phiền não; tuy thế chúng sanh trong đó vẫn hân hoan hưởng thụ và chịu đựng. Theo Phật giáo, Ta-bà là cõi của thế giới mà chúng ta đang ở. Diêm Phù Đề là một phần nhỏ của thế giới Ta-bà, thế giới của Đức Phật Thích-ca Mâu Ni. Cõi này nằm về miền cực Nam trong bốn châu theo truyền thống Vũ Trụ Học Phật giáo. người ta nói cõi này được đặt tên theo cây "Jambu" là loại cây mọc nhiều trên cõi này. Cõi này đo được 2.000 na do tha ở ba chiều, còn chiều thứ tư chỉ dài có 3 na do tha rưỡi mà thôi. Nam Thiệm Bộ Châu, một trong tứ đại châu, tọa lạc phía nam núi Tu Di, bao gồm thế giới được biết đến bởi người Ấn Độ thời cổ sơ. Theo Eitel trong Trung Anh Phật Học Từ Điển, Nam Thiệm Bộ Châu bao gồm những vùng quanh hồ Anavatapta và núi Tuyết (tức là cõi chúng ta đang ở, trung tâm châu này có cây diêm phù. Chính ở cõi này, Đức Phật đã thị hiện, và ở cõi này có nhiều nhà tu hành hơn hết). Phía Bắc gồm Hung Mông Thổ; phía Đông gồm Trung Quốc-Đại Hàn-Nhật; phía Nam gồm các vùng Bắc Ấn (hai mươi bảy vương quốc), Đông Ấn (mười vương quốc), Nam Ấn (mười lăm vương quốc), Trung Ấn (ba mươi vương quốc), và Tây Ấn (ba mươi bốn vương quốc).

Chương 54. Phật Tánh

Theo quan điểm Phật giáo Đại thừa, thì Phật tánh là bản tánh chân thật, không lay chuyển và thường hằng của chúng sanh mọi loài. Theo hầu hết các kinh điển Đại thừa, mọi sinh vật đều có Phật tánh và cái Phật tánh này thường trụ và không thay đổi trong mọi kiếp luân hồi. Điều này có nghĩa là mọi sinh vật đều có thể thành Phật. Tuy nhiên, chỉ vì sự suy tưởng cấu uế và những chấp trước mà chúng sanh không chứng nghiệm được cái Phật tánh ấy mà thôi. Nhân chánh niệm và giác ngộ trong mọi chúng sanh, tiêu biểu cho khả năng thành Phật của từng cá nhân. Chính chỗ mọi chúng sanh đều có Phật tánh, nên ai cũng có thể đạt được đại giác và thành Phật, bất kể chúng sanh ấy đang trong cảnh giới nào. Bản thể toàn hảo, hoàn bị vốn có nơi sự sống hữu tình và vô tình. Theo giáo thuyết nhà Thiền thì mọi chúng sanh, mọi vật đều có Phật tánh, nhưng không biết và không sống với tánh này như một bậc giác ngộ luôn hằng sống với nó. Theo Bạch Ẩn, một Thiền sư Nhật Bản nổi tiếng, Bản tánh của Phật là đồng nhất với điều mà người ta gọi là "Hư Không." Mặc dù Phật tánh nằm ngoài mọi quan niệm và tưởng tượng, chúng ta có thể đánh thức nó trong chúng ta vì chính bản thân của chúng ta cũng là một phần cố hữu của Phật tánh. Trong kinh Pháp Hoa, Đức Phật dạy: "Tất cả chúng sanh vốn có Phật tánh." Toàn bộ đời sống tôn giáo của chúng ta bắt đầu bằng sự thể nghiệm này. Tỉnh thức về Phật tánh của mình và mang nó ra ánh sáng từ chiều sâu thẳm của tâm thức, nuôi dưỡng và phát triển nó một cách mạnh mẽ là bước đầu của đời sống tôn giáo. Nếu một người có Phật tánh thì những người khác cũng có. Nếu một người có thể chứng nghiệm bằng tất cả tâm mình về Phật tánh, thì người ấy phải tự nhiên hiểu rằng người khác cũng có Phật tánh giống như vậy.

"Buddhata" là thuật ngữ Bắc Phạn dùng để chỉ "Phật tánh." Từ Phật giáo Đại Thừa này dùng để chỉ thật tánh không thay đổi và cuối cùng của vạn hữu. Từ này thường được xem như tương đương với "Không tánh" và được định nghĩa một cách đơn giản như là sự thiếu vắng một bản chất không thay đổi và được xác định rõ ràng. Theo mô thức này, vì tất cả chúng sanh đều không có một bản chất không thay đổi, nên luôn thay đổi, và vì vậy có khả năng thành Phật. Phật tánh còn được gọi là Chân tánh. Giác tánh là tánh giác ngộ sẵn có ở mỗi người, hiểu rõ để dứt bỏ mọi thứ mê muội giả dối. Trong Liên Tâm Thập Tam Tổ, Đại Sư Hành Sách đã khẳng định: "Tâm, Phật, và Chúng sanh không sai khác. Chúng sanh là Phật chưa thành; A Di Đà là Phật đã thành. Giác tánh đồng một chớ không hai. Chúng sanh tuy điên đảo mê lầm, song Giác Tánh chưa từng mất; chúng sanh tuy nhiều kiếp luân hồi, song Giác Tánh chưa từng động. Chính thế mà Đại Sư dạy rằng một niệm hồi quang thì đồng về nơi bản đắc." Tuy nhiên, trong các truyền thống Đại Thừa khác, đặc biệt là ở vùng Đông Á, khái niệm về một mô thức có tính thật thể hơn được đưa ra và được xem như là bản tánh căn bản của mọi thật thể, một bản chất thường hằng mà tất cả chúng sanh đều có rằng tất cả đều có thể thành Phật. Thí dụ như trong truyền thống Thiền tông Nhật Bản, bản chất này được mô tả như là "chân ngã" của mọi người, và Thiền đã phát triển kỹ thuật thiền quán qua đó hành giả có thể phát triển sự chứng nghiệm về cái chân ngã ấy. Khái niệm này không tìm thấy trong Phật giáo Nguyên Thủy, vốn không thừa nhận ý tưởng mọi chúng sanh đều có thể thành Phật, mà truyền thống này cho rằng chỉ có những cá nhân xuất chúng mới có thể thành Phật mà thôi và những người khác nên bằng lòng với việc chứng đắc Niết-bàn như một vị A La Hán hay một vị Bích Chi Phật.

Phật Tánh là bản thể toàn hảo, hoàn bị vốn có nơi sự sống hữu tình và vô tình. Phật tánh trong mỗi chúng sanh đồng đẳng với chư Phật. Chủng tử tĩnh thức và giác ngộ nơi mọi người tiêu biểu cho khả năng tĩnh thức và thành Phật. Bản thể toàn hảo và hoàn bị sẵn có mỗi chúng sanh. Phật tánh ấy sẵn có trong mỗi chúng sanh, tất cả đều có khả năng giác ngộ; tuy nhiên, nó đòi hỏi sự tu tập tinh chuyên để gặt được quả Phật. Lý do của Phật tánh gồm trong sự đoạn trừ hai thứ phiền não. Phật tánh không nhận hình phạt của địa ngục vì nó là hư không, nó không có hình tướng, chỉ có những thứ có hình tướng mới chịu thọ hình nơi địa ngục. Phật tánh chỉ cho các loài hữu tình, và Pháp Tánh chỉ chung cho vạn hữu; tuy nhiên, trên thực tế cũng chỉ là một, như là trạng thái của giác ngộ (nói theo quả) hay là khả năng giác ngộ (nói theo nhân). Phật tánh thường trụ, bất sanh bất diệt, bất biến. Cát sông Hằng luôn nằm dọc theo dòng nước, Phật tánh cũng như thế, luôn phù hợp theo dòng Niết-bàn. Mọi chúng sanh đều có Phật Tánh, nhưng do bởi tham, sân, si, họ không thể làm cho Phật Tánh này hiển lộ được. "Buddhata" là một thuật ngữ quan trọng trong nhà Thiền, dùng để chỉ cái thật chất cơ bản đã từ lâu bị che mờ bởi luyến chấp vào khái niệm tư tưởng và ngôn ngữ. Thuật ngữ được dùng trong một trong những công án nổi tiếng nhất của nhà Thiền, đó là "Bản lai diện mục từ thời cha mẹ chưa sanh ta ra là cái gì?" Phật tánh là trạng thái mà cái gì cũng chẳng có. Phật giáo thường nói: "Phản bổn hoàn nguyên." Có nghĩa là chúng ta xưa như thế nào thì trở lại như thế đó. Tuy nhiên, khi xưa bản lai như thế nào? Lúc xưa cái gì cũng chẳng có. Cho nên bây giờ hoàn nguyên tức là quay trở lại trạng thái mà cái gì cũng chẳng có.

Theo Phật giáo Đại Thừa, kiến tánh hay thấy Phật tánh, hay thấy được tự tánh và thành Phật. Đây là câu nói rất thông dụng trong nhà thiền. Kiến tánh là nhìn thấy được Phật tánh hay nhìn thấy bản tánh thật của chính mình. Về mặt từ nghĩa, "kiến tánh" và "ngộ" có cùng một ý nghĩa và chúng thường được dùng lẫn lộn với nhau. Tuy nhiên khi nói về sự giác ngộ của Phật và chư tổ, người ta thường dùng chữ "ngộ" hơn là "kiến tánh" vì ngộ ám chỉ một kinh nghiệm sâu hơn. Đây là một câu nói thông dụng trong nhà Thiền. Đây là một trong tám nguyên tắc căn bản, của trực giác hay liên hệ trực tiếp với tâm linh của trường phái Thiền Tông. Cũng theo Phật giáo Đại Thừa, những người không có duyên lành (không trồng căn lành) ở kiếp trước không thấy cả hai thứ ứng thân và báo thân. Hàng phàm phu và nhị thừa, do cái biết phân biệt nên chỉ thấy được ứng thân của Phật; trong khi Bồ Tát và Đại Thừa, không còn phân biệt nên thấy cả ứng thân và báo thân Phật.

Chương 55. Như Lai

Phật tử chân thuần nên luôn nhớ rằng Như Lai không phải là đấng Thượng Đế hay nhà tiên tri của Thượng Đế. Như Lai là đấng đã giác ngộ toàn hảo cao nhất (samyaksambuddha). Trong Phật giáo Đại thừa, Như Lai được dùng dưới hình thức hóa thân, làm trung gian giữa bản chất và hiện tượng. Như Lai còn đồng nghĩa với "Tuyệt đối," "Bát Nhã" hay "Hư không." Bậc Như Lai siêu việt lên trên tất cả đa nguyên tánh và phạm trù của tư tưởng, có thể coi là không phải vĩnh hằng mà cũng không phải là phi vĩnh hằng. Ngài là bậc không thể truy tầm dấu tích. Vĩnh hằng và phi vĩnh hằng chỉ được dùng trong lãnh vực nhị nguyên tánh chứ không thể dùng trong trường hợp phi nhị nguyên. Bởi lẽ các bậc Chân Như đều giống nhau trong sự hiển hiện, vì thế tất cả chúng sanh đều tiềm năng trở thành Như Lai. Chính Như Lai tánh hiện hữu trong chúng ta, khiến cho chúng ta khao khát tìm cầu Niết-bàn, và cuối cùng tánh ấy sẽ giúp giải thoát chúng ta. Như Lai là một trong mười danh hiệu của Phật mà Đức Phật dùng khi xưng hô. Ngài đã sanh ra, đã sống và đã diệt độ như mọi người. Ngài không để lại trong giáo lý của Ngài bất cứ một giả thuyết nào. Biến cố về cuộc đời của đấng Như Lai đã là nguồn cảm hứng và hy vọng cho con người vì ai cũng có thể hy vọng rằng rồi đây mình cũng sẽ được như Ngài nếu mình quyết chí hết mình tu tập.

Từ vô lượng vô biên kiếp trước khi Đức Phật thị hiện, đã có hằng hà sa số chư Phật đã tìm ra con đường và đã chỉ giáo cho chúng sanh. Chư Phật khác đã sống ở những thời xa xưa đến nỗi không còn dấu tích lịch sử ghi lại về các Ngài, nhưng những Chân lý mà các Ngài giảng dạy cũng giống như những điều mà Đức Phật Thích-ca Mâu Ni đã giảng dạy chúng ta gần 2.600 năm về trước, vì đó là những chân lý không bao giờ thay đổi. Nghĩa đen của "Như Lai" là như đến, hay như thế, chỉ trạng thái giác ngộ. Như Lai có thể được hiểu là "Giác ngộ như thế tôi đến" và dùng chung cho tất cả các đức Phật hơn là riêng cho Phật Thích-ca Mâu Ni; đấng đã khám phá ra (đạt đến) chân lý; một trong mười danh hiệu của Phật, thường được Phật dùng khi Ngài nói về Ngài và chư Phật; những chúng sanh thuộc hàng Như Lai. Như Lai còn có nghĩa là đấng đã đạt được giác ngộ tối thượng. Phạn ngữ có nghĩa là "Như Lai." Danh hiệu của chư Phật, có nghĩa là sự thành đạt Bồ Đề, một trạng thái siêu thoát vượt qua tất cả những thành đạt phàm tục. Từ này có thể được chia làm hai phần, hoặc theo biểu thức Tatha+gata, hoặc Tatha+agata. Trong trường hợp thứ nhất nó có nghĩa là "Như khứ," và trong trường hợp thứ nhì nó có nghĩa là "Như Lai." Danh hiệu mà đệ tử dùng để gọi Phật. Đức Phật cũng dùng danh hiệu này để tự xưng hô. Tathagata còn có nghĩa là những vị Phật trước đây đã đến và đi. Theo Kinh Trung A Hàm, người ta bảo dấu vết của Như Lai bất khả truy tầm, nghĩa là Ngài vượt lên trên tất cả những nhị nguyên của tư tưởng. Theo Kinh Pháp Cú (254), thì Tathagata có nghĩa là 'không thể truy tầm dấu tích không trung.' Ý nghĩa của Như Lai là 'đã đi như thế,' tức là không có dấu tích, dấu tích ấy không thể sử dụng phạm trù tư tưởng để tư duy và truy tầm. Theo Ngài Long Thọ trong Trung Quán Luận, bất luận khởi nguyên của chữ "Như Lai" như thế nào, chức năng của nó đã rất rõ ràng. Ngài giáng thế để truyền thọ ánh sáng của Chân Lý cho thế nhân và sau đó đã ra đi mà không để lại dấu vết nào. Ngài là hiện thân của Chân Như. Khi Đức Phật được gọi là Như Lai, nhân cách cá biệt của Ngài được gác qua một bên, mà Ngài được xem là một loại kiểu mẫu điển hình thỉnh thoảng lại xuất hiện trên đời. Ngài là sự thể hiện trên trần thế của Pháp. Như Lai gồm có tại triền và xuất triền Như Lai. Như Lai tại triền, giới hạn và chịu sự chi phối của cuộc sống khổ đau phiền não; hay lý chân như pháp tính ẩn trong phiền não triền phược. Như Lai xuất triền, không giới hạn và không còn chịu sự chi phối của cuộc sống khổ đau phiền não nữa, hay lý chân như không phiền trược, đối nghĩa lại với tại triền chân như.

Không tánh và từ bi là hai đặc tính thiết yếu của Như Lai. Không tánh ở đây có nghĩa là Bát Nhã hay trí tuệ siêu việt. Vốn sẵn không tánh hoặc Bát Nhã cho nên Như Lai đồng nhất với Chân Như; vốn sẵn có từ bi cho nên Như Lai là đấng cứu độ của tất cả chúng sanh hữu tình. "Tathagata" là sự tồn hữu chân chính của tất cả. Khi nói 'sự tồn hữu chân chính của Như Lai cũng là sự tồn hữu chân chính của tất cả' là điều bất khả tư nghì. Trong bản chất tối hậu của Ngài thì Như Lai là 'cực kỳ thâm sâu, không thể đo lường được.' Các pháp hay những thành tố của sự tồn tại là bất khả xác định, vì chúng chịu những điều kiện và vì chúng là tương đối. Bậc Như Lai là bất khả xác định hiểu theo nghĩa khác. Như Lai không thể xác định là vì bản chất tối hậu của Ngài, Ngài không phải được sanh ra từ nhân duyên. Vì thế trong Trung Quán Tụng, Ngài Long Thọ đã khẳng định: "Đức Phật siêu việt đối với tư tưởng và ngôn ngữ, và vô sanh vô tử; những ai sử dụng khái niệm phạm trù để mô tả Đức Phật đều là nạn nhân của loại trí tuệ bị chi phối bởi ngôn ngữ và hý luận, và như vậy không thể nào thấy được Như Lai trong bản thể đích thật của Ngài."

Chương 56. Như Lai Tạng

Phạn ngữ "Tathagata-garbha" chỉ tiềm năng Phật tánh bẩm sinh sẵn có nơi mọi chúng sanh. Như Lai Tạng là cái thai tạng trong đó Như Lai được mang, được nuôi dưỡng và được thành thục. Như Lai Tạng còn là A Lại Da thức được hoàn toàn thanh tịnh, sạch tập khí hay năng lực của thói quen và các khuynh hướng xấu. Theo truyền thống Đại thừa, mọi thật thể đều chứa Phật ở tận sâu trong bản thân mình dưới hình thức Pháp thân. Như Lai Tạng là nguyên nhân của thiện cũng như bất thiện, sinh ra nhiều con đường hiện hữu khác nhau, như lục thú chẳng hạn. Trong một số giáo điển, chẳng hạn như giáo điển Đại Thừa, Như Lai Tạng tương đương với tánh không, và dựa trên khái niệm tất cả chúng sanh hay vạn hữu không có tự tánh, và luôn biến đổi, tùy thuộc vào nhân duyên bên ngoài, không có một cái tự tánh cố định. Vì vậy Phật tánh không phải là cái gì được phát triển qua thiền định hay do kết quả của thiền định, mà nó là bản chất cố hữu nhất của chúng sanh được làm cho hiển lộ qua việc tháo gỡ bức màn vô minh che mờ nó từ bấy lâu nay. Tuy nhiên, thiền định đóng vai trò vô cùng quan trọng trong đời sống tu tập của chúng ta, vì chính nó là công cụ chính giúp ta thanh tịnh thân tâm và tháo gỡ bức màn vô minh từ vô thỉ để Phật tánh được hiển lộ. Như Lai Tạng có hai nghĩa: Như Lai hay Phật đã hàm ẩn trong thai tạng hay nhân tính, và Phật tính trong tự tính. Như Lai Tạng là nơi chứa đựng hay thu nhiếp vạn pháp. Như vậy, chân như ở trong phiền não dục vọng, và chân như cũng ở trong vạn pháp bao hàm cả hai mặt hòa hợp và không hòa hợp, tịnh và bất tịnh, tốt và xấu. Cảnh giới của Như Lai Tạng vốn là một tên khác của A Lại

Da thức, cảnh giới này vượt khỏi những kiến giải được đặt căn bản trên sự tưởng tượng của hàng Thanh Văn, Duyên Giác và các triết gia. Như Lai Tạng là cái thai tạng trong đó Như Lai được mang, được nuôi dưỡng và được thành thục. Như Lai Tạng còn là A Lại Da thức được hoàn toàn thanh tịnh, sạch tập khí hay năng lực của thói quen và các khuynh hướng xấu. Như Lai Tạng còn là Phật tánh. Theo truyền thống Đại thừa, mọi thật thể đều chứa Phật ở tận sâu trong bản thân mình dưới hình thức Pháp thân. Như Lai Tạng là nguyên nhân của thiện cũng như bất thiện, sinh ra nhiều con đường hiện hữu khác nhau, như lục thú chẳng hạn.

Chương 57. Niết-bàn

Niết-bàn là sự chấm dứt hoàn toàn những ham muốn và khổ đau phiền não. Niết-bàn là mục tiêu tối thượng của những người tu theo Phật. Khi chúng ta nói đến Niết-bàn chúng ta gặp phải những khó khăn trong việc diễn tả vì bản chất xác thật của một kinh nghiệm không thể và không bao giờ có thể được truyền đạt bằng ngôn từ. Kinh nghiệm này phải được mỗi người tự mình kinh qua, không có ngoại lệ. Chúng ta phải kinh qua việc chấm dứt khổ đau phiền não, những tai họa của luyến chấp, sân hận và vô minh. Khi chúng ta loại bỏ được những nguyên nhân của khổ đau phiền não là chúng ta chứng nghiệm Niết-bàn cho chính mình. "Nirvana" là thuật ngữ Bắc Phạn chỉ "sự chấm dứt." Từ này do sự kết hợp của tiếp đầu ngữ "nir" và căn ngữ động từ "va" có nghĩa là "thổi tắt" hay "dập tắt." Đây là sự chấm dứt tiến trình hiện hữu của dục vọng để đạt tới niềm an lạc trường cửu. Niết-bàn, chế ngự mọi dục vọng, đoạn tận luân hồi sanh tử. Đây là trạng thái cao nhất của hạnh phúc, bình an và thuần khiết. Đây cũng là mục tiêu tối hậu của mọi cố gắng của chư Phật tử (Mục tiêu tâm linh thù thắng trong Phật giáo), nhằm giải thoát khỏi sự tồn tại hạn hẹp. Niết-bàn, trạng thái thoát khỏi tái sanh bằng cách diệt trừ mọi ham muốn và đoạn tận ngã chấp. Theo Kinh Lăng Già, Niết-bàn nghĩa là thấy suốt vào trú xứ của thật tính đúng chính thật tính (Niết-bàn giả kiến như thật xứ. "Nirvana" gồm 'Nir' có nghĩa là ra khỏi, và 'vana' có nghĩa là khát ái. Nirvana có nghĩa là thoát khỏi luân hồi sanh tử, chấm dứt khổ đau, và hoàn toàn tịch diệt, không còn ham muốn hay khổ đau nữa (Tịch diệt hay diệt độ). Niết-bàn là giai đoạn cuối cùng cho những ai đã dứt trừ khát ái và chấm dứt khổ đau. Nói cách khác, Niết-bàn là chấm dứt vô minh và ham muốn để đạt đến sự bình an và tự do nội tại. Niết-bàn với chữ "n" thường đối lại với sanh tử. Niết-bàn còn dùng để chỉ trạng thái giải thoát qua toàn giác. Niết-bàn cũng được dùng theo nghĩa trở về với tánh thanh tịnh xưa nay của Phật tánh sau khi thân xác tiêu tan, tức là trở về với sự tự do hoàn toàn của trạng thái vô ngại. Trạng thái tối hậu là vô trụ Niết-bàn, nghĩa là sự thành tựu tự do hoàn toàn, không còn bị ràng buộc ở nơi nào nữa. Niết-bàn là danh từ chung cho cả Tiểu Thừa lẫn Đại Thừa. Theo Kinh Lăng Già, Đức Phật bảo Mahamati: "Này Mahamati, Niết-bàn nghĩa là thấy suốt vào trú xứ của thật tính trong ý nghĩa chân thật của nó. Trú xứ của thật tính là nơi mà một sự vật tự nó trú. Trú trong chính cái chỗ của mình nghĩa là không xao động, tức là mãi mãi tĩnh lặng. Nhìn thấy suốt vào trú xứ của thật tính đúng như nó nghĩa là thông hiểu rằng chỉ có cái được nhìn từ chính tâm mình, chứ không có thế giới nào bên ngoài như thế cả." Sau khi Đức Phật vắng bóng, hầu hết các thảo luận suy luận siêu hình tập trung quanh đề tài Niết-bàn. Kinh Đại Bát Niết-bàn, những đoạn văn bằng tiếng Bắc Phạn vừa được phát kiến mới đây, một ở Trung Á và đoạn khác ở Cao Dã Sơn cho thấy một thảo luận sống động về các vấn đề như Phật tánh, Chân như, Pháp giới, Pháp thân, và sự khác nhau giữa các ý tưởng Tiểu Thừa và Đại Thừa. Tất cả những chủ điểm đó liên quan đến vấn đề Niết-bàn, và cho thấy mối bận tâm lớn của suy luận được đặt trên vấn đề vô cùng quan trọng này.

Sự giải thích tương đối nhất của Niết-bàn là trạng thái cao nhất của thiền định 'đã dừng mọi ý tưởng và cảm thọ.' Niết-bàn cũng còn gọi là sự tận diệt các thức, tức là sự thật nghiệm vô phân biệt, bởi lẽ vòng luân hồi sanh tử được thành hình qua dòng tâm thức, và Niết-bàn chính là sự tiêu diệt sanh tử, là thực tại của vô ngã. Bằng những phương tiện tu tập thiền định để trí tuệ hiện tiền sẽ tịnh chỉ được tiến trình hoạt động của ý thức. Phật giáo luôn luôn dùng một số từ phủ định để tạm mô tả trạng thái không thể diễn tả được của Niết-bàn như: Đây là sự không sanh, không hữu, không tạo, không tác, vân vân. Niết-bàn là trạng thái không đất, không nước, không có cảnh giới Không vô biên xứ hoặc Thức vô biên xứ. Niết-bàn không đến, cũng không đi, không đứng, không sanh, không diệt, không bắt đầu, không chấm dứt. Như thế là sự chấm dứt đau khổ. Vì vậy Niết-bàn là vượt ra ngoài sự đau khổ. Nơi đó không có thay đổi, không sầu muộn, không ô nhiễm. Nơi đó an lạc và hạnh phúc. Đây chính là hải đảo, là nơi trú ẩn, nơi về nương và mục đích tối hậu. Thêm vào đó, thuật ngữ 'Nibbana' trong kinh điển Pali rõ ràng biểu thị một thật thể thống nhất thường hằng, tồn tại, vượt khỏi tam giới. Đây là bản chất vô tận, không thể diễn tả được, không sanh, không diệt và vượt qua tất cả những phân biệt đối đãi, đồng nhất với vô ngã.

Đức Phật nói rằng Niết-bàn là hạnh phúc, là niềm an lạc tối thượng, bất tử, không có tạo tác, nó vượt ra ngoài đất, nước, lửa, gió. Nó không thể nào dò hay đo lường được. Ngài đã diễn tả Niết-bàn bằng những danh từ sau đây: vô tận, bất tùy thế, vô song, tối thượng, tối cao, vượt ra ngoài, nơi nương tựa tối thượng, chu toàn, an toàn, hạnh phúc, duy nhất, vô trụ, bất khả diệt, tuyệt đối trong sạch, siêu thế, vĩnh cửu, giải thoát, và vắng lặng, vân vân. Niết-bàn có những đặc tánh tổng quát sau đây: thường trụ, tịch diệt, bất lão, thanh tịnh, giải thoát, vô vi, bất sanh, an lạc, diệt độ, diệt sanh tử, diệt tham dục, và chấm dứt hết thảy khổ đau để đi vào an lạc. Nên luôn nhớ rằng khi mà bạn còn tái sanh vào cõi Ta-bà thì bạn phải còn chuẩn bị cho cuộc hành trình dài từ đây

Chương 57. Niết-bàn

về nơi vĩnh hằng. Việc quan trọng nhất là bạn phải thường xuyên tu tập từ đó có thể bạn sẽ được trí tuệ cần thiết cho cuộc hành trình này. Đừng tìm kiếm những gì siêu việt hay thần thông trong đời này mà phải luôn nhìn thẳng về cứu cánh cuối cùng của bạn là Niết-bàn.

Chữ Niết-bàn có nghĩa là "đoạn diệt" và từ đó dẫn đến thanh tịnh. Một vấn đề được nêu lên ở đây là có phải Niết-bàn chỉ là trạng thái biến đổi của trí tuệ hay nó là một chiều khác của thực tại. Chữ Niết-bàn được dùng cho cả trạng thái tâm lý biến đổi lẫn một trạng thái siêu hình học. Trong giáo điển Phật giáo đã có đầy dẫy những diễn đạt cho thấy Niết-bàn là một trạng thái biến đổi của nhân cách và ý thức. Sự biến đổi này được mô tả bằng những từ ngữ phủ định như đoạn diệt ái dục và luyến chấp, nhưng cũng có khi từ ngữ này được dùng trong khẳng định như sản sanh trí tuệ siêu việt và an bình. Theo triết lý Phật giáo, có bốn cách để diễn tả Niết-bàn: Thứ nhất là "Phủ Định": Mô tả theo lối phủ định là phương thức thông thường nhất. Niết-bàn là bất tử, bất biến, bất diệt, vô biên, vô tác, vô sanh, vị sanh (chưa sanh), bất thệ, không bị hủy hoại, bất tạo, vô bệnh, vô lão, không còn đọa lạc vào chốn trầm luân, vô thượng, chấm dứt khổ đau, và giải thoát tối hậu. Thứ nhì là "Khẳng Định": Niết-bàn là an bình, cực lạc, trí tuệ siêu việt, thanh tịnh và an ổn. Kỳ thật tất cả mọi thứ hữu hạn đều là vô thường. Bản chất chủ yếu của nó là sanh và diệt. Nó sanh ra rồi lại bị hủy diệt. Sự đoạn diệt của nó đem lại thanh tịnh và an lạc. Sự đoạn diệt cũng có nghĩa là chấm dứt tham ái và khổ đau trong trạng thái tâm an tịnh. Nói theo cách khẳng định, Niết-bàn cũng có nghĩa là cực lạc, là trí tuệ siêu việt, sự chiếu sáng, và ý thức thuần túy trong sáng. Thứ ba là "Nghịch Lý": Phương thức này thường được tìm thấy nhiều nhất trong Bát Nhã Ba La Mật Đa hay trong các giáo điển Trung Quán.

Niết-bàn trụ trong cảnh giới vô sở trụ. Con đường duy nhất để đạt đến mục đích này là chứng nghiệm rằng theo nghĩa tối hậu thì không có bất cứ mục đích nào để đạt đến. Niết-bàn là thực tại mà thực tại lại là không tánh. Thứ tư là "Tượng Trưng": Sự mô tả theo cách tượng trưng khác với cách mô tả nghịch lý, nó tránh né lối diễn tả trừu tượng và thay vào đó lại sử dụng những hình ảnh cụ thể. Từ quan điểm này, Niết-bàn là chỗ an trú mát mẻ, là hòn đảo trong vùng ngập lụt, là bến bờ đằng xa, là Thánh thành, là nơi về nương, là chỗ che chở, là nơi dung thân an toàn.

Theo Phật giáo, Niết-bàn có nhiều đặc tính: Thứ nhất, Niết-bàn có thể được vui hưởng ngay trong kiếp này như là một trạng thái có thể đạt được. Thứ nhì, Niết-bàn có bốn phẩm hạnh cao thượng hay những bản chất siêu việt của Như Lai được thuyết giảng trong Kinh Niết-bàn (đây là bốn phẩm hạnh rốt ráo của Đức Như Lai, có bốn đức này tức là đắc Đại Bát Niết-bàn của Đại Thừa: thường đức, thể của Niết-bàn thường hằng bất biến, không sinh diệt (không còn bị chi phối bởi vô thường); lạc đức, thể của Niết-bàn tịch diệt vĩnh an; ngã đức; tịnh đức, thể của Niết-bàn giải thoát khỏi mọi cấu nhiễm. Ngoài ra, Niết-bàn còn có những đặc tính khác: Thứ nhất là sự triệt tiêu hoàn toàn của ham muốn và đau khổ. Mục tiêu tối thượng của những người tu Phật. Trạng thái có thể đạt được bằng những ước vọng chánh đáng như thanh tịnh cuộc sống và tận diệt bản ngã. Phật đã nói về Niết-bàn như một nơi không sanh, không diệt. Thứ nhì, Niết-bàn là một trạng thái tinh thần có thể chứng ngộ được. Sự kiện rõ ràng chứng tỏ Niết-bàn không phải là một trạng thái hư vô. Thứ ba, Niết-bàn không phải là một nơi chốn hay một loại thiên đàng cho linh hồn trú ẩn trong đó. Niết-bàn là trạng thái chứng đắc tùy thuộc chính bản thân này, và trạng thái này có thể chứng nghiệm ngay trong đời này. Niết-bàn vượt ra ngoài sự diễn tả của văn tự ngôn ngữ. Nó vượt ra ngoài phạm trù thời gian và không gian mà phàm phu diễn tả. Thứ tư, Niết-bàn là nơi (nếu chúng ta có thể tạm gọi như vậy) mà tham sân si bị diệt tận và các lậu hoặc bị đoạn tận.

Tuy nhiên, có một số tà kiến về Niết-bàn. Niết-bàn là thường hằng vĩnh cửu; tuy nhiên tà đạo lại cho rằng ngay cả Niết-bàn cũng vô thường. Niết-bàn là chân Phật tánh; tuy nhiên tà đạo cho rằng làm gì có cái Phật tánh. Niết-bàn là nơi của an lạc; tuy nhiên tà đạo lại cho rằng mọi nơi kể cả Niết-bàn đều khổ chứ không vui. Đây là một trong tám điên đảo thuộc Vô thường điên đảo. Đạo Phật cho rằng Niết-bàn là thường hằng vĩnh cửu; tuy nhiên tà đạo lại cho rằng ngay cả Niết-bàn cũng vô thường. Niết-bàn là thanh tịnh; tuy nhiên, tà đạo cho rằng ngay cả Niết-bàn cũng bất tịnh. Đây là một trong tám điên đảo thuộc Vô thường điên đảo. Đạo Phật cho rằng Niết-bàn là thường hằng vĩnh cửu; tuy nhiên tà đạo lại cho rằng ngay cả Niết-bàn cũng vô thường.

Ngay từ thời Đức Phật còn tại thế đã có những vấn đề liên quan đến Niết-bàn. Một số sinh ra từ bào thai, kẻ ác thì đọa vào địa ngục, người chính trực thì sinh lên chư thiên, nhưng cõi Niết-bàn chỉ dành riêng cho những ai đã diệt sạch nghiệp sanh tử. Theo Kinh Pháp Cú, mỗi khi có người hỏi Phật còn tồn tại sau khi chết hay không, hay Ngài đi vào thế giới nào sau khi Niết-bàn, luôn luôn Ngài im lặng. Khi Phật im lặng trước một câu hỏi cần trả lời là "phải" hay "không," thì sự im lặng của Ngài thường có nghĩa là thừa nhận. Nhưng sự im lặng của Ngài trước câu hỏi về Niết-bàn là bởi vì thính giả của Ngài không thể hiểu nổi cái triết lý sâu xa nằm trong đó. Vấn đề then chốt của đạo Phật, dù chủ trương hình thức hay chủ trương duy tâm, đều quy vào sự tận diệt phiền não; bởi vì trạng thái méo mó đó của tâm được coi như là cội nguồn của tất cả mọi tội lỗi trong đời sống con người. Phiền não có thể bị diệt tận ngay trong hiện thế. Do đó, giải thoát sự méo mó như thế của tâm là đối tượng chính của tu trì trong Phật giáo. Niết-bàn hay sự tận diệt của phiền não, của dục vọng, của giác năng, của tâm trí, và ngay cả diệt tận ý thức cá biệt của con người. Trong tâm của người theo đạo Phật, Niết-bàn không chứa bất cứ ý tưởng thần thánh hóa nào về Đức Phật. Nó đơn giản chỉ cho sự liên tục vĩnh cửu của nhân cách của

Ngài trong ý nghĩa cao nhất của chữ này. Nó chỉ cho việc trở về Phật tánh bản hữu của Ngài, là thân Chánh Pháp của Ngài chứ không phải là thân kinh điển như một số lầm tưởng. Pháp có nghĩa là lý thể mà Phật đã nhận được trong giác ngộ viên mãn. Niết-bàn là thân lý thể không bị hạn cuộc trong ngôn ngữ nào cả. Các nhà chủ trương hình thức chủ trương kinh điển là sự biểu dương trọn vẹn cho lý thể của Phật. Do đó họ quan niệm Phật vĩnh viễn tồn tại trong thân giáo pháp, còn Niết-bàn là diệt tận vô dư của Ngài. Nguyên lý Niết-bàn hay trạng thái tắt lửa trong ánh sáng của thời gian và không gian. Đối với các triết gia, nhất là triết gia Ấn Độ, nếu tin rằng không gian và thời gian là vô hạn, thì đó là một ảo tưởng. Tuy nhiên, đạo Phật chưa từng nói không gian và thời gian là vô hạn, vì đạo Phật coi chúng là những chất thể vật lý. Lý thuyết không gian xoắn ốc do các nhà vật lý học hiện đại đề ra, khá đả thông thuyết Niết-bàn. Vũ trụ hay pháp giới nói theo thuật ngữ là khu vực được chiếm cứ bởi không gian và thời gian, và trong khu vực đó chúng kiểm soát những ngọn sóng của hiện hữu. Vậy trên thực tiễn, thế giới thời-không là đại dương của những làn sóng sinh tử. Nó là môi trường của chu kỳ sinh tử, thế giới của sáng tạo, của năng lực, của nhân duyên, của ý thể, của tự tạo, và của biến hành. Nó là môi trường của dục, của sắc và tâm. Không gian được coi như là một trong ngũ đại hay năm hành chất, và đôi khi nó được trình bày là có hình dáng tròn. Một số trường phái coi thời gian là thật hữu, một số khác nói nó bất thật. Nhưng cần ghi nhận đặc biệt rằng thời gian chưa hề được coi như hiện hữu tách biệt không gian . Thế có nghĩa là, mọi loài và mọi vật đều có thời gian của riêng nó. Không gian và thời gian luôn luôn nương nhau. Loài người có trường độ sống trung bình, hay tuổi thọ khoảng trăm năm. Nhưng có người nói loài hạc lại sống cả ngàn năm, rùa sống tới vạn tuổi. Với các loài trời, người ta nói một ngày một đêm của chúng dài bằng cả 50 năm của người trần gian. Trái lại, ruồi nhặng chỉ sống ngắn ngủi trong một ngày.

Chương 58. Thiên Đàng Không Phải Là Niết-bàn Trong Phật Giáo

Theo tự điển, "heaven" có nghĩa là trú xứ của chư Thiên. Tuy nhiên, với người Phật tử, thiên đàng hay địa ngục đều ở đây, ở ngay trong thế giới này. Điều này có nghĩa là bạn có thể tạo ra thiên đàng hay địa ngục ngay nơi thế gian này. Thật là kỳ quặc khi tạo tác bao nhiêu ác nghiệp rồi chỉ đơn thuần tin tưởng hay cầu nguyện mà có được thiên đàng. Niềm tin theo Phật giáo thật đơn giản, nếu bạn sống và hành xử hòa hợp với những nguyên lý đạo đức thì bạn có thể tạo được thiên đàng tại đây, ngay nơi thế gian này. Ví bằng ngược lại thì bạn sẽ tạo địa ngục cũng ngay trên thế gian này. Phật tử thuần thành chẳng bao giờ trông ngóng một thiên đàng ở nơi nào khác để ban thưởng cho cuộc sống đức hạnh, hay một địa ngục để trừng phạt kẻ xấu ác, đức hạnh hay xấu ác tự chúng có những hậu quả không thể tránh được ngay trong kiếp này. Những hậu quả đó chính là thiên đàng hay địa ngục ngay trong những giây phút này. Văn học Phật giáo hàm chứa quá nhiều sự miêu tả về các cảnh giới trong đó chúng sanh sanh vào do hậu quả của những việc làm trong quá khứ của họ. Theo A Tỳ Đạt Ma Câu Xá Luận, có sáu cõi trời dục giới và 17 cõi trời sắc giới. Chúng sanh sanh vào các cõi trời này được coi như là chư thiên. Chư thiên là những chúng sanh nằm trong ba điều kiện tốt của sự tái sanh do những nghiệp lành đời trước; họ sống lâu dài trong một khung cảnh hạnh phúc trên cõi trời, tuy vẫn còn chịu chu kỳ tái sanh như các chúng sanh khác. Tuy nhiên, đây chính là những trở ngại chính cho bước đường tu tập của họ vì họ bị mải mê trong những hạnh phúc đó, nên không còn nhận chân ra sự thật khổ đau nữa. Vì vậy mà cõi trời được xem như là một cõi không mấy được ưa thích trong Phật giáo, vì chư thiên rồi sẽ hết tận nghiệp lành và phải tái sanh vào các đường thấp hơn, nơi đó họ phải tiếp tục chịu khổ đau. Chính vì thế mà mục tiêu chính của người Phật tử là tu tập sao cho vượt thoát khỏi vòng luân hồi sanh tử.

CHƯƠNG 59. Phật Niết-bàn

Vào lúc 80 tuổi, Đức Phật cùng đông đảo hội chúng Tỳ-kheo du hành từ núi Linh Thứu về thành Vương Xá. Trong cuộc hành trình này Ngài đã thuyết giáo nhấn mạnh về Tứ Diệu Đế. Ngài đã nhấn mạnh: "Chính vì không thông hiểu Tứ Thánh Đế mà cả ta và chư vị đã phải lăn trôi lên lên xuống xuống trong lục đạo đầy khổ ải." Ngài cũng nhấn mạnh đến Tam Học 'Giới Định Tuệ.' Khi đến thành Tỳ Xá Ly, một thành phố trù phú, Đức Phật và Tăng đoàn lưu lại trong vườn xoài. Tại đây Đức Phật thuyết pháp cho dòng họ Licchavi và người kỹ nữ thượng lưu Ambapali, về sau Ambapali đã cúng dường cả khu vườn xoài cho Đức Phật và Tăng chúng. Trong mùa an cư kiết hạ cuối cùng tại Beluva, một ngôi làng gần Vesali, những cơn đau đã ập tới nhưng Thế Tôn không hề than phiền. Sau khi bình phục, Ngài đã thuyết giáo những lời Di Giáo sau cùng liên hệ đến Tăng chúng. Ngài bảo A Nan: "Như Lai không nghĩ rằng Ngài phải lãnh đạo Tăng chúng hay Tăng chúng phải lệ thuộc vào Ngài. Vì vậy, này A Nan Đà, hãy làm ngọn đèn cho chính mình, chứng đừng đi tìm nơi nương tựa bên ngoài. Hãy giữ lấy chánh pháp làm ngọn đèn. Cố giữ lấy chánh pháp làm nơi nương tựa. Và này A Nan Đà, thế nào là Tỳ-kheo phải làm ngọn đèn cho chính mình, làm nơi nương tựa cho chính mình, không đi tìm nơi nương tựa bên ngoài, cố giữ lấy chánh pháp làm ngọn đèn? Ở đây, này A Nan Đà! Vị Tỳ-kheo sống nhiệt tâm, tinh cần, chánh niệm tỉnh giác, nhiếp phục tham ái ưu bi ở đời, quán sát thân, thọ, tâm, pháp." Đức Phật đã nhấn mạnh đến nỗ lực cá nhân để thanh tịnh hóa bản thân và giải thoát khỏi khổ đau phiền não. Cuối cùng Đức Phật và Tăng chúng đến Pava và cư ngụ trong vườn xoài của Thuần Đà. Tại đây Đức Phật và Tăng chúng được người thợ rèn Thuần Đà cúng dường thật phẩm. Ngài đã dạy Tăng chúng rằng thật phẩm cuối cùng cũng như thật phẩm cúng dường lúc Ngài thành đạo, mang lại kết quả lớn và lợi lạc nhiều hơn so với mọi thật phẩm cúng dường khác. Sau khi đến rừng Ta La của dòng họ Mallas tại thành Câu Thi Na, một tu sĩ khổ hạnh tên là Subhadda đã đến thỉnh cầu Đức Phật giải tỏa mối nghi hoặc của mình về các đạo sư khác. Đức Phật đã dạy: "Trong bất cứ Pháp và Luật nào, này Subhadda mà không có Bát Thánh Đạo sẽ không thể nào tìm thấy từ đệ nhất, đệ nhị, đệ tam hay đệ tứ Sa Môn. Giáo pháp của các ngoại đạo sư không có các vị Sa Môn. Này Subhadda, nếu chư đệ tử sống đời chân chính, thế gian này sẽ không vắng bóng chư vị A La Hán. Quả thật giáo lý của các ngoại đạo sư đều vắng bóng chư vị A La Hán. Nhưng trong giáo pháp này, mong rằng chư Tỳ-kheo sống đời phạm hạnh thanh tịnh, để cõi đời không thiếu các bậc Thánh." Subhadda đã trở thành vị đệ tử cuối cùng của Đức Phật và sau này cũng trở thành một bậc Thánh. Sau cùng, Đức Phật khuyến giáo Tăng chúng: "Này các Tỳ-kheo! Ta khuyến giáo chư vị, hãy quán sát kỹ các pháp hữu vi đều vô thường biến hoại, chư vị hãy nỗ lực tinh tấn." Vào ngày rằm tháng Vesak năm 543 trước Tây lịch, Đức Phật nhập Niết-bàn, kim thân của Ngài được hỏa táng trọng thể và xá lợi được chia cho các Bà La Môn, vua chúa, Sát đế lợi và được thờ phượng trong Bát Đại Linh Tháp ở tám nơi.

Chương 60. Hữu Dư Và Vô Dư Niết-bàn

Niết-bàn có thể tàng giữ muôn đức vô vi, nơi sanh ra các việc lợi lạc thế gian và xuất thế gian, một trong tam pháp vô vi. Phật giáo Đại Thừa cũng đồng ý với kinh điển Pali, Niết-bàn không phải loại bỏ cũng không đạt được, cũng không phải là một pháp đoạn diệt, cũng không thường hằng, không phải bị đè nén, cũng không phải được khởi lên. Niết-bàn là trạng thái giải thoát tối hậu. Tuy nhiên, các nhà Đại Thừa đã đưa ra một trạng thái khác hơn, nghĩa là trạng thái Bồ Tát không muốn nhập Niết-bàn tối hậu, dù Bồ Tát có khả năng đạt được, vì Bồ Tát muốn hy sinh, muốn đem thân mình phục vụ tất cả chúng sanh để họ giải thoát trước rồi các ngài mới giải thoát sau cùng. Trong Trung Quán Luận Tụng, ngài Nguyệt Xứng đã định nghĩa Niết-bàn như sau: "Niết-bàn là trạng thái không từ bỏ, cũng không đạt được, không phải hư vô, không phải vĩnh viễn, không phải tiêu diệt, cũng không phải tạo tác." Theo Bồ Tát Long Thọ trong Triết Học Trung Quán, Niết-bàn hoặc thực tại tuyệt đối không thể là hữu (vật tồn tại), bởi vì nếu nó là hữu, nó sẽ bị kềm chế ở nơi sanh, hoại, diệt, vì không có sự tồn tại nào của kinh nghiệm có thể tránh khỏi bị hoại diệt. Nếu Niết-bàn không thể là hữu, thì nó càng không thể là vô, hay vật phi tồn tại, bởi vì phi tồn tại chỉ là một khái niệm tương đối, tùy thuộc vào khái niệm hữu mà thôi. Nếu chính 'hữu' được chứng minh là không thể áp dụng cho thực tại, thì vô lại càng không thể chịu nổi sự soi xét chi li, bởi vì 'vô' chỉ là sự tan biến của 'hữu' mà thôi.' Như vậy khái niệm 'hữu' và 'vô' không thể áp dụng đối với thực tại tuyệt đối, lại càng không thể nghĩ tới chuyện áp dụng những khái niệm nào khác, bởi vì mọi khái niệm khác đều tùy thuộc vào hai khái niệm này. Nói tóm lại, tuyệt đối là siêu việt đối với tư tưởng, và vì nó siêu việt đối với tư tưởng nên nó không thể được biểu đạt bằng tư tưởng, những gì không phải là đối tượng của tư tưởng thì chắc chắn không thể là đối tượng của ngôn từ.

Theo Keith trong Trung Anh Phật Học Từ Điển, có hai loại Niết-bàn: Thứ nhất là "Hữu Dư Niết-bàn": Đây là loại Niết-bàn không còn sanh tử luân hồi, nhưng vẫn còn dư lại thân thể quả báo của kiếp này.

Những vị đã đắc quả Niết-bàn, cái nhân sanh tử luân hồi đã hết, nhưng quả khổ ngũ uẩn vẫn chưa hoàn toàn dứt hẳn. Vị Thánh này có thể nhập Niết-bàn ngay trong kiếp này, nhưng phải đợi đến lúc thân ngũ uẩn chết đi thì quả khổ mới thật sự chấm dứt. Có hai quan niệm khác nhau về Hữu Dư Niết-bàn. Theo quan niệm của Tiểu Thừa thì một vị A

CHƯƠNG 60. Hữu Dư Và Vô Dư Niết-bàn

La Hán đã dứt bỏ hết mọi phiền não và tuyệt diệt nhân sanh tử vị lai, đi vào Hữu Dư Niết-bàn, trong lúc vẫn còn sống, nhưng vẫn còn dư lại thân thể quả báo của kiếp này. Khi quả báo hết và người ấy tịch diệt thì gọi là Vô Dư Niết-bàn (Vô nhân Hữu quả sinh tử). Bậc A La Hán đã đoạn tận các lậu hoặc, đã thành tựu các phạm hạnh, đã đạt được A La Hán quả, đã đặt xong gánh nặng xuống, đã đoạn diệt các hữu kiết sử, bậc ấy đã giải thoát nhờ hiểu biết chân chánh. Chính các căn của vị ấy chưa bị hủy hoại nên vị ấy cảm thọ các điều khả ý và không khả ý, vị ấy cảm thọ lạc và khổ. Ngũ uẩn vẫn còn, chính sự tận diệt tham, sân, si của vị ấy được gọi là Niết-bàn Giới Hữu Dư Y. Ngũ uẩn của vị ấy là do tham sân si trong quá khứ vô định của vị ấy tạo thành. Vị ấy vẫn còn sống nên các uẩn của vị ấy phải vận hành. Do đó, vị ấy vẫn cảm thọ những thọ lạc cũng như thọ khổ mà các căn của vị ấy lưu giữ do sự xúc chạm với các trần cảnh. Nhưng vì vị ấy đã thoát khỏi sự chấp thủ, phân biệt và ý niệm về ngã thể nên vị ấy không bị tác động bởi những cảm thọ này nữa. Theo thuyết Đại Thừa thì nhân sanh tử biến dịch hết sạch gọi là "Hữu Dư Niết-bàn," trong khi quả sanh tử biến dịch hết tận và được thường thân của Phật thì gọi là "Vô Dư Niết-bàn." (Vô Nhân Vô quả, đắc Thường Thân Phật). Nói theo thuật ngữ, sự diệt tận của phiền não gọi là "Hữu Dư Y Niết-bàn," Niết-bàn với điều kiện của hữu vẫn còn, hay sát nghĩa hơn, Niết-bàn hãy còn tụ hay uẩn, là những điều kiện vật chất và phi vật chất của sự hữu. Thứ nhì là "Vô Dư Y Niết-bàn": Nơi không còn nhân quả, không còn luân hồi sanh tử, vị Thánh nhập Vô dư Niết-bàn khi thân chết. Đây là Niết-bàn sau cùng không còn thứ gì sót lại cho kiếp luân hồi sanh tử, nơi mà tất cả những quả đều chấm dứt, hay sự hiện hữu của mạng căn đã hoàn toàn bị dập tắt. Niết-bàn của A La Hán nơi thân tâm đều đoạn diệt. Vô dư Niết-bàn là Niết-bàn sau cùng không còn thứ gì sót lại cho kiếp luân hồi sanh tử, nơi mà tất cả những quả đều chấm dứt, hay sự hiện hữu của mạng căn đã hoàn toàn bị dập tắt. Niết-bàn của A La Hán nơi thân tâm đều đoạn diệt. Bậc A La Hán đã đoạn tận các lậu hoặc, đã thành tựu các phạm hạnh, việc cần làm đã làm xong, đã đặt gánh nặng xuống, đã đạt được A La Hán Quả, đã tận diệt hoàn toàn các hữu kiết sử, bậc đã giải thoát nhờ hiểu biết chân chánh. Mọi cảm thọ của vị ấy không còn ưa thích, không còn thích thú, đã trở nên lắng dịu. Vị ấy đã chứng được Niết-bàn Vô Dư Y. Khi vị ấy nhập diệt, các uẩn của vị ấy cũng ngưng vận hành, chúng sẽ tiêu hoại vào lúc chết; các thọ của vị ấy không còn nữa, và do sự tẩy trừ tham sân si mà vị ấy không còn tái sanh, đương nhiên lúc ấy sự ấp ủ các cảm thọ cũng không còn. Và do đó, thọ của vị ấy sẽ trở nên nguội lạnh (sitibhavissanti). Niết-bàn tịnh tịch sau khi chết, trạng thái đã loại trừ hoàn toàn, đã cắt đứt mọi liên hệ và không còn tác động với thế giới nữa. Khác với Hữu dư Niết-bàn, nơi mà các Bồ Tát chọn lấy việc ở lại trong thế giới để cứu rỗi chúng sanh. Niết-bàn không còn lại tụ hay uẩn. Nó là sự diệt tận toàn diện những điều kiện của hữu cũng như phiền não. Có thể gọi nó là vô dư của hữu. Đấy là Niết-bàn hay "Giải Thoát Viên Mãn," là sự nhập diệt của Đức Phật Thích-ca Mâu Ni.

Năm Loại Niết-bàn: Ngoài ra, theo Kinh Thủ Lăng Nghiêm, quyển Chín, phần Thập Hành Ấm Ma, Đức Phật đã nhắc nhở Ngài A Nan về năm Niết-bàn như sau: "Lại có người thiện nam, trong tam ma địa, chính tâm yên lặng kiên cố. Ma chẳng tìm được chỗ tiện. Cùng tột căn bản của các loài sinh. Xem cái trạng thái u thanh, thường nhiễm động bản nguyên. Chấp sau khi chết phải có, khởi so đo chấp trước. Người đó bị đọa vào luận năm Niết-bàn." Vì so đo chấp trước năm Niết-bàn mà phải đọa lạc ngoại đạo, và mê lầm tính Bồ Đề. Thứ nhất là lấy Dục Giới làm Niết-bàn, xem thấy viên minh, sinh ra ưa mến. Thứ nhì là lấy Sơ Thiền vì tính không lo. Thứ ba là lấy Nhị Thiền tâm không khổ. Thứ tư là lấy Tam Thiền rất vui đẹp. Thứ năm là lấy Tứ Thiền khổ vui đều mất, chẳng bị luân hồi sanh diệt. Mê trời hữu lậu cho là vô vi. Năm chỗ an ổn cho là thắng tịnh. Cứ như thế mà bị xoay vần. Năm Loại Bất Hoàn: Theo Kinh Phúng Tụng trong Trường

Bộ Kinh, có năm loại bất hoàn hay ngũ chủng Na Hàm. Thứ nhất là "Trung Gian Bát Niết-bàn", nơi đó bậc Thánh giả bất hoàn chết ở Dục giới rồi vãng sanh về Sắc giới. Thứ nhì là "Sinh Bát Niết-bàn", nơi đó bậc Thánh giả bất hoàn đã sanh ra trong cõi Sắc giới thì không bao lâu sau sẽ đoạn lìa tất cả mọi phiền não còn sót lại. Thứ ba là "Hữu Hạnh Bát Niết-bàn", nơi đó bậc Thánh giả bất hoàn đã sanh vào cõi bất hoàn một thời gian sau khi tinh tấn tu tập sẽ đi đến quả vị cuối cùng là Niết-bàn. Thứ tư là "Vô Hạnh Bát Niết-bàn", nơi đó bậc Thánh giả bất hoàn đã sanh vào cõi bất hoàn mà không chịu tinh tấn tu hành thì quả vị cuối cùng sẽ bị trì hoãn. Thứ năm là "Thượng Lưu Bát Thú A-Ca-Ni-Sa Niết-bàn". Người đã sanh vào cõi bất hoàn đi từ Hạ Thiên tiến lên Thượng Thiên để cuối cùng đạt đến cứu cánh Niết-bàn.

Chương 61. Ba Trường Phái Phật Giáo

Trường phái thứ nhất là Nam Tông: Còn gọi là Phật giáo Nguyên Thủy. Còn được biết đến với tên Tiểu Thừa (Hinayana) hay giáo pháp của hàng Trưởng Lão, xuất phát từ Nam Ấn Độ, lan rộng đến Tích lan, Miến Điện, Thái Lan, Lào và Cam Bốt. Tiểu thừa hay cỗ xe nhỏ, tên của một học thuyết Phật giáo sơ khai, ngược lại với Đại Thừa. Đây là một từ mà Mahayana đã gán cho những người tu theo trường phái Theravada vì cho rằng những người này chỉ tự độ để trở thành những A la hán, chứ không độ tha. Kỳ thật, Hinayana ra đời và phát triển từ khi Phật nhập diệt cho đến đầu thế kỷ trước Tây lịch, và là đại diện cho học thuyết thuần khiết ban đầu y như lời Phật dạy. Điều căn bản trong giáo lý Hinayana là Tứ Diệu Đế, Thập nhị nhân duyên, Học thuyết về bản ngã, Luật nhân quả và bát Chánh đạo.

Trường phái thứ nhì là Bắc Tông: Còn gọi là Phật giáo Đại Thừa. Sau khi Đức Phật diệt độ, Phật giáo chia ra làm nhiều tông phái; hai loại chính là Tiểu Thừa và Đại Thừa. Những ai cầu chứng ngộ A-La-Hán thì gọi là Tiểu Thừa, những ai cầu thành Phật thì gọi là Đại Thừa. Lúc đầu ngay khi Phật nhập diệt, chỉ có hai tông Trung Quán và Du Già gọi là Đại Thừa, số còn lại là Tiểu Thừa. Trung Quán tức là Tam Luận Tông và Du Già tức là Pháp Tướng Tông bên Trung Quốc. Tại Nhật thì Câu Xá và Thành Thật tông là Tiểu Thừa, số còn lại là Đại Thừa. Đại Thừa, khởi động từ Bắc Ấn Độ đến Tây Tạng, Mông Cổ, Trung Quốc, Việt Nam, Triều Tiên và Nhật Bản. Không giống như Tiểu Thừa có khuynh hướng bảo thủ và không uyển chuyển, Đại Thừa tự thích ứng với các nhu cầu của các dân tộc có nền tảng chủng tộc và văn hóa khác nhau, và có mức độ hiểu biết khác nhau. Đại Thừa còn được gọi là Thượng Thừa, Diệu Thừa hay Thắng Thừa (The Great Vehicle). Cỗ xe lớn, một trong hai nhánh lớn Phật giáo (Tiểu thừa và Đại thừa). Đại thừa xuất hiện vào khoảng thế kỷ thứ I trước CN, nói là cỗ xe lớn vì tông chỉ của nó là giúp được nhiều người cùng giải thoát. Kỳ thật chủ đích của Đại thừa là cứu độ nhứt thiết chúng sanh. Một trong những điểm tối quan trọng của Phật giáo Đại thừa là nó nhấn mạnh đến giá trị của người tại gia. Nó cho rằng những người thế tục cũng có thể đạt tới đại giác và Niết-bàn nếu người ấy chịu cố công tu hành. Những hệ phái Đại thừa chính là Hoa Nghiêm, Thiên Thai, Thiền và Tịnh Độ...Bắc Tông: Phật Giáo truyền về phương Bắc qua Trung Hoa, Mông Cổ, Đại Hàn, Nhật và Việt Nam. Chúng ta ai cũng phải thừa nhận rằng Đại Thừa đã đóng góp rất nhiều vào tư tưởng và văn hóa Phật Giáo. Nó đã sản sinh ra lý tưởng Bồ Tát Đạo tuyệt vời. Đức Phật Thích-ca Mâu Ni là tấm gương bởi sự nghiệp của chính Ngài để con người noi theo. Mục tiêu sự nghiệp của Ngài là Giác Ngộ và Phật Quả, và con đường của Ngài là Bồ Tát Đạo. Đại Hội Kết Tập Kinh Điển lần thứ ba được triệu tập vào thời Hoàng Đế A-dục ở thế kỷ thứ ba trước Tây Lịch, đã có ít nhất là mười tám trường phái, mỗi trường phái đều có học thuyết và giới luật riêng. Có hai trường phái chiếm ưu thế trong các cuộc tranh luận tại Đại Hội, một trường phái Luận Giải gọi là Tỳ Bà Sa Luận Bộ, và một trường phái thực hiện Đa Nguyên gọi là Nhứt Thiết Hữu Bộ. Đại Hội quyết định theo lập trường của trường phái Luận Giải và chính quan điểm của trường phái này được truyền sang Tích Lan bởi những nhà truyền giáo của Vua A Dục, cầm đầu bởi chính con của vua là Thái Tử Mahendra. Tại đó trường phái này được biết là trường phái Nguyên Thủy. Còn những người ủng hộ trường phái Nhứt Thiết Hữu Bộ hầu hết di cư đến Kashmir thuộc miền Tây Bắc xứ Ấn Độ, nơi đây trường phái này trở nên nổi tiếng do sự phổ cập viên mãn của Bồ Tát Đạo. Tuy nhiên, tại một Đại Hội Kết Tập khác (Đại Hội lần thứ tư), được tổ chức dưới thời Hoàng Đế Ca Nị Sắc Ca tại thành Ca Thấp Di La vào thế kỷ thứ nhất sau Tây Lịch. Hai trường phái quan trọng nữa xuất hiện, trường phái Phân Biện Thuyết Bộ và trường phái Kinh Lượng Bộ. Hai trường phái này bất đồng nhau về tính xác thật của Vi Diệu Pháp. Trường phái Phân Biện Thuyết Bộ cho rằng được chính Đức Phật thuyết giảng, trong khi trường phái Kinh Lượng Bộ thì cho rằng Vi Diệu Pháp không phải do Đức Phật thuyết giảng. Vào lúc này, những mô tả của Đại Thừa cho chúng ta biết một số các đại hội đã được triệu tập để biên soạn kinh điển theo truyền thống Đại Thừa. Ở phía bắc và phía nam Ấn Độ, cũng như tại Nalanda trong Ma Kiệt Đà, người ta nghiên cứu và giảng dạy Đại Thừa. Nhiều bản văn Đại Thừa liên quan đến Đức Phật Di Lặc, vị Phật tương lai và nhiều Bồ Tát trên trời. Giáo lý Đại Thừa cũng như giáo lý của các trường phái khác bắt đầu xuất hiện dưới hình thức văn tự khoảng 500 năm sau ngày Đức Phật nhập diệt. Những kinh điển Đại Thừa sớm nhất như kinh Pháp Hoa và Bát Nhã được phổ biến trước thế kỷ thứ nhất sau Tây Lịch. Cốt tủy của quan niệm Đại Thừa là từ bi cho tất cả chúng sanh và phương tiện thiện xảo để hóa độ chúng sanh. Với triết lý thâm sâu và lòng từ bi phổ quát, và sử dụng phương tiện thiện xảo, Phật Giáo Đại Thừa đã nhanh chóng lôi cuốn quần chúng, không những ở Ấn Độ mà còn tại nhiều nơi mới phát triển Phật giáo như ở Trung

Á. Khởi thủy của Phật Giáo Đại Thừa có thể tìm thấy ở thời kỳ sơ khởi của Đại Chúng Bộ và thời kỳ sơ khởi của Kinh Điển Đại Thừa. Vào thế kỷ đầu sau Tây Lịch, sự hình thành Đại Thừa Phật Giáo thật sự hoàn tất và tất cả những kinh điển Đại Thừa chủ yếu vẫn còn tồn tại đến ngày nay. Trên lý thuyết mà nói, Đại Thừa Phật giáo được chia làm hai hệ tư tưởng: Trung Luận và Duy Thức Du Già.

Trường phái thứ ba là Mật Giáo: Mật giáo hay Phật giáo Mật tông, phát triển đặc biệt nơi Chân Ngôn tông, thờ Đức Đại Nhật Như Lai, Thai Tạng và Kim Cương Giới; đối lại với Hiển giáo. Mật giáo gồm các kinh nói về mật tánh gắng sức dạy về mối tương quan nội tại của thế giới bên ngoài và thế giới tâm linh, sự đồng nhất của tâm và vũ trụ, các phương thức được Mật giáo sử dụng trong các phép quán tưởng như sau. Thứ nhất là quán tưởng Mạn Đà La. Mạn Đà La có nghĩa là "vòng tròn," "hội," hay "hình." Có nhiều loại Mạn Đà La, nhưng có hai thứ thông thường nhất trong Mật giáo: hình kết hợp vẽ chân dung nhiều loại khác nhau, quỷ, thần, Phật và Bồ Tát, biểu thị năng lực, sức mạnh và các hoạt động chung trong các hình vuông tròn, và ngay tại trung tâm là Phật Tỳ Lô Giá Na, vị Phật Quang Minh Biến Chiếu; và một lược đồ tiêu biểu vài mẫu âm thiêng liêng của tiếng Phạn gọi là "bija" hay "chủng tử," tiêu biểu cho các hình tượng. Thứ nhì là Chơn Âm. Chơn âm là các âm thiêng liêng như âm OM chẳng hạn, được truyền từ thầy sang đệ tử trong lúc khải thị. Khi tâm người đệ tử đã được điều hợp đúng đắn, người ta nói là các chấn động của biểu tượng ngôn ngữ này cùng với sự phối hợp của nó trong tâm thức của người khải thị để mở tâm thức của người đệ tử đến các chiều kích cao hơn. Thứ ba là Thủ Ấn. Đây là điệu bộ của thân thể, đặc biệt là các cử động tượng trưng của bàn tay, được thực hiện để trợ giúp kêu gọi những tâm thái song hành nhất định của chư Phật và chư Bồ Tát. Mật giáo chia làm hai bộ. Thứ nhất là Mật Giáo Tạp Bộ. Phái Mật Giáo Tạp Bộ có kinh điển được dịch rất sớm vào thế kỷ thứ 4 sau Tây Lịch. Cát Hữu (Srimitra) người xứ Qui-Tư, một bộ lạc da trắng, đã dịch một vài bản kinh sang Hán văn. Đó là những bùa chú thường gồm có một vài mật chú và những bài tán thần hay thánh ở thượng giới, nhưng thật ra chúng không thể được xem như là biểu dương cho những ước vọng cao. Thứ nhì là Mật Giáo Thuần Bộ. Phái mà ta mệnh danh là Mật Giáo Thuần Bộ hay Thuần Mật khởi đầu với ba vị pháp sư Ấn Độ đến Trung Quốc vào thời nhà Đường (713-765). Vị đầu tiên là Thiện Vô Úy, vị thứ hai là Kim Cương Trí, vị thứ ba là Bất Không, và vị thứ tư là Nhất Hành.

Chương 62. Cốt Lõi Của Đạo Phật

Thật là sai lầm khi cho rằng đạo Phật bi quan yếm thế. Điều này không đúng ngay với sự hiểu biết sơ lược về căn bản Phật giáo. Khi Đức Phật cho rằng cuộc đời đầy khổ đau phiền não, Ngài không ngụ ý đời đáng bi quan. Theo cách này, Đức Phật nhìn nhận sự hiện diện của khổ đau phiền não trong cuộc sống nhân loại, và cách phân tích Ngài đã nêu rõ cho chúng đệ tử của Ngài thấy được luyến ái mọi vật mà không có chánh kiến về thật chất của chúng là nguyên nhân của khổ đau phiền não. Tính vô thường và biến đổi vốn có sẵn trong bản chất của vạn hữu. Đây là bản chất thật của chúng và đây là chánh kiến. Ngài kết luận: "Chừng nào chúng ta vẫn chưa chấp nhận sự thật này, chừng đó chúng ta vẫn còn gặp phải những xung đột. Chúng ta không thể thay đổi hay chi phối bản chất thật của mọi vật và kết quả là 'niềm hy vọng xa dần làm cho con tim đau đớn'. Vậy giải pháp duy nhất là ở chỗ điều chỉnh quan điểm của chính mình." Thật vậy, lòng khát ái mọi vật gây nên khổ đau phiền não. Kỳ thật, chính lòng khát ái đã gây nên thương đau sầu muộn. Khi ta yêu thích người nào hay vật nào thì ta muốn họ thuộc về ta và ở bên ta mãi mãi. Chúng ta không bao giờ chịu suy nghĩ về bản chất thật của chúng, hay chúng ta từ chối nghĩ suy về bản chất thật này. Chúng ta ao ước những thứ này sẽ tồn tại mãi mãi, nhưng thời gian lại hủy hoại mọi vật. Tuổi xuân phải nhường chỗ cho tuổi già, và vẻ tươi mát của sương mai phải biến mất khi vầng hồng ló dạng. Trong Kinh Niết-bàn, khi Đại Đức A Nan và những đệ tử khác than khóc buồn thảm khi Đức Phật đang nằm trên giường bệnh chờ chết, Đức Phật dạy: "Này Ananda! Đừng buồn khổ, đừng than khóc, Như Lai chẳng từng bảo ông rằng sớm muộn gì thì chúng ta cũng phải xa lìa tất cả những thứ tốt đẹp mà ta yêu thương quí báu đó sao? Chúng sẽ biến đổi và hoại diệt. Vậy làm sao Như Lai có thể sống mãi được? Sự ấy không thể nào xảy ra được!" Đây là nền tảng cho lời dạy về "Ba Dấu Ấn" (vô thường, khổ và vô ngã) trong đạo Phật về đời sống hay nhân sinh quan và vũ trụ quan Phật Giáo. Mọi giá trị của đạo Phật đều dựa trên giáo lý này. Đức Phật mong muốn các đệ tử của Ngài, tại gia cũng như xuất gia, thảy đều sống theo chánh hạnh và các tiêu chuẩn cao thượng trong cuộc sống về mọi mặt. Đối với Ngài, cuộc sống bình dị không có nghĩa là cuộc đời con người phải chịu suy tàn khổ ải. Đức Phật khuyên đệ tử của Ngài đi theo con đường "Trung Đạo" nghĩa là không luyến ái cũng không chối bỏ vạn hữu. Đức Phật không chủ trương chối bỏ "vẻ đẹp" của vạn hữu, tuy nhiên, nếu con người không thấu triệt được thật chất của những vật mang vẻ đẹp đó, thì chính cái vẻ đẹp kia có thể đưa đến khổ đau phiền não hay đau buồn và thất vọng cho chính mình. Trong "Thi Kệ Trưởng Lão", Đức Phật có nêu ra một câu chuyện về tôn giả Pakka. Một hôm tôn giả vào làng khất thật, tôn giả ngồi dưới gốc cây. Rồi một con diều hâu gần đó chụp được một miếng thịt, vội vụt bay lên không. Những con khác thấy vậy liền tấn công con diều này, làm cho nó nhả miếng thịt xuống. Một con diều hâu khác bay tới đớp miếng thịt, nhưng cũng bị những con khác tấn công cướp mất đi miếng thịt. Tôn giả suy nghĩ: "Dục lạc chẳng khác chi miếng thịt kia, thật thông thường giữa thế gian đầy khổ đau và thù nghịch này." Khi quan sát cảnh trên, tôn giả thấy rõ vạn hữu vô thường cũng như các sự việc xảy ra kia, nên tôn giả tiếp tục quán tưởng cho đến khi đạt được quả vị A La Hán. Đức Phật khuyên đệ tử không lãng tránh cái đẹp, không từ bỏ cái đẹp mà cũng không luyến ái cái đẹp. Chỉ cố làm sao cho cái đẹp không trở thành đối tượng yêu ghét của riêng mình, vì bất cứ vật gì khả lạc khả ố trong thế gian này thường làm cho chúng ta luyến chấp, rồi sinh lòng luyến ái hay ghét bỏ, chính vì thế mà chúng ta phải tiếp tục kinh qua những khổ đau phiền não. người Phật tử nhìn nhận cái đẹp ở nơi nào giác quan nhận thức được, nhưng cũng phải thấy luôn cả tính vô thường và biến hoại trong cái đẹp ấy. Và người Phật tử nên luôn nhớ lời Phật dạy về mọi pháp hữu hình như sau: "Chúng có sinh khởi, thì chúng phải chịu hoại diệt." Như vậy, người Phật tử nhìn và chiêm ngưỡng vẻ đẹp mà không pha lẫn lòng tham muốn chiếm hữu. Để chấm dứt khổ đau phiền não trong cuộc sống, Đức Phật khuyên tứ chúng nên: "Chư Ác Mạc Tác, Chúng Thiện Phụng Hành, Tự Tịnh Kỳ Ý." Trong Kinh A Hàm, Phật dạy: "Không làm những việc ác, chỉ làm những việc lành, giữ tâm ý trong sạch, đó lời chư Phật dạy." Biển pháp mênh mông cũng từ bốn câu kệ này mà ra.

Chương 63. Thuyết Vô Ngã

Khi Đức Phật đưa ra khái niệm về "Vô ngã," Ngài đã làm đảo lộn không biết bao nhiêu quan niệm về vũ trụ và nhân sinh. Đức Phật đã giáng một đòn lớn trên ý niệm phổ biến và kiên cố nhất của loài người thời đó: ý niệm về sự tồn tại của cái "ngã" thường còn. Những ai thấu hiểu được vô ngã đều biết rằng nó được đưa ra để đánh đổ ý niệm về "ngã" chứ không phải là một đồ án mới của thực tại. Khái niệm "Vô ngã" là phương tiện, chứ không phải là cứu cánh. Nếu nó trở thành một ý niệm thì nó cũng cần được phá vỡ như bao nhiêu ý niệm khác. Thuyết Vô Ngã có hai đặc tánh chính là pháp vô ngã và nhân vô ngã. Đôi khi giáo lý "vô ngã" gây ra bối rối và hiểu lầm. Bất cứ lúc nào chúng ta nói "Tôi đang nói", hay "Tôi đang đi", vân vân. Như vậy làm sao chúng ta có thể chối bỏ thực tế của cái "Ta"? Phật tử chơn thuần nên luôn nhớ rằng Đức Phật không bảo chúng ta chối bỏ việc xưng hô "Ta" hay "Tôi". Chính Đức Phật còn phải dùng một từ nào đó để xưng hô, như từ "Như Lai" chẳng hạn, không cần biết từ này có nghĩa gì, nó vẫn là một từ hay một danh xưng. Khi Đức Phật dạy về "Vô ngã", Ngài nhấn mạnh đến sự từ bỏ một ý niệm cho rằng "Tôi" là một thật thể thường hằng và không thay đổi. Ngài nói năm uẩn (sắc, thọ, tưởng, hành và thức) không phải là cái "Ta", và không có cái "Ta" nào được tìm thấy trong năm uẩn này cả. Sự phủ nhận của Đức Phật có nghĩa là sự phủ nhận một niềm tin có một thật thể có thật, độc lập và thường còn được người ta gọi là "Ta" vì một thật thể như vậy phải độc lập, phải thường còn, không biến đổi, không hoán chuyển, nhưng một thật thể như vậy hay một cái "Ta" như thế không thể tìm thấy ở đâu được.

Từ ngữ Bắc Phạn "Anatman" có nghĩa là "vô ngã." Một trong ba đặc tính mà Đức Phật đã dạy áp dụng cho tất cả pháp hữu vi, hai đặc tính khác là vô thường và khổ đau hay bất toại. Giáo pháp này trái ngược với giáo pháp của Bà La Môn vào thời Đức Phật còn tại thế. Truyền thống Bà La Môn dạy rằng cốt lõi của mọi người là cái "thường ngã" hay cái ngã vĩnh hằng không thay đổi. Ngược lại, Đức Phật lại tuyên bố rằng cái được gọi là "ngã" ấy chỉ là một khái niệm được dựng lên, kỳ thật mỗi cá nhân đều là sự kết hợp của các uẩn luôn thay đổi. Vô ngã còn có nghĩa là không có sự hiện hữu của cái tự ngã trường tồn. Thân này chỉ là sự kết hợp của ngũ uẩn. Ngũ uẩn chỉ hiện hữu khi có đầy đủ nhơn duyên mà thôi.

Vô ngã hay tính vô ngã là một trong những học thuyết trọng tâm của đạo Phật. Nó phủ định cái ngã bên trong một cá nhân theo nghĩa bất tử, bất diệt, duy nhất và độc lập. Giáo thuyết "Anatta" hay "Antma" được Đức Phật thuyết giảng mà hầu hết Phật tử, kể cả thiền gia đều cho rằng đây là ý

CHƯƠNG 63. Thuyết Vô Ngã

tưởng "vô ngã" của chơn tánh con người. Phật tử không nên lầm "vô ngã" của Phật giáo với thuyết "vô ngã" của Ấn giáo với nghĩa là chơn tánh mà tâm con người không thể nhận biết được. Làm thế nào người ta có thể nói là vô ngã nếu không có ngã? Chúng ta phải hiểu Đức Phật muốn nói gì với từ "Vô ngã" này. Đức Phật không hề có một ý gì đối lập với "Ngã" cả. Ngài không đặt hai từ này ở vị trí kế nhau và nói: "Đây là cái vô ngã của tôi đối lập với cái ngã này." Từ Anatta, vì tiếp đầu ngữ "An" chỉ một sự không hiện hữu, abhava, chứ không phải đối lập. Anatta có nghĩa là không có "Atta," đó chỉ đơn thuần là sự phủ nhận của một "Atta", sự không hiện hữu của một "Atta" mà thôi. Những người tin có một "Atta" cố gắng để giữ cái "Atta" của họ, còn Đức Phật chỉ phủ nhận nó bằng cách thêm tiếp đầu ngữ "An" vào. Vì cái quan niệm có một "Atta", tự ngã hay linh hồn này đã ăn sâu trong rất nhiều người mà Đức Phật từng gặp, nên Ngài đã phải thuyết những bài pháp dài về vấn đề Bản ngã này cho những nhà trí thức, những nhà biện chứng và những người giỏi tranh luận.

Thuyết Vô Ngã có hai đặc tánh chính là pháp vô ngã và nhân vô ngã. Thứ nhất là Nhân Vô Ngã. Con người không có sự thường hằng của cái ngã. Thứ nhì là Pháp Vô Ngã, có nghĩa là vạn hữu không có thật ngã, không có tự tính, không độc lập. Cái ý niệm cho rằng không có tự tính hay ngã tạo nên tính đặc thù của mỗi sự vật được những người theo Phật Giáo Đại Thừa khẳng định là đặc biệt của họ chứ không phải của Tiểu Thừa. Ý niệm này thật tự nhiên vì ý niệm về "không tính" là một trong những đặc điểm nổi bật nhất của Đại Thừa, nên thật là tự nhiên khi các học giả Đại Thừa đặc "Pháp Vô Ngã" ở một vị trí nổi bật trong triết học của họ. Trong Kinh Lăng Già, Đức Phật dạy: "Khi một vị Bồ Tát Ma ha tát nhận ra rằng tất cả các pháp đều thoát ngoài tâm, mạt na, ý thức, ngũ pháp, và ba tự tính, thì vị ấy được gọi là hiểu rõ thật nghĩa của "Pháp Vô Ngã."

Chương 64. Thuyết Tất Định Và Vô Ngã

Thuyết tất định chỉ cho lý thuyết có sự quyết định của 'định mệnh,' hay Thiên mệnh, hay thượng đế. Phật giáo chủ trương sự vắng mặt của một bản ngã thường hằng bất biến. Theo Kinh Duy Ma Cật, vô ngã có nghĩa là sự hiểu biết chơn chánh rằng thân gồm ngũ uẩn chứ không có cái gọi là "bản ngã trường tồn." Tứ đại chỉ hiện hữu bởi những duyên hợp. Không có vật chất trường tồn bất biến trong thân này. Khi tứ đại hết duyên tan rã thì thân này lập tức biến mất. Vì vật chất do tứ đại cấu thành, trống rỗng, không có thật chất, nên con người do ngũ uẩn kết hợp, cũng không có tự ngã vĩnh cữu. Con người thay đổi từng giây từng phút. Theo giáo lý Tiểu Thừa thì "Vô Ngã" chỉ áp dụng cho loài người, nhưng trong Phật giáo Đại Thừa thì vạn hữu đều vô ngã.

Theo Giáo Sư Junjiro Takakusu trong Cương Yếu Triết Học Phật giáo, Đức Phật xem thế giới này là thế giới của khổ đau, và Ngài đã dạy những phương pháp đối trị nó. Vậy cái gì đã làm thế giới này trở thành khổ đau? Lý do đầu tiên như Đức Phật đã dạy, là các pháp đều vô ngã, nghĩa là vạn vật, hữu tình hay vô tình, tất cả đều không có cái mà chúng ta có thể gọi là bản ngã hay thật thể. Chúng ta thử khảo sát con người. Một người không thể xem tinh thần hay hồn của y là một thật ngã. Y hiện hữu nhưng không thể nào nắm được cái thật thể của y, không thể tìm thấy được tinh thần của y, bởi vì sự hiện hữu của con người không gì ngoài cái 'hiện hữu tùy thuộc vào một chuỗi nhân duyên.' Mọi vật hiện hữu đều là vì nhân duyên, và nó sẽ tan biến khi những tác dụng của chuỗi nhân duyên ấy chấm dứt. Những làn sóng trên mặt nước quả là hiện hữu, nhưng có thể gọi mỗi làn sóng đều có tự ngã hay không? Sóng chỉ hiện hữu khi có gió lay động. Mỗi làn sóng đều có riêng đặc tính tùy theo sự phối hợp của những nhân duyên, cường độ của gió và những chuyển động, phương hướng của gió, vân vân. Nhưng khi những tác dụng

CHƯƠNG 64. Thuyết Tất Định Và Vô Ngã

của những nhân duyên đó chấm dứt, sóng sẽ không còn nữa. Cũng vậy, không thể nào có cái ngã biệt lập với nhân duyên được. Khi con người còn là một hiện hữu tùy thuộc một chuỗi nhân duyên thì, nếu y cố gắng trì giữ lấy chính mình và nhìn mọi vật quanh mình từ quan điểm độc tôn ngã là một điều thật vô lý. Mọi người phải từ bỏ cái ngã của mình, cố gắng giúp đỡ kẻ khác và phải nhận hức cái hiện hữu cộng đồng, vì không thể nào con người hoàn toàn hiện hữu độc lập được. Nếu mọi vật đều hiện hữu tùy thuộc vào một chuỗi những nhân duyên thì cái hiện hữu đó cũng chỉ là tùy thuộc điều kiện mà thôi; không có một vật chất nào trong vũ trụ này có thể trường tồn hay tự tại. Do đó Đức Phật dạy rằng vô ngã là yếu tính của vạn vật, và từ đó, đưa đến một lý thuyết nữa là vạn vật đều vô thường, là điều không thể tránh. Hầu hết mọi người đều dốc hết năng lực vào việc gìn giữ sự hiện hữu của mình và những tư hữu của họ. Nhưng thật ra, không thể nào tìm được trung tâm hiện hữu của nó, cũng không thể nào giữ nó đời đời được. Không vật nào là không biến chuyển, ngay cả trong một sát na. Không những nó bất ổn trong tương quan với không gian, mà nó cũng bất ổn trong tương quan với thời gian nữa. Nếu ta có thể tìm được một thế giới không có không gian và thời gian, thế giới đó mới thật là thế giới tự do chân thật, tức là Niết-bàn. Nếu như những nhà vật lý hiện đại xác nhận, không gian là một trong những số lượng biến đổi và thời gian là tương đối thì thế giới của không gian thời gian này là cái ngục tù mà chúng ta không thể nào thoát ra được, tức là chúng ta đã bị trói buộc trong vòng nhân quả rồi vậy. Khi nào con người chưa tìm được cái thế giới không bị hạn cuộc bởi thời gian và không gian, con người vẫn phải là một tạo vật khổ đau. Xác nhận rằng con người có thể đạt được cảnh giới đó, cảnh giới không bị hạn cuộc bởi thời gian và không gian là sứ mệnh của Phật Giáo. Lẽ dĩ nhiên không có gì có thể được xem như là không gian vô hạn và thời gian vô cùng. Ngay cả vật lý học ngày nay cũng nhìn nhận cái vô tận của thời gian và không gian. Tuy nhiên, Đức Phật đã xướng thuyết về lý tưởng Niết-bàn hay tịch diệt, theo nguyên tắc vô thường và vô ngã. Niết-bàn có nghĩa là hủy diệt sinh tử, hủy diệt thế giới dục vọng, hủy diệt những điều kiện thời gian và không gian. Sau hết, Niết-bàn có nghĩa là cảnh giới của giải thoát viên mãn. Vô ngã hay không có sự bất biến, vô thường hay không có sự trường tồn là trạng huống thật sự của sự hiện hữu của chúng ta. Niết-bàn theo nghĩa tiêu cực là hủy diệt, nhưng theo nghĩa tích cực là tròn đầy, là lý tưởng của chúng ta, ấy là sự giải thoát trọn vẹn.

Chương 65. Tam Bảo

Sơ Lược Về Tam Bảo: Nền móng trong Phật Giáo là Tam Bảo: Phật, Pháp, và Tăng. Trong khi Phật Thích-ca là ngôi thứ Nhất của Tam Bảo, thì pháp của Ngài là ngôi Hai, và Tăng đoàn là ngôi Ba. Tất cả ba ngôi này được coi như là sự thị hiện của chư Phật. Thứ nhất là Phật Bảo: Phật là Đấng đã đạt được toàn giác dẫn đến sự giải thoát hoàn toàn khỏi luân hồi sanh tử. Danh từ Phật không phải là danh từ riêng mà là một tên gọi "Đấng Giác Ngộ" hay "Đấng Tĩnh Thức." Thái tử Sĩ Đạt Đa không phải sanh ra để được gọi là Phật. Ngài không sanh ra là tự nhiên giác ngộ. Ngài cũng không nhờ ân điển của bất cứ một đấng siêu nhiên nào; tuy nhiên sau nhiều cố gắng liên tục, Ngài đã giác ngộ. Hiển nhiên đối với Phật tử, những người tin tưởng vào luân hồi sanh tử, thì Đức Phật không phải đến với cõi Ta-bà này lần thứ nhất. Như bất cứ chúng sanh nào khác, Ngài đã trải qua nhiều kiếp, đã từng luân hồi trong thế gian như một con vật, một con người, hay một vị thần trong nhiều kiếp tái sanh. Ngài đã chia xẻ số phận chung của tất cả chúng sanh. Sự viên mãn tâm linh của Đức Phật không phải và không thể là kết quả của chỉ một đời, mà phải được tu luyện qua nhiều đời nhiều kiếp. Nó phải trải qua một cuộc hành trình dài đăng đẳng. Tuy nhiên, sau khi thành Phật, Ngài đã khẳng định bất cứ chúng sanh nào thành tâm cũng có thể vượt thoát khỏi những vướng mắc để thành Phật. Tất cả Phật tử nên luôn nhớ rằng Phật không phải là thần thánh hay siêu nhiên. Ngài cũng không phải là một đấng cứu thế cứu người bằng cách tự mình gánh lấy gánh nặng tội lỗi của chúng sanh. Như chúng ta, Phật cũng sanh ra là một con người. Sự khác biệt giữa Phật và phàm nhân là Phật đã hoàn toàn giác ngộ, còn phàm nhân vẫn mê mờ tăm tối. Tuy nhiên, Phật tánh vẫn luôn đồng đẳng trong chúng sanh mọi loài. Trong Tam Bảo, Phật là đệ nhất bảo, pháp là đệ nhị bảo và Tăng là đệ tam bảo. Theo Đạo Xước (562-645), một trong những tín đồ lỗi lạc của Tịnh Độ Tông, trong An Lạc Tập, một trong những nguồn tài liệu chính của giáo pháp Tịnh Độ, chư Phật cứu độ chúng sanh bằng bốn phương pháp. Thứ nhất là bằng khẩu thuyết như được ký tải trong Nhị Thập Bộ Kinh; thứ nhì là bằng tướng hảo quang minh; thứ ba là bằng vô lượng đức dụng thần thông đạo lực, đủ các thứ biến hóa; và thứ tư là bằng các danh hiệu của các Ngài, mà, một khi chúng sanh thốt lên, sẽ trừ khử những chướng ngại và chắc chắn sẽ vãng sanh Phật tiền.

Thứ nhì là Pháp Bảo: Pháp là một danh từ rắc rối, khó sử dụng cho đúng nghĩa; tuy vậy, pháp là một trong những thuật ngữ quan trọng và thiết yếu nhất trong Phật Giáo. Thứ nhất, theo Phạn ngữ, chữ "Pháp" phát xuất từ căn ngữ "Dhri" có nghĩa là cầm nắm, mang, hiện hữu, hình như luôn luôn có một cái gì đó thuộc ý tưởng "tồn tại" đi kèm với nó. Ý nghĩa thông thường và quan trọng nhất của "Pháp" trong Phật giáo là chân lý. Thứ hai, pháp được dùng với nghĩa "hiện hữu," hay "hữu thể," "đối tượng," hay "sự vật." Thứ ba, pháp đồng nghĩa với "đức hạnh," "công chánh," "chuẩn tắc," về cả đạo đức và tri thức. Thứ tư, có khi pháp được dùng theo cách bao hàm nhất, gồm tất cả những nghĩa lý vừa kể, nên chúng ta không thể dịch ra được. Trong trường hợp này cách tốt nhất là cứ để nguyên gốc chứ không dịch ra ngoại ngữ. Ngoài ra,

Pháp còn là luật vũ trụ hay trật tự mà thế giới chúng ta phải phục tòng. Theo đạo Phật, đây là luật "Luân Hồi Nhân Quả". Pháp còn là mọi hiện tượng, sự vật và biểu hiện của hiện thật. Mọi hiện tượng đều chịu chung luật nhân quả, bao gồm cả cốt tủy giáo pháp Phật giáo. Trong Phật giáo, Pháp là giáo pháp của Phật hay những lời Phật dạy. Con đường hiểu và thương mà Đức Phật đã dạy. Phật dạy: "Những ai thấy được pháp là thấy được Phật." Vạn vật được chia làm hai loại: vật chất và tinh thần; chất liệu là vật chất, không phải vật chất là tinh thần, là tâm. Toàn bộ giáo thuyết Phật giáo, các quy tắc đạo đức bao gồm kinh, luật, giới.

Theo Giáo Sư Junjiro Takakusu trong Cương Yếu Triết Học Phật Giáo, chữ Dharma có năm nghĩa. Thứ nhất, Dharma là cái được nắm giữ hay lý tưởng nếu chúng ta giới hạn ý nghĩa của nó trong những tác vụ tâm lý mà thôi. Trình độ của lý tưởng này sẽ sai biệt tùy theo sự tiếp nhận của mỗi cá thể khác nhau. Ở Đức Phật, nó là sự toàn giác hay viên mãn trí (Bodhi). Thứ nhì, Dharma là lý tưởng diễn tả trong ngôn từ sẽ là giáo thuyết, giáo lý, hay giáo pháp của Ngài. Thứ ba, lý tưởng đề ra cho các đệ tử của Ngài là luật nghi, giới cấm, giới điều, đức lý. Thứ tư, lý tưởng là để chứng ngộ sẽ là nguyên lý, thuyết lý, chân lý, lý tính, bản tính, luật tắc, điều kiện. Thứ năm, lý tưởng thể hiện trong một ý nghĩa tổng quát sẽ là thực tại, sự kiện, sự thể, yếu tố (bị tạo hay không bị tạo), tâm và vật, ý thể và hiện tượng. Theo phái Trung Quán, chữ Pháp trong Phật Giáo có nhiều ý nghĩa. Nghĩa rộng nhất thì nó là năng lực tinh thần, phi nhân cách bên trong và đằng sau tất cả mọi sự vật. Trong đạo Phật và triết học Phật giáo, chữ Pháp gồm có bốn nghĩa. Thứ nhất, Pháp có nghĩa là thực tại tối hậu. Nó vừa siêu việt vừa ở bên trong thế giới, và cũng là luật chi phối thế giới. Thứ nhì, Pháp theo ý nghĩa kinh điển, giáo nghĩa, tôn giáo pháp, như Phật Pháp. Thứ ba, Pháp có nghĩa là sự ngay thẳng, đức hạnh, lòng thành khẩn. Thứ tư, Pháp có nghĩa là thành tố của sự sinh tồn. Khi dùng theo nghĩa này thì thường được dùng cho số nhiều. Theo nghĩa của Phạn ngữ, Pháp là một danh từ rắc rối, khó sử dụng cho đúng nghĩa; tuy vậy, pháp là một trong những thuật ngữ quan trọng và thiết yếu nhất trong Phật Giáo. Pháp có nhiều nghĩa. Do gốc chữ Phạn "dhr" có nghĩa là "nắm giữ" hay "mang vác", hình như luôn luôn có một cái gì đó thuộc ý tưởng "tồn tại" đi kèm với nó. Nguyên thủy nó có nghĩa là luật vũ trụ, trật tự lớn mà chúng ta phải theo, chủ yếu là nghiệp lực và tái sinh. Học thuyết của Phật, người đầu tiên hiểu được và nêu những luật này lên. Kỳ thật, những giáo pháp chân thật đã có trước thời Phật lịch sử, bản thân Phật chỉ là một biểu hiện. Hiện nay từ "dharma" thường được dùng để chỉ giáo pháp và sự thật hành của đạo Phật. Pháp còn là một trong "tam bảo" theo đó người Phật tử đạt thành sự giải thoát, hai "bảo" khác là Phật bảo và Tăng bảo.

Ngoài ra, chữ Pháp còn có nghĩa là những lời dạy của Đức Phật chuyên chở chân lý. Phương cách hiểu và yêu thương được Đức Phật dạy trong giáo pháp của Ngài. Đức Phật dạy giáo pháp của Ngài nhằm giúp chúng ta thoát khỏi khổ đau phiền não do nguyên nhân cuộc sống hằng ngày và để cho chúng ta khỏi bị mất nhân phẩm, cũng như không bị sa vào ác đạo như địa ngục, ngạ quỷ, súc sanh, vân vân. Pháp như chiếc bè cho chúng ta cái gì đó để bám víu khi chúng ta triệt tiêu những vướng mắc gây cho chúng ta khổ đau phiền não và lăn trôi bên bờ sanh tử. Phật pháp chỉ những phương cách rọi sáng nội tâm, nhằm giúp cho chúng ta vượt thoát biển đời đau khổ để đáo được bỉ ngạn Niết-bàn. Một khi đã đáo được bỉ ngạn, thì ngay cả Phật pháp cũng phải xả bỏ. Pháp không phải là một luật lệ phi thường tạo ra hay ban bố bởi người nào đó. Theo Đức Phật, thân thể của chúng ta là Pháp, tâm ta là Pháp, toàn bộ vũ trụ là Pháp. Hiểu được thân, tâm và những điều kiện trần thế là hiểu được Pháp. Pháp từ vô thỉ vô chung mà tất cả mọi hiện tượng theo nhân duyên tùy thuộc vào đó. Pháp bao gồm những lời dạy và những bài thuyết pháp của Phật Thích-ca Mâu Ni trong ấy đã giải rõ ý nghĩa của Nhất Thể Tam Bảo và con đường đi đến thể hiện được nó. Pháp bảo, bao gồm những bài giảng, bài thuyết pháp của chư Phật (tức là những đấng giác ngộ viên mãn) như đã thấy trong các kinh điển và bản văn Phật giáo khác vẫn được phát triển. Theo Kinh Bát Nhã Ba La Mật Đa Tâm Kinh, bản chất của chư pháp đều không sanh, không diệt, không nhơ, không sạch, không tăng, không giảm. Đức Phật dạy: "Những ai thấy được Pháp là thấy Ta."

Thứ ba là Tăng Bảo: Từ Bắc Phạn "Sangha" được dùng để chỉ cho "Cộng đồng Phật tử." Theo nghĩa hẹp, từ này có thể được dùng cho chư Tăng Ni; tuy nhiên, theo nghĩa rộng, theo nghĩa rộng, Sangha ám chỉ cả tứ chúng (Tăng, Ni, Ưu Bà Tắc và Ưu Bà Di). Phật tử tại gia gồm những Ưu Bà Tắc và Ưu Bà Di, những người đã thọ ngũ giới. Tất cả tứ chúng này đều đòi hỏi phải chính thức thọ giới luật; giới luật tự viện giới hạn giữa 250 và 348 giới; tuy nhiên, con số giới luật thay đổi giữa luật lệ khác nhau của các truyền thống. Một điều bắt buộc tiên khởi cho cả tứ chúng là lễ quán đảnh hay quy y Tam Bảo: Phật, Pháp, Tăng. Tăng bảo, bao gồm các môn đệ đương thời tu tập và thể hiện chân lý cứu độ của Nhất Thể Tam Bảo đầu tiên được Phật Thích-ca Mâu Ni khai thị. Sangha, nguyên là tiếng Phạn nghĩa là đoàn thể Tăng Ni, dịch ra chữ Hán là hòa hợp chúng. Lý hòa là cùng chứng được lý vô vi giải thoát. Thân hòa cùng ở, khẩu hòa vô tranh, kiến hòa đồng giải, lợi hòa đồng quân, và giới hòa đồng tu. Tăng Ni là các vị đã rời bỏ nếp sống gia đình để tu tập Phật Pháp. Thường thường họ chỉ giữ lại vài món cần dùng như y áo, bát khất thật, và lưỡi lam cạo râu tóc. Họ hướng đến việc từ bỏ những nhu cầu tư hữu vật chất. Họ tập trung tư tưởng vào việc phát triển nội tâm để đạt đến sự thông hiểu bản chất của vạn hữu bằng cách sống thanh tịnh và đơn giản. Cộng đồng Tăng Ni và Phật tử cùng nhau tu hành chánh đạo. Tăng già còn có nghĩa là một hội đồng, một tập hợp, hội chúng Tăng với ít nhất từ ba đến bốn vị Tăng, dưới một vị Tăng chủ. Tăng già hay cộng đồng Phật giáo. Tuy nhiên, theo nghĩa hẹp Sangha ám chỉ cộng đồng tu sĩ; tuy nhiên, theo nghĩa rộng, Sangha ám chỉ cả tứ chúng (tăng, ni, ưu bà tắc và ưu bà di). Thông thường, chúng gồm ba hay bốn vị Tỳ-kheo họp lại với nhau, dưới sự chủ trì của một vị Tăng cao hạ, để cùng nhau phát lồ sám hối, tìm ra giải pháp thỏa đáng, hay thọ giới.

Các Loại Tam Bảo: Tất cả Phật tử đều biết nền móng trong Phật Giáo là Tam Bảo, không tin, hay không tôn kính Tam Bảo thì không thể nào có được nếp sống Phật giáo. Người ta định nghĩa Tam Bảo theo nhiều cách khác nhau. Thứ nhất là Nhất Thể Tam Bảo: "Phật Tỳ Lô Giá Na là sự biểu thị sự thể hiện của thế giới Tánh Không, của Phật tánh, của tánh Bình Đẳng Vô Ngại. Pháp từ vô thỉ vô chung mà tất cả mọi hiện tượng theo nhân duyên tùy thuộc vào đó. Sự hòa hợp giữa Phật Tỳ Lô Giá Na và Pháp (hai yếu tố trên) tạo thành toàn bộ thực tại như những bậc giác ngộ kinh nghiệm." Một người không nhận ra Nhất Thể Tam Bảo thì không thể nào hiểu sâu ý nghĩa sự giác ngộ của Đức Phật Thích-ca Mâu Ni, không thể đánh giá sự quý báu vô cùng của những lời Ngài dạy, cũng như không thể ấp ủ hình ảnh chư Phật như những thật thể sinh động. Lại nữa, Nhất Thể Tam Bảo sẽ không được biết đến nếu nó không được Phật Thích-ca Mâu Ni thể hiện nơi thân tâm Ngài và con đường thể hiện do Ngài triển khai cũng vậy. Cuối cùng, không có những người giác ngộ theo con đường của Phật trong thời đại chúng ta khích lệ và dẫn dắt người khác theo con đường Tự Ngộ này thì Nhất Thể Tam Bảo chỉ là một lý tưởng xa xôi. Câu chuyện lịch sử cuộc đời Đức Phật Thích-ca sẽ là câu chuyện lịch sử khô héo về những lời Phật dạy, hoặc sẽ là những chuyện trừu tượng vô hồn. Hơn nữa, khi mỗi chúng ta thể hiện Nhất Thể Tam Bảo, thì nền móng của Tam Bảo không gì khác hơn chính tự tánh của mình. Hành giả tu Phật mà không nhận ra Nhất Thể Tam Bảo thì không thể nào hiểu sâu ý nghĩa sự giác ngộ của Đức Phật Thích-ca Mâu Ni, không thể đánh giá sự quý báu vô cùng của những lời Ngài dạy, cũng như không thể ấp ủ hình ảnh chư Phật như những thật thể sinh động. Lại nữa, Nhất Thể Tam Bảo sẽ không được biết đến nếu nó không được Phật Thích-ca Mâu Ni thể hiện nơi thân tâm Ngài và con đường thể hiện do Ngài triển khai cũng vậy. Cuối cùng, không có những người giác ngộ theo con đường của Phật trong thời đại chúng ta khích lệ và dẫn dắt người khác theo con đường Tự Ngộ này thì Nhất Thể Tam Bảo chỉ là một lý tưởng xa xôi. Câu chuyện lịch sử cuộc đời Đức Phật Thích-ca sẽ là câu chuyện lịch sử khô héo về những lời Phật dạy, hoặc sẽ là những chuyện trừu tượng vô hồn. Hơn nữa, khi mỗi chúng ta thể hiện Nhất Thể Tam Bảo, thì nền móng của Tam Bảo không gì khác hơn chính tự tánh của mình. Thiền sư Bách Trượng Hoài Hải dạy: "Tâm là Phật và không cần thiết phải sử dụng vị Phật này để đi tìm Phật. Tâm là Pháp và không cần thiết phải sử dụng Pháp này để đi tìm Pháp. Phật và Pháp không phải là hai thật thể riêng biệt nhưng cùng góp lại để tạo thành Tăng già. Đó là ý nghĩa của Tam Bảo Nhất Thể. Kinh điển có nói rằng: 'Tâm, Phật, chúng sanh: giữa cả ba ý niệm đó, không một mảy may khác biệt.' Khi bạn giữ được thân, tâm và lời nói thanh tịnh, chúng ta nói rằng một vị Phật vừa đản sanh trong thế gian này. Khi cả ba đều ô uế, chúng ta nói rằng một vị Phật vừa bị triệt tiêu." Thứ nhì là Hiện Tiền Tam Bảo: "Phật là Đức Phật Lịch Sử Thích-ca Mâu Ni, người đã thể hiện nơi chính mình sự thật của Nhất Thể Tam Bảo qua sự thành tựu viên mãn của Ngài. Pháp bao gồm những lời dạy và những bài thuyết pháp của Phật Thích-ca Mâu Ni trong ấy đã giải rõ ý nghĩa của Nhất Thể Tam Bảo và con đường đi đến thể hiện được nó. Tăng là những môn đệ trực tiếp của Đức Phật Thích-ca Mâu Ni, bao gồm luôn cả những đệ tử trong thời Ngài còn tại thế, đã nghe, tin, và thực hiện nơi bản thân họ Nhất Thể Tam Bảo mà Ngài đã chỉ dạy. Một chúng phải có ít nhất là ba vị TăngTừ Bắc Phạn dùng để chỉ cho "Cộng đồng Phật tử." Theo nghĩa hẹp, từ này có thể được dùng cho chư Tăng Ni; tuy nhiên, theo nghĩa rộng, theo nghĩa rộng, Sangha ám chỉ cả tứ chúng (Tăng, Ni, Ưu Bà Tắc và Ưu Bà Di). Phật tử tại gia gồm những Ưu Bà Tắc và Ưu Bà Di, những người đã thọ ngũ giới. Tất cả tứ chúng này đều đòi hỏi phải chính thức thọ giới luật; giới luật tự viện giới hạn giữa 250 và 348 giới; tuy nhiên, con số giới luật thay đổi giữa luật lệ khác nhau của các truyền thống. Một điều bắt buộc tiên khởi cho cả tứ chúng là lễ quán đảnh hay quy y Tam Bảo: Phật, Pháp, Tăng." Thọ trì Phật Bảo bao gồm sự thờ cúng hình tượng chư Phật như đã được truyền đến chúng ta. Thọ trì Pháp bảo bao gồm những bài giảng, bài thuyết pháp của chư Phật (tức là những đấng giác ngộ viên mãn) như đã thấy trong các kinh điển và bản văn Phật giáo khác vẫn được phát triển. Thọ trì Tăng bảo bao gồm các môn đệ đương thời tu tập và thể hiện chân lý cứu độ của Nhất Thể Tam Bảo đầu tiên được Phật Thích-ca Mâu Ni khai thị.

Chương 66. Quy Y Tam Bảo

Quy Y Tam Bảo là tin vào Phật giáo và về nương nơi ba ngôi Tam Bảo. Quy Y Tam Bảo là ba trong những cửa ngõ quan trọng đi vào đại giác. Người Phật tử mà không quy y Tam Bảo sẽ có nhiều vấn đề trở ngại cho sự tiến bộ trong tu tập. Nếu không có dịp thân cận chư Tăng (Tăng Bảo) để được chỉ dạy dẫn dắt. Kinh Phật thường dạy, "không quy y Tăng dễ đọa súc sanh." Không quy y Tăng chúng ta không có gương hạnh lành để bắt chước, cũng như không có ai đưa đường chỉ lối cho ta làm lành lánh ác, nên si mê phát khởi, mà si mê là một trong những nhân chính đưa ta tái sanh vào cõi súc sanh. Nếu không có dịp thân cận Pháp để tìm hiểu và phân biệt chánh tà chân ngụy. Do đó tham dục dấy lên, mà tham dục là một trong những nhân chính để tái sanh vào cõi ngạ quỷ. Vì thế mà kinh Phật luôn dạy, "không quy y pháp dễ đọa ngạ quỷ". Không được dịp thân cận với chư Phật chẳng những không cảm được hồng ân của quý ngài, mà không có dịp bắt chước đức từ bi của các Ngài. Do đó sân hận ngày một tăng, mà sân hận là một trong những nguyên nhân chính của địa ngục. Vì thế mà kinh Phật luôn dạy, "không quy y Phật dễ bị đọa địa ngục". Trong Kinh Pháp Cú, Đức Phật dạy: "Vì sợ hãi bất an mà đến quy y thần núi, quy y rừng cây, quy y miếu thờ thọ thần (188). Nhưng đó chẳng phải là chỗ nương dựa yên ổn, là chỗ quy y tối thượng, ai quy y như thế khổ não vẫn còn nguyên (189). Trái lại, quy y Phật, Pháp, Tăng, phát trí tuệ chơn chánh (190). Hiểu thấu bốn lẽ mầu: biết khổ, biết khổ nhân, biết khổ diệt và biết tám chi Thánh đạo, diệt trừ hết khổ não (191). Đó là chỗ quy y an ổn, là chỗ quy y tối thượng. Ai quy y được như vậy mới giải thoát khổ đau (192)."

Muốn quy y Tam Bảo, trước hết người Phật tử nên tìm đến một vị thầy tu hành giới đức trang nghiêm để xin làm lễ quy y thọ giới trước điện Phật. Được nhận làm đệ tử tại gia sau nghi thức sám hối và lập lại những lời một vị Tăng về quy y. Quy y Phật vị đạo sư vô thượng. Tự quy y Phật, đương nguyện chúng sanh, thể giải đại đạo, phát vô thượng tâm (1 lạy). Quy y Pháp thần y lương dược. Tự quy y Pháp, đương nguyện chúng sanh, thâm nhập kinh tạng, trí tuệ như hải (1 lạy). Quy y Tăng đệ tử tuyệt vời của Phật. Tự quy y Tăng, đương nguyện chúng sanh, thống lý đại chúng, nhứt thiết vô ngại. Trong lúc lắng nghe ba pháp quy y thì lòng mình phải nhất tâm hướng về Tam Bảo và tha thiết phát nguyện giữ ba pháp ấy trọn đời, dù gặp hoàn cảnh nào cũng không biến đổi.

Về nương với Phật, Pháp, Tăng. Người thành tâm quy y Tam Bảo sẽ không còn sa vào các đường dữ nữa. Hết kiếp người sẽ được sanh vào các cõi trời. Đã là Phật tử thì phải quy y ba ngôi Tam Bảo Phật Pháp Tăng, nghĩa là cung kính nương về với Phật, tu theo giáo pháp của Ngài, cũng như tôn kính Tăng Già. Phật tử thệ nguyện không quy y thiên thần quỷ vật, không thờ tà giáo, không theo tổn hữu, ác đảng. Quy y là trở về nương tựa. Có nhiều loại nương tựa. Khi con người cảm thấy bất hạnh, họ tìm đến bạn bè; khi âu lo kinh sợ họ tìm về nương nơi những niềm hy vọng ảo huyền, những niềm tin vô căn cứ; khi lâm chung họ tìm nương tựa trong sự tin tưởng vào cảnh trời vĩnh cửu. Đức Phật dạy, không chỗ nào trong những nơi ấy là những nơi nương tựa thật sự cung ứng cho ta trạng thái thoải mái và châu toàn thật sự. Đối với người Phật tử thì chuyện quy y Tam Bảo là chuyện cần thiết. Lễ quy y tuy là một hình thức tổ chức đơn giản, nhưng rất quan trọng đối với Phật tử, vì đây chính là bước đầu tiên trên đường tu học để tiến về hướng giải thoát và giác ngộ. Đây cũng là cơ hội đầu tiên cho Phật tử nguyện tinh tấn giữ ngũ giới, ăn chay, tụng kinh niệm Phật, tu tâm, dưỡng tánh, quyết tâm theo dấu chân Phật để tự giúp mình ra khỏi sanh tử luân hồi.

Quy y là nguyện Về Nương Phật Pháp Tăng. Ngữ căn "Sr" trong tiếng Bắc Phạn (Sanskrit) hoặc "Sara" trong tiếng Nam Phạn (Pali) có nghĩa là di chuyển hay đi tới, như vậy "Saranam" diễn tả sự chuyển động, hoặc người ấy đi đến trước hay cùng đi đến với người khác. Như vậy câu "Gachchàmi Buddham Saranam" có nghĩa là "Tôi đi đến với Đức Phật như bậc hướng dẫn cho tôi." Về nương nơi ba ngôi Tam Bảo hay ba ngôi cao quý. Trong Phật giáo, một nơi để về nương là nơi mà người ta có thể tựa vào đó để có sự hỗ trợ và dẫn dắt, chứ không phải là chạy vào đó để trốn hay ẩn náu. Trong hầu hết các truyền thống Phật giáo, "về nương" hay "tam quy y" hay "Tam Bảo": Phật, Pháp, Tăng được xem như là một hành động chủ yếu để trở thành Phật tử. Quy y là công nhận rằng mình cần sự trợ giúp và hướng dẫn, và quyết định đi theo con đường của Phật giáo. Đức Phật là vị đã sáng lập một cách thành công con đường đi đến giải thoát, và Ngài đã dạy cho người khác về giáo pháp của Ngài. Tăng già là cộng đồng Tăng lữ sống trong tự viện, gồm những người đã cống hiến đời mình để tu tập và hoằng hóa, và cũng là nguồn giáo huấn và mẫu mực cho người tại gia. Lời nguyện tiêu chuẩn của Tam Quy y là:

"Con nguyện quy y Phật
Con nguyện quy y Pháp
Con nguyện quy y Tăng."

Ba câu này có nghĩa là "Con nguyện quy y Phật, Pháp, Tăng như những người diệt trừ các điều sợ hãi của tôi, trước hết bằng lời dạy của Đức Phật, kế thứ bằng chân lý rõ ràng của giáo pháp, và cuối cùng bằng sự gương mẫu và giới đức của chư Tăng.

Có năm giai đoạn Quy y: quy y Phật, quy y Pháp, quy y Tăng, quy y bát giới, quy y Thập giới. Đây là năm cách tin tưởng vào Tam Bảo, được những bậc sau đây trì giữ. Thứ nhất là bậc Phiên tà, tức những người tránh xa nẻo tà. Thứ nhì là bậc trì ngũ giới. Thứ ba là bậc trì bát giới. Thứ tư là bậc trì Thập giới. Thứ năm là bậc trì cụ túc giới. Lễ quy y Tam Bảo và thọ giới nên cử hành một cách trang nghiêm trước điện Phật. Nghi thức quy y nên tổ chức đơn giản, tùy theo hoàn cảnh mỗi nơi. Tuy nhiên, khung cảnh lễ cần phải trang nghiêm, trên là điện Phật, dưới có Thầy chứng tri, chung quanh có sự hộ niệm của chư Tăng ni, các Phật tử khác, và thân bằng quyến thuộc. Về phần bản thân của vị Phật tử quy y cần phải trong sạch, quần áo chỉnh tề mà giản dị. Đến giờ quy y, theo sự hướng dẫn của Thầy truyền trao quy-giới, phát nguyện tâm thành, ba lần sám hối cho ba nghiệp được thanh tịnh: "Đệ tử xin suốt đời quy y Phật, nguyện không quy y Thiên thần, quỷ vật. Đệ tử xin suốt đời quy y Pháp, nguyện không quy y ngoại đạo tà giáo. Đệ tử xin quy y Tăng, nguyện không quy y tổn hữu ác đẳng."

Đức Phật đã nói, "Ta là Phật đã thành, các người là Phật sẽ thành." Ý nói trong chính chúng ta tiềm ẩn Phật tánh chưa được xuất hiện, nên khi ta đã quy y Tam Bảo bên ngoài, chúng ta cũng phải quy y Tam Bảo trong tâm của chúng ta, vì vậy chúng ta phải nguyện: "Đệ tử nguyện xin tự quy y Phật (nghĩa là Phật trong tâm). Tự quy y Phật, đương nguyện chúng sanh, thể giải đại đạo, phát vô thượng tâm (1 lạy). Đệ tử nguyện xin tự quy y Pháp (nghĩa là Pháp trong tâm). Tự quy y Pháp, đương nguyện chúng sanh, thâm nhập kinh tạng, trí tuệ như hải (1 lạy). Đệ tử nguyện xin tự quy y Tăng (nghĩa là Tăng trong tâm). Tự quy y Tăng, đương nguyện chúng sanh, thống lý đại chúng, nhứt thiết vô ngại." Trong lúc lắng nghe ba pháp quy y thì lòng mình phải nhất tâm hướng về Tam Bảo và tha thiết phát nguyện giữ ba pháp ấy trọn đời, dù gặp hoàn cảnh nào cũng không biến đổi.

Quy y Tam Bảo trong trường phái Mật tông, theo Ngài Ban Thiền Lạt Ma đời thứ nhất biên soạn: "Trong niềm đại hỷ lạc, đệ tử biến thành Đức Phật Bổn Sư. Từ thân con trong suốt, vô lượng ánh hào quang tỏa rạng mười phương. Chú nguyện hộ trì chốn này cùng mọi chúng sanh nơi đây. Tất cả biến thành toàn hảo và chỉ mang những phẩm hạnh cực kỳ thanh tịnh. Từ trạng thái của tâm thức siêu việt và đức hạnh. Đệ tử cùng vô lượng chúng sanh đã từng là mẹ của đệ tử. Từ bây giờ cho đến khi Giác Ngộ. Chúng con nguyện xin quy y Đức Bổn Sư và Tam Bảo. Đệ tử xin đảnh lễ Đức Bổn Sư. Đệ tử xin đảnh lễ Đức Phật. Đệ tử xin đảnh lễ Pháp. Đệ tử xin đảnh lễ Tăng Già (ba lần). Vì tất cả chúng sanh mẹ. Đệ tử xin hóa thành Đức Phật Bổn Sư. Và xin nguyện dẫn dắt mọi chúng sanh đạt đến Giác Ngộ tối thượng của Đức Phật Bổn Sư (ba lần). Vì tất cả các chúng sanh mẹ, đệ tử xin nguyện nhanh chóng đạt đến Giác Ngộ tối thượng của Đức Phật Bổn Sư ngay trong kiếp này (ba lần). Đệ tử xin nguyện giải thoát mọi chúng sanh mẹ khỏi khổ đau và dẫn dắt họ đến cõi Cực Lạc của Phật quốc (ba lần). Vì mục đích này, đệ tử xin nguyện tu tập pháp môn thâm diệu Du Già Đức Phật Bổn Sư (ba lần). Om-Ah-Hum (ba lần). Mây thanh tịnh cúng dường bên ngoài, bên trong và bí mật. Duyên hợp chúng con lại với Đức Bổn Sư, quán tưởng cúng dường tràn ngập tận cùng hư không, đất và trời, trải rộng khắp cùng, tột cùng bất khả tư nghì. Tinh túy chính là Kim Cang Bồ Đề Giác Ngộ, hiển bày bằng sự cúng dường bên trong và các phẩm vật cúng dường cốt để phát sinh tối thượng Kim Cang Bồ Đề Giác Ngộ của Tánh không và Hỷ lạc. Đó cũng là niềm hỷ lạc mà lục căn an trụ.

Ngoài ra, Phật giáo Mật tông còn quy y Tam Bảo và Bách Thiên Chư Phật tại Cực Lạc Quốc theo ngài Tống Lạt Ba: "Đệ tử xin quy y Tam Bảo và xin nguyện giải thoát mọi chúng sanh hữu tình. Đệ tử xin phát nguyện hành trì đạt Giác Ngộ (ba lần). Xin cho toàn cõi mười phương trên trái đất này thành thanh tịnh, không có cả một hạt sạn. Trơn tru như lòng bàn tay trẻ thơ. Sáng bóng tự nhiên như phiến đá đã mài nhẵn. Xin cho mọi nơi đều tràn ngập phẩm vật cúng dường của chư nhân thiên, trước mặt đệ tử và trong niềm quán tưởng như đám mây tuyệt trần cúng dường Đức Phổ Hiền Bồ Tát. Từ trái tim của Đức Hộ Pháp Bách Thiên Chư Phật tại Cực Lạc Quốc bay ra đám mây như khối sữa đặc trắng, tươi mát. Bậc Toàn Trí Tống Lạt Ba, vị Pháp Vương, cùng các chư tôn đệ tử, con cầu xin người thị hiện ra ngay nơi đây. Hỡi Đức Bổn Sư Tôn Kính đang mỉm cười từ bi an lạc. Tọa trên ngai sư tử, nguyệt luân và nhật luân trong không gian trước mặt đệ tử. Con cầu xin ngài thường trụ lại vô lượng a tăng kỳ kiếp để hoằng hóa đạo pháp. Và là Tối Thượng Phước Điền trong lòng tín tâm sùng kính của con. Tâm thức của ngài mang trí tuệ Toàn Giác Toàn Trí thấu hiểu mọi sự vật và tất cả mọi pháp. Khẩu ngữ của Ngài truyền đạt giáo pháp, hóa thành đôi hoa tai của những bậc phú quí. Thân ngài đẹp tỏa rạng hào quang lừng lẫy. Đệ tử xin đảnh lễ nơi ngài, chiêm ngưỡng, lắng nghe và tưởng nhớ đến ngài, người đã mang lại thật nhiều lợi lạc. Nước cúng dường, hoa đủ loại cúng dường hoan hỷ chư Phật. Hương trầm, đèn và nước thơm và vân

CHƯƠNG 66. Quy Y Tam Bảo

vân. Một biển phẩm vật hiện hữu và quán tưởng như mây cúng dường. Đệ tử xin dâng lên ngài, bậc Tối Thượng Phước Điền. Tất cả mọi nghiệp ác từ thân khẩu ý mà con đã tích tụ từ vô thỉ vô lượng kiếp, và nhất là những tội vi phạm ba giới, đệ tử xin sám hối nhiều nữa với lòng thiết tha từ tận đáy lòng. Từ thâm sâu trong lòng con, con hoan hỷ, hỡi đấng Hộ Pháp, trong vô tận đức hạnh của người, bậc tinh tấn tu học và hành trì trong thời mạt pháp này, và mang lại cho kiếp sống ý nghĩa khi từ bỏ tám ngọn gió tư lợi. Hỡi bậc Bổn Sư Thánh Trí tôn kính, từ đám mây từ bi hình thành trên bầu trời trí tuệ của Pháp Thân Ngài, xin rải đám mưa đạo Pháp rộng lớn và thâm diệu, khế hợp kỳ diệu với căn cơ của đệ tử. Đệ tử xin hồi hướng mọi công đức đã tích lũy cho sự lợi ích hoằng Pháp đến mọi chúng sanh hữu tình, và nhất là cho giáo Pháp tinh túy của Tổ Tống Lạt Ba tôn quý thường trụ tỏa rạng. Xin dâng Mạn Đà La này lên cõi chư Phật trên Bảo Đàn lộng lẫy huy hoàng đầy hoa, nước nghệ thơm để trang hoàng núi Tu Di, bốn Đại Châu cùng Nhật Nguyệt. Xin nguyện mọi chúng sanh được tiếp dẫn về cõi Cực Lạc. Đệ tử xin dâng mạn đà la châu báu này lên các ngài, Đức Bổn Sư tôn quý. Nhờ nguyện lực với lòng thiết tha cầu xin như thế. Cột ánh sáng trắng tỏa từ tâm, từ đấng Từ Phụ tôn kính và từ hai đệ tử, cuối cùng nhập một và đi vào đảnh đầu của con. Từ nước Cam Lộ trắng, mầu như sữa đề hồ, chảy dọc theo cột ánh sáng trắng dẫn đường, giúp con tẩy sạch mọi bệnh tật, phiền não, ác nghiệp, chướng ngại và các huân tập không sót chút nào. Thân con trở thành thanh tịnh và trong suốt như pha lê. Ngài là hiện thân của Đức Quán Thế Âm, nguồn từ bi trân quí lớn, không nhằm mục đích hiện hữu đích thật. Và hiện thân Bồ Tát Văn Thù Sư Lợi, bậc đại trí toàn mỹ. Cũng là đấng Kim Cang Thủ, tiêu diệt đám ma vương không ngoại lệ. Hỡi Tổ Tống Lạt Ba, vị vua của mọi hiền giả trên Xứ Tuyết. Đệ tử xin quỳ đảnh lễ Tổ, Pháp danh người là Lozang-Dragpa (ba lần). Xin đấng Bổn Sư tôn quý và rực rỡ đến ngự trên tòa sen và nguyệt luân ngự trị trên đỉnh đầu của con. Gìn giữ hộ trì con trong ánh đại từ đại bi của người. Cúi xin người ban phép lành cho con để con đạt đến thân khẩu ý giác ngộ của người. Xin đấng Bổn Sư tôn quý và rực rỡ đến ngự trên tòa sen và nguyệt luân ngự trị trong trái tim con. Gìn giữ hộ trì con trong ánh đại từ đại bi của người. Xin người thường trụ ở thế gian hoằng pháp cho đến khi chúng con Giác Ngộ Bồ Đề. Nguyện xin công đức này giúp cho đệ tử mau chóng đạt đến tâm giác ngộ của Đức Bổn Sư và xin nguyện dẫn dắt vô lượng chúng sanh không trừ ai đạt đến tâm giác ngộ của Đức Phật Bổn Sư.

Thật tình mà nói, đạo Phật đã ban cho các dân tộc mà nó đi qua những đức hạnh cao cả nhất của con người. Nếp sống hòa nhã, lịch sự và chánh trực của người Phật tử trên khắp thế giới cho thấy rằng đạo Phật thật sự đã chứng minh là chân thật. Chính đạo Phật đã ban cho các dân tộc mà nó đi qua những đức hạnh cao cả nhất của con người. Nếu hạnh phúc là hậu quả của tư tưởng, ngôn ngữ và hành động tốt đẹp thì quả thật những Phật tử thuần thành đã tìm ra bí quyết của cuộc sống chân chánh. Mà thật vậy, có bao giờ chúng ta thấy hạnh phúc thật sự phát sanh từ những hành động sai lầm hay có bao giờ chúng ta gieo nhân xấu mà hái được quả tươi đẹp đâu. Đi xa hơn chút nữa, có ai trong chúng ta có thể thoát khỏi định luật vô thường hay chạy ra ngoài vòng khổ đau phiền não đâu. Theo Phật giáo, quy y sai lạc là không quy y vào Phật, Pháp, Tăng. Thuật ngữ Phật giáo dùng tiếng "Quy y" để công bố niềm tin của mình nơi Phật, Pháp và Tăng. Từ vô thỉ, chúng ta đã quy y sai lạc với những lạc thú tạm bợ nhất thời với hy vọng tìm thỏa mãn trong những lạc thú này. Ta xem những thứ ấy như một lối thoát ra khỏi những chán chường buồn bã của mình, nên chạy theo chúng để rồi kết quả cuối cùng cũng vẫn là khổ đau phiền não. Khi Đức Phật nói đến quy y, Ngài khuyên dạy chúng ta nên đoạn tuyệt với cái lối đi tìm thỏa mãn một cách vô vọng như vậy.

CHƯƠNG 66. Quy Y Tam Bảo

Quy y chân thật là một sự thay đổi thái độ, do thấy những chuyện phù phiếm mà ta thường bám víu, rốt rồi chẳng có ích lợi gì. Một khi chúng ta thấy rõ được bản chất bất toại của sự vật mà chúng ta hằng theo đuổi, chúng ta nên quyết tâm về nương nơi Tam Bảo. Lợi Ích của sự quy y chân thật. Phật tử chân thuần, nhất là những Phật tử tại gia nên cố gắng am tường Tứ Diệu Đế, vì nếu sự hiểu biết về tứ diệu đế càng nhiều và càng rõ thì chúng ta sẽ có được sự kính ngưỡng vô biên đến với Phật, với Pháp, và với những Thánh đệ tử của Ngài. Đương nhiên ai trong chúng ta cũng kính ngưỡng Đức Phật, nhưng chúng ta cũng phải có được sự kính ngưỡng sâu xa đối với chánh pháp vì chánh pháp là đối tượng chân thật của sự quy y. Sau thời không có Phật, thì chính Giáo Pháp của Ngài là ngọn hải đăng giúp chúng ta tu tập giải thoát. Sự quy y không chỉ diễn ra trong cái ngày mà chúng ta làm lễ quy y, hay chỉ diễn ra trong vòng vài ba ngày, hay vài ba năm, nó chẳng những là một tiến trình của cả một đời này, mà còn cho nhiều đời nhiều kiếp về sau này nữa. Phật tử chân thuần phải thấy được đại lộ duy nhất lên Phật là quy y Tam bảo, không có ngoại lệ! Ngoài ra, còn những lợi lạc khác khi chúng ta trở thành Phật tử và quy y Tam Bảo bao gồm thứ nhất chúng ta trở thành một người có thọ giới; thứ nhì, chúng ta có thể tiêu trừ tất cả chướng ngại do nhiều nghiệp tích lũy từ trước; thứ ba, chúng ta sẽ dễ dàng tích lũy một số công đức có lợi trong việc tu tập; thứ tư, chúng ta ít bị phiền nhiễu vì những hành vi tác hại của người khác; thứ năm, chúng ta sẽ không rơi vào đọa xứ; thứ sáu, chúng ta sẽ không khó khăn thành tựu những mục tiêu tu tập của mình; và cuối cùng, con đường giác ngộ sẽ đến với chúng ta, vấn đề chỉ còn là thời gian và mức độ tu tập mà thôi.

Chương 67. Tu Tập Tứ Niệm Xứ

Có lối bốn mươi pháp Thiền Niệm Xứ như vậy được liệt kê trong Thanh Tịnh Đạo Luận (Visuddhi-Magga) bao gồm Tứ Vô Lượng Tâm, Mười Bất Tịnh, Bốn Vô Sắc, Mười Biến Xứ, Mười Niệm, Một Tưởng và Một Tưởng. Tứ Niệm Xứ là bốn đối tượng thiền quán để trụ tâm hay bốn cách Thiền theo Phật giáo để diệt trừ ảo tưởng và đạt thành giác ngộ. Nói cách khác, đối với người tu Phật, Tứ Niệm Xứ chính là bốn con đường tuyệt vời có thể giúp hành giả lên Phật. Phật giáo Tiểu thừa gọi những phương pháp này là "nghiệp xứ" (kammatthana), là một trong những phương pháp tư duy phân biệt.

Thứ nhất là Thân Niệm Xứ: Còn gọi là Quán Thân Bất Tịnh. Quán và toàn chứng được thân này bất tịnh. Vì điên đảo mộng tưởng mà đa số chúng ta đều cho rằng thân này quý báu hơn hết. Nên thân này cần phải được ăn ngon mặc đẹp. Chính vì vậy mà chúng ta vật lộn với cuộc sống hằng ngày. Đời sống hằng ngày không còn là nơi an ổn nữa, mà trở thành đấu trường của tham, sân, si, mạn, nghi, tà kiến, sát, đạo, dâm, vọng, ty hiềm, ganh ghét và vô minh. Từ đó ác nghiệp được từ từ kết tạo. Người tu chân thuần phải quán thân từ mắt, tai, mũi, lưỡi, miệng, hậu môn, vân vân đều là bất tịnh. Khi ngồi chúng ta nên quán tưởng thân này là bất tịnh, được bao phủ bởi một cái túi da nhơ nhớp, bên trong như thịt, mỡ, xương, máu, đàm, và những chất thừa thải mà không một ai dám đụng tới. Thân này, nếu không được tắm rữa bằng nước thơm dầu thơm và xà bông thơm, thì chắc chắn không ai dám tới gần. Hơn nữa, thân này đang hoại diệt từng phút từng giây. Khi ta ngừng thở thì thân này là cái gì nếu không phải là cái thây ma? Ngày đầu thì thây ma bắt đầu đổi màu. Vài ngày sau đó thấy thảy ra mùi hôi thúi khó chịu. Lúc này, dù là thây của một nữ tú hay nam thanh lúc còn sanh thời, cũng không ai dám đến gần. Người tu Phật nên quán thân bất tịnh để đối trị với tham ái, ích kỷ, và kiêu ngạo, vân vân. Một khi ai trong chúng ta cũng đều hiểu rằng thân này đều giống nhau cho mọi loài thì chúng ta sẽ dễ thông hiểu, kham nhẫn và từ bi hơn với mình và với người. Sự phân biệt giữa người già, người phế tật, và các chủng tộc khác sẽ không còn nữa. Như trên ta thấy khi quán thân thì thân này là bất tịnh. Nó bị coi như là một cái túi da đựng đầy những rác rưởi dơ bẩn, và chẳng bao lâu thì nó cũng bị tan rã. Vì vậy chúng ta không nên luyến chấp vào thân này. Bản chất của thân tâm chúng ta là bất tịnh, chứ không đẹp mà cũng chẳng Thánh thiện. Theo quan điểm tâm sinh lý thì thân thể con người là bất tịnh. Điều này không có nghĩa tiêu cực hay bi quan. Khách quan mà nói về thân thể con người, nếu chúng ta xem xét cho kỹ thì sẽ thấy rằng sự kết thành của thân này từ tóc, máu, mủ, phân, nước tiểu, ruột, gan, bao tử, vân vân, là hang ổ của vi khuẩn, là những nơi mà bệnh tật chờ phát triển. Thật vậy, thân chúng ta bất tịnh và bị hoại diệt từng phút từng giây. Quán thân cấu uế bất tịnh, phủ nhận ý nghĩ về "tịnh." Ở đây vị Tỳ-kheo quán thân trên thân, tinh cần, tỉnh giác, chánh niệm để nhiếp phục tham sân trên đời.

Thứ nhì là "Thọ Niệm Xứ": Còn gọi là Quán thọ thị khổ. Quán và toàn chứng được những cảm thọ là xấu xa, dù là cảm thọ khổ đau, vui sướng hay trung tính. Quán rằng cảm thọ là đau khổ. Có ba loại cảm thọ là vui sướng, khổ đau và trung tính; tuy nhiên, Phật dạy mọi cảm thọ đều đau khổ vì chúng vô thường, ngắn ngủi, không nắm bắt được, và do đó chúng là không thật, ảo tưởng. Hơn nữa, khi chúng ta nhận của ai cái gì thì lẽ đương nhiên là chúng ta phải làm cái gì đó để đền trả lại. Rất có thể chúng ta phải trả giá cao hơn cho những gì mà chúng ta đã nhận. Tuy nhiên, sự nhận về phần vật chất vẫn còn dễ nhận ra để đề phòng hơn là sự cảm thọ tinh thần, vì cảm thọ là một hình thức thọ nhận mà phần đông chúng ta đều vướng bẫy. Nó rất vi tế, nhưng hậu quả tàn phá của nó thật là khốc liệt. Thường thì chúng ta cảm thọ qua sáu căn. Thí dụ như khi nghe ai nói xấu mình điều gì thì mình lập tức nổi trận lôi đình. Thấy cái gì có lợi thì mình bèn ham muốn. Tham sân là hai thứ thống trị những sinh hoạt hằng ngày của chúng ta mà chúng ta không tài nào kiểm soát chúng được nếu chúng ta không có tu. Quán thọ thị khổ dần dần giúp chúng ta kiểm soát được những cảm thọ cũng như thanh tịnh tâm của chúng ta, kết quả sẽ làm cho chúng ta có được an lạc và tự tại. Chúng ta kinh qua những cảm thọ tốt và xấu từ ngũ quan. Nhưng cảm thọ tốt chẳng bao lâu chúng sẽ tan biến. Chỉ còn lại những cảm thọ xấu làm cho chúng ta khổ đau phiền não. Không có thứ gì trên cõi đời này hiện hữu riêng lẽ, độc lập hay trường cửu. Vạn hữu kể cả thân thể con người chỉ là sự kết hợp của tứ đại đất, nước, lửa, gió. Khi bốn thứ này liên hợp chặt chẽ thì được yên vui, ví bằng có sự trục trặc là khổ. Quán thọ thị khổ để phủ nhận ý nghĩ về "lạc." Ở đây vị Tỳ-kheo quán thọ trên các cảm thọ; thọ thị khổ, từ đó tinh cần, tỉnh giác, chánh niệm để nhiếp phục tham sân trên đời. Theo Kinh Niệm Xứ, quán thọ quán pháp niệm thọ có nghĩa là tỉnh thức vào những cảm thọ: vui sướng, khổ đau và không vui không khổ. Khi kinh qua một cảm giác vui, chúng ta biết đây là cảm giác vui bởi chính mình theo dõi quan sát và hay biết những cảm thọ của mình. Cùng thế ấy chúng ta cố gắng chứng nghiệm những cảm giác khác theo đúng thực tế của từng cảm giác. Thông thường chúng ta cảm thấy buồn chán khi kinh qua một cảm giác khổ đau và phấn chấn khi kinh qua một cảm giác vui sướng. Quán pháp niệm thọ sẽ giúp chúng ta chứng nghiệm tất cả những cảm thọ một cách khách quan, với tâm xả và tránh cho chúng ta khỏi bị lệ thuộc vào cảm giác của mình. Nhờ quán pháp niệm thọ mà chúng ta thấy rằng chỉ có thọ, một cảm giác, và chính cái thọ ấy cũng phù du tạm bợ, đến rồi đi, sanh rồi diệt, và không có thật thể đơn thuần nguyên vẹn hay một tự ngã nào cảm thọ cả. Theo Kinh Tứ Niệm Xứ trong Kinh Trung Bộ, Đức Phật dạy: "Này các Tỳ-kheo, như thế nào là Tỳ-kheo sống quán niệm cảm thọ trên các cảm thọ? Này các Tỳ-kheo, ở đây Tỳ-kheo khi cảm giác lạc thọ, vị ấy ý thức rằng: "Ta đang có một cảm thọ khoái lạc." Mỗi khi có một cảm thọ đau khổ, vị ấy ý thức rằng: "Ta đang có một cảm thọ đau khổ." Mỗi khi có một cảm thọ không khoái lạc cũng không đau khổ, vị ấy ý thức rằng: "Ta đang có một cảm thọ không khoái lạc cũng không đau khổ." Khi có một cảm thọ khoái lạc vật chất, vị ấy ý thức rằng: "Ta đang có một cảm thọ khoái lạc vật chất." Khi có một cảm thọ khoái lạc tinh thần, vị ấy ý thức rằng: "Ta đang có một cảm thọ khoái lạc tinh thần." Khi có một cảm thọ khổ đau vật chất, vị ấy ý thức rằng: "Ta đang có một cảm thọ khổ đau vật chất." Khi có một cảm thọ khổ đau tinh thần, vị ấy ý thức rằng: "Ta đang có một cảm thọ khổ đau tinh thần." Khi có một cảm thọ vật chất không khoái lạc cũng không khổ đau, vị ấy ý thức rằng: "Ta đang có một cảm thọ vật chất không khoái lạc cũng không đau khổ." Khi có một cảm thọ tinh thần không khoái lạc cũng không khổ đau, vị ấy ý thức rằng: "Ta đang có một cảm thọ tinh thần không khoái lạc cũng không khổ đau." Như vậy vị ấy sống quán niệm cảm thọ trên các nội thọ; hay sống quán niệm cảm thọ trên các ngoại thọ; hay sống quán cảm thọ thể trên cả nội thọ lẫn ngoại thọ. Hay vị ấy sống quán niệm tánh sanh khởi trên các thọ; hay sống quán niệm tánh diệt tận trên các thọ. Hay sống quán niệm tánh sanh diệt trên các thọ.

"Có thọ đây, vị ấy an trú chánh niệm như vậy, với hy vọng hướng đến chánh trí, chánh niệm. Và vị ấy sống không nương tựa, không chấp trước một vật gì trên đời. Này các Tỳ-kheo, như vậy là Tỳ-kheo sống quán niệm cảm thọ trên các cảm thọ." Tu Tập Thọ Niệm Xứ là quán và toàn chứng được những cảm thọ là xấu xa, dù là cảm thọ khổ đau, vui sướng hay trung tính. Chúng ta kinh qua những cảm thọ tốt và xấu từ ngũ quan. Nhưng cảm thọ tốt chẳng bao lâu chúng sẽ tan biến. Chỉ còn lại những cảm thọ xấu làm cho chúng ta khổ đau phiền não. Không có thứ gì trên cõi đời này hiện hữu riêng lẽ, độc lập hay trường cửu. Vạn hữu kể cả thân thể con người chỉ là sự kết hợp của tứ đại đất, nước, lửa, gió. Khi bốn thứ này liên hợp chặt chẽ thì được yên vui, ví bằng có sự trục trặc là khổ. Quán thọ thị khổ để phủ nhận ý nghĩ về "lạc." Ở đây vị Tỳ-kheo quán thọ trên các cảm thọ; thọ thị khổ, từ đó tinh cần, tỉnh giác, chánh niệm để nhiếp phục tham sân trên đời.

Thứ ba là Tâm Niệm Xứ: Còn gọi là Quán Tâm Vô Thường. Quán và toàn chứng được tâm là vô thường. Quán thấy tâm ngắn ngủi vô thường. Nhiều người cho rằng tâm họ không thay đổi vì thế cho nên họ luôn chấp vào những gì họ nghĩ và tin rằng đó là chân lý. Rất có thể một số cũng thấy tâm mình luôn thay đổi, nhưng họ không chấp nhận mà cứ lờ đi. Người tu Phật nên quán sát tâm thiện, tâm ác của ta đều là tướng sanh diệt vô thường không có thật thể. Tất cả các loại tâm sở tướng nó chợt có chợt không, chợt còn chợt mất thì làm gì có thật mà chấp là tâm mình. Trong khi ngồi thiền định, người ta sẽ có cơ hội nhận ra rằng tâm này cứ tiếp tục nhẩy nhót còn nhanh hơn cả những hình ảnh trên màn ảnh xi nê. Cũng chính vì vậy mà thân không an vì phải luôn phản ứng theo những nhịp đập của dòng suy tưởng. Cũng chính vì vậy mà con người ta ít khi được tĩnh lặng và chiêm nghiệm được hạnh phúc thật sự. Phật tử thuần thành nên luôn nhớ rằng tâm không phải là một thật thể của chính nó. Nó thay đổi từng giây. Chính vì thế mà Phật đã dạy rằng tâm của phàm phu như con vượn chuyền cây, như gió, như điển chớp hay như giọt sương mai trên đầu cỏ. Pháp quán này giúp cho hành giả thấy được mọi sự mọi vật đều thay đổi từ đó có khả năng dứt trừ được bệnh chấp tâm sở là thật của ta. Vô thường là bản chất chính yếu của vạn hữu. Vạn hữu kể cả thân tâm con người vô thường, từng giây từng phút biến đổi. Tất cả đều phải trải qua tiến trình sinh trụ dị diệt. Quán tâm vô thường, phủ nhận ý nghĩ về "thường." Ở đây

CHƯƠNG 67. Tu Tập Tứ Niệm Xứ

vị Tỳ-kheo quán tâm trên tâm, tinh cần, tỉnh giác, chánh niệm để nhiếp phục tham sân trên đời. Tuy nhiên, chúng ta phải quán Cái Tâm Nào? Hành giả tu tập đi tìm tâm mình. Nhưng tìm cái tâm nào? Có phải tìm tâm tham, tâm giận hay tâm si mê? Hay tìm tâm quá khứ, vị lai hay hiện tại? Tâm quá khứ không còn hiện hữu, tâm tương lai thì chưa đến, còn tâm hiện tại cũng không ổn. Theo Kinh Tứ Niệm Xứ trong Kinh Trung Bộ, Đức Phật dạy: "Này Ca Diếp, tâm không thể nắm bắt từ bên trong hay bên ngoài, hoặc ở giữa. Tâm vô tướng, vô niệm, không có chỗ sở y, không có nơi quy túc. Chư Phật không thấy tâm trong quá khứ, hiện tại và vị lai. Cái mà chư Phật không thấy thì làm sao mà quán niệm cho được? Nếu có quán niệm chẳng qua chỉ là quán niệm về vọng tưởng sinh diệt của các đối tượng tâm ý mà thôi." Tâm như một ảo thuật, vì vọng tưởng điên đảo cho nên có sinh diệt muôn trùng. Tâm như nước trong dòng sông, không bao giờ dừng lại, vừa sinh đã diệt. Tâm như ngọn lửa đèn, do nhân duyên mà có. Tâm như chớp giật, lóe lên rồi tắt. Tâm như không gian, nơi muôn vật đi qua. Tâm như bạn xấu, tạo tác nhiều lầm lỗi. Tâm như lưỡi câu, đẹp nhưng nguy hiểm. Tâm như ruồi xanh, ngó tưởng đẹp nhưng lại rất xấu. Tâm như kẻ thù, tạo tác nhiều nguy biến. Tâm như yêu ma, tìm nơi hiểm yếu để hút sinh khí của người. Tâm như kẻ trộm hết các căn lành. Tâm ưa thích hình dáng như con mắt thiêu thân, ưa thích âm thanh như trống trận, ưa thích mùi hương như heo thích rác, ưa thích vị ngon như người thích ăn những thức ăn thừa, ưa thích xúc giác như ruồi sa dĩa mật. Tìm tâm hoài mà không thấy tâm đâu. Đã tìm không thấy thì không thể phân biệt được. Những gì không phân biệt được thì không có quá khứ, hiện tại và vị lai. Những gì không có quá khứ, hiện tại và vị lai thì không có mà cũng không không. Hành giả tìm tâm bên trong cũng như bên ngoài không thấy. Không thấy tâm nơi ngũ uẩn, nơi tứ đại, nơi lục nhập. Hành giả không thấy tâm nên tìm dấu của tâm và quán niệm: "Tâm do đâu mà có?" Và thấy rằng: "Hễ khi nào có vật là có tâm."

Vậy vật và tâm có phải là hai thứ khác biệt không? Không, cái gì là vật, cái đó cũng là tâm. Nếu vật và tâm là hai thứ hóa ra có đến hai tầng. Cho nên vật chính là tâm. Vậy thì tâm có thể quán tâm hay không? Không, tâm không thể quán tâm. Lưỡi gươm không thể tự cắt đứt lấy mình, ngón tay không thể tự sờ mình, cũng như vậy, tâm không thể tự quán mình. Bị dần ép tứ phía, tâm phát sinh, không có khả năng an trú, như con vượn chuyền cành, như hơi gió thoảng qua. Tâm không có tự thân, chuyển biến rất nhanh, bị cảm giác làm dao động, lấy lục nhập làm môi trường, duyên thứ này, tiếp thứ khác. Làm cho tâm ổn định, bất động, tập trung, an tĩnh, không loạn động, đó gọi là quán tâm vậy. Tóm lại, quán Tâm nói lên cho chúng ta biết tầm quan trọng của việc theo dõi, khảo sát và tìm hiểu tâm mình và của sự hay biết những tư tưởng phát sanh đến với mình, bao gồm những tư tưởng tham, sân, và si, là nguồn gốc phát khởi tất cả những hành động sai trái. Qua pháp niệm tâm, chúng ta cố gắng thấu đạt cả hai, những trạng thái bất thiện và thiện. Chúng ta quán chiếu, nhìn thấy cả hai mà không dính mắc, luyến ái, hay bất mãn khó chịu. Điều này sẽ giúp chúng ta thấu đạt được cơ năng thật sự của tâm. Chính vì thế mà những ai thường xuyên quán tâm sẽ có khả năng học được phương cách kiểm soát tâm mình. Pháp quán tâm cũng giúp chúng ta nhận thức rằng cái gọi là "tâm" cũng chỉ là một tiến trình luôn biến đổi, gồm những trạng thái tâm cũng luôn luôn biến đổi, và trong đó không có cái gì như một thật thể nguyên vẹn, đơn thuần gọi là "bản ngã" hay "ta." Theo Kinh Tứ Niệm Xứ trong Kinh Trung Bộ, Đức Phật dạy: "Này các Tỳ-kheo, như thế nào là Tỳ-kheo sống quán niệm tâm thức nơi tâm thức? Này các Tỳ-kheo, mội khi nơi tâm thức có tham dục, vị ấy ý thức rằng tâm thức của mình đang có tham dục. Mỗi khi tâm thức không có tham dục, vị ấy ý thức rằng tâm thức của mình không có tham dục. Mỗi khi trong tâm thức mình có sân hận, vị ấy ý thức rằng tâm thức của mình đang có sân hận. Mỗi khi tâm thức của mình không có sân hận, vị ấy ý thức rằng tâm thức của mình đang không có sân hận. Mỗi khi tâm thức mình có si mê, vị ấy ý thức rằng tâm thức của mình đang si mê. Mỗi khi tâm thức của mình không có si mê, vị ấy ý thức rằng tâm thức của mình đang không có si mê. Mỗi khi tâm thức mình có thu nhiếp, vị ấy ý thức rằng tâm thức của mình đang có thu nhiếp. Mỗi khi tâm thức mình tán loạn, vị ấy ý thức rằng tâm thức của mình đang tán loạn. Mỗi khi tâm thức mình trở thành khoáng đạt, vị ấy ý thức rằng tâm thức của mình đang trở thành khoáng đạt. Mỗi khi tâm thức mình trở nên hạn hẹp, vị ấy ý thức rằng tâm thức của mình đang trở nên hạn hẹp. Mỗi khi tâm thức mình đạt đến trạng thái cao nhất, vị ấy ý thức rằng tâm thức của mình đang đạt đến trạng thái cao nhất. Mỗi khi tâm thức mình không đạt đến trạng thái cao nhất, vị ấy ý thức rằng tâm thức mình không đạt đến trạng thái cao nhất. Mỗi khi tâm thức mình có định, vị ấy ý thức rằng tâm thức của mình đang có định. Mỗi khi tâm thức mình không có định, vị ấy ý thức rằng tâm thức của mình đang không có định. Mỗi khi tâm thức mình giải thoát, vị ấy ý thức rằng tâm thức của mình đang giải thoát. Mỗi khi tâm thức mình không có giải thoát, vị ấy ý thức rằng tâm thức của mình đang không có giải thoát. Như vậy vị ấy sống quán niệm tâm thức trên nội tâm; hay sống quán niệm tâm thức trên cả nội tâm lẫn ngoại tâm. Hay vị ấy sống quán niệm tánh sanh khởi trên tâm thức; hay sống quán niệm tánh diệt tận trên tâm thức. Hay sống quán niệm tánh sanh diệt trên tâm thức. "Có tâm đây, vị ấy an trú chánh niệm như vậy, với hy vọng hướng đến chánh trí, chánh niệm. Và vị ấy sống không nương tựa, không chấp trước một vật gì trên đời. Này các Tỳ-kheo, như vậy là Tỳ-kheo sống quán niệm tâm thức trên các tâm thức."

Thứ tư là Pháp Niệm Xứ:ù Còn gọi là Quán pháp vô ngã. Quán và toàn chứng vạn pháp vô ngã. Quán Pháp có nghĩa là tỉnh thức trên tất cả các pháp. Quán Pháp không phải là suy tư hay lý luận suông mà cùng đi chung với tâm tỉnh giác khi các pháp khởi diệt. Thí dụ như khi có tham dục khởi lên thì ta liền biết có tham dục đang khởi lên; khi có tham dục đang hiện hữu, ta liền biết có tham dục đang hiện hữu, và khi tham dục đang diệt, chúng ta liền biết tham dục đang diệt. Nói cách khác, khi có tham dục hay khi không có tham dục, chúng ta đều biết hay tỉnh thức là có hay không có tham dục trong chúng ta. Chúng ta nên luôn tỉnh thức cùng thế ấy với các triền cái (chướng ngại) khác, cũng như ngũ uẩn thủ (chấp vào ngũ uẩn). Chúng ta cũng nên tỉnh thức với lục căn bên trong và lục cảnh bên ngoài. Qua quán pháp trên lục căn và lục cảnh, chúng ta biết đây là mắt, hình thể và những trói buộc phát sanh do bởi mắt và trần cảnh ấy; rồi tai, âm thanh và những trói buộc; rồi mũi, mùi và những trói buộc của chúng; lưỡi, vị và những trói buộc liên hệ; thân, sự xúc chạm và những trói buộc; ý, đối tượng của tâm và những trói buộc do chúng gây nên. Chúng ta luôn tỉnh thức những trói buộc do lục căn và lục trần làm khởi lên cũng như lúc chúng hoại diệt. Tương tự như vậy, chúng ta tỉnh thức trên thất bồ đề phần hay thất giác chi, và Tứ Diệu Đế, vân vân. Nhờ vậy mà chúng ta luôn tỉnh thức quán chiếu và thấu hiểu các pháp, đối tượng của tâm, chúng ta sống giải thoát, không bám víu vào bất luận thứ gì trên thế gian. Cuộc sống của chúng ta như vậy là cuộc sống hoàn toàn thoát khỏi mọi trói buộc. Hành giả tu thiền phải quán sát để thấy rằng chư pháp vô ngã và không có thật tướng. Mọi vật trên đời, vật chất hay tinh thần, đều tùy thuộc lẫn nhau để hoạt động hay sinh tồn. Chúng không tự hoạt động. Chúng không có tự tánh. Chúng không thể tự tồn tại được. Thân thể con người gồm hàng tỷ tế bào nương tựa vào nhau, một tế bào chết sẽ ảnh hưởng đến nhiều tế bào khác. Cũng như vậy, nhà cửa, xe cộ, đường xá, núi non, sông ngòi đều được kết hợp bởi nhiều thứ chứ không tự tồn. Do vậy, mọi vật trên đời này đều là sự kết hợp của nhiều vật khác. Chẳng hạn như nếu không có chất bổ dưỡng, nước, và không khí thì thân thể này chắc chắn sẽ ốm o gầy mòn và cuối cùng sẽ bị hoại diệt. Chính vì vậy mà Đức Phật dạy rằng vạn pháp vô ngã, không, và vô thường. Hành giả nào thường quán pháp vô ngã thì những vị ấy sẽ trở nên khiêm nhường và đáng mến hơn. Thật vậy, vạn pháp không có thật tướng, chúng chỉ là sự kết hợp của tứ đại, và mỗi đại không có tự tánh, không thể đứng riêng lẻ, nên vạn pháp vô ngã. Quán pháp vô ngã, chúng chỉ nương tựa vào nhau để thành lập, từ đó phủ nhận ý nghĩ về "Ngã." Ở đây vị Tỳ-kheo quán pháp trên các pháp, tinh cần, tỉnh giác, chánh niệm để nhiếp phục tham sân trên đời.

Theo Kinh Trung Bộ và Trường Bộ, Đức Phật dạy: "Này các Tỳ-kheo! Bất cứ ai tu tập bốn niệm xứ này trong bảy năm, vị ấy có thể đạt được một trong hai quả này: A La Hán trong hiện tại, hoặc quả Bất Hoàn trong vị lai. Này các Tỳ-kheo! Không kể gì bảy năm, nếu vị nào tu tập bốn niệm xứ này trong 6 năm, 5 năm, 4 năm, 3 năm, 2 năm hay một năm thì cũng có thể đạt được một trong hai quả vừa nói trên. Này các Tỳ-kheo! Không kể gì một năm, vị nào tu tập được tứ niệm xứ này trong 7 tháng, 6 tháng... hoặc nửa tháng, lại cũng có thể đạt được một trong hai quả vừa kể trên. Này các Tỳ-kheo! Không kể gì nửa tháng. Nếu vị nào tu tập bốn niệm xứ này trong một tuần, cũng có thể mong đạt được một trong hai quả vừa kể trên. Đây là con đường độc nhất, này các Tỳ-kheo, để thanh tịnh hóa chúng sanh, để nhiếp phục sầu bi, để đoạn tận khổ ưu, để thành đạt chánh đạo, để chứng đắc Niết-bàn, đó là tu tập Tứ Niệm Xứ."

Chương 68. Tu Tập Lục Độ Ba La Mật

Ba La Mật, theo Phạn ngữ, có nghĩa là đáo bỉ ngạn. Sáu Ba La Mật đưa chúng sanh qua biển sanh tử để đi đến Niết-bàn. Lục Ba La Mật là sáu giai đoạn hoàn thiện tinh thần của bất cứ hành giả tu Phật nào trên đường lên Phật hay trong tiến trình thành Phật. Chẳng những Lục độ Ba La Mật là đặc trưng cho Phật Giáo Đại Thừa trong nhiều phương diện, mà chúng còn gồm những cơ bản đạo đức chung cho tất cả các tôn giáo. Lục độ bao gồm sự thực tập và sự phát triển khả dĩ cao nhất. Vì vậy, thật hành sáu Ba La Mật sẽ giúp hành giả vượt bờ mê qua đến bến giác. Phật tử thuần thành luôn biết Lục Độ Ba La Mật là sáu pháp tu hành căn bản của một người con Phật, nhưng lại không nỗ lực thật hành. Gặp ai và ở đâu mình cũng nói pháp "Lục Độ", nhưng đến lúc gặp thử thách thì bố thí cũng không, trì giới cũng chẳng có, nhẫn nhục cũng tránh xa, tinh tấn đâu chẳng thấy chỉ thấy giải đãi, thiền định đâu không thấy chỉ thấy tán tâm loạn ý, kết quả là chúng ta không thể sử dụng được chân trí tuệ không trong hành xử hằng ngày. Như vậy thì hình tướng tu hành có lợi ích gì? Có người chẳng những không chịu bố thí, mà còn kêu người khác phải bố thí cho mình càng nhiều càng tốt. Những người này luôn tìm cách đạt được tiện nghi, chứ không chịu thua thiệt. Chúng ta ai cũng biết trì giới là giữ gìn giới luật Phật, nhưng đến lúc gặp thử thách, chẳng những mình không giữ giới mà còn phá giới nữa là khác. Mặc dù ai trong chúng ta cũng đều biết rằng nhẫn nhục có thể giúp đưa chúng ta sang bờ bên kia, nhưng khi gặp chuyện thì chúng ta chẳng bao giờ nhẫn nhục được. Ai cũng muốn tinh tấn, nhưng mà tinh tấn làm việc trần tục, chứ không phải tinh tấn tu hành. Ai cũng biết thực tập thiền định nhằm tập trung tư tưởng để phát sanh trí tuệ, nhưng chỉ biết nói mà không chịu làm. Vì những lý do này mà Đức Phật nói pháp Ba La Mật. Bố thí tức là dùng tài sản vật chất hoặc Phật pháp để bố thí cho người khác, trì giới là tuân giữ giới luật Phật và thúc liễm thân tâm trong mọi hoàn cảnh, nhẫn nhục là thọ nhẫn những gì không như ý, tinh tấn là tinh tấn tu tập, thiền định là tập trung tư tưởng cho đến khi không còn một vọng tưởng nào, và trí tuệ là trí có khả năng đưa mình đến bờ bên kia và liễu sanh thoát tử.

Chương 69. Tu Tập Tứ Vô Lượng Tâm

Thật ra, có rất nhiều tế hạnh mà hành giả phải chuẩn bị trước cũng như trong lúc tu tập trong Phật giáo. Hành giả phải tu tập thế nào mà khi chứng kiến sự thành công của người khác mình phải khởi tâm tùy hỷ; khi thấy người khác đau khổ mình phải khởi tâm thương xót và thông cảm. Khi chính mình thành công mình phải luôn giữ tâm khiêm cung, vân vân và vân vân. Tuy nhiên, Đức Phật đã chỉ ra bốn cái tâm lớn vô lượng. Tâm vô lượng là tâm rộng lớn không thể tính lường được. Bốn tâm vô lượng này không những làm lợi ích cho vô lượng chúng sanh, dẫn sinh vô lượng phúc đức và tạo thành vô lượng quả vị tốt đẹp trong thế giới đời sống trong một đời, mà còn lan rộng đến vô lượng thế giới trong vô lượng kiếp sau này, và tạo thành vô lượng chư Phật. Bốn tâm vô lượng, còn gọi là Tứ Đẳng hay Tứ Phạm Hạnh, hay bốn trạng thái tâm cao thượng. Được gọi là vô lượng vì chúng chiếu khắp pháp giới chúng sanh không giới hạn không ngăn ngại. Cũng còn được gọi là "Phạm Trú" vì đây là nơi trú ngụ của Phạm Chúng Thiên trên cõi Trời Phạm Thiên.

Chính tinh thần Từ Bi mà Đức Phật dạy đã ảnh hưởng sâu sắc đến trái tim của vua A Dục, một đại hoàng đế Phật tử của Ấn Độ vào thế kỷ thứ 3 trước Tây Lịch. Trước khi trở thành một Phật tử, ông đã từng là một vị quân vương hiếu chiến giống như cha mình trước là vua Bình Sa Vương, và ông nội mình là vua Candaragupta. Khát vọng muốn bành trướng lãnh thổ của mình đã khiến nhà vua đem quân xâm lăng và chiếm cứ nước láng giềng Kalinga. Trong cuộc xâm lăng này, hàng ngàn người đã bị giết, trong khi nhiều chục ngàn người khác bị thương và bị bắt làm tù binh. Tuy nhiên, khi sau đó nhà vua tin nơi lòng từ bi của đạo Phật, ông đã nhận ra sự điên rồ của việc giết hại này. Vua A Dục cảm thấy vô cùng ân hận mỗi khi nghĩ đến cuộc thảm sát khủng khiếp này và nguyện giã từ vũ khí. Có thể nói vua A Dục là vị quân vương duy nhất trong lịch sử, là người sau khi chiến thắng đã từ bỏ con đường chinh phục bằng đường lối chiến tranh và mở đầu cuộc chinh phục bằng đường lối chánh pháp. Như chỉ dụ 13 khắc trên đá của vua A Dục cho thấy "Vua đã tra kiếm vào vỏ không bao giờ rút ra nữa, vì Ngài ước mong không làm tổn hại đến các chúng sanh." Việc truyền bá tín ngưỡng từ bi của Đức Phật trên khắp thế giới phương Đông, phần lớn là do những nỗ lực táo bạo và không mệt mỏi của vua A Dục. Pháp Phật đã một thời làm cho tâm hồn người Á Châu trở nên ôn hòa và không hiếu chiến. Tuy nhiên, nền văn minh hiện đại đang xiết chặt trên các vùng đất Châu Á. Một điều mà ai trong chúng ta cũng phải chấp nhận là với đà tăng trưởng và phát triển của văn minh, thì sức sống nội tâm sẽ suy thoái, và con người ngày càng trở nên sa đọa. Với sự tiến triển của khoa học hiện đại rất nhiều thay đổi đã diễn ra, tất cả những thay đổi và cải tiến này, thuộc về lãnh vực vật chất bên ngoài, và có khuynh hướng làm cho con người thời nay ngày càng trở nên quan tâm đến nhục dục trần tục hơn, nên họ xao lãng những phẩm chất nơi tâm hồn, và trở nên ích kỷ hay vô lương tâm. Những đợt sóng văn minh vật chất đã ảnh hưởng đến nhân loại và tác động đến lối suy tư cũng như cách sống của họ. Con người bị trói buộc thậm tệ bởi giác quan của họ, họ sống quá thiên về thế giới vật chất đến nỗi không còn tiếp chạm được với cái thiện mỹ của thế giới bên trong. Chỉ có quan niệm sống từ bi theo lời Đức Phật dạy mới có thể lập lại sự quân bình về tinh thần và hạnh phúc cho nhân loại mà thôi.

Hành giả nên luôn tuân thủ tứ vô lượng tâm vì đó là bốn phẩm hạnh dẫn tới lối sống cao thượng. Chính nhờ bốn phẩm hạnh này mà hành giả có thể loại trừ được tánh ích kỷ và trạng thái bất hòa; đồng thời tạo được tánh vị tha và sự hòa hợp trong gia đình, xã hội và cộng đồng. Trong thiền tập, đây là bốn tâm giải thoát, vì từ đó mình có thể nhìn thấy những gì tốt đẹp nhất nơi tha nhân. Như vậy, tứ vô lượng tâm cũng

CHƯƠNG 69. Tu Tập Tứ Vô Lượng Tâm

có thể được xem như những đề mục hành thiền thù thắng, qua đó hành giả có thể trau dồi những trạng thái tâm cao siêu hơn. Nhờ tu tập những phẩm chất cao thượng của tứ vô lượng tâm mà hành giả có thể an trụ nơi tâm tỉnh lặng và thanh sạch. Phương pháp thiền tập về tự phân tích, tự kiểm, tự khám phá không bao giờ nên hiểu là chúng ta phải ngưng cảm thông với những người khác. Đi theo con đường tu tập thiền định không phải là tự cô lập trong một cái lồng hay một cái buồng, mà là tự do cởi mở trong quan hệ với mọi người. Con đường tự nhận thức bao giờ cũng đem lại kết quả tạo nên một đường lối đối xử khác với mọi người, một đường lối thấm nhuần từ bi, thương yêu và cảm thông với mọi sanh linh.

Từ Vô Lượng Tâm: Lòng từ, một trong những đức tính chủ yếu của Phật giáo. Lòng từ thiện vô tư đối với tất cả mọi người. Thực tập lòng từ nhằm chiến thắng hận thù, trước là với người thân rồi sau với ngay cả người dưng, và sau cùng là hướng lòng từ đến với ngay cả kẻ thù, vì tâm từ là lòng ước muốn tất cả chúng sanh đều được an vui hạnh phúc. Trong kinh Pháp Cú, Đức Phật dạy: "Hận thù không chấm dứt được hận thù; chỉ có tình thương mới chấm dứt được hận thù mà thôi." Thật vậy, lòng bi mẫn và lòng từ ái là những thứ cực kỳ quan trọng đối với con người, vì dẫu rằng có những cố gắng tự cung tự túc, nhưng con người vẫn cần có nhau. Không ai là một hòn đảo riêng biệt cả. Một hòn đảo biệt lập ngoài biển khơi có thể tự tồn một mình, nhưng con người không thể sống một mình. Chúng ta cần lẫn nhau, và chúng ta phải xem nhau như những người bạn hay những người giúp đỡ hỗ trợ lẫn nhau. Mọi người, theo thuyết luân hồi, thật ra đều là anh em với nhau, đúng nghĩa là những thành viên trong một đại gia đình, vì qua nhiều vòng liên hồi liên tục, không có một người nam hay một người nữ nào trong quá khứ đã không từng là cha mẹ hay anh chị em của chúng ta. Vì vậy, chúng ta phải tập thương yêu nhau, kính trọng nhau, che chở cho nhau, và chia sẻ với người khác những gì mình có. Tu tập thiền định là tự tập loại trừ lòng ganh ghét, thù hận và vị kỷ, để phát triển lòng từ bi lân mẫn đến với mọi loài. Chúng ta có thân xác và đời sống của riêng mình, nhưng chúng ta vẫn có thể sống hài hòa và giúp đỡ người khác trong khả năng có được của mình. Trong đạo Phật, lòng từ là lòng yêu thương rộng lớn đối với chúng sanh mọi loài, còn gọi là từ vô lượng tâm. Từ vô lượng tâm là lòng thương yêu vô cùng rộng lớn đối với toàn thể chúng sanh mọi loài, và gây tạo cho chúng sanh cái vui chân thật. Hành giả tu thiền phải cẩn thận canh phòng cái gọi là 'tình yêu thương dưới hình thức yêu thương xác thịt', đó chỉ là cái vui của thế gian mà thôi. Cái vui của thế gian chỉ là cái vui giả tạm, vui không lâu bền, cái vui ấy bị phiền não chi phối; khi tham sân si được thỏa mãn thì vui; khi chúng không được thỏa mãn thì buồn. Muốn có cái vui chân thật, cái vui vĩnh viễn thì trước tiên chúng ta phải nhổ hết khổ đau do phiền não gây ra. "Từ" phải có lòng bi đi kèm. Bi để chỉ nguyên nhân của đau khổ và khuyên bảo chúng sanh đừng gây nhân khổ, từ để chỉ phương pháp cứu khổ ban vui. Tuy nhiên, lòng từ không phải là một đặc tính bẩm sinh. Nếu chúng ta muốn phát triển lòng từ chúng ta phải bỏ nhiều thời gian hơn để thật hành. Ngồi thiền tự nó không mang lại cho chúng ta cái gọi là "lòng từ." Muốn được lòng từ, chúng ta phải đưa nó vào hành động trong cuộc sống hằng ngày của chúng ta. Trong những sinh hoạt hằng ngày của chúng ta, chúng ta phải phát triển sự cảm thông và gần gũi với người khác bằng cách suy niệm về những khổ đau của họ. Chẳng hạn như khi gặp ai đang khổ đau phiền não thì chúng ta hết lòng an ủi hoặc giúp đỡ họ về vật chất nếu cần. Nỗi khổ của chúng sanh vô lượng thì lòng từ cũng phải là vô lượng. Muốn thành tựu tâm từ này, hành giả phải dùng đủ phương tiện để làm lợi lạc cho chúng sanh, trong khi hóa độ phải tùy cơ và tùy thời. Tùy cơ là quan sát trình độ căn bản của chúng sanh như thế nào rồi tùy theo đó mà chỉ dạy. Cũng giống như thầy thuốc phải theo bệnh mà cho thuốc. Tùy thời

CHƯƠNG 69. Tu Tập Tứ Vô Lượng Tâm

là phải thích ứng với thời đại, với gian đoạn mà hóa độ. Nếu không thích nghi với hoàn cảnh và không cập nhật đúng với yêu cầu của chúng sanh, thì dù cho phương pháp hay nhất cũng không mang lại kết quả tốt. Trong Kinh Tâm Địa Quán, Đức Phật đã dạy về bốn thứ không tùy cơ là nói không phải chỗ, nói không phải thời, nói không phải căn cơ, và nói không phải pháp. Thiền định trên Tâm Từ là tu tập làm sao có được cái tâm đem lại niềm vui sướng cho chúng sanh. Ở đây hành giả với tâm đầy lòng từ trải rộng khắp nơi, trên, dưới, ngang, hết thảy phương xứ, cùng khắp vô biên giới, vị ấy luôn an trú biến mãn với tâm từ, quảng đại, vô biên, không hận, không sân. Từ vô lượng tâm còn có nghĩa là tâm ao ước mong muốn phúc lợi và hạnh phúc của chúng sanh. Sức mạnh của "Lòng Từ" là Hạnh Phúc Thế Gian, nhưng cũng là Năng Lực cho sự tu tập Thiền Định. Tâm từ có sức mạnh đem lại hạnh phúc thế tục cho chúng ta trong kiếp này. Không có tâm từ, con người trên thế giới này sẽ đương đầu với vô vàn vấn đề như hận, thù, ganh ghét, đố kỵ, kiêu ngạo, vân vân. Phật tử nên phát triển tâm từ, nên ấp ủ yêu thương chúng sanh hơn chính mình. Thương yêu nên được ban phát một cách vô điều kiện, bất vụ lợi và bình đẳng giữa thân sơ, bạn thù.

Bi Vô Lượng Tâm: bi vô lượng tâm là cái tâm hay tấm lòng bi mẫn thương xót cứu vớt người khác thoát khỏi khổ đau phiền não. Lòng bi là lòng vị tha, không vì bản ngã, mà dựa trên nguyên tắc bình đẳng. Khi thấy ai đau khổ bèn thương xót, ấy là bi tâm. Lòng bi mẫn có nghĩa là tư duy vô hại. "Karuna" được định nghĩa như "tính chất làm cho trái tim của người thiện lành rung động trước những bất hạnh của người khác" hay "tính chất làm khơi dậy những cảm xúc dịu dàng trong một người thiện lành, khi nhìn thấy những khổ đau của người khác. Độc ác, hung bạo là kẻ thù trực tiếp của lòng bi mẫn. Mặc dù sự buồn rầu hay sầu khổ có thể xuất hiện dưới dạng một người bạn, nó vẫn không phải là Karuna thật sự, mà chỉ là lòng trắc ẩn giả dối, lòng trắc ẩn như vậy là không trung thật và chúng ta phải cố gắng phân biệt tâm bi thật sự với lòng trắc ẩn giả dối này. Người có lòng bi mẫn là người tránh làm hại hay áp bức kẻ khác, đồng thời cố gắng xoa dịu những bất hạnh của họ, bố thí sự vô úy hay đem lại sự an ổn cho họ cũng như cho mọi người, không phân biệt họ là ai. Lòng Bi Mẫn không có nghĩa là thụ động. Lòng Bi Mẫn trong đạo Phật có nghĩa là từ bi lân mẫn, và từ bi lân mẫn không có nghĩa là cho phép người khác chà đạp hay tiêu diệt mình. Chúng ta phải tử tế với mọi người, nhưng chúng ta cũng phải bảo vệ chính chúng ta và nhiều người khác. Nếu cần giam giữ một người vì người ấy nguy hiểm, thì phải giam. Nhưng chúng ta phải làm việc này với tâm từ bi. Động lực là ngăn ngừa người ấy tiếp tục phá hoại và nuôi dưỡng lòng sân hận. Đối với hành giả, lòng bi mẫn có thể giúp chế ngự được sự ngạo mạn và ích kỷ. Bi Vô Lượng Tâm là tâm cứu khổ cho chúng sanh. Ở đây hành giả với tâm đầy lòng bi mẫn trải rộng khắp nơi, trên, dưới, ngang, hết thảy phương xứ, cùng khắp vô biên giới, vị ấy luôn an trú biến mãn với tâm bi, quảng đại, vô biên, không hận, không sân. Bi vô lượng tâm còn làm tâm ta rung động khi thấy ai đau khổ. Tâm ao ước mong muốn loại trừ đau khổ của người khác, đối lại với sự tàn ác. Một khi chúng ta đã kiện toàn lòng bi mẫn thì tâm chúng ta sẽ tràn đầy những tư tưởng vị tha, và tự nhiên chúng ta nguyện cống hiến đời mình cho việc cứu khổ người khác. Ngoài ra, lòng bi mẫn còn giúp chúng ta chế ngự được sự ngạo mạn và ích kỷ. Lòng bi mẫn có nghĩa là mong cầu cho người khác được thoát khỏi những khó khăn và đau khổ mà họ đã và đang phải trải qua. Lòng bi mẫn khác với lòng thương hại và những tâm thái có tính cách chiếu cố khác. Lòng bi mẫn luôn đi kèm với nhận thức về sự bình đẳng giữa mình và những chúng sanh khác về phương diện mong cầu hạnh phúc và mong muốn thoát khỏi cảnh khổ, và từ đó làm cho chúng ta có thể giúp người khác dễ dàng như giúp chính bản thân mình. "Đồng cảm từ bi hay khoan dung," một

CHƯƠNG 69. Tu Tập Tứ Vô Lượng Tâm

trong những phẩm chất quan trọng và nổi bật nhất của chư Phật và chư Bồ tát, và "bi" cũng chính là động lực phía sau sự theo đuổi cứu cánh giác ngộ Bồ Đề. Sự đồng cảm này thể hiện một cách không phân biệt đối với tất cả chúng sanh mọi loài. Từ bi là một thái độ tích cực quan tâm đến sự khổ não của các chúng sanh khác. Sự đồng cảm ở người tu tập phải được gia tăng bằng trí năng để trở thành đúng đắn và có hiệu quả. Tính từ bi thể hiện ở Bồ Tát Quán Âm. Theo Phật giáo Nguyên Thủy, bi là một trong "tứ vô lượng tâm." Nó quan hệ tới việc phát triển lòng thương cảm nơi vô số chúng sanh. Theo Phật giáo Đại thừa, từ bi không chưa gọi là đủ, vì nó vẫn còn kém lòng "đại bi" của chư Bồ Tát đến với hết thảy chúng sanh, và từ bi phải đi đôi với trí tuệ mới có thể đạt đến đại giác được. Vì vậy hành giả phải tu tập cả bi lẫn trí, để cái này cân bằng và làm mạnh cái kia. Lòng "Bi" chính là một trong những cửa ngõ quan trọng đi đến đại giác, vì nhờ đó mà chúng ta không giết hại chúng sanh.

Lòng bi mẫn có nghĩa là mong cầu cho người khác được thoát khỏi những khó khăn và đau khổ mà họ đã và đang phải trải qua. Lòng bi mẫn khác với lòng thương hại và những tâm thái có tính cách chiếu cố khác. Lòng bi mẫn luôn đi kèm với nhận thức về sự bình đẳng giữa mình và những chúng sanh khác về phương diện mong cầu hạnh phúc và mong muốn thoát khỏi cảnh khổ, và từ đó làm cho chúng ta có thể giúp người khác dễ dàng như giúp chính bản thân mình. Ở đây vị Tỳ-kheo với tâm đầy lòng bi mẫn trải rộng khắp nơi, trên, dưới, ngang, hết thảy phương xứ, cùng khắp vô biên giới, vị ấy luôn an trú biến mãn với tâm bi, quảng đại, vô biên, không hận, không sân. Bi vô lượng tâm còn làm tâm ta run động khi thấy ai đau khổ. Tâm ao ước mong muốn loại trừ đau khổ của người khác, đối lại với sự tàn ác. Lòng bi mẫn của chư vị Bồ Tát là không thể nghĩ bàn. Chư Bồ Tát là những bậc đã giác ngộ, những vị Phật tương lai, tuy nhiên, các Ngài nguyện sẽ tiếp tục trụ thế trong một thời gian thật dài. Tại sao vậy? Vì lợi ích cho tha nhân, vì các ngài muốn cứu vớt chúng sanh ra khỏi cơn đại hồng thủy của khổ đau phiền não. Nhưng còn lợi ích của chính các ngài ở đâu? Với các ngài, lợi ích của chúng sanh chính là lợi ích của các ngài, bởi vì các ngài muốn như vậy. Tuy nhiên, nói như vậy thì ai có thể tin được? Thật là đúng với những người khô cạn tình thương, chỉ nghĩ đến riêng mình thì thấy khó tin được lòng vị tha của vị Bồ Tát. Nhưng những người có từ tâm thì hiểu nó dễ dàng. Chúng ta chẳng thấy đó sao, một số người nguội lạnh tình thương thấy thích thú trước niềm đau nỗi khổ của người khác, dù cho niềm đau nỗi khổ chẳng mang lại lợi ích chi cho họ? Và chúng ta cũng phải thừa nhận rằng chư Bồ Tát, cương quyết trong tình thương, thấy hoan hỷ giúp ích cho kẻ khác không chút lo âu vị kỷ. Chúng ta chẳng thấy sao, những kẻ u minh trước bản chất thật sự của vạn hữu nên coi cái "Ngã" là thật nên trói buộc vào nó và hậu quả là khổ đau phiền não. Trong khi chư Bồ Tát đã xóa bỏ được cái "Ngã" nên ngừng xem những cái "Ta" và "của ta" là thật. Chính vì thế mà chư vị Bồ Tát luôn ân cần từ bi đối với tha nhân và sẵn sàng chịu muôn ngàn khổ đau phiền não vì sự ân cần từ bi này. Lòng bi mẫn chắc chắn không phải là một trạng thái ủy mị hay yếu đuối của tâm. Nó là một cái gì đó mạnh mẽ, vững chắc. Trái tim của người có lòng bi mẫn thật sự sẽ rung động, khi thấy một người nào đó trong cơn hoạn nạn. Tuy nhiên, đây không phải là một sự ưu sầu buồn bã; chính sự rung động này đã khích lệ người ấy hành động và thúc dục người ấy cứu nguy kẻ bất hạnh. Muốn làm được điều này phải cần đến sức mạnh của tâm, phải cần đến rất nhiều lòng khoan dung và tâm xả. Thật là sai lầm khi có người vội vã đi đến kết luận rằng lòng bi mẫn là sự biểu lộ một tâm hồn yếu đuối, bởi vì nó có tính chất dịu dàng, nhu mì. Quan điểm của đạo Phật về lòng bi mẫn không có những giới hạn quy định. Mọi chúng sanh kể cả những sinh vật nhỏ bé nhất bò dưới chân chúng ta. Như vậy, nhân sinh quan của đạo Phật

CHƯƠNG 69. Tu Tập Tứ Vô Lượng Tâm

cho rằng không có chúng sanh nào được xem như nằm ngoài vòng từ bi và không có sự phân biệt giữa người, thú, sâu bọ, hay giữa người và người như thượng đẳng hay hạ liệt, giàu hay nghèo, mạnh hay yếu, trí hay ngu, đen hay trắng, Bà La Môn hay Chiên Đà La, vân vân, vì Từ Bi không có biên giới, và ngay khi chúng ta cố gắng phân chia con người ra trên căn bản sai lầm vừa kể trên, liền theo đó cái cảm xúc tư riêng đã len vào và những phẩm chất vô hạn này đã trở thành hữu hạn, mà điều này trái ngược lại với những lời dạy của Đức Phật. Chúng ta cần phải thận trọng không để nhầm lẫn tâm bi với những biểu hiện bệnh hoạn của sự buồn rầu, với những cảm giác khổ thân, và với sự ủy mị. Mất một người thân, chúng ta khóc, nhưng cái khóc đó không phải là lòng bi mẫn. Nếu phân tích những cảm xúc này một cách cẩn thận, chúng ta sẽ thấy rằng chúng chỉ là những biểu hiện bề ngoài của những tư tưởng, hay ý nghĩ trìu mến, ích kỷ nằm bên trong của chúng ta. Tại sao chúng ta cảm thấy buồn rầu? Bởi vì người thân của chúng ta đã qua đời. Người đó là bạn bè, họ hàng của chúng ta nay không còn nữa. Chúng ta cảm thấy rằng mình đã mất đi một niềm hạnh phúc và mọi thứ khác mà người ấy đem lại, cho nên chúng ta buồn rầu. Dầu thích hay không thích, tự lợi vẫn là nguyên nhân chính của tất cả những tình cảm đó. Không thể gọi đây là "Karuna" được, tại sao chúng ta không buồn khóc khi những người chết đó không phải là người thân của chúng ta? Đơn giản là vì chúng ta không quen với họ, chúng ta chẳng mất mát gì cả và sự qua đời của họ cũng chẳng ảnh hưởng gì đến những vui thú và lợi ích mà chúng ta đã có.

Theo Hòa Thượng Thích Nhất Hạnh trong tác phẩm "Giận," hiểu biết và từ bi là hai nguồn năng lượng rất mạnh. Hiểu biết và từ bi ngược lại với ngu si và thụ động. Nếu cho rằng từ bi là thụ động, yếu đuối hay hèn nhát tức là không hiểu gì hết về ý nghĩa đích thật của hiểu biết và từ bi. Nếu cho rằng những người có tâm từ bi không bao giờ chống đối và phản ứng với bất công là lầm. Họ là những chiến sĩ, những anh hùng, anh thư đã từng thắng trận. Khi bạn hành động với tâm từ bi, với thái độ bất bạo động trên căn bản của quan điểm bất nhị thì bạn phải có rất nhiều hùng lực. Bạn không hành động vì sân hận, bạn không trừng phạt hay chê trách. Từ luôn lớn mạnh trong bạn và bạn có thể thành công trong việc tranh đấu chống bất công. Từ bi không có nghĩa là chịu đau khổ không cần thiết hay mất sự khôn ngoan bình thường. Thí dụ như bạn hướng dẫn một đoàn người đi thiền hành, di chuyển thật chậm và thật đẹp. Thiền hành tạo ra rất nhiều năng lượng; thiền hành đem lại sự yên tịnh, vững chảy và bình an cho mọi người. Nhưng nếu bất thình lình trời lại đổ cơn mưa thì bạn đâu có thể cứ tiếp tục đi chậm để cho mọi người phải bị ướt sũng được? Như vậy là không thông minh. Nếu bạn là một người hướng dẫn tốt bạn sẽ chuyển qua thiền chạy (lúp súp). Bạn vẫn duy trì được niềm vui của thiền hành. Bạn vẫn có thể cười và mỉm cười để tỏ ra mình không ngu ngơ trong tu tập. Bạn vẫn có thể giữ chánh niệm khi thực tập thiền chạy dưới cơn mưa. Chúng ta phải thực tập bằng đường lối thông minh. Thiền tập không phải là một hành động ngu ngơ. Thiền tập không phải là nhắm mắt bắt chước người kế bên. Thiền tập là khéo léo và sử dụng trí thông minh của chính mình. Người tu tập thiền quán nên luôn nhớ rằng con người không phải là kẻ thù của chúng ta. Kẻ thù của chúng ta không phải là người khác. Kẻ thù của chúng ta là bạo động, si mê, và bất công trong chính chúng ta và trong người khác. Khi chúng ta trang bị với lòng từ bi và sự hiểu biết, chúng ta không đấu tranh với người khác, nhưng chúng ta chống lại khuynh hướng chiếm đoạt, khống chế và bóc lột. Chúng ta không muốn tiêu diệt người khác, nhưng chúng ta không để cho họ khống chế và bóc lột chúng ta hay người khác. Chúng ta phải tự bảo chúng ta. Chúng ta có trí thông minh, và trí tuệ. Từ bi không có nghĩa là để cho người khác mặc tình bạo động với chính họ và với chúng ta.

CHƯƠNG 69. Tu Tập Tứ Vô Lượng Tâm

Từ bi có nghĩa là thông minh. Hành động bất bạo động xuất phát từ tình thương chỉ có thể là một hành động thông minh. Khi nói tới bi mẫn, vị tha và phúc lợi của người khác, chúng ta không nên lầm tưởng rằng nó có nghĩa là mình phải quên mình hoàn toàn. Lòng bi mẫn vị tha là kết quả của một tâm thức mạnh mẽ, mạnh đến độ con người đó tự thách đố lòng vị kỷ hay lòng chỉ yêu có mình từ đời này qua đời khác. Bi mẫn vị tha hay làm vì người khác là một trong những cửa ngõ quan trọng đi vào đại giác, vì nhờ đó mà chúng ta không đổ thừa đổ lỗi cho người.

Hỷ Vô Lượng Tâm: Hỷ vô lượng tâm là tâm vui mừng khi thấy người khác thoát khổ được vui. Ở đây hành giả với đầy tâm hỷ trải rộng khắp nơi, trên, dưới, ngang, hết thảy phương xứ, cùng khắp vô biên giới, vị ấy luôn an trú biến mãn với tâm hỷ, quảng đại, vô biên, không hận, không sân. Hỷ tâm còn là tâm vui khi thấy người thành công thịnh vượng. Thái độ khen ngợi hay chúc mừng này giúp loại bỏ tánh ganh tỵ bất mãn với sự thành công của người. Hỷ tâm còn là cái tâm vui theo điều thiện. Vui theo cái vui của người (thấy người làm việc thiện, lòng mình hoan hỷ vui sướng theo). Đây là hạnh nguyện thứ năm trong Phổ Hiền Thập Hạnh Nguyện. Tùy hỷ công đức là phát tâm chứng nhất thiết trí mà siêng tu cội phước, chẳng tiếc thân mạng, làm tất cả những hạnh khó làm, đầy đủ các môn Ba La Mật, chứng nhập các trú địa của Bồ Tát, đến trọn quả vô thượng Bồ đề, vân vân bao nhiêu căn lành ấy, dù nhỏ dù lớn, chúng ta đều tùy hỷ. Hỷ là cái tâm có công năng loại trừ ác cảm. Do công phu tu tập thiền định và khảo sát những thăng trầm của kiếp sống, hành giả có thể trau dồi đức hạnh cao thượng này và hoan hỷ với tình trạng an lành, hạnh phúc và tiến bộ của người khác. Kỳ thật, khi chúng ta vui được với niềm vui của người khác, tâm chúng ta càng trở nên thanh tịnh, tinh khiết và cao cả hơn.

Xả Vô Lượng Tâm: "Xả" là nội tâm bình đẳng và không có chấp trước, một trong những đức tính chính của Phật giáo, xả bỏ sẽ đưa đến trạng thái hửng hờ trước những vui khổ hay độc lập với cả hai thứ này. Xả được định nghĩa là tâm bình đẳng, như không phân biệt trước người vật, kỷ bỉ; xả bỏ thế giới vạn hữu, không còn bị phiền não và dục vọng trói buộc. Xả là một trong thất giác phần hay thất bồ đề phần. Đức Phật dạy: "Muốn được vào trong cảnh giới giải thoát thậm thâm của các bậc Bồ Tát, Phật tử trước hết cần phải xả bỏ tất cả dục lạc của ngũ dục của phàm phu. Theo Kinh Duy Ma Cật, khi ngài Văn Thù Sư Lợi Bồ Tát đến thăm bệnh cư sĩ Duy Ma Cật, ông có hỏi về lòng "xả". Văn Thù Sư Lợi hỏi Duy Ma Cật: "Sao gọi là lòng xả?" Duy Ma Cật đáp: "Những phước báo mà vị Bồ Tát đã làm, không có lòng hy vọng". Xả bỏ là không luyến chấp khi làm lợi lạc cho tha nhân. Thói thường khi chúng ta làm điều gì nhất là khi được kết quả tốt, thì chúng ta hay tự hào, tự mãn, và đắc chí. Sự bất bình, cãi vã xung đột giữa người và người, nhóm này với nhóm khác cũng do tánh chấp trước mà nguyên nhân là do sự chấp ngã, chấp pháp mà ra. Đức Phật dạy rằng nếu có người lên án mình sai, mình nên trả lại họ bằng lòng thương, không nên chấp chặt. Khi họ càng cuồng dạy thì chúng ta càng xả bỏ, luôn tha thứ cho họ bằng sự lành. Làm được như vậy là vui. Các vị Bồ Tát đã ly khai quan niệm chấp pháp, nên không thấy mình là ân nhân của chúng sanh; ngược lại, lúc nào họ cũng thấy chính chúng sanh mới là ân nhân của mình trên bước đường lợi tha mẫn chúng, tiến đến công hạnh viên mãn. Thấy chúng sanh vui là Bồ tát vui vì lòng từ bi. Các ngài xả bỏ đến độ người gần xa đều xem bình đẳng, kẻ trí ngu đều coi như nhau, mình và người không khác, làm tất cả mà thấy như không làm gì cả, nói mà không thấy mình có nói gì cả, chứng mà không thấy mình chứng gì cả. Tâm xả bỏ mọi thứ vật chất cũng như vượt lên mọi cảm xúc. Ở đây hành giả với đầy tâm xả trải rộng khắp nơi, trên, dưới, ngang, hết thảy phương xứ, cùng khắp vô biên giới, vị ấy luôn an trú biến mãn với tâm xả, quảng đại, vô biên, không hận, không sân.

CHƯƠNG 69. Tu Tập Tứ Vô Lượng Tâm

Xả vô lượng tâm còn được coi như là nơi mà chư Thiên trú ngụ. Đây là trạng thái tâm nhìn người không thiên vị, không luyến ái, không thù địch, đối lại với thiên vị và thù hằn. Tâm 'Xả' giúp cho hành giả tu thiền gác qua một bên cả hai cực đoan bám víu và thù hằn. Nhờ tâm 'Xả' mà hành giả luôn đi trên trung đạo, không còn chạy theo những thứ ưa thích hay xua đuổi những thứ làm mình không vừa ý. Nhờ tâm 'Xả' mà hành giả luôn có tâm bình thản, quân bình, không giận dữ, buồn phiền hay lo âu. Xả đóng vai trò rất quan trọng chẳng những cho việc tu tập, mà còn trong đời sống hằng ngày của chúng ta nữa. Thông thường, chúng ta bị những đối tượng vừa lòng và thích thú làm dính mắc hay bị dao động vì gặp phải những đối tượng không ưa thích. Đây là những trở ngại hầu như mọi người đều gặp phải. Chúng ta bị yêu ghét chi phối nên không có sự quân bình. Vì vậy mà tham lam và sân hận dễ dàng lôi kéo chúng ta. Theo Thiền Sư U. Pandita trong quyển "Ngay Trong Kiếp Này", có năm cách để phát triển tâm xả: Xả đối với tất cả chúng sanh. Điều thiết yếu đầu tiên làm cho tâm xả phát sinh là có thái độ xả ly đối với tất cả chúng sanh, bao gồm những người thân yêu và ngay cả loài vật. Để chuẩn bị cho tâm xả phát sanh, chúng ta phải cố gắng vun bồi thái độ không luyến ái, không chấp giữ và có tâm xả đối với cả người và vật mà mình yêu thương. Phàm nhân chúng ta có thể có một ít dính mắc vào những người thân thuộc, nhưng quá nhiều dính mắc sẽ có hại cho cả mình và người. Có thái độ xả ly với vật vô tri vô giác. Muốn phát triển tâm xả chúng ta cũng phải có thái độ xả ly với vật vô tri vô giác như tài sản, y phục, quần áo thời trang. Tất cả mọi thứ rồi cũng sẽ phải bị hủy hoại theo thời gian bởi mọi thứ trên thế gian này đều bị vô thường chi phối. Tránh xa người quá luyến ái. Những người này thường dính mắc vào sự chấp giữ, chấp giữ vào người, vào vật mà họ cho là thuộc về mình. Nhiều người cảm thấy khổ sở khi thấy người khác sử dụng tài sản hay vật dụng của mình. Thân cận người không quá luyến ái và người có tâm xả. Hướng tâm vào việc phát triển tâm xả. Khi tâm hướng vào việc phát triển xả ly thì nó không còn lang thang những việc phàm tình thế tục nữa.

Chương 70. Tu Tập Mười Thiện Nghiệp

Thiện nghiệp là nghiệp tạo ra bởi thiện đạo như ngũ giới thập thiện, sẽ đưa chúng sanh đến chỗ an lạc hạnh phúc. Thiện nghiệp là những nghiệp đưa đến vãng sanh Tịnh Độ. Theo Kinh Pháp Cú, câu 183, Đức Phật dạy: "Chớ làm các điều ác, gắng làm các việc lành, giữ tâm ý trong sạch. Ấy lời chư Phật dạy." Thiện nghiệp sẽ giúp con người chế ngự được những phiền não khởi lên trong tâm. Ngược lại, nếu con người làm ác nghiệp sẽ phải nhận chịu các hậu quả khổ đau trong đời này hay đời kế tiếp. Thiền sư Philip Kapleau viết trong quyển 'Giác Ngộ Thiền': "Trong Phật giáo cổ điển, nghiệp không được đánh giá là tốt hay xấu, nhưng đúng hơn là 'thiện nghiệp' hay 'bất thiện nghiệp.' Thiện nghiệp là hành động xuất phát từ ý thức về tính nhất thể, không phân ly. Những hành động như thế không bị trói buộc với cái chấp ý tưởng về ta và người, những hành động này có tính tự phát, khôn ngoan và bi mẫn. Trái lại, bất thiện nghiệp là những hành động bắt nguồn từ cội rễ bất thiện của tham, sân, si, và ảo tưởng. Như cái ảo tưởng đầu tiên về ta và người, những tư tưởng và hành động khởi lên từ điều kiện phân ly hay chia cách này có khuynh hướng phản ứng và tự vệ. Những tư tưởng và hành động ấy khó lòng tạo nên nền tảng của cuộc sống thiện xảo, vốn dĩ sáng tạo và chu toàn. Chẳng hạn như khi nghĩ đến bản tánh tốt đầu tiên: không sát sanh mà ngược lại trân quí tất cả đời sống. Người ta không thể nào phạm tội giết người trừ phi tư tưởng lấy đi mạng sống khởi lên. người ta phải xem ai đó như là một con người tách biệt với mình và vì lợi ích của chính bản thân mình người ta mới xem người ấy là người cần phải bị giết. Từ hạt giống phân tách này, từ tư tưởng trong tâm thức này, hành động có thể xảy đến. Sát sanh là sự biểu lộ ra ngoài một cái tâm bị thống trị bởi sự phân tách và đặc biệt, bởi lòng sân hận và thù ghét. Hành động là do tư tưởng làm hiển lộ. Từ những tư tưởng bất thiện, xuất phát những hành động bất thiện và gây khổ đau cho người khác. Hầu như tất cả mọi hành động đều xuất phát từ tư tưởng."

Hành giả tu Phật nên luôn nhớ rằng một nhân do thiện căn mà tạo ra thiện quả. Trong Phật giáo, một người tốt, là người lương thiện, đặc biệt là luôn tin theo thuyết nhân quả của Phật Giáo và sống một đời thiện lành. Đức Phật thường nhắc nhở đệ tử trong tứ chúng rằng con đường duy nhất để tu tập tiến tới Phật quả cho những ai mới bắt đầu bước đầu tu tập theo Phật là phải tu tập mười nghiệp lành. Theo Phật Giáo Đại Thừa, có mười nghiệp thiện. Thứ nhất là không sát sanh mà phóng sanh là tốt; thứ nhì là không trộm cướp mà bố thí là tốt; thứ ba là không tà hạnh mà đạo hạnh là tốt; thứ tư là không nói lời dối trá, mà nói lời đúng đắn là tốt; thứ năm là không nói lời thêu dệt, mà nói lời đúng đắn là tốt; thứ sáu là không nói lời độc ác, mà nói lời ái ngữ là tốt; thứ bảy là không nói lời vô ích, mà nói lời hữu ích là tốt; thứ tám là không tham lam ganh ghét người là tốt; thứ chín là không sân hận, mà ôn nhu là tốt; thứ mười là không mê muội tà kiến, mà hiểu theo chánh kiến là tốt. Theo Phật Giáo Nguyên Thủy, có mười nghiệp lành tạo quả trổ sanh trong Dục Giới được đề cập trong Đức Phật Và Phật Pháp của Hòa Thượng Narada. Bố thí hay đức khoan dung quảng đại hay tâm bố thí tạo quả nhiều của cải; trì giới đem lại sự tái sanh trong dòng dõi quý phái và trạng thái an vui; tham thiền dẫn đến sự tái sanh trong cõi sắc giới và vô sắc giới, và đưa hành giả đến chỗ giác ngộ và giải thoát; lễ bái hay biết trọng người đáng kính trọng là nhân tạo quả được thân bằng quyến thuộc quý phái thượng lưu; phục vụ tạo quả được nhiều người theo hầu; hồi hướng phước báu sẽ được đời sống sung túc và phong phú; hoan hỷ với phước báu của người khác đem lại trạng thái an vui, bất luận trong cảnh giới nào; tán dương hành động của kẻ khác cũng đem lại kết quả được người khác tán dương lại; nghe pháp đem lại trí tuệ; hoằng pháp cũng đem lại trí tuệ; quy y Tam Bảo sớm dẹp tan dục vọng phiền não; củng cố chánh kiến của mình; tỉnh thức đem lại hạnh phúc dưới nhiều hình thức. Thật vậy, thân cận người lành và làm việc thiện như đi trong sương mù, không thấy ướt áo, nhưng sương đã thấm vào da. Ngược lại, thân cận kẻ ác, thêm ác tri kiến để làm việc ác, chẳng chóng cũng chầy sẽ có ngày gây tạo tội ác, trước mắt chịu quả báo, chết rồi phải trầm luân. Theo Kinh Duy Ma Cật, chương mười, phẩm Phật Hương Tích, cư sĩ Duy Ma Cật đã nói với các Bồ Tát nước Chúng Hương rằng: "Bồ Tát ở cõi này đối với chúng sanh, lòng đại bi bền chắc thật đúng như lời các ngài đã ngợi khen. Mà Bồ Tát ở cõi này lợi ích cho chúng sanh trong một đời còn hơn trăm ngàn kiếp tu hành ở cõi nước khác. Vì sao? Vì cõi Ta-bà này có mười điều lành mà các Tịnh Độ khác không có." Thế nào là mười? Đó là dùng bố thí để nhiếp độ kẻ nghèo nàn; dùng tịnh giới để nhiếp độ người phá giới; dùng nhẫn nhục để nhiếp độ kẻ giận dữ; dùng tinh tấn để nhiếp độ kẻ giải đãi; dùng thiền định để nhiếp độ kẻ loạn ý; dùng trí tuệ để nhiếp độ kẻ ngu si; nói pháp trừ nạn để độ kẻ bị tám nạn; dùng pháp đại thừa để độ kẻ ưa pháp tiểu thừa; dùng các pháp lành để cứu tế người không đức; và thường dùng tứ nhiếp để thành tựu chúng sanh.

Cư sĩ Sasaki Doppo tu học Thiền pháp với thiền sư Ganseki. Sau này ông kể lại ông đã từng hỏi thầy "Phật là gì?" Sư Ganseki đáp: "Tâm thiện là Phật." Cư sĩ Sasaki Doppo liền thưa: "Thiện vốn là chơn tánh của con người. Bởi thế cổ đức dạy rằng tâm bình thường là đạo." Về sau cư sĩ Sasaki Doppo còn thể hiện kiến giải này trong một bài thơ nói về Thần Đạo:

"Bao ô uế cấm kỵ
Đều do tâm tạo tác

*Kẻ ngộ được thần tâm
Cùng thần chẳng sai khác."*

Cư sĩ Sasaki Doppo còn viết thêm một bài kệ nữa:

*"Mặt trời là mắt
Bầu trời là mặt
Hơi thở là gió
Núi cao sông rộng
Thảy đều là ta."*

Chương 71. Lục Phàm Tứ Thánh

Lục Phàm Tứ Thánh hay mười pháp giới bao gồm bốn pháp giới của bậc Thánh là Phật, Bồ Tát, Thanh Văn, Duyên Giác; và sáu pháp giới của phàm phu là thiên, nhân, a tu la, súc sanh, ngạ quỷ, và địa ngục. Trong sáu cõi phàm thì có ba cõi thiện là Thiên, Nhân và A Tu La; còn ba cõi ác là Địa ngục, Ngạ quỷ, và Súc sanh. Nếu trồng nhân của ba đường thiện sẽ gặt quả của ba đường thiện; nếu trồng nhân của ba đường ác sẽ gặt quả của ba đường ác. Đây là nguyên tắc căn bản của Phật giáo, tuyệt nhiên không mê tín dị đoan. Đạo lý này luôn đúng, không sai sót và sẽ không bao giờ thay đổi. Theo tông Thiên Thai, mười cõi này tương dung tương nhiếp lẫn nhau, mỗi cõi mang trong nó chín cõi còn lại kia. Tỷ dụ như nhân giới sẽ bao hàm cả chín cõi khác, từ Phật cho đến địa ngục, và mỗi một trong mười cảnh vực kia cũng vậy. Ngay cả cảnh giới của chư Phật cũng bao gồm bản chất của địa ngục và các cõi khác, bởi vì một Đức Phật dù ở Ngài không còn bản chất của địa ngục, nhưng vì để cứu độ chúng sanh trong cõi này, nên cũng có địa ngục ngay trong tâm của Ngài. Trong ý nghĩa này Phật giới cũng bao gồm cả chín cõi khác. Theo Phật giáo, mười pháp giới này đều do một niệm hiện hữu từ trong tâm chúng ta mà ra. Chính vì vậy mà cổ đức có dạy: "Thập giới nhất tâm, bất ly đương niệm. Năng giác thử niệm, lập đăng bỉ ngạn." Nghĩa là nếu chúng ta hiểu rõ về ý niệm hiện tại thì lập tức chúng ta sẽ trở nên giác ngộ. Theo Kinh Hoa Nghiêm: "Vạn Pháp do tâm tạo." Ngay cả Phật cũng do tâm mình tạo ra. Nếu mình tu Phật pháp thì mình thành Phật đạo. Nếu mình tu Bồ Tát thì thành Bồ Tát. Ví bằng mình muốn đọa địa ngục, và cứ nhắm hướng địa ngục mà đi thì tương lai phải đến địa ngục không một chút nghi ngờ gì cả. Cho nên nói mười pháp giới không rời một niệm tâm này.

Theo Kinh Phúng Tụng trong Trường Bộ Kinh, có sáu nẻo luân hồi hay sáu thế giới của chúng sanh mê mờ. Tất cả chúng sanh trong sáu nẻo này đều phải chịu sanh tử luân chuyển không ngừng theo luật nhân quả, sanh vào nẻo nào tùy theo những hành động trong kiếp trước quyết định. Trong Phật giáo, các nẻo này được miêu tả bằng các tai họa hay các phần của bánh xe sanh tử. Bánh xe này do các hành động phát sanh từ vô minh của ta về chân tánh cuộc sinh tồn, do các nghiệp lực từ quá khứ vô thủy thúc đẩy, do sự thèm muốn khoái lạc của các thức giác của chúng ta, và sự bám víu của chúng ta vào những khoái lạc này tiếp tục làm nó xoay vần, đưa đến sự quay vòng bất tận của sinh tử và tái sanh mà chúng ta bị trói buộc trong ấy. Đây là sáu đường luân hồi của chúng sanh (chúng sanh tạo các nghiệp khác nhau rồi bị nghiệp lực thúc đẩy, dẫn dắt đến sáu loại đầu thai, qua lại trong sáu nẻo, sanh rồi tử, tử rồi sanh, như bánh xe xoay vần, không bao giờ dừng nghỉ, hoặc vào địa ngục, hoặc làm quỷ đói, hoặc làm súc sanh, hoặc A Tu La, hoặc làm người, hoặc làm trời, Đức Phật gọi đó là luân chuyển trong lục đạo).

Lục Phàm gồm Hạ Tam Đồ hay ba đường dữ, và Thượng Tam Đồ hay ba đường lành. Hạ Tam Đồ hay ba đường dữ bao gồm địa ngục, ngạ quỷ và súc sanh: Thứ nhất là Địa Ngục Đạo: Địa ngục theo tiếng Phạn là Naraka, nghĩa là lãnh đủ mọi sự khổ não, không an vui. Đây là cảnh giới địa ngục. Đây là điều kiện sống thấp nhất và khốn khổ nhất. Chúng sanh (A-Lại-Da thức) bị đọa vào địa ngục vì những hành vi độc

CHƯƠNG 71. Lục Phàm Tứ Thánh

ác làm nhiều điều tội lỗi hại người hại vật (loại này ở chỗ tối tăm, bị tra tấn thường xuyên do tội hành nghiệp chiêu cảm). Trong cõi địa ngục thì sự khổ không có bút mực nào mà tả cho xiết. Trong Phật giáo, địa ngục tượng trưng cho tham sân si, những loài bị hành tội ở cõi thấp nhất. Thứ nhì là Ngạ Quỷ Đạo: Ngạ quỷ theo tiếng Phạn là Preta. Đây là cảnh giới ngạ quỷ, nơi tái sanh của những kẻ tham lam, ích kỷ và dối gạt (trong các loài quỷ thì quỷ đói chiếm đa số. Các loài quỷ chịu quả báo không đồng, kẻ nào có chút ít phước báo thì được sanh nơi rừng núi, gò miếu; loài không có phước báo thì thác sanh vào những chỗ bất tịnh, ăn uống thất thường, bị nhiều nỗi khổ sở. Chúng sanh độc ác bị tái sanh vào ngạ quỷ, thấy suối nước như thấy máu mủ, cổ nhỏ như cây kim, bụng ỏng như cái trống chầu, có khi đồ ăn vừa vào đến miệng, đã trở thành than hồng, không thể nào nuốt được, chịu đại khổ não suốt đời cùng kiếp). Ở cõi ngạ quỷ chúng sanh thân thể xấu xa hôi hám, bụng lớn như cái trống, cổ nhỏ như cây kim, miệng phục ra lửa mỗi khi nuốc thức ăn, và chịu cảnh đói khát trong muôn ngàn kiếp. Loài ngạ quỷ tiêu biểu cho những loài đã chết hay các quỷ đói. Ngoài ra, loài ngạ quỷ cũng bao gồm những quỷ thần hiếu chiến. Dù một phần thuộc Thiên giới, nhưng chúng được đặt vào cõi thấp hơn. Thứ ba là Súc Sanh Đạo: Súc sanh theo tiếng Phạn là Tiryagyoni. Đây là loài chúng sanh sanh ra để bị người đời hành hạ và ăn thịt. Đây là cảnh giới súc sanh, nơi tái sanh của những kẻ si mê, sa đọa, tửu sắc, bài bạc, đối trá và tà dâm (trên từ rồng, thú, cầm, súc; dưới đến thủy tộc và loài côn trùng, không bao giờ đi thẳng được như con người hay chư Thiên. Loài này thường giết hại và ăn thịt lẫn nhau, đồng loại thì ỷ mạnh hiếp yếu. Ngoài ra, chúng còn bị con người sai sử chuyên chở và đánh đập). Cõi bàng sanh như loài trâu, bò, lừa, ngựa bị sự khổ chở kéo nặng nề. Loài dê, heo, vịt, gà, thì bị sự khổ về banh da xẻ thịt làm thức ăn cho loài người. Các loài khác thì chịu sự khổ về ngu tối, nhơ nhớp, giết hại và ăn uống lẫn nhau.

Đây là những loài có bản chất mê muội, bao gồm tất cả các loài vật. Thượng Tam Đồ hay ba đường lành: Trong ba đường lành này thì hai đường người trời rất khó được sanh vào, trong khi bị đọa vào a-tu-la và hạ tam đồ thì lại dễ dàng và thông thường. Thứ nhất là A Tu La Đạo: A Tu La theo tiếng Phạn gọi là "Asura", nghĩa là tánh tình xấu xa, cũng có nghĩa là phước báo không bằng chúng sanh ở hai cõi người và trời. Đây là cảnh giới của những chúng sanh xấu ác, hay giận dữ, tánh tình nóng nảy, thích bạo động hay gây gỗ, và si mê theo tà giáo (chúng sanh trong cảnh giới này cũng có phước báo, nhưng lại bị tham vọng, dối trá, kiêu mạn, là quả của những tiền nghiệp lấn lướt, nên tâm thường hay chứa đầy tức giận và chấp trước). Thứ nhì là Nhân Đạo: Nhân theo tiếng Phạn là "Manusya-gati". Đây là cảnh giới của con người, hay thế giới của chúng ta, nơi mà những chúng sanh nào thọ trì ngũ giới sẽ được tái sanh vào (cõi này chúng sanh khổ vui lẫn lộn, tuy nhiên, thường bị cảnh khổ sở thiếu thốn, đói khát, lạnh nóng, sợ sệt, vân vân. Bên cạnh đó lại phải bị những lo âu sợ sệt về sanh, lão, bệnh, tử, chia ly, thương ghét. Khổ thì có tam khổ như khổ khổ, hoại khổ, hành khổ; hoặc ngũ khổ như sanh khổ, già khổ, bệnh khổ, chết khổ, khổ vì phạm các tội mà bị trói buộc; hoặc bát khổ như sanh, già, bệnh, chết, ái biệt ly, oán tắng hội, cầu bất đắc, ngũ ấm thạnh suy. Tuy cũng có những niềm vui, nhưng đây chỉ là niềm vui tạm bợ, vui để chờ buồn chờ khổ. Chúng sanh sanh vào cõi người, mà lại gặp được Phật pháp thì theo lời Phật dạy là một đại hạnh, vì đây là cơ hội ngàn năm một thuở cho cuộc tu giải thoát). Nhơn giới có bản chất trung hòa và tiêu biểu cho đạo đức xã hội. Thứ ba là Thiên Đạo: Thiên theo tiếng Phạn gọi là "Deva-gati" có nghĩa là sáng suốt, thanh tịnh, tự tại hay tối thắng. Thiên đạo hay cảnh giới chư thiên là nơi tái sanh của những chúng sanh nào giữ tròn năm giới, thật hành thập thiện nghiệp, và tránh thập ác (người sanh lên cõi trời thân được sáng suốt, vui nhiều hơn khổ, sự ăn mặc, cung điện,

Chương 71. Lục Phàm Tứ Thánh

nhà cửa đều được sung sướng tốt đẹp, không thiếu thốn về vật chất). Cõi trời tuy vui vẻ hơn nhân gian, nhưng cũng còn tướng ngũ suy và những điều bất như ý. Mặc dù là siêu nhân, nhưng những chúng sanh này không thể giác ngộ viên mãn nếu không có giáo thuyết của Phật.

Tứ Thánh tức bốn cõi Thánh là cõi mà nơi đó chúng sanh đã giác ngộ, đã biết sự an lạc bên trong và sự tự do sáng tạo bởi vì bằng tri thức họ đã chiến thắng vô minh và mê hoặc, họ đã thoát khỏi sự nô lệ vào các nghiệp lực phát sinh từ hành động mê lầm trong quá khứ và bây giờ không còn gieo những hạt giống mà chúng sẽ kết trái trong hình thức trói buộc mới của nghiệp. Song giác ngộ không làm gián đoạn luật nhân quả. Khi người giác ngộ tự cắt ngón tay mình, nó cũng chảy máu, khi người ấy ăn phải thức ăn xấu thì dạ dày vẫn đau. Người giác ngộ không thể chạy trốn được hậu quả của các hành động do chính mình tạo ra. Sự khác biệt là vì người đã giác ngộ chấp nhận, tức đã thấy rõ nghiệp của mình và không còn bị trói buộc nữa mà di động tự do bên trong nghiệp. Tứ Thánh gồm Thanh Văn, Duyên Giác, Bồ Tát, và Phật: Thứ nhất là Thanh Văn: Thanh Văn là những đệ tử trực tiếp của Phật. Thanh Văn còn là những học trò lắng nghe lời Phật dạy mà hiểu nguyên lý của Tứ diệu đế, để tu hành và đạt mục đích Niết-bàn không còn vướng bận trần thế. Thanh văn thừa là cỗ xe của những người nghe pháp tu hành mà thành tựu. Đây là cỗ xe đầu tiên trong ba cỗ xe dẫn tới Niết-bàn. Thanh Văn Thừa thường chỉ những Phật tử không thuộc Đại Thừa. Thứ nhì là Duyên Giác: Còn gọi là Độc Giác Phật. Đây là một vị Phật tự giác ngộ, không giảng dạy cho kẻ khác. Độc giác Phật, người đại giác (đơn độc), đi một mình vào đại giác rồi nhập Niết-bàn một mình. Người ấy đạt được đại giác nhờ hiểu được thập nhị nhân duyên bằng nơi tự thân (tự giác, không cần thầy, và đạt đến giác ngộ cho tự thân hơn là cho tha nhân). Nói tóm lại, Độc Giác Phật là vị ẩn cư và tu giải thoát chỉ cho chính bản thân mình mà thôi. Thứ ba là Bồ Tát: Bồ Tát tức một vị Phật trong tương lai. Theo Đại Trí Độ Luận, chữ Bodhi có nghĩa là con đường hành đạo của chư Phật, chữ sattva là bản chất của thiện pháp. Bồ Tát là vị có tâm cứu giúp tất cả chúng sanh vượt qua dòng sông sanh diệt. Bồ Tát là một chúng sanh "Đại Giác Hữu Tình" (dịch theo lối mới). Bồ Tát là bậc tầm cầu sự giác ngộ tối thượng, không phải chỉ cho chính mình mà cho tất cả chúng sanh. Thứ tư là Phật: Phật là bậc không còn ở trong vòng mười cõi thế gian này, nhưng vì Ngài thị hiện giữa loài người để giảng dạy giáo lý của mình nên Ngài được kể vào đó.

Chương 72. Cứu Độ Chúng Sanh

Cứu độ có thể được hiểu như giải thoát cho ai đó thoát khỏi sự hủy diệt, khổ đau, phiền não, vân vân, để đưa người ấy đến trạng thái an toàn khỏi những lực lượng hủy diệt, thiên nhiên hay siêu nhiên. Đối với các tôn giáo khác, cứu độ có nghĩa là cứu khỏi tội lỗi, chết chóc và nhận vào cái gọi là thiên đường vĩnh cửu. Đây là những tôn giáo cứu độ, vì họ hứa cứu độ chúng sanh trong một hình thức nào đó. Họ cho rằng ý chí của một người là quan trọng, nhưng ân sủng là cần thiết và quan trọng hơn để được cứu độ. Người nào muốn được cứu độ thì phải tin rằng họ thấy được sự cứu độ siêu nhiên của một đấng toàn năng trong cuộc đời mà mình đang sống. Trong đạo Phật, quan niệm cứu độ rất xa lạ đối với những Phật tử thuần thành. Một lần, Đức Phật bảo với tứ chúng: "Mục đích duy nhất Ta ra đời là nhằm giáo hóa chúng sanh. Tuy nhiên, một điều rất quan trọng là các con đừng tin lời Ta giảng là đúng, chỉ đơn giản vì Ta đã nói những lời ấy. Tốt hơn, các con nên thật hành những lời dạy của Ta để biết rằng chúng đúng hay sai. Nếu các con thấy giáo pháp của Ta là phù hợp với chân lý và hữu ích, thì cố gắng làm theo. Nhưng đừng thật hành chỉ vì các con kính trọng Ta. Chính các con mới có thể cứu độ các con mà thôi." Một lần khác, Đức Phật

CHƯƠNG 72. Cứu Độ Chúng Sanh

vỗ về con voi điên và quay sang nói với A Nan: "Duy nhất chỉ có tình thương mới diệt được hận thù. Sự thù hận không thể chấm dứt bằng lòng thù hận. Đây là bài học quan trọng mà con nên nhớ." Chính Đức Phật đã khuyên chúng đệ tử lần cuối cùng trước khi Ngài nhập diệt: "Khi Ta không còn nữa các con hãy lấy giáo pháp của Ta làm thầy hướng dẫn cho các con. Nếu tâm các con thâm nhập được những lời dạy của Ta thì các con không cần thiết có Ta nữa. Hãy ghi nhớ những lời Ta đã dạy các con. Lòng tham và dục vọng là nguyên nhân của mọi khổ đau phiền não. Cuộc đời luôn biến đổi vô thường, vậy các con chớ nên tham đắm vào bất cứ thứ gì ở thế gian. Mà cần tự nỗ lực tu hành, sửa đổi thân tâm để tìm thấy cho chính mình hạnh phúc chân thật và trường cửu." Đó là một vài khái niệm về cứu độ trong đạo Phật được nói lên từ kim khẩu của Đức Phật.

Có Bốn Lý Do Phật Thị Hiện Nơi Cõi Ta-bà: Theo Kinh Pháp Hoa, phẩm Phương Tiện, Đức Phật đã dạy: "Này ông Xá Lợi Phất, thế nào gọi là chư Phật Thế Tôn vì đại sự nhân duyên mà xuất hiện ở đời. Chư Phật Thế Tôn muốn chúng sanh giác ngộ tri kiến Phật, khiến họ được thanh tịnh, nên đã xuất hiện ở đời. Vì muốn chúng sanh thâm nhập vào tri kiến Phật, nên xuất hiện ở đời. Này ông Xá Lợi Phất, đó là do chư Phật Thế Tôn có đại nhân duyên nên xuất hiện ở đời.". Thứ nhất là Khai: Khai mở tri kiến hay chân lý Phật, hay là mở ra sự thấy biết của chư Phật cho chúng sanh y theo đó mà học hiểu, hầu phân biệt rõ ràng được đâu đúng hay sai. Thứ nhì là Thị: Chỉ bảo tri kiến Phật, giúp cho chúng sanh tu tập theo những thấy biết chân chánh của chư Phật nhằm giúp họ y theo đó mà học hiểu, hầu rõ được nẻo đúng đường sai, đâu phải, đâu trái để dứt bỏ những sai lầm cố hữu. Thứ ba là Ngộ: Giác ngộ tri kiến Phật, tức là giác ngộ Phật pháp, xa lánh tà pháp, để dứt lìa những khổ đau sanh tử nơi tam đồ ác đạo như các cõi địa ngục, ngạ quỷ, súc sanh, vân vân, để được sanh về các nẻo an vui của cảnh trời người. Thứ tư là Nhập: Thâm nhập vào tri kiến Phật, hay thâm nhập vào trong quả vị giải thoát của Thánh nhơn, hay là đắc đạo, vượt thoát ra ngoài vòng luân hồi sanh tử.

Phật Cứu Độ Chúng Sanh Bằng Bốn Phương Pháp: Theo Đạo Xước (562-645), một trong những tín đồ lỗi lạc của Tịnh Độ Tông, trong An Lạc Tập, một trong những nguồn tài liệu chính của giáo pháp Tịnh Độ, chư Phật cứu độ chúng sanh bằng bốn phương pháp. Thứ nhất là bằng khẩu thuyết như được ký tải trong Nhị Thập Bộ Kinh. Thứ nhì là bằng tướng hảo quang minh. Thứ ba là vô lượng đức dụng thần thông đạo lực, đủ các thứ biến hóa. Thứ tư là các danh hiệu của các Ngài, mà, một khi chúng sanh thốt lên, sẽ trừ khử những chướng ngại và chắc chắn sẽ vãng sanh Phật tiền. Người phàm mắt thịt chúng ta thường không thể hiểu được lòng giáo hóa đại bi vô lượng của chư Phật và chư Bồ Tát. Có khi các Ngài dùng lời thuyết giáo để hóa độ, nhưng lắm khi các Ngài dùng gương sống hằng ngày như lui về tự tịnh hay nghiêm trì giới luật để khuyến khích người khác tu hành. "Quyền Hiện" có nghĩa là tạm thời phương tiện hiện ra để cứu độ chúng sanh. Phật lực hay Bồ Tát lực có thể tự hóa thành bất cứ thân trần tục nào để cứu độ chúng sanh.

Chư Phật và chư Bồ Tát còn cứu độ chúng sanh bằng cách "Phá tà Hiển Chánh": Phá Tà Hiển Chánh có nghĩa là phá bỏ tà chấp tà kiến tức và làm rõ chánh đạo chánh kiến. Theo Tam Luận Tông, học thuyết Tam Luận Tông có ba khía cạnh chính, khía cạnh đầu tiên là 'phá tà hiển chánh.' Phá tà là cần thiết để cứu độ chúng sanh đang đắm chìm trong biển chấp trước, còn hiển chánh cũng là cần thiết vì để xiển dương Phật pháp. Phá tà là phủ nhận tất cả những quan điểm y cứ trên sự chấp trước. Như thế những quan điểm như thuyết về 'Ngã' của các triết gia Bà La Môn, thuyết 'Đa Nguyên Luận' của các luận sư A Tỳ Đàm và Câu Xá, cũng như những nguyên tắc độc đoán của các luận sư Đại Thừa, không bao giờ được thông qua mà không bị bài bác chi ly. 'Hữu' hay tất cả đều có, cũng như 'không' hay tất cả đều không đều bị chỉ trích. Hiển chánh là làm sáng tỏ chánh kiến. Theo Giáo Sư Takakusu trong Cương Yếu Triết Học Phật Giáo, Tam Luận Tông luận rằng chân lý chỉ có thể đạt được bằng cách phủ định hay bài bác các tà kiến bên trong và bên ngoài Phật giáo, cũng như những sai lầm của Đại thừa và Tiểu thừa. Khi ôm giữ tà kiến sai lầm, con người sẽ mù quáng trong phán đoán. Làm sao mà một người mù có thể có được cái thấy đúng, và nếu không có nó thì không bao giờ tránh được hai cực đoan. Cứu cánh vọng ngôn tuyệt lự là buổi bình minh của trung đạo. Phá tà và chỉ có phá tà mới dẫn đến cứu cánh chân lý. Con đường giữa hay con đường xa lìa danh và tướng là con đường hiển chánh.

Chương 73. Những Lời Dạy Cuối Cùng Của Đức Phật

Dưới hàng cây Ta La Song Thọ tại thành Câu Thi Na, Đức Phật đã căn dặn đệ tử của Ngài những lời di giáo cuối cùng như sau: Hãy tự thắp đuốc lên mà đi. Hãy về nương nơi chính mình, chớ đừng nương tựa vào bất cứ ai khác. Hãy lấy giáo pháp của ta làm đuốc mà đi. Hãy nương vào giáo pháp ấy, chớ đừng nương vào bất cứ giáo pháp nào khác. Nghĩ về thân thể thì nên nghĩ về sự bất tịnh của nó. Nghĩ về thân thể thì nên nghĩ rằng cả đau đớn lẫn dễ chịu đều là những nhân đau khổ giống nhau, thì làm gì có chuyện ham chuộng dục vọng? Nghĩ về cái "ngã" nên nghĩ về sự phù du (qua mau) của nó để không rơi vào ảo vọng hay ôm ấp sự ngã mạn và ích kỷ khi biết những thứ này sẽ kết thúc bằng khổ đau phiền não? Nghĩ về vật chất, các ông hãy tìm xem coi chúng có cái "ngã" tồn tại lâu dài hay không? Có phải chúng chỉ là những kết hợp tạm bợ để rồi chẳng chóng thì chầy, chúng sẽ tan hoại? Đừng lầm lộn về sự phổ quát của khổ đau, mà hãy y theo giáo pháp của ta, ngay khi ta đã nhập diệt, là các ông sẽ đoạn trừ đau khổ. Làm được như vậy, các ông mới quả thật là đệ tử của Như Lai. Này chúng đệ tử, giáo pháp mà Như Lai đã để lại cho các ông, không nên quên lãng, mà phải luôn xem như bảo vật, phải luôn suy nghiệm và thật hành. Nếu các ông y theo những giáo pháp ấy mà tu hành, thì các ông sẽ luôn hạnh phúc. Này chúng đệ tử, điểm then chốt trong giáo pháp là nhắc nhở các ông kềm giữ tâm mình. Hãy giữ đừng cho tâm "tham" là các đức hạnh của các ông luôn chánh trực. Hãy giữ tâm thanh tịnh là lời nói của các ông luôn thành tín. Luôn nghĩ rằng đời này phù du mộng huyễn là các ông có thể chống lại tham và sân, cũng như tránh được những điều ác. Nếu các ông thấy tâm mình bị cám dỗ quyện quến bởi tham lam, các ông nên dụng công trì giữ tâm mình. Hãy là chủ nhân ông của chính tâm mình. Tâm các ông có thể khiến các ông làm Phật, mà tâm ấy cũng có thể biến các ông thành súc sanh. Hễ mê là ma, hễ ngộ tức là Phật. Thế nên các ông phải luôn trì giữ tâm mình đừng để cho nó xa rời Chánh Đạo. Các ông nên tương kính lẫn nhau, phải luôn tuân thủ giáo pháp của Như Lai, chớ không nên tranh chấp. Các ông phải giống như nước và sữa tương hợp nhau, chớ đừng như nước và dầu, không tương hợp với nhau. Chúng đệ tử, các ông nên cùng nhau ôn tầm, học hỏi và thật hành giáo pháp của Như Lai. Đừng lãng phí thân tâm và thì giờ nhàn tản hay tranh cãi. Hãy cùng nhau thụ hưởng những bông hoa giác ngộ và quả vị của Chánh Đạo. Chúng đệ tử, giáo pháp mà Như Lai đã truyền lại cho các ông là do tự thân Như Lai chứng ngộ, các ông nên kiên thủ y nương theo giáo pháp ấy mà tu hành chứng ngộ. Chúng đệ tử, nếu các ông bỏ bê không y nương theo giáo pháp Như Lai mà tu hành, có nghĩa là các ông chưa bao giờ gặp Như Lai. Cũng có nghĩa là các ông xa Như Lai vạn dặm, cho dù các ông có đang ở cạnh Như Lai. Ngược lại, nếu các ông tuân thủ và thật hành giáo pháp ấy, dù ở xa Như Lai vạn dặm, các ông cũng đang được cạnh kề Như Lai. Chúng đệ tử, Như Lai sắp xa rời các ông đây, nhưng các ông đừng than khóc sầu muộn. Đời là vô thường; không ai có thể

CHƯƠNG 73. Những Lời Dạy Cuối Cùng Của Đức Phật

tránh được sự hoại diệt nơi thân. Nhục thân Như Lai rồi đây cũng sẽ tan hoại như một cái xe mục nát vậy. Các ông không nên bi thương; các ông nên nhận thức rằng không có chi là thường hằng và nên giác ngộ thật tánh (tánh không) của nhân thế. Đừng ôm ấp những ước vọng không tưởng vô giá trị rằng biến dị có thể trở thành thường hằng. Chúng đệ tử, các ông nên luôn nhớ rằng ma dục vọng phiền não luôn tìm cơ hội để lừa gạt tâm các ông. Nếu một con rắn độc đang ở trong phòng của các ông, muốn ngủ yên các ông phải đuổi nó ra. Các ông phải bứt bỏ những hệ phược của dục vọng phiền não và đuổi chúng đi như đuổi một con rắn độc. Các ông phải tích cực bảo hộ tâm mình. Chúng đệ tử, giây phút cuối cùng của ta đã tới, các ông đừng quên rằng cái chết chỉ là sự chấm dứt của thân xác. Thân xác được sanh ra từ tinh cha huyết mẹ, được nuôi dưỡng bằng thật phẩm, thì bệnh hoạn và tử vong là điều không tránh khỏi. Nhưng bản chất của một vị Phật không phải là nhục thể, mà là sự giác ngộ Bồ Đề. Một nhục thân phải tử vong, nhưng Trí tuệ Bồ Đề sẽ tồn tại mãi mãi trong chân lý của đạo pháp. Ai chỉ thấy ta bằng nhục thể là chưa bao giờ thấy ta; ai chấp nhận và thật hành giáo pháp Như Lai mới thật sự thấy được Như Lai. Sau khi Như Lai diệt độ, thì giáo pháp của Như Lai chính là Đạo Sư. Những ai y nương theo giáo pháp Như Lai mà tu hành mới chính là đệ tử thật của Như Lai. Trong bốn mươi lăm năm qua, ta chưa từng giữ lại một thứ gì trong giáo pháp của ta. Không có gì bí mật, không có gì ẩn nghĩa; tất cả đều được chỉ bày rõ ràng cặn kẻ. Hỡi chúng đệ tử thân thương, đây là giây phút cuối cùng. Lát nữa đây ta sẽ nhập Niết-bàn. Và đây là những lời căn dặn cuối cùng của ta.

Di giáo là những lời dạy của đức Phật được các đệ tử của Ngài ghi chép lại trong kinh, kinh nói về giáo pháp cuối cùng truyền lại khi đức Phật sắp nhập diệt. Đức Phật nói: "Ta không phải là cái gọi một cách mù mờ 'Thần linh' ta cũng không phải là hiện thân của bất cứ cái gọi thần linh mù mờ nào. Ta chỉ là một con người khám phá ra những gì đã bị che lấp. Ta chỉ là một con người đạt được toàn giác bằng cách hoàn toàn thấu triệt hết thảy những chân lý." Thật vậy, đối với chúng ta, đức Phật là một con người đáng được kính mộ và tôn sùng, không phải chỉ như một vị thầy mà như một vị Thánh. Ngài là một con người, nhưng là một người siêu phàm, một chúng sanh duy nhất trong vũ trụ đạt đến tuyệt luân tuyệt hảo. Tất cả những gì mà Ngài thành đạt, tất cả những gì mà Ngài thấu triệt đều là thành quả của những cố gắng của chính Ngài, của một con người. Ngài thành tựu sự chứng ngộ tri thức và tâm linh cao siêu nhất, tiến đến tuyệt đỉnh của sự thanh tịnh và trạng thái toàn hảo trong những phẩm hạnh cao cả nhất của con người. Ngài là hiện thân của từ bi và trí tuệ, hai phẩm hạnh cao cả nhất trong Phật giáo. Đức Phật không bao giờ tự xưng mình là vị cứu thế và không tự hào là mình cứu rỗi những linh hồn theo lối thần linh mặc khải của những tôn giáo khác. Thông điệp của Ngài thật đơn giản nhưng vô giá đối với chúng ta: "Bên trong mỗi con người có ngủ ngầm một khả năng vô cùng vô tận mà con người phải nỗ lực tinh tấn trau dồi và phát triển những tiềm năng ấy. Nghĩa là trong mỗi con người đều có Phật tánh, nhưng giác ngộ và giải thoát nằm trọn vẹn trong tầm mức nỗ lực và cố gắng của chính con người."

Khi sắp nhập diệt, đức Phật đã dặn dò tứ chúng một câu cuối cùng: "Mọi vật trên đời không có gì quý giá. Thân thể rồi sẽ tan rã. Chỉ có đạo Ta là quý báu. Chỉ có chân lý của Đạo Ta là bất di bất dịch." Khi ngày Phật nhập diệt sắp gần kề, chư Tỳ-kheo bịn rịn khôn nguôi. Thấy vậy đức Phật bèn dạy: "Ứng thân của Phật không thể ở mãi trên thế gian, đây là qui luật tự nhiên, nhưng giáo Pháp của ta thì còn mãi. Các người theo đó mà phụng hành." Kế đó A Nan lại thỉnh cầu đức Phật bốn việc liên quan đến những quan tâm của hàng đệ tử sau khi Phật nhập diệt. Ngay trước lúc nhập diệt, dưới hàng cây Ta La Song Thọ tại thành Câu Thi Na, đức Phật đã

CHƯƠNG 73. Những Lời Dạy Cuối Cùng Của Đức Phật

căn dặn đệ tử của Ngài những lời di giáo cuối cùng như sau: Thứ nhất là hãy tự thấp đuốc lên mà đi. Hãy về nương nơi chính mình, chớ đừng nương tựa vào bất cứ ai khác. Thứ nhì là hãy lấy giáo pháp của ta làm đuốc mà đi. Hãy nương vào giáo pháp ấy, chớ đừng nương vào bất cứ giáo pháp nào khác. Thứ ba là nghĩ về thân thể thì nên nghĩ về sự bất tịnh của nó. Thứ tư là nghĩ về thân thể thì nên nghĩ rằng cả đau đớn lẫn dễ chịu đều là những nhân đau khổ giống nhau, thì làm gì có chuyện ham chuộng dục vọng? Thứ năm là nghĩ về cái "ngã" nên nghĩ về sự phù du (qua mau) của nó để không rơi vào ảo vọng hay ôm ấp sự ngã mạn và ích kỷ khi biết những thứ này sẽ kết thúc bằng khổ đau phiền não? Thứ sáu là nghĩ về vật chất, các ông hãy tìm xem coi chúng có cái "ngã" tồn tại lâu dài hay không? Có phải chúng chỉ là những kết hợp tạm bợ để rồi chẳng chóng thì chầy, chúng sẽ tan hoại? Thứ bảy là đừng lầm lộn về sự phổ quát của khổ đau, mà hãy y theo giáo pháp của ta, ngay khi ta đã nhập diệt, là các ông sẽ đoạn trừ đau khổ. Làm được như vậy, các ông mới quả thật là đệ tử của Như Lai. Thứ tám là này chúng đệ tử, giáo pháp mà Như Lai đã để lại cho các ông, không nên quên lãng, mà phải luôn xem như bảo vật, phải luôn suy nghiệm và thật hành. Nếu các ông y theo những giáo pháp ấy mà tu hành, thì các ông sẽ luôn hạnh phúc. Thứ chín là này chúng đệ tử, điểm then chốt trong giáo pháp là nhắc nhở các ông kềm giữ tâm mình. Hãy giữ đừng cho tâm "tham" là các đức hạnh của các ông luôn chánh trực. Hãy giữ tâm thanh tịnh là lời nói của các ông luôn thành tín. Luôn nghĩ rằng đời này phù du mộng huyễn là các ông có thể chống lại tham và sân, cũng như tránh được những điều ác. Thứ mười là nếu các ông thấy tâm mình bị cám dỗ quyến rũ bởi tham lam, các ông nên dụng công trì giữ tâm mình. Hãy là chủ nhân ông của chính tâm mình. Thứ mười một là tâm các ông có thể khiến các ông làm Phật, mà tâm ấy cũng có thể biến các ông thành súc sanh. Hễ mê là ma, hễ ngộ tức là Phật. Thế nên các ông phải luôn trì giữ tâm mình đừng để cho nó xa rời Chánh Đạo. Thứ mười hai là các ông nên tương kính lẫn nhau, phải luôn tuân thủ giáo pháp của Như Lai, chớ không nên tranh chấp. Các ông phải giống như nước và sữa tương hợp nhau, chớ đừng như nước và dầu, không tương hợp với nhau. Thứ mười ba là chúng đệ tử, các ông nên cùng nhau ôn tầm, học hỏi và thật hành giáo pháp của Như Lai. Đừng lãng phí thân tâm và thì giờ nhàn tản hay tranh cãi. Hãy cùng nhau thụ hưởng những bông hoa giác ngộ và quả vị của Chánh Đạo. Thứ mười bốn là chúng đệ tử, giáo pháp mà Như Lai đã truyền lại cho các ông là do tự thân Như Lai chứng ngộ, các ông nên kiên thủ y nương theo giáo pháp ấy mà tu hành chứng ngộ. Thứ mười lăm là chúng đệ tử, nếu các ông bỏ bê không y nương theo giáo pháp Như Lai mà tu hành, có nghĩa là các ông chưa bao giờ gặp Như Lai. Cũng có nghĩa là các ông xa Như Lai vạn dặm, cho dù các ông có đang ở cạnh Như Lai. Ngược lại, nếu các ông tuân thủ và thật hành giáo pháp ấy, dù ở xa Như Lai vạn dặm, các ông cũng đang được cạnh kề Như Lai. Thứ mười sáu là chúng đệ tử, Như Lai sắp xa rời các ông đây, nhưng các ông đừng than khóc sầu muộn. Đời là vô thường; không ai có thể tránh được sự hoại diệt nơi thân. Nhục thân Như Lai rồi đây cũng sẽ tan hoại như một cái xe mục nát vậy. Thứ mười bảy là các ông không nên bi thương; các ông nên nhận thức rằng không có chi là thường hằng và nên giác ngộ thật tánh (tánh không) của nhân thế. Đừng ôm ấp những ước vọng không tưởng vô giá trị rằng biến dị có thể trở thành thường hằng. Thứ mười tám là chúng đệ tử, các ông nên luôn nhớ rằng ma dục vọng phiền não luôn tìm cơ hội để lừa gạt tâm các ông. Nếu một con rắn độc đang ở trong phòng của các ông, muốn ngủ yên các ông phải đuổi nó ra. Các ông phải bứt bỏ những hệ phược của dục vọng phiền não và đuổi chúng đi như đuổi một con rắn độc. Các ông phải tích cực bảo hộ tâm mình. Thứ mười chín là chúng đệ tử, giây phút cuối cùng của ta đã tới, các ông đừng quên rằng cái chết chỉ là sự chấm dứt của thân

CHƯƠNG 73. Những Lời Dạy Cuối Cùng Của Đức Phật

xác. Thân xác được sanh ra từ tinh cha huyết mẹ, được nuôi dưỡng bằng thật phẩm, thì bệnh hoạn và tử vong là điều không tránh khỏi. Thứ hai mươi là những bản chất của một vị Phật không phải là nhục thể, mà là sự giác ngộ Bồ Đề. Một nhục thân phải tử vong, nhưng Trí tuệ Bồ Đề sẽ tồn tại mãi mãi trong chân lý của đạo pháp. Ai chỉ thấy ta bằng nhục thể là chưa bao giờ thấy ta; ai chấp nhận và thật hành giáo pháp Như Lai mới thật sự thấy được Như Lai. Thứ hai mươi mốt là sau khi Như Lai diệt độ, thì giáo pháp của Như Lai chính là Đạo Sư. Những ai y nương theo giáo pháp Như Lai mà tu hành mới chính là đệ tử thật của Như Lai. Thứ hai mươi hai là trong bốn mươi lăm năm qua, ta chưa từng giữ lại một thứ gì trong giáo pháp của ta. Không có gì bí mật, không có gì ẩn nghĩa; tất cả đều được chỉ bày rõ ràng cặn kẻ. Hỡi chúng đệ tử thân thương, đây là giây phút cuối cùng. Lát nữa đây ta sẽ nhập Niết-bàn. Và đây là những lời căn dặn cuối cùng của ta.

Theo kinh Đại Bát Niết-bàn trong Trường Bộ Kinh, quyển 16, trước khi nhập diệt, Đức Phật đã ân cần dặn dò tứ chúng bằng cách nhắn gửi với ngài A Nan rằng: "Chính vì không thông hiểu Tứ Thánh Đế mà chúng ta phải lăn trôi bấy lâu nay trong vòng luân hồi sanh tử, cả ta và chư vị nữa!" Trong những ngày cuối cùng, Đức Phật luôn khuyến giáo chư đệ tử nên luôn chú tâm, chánh niệm tỉnh giác tu tập Giới Định Tuệ "Giới là như vậy, định là như vậy, tuệ là như vậy." Trong những lời di giáo sau cùng, Đức Thế Tôn đã nhắc nhở A Nan Đa: "Như Lai không nghĩ rằng Ngài phải lãnh đạo giáo đoàn hay giáo đoàn phải lệ thuộc vào Ngài. Vì vậy, này A Nan Đa, hãy làm ngọn đèn cho chính mình. Hãy làm nơi nương tựa cho chính mình. Không đi tìm nơi nương tựa bên ngoài. Hãy giữ lấy chánh pháp làm ngọn đèn. Cố giữ lấy chánh pháp làm nơi nương tựa. Và này A Nan Đa, thế nào là vị Tỳ-kheo phải làm ngọn đèn cho chính mình, làm nơi nương tựa cho chính mình, không đi tìm nơi nương tựa bên ngoài, cố giữ lấy chánh pháp làm ngọn đèn? Ở đây, này A Nan Đa, vị Tỳ-kheo sống nhiệt tâm, tinh cần, chánh niệm, tỉnh giác, nhiếp phục tham ái ưu bi ở đời, quán sát thân, thọ, tâm, và pháp." Tại thành Câu Thi Na, trước khi nhập diệt, Đức Phật đã khẳng định với Subhadda, vị đệ tử cuối cùng của Đức Phật: "Này Subhadda, trong bất cứ Pháp và Luật nào, đều không có Bát Thánh Đạo, cũng không thể nào tìm thấy vị Đệ Nhất Sa Môn, Đệ Nhị Sa Môn, Đệ Tam Sa Môn, Đệ Tứ Sa Môn. Giờ đây trong Pháp và Luật của Ta, này Subhadda, có Bát Thánh Đạo, lại có cả Đệ nhất, Đệ nhị, Đệ tam, và Đệ tứ Sa Môn nữa. Giáo pháp của các ngoại đạo sư không có các vị Sa Môn. Này Subhadda, nếu chư đệ tử sống đời chân chính, thế gian này sẽ không vắng bóng chư vị Thánh A La Hán. Quả thật giáo lý của các ngoại đạo sư đều vắng bóng chư vị A La Hán cả. Nhưng trong giáo pháp này, mong rằng chư Tỳ-kheo sống đời phạm hạnh thanh tịnh, để cõi đời không thiếu các bậc Thánh." Đoạn Đức Thế Tôn quay sang tứ chúng để nói lời khích lệ sau cùng: "Hãy ghi nhớ lời Ta đã dạy các con. Lòng tham và dục vọng là nguyên nhân của mọi khổ đau. Cuộc đời luôn luôn biến đổi vô thường, vậy các con chớ nên tham đắm vào bất cứ thứ gì ở thế gian này. Mà cần nỗ lực tu hành, cải đổi thân tâm để tìm thấy hạnh phúc chân thật và trường cửu. Này chư Tỳ-kheo, ta khuyến giáo chư vị, hãy quán sát kỹ, các pháp hữu vi đều vô thường biến hoại, chư vị hãy nỗ lực tinh tấn!"

Chương 74. Bức Thông Điệp Vô Giá Của Đức Phật

Sau khi thành đạo và hơn bốn thập niên hoằng hóa lợi sinh, đức Phật đã để lại cho chúng sanh một thông điệp vô giá về Tứ Diệu Đế (Xem thêm Chương 15, page 107). Bức thông điệp là một trong những phần quan trọng nhất trong giáo pháp của đức Phật. Đức Phật đã ban truyền thông điệp này nhằm hướng dẫn nhân loại đau khổ, cởi mở những trói buộc bất toại nguyện để đi đến hạnh phúc, tương đối và tuyệt đối (hạnh phúc tương đối hay hạnh phúc trần thế, hạnh phúc tuyệt đối hay Niết-bàn). Đức Phật nói: "Ta không phải là cái gọi một cách mù mờ 'Thần linh' ta cũng không phải là hiện thân của bất cứ cái gọi thần linh mù mờ nào. Ta chỉ là một con người khám phá ra những gì đã bị che lấp. Ta chỉ là một con người đạt được toàn giác bằng cách hoàn toàn thấu triệt hết thảy những chân lý." Thật vậy, đối với chúng ta, Đức Phật là một con người đáng được kính mộ và tôn sùng, không phải chỉ như một vị thầy mà như một vị Thánh. Ngài là một con người, nhưng là một người siêu phàm, một chúng sanh duy nhất trong vũ trụ đạt đến tuyệt luân tuyệt hảo. Tất cả những gì mà Ngài thành đạt, tất cả những gì mà Ngài thấu triệt đều là thành quả của những cố gắng của chính Ngài, của một con người. Ngài thành tựu sự chứng ngộ tri thức và tâm linh cao siêu nhất, tiến đến tuyệt đỉnh của sự thanh tịnh và trạng thái toàn hảo trong những phẩm hạnh cao cả nhất của con người. Ngài là hiện thân của từ bi và trí tuệ, hai phẩm hạnh cao cả nhất trong Phật giáo. Đức Phật không bao giờ tự xưng mình là vị cứu thế và không tự hào là mình cứu rỗi những linh hồn theo lối thần linh mặc khải của những tôn giáo khác. Thông điệp của Ngài thật đơn giản nhưng vô giá đối với chúng ta: "Bên trong mỗi con người có ngủ ngầm một khả năng vô cùng vô tận mà con người phải nỗ lực tinh tấn trau dồi và phát triển những tiềm năng ấy. Nghĩa là trong mỗi con người đều có Phật tánh, nhưng giác ngộ và giải thoát nằm trọn vẹn trong tầm mức nỗ lực và cố gắng của chính con người."

Chương 75. Mười Hai Lời Nguyện Của Đức Dược Sư Lưu Ly Quang Như Lai

Theo Kinh Dược Sư, Đức Phật bảo ngài Văn Thù Sư Lợi Bồ Tát rằng ở phương Đông cách cõi Ta-bà hơn mười căn dà sa cõi Phật, có một thế giới tên là Tịnh Lưu Ly. Đức giáo chủ cõi ấy hiệu là Dược Sư Lưu Ly Quang Như Lai, Ứng Chánh

Đẳng Giác, Minh Hạnh Viên Mãn, Thiện Thệ, Thế Gian Giải, Vô Thượng Sĩ, Điều Ngự Trượng Phu, Thiên Nhân Sư, Phật, Thế Tôn. Khi còn tu hạnh Bồ Tát, Đức Dược Sư Lưu Ly Quang Như Lai có phát mười hai nguyện lớn, khiến cho chúng hữu tình cầu chi được nấy. Đức Phật Thích-ca Mâu Ni đã khẳng định với Bồ Tát Văn Thù Sư Lợi rằng: "Dầu ta có nói đến mãn một kiếp hay hơn một kiếp cũng không thể nào nói cho hết được. Tuy nhiên, ta có thể nói ngay rằng cõi Phật kia không có đàn bà, không có đường dữ và cả đến tiếng khổ cũng không." Kinh Dược Sư cũng nhấn mạnh về những công đức của Đức Dược Sư Như Lai và khuyên chúng sanh hãy tin tưởng vị Phật này để được vãng sanh Thiên đường Đông Độ; tuy nhiên, kinh không phủ nhận Tây phương Cực Lạc. Đức Thích-ca Mâu Ni Phật bảo Văn Thù Sư Lợi Bồ Tát trong Kinh Dược Sư như sau: "Có những kẻ không nhận thức lẽ thiện ác, chỉ một bề tham lam mà không hề biết bố thí và phước báo của bố thí là gì. Ngu muội, vô trí, thiếu cả đức tin. Dồn chứa tài sản vàng ngọc cho nhiều, nỗ lực mà ôm giữ. Thấy người xin đến, lòng họ không vui. Giả sử bất đắc dĩ phải bố thí thì họ cảm thấy thật tiếc rẽ như đang cắt thịt mình vậy. Lại còn những kẻ tham xan (tham lam keo kiết), dồn chứa tài sản mà đối với bản thân họ, họ còn không hưởng dụng, huống chi có thể đem cho cha mẹ, vợ con, tôi tớ, người làm hay kẻ đến xin. Những kẻ ấy, sinh mạng kết thúc ở đây thì sanh trong thế giới ngạ quỷ hay súc sanh. Nhưng xưa kia, khi ở trong loài người, từng được thoáng nghe danh hiệu của Đức Dược Sư Lưu Ly Quang Như Lai, nên ngày nay dù ở trong ác đạo, vẫn thoáng nhớ danh hiệu của Đức Như Lai ấy, và ngay khi nhớ thì chết ở ác đạo mà sanh lại làm người, được sự nhớ đời trước nên sợ nỗi khổ ác đạo mà không ham dục lạc, thích bố thí và ca tụng người bố thí. Có gì cũng không tiếc. Dần dần tiếp theo, đầu, mắt, tay chân, máu thịt, và những bộ phận khác của cơ thể, còn có thể đem cho người đến xin, huống là những thứ tiền tài sản vật khác. Những người đáng

CHƯƠNG 75. Mười Hai Lời Nguyện Của Đức Dược Sư

lý phải lăn trôi trong tam ác đạo địa ngục, ngạ quỷ và súc sanh, nhưng có cơ may được nghe tên Ngài. Có kẻ dù thọ giới pháp Như Lai mà lại phá giới pháp ấy. Có kẻ không phá giới pháp mà phá quy tắc. Có kẻ đối với giới pháp và quy tắc tuy không phá hoại, nhưng lại phá hoại chánh kiến. Có kẻ không phá hoại chánh kiến mà phế bỏ đa văn, nên đối với ý nghĩa sâu xa của Kinh Phật nói không thể lý giải được. Có kẻ tuy đa văn mà thượng mạn, vì thượng mạn che mờ tâm trí nên luôn cho mình là phải, người là trái, ghét chê cả chánh pháp, làm bè đảng với tà ma. Những kẻ u mê như vậy tự mình đã làm theo tà kiến, lại làm cho vô số người khác rơi xuống hố lớn nguy hiểm. Những kẻ ấy đáng lý phải lăn trôi trong tam ác đạo, địa ngục, ngạ quỷ và súc sanh, nhưng nếu được nghe danh hiệu của Đức Dược Sư Lưu Ly Quang Như Lai, thì bỏ ngay tánh ác, tu các pháp lành, và sẽ không sa vào các đường dữ. Giả sử có kẻ vẫn không thể bỏ ngay tánh ác hay tu ngay các pháp lành mà phải sa vào ác đạo đi nữa, thì nhờ uy lực của Đức Dược Sư Lưu Ly Quang Như Lai mà làm cho họ thoáng nghe được danh hiệu của Ngài, sinh mạng kết thúc ở ác đạo, sanh lại trong cõi người, được chánh kiến, tinh tấn, và ý thích khéo điều luyện, nên thoát ly gia đình, đi đến phi gia đình, ở trong pháp Như Lai mà thọ giới, giữ giới, không có phạm giới mà lại chánh kiến, đa văn, lý giải nghĩa lý cực kỳ sâu xa mà lại viễn ly thượng mạn, không chê chánh pháp, không làm bạn ma, dần dần tu hành các hạnh Bồ Tát và đầy đủ một cách mau chóng. Có những kẻ tham lẫn ganh ghét, ca tụng bản thân, công kích kẻ khác, nên sẽ sa vào ba đường dữ, chịu đựng khổ sở khốc liệt trong vô số ngàn năm, rồi sinh mạng kết thúc ở đó mà tái sanh làm trâu bò, lừa ngựa, lạc đà, thường bị đánh đập, đói khát hành hạ, lại luôn mang nặng, chở nhiều. Nếu được làm người thì sanh trong gia đình hèn hạ, làm tôi tớ, bị người sai sử, thường không có tự do. Nhưng nếu xưa kia khi còn làm người, từng nghe danh hiệu của Đức Dược Sư Lưu Ly Quang Như Lai, thì do nhân lành ấy mà nay nhớ lại, chí tâm quy y, nhờ thần lực của Phật mà thoát hết khổ sở, giác quan tinh nhuệ, trí tuệ đa văn, thường cầu thắng pháp, thường gặp thiện hữu, dứt hẳn lưới ma, đập vỏ vô minh, làm khô cạn sông phiền não, giải thoát hết thảy sinh lão bệnh tử, lo buồn khổ não. Có những kẻ thích chống đối, ly gián, đấu tranh, kiện tụng, gây bực tức và rối loạn cho bản thân và người khác. Đem cả thân thể, lời nói, và ý nghĩ mà tạo ra và làm tăng trưởng đủ thứ ác nghiệp. Gây mãi cho nhau những sự bất lợi để mưu hại lẫn nhau. Nguyện cầu bái lạy thần rừng núi, cây cỏ, mồ mả; giết sinh vật lấy máu huyết mà cúng tế dạ xoa, la sát; viết tên người mình oán, làm hình ảnh của người ấy, đem chú thuật tàn ác mà thư, ếm, phú chú, dùng thuốc độc, chú quỷ khởi thi, dùng mọi cách làm đứt sinh mạng người khác, hay làm chết thân họ. Tuy nhiên, nếu những nạn nhân ấy nghe được danh hiệu của Đức Dược Sư Lưu Ly Quang Như Lai thì mọi việc dữ trên không cách nào hại được. Lại cùng kẻ kia (người muốn hại người khác), tất cả đôi bên đều khởi dậy từ tâm đối với nhau, làm lợi ích an lạc mà không còn ý thức thương tổn hay tâm lý ghét giận. Đôi bên cùng vui vẻ. Ai cũng cảm thấy bằng lòng với những gì mình có, không ai muốn lấn lướt ai mà chỉ làm lợi ích cho nhau mà thôi. Có những người trong tứ chúng Tỳ-kheo, Tỳ-kheo Ni, Ưu Bà Tắc, Ưu Bà Di, và những thiện nam thiện nữ khác, có đức tin thuần tịnh, nếu ai có khả năng thọ trì bát quan trai giới trong một năm hay ba tháng. Rồi đem thiện căn này nguyện sanh về cõi Tây Phương Cực Lạc, trụ xứ của Đức Phật Vô Lượng Thọ, để được nghe Chánh Pháp của Ngài, nhưng chưa quyết định. Nếu nghe danh hiệu của Đức Thế Tôn Dược Sư Lưu Ly Quang Như Lai, thì đến khi sinh mạng kết thúc, có tám vị đại Bồ Tát, danh hiệu Văn Thù Sư Lợi, Quán Thế Âm, Đại Thế Chí, Vô Tận Ý, Bảo Đàn Hoa, Dược Vương, Dược Thượng, và Di Lặc Bồ Tát. Tám vị đại Bồ Tát này lướt không gian đến tiếp dẫn cho người ấy. Tức thì người ấy tự nhiên hóa sanh trong hoa sen bằng các thứ ngọc

CHƯƠNG 75. Mười Hai Lời Nguyện Của Đức Dược Sư

và đủ mọi màu xen lẫn với nhau. Họ có thể nhờ vậy mà được sanh lên cõi trời. Tuy sinh lên cõi trời, nhưng thiện căn xưa cũng chưa cùng tận, và không còn sinh lại tại các đường dữ nữa. Khi thọ mệnh trên cõi trời chấm dứt thì họ sinh lại làm người. Bằng cách hoặc sanh làm chuyển luân vương, ngự trị tứ châu, uy đức tự tại, khiến cho vô lượng trăm ngàn chúng sanh trụ vào thập thiện nghiệp. Hoặc sinh vào dòng sát đế lợi, bà la môn, cư sĩ, nhiều tiền bạc ngọc ngà châu báu, kho bồ đầy tràn, thân hình tướng mạo đẹp đẽ trang nghiêm, bà con bạn bè đầy đủ, trí tuệ thông minh, sức lực mạnh mẽ như đại lực sĩ. Nếu là phụ nữ mà được nghe danh hiệu của Đức Thế Tôn Dược Sư Lưu Ly Quang Như Lai, nhất tâm thọ trì, thì về sau không còn chịu lại thân thể phụ nữ nữa.

Bên cạnh đó, đức Dược Sư Lưu Ly Quang Phật còn có mười hai đại nguyện: Đại Nguyện thứ nhất: Nguyện đời sau, khi chứng được đạo Chánh Đẳng Chánh Giác, thân có hào quang sáng suốt, rực rỡ chiếu khắp vô lượng, vô số, vô biên thế giới, để soi sáng giác ngộ cho mọi chúng sanh, khiến cho tất cả chúng hữu tình đều có đủ ba mươi hai tướng đại trượng phu, cùng tám chục món tùy hình trang nghiêm như thân của ta vậy. Đại Nguyện thứ hai: Nguyện đời sau, khi được đạo Bồ Đề, thân ta như ngọc lưu ly, trong ngoài sáng suốt, tinh sạch hoàn toàn, không có chút nhơ bợn, ánh quang minh chói lọi khắp nơi, công đức cao vòi vọi và an trú giữa từng lưới dệt bằng tia sáng, tỏ hơn vầng nhật nguyệt. Chúng sanh trong cõi u minh đều nhờ ánh sáng ấy mà tâm trí được mở mang và tùy ý muốn đi đến chỗ nào để làm các sự nghiệp gì cũng đều được cả. Đại Nguyện thứ ba: Nguyện đời sau, khi được đạo Bồ Đề, dùng trí tuệ phương tiện vô lượng vô biên độ cho chúng hữu tình, khiến ai nấy đều có đủ các vật dụng, chớ không ai phải chịu sự thiếu thốn. Đại Nguyện thứ tư: Nguyện đời sau khi được đạo Bồ Đề, nếu có chúng hữu tình tu theo tà đạo, thì ta khiến họ quay về an trụ trong đạo Bồ Đề, hoặc có những người tu theo hạnh Thanh Văn, Độc Giác thì ta cũng lấy phép Đại Thừa mà dạy bảo họ. Đại Nguyện thứ năm: Nguyện đời sau khi được đạo Bồ Đề, nếu có chúng hữu tình nhiều vô lượng, vô biên ở trong giáo pháp của ta mà tu hành theo hạnh thanh tịnh, thì ta khiến cho tất cả đều giữ được pháp giới hoàn toàn đầy đủ cả tam tụ tịnh giới. Giả sử có người nào bị tội hủy phạm giới pháp mà khi đã nghe được danh hiệu ta thì trở lại được thanh tịnh, khỏi sa vào đường ác. Đại Nguyện thứ sáu: Nguyện đời sau khi chứng được đạo Bồ Đề, nếu có chúng hữu tình nào thân hình hèn hạ, các căn không đủ, xấu xa, khờ khạo, tai điếc, mắt đui, nói năng ngọng nghịu, tay chân tật nguyền, lác hủi, điên cuồng, chịu tất cả những bệnh khổ ấy mà khi đã nghe danh hiệu ta liền được thân hình đoan chánh, tâm tánh khôn ngoan, các căn đầy đủ, không còn những bệnh khổ ấy nữa. Đại Nguyện thứ bảy: Nguyện đời sau, khi được chứng đạo Bồ Đề, nếu có chúng sanh nào bị những chứng bệnh hiểm nghèo không ai cứu chữa, không ai để nương nhờ, không gặp thầy, không gặp thuốc, không bà con, không nhà cửa, chịu nhiều nỗi nghèo hèn khốn khổ, mà hễ danh hiệu ta đã nghe lọt vào tai một lần thì tất cả bệnh hoạn khổ não đều tiêu trừ, thân tâm an lạc, gia quyến sum vầy, của cải sung túc, cho đến chứng được đạo quả Vô Thượng Bồ Đề. Đại Nguyện thứ tám:

Nguyện đời sau khi ta chứng được đạo quả Bồ Đề, nếu có những phụ nữ nào bị trăm điều hèn hạ khổ sở của thân gái làm cho buồn rầu, bực tức, sanh tâm nhàm chán, muốn bỏ thân ấy mà hễ nghe danh hiệu ta rồi thì tất cả đều được chuyển thân gái thành thân trai, có đủ hình tướng trượng phu, cho đến chứng được đạo quả Vô Thượng Bồ Đề. Đại Nguyện thứ chín: Nguyện đời sau khi ta chứng được đạo quả Bồ Đề thì khiến cho chúng sanh hữu tình ra khỏi vòng lưới ma nghiệp, được giải thoát tất cả sự ràng buộc của ngoại đạo. Nếu có những kẻ sa vào rừng ác kiến, ta nhiếp dẫn họ trở về với chánh kiến và dần dần khiến họ tu tập theo các hạnh Bồ Tát được mau chứng đạo Chánh Đẳng Bồ Đề. Đại Nguyện thứ mười: Nguyện đời sau khi ta chứng được đạo quả Bồ Đề, nếu có chúng hữu tình nào mà pháp luật nhà vua gia tội phải bị xiềng xích, đánh đập, hoặc bị giam giữ trong chốn lao tù, hoặc bị chém giết, hoặc bị nhiều tai nạn nhục nhã, thân tâm chịu những nỗi khổ, buồn rầu, bức rứt, hễ nghe đến danh hiệu ta thì nhờ sức oai thần phước đức của ta đều được giải thoát tất cả những nỗi ưu khổ ấy. Đại Nguyện thứ mười một: Nguyện đời sau khi ta được chứng đạo Bồ Đề, nếu có chúng hữu tình nào bị sự đói khát hoành hành, đến nỗi vì tìm miếng ăn phải tạo các nghiệp dữ, mà hễ nghe danh hiệu ta rồi chuyên niệm thọ trì thì trước hết ta dùng các món ăn uống ngon lạ ban bố cho thân họ được no đủ và sau ta mới đem pháp vị nhiệm mầu kiến lập cho họ cái cảnh giới an lạc hoàn toàn. Đại nguyện thứ mười hai: Nguyện đời sau khi ta chứng được đạo Bồ Đề, nếu có chúng hữu tình nào nghèo đến nỗi không có áo che thân bị muỗi mòng cắn đốt, nóng lạnh dãi dầu, ngày đêm khổ bức, hễ nghe đến danh hiệu ta mà chuyên niệm thọ trì thì ta khiến cho được như ý muốn: Nào các thứ y phục tốt đẹp, nào tất cả các bảo vật trang nghiêm, nào tràng hoa, phấn sáp bát ngát mùi thơm và trống nhạc cùng những điệu ca múa, tùy tâm muốn thưởng thức món nào cũng được thỏa mãn cả.

Chương 76. Mười Hai Lời Nguyện Của Đức Quán Thế Âm Bồ Tát

Bồ Tát Quán Thế Âm, từ kiếp lâu xa về trước đã thành Phật, hiệu là Chánh Pháp Minh, đang ở cõi Thường Tịch, vì lòng quan tâm và từ bi vô lượng, Ngài xuất hiện nơi các cõi. Ngài đứng cạnh đức Phật A Di Đà, mà lại hiện thân khắp nơi, khi thì thân Phật, khi làm Bồ Tát, A La Hán, Bích Chi, hay đủ thứ thân trong lục đạo trong mười phương Pháp Giới. Ngài hoàn tất bất cứ điều gì làm lợi cho chúng sanh và bất cứ thân nào cần thiết để cứu độ chúng sanh thì Ngài đều hiện ra thân ấy mà nói Pháp. Cũng như chư Phật, chư Bồ Tát cũng có rất nhiều. Trong những tác phẩm thần thoại Phật giáo Tín Tâm thì Quán Thế Âm là độc đáo nhất. Vì pháp thuật thần thông, vì sự ân cần khéo léo tuyệt luân của ngài "cứu độ tất cả những kẻ đang chịu khổ đau." Quán Thế Âm, tên Bắc Phạn có nghĩa là "Vị Chủ Nhìn Xuống" (nhìn xuống chúng sanh mọi loài). Vị Bồ Tát đứng bên trái của Phật A Di Đà. Đây là vị Bồ Tát quan trọng nhất trong Phật giáo Đại Thừa. Ngài là hiện thân của từ bi, cùng với trí tuệ là một trong hai tính chất quan trọng của tâm giác ngộ của một vị Phật. Tên của Ngài theo nghĩa đen là "Một vị Chủ Nhìn Xuống" ám chỉ Ngài nhìn những khổ đau và phiền não của chúng sanh với lòng từ bi. Hình ảnh của Ngài nổi bật trong nhiều kinh điển Đại Thừa, như kinh Bát Nhã Ba La Mật Kinh, Kinh A Di Đà, trong đó Ngài là một trong những vị Bồ Tát của cõi Tịnh Độ của Đức Phật A Di Đà, kinh Pháp Hoa, có một chương trong đó Ngài là nhật vật chính. Trong kinh này, Ngài được diễn tả như là vị cứu khổ chúng sanh trong cơn hoạn nạn. Người ta nói chỉ cần tưởng nhớ tên Ngài một cách thành khẩn có thể được cứu thoát qua cơn nguy khốn. Trong những hình tượng ban sơ của Phật giáo vùng Đông Á, cho đến thời nhà Tống Ngài được vẽ như một người nam, nhưng từ thế kỷ thứ 10 thì hình ảnh của một người nữ mặc đồ trắng (Bạch Y Quan Âm) đã có ưu thế ở vùng Đông Á. Trong truyền thống "Spyan ras gzigs dbang phyug" ở Tây Tạng, Ngài được xem như là một vị thần Giám Hộ xứ sở, một trong những hóa thân của ngài là dòng truyền thừa tái sanh Đạt Lai Lạt Ma. Ngoài ra, ngài còn là một trong tám vị đại Bồ Tát trong truyền thống Phật giáo Đại Thừa, và là vị có hạnh từ bi tích cực trong việc cứu độ chúng sanh. Câu thần chú "Úm Ma Ni Bát Di Hồng" có quan hệ trực tiếp với Bồ Tát Quán Âm. Trong Phật giáo Tây Tạng thì Đức Bồ tát Quán Thế Âm được coi như vị Bồ Tát Thế Chủ và Đức Đạt Lai Lạt Ma được nhìn như là sự hiện thân của Ngài. Theo Eitel trong

CHƯƠNG 76. Mười Hai Lời Nguyện Của Đức Quán Thế Âm Bồ Tát

Trung Anh Phật Học Từ Điển của Giáo Sư Soothill, chúng sanh khổ não mà nhất tâm xưng danh ngài, tức thời ngài quán sát âm thanh của họ (tầm thanh) và độ cho họ được giải thoát. Khởi thủy tượng của ngài là tượng nam, nhưng bây giờ thì thường là tượng nữ. Nghĩa xác thật của Quán Âm chưa được xác định. Quán Âm là bộ Tam Thánh với Phật A Di Đà, thường đứng bên trái của Phật Di Đà, nhưng có đến ba mươi ba hai hình thức khác nhau của ngài Quán Thế Âm, có thể là một con chim, một tịnh bình, một nhành liễu, một viên ngọc ma ni, hay ngàn mắt ngàn tai, vân vân; khi làm người trợ giúp những em bé thì ngài bồng trên tay một đứa trẻ. Đảo Phổ Đà là trung tâm chính thờ phượng Đức Quán Âm bên Tàu, nơi đó ngài là người bảo hộ những kẻ khổ đau hoạn nạn, đặc biệt là những người đi biển. Phẩm 25 trong Kinh Pháp Hoa là phẩm Phổ Môn nói về công hạnh của Đức Quán Thế Âm. Thỉnh thoảng người ta lầm ngài Quán Âm với Phật A Di Đà hay Phật Di Lặc. Theo các nguồn tài liệu Phật giáo khác, Bồ Tát Quán Âm là một trong bốn vị Bồ Tát quan trọng nhất của Phật giáo Đại Thừa. Ngài là Đại Bi Quán Thế Âm. Ngài cũng còn được gọi là Quán Tự Tại Bồ Tát. Ngài là đệ tử và là người nối tiếp Đức Phật A Di Đà ở Tây Phương Tịnh Độ. Ngài Quán Thế Âm còn có nhiều danh hiệu khác như: Quán Âm, Quán Tại Tát Đỏa, Quán Thế Âm, Quán Thế Tự Tại, Quán Tự Tại, Bồ Tát Thiên Thủ Thiên Nhãn, vân vân. Bồ Tát Quán Thế Âm, một trong những vị Bồ tát lớn của trường phái Phật giáo Đại thừa. Quán Thế Âm tầm thinh cứu khổ, thị hiện trong những hình thức không thể nghĩ bàn hầu đem sự gia hộ đến tới bất cứ nơi nào cần Ngài. Cũng còn được gọi là Đại Bi Quan Thế Âm Bồ Tát, một trong ba vị Phật và Bồ Tát của Tây Phương Tịnh Độ, hai vị kia là Phật A Di Đà và Bồ Tát Đại Thế Chí. Trong những tác phẩm thần thoại về Phật giáo thì thần thoại về Đức Quán Thế Âm Bồ Tát là độc đáo nhất. Vì pháp thuật thần thông, vì sự ân cần và khéo léo tuyệt luân của Ngài "cứu độ tất cả những kẻ đau khổ." Chữ Avalokitesvara là chữ kép của chữ "ishvara" có nghĩa là Thế Tôn và chữ Avalokita có nghĩa là người nhủ lòng từ bi, thí dụ như người nhủ lòng từ bi đến những kẻ đau khổ trên thế gian này. Theo Edward Conze trong Tinh Hoa và Sự Phát Triển của Đạo Phật, Quán Thế Âm là lòng từ bi nhân cách hóa. Kinh văn và ảnh tượng cho phép phân biệt ba giai đoạn của sự phát triển của Ngài ở Ấn Độ. Trước hết, Ngài là một phần của "Tam Vị Nhất Thể" gồm Vô Lượng Thọ, Quán Thế Âm và Đại Thế Chí. Tam vị nhất thể này có nhiều điểm tương đồng với các tôn giáo ở Ba Tư, nghĩa là trong sự thờ phụng Mithra và trong tôn phái Zervan, các tôn giáo ở Ba Tư coi thời gian vô hạn là nguyên lý căn bản. Được thu nhập vào Phật giáo, Quán Thế Âm trở thành vị Bồ Tát vĩ đại đến độ Ngài gần hoàn hảo như một đức Phật. Ngài có một quyền lực pháp thuật lớn lao để cứu độ chúng sanh trong mọi khó khăn và nguy hiểm. Ở giai đoạn thứ hai, Quán Thế Âm thủ đắc một số chức vụ và tính chất vũ trụ. Ngài nắm thế giới trong tay. Ngài vô cùng cao lớn, 810.000 ngàn dặm, mỗi lỗ chân lông ngài chứa đựng một thế giới hệ. Ngài là chúa tể và là đấng Thế Tôn của thế gian. Từ mắt Ngài phóng ra mặt trời và mặt trăng. Từ miệng Ngài phóng ra gió và từ chân Ngài là trái đất. Về tất cả những phương diện này, Quán Thế Âm giống như Phạm Thiên. Cuối cùng, ở giai đoạn thứ ba, lúc mà những yếu tố pháp thuật trong Phật giáo chiếm hàng đầu, Ngài trở thành một pháp sư có nhiều năng lực nhờ những mạn trà và thu nhận nhiều đặc tính của Siva. Đó là Quán Thế Âm Mật Tông. Quán Thế Âm, vị "Bồ Tát Nhìn Xuống" chúng ta với lòng bi mẫn, là một trong những vị Bồ tát rất quen thuộc trong trường phái Đại Thừa. Ngài được mọi người tôn kính như là sự hiện thân của lòng bi mẫn, thường được mô tả hay họa hình với 11 đầu và 1.000 tay, tất cả đều được dùng trong việc phân bố sự cứu trợ của ngài. Ngài tháp tùng Đức Phật A Di Đà, vị Phật đang ngự trị tại Thiên đường Cực Lạc, Tây Phương Tịnh Độ. Phật A Di Đà là một trong nhiều vị Phật quan trọng nhất trong

CHƯƠNG 76. Mười Hai Lời Nguyện Của Đức Quán Thế Âm Bồ Tát

các vị Phật khác đang ngự tại nhiều Phật quốc khác nhau của Phật giáo Đại Thừa. Đức Quán Thế Âm có thể tìm nhiều cách để cứu độ, bao gồm cả hình thức của một vị đệ tử, một vị Tăng, một vị trời, hay một vị nữ Bồ Tát Ta Ra. Theo Phật giáo Tây Tạng, Tara là một vị nữ Bồ Tát quan trọng trong Phật giáo Ấn Độ và Tây Tạng, được sanh ra từ giọt nước mắt thương xót của Bồ Tát Quán Thế Âm, và những vị Đạt Lai Lạt Ma cũng được người ta cho là những kiếp tái sanh của ngài Quán Thế Âm. Sự sùng bái ngài Quán Thế Âm đã tạo nên những cảm hứng của những tác phẩm nghệ thuật tôn giáo đẹp nhất trong truyền thống Phật giáo Á Châu. Vào thế kỷ thứ 10, ở Trung quốc người ta bắt đầu trình bày những bức vẽ về ngài Quán Thế Âm có 10 tay. Bốn tay dùng để giữ mặt trời, mặt trăng, quyền trượng và đinh ba; sáu cánh tay còn lại được dùng để bắt nhiều ấn pháp khác nhau biểu hiện sự bố thí, lòng vô úy và đức hiến dâng. Theo Phật giáo Đại Thừa Trung Quốc, Bồ Tát Quán Thế Âm thường được miêu tả với một ngàn cánh tay, trong mỗi cánh tay đều có một con mắt của nó, nhằm chỉ nguyện lực của Ngài là có thể hết thấy những kẻ khổ đau trên thế gian và đưa ngàn tay đến cứu vớt lấy họ. Kinh văn và ảnh tượng đề nghị ba giai đoạn của sự phát triển của ngài ở Ấn Độ. Giai đoạn đầu tiên, ngài là một phần của Tam Vị Nhất Thể gồm Phật Vô Lượng Thọ, Quán Thế Âm và Đại Thế Chí Bồ Tát (kẻ đã đạt được đại năng lực). Tam Vị Nhất Thể này có nhiều điểm tương đồng với tôn giáo ở Ba Tư, thí dụ như là sự thờ phụng Thần Mithra, và trong tông phái Zervan ở Ba Tư, coi thời Vô Hạn là nguyên lý căn bản. Được du nhập vào Phật giáo, Quán Thế Âm trở thành một vị Bồ Tát vĩ đại đến độ ngài gần hoàn hảo như một vị Phật. Ngài có một quyền lực pháp thuật lớn lao để cứu độ chúng sanh trong mọi tình huống nguy hiểm và khó khăn. Trong giai đoạn thứ nhì, Quán Thế Âm thủ đắc một số nhiệm vụ và tính chất vũ trụ. Ngài "nắm thế giới trong tay," ngài vô cùng cao lớn--"800.000 dặm"--"mỗi một lỗ lông của ngài chứa đựng một thế giới." Ngài là Chúa tể và đấng Thế Tôn của thế gian. Từ mắt ngài phóng ra mặt trời và mặt trăng; từ miệng ngài phóng ra gió; từ chân ngài phóng ra trái đất. Về tất cả những phương diện này Quán Thế Âm giống như Phạm Thiên của Bà La Môn giáo. Cuối cùng, ở giai đoạn thứ ba, lúc mà những yếu tố pháp thuật trong Phật giáo chiếm ưu thế hàng đầu, ngài trở thành một pháp sư, có nhiều năng lực nhờ những thần chú và thâu nhận nhiều đặc tính của Thần Si Va trong Ấn giáo. Đó là Quán Thế Âm của Mật tông.

Ngài Bồ Tát Quán Thế Âm có thể được diễn tả như một vầng trăng duy nhất trên trời mà bóng lại in khắp ngàn muôn sông hồ, từ biển cả cho đến giọt sương, những nơi có nước là có trăng hiện. Tuy nhiên, nếu nước đục, thì bóng trăng sẽ mờ khuất. Tâm tính của chúng ta cũng giống như nước, nếu chúng sanh một lòng chuyên niệm đức Quán Thế Âm, Bồ Tát liền dùng đủ mọi thứ phương tiện thiện xảo từ thuận đến nghịch, từ ẩn đến hiện khiến cho chúng sanh được lợi lạc. Nếu trái lại, không chuyên nhất tu tập, tức là tâm mờ đục, sẽ khó lòng nhận được sự cảm ứng của ngài. Hơn nữa, Bồ Tát Quán Thế Âm đạo pháp rộng lớn không ngần mé, tùy theo căn tính của tất cả chúng sanh, nói đủ pháp để giáo hóa, chứ không riêng lập một phương thức nào, nên pháp môn của ngài được gọi là "Phổ Môn." Bên cạnh đó, ngài còn có mười hai lời nguyện đặc biệt nhằm cứu độ chúng sanh: Đại Nguyện thứ nhất: Nam Mô hiệu Viên Thông, danh Tự Tại, Quán Âm Như Lai quảng phát hoằng thệ nguyện: Ngài được xưng tặng là "hiểu biết đầy đủ," "thong dong hoàn toàn." Ngài đem phép tu hành mà khuyến độ khắp cùng chúng sanh. Đại Nguyện thứ nhì: Nam Mô nhứt niệm tâm vô quái ngại, Quán Âm Như Lai thường cư Nam Hải nguyện: Ở trong một niệm tâm được tự tại vô ngại, Ngài thường ở bể phương Nam để cứu độ chúng sanh. Đại Nguyện thứ ba: Nam Mô Ta-bà U Minh giới Quán Âm Như Lai tầm thanh cứu khổ nguyện: Ngài luôn ở cõi Ta-bà và cõi U Minh để cứu độ kẻ nào kêu cứu tới Ngài.

CHƯƠNG 76. Mười Hai Lời Nguyện Của Đức Quán Thế Âm Bồ Tát

Đại Nguyện thứ tư: Nam Mô hàng tà ma, trừ yêu quái Quan Âm Như Lai năng trừ nguy hiểm nguyện: Ngài có khả năng trừ khử loài tà ma yêu quái, và đủ sức cứu người gặp nguy hiểm. Đại Nguyện thứ năm: Nam Mô thanh tịnh bình thùy dương liễu, Quán Âm Như Lai cam lộ sái tâm nguyện: Ngài lấy nhành dương liễu dịu dàng nhúng vào nước ngọt mát trong cái bình thanh tịnh để rưới tất cả lửa lòng của chúng sanh. Đại Nguyện thứ sáu: Nam Mô Đại Từ Bi năng Hỷ Xả, Quán Âm Như Lai thường hành bình đẳng nguyện: Thương xót người đói và sẵn lòng tha thứ, Ngài không phân biệt kẻ oán người thân, tất cả Ngài đều coi như nhau. Đại Nguyện thứ bảy: Nam Mô trú dạ tuần vô tổn hại, Quán Âm Như Lai thệ diệt tam đồ nguyện: Đêm ngày đi khắp đó đây để cứu giúp chúng sanh ra khỏi các sự tổn hại, Ngài nguyện cứu vớt chúng sanh ra khỏi ba đường ác địa ngục, ngạ quỷ và súc sanh. Đại Nguyện thứ tám: Nam Mô vọng Nam nham cầu lễ bái, Quán Âm Như Lai, già tỏa giải thoát nguyện: Nếu ai quay về núi hướng Nam mà hết lòng cầu nguyện thì dầu có bị gông cùm xiềng xích cũng được thoát khỏi. Đại Nguyện thứ chín: Nam Mô tạo pháp thuyền du khổ hãi, Quán Âm Như Lai độ tận chúng sanh nguyện: Dùng phép tu hành để làm chiếc thuyền, Ngài đi cùng khắp trong biển khổ để độ hết chúng sanh. Đại Nguyện thứ mười: Nam Mô tiền tràng phan, hậu bảo cái, Quán Âm Như Lai tiếp dẫn Tây Phương nguyện: Nếu ai cầu nguyện và tu hành theo Ngài chỉ dẫn, khi rời bỏ xác thân này thì sẽ có phướn dài đi trước, tràng lọng quý giá theo sau, để rước về Tây Phương. Đại Nguyện thứ mười một: Nam Mô Vô Lượng Thọ Phật cảnh giới, Quán Âm Như Lai Di Đà thọ ký nguyện: Ở cảnh giới của Đức Vô Lượng Thọ, tức Đức A Di Đà, Ngài đã được cho biết trước là về sau Ngài sẽ thay thế Đức Phật A Di Đà ở ngôi vị đó. Đại Nguyện thứ mười hai: Nam Mô đoan nghiêm thân vô tỷ trại, Quán Âm Như Lai quá tu thập nhị nguyện: Được thân hình nghiêm trang không ai so sánh được với Ngài, ấy là kết quả của sự tu theo mười hai nguyện lớn này.

Chương 77. Tu Tập Phổ Hiền Hạnh Nguyện

Phổ Hiền là vị Bồ Tát Toàn Thiện hay Toàn Phúc, là một trong những bồ tát chính của trường phái Phật giáo Đại thừa. Ngài còn là hiện thân của đức trầm tĩnh, lòng thương xót và trí tuệ sâu xa. Ngài được sùng kính như người bảo hộ cho tất cả những ai truyền bá Phật pháp và được coi như là hiện thân của trí năng đồng nhất, tức là hiểu được sự đồng nhất giữa cái giống nhau và cái khác nhau. Ngài thường cỡi voi trắng sáu ngà (voi tượng trưng cho sức mạnh của trí tuệ), xuất hiện cùng lúc với Bồ tát Văn Thù bên cạnh (phải) Phật Thích-ca. Ngài cũng còn được gọi là Tam Mạn Bạt Đà La, tiêu biểu cho "Lý," ngài cũng là vị bảo hộ Kinh Pháp Hoa và những người hành trì kinh này; đồng thời ngài cũng có liên hệ mật thiết với Kinh Hoa Nghiêm. Ngài ngự tại phía đông vũ trụ. Một hình ảnh quan trọng trong Phật giáo Đại Thừa, một vị Bồ Tát trong các kinh điển Đại Thừa, người nói ngài là vị Bồ tát bảo vệ những ai hoằng trì Phật pháp, và người ta thường vẽ ngài cùng với Đức Đại Nhật Như Lai. Về Tiếu Tượng Học thì ngài thường được vẽ cỡi voi trắng có sáu ngà, và tay ngài thường cầm một bông sen, một viên ngọc bảo châu mani (ngọc ước toại nguyện), và một cuộn giấy. Trong Kim Cang Thừa, người ta thường coi ngài như một vị "A Đề Phật" và hóa thân của "Chân Thân Phật." Phổ Hiền Thập Nguyện (mười hạnh nguyện của Bồ Tát Phổ Hiền hay Phổ Hiền thập giả kính): Nhứt giả lễ kính chư Phật: Lời nguyện đảnh lễ hết thảy chư Phật có nghĩa là đảnh lễ vô số chư Phật trong ba đời quá khứ, hiện tại và vị lai. Đây là niềm tin sâu xa của vị Bồ Tát và ngài cảm thấy như lúc nào ngài cũng đang ở trước mặt chư Phật và đảnh lễ bằng cả thân, khẩu và ý của ngài. Ngài sẽ đảnh lễ từng Đức Phật không mệt mỏi cho đến khi tận cùng vũ trụ. Nhị giả xưng tán Như Lai: Lời nguyện tán thán chư Như Lai có nghĩa là một vị Bồ Tát sẽ luôn luôn tán thán chư Như Lai trong ba đời quá khứ, hiện

CHƯƠNG 77. Tu Tập Phổ Hiền Hạnh Nguyện

tại và vị lai. Ngài sẽ trình diện trước mặt từng Đức Như Lai với sự hiểu biết thâm sâu và một nhận thức sáng suốt. Bấy giờ cái biển công đức của Như Lai sẽ được tán thán bằng giọng điệu nhuần nhuyễn và hùng biện; mỗi giọng điệu biểu hiện một tiếng nói vô tận và mỗi tiếng nói phát ra một biển ngôn từ trong mọi hình thức có thể có được. Vị Bồ Tát sẽ tiếp tục sự tán thán này sẽ tiếp tục không ngừng nghỉ cho đến khi thế giới tận cùng mà không cảm thấy mệt mỏi. Tam giả quảng tu cúng dường: Lời nguyện quảng tu cúng dường cho chư Phật, có nghĩa là một vị Bồ Tát sẽ luôn quảng tu cúng dường đến từng Đức Phật trong vô số Đức Phật ba đời, quá khứ, hiện tại và vị lai. Sự cúng dường bao gồm những thứ hoa, tràng hoa, âm nhạc, lọng, y, áo và tất cả những loại hương liệu, dầu thơm và nhiều thứ khác, và cúng dường bằng một số lượng lớn như mây hay núi. Vị Bồ Tát sẽ đốt lên mọi thứ dầu với một số lượng sánh như biển trước mỗi Đức Phật trong vô số các Đức Phật này. Nhưng trong tất cả những thứ cúng dường mà người ta có thể thực hiện như thế đối với một Đức Phật thì sự cúng dường tốt nhất là cúng dường Pháp, tức là tự mình tu tập theo giáo lý, gây lợi lạc cho chúng sanh, chịu khổ đau cho chúng sanh mọi loài, nuôi dưỡng thiện căn, thực hiện mọi công việc của một vị Bồ Tát, và đồng thời không xa rời lý tưởng chứng ngộ. Cúng dường vật chất không bằng một lượng vô cùng nhỏ của cúng dường Pháp, vì hết thảy chư Phật đều được sinh ra do sự cúng dường Pháp, vì đây là sự cúng dường thật sự, vì thật hành Pháp là thành tựu cao tột mà người ta có thể dâng lên một Đức Phật. Một vị Bồ Tát sẽ thực hiện liên tục những cúng dường này đối với từng Đức Phật, không mệt mỏi, không ngừng nghỉ cho đến khi tận cùng thế giới. Tứ giả sám hối nghiệp chướng: Lời nguyện sám hối mọi tội lỗi mà chính mình đã phạm từ vô thỉ và từ đó loại trừ mọi nghiệp chướng của mình là cần thiết trong tu tập vì mọi tội lỗi đều do bởi tham, sân, si từ thân, khẩu, ý của chính mình. Nay thú nhận và sám hối những tội lỗi này. Theo Đức

Phật, nếu thật sự những tội lỗi này là vật chất thì chúng có thể trải đầy khắp đến tận cùng bờ mé vũ trụ mà vẫn chưa hết. Bây giờ một vị Bồ Tát sám hối sạch tận đáy lòng mà nguyện rằng sẽ không bao giờ tái phạm như thế nữa, vì từ đây ngài sẽ luôn an trụ trong giới luật thanh tịnh mà tích tập đủ mọi thứ công đức. Và ngài sẽ không bao giờ mệt mỏi với điều này cho đến khi nào thế giới cùng tận. Ngũ giả tùy hỷ công đức: Về lời nguyện tùy hỷ công đức, có nghĩa là một vị Bồ Tát phải luôn thống thiết với mọi chúng sanh về bất cứ mọi điều thiện mà họ suy nghĩ, cảm nhận và thật hành. Tất cả chư Phật đều đã trải qua những khó khăn vô cùng trước khi các ngài đạt được toàn giác. Từ sự phát khởi đầu tiên về ý tưởng chứng ngộ, chư Phật không bao giờ ngần ngại tích tập mọi công đức hướng đến sự đạt thành quả vị Phật, các ngài không bao giờ khởi lên một ý nghĩ về vị kỷ ngay cả phải hy sinh thân mạng và những gì thuộc về thân mạng ấy. Giờ đây một vị Bồ Tát cảm thấy một niềm hỷ lạc thâm thiết đối với những hạnh nguyện của chư Phật, không những các ngài chỉ cảm thấy như thế đối với chư Phật mà thôi, mà đối với bất cứ hành động công đức nào của chúng sanh, dù không quan trọng, các ngài thảy đều hoan hỷ. Với lời nguyện này vị Bồ Tát sẽ không bao giờ mệt mỏi khi đem chúng ra thật hành cho đến khi thế giới cùng tận. Lục giả thỉnh chuyển pháp luân: Lời nguyện thỉnh cầu của một vị Bồ Tát đến từng Đức Phật trong vô số Đức Phật chuyển bánh xe Pháp, không mệt mỏi, không ngừng nghỉ đến tận cùng thế giới. Thất giả thỉnh Phật trụ thế: Lời nguyện của một vị Bồ Tát đến từng Đức Phật trong vô số các Đức Phật đừng nhập Niết-bàn. Ngài sẽ thỉnh cầu điều này ngay cả với các vị Bồ Tát, A La Hán, Thanh Văn hay Bích Chi, vì ngài muốn chư vị thượng đẳng này tiếp tục sống đời và tiếp tục gây lợi lạc cho tất cả chúng sanh. Ngài sẽ tiếp tục thỉnh cầu không mệt mỏi cho đến tận cùng thế giới. Bát giả thường tùy học Phật: Vị Bồ Tát nguyện học hỏi từ một đời của một Đức Phật ở trong cõi Ta-bà này

CHƯƠNG 77. Tu Tập Phổ Hiền Hạnh Nguyện

ngay chính lúc ngài phát khởi ý tưởng về giác ngộ, đã sẵn lòng không bao giờ ngưng việc thật hành, dù cho phải hy sinh thân mạng của chính mình vì việc phổ độ chúng sanh. Thái độ cung kính đối với pháp đã thể hiện qua cách như lấy da mình làm giấy, lấy xương mình làm bút, lấy máu mình làm mực mà chép nên kinh điển Phật chất cao bằng núi Tu Di, ngay cả đến thân mạng mà các ngài cũng không màng, huống là cung vàng điện ngọc, vườn cây, làng mạc và các thứ bên ngoài. Do tu tập mọi hình thức nhẫn nhục, cuối cùng ngài đạt được giác ngộ tối thượng dưới cội Bồ Đề. Sau đó ngài thể hiện mọi loại thần thông hay khả năng tâm linh, mọi loại biến hóa, mọi khía cạnh của Phật thân, và đôi khi đặt mình trong Bồ Tát, Thanh Văn, Bích Chi; đôi khi trong hàng Sát Đế Lợi, Bà La Môn, gia chủ, cư sĩ; đôi khi trong hàng Thiên, Long, và phi nhân. Hễ chỗ nào ngài xuất hiện, ngài đều thuyết giảng hết sức biện tài bằng một giọng nói như sấm để đưa tất cả chúng sanh đến chỗ thành thục theo sự ước muốn của họ. Cuối cùng ngài tự tỏ ra là nhập Niết-bàn. Tất cả các giai đoạn này trong cuộc sống của một Đức Phật, vị Bồ Tát quyết phải học tập như là những mẫu mực cho chính cuộc đời mình. Vị Bồ Tát phải luôn thường tùy học Phật, không mệt mỏi, cho đến khi tận cùng thế giới. Cửu giả hàm thuận chúng sanh: Trong vũ trụ này, đời sống thể hiện ra trong vô số hình thức, người này khác với người kia trong cách sinh ra, hình tướng, thọ mạng, xưng danh, khuynh hướng tâm linh, trí tuệ, ước vọng, xu hướng, cách cư xử, y phục, thức ăn, đời sống xã hội, thể cách cư trú, vân vân. Tuy người ta khác nhau như thế, vị Bồ Tát vẫn nguyện sống phù hợp với từng chúng sanh để giúp đỡ họ, để chăm lo đến các nhu cầu của họ, cung kính họ như cha mẹ mình, hay như chư A La hán, chư Như Lai mà không phân biệt ai là ai trong sự kính trọng này. Nếu họ bị bệnh, ngài sẽ là một thầy thuốc đối với họ. Nếu họ đi lạc đường, ngài sẽ chỉ cho họ con đường đúng. Nếu họ bị rơi vào cảnh nghèo khó, ngài sẽ cấp cho họ một kho tàng. Ngài cứ như thế mà cung cấp lợi lạc cho chúng sanh, tùy theo các nhu cầu của họ, vì vị Bồ Tát tin rằng bằng cách phục vụ tất cả chúng sanh, ngài phục vụ tất cả chư Phật; bằng cách cung kính tất cả chúng sanh, làm cho họ hoan hỷ, ngài đã cung kính và làm cho chư Phật hoan hỷ. Một trái tim đại từ bi là bản thể của Như Lai, chính do bởi các chúng sanh mà trái tim từ bi này phát khởi, và do bởi trái tim từ bi này mà ý tưởng về sự chứng ngộ được phát khởi, và do bởi sự phát khởi này mà sự chứng ngộ tối thượng được đạt thành. Vị Bồ Tát nguyện sẽ hàm thuận chúng sanh, không mệt mỏi, cho đến khi tận cùng thế giới. Thập giả phổ giai hồi hướng: Bất cứ công đức nào mà vị Bồ Tát thu thập được bằng cách chân thành đảnh lễ chư Phật và bằng cách thật hành mọi thứ công hạnh trên, các công hạnh này sẽ được chuyển giáo cho lợi lạc của hết thảy chúng sanh đầy khắp trong vũ trụ này. Ngài sẽ hồi hướng tất cả mọi công đức của ngài như thế vào việc làm cho chúng sanh cảm thấy an ổn, không bị bệnh tật, tránh xa các hành động xấu ác, thật hành mọi hành động tốt, sao cho nếu có sự ác nào thì đều bị ngăn chận và con đường đúng dẫn đến Niết-bàn được mở ra cho Trời và Người. Nếu có chúng sanh nào đang chịu khổ vì các kết quả của ác nghiệp mà họ đã phạm trong quá khứ thì vị Bồ Tát sẽ sẵn sàng hy sinh gánh lấy mọi đau thương cho họ để họ được giải thoát khỏi nghiệp và cuối cùng làm cho họ thể chứng sự giác ngộ tối thượng. Vị Bồ Tát nguyện sẽ hồi hướng mọi công đức này cho kẻ khác, không mệt mỏi cho đến tận cùng thế giới.

Chương 78. Đức Phật A Di Đà Và Bốn Mươi Tám Lời Thệ Nguyện Rộng Sâu

A Di Đà nguyện trở thành Vô Lượng Quang, Vô Lượng Thọ, người giải thoát và chiếu rọi kho trí tuệ và công đức, giác ngộ mọi quốc độ, và giải thoát chư chúng sanh đau khổ. Đây là mười nguyện quan trọng nhất trong số 48 lời nguyện của Đức Phật A Di Đà. Chúng ta đã biết Vô Lượng Quang hay Vô Lượng Thọ là một vị Phật được lý tưởng hóa từ Đức Phật lịch sử Thích-ca Mâu Ni. Nếu Phật A Di Đà chỉ thuần là lý tưởng trên nguyên tắc, đơn giản đó là "Vô Lượng," Vô Lượng như thế sẽ là một với Chân Như. Xét theo không gian sẽ là Vô Lượng Quang; nếu xét về thời gian thì là Vô Lượng Thọ. Ngài luôn nguyện trong cõi Tịnh Độ sẽ không có một điều kiện tái sanh vào cõi thấp kém hay ác đạo; trên cõi Tịnh Độ sẽ không có người nữ, người nữ nào được vãng sanh Tịnh độ đều biến thành nam giới; không có sự khác biệt bề ngoài với những chúng sanh Tịnh độ, mọi người đều có 32 tướng hảo; mỗi chúng sanh Tịnh độ đều có một nhận thức hoàn hảo về tiền kiếp của mình; mọi người đều có Thiên nhãn thông; mọi người đều có Thiên Nhĩ thông; mọi người đều có thần túc thông; mọi người đều có Tha Tâm thông để có thể đọc thấy ý nghĩ của người khác; mọi chúng sanh trong mười phương nghe danh hiệu Ngài đều phát bồ đề tâm và nguyện vãng sanh Tây phương Tịnh Độ. Phật A Di Đà cùng Thánh chúng sẽ xuất hiện tiếp dẫn vào lúc lâm chung, những ai đã phát tâm Bồ đề sau khi nghe được hồng danh của Ngài (đây là lời nguyện quan trọng nhất). Ngài nguyện sẽ làm cho tất cả những ai khi nghe đến tên Ngài, hướng ý nghĩ của mình về đất Tịnh Độ và tích lũy thiện nghiệp để vãng sanh về cõi Tây phương Cực Lạc. Sau khi vãng sanh Tịnh Độ, chúng sanh chỉ còn một lần tái sanh duy nhất trước khi lên hẳn Niết-bàn, chúng sanh ở đây không còn rơi vào cõi thấp nữa. Vì theo Kinh Vô Lượng Thọ thì trong nhiều kiếp tu nhân về trước, Đức Phật A Di Đà đã phát bốn mươi tám lời thệ nguyện rộng sâu. Tiêu biểu cho những lời nguyện này là lời nguyện thứ 18 và 11. Chúng sanh ở cõi Ta-bà niệm hồng danh Phật A Di Đà để cầu vãng sanh Cực Lạc do Đức A Di Đà Thế Tôn có 48 lời thệ rộng lớn trang nghiêm cõi Tịnh Độ, nguyện tiếp dẫn từ bậc Bồ Tát, cho đến hàng phàm phu nhiều tội ác.

Bốn mươi tám lời nguyện hay Tứ Thập Bát Nguyện của Phật A Di Đà trong Kinh Vô Lượng Thọ. Ngài đã thệ nguyện khi còn là Bồ Tát Pháp Tạng. Theo trường kinh A Di Đà, Bồ Tát Pháp Tạng nguyện tạo cõi Phật nơi đó ngài sẽ ngự khi thành Phật. Theo Kinh Vô Lượng Thọ, Đức Phật A Di Đà là tối yếu vì sức mạnh nơi những lời nguyện của Ngài. Sức mạnh này vĩ đại đến nỗi ai nhất tâm niệm "Nam Mô A Di Đà Phật," khi lâm chung có thể vãng sanh Cực Lạc, và thành Phật từ nơi cõi nước này. Chỉ cần niệm Hồng Danh Phật là được. Đây là bổn nguyện của Bồ Tát Pháp Tạng, vị Bồ Tát sắp thành Phật, hay ngay cả Đức Phật Thích-ca Mâu Ni, được biểu lộ đầy đủ bằng 48 lời nguyện, trong đó lời nguyện thứ 12 và 13 nói về Vô Lượng Quang và Vô Lượng Thọ: "Nếu ta không chứng được Vô Lượng Quang và Vô Lượng Thọ, ta sẽ không thành Phật." Khi Ngài thành Phật, Ngài có thể tạo nên cõi Phật tùy ý. Một Đức Phật, lẽ dĩ nhiên là trụ tại "Niết-bàn Vô Trụ," và do đó có thể ở bất cứ nơi nào và khắp cả mọi nơi. Nguyện của Ngài là lập nên cõi Cực Lạc cho tất cả chúng sanh mọi loài. Một quốc độ lý tưởng trang nghiêm bằng bảo vật, có cây quý, có ao quý, để tiếp dẫn những thiện tín thuần thành. Nguyện thứ 18 được xem là quan trọng nhất, hứa cho những ai y chỉ hoàn toàn nơi Phật lực với trọn tấm lòng thanh tịnh và chuyên niệm Phật hiệu, sẽ được thác sinh về cõi Cực Lạc này. Nguyện thứ 19, nguyện tiếp dẫn trước giờ lâm chung cho những ai có nhiều công đức. Nguyện thứ 20 nói rằng những ai chuyên niệm danh hiệu Ngài với ý nguyện thác sanh vào nơi quốc độ của Ngài thì sẽ được như ý. Thứ nhất là Vô Tâm Ác Thú Nguyện: Nguyện không còn ba nẻo ác. Nếu tôi được làm Phật, mà trong cõi nước còn có địa ngục, ngạ quỷ, súc sanh, xin chẳng giữ lấy ngôi chánh giác. Thứ nhì là Bất Cánh Ác Thú Nguyện: Nguyện chúng sanh chẳng còn phải sa vào ba nẻo ác. Nếu tôi được làm Phật, mà trời, người trong nước sau khi thọ chung, còn phải trải qua ba nẻo dữ, xin chẳng giữ lấy ngôi chánh giác. Thứ ba là Tất Giai Kim Sắc Nguyện: Nguyện hết thảy chúng sanh đều màu vàng ròng. Nếu tôi được làm Phật, mà trời, người trong nước chẳng hệt như màu vàng y hết cả đó, xin chẳng giữ lấy ngôi chánh giác. Thứ tư là Vô Hữu Hảo Xú Nguyện: Nguyện không còn kẻ đẹp người xấu. Nếu tôi được làm Phật, mà trời người trong nước hình sắc chẳng đồng, còn có người đẹp kẻ xấu, xin chẳng giữ lấy ngôi chánh giác. Thứ năm là Túc Mệnh Trí Thông Nguyện: Nguyện hết thảy chúng sanh đều được túc mệnh thông. Nếu tôi được làm Phật, mà trời, người trong nước chẳng biết túc mạng, trở xuống chẳng biết trăm ngàn ức Na-do-tha việc các kiếp đó, xin chẳng giữ lấy ngôi chánh giác. Thứ sáu là Thiên Nhãn Trí Thông Nguyện: Nguyện hết thảy chúng sanh đều được thiên nhãn thông. Nếu tôi được làm Phật, mà trời người trong nước chẳng được thiên nhãn, trở xuống nghe tiếng trăm ngàn ức Na-do-tha các cõi Phật đó, xin chẳng giữ lấy ngôi chánh giác. Thứ bảy là Thiên Nhĩ Trí Thông Nguyện: Nguyện hết thảy chúng sanh đều được thiên nhĩ thông. Nếu tôi được làm Phật, mà trời người trong nước chẳng được thiên nhĩ, trở xuống nghe tiếng trăm ngàn ức Na-do-tha chư Phật thuyết pháp mà chẳng thọ trì tất cả đó, xin chẳng giữ lấy ngôi chánh giác. Thứ tám là Tha Tâm Trí Thông Nguyện: Nguyện hết thảy chúng sanh đều được tha tâm thông. Nếu tôi được làm Phật, mà trời người trong nước chẳng được thấy tha tâm trí, trở xuống chẳng biết trăm ngàn ức Na-do-tha tâm niệm của chúng sanh trong các cõi Phật đó, xin chẳng giữ lấy ngôi chánh giác. Thứ chín là Thần cảnh Trí Thông Nguyện: Nguyện hết thảy chúng sanh đều được thần túc thông. Nếu tôi được làm Phật, mà trời người trong nước chẳng được thần túc, ở trong lối một niệm trở xuống chẳng vượt qua được trăm ngàn ức Na-do-tha các nước Phật đó, xin chẳng giữ lấy ngôi chánh giác. Thứ mười là Tốc Đắc Lậu tận Nguyện: Nguyện hết thảy chúng sanh đều chóng lậu tận. Nếu tôi được làm Phật mà trời người trong cõi nước còn khởi tưởng niệm tham, tính chuyện riêng thân mình đó, xin chẳng giữ lấy ngôi chánh giác. Thứ mười một là Trụ Chính Định Tự Nguyện: Nguyện hết thảy chúng sanh đều trụ trong chính định. Nếu tôi được làm Phật, mà trời người trong cõi nước chẳng trụ nơi định-tụ, rồi diệt độ đó, xin chẳng giữ lấy ngôi chánh giác. Thứ mười hai là Quang Minh Vô Lượng Nguyện: Nguyện hết thảy chúng sanh đều được vô lượng quang minh. Nếu tôi được làm Phật, mà quang minh có hạn lượng trở xuống chẳng chiếu được trăm ngàn ức Na-do-tha các cõi Phật đó, xin chẳng giữ lấy ngôi chánh giác. Thứ mười ba là Thọ Mệnh Vô Lượng Nguyện: Nguyện hết thảy chúng sanh đều được vô lượng thọ mệnh. Nếu tôi được làm Phật, mà thọ mạng có hạn lượng, trở xuống tới trăm ngàn ức Na-do-tha Kiếp đó, xin chẳng giữ lấy ngôi chánh giác. Thứ mười bốn là Thanh Văn Vô Số Nguyện: Nguyện có vô số chúng Thanh Văn. Nếu tôi được làm Phật, mà bậc Thanh Văn trong cõi nước có thể đếm lường được, cho chí chúng sanh trong tam thiên đại thiên thế giới đều thành Duyên giác, ở trăm ngàn ức Kiếp tính đếm cọng lại biết được cái số (Thinh văn) đó, xin chẳng giữ lấy ngôi chánh giác. Thứ mười lăm là Quyến Thuộc Trường Thọ Nguyện: Nếu tôi được làm Phật, thì thọ mạng của trời người trong cõi nước không hạn lượng được; trừ ra bổn nguyện của họ dài, vắn đều được tự tại. Nếu chẳng được vậy, xin chẳng giữ lấy ngôi chánh giác. Thứ mười sáu là Vô Chư Bất Thiện Nguyện: Nguyện hết thảy chúng sanh đều không có các điều bất thiện. Nếu tôi được làm Phật, mà trời người trong cõi nước cho đến nghe có tiếng chẳng lành đó, xin chẳng giữ lấy ngôi chánh giác. Thứ mười bảy là Chư Phật Xưng Dương Nguyện: Nguyện mười phương đều được chư Phật khen ngợi. Nếu tôi được làm Phật, mà vô lượng chư Phật ở mười phương thế giới chẳng đều nức nở xưng danh hiệu cõi nước của tôi đó, xin chẳng giữ lấy ngôi chánh giác. Thứ mười tám là Niệm Phật Vãng Sanh Nguyện: Nếu tôi được làm Phật, thì chúng sanh mười phương chí tâm tín lạc, muốn sanh về nước tôi, cho đến mười niệm mà chẳng sanh đó, Xin chẳng giữ lấy ngôi chánh giác. Chỉ trừ những kẻ phạm tội ngũ nghịch và phỉ báng chánh pháp. Thứ mười chín là Phát Bồ Đề Tâm Nguyện: Nguyện hết thảy chúng sanh đều phát bồ đề tâm. Nếu tôi được làm Phật, thì chúng sanh mười phương phát tâm Bồ đề, tu các công đức, chí tâm phát nguyện, muốn sanh về nước tôi; tới lúc lâm mạng chung thời, như tôi chẳng cùng đại chúng hầu quanh hiện ra ở trước người ấy, xin chẳng giữ lấy ngôi chánh giác. Thứ hai mươi là Phát Tín Tâm Nguyện: Nguyện hết thảy chúng sanh đều phát tín tâm. Nếu tôi được làm Phật, thì chúng sanh mười phương nghe danh hiệu của tôi, đem lòng tưởng niệm đến nước tôi, trồng các cội đức, chí tâm hồi hướng, muốn sanh về nước tôi, như chẳng quả toại lòng đó, xin chẳng giữ lấy ngôi chánh giác. Thứ hai mươi mốt là Tam Thập Nhị Tướng Nguyện: Nguyện hết thảy chúng sanh đều được 32 tướng hảo. Nếu tôi được làm Phật mà trời người trong cõi nước chẳng đều thành mãn 32 tướng của bực đại nhân đó, xin chẳng giữ lấy ngôi chánh giác. Thứ hai mươi hai là Tất Chí Bổ Xứ Nguyện: Nếu tôi được làm Phật, thì các chúng Bồ Tát ở các cõi Phật các phương khác sanh lại nước tôi, rốt cuộc ắt tới Nhứt sanh bổ xứ. Trừ ra cái bổn nguyện của mình, tự tại hóa ra, vì có chúng sanh muốn được cứu độ nên thệ nguyện rộng lớn, kiên như áo giáp sắt, chứa chan cội đức, độ thoát hết thảy, du hành đến các cõi Phật, tu hạnh Bồ tát, cúng dường chư Phật Như Lai mười phương, khai hóa cho vô lượng chúng sanh đông như cát sông Hằng, khiến cho lập nên cái đạo chánh chơn, không chi trên được, cao tột hơn cái hạnh của các địa vị tầm thường, hiện ra mà tu tập cái đức Phổ Hiền. Nếu chẳng được vậy, xin chẳng giữ lấy ngôi chánh giác. Thứ hai mươi ba là Cúng Dường Chư Phật Nguyện: Nếu tôi được làm Phật, mà Bồ Tát trong cõi nước nương vào thần lực của Phật, muốn cúng dường chư Phật, trong khoảng một bữa ăn, chẳng khắp tới được vô số vô lượng ức Na-do-tha các cõi Phật đó, xin chẳng giữ lấy ngôi chánh giác. Thứ hai mươi bốn là Cúng Cụ Như Nguyện: Nếu tôi được làm Phật, thì Bồ Tát ở trong cõi nước, trước chư Phật, hiện ra cội đức của mình, những đồ mình cầu muốn cúng dường, nếu chẳng như ý đó, xin chẳng giữ lấy ngôi chánh giác. Thứ hai mươi lăm là Thuyết Nhất Thiết Trí Nguyện: Nếu tôi được làm Phật mà Bồ Tát trong nước chẳng diễn thuyết được "hết thảy mọi trí" đó, xin chẳng giữ lấy ngôi chánh giác. Thứ hai mươi sáu là Na La Diên Thân Nguyện: Nếu tôi được làm Phật, mà Bồ Tát trong cõi nước chẳng đặng cái thân kim cang Na-la-diên đó, xin chẳng giữ lấy ngôi chánh giác. Thứ hai mươi bảy là Sở Tu Nghiêm Tịnh Nguyện: Nếu tôi được làm Phật, thì trời người trong cõi nước và hết thảy muôn vật đều nghiêm tịnh sáng đẹp, hình sắc tinh diệu, không thể cân lường cho xiết được. Từ các chúng sanh cho chí các bậc đã được thiên nhãn, nếu ai biện được tên và số cho rành rẽ đó, xin chẳng giữ lấy ngôi chánh giác. Thứ hai mươi tám là Kiến Đạo Tràng Thụ Nguyện: Nếu tôi được làm Phật, mà từ Bồ Tát trong cõi nước chí đến kẻ ít công đức chẳng thấy biết được cái vẻ sáng chiếu vô lượng của cây Đạo Tràng cao bốn trăm muôn dặm đó, xin chẳng giữ lấy ngôi chánh giác. Thứ hai mươi chín là Đắc Biện Tài Trí Nguyện. Nếu tôi được làm Phật, thì Bồ Tát trong cõi nước nếu ai thọ đọc kinh pháp, phúng, tụng, trì, thuyết, mà chẳng đặng cái biện tài trí tuệ đó, xin chẳng giữ lấy ngôi chánh giác. Thứ ba mươi là Trí Biện Vô Cùng Nguyện: Nếu tôi được làm Phật mà trí tuệ, biện tài của Bồ Tát trong cõi nước còn có thể hạn lượng được, xin chẳng giữ lấy ngôi chánh giác. Thứ ba mươi mốt là Quốc Độ Thanh Tịnh Nguyện: Nếu tôi được làm Phật thì cõi nước thanh tịnh đều chiếu thấy vô lượng vô số thế giới chư Phật mười phương chẳng thể nghĩ bàn, dường như tấm gương sáng soi thấy bộ mặt vậy. Nếu chẳng được như vậy, xin chẳng giữ lấy ngôi chánh giác. Thứ ba mươi hai là Quốc Độ Trang Sức Nguyện: Nếu tôi được làm Phật, thì từ dưới đất trở lên tới chốn hư không, cung điện, lầu quán, ao hồ, hoa, cây... hết thảy muôn vật ở trong cõi nước, đều dùng vô lượng của báu góp lại và trăm ngàn các thứ hương mà hiệp cộng thành ra, sửa soạn cho thiệt lạ lùng mầu

CHƯƠNG 78. Đức Phật A Di Đà

nhiệm, hơn hết các cõi trời và cõi người; mùi hương của các vật ấy huân khắp thế giới mười phương; hễ chư Bồ Tát ngửi mùi đều tu Phật hạnh. Nếu chẳng như vậy, xin chẳng giữ lấy ngôi chánh giác. Thứ ba mươi ba là Xúc Quang Nhu Nhuyễn Nguyện: Nếu tôi được làm Phật, thì vô lượng các loài chúng sanh trong thế giới chư Phật mười phương chẳng có thể suy nghĩ bàn bạc, đều nhờ ánh quang minh của tôi chạm vô mình của họ, thân tâm trở nên nhu nhuyễn trội hơn trời và người. Nếu chẳng như vậy, xin chẳng giữ lấy ngôi chánh giác. Thứ ba mươi bốn là Văn Danh Đắc Nhẫn Nguyện: Nếu tôi được làm Phật, mà các loại chúng sanh trong thế giới chư Phật mười phương vô lượng chẳng có thể suy nghĩ bàn bạc, đều nghe danh tự của tôi, nếu chẳng đặng đức vô sanh pháp nhẫn và các thâm tổng trì của bực Bồ Tát, xin chẳng giữ lấy ngôi chánh giác. Thứ ba mươi lăm là Phế Nữ Nhân Thân Vãng Sanh Nguyện: Nếu tôi được làm Phật, thì vô lượng thế giới chư Phật mười phương chẳng có thể suy nghĩ bàn bạc, trong đó hễ có người phái nữ nào nghe danh tự của tôi mà hoan hỷ tin vui, phát tâm Bồ đề, chán ghét nữ thân, thế mà sau khi qua đời, còn phải làm hình con gái nữa, xin chẳng giữ lấy ngôi chánh giác. Thứ ba mươi sáu là Thường Tu Phạm Hạnh Nguyện: Nếu tôi được làm Phật, thì vô lượng chúng Bồ tát trong thế giới chư Phật mười phương chẳng có thể suy nghĩ bàn bạc, hễ nghe danh tự của tôi, thì sau khi qua đời, thường tu phạm hạnh cho tới khi thành Phật đạo. Nếu chẳng như vậy, xin chẳng giữ lấy ngôi chánh giác. Thứ ba mươi bảy là Thiên Nhân Trí Kính Nguyện: Nếu tôi được làm Phật, thì vô lượng chư thiên, nhân dân các cõi thế giới chư Phật mười phương chẳng có thể suy nghĩ bàn bạc, hễ nghe danh tự của tôi, thì năm thể (đầu, hai cùi chỏ và hai đầu gối) đầu địa, dập đầu làm lễ, hoan hỷ tin vui, tu hạnh Bồ Tát, trời và người không ai chẳng đem lòng kính. Nếu chẳng như vậy, xin chẳng giữ lấy ngôi chánh giác. Thứ ba mươi tám là Y Phục Tùng Niệm Nguyện: Nếu tôi được làm Phật, thì trời người trong cõi nước muốn được đồ y phục, ý vừa dứt thì đồ liền tới, y như đồ mặc mầu nhiệm ứng pháp mà đức Phật khen, tự nhiên ở nơi mình. Nếu ai còn phải cầu lấy sự may vá, nhuộm, giặt, xin chẳng giữ lấy ngôi chánh giác. Thứ ba mươi chín là Thụ Lạc Vô Nhiễm Nguyện: Nếu tôi được làm Phật, mà sự khoái lạc của trời người trong cõi nước thọ hưởng chẳng bằng bậc Tỳ-kheo lậu tận, xin chẳng giữ lấy ngôi chánh giác. Thứ bốn mươi là Kiêm Chư Phật Độ Nguyện: Nếu tôi được làm Phật, thì Bồ Tát trong cõi nước tùy ý muốn thấy vô lượng cõi Phật mười phương nghiêm tịnh, tức thì như nguyện, từ trong cây báu chiếu thấy đủ hết, dường như tấm gương sáng ngó thấy bộ mặt. Nếu chẳng như vậy, xin chẳng giữ lấy ngôi chánh giác. Thứ bốn mươi mốt là Chư Căn Cụ Túc Nguyện: Nếu tôi được làm Phật, thì chư Bồ Tát chúng trong các cõi ở các phương khác nghe danh tự của tôi, cho đến khi được làm Phật mà các căn còn thiếu thốn, chẳng đầy đủ đó, xin chẳng giữ lấy ngôi chánh giác. Thứ bốn mươi hai là Trụ Định Cúng Dường Phật Nguyện: Nếu tôi được làm Phật, thì chư Bồ Tát chúng trong các cõi ở các phương khác nghe danh tự của tôi, đều kịp tới được cảnh Tam Muội "Thanh tịnh giải thoát" hết cả. Trụ ở cảnh Tam muội ấy, trong một khoảnh vừa phát ra ý tưởng, thì cúng dường vô lượng, chẳng có thể suy nghĩ bàn bạc số chư Phật Thế tôn, thế mà chẳng lạc mất cái ý định. Nếu chẳng như vậy, xin chẳng giữ lấy ngôi chánh giác. Thứ bốn mươi ba là Sinh Tồn Quý Gia Nguyện: Nếu tôi được làm Phật, thì chư Bồ Tát chúng ở trong các cõi phương khác nghe danh tự của tôi, sau khi qua đời, sanh vào nhà tôn quí. Nếu chẳng như vậy, xin chẳng giữ lấy ngôi chánh giác. Thứ bốn mươi bốn là Cụ Túc Đức Bản Nguyện: Nếu tôi được làm Phật, thì Bồ Tát chúng trong các cõi phương khác nghe danh tự của tôi, vui mừng hớn hở, tu hạng Bồ Tát, trọn đủ cội đức. Nếu chẳng như vậy, xin chẳng giữ lấy ngôi chánh giác. Thứ bốn mươi lăm là Trụ Định Kiến Phật Nguyện: Nếu tôi được làm Phật, thì chư Bồ Tát chúng trong các cõi ở các phương khác nghe danh tự của tôi, đều kịp tới cảnh Phổ Đẳng Tam Muội. Trụ ở cảnh Tam muội ấy cho tới khi thành Phật, thường thấy hết thảy vô lượng chư Phật chẳng có thể suy nghĩ bàn bạc. Nếu chẳng như vậy, xin chẳng giữ lấy ngôi chánh giác. Thứ bốn mươi sáu là Tùy Ý Văn Pháp Nguyện: Nếu tôi được làm Phật, thì Bồ Tát trong cõi nước tùy theo cái nguyện của mình, hễ muốn nghe pháp, tự nhiên được nghe. Nếu chẳng như vậy, xin chẳng giữ lấy ngôi chánh giác. Thứ bốn mươi bảy là Đắc Bất Thối Chuyển Nguyện: Nếu tôi được làm Phật, thì chư Bồ Tát chúng trong các cõi các phương khác nghe danh tự của tôi, mà chẳng được tới nơi Bất Thối Chuyển tức thì xin chẳng giữ lấy ngôi chánh giác. Thứ bốn mươi tám là Đắc Tam Pháp Nhẫn Nguyện: Nếu tôi được làm Phật, thì chư Bồ Tát chúng trong các cõi các phương khác nghe danh tự của tôi, mà chẳng tới được liền bậc Pháp nhẫn thứ nhứt, thứ nhì và thứ ba, đối với pháp của chư Phật liền chẳng được nơi Bất Thối Chuyển, xin chẳng giữ lấy ngôi chánh giác.

Chương 79. Bồ Đề Tâm

Bồ Đề Tâm là một khái niệm quan trọng trong Phật giáo, cả Nguyên Thủy lẫn Đại Thừa, mặc dù không được nói trực tiếp rõ ràng trong Phật giáo Nguyên Thủy. Tuy nhiên, khái niệm Bồ Đề Tâm ở Phật giáo Đại Thừa đã phát triển cả về đạo đức lẫn tâm lý học, và sự phát triển này cũng được tìm thấy trong Kim Cang Thừa, trong đó Bồ Đề Tâm được xem như 'Đại Lạc'. Trong Đại Thừa phát triển cùng lúc với thuyết phiếm thần xuất hiện đã chủ trương rằng Bồ Đề tâm tiềm ẩn trong tất cả chúng sanh và được hiển lộ trong Pháp thân hoặc chân như nơi chúng sanh tánh. Mặc dù Bồ Đề tâm không thấy trong kinh điển Pali, nhưng khái niệm Bồ Đề tâm cũng có ảnh hưởng chẳng hạn như sau khi Đức Phật rời bỏ cung điện đã lập nguyện 'dù cho xương thịt có tan rã cũng quyết tìm ra con đường giải thoát sanh tử cho tất cả chúng sanh.'

Chính sau khi Bồ Đề tâm này thành tựu, Ngài đã được tôn xưng là bậc giác ngộ. Tâm Bồ đề hay tâm vị tha là tâm luôn mong đạt được giác ngộ cho mình, đồng thời cũng đạt được giác ngộ cho người. Bồ Đề Tâm được định nghĩa là ý hướng vị tha, muốn đạt giác ngộ để giúp chúng sanh. Sự đạt đến giác ngộ cần thiết chẳng những để mang lại lợi lạc cho người khác, mà còn cho chính sự hoàn thiện bản chất của chính mình. Tâm Bồ đề là cửa ngõ giác ngộ và đạt thành quả vị Phật. Đây là trí tuệ bẩm sinh, hay giác tâm bổn hữu, hay là sự khao khát giác ngộ. Đức Phật dạy: "Chúng sanh đều bình đẳng vì ai cũng có Phật tánh như nhau. Nghĩa là mỗi chúng ta đều có hạt giống Phật, có từ bi đối với mọi chúng sanh, nghĩa là khả năng giác ngộ và hoàn thiện nằm ngay trong mỗi chúng ta." Theo Kinh Hoa Nghiêm, Đức Phật đã dạy: "Này thiện nam tử! Bậc Bồ Tát phát lòng Vô Thượng Bồ Đề là 'khởi lòng đại bi cứu độ tất cả chúng sanh. Khởi lòng cúng dường chư Phật, cứu cánh thừa sự. Khởi lòng khắp cầu chánh pháp, tất cả không sẻn tiếc. Khởi lòng thú hướng rộng lớn, cầu nhứt thiết trí. Khởi lòng đại bi vô lượng, khắp nhiếp tất cả chúng sanh. Khởi lòng không bỏ rơi các loài hữu tình, mặc áo giáp kiên thệ để cầu Bát Nhã Ba La Mật. Khởi lòng không siểm dối, vì cầu được trí như thật. Khởi lòng thật hành y như lời nói, để tu đạo Bồ Tát. Khởi lòng không dối với chư Phật, vì gìn giữ thệ nguyện lớn của tất cả Như Lai. Khởi lòng nguyện cầu nhứt thiết trí, cùng tận kiếp vị lai giáo hóa chúng sanh không dừng nghỉ. Bồ Tát dùng những công đức Bồ Đề Tâm nhiều như số bụi nhỏ của cõi Phật như thế, nên được sanh vào nhà Như Lai. Này thiện nam tử! Như người học bắn, trước phải tập thế đứng, sau mới học đến cách bắn. Cũng thế, Bồ Tát muốn học đạo nhứt thiết trí của Như Lai, trước phải an trụ nơi Bồ Đề Tâm, rồi sau mới tu hành tất cả Phật pháp. Thiện nam tử! Ví như vương tử tuy hãy còn thơ ấu, song tất cả đại thần đều phải kính lễ. Cũng thế, Bồ Tát tuy mới phát Bồ Đề tâm tu Bồ Tát hạnh, song tất cả bậc kỳ cựu hàng nhị thừa đều phải kính trọng nể vì. Thiện nam tử! Như thái tử tuy đối với quần thần chưa được tự tại, song đã đủ tướng trạng của vua, các bầy tôi không thể sánh bằng, bởi nhờ chỗ xuất sanh tôn quý. Cũng thế Bồ Tát tuy đối với tất cả nghiệp phiền não chưa được tự tại, song đã đầy đủ tướng trạng Bồ Đề, hàng nhị thừa không thể sánh bằng, bởi nhờ chủng tánh đứng vào bậc nhứt. Thiện Nam Tử! Như người máy bằng gỗ, nếu không có mấu chốt thì các thân phần rời rạc chẳng thể hoạt động. Cũng thế, Bồ Tát nếu thiếu Bồ Đề tâm, thì các hạnh đều phân tán, không thể thành tựu tất cả Phật pháp. Thiện nam tử! Như chất kim cương tất cả vật không thể phá hoại, trái lại nó có thể phá hoại tất cả vật, song thể tánh của nó vẫn không tổn giảm. Bồ Đề tâm của Bồ Tát cũng thế, khắp ba đời trong vô số kiếp, giáo hóa chúng sanh, tu các khổ hạnh, việc mà hàng nhị thừa không thể muốn làm đều làm được, song kết cuộc vẫn chẳng chán mỏi giảm hư." Tâm Bồ Đề là tâm giác ngộ, tâm thấy được bản mặt thật của chư pháp, tâm tin nơi nhân quả và Phật tánh nơi chúng sanh cũng như luôn dụng công tu hành hướng về quả vị Phật. Bồ Đề Tâm liên hệ tới hai chiều hướng: Thượng cầu Phật Đạo, hạ hóa chúng sanh. Kinh Đại Tỳ Lô Giá Na nói: "Bồ Đề Tâm làm nhân, đại bi làm căn bản, phương tiện làm cứu cánh." Ví như người đi xa, trước tiên phải nhận định mục tiêu sẽ đến, phải ý thức chủ đích cuộc hành trình bởi lý do nào, và sau dùng phương tiện hoặc xe, thuyền, hay phi cơ mà khởi tiến. Người tu cũng thế, trước tiên phải lấy quả vô thượng Bồ Đề làm mục tiêu cứu cánh; lấy lòng đại bi lợi mình lợi sanh làm chủ đích thật hành; và kế đó tùy sở thích căn cơ mà lựa chọn các pháp môn hoặc Thiền, hoặc Tịnh, hoặc Mật làm phương tiện tu tập. Phương tiện với nghĩa rộng hơn, còn là trí tuệ quyền biến tùy cơ nghi, áp dụng tất cả hạnh thuận nghịch trong khi hành Bồ Tát đạo. Cho nên Bồ Đề Tâm là mục tiêu cần phải nhận định của hành giả, trước khi khởi công hạnh huân tu. Kinh Hoa Nghiêm nói: "Nếu quên mất Bồ Đề Tâm mà tu các pháp lành, đó là ma nghiệp." Lời này xét ra rất đúng. Ví như người cất bước khởi hành mà chẳng biết mình sẽ đến đâu, và đi với mục đích gì, thì cuộc hành trình chỉ là quanh quẩn, mỏi mệt và vô ích mà thôi. Người tu cũng thế, nếu dụng công khổ nhọc mà quên sót mục tiêu cầu thành Phật để lợi mình lợi sanh, thì bao nhiêu hạnh lành chỉ đem đến kết quả hưởng phước nhơn thiên, chung cuộc vẫn bị chìm mê quanh quẩn trong nẻo luân hồi, chịu vô biên nỗi khổ, nghiệp ma vẫn còn. Như vậy phát tâm Bồ Đề lợi mình lợi người là bước đi cấp thiết của người tu. Theo Hòa Thượng Thích Thiền Tâm trong Niệm Phật Thập Yếu, đem công đức niệm Phật để cầu phước lợi nhỏ nhen ở thế gian, tất không hợp với bản hoài của Phật, cho nên hành giả phải vì sự thoát ly khỏi vòng sống chết luân hồi mà niệm Phật. Nhưng nếu vì giải thoát cho riêng mình mà tu niệm, cũng chỉ hợp với bản hoài của Phật một phần ít mà thôi. Vậy bản hoài của Phật như thế nào? Bản hoài đích thật của Đức Thế Tôn là muốn cho tất cả chúng sanh đều thoát vòng sanh tử, đều được giác ngộ như Ngài. Cho nên người niệm Phật cần phải phát Bồ Đề tâm. Bồ Đề nghĩa là "Giác." Trong ấy có ba bậc: Thanh Văn Bồ Đề, Duyên Giác Bồ Đề, và Phật Bồ Đề. Người niệm Phật phát tâm Bồ Đề, chính là phát tâm cầu quả giác ngộ của Phật; quả vị ấy cùng tột không chi hơn, siêu cả hàng Thanh Văn Duyên Giác, nên gọi là Vô Thượng Bồ Đề. Tâm này gồm hai chủng tử chính, là từ bi và trí tuệ, hay phát xuất công năng độ thoát mình và tất cả chúng sanh. Phát Bồ Đề Tâm như trên đã nói, có thể tóm tắt trong Tứ Hoằng Thệ Nguyện: "Chúng sanh vô biên thệ nguyện độ. Phiền não vô tận thệ nguyện đoạn. Pháp môn vô lượng thệ nguyện học. Phật đạo vô thượng thệ nguyện thành." Theo Hòa Thượng Thích Thiền Tâm trong Niệm Phật Thập Yếu, không phải chỉ nói suông "Tôi phát Bồ Đề Tâm" là đã phát tâm, hay mỗi ngày tuyên đọc Tứ Hoằng Thệ Nguyện, gọi là đã phát Bồ Đề Tâm. Muốn phát Bồ Đề Tâm hành giả cần phải quán sát để phát tâm một cách thiết thật, và hành động đúng theo tâm nguyện ấy trong đời tu của mình. Có những người xuất gia, tại gia mỗi ngày sau khi tụng kinh niệm Phật đều quỳ đọc bài hồi hướng: "Nguyện tiêu tam chướng trừ phiền não..." Nhưng rồi trong hành động thì trái lại, nay tham lam, mai hờn giận, mốt si mê biếng trễ, bữa kia nói xấu hay chê bai chỉ trích người, đến bữa khác lại có chuyện tranh cãi gây gổ buồn ghét nhau. Như thế tam chướng làm sao tiêu trừ được? Chúng ta phần nhiều chỉ tu theo hình thức, chứ ít chú trọng đến chỗ khai tâm, thành thử lửa tam độc vẫn cháy hừng hực, không hưởng được hương vị thanh lương giải thoát của Đức Phật đã chỉ dạy. Cho nên ở đây lại cần đặt vấn đề "Làm thế nào để phát Bồ Đề Tâm?" Chúng ta phần nhiều chỉ tu theo hình thức, mà ít chú trọng đến chỗ khai tâm, thành thử lửa tam độc vẫn cháy hừng, không hưởng được hương vị thanh lương giải thoát mà Đức Phật đã chỉ dạy. Muốn cho lòng Bồ Đề phát sanh một cách thiết thật, theo Hòa Thượng Thích Thiền Tâm trong Niệm Phật Thập Yếu, chúng ta nên suy tư quán sát để phát tâm theo sáu yếu điểm sau đây: Giác Ngộ Tâm, Bình Đẳng Tâm, Tâm Từ Bi, Sám Nguyện Tâm, và Bất Thối Tâm.

Chương 80. Giác Ngộ

Giác ngộ, tiếng Phạn là Boddhi (Bồ-đề), có nghĩa là giác sát hay giác ngộ. Giác có nghĩa là sự biết và cái có thể biết được. Giác ngộ là nhận biết các chướng ngại che lấp trí tuệ hay các hôn ám của vô minh như giấc ngủ (như đang ngủ say chợt tỉnh). Giác ngộ cũng là nhận ra các chướng ngại phiền não gây hại cho thiện nghiệp, hay trực ngộ về bản tánh thật của vạn pháp. Theo Phật giáo, giác ngộ chính là đại lộ đưa hành giả đi đến Niết-bàn. Khái niệm về từ Bodhi trong Phạn ngữ không có tương đương trong Việt và Anh ngữ, chỉ có danh từ "Lóe sáng," "Bừng sáng," hay "Enlightenment" là thích hợp. Một người bản tánh thật sự của vạn hữu là giác ngộ cái hư không hiện tại. Cái hư không mà người ta thấy được trong khoảnh khắc ấy không phải là hư vô, mà là cái không thể nắm bắt được, không thể hiểu được bằng cảm giác hay tư duy vì nó vô hạn và vượt ra ngoài sự tồn tại và không tồn tại. Cái hư không được giác ngộ không phải là một đối tượng cho chủ thể suy gẫm, mà chủ thể phải hòa tan trong đó mới hiểu được nó. Trong Phật giáo thật, ngoài thể nghiệm đại giác ra, không có Phật giáo. Giác Ngộ là kinh nghiệm riêng tư thân thiết nhất của cá nhân, nên không thể nói bằng lời hay tả bằng bút được. Tất cả những gì các Thiền sư có thể làm được để truyền đạt kinh nghiệm ấy cho người khác chỉ là thử khơi gợi lên, hoặc chỉ trỏ cho thấy. Người nào thấy được là vừa chỉ thấy ngay, người nào không thấy thì càng nương theo đó để suy nghĩ, lập luận càng sai đề. Trong nhà Thiền, giác ngộ để chỉ sự nhận biết trực tiếp bằng trực giác về chân lý. Nghĩa đen của từ này là "thấy tánh," và người ta nói rằng đây là sự nhận biết chân tánh bằng tuệ giác vượt ra ngoài ngôn ngữ hay khái niệm tư tưởng. Nó tương đồng với từ "satori" (ngộ) trong một vài bài viết về Thiền, nhưng trong vài bài khác thì "Thấy tánh (Kensho)" được diễn tả như là thủy giác (hay sự giác ngộ lúc ban sơ) cần phải được phát triển qua tu tập nhiều hơn nữa, trong khi đó thì từ "satori" liên hệ tới sự giác ngộ của chư Phật và chư Tổ trong Thiền. Giác ngộ còn có nghĩa là "Kiến tánh ngộ đạo" hay nhìn thấy tự tánh chân thật của mình và đồng thời nhìn thấy bản tánh tối thượng của vũ trụ và vạn vật (Đây là một cách khác để diễn tả về kinh nghiệm giác ngộ hay sự tự nhận ra tự tánh, từ đó thấy biết tất cả tự tánh của vạn hữu). Ấy là sự hốt nhiên nhận ra rằng: "Xưa nay ta vốn đầy đủ và toàn hảo. Kỳ diệu thay, huyền diệu thay!" Nếu là thấy Phật tánh thì thật chất sẽ luôn luôn giống nhau đối với bất cứ ai kinh nghiệm nó, dẫu người ấy là Phật Thích-ca hay Phật A Di Đà hay bất cứ người nào trong các bạn. Nhưng nói thế không có nghĩa là tất cả chúng ta đều có kinh nghiệm kiến tánh ở cùng một mức độ, vì trong cái rõ, cái sâu, cái đầy đủ của kinh nghiệm có những khác biệt lớn lao.

Giác ngộ theo Phật giáo là chúng ta phải nỗ lực tu tập cho đến khi chúng ta nhận thấy được rằng vấn đề trong cuộc sống không phải ở ngoài chúng ta, chừng đó chúng ta mới thật sự cất bước trên con đường đạo. Chỉ khi nào sự tỉnh thức phát sinh chúng ta mới thấy được sự hài hòa của cuộc sống mà chúng ta chưa bao giờ nhận thấy từ trước. Trong nhà Thiền, giác ngộ không phải là điều mà chúng ta có thể đạt được, nhưng nó là trạng thái thiếu vắng một thứ gì khác. Nên nhớ, trong suốt cuộc đời của chúng ta, chúng ta luôn chạy đông chạy tây để tìm cầu, luôn đeo đuổi mục đích gì đó. Giác ngộ thật sự chính là sự buông bỏ tất cả những thứ đó. Tuy nhiên, nói dễ khó làm. Việc tu tập là việc làm của từng cá nhân chứ không ai làm dùm cho ai được, không có ngoại lệ! Dầu cho chúng ta có đọc thiên kinh vạn quyển trong cả ngàn năm thì việc làm này cũng không đưa chúng ta đến đâu cả. Chúng ta phải tu tập và phải nỗ lực tu tập cho đến cuối cuộc đời của mình. Từ giác ngộ rất quan trọng trong nhà Thiền vì mục đích của việc tu thiền là đạt tới cái được biết như là 'giác ngộ.' Giác ngộ là cảnh giới của Thánh Trí Tự Chứng, nghĩa là cái tâm trạng trong đó Thánh Trí tự thể hiện lấy bản tánh nội tại của nó. Sự tự chứng này lập nên chân lý của Thiền, chân lý ấy là giải thoát và an nhiên tự tại. Theo Thiền Sư D.T. Suzuki trong Thiền Luận, Tập II, Ngộ là toàn thể của Thiền. Thiền bắt đầu từ đó mà chấm dứt cũng ở đó. Bao giờ không có ngộ, bấy giờ không có Thiền. Ngộ là thước đo của Thiền như một tôn túc đã nói. Ngộ không phải là một trạng thái an tĩnh không thôi; nó không phải là sự thanh thản mà là một kinh nghiệm nội tâm không có dấu vết của tri thức phân biệt; phải là sự thức tỉnh nào đó phát khởi từ lãnh vực đối đãi của tâm lý, một sự trở chiều với hình thái bình thường của kinh nghiệm vốn là đặc tính của đời sống thường nhật của chúng ta. Nói cách khác, chân giác ngộ chính là sự thấu triệt hoàn toàn bản thể của tự ngã. Thuật ngữ Đại Thừa gọi là 'Chuyển Y' hay quay trở lại, hay lật ngược cái cơ sở của tâm ý, ở đây toàn bộ kiến trúc tâm thức trải qua một cuộc thay đổi toàn diện. Ngộ là kinh nghiệm riêng tư thân thiết nhất của cá nhân, nên không thể nói bằng lời hay tả bằng bút được. Tất cả những gì các Thiền sư có thể làm được để truyền đạt kinh nghiệm ấy cho người khác chỉ là thử khơi gợi lên, hoặc chỉ trỏ cho thấy. Người nào thấy được là vừa chỉ thấy ngay, người nào không thấy thì càng nương theo đó để suy nghĩ, lập luận càng sai đề.

Trong thuật ngữ Phật giáo Nhật Bản, từ "Satori" dùng để chỉ sự "Giác Ngộ." Trong tiếng Nhật, nghĩa đen của nó là "biết." Trong Thiền từ này dùng để chỉ sự hiểu biết bản chất thật sự của vạn hữu một cách trực tiếp chứ không bằng khái niệm, vì nó vượt lên trên ngôn từ và khái niệm. Nó tương đương với từ "Kiến Tánh" của Hoa ngữ, cả hai đều có nghĩa là chứng nghiệm chân lý, nhưng không được xem như là cứu cánh của con đường, mà sự chứng ngộ này phải được đào sâu hơn nữa bằng thiền tập. Trong Thiền trạng thái ngộ là trạng thái của Phật tâm hay tự nó là tịnh thức. Tuy nhiên, ngược dòng thời gian trở về thời Đức Phật, dưới cội cây Bồ Đề, Thái Tử Tất Đạt Đa đã thành Chánh Đẳng Chánh Giác. Ngài đã giác ngộ những gì? Rất đơn giản, Ngài đã giác ngộ Chân Lý, Chân Lý Vĩnh Cửu. Tứ Diệu Đế và Bát Thánh Đạo là những điều mà Đức Phật đã tìm thấy. Phật tử chân thuần muốn đạt đến cảnh giới an vui hạnh phúc như Đức Phật, không có con đường nào khác hơn con đường tu tập theo đúng những sự thật này. Nghĩa là, chúng ta phải học các sự thật này và phải đi theo con đường mà Đức Phật đã chỉ bày. Như Đức Phật đã nói: "Tất cả những gì Ta làm, các ngươi đều có thể làm được; các ngươi có thể chứng đắc Niết-bàn, đi vào cảnh an vui hạnh phúc khi nào các ngươi bỏ được cái 'ngã' sai lầm và diệt hết vô minh trong tâm mình."

Theo Kinh Sa Môn Quả, Đức Phật dạy về kinh nghiệm giác ngộ như sau: "Với cái tâm an định, trong sạch, linh mẫn, điều chế, xả hết ác nghiệp, nhu thuận, tùy ứng, kiên cố, không nao núng, thầy Tỳ-kheo phát tâm diệt trừ phiền não. Thấy biết đúng như thật: 'đây là khổ', 'đây là nguyên nhân của khổ', 'đây là sự diệt khổ', và 'đây là con đường diệt khổ.' Thấy biết đúng như thật: 'đây là phiền não', 'đây là nguyên nhân của phiền não', 'đây là sự diệt trừ phiền não', và 'đây là con đường đưa tới sự diệt trừ phiền não'. Biết như vậy, thấy như vậy, tâm thấy được giải thoát các phiền não lậu hoặc của dục ái, hữu ái, vô minh, và được trí tuệ giải thoát. Thầy Tỳ-kheo biết: 'nghiệp tái sanh đã xả trừ, phạm hạnh đã tròn, việc gì phải làm nay đã làm xong, sau kiếp này không còn thọ thân nào khác.' Tuy nhiên, giáo pháp mà Như Lai chứng ngộ, quả thật thâm diệu, khó hiểu, khó nhận, vắng lặng tuyệt đối, không nằm trong phạm vi lý luận, tế nhị, chỉ có bậc Thánh nhân mới hiểu nổi. Chúng sanh còn luyến ái trong nhục dục ngũ trần. Giáo lý tương quan Duyên Khởi là một đề mục rất khó lãnh hội, và Niết-bàn, là sự chấm dứt mọi hiện tượng phát sinh có điều kiện, sự từ bỏ khát vọng, sự đoạn trừ tham ái, sự không tham ái và sự chấm dứt cũng là một vấn đề không dễ lãnh hội." Thật rõ rệt rằng ngộ là sự thành tựu chân thật, trạng thái viên mãn của cái tâm bình thường trong đó mình sẽ cảm thấy thỏa mãn hơn, bình thản hơn, đầy niềm vui hơn bất cứ thứ gì mình từng thể nghiệm trước đây. Vì vậy ngộ là một trạng thái trong ấy con người hoàn toàn hòa hợp với thực tại bên ngoài và bên trong, một trạng thái trong ấy hành giả hoàn toàn ý thức được nó và nắm được nó một cách trọn vẹn. Hành giả nhận thức được nó, nghĩa là không phải bằng óc não hay bất cứ thành phần nào của cơ thể của hành giả, mà là con người toàn diện. Hành giả nhận thức được nó; không như một đối tượng đằng kia mà hành giả nắm giữ nó bằng tư tưởng, mà nó, bông hoa, con chó, hay con người trong thực tại trọn vẹn của nó hay của hành giả. Kẻ thức tỉnh thì cởi mở và mẫn cảm đối với thế giới, và hành giả có thể cởi mở và mẫn cảm vì anh ta không còn chấp trước vào mình như một vật, do đó đã trở thành trống không và sẵn sàng tiếp nhận. Ngộ có nghĩa là "sự thức tỉnh trọn vẹn của toàn thể cá tính đối với thực tại."

Giác ngộ là một trạng thái tâm hoàn toàn bình thường mặc dầu mục tiêu tối hậu của thiền là thể nghiệm "ngộ." Ngộ không phải là một trạng thái tâm bất thường; nó không phải là một cơn ngây ngất trong đó thực tại biến mất. Nó không phải là một tâm trạng ngã ái như chúng ta thấy trong vài biểu hiện tôn giáo. Nếu nó là một cái gì, thì nó là một tâm trạng hoàn toàn bình thường. Như Triệu Châu tuyên bố: "Bình thường tâm là Thiền," chỉ tùy nơi mình điều chỉnh bản lề sao cho cánh cửa có thể mở ra đóng vào được. Ngộ có một ảnh hưởng đặc biệt đối với người thể nghiệm nó. "Tất cả những hoạt động tinh thần của chúng ta từ bây giờ sẽ hoạt động trên một căn bản khác, mà hẳn sẽ thỏa đáng hơn, thanh bình hơn, đầy niềm vui hơn bất cứ thứ gì mình từng thể nghiệm trước đây. Xu hướng của đời sống sẽ thay đổi. Sở hữu được thiền mình thấy có một cái gì tươi trẻ lại. Hoa xuân trông sẽ đẹp hơn, trong suối nước chảy sẽ mát hơn và trong hơn. Giác ngộ là sự tỉnh thức trọn vẹn trước thực tại. Thật là quan trọng phải hiểu rằng trạng thái ngộ không phải là một trạng thái phân ly hay một cơn ngây ngất trong đó mình tin là mình tỉnh thức, trong khi thật ra mình đang say ngủ. Dĩ nhiên, nhà tâm lý học Tây Phương hẳn có khuynh hướng tin rằng ngộ chỉ là một trạng thái chủ quan, một thứ mê man tự gây. Sự tỉnh thức trọn vẹn trước thực tại có nghĩa là đạt được một định hướng có ích lợi viên mãn. Có nghĩa là không liên kết mình với thế giới để thụ nhận, bóc lột, vơ vét, hay theo kiểu mua bán, nhưng một cách sáng tạo, hoạt động. Trong tình trạng phong phú viên mãn không có những tấm màn ngăn cách "cái tôi." Đối tượng không còn là đối tượng nữa; nó không chống lại cái tôi, mà theo tôi. Đóa hồng tôi thấy không phải là đối tượng cho tư tưởng tôi, theo cái lối khi tôi nói "tôi thấy đóa hồng" tôi chỉ phát biểu rằng cái đối tượng đóa hồng, nằm dưới phạm trù "hồng", nhưng theo cái lối rằng "một đóa hồng là một đóa hồng." Tình trạng phong phú viên mãn đồng thời cũng là tình trạng khách thể tính cao nhất; tôi thấy đối tượng mà không hề bị mối tham lam hay sợ hãi của mình bóp méo. Tôi thấy nó như chính nó, chứ không phải như tôi muốn nó là hay không là như vậy. Trong lối tri giác này không có những bóp méo thiếu mạch lạc. Có sự sống động hoàn toàn, và sự tổng hợp là của chủ thể tính khách thể tính. Tôi thể nghiệm mãnh liệt, thế nhưng đối tượng được để yên là cái nó là. Tôi làm nó sống động, và nó làm tôi sống động. Ngộ chỉ có vẻ thần bí đối với những ai không ý thức được rằng tri giác của người ấy về thế giới thuần túy có tính cách tinh thần, hay thiếu mạch lạc tới mức độ nào. Nếu người ta nhận thức được điều này, người ta cũng nhận thức được một nhận thức khác, một nhận thức mà chúng ta có thể gọi là một nhận thức hoàn toàn thiết thật. Có thể người ta chỉ mới thoáng thấy nó, nhưng người ta có thể tưởng tượng nó là cái gì. Một ngày nọ sư Huyền Giác đi thăm Lục Tổ Huệ Năng. Lần đầu tiên gặp Tổ, sư tay cầm tích trượng vai mang bình bát đi nhiễu Tổ ba vòng, đoạn đứng thẳng. Tổ thấy thế bèn nói, "Phàm sa môn có đủ ba ngàn uy nghi tám muôn tế hạnh. Đại Đức người phương nào đến mà sanh đại ngã mạn như vậy?" Huyền Giác thưa, "Sanh tử là việc lớn, vô thường qua nhanh quá." Tổ bảo, "Sao không ngay nơi đó thể nhận lấy vô sanh, liễu chẳng mau ư?" Huyền Giác thưa: "Thể tức vô sanh, liễu vốn không mau." Tổ khen, "Đúng thế! Đúng thế!" Lúc đó đại chúng nghe nói đều ngạc nhiên. Sư bèn đầy đủ oai nghi lễ tạ tổ.

Chốc lát sau sư xin cáo từ. Tổ bảo, "Trở về quá nhanh!" Huyền Giác thưa, "Vốn tự không động thì đâu có nhanh." Tổ bảo, "cái gì biết không động?" Huyền Giác thưa, "Ngài tự phân biệt." Tổ bảo, "Ngươi được ý vô sanh rất sâu." Huyền Giác thưa, "Vô sanh mà có ý sao?" Tổ bảo, "Không ý, cái gì biết phân biệt?" Huyền Giác thưa, "Phân biệt cũng không phải ý." Tổ khen, "Lành thay! Lành thay!" Sư ở lại Tào Khê một đêm để hỏi thêm đạo lý. Sáng hôm sau sư trở về Ôn Giang, nơi mà chúng đệ tử đang chờ ông để học đạo. Thời nhơn từ đó gọi sư là "Nhất Túc Giác" hay một đêm giác ngộ.

Chương 81. Giải Thoát

Trong đạo Phật, giải thoát có nghĩa là thoát khỏi vòng luân hồi sanh tử. Mục tiêu của mọi Phật tử và mục đích của mọi tông phái dựa vào thiền định. Trong thiền, giải thoát đồng nghĩa với đại giác. Giải thoát khỏi vòng luân hồi sanh tử lại có nghĩa là giải thoát khỏi mọi trở ngại của cuộc sống, những hệ lụy của dục vọng và tái sanh. Giải thoát tối hậu, giải thoát vĩnh viễn, giải thoát khỏi sự tái sanh trong vòng luân hồi sanh tử. Giải thoát là lìa bỏ mọi trói buộc để được tự tại, giải thoát khỏi vòng luân hồi sanh tử, cởi bỏ trói buộc của nghiệp hoặc, thoát ra khỏi những khổ đau phiền não của nhà lửa tam giới. Trong Phật giáo, Phật không phải là người giải thoát cho chúng sanh, mà Ngài chỉ dạy họ cách tự giải thoát. Trên hết, đối với hành giả tu Phật, giải thoát có nghĩa là Niết-bàn. Giải thoát khỏi những khổ đau phiền não do hiểu được nguyên nhân của chúng, xuyên qua thật hành Tứ diệu đế mà xóa bỏ hay làm biến mất những nhơ bẩn ấy. "Giải thoát" đánh dấu sự loại bỏ những ảo ảnh và đam mê, vượt thoát sinh tử và đạt tới cứu cánh Niết-bàn.

Nói chung, giáo pháp nhà Phật đều nhắm vào việc giải thoát con người khỏi những khổ đau phiền não ngay trong kiếp này. Các lời dạy này đều có cùng một chức năng giúp đỡ cá nhân hiểu rõ phương cách khơi dậy thiện tâm và từ bỏ ác tâm. Thí dụ như dùng bi tâm để giải thoát sân hận, dùng vô tham để giải thoát lòng tham, dùng trí tuệ để giải thoát si mê, dùng vô thường, tưởng và khổ để giải thoát sự ngã mạn cống cao. Đối với người tại gia còn có bổn phận đối với tự thân, gia đình, tôn giáo và xứ sở, Đức Phật đã khuyên nên từng bước tu tập các nghiệp không sát sanh, không trộm cắp, không tà dâm, không vọng ngữ, không làm những hành động do chấp trước hay tham sân si và sợ hãi tác động, không tiêu phí tài sản bằng những cách uống rượu, la cà đường phố, tham dự các tổ chức đình đám không có ý nghĩa, không đánh bạc, không làm bạn với người xấu và không nhàn cư (vì cổ đức có dạy 'nhàn cư vi bất thiện'). Ngoài ra, người tại gia nên luôn giữ gìn tốt sáu mối quan hệ gia đình và xã hội: liên hệ giữa cha mẹ và con cái, giữa vợ chồng, giữa thầy trò, giữa bà con thân thuộc, giữa láng giềng, giữa người tại gia và người xuất gia, giữa chủ và thợ, vân vân. Các mối quan hệ này phải được xây dựng trên cơ sở tình người, sự thủy chung, sự biết ơn, biết chấp nhận và cảm thông với nhau, biết tương kính lẫn nhau vì chúng liên hệ mật thiết với hạnh phúc cá nhân trong những giây phút hiện tại. Chính vì thế mà Phật Pháp được gọi là Pháp Giải Thoát.

Chương 82. Sanh Tử & Tái Sanh Theo Quan Điểm Phật Giáo

Nói về Sanh Tử, theo niềm tin Phật giáo, sanh tử chỉ là hai điểm trong vòng tròn luân hồi mà thôi. Thân này chết, thân kia sanh. Chúng sanh sanh tử vì nghiệp lực. Không có sự đầu thai của một linh hồn hay một chất nào từ một thân xác này đến một thân xác khác. Cái thật sự xảy ra tiến trình tư tưởng chủ động của người sắp chết (Javana) phóng ra một số lực thay đổi tùy theo sự thanh tịnh của năm chặp tư tưởng trong loạt này. Những lực này gọi là "năng lượng nghiệp" (Karma vega) tự nó lôi cuốn vào lớp vật chất tạo ra bởi cha mẹ trong dạ con người mẹ. Uẩn vật chất trong hợp chất phôi thai phải có những đặc tính khả dĩ có thể tiếp nhận loại năng lượng nghiệp đặc biệt này. Sự lôi cuốn theo cách thức này của những loại uẩn vật chất khác nhau tạo ra bởi cha mẹ xuất hiện do hoạt động của cái chết và đem lại sự tái sinh thuận lợi cho người sắp chết. Một tư tưởng bất thiện sẽ đưa đến một sự tái sanh không thuận lợi. Khi đầu thai, mỗi mỗi chúng sanh đều có hình dáng xấu đẹp, sang hèn khác nhau, đó đều là do các nghiệp nhân đã tạo ra khi còn mang thân tiền hữu cảm thành. Thân này chết để tái sanh vào thân khác. Nơi chúng sanh đầu thai (tái sanh) tùy thuộc vào nghiệp tốt hay xấu của từng chúng sanh. Niềm tin chúng sanh, kể cả con người có một chuỗi dài nhiều đời sống, và chỉ dừng lại khi nào không còn sự chấp thủ vào bất cứ thứ gì trên đời này. Điều này chỉ xãy ra khi đã tìm thấy Phật tánh. Đây là niềm tin rất phổ biến trong các tín đồ Phật giáo.

Sanh và Tử là do hậu quả của nghiệp. Học thuyết tái sanh được mọi trường phái Phật giáo tán đồng (ủng hộ). Theo học thuyết này, tất cả chúng sanh đều mắc kẹt trong vòng luân hồi sanh, tử, tái sanh, và hiện trạng của họ là do những hành động trong quá khứ hay nghiệp mà có. Theo niềm tin Phật giáo, không có sự đầu thai của một linh hồn hay một chất nào từ một thân xác này đến một thân xác khác. Cái thật sự xãy ra tiến trình tư tưởng chủ động của người sắp chết (Javana) phóng ra một số lực thay đổi tùy theo sự thanh tịnh của năm chập tư tưởng trong loạt này. Những lực này gọi là "năng lượng nghiệp" (Karma vega) tự nó lôi cuốn vào lớp vật chất tạo ra bởi cha mẹ trong dạ con người mẹ. Uẩn vật chất trong hợp chất phôi thai phải có những đặc tính khả dĩ có thể tiếp nhận loại năng lượng nghiệp đặc biệt này. Sự lôi cuốn theo cách thức này của những loại uẩn vật chất khác nhau tạo ra bởi cha mẹ xuất hiện do hoạt động của cái chết và đem lại sự tái sinh thuận lợi cho người sắp chết. Một tư tưởng bất thiện sẽ đưa đến một sự tái sanh không thuận lợi. Khi đầu thai, mỗi mỗi chúng sanh đều có hình dáng xấu đẹp, sang hèn khác nhau, đó đều là do các nghiệp nhân đã tạo ra khi còn mang thân tiền hữu cảm thành. Vì vòng sanh tử này không tránh được quan hệ với khổ đau và chết chóc, Phật giáo cho rằng thoát khỏi luân hồi là mục tiêu mà ai cũng mong muốn. Điều này được thực hiện qua việc tu tập, quan trọng nhất là thiền định về thật chất của vạn hữu. Học thuyết tái sanh trở nên trở ngại cho Phật tử hiện thời, nhất là những người cải đạo từ những quốc gia Tây phương, nơi mà nền văn hóa không chấp nhận ý niệm tái sanh. Tuy nhiên, học thuyết này

CHƯƠNG 82. Sanh Tử & Tái Sanh Theo Quan Điểm Phật Giáo

lại vô cùng quan trọng trong quan điểm Phật giáo, vì tất cả những thái độ thành khẩn tu tập đều phát xuất từ việc thông hiểu học thuyết tái sanh.

Sanh và Tử là sự tái kết hợp của thể xác và tinh thần. Sau khi thân vật chất chết đi, thì thần thức hay tâm sẽ tái phối hợp một hình thức vật thể mới để trở thành một sự hiện hữu khác. Sự tái sanh là do hậu quả của nghiệp. Theo niềm tin Phật giáo, không có sự đầu thai của một linh hồn hay một chất nào từ một thân xác này đến một thân xác khác. Cái thật sự xãy ra tiến trình tư tưởng chủ động của người sắp chết (Javana) phóng ra một số lực thay đổi tùy theo sự thanh tịnh của năm chập tư tưởng trong loạt này. Những lực này gọi là "năng lượng nghiệp" (Karma vega) tự nó lôi cuốn vào lớp vật chất tạo ra bởi cha mẹ trong dạ con người mẹ. Uẩn vật chất trong hợp chất phôi thai phải có những đặc tính khả dĩ có thể tiếp nhận loại năng lượng nghiệp đặc biệt này. Sự lôi cuốn theo cách thức này của những loại uẩn vật chất khác nhau tạo ra bởi cha mẹ xuất hiện do hoạt động của cái chết và đem lại sự tái sinh thuận lợi cho người sắp chết. Một tư tưởng bất thiện sẽ đưa đến một sự tái sanh không thuận lợi. Khi đầu thai, mỗi mỗi chúng sanh đều có hình dáng xấu đẹp, sang hèn khác nhau, đó đều là do các nghiệp nhân đã tạo ra khi còn mang thân tiền hữu cảm thành.

Sanh tử còn có nghĩa là "Luân Hồi". Luân là bánh xe hay cái vòng, hồi là trở lại; luân hồi là cái vòng quanh quẩn cứ xoay vần. Luân hồi sanh tử trong đó chúng sanh cứ lập đi lập lại sanh tử tử sanh tùy theo nghiệp lực của mình. Điều gì xảy ra cho chúng ta sau khi chết? Phật giáo dạy rằng sau khi chết thì trong một khoảng thời gian nào đó chúng ta vẫn ở trạng thái hiện hữu trung gian (thân trung ấm) trong cõi đời này, và khi hết thời gian này, tùy theo nghiệp mà chúng ta đã từng kết tập trong đời trước, chúng ta sẽ tái sanh vào một cõi thích ứng. Phật giáo cũng chia các cõi khác này thành những cảnh giới sau đây: địa ngục, ngạ quỷ, súc sanh, a tu la, nhân, thiên, thanh văn, duyên giác, bồ tát, và Phật. Nếu chúng ta chết trong một trạng thái chưa giác ngộ thì tâm thức chúng ta sẽ trở lại trạng thái vô minh, sẽ tái sanh trong lục đạo của ảo tưởng và khổ đau, và cuối cùng sẽ đi đến già chết qua mười giai đoạn nói trên. Và chúng ta sẽ lặp đi lặp lại cái vòng này cho đến tận cùng của thời gian. Sự lặp đi lặp lại này của sanh tử được gọi là "Luân Hồi." Nhưng nếu chúng ta làm thanh tịnh tâm thức bằng cách nghe Phật pháp và tu Bồ Tát đạo thì trạng thái vô minh sẽ bị triệt tiêu và tâm thức chúng ta sẽ có thể tái sinh vào một cõi tốt đẹp hơn. Vì vậy, thế giới này là Ta-bà hay Niết-bàn là hoàn toàn tùy thuộc vào trạng thái tâm. Nếu tâm giác ngộ thì thế giới này là Niết-bàn. Nếu tâm mê mờ thì lập tức thế giới này biến thành Ta-bà. Vì vậy Đức Phật dạy: "Với những ai biết tu thì Ta-bà là Niết-bàn, và Niết-bàn là Ta-bà."

Theo truyền thống Phật giáo, trong đêm giác ngộ, Đức Phật đã đưa ra lời xác chứng về sanh tử, tử sanh... Ngài đã chứng được tam minh và cái biết đầu tiên của Ngài là biết về tiền kiếp. Ngài đã nhớ lại Ngài đã sanh ra trong những hoàn cảnh nào ở tiền kiếp. Ngoài Đức Phật ra, các đệ tử nổi trội của Đức Phật cũng có thể nhớ lại được tiền kiếp của họ. Chẳng hạn như ngài A Nan, có khả năng nhớ lại tiền kiếp sau khi thọ giới. Tương tự, qua lịch sử Phật giáo, có nhiều vị thiền sư và Thánh Tăng đã có thể nhớ lại tiền kiếp của mình. Trong Phật giáo, tiến trình "sanh, tử và tái sanh" là một phần của tiến trình của những thay đổi liên tục. Thật vậy, không phải là chết rồi mới tái sanh mà chúng ta sanh, tử, rồi tái sanh trong từng phút từng giây. Cũng giống tiến trình thay đổi trong cơ thể con người, thí dụ như như đa số các tế bào trong thân thể của chúng ta đã được sanh ra, chết đi và được thay thế bằng những tế bào mới rất nhiều lần trong một đời người. Ngay cả những tế bào không được thay thế cũng phải chịu sự thay đổi nội tại liên tục. Đó là một phần của tiến trình "sanh, tử và tái sanh". Tâm trí của chúng ta cũng vậy,

CHƯƠNG 82. Sanh Tử & Tái Sanh Theo Quan Điểm Phật Giáo

chúng ta thấy trạng thái tinh thần có lúc vui, lúc buồn, thay đổi luôn luôn. Trạng thái này đi qua và được thay thế bằng trạng thái khác. Đức Phật biết được rằng những trạng thái nhiễu loạn và nghiệp lực khiến cho chúng sanh phải bị tái sanh. Trong những phút giây sắp từ bỏ thân này, thường thì phàm phu chúng ta luôn theo bản năng cảm thấy thèm khát, níu giữ xác thân. Chúng ta gần như hoảng loạn khi từ bỏ xác thân và phải vĩnh biệt mọi sự mọi vật quanh mình. Khi thấy mình đang từ bỏ thân xác này và đang kết thúc mạng sống thì chúng ta lại cố gắng nắm chặt vào một thân thể khác. Trạng thái sanh tử trong vòng luân hồi tùy thuộc nơi nghiệp lực. Theo đạo Phật, chúng sanh được tuyệt đối tự do chọn lựa con đường mình muốn đi. Nếu như người ấy muốn ở Tây phương thì phát nguyện vãng sanh Tịnh Độ, rồi tinh tấn niệm Phật. Còn nếu như muốn bị đọa địa ngục thì chỉ đơn giản làm ác là chắc chắn phải đọa. Tất cả đời sống, tất cả hiện tượng đều phải có tiến trình sanh tử, đều phải bắt đầu và chấm dứt. Trường phái Tam Luận chối bỏ điều này trên phương diện chân đế (sự thật tuyệt đối), nhưng công nhận điều này trên phương diện tục đế (sự thật tương đối). Trung Luận cho rằng sinh diệt khứ lai, chỉ là những từ ngữ tương đối và không thật (kỳ thật chư pháp vốn là Như Lai Tạng bất sanh bất diệt bất khứ bất lai). Tuy nhiên, chư Bồ Tát xem việc sanh tử là viên lâm của các ngài vì không nhàm bỏ. Đây là một trong mười loại viên lâm của chư đại Bồ Tát. Chư Bồ Tát an trụ trong pháp này thời được đại hạnh an lạc lìa ưu não vô thượng của Như Lai. Sanh tử cũng còn là khí giới của chư Bồ Tát, vì chẳng dứt hạnh Bồ Tát và luôn giáo hóa chúng sanh. Chư Bồ Tát an trụ nơi pháp này thời có thể diệt trừ những phiền não, kiết sử đã chứa nhóm từ lâu của tất cả chúng sanh. Hóa thân Bồ Tát, không do sanh tử luân hồi, hay sự sống chết của Thánh nhân không bị dấy lên bởi nghiệp báo hữu vi. Thời gian trôi qua thật nhanh. Năm tháng trôi qua thật nhanh. Đời người cũng vậy, từ lúc sanh ra đến khi già rồi chết, mình cũng chẳng hề hay biết. Sanh, lão, bệnh, tử quay cuồng nhanh chóng, mà con người thì cứ u mê cứ để hết năm này đến năm khác trôi qua. Nếu chúng ta chẳng tỉnh ngộ trong vấn đề sanh tử của chính mình thì mình vốn dĩ đã sanh ra trong u mê, rồi cũng sẽ chết đi một cách u mê theo nghiệp lực. Quả là một cuộc sống vô vị!

Nói về Tái Sanh, đức Phật dạy: "Chẳng phải bay lên không trung, chẳng phải lặn xuống đáy bể, chẳng phải chui vào hang sâu núi thẳm, dù tìm khắp thế gian này, chẳng rõ nơi nào trốn khỏi tử thần." Sự tái sanh là do hậu quả của nghiệp. Học thuyết tái sanh được mọi trường phái Phật giáo tán đồng (ủng hộ). Theo học thuyết này, tất cả chúng sanh đều mắc kẹt trong vòng luân hồi sanh, tử, tái sanh, và hiện trạng của họ là do những hành động trong quá khứ hay nghiệp mà có. Theo niềm tin Phật giáo, không có sự đầu thai của một linh hồn hay một chất nào từ một thân xác này đến một thân xác khác. Theo Đức Phật thì tái sanh xãy ra lập tức sau khi chết, thức có tính chất sinh diệt không ngừng. Không có khoảng cách giữa cái chết và sự tái sanh kế tiếp. Vào lúc chúng ta chết thì lúc sau tái sanh xuất hiện, cả trên bình diện con người cũng như chư thiên, địa ngục, ngạ quỷ, thú vật, và a tu la. Cái thật sự xãy ra tiến trình tư tưởng chủ động của người sắp chết (Javana) phóng ra một số lực thay đổi tùy theo sự thanh tịnh của năm chập tư tưởng trong loạt này. Những lực này gọi là "năng lượng nghiệp" (Karma vega) tự nó lôi cuốn vào lớp vật chất tạo ra bởi cha mẹ trong dạ con người mẹ. Uẩn vật chất trong hợp chất phôi thai phải có những đặc tính khả dĩ có thể tiếp nhận loại năng lượng nghiệp đặc biệt này. Sự lôi cuốn theo cách thức này của những loại uẩn vật chất khác nhau tạo ra bởi cha mẹ xuất hiện do hoạt động của cái chết và đem lại sự tái sinh thuận lợi cho người sắp chết. Một tư tưởng bất thiện sẽ đưa đến một sự tái sanh không thuận lợi. Khi đầu thai, mỗi mỗi chúng sanh đều có hình dáng xấu đẹp, sang hèn khác nhau,

CHƯƠNG 82. Sanh Tử & Tái Sanh Theo Quan Điểm Phật Giáo

đó đều là do các nghiệp nhân đã tạo ra khi còn mang thân tiền hữu cảm thành. Vì vòng sanh tử này không tránh được quan hệ với khổ đau và chết chóc, Phật giáo cho rằng thoát khỏi luân hồi là mục tiêu mà ai cũng mong muốn. Điều này được thực hiện qua việc tu tập, quan trọng nhất là thiền định về thật chất của vạn hữu. Học thuyết tái sanh trở nên trở ngại cho Phật tử hiện thời, nhất là những người cải đạo từ những quốc gia Tây phương, nơi mà nền văn hóa không chấp nhận ý niệm tái sanh. Tuy nhiên, học thuyết này lại vô cùng quan trọng trong quan điểm Phật giáo, vì tất cả những thái độ thành khẩn tu tập đều phát xuất từ việc thông hiểu học thuyết tái sanh.

Nghĩa căn bản của "Tái Sanh" (Reincarnation) là "Chuyển Cư" (Transmigration). Thân này chết để tái sanh vào thân khác. Nơi chúng sanh đầu thai (tái sanh) tùy thuộc vào nghiệp tốt hay xấu của từng chúng sanh. Niềm tin chúng sanh, kể cả con người có một chuỗi dài nhiều đời sống, và chỉ dừng lại khi nào không còn sự chấp thủ vào bất cứ thứ gì trên đời này. Điều này chỉ xảy ra khi đã tìm thấy Phật tánh. Đây là niềm tin rất phổ biến trong các tín đồ Phật giáo. Sự tái sanh là sự tái kết hợp của thể xác và tinh thần. Sau khi thân vật chất chết đi, thì thần thức hay tâm sẽ tái phối hợp một hình thức vật thể mới để trở thành một sự hiện hữu khác. Sự tái sanh là do hậu quả của nghiệp. Theo niềm tin Phật giáo, không có sự đầu thai của một linh hồn hay một chất nào từ một thân xác này đến một thân xác khác. Cái thật sự xảy ra tiến trình tư tưởng chủ động của người sắp chết (Javana) phóng ra một số lực thay đổi tùy theo sự thanh tịnh của năm chặp tư tưởng trong loạt này. Những lực này gọi là "năng lượng nghiệp" (Karma vega) tự nó lôi cuốn vào lớp vật chất tạo ra bởi cha mẹ trong dạ con người mẹ. Uẩn vật chất trong hợp chất phôi thai phải có những đặc tính khả dĩ có thể tiếp nhận loại năng lượng nghiệp đặc biệt này. Sự lôi cuốn theo cách thức này của những loại uẩn vật chất khác nhau tạo ra bởi cha mẹ xuất hiện do hoạt động của cái chết và đem lại sự tái sinh thuận lợi cho người sắp chết. Một tư tưởng bất thiện sẽ đưa đến một sự tái sanh không thuận lợi. Khi đầu thai, mỗi mỗi chúng sanh đều có hình dáng xấu đẹp, sang hèn khác nhau, đó đều là do các nghiệp nhân đã tạo ra khi còn mang thân tiền hữu cảm thành.

Theo Kinh Phúng Tụng trong Trường Bộ Kinh, có bốn loại tái sanh có thể có đối với những sanh linh trong sáu đường (tất cả chúng sanh đều được sanh ra dưới bốn hình thức để đi vào trong lục đạo luân hồi). Thứ nhất là "Thai Sanh". Đây là một trong tứ sanh, thai sanh là một hình thức sanh ra từ trong thai mẹ. Trước khi có sự phân chia trai gái, chúng sanh đều ở trong tình trạng hóa sanh (về sau này do có tình dâm dục mà chia thành trai gái và bắt đầu có thai sanh). Trong đạo Phật, từ ngữ này cũng dành cho những người vãng sanh Cực Lạc trong những búp sen vì không có lòng tin nơi Phật A Di Đà, mà chỉ tin vào tự lực niệm Phật. Họ phải ở tại đây trong một thời gian dài mà không thấy Phật, Bồ Tát, hay Thánh chúng; cũng không nghe được giáo thuyết của Phật (không thấy Tam Bảo). Tình trạng này còn được gọi là "thai cung" vì chúng sanh ở trong bụng mẹ không thấy được ánh nhật nguyệt. Thứ nhì là "Noãn sanh", tức là loài sanh từ trứng, như loài chim; loài này ở trong trứng tạo thành hình thể, đúng ngày thì trứng vỡ ra, như loài gà vịt, chim, ngỗng, vân vân. Thứ ba là loài "Thấp sanh" hay hàn nhiệt hòa hợp sinh. Loài sanh từ nơi ẩm thấp, như côn trùng dựa vào chỗ ẩm thấp mà sanh ra; loài này do sức nóng lạnh hòa hiệp mà sanh ra, ở chỗ ẩm thấp, nương theo chất ướt mà thọ hình sanh thể như các loài côn trùng, bướm, sâu bọ, cá, tôm, vân vân. Thứ tư là loài "Hóa sanh". Không nương tựa vào đâu, không nương theo chủng tộc, cũng chẳng nhờ nhân duyên của cha mẹ, mà chỉ dựa vào nghiệp lực mà khởi sanh như loài vòi hóa thành ruồi, bướm bởi sâu mà hóa sanh ra, hay chúng sanh trong chư thiên, địa ngục và sơ kiếp chúng sanh. Người

CHƯƠNG 82. Sanh Tử & Tái Sanh Theo Quan Điểm Phật Giáo

ta nói những chúng sanh này, ngay khi chấm dứt đời trước thì lập tức hóa thân tùy theo nghiệp lực, chứ không nhờ sự trợ giúp của cha mẹ hay bất cứ tác nhân nào khác. Một trong bốn hình thức sanh. Hóa sinh trực tiếp hay không dựa vào đâu bỗng nhiên mà sinh ra, không có cha mẹ. Bằng cách hóa sanh này, chư Bồ Tát từ cung trời Đâu Suất có thể xuất hiện trên trần thế bất cứ lúc nào tùy ý để cứu độ chúng sanh (chư Phật và chư Bồ Tát đều bắt nguồn từ sự hóa sanh kỳ diệu như vậy). Những hình thức hóa sanh như mối, A Tu La, Ngạ quỷ, chúng sanh địa ngục, cả chúng sanh trên Tịnh Độ, hay là thế giới mới khởi đầu (con người kiếp sơ). Đây là một trong bốn hình thức sanh sản của chúng sanh, không có cha mẹ, mà lớn lên tức thì.

Tái sanh nơi địa ngục, chúng sanh phải luôn chịu khổ đau. Đây là một trong tám điều kiện hay hoàn cảnh khó gặp Phật pháp, hay tám chỗ chướng nạn, một khi sanh vào thì chẳng có thể tu học cho thành đạo được. Tái sanh làm ngạ quỷ, nơi chúng sanh chẳng bao giờ cảm thấy dễ chịu và luôn ham muốn. Đây là một trong tám điều kiện hay hoàn cảnh khó gặp Phật pháp, hay tám chỗ chướng nạn, một khi sanh vào thì chẳng có thể tu học cho thành đạo được. Tái sanh vào cõi súc sanh, nơi chúng sanh không có khả năng hiểu biết Phật pháp. Tái sanh làm người bao gồm sự tái sanh làm những người đui, điếc, câm, què. Đây là một trong tám điều kiện hay hoàn cảnh khó gặp Phật pháp, hay tám chỗ chướng nạn, một khi sanh vào thì chẳng có thể tu học cho thành đạo được, hoặc tái sanh làm người trong thời không có Như Lai, hay trong buổi chuyển tiếp sau thời Phật nhập diệt và thời Đức Hạ sanh Di Lặc Tôn Phật. Trong thời kỳ này, chúng sanh chỉ biết nhàn đàm hý luận về Phật pháp chứ không chịu tu tập. Đây là một trong những điều kiện hay hoàn cảnh khó gặp Phật pháp, hay tám chỗ chướng nạn, một khi sanh vào thì chẳng có thể tu học cho thành đạo được. Ngoài ra, chúng sanh có thể tái sanh trong cõi người giàu sang phú quý; hoặc tái sanh làm thức giả hay triết giả phàm phu. Tái sanh làm thức giả hay triết giả phàm phu, những chúng sanh tưởng mình là thế trí biện thông, biết hết mọi thứ nên không còn muốn tu tập theo Phật. Đây là một trong tám điều kiện hay hoàn cảnh khó gặp Phật pháp, hay tám chỗ chướng nạn, một khi sanh vào thì chẳng có thể tu học cho thành đạo được. Chúng sanh cò thể tái sanh vào cõi người và xuất gia tu hành đắc đạo. Chúng sanh có thể tái sanh vào Bắc Cu lô châu, nơi chúng sanh luôn vui sướng ngũ dục làm cho chúng sanh không còn thiết gì đến tu hành Phật pháp. Đây là một trong tám điều kiện hay hoàn cảnh khó gặp Phật pháp, hay tám chỗ chướng nạn, một khi sanh vào thì chẳng có thể tu học cho thành đạo được. Chúng sanh cũng có thể tái sanh vào những cõi trời từ Tứ Thiền Thiên đến Tứ Thiên Vương, như các cõi trời Dạ ma, trời dục giới, trời Đao lợi, trời Đâu Suất, trời Hóa Lạc, trời Phạm thiên, trời Tha Hóa, trời trường thọ, và Tứ thiên vương.

Theo các truyền thống Mật giáo, nhờ vào quán trí thâm sâu về cách thức mà các pháp hiện hữu, Đức Phật biết rằng các trạng thái nhiễu loạn và nghiệp lực khiến cho chúng sanh phải bị tái sanh. Vào lúc sắp chết, phàm phu thường thèm khát và níu kéo thân xác. Đến khi cái chết gần kề và hiển nhiên thì chúng ta bèn lập tức nắm chắc một thân thể khác. Hai sự vướng mắc tham ái và chấp thủ hành sử như hai duyên phối hợp nhau làm cho những dấu ấn nghiệp thức chín muồi trong giây phút chúng ta mệnh chung. Khi những dấu ấn nghiệp thức này bắt đầu chín muồi thì cái ý của người đang chết lập tức bị lôi cuốn vào một xác thân khác và kiếm cách tái sanh vào thân xác đó. Trong trường hợp của loài người thì sau khi trải qua giai đoạn trung ấm giữa mạng sống này và mạng sống kế tiếp, tâm thức chúng ta đi vào một cái trứng đã thụ tinh. Theo ngày tháng chúng ta phát triển các uẩn của một con người gồm thân thể và ý thức. Trong đời sống mới này, chúng ta nhận thức người và sự vật nhờ vào

CHƯƠNG 82. Sanh Tử & Tái Sanh Theo Quan Điểm Phật Giáo

các giác quan mới. Đang khi cảm nhận niềm vui nỗi buồn, chúng ta khởi sanh chấp thủ, sân hận hay bình thản. Những động lực này thúc đẩy chúng ta hành động, và những hành động của chúng ta lại tạo thêm nhiều dấu ấn mới nữa trong dòng chảy tâm thức, nên đến khi chúng ta sắp sửa phải vĩnh viễn từ bỏ xác thân thì chúng ta lại một lần nữa bị thôi thúc tìm tái sanh trong một thân xác khác. Vòng tròn tái sanh gọi là Luân hồi. Luân hồi không phải là một cảnh giới, nó cũng không phải là thế giới của chúng ta. Nó là vòng luân hồi sanh tử, tức là tình trạng mà chúng ta nhận lấy hết cuộc sinh tồn này đến cuộc sinh tồn khác dưới sự điều khiển của những sức mạnh nhiễu loạn và những hành động tạo nghiệp. Như vậy chính năng lượng của chúng ta đã khiến cho chúng ta tái sanh và trưởng thành như chúng ta hiện là. Tuy nhiên, nghiệp không phải là một khối đông cứng, và đời sống chúng ta không mang tính cố định của định mệnh đã được định sẵn. Tất cả đều tùy thuộc vào hoàn cảnh mà chúng ta đang sống và trạng thái tâm ý của chúng ta. Hơn nữa, chúng ta có khả năng kiểm soát được hành động của mình và qua đó định dạng cho tương lai. Đây là quy luật của nghiệp, là sự vận hành của nguyên nhân và hậu quả trong dòng chảy tâm thức của chúng ta. Chúng ta cảm nhận niềm vui hay nỗi buồn là do những hành động có tác ý mà chúng ta đã làm trong quá khứ. Tâm ý của chúng ta trước đây đã tạo tác những hành động hay những hạnh nghiệp. Như vậy thì tâm ý của chúng ta là kẻ tạo tác chủ chốt đã tạo ra những cảm nhận vui buồn mà chúng ta đang nhận lãnh.

Ý tưởng tái sanh đối với Phật giáo không phải là ý tưởng độc đáo, nhưng nó đóng một vai trò quan trọng trong giáo lý và sự tu tập. người ta nói rằng chính Đức Phật đạt được Niết-bàn sau một loạt tái sanh, và theo kinh điển Pali vào đêm thành đạo, Ngài nhớ lại 100.000 kiếp trước. Tất cả chúng sanh liên tục tái sinh trong một chu kỳ bất tận gọi là luân hồi sanh tử, giống như sự ra đời của một con người không phải là khởi đầu của những vận mệnh của người đó, cũng giống như chết không phải là sự chấm dứt, bởi vì tất cả chúng sanh lang thang qua nhiều kiếp tái sanh liên tục: chư thiên có thể tái sanh thành người, người có thể tái sanh thành chư thiên, thú vật hoặc chúng sanh trong địa ngục có thể tái sanh làm người hay ngạ quỷ, vân vân. Những chúng sanh cao cả, chẳng hạn như các vị Bồ Tát có thể tránh được sự tái sanh bất lợi, nhưng chỉ có chư Phật và các vị A La Hán là hoàn toàn thoát khỏi vòng Luân hồi sanh tử, bởi vì đó là kiếp chót và họ sẽ không bao giờ tái sanh nữa. Vô số chúng sanh trải qua vòng Luân hồi được sắp xếp trong các thế giới "nhiều như cát ở hai bên bờ sông Hằng" mỗi hệ thống thế giới được chia làm ba cõi. Cõi thứ nhất là Dục giới, được điều khiển bởi ngũ căn của con người và có các vị trời cư ngụ. Tinh khiết hơn là cõi Sắc Giới, nơi đây có các vị Phạm Thiên và Đại Phạm Thiên trú ngụ. Cõi này tương đương với "Tứ Thiền Thiên" (see Tứ Thiền Thiên in Chpater 169), và chúng sanh của nó không có cảm giác, thọ (sờ mó), vị (nếm), ngửi (hương)... Và một cõi luân hồi vi tế nhất là cõi Vô Sắc Giới, một cõi tinh thần tinh khiết, không còn vật chất. Những vị đại phạm thiên được sinh ra ở cõi này tuy không còn tái sanh, nhưng họ vẫn chưa đạt được Niết-bàn, mặc dù những vị trời này đã đạt đến tuyệt đỉnh của sự sống, từng cõi trong hệ thống thế giới này tồn tại qua nhiều a tăng kỳ. Theo Kinh Tạp A Hàm, một phần của các bài kinh của Đức Phật giải thích rằng nếu một ngọn núi cao 7 dặm (khoảng 12 cây số) và người ta dùng một dãy lụa để vuốt ngọn núi này thì nó sẽ mòn đi trước khi một a tăng kỳ trôi qua. Không có một hình thức của Phật giáo tán thành tính chính xác của vũ trụ học này, nhưng tất cả đều đồng ý rằng tái sinh không phải là một quá trình ngẫu nhiên, cũng như thế sự phát triển tâm linh của một người chi phối bởi một định luật tự nhiên, nghiệp. Theo luật về nghiệp trong Phật giáo, mọi hành động "chín muồi" như là một kết quả nào đó, chính bản thân định luật này không phải là luân lý, mà cũng

CHƯƠNG 82. Sanh Tử & Tái Sanh Theo Quan Điểm Phật Giáo

không phải là sự trừng phạt, mà chỉ là một nét đặc trưng của các yếu tố cấu thành của vòng luân hồi, không có 'nghiệp' thì bất cứ điều gì nói về sự giác ngộ sẽ trở nên vô nghĩa: người ta không thể nỗ lực hướng đến sự giác ngộ nếu không có một con đường tác động đến sự phát triển của một người. Nghiệp điều khiển những hành động có chủ đích và tạo nên những ấn tượng hoặc những khuynh hướng trổ quả 'chín muồi' đúng thời điểm. Nhưng kết quả của nó không giới hạn với đời sống hiện tại mà mở rộng ra với thời kỳ dài hơn bởi sự việc tạo nên những lần tái sinh hài lòng hoặc không hài lòng. Trong Kinh Na Tiên Vấn Đáp (khoảng thế kỷ thứ 1 hay thứ 2 sau Tây lịch), một tác phẩm đối thoại giữa nhà sư Na Tiên và vua Di Lan Đà. Na Tiên giải thích rằng hành động được liên kết với hậu quả ở cùng một tính cách như hột xoài liên kết với quả của nó. Một người đánh cắp một cây của một người khác đáng bị hình phạt đánh đòn, dù rằng người này không lấy hạt giống của cây, bởi vì nếu người ta không gieo hạt thì không hái được quả trổ. Quả của nghiệp bị ảnh hưởng tới những hành động tốt hoặc xấu và chúng sẽ đem lại những kết quả hài lòng hay bất mãn. Điều này tạo nên những khía cạnh tâm lý và đạo đức của 'nghiệp'. Mỗi hành động tác ý được đi kèm theo từng loại trạng thái tâm khác nhau. Nếu những trạng thái tâm này bắt nguồn ở sự đồng cảm, trí tuệ và không tham ái, như vậy chúng được xem là 'tâm thiện,' và mang tính nghiệp lợi ích. Tuy nhiên, nếu một hành động đi kèm với một trạng thái tâm ăn sâu bởi tham, sân, si, như vậy nó là bất thiện và có thể dẫn đến nghiệp xấu. Ví dụ trong sự độ lượng là một hành động tốt, nó là thái độ ở phía sau hành động, nó chỉ lòng bi mẫn sâu xa hoặc tình thân ái, điều này quyết định 'hạt giống của nghiệp' sẽ tạo ra 'quả' của những hành động. Cuối cùng, mục đích của đạo Phật là dạy con người dập tắt lửa tham, sân, si, từ đó bớt gieo những mầm mống nghiệp xấu và cuối cùng là chứng nghiệm Niết-bàn, để dập tắt chúng một cách hoàn toàn. Chúng ta tái sanh theo nghiệp của mình. Nếu chúng ta sống đời lương thiện thì sẽ được tái sanh vào cảnh giới tốt. Tâm ở trạng thái thiện vào lúc chết làm cho tái sanh tốt đến. Nếu chúng ta sống một đời sống ác nghiệp thì tái sanh xấu sẽ đến. Nhưng dầu tái sanh vào bất cứ nơi nào, chúng ta cũng không ở đấy vĩnh viễn. Khi thọ mạng ở đó hết hạn, cái chết xảy ra và chúng ta lại sẽ đi vào một cuộc tái sanh mới. Sự chết rồi tái sanh cứ lập đi lập lại mãi như thế trong chu trình mà chúng ta gọi là "Luân Hồi Sanh Tử". Nghiệp nhấn mạnh tầm quan trọng của đời sống con người bởi vì hầu hết những hành động xấu hay tốt được thực hiện trong cõi người. Chư thiên hưởng những quả thiện từ những hành động tốt trong quá khứ, trong khi đó những ai tái sanh trong cõi địa ngục có ít cơ hội để thực hiện những hành động đạo đức hoặc vô đạo đức. Khi nghiệp đi theo tiến trình của nó, cuối cùng những chúng sanh kém may mắn này có thể đạt được một sự tái sanh thuận lợi hơn.

Chương 83. An Lạc Hạnh

An lạc là một cái gì có thể hiện hữu trong giờ phút hiện tại. Thật là kỳ cục khi nói, "Hãy đợi cho đến khi tôi làm xong cái này rồi thì tôi thoải mái để sống trong an lạc được." Cái ấy là cái gì? Một mảnh bằng, một công việc, một cái nhà, một chiếc xe, hay trả một món nợ? Như vậy bạn sẽ không bao giờ có an lạc. Lúc nào cũng có một cái khác sau cái này. Theo đạo Phật, nếu bạn không sống trong an lạc ngay trong giây phút này, thì bạn sẽ không bao giờ có an lạc. Nếu bạn thật sự muốn an lạc, thì bạn có thể an lạc ngay trong giờ phút này. Nếu không thì bạn chỉ có thể sống trong hy vọng được an lạc trong tương lai mà thôi. Theo Kinh Pháp Hoa, Đức Phật dạy một vị Bồ Tát nên thật hành những hạnh an lạc sau đây. Thứ nhất là Thân An Lạc Hành: An lạc bằng những thiện nghiệp của thân. Đức Phật dạy hạnh an lạc về thân bằng cách chia hạnh này ra làm hai phần, phạm vi hành sử (hoạt

CHƯƠNG 83. An Lạc Hạnh

động) và phạm vi thân cần (gần gũi) của một vị Bồ Tát. Phạm vi hành xử của một vị Bồ Tát là thái độ căn bản của vị ấy, đây là nền tảng của sự ứng xử riêng của vị ấy. Một vị Bồ Tát phải luôn kiên nhẫn, tử tế, nhu hòa, không nóng nảy; không hách dịch, không như người bình thường, vị ấy không kiêu mạn hay khoe khoang về những việc tốt của riêng mình, vị ấy phải nhìn thấy đúng như thật tính của tất cả các sự vật. Vị ấy không bao giờ có cái nhìn phiến diện về các sự vật. Vị ấy hành sử với lòng từ bi với tất cả mọi người mà không bao giờ tỏ lộ, nghĩa là không phân biệt. Đức Phật dạy về phạm vi gần gũi của một vị Bồ Tát bằng cách chia phạm vi này ra làm 10 phần: 1) Một vị Bồ Tát không gần gũi với những người có chức vị cao hay có uy thế nhằm đạt lợi dưỡng, cũng không chịu giảng pháp cho họ bằng sự thân mật thái quá với họ. 2) Một vị Bồ Tát không gần gũi các ngoại đạo, các nhà làm thơ văn thế tục, không gần gũi với những người chỉ biết chạy theo thế tục hay những người chán bỏ thế tục. Do đó mà vị Bồ Tát luôn đi trên "Trung Đạo" chứ không bị ảnh hưởng bất tịnh của các hạng người vừa kể. 3) Một vị Bồ Tát không tham dự vào các môn thể thao hung bạo như quyền anh hay đô vật, hay những cuộc trình diễn múa men của các vũ công hay của những người khác. 4) Một vị Bồ Tát không lui tới thân cận với những người làm nghề sát sanh, như người bán thịt, đánh cá, thợ săn, và vị ấy không bày tỏ thái độ dửng dưng đối với việc làm ác. 5) Một vị Bồ Tát không thân cận gần gũi với chư Tăng Ni chỉ biết tìm cầu an lạc và hạnh phúc cho riêng mình, còn thì không lo gì cho ai, và những người bằng lòng với cuộc sống tách biệt với thế tục. 6) Hơn nữa, vị ấy không bị tiêm nhiễm bởi những ý tưởng ích kỷ, cũng không chịu nghe pháp mà họ giảng. Nếu họ có tới nghe pháp của mình thì mình phải nắm lấy cơ hội mà thuyết giảng, nhưng không mong cầu bất cứ điều gì nơi họ. 7) Khi giảng pháp cho phụ nữ, vị ấy không để lộ vẻ bên ngoài có thể gây ý tưởng đam mê, và vị ấy luôn giữ một tâm lý đứng đắn và một

367

thái độ nghiêm túc. 8) Vị ấy không thân cận với một người lưỡng tính, nghĩa là vị ấy phải cẩn trọng khi thuyết giảng cho một người lưỡng tính như thế. 9) Vị ấy không vào nhà người khác một mình. Nếu vì bất cứ lý do gì mà phải làm như vậy, vị ấy chỉ chú tâm nghĩ nhớ tới Đức Phật. Đây là lời khuyên dạy của Đức Phật cho vị Bồ Tát khi vị này đi mọi nơi cùng với Đức Phật. 10) Khi giảng pháp cho phụ nữ, không nên để lộ răng khi cười, cũng không nên để lộ ngực mình ra. Vị ấy không thích giữ các vị sa-di và trẻ em bên cạnh mình. Ngược lại, Đức Phật khuyên vị ấy nên ưa thích thiền định, độc cư, học tập và kiểm soát tâm mình. Thứ nhì là Hạnh an lạc nơi khẩu. Đức Phật dạy một vị Bồ Tát nên thật hành hạnh an lạc nơi khẩu như sau: "Thứ nhất, một vị Bồ Tát không ưa nói lỗi của người khác hay của các kinh; thứ hai, vị ấy không khinh thường những người thuyết giảng khác; thứ ba, vị ấy không nói chuyện phải quấy, tốt xấu, ưu điểm hay khuyết điểm của người khác, không nêu tên của bất cứ chư Thanh văn hay Duyên giác, và cũng không loan truyền lỗi lầm của họ; thứ tư, cũng vậy, vị ấy không ca ngợi đức hạnh của họ và cũng không sanh lòng ganh tỵ. Nếu vị ấy giữ được cái tâm hoan hỷ và rộng mở theo cách như thế thì những người nghe giáo lý sẽ không phản đối. Với những ai đặt ra những câu hỏi khó khăn, vị ấy không bao giờ dùng pháp Tiểu Thừa mà chỉ dùng giáo pháp Đại Thừa để trả lời, khiến cho họ có thể đạt được trí tuệ toàn hảo." Thứ ba là Hạnh an lạc nơi tâm. Đức Phật đưa ra 8 lời khuyên cho chư vị Bồ Tát như sau: "Thứ nhất, một vị Bồ Tát không nên chất chứa lòng đố kỵ hay lừa dối. Thứ hai vị ấy không khinh thường, nhục mạ những người tu tập theo Phật đạo khác dù họ là những người sơ cơ, cũng không vạch ra những ưu hay khuyết điểm của họ. Thứ ba, nếu có người tìm cầu Bồ Tát đạo, vị ấy không làm cho họ chán nản khiến họ nghi ngờ và hối tiếc, cũng không nói những điều làm cho người ấy nhục chí. Thứ tư, vị ấy không ham mê bàn luận về các pháp hoặc tranh cãi mà nên nỗ lực tu tập thật hành để cứu độ chúng sanh. Thứ năm, vị ấy nên nghĩ đến việc cứu độ tất cả chúng sanh thoát khỏi khổ đau bằng lòng đại bi của mình. Thứ sau, vị ấy nên nghĩ đến chư Phật như nghĩ đến những đấng từ phụ. Thứ bảy, vị ấy nên luôn nghĩ đến những vị Bồ Tát khác như những vị thầy vĩ đại của mình. Thứ tám, vĩ ấy nên giảng pháp đồng đều cho tất cả chúng sanh mọi loài." Thứ tư là Hạnh an lạc nơi nguyện. Đức Phật dạy một vị Bồ Tát nên thật hành hạnh an lạc về nguyện như sau: "An lạc hạnh nơi nguyện có nghĩa là có một tinh thần từ thiện lớn lao. Vị Bồ Tát nên tỏ lòng thương xót lớn lao đối với những người tại gia và ngay cả chư Tăng, những người chưa là Bồ Tát, nhưng lại thỏa mãn với những ý tưởng ích kỷ là chỉ cứu lấy riêng mình. Vị ấy cũng nên quyết định rằng mặc dù bây giờ người ta chưa cầu, chưa tin, chưa hiểu những gì Đức Phật đã giảng dạy trong kinh này, khi đạt được toàn giác thì với năng lực siêu phàm và và năng lực trí tuệ, vị ấy sẽ dẫn họ vào an trụ trong pháp này."

Chương 84. Sư Tử Thân Trung Trùng

Theo sự tiên đoán của Đức Phật, vận mệnh của Phật giáo cũng giống như trùng trong thân sư tử. Không một loài nào có thể ăn thây con sư tử, mà chỉ có những con trùng bên trong mới ăn chính nó; cũng như Phật pháp, không một giáo pháp nào có thể tiêu diệt được, mà chỉ những ác Tăng mới có khả năng làm hại giáo pháp mà thôi (trong Kinh Diệu Pháp Liên Hoa, Phật bảo A Nan: "Này ông A Nan, ví như con sư tử mệnh tuyệt thân chết, tất cả chúng sanh không ai dám ăn thịt con sư tử ấy, mà tự thân nó sinh ra dòi bọ để ăn thịt tự nó. Này ông A Nan, Phật pháp của ta không có cái gì khác có thể hại được, chỉ có bọn ác Tỳ-kheo trong đạo pháp của ta mới có thể phá hoại mà thôi."). Tính đến ngày nay Phật giáo đã tồn tại gần 26 thế kỷ, và trong suốt thời gian này Phật giáo đã trải qua những thăng trầm với nhiều sự thay đổi sâu xa và cơ bản. Những thay đổi trong mỗi giai đoạn mới đều được hỗ trợ bởi sự thành hình một loại kinh tạng mới, mặc dầu được viết ra nhiều thế kỷ sau ngày Đức Phật nhập Niết-bàn, nhưng vẫn được xem là lời Phật dạy. Thật ra, giáo lý nhà Phật được liên kết với nhau bởi các giai đoạn chuyển tiếp từ cái cũ đến cái mới mà người ta chỉ có thể nhận ra được qua sự nghiên cứu tường tận. Giáo lý Phật giáo qua các thời đại không có gì thật sự được xem là mới mẻ cả, những gì có vẻ như mới, chỉ là sự điều chỉnh một cách tinh tế những ý tưởng đã có ngay từ thời Đức Phật còn tại thế.

Thời kỳ đầu là thời kỳ Phật giáo cổ xưa hay Phật giáo Nguyên thủy. Trong thời kỳ 500 năm đầu của Phật giáo hầu như nó chỉ giới hạn thuần túy trong phạm vi của xứ Ấn Độ. Trong thời kỳ này Phật giáo tập trung vào những vấn đề tâm lý, trong đó chuyên chú đến việc cá nhân tự nhiếp phục tâm ý của chính mình, và sự phân tích tâm lý là phương tiện được dùng để đạt đến sự chế ngự tâm. Lý tưởng của người tu tập trong thời kỳ Phật giáo ban sơ là nhắm vào Thánh quả A La Hán, nghĩa là bậc đã dứt trừ hết ái nhiễm, mọi dục vọng đều dứt sạch, và không còn phải tái sanh trong luân hồi sanh tử nữa. Cộng đồng Tăng già nguyên thủy đã sớm được thiết lập ngay từ đầu những cuộc hội họp định kỳ hằng tháng được gọi là lễ Bố Tát, nhằm mục đích duy trì sự đoàn kết và điều hành đời sống của cộng đồng Tăng lữ. Trong khoảng thời gian 500 năm đầu, cũng còn có những cuộc hội họp lớn hơn, được gọi là Đại Hội Kết Tập Kinh Điển, để thảo luận và làm sáng tỏ những vấn đề có tầm mức quan trọng hơn. Thời kỳ thứ hai là thời kỳ phát triển của Phật giáo Đại Thừa. Vào khoảng 700 năm sau ngày Đức Phật nhập Niết-bàn, Phật giáo bắt đầu phát triển sang các nước Đông Á. Thời kỳ thứ hai tập trung vào những vấn đề bản chất của sự hiện hữu. Vào thời kỳ này người Ta-bàn luận về "bản chất tự nhiên của thật thể" hay "tự tánh", và sự nhận thức của tâm về "tự tánh" của vạn hữu được xem là yếu tố quyết định để đạt đến sự giải thoát. Mục tiêu hướng đến của hành giả trong thời kỳ thứ hai là quả vị

CHƯƠNG 84. Sư Tử Thân Trung Trùng

Bồ Tát, người phát nguyện cứu độ toàn thể chúng sanh và tin tưởng chắc chắn vào việc tự mình có thể đạt đến sự giác ngộ hoàn toàn để trở thành một vị Phật. Điều này có nghĩa là họ mong muốn chuyển hóa chúng sanh bằng cách phát triển Phật tánh nơi họ và khiến họ đạt được giác ngộ. Thời kỳ thứ ba là thời kỳ của Mật giáo và Thiền tông. Khoảng 11 hay 12 thế kỷ sau ngày Đức Phật nhập Niết-bàn, nhiều trung tâm phát huy các tư tưởng Phật giáo bên ngoài Ấn Độ xuất hiện, đặc biệt là ở Trung Hoa. Thời kỳ thứ ba tập trung luận bàn về các vấn đề của vũ trụ. Trong thời kỳ này người ta xem việc điều chỉnh tự thân sao cho nó hài hòa với vũ trụ là đầu mối để đạt đến giác ngộ, và họ sử dụng phương thức có tính cách mầu nhiệm, huyền bí từ thời cổ xưa để làm được điều này. Hành giả trong giai đoạn này mong muốn đạt đến sự hòa hợp hoàn toàn với vũ trụ, không còn bất cứ giới hạn nào, và hoàn toàn tự tại trong sự vận dụng những năng lực của vũ trụ trong tự thân cũng như đối với ngoại cảnh. Và thời kỳ thứ tư là thời kỳ một ngàn năm gần đây, Phật giáo bắt đầu phát triển, chậm nhưng thật chắc chắn, sang các quốc gia Âu Châu. Đây là thời kỳ Phật giáo hoàn chỉnh và không còn phải bổ túc thêm tư tưởng hay giáo thuyết mới nào nữa. Tuy nhiên, đây cũng là giai đoạn đánh dấu cho sự suy tàn của Phật giáo khắp nơi trên thế giới. Càng về sau này theo biến thiên của lịch sử, giáo lý Phật giáo liên tục suy yếu. Sau mỗi thời kỳ, phần tu tập tâm linh sẽ suy yếu dần. Trong khoảng thời gian 1.000 năm gần đây nhất, sự tu tập tâm linh sẽ đi dần đến chỗ tắt lịm.

Tuy Ấn giáo bị mất ảnh hưởng vì sự lớn mạnh của Phật giáo từ thế kỷ thứ sáu trước Tây lịch. Ấn giáo luôn tìm cách pha trộn tư tưởng của tôn giáo mình với Phật giáo, mà một người bình thường không thể nào phân biệt được một cách rõ ràng. Thí dụ như theo giáo lý Ấn Độ giáo và theo hệ thống giai cấp, thì mỗi người có một vị trí riêng trong cuộc sống và trách nhiệm riêng biệt. Tuy nhiên, họ lại pha trộn với thuyết nghiệp báo của nhà Phật và nói rằng "Mỗi người được sanh ra ở một chỗ với những khả năng riêng biệt vì những hành động và thái độ trong quá khứ". Người theo Ấn Độ giáo cũng tin tưởng vào luật của Nghiệp lực. Trung thành hay tin tưởng tuyệt đối vào thuyết nghiệp quả luân hồi, lấy sự tái sanh vào cõi trời làm mục tiêu tối thượng cho người trần tục. Họ tin có một định luật hoạt động suốt cuộc đời. Gieo gì gặt nấy ở một lúc nào đó và ở một chỗ nào đó. Đó là định luật mỗi hành động, mỗi ý định hành động, mỗi thái độ đều mang quả riêng của nó. Người trở thành thiện do những hành động thiện và trở thành ác do những hành động ác. Nghĩa là mỗi người phải chịu trách nhiệm về hoàn cảnh của chính mình, chứ không thể đổ lỗi cho người khác được. Bạn chính là bạn vì những thứ mà bạn đã làm trong quá khứ. Đối với người theo Ấn Độ giáo, đương nhiên quá khứ bao gồm tất cả những kiếp sống trước của bạn. Họ tránh nhấn mạnh đến giai cấp vì nó hoàn toàn mâu thuẫn với những gì mà họ muốn bày tỏ cho Phật tử: Giáo lý của họ cũng gần giống như giáo lý Phật đà. Chính vì vậy mà ngay cả những người Pala, vốn tự coi mình là Phật tử, cũng tự hào vì đã tuân giữ hoàn hảo giáo pháp của mình về giai cấp, là những điều khoản luật quy định trong tương quan xã hội của người theo Ấn Độ giáo. Sự phát triển của Mật giáo làm phát sanh vô số các vị Phật và Bồ Tát, đã làm cho Phật giáo trở thành không khác gì với Ấn Độ giáo chính thống, đưa ra một nhóm các vị thần của họ. Thậm chí một thời gian ngắn trước khi quân đội Hồi xâm lăng Ấn Độ vào thế kỷ thứ 11, đã có một sự tiếp nhận giáo lý Phật giáo vào trong Ấn giáo, như việc xem Đức Phật như một hóa thân của thần Visnu.

Ngay từ khi mới được thành lập, Phật giáo có vẻ như đã trở thành một tôn giáo của các hoàng gia. Bên cạnh đó, sự thậm thâm của giáo lý nhà Phật đã tách rời tôn giáo này ra khỏi quần chúng và khiến cho tôn giáo này trở thành một tôn giáo chỉ dành riêng cho những người trí thức mà thôi. Dưới triều Gupta và Pala, trường đại học Na Lan Đà đã được 100 ngôi làng bảo trợ để xây dựng, và cung cấp việc đào tạo miễn phí cho hơn mười ngàn sinh viên, Phật giáo cũng như không Phật giáo. Thật ra ngay cả sự bảo trợ của hoàng gia chưa hẳn là điều có lợi. Đại học Na Lan Đà từng được vua Harsa (606-647) bảo trợ rất mạnh, nhưng sau đã bị triều đại Pala làm ngơ, ngược lại, triều đại này quay sang bảo trợ các trường đại học do chính triều đại thiết lập là hai trường Vikramasila và Odantapura. Theo Andrew Skilton trong "Đại Cương Lịch Sử Phật Giáo Thế Giới", trong khi Phật giáo ngày càng gắn liền với hoạt động tri thức tập trung, tu trì, thì Ấn Độ giáo vẫn duy trì được tính bình dân của nó, dựa trên đời sống các làng mạc, và những nhà tu Ấn giáo đi tới từng nhà để phục vụ những nhu cầu tôn giáo của người đồng đạo. Ngược lại, người tu theo Phật giáo không phải lo lắng về những nhu cầu kinh tế trực tiếp của mình vì có những tài sản dồi dào đã tích lũy do của dâng cúng từ những tín đồ hảo tâm và những vị vua bảo trợ trước đây. Có lẽ họ đã mất đi phần nào sự tiếp xúc với văn hóa bình dân, ngưng thu nạp tín đồ mới, và khép kín trong các cuộc tranh luận triết học tinh vi và những nghi lễ theo Mật giáo. Ngay cả những thầy tu khổ hạnh của Ấn giáo cũng chỉ là những người khất sĩ đơn giản, giống như những khất sĩ Phật giáo buổi ban sơ, và vì thế họ không bị lệ thuộc vào các tổ chức tu viện và sự bảo trợ cần thiết của các vị vua giống như thân phận của những người Phật giáo.

Tuy nhiên, sự "Mượn Đạo Tạo Đời" của một số nhỏ chư Tăng Ni là một trong những nguyên nhân chính góp phần vào sự suy tàn của Phật giáo tại Ấn Độ. Thứ nhất là sự lạm dụng của Tam Bảo của một số nhỏ chư Tăng Ni. Một vài nhà tu Phật giáo không chơn chánh (ác Tăng và ác Ni), thay vì lo tu hành và giúp cho tín đồ cùng tu tập với mình, thì họ chỉ biết bòn vét của đàn na tín thí lo xây dựng chùa to Phật lớn. Thậm chí họ còn tiêu tiền của dâng cúng của đàn na tín thí để lo cho gia đình hay bà con giòng họ của mình. Chính những việc làm xấu ác vô lương tâm này của họ đã làm cho Phật tử thuần thành nản lòng và mất tín tâm nơi Phật giáo. Thứ nhì, sự hiểu sai về Phật Pháp và Chân Chính Tu Hành trong Phật giáo của một số nhỏ Tăng Ni. Theo Đức Phật, Phật Pháp chính là thế gian pháp mà trong đó người biết tu hành quay ngược lại. Nó là pháp mà người thế gian không muốn làm. Người thế gian đang lặn hụp trong thế gian pháp, ai cũng lăng xăng bận rộn không ngoài lòng ích kỷ riêng tư, chỉ lo bảo vệ thân mạng và của cải của chính mình. Trong khi Phật pháp thì chỉ có công ích chứ không có tư lợi. Người chân tu lúc nào cũng nghĩ đến lợi ích của người khác. Người chân tu lúc nào cũng xem nhẹ cái "Tôi", lúc nào cũng quên mình vì người và không bao giờ làm cho người khác cảm thấy khó chịu hay phiền não. Tuy nhiên, phần lớn người ta không nhận thức được rõ ràng về Phật Pháp như chính Đức Phật đã một lần tuyên thuyết. Vì thế mà ngay chính trong nội bộ Phật giáo đã xãy ra đủ thứ tranh chấp, cãi vã, phiền não và thị phi. Những thứ này xem ra chẳng khác gì hơn chốn trần tục, nếu chúng ta không muốn nói là có khi chúng còn có phần tệ hại nữa là đằng khác. Những người này một đẳng nói là tu Phật, đẳng khác lại gây tội tạo nghiệp. Vừa mới lập được chút ít phước đức thì tổn đức ngay sau đó. Do đó, chẳng những họ không mang lợi ích đến cho đạo Phật mà ngược lại, còn làm tổn hại nữa là đằng khác. Đức Phật gọi đây là "Sư tử thân trung trùng" (hay chính dòi bọ trong thân sư tử sẽ gặm nhấm thịt sư tử). Đức Phật đã tiên đoán được tất cả những điều này, vì thế mà Ngài đã đi đến kết luận rằng chân lý này sẽ trở nên vô nghĩa khi Ngài cố tìm cách giảng dạy cho người khác về sự giác ngộ của Ngài, nhưng vị đại Phạm Thiên Sahampati hiện ra thỉnh cầu Ngài chia xẻ sự khám phá của Ngài cho nhân loại.

Ngoài ra, Ấn Độ giáo trải qua một cuộc hồi sinh trước khi bị Hồi giáo xâm lăng cũng đóng một vai trò không nhỏ trong sự suy tàn của Phật giáo tại Ấn Độ. Trước khi bị quân đội Hồi giáo xâm lăng vào thế kỷ thứ 12, hình như Ấn giáo đã trải qua một cuộc hồi sinh, và họ đã bành trướng giáo phái Visnu ở miền Nam, Siva, và Kashmir, và các triết gia Ấn giáo thù nghịch với Phật giáo như Sankara và Kumarila đã đi rao giảng khắp các vùng đồng quê và thu hút được rất nhiều tín đồ. Vào khoảng thế kỷ thứ tám, quân đội Hồi giáo đã tiến hành cuộc xâm lăng trên đất Ấn Độ. Họ tàn phá thành phố và trường đại học ở Valabhi. Tuy nhiên, quân Hồi đã bị chặn đứng bởi các lãnh chúa địa phương. Bốn thế kỷ sau (thế kỷ thứ 12), quân Thổ Nhĩ Kỳ từ từ tiến quân, và các vương quốc lần lượt rơi vào tay họ. Người Hồi mở rộng sự hiện diện tàn phá của họ trên khắp miền Bắc Ấn Độ. năm 1197, trường đại học Na Lan Đà bị chiếm. Rồi đến năm 1203, trường Vikramasila cũng chịu chung số phận. Tại những cánh đồng miền Bắc Ấn, các sử gia Hồi giáo ghi lại rằng các trường đại học lúc bấy giờ đều bị lầm tưởng là những pháo đài, nên đã bị tàn phá không nhân nhượng, các thư viện bị đốt, và những người cư ngụ trong đó đều bị tàn sát mà không kịp giải thích mình là ai và làm gì tại đó. Chẳng bao lâu sau đó, cả vùng lưu vực sông Hằng Hà, đất Thánh truyền thống của Phật giáo, hoàn toàn nằm dưới quyền kiểm soát của quân đội Hồi giáo. Tuy nhiên, phần lớn các cơ sở và cộng đồng Phật giáo ở miền Nam Ấn Độ vẫn còn tồn tại thêm mấy thế kỷ nữa, cho tới khi dần dần bị tan rã trước cuộc hồi sinh của phái Siva từ thế kỷ thứ tám hay chín trở về sau này. Có bằng chứng cho thấy phái Nam Phương Thượng Tọa Bộ vẫn tồn tại tại Kamataka cho đến ít nhất là thế kỷ thứ 16 và ở Tamil Nadu đến thế kỷ thứ 17.

Chương 85. Chân Đế Và Tục Đế

Hai loại chân lý là tục đế và chân đế. Tục đế bao gồm chân lý có tánh ước lệ hay tương đối. Chân đế là chân lý tối hậu hay tuyệt đối. Qua nhận biết về thế giới hằng ngày trong kinh nghiệm sống, chúng ta nhận biết được thế giới thực tại ước lệ, vận hành theo luật nhân quả, đây là cái mà chúng ta gọi là tục đế. Nếu chúng ta chấp nhận thực tại của thế giới này là ước lệ hay tương đối thì chúng ta có thể chấp nhận bản chất "Không" của thế giới mà nhà Phật gọi là chân lý tối hậu. Theo Giáo Sư Junjiro Takakusu trong Cương Yếu Triết Học Phật Giáo, đây là một trong tam đế của tông Thiên Thai, hai chân lý kia là Không đế và Giả đế. Theo tông này thì cả ba chân lý ấy là ba trong một, một trong ba. Nguyên lý thì là một, nhưng phương pháp diễn nhập lại là ba. Mỗi một trong ba đều có giá trị toàn diện. Sự thể chỉ là phương tiện, hay quảng giữa. Giống như biện luận trên Không Đế, khi một là Trung thì tất cả là Trung. Trung không có nghĩa là ở giữa hai cái phi hữu và giả hữu, mà nó ở trên, nó vượt qua cả hai. Thật ra nó là cả hai bởi vì thật tướng có nghĩa Trung chính là không tướng và giả tướng. Chân đế hay chân lý tuyệt đối hay Đệ Nhứt Nghĩa Đế (Đệ Nhứt Nghĩa Tất Đàn). Đây là một trong bốn thứ thành tựu, là chân lý cao nhất của Phật làm thức tỉnh khả năng cao tột của chúng sanh để đạt được giải thoát (theo Đại Thừa Nghĩa Chương, đệ nhứt nghĩa đế còn gọi là chân đế, đối lại với tục đế hay vọng đế). Đây cũng là một trong hai đế, chân lý thâm diệu, tên gọi đối lại với tục đế. Đệ nhứt nghĩa đế còn gọi là chân đế, Thắng nghĩa đế, Niết-bàn, chân như, thật tướng, trung đạo, pháp giới, chân không, vân vân (ba tất đàn còn lại gồm Thế Giới Tất Đàn, Cá Vị Nhơn Tất Đàn, và Đối Trị Tất Đàn). Chân lý tuyệt đối còn là tính chân thật của chư pháp. Tịnh thức có thể tẩy sạch phần ô nhiễm của tạng thức và còn khai triển thế lực trí tuệ của nó. Thế giới của tưởng tượng và thế giới hỗ tương liên hệ được đưa đến chân lý chân thật, tức là viên thành thật tánh.

Chân đế theo Trung Quán Luận hay Đệ Nhứt Nghĩa Đế hay chân lý truyệt đối. Chân đế có nghĩa là thắng nghĩa đế hay sự thật tối thượng. Chân đế muốn nói đến sự nhận thức rằng mọi vật ở thế gian đều không có thật, giống như ảo ảnh hay một tiếng vang. Tuy nhiên, không thể đạt đến chân đế nếu không dựa vào tục đế. Tục đế chỉ là phương tiện, còn chân đế mới là cứu cánh. Chính theo Chân đế thì Đức Phật giảng rằng tất cả các pháp đều 'không.' Với những ai chấp 'hữu' thì học thuyết 'phi hữu' sẽ được giảng theo phương diện 'chân đế' để dạy họ cảnh giới vô danh vô tướng. Trung Luận Quán cho rằng chư Phật trong quá khứ đã tuyên thuyết những giáo lý của mình cho chúng sanh bằng phương tiện 'nhị đế' nhằm hướng dẫn chúng sanh vào chánh đạo. Dù chúng ta có thể nói đến sự hữu, nhưng nó giả tạm và bất ổn. Ngay cả sự phi hữu hay không cũng giả tạm và bất ổn. Vì vậy không có sự hữu thật sự, cũng không có cái không đích thật. Hữu thể và vô thể chỉ là hậu quả của tương quan nhân quả và do đó, không có thật. Như vậy lý tưởng của hai cực đoan 'hữu thể' và 'vô thể' đều bị xóa bỏ. Vì vậy khi chúng ta đề cập đến 'tục đế' chúng ta có thể nói về thế giới hiện tượng mà không làm điên đảo thế giới bản tính. Cũng như vậy, khi đề cập đến 'chân đế' chúng ta có thể vươn tới thế giới bản tính, mà không làm xáo trộn thế giới hiện tượng hay thế giới giả danh. Phi hữu cũng là hữu. Danh hình và tướng sắc đồng thời là không, và rồi không cũng là hình danh sắc tướng.

Theo chân lý tương đối thì tất cả các sự vật đều hiện hữu, nhưng trong chân lý tuyệt đối thì không có gì hiện hữu cả; trong chân lý tuyệt đối, người ta thấy rằng tất cả các sự vật đều không có tự tính, nhưng trong chân lý tương đối có một sự nhận thức chỗ nào không có tự tính. Chân lý tương đối còn được gọi là tục đế hay chân lý quy ước. Chơn như tương đối trong thế giới hiện tượng, có thể thay đổi, y theo lời nói giả danh mà hiện ra, bất biến mà tùy duyên. Những nhà tư tưởng của trường phái Tịnh Độ chấp nhận dùng tương đãi chân như để diễn tả tuyệt đãi chân như, hay dùng tương đãi chân như như là cỗ xe phương tiện đưa chúng ta đến tuyệt đãi chân như. Phương thức giúp hành giả Tịnh Độ dựa trên sắc tướng để đạt đến Phật tánh là cái vô tướng. Chân lý tuyệt đối hay tuyệt đãi chân như (chân đế, chân lý cứu cánh hay sự thật tối thượng). Chân đế có nghĩa là bản chất tối hậu của thực tại, là vô vi, là không sanh không diệt. Nó ngang hàng với tánh không và chân thân, và nó trái lại với tục đế, có sanh có diệt bởi nhân duyên và vô thường. Tuyệt đãi chân như là chơn như tuyệt đối, siêu việt, hay chân không tuyệt đối, đây là những gì chư Phật đã dạy, tùy duyên mà bất biến. Chân lý tuyệt đối còn được gọi là Đệ Nhứt Nghĩa Đế hay Chân đế theo Trung Quán Luận. Chân đế có nghĩa là thắng nghĩa đế hay sự thật tối thượng. Trung Luận Quán cho rằng chư Phật trong quá khứ đã tuyên thuyết những giáo lý của mình cho chúng sanh bằng phương tiện 'nhị đế' nhằm hướng dẫn chúng sanh vào chánh đạo. Chân đế muốn nói đến sự nhận thức rằng mọi vật ở thế gian đều không có thật, giống như ảo ảnh hay một tiếng vang. Tuy nhiên, không thể đạt đến chân đế nếu không dựa vào tục đế. Tục đế chỉ là phương tiện, còn chân đế mới là cứu cánh. Chính theo Chân đế thì Đức Phật giảng rằng tất cả các pháp đều 'không.' Với những ai chấp 'hữu' thì học thuyết 'phi hữu' sẽ được giảng theo phương diện 'chân đế' để dạy họ cảnh giới vô danh vô tướng.

Tục đế còn được gọi là Chân lý quy ước. Chân lý tương đối hay chân lý của kẻ còn vô minh (Tục Đế hay sự thật quy ước). Chân lý quy ước (chơn như trong thế giới hiện tượng). Sự thật tương đối hay sự tưởng thế gian hay cái thấy vẫn còn bị phiền não chi phối. Trung Luận Quán cho rằng chư Phật trong quá khứ đã tuyên thuyết những giáo lý của mình cho chúng sanh bằng phương tiện 'nhị đế' nhằm hướng dẫn chúng sanh vào chánh đạo. Cái nhìn của phàm phu thấy vạn pháp là có thật. Tục đế muốn nói đến sự vô minh hay mê muội bao phủ trên thực tại, tạo ra một cảm tưởng sai lầm. Chính theo tục đế mà Đức Phật đã giảng rằng tất cả các pháp có được là do nhân duyên. Với những kẻ chấp vào 'không' của hư vô luận, lý thuyết về 'hữu' sẽ được giảng giải theo phương diện tục đế. Theo Ngài Long Thọ trong triết học Trung Quán, hiện tượng cũng có một thứ thực tại tánh. Chúng chính là biểu hiện của thực tại (samvrtisatya) hay Thế Tục Đế. Biểu

CHƯƠNG 85. Chân Đế Và Tục Đế

hiện chỉ đường dẫn đến sự vật mà nó biểu trưng. Thế Tục đế hay biểu hiện của thực tại là biểu tượng, là bức màn, nó che khuất thực tại tuyệt đối hay Thắng Nghĩa Đế. Nói tóm lại, thế đế là những gì che khuất tất cả; thế đế là vô minh che đậy bản thể của tất cả sự vật. Thế Tục đế được hiểu theo nghĩa 'thực tại thật dụng' là phương tiện để đạt tới thực tại tuyệt đối hay chân đế. Nếu không dựa vào thực tại thật dụng hay thế đế thì không thể giáo huấn về chân lý tuyệt đối hay chân đế. Và nếu không biết chân lý tuyệt đối thì không thể đạt tới Niết-bàn được. Chính vì thế mà trong Trung Quán Luận, ngài Long Thọ đã khẳng định: "Đứng trên quan điểm tương đối hay thế đế thì 'Duyên Khởi' giải thích cho các hiện tượng trần thế, nhưng nhìn theo quan điểm tuyệt đối thì chân đế muốn nói đến sự không sinh khởi vào mọi lúc và tương đương với Niết-bàn hay sự trống không (sunyata)."

Theo Giáo Sư Junjiro Takakusu trong Cương Yếu Triết Học Phật Giáo, nếu bạn giả thuyết thật thể là một bản thể trường tồn là bạn hoàn toàn mê hoặc, thế nên tông Thiên Thai đề ra ba chân lý hay tam đế. Theo tông này thì cả ba chân lý ấy là ba trong một, một trong ba. Nguyên lý thì là một, nhưng phương pháp diễn nhập lại là ba. Mỗi một trong ba đều có giá trị toàn diện. Chân lý của của Không (Không Đế) trong đó mọi sự thể đều không có hiện thật tính và do đó, tất cả đều không. Vì vậy, khi luận chứng của chúng ta y cứ trên "Không," chúng ta coi "Không" như là siêu việt tất cả ba. Như vậy, cả thảy đều là "Không." Và khi một là không thì cả thảy đều là "Không." (Nhất không nhất thiết không, nhất giả nhất thiết giả, nhất trung nhất thiết trung). Chúng còn được gọi là "Tức không, tức giả, và tức trung," hay Viên Dung Tam Đế, ba chân lý đúng hợp tròn đầy, hay là tuyệt đối tam đế, ba chân lý tuyệt đối. Chúng ta không nên coi ba chân lý này như là cách biệt nhau, bởi vì cả ba thâm nhập lẫn nhau và cũng tìm thấy sự dung hòa và hợp nhất hoàn toàn. Một sự thể là không nhưng cũng là giả hữu. Nó là giả bởi vì nó không, và rồi, một sự là không, đồng thời là giả cho nên cũng là trung. Chân lý của giả tạm (Giả Đế) trong đó dù sự thể có hiện hữu thì cũng chỉ là giả tạm. Giống như khi biện luận về Không Đế, khi một là Giả thì tất cả là Giả. Chân lý của phương tiện (Trung Đế) trong đó sự thể chỉ là phương tiện, hay quảng giữa. Giống như biện luận trên Không Đế, khi một là Trung thì tất cả là Trung. Trung không có nghĩa là ở giữa hai cái phi hữu và giả hữu, mà nó ở trên, nó vượt qua cả hai. Thật ra nó là cả hai bởi vì thật tướng có nghĩa Trung chính là không tướng và giả tướng.

Theo Ngài Long Thọ Bồ Tát trong Trung Quán Luận, thì Nhị Đế Trung Đạo được diễn tả bằng "Năm Huyền Nghĩa". Đó là Tục Đế Phiến Diện, Chân Đế Phiến Diện, Trung Đạo Tục Đế, Trung Đạo Chân Đế, và Nhị Đế Hiệp Minh Trung Đạo. Thứ nhất là Tục Đế Phiến Diện, chủ trương thuyết thật sinh thật diệt của thế giới hiện tượng. Thứ nhì là Chân Đế Phiến Diện, chấp vào thuyết bất diệt của thế giới hiện tượng. Thứ ba là Trung Đạo Tục Đế, thấy rằng không có giả sinh hay giả diệt. Thứ tư là Trung Đạo Chân Đế, giả bất sinh giả bất diệt hay thấy rằng không có giả sinh hay giả diệt. Thứ năm là Nhị Đế Hiệp Minh Trung Đạo. Nếu chúng ta nhận định rằng không có sinh diệt hay bất sinh bất diệt thì đó là trung đạo, được biểu thị bằng sự kết hợp của tục đế và chân đế.

Phật tử thuần thành nên luôn nhớ rằng chúng ta phải xác minh chân lý bằng kinh nghiệm bản thân. Theo kinh Kesaputtiya, Đức Phật đã khuyên những người Kalamas về sự xác minh chân lý như sau: "Không chấp nhận đó là chân lý chỉ vì điều đó được dựa trên cơ sở quyền uy, không chấp nhận đó là chân lý chỉ vì điều đó được viết trong kinh sách thiêng liêng, không chấp nhận điều đó là chân lý chỉ vì điều đó là ý kiến của nhiều người, không chấp nhận điều gì là chân lý chỉ vì điều đó có vẻ hợp lý, không chấp nhận điều gì là chân lý chỉ vì muốn tỏ lòng tôn kính vị thầy của mình. Ngay cả giáo lý của ta các người cũng không nên chấp nhận là chân lý nếu không xác minh chân lý ấy qua kinh nghiệm bản thân. Ta đề nghị tất cả các người hãy thử nghiệm bất cứ thứ gì mà các người nghe thấy dưới ánh sáng của kinh nghiệm bản thân. Chỉ khi nào các người biết được những việc như thế là có hại thì nên bỏ. Ngược lại, khi biết được những điều đó là có lợi và đem lại an bình thì hãy tìm cách vun đắp chúng."

Chương 86. Đệ Nhất Nghĩa Đế

Chân lý có nghĩa là lẽ tự nhiên, không chối cãi được. Chân lý chính là nguyên nhân diệt trừ khổ đau. Trong Phật giáo, chân lý là Phật pháp, là đệ nhất nghĩa đế. Giáo pháp giác ngộ tối thượng của Phật hay cái thật không hư vọng vốn có, đối lại với thế đế (tục đế) của phàm phu, hạng chỉ biết hình tướng bên ngoài chứ không phải là chân lý. Ngoài ra, trong Phật giáo còn có bốn chân lý nhiệm mầu, nói rõ vì đâu có khổ và con đường giải thoát là một thí dụ điển hình. Người ta nói Đức Phật Thích-ca Mâu Ni đã giảng bài pháp đầu tiên về "Tứ Diệu Đế" trong vườn Lộc Uyển, sau khi Ngài giác ngộ thành Phật. Trong đó Đức Phật đã trình bày: "Cuộc sống chứa đầy đau khổ, những khổ đau đó đều có nguyên nhân, nguyên nhân của những khổ đau này có thể bị hủy diệt bằng con đường diệt khổ." Theo Phật giáo, chân lý là con đường diệt khổ, ấy là thật hành Bát Thánh đạo. Đức Phật đã dạy rằng: "Bất cứ ai chấp nhận Tứ Diệu Đế và chịu hành trì Bát Chánh Đạo, người ấy sẽ hết khổ và chấm dứt luân hồi sanh tử." Trong Kinh Pháp Cú, Đức Phật dạy: "Hão huyền mà tưởng là chơn thật, chơn thật lại thấy là phi chơn, cứ tư duy một cách tà vạy, người như thế không thể nào đạt đến chơn thật (11). Chơn thật nghĩ là chơn thật, phi chơn biết là phi chơn, cứ tư duy một cách đúng đắn, người như thế mới thật chứng được chơn thật (11)."

Có hai loại Chân lý, đó là An Lập và Phi An Lập: Thứ nhất là An lập chân như, tức là bất biến chân như (vạn pháp tức chân như). Tùy theo duyên vô minh mà khởi lên trong thế giới hiện tượng mà chân tính bất biến. Thứ nhì là Phi an lập chân như, tức là tùy duyên chân như (chân như tức vạn pháp). Tùy theo duyên vô minh mà dấy lên như trong thế giới hiện tượng. Ngoài ra còn có Ly Ngôn và Y Ngôn Chân Như: Thứ nhất là Ly ngôn chân như: Đây là thể tướng của chân như vốn xa lìa tướng ngôn ngữ, tướng tâm niệm. Thứ nhì là Y ngôn chân như: Đây là loại chân như dựa vào ngôn ngữ lời nói giả danh để hiện rõ chân tướng. Lại có Không và Bất không Chân Như: Thứ nhất là Không chân như: Loại chân như lìa hết thảy các pháp nhiễm lây, dường như hư không hay tấm gương sáng, không có gì trong đó. Thứ nhì là Bất không chân như: Loại chơn như có đủ hết thảy các pháp tịnh, như gương sáng hiện lên muôn vẻ. Lại có Tại Triền và Xuất Triền Chân Như: Thứ nhất là Tại triền chân như, còn gọi là Hữu Cấu Chân Như, tức là chân như ở trong ràng buộc. Thứ nhì là Xuất triền chân như, còn gọi là Vô Cấu Chân Như, tức là chân như ra khỏi ràng buộc. Lại có Cấu Nhiễm và Vô Cấu Nhiễm Chân Như: Thứ nhất là Hữu cấu chân như: Loại chân như có bợn nhơ, như trong trường hợp chúng sanh là những người chưa giác ngộ (lục bình bám rễ trong bùn). Thứ nhì là Vô cấu chân như: Loại chân như không bợn nhơ, như nơi chư Phật hiển hiện Phật tánh thanh tịnh và trong sáng như trăng rằm.

Ngoài ra, trên thế gian này còn có bốn sự thật nữa: Thứ nhất, tất cả chúng sanh khởi lên từ vô minh. Thứ nhì, mọi đối tượng của dục vọng hay dục vọng đều vô thường, không chắc thật (biến dịch) và đau khổ. Thứ ba, những gì đang tồn tại cũng vô thường, biến dịch và đau khổ. Thứ tư, không có cái gì gọi là "ngã" (ta) cũng không có cái gì gọi là "ngã sở" (cái của ta). Lại có tám Chân lý: Thứ nhất là vô thật đế, nghĩa là thế gian thế tục đế. Thứ nhì là tùy sự sai biệt đế, nghĩa là đạo lý thế tục đế. Thứ ba là phương tiện an lập đế, nghĩa là chứng đắc thế tục đế. Thứ tư là giả danh phi an lập đế, nghĩa là thắng nghĩa thế tục đế. Thứ năm là thể dụng hiển hiện đế, nghĩa là thế gian thắng nghĩa đế. Thứ sáu là nhơn quả sai biệt đế, nghĩa là đạo lý thắng nghĩa đế. Thứ bảy là y môn hiển thật đế, nghĩa là chứng đắc thắng nghĩa đế. Thứ tám là phế thuyên đàm chỉ, nghĩa là thắng nghĩa thắng nghĩa đế. Theo các truyền thống Phật giáo Đại Thừa, lại có chín chân lý: chân lý về vô thường (vô thường đế), chân lý về khổ (khổ đế), chân lý về không (không đế), chân lý về vô ngã (vô ngã đế), chân lý về ái hữu (hữu ái đế), chân lý về vô ái hữu (vô hữu ái đế), chân lý về diệt khổ và nguyên nhân của khổ (bỉ đoạn phương tiện đế), chân lý về hữu dư Niết-bàn (hữu dư Niết-bàn đế), và chân lý về vô dư Niết-bàn (vô dư Niết-bàn đế).

Chương 87. Phương Tiện Thiện Xảo

"Phương tiện" trong Phật giáo có nghĩa là mưu chước, phương pháp, thủ đoạn (điều hay vật dùng để đạt đến mục đích như con thuyền đưa người sang sông. Con thuyền là phương tiện). Phương tiện thiện xảo hay phương tiện thắng trí, thích hợp với điều kiện, cơ hội và sự hội nhập giáo pháp của người nghe pháp. Phương pháp mà chư Phật và chư Bồ Tát dùng để trình bày Phật pháp nhằm giúp cho tha nhân dễ thông hiểu và thật hành giác ngộ và giải thoát. Phương tiện là phương cách mà người ta dùng để đạt đến mục tiêu. Phương tiện thiện xảo là phương tiện tốt lành và tinh xảo mà chư Phật và chư Bồ Tát tùy căn tánh của các loại chúng sanh mà 'quyền cơ nghi' hay quyền biến hóa độ họ từ phàm lên Thánh (từ si mê thành giác ngộ). Các bậc trí lực không chấp nê nơi hình thức, họ chỉ coi hình thức như những phương tiện thiện xảo để tiến tu và đạt cứu cánh là quả vị Phật. Nói tóm lại, người ta nói phương tiện thiện xảo là một trong những khả năng quan trọng nhất được phát triển bởi chư Bồ Tát. Nó là ba la mật thứ bảy trong mười Ba La Mật.

Phương tiện là phương pháp mà chư Phật và chư Bồ Tát dùng để trình bày Phật pháp nhằm giúp cho tha nhân dễ thông hiểu và thật hành giác ngộ và giải thoát. Phương tiện là phương cách mà người ta dùng để đạt đến mục tiêu. Theo Đại Sư Tarthang Tulku, một trong những vị Thầy nổi tiếng của trường phái Nyingmapa, trong quyển "Phương Tiện Thiện Xảo", "Chúng ta có một trách nhiệm là làm việc, xử dụng những tài năng và khả năng của mình và đóng góp năng lực tinh thần của mình vào đời sống. Bản chất của chúng ta là tánh sáng tạo, và qua biểu hiện tánh sáng tạo ấy chúng ta luôn phát tỏa ra lòng nhiệt tình và sáng tạo hơn, làm chất kích thích cho một tiến trình sinh động trong thế giới quanh mình. Chúng ta làm việc hăng hái với tất cả năng lực và lòng nhiệt thành của mình để cống hiến cho đời sống. Làm việc như vậy có nghĩa là làm việc với phương tiện thiện xảo." Trong Phật giáo, phương tiện có nghĩa là mưu chước, phương pháp, hoặc thủ đoạn. Phương Tiện hay phương pháp tiện dụng tùy theo hay thích hợp với sự thụ nhận của chúng sanh. Có nhiều cách giải thích. Phương có nghĩa là phương pháp, tiện là tiện dụng; phương tiện là phương pháp tiện dụng thích hợp với căn cơ của những chúng sanh khác nhau. Phương có nghĩa là phương chánh, tiện là xảo diệu; phương tiện là dùng lý phương chánh thiện xảo hay lời lẽ khéo léo thích hợp với việc giáo hóa. Phương tiện còn có nghĩa là "Quyền Đạo Trí". Trí quyền nghi (từng phần, tạm thời hay tương đối) để thâm nhập vào cái chân thật, đối lại với trí Bát Nhã là chân như tuyệt đối.

Phương tiện cứu độ còn là một trong mười Ba La Mật mà chư Phật và chư Bồ Tát hay dùng phương tiện thiện xảo để cứu độ người qua đến bến bờ bên kia. Đây là ba la mật quan trọng nhất trong bốn ba la mật phụ. Từ này được dịch ra từ từ ngữ Bắc Phạn "Upaya" có nghĩa là phương tiện, kế hoạch hay dụng cụ. "Upaya" còn có nghĩa là dạy dỗ giáo hóa bằng bất cứ phương pháp thích hợp nào tùy theo khả năng của người nghe. Đức Phật đã dùng phương tiện hoặc phương pháp thuyết pháp từng phần cho đến khi gần đến những ngày cuối đời Ngài mới thuyết giảng đầy đủ chân tánh cao siêu khó hiểu. Trong Kinh Pháp Hoa, Phẩm thứ II, "Phẩm Phương Tiện" trong đó ý nghĩa của "Phương Tiện Thiện Xảo" được làm sáng tỏ qua học thuyết "Tam Thừa" Thanh Văn thừa, Duyên Giác thừa, và Bồ Tát thừa để tương hợp với trình độ của người nghe. Phương tiện là cách thức trong đó Bồ Tát thực hiện để độ sanh cho có hiệu quả. Phương tiện ba la mật không phải là phương cách xảo quyệt nhằm đạt được mục đích mà nó gắn liền lòng từ bi và công đức.

Phương tiện thiện xảo là phương tiện tốt lành và tinh xảo mà chư Phật và chư Bồ Tát tùy căn tánh của các loại chúng sanh mà 'quyền cơ nghi' hay quyền biến hóa độ họ từ phàm lên Thánh (từ si mê thành giác ngộ). Các bậc trí lực không chấp nê nơi hình thức, họ chỉ coi hình thức như những phương tiện thiện xảo để tiến tu và đạt cứu cánh là quả vị Phật. Thiện xảo phương tiện là khí giới của Bồ Tát, vì thị hiện tất cả xứ. Chư Bồ Tát dùng phương tiện thiện xảo làm chỗ sở hành, vì tương ưng với Bát Nhã Ba La Mật. Chư Bồ Tát an trụ nơi pháp này thời có thể diệt trừ những phiền não, kiết sử đã chứa nhóm từ lâu của tất cả chúng sanh. Vì nhiều hoàn cảnh khác nhau khởi lên nên người ta phải dùng phương cách nào thích hợp cho từng lúc từng nơi. Qua những phương tiện thiện xảo này mà chư Phật và chư Bồ Tát có thể cứu vớt và dẫn dắt chúng sanh giác ngộ. Theo Lạt Ma Tarthang Tulku, phương tiện thiện xảo là một tiến trình gồm ba nhịp bước và có thể áp dụng vào bất cứ tình thế hay hoàn cảnh nào trong đời sống của mình. Bước thứ nhất là có được cái trực thức về thực tại của những khó khăn của chúng ta, không phải chỉ bằng sự thừa nhận có tính cách trí thức và trí thuật, mà bằng cách quan sát một cách thành thật về chính bản thân mình. Chỉ có cách đó chúng ta mới tìm thấy được cái nguyên động lực mà tiếp tục dấn bước thứ hai là quyết tâm hay nhất định biến đổi sự việc. Khi chúng ta bắt đầu thấy rành mạch thật tánh của những vấn đề và bắt đầu thay đổi chúng thì chúng ta mới có thể san sẻ những gì mình đã học hỏi được với tha nhân. Sự chia sẻ hay san sẻ này có thể là kinh nghiệm thỏa nguyện nhất trong tất cả mọi kinh nghiệm, vì mình có được niềm khoan khoái, vui sướng sâu đậm và bền bỉ lúc thấy người khác tìm được phương tiện làm cho đời họ trở nên hạnh phúc và hiển đạt, cũng như được nhiều năng xuất hữu hiệu hơn. Khi chúng ta sử dụng những phương tiện thiện xảo để thể nhận và củng cố những phẩm chất, đức tánh tích cực của mình trong khi làm việc là lúc chúng ta khai phá và lãnh nhận những tài nguyên quý báu đang còn nằm chờ sự phát khởi từ trong tâm thức của chính mình. Mỗi người chúng ta đều có tiềm năng sáng tạo sự an bình và nét đẹp trong vũ trụ. Khi chúng ta phát triển những khả năng và nỗ lực san sẻ chúng với tha nhân, là lúc chúng ta có thể thưởng thức một cách sâu sắc giá trị của chúng. Sự thưởng thức sâu sắc này làm cho cuộc đời đáng sống khi mình đem được tình thương và niềm sảng khoái vào trong tất cả hành động và kinh nghiệm của mình. Qua phương cách học hỏi và sử dụng phương tiện thiện xảo trong tất cả những gì mình làm, chúng ta có thể chuyển hóa đời sống hằng ngày của chúng ta trở thành suối nguồn của sự thích thú và thành tựu, vượt xa hẳn những giấc mơ đẹp nhất trong đời.

Chương 88. Thời Thuyết Giáo

Khi Phật thuyết về thật tánh của ngũ uẩn và những yếu tố của nó, nhưng phủ nhận "thật ngã" như là một tâm thức thường hằng. Đây là thời kỳ Phật thuyết về Tứ A Hàm các các kinh điển Tiểu thừa khác. Khi Phật phủ nhận về ý tưởng "thật pháp" và cho rằng chư pháp không thật. Trong giai đoạn này Phật thuyết Kinh Bát Nhã. Lúc này Phật thuyết rằng tâm thức là thật trong khi chư pháp huyễn giả. Giai đoạn này Phật thuyết kinh Diệu Pháp Liên Hoa. Tam Luận Tông chia Thánh giáo của Đức Phật ra làm ba thời: Thứ nhất là Căn bản Pháp Luân hay Hoa Nghiêm. Thứ nhì là Chi mạt Pháp Luân là các kinh điển Tiểu và Đại Thừa. Thứ ba là Nhiếp mạt quy bản Pháp Luân là thời Pháp Hoa. Theo truyền thống Phật giáo ban sơ tại Trung Hoa, có ba thời Chuyển Pháp: Thứ nhất là Tạng Giáo hay Tam Tạng Giáo: Tạng giáo, một trong Thiên Thai Tứ Giáo (Tạng, Thông, Biệt, Viên). Đây là một tông phái theo Tiểu Thừa của hai chúng Thanh Văn và Duyên Giác, coi giáo pháp Bồ Tát là chuyện bên lề không quan trọng, mà chỉ lo tu cho bản thân mình. Tạng giáo lại được chia làm bốn phần: Hữu, Không, Diệc Hữu Diệc Không, Phi Hữu Phi Không. Thứ nhì là Thông Giáo: Giai đoạn thứ hai trong Thiên Thai Hóa Pháp Tứ Giáo, cho rằng vạn hữu là "Không," nhưng chưa đạt được lý "Trung Đạo". Thứ ba là Biệt Giáo: Biệt giáo của trường phái Hoa Nghiêm và Liên Hoa dựa vào Nhất thừa hay Phật thừa. Liên Hoa Tông quyết đoán rằng Tam Thừa kỳ thật chỉ là Nhất Thừa, trong khi Hoa Nghiêm Tông lại cho rằng Nhất Thừa khác với Tam Thừa, vì thế Liên Hoa Tông được gọi là "Đồng Giáo Nhất Thừa," trong khi đó thì Tông Hoa Nghiêm được gọi là Biệt Giáo Nhất Thừa. Tông Thiên Thai, chia Thánh giáo của Đức Phật ra làm bốn thời: Thứ nhất là Tạng Giáo: Đây là Tạng Giáo Tiểu Thừa. Thứ nhì là Thông Giáo: Thông Giáo là giai đoạn phát triển đầu tiên của Phật Giáo Đại Thừa với đầy đủ Tam Thừa (Thanh Văn, Duyên Giác, và Bồ Tát). Giáo thuyết triển khai của Thông giáo nối liền Thông Giáo với Biệt Giáo và Viên Giáo. Thứ ba là Biệt Giáo: Biệt giáo của trường phái Hoa Nghiêm và Liên Hoa dựa vào Nhất thừa hay Phật thừa. Liên Hoa Tông quyết đoán rằng Tam Thừa kỳ thật chỉ là Nhất Thừa, trong khi Hoa Nghiêm Tông lại cho rằng Nhất Thừa khác với Tam Thừa, vì thế Liên Hoa Tông được gọi là "Đồng Giáo Nhất Thừa," trong khi đó thì Tông Hoa Nghiêm được gọi là Biệt Giáo Nhất Thừa. Thứ tư là Viên Giáo hay tên khác của Bí Mật giáo.

Nhiều thế kỷ sau thời Phật nhập diệt, có rất nhiều cố gắng khác nhau để phân chia các thời giáo thuyết của Đức

Phật, thường là căn cứ trên nội dung các kinh điển từ lúc Đức Phật thành đạo đến lúc Ngài nhập Niết-bàn, giáo thuyết của Ngài tùy cơ quyền biến để lợi lạc chúng sanh, nhưng mục đích của giáo pháp vẫn không thay đổi. Thứ nhất là thời kỳ Hoa Nghiêm (Nhũ Vị): Thời kỳ này được ví như sữa tươi hay thời kỳ thuyết pháp đầu tiên của Phật, gọi là Hoa Nghiêm Thời cho chư Thanh Văn và Duyên Giác. Thời kỳ này lại được chia làm ba giai đoạn mỗi giai đoạn bảy ngày ngay sau khi Phật thành đạo khi Ngài Thuyết Kinh Hoa Nghiêm. Tông Thiên Thai cho rằng Phật Thích-ca Mâu Ni thuyết Kinh Hoa Nghiêm ngay sau khi ngài đạt được giác ngộ; tuy nhiên điều này là một nghi vấn vì Kinh Hoa Nghiêm chỉ có trong Phật Giáo Đại Thừa mà thôi. Thứ nhì là thời A Hàm: A Hàm hay lạc vị hay sữa cô đặc được chế ra từ sữa tươi. Thời kỳ 12 năm Đức Phật thuyết Kinh A Hàm trong vườn Lộc Uyển. Thời thứ ba là thời Phương Đẳng (Sanh tô vị): Thời kỳ tám năm Phật thuyết kinh Phương Đẳng được ví như phó sản sữa đặc. Đây là thời kỳ tám năm Đức Phật thuyết rộng tất cả các kinh cho cả Tiểu lẫn Đại thừa. Thời thứ tư là thời Bát Nhã (Thục tô vị): Thời kỳ 22 năm Phật thuyết Kinh Bát Nhã hay Trí Tuệ được ví như phó sản của sữa đặc đã chế thành bơ. Thời kỳ thứ năm là thời Pháp Hoa và Niết-bàn (Đề hồ vị): Thời kỳ Pháp Hoa Niết-bàn được ví với thời kỳ sữa đã được tinh chế thành phó mát. Đây là thời kỳ tám năm Phật thuyết Kinh Pháp Hoa và một ngày một đêm Phật thuyết Kinh Niết-bàn.

Tông Hoa Nghiêm lại chia giáo thuyết của Đức Phật ra làm năm phần. Có hai nhóm: nhóm thứ nhất từ sư Đỗ Thuận xuống đến sư Hiền Thủ và nhóm thứ nhì bắt đầu từ sư Khuê Phong. Thời thuyết giáo thứ nhất là dành cho Tiểu Thừa Giáo: Phái Tiểu Thừa Theravada giải thích về "ngã không," chư pháp là có thật, và Niết-bàn là đoạn diệt (dành cho hạng chúng sanh có căn cơ thấp kém nhỏ nhoi). Giáo lý này thuộc kinh điển A Hàm. Mặc dù chúng phủ nhận sự hiện hữu của một bản ngã cá biệt, lại chủ trương thật hữu và thừa nhận sự

CHƯƠNG 88. Thời Thuyết Giáo

hiện hữu của tất cả pháp sai biệt hay pháp hữu. Theo kinh điển này thì Niết-bàn là cứu cánh diệt tận, nhưng lại không thấu triệt về tính cách bất thật (pháp không) của chư pháp. Về duyên khởi, luận, giáo lý này thuộc về nghiệp cảm duyên khởi. Thời thuyết giáo thứ nhì là khởi thủy Đại Thừa: Thời này được chia làm nhiều chi (giáo lý dạy cho những người vừa bước lên Đại Thừa). Cả hai đều không thừa nhận sự hiện hữu của Phật tánh trong mọi loài, nên cả hai được xem như là nhập môn sơ thủy. Chi thứ nhất là Tướng Thủy Giáo mà giáo lý nhập môn y cứ trên sai biệt tướng của chư pháp, như Pháp Tướng Tông. Tướng Thủy Giáo phân tách về tánh đặc thù của chư pháp, được tìm thấy trong các kinh Du Già. Chi thứ nhì là Pháp Tướng Tông. Pháp Tướng tông nêu lên thuyết A-Lại-Da duyên khởi trên nền tảng pháp tướng và không biết đến nhất thể của sự và lý. Vì tông này chủ trương sự sai biệt căn để của năm hạng người, nên không thừa nhận rằng mọi người đều có thể đạt đến Phật quả. Chi thứ ba là Không Thủy Giáo, mà giáo lý nhập môn y cứ trên sự phủ định về tất cả các pháp hay pháp không, như Tam Luận Tông. Không Thủy Giáo dạy về lẽ không của chư pháp, được tìm thấy trong các kinh Bát Nhã. Chi thứ tư là Tam Luận Tông. Tam Luận tông chủ trương thiên chấp về "Không" trên căn cứ của "tự tánh" (Svabhava-alaksana) hay tánh vô tướng không có bản chất tồn tại, nhưng lại thừa nhận nhất thể của hữu, nên tông này xác nhận rằng mọi người trong tam thừa và năm chủng tánh đều có thể đạt đến Phật quả. Thời thuyết giáo thứ ba là Đại Thừa: Trong giai đoạn cuối dạy về Chân Như (dharmatathata) và Phật tánh phổ quát, dạy về lẽ chân như bình đẳng, và khả năng thành Phật của chúng sanh, tìm thấy trong Kinh Lăng Già, Đại Bát Niết-bàn hay Đại Thừa Khởi Tín Luận, vân vân. Giáo lý này thừa nhận rằng tất cả chúng sanh đều có Phật tánh và đều có thể đạt đến Phật quả. Thiên Thai tông theo giáo lý này. Chân lý cứu cánh Đại Thừa được trình bày bằng giáo lý này. Do đó, nó được gọi là giáo lý thuần thục hay Thục Giáo. Trong thủy giáo, sự và lý luôn tách rời nhau, trong khi ở chung giáo, sự lúc nào cũng là một với lý, hay đúng hơn cả hai là một. Như Lai Tạng Duyên Khởi là đặc điểm của giáo lý này. Nó cũng còn được gọi là Chân Như Duyên Khởi hay Đại Thừa Chung Giáo. Thời thuyết giáo thứ tư là Đại Thừa Đốn Giáo: Giáo lý này chỉ cho ta sự tu tập không cần ngôn ngữ hay luật nghi, mà gọi thẳng vào trực kiến của mỗi người. Giáo lý này nhấn mạnh đến "trực kiến," nhờ đó mà hành giả có thể đạt đến giác ngộ viên mãn tức khắc. Tất cả văn tự và ngôn ngữ đều đình chỉ ngay. Lý tánh sẽ tự biểu lộ trong thuần túy của nó, và hành động sẽ luôn luôn tùy thuận với trí tuệ và tri kiến. Đốn giáo bằng chánh định nơi tư tưởng hay niềm tin chứ không bằng tu trì thiện nghiệp. Giáo lý này dạy cho người ta chứng ngộ tức thì dựa trên những giảng giải bằng lời hay qua tiến trình thật hành tu tập cấp tốc, tìm thấy trong Kinh Duy Ma Cật. Giáo lý này chủ trương nếu tư tưởng không còn mống khởi trong tâm của hành giả thì người ấy là một vị Phật. Sự thành đạt này có thể gặt hái được qua sự im lặng, như được Ngài Duy Ma Cật chứng tỏ, hay qua thiền định như trường hợp của Tổ Bồ Đề Đạt Ma, sơ tổ Thiền Tông Trung Hoa. Thời thuyết giáo thứ năm là thời Viên Giáo: Viên giáo dạy về Nhất Thừa hay Phật Thừa. Viên giáo Hoa Nghiêm, phối hợp tất cả làm thành một tông, được tìm thấy trong các Kinh Hoa Nghiêm và Pháp Hoa. Có hai trình độ của Đại Thừa Viên Giáo trong đó nhất thừa được giảng thuyết bằng phương pháp đồng nhất hay tương tự với cả ba thừa. Nhất Thừa của tông Hoa Nghiêm bao gồm tất cả các thừa. Tuy nhiên, tùy theo căn cơ mà giảng ba thừa để chuẩn bị cho những kẻ khát ngưỡng. Cả ba đều tuôn chảy từ Nhất Thừa và được giảng dạy bằng phương pháp đồng nhất như là một. Theo tông Hoa Nghiêm thì những thừa này là Tiểu Thừa, Đại Thừa Tiệm Giáo, Đại Thừa Thủy Giáo, Đại Thừa Chung Giáo, và Đại Thừa Đốn Giáo. Kế đến là Nhất Thừa Biệt Giáo, trong đó nhất thừa được nêu lên hoàn toàn khác biệt hay độc lập với những thừa khác như trường hợp giáo lý Hoa Nghiêm trong đó nói lên học thuyết về thế giới hỗ tương dung nhiếp. Nhất Thừa cao hơn ba thừa kia. Nhất thừa là chân thật còn ba thừa được coi như là quyền biến (tam quyền nhất thật). Trong khi đó Khuê Phong lại chia thời thuyết giáo của Phật ra làm năm thời hoàn toàn khác với Đỗ Thuận. Thời thuyết giáo thứ nhất là Nhân Thiên Giáo. Những ai giữ ngũ giới sẽ tái sanh trở lại vào cõi người và những ai hành thập thiện sẽ được tái sanh vào cõi trời. Thời thuyết giáo thứ nhì là Tiểu Thừa Giáo. Thời thuyết giáo thứ ba là Đại Thừa Pháp Tướng. Thời thuyết giáo thứ tư là Đại Thừa Pháp Tướng Giáo. Thời thuyết giáo thứ năm là Nhất Thừa Hiển Tính Giáo: Trình bày Phật tánh phổ quát. Nhất Thừa Hiển Giáo bao gồm cả Đại thừa chung giáo, Đốn giáo và Viên giáo.

Chương 89. Pháp Thân

Pháp thân hay Chân thân của Phật là cái thân của Pháp, theo đó Dharma có nghĩa là phép tắc, tổ chức, cơ cấu, hoặc nguyên lý điều hành. Nhưng chữ Dharma còn có nhiều nghĩa sâu xa hơn, nhất là khi ghép với chữ Kaya thành Dharmakaya. Nó gợi lên một cá thể, một tánh cách người. Chân lý tối cao của đạo Phật không phải chỉ là một khái niệm trừu tượng như vậy, trái lại nó sống động với tất cả ý nghĩa, thông suốt, và minh mẫn, và nhất là với tình thương thuần túy, gột sạch tất cả bệnh tật và bợn nhơ của con người. Pháp thân hay chân thân của Phật, thân thứ nhất trong tam thân Phật. Pháp thân là một quan niệm hệ trọng trong giáo lý Phật giáo, chỉ vào thực tại của muôn vật hoặc pháp. Theo Thiền Sư D.T. Suzuki trong Cốt Tủy Đạo Phật, Pháp Thân không có trí và bi. Pháp thân tự nó là trí hoặc là bi, tùy lúc ta cần nhấn mạnh ở mặt này hay mặt khác. Nếu ta hình dung Pháp thân như hình ảnh hoặc phản ảnh của chính ta sẵn có về con người là chúng ta lầm. Pháp thân không hề có thứ thân nào mường tượng như vậy. Pháp Thân là Tâm, là miếng đất của hành động, tại đó bi và trí hòa đồng trong nhau, chuyển hóa cái này thành cái kia, và gây thành nguồn năng lực kích động thế giới giác quan và tri thức. Theo triết học Trung Quán, Pháp là bản chất của vật tồn hữu, là thực tại chung cực, là Tuyệt đối. Pháp thân là tánh chất căn bản của Đức Phật. Đức Phật dùng Pháp thân để thể nghiệm sự đồng nhất của Ngài với Pháp hoặc Tuyệt Đối, và thể nghiệm sự thống nhất của Ngài với tất cả chúng sanh. Pháp thân là một loại tồn hữu hiểu biết, từ bi, là đầu nguồn vô tận của tình yêu thương và lòng từ bi. Khi một đệ tử của Phật là Bát Ca La sắp tịch diệt, đã bày tỏ một cách nhiệt thành sự mong muốn được trông thấy Đức Phật tận mắt. Đức Phật bảo Bát Ca Lê rằng: "Nếu ngươi thấy Pháp thì đó chính là thấy ta, ngươi thấy Ta cũng chính là thấy Pháp."

Theo các truyền thống Phật giáo, có hai loại Pháp Thân: Thứ nhất là Tổng Tướng Pháp Thân. Thứ nhì là Biệt Tướng Pháp Thân. Lại có hai loại Pháp thân khác. Theo Giáo Sư Junjiro Takakusu trong Cương Yếu Triết Học Phật Giáo, có hai loại Pháp Thân là bản thân giáo pháp và bản thân lý thể: Thứ nhất là Bản thân giáo pháp: Chỉ cho giáo điển tồn tại làm biểu tượng cho bản thân của Phật sau khi ngài khuất bóng. Thứ nhì là Bản thân lý thể: Chỉ cho giác ngộ như là bản thân Vô tướng. Ngoài những Pháp thân vừa kể trên, còn có những loại Pháp thân khác như: Pháp Thân Thể Tánh hay thể tánh của pháp thân, bao gồm Tiểu Thừa Pháp Thân Thể Tánh và Đại Thừa Pháp Thân Thể Tánh. Tiểu Thừa Pháp Thân Thể Tánh: Trong Tiểu Thừa, Phật tánh là cái gì tuyệt đối, không thể nghĩ bàn, không thể nói về lý tánh, mà chỉ nói về ngũ phần pháp thân hay ngũ phần công đức của giới, định, tuệ, giải thoát, và giải thoát tri kiến. Đại Thừa Pháp Thân Thể Tánh gồm có Đại Thừa Tam Luận Tông của Ngài Long Thọ lấy thật tướng làm pháp thân. Thật tướng là lý không, là chân không, là vô tướng, mà chứa đựng tất cả các pháp. Đây là thể tính của pháp thân. Pháp Tướng Tông hay Duy Thức Tông định nghĩa pháp thân thể tính như sau: Pháp thân có đủ ba thân, và Pháp thân trong ba thân. Nhất Thừa Tông

CHƯƠNG 89. Pháp Thân

của Hoa Nghiêm và Thiên Thai thì cho rằng "Pháp Thân" là chân như, là lý và trí bất khả phân. Chân Ngôn Tông thì lấy lục đại làm Pháp Thân Thể Tính với Lý Pháp Thân: Lấy ngũ đại (đất, nước, lửa, gió, hư không) làm trí hay căn bản pháp thân, và Trí Pháp Thân: Lấy tâm làm Trí Pháp Thân. Ngoài ra còn có những Pháp thân khác tỷ như Pháp thân xá lợi của Đức Phật, gồm những kinh điển, những bài kệ, và lý trung đạo thật tướng bất biến mà Đức Phật từng thuyết giảng. Pháp Thân Lưu Chuyển hay chân Như là thể của pháp thân. Chân Như có hai nghĩa bất biến và tùy duyên. Theo nghĩa tùy duyên mà bị ràng buộc với các duyên nhiễm và tịnh để biến sanh ra y báo và chánh báo trong thập giới (pháp thân trôi chảy trong dòng chúng sanh). Pháp Thân Như Lai, loại Pháp thân tuy không đến không đi, nhưng dựa vào ẩn mật của Như Lai Tạng mà hiển hiện làm pháp thân.

Theo trường phái Thiên Thai, có năm loại Pháp thân: Thứ nhất là Như Như Trí Pháp Thân: The spiritual body of bhutatathata-wisdom. Cái thật trí đã chứng ngộ lý như như. Thứ nhì là Công đức pháp thân: Hết thảy công đức thành tựu. Thứ ba là Ứng thân: Tự thân hay tự pháp thân. Thứ tư là Biến hóa thân: Biến hóa pháp thân. Thứ năm là Hư không thân: Hư không pháp thân, lý như như lìa tất cả tướng cũng như hư không. Theo kinh Hoa Nghiêm, có năm loại Pháp thân: Thứ nhất là Pháp tánh sanh thân: Thân Như Lai do pháp tánh sanh ra. Thứ nhì là Công đức pháp thân: Thân do muôn đức của Như Lai mà hợp thành.

Thứ ba là Biến hóa pháp thân: Thân biến hóa vô hạn của Như Lai, hễ có cảm là có hiện, có cơ là có ứng. Thứ tư là Thật tướng pháp thân: Thật thân hay thân vô tướng của Như Lai. Thứ năm là Hư không pháp thân: Pháp thân Như Lai rộng lớn tràn đầy khắp cả hư không. Pháp thân của Như Lai dung thông cả ba cõi, bao trùm tất cả các pháp, siêu việt và thanh thịnh.

Chương 90. Ăn Chay Hay Ăn Thịt?

Ăn Thịt Theo Quan Điểm Phật Giáo: Trong giới luật cấm sát sanh của Phật giáo, người ta mong đợi Phật tử phải theo luật ăn chay. Tuy nhiên, theo kinh tạng Pali, kinh tạng được các trường phái Theravada buổi sơ khai sưu tập, và được trường phái Theravada duy nhất còn tồn tại tin tưởng, có nhiều chỗ đề tài này đã được nêu lên, và trong tất cả các trường hợp ấy rõ ràng Đức Phật từ chối đòi hỏi các vị Tăng phải kiêng thịt. Họ cho rằng là các nhà sư khất sĩ chỉ nhờ vào đồ khất thật, và Luật tạng nói đi nói lại nhiều lần là họ phải ăn những gì mà người ta cho, coi đó như là phương tiện duy nhất để sống. Từ chối thật phẩm cúng dường là chối bỏ cơ hội cho đàn na tín thí làm việc phước đức, và điều này cũng đưa tới việc những người bị từ chối cúng dường có những cảm nghĩ tiêu cực về Tăng Đoàn. Tuy nhiên, có những giới hạn nào đó, một vài loại thịt bị cấm, bao gồm thịt người, cũng như thịt chó, thịt rắn, thịt voi, và thịt các loài ăn thịt sống. Trong Luật Tạng quyển IV. 237 nói rằng chư Tăng chỉ có thể ăn các loại "tam tịnh nhục," có nghĩa là họ không thấy giết, không nghe giết và không nghi ngờ rằng con vật bị giết để làm thức ăn cho mình. Luật Tạng giải thích rằng nếu một vị Tăng nghi ngờ về nguồn gốc của thịt, vị ấy nên hỏi coi thịt ấy lấy từ đâu. Những lý do nghi ngờ bao gồm bằng chứng về săn bắn, hay là không có hàng bán thịt ở gần đó, hay là tính chất không tốt của người thí chủ. Tuy nhiên, nếu hội đủ những điều kiện ấy thì không ai có thể trách được vị Tăng về việc ăn thịt. Nếu thí chủ giết con vật, hay bảo ai giết con vật để cúng dường chư Tăng, thì kết quả của ác nghiệp là của thí chủ. Kinh tạng Pali cũng báo cáo rằng người em họ của Đức Phật là Đề Bà Đạt Đa đặc biệt yêu cầu Đức Phật bắt buộc việc ăn chay, nhưng Đức Phật đã từ chối, chỉ cho phép việc này như là sự lựa chọn trong thật hành khổ hạnh. Những thí dụ trên cho thấy Đức Phật và các đệ tử của Ngài cũng đã

Chương 90. Ăn Chay Hay Ăn Thịt?

thường ăn thịt trong các buổi khất thật. Tuy nhiên, việc này không có nghĩa là giết hại sinh vật là có thể tha thứ được. Những ngành nghề liên hệ đến sát sanh như giết và bán thịt đều bị lên án như là những thí dụ của "tà mạng," và ngày nay trong các xứ theo Phật giáo những công việc này thường được làm bởi những người không phải là Phật tử. Những người làm những công việc này thường được xem như là những kẻ nặng nghiệp. Về việc tiêu thụ thịt như thật phẩm, chính các Phật tử cũng chia thành hai phái. Một phái cho rằng ăn thịt không kém phần tội lỗi như hành động của người giết. Họ cho rằng nếu thịt không được dùng làm thật phẩm thì không có nguyên nhân phải giết chóc súc vật, cho nên tiêu thụ thịt chịu trách nhiệm trực tiếp về việc giết, vì vậy ăn thịt là sai. Nhóm khác cho rằng việc ăn thịt được Đức Phật cho phép. Họ cho rằng giới luật hay kỷ luật cho phép các thầy tu ăn thịt trong nhiều trường hợp gọi là "Tam Tịnh Nhục," "Ngũ Tịnh Nhục," hay "Cửu Tịnh Nhục." Dù nói thế nào đi nữa, ăn thịt vẫn là ăn thịt. Người tu, nhất là chư Tăng Ni, phải tỏ tấm lòng từ bi đối với chúng sanh muôn loài. Chư Tăng Ni phải cố gắng hết mình chẳng những không giết, mà còn không là nguyên nhân của sự giết qua hình thức cúng dường cái gọi là tịnh nhục.

Trong các xứ theo Phật giáo Theravada, người ăn chay được mọi người kính trọng, nhưng ít được thật hành. Hầu hết Phật tử tại gia đều ăn thịt, nhưng cũng có một vài ngày nhiều người cử thịt. Trong các xứ ấy, người ta thường nghĩ nên ăn những con vật ít thông minh hơn, như cá, và ăn những con vật nhỏ hơn là những con vật to. Tuy nhiên, tại Tây Tạng triết lý ưu thế thì ngược lại: người Tây Tạng thường tin rằng nên ăn những con vật lớn hơn, vì chỉ một con vật lớn bị giết có thể nuôi ăn được nhiều người, nên họ không cần phải giết nhiều con vật nhỏ. Tuy nhiên, một số các giáo điển Đại Thừa thì tranh luận chống lại việc ăn thịt, nhấn mạnh rằng việc này không thích hợp với tu tập Bồ Tát là phát lòng bi mẫn đến chúng sanh mọi loài và coi họ như những cha mẹ đời trước của mình. Thí dụ như kinh Đại Bát Niết-bàn, nói rằng vì việc ăn thịt làm triệt tiêu chủng tử từ bi nên Đức Phật đã bảo các đệ tử của Ngài nên ăn chay. Kinh Lăng Già cũng có một chương trong đó Đức Phật có kể ra tám lý do tại sao một người Phật tử, đặc biệt là một Tăng hay một vị Ni không nên ăn thịt. Ngài nói trong buổi sơ khai của đạo Phật, trình độ hiểu biết Phật pháp thậm thâm của Phật tử hãy còn quá giới hạn nên Ngài không muốn bắt buộc họ phải theo những giới luật khắt khe ngay lập tức. Nhưng đến lúc này Đức Phật phải nhắc lại cho Phật tử nhớ rằng nếu họ còn tin nơi luật nhân quả thì họ nên giảm thiểu tới mức thấp nhất mức độ ăn thịt của họ, vì hễ có nhân, không cần biết ấy là loại nhân gì, chắc chắn sẽ có "quả" không có ngoại lệ. Đức Phật nhắc tiếp, "Phật tử nên luôn nhớ rằng tất cả chúng sanh trong đời quá khứ đều đã ít nhất một lần là cha, là mẹ, là thân bằng quyến thuộc." Hơn nữa, cái mùi của người ăn thịt có thể làm kinh động chúng sanh và đưa đến tiếng xấu, ăn thịt còn gây trở ngại cho việc thiền tập, đưa đến những cơn ác mộng và lo lắng, và đưa đến tái sanh vào ác đạo, và ngay cả việc ăn thịt của những con vật mà mình biết chắc là không phải giết cho mình ăn, người ăn thịt ấy vẫn đang tham dự vào tiến trình sát sinh và làm tăng nỗi khổ đau của chúng sanh. Kinh Đại Bát Niết-bàn, Lăng Già và những kinh văn Đại Thừa khác rất phổ biến ở các xứ Đông Á và điều này cho thấy tại sao hầu hết các tự viện ở những vùng như Trung Hoa, Đại Hàn và Việt Nam đều ăn chay. Tại Nhật Bản, người Phật tử kính trọng việc ăn chay và chính thức được thật hành trong các Thiền viện. Những người ăn chay cũng tuân thủ theo giới luật được biết tới trong Kinh Phạm Võng, kinh có ảnh hưởng rộng rãi tại các xứ Đông Á. Một thí dụ của vùng Đông Á buổi ban sơ về thái độ này là luật cấm ăn thịt và săn bắn của vua Vũ Đế năm 511. Ăn chay luôn được các Phật tử tại gia thuần thành của các xứ vùng Đông Á tuân thủ cũng là

Chương 90. Ăn Chay Hay Ăn Thịt?

kết quả của luật cấm sát sanh. Tuy nhiên, Phật giáo Mông Cổ và Tây Tạng ít khi áp dụng luật ăn chay. Đức Đạt Lai Lạt Ma khuyến khích người Tây Tạng nên ít ăn thịt hơn, và nếu ăn thì nên ăn những động vật lớn để giảm thiểu số lượng súc sanh bị sát hại, nhưng chính Đức Đạt Lai Lạt Ma không phải là người ăn chay. Trong môi trường khắt nghiệt của Tây Tạng thì việc ăn chay khó thực hiện được vì đất đai và khí hậu không thuận tiện cho ngành trồng trọt, nên chỉ có một vài vị Lạt Ma ăn chay khi lưu vong. Vấn đề là làm sao nói rõ được giáo pháp nhà Phật để cho Phật tử thấy được rằng, theo luật nhân quả hay nghiệp lực, thì tất cả chúng sanh đều một thời trong quá khứ đã là cha, là mẹ, là thân bằng quyến thuộc. Tuy nhiên, các vị Lạt Ma thường tránh né các chủ đề và thường khuyên các đệ tử nên trì chú nhằm giúp các sinh vật ấy được sanh vào cõi tốt hơn. Vẫn còn có sự khó chịu đáng kể về vấn đề này trong số các vị thầy trong Phật giáo Tây Tạng, mà đa phần các vị ấy rõ ràng là tránh né vần đề này. Như trên đã thấy không có sự đồng nhất trong số Phật tử về việc ăn thịt, và có những khác biệt lớn lao về ý kiến trong các văn kinh Phật giáo về việc này.

Tịnh Và Bất Tịnh Nhục: Tịnh Nhục hay loại thịt được coi là thanh tịnh đối với chư Tăng Ni. Trong thời phôi thai của Phật giáo, Đức Phật luôn nhấn mạnh đến "lòng từ bi." Phật tử, kể cả chư Tăng Ni chắc hẳn đã biết Đức Phật muốn nói gì. Nếu bạn nói bạn từ bi đối với chúng sanh muôn loài mà ngày ngày vẫn ăn thịt chúng sanh (đặc biệt là chư Tăng Ni), thì nghĩa của chữ "từ bi" mà bạn nói là nghĩa gì? Trong thời Phật còn tại thế, sở dĩ Ngài cho phép chư Tăng Ni thọ dụng bất cứ món gì mà người tại gia cúng dường là vì vào thời ấy đã xảy ra một trận hạn hán kinh khủng tại Ấn Độ làm cho hầu hết cây cỏ đều biến mất. Vào thời đó Đức Phật cho phép chư Tăng thọ dụng thịt mà Ngài gọi là "Tam Tịnh Nhục" khi vị Tăng không tự mình giết con vật hay con vật không bị giết để cúng dường cho mình, hay vị Tăng không nghe thấy con vật bị giết. Nói cách khác, khi vị Tăng không thấy giết, tức là không thấy người ta giết con vật để làm thật phẩm cho mình; không nghe giết, tức là không nghe tiếng người ta giết con vật để làm thật phẩm cho mình; và không nghi ngờ con vật bị giết để cúng dường cho mình, tức là không giết con vật để làm thật phẩm cho mình. Ngược lại, thịt được xem là bất tịnh khi vị Tăng chính mắt thấy giết; tai nghe giết; và ngờ là người ta giết con vật vì mình. Ngoài ra, thịt cũng được xem là "Tịnh Nhục" khi con thú tự chết; hay thịt thú còn thừa do thú khác giết xong ăn còn dư lại. Hay con vật không phải vì mình mà bị giết; hoặc thịt khô tự nhiên do con vật tự chết lâu ngày dưới ánh nắng làm cho thịt khô lại; hoặc những món không phải do ước hẹn, nhưng tình cờ gặp mà ăn. Đó là chuyện thời Đức Phật, còn bây giờ, chúng ta nào có thiếu rau cải thực vật, những thứ cũng cung cấp đầy đủ chất bổ cho thân thể con người. Quí vị nên cẩn trọng!

Tám Lý Do Những Vị Tu Hạnh Bồ Tát Không Nên Ăn Thịt: Có vài trường phái không cấm dùng thịt (tam tịnh, ngũ tịnh, hay cửu tịnh nhục), vì họ cho rằng trong thời Thế Tôn còn tại thế Ngài đã không cấm đoán việc ăn thịt, nhưng trong luật Đại Thừa Bồ Tát đạo, lấy tâm đại bi làm gốc nên nghiêm cấm việc ăn thịt (trong Kinh Đại Bát Niết-bàn, Ngài Ca Diếp hỏi Đức Thế Tôn: "Vì sao mà Thế Tôn lại không cho ăn thịt?" Đức Thế Tôn bảo: "Ăn thịt là làm mất đi hạt giống từ bi."). Theo Thiền Sư D.T. Suzuki trong Nghiên Cứu Kinh Lăng Già, có tám lý do không nên ăn thịt được nêu ra trong Kinh Lăng Già: Thứ nhất, tất cả chúng sanh hữu tình đều luôn luôn trải qua những vòng luân hồi và có thể có liên hệ với nhau trong mọi hình thức. Một số chúng sanh đó rất có thể giờ đang sống dưới hình thức những con vật thấp kém. Trong khi hiện tại chúng đang khác với chúng ta, tất cả chúng đều cùng một loại với ta. Giết và ăn thịt chúng tức là giết hại chúng ta vậy. Con người không thể cảm nhận điều này nếu họ quá nhẫn tâm. Khi hiểu được sự kiện này thì ngay cả các

Chương 90. Ăn Chay Hay Ăn Thịt?

loài La Sát cũng không nỡ ăn thịt chúng sanh. Một vị Bồ Tát xem chúng sanh như con một của mình, không thể mê đắm trong việc ăn thịt. Thứ nhì, cốt tủy của Bồ Tát đạo là lòng đại bi, vì nếu không có lòng đại bi thì Bồ Tát không còn là Bồ Tát nữa. Do đó kẻ nào xem người khác như là chính mình và có ý tưởng thương xót là làm lợi ích cho kẻ khác cũng như cho chính mình, thì kẻ ấy không ăn thịt. Vị Bồ Tát vì chân lý nên hy sinh thân thể, đời sống, và tài sản của mình; vị ấy không ham muốn gì cả; vị ấy đầy lòng từ bi đối với tất cả chúng sanh hữu tình và sẵn sàng tích lũy thiện hạnh, thanh tịnh và tự tại đối với sự phân biệt sai lầm, thì làm sao vị ấy có thể có sự ham ăn thịt được? Làm sao vị ấy có thể mắc phải những thói quen ác hại của các loài ăn thịt được? Thứ ba, thói quen ăn thịt tàn nhẫn này làm thay đổi toàn bộ dáng vẻ đặc trưng của một vị Bồ Tát, khiến da của vị ấy phát ra một mùi hôi thối khó chịu và độc hại. Những con vật khá nhạy bén để cảm thấy sự đến gần của một người như vậy, một người mà tự thân giống như loài La Sát, và chúng sẽ sợ hãi mà tránh xa. Do đó, ai bước vào con đường từ bi phải nên tránh việc ăn thịt. Thứ tư, nhiệm vụ của một vị Bồ Tát là tạo ra thiện tâm và cái nhìn thân ái về giáo lý nhà Phật giữa các chúng sanh thân thiết của ngài. Nếu họ thấy ngài ăn thịt và gây kinh hãi cho thú vật, thì tâm của họ tự nhiên sẽ tránh xa vị ấy và cũng tránh xa giáo lý mà vị ấy đang thuyết giảng. Kế đó họ sẽ mất niềm tin về Phật giáo. Thứ năm, nếu vị Bồ Tát mà ăn thịt thì vị ấy sẽ không thể nào đạt được cứu cánh mình muốn, vì vị ấy sẽ bị chư Thiên, những vị ái mộ và bảo hộ, ghét bỏ. Miệng của vị ấy sẽ có mùi hôi, vị ấy có thể ngủ không yên; khi thức dậy, vị ấy không cảm thấy sảng khoái; những giấc mộng của vị ấy sẽ đầy dẫy những điều bất tường; khi vị ấy ở một nơi vắng vẻ riêng biệt một mình trong rừng, vị ấy sẽ bị ác quỷ ám ảnh; vị ấy sẽ bị rối ren loạn động; khi có một chút kích thích là vị ấy hoảng sợ; vị ấy sẽ luôn bệnh hoạn, không có khẩu vị riêng, cũng như không có sự tương đồng giữa việc ăn uống và tiêu hóa; quá trình tu tập tâm linh của vị ấy luôn bị gián đoạn. Do đó ai muốn làm lợi mình và lợi người trong sự tu tập tâm linh, đừng nên nghĩ đến việc ăn thịt thú vật. Thứ sáu, thịt của thú vật dơ bẩn, chẳng sạch sẽ chút nào để làm nguồn dinh dưỡng cho một vị Bồ Tát. Nó đã hư hoại, thối rữa và dơ bẩn. Nó đầy cả ô uế và khi bị đốt nó phát ra mùi làm tổn hại bất cứ ai có sở thích tinh tế về các thứ thuộc về tâm linh. Thứ bảy, về mặt tâm linh, người ăn thịt chia xẻ sự ô uế này. Khi xưa khi vua Sư Tử Tô Đà Bà vốn thích ăn thịt, khi ông bắt đầu ăn thịt người làm cho thần dân của ông chán ghét. Ông bị đuổi ra khỏi vương quốc của chính ông. Thích Đề Hoàn Nhân, một vị Trời, có lần biến thành một con diều hâu và đuổi theo một con bồ câu, do bởi ông có một quá khứ dơ bẩn là đã từng là một kẻ ăn thịt. Sự ăn thịt không những làm ô uế cuộc sống cá nhân, mà nó còn làm ô uế cuộc sống của con cháu sau này nữa. Thứ tám, đồ ăn thích hợp của một vị Bồ Tát mà tất cả hàng Thánh Hiền đi theo chân lý trước đây đều công nhận là gạo, lúa mì, lúa mạch, tất cả các thứ đậu, bơ lọc, dầu, mật, và đường được làm theo nhiều cách. Ở chỗ nào không có sự ăn thịt, sẽ không có người đồ tể sát hại đời sống của chúng sanh và sẽ không có ai phạm những hành động nhẫn tâm trong thế giới này.

Ăn Chay: Giáo thuyết nhà Phật luôn nhấn mạnh đến tứ vô lượng tâm, đại từ, đai bi, đại hỷ và đại xả. Người Phật tử coi thâm mạng là thiêng liêng nên không sát hại bất cứ chúng sanh nào. Và chính vì thế mà đa phần Phật tử tu theo Đại thừa đều phát nguyện ăn chay. Phật tử không nên giết hại chúng sanh để ăn thịt. Sát sanh là giới cấm đầu tiên trong ngũ giới. Sát sanh để lấy thịt chúng sanh làm thật phẩm là tội nặng nhất trong Phật giáo. Theo Mật giáo, trong kinh Đức Phật có nói với ngài A Nan: "Này A Nan, nếu không có hình tướng thì cũng không có pháp. Nếu không có thức ăn, thì cũng không có pháp. Nếu không có y phục thì cũng không có pháp. Hãy giữ gìn cơ thể để ông phục vụ pháp. Trong truyền thống Mật giáo có sự liên hệ giữa các hình tướng vô

Chương 90. Ăn Chay Hay Ăn Thịt?

cùng quan trọng. Nhưng không phải vì vậy mà chúng ta biến nó thành một cuộc phiêu lưu trên hình tướng. Chúng ta có thể trở thành người ăn chay trường và chế diễu người ăn thịt. Chúng ta có thể chỉ mặt toàn đồ bằng vải và không dùng da thú. Hay chúng ta có thể quyết định đi đến một nơi không có các ô nhiễm môi trường để sinh sống. Nhưng bất cứ một lối sống nào mà chúng ta chọn cũng đều có thể trở thành thái quá. Nếu một người trường trai sẽ thôi không dùng thịt nữa, nhưng anh ta vẫn có thể thấy khoan khoái khi lột một trái chuối bằng một cái tâm khát máu, hay cắn vào trái đào bằng cái tâm tham muốn và nấu trái cà tím để tìm trong đó hương vị của miếng thịt mỡ béo, Những bước dò giẫm của chúng ta trên con đường của hiện tượng vô cùng gian nan và phức tạp. Nói thế chúng ta không nhằm cổ võ cho việc ăn thịt. Chúng ta chỉ muốn nêu ra điểm là đừng nên nghĩ rằng thế giới hiện tượng này và ngay cả thân thể chúng ta nó đang hiện hành như chúng ta tưởng. Chúng ta luôn tìm một phương cách nhằm làm cho cuộc sống nhẹ nhàng hơn. Khi chúng ta không hạnh phúc hay không thoải mái, chúng ta thường muốn đi đến một nơi khác, lên hay xuống, hay bất cứ nơi nào. Có người kêu nó là địa ngục, có người kêu nó là thiên đàng, nhưng là cái gì đi nữa cũng không quan trọng, chúng ta chỉ muốn có một chỗ để dưỡng thần mà thôi.

Đức Phật đã không cho rằng việc đề ra cách ăn chay cho các đệ tử tu sĩ của mình là điều thích đáng, điều mà Ngài đã làm là khuyên họ tránh ăn thịt thú vật, vì cho dù là loại thịt gì đi nữa thì ăn thịt vẫn là tiếp tay cho sát sanh, và thú vật chỉ bị sát hại để làm thật phẩm cho người ta mà thôi. Chính vì thế mà trước khi nhập diệt, Ngài khuyên tứ chúng nên ăn chay. Tuy nhiên, có lẽ Đức Phật không đòi hỏi các đệ tử tại gia của Ngài phải trường chay. Người Phật tử nên ăn chay có phương pháp và từ từ. Không nên bỏ ăn mặn ngay tức thời để chuyển qua ăn chay, vì làm như vậy có thể gây sự xáo trộn và bệnh hoạn cho cơ thể vì không thể ăn những món chay có đủ chất dinh dưỡng; phải từ từ giảm số lượng cá thịt, rồi sau đó có thể bắt đầu mỗi tháng hai ngày, rồi bốn ngày, sáu ngày, mười ngày, và từ từ nhiều hơn. Phật tử nên ăn chay để nuôi dưỡng lòng từ bi và tinh thần bình đẳng, mà còn tránh được nhiều bệnh tật. Ngoài ra, thức ăn chay cũng có nhiều sinh tố bổ dưỡng, thanh khiết và dễ tiêu hóa. Chúng ta không nên phán xét ai thanh tịnh hay bất tịnh qua chay mặn, thanh tịnh hay bất tịnh là do tư tưởng và hành động thiện ác của người ấy. Tuy nhiên, dù sao thì những người ăn trường chay được thì thật là đáng tán thán. Còn những người ăn mặn cũng phải cẩn trọng, vì dù biện luận thế nào đi nữa, thì bạn vẫn là những người ăn thịt chúng sanh. Bạn có thể nói "tôi không nghe," hay "tôi không thấy" con vật bị giết, nhưng bạn có chắc rằng những con vật ấy không bị giết vì mục đích để lấy thịt làm thật phẩm cho bạn hay không? Cẩn trọng!!!

Trai Nhật: Trong đạo Phật, lý tưởng nhất vẫn là trường trai; tuy nhiên, việc trường trai rất ư là khó khăn cho Phật tử tại gia, nên có một số ngày trong tháng cho cư sĩ tại gia. Lý do ăn chay thật là đơn giản, vì theo lời Phật dạy thì tất cả chúng sanh, kể cả loài cầm thú đều quý mạng sống, nên để tu tập lòng từ bi, người Phật tử không nên ăn thịt. Những ngày trai lạt theo đạo Phật thường là mồng một, 14, 15, và 30 âm lịch. Ngoài ra, những ngày trai lạt còn là những ngày trai thất hay ngày cúng vong, hay những ngày mà cư sĩ Phật giáo thọ bát quan trai trong một ngày một đêm. Hơn nữa, còn có "Cửu Trai Nhựt" hay chín ngày ăn chay, trì giới, và cử ăn quá ngọ. Trong chín ngày này vua Trời Đế Thích và Tứ Thiên vương dò xét sự thiện ác của nhân gian. Cửu Trai Nhựt bao gồm: mỗi ngày trong ba tháng: giêng, năm, chín, mỗi ngày trong tháng giêng, mỗi ngày trong tháng năm, mỗi ngày trong tháng chín; và các tháng khác mỗi tháng sáu ngày: mồng tám, mồng chín, mười bốn, hăm ba, hăm chín, và ba mươi.

Ngoài những ngày vừa kể trên, người Phật tử thuần thành còn thọ trai trong "Tam Thập Duyên Nhật" vì đây là những ngày có duyên với cõi Ta-bà của mỗi Đức Phật. Tam Thập Duyên Nhật bao gồm: Định Quang Phật, ngày mồng một trong tháng; Nhiên Đăng Phật, ngày mồng hai trong tháng; Đa Bảo Phật, ngày mồng ba trong tháng; A Súc Bệ Phật, ngày mồng bốn trong tháng; Di Lặc Bồ Tát, ngày mồng năm trong tháng; Nhị Vạn Đăng Phật, ngày mồng sáu trong tháng; Tam Vạn Đăng Phật, ngày mồng bảy trong tháng; Dược Sư Phật, ngày mồng tám trong tháng; Đại Thông Trí Thắng Phật, ngày mồng chín trong tháng; Nhật Nguyệt Đăng Minh Phật, ngày mồng mười trong tháng; Hoan Hỷ Phật, ngày mười một trong tháng; Nan Thắng Phật, ngày mười hai trong tháng; Hư Không Tạng Bồ Tát, ngày mười ba trong tháng; Phổ Hiền Bồ Tát, ngày mười bốn trong tháng; A Di Đà Phật, ngày rằm trong tháng; Đà La Ni Bồ Tát, ngày mười sáu trong tháng; Long Thọ Bồ Tát, ngày mười bảy trong tháng; Quán Thế Âm Bồ Tát, ngày mười tám trong tháng; Nhật Quang Bồ Tát, ngày mười chín trong tháng; Nguyệt Quang Bồ Tát, ngày hai mươi trong tháng; Vô Tận Ý Bồ Tát, ngày hai mươi mốt trong tháng; Thí Vô Úy Bồ Tát, ngày hai mươi hai trong tháng; Đắc Đại Thế Chí Bồ Tát, ngày hai mươi ba trong tháng; Địa Tạng Bồ Tát, ngày hai mươi bốn trong tháng; Văn Thù Sư Lợi Bồ Tát, ngày hai mươi lăm trong tháng; Dược Thượng Bồ Tát, ngày hai mươi sáu trong tháng; Lư Già Na Phật, ngày hai mươi bảy trong tháng; Đại Nhật Như Lai, ngày hai mươi tám trong tháng; Dược Vương Bồ Tát, ngày hai mươi chín trong tháng; và Thích-ca Mâu Ni Phật, ngày ba mươi trong tháng.

Chương 91. Tu Hành Trong Phật Giáo

Tu hành trong Phật giáo là thật hành những giáo pháp của Đức Phật trên căn bản liên tục và đều đặn. Tu tập trong Phật giáo cũng có nghĩa là trưởng dưỡng Bồ Đề bằng cách tu tập giới, định, tuệ. Như vậy tu tập trong Phật giáo không chỉ thuần là ngồi thiền hay niệm Phật, mà nó bao gồm cả việc tu tập lục ba la mật, thập ba la mật, hay ba mươi bảy phẩm trợ đạo, vân vân. Phật tử chân thuần nên luôn nhớ rằng thời gian rất ư là quý báu. Một tấc thời gian là một tấc mạng sống, chớ nên để cho thời gian trôi qua một cách lãng phí. Có người nghĩ rằng: "Hôm nay khoan hẳn tu, chờ đến ngày mai rồi hãy tu." Nhưng khi ngày mai đến thì họ lại hẹn lần hẹn lựa đến ngày mai nữa, rồi ngày mai nữa, hẹn mãi cho đến lúc đầu bạc, răng long, mắt mờ, tai điếc. Lúc đó dầu có muốn tu đi nữa thì thân thể cũng đã rã rời, chẳng còn linh hoạt, thân nào còn có nghe mình nữa đâu. Phật tử chân thuần nên luôn nhớ rằng chúng ta sống trên đời này nào khác chi cá nằm trong vũng nước nhỏ, chẳng bao lâu sau, nước sẽ cạn, rồi mình sẽ ra sao? Bởi thế cổ đức có dạy: "Một ngày trôi qua, mạng ta giảm dần. Như cá trong nước, thử hỏi có gì mà vui sướng? Hãy siêng năng tinh tấn tu hành, như lửa đốt đầu. Chỉ nhớ vô thường, đừng có buông lung." Từ vô lượng kiếp, chúng ta không có cơ may gặp được Phật Pháp nên không biết làm sao tu hành, nên hết sanh rồi lại tử, hết tử rồi lại sanh. Thật đáng thương làm sao! Hôm nay chúng ta có duyên may, gặp được Phật Pháp, thế mà chúng ta vẫn còn chần chờ chẳng chịu tu. Quý vị ơi! Thời gian không chờ đợi ai, thoáng một cái là thân ta đã già, mạng ta rồi sẽ kết thúc.

Pháp môn tu Đạo thì có đến tám mươi bốn ngàn thứ. Nói về hiểu biết thì thứ nào chúng ta cũng nên hiểu biết, chớ đừng tự hạn hẹp mình trong một thứ mà thôi. Tuy nhiên, nói về tu tập thì chúng ta nên tập trung vào pháp môn nào thích hợp với chúng ta nhất. Tu có nghĩa là tu tập hay thực tập những lời giáo huấn của Đức Phật, bằng cách tụng kinh sáng chiều, bằng ăn chay học kinh và giữ giới; tuy nhiên những yếu tố quan trọng nhất trong "thật tu" là sửa tánh, là loại trừ những thói hư tật xấu, là từ bi hỷ xả, là xây dựng đạo hạnh. Trong khi tụng kinh ta phải hiểu lý kinh. Hơn thế nữa, chúng ta nên thực tập thiền quán mỗi ngày để có được tuệ giác Phật. Với Phật tử tại gia, tu là sửa đổi tâm tánh, làm lành lánh dữ. Theo Tổ Bồ Đề Đạt Ma, đây là một trong bốn hạnh của Thiền giả. Người tu hành khi gặp cảnh khổ nên tự nghĩ như vầy: "Ta từ bao kiếp trước buông lung không chịu tu hành, nặng lòng thương ghét, gây tổn hại không cùng. Đời nay tuy ta không phạm lỗi, nhưng nghiệp dữ đã gieo từ trước nay kết trái chín, điều ấy nào phải do trời hoặc người tạo ra đâu, vậy ta đành nhẫn nhục chịu khổ, đừng nên oán trách chi ai. Như kinh đã nói 'gặp khổ không buồn.' Vì sao vậy? Vì đã thấu suốt luật nhân quả vậy. Đây gọi là hạnh trả oán để tiến bước trên đường tu tập."

Trong Kinh Pháp Cú, Đức Phật dạy: "Chuyên làm những việc không đáng làm, nhác tu những điều cần tu, bỏ việc lành mà chạy theo dục lạc, người như thế dù có hâm mộ kẻ khác đã cố gắng thành công, cũng chỉ là hâm mộ suông (209)." Theo Kinh Tứ Thập Nhị Chương, có một vị sa Môn ban đêm tụng kinh Di Giáo của Đức Phật Ca Diếp, tiếng ông buồn bã như tiếc nuối muốn thối lui. Đức Phật liền hỏi: "Xưa kia khi ở nhà ông thường làm nghề gì?" Ông đáp: "Bạch Thế Tôn, con thích chơi đàn cầm." Đức Phật hỏi tiếp: "Khi dây đàn chùng thì ông làm sao?" Ông bèn trả lời: "Bạch Thế Tôn, khi dây đàn chùng thì đàn không kêu được." Phật hỏi lại: "Khi dây đàn căng quá thì ông làm sao?" Ông đáp: "Bạch Thế Tôn, khi đàn căng quá thì mất tiếng." Phật lại hỏi: "Không căng không chùng thì sao?" Ông đáp: "Bạch Thế Tôn, khi dây không căng không chùng thì tiếng kêu tốt với âm thanh đầy đủ." Đức Phật bèn dạy: "Người Sa Môn học đạo lại cũng như vậy, tâm lý được quân bình thì mới đắc đạo. Đối với sự Tu Hành mà căng thẳng quá, làm cho thân mệt mỏi, khi thân mệt mỏi thì tâm ý sanh phiền não. Tâm ý đã sanh phiền não thì công hạnh sẽ thối lui. Khi công hạnh đã thối lui thì tội lỗi tăng trưởng. Chỉ có sự thanh tịnh và an lạc, đạo mới không mất được."

Chúng ta có thể tu tập bi điền". Thương xót những người nghèo hay cùng khổ, đây là cơ hội cho bố thí. Chúng ta cũng có thể tu tập kính điền. Kính trọng Phật và Hiền Thánh Tăng. Hoặc học nhân điền, hay tu tập phước bằng cách cúng dường những người hãy còn đang tu học. Hoặc vô học nhân điền, hay tu tập phước bằng cách cúng dường cho những người đã hoàn thành tu tập. Theo Thập Trụ Tỳ Bà Sa Luận, có hai lối tu hành. Thứ nhất là "Nan Hành Đạo". Nan hành đạo là chúng sanh ở cõi đời ngũ trược ác thế này đã trải qua vô lượng đời chư Phật, cầu ngôi A Bệ Bạt Trí, thật là rất khó được. Nỗi khó này nhiều vô số như cát bụi, nói không thể xiết; tuy nhiên, đại loại có năm điều: ngoại đạo dẫy đầy làm loạn Bồ Tát pháp; bị người ác hay kẻ vô lại phá hư thắng đức của mình; dễ bị phước báo thế gian làm điên đảo, có thể khiến hoại mất phạm hạnh; dễ bị lạc vào lối tự lợi của Thanh Văn, làm chướng ngại lòng đại từ đại bi; và bởi duy có tự lực, không tha lực hộ trì, nên sự tu hành rất khó khăn; ví như người què yếu đi bộ một mình rất ư là khó nhọc, một ngày chẳng qua được vài dặm đường. Thứ nhì là "Dị Hành Đạo". Dị hành đạo là chúng sanh ở cõi này nếu tin lời Phật, tu môn niệm Phật nguyện về Tịnh Độ, tất sẽ nhờ nguyện lực của Phật nhiếp trì, quyết định được vãng sanh không còn nghi. Ví như người nương nhờ sức thuyền xuôi theo dòng nước, tuy đường xa ngàn dặm cũng đến nơi không mấy chốc. Lại ví như người tầm thường nương theo luân bảo của Thánh Vương có thể trong một ngày một đêm du hành khắp năm châu thiên hạ; đây không phải do sức mình, mà chính nhờ thế lực của Chuyển Luân Vương. Có kẻ suy theo lý mà cho rằng hạng phàm phu hữu lậu không thể sanh về Tịnh Độ và không thể thấy thân Phật. Nhưng công đức niệm Phật thuộc về vô lậu thiện căn, hạng phàm phu hữu lậu do phát tâm Bồ Đề cầu sanh Tịnh Độ và thường niệm Phật, nên có thể phục diệt phiền não, được vãng sanh, và tùy phần thấy được thô tướng của Phật. Còn bậc Bồ Tát thì cố nhiên được vãng sanh, lại thấy tướng vi diệu của Phật, điều ấy không còn nghi ngờ chi nữa. Cho nên Kinh Hoa Nghiêm nói: "Tất cả các cõi Phật đều bình đẳng nghiêm tịnh, vì chúng sanh hạnh nghiệp khác nhau nên chỗ thấy chẳng đồng nhau."

Theo các truyền thống Phật giáo, có hai phương cách hay giá trị của trì giới: Thứ nhất là "Chỉ trì", tức là tránh làm những việc ác. Thứ nhì là "Tác trì", tức là làm những điều lành. Theo Hòa Thượng Thích Thiền Tâm trong Liên Tông Thập Tam Tổ, Niệm Phật có Sự Trì và Lý Trì: Hành giả niệm Phật giữ mãi được sự trì và lý trì viên dung cho đến trọn đời, ắt sẽ hiện tiền chứng "Niệm Phật Tam Muội" và khi lâm chung sẽ được "Vãng Sanh về Kim Đài Thượng Phẩm nơi cõi Cực Lạc". Thứ nhất là "Sự Trì": Người "sự trì" là người tin có Phật A Di Đà ở cõi tây Phương Tịnh Độ, nhưng chưa thông hiểu thế nào là "Tâm mình tạo tác ra Phật, Tâm mình chính là Phật." Nghĩa là người ấy chỉ có cái tâm quyết chí phát nguyện cầu vãng sanh Tịnh Độ, như lúc nào cũng như con thơ nhớ mẹ chẳng bao giờ quên. Đây là một trong hai loại hành trì mà Hòa Thượng Thích Thiền Tâm đã nói đến trong Liên Tông Thập Tam Tổ. Tin có Phật A Di Đà ở phương Tây, và hiểu rõ cái lý tâm này làm Phật, tâm này là Phật, nên chỉ một bề chuyên cần niệm Phật như con nhớ mẹ, không lúc nào quên. Rồi từ đó chí thiết phát nguyện cầu được Vãng Sanh Cực Lạc. Sự trì có nghĩa là người niệm Phật ấy chỉ chuyên bề niệm Phật, chứ không cần phải biết kinh giáo đại thừa, tiểu thừa chi cả. Chỉ cần nghe lời thầy dạy rằng: "Ở phương Tây có thế giới Cực Lạc. Trong thế giới ấy có Đức Phật A Di Đà, Bồ Tát Quán Thế Âm, Bồ Tát Đại Thế Chí, và chư Thanh Tịnh Đại Hải Chúng Bồ Tát." Nếu chuyên tâm niệm "Nam Mô A Di Đà Phật" cho thật nhiều đến hết sức của mình, rồi kế đến niệm Quán Thế Âm, Đại Thế Chí, và Thanh Tịnh Đại Hải Chúng Bồ Tát. Rồi chí thiết phát nguyện cầu vãng sanh Cực Lạc mãi mãi suốt cuộc đời, cho đến giờ phút cuối cùng, trước khi lâm chung cũng vẫn nhớ niệm Phật không quên. Hành trì như thế gọi là Sự Trì, quyết định chắc chắn sẽ được vãng sanh Cực Lạc. Thứ nhì là "Lý Trì": Đây là một trong hai loại hành trì mà Hòa Thượng Thích Thiền Tâm đã nói đến trong Liên Tông Thập Tam Tổ. Lý Trì là tin rằng Đức Phật A Di Đà ở phương Tây là tâm mình đã sẵn có đủ, là tâm mình tạo ra. Từ đó đem câu "Hồng Danh" sẵn đủ mà tâm của mình tạo ra đó làm cảnh để buộc Tâm lại, khiến cho không lúc nào quên câu niệm Phật cả. Lý trì còn có nghĩa là người niệm Phật là người có học hỏi kinh điển, biết rõ các tông giáo, làu thông kinh kệ, và biết rõ rằng. Tâm mình tạo ra đủ cả mười giới lục phàm tứ Thánh. Vì vậy cho nên họ biết rằng Phật A Di Đà và mười phương chư Phật đều do nơi tâm mình tạo ra cả. Cho đến cảnh thiên đường, địa ngục cũng đều do tâm của mình tạo ra hết. Câu hồng danh A Di Đà Phật là một câu niệm mà ở trong đó đã có sẵn đủ hết muôn vạn công đức do nguyện lực của Phật A Di Đà huân tập thành. Dùng câu niệm Phật "Nam Mô A Di Đà Phật" đó làm sợi dây và một cảnh để buộc cái tâm viên ý mã của mình lại, không cho nó loạn động nữa, nên ít ra cũng định tâm được trong suốt thời gian niệm Phật, hoặc đôi ba phút của khóa lễ. Không lúc nào quên niệm cả. Phát nguyện cầu vãng sanh.

Cũng theo các truyền thống Phật giáo, có ba phép tu: Thứ nhất là Pháp Tu Từ Bi. Thứ nhì là Pháp Tu Nhẫn Nhục. Thứ ba là Pháp Tu Pháp Không. Tánh không hay sự không thật của chư pháp. Mọi vật đều tùy thuộc lẫn nhau, chứ không có cá nhân hiện hữu, tách rời khỏi vật khác. Đối với Phật tử tại gia, Đức Phật thường nhắc nhở về ba phương tiện tu hành trong cuộc sinh hoạt hằng ngày: Thứ nhất là "Kềm thân", tức là kềm không cho thân làm điều ác. Thứ nhì là "Kềm khẩu", tức là kềm không cho miệng nói những điều vô ích hay tổn hại. Thứ ba là "Kềm tâm", tức là kềm không cho tâm dong ruổi tạo nghiệp bất thiện. Riêng hàng Thanh Văn cũng có ba cách tu: Đây cũng là ba mặt thật hành của Phật giáo không thể thiếu trên đường tu tập. Ba cách theo truyền thống Phật giáo Đại Thừa. Thứ nhất là "Vô thường tu": Thanh văn tuy biết sự thường trụ của pháp thân, song chỉ quán tưởng lẽ vô thường của vạn pháp. Thứ nhì là "Phi lạc tư": Tuy biết Niết-bàn tịch diệt là vui sướng, song chỉ quán tưởng lẽ khổ của chư pháp. Thứ ba là "Vô ngã tư": Tuy biết chơn ngã là tự tại, nhưng chỉ quán tưởng lẽ không của ngũ uẩn mà thôi. Còn theo truyền thống Phật giáo Nguyên Thủy, ba cách tu hành là "Giới Định Tuệ": Thứ nhất là "Giữ Giới", có nghĩa là huấn luyện đạo đức, từ bỏ những hoạt động nghiệp không trong sạch. Thứ nhì là "Định", có nghĩa là huấn luyện tâm linh, thực hiện sự tập trung. Thứ ba là "Huệ", có nghĩa là huấn luyện trí năng, để phát triển sự hiểu biết về chân lý. Đây cũng là ba phần học của hàng vô lậu, hay của hạng người đã dứt được luân hồi sanh tử. Trong Phật giáo, không có phép gọi là tu hành nào mà không phải trì giới, không có pháp nào mà không có giới. Giới như những chiếc lồng nhốt những tên trộm tham, sân, si, mạn, nghi, tà kiến, sát, đạo, dâm, vọng. Tương tự như "giới," trong Phật giáo, không có phép gọi là tu hành nào mà không tu luyện cho tâm định tĩnh. Nếu bạn muốn đoạn trừ tam độc tham lam, sân hận và si mê, bạn không có con đường nào khác hơn là phải tu giới và định hầu đạt được trí tuệ ba la mật. Với trí tuệ ba la mật, bạn có thể tiêu diệt những tên trộm này và chấm dứt khổ đau phiền não.

Chương 92. Phật Thị Hiện

Theo quan điểm Phật giáo, tất cả những hoàn cảnh chúng ta gặp trong đời đều là những biểu hiện của tâm ta. Đây là sự hiểu biết căn bản của đạo Phật. Từ cảnh ngộ khổ đau phiền não, rắc rối, đến hạnh phúc an lạc... đều có gốc rễ nơi tâm. Vấn đề của chúng ta là chúng ta luôn chạy theo sự dẫn đạo của cái tâm lăng xăng ấy, cái tâm luôn nảy sanh ra những ý tưởng mới. Kết quả là chúng ta cứ bị cám dỗ từ cảnh này đến cảnh khác với hy vọng tìm được hạnh phúc, nhưng chỉ gặp toàn là mệt mỏi và thất vọng, và cuối cùng chúng ta bị xoay vòng mãi trong vòng luân hồi sanh tử. Giải pháp không phải là ức chế những tư tưởng hay những ham muốn, vì điều này không thể nào được, cũng giống như lấy đá mà đè lên cỏ, cỏ rồi cũng tìm đường ngoi lên để sinh tồn. Chúng ta phải tìm một giải pháp tốt hơn giải pháp này. Chúng ta hãy thử quan sát những ý nghĩ của mình, nhưng không làm theo chúng. Điều này có thể khiến chúng không còn năng lực áp chế chúng ta, từ đó tự chúng đào thải lấy chúng.

Phật tử chân thuần không xem Đức Phật có thể cứu rỗi cho mình thoát khỏi những tội lỗi cá nhân của chính chúng ta. Ngược lại, chúng ta nên xem Phật là bậc toàn giác, là vị cố vấn toàn trí, là đấng đã chứng ngộ và chỉ bày con đường giải thoát. Ngài dạy rõ nguyên nhân và phương pháp chữa trị duy nhất nỗi khổ đau phiền não của con người. Ngài vạch ra con đường và chỉ dạy chúng ta làm cách nào để thoát khỏi những khổ đau phiền não này. Ngài là bậc Thầy hướng dẫn cho chúng ta. Phật xuất hiện vì một đại sự nhân duyên: "Khai thị cho chúng sanh ngộ nhập tri kiến Phật," hay là giác ngộ theo kinh Pháp Hoa, Phật tánh theo kinh Niết-bàn và thiên đường cực lạc theo kinh Vô Lượng Thọ.

Theo kinh Hoa Nghiêm, phẩm 33, có mười thứ niệm niệm xuất sanh trí của chư Phật: Thứ nhất là trong một niệm, tất cả chư Phật hay thị hiện vô lượng thế giới, từ cõi trời giáng xuống. Thứ nhì là trong một niệm, tất cả chư Phật đều hay thị hiện vô lượng thế giới, Bồ Tát thọ sanh. Thứ ba là tất cả chư Phật hay thị hiện vô lượng thế giới, xuất gia học đạo. Thứ tư là tất cả chư Phật hay thị hiện vô lượng thế giới, dưới cội Bồ Đề thành Chánh Đẳng Chánh Giác. Thứ năm là tất cả chư Phật hay thị hiện vô lượng thế giới chuyển diệu pháp luân. Thứ sáu là tất cả chư Phật đều hay thị hiện vô lượng thế giới, giáo hóa chúng sanh, cúng dường chư Phật. Thứ bảy là tất cả chư Phật trong một niệm, đều hay thị hiện vô lượng thế giới, bất khả thuyết nhiều loại thân Phật. Thứ tám là tất cả chư Phật, trong một niệm, thị hiện vô lượng thế giới, nhiều thứ trang nghiêm, vô số trang nghiêm, tất cả trí tạng tự tại của Như Lai. Thứ chín là tất cả chư Phật,

CHƯƠNG 92. Phật Thị Hiện

trong một niệm, đều thị hiện vô lượng thế giới, vô lượng vô số chúng sanh thanh tịnh. Thứ mười là trong một niệm, tất cả chư Phật đều hay thị hiện vô lượng tam thế chư Phật. Tất cả chư Phật thị hiện với nhiều loại căn tánh. Tất cả chư Phật thị hiện với nhiều cách tinh tấn. Tất cả chư Phật thị hiện với nhiều thứ hạnh giải. Tất cả chư Phật thị hiện ở trong tam thế thành Chánh Đẳng Chánh Giác.

Theo Kinh Hoa Nghiêm, phẩm 38, có mười lý do khiến chư Bồ Tát thị hiện làm đồng tử: Thứ nhất là thị hiện vì hiện để thông đạt tất cả nghệ thuật khoa học thế gian mà thị hiện ở thân đồng tử. Thứ nhì là thị hiện vì hiện thông đạt những nghề nghiệp vũ thuật binh trận thế gian mà thị hiện ở thân đồng tử. Thứ ba là thị hiện vì hiện thông đạt tất cả những văn bút, đàm luận, cờ nhạc thế gian mà thị hiện ở thân đồng tử. Thứ tư là thị hiện vì hiện xa lìa những lỗi lầm của ba nghiệp thân, khẩu ý mà thị hiện ở thân đồng tử. Thứ năm là thị hiện vì hiện môn nhập định trụ Niết-bàn khắp cùng mười phương vô lượng thế giới mà thị hiện ở thân đồng tử. Thứ sáu là thị hiện vì hiện sức mạnh siêu quá thiên long bát bộ, trời, người, phi nhơn, mà thị hiện ở thân đồng tử. Thứ bảy là thị hiện vì hiện sắc tướng oai quang của Bồ Tát siêu quá long thần hộ pháp mà thị hiện ở thân đồng tử. Thứ tám là thị hiện vì muốn làm cho những chúng sanh tham đắm dục lạc mến thích pháp lạc mà thị hiện ở thân đồng tử. Thứ chín là thị hiện vì tôn trọng chánh pháp, siêng tu cúng dường chư Phật mà thị hiện ở thân đồng tử. Thứ mười là thị hiện vì hiện được Đức Phật gia bị, được pháp quang minh mà thị hiện ở thân đồng tử.

Theo kinh Hoa Nghiêm, phẩm 38, có mười lý do khiến cư Đại Bồ Tát thị hiện ở vương cung: Thứ nhất là thị hiện vì muốn làm cho những chúng sanh đồng tu hành với Bồ Tát đời trước được thành thục thiện căn mà thị hiện ở vương cung. Thứ nhì là thị hiện vì muốn hiển thị sức thiện căn của chư Bồ Tát mà thị hiện ở vương cung. Thứ ba là thị hiện vì nhơn thiên tham đắm nơi đồ vui thích mà hiển hiện đồ vui thích đại oai đức của Bồ Tát nên thị hiện ở vương cung. Thứ tư là thị hiện vì muốn tùy thuận tâm chúng sanh đời ngũ trược mà thị hiện ở vương cung. Thứ năm là thị hiện vì muốn hiện sức oai đức của Bồ Tát có thể ở thâm cung nhập tam muội mà thị hiện ở vương cung. Thứ sáu là thị hiện vì muốn làm cho chúng sanh đồng nguyện ở đời trước được thỏa mãn ý nguyện mà thị hiện ở vương cung. Thứ bảy là thị hiện vì muốn khiến cha mẹ, gia đình và bà con được thỏa nguyện mà thị hiện ở vương cung. Thứ tám là thị hiện vì muốn dùng kỹ nhạc phát ra tiếng diệu pháp cúng dường tất cả chư Như Lai mà thị hiện ở vương cung. Thứ chín là thị hiện vì muốn ở tại trong cung trụ tam muội vi diệu, từ thành Phật nhẫn đến Niết-bàn đều hiển bày mà thị hiện ở vương cung. Thứ mười là thị hiện vì tùy thuận thủ hộ Phật pháp mà thị hiện ở vương cung.

Theo Kinh Hoa Nghiêm, Phẩm 38, có mười quyết định giải (hiểu rõ chắc chắn) biết chúng sanh giới: Chư Bồ Tát an trụ trong pháp này thời đạt được quyết định giải đại oai lực vô thượng của Như Lai. Thứ nhất là biết tất cả chúng sanh giới bổn tánh không thật. Thứ nhì là biết tất cả chúng sanh giới đều vào thân một chúng sanh. Thứ ba là biết tất cả chúng sanh giới đều vào thân một Bồ Tát. Thứ tư là biết tất cả chúng sanh giới đều vào Như Lai tạng. Thứ năm là biết một thân chúng sanh vào khắp tất cả chúng sanh giới. Thứ sáu là biết tất cả chúng sanh giới đều kham làm pháp khí của chư Phật. Thứ bảy là biết tất cả chúng sanh giới tùy theo sở thích của họ mà vì họ hiện thân chư thiên. Thứ tám là biết tất cả chúng sanh giới tùy theo sở thích của họ mà hiện oai nghi tịch tịnh của Thanh Văn hay Bích Chi Phật. Thứ chín là biết tất cả chúng sanh giới vì họ mà hiện thân công đức trang nghiêm của Bồ Tát. Thứ mười là biết tất cả chúng sanh giới vì họ mà hiện thân tướng hảo oai nghi tịch tịnh của Như Lai để khai ngộ họ.

CHƯƠNG 92. Phật Thị Hiện

Theo kinh Hoa Nghiêm, phẩm 38, có mười lý do khiến chư Đại Bồ Tát xuất gia: Thứ nhất là nhàm chán tại gia. Thứ nhì là khiến chúng sanh nhàm chán sự tham đắm tại gia. Thứ ba là tùy thuận tin mến đạo Thánh. Thứ tư là tuyên dương và tán thán công đức xuất gia. Thứ năm là hiển bày lìa hẳn kiến chấp nhị biên. Thứ sáu là khiến chúng sanh lìa xa dục lạc và ngã lạc. Thứ bảy là hiện tướng xuất tam giới. Thứ tám là hiện tự tại chẳng lệ thuộc người khác. Thứ chín là vì hiển bày sẽ được thập lực và vô úy của các Đức Như Lai. Thứ mười là vì hậu thân Bồ Tát phải thị hiện xuất gia.

Theo Kinh Hoa Nghiêm, Phẩm 38, có mười lý do khiến chư đại Bồ Tát thị hiện đi bảy bước: Chư Đại Bồ Tát vì muốn điều phục cho chúng sanh được an lạc nên thị hiện đi bảy bước như vậy. Thứ nhất là vì hiện Bồ Tát lực mà thị hiện đi bảy bước. Thứ nhì là vì hiện xả thí bảy thánh tài mà thị hiện đi bảy bước. Thứ ba là vì cho Địa Thần thỏa nguyện mà thị hiện đi bảy bước. Thứ tư là vì hiện tướng siêu tam giới mà thị hiện đi bảy bước. Thứ năm là vì hiện bước tối thắng của Bồ Tát hơn hẳn bước đi của tượng vương, ngưu vương, sư tử vương mà thị hiện đi bảy bước. Thứ sáu là vì hiện tướng kim cang địa mà thị hiện đi bảy bước. Thứ bảy là vì hiện muốn ban cho chúng sanh sức dũng mãnh mà thị hiện đi bảy bước. Thứ tám là vì hiện tu hành thất giác bửu mà thị hiện đi bảy bước. Thứ chín là vì hiện pháp đã được chẳng do người khác dạy nên thị hiện đi bảy bước. Thứ mười là vì hiện là tối thắng vô tỉ ở thế gian nên thị hiện đi bảy bước.

Theo kinh Hoa Nghiêm, phẩm 38, có mười lý do khiến chư Bồ Tát thị hiện vi tiếu, tự tâm thệ nguyện điều phục chúng sanh: Thứ nhất là vì chư đại Bồ Tát nghĩ rằng tất cả thế gian chìm tại vũng bùn ái dục, trừ chư Bồ Tát ra, không ai có thể cứu họ được. Thứ nhì là vì tất cả thế gian bị dục vọng phiền não làm mù, chỉ có chư Bồ Tát là có trí tuệ. Thứ ba là vì chư Bồ Tát do thân giả danh sẽ được pháp thân vô thượng sung mãn tam thế của các Đức Như Lai. Thứ tư là vì bấy giờ Bồ Tát dùng mắt vô chướng ngại quán sát tất cả Phạm Thiên nhẫn đến Đại Tự Tại Thiên trong mười phương mà nghĩ rằng: Những chúng sanh này đều tự cho rằng mình có đại trí lực. Thứ năm là vì bấy giờ Bồ Tát quán sát các chúng sanh từ lâu gieo trồng thiện căn, nay cũng đều thối mất. Thứ sáu là vì Bồ Tát quán sát thấy thế gian chủng tử gieo trồng dù ít mà được quả rất nhiều. Thứ bảy là vì Bồ Tát quán sát thấy tất cả chúng sanh được Phật giáo hóa đều chắc được lợi ích. Thứ tám là vì Bồ Tát quán sát thấy trong đời quá khứ chư Bồ Tát đồng hành nhiễm trước việc khác, nên chẳng được công đức quảng đại của Phật pháp. Thứ chín là vì Bồ Tát quán sát thấy trong đời quá khứ, hàng nhơn thiên cùng mình tập hội, mà nay vẫn còn ở bực phàm phu, không xả ly được, mà cũng nhàm mỏi. Thứ mười là vì bấy giờ Bồ Tát được quang minh của tất cả Như Lai chiếu đến càng thêm hân hoan vui vẻ.

Ngoài ra, còn có nhiều sự thị hiện khác: Thứ nhất là thị hiện biết tất cả các pháp: Chư Phật đều hay hiện giác tất cả pháp, diễn thuyết ý nghĩa, quyết định không hai. Thứ nhì là hiển gia hộ: Hiển hiện hay gia hộ bề ngoài cho phước báo của đời này một cách công khai. Đối lại với Minh gia hộ, nghĩa là sự gia hộ không thấy được hay gia hộ một cách bí mật trong việc loại trừ tội lỗi và tăng trưởng công đức. Thứ ba là sắc thân thị hiện: Vì chúng sanh mà thị hiện sắc thân để làm Phật sự, một trong mười Phật sự của chư Phật. Thứ tư là Biểu Đức Thị Hiện: Thể hiện công đức bằng những hành động và tư tưởng thiện lành như đã được giảng dạy trong kinh Hoa Nghiêm, đối lại với đè nén dục vọng hay "giả tình." Thứ năm là Hiện Báo thân: Thứ sáu là Hiện Ứng hóa pháp thân hay hiện thân hay phương tiện pháp thân. Thứ bảy là Hiện vô lượng chư Phật xuất thế. Thứ tám là Pháp Hóa Sinh Thân: Pháp thân Phật do pháp tính hóa hiện như Phật Thích-ca Mâu Ni. Thứ chín là Hiển hiện Bồ Tát oai lực tự tại thần thông: Thị hiện tất cả Bồ Tát oai lực tự tại thần thông là viên lâm của Bồ Tát, vì dùng đại thần lực chuyển pháp luân điều phục chúng sanh không thôi nghỉ. Đây là một trong mười loại viên lâm của chư đại Bồ Tát. Chư Bồ Tát an trụ trong pháp này thời được đại hạnh an lạc lìa ưu não vô thượng của Như Lai. Thứ mười là Hiện Vô Nhiễm Thân: Hiện sanh pháp giới mà không nhiễm trước. Đủ Phật công đức hiện sanh pháp giới, thân tướng viên mãn, quyến thuộc thanh tịnh, mà đối với tất cả không nhiễm trước.

Chương 93. Duy Tâm

Duy tâm ý nói hết thảy chư pháp đều ở bên trong cái tâm, không có pháp nào ở ngoài tâm (tâm có nghĩa là nhóm khởi lên các pháp; thức có nghĩa là phân biệt các pháp). Giống như ý niệm Duy Thức trong Kinh Lăng Già. Duy tâm là học thuyết chỉ có thật thể duy nhất là phần tinh thần, là tâm. Hết thảy chư pháp đều ở bên trong cái tâm, không có pháp nào ở ngoài tâm (tâm có nghĩa là nhóm khởi lên các pháp; thức có nghĩa là phân biệt các pháp). "Vijnapti" là thuật ngữ Bắc Phạn có nghĩa là "Duy Tâm." Từ ngữ ám chỉ rằng Tâm tạo tác và chi phối tất cả. Tâm là gốc của sự phân biệt về thế giới hiện tượng và sự vật. "Duy Tâm" thường liên hệ tới truyền thống Du Già của Phật giáo Ấn Độ, mặc những tác phẩm của Du Già ít khi đề cập tới "Duy Tâm," thường thì truyền thống này sử dụng từ "Duy Thức." Mặc dù trong kinh văn Du Già từ "Duy Tâm" hiếm thấy, nó thường được Phật giáo Tây Tạng dùng để chỉ truyền thống hơn là dùng từ đã được xác chứng hơn như "Du Già," hay "Tu Tập Du Già." Từ "Vijnapti" (A Lại Da) phát sanh hai loại nhận thức phân biệt gọi là mạt na thức và liễu biệt cảnh thức. Liễu biệt cảnh thức làm phát hiện cảm giác, tri giác, khái niệm và tư tưởng. Căn cứ phát sinh của nó là giác quan, thần kinh hệ và não bộ. Chỉ trong trường hợp cảm giác và tri giác thuần túy và trực tiếp thì đối tượng của nó mới có thể là tánh cảnh. Khi nhìn qua bức màn khái niệm, thì đối tượng của nó chỉ là đối chất cảnh và độc ảnh cảnh trong các trạng thái mơ mộng. Dù đối tượng của cảm giác thuần túy là thực tại của tự nó, khi thực tại này được nhìn qua khái niệm và tư tưởng thì nó đã bị méo mó mất rồi. Thực tại tự nó chính là một dòng sống, luôn biến động không ngừng. Hình ảnh của thực tại được sản sanh bởi thế giới khái niệm là những cấu trúc cụ thể trong khuôn khổ bởi khái niệm không gian và thời gian, sanh và tử, sanh và diệt, có và không, một cái và nhiều cái. Trong liễu biệt cảnh có sáu loại nhận thức: thấy, nghe, ngửi, nếm, xúc chạm và ý thức. Ý thức là tác dụng tâm lý hoạt động rộng rãi nhất; khi thì nó hoạt động chung với các thức cảm giác (trong trường hợp tri giác), khi thì nó hoạt động riêng lẻ (trong các trường hợp khái niệm, tư duy, tưởng tượng, mơ mộng, v.v...) đến sau năm thức cảm giác, nó được gọi là thức thứ sáu. Mạt na là thức thứ bảy, còn A lại da là thức thứ tám.

Theo giáo lý "Duy Thức" thì chỉ có duy thức bên trong là thật hữu chứ không phải là những vật thể bên ngoài. Còn gọi là Duy Thức Gia hay Pháp Tướng tông. Học thuyết của Duy Thức tông chú trọng đến tướng của tất cả các pháp; dựa trên đó, luận thuyết về Duy Thức Học được lập nên để minh giải rằng ly thức vô biệt pháp hay không có pháp nào tách biệt khỏi thức được. Mặc dù tông này thường được biểu lộ bằng cách nói rằng tất cả các pháp đều chỉ là thức, hay rằng không có gì ngoài thức; thật ra ý nghĩa chân chính của nó lại khác biệt. Nói duy thức, chỉ vì tất cả các pháp bằng cách này hay cách khác luôn luôn liên hệ với thức. Thuyết này dựa vào những lời dạy của Đức Phật trong Kinh Hoa Nghiêm, theo đó tam giới chỉ hiện hữu trong thức. Theo đó thế giới ngoại tại không hiện hữu, nhưng nội thức phát hiện giả tướng của nó như là thế giới ngoại tại. Toàn thể thế giới do đó là tạo nên do ảo tưởng hay do nhân duyên, và không có thực tại thường tồn nào cả. Tại Ấn Độ, tông phái này chuyên chú vào việc nghiên cứu Duy Thức Luận và các kinh sách cùng loại, nên có tên là Duy Thức Tướng Giáo. Tác giả các bộ sách này là Vô Trước và Thiện Thân, họ từng có một đệ tử xuất sắc là Giới Hiền, một người Ấn Độ, sống trong tu viện Na Lan Đà. Giới Hiền là người đã lập ra Duy Thức Tông tại Ấn Độ và có nhiều công lao trong việc sắp xếp các kinh điển Phật Giáo. Tại Trung Quốc, sau khi Huyền Trang được Giới Hiền trao cho bộ luận, đã lập nên tông phái này. Về sau, tông này cũng có tên là Pháp Tướng Tông và do một đồ đệ của Huyền Trang là Khuy Cơ dẫn dắt.

Có năm loại Duy Thức: Thứ nhất là Cảnh Duy thức, hay căn cứ vào cảnh mà thuyết về Duy Thức. Thứ nhì là Giáo Duy thức, hay giải thích về Duy Thức. Thứ ba là Lý Duy thức, hay luận về thành tựu đạo lý Duy Thức. Thứ tư là Hành Duy thức, hay nói rõ quán pháp của Duy Thức. Thứ năm là Quả Duy thức, hay nói về diệu cảnh giới của Phật quả. Trong Kinh Lăng Già, có sáu luận chứng về Duy Tâm: Thứ nhất, sự việc các sự vật không như vẻ dáng bề ngoài của chúng, được chứng tỏ từ sự so sánh với một giấc mộng và với những sáng tạo bằng huyễn thuật. Khi vua La Bà Na, vua xứ Lăng Già, nhìn thấy những hình ảnh của Đức Phật quanh khắp ông rồi sau đó những hình ảnh này biến mất, ông nghĩ "Có thể đây là một giấc mộng? Hay một hiện tượng huyễn ảo giống như thành của các Càn Thác Bà?" Rồi ông lại suy nghĩ "Đây chỉ là sự phóng chiếu của những sáng tạo tâm thức của chính ta." Vì chúng ta không thật sự hiểu các sự vật đúng như các sự vật nên chúng ta tách biệt cái bị thấy với người thấy; do đó mà tạo ra một thế giới nhị biên. "Ở chỗ nào không có sự phân biệt sai lầm, ở đấy người ta thật sự nhìn thấy Đức Phật." Hễ chừng nào chúng ta còn ở trong mộng, chúng ta vẫn không hiểu được rằng tất cả chúng ta đều đang mộng, rằng chúng ta là những nô lệ của sự phân biệt sai lầm. Vì chỉ khi nào chúng ta tỉnh mộng thì khi ấy chúng ta mới biết chúng ta ở đâu. Thí dụ về giấc mộng hoàn toàn là một luận điểm chống lại cái thật tính của một thế giới bên ngoài, nhưng thí dụ ấy không có giá trị gì đối với những ai đang thật sự nằm mộng. Những sáng tạo thuộc ảo thuật cũng như thế, người Ấn Độ đã được ghi nhận là tinh xảo trong khoa phù phép và không có dân tộc nào mà việc sử dụng các mật chú và đà la ni phổ biến như người Ấn Độ. Do đó mà trong văn học Phật giáo Đại Thừa và Tiểu Thừa thường có những ám chỉ về ảo thuật. Nhà ảo thuật hết sức thành thạo trong việc làm cho các khán giả trông thấy các sự vật ở tại nơi không có cái gì cả. Chừng nào các khán giả còn bị ảnh hưởng bởi phù phép của ông ta thì vẫn không có cách nào làm cho họ hiểu rằng họ là những nạn nhân của thuật thôi miên. Những ví dụ hay ngoài ví dụ về giấc mộng, về huyễn thuật được rút ra từ Lăng Già để chỉ vào sự không thật của các sự vật được nhìn thấy bên ngoài và bên trong như là: các bức tranh, một vòng tóc đối với người bị nhặm mắt, sự quay tròn của một bánh xe lửa, một bong bóng trông giống như mặt trời, cây cối phản chiếu trong nước, các hình ảnh trong một tấm kiếng, một tiếng dội, ảo ảnh, người máy, đám mây trôi, và ánh chớp. Thứ nhì là tất cả các sự vật đều tương đối và không có cái tự tính nào mãi mãi phân biệt một cách tuyệt đối sự vật này với sự vật khác. Các sự vật chỉ là những tương đối; hãy phân tách chúng thành những thành phần của chúng thì sẽ không còn lại gì cả. Và những cấu trúc của tâm há chẳng phải đều là những tương đối? Cái tâm nhìn thấy nó bị phản ánh là do bởi sự phản ánh hay suy nghĩ và phân biệt; đến đây thì sự việc chẳng gây hại gì, vì những cấu trúc tâm thức được nhận thức như thế và không có những phán đoán sai lầm về chúng. Sự rắc rối khởi đầu ngay khi chúng ta bị chấp như là có thật ở bên ngoài, có giá trị riêng của chúng, độc lập với chính cái tâm đánh giá. Đây là lý do khiến bộ kinh nhấn mạnh sự quan trọng của cái nhìn vào sự vật như thật, đúng thật như các sự vật khi chúng được nhìn bằng cái nhìn như thật thì chúng chỉ là cái tâm mà thôi. Nguyên lý về tương đối tạo thành một thế giới của các đặc thù, nhưng khi nguyên lý này bị vượt qua, thì đó chính là cái tâm mình. Luận chứng thứ ba là các tên gọi hay danh và ác hình ảnh hay tướng chỉ là những dấu hiệu giả danh và không có thật tính nào (phi hữu) trong tự chúng, vì chúng thuộc về sự tưởng tượng hay biến kiến sở chấp. Sự tưởng tượng là một cái tên khác dùng cho sự phân biệt sai lầm vốn là tác nhân tinh quái của sự sáng tạo. Sự kiện nhất tâm do đó bị chôn vùi trong sự sai biệt của những hiện hữu đặc thù. Lại nữa, theo ngôn từ, họ phân biệt một cách sai lầm và nêu ra những khẳng định về thật tính; và vì những khẳng định này mà họ bị đốt trong địa ngục. Trong sự giao tiếp hằng ngày mà ta mang nợ ngôn từ biết bao nhiêu. Và tuy thế, do từ ngôn từ, không những về luận lý mà cả về mặt tâm linh nữa, ta phải chịu hậu quả trầm trọng biết bao nhiêu! Ánh sáng của tâm bị che phủ hết trong ngôn từ. Và với ngôn từ quả thật là do tâm tạo ra, và bây giờ tưởng ngôn từ là những thật tính độc lập với cái tạo ra nó, tâm trở thành vướng víu trong ngôn từ, để rồi bị nuốt chửng trong cơn sóng của luân hồi sanh tử. Người ngu tưởng những gì do chính cái tâm biểu hiện là những thật tính khách quan vốn không thật sự hiện hữu, và do bởi sự diễn tả sai lạc này mà phân biệt bị trở thành sai lầm. Tuy nhiên, trường hợp của người trí thì không như thế. Người trí biết rằng các tên gọi, các hình tướng và các tượng trưng phải được xem là những gì mà chúng được định từ ban đầu. Trong khi người ngu thì chấp vào chúng như chúng là những thật tính và để cho tâm họ mù quáng bám riết theo sự chấp trước này. Như thế họ trở thành bị ràng buộc vào nhiều hình tướng và nuôi dưỡng cái kiến giải rằng quả thật có cái "tôi" và cái "của tôi," do bởi làm như thế, họ chấp chặt vào các tướng trong cái tính phức tạp của chúng. Do bởi những ràng buộc chấp trước này mà trí tuệ của họ bị ngăn ngại không vươn lên được; tham, sân, si bị quấy động lên, và mọi thứ nghiệp bị mắc phạm. Vì những chấp trước này cứ bị mắc phạm mãi bên người ngu thấy mình bị cuốn chặt một cách vô vọng bên trong những cái kén được dệt thành do bởi những phân biệt sai lầm của họ. Họ bị nuốt chửng trong những cơn sóng luân hồi sanh tử, không biết làm sao để tiến lên trong công việc giải thoát, vì họ cứ quay tròn giống như cái bánh xe nước. Quả thật do bởi vô minh mà họ không thể hiểu được rằng tất cả các sự vật, giống như huyễn ảo, như hạt bụi sáng, hay như ánh trăng trên nước, không có tự tánh hay ngã thể, rằng trong chúng không có gì để chấp làm "tôi" hay "của tôi;" rằng tất cả các sự vật là không thật hay hư vọng, được sinh ra do phân biệt sai lầm; rằng thật tính tối hậu vượt khỏi cái nhị biên của cái được định tính và cái định tính vượt khỏi dòng sinh, trụ, dị, diệt; rằng tất cả những gì được biểu hiện là do chính cái tâm người ta phân biệt những gì hiển lộ ra đối với nó. Tưởng rằng thế giới được sinh ra từ đấng Tự Tại, thời gian, nguyên tử hay linh hồn, vũ trụ; người ngu bị mê đắm vào các danh xưng và hình tướng, do đó mà để cho chúng thống trị. Luận chứng thứ tư là "những gì không được sinh ra thì không dính dáng gì đến nhân quả, không có người tạo lập, tất cả chỉ là sự kiến lập của tâm, như ta thuyết giảng về những gì bất sinh." Sự việc không có người tạo lập nào như đấng Tự Tại, bậc Thắng giả hay Phạm Thiên là một trong những chủ đề chính của Phật giáo Đại Thừa. Theo kinh Lăng Già, ý niệm về một đấng tạo lập là do bởi phân biệt, điều này luôn luôn có khuynh hướng dẫn cái tâm theo một hướng sai lầm. Khi người ta thấy rằng tất cả là duy tâm thì những gì bất sinh sẽ hiện ra thay cho ý niệm ấy. Vô sinh không phải do vì phi hiện hữu, cũng không phải do vì hiện hữu là những thứ phải được xem là tùy thuộc lẫn nhau, cũng không phải do vì một cái tên gọi cho hiện hữu, cũng không phải vì tên gọi không có thật tính đằng sau nó. Sự việc tất cả là vô sinh không thuộc lãnh vực của hàng Thanh Văn, Duyên Giác hay các triết gia, hay của chư Bồ Tát đang còn ở địa thứ bảy. Vô sinh được xây dựng trên chân lý Duy Tâm. Thứ năm là Nhất Nguyên Luận Tuyệt Đối: Sự cần thiết về luận lý để đạt đến cái ý niệm tối hậu về nhất tính, vì thế mà Kinh Lăng Già

CHƯƠNG 93. Duy Tâm

chấp nhận học thuyết Duy Tâm thay vì Duy Sắc. Khi không có đấng tạo hóa tạo lập nào được nhận biết và tất cả các hình thức nhị biên đều bị gạt bỏ như là không phù hợp với trạng thái thật sự của các sự vật thì chỉ còn hai cách thành tựu sự thống nhất tư tưởng, đó là hiệp thật luận và lý niệm luận hay lý tưởng luận; vì Lăng Già bác bỏ cái thật tính của một thế giới bên ngoài hay cảnh giới, hay các sự vật bên ngoài (ngoại cảnh) là những thứ được định tính chủng chủng hợp thành, nên học thuyết Duy Tâm hẳn phải là kết quả tự nhiên. Do đó nhất nguyên luận tuyệt đối là luận bằng cái trí siêu việt vượt lên trên sự nhận biết đa phức của một thế giới đối tượng bởi cái trí tương đối. Lại nữa, cái trí siêu việt này không ở trong phạm vi của hai thừa, vì quả thật nó vượt qua khỏi cảnh giới của hữu, cái trí hiểu biết của hàng Thanh Văn vận hành bằng cách tự ràng buộc nó vào các hữu thể mà họ tưởng là các thật tính, trong khi cái trí siêu việt thanh tịnh hay lý nhất tính của Như Lai thì thấu nhập vào trong chân lý Duy Tâm. Trong khi thế giới đối tượng làm nhiễu động cái nhất tính và làm cho tâm bị nhiễu động. Thế rồi tâm này lại chấp vào những nhiễu động có tính cách phân biệt hóa này mà cho rằng đấy là thật và do đó mất hết sự tinh thuần hay nhất tính vốn có của nó trong chúng. Đây chính là nguồn gốc của những khổ đau. Thứ sáu là Tam Giới Duy Thị Tự Tâm: Đây là luận chứng mạnh mẽ nhất trong tất cả các luận chứng có thể được nêu ra trước để khẳng định rằng thế giới là chính cái tâm hay tam giới duy thị tự tâm, là luận chứng về cái biết trực giác hay hiện lượng. Trong khi đây là cái biết tối hậu trong mọi hình thức xác quyết, thuộc lý thuyết hay thực tiễn thì người ta cảm thấy cái sức mạnh của nó đặc biệt mãnh liệt trong cái chân lý có tính cách tôn giáo vốn là những chân lý được xây dựng không phải trên lý luận mà là trên sự nhận thức trực tiếp. Theo Kinh Lăng Già thì nguyên lý tối hậu của cái biết không phụ thuộc vào bất cứ điều gì được lập luận bằng luận lý (điều tôi thấy và tôi tin), mà là điều được thể nghiệm bên trong chính mình, nhờ cái trí tối thượng của Đức Như Lai, hoặc đúng hơn, nó là chính cái trí tuệ tối thượng, vì sự tỉnh thức của trí tuệ này nghĩa là sự thủ nhiếp cái nguyên lý tối hậu vốn cùng một thứ với sự thể nghiệm bên trong cái tâm thức nội tại của người ta về cái chân lý bảo rằng không có gì trong thế giới ngoại trừ cái tâm. Chân lý này vượt khỏi phạm vi của cái trí lý luận. Cái trí chuyên biệt này vốn có thể được gọi là thuộc về trực giác. Đức Phật dạy ngài Mahamati trong Kinh Lăng Già: "Cái trí thủ đắc cái tối hậu thì không thể bị đưa vào một hệ thống các phạm trù; vì nếu nói về cái tối hậu bằng một điều gì đó thì điều này trở thành một ý niệm về tối hậu, và cái nhân thật không còn ở đấy nữa, và kết quả là chỉ chuốc lấy lầm lẫn hay hư vọng mà thôi. Chấp vào những thật tính mà cho rằng chúng có tự tính là do không biết rằng không có gì ngoài cái được phản ánh và được nhận thức bởi cái tâm của chính mình. Kỳ thật sự tỉnh giác một cái gì đó được thức tỉnh trong tâm thức và nó được nhận ra ngay rằng tất cả đều là tâm. Sự tỉnh giác thì ở bên trên cái nhị biên của hữu và phi hữu; hữu và phi hữu là do phân biệt sai lầm mà có, ngược lại tỉnh thức là sự thấy cái nguyên lý tối hậu về hiện hữu đúng như sự hiện hữu trong chính nó hoặc bằng cái khác với nó. Điều này gọi là thấy biết như thật.

Vào những năm đầu công nguyên. Một tông phái Phật giáo mới được biết dưới tên "Duy Thức" bắt đầu phát triển. Sau năm 500 sau Tây lịch, tông phái này ngày càng phát triển và chế ngự tư tưởng của trường phái Đại Thừa. Giáo lý đặc thù của Du Già Sư dạy rằng tuyệt đối thể là "Thức." Lý thuyết này thật ra không có gì mới mẻ. Nó đã được kinh điển của mọi tông phái nói đến. Giữa năm 150 và 400 sau Tây lịch, có vài tài liệu kinh giảng thuyết về Duy Thức là Kinh Lăng Già và Hoa Nghiêm, giữ địa vị trung gian giữa Trung Quán Luận và Duy Thức tông. Abhisamyalankara là một số giải quan trọng về Kinh Bát Nhã Ba La Mật Đa, đã hướng dẫn những giải thích về kinh Bát Nhã vào khoảng những năm 350 sau Tây lịch và trở về sau này, và bây giờ vẫn còn là căn bản giải thích kinh trên trong những tịnh xá ở Tây Tạng và Mông Cổ. Kinh Hoa Nghiêm lấy lại giáo nghĩa về đồng nhất tính của vạn pháp và giải thích nó như sự tương nhập của các yếu tố với nhau. Duy Thức Tông, còn gọi là Duy Thức Gia hay Pháp Tướng tông. Học thuyết của Duy Thức tông chú trọng đến tướng của tất cả các pháp; dựa trên đó, luận thuyết về Duy Thức Học được lập nên để minh giải rằng ly thức vô biệt pháp hay không có pháp nào tách biệt khỏi thức được. Mặc dù tông này thường được biểu lộ bằng cách nói rằng tất cả các pháp đều chỉ là thức, hay rằng không có gì ngoài thức; thật ra ý nghĩa chân chính của nó lại khác biệt. Nói duy thức, chỉ vì tất cả các pháp bằng cách này hay cách khác luôn luôn liên hệ với thức. Thuyết này dựa vào những lời dạy của Đức Phật trong Kinh Hoa Nghiêm, theo đó tam giới chỉ hiện hữu trong thức. Theo đó thế giới ngoại tại không hiện hữu, nhưng nội thức phát hiện giả tướng của nó như là thế giới ngoại tại. Toàn thể thế giới do đó là tạo nên do ảo tưởng hay do nhân duyên, và không có thực tại thường tồn nào cả. Tại Ấn Độ, tông phái này chuyên chú vào việc nghiên cứu Duy Thức Luận và các kinh sách cùng loại, nên có tên là Duy Thức Tướng Giáo. Tác giả các bộ sách này là Vô Trước và Thiện Thân, họ từng có một đệ tử xuất sắc là Giới Hiền, một người Ấn Độ, sống trong tu viện Na Lan Đà. Giới Hiền là người đã lập ra Duy Thức Tông tại Ấn Độ và có nhiều công lao trong việc sắp xếp các kinh điển Phật Giáo. Tại Trung Quốc, sau khi Huyền Trang được Giới Hiền trao cho bộ luận, đã lập nên tông phái này. Về sau, tông này cũng có tên là Pháp Tướng Tông và do một đồ đệ của Huyền Trang là Khuy Cơ dẫn dắt.

Chương 94. Phước Đức & Công Đức

Phước Đức: Phước đức là những cách thật hành khác nhau trong tu tập cho Phật tử, như thật hành bố thí, in kinh ấn tống, xây chùa dựng tháp, trì trai giữ giới, vân vân. Tuy nhiên, tâm không định tĩnh, không chuyên chú thực tập một pháp môn nhứt định thì khó mà đạt được nhất tâm. Do đó khó mà vãng sanh Cực Lạc. Người Phật tử chân thuần nên luôn nhớ rằng "Phước phải từ nơi chính mình mà cầu. Nếu mình biết tu phước thì có phước, nếu biết tu huệ thì có huệ. Tuy nhiên, phước huệ song tu thì vẫn tốt hơn. Tu phước là phải hướng về bên trong mà tu, tu nơi chính mình. Nếu mình làm việc thiện là mình có phước. Ngược lại, nếu mình làm việc ác là mình không có phước, thế thôi. Người tu Phật phải hướng về nơi chính mình mà tu, chứ đừng hướng ngoại cầu hình. Cổ đức có dạy: "Họa Phước vô môn, duy nhân tự chiêu," hay "Bệnh tùng khẩu nhập, họa tùng khẩu xuất," nghĩa là họa phước không có cửa ra vào, chỉ do tự mình chuốc lấy. Con người gặp phải đủ thứ tai họa, hoạn nạn là do ăn nói bậy bạ mà ra. Chúng ta có thể nhất thời khoái khẩu với những món ngon vật lạ như bò, gà, đồ biển, vân vân, nhưng về lâu về sau này chính những thật phẩm này có thể gây nên những căn bệnh chết người vì trong thịt động vật có chứa rất nhiều độc tố qua thức ăn tẩm hóa chất để nuôi chúng mau lớn. Tuy nhiên, hành giả tu Phật nên luôn nhớ rằng trong tu tập, một việc làm được coi như hoàn toàn thanh tịnh khi nó được làm hoàn toàn không phải với ý được thưởng công, dù là trần tục hay thiên công. Việc làm này được gọi là 'việc làm không cầu phước'. Do bởi không cầu phước, mà việc làm này được phước vô kể, công đức vô tận. Một việc làm lớn, không nhất thiết phải là việc vĩ đại. Cái quan trọng ở đây là lý do thúc đẩy việc làm chứ không phải tầm mức lớn nhỏ của việc làm đó. Nếu sự thúc đẩy thanh tịnh, thì việc làm thanh tịnh; còn nếu sự thúc đẩy bất tịnh, thì dầu cho việc có lớn thế mấy, vẫn là bất tịnh. Có lẽ đây là lý do tại sao, khi Lương Võ Đế hỏi tổ Bồ Đề Đạt Ma xem coi ông được bao nhiêu công đức khi xiển dương Phật giáo trên một bình diện rộng lớn, và tổ lại trả lời 'Không có công đức gì cả.'

Phước đức là kết quả của những việc làm thiện lành tự nguyện, còn có nghĩa là phước điền, hay hạnh phước điền. Phước điền, công lao hay công trạng qua việc bố thí, thờ phụng và những phục vụ về tôn giáo, tụng kinh, cầu nguyện, vân vân, bảo đảm cho những điều kiện tồn tại tốt hơn trong cuộc đời sau này. Việc đạt tới những công trạng karma là một nhân tố quan trọng khuyến khích Phật tử thế tục. Phật giáo Đại thừa cho rằng công lao tích lũy được dùng cho sự đạt tới đại giác. Sự hồi hướng một phần công lao mình cho việc cứu độ người khác là một phần trong những bổn nguyện của chư Bồ Tát. Tuy nhiên, trong các xứ theo Phật giáo Nguyên Thủy, làm phước là một trọng điểm trong đời sống tôn giáo của người tại gia, những người mà người ta cho rằng không có khả năng đạt được những mức độ thiền định cao hay Niết-bàn. Trong Phật giáo nguyên thủy, người ta cho rằng phước đức không thể hồi hướng được, nhưng trong giáo thuyết của Phật giáo Đại Thừa, "hồi hướng công đức" trở nên phổ quát, và người ta nói rằng đó là công đức chủ yếu của một vị Bồ Tát, người sẵn sàng ban bố công đức hay những việc thiện lành của chính mình vì lợi ích của người khác. Phước đức do quả báo thiện nghiệp mà có. Phước đức bao gồm tài sản và hạnh phước của cõi nhân thiên, nên chỉ là tạm bợ và vẫn chịu luân hồi sanh tử. Những cách thật hành khác nhau cho Phật tử, như thật hành bố thí, in kinh ấn tống, xây chùa dựng tháp, trì trai giữ giới, vân vân. Tuy nhiên, tâm không định tĩnh, không chuyên chú thực tập một pháp môn nhứt định thì khó mà đạt được nhất tâm. Do đó khó mà vãng sanh Cực Lạc.

Trong Phật giáo, từ "phước điền" được dùng như một khu ruộng nơi người ta làm mùa phước báo. Hễ gieo ruộng phước bằng cúng dường cho bậc ứng cúng sẽ gặt quả phước theo đúng như vậy. Phật tử chân thuần nên tu tập phước đức (Lương phước điền) bằng cách cúng dường Phật, Pháp, Tăng. Nói tóm lại, phước điền là ruộng cho người gieo trồng phước báo. Người xứng đáng cho ta cúng dường. Giống như thửa ruộng gieo mùa, người ta sẽ gặt thiện nghiệp nếu người ấy biết vun trồng hay cúng dường cho người xứng đáng. Theo Phật giáo thì Phật, Bồ tát, A La Hán, và tất cả chúng sanh, dù bạn hay thù, đều là những ruộng phước đức cho ta gieo trồng phước đức và công đức. Hiếu dưỡng cha mẹ và tu hành thập thiện, bao gồm cả việc phụng thờ sư trưởng, tâm từ bi không giết hại, và tu thập thiện. Phụng dưỡng song thân, một trong bốn mảnh ruộng phước điền. Đức Phật dạy: "Con cái nên triệt để lưu ý đến cha mẹ. Khi cha mẹ lớn tuổi, không thể nào tránh khỏi cảnh thân hình từ từ già yếu suy nhược bằng nhiều cách, làm cho họ không ngớt phải chịu đựng bệnh khổ làm suy nhược mỗi cơ quan trong hệ tuần hoàn. Điều này là tất nhiên không tránh khỏi. Dù con cái không bị bắt buộc phải chăm sóc cha mẹ già yếu bệnh hoạn, và cha mẹ chỉ trông chờ vào thiện chí của con cái mà thôi. Hành giả nên chăm sóc cha mẹ già bằng tất cả lòng hiếu thảo của mình, và hành giả nên luôn nhớ rằng không có một cơ sở nào có thể chăm sóc cha mẹ già tốt bằng chính gia đình mình." Ngoài việc hiếu dưỡng cha mẹ, hành giả tu Phật còn phải thọ tam qui, trì ngũ giới, luôn nên phụng thờ sư trưởng, tâm từ bi không giết hại, và tu thập thiện.

Công Đức: Công đức là thật hành cái gì thiện lành như giảm thiểu tham, sân, si. Công đức là hạnh tự cải thiện mình, vượt thoát khỏi vòng luân hồi sanh tử để đi đến Phật quả. Theo Kinh Tạp A Hàm, Đức Phật đã đề cập về mười một phẩm hạnh đem lại tình trạng an lành cho người nữ trong thế giới này và trong cảnh giới kế tiếp. Công đức là phẩm chất tốt trong chúng ta bảo đảm những ơn phước sắp đến, cả vật chất lẫn tinh thần. Không cần khó khăn lắm người ta cũng nhìn thấy ngay rằng ước ao công đức, tạo công đức, tàng chứa công đức, hay thu thập công đức, dù xứng đáng thế nào chăng nữa vẫn ẩn tàng một mức độ ích kỷ đáng kể. Công đức luôn luôn là những những chiến thuật mà các Phật tử, những thành phần yếu kém về phương diện tâm linh trong giáo hội, dùng để làm yếu đi những bản năng chấp thủ, bằng cách tách rời mình với của cải và gia đình, bằng cách ngược lại hướng dẫn họ về một mục đích duy nhất, nghĩa là sự thủ đắc công đức từ lâu vẫn nằm trong chiến thuật của Phật giáo. Nhưng, dĩ nhiên việc này chỉ có giá trị ở mức độ tinh thần thấp kém. Ở những giai đoạn cao hơn người ta phải quay lưng lại với cả hình thức thủ đắc này, người ta phải sẵn sàng buông bỏ kho tàng công đức của mình vì hạnh phúc của người khác. Đại Thừa đã rút ra kết luận này, và mong mỏi tín đồ cấp cho chúng sanh khác công đức của riêng mình, như kinh điển đã dạy: "Hồi hướng hay trao tặng công đức của họ cho sự giác ngộ của mọi chúng sanh." "Qua công đức của mọi thiện pháp của chúng ta, chúng ta mong ước xoa dịu nỗi khổ đau của hết thảy chúng sanh, chúng ta ao ước là thầy thuốc và kẻ nuôi bệnh chừng nào còn có bệnh tật. Qua những cơn mưa thật phẩm và đồ uống, chúng ta ao ước dập tắt ngọn lửa của đói và khát. Chúng ta ao ước là một kho báu vô tận cho kẻ bần cùng, một tôi tớ cung cấp tất cả những gì họ thiếu. Cuộc sống của chúng ta, và tất cả mọi cuộc tái sanh, tất cả mọi của cải, tất cả mọi công đức mà chúng ta thủ đắc hay sẽ thủ đắc, tất cả những điều đó chúng ta xin từ bỏ không chút hy vọng lợi lộc cho riêng chúng ta, hầu sự giải thoát của tất cả chúng sanh có thể thực hiện." Theo đạo Phật, "Đức" là gốc còn tiền tài vật chất là ngọn. Đức hạnh là gốc của con người, còn tiền tài vật chất chỉ là ngọn ngành mà thôi. Đức hạnh tu tập mà thành là từ những nơi rất nhỏ nhặt. Phật tử chân thuần không nên xem thường những chuyện thiện nhỏ mà không làm, rồi chỉ ngồi chờ những chuyện thiện lớn. Kỳ thật trên đời này không có việc thiện nào lớn hay việc thiện nào nhỏ cả. Núi lớn là do từng hạt bụi nhỏ kết tập lại mà thành, bụi tuy nhỏ nhưng kết tập nhiều thì thành khối núi lớn. Cũng như vậy, đức hạnh tuy nhỏ, nhưng nếu mình tích lũy nhiều thì cũng có thể thành một khối lớn công đức. Hơn nữa, công đức còn là sức mạnh giúp chúng ta vượt qua bờ sanh tử và đạt đến quả vị Phật.

Trong Kinh Pháp Hoa, phẩm 19, Đức Phật dạy về công đức về mắt như sau: "Thiện nam tử hay thiện nữ nhân ấy, bằng đôi mắt thanh tịnh tự nhiên có được từ khi cha mẹ sanh ra (có nghĩa là những người đã có công đức về mắt mang theo từ đời trước), sẽ được bất cứ những gì bên trong hay bên ngoài tam thiên đại thiên thế giới, núi, rừng, sông, biển, xuống tận A Tỳ địa ngục và lên tới Trời Hữu Đỉnh, và cũng thấy được mọi chúng sanh trong đó, cũng như thấy và biết rõ các nghiệp duyên và các cõi tái sanh theo quả báo của họ. Ngay cả khi các chúng sanh chưa có được thiên nhãn như chư Thiên để có thể hiểu rõ thật tướng của vạn hữu, các chúng sanh ấy vẫn có được cái năng lực như thế trong khi sống trong cõi Ta-bà vì họ đã có những con mắt thanh tịnh được vén sạch ảo tưởng tâm thức. Nói rõ hơn họ có thể được như thế là do tâm họ trở nên thanh tịnh đến nỗi họ hoàn toàn chẳng chút vị ngã cho nên khi nhìn thấy các sự vật mà không bị ảnh hưởng của thành kiến hay chủ quan. Họ có thể nhìn thấy các sự vật một cách đúng thật như chính các sự vật vì họ luôn giữ tâm mình yên tĩnh và không bị kích động. Nên nhớ một vật không phản chiếu mặt thật của nó qua nước sôi trên lửa. Một vật không phản chiếu mặt của nó qua mặt nước bị cỏ cây che kín. Một vật không phản chiếu mặt thật của nó trên mặt nước đang cuộn chảy vì gió quấy động." Đức Phật đã dạy một cách rõ ràng chúng ta không thể nhìn thấy thật tướng của các sự vật nếu chúng ta chưa thoát khỏi ảo tưởng tâm thức do vị kỷ và mê đắm gây nên.

Về Nhĩ quan Công đức, Đức Phật dạy rằng thiện nam tử hay thiện nữ nhân nào cải thiện về năm sự thật hành của một pháp sư thì có thể nghe hết mọi lời mọi tiếng bằng đôi tai tự nhiên của mình. Một người đạt được cái tâm tĩnh lặng nhờ

CHƯƠNG 94. Phước Đức & Công Đức

tu tập y theo lời Phật dạy có thể biết được sự chuyển dời vi tế của các sự vật. Bằng một cái tai tĩnh lặng, người ta có thể biết rõ những chuyển động của thiên nhiên bằng cách nghe những âm thanh của lửa lách tách, của nước rì rầm và vi vu của gió. Khi nghe được âm thanh của thiên nhiên, người ấy có thể thưởng thức những âm thanh ấy thích thú như đang nghe nhạc. Tuy nhiên, chuyện quan trọng nhất trong khi tu tập công đức về tai là khi nghe hành giả nên nghe mà không lệ thuộc và nghe không hoại nhĩ căn. Nghĩa là dù nghe tiếng nhạc hay, hành giả cũng không bị ràng buộc vào đó. Người ấy có thể ưa thích âm nhạc trong một thời gian ngắn nhưng không thường xuyên bị ràng buộc vào đó, cũng không bị rơi vào sự quên lãng những vấn đề quan trọng khác. Một người bình thường khi nghe những âm thanh của lo lắng, khổ đau, phiền não, tranh cãi, la mắng... người ấy sẽ bị rơi vào tâm trạng lẫn lộn. Tuy nhiên một người tu chân chánh và tinh chuyên sẽ không bị áp đảo, người ấy sẽ an trú giữa tiếng ồn và có thể trầm tĩnh nghe các âm thanh này.

Theo Kinh Tu Tập Thân Hành Niệm trong Trung Bộ, tu tập thân hành niệm là khi đi biết rằng mình đang đi; khi đứng biết rằng mình đang đứng; khi nằm biết rằng mình đang nằm; khi ngồi biết rằng mình đang ngồi. Thân thể được sử dụng thế nào thì mình biết thân thể như thế ấy. Sống không phóng dật, nhiệt tâm, tinh cần, các niệm và các tư duy về thế tục được đoạn trừ. Nhờ đoạn trừ các pháp ấy mà nội tâm được an trú, an tọa, chuyên nhất và định tĩnh. Như vậy là tu tập thân hành niệm. Lạc bất lạc được nhiếp phục, và bất lạc không nhiếp phục vị ấy, và vị ấy sống luôn luôn nhiếp phục bất lạc được khởi lên; khiếp đảm sợ hãi được nhiếp phục, và khiếp đảm sợ hãi không nhiếp phục được vị ấy, và vị ấy luôn luôn nhiếp phục khiếp đảm sợ hãi được khởi lên. Vị ấy kham nhẫn được lạnh, nóng, đói, khát, sự xúc chạm của ruồi, muỗi, gió, mặt trời, các loài rắn rết, các cách nói khó chịu, khó chấp nhận. Vị ấy có khả năng chịu đựng được những cảm thọ về thân khởi lên, khổ đau, nhói đau, thô bạo, chói đau, bất khả ý, bất khả ái, đưa đến chết điếng. Tùy theo ý muốn, không có khó khăn, không có mệt nhọc, không có phí sức, vị ấy chứng được Tứ Thiền, thuần túy tâm tư, hiện tại lạc trú. Vị ấy chứng được các loại thần thông, một thân hiện ra nhiều thân, nhiều thân hiện ra một thân; hiện hình biến đi ngang qua vách, qua tường, qua núi như đi ngang hư không; độn thổ trồi lên ngang qua đất liền như ở trong nước; đi trên nước không chìm như đi trên đất liền; ngồi kiết già đi trên hư không như con chim; với bàn tay chạm và rờ mặt trăng và mặt trời, những vật có đại oai lực, đại oai thần như vậy; có thể thân có thần thông bay cho đến Phạm Thiên; với thiên nhĩ thanh tịnh siêu nhân, có thể nghe hai loại tiếng, chư Thiên và loài người, ở xa hay ở gần. Với tâm của vị ấy, vị ấy biết tâm của các chúng sanh, các loại người; tâm có tham, biết tâm có tham; tâm không tham, biết tâm không tham; tâm có sân, biết tâm có sân; tâm không sân, biết tâm không sân; tâm có si, biết tâm có si; tâm không si, biết tâm không si; tâm chuyên chú, biết tâm chuyên chú; tâm tán loạn, biết tâm tán loạn; tâm đại hành, biết tâm đại hành; tâm không đại hành, biết tâm không đại hành; tâm chưa vô thượng, biết tâm chưa vô thượng; tâm vô thượng, biết tâm vô thượng; tâm thiền định, biết tâm thiền định; tâm không thiền định, biết tâm không thiền định; tâm giải thoát, biết tâm giải thoát; tâm không giải thoát, biết tâm không giải thoát. Vị ấy nhớ đến các đời sống quá khứ như một đời, hai đời, vân vân, vị ấy nhớ đến các đời sống quá khứ với các nét đại cương và các chi tiết. Với thiên nhãn thuần tịnh, siêu nhân, vị ấy thấy sự sống và sự chết của chúng sanh. Vị ấy biết rõ rằng chúng sanh người hạ liệt, kẻ cao sang, người đẹp đẽ kẻ thô xấu, người may mắn, kẻ bất hạnh đều do hạnh nghiệp của họ. Với sự diệt trừ các lậu hoặc, sau khi tự mình chứng tri với thượng trí, vị ấy chứng đạt và an trú ngay trong hiện tại, tâm giải thoát, tuệ giải thoát không có lậu hoặc.

Vua Lương Võ Đế hỏi Bồ Đề Đạt Ma rằng: "Trẫm một đời cất chùa độ Tăng, bố thí thiết trai có những công đức gì?" Tổ

CHƯƠNG 94. Phước Đức & Công Đức

Đạt Ma bảo: "Thật không có công đức." Đệ tử chưa thấu được lẽ này, cúi mong Hòa Thượng từ bi giảng giải. Hành giả tu Phật nên luôn nhớ rằng bất cứ thứ gì trong vòng sanh tử đều là hữu lậu. Ngay cả phước đức và công đức hữu lậu đều dẫn tới tái sanh trong cõi luân hồi. Chúng ta đã nhiều đời kiếp lăn trôi trong vòng hữu lậu, bây giờ muốn chấm dứt hữu lậu, chúng ta không có con đường nào khác hơn là lội ngược dòng hữu lậu. Vô lậu cũng như một cái chai không bị rò rỉ, còn với con người thì không còn những thói hư tật xấu. Như vậy con người ấy không còn tham tài, tham sắc, tham danh tham lợi nữa. Tuy nhiên, Phật tử chân thuần không nên lầm hiểu về sự khác biệt giữa "lòng tham" và "những nhu cầu cần thiết." Nên nhớ, ăn, uống, ngủ, nghỉ chỉ trở thành những lậu hoặc khi chúng ta chìu chuộng chúng một cách thái quá. Phật tử chân thuần chỉ nên ăn, uống ngủ nghỉ sao cho có đủ sức khỏe tiến tu, thế là đủ. Trái lại, khi ăn chúng ta ăn cho thật nhiều hay lựa những món ngon mà ăn, là chúng ta còn lậu hoặc.

Trong Kinh Pháp Bảo Đàn, Lục Tổ nhấn mạnh những việc làm của vua Lương Võ Đế thật không có công đức chi cả. Võ Đế tâm tà, không biết chánh pháp, cất chùa độ Tăng, bố thí thiết trai, đó gọi là cầu phước, chớ không thể đem phước đổi làm công đức được. Công đức là ở trong pháp thân, không phải do tu phước mà được." Tổ lại nói: "Thấy tánh ấy là công, bình đẳng ấy là đức. Mỗi niệm không ngưng trệ, thường thấy bản tánh, chân thật diệu dụng, gọi là công đức. Trong tâm khiêm hạ ấy là công, bên ngoài hành lễ phép ấy là đức. Tự tánh dựng lập muôn pháp là công, tâm thể lìa niệm ấy là đức. Không lìa tự tánh ấy là công, ứng dụng không nhiễm là đức. Nếu tìm công đức pháp thân, chỉ y nơi đây mà tạo, ấy là chơn công đức. Nếu người tu công đức, tâm tức không có khinh, mà thường hành khắp kỉnh. Tâm thường khinh người, ngô ngã không dứt tức là không công, tự tánh hư vọng không thật tức tự không có đức, vì ngô ngã tự đại thường khinh tất cả. Này thiện tri thức, mỗi niệm không có gián đoạn ấy là công, tâm hành ngay thẳng ấy là đức; tự tu tánh, ấy là công, tự tu thân ấy là đức. Này thiện tri thức, công đức phải là nơi tự tánh mà thấy, không phải do bố thí cúng dường mà cầu được. Ấy là phước đức cùng với công đức khác nhau. Võ Đế không biết chân lý, không phải Tổ Sư ta có lỗi.

Hành giả tu Phật phải nên luôn nhớ rằng phước đức là cái mà chúng ta làm lợi ích cho người, trong khi công đức là cái mà chúng ta tu tập để cải thiện tự thân như giảm thiểu tham sân si. Hai thứ phước đức và công đức phải được tu tập cùng một lúc. Hai từ này thỉnh thoảng được dùng lẫn lộn. Tuy nhiên, có sự khác biệt đáng kể. Phước đức bao gồm tài vật của cõi nhân thiên, nên chỉ tạm bợ và còn trong vòng luân hồi sanh tử. Trái lại, công đức siêu việt khỏi luân hồi sanh tử để dẫn đến Phật quả. Cùng một hành động có thể dẫn đến hoặc phước đức, hoặc công đức. Nếu chúng ta bố thí với ý định được phước báu nhân thiên thì chúng ta gặt được phần phước đức, nếu chúng ta bố thí với tâm ý giảm thiểu tham sân si thì chúng ta đạt được phần công đức. Phước đức được thành lập bằng cách giúp đỡ người khác, trong khi công đức nhờ vào tu tập để tự cải thiện mình và làm giảm thiểu những ham muốn, giận hờn, si mê. Cả phước đức và công đức phải được tu tập song hành. Hai từ này thỉnh thoảng được dùng lẫn lộn. Tuy nhiên, sự khác biệt chính yếu là phước đức mang lại hạnh phúc, giàu sang, thông thái, vân vân của bậc trời người, vì thế chúng có tính cách tạm thời và vẫn còn bị luân hồi sanh tử. Công đức, ngược lại giúp vượt thoát khỏi luân hồi sanh tử và dẫn đến quả vị Phật. Cùng một hành động bố thí với tâm niệm đạt được quả báo trần tục thì mình sẽ được phước đức; tuy nhiên, nếu mình bố thí với quyết tâm giảm thiểu tham lam bỏn xẻn, mình sẽ được công đức. Phước đức tức là công đức bên ngoài, còn công đức là do công phu tu tập bên trong mà có. Công đức do thiền tập, dù trong chốc lát cũng không bao giờ mất. Có người cho rằng 'Nếu như vậy tôi khỏi làm những phước đức bên ngoài, tôi chỉ một bề tích tự công phu tu tập bên trong là đủ'. Nghĩ như vậy là hoàn toàn sai. Người Phật tử chơn thuần phải tu tập cả hai, vừa tu phước mà cũng vừa tu tập công đức, cho tới khi nào công đức tròn đầy và phước đức đầy đủ, mới được gọi là 'Lưỡng Túc Tôn.' Bất cứ người Phật tử nào cũng muốn tích lũy công đức, nhưng khi làm được công đức không nên chấp trước những công đức đã thực hiện. Người Phật tử chơn thuần làm công đức mà xem như chưa từng làm gì cả. Người Phật tử phải quét sạch hết mọi pháp, phải xa lìa hết thảy mọi tướng, chớ đừng nên nói rằng 'Tôi làm công đức này, tôi tu hành như thế kia,' hoặc nói 'Tôi đã đạt đến cảnh giới này', hay 'Tôi có pháp thần thông kia.' Những thứ đó, theo Đức Phật đều là hư dối, không nên tin, lại càng không thể bị dính mắc vào. Nếu tin vào những thứ ấy, người tu theo Phật không thể nào vào được chánh định. Nên nhớ rằng chánh định không phải từ bên ngoài mà có được, nó phải từ trong tự tánh mà sanh ra. Đó là do công phu hồi quang phản chiếu, quay lại nơi chính mình để thành tựu chánh định. Theo Đức Phật thì việc hành trì bố thí, trì giới, nhẫn nhục, và tinh tấn sẽ dẫn đến việc tích lũy công đức, được biểu tượng trong cõi sắc giới; trong khi hành trì tinh tấn, thiền định và trí tuệ sẽ dẫn đến việc tích lũy kiến thức, được biểu tượng trong cảnh giới chân lý (vô sắc).

Trong Kinh Pháp Cú, Đức Phật dạy: "Mùi hương của các thứ hoa, dù là hoa chiên đàn, hoa đa già la, hay hoa mạt ly đều không thể bay ngược gió, chỉ có mùi hương đức hạnh của người chân chính, tuy ngược gió vẫn bay khắp cả muôn phương (54). Hương chiên đàn, hương đa già la, hương bạt tất kỳ, hương thanh liên, trong tất cả thứ hương, chỉ thứ hương đức hạnh là hơn cả (55). Hương chiên đàn, hương đa già la đều là thứ hương vi diệu, nhưng không sánh bằng hương người đức hạnh, xông ngát tận chư thiên (56). Người nào thành tựu các giới hạnh, hằng ngày chẳng buông lung, an trụ trong chính trí và giải thoát, thì ác ma không thể dòm ngó được (57)."

Chương 95. Giới Định Tuệ

Tổng Quan Và Ý Nghĩa Của Giới Định Tuệ

Giới Định Tuệ là ba phần học của hàng vô lậu, hay của hạng người đã dứt được luân hồi sanh tử. Giới cốt yếu là giữ tất cả những giới luật đã được Đức Phật thiết lập cho sự ổn định tinh thần của các đệ tử của Ngài. Giới giúp loại bỏ những ác nghiệp. Định là phép tu tập nhờ đó người ta đi đến yên tịnh. Định giúp làm yên tĩnh những nhiễu loạn tinh thần. Huệ giúp loại trừ ảo vọng để đạt được chân lý. Nói cách khác, Huệ hay Bát Nhã là năng lực thâm nhập vào bản tánh của tự thể và đồng thời nó cũng là chân lý được cảm nghiệm theo cách trực giác. Nếu chúng ta không trì giới thì chúng ta có thể tiếp tục gây tội tạo nghiệp; thiếu định lực chúng ta không có khả năng tu đạo; và kết quả chẳng những chúng ta không có trí tuệ, mà chúng ta còn trở nên ngu độn hơn. Vì vậy người tu Phật nào cũng phải có tam vô lậu học này. Giới luật giúp thân không làm ác, định giúp lắng đọng những xáo trộn tâm linh, và huệ giúp loại trừ ảo tưởng và chứng được chân lý. Nếu không có giới hạnh thanh tịnh sẽ không thể đình chỉ sự loạn động của tư tưởng; nếu không đình chỉ sự loạn động của tư tưởng sẽ không có sự thành tựu của tuệ giác. Sự thành tựu của tuệ giác có nghĩa là sự viên mãn của tri thức và trí tuệ, tức giác ngộ trọn vẹn. Đó là kết quả của chuỗi tự tạo và lý tưởng của đời sống tự tác chủ. Đương nhiên, Giới Định Tuệ rất cần thiết cho Phật tử. Nhưng sau Đức Phật, Tam Học dần dần bị chia thành ba đề tài riêng rẽ: những người tuân giữ giới luật trở thành những Luật sư; các hành giả tham thiền nhập định trở thành những Thiền sư; những người tu Bát Nhã (tu huệ) trở thành những triết gia hay những nhà biện chứng.

Nói chung, giới hình thành nền móng của sự tiến triển trên con đường chánh đạo. Nội dung của giới hạnh trong Phật giáo bao gồm cả chánh ngữ, chánh nghiệp, và chánh mạng. Giới luật trong Phật giáo có rất nhiều và đa dạng, tuy nhiên, nhiệm vụ của giới luật chỉ có một. Đó là kiểm soát những hành động của thân và khẩu, cách cư xử của con người, hay nói khác đi, là để thanh tịnh lời nói và hành vi của họ. Tất cả những điều học được ban hành trong đạo Phật đều dẫn đến mục đích chánh hạnh này. Tuy nhiên, giới luật tự thân nó không phải là cứu cánh, mà chỉ là phương tiện, vì nó chỉ hỗ trợ cho định (samadhi). Định ngược lại là phương tiện cho cho sự thu thập trí tuệ, và chính trí tuệ này lần lượt dẫn đến sự giải thoát của tâm, mục tiêu cuối cùng của đạo Phật. Do đó, Giới, Định và Tuệ là một sự kết hợp hài hòa giữa những cảm xúc và tri thức của con người. Thiền sư Đơn Đồng Đại Nhẫn viết trong quyển 'Trở Về Với Sự Tĩnh Lặng': "Tam Bảo trong Phật giáo 'Đệ tử nguyện quy y Phật, nguyện quy y Pháp, nguyện quy y Tăng' là nền tảng của giới luật. Trong Phật giáo, giới luật không phải là một bộ luật đạo đức mà một ai đó hoặc điều gì đó bên ngoài chúng ta buộc chúng ta phải tuân theo. Giới luật là Phật tánh, là tinh thần của vũ trụ. Thọ nhận giới luật là trao truyền một điều gì đó có ý nghĩa vượt lên trên sự hiểu biết của giác quan, như tinh thần của vũ trụ hay điều mà chúng ta gọi là Phật tánh. Những gì mà chúng ta chứng ngộ được qua thân thể và tâm thức được truyền từ thế hệ này qua thế hệ khác, ngoài tầm kiểm soát của chúng ta. Trải nghiệm sự chứng ngộ này, chúng ta có thể biết ơn sự cao cả như thế nào của cuộc sống con người. Dầu chúng ta biết hay không biết, dầu chúng ta muốn hay không muốn, tinh thần vũ trụ vẫn lưu truyền. Như thế chúng ta có thể học được tinh thần đích thật của nhân loại... Phật là vũ trụ và Pháp là giáo huấn từ vũ trụ, và Tăng già là một nhóm người làm cho vũ trụ và giáo huấn của nó sống động trong đời sống của chúng ta. Trong cuộc sống hằng ngày, chúng ta phải có chánh niệm về Phật, Pháp, Tăng, dầu chúng ta có hiểu hay không."

Tam Tu "Giới Định Tuệ" nằm gọn trong Bát Thánh Đạo

mà Đức Phật đã dạy. Đây là tám con đường chính mà người tu Phật nào cũng phải dẫm lên để được giác ngộ và giải thoát. Phật tử chơn thuần nên luôn nhớ rằng dù chúng ta đã tiến đến mức độ khá cao trong định, cũng chưa chắc cái định này bảo đảm được cho chúng ta vị trí giác ngộ cuối cùng vì những khuynh hướng ô nhiễm ngầm vẫn chưa bị loại bỏ hoàn toàn. Chúng ta chỉ làm chúng lắng xuống tạm thời mà thôi. Vào bất cứ lúc nào chúng cũng đều có thể trở lại nếu hoàn cảnh cho phép, và đầu độc tâm trí chúng ta nếu chúng ta không luôn áp dụng chánh tinh tấn, chánh niệm và chánh định trong cuộc tu của chính mình. Vì lẽ chúng ta vẫn còn bất tịnh nên chúng ta vẫn còn bị ảnh hưởng bởi những lôi cuốn bất thiện. Dầu chúng ta đã đạt đến trạng thái tâm vắng lặng nhờ chánh định, nhưng chúng ta vẫn chưa đạt đến trạng thái thanh tịnh tuyệt đối. Như vậy công phu hành thiền nhằm phát triển tâm định vắng lặng không bao giờ là cứu cánh của người tu Phật. Chuyện quan trọng nhất cho bất cứ người tu Phật nào ở đây cũng là phát triển "trí tuệ," vì chính trí tuệ mới giúp được chúng ta loại trừ mê hoặc, phá bỏ vô minh để thắng tiến trên con đường giác ngộ và giải thoát. Trong đạo Phật, đạo lộ giải thoát gồm Giới, Định và Tuệ, thường được trong Kinh điển như là Tam Học (Tividhasikkha) và không có học nào trong Tam học này tự thân nó là cứu cánh cả; mỗi học chỉ là một phương tiện để đi đến cứu cánh. Nghĩa là mỗi học không thể được tu tập độc lập với các học khác. Như trường hợp một cái giá ba chân, nếu một chân gãy thì cả cái giá ấy sẽ sập, vì vậy trong Tam Học, học này không thể làm nhiệm vụ của nó một cách chu toàn nếu không có sự hỗ trợ của hai học kia. Tam Học thường nương tựa và hỗ trợ lẫn nhau. Giới củng cố Định, và Định trở lại thúc đẩy Huệ. Trí tuệ giúp hành giả loại trừ tà kiến đối với các pháp như chúng thật sự là, đó là thấy cuộc sống và tất cả chư pháp liên quan đến cuộc sống đều phải chịu sanh, diệt, vô thường. Theo Giáo sư Junjiro Takakusu trong Cương Yếu Triết Học Phật Giáo:

Phật giáo đặt nền tảng trên Tam Học (siksa): Giới, Định, Tuệ nghĩa là nếu không trì giới thì tâm không định, tâm không định thì không phát tuệ. Hay nói khác đi, do giới mà có định, do định mà có huệ. Định ở đây bao gồm những kết quả vừa tư biện vừa trực quán. Tiếp đó Đạo Phật còn dạy hành giả phải đi vào Tam Đạo là Kiến đạo, Tu đạo, và Vô học đạo. Đây là ba giai đoạn mà hành giả phải trải qua khi tu tập Kiến Đạo với Tứ Diệu Đế bằng cách thật hành Bát Chánh Đạo; kế đến, hành giả tu tập Tu Đạo với Thất Giác Chi. Tu đạo ở đây lại có nghĩa là kết quả của suy tư chân chánh; và cuối cùng là thực hiện hoàn toàn bằng Vô Học Đạo. Nói cách khác, không thấy được đạo thì không tu được đạo và không thực hiện được đời sống lý tưởng. Trong kinh Pháp Cú, đức Phật dạy: "Bằng trì giới, người ta có thể đạt đến tập trung tư tưởng và chánh niệm; từ tập trung tư tưởng và chánh niệm, người ta đạt được trí tuệ. Trí tuệ sẽ mang lại an bình nội tại và giúp cho con người vượt qua những cơn bão tố của trần tục."

Tam Tu Giới Định Tuệ Là Phương Tiện Tuyệt Vời Trong Tu Tập:

Đạo lộ giải thoát gồm Giới, Định và Tuệ, thường được trong Kinh điển như là Tam Học (Tividhasikkha) và không có học nào trong Tam học này tự thân nó là cứu cánh cả; mỗi học chỉ là một phương tiện để đi đến cứu cánh. Nghĩa là mỗi học không thể được tu tập độc lập với các học khác. Như trường hợp một cái giá ba chân, nếu một chân gãy thì cả cái giá ấy sẽ sập, vì vậy trong Tam Học, học này không thể làm nhiệm vụ của nó một cách chu toàn nếu không có sự hỗ trợ của hai học kia. Tam Học thường nương tựa và hỗ trợ lẫn nhau. Giới củng cố Định, và Định trở lại thúc đẩy Huệ. Trí tuệ giúp hành giả loại trừ tà kiến đối với các pháp như chúng thật sự là, đó là thấy cuộc sống và tất cả chư pháp liên quan đến cuộc sống đều phải chịu sanh, diệt, vô thường.

Giới Định Tuệ Và Hơi Thở Toàn Thân Trong Thiền Tập Của Hành Giả: Theo Kinh Nhập Tức Xuất Tức Niệm

"Hành giả tu tập như vầy: 'Cảm giác rõ ràng toàn thân hơi thở, tôi sẽ thở ra.'" Vị ấy tập như vầy: "Cảm giác rõ ràng toàn thân hơi thở, tôi sẽ thở ra." Vị ấy luyện tập với ý nghĩ như sau: "Tôi sẽ vừa hít vào vừa làm cho mình biết và rõ về điểm bắt đầu, đoạn giữa và điểm kết thúc của toàn bộ thân mỗi hơi thở vào. Tôi sẽ vừa thở ra vừa làm cho mình biết và rõ về điểm bắt đầu, đoạn giữa và điểm kết thúc của toàn bộ thân mỗi hơi thở ra. Và như thế, vị ấy thở vào và thở ra với tâm hợp trí giúp mình biết rõ về hơi thở. Trong trường hợp này, quý vị không nên hiểu lầm rằng quý vị nên ghi nhận hơi thở theo cách: 'đây là điểm bắt đầu, đây là đoạn giữa, và đây là điểm kết thúc.' Chỉ việc biết toàn bộ hơi thở một cách liên tục là đủ. Đối với một hành giả, trong hơi thở vô và hơi thở ra bị yếu ớt hay tán loạn, chỉ có điểm bắt đầu là rõ, còn đoạn giữa và điểm cuối không được rõ, vị ấy có thể chỉ nắm bắt được điểm bắt đầu, và gặp khó khăn ở đoạn giữa và điểm kết thúc. Với vị khác, có đoạn giữa là rõ, còn điểm bắt đầu và điểm kết thúc thì không rõ. Với một vị thứ ba thì điểm kết thúc là rõ, điểm bắt đầu và đoạn giữa lại không rõ. Nhưng đối với vị thứ tư thì cả ba đoạn đều rõ, và vị ấy có thể nắm bắt được hết cả ba. Vị ấy chẳng gặp rắc rối nào cả. Để chỉ ra rằng nên phát triển đề mục hành thiền như hành giả thứ tư, Đức Phật dạy: "Vị ấy tập như vầy: 'Cảm giác rõ ràng toàn thân hơi thở, tôi sẽ thở vô.' Vị ấy tập như vầy: 'Cảm giác rõ ràng toàn thân hơi thở, tôi sẽ thở ra.' Vào giai đoạn đầu của thiền này, chẳng có việc gì khác cần làm ngoài việc thở vào và thở ra. Khi thở vào, vị ấy hít vào hơi thở dài, vị ấy hiểu rõ: 'Tôi thở vào dài.' Khi thở ra một hơi thở dài, vị ấy hiểu rõ: 'Tôi thở ra một hơi thở dài.' Khi hít vào một hơi thở ngắn, vị ấy hiểu rõ: 'Tôi thở vào ngắn.' Khi thở ra một hơi thở ngắn, vị ấy hiểu rõ: 'Tôi thở ra một hơi thở ngắn.' Sau đó, vị ấy nên nỗ lực để khởi sinh trí tuệ và hơn nữa, vì thế mà điều này được nói đến:

CHƯƠNG 95. Giới Định Tuệ

"Tôi sẽ vừa hít vào vừa cảm giác rõ ràng toàn thân hơi thở." Biết rõ hơi thở là phần tuệ học; tập trung trên hơi thở là phần định học; chế ngự tâm khỏi các phiền não là phần giới học. Vị ấy nên nỗ lực thành tựu tam học này trong khi thở.

Giới Định Tuệ Theo Đại Sư Thần Tú

Theo Pháp Bảo Đàn Kinh, một hôm, Sư Chí Thành vâng mệnh Thần Tú đi đến Tào Khê để học hỏi những gì mà Đại sư Huệ Năng dạy cho đệ tử rồi trở về báo cáo với Thần Tú. Tuy nhiên, sau khi đã nắm được những lời dạy của Huệ Năng, Chí Thành cúi đầu đảnh lễ, thưa: "Con từ chùa Ngọc Tuyền đến đây, nhưng theo sự chỉ dạy của thầy con là Tú Đại Sư, con chưa khế ngộ được. Hôm nay nghe pháp của Hòa Thượng, con chợt biết được bổn tâm. Mong Hòa Thượng từ bi chỉ dạy thêm cho." Lục Tổ Huệ Năng bảo: "Dường như thầy ông có pháp tam học Giới Định Tuệ. Hãy nói ta nghe!" Chí Thành thưa: "Tú Đại sư dạy Giới, Định, Huệ như vầy 'chẳng làm điều ác là giới, làm những việc lành là huệ, tự làm cho tâm trong sạch là định'. Đó là cách hiểu tam học của Thầy con và dạy rằng cứ y theo đó mà làm. Bạch Hòa Thượng còn cách của Hòa Thượng thì thế nào?"

Giới Định Tuệ Theo Lục Tổ Huệ Năng

Sau khi lắng nghe Chí Thành nói về Tam Học của Thần Tú, Huệ Năng bèn nói về Tam Học của Ngài: "Đất tâm không bệnh là giới của tự tánh, đất tâm không loạn là định của tự tánh, đất tâm không lỗi là huệ của tự tánh. Tam Học như Thần Tú dạy là dùng cho người có căn trí nhỏ, còn pháp tam học của tôi là nói với người có căn trí lớn. Khi người ta ngộ được tự tánh, chẳng dụng lập Tâm học nữa. Một khi Tâm tức Tự tánh không bệnh, không loạn, không lỗi, mỗi niệm đều có Bát Nhã quán chiếu, thường lìa các pháp tướng. Do đó chẳng dụng lập tất cả các pháp. Người ta đốn ngộ tự tánh và chẳng có thứ lớp tu chứng. Đây là lý do tại sao người ta có thể chẳng kham dụng lập tất cả." Lục Tổ Huệ Năng nói rằng để đạt đến sự thấu hiểu toàn triệt, phải biết rằng Thiền định không khác gì với Trí tuệ và Trí tuệ không phải là điều có thể đạt được qua Thiền tập. Khi chúng ta tu tập, ngay vào lúc chúng ta tu tập, Trí tuệ hiện ra trong từng diện mạo của cuộc sống của chúng ta: quét nhà, rửa chén, làm bếp, trong mỗi hành động của chúng ta. Đó là điều độc đáo trong những lời giáo huấn của Huệ Năng, qua đó, ngài đánh dấu sự khởi đầu của Phật giáo Thiền. Mỗi sự việc dạy cho chúng ta một điều nào đó. Mỗi sự việc chỉ cho chúng ta thấy ánh sáng tuyệt vời của Phật pháp. Tất cả những gì chúng ta phải làm chỉ là mở rộng đôi mắt, và mở rộng trái tim.

Chương 96. Vô Thủy Vô Chung Theo Quan Điểm Phật Giáo

Có nhiều người tự hỏi: "Tiến trình khởi thủy của vũ trụ bắt đầu như thế nào? Phải chăng có một điểm khởi đầu cho vũ trụ và chúng sanh trong đó?" Để quan sát sự khởi sanh và hoại diệt của các khách thể, trước hết chúng ta phải xác định góc cạnh mà chúng ta nhìn chúng. Chỉ khi đó chúng ta mới có thể chắc chắn một sự vật thực sự thành hình từ khi nào, tồn tại trong bao lâu, và kết thúc vào lúc nào. Thí dụ như một chúng sanh bắt đầu từ lúc nó được sanh ra, chấm dứt khi nó chết đi và tồn tại trong khoảng giữa hai thời điểm đó. Tuy nhiên, không ai trong chúng ta có được cái diễm phúc đó để quan sát vũ trụ từ khi nó bắt đầu khởi sanh, đến lúc nó hoại diệt, và thời gian nó tồn tại là bao lâu. Vì vậy theo quan điểm Phật giáo, thật là vô lý và vô ích trong việc tìm kiếm khởi thủy của đời sống và điểm bắt đầu của những trạng thái nhiễu loạn. Đức Phật rất ư là thực tế, Ngài nhấn mạnh đến việc xử lý tình trạng trước mặt và cố gắng cứu vãn nó. Bị lạc hướng vào trong những ức đoán phiếm luận vô ích

CHƯƠNG 96. Vô Thủy Vô Chung Theo Quan Điểm Phật Giáo

khiến chúng ta không tận tâm lo cho nhng việc hiện tại hầu cải thiện chúng. Giả dụ như có một người bị thương vì trúng đạn, nhưng trước khi chịu chữa trị, ông ta nài nỉ muốn biết ai bắn viên đạn, nhà sản xuất nào đã chế tạo ra viên đạn ấy, và chế tạo hồi nào, vân vân. Chắc chắn ông ta sẽ chết trước khi nhận được những tin tức mà ông ta đang hỏi. Chúng ta cho rằng đó là người ngu. Biết được nguồn gốc của viên đạn không làm thay đổi vết thương của mình, cũng không cứu được sinh mạng của chính mình. Người khôn ngoan sẽ xử lý tình huống trước mặt, tìm cách cứu chữa vết thương để phục hồi. Tương tự như vậy, thay vì mất thì giờ vô ích trong việc bàn luận về điểm khởi đầu, một khởi điểm không hề có, tốt hơn chúng ta nên xem xét những khó khăn trong hiện tại, tìm ra nguyên nhân của những trạng thái nhiễu loạn. Đức Phật không bao giờ bàn về nguyên nhân của vũ trụ, vì bàn về việc đó không giúp ích gì cho chúng ta giải quyết được những vấn đề mà chúng ta đang gặp phải và làm cho cuộc sống tốt hơn. Thay vào đó, Đức Phật đã tìm cách giải thích cách thức mà tâm ý của chúng ta tạo nên những cảm nhận vui, buồn thông qua những việc thúc đẩy chúng ta hành động tạo nghiệp. Hiểu biết được việc này giúp cho chúng ta có thể chế ngự và làm cho thanh tịnh quá trình này.

Quá trình tiến hóa về phương diện vật lý của vũ trụ là một vấn đề nghiên cứu khoa học. Khoa học đã xem xét tính chất liên tục về phương diện vật chất của vũ trụ này, làm thế nào nhân quả vận hành để tạo ra vô vàn sự vật khác nhau trong vũ trụ. Vật chất trong vũ trụ phải chăng có một nguyên nhân: thời điểm trước khi có một dạng vật chất hay năng lượng. Nếu có một thời điểm như vậy thì vật chất và năng lượng ấy từ đâu phát sanh? Làm sao tạo tác ra sự vật khi không có gì làm nguyên nhân? Vũ trụ của chúng ta hiện nay là một dạng biến hóa của một năng lượng vật chất đã có sẵn từ trước. Tâm ý của chúng ta không phải được làm bằng vật chất và do vậy nguyên nhân của nó không phải là vật chất. Tâm ý chúng ta khởi lên từ một tâm ý có trước trong dòng chảy liên tục của tâm ý. Chúng ta có thể đi lui lại từng bước trở về trước để tìm ra tâm ý của chúng ta từ hồi chúng ta còn thơ ấu. Tâm ý của chúng ta đã thay đổi từ hồi ấy, và tâm ý hiện tại của chúng ta được tạo tác bởi và có liên quan đến tâm ý trước đây của chúng ta. Bằng cách này chúng ta có thể đi ngược lại dòng thời gian để tìm lại lúc dòng tâm ý của chúng ta xuất hiện, đó là lúc thọ thai. Cái tâm thức đi vào một cái trứng đã thụ tinh trong tử cung của người mẹ cũng phải từ một nhân trước đó. Theo Phật giáo thì phải có một tâm ý trước đó, tức là tâm ý của một đời sống trong kiếp trước. Cứ như vậy mà đi ngược về quá khứ vô cùng tận. Không có một điểm đầu tiên. Cũng giống như một dãy số không có số nào có thể gọi là số bắt đầu, vì người ta có thể thêm vào một con số nữa. Cũng vậy dòng chảy tâm ý của chúng ta cũng không có điểm khởi đầu. Những trạng thái nhiễu loạn của chúng ta, bao gồm cả vô minh, cũng khởi lên từ những nguyên nhân, tức là những trạng thái nhiễu loạn đã có từ trước. Dòng chảy của những trạng thái nhiễu loạn này có mặt từ vô cùng vô tận về quá khứ. Nếu có một cái mốc thời gian đầu tiên của những trạng thái nhiễu loạn thì chúng ta lại phải nêu ra cái gì là nguyên nhân của trạng thái nhiễu loạn đầu tiên đó. Nếu khởi đầu bằng thanh tịnh và sau đó trở nên vô minh thì vô minh từ đâu mà phát sinh? Không thể nào nào có những chúng sanh thanh tịnh nhận thức được thực tại rồi lại trở nên vô minh. Nếu một người trở nên vô minh thì trong quá khứ người ấy đã không hoàn toàn thanh tịnh. Hơn nữa, không có bất cứ chúng sanh nào khác có thể làm cho chúng ta vô minh được. Không ai có thể đem đổ nước vô mình vào trong dòng chảy tâm thức của chúng ta được như kiểu nước có thể đổ vào ly được.

Quyền Giáo dùng từ "vô chung" khi nói về chân lý tuyệt đối, trong khi Thật Giáo dùng từ "vô chung" khi nói về hiện tượng vô tận. Chúng ta, những người Phật tử tin ở thuyết nhân quả luân hồi thì khi chúng ta nói rằng phải có một kiếp trước, thì phải có một kiếp trước nữa, trước nữa, và trước nữa, vân vân. Nói cách khác, luân hồi là vô thủy. Tương tự như vậy khi chúng ta nói rằng phải có một kiếp sau, thì phải có một kiếp sau nữa, sau nữa, và sau nữa, vân vân. Như vậy luân hồi là vô chung. Nếu chúng ta tin rằng tâm trí của mình là một dòng liên tục những trạng thái 'tâm' gồm cả ký ức về kiếp trước của mình, và tự thuyết phục mình rằng nó phải như vậy chứ không thể nào khác hơn được, vì cái không phải là 'tâm' không thể được làm thành 'tâm' trong một chúng sanh nào đó. Nghĩa là cái gọi là dòng tâm thức, hay cái tâm trong một chúng sanh nào đó sẽ trôi chảy liên tục mãi mãi, vô thủy-vô chung.

Chương 97. Học và Vô Học

Theo Phật giáo, "Học" có nghĩa là người vẫn còn đang nghiên cứu chân lý để dứt được vọng hoặc. Hữu học chỉ giai đoạn mà hành giả vẫn còn phải học hỏi và thực tập để tiến đến Thánh quả A La Hán. Trong Tứ Thánh Tiểu Thừa, ba quả đầu là hữu học, nghĩa là những ai đắc ba quả Tu Đà Huờn (dự lưu), Tư Đà Hàm (nhất lưu), và A Na Hàm (bất lai) vẫn còn phải học đạo tu hành; còn quả thứ tư là A La Hán, vượt ra ngoài hữu học. Tuy nhiên, thuật ngữ "Hữu Học" trong Phật giáo không phải là thế học hay cái học ngoài đời. Vị Tỳ-kheo hay Tỳ-kheo Ni nào chỉ lo học môn thế tục mà lãng quên việc tu tập phần tâm linh, là phạm giới Ba Dật Đề, phải phát lồ sám hối. Một vị Tỳ-kheo hay Tỳ-kheo Ni có thể học một môn học của thế tục để làm giàu kiến thức của mình khi giảng Phật pháp. Tuy nhiên, vị ấy không được mời thầy hay cô đến chỗ mình ở để dạy thêm cho riêng mình. Nếu làm như vậy là vị ấy phạm giới Ba Dật Đề hay giới Đọa (phải phát lồ sám hối). Vị Tỳ-kheo hay Tỳ-kheo Ni nào đọc sách báo thế tục, kể cả băng phim, đĩa hình, hay chương trình truyền hình và vi tính, cũng như những cuộc điện đàm và hình ảnh hay âm thanh khác có tác dụng độc hại, tưới tẩm hạt giống tham dục, sợ hãi, bạo động và ủy mị đau sầu, là phạm giới Ba Dật Đề, phải phát lồ sám hối. Tuy nhiên, ngoài giáo lý Phật giáo, vị Tỳ-kheo hay Tỳ-kheo Ni có thể đọc thêm những sách về lịch sử các nền văn minh trên thế giới, về đại cương giáo lý về niềm tin của các tôn giáo, những áp dụng của tâm lý học, và những khám phá mới của khoa học, vì những kiến thức này có thể giúp cho Tăng Ni hiểu và nói giáo lý cho đời một cách tương hợp hơn với hoàn cảnh (khế cơ). Trong Phật giáo, có hai loại học: đọc tụng kinh và thiền quán. Điều quan trọng trước tiên là phải thấy những lợi lạc của việc học pháp, vì chỉ khi ấy chúng ta mới phát sanh ước muốn học pháp một cách mạnh mẽ, vì nhờ học pháp mà chúng ta mới hiểu được pháp, nhờ học pháp mà chúng ta chấm dứt gây tội tạo nghiệp, nhờ học pháp mà chúng ta chấm dứt hành xử những thứ vô nghĩa, nhờ học pháp mà cuối cùng chúng ta có thể đạt đến Niết-bàn. Nói cách khác, nhờ học pháp mà chúng ta biết tất cả những điểm then chốt để thay đổi cung cách hành xử của mình. Nhờ học pháp mà chúng ta hiểu rõ Luật Tạng, từ đó chúng ta biết trì giới và tránh gây thêm tội, tạo thêm nghiệp. Nhờ học pháp mà chúng ta thâm nhập kinh tạng, từ đó chúng ta mới có được trí tuệ để từ bỏ những chuyện vô nghĩa. Cũng nhờ học pháp mà chúng ta thông hiểu Luận Tạng, từ đó từ bỏ si mê bằng những phương tiện tăng thượng tuệ học. Học là ngọn đèn xua tan bóng tối vô minh, là tài sản quý nhất mà không kẻ trộm nào có thể đoạt được. Học là khí giới giúp chúng ta đánh bại kẻ thù ngu dốt. Học là người bạn tốt dạy cho chúng ta các phương tiện. Học là một người thân không bỏ chúng ta khi nghèo khó. Học còn là phương thuốc giải sầu không làm gì tổn hại chúng ta. Học là đạo quân đánh bại tà hạnh. Phật tử chân thuần nên luôn nhớ rằng khi chúng ta biết thêm một chữ, chúng ta đã xua tan được sự tối tăm vây quanh cái chữ đó. Nếu chúng ta để thêm được một chút gì đó

CHƯƠNG 97. Học Và Vô Học

vào kho trí tuệ của mình thì lập tức cái kho ấy sẽ dẹp bỏ vô minh để nhường chỗ dung chứa áùnh sáng trí tuệ mà chúng ta mới đưa vào. Càng học thì chúng ta càng có ánh sáng trí tuệ làm giảm thiểu đi vô minh. Ngoài ra, vị Tỳ-kheo hay Tỳ-kheo ni không nên chỉ học giáo pháp mà không áp dụng những tu tập căn bản và cốt lõi trong Phật giáo để chuyển hóa phiền não và tập khí. Vị Tỳ-kheo hay Tỳ-kheo Ni học hỏi giáo điển thâm sâu, siêu việt và uyên áo phải tự tìm cách áp dụng giáo lý ấy vào đời sống hằng ngày để chuyển hóa khổ đau và đạt được sự giải thoát.

Trong Phật giáo, thuật ngữ "Vô Học" không cần phải học nữa vì đã đoạn tận vọng hoặc và đạt thành giác ngộ. Khi đạt tới giai đoạn này, hành giả không cần phải học hay cố gắng thành tựu theo tôn giáo. Đây là giai đoạn của bậc A La Hán, giai đoạn thứ tư trong Thanh Văn Thừa, ba giai đoạn trước là hữu học. "Vô Học" là người không còn học nữa vì đã đoạn tận vọng hoặc và đạt thành giác ngộ. A La Hán hay Bất sanh trong Tiểu Thừa là bậc vô học; trong khi Phật là bậc vô học trong Đại Thừa. Trong Phật giáo, "Vô Học Đạo" là con đường thứ năm và cũng là con đường cuối cùng trong việc tu tập của người Phật tử. Theo sau con đường thứ tư là con đường "Thiền đạo," hành giả vượt qua những dấu hiệu vi tế nhất của phiền não và khái niệm về sự hiện hữu thật có của một cái ngã, cùng với những nhân của chúng. Trong giai đoạn này, tất cả mọi phiền não, tà kiến, chẳng hạn như sự tin tưởng vào một cái ngã thường còn, đều được khắc phục. Vào thời điểm này hành giả trở nên chứng ngộ như là một vị A La Hán hay một vị Phật. Hành giả theo Phật giáo Nguyên Thủy nào đắc được "vô học đạo" được xem như là một bậc A La Hán. Hành giả Đại Thừa hoàn tất được con đường này là trở thành một vị Phật, và theo Thuyết Nhất Thiết Hữu Bộ, vị nào đi đến cuối "vô học đạo" là trở thành một vị Độc Giác Phật, hay đắc Tam Miệu Tam Bồ Đề. Theo các truyền thống Phật giáo, có chín loại vô học của các bậc A-La-Hán đã đạt được mục đích tối hậu không cần phải học nữa. Chín con đường này bao gồm bất thoái tướng, bất thủ tướng, bất tử tướng, bất trụ tướng, khả tiến tướng, bất hoại tướng, bất khoái tướng, tuệ giải thoát tướng, và câu giải thoát tướng.

Chương 98. Tứ Ân

Trong Phật giáo, ân điền gồm có ân cha mẹ, thầy tổ, bậc trưởng thượng, chư Tăng Ni, để đáp lại những lợi lạc mà họ đã ban cho mình; đây là một trong ba loại phước điền. Theo Vô Lượng Thọ Kinh, Ân phước hay Thế phước gồm Hiếu dưỡng cha mẹ và tu hành thập thiện, bao gồm cả việc phụng thờ sư trưởng, tâm từ bi không giết hại, và tu thập thiện. Hai loại phước khác là Giới phước bao gồm thọ tam quy, trì ngũ giới cho đến cụ túc giới, không phạm oai nghi; và Hành phước bao gồm tu hành phát bồ đề tâm, tin sâu nhơn quả, hay đọc tụng và khuyến tấn người cùng đọc tụng kinh điển Đại thừa. Tứ Ân hay bốn trọng ân bao gồm ân Tam Bảo, ân cha mẹ thầy tổ, ân thiện hữu tri thức, và ân chúng sanh. Thứ nhất là "Ân Tam Bảo": Nhờ Phật mở đạo mà ta rõ thấu được Kinh, Luật, Luận và dễ bề tu học. Nhờ Pháp của Phật mà ta có thể tu trì Giới Định Tuệ và chứng ngộ. Nhờ chư Tăng tiếp nối hoằng đạo, soi sáng cái đạo lý chân thật của Đức Từ Phụ mà ta mới có cơ hội biết đến đạo lý. Chúng ta phước mỏng nghiệp dầy, sanh nhằm thời mạt pháp, khó lòng gia nhập giáo đoàn, khó lòng mà thấy được kim thân Đức Phật. May mà còn gặp được Thánh tượng. May mà đời trước có trồng căn lành, nên đời này nghe được Phật Pháp. Nếu như không nghe được chánh pháp, đâu biết mình đã thọ Phật Ân. Ân đức này biển thẳm không cùng, non cao khó sánh. Nếu ta không phát tâm Bồ Đề, giữ vững chánh pháp, cứu độ chúng sanh, thì dù cho thịt nát xương tan cũng không đền đáp được. Thứ nhì là "Ân Cha Mẹ Thầy Tổ": Nhờ cha mẹ sanh ta ra và nuôi nấng dạy dỗ nên người; nhờ thầy tổ chỉ dạy giáo lý cho ta đi vào chánh

CHƯƠNG 98. Tứ Ân

đạo. Bổn phận ta chẳng những phải cung kính, phụng sự những bậc này, mà còn cố công tu hành cầu cho các vị ấy sớm được giải thoát. Cha mẹ sanh ta khó nhọc! Chín tháng cưu mang, ba năm bú mớm. Đến khi ta được nên người, chỉ mong sao cho ta nối dõi tông đường, thừa tự tổ tiên. Nào ngờ một số trong chúng ta lại xuất gia, lạm xưng Thích tử, không dâng cơm nước, chẳng đỡ tay chân. Cha mẹ còn ta không thể nuôi dưỡng thân già, đến khi cha mẹ qua đời, ta chưa thể dìu dắt thần thức của các người. Chừng hồi tưởng lại thì: "Nước trời đà cách biệt từ dung. Mộ biếc chỉ hắt hiu thu thảo."

Như thế đối với đời là một lỗi lớn, đối với đạo lại chẳng ích chi. Hai đường đã lỗi, khó tránh tội khiên! Nghĩ như thế rồi, làm sao chuộc lỗi? Chỉ còn cách "Trăm kiếp, ngàn đời, tu Bồ Tát hạnh. Mười phương ba cõi độ khắp chúng sanh." Được như vậy chẳng những cha mẹ một đời, mà cha mẹ nhiều đời cũng đều nhờ độ thoát. Được như thế chẳng những cha mẹ một người, mà cha mẹ nhiều người, cũng đều được siêu thăng. Đành rằng cha mẹ sanh dục sắc thân, nhưng nếu không có thầy thế gian, ắt ta chẳng hiểu biết nghĩa nhân. Không biết lễ nghĩa, liêm sỉ, thì nào khác chi loài cầm thú? Không có thầy xuất thế, ắt ta chẳng am tường Phật pháp. Chẳng am tường Phật pháp, nào khác chi hạng ngu mông? Nay ta biết chút ít Phật pháp là nhờ ai? Huống nữa, thân giới phẩm đã nhuận phần đức hạnh, áo cà sa thêm rạng vẻ phước điền. Thật ra, tất cả đều nhờ ơn sư trưởng mà được. Đã hiểu như thế, nếu như ta cầu quả nhỏ, thì chỉ có thể lợi riêng mình. Nay phát đại tâm, mới mong độ các loài hàm thức. Được như vậy thì thầy thế gian mới dự hưởng phần lợi ích, mà thầy xuất thế cũng thỏa ý vui mừng. Thứ ba là "Ân Thiện Hữu Tri Thức": Nhờ thiện hữu tri thức mà ta có nơi nương tựa trên bước đường tu tập đầy chông gai khó khăn. Đức Phật đã nói về thiện hữu tri thức trong đạo Phật như sau: "Nói đến Thiện Hữu Tri Thức là nói đến Phật, Bồ Tát, Thanh Văn, Duyên Giác và Bích Chi Phật, cùng với những người kính tin giáo lý và kinh điển Phật giáo. Hàng thiện hữu tri thức là người có thể chỉ dạy cho chúng sanh xa lìa mười điều ác và tu tập mười điều lành. Lại nữa, hàng thiện hữu tri thức có lời nói đúng như pháp, thật hành đúng như lời nói, chính là tự mình chẳng sát sanh cùng bảo người khác chẳng sát sanh, nhẫn đến tự mình có sự thấy biết chơn thật (chánh kiến) và đem sự thấy biết đó ra mà chỉ dạy cho người. Hàng thiện hữu tri thức luôn có thiện pháp, tức là những việc của mình thật hành ra chẳng mong cầu tự vui cho mình, mà thường vì cầu vui cho tất cả chúng sanh, chẳng ra nói lỗi của người, mà luôn nói các việc thuần thiện. Gần gũi các bậc thiện hữu tri thức có nhiều điều lợi ích, ví như mặt trăng từ đêm mồng một đến rằm, ngày càng lớn, sáng và đầy đủ. Cũng vậy, thiện hữu tri thức làm cho những người học đạo lần lần xa lìa ác pháp, và thêm lớn pháp lành. Vì những lý do này, ân thiện hữu tri thức rất lớn nên chúng ta phải tu tập phát đại tâm, mới mong độ các loài hàm thức để trả ân cho các ngài. Thứ tư là "Ân Chúng Sanh và Đàn Na Thí Chủ": Ta thọ ơn chúng sanh rất lớn. Không có người thợ mộc ta không có nhà để ở hay bàn ghế thường dùng; không có bác nông phu ta lấy gạo đâu mà ăn để sống; không có người thợ dệt, ta lấy quần áo đâu để che thân, vân vân. Ta phải luôn siêng năng làm việc và học đạo, mong cầu cho nhứt thiết chúng sanh đều được giải thoát. Ta cùng chúng sanh từ vô thỉ đến nay, kiếp kiếp, đời đời, đổi thay nhau làm quyến thuộc nên kia đây đều có nghĩa với nhau. Vì thế trong một đời chúng ta là quyến thuộc, mà đời khác lại làm kẻ lạ người dưng, nhưng cuối cùng chúng ta vẫn liên hệ nhau trong vòng sanh tử luân hồi. Nay dù cách đời đổi thân, hôn mê không nhớ biết, song cứ lý mà suy ra, chẳng thể không đền đáp được? Vật loại mang lông, đội sừng ngày nay, biết đâu ta là con cái của chúng trong kiếp trước? Loài bướm, ong, trùng, dế hiện tại, biết đâu chúng là cha mẹ đời trước của mình? Đến như những tiếng rên siết trong thành ngạ quỷ, hay giọng kêu la nơi cõi âm ty; tuy ta

Chương 98. Tứ Ân

không thấy, không nghe, song họ vẫn van cầu cứu vớt. Cho nên Bồ Tát xem ong, kiến là cha mẹ quá khứ. Nhìn cầm thú là chư Phật vị lai. Thương nẻo khổ lâu dài mà hằng lo cứu vớt. Nhớ nghĩa xưa sâu nặng, mà thường tưởng báo ân. Riêng các bậc xuất gia hôm nay, từ đồ mặc, thức ăn đến thuốc men giường chiếu đều nhờ đàn na tín thí. Đàn na tín thí làm việc vất vả mà vẫn không đủ sống, Tỳ-kheo sao đành ngồi không hưởng thụ? Người may dệt cực nhọc ngày đêm, mà Tỳ-kheo y phục dư thừa, sao lại không mang ơn đàn na tín thí cho đặng? Thí chủ có lắm người quanh năm nhà tranh, không giây phút nào được an nhàn, trong khi Tỳ-kheo ở nơi nền rộng chùa cao, thong thả quanh năm. Đàn na tín thí đã đem công cực nhọc cung cấp sự an nhàn, thì chư Tỳ-kheo lòng nào vui được? Đàn na tính thí phải nhín nhút tài lợi để cung cấp cho chư Tỳ-kheo được no đủ, có hợp lý không? Thế nên Tỳ-kheo phải luôn tự nghĩ: "Phải vận lòng bi trí, tu phước huệ trang nghiêm, để cho đàn na tín thí được phước duyên, và chúng sanh nhờ lợi ích." Nếu chẳng vậy thời nợ nần hạt cơm tất vải đền đáp có phân, phải mang thân nô dịch súc sanh để đền trả nợ nần. Ngoài ra, Phật tử chơn thuần phải luôn nhớ đến mười trọng ân của đấng Như Lai: Thứ nhất là ân Cứu độ chúng sanh. Thứ nhì là ân hy sinh trong tiền kiếp. Thứ ba là ân vị tha đến muôn loài, hay ân đi vào cõi lục đạo Ta-bà mà cứu độ chúng sanh. Thứ tư là ân giáng trần cứu thế hay ân làm xoa dịu những khổ đau của chúng sanh trong vòng sanh tử. Thứ năm là ân cứu khổ và viễn ly sanh tử. Thứ sáu là ân Đại bi. Thứ bảy là ân soi rạng Chân lý cho nhân loại. Thứ tám là ân tùy thuận hóa chúng, trước tiên là giáo pháp Tiểu Thừa rồi sau là giáo pháp Đại Thừa. Thứ chín là ân soi rạng Niết-bàn cho chúng đệ tử. Thứ mười là ân Đại bi thương xót chúng sanh mà nhập Niết-bàn ở tuổi 80 thay vì 100 và để lại Tam Tạng kinh điển phổ cứu cứu chúng sanh.

Chương 99. Pháp Môn Bất Nhị

Đa phần chúng ta hãy còn vướng mắc vào nhị nguyên nên không thể nhận rõ đâu là tinh túy, đâu là hình tướng bên ngoài, đâu là hiện hữu, đâu là không hiện hữu, danh sắc hay hiện tượng, vân vân. Chúng ta thường ôm lấy tinh túy và chối bỏ hình tướng bên ngoài, ôm lấy tánh không và chối bỏ sự hiện hữu, vân vân. Đây là loại tà kiến tạo ra nhiều tranh cãi và nghi nan. Thật ra có sự hỗ tương giữa tâm linh và hiện tượng. Hành giả nên tự hòa giải với chính mình để loại những vướng mắc không cần thiết. Phật tử chân thuần nên cố gắng hòa giải giữa tánh tướng, hữu vô, lý sự. Chúng ta ôm ấp tánh và chối bỏ tướng, ôm ấp vô và chối bỏ hữu, ôm ấp lý và chối bỏ sự, vân vân. Tà kiến này đưa đến nhiều tranh luận và nghi nan. Kỳ thật, có sự tương đồng giữa lý và sự. Sự là lý và lý là sự. Phật tử tu hành nên hòa giải vạn vật vạn sự hầu tận diệt sự chấp trước này. Bất nhị là trọng tâm của học thuyết Đại Thừa. Tính không hai hay không khác biệt về luân hồi và Niết-bàn. Theo Tâm Kinh, khi ngài Bồ Tát Quán Thế Âm nói sắc chẳng khác không, không chẳng khác sắc. Các uẩn khác lại cũng như vậy, cũng chẳng khác không và không cũng chẳng khác các uẩn. Bởi vậy, luân hồi và Niết-bàn, các uẩn và tính không, các hiện tượng và những cái vô điều kiện, cái có điều kiện và siêu đẳng, tất cả đều là những khả năng xen lẫn nhau, chúng đều tương đối với nhau, chúng đều không hiện hữu độc lập. Thật vậy, vì chúng tương đối với nhau, nên mỗi thứ tuyệt nhiên đều không thật và huyễn. Cho nên tính hai mặt của luân hồi sanh tử và Niết-bàn bị hủy bỏ trong cái nhìn của "tánh không" hay "huyễn". Tánh không chính là con đường bên ngoài các thái cực, ngay cả thái cực về luân hồi và Niết-bàn.

Theo Kinh Duy Ma Cật, phẩm thứ chín, Pháp Môn Không Hai, cư sĩ Duy Ma Cật họp bàn cùng các Bồ Tát về pháp môn Không Hai. Bấy giờ ông Duy Ma Cật bảo các vị Bồ Tát rằng:

CHƯƠNG 99. Pháp Môn Bất Nhị

"Các nhân giả! Theo chỗ các ngài hiểu thì thế nào là Bồ Tát vào pháp môn không hai?" Trong Pháp hội có Bồ Tát tên là Pháp Tự Tại nói: "Các nhân giả! Sanh Diệt là hai. Pháp vốn không sanh, cũng không diệt, đặng vô sanh pháp nhẫn, đó là vào pháp môn không hai." Bồ Tát Đức Thủ nói: "Ngã và Ngã Sở là hai. Nhân có ngã mới có ngã sở, nếu không có ngã thời không có ngã sở, đó là vào pháp môn không hai." Bồ Tát Bất Thuấn nói: "Thọ và Không Thọ là hai. Nếu các pháp không thọ thời không có 'được,' vì không có 'được,' nên không thủ xả, không gây không làm đó là vào pháp môn không hai." Bồ Tát Đức Đảnh nói: "Nhơ và Sạch là hai. Thấy được tánh chân thật của nhơ, thời không có tướng sạch, thuận theo tướng diệt, đó là vào pháp môn không hai." Bồ Tát Thiện Túc nói: "Động và Niệm là hai. Không động thời không niệm, không niệm thời không phân biệt; thông suốt lý ấy là vào pháp môn không hai." Bồ Tát Thiện Nhãn nói: "Một Tướng và Không Tướng là hai. Nếu biết một tướng tức là không tướng, cũng không chấp không tướng mà vào bình đẳng, đó là vào pháp môn không hai." Bồ Tát Diệu Tý nói: "Tâm Bồ Tát và Tâm Thanh Văn là hai. Quán tướng của tâm vốn không, như huyễn như hóa, thời không có tâm Bồ Tát cũng không có tâm Thanh Văn, đó là vào pháp môn không hai." Bồ Tát Phất Sa nói: "Thiện và Bất Thiện là hai. Nếu không khởi thiện và bất thiện, vào gốc không tướng mà thông suốt được, đó là vào pháp môn không hai." Bồ Tát Sư Tử nói: "Tội và Phước là hai. Nếu thông đạt được tánh của tội, thì tội cùng phước không khác, dùng tuệ kim cang quyết liễu tướng ấy, không buộc không mở, đó là vào pháp môn không hai." Bồ Tát Sư Tử Ý nói: "Hữu Lậu và Vô Lậu là hai. Nếu chứng được các pháp bình đẳng thời không có tướng hữu lậu và vô lậu, không chấp có tướng cũng không chấp vô tướng, đó là vào pháp môn không hai." Bồ Tát Tịnh Giải nói: "Hữu Vi và Vô Vi là hai. Nếu lìa tất cả số thời tâm như hư không, dùng tuệ thanh tịnh không có chướng ngại, đó là vào pháp môn không hai."

Bồ Tát Na La Diên nói: "Thế Gian và Xuất Thế Gian là hai. Tánh thế gian không tức là xuất thế gian, trong đó không vào không ra, không đầy không vơi, đó là vào pháp môn không hai." Bồ Tát Thiện Ý nói: "Sanh Tử và Niết-bàn là hai. Nếu thấy được tánh sanh tử thời không có sanh tử, không buộc không mở, không sinh không diệt, hiểu như thế đó là vào pháp môn không hai." Bồ Tát Hiện Kiến nói: "Tận và Không Tận là hai. Pháp đến chỗ rốt ráo thời tận hoặc không tận đều là tướng Vô Tận tức là Không, không thời không có tướng tận và không tận, được như thế đó là vào pháp môn không hai." Bồ Tát Phổ Thủ nói: "Ngã và Vô Ngã là hai. Ngã còn không có, thời Phi Ngã đâu có được. Thấy được thật tánh của Ngã không còn có hai tướng, đó là vào pháp môn không hai." Bồ Tát Điển Thiên nói: "Minh và Vô Minh là hai. Thật tánh của vô minh là minh, minh cũng không thể nhận lấy, lìa tất cả số, ở đó bình đẳng không hai, đó là vào pháp môn không hai." Bồ Tát Hỷ Kiến nói: "Sắc và Không là hai. Sắc tức là không, chẳng phải sắc diệt rồi mới không, tánh sắc tự không; thọ, tưởng, hành, thức cũng thế. Thức và Không là hai. Thức tức là không, chẳng phải thức diệt rồi mới không, tánh thức tự không. Thông hiểu lý đó là vào pháp môn không hai." Bồ Tát Minh Tướng nói: "Tứ Đại và Không Đại là hai. Tánh tứ đại tức là tánh không đại, như lớp trước lớp sau không, thời lớp giữa cũng không. Nếu biết được thật tánh các đại thời đó là vào pháp môn không hai." Bồ Tát Diệu Ý nói: "Con Mắt và Sắc Trần là hai. Nếu biết được tánh của mắt thời đối với sắc không tham, không sân, không si, tức là tịch diệt. Tai với tiếng, mũi với hương, lưỡi với vị, thân với xúc, ý với pháp cũng là hai. Nếu biết được tánh của ý thời đối với pháp không tham, không sân, không si, tức là tịch diệt. Nhận như thế đó là vào pháp môn không hai." Bồ Tát Vô Tận Ý nói: "Bố Thí và Hồi Hướng Nhứt Thiết Trí là hai. Tánh bố thí tức là tánh hồi hướng nhứt thiết trí. Trì giới, nhẫn nhục, tinh tấn, thiền định, trí tuệ và hồi hướng nhứt thiết trí lại cũng là hai.

CHƯƠNG 99. Pháp Môn Bất Nhị

Tánh trí tuệ tức là tánh hồi hướng nhứt thiết trí, ở trong đó vào một tướng là vào pháp môn không hai." Bồ Tát Thâm Tuệ nói: "Không Vô Tướng và Vô Tác là hai. Không tức là vô tướng, vô tướng tức là vô tác. Nếu không vô tướng, vô tác thời không có tâm, ý thức. Một món giải thoát là ba món giải thoát, đó là vào pháp môn không hai." Bồ Tát Tịnh Căn nói: "Phật, Pháp, và chúng Tăng là hai. Phật tức là Pháp, Pháp tức là chúng Tăng. Ba ngôi báu ấy đều là tướng vô vi, cũng như hư không. Tất cả pháp cũng vậy, theo được hạnh ấy là vào pháp môn không hai." Bồ Tát Tâm Vô Ngại nói: "Thân và Thân Diệt là hai. Thân tức là thân diệt. Vì sao? Thấy thật tướng của thân thời không thấy thân và thân diệt. Thân và thân diệt không hai, không khác, theo đó chẳng kinh chẳng sợ là vào pháp môn không hai." Bồ Tát Thượng Thiện nói: "Thân Thiện, Khẩu Thiện và Ý Thiện là hai. Ba nghiệp này là tướng vô tác. Tướng vô tác của thân tức là tướng vô tác của khẩu, tướng vô tác của khẩu tức là tướng vô tác của ý. Tướng vô tác của ba nghiệp này tức là tướng vô tác của tất cả các pháp. Tùy thuận trí tuệ vô tác như thế là vào pháp môn không hai." Bồ Tát Phước Điền nói: "Làm Phước, Làm Tội, Làm Bất Động là hai. Thật tánh của ba việc làm tức là Không, không thời không làm phước, không làm tội, không làm bất động. Ở ba việc này mà không khởi là vào pháp môn không hai." Bồ Tát Hoa Nghiêm nói: "Do Ngã mà Khởi ra là hai. Thấy được thật tướng của ngã thời không khởi ra hai pháp. Nếu không trụ hai pháp thời không có thức. Không có thức là vào pháp môn không hai." Bồ Tát Đức Tạng nói: "Có tướng Sở Đắc là hai. Nếu không có sở đắc thời không có lấy bỏ. Không lấy bỏ là vào pháp môn không hai." Bồ Tát Nguyệt Thượng nói: "Tối và Sáng là hai. Không tối, không sáng thời không có hai. Vì sao? Như vào định diệt thọ tưởng thời không có tối, không có sáng. Tất cả pháp tướng cũng như thế; bình đẳng vào chỗ ấy là vào pháp môn không hai." Bồ Tát Ấn Thủ nói: "Ưa Niết-bàn, Không Ưa Thế Gian là hai. Nếu không ưa Niết-bàn, không chán thế gian thời không có hai. Vì sao? Nếu có buộc thời có mở, nếu không có buộc thì nào có cầu mở. Không buộc, không mở, thời không ưa, không chán, đó là vào pháp môn không hai." Bồ Tát Châu Đảnh Vương nói: "Chánh Đạo và Tà Đạo là hai. Ở chánh đạo thời không phân biệt thế nào là tà, thế nào là chánh. Lìa hai món phân biệt đó là vào pháp môn không hai." Bồ Tát Nhạo Thật nói: "Thật và Không Thật là hai. Thật thấy còn không thấy thật, huống là không thật thấy. Vì sao? Không phải mắt thịt mà thấy được, chỉ có mắt tuệ mới thấy được. Nhưng mắt tuệ không thấy mà chỗ nào cũng thấy cả, đó là vào pháp môn không hai." Các Bồ Tát nói như thế rồi, hỏi ngài Văn Thù Sư Lợi thế nào là Bồ Tát vào pháp môn không hai. Ngài Văn Thù Sư Lợi nói: "Như ý tôi đối với tất cả các pháp không nói, không rằng, không chỉ, không biết, xa lìa các vấn đáp, đó là vào pháp môn không hai." Khi đó ngài Văn Thù Sư Lợi hỏi ông Duy Ma Cật rằng: "Chúng tôi ai ai cũng nói rồi, đến lượt nhân giả nói thế nào là Bồ Tát vào pháp môn không hai?" Ông Duy Ma Cật im lặng không nói một lời. Bấy giờ Ngài Văn Thù Sư Lợi khen rằng: "Hay thay! Hay thay! Cho đến không có văn tự ngữ ngôn, đó mới thật là vào pháp môn không hai." Sau khi nói phẩm pháp môn không hai này, trong chúng có năm ngàn Bồ Tát đều vào pháp môn không hai, chứng Vô Sanh Pháp Nhẫn.

Chương 100. Khai Thị Ngộ Nhập

Sau những cuộc tranh đấu thật mãnh liệt và khủng khiếp với chính mình, qua Thiền định, Đức Phật đã chinh phục nơi thân tâm Ngài những ác tính tự nhiên, cũng như các ham muốn và dục vọng của con người đã gây chướng ngại cho sự tìm thấy chân lý của chúng ta. Cũng qua Thiền định, Đức Phật đã chế ngự những ảnh hưởng xấu của thế giới tội lỗi chung quanh Ngài. Trước nhất, Ngài đã tu tập Tứ Niệm Xứ, hay Bốn đối tượng quán chiếu hay bốn cơ sở chánh niệm, vì

CHƯƠNG 100. Khai Thị Ngộ Nhập

tứ niệm xứ là giáo lý căn bản trong phần Đạo đế, nó liên quan mật thiết với ngũ uẩn, cũng như cho chúng ta thấy sự thật về Thân, Thọ, Tâm, và Pháp. Kế tiếp, Ngài tu tập bốn cố gắng đúng hay bốn cố gắng toàn hảo. Bước thứ ba, Ngài tu tập tứ như ý túc, hay bốn bước tiến đến thần lực. Bước thứ tư, Ngài tu tập ngũ căn. Bước thứ năm, Ngài tu tập ngũ lực. Bước thứ sáu, Ngài tu tập thất bồ đề phần (Thất giác chi), hay bảy yếu tố giác ngộ. Bước thứ bảy, Ngài tu tập bát chánh đạo. Như một chiến sĩ chiến đấu anh dũng nơi chiến trường chống lại kẻ thù, Đức Phật đã chiến thắng như một vị anh hùng chinh phục và đạt được mục đích của Ngài. Ngài cũng đã tìm thấy những phẩm trợ đạo dẫn tới giác ngộ và quả vị Phật.

Khai Thị Ngộ Nhập là bốn lý do chính khiến Đức Phật thị hiện nơi cõi Ta-bà (Kinh Pháp Hoa, phẩm Phương Tiện, Đức Phật đã dạy: "Này ông Xá Lợi Phất, thế nào gọi là chư Phật Thế Tôn vì đại sự nhân duyên mà xuất hiện ở đời. Chư Phật Thế Tôn muốn chúng sanh giác ngộ tri kiến Phật, khiến họ được thanh tịnh, nên đã xuất hiện ở đời. Vì muốn chúng sanh thâm nhập vào tri kiến Phật, nên xuất hiện ở đời. Này ông Xá Lợi Phất, đó là do chư Phật Thế Tôn có đại nhân duyên nên xuất hiện ở đời."). Thứ nhất là "Khai": Khai mở tri kiến hay chân lý Phật, hay là mở ra sự thấy biết của chư Phật cho chúng sanh y theo đó mà học hiểu, hầu phân biệt rõ ràng được đâu đúng hay sai. Thứ nhì là "Thị": Thị là chỉ bảo tri kiến Phật, giúp cho chúng sanh tu tập theo những thấy biết chân chánh của chư Phật nhằm giúp họ y theo đó mà học hiểu, hầu rõ được nẻo đúng đường sai, đâu phải, đâu trái để dứt bỏ những sai lầm cố hữu. Thứ ba là "Ngộ": Giác ngộ tri kiến Phật, tức là giác ngộ Phật pháp, xa lánh tà pháp, để dứt lìa những khổ đau sanh tử nơi tam đồ ác đạo như các cõi địa ngục, ngạ quỷ, súc sanh, vân vân, để được sanh về các nẻo an vui của cảnh trời người. Thứ tư là "Nhập": Thâm nhập vào tri kiến Phật, hay thâm nhập vào trong quả vị giải thoát của Thánh nhơn, hay là đắc đạo, vượt thoát ra ngoài vòng luân hồi sanh tử.

Theo Kinh Pháp Bảo Đàn, Phẩm thứ bảy, Lục Tổ dạy: "Nếu hay nơi tướng mà lìa tướng, nơi không mà lìa không thì trong ngoài chẳng mê. Nếu ngộ được pháp này, một niệm tâm khai, ấy là khai Tri Kiến Phật. Phật tức là giác, phân làm bốn môn: Khai giác tri kiến, Thị giác tri kiến, Ngộ giác tri kiến, Nhập giác tri kiến. Tổ liền giải thích thêm cho Sư Pháp Đạt về "Khai Thị Ngộ Nhập như sau: "Nếu nghe khai thị liền hay ngộ nhập tức là giác tri kiến, chơn chánh xưa nay mà được xuất hiện. Ông dè dặt chớ hiểu lầm ý kinh, nghe trong kinh nói khai thị ngộ nhập rồi tự cho là Tri Kiến của Phật, chúng ta thì vô phần. Nếu khởi cái hiểu này tức là chê bai kinh, hủy báng Phật vậy. Phật kia đã là Phật rồi, đã đầy đủ tri kiến, cần gì phải khai nữa. Nay ông phải tin Phật tri kiến đó chỉ là tự tâm của ông, lại không có Phật nào khác; vì tất cả chúng sanh tự che phủ cái quang minh, tham ái trần cảnh, ngoài thì duyên với ngoại cảnh, trong tâm thì lăng xăng, cam chịu lôi cuốn, liền nhọc Đức Thế Tôn kia từ trong tam muội mà dậy, dùng bao nhiêu phương tiện nói đến đắng miệng, khuyên bảo khiến các ông buông dứt chớ hướng ra ngoài tìm cầu thì cùng Phật không hai, nên nói khai Phật tri kiến. Tôi cũng khuyên tất cả các người nên thường khai tri kiến Phật ở trong tâm của mình. Người đời do tâm tà, ngu mê tạo tội, miệng thì lành tâm thì ác, tham sân tật đố, siểm nịnh, ngã mạn, xâm phạm người hại vật, tự khai tri kiến chúng sanh. Nếu ngay chánh tâm, thường sanh trí tuệ, quán chiếu tâm mình, dừng ác làm lành, ấy là tự khai tri kiến Phật. Ông phải mỗi niệm khai tri kiến Phật, chớ khai tri kiến chúng sanh. Khai tri kiến Phật tức là xuất thế, khai tri kiến chúng sanh tức là thế gian. Nếu ông chỉ nhọc nhằn chấp việc tụng niệm làm công khóa thì nào khác con trâu ly mến cái đuôi của nó!"

Chương 101. Mười Điều Tâm Niệm

Đức Phật dạy về mười điều tâm niệm cho hành giả. Thứ nhất, nghĩ đến thân thể thì đừng cầu không bịnh khổ, vì không bịnh khổ thì dục vọng dễ sinh. Thứ nhì, ở đời thì đừng cầu không hoạn nạn, vì không hoạn nạn thì kiêu sa nổi dậy. Nếu như chúng ta cứ sống mãi trong cảnh thanh nhàn, như ý, không bị đời dần vặt, lại chẳng bị vướng ít nhiều sự khổ não, ưu phiền, tất tâm sẽ sanh ra các niệm khinh mạn, kiêu sa; từ đó mà kết thành vô số tội lỗi. Phật tử chơn thuần phải nhân nơi hoạn nạn mà thức tỉnh cơn trường mộng và chiêm nghiệm được lời Phật dạy là đúng. Do đó mà phát tâm tinh chuyên tu hành cầu giải thoát. Thứ ba, cứu xét tâm tánh thì đừng cầu không khúc mắc, vì không khúc mắc thì sở học không thấu đáo. Thứ tư, xây dựng đạo hạnh thì đừng cầu không bị ma chướng, vì không bị ma chướng thì chí nguyện không kiên cường. Thứ năm, việc làm thì đừng mong dễ thành, vì việc dễ thành thì lòng hay khinh thường kiêu ngạo. Thứ sáu, giao tiếp thì đừng cầu lợi mình, vì lợi mình thì mất đi đạo nghĩa. Thứ bảy, với người thì đừng mong tất cả đều thuận theo ý mình, vì được thuận theo ý mình thì lòng tất kiêu căng. Thứ tám, thi ân thì đừng cầu đền đáp, vì cầu đền đáp là thi ân có mưu đồ. Thứ chín, thấy lợi thì đừng nhúng vào, vì nhúng vào thì si mê phải động. Thứ mười, oan ức không cần biện bạch, vì còn biện bạch là nhân ngã chưa xả. Bởi thế, trong Luận Bảo Vương Tam Muội của Đức Phật. Lấy bịnh khổ làm thuốc thần. Lấy hoạn nạn làm giải thoát. Lấy khúc mắc làm thú vị. Lấy ma quân làm bạn đạo. Lấy khó khăn làm thích thú. Lấy kẻ tệ bạc làm người giúp đỡ. Lấy người chống đối làm nơi giao du. Coi thi ân như đôi dép bỏ. Lấy sự xả lợi làm vinh hoa. Lấy oan ức làm cửa ngõ đạo hạnh.

Chương 102. Tương Đối & Tuyệt Đối

Tương Đối: Theo Tự Điển Random House Webster dành cho bậc Đại Học thì chữ "Relative" có nghĩa là cái này chỉ hiện hữu hay có được đặc tánh bằng sự liên hệ với cái khác mà thôi. Tương đối còn có nghĩa là không tuyệt đối hay bị lệ thuộc. Chữ "Tương Đối" theo nghĩa đen là hỗ tương đối đãi, nghĩa là 'quan điểm hỗ tương lẫn nhau', 'hỗ tương đồng nhất,' cũng như nói 'trao đổi các quan điểm,' chứ không tách riêng từng cái để thực hiện một cuộc giải hòa về những quan điểm tương phản hay để gây hiệu quả nên một chủ trương hỗn hợp giữa các hệ thống suy lý đối lập. Thực tế, ngành tư tưởng này đã có công lớn tái lập ý niệm bao dung nguyên thủy đã được khai thị trong giáo pháp của Đức Phật nhưng hầu như mất hẳn trong nhiều bộ phái Tiểu Thừa, chúng là kết quả của những dị biệt về tư tưởng. Theo Giáo Sư Junjiro Takakusu trong Cương Yếu Triết Học Phật Giáo, Phật giáo Tiểu Thừa thông thường thỏa mãn với phân tích và ít khi thiên về dung hợp. Trái lại, Đại Thừa thường thiên về hỗ tương đối đãi giữa hai ý niệm tương phản. Nếu phe này nhận quan điểm của riêng mình và phe kia giữ chặt của riêng họ, kết quả đương nhiên sẽ chia rẻ nhau. Đây là điều xảy ra trong trường phái Tiểu Thừa. Đại Thừa Phật giáo dạy rằng phải hòa đồng lập trường của riêng mình với lập trường của kẻ khác, phải hỗ tương dung hợp những lập trường đối lập, để thấy những lập trường này hợp nhất toàn vẹn.

Chữ "tương đối" ở đây theo nghĩa đen là hỗ tương đối đãi, nghĩa là "quan điểm hỗ tương lẫn nhau," "hỗ tương đồng nhất" cũng y như nói "trao đổi các quan điểm." Không tách riêng từng cái để thực hiện cuộc hòa giải về những quan điểm tương phản hay để gây hiệu quả nên một chủ trương hỗn hợp giữa những hệ thống suy lý đối lập. Thực tế, ngành tư tưởng này đã có công lớn tái lập ý niệm bao dung nguyên thủy đã được khai thị trong giáo pháp của Đức Phật nhưng hầu như mất hẳn trong nhiều bộ phái Tiểu Thừa, chúng là kết quả của những dị biệt về tư tưởng. Theo Phật giáo, chơn như tương đối trong thế giới hiện tượng, có thể thay đổi, y theo lời nói giả danh mà hiện ra, bất biến mà tùy duyên. Những nhà tư tưởng của trường phái Tịnh Độ chấp nhận dùng tương đãi chân như để diễn tả tuyệt đãi chân như, hay dùng tương đãi chân như như là cỗ xe phương tiện đưa chúng ta đến tuyệt đãi chân như. Phương thức giúp hành giả Tịnh Độ dựa trên sắc tướng để đạt đến Phật tánh là cái vô tướng. Theo Triết Học Trung Quán, tương đối là những hiện tượng không có thực tại độc lập hay thật thể của chính chúng. Tương đối tánh hoặc sự tùy thuộc là những đặc tánh chủ yếu của hiện tượng, và, một vật là tương đối thì không phải là 'thật,' hiểu theo ý nghĩa cao nhất của chữ này. Tuyệt đối là thực tại của những hiện tượng. Tuyệt đối và thế giới không phải là hai nhóm thực tại khác nhau đặt ở vị trí đối kháng nhau. Khi hiện tượng được coi là tương đối, chịu sự chi phối của những nhân duyên và những điều kiện cấu thành thế giới này thì chúng là hiện tượng; và khi hiện tượng được coi là phi hạn định bởi tất cả nhân duyên thì hiện tượng là tuyệt đối.

Theo chân lý tương đối thì tất cả các sự vật đều hiện hữu, nhưng trong chân lý tuyệt đối thì không có gì hiện hữu cả; trong chân lý tuyệt đối, người ta thấy rằng tất cả các sự vật đều không có tự tính, nhưng trong chân lý tương đối có một sự nhận thức chỗ nào không có tự tính. Giáo thuyết nói về tự và tha đối đãi với nhau, nhờ đó mà tồn tại, như hình nhờ có ba cạnh mà thành hình tam giác, sắc cảnh đối đãi với nhãn căn mà thành sắc cảnh, nhãn căn đối với sắc cảnh mà thành nhãn căn, ngắn đối với dài mà thành ngắn, dài đối với ngắn mà thành dài. Lấy thí dụ như cái bàn chẳng hạn, nếu bạn muốn tìm kiếm cái vật thể mà bạn đang để tay trên đó để khám phá xem nó thật sự là cái gì trong các phần, hoặc phần này là cái bàn, hay phần kia là cái bàn, thì sẽ không có bất cứ điều gì có thể tìm thấy được là cái bàn cả vì cái bàn là một cái gì đó mà nếu tìm kiếm bằng phân tích sẽ không thể thấy được. Nếu chúng ta dựa vào thực tại tuyệt đối hoặc tánh không của một "cái bàn" chẳng hạn là nền tảng và tìm kiếm xem nó có thể tìm được không, thì nó sẽ trở thành chân lý quy ước theo nghĩa chính nó là nền tảng đó. Trong mối tương quan với "cái bàn", tánh không của nó là một chân lý tuyệt đối, nhưng trong tương quan với thực tại của chính nó, có nghĩa là thực tại của thực tại, thì đó là chân lý quy ước.

Trong cuộc sống hằng ngày, hầu như trong mọi trường hợp, nguyên lý Tương Đối được đã và đang được ứng dụng. Hỗ tương đối đãi bằng cách tự hủy diệt, khi được thể hiện, có giá trị thật tiễn lớn san bằng những quan điểm tương phản hay tạo nên thiện cảm giữa những phe phái đối nghịch. Bằng vào một, hay nhiều hơn, trong số các phương pháp này, dị biệt tính có thể đưa đến liên hiệp, và cuộc đời mộng ảo được dung hợp với đời sống giác ngộ. Những ý tưởng như nói: nhìn bản thể trong hiện tượng, coi động như tĩnh và tĩnh như động, đồng nhất và vô hành, tịnh và bất tịnh, toàn và bất toàn, một và nhiều, riêng và chung, thường và vô thường, tất cả đều có thể đạt được bằng lý thuyết này. Sự ứng dụng quan trọng nhất của học thuyết này là nhắm tới chỗ đồng nhất của đời sống, sinh tử và Niết-bàn. Bản thân đời sống là Niết-bàn cũng như nước với sóng là một. Đời sống là cái này thì Niết-bàn là cái không đời sống kia. Nếu đạt tới Niết-bàn ngay trong sự sống, đời sống trở thành là một với Niết-bàn, nhưng chỉ đạt trong tâm vì thân vẫn hiện hữu. Nhưng Niết-bàn toàn vẹn hay trọn vẹn được đạt đến khi chết. Sự diệt tận của thân xác là điều kiện tất yếu của Niết-bàn toàn vẹn, cũng như sự dừng lặng của sóng chung cuộc nơi tĩnh lặng toàn vẹn của nước. Thời gian và không gian đều tương đối, Chúng tương đối so với từng tâm thức cụ thể. Khoảng thời gian đối với chúng ta là một năm thì đối với một người có tâm thức vi tế hơn có thể chỉ là một khoảng thời gian ngắn ngủi hơn. Tương tự, một người đã đạt được trình độ tu tập cao, có thể xem một sát na là một kiếp hoặc một kiếp là một sát na.

Tuyệt Đối: Theo Phật giáo, tuyệt đối là vượt ra ngoài sự so sánh. Tuyệt đối là thực tại của những hiện tượng. Tuyệt đối luôn luôn có bản chất đồng nhất. Niết-bàn hoặc thực tại tuyệt đối không phải là thứ gì được tạo sanh hoặc thành tựu. Theo triết học Trung Quán, Nguyệt Xứng cho rằng với các bậc Thánh giả thì Tuyệt Đối chỉ là sự im lặng, vì nó là cái gì bất khả thuyết hay bất khả diễn đạt bằng lời. Tuyệt đối là chân lý cao nhất hay chân như, chân lý tuyệt đối. Huyền ảo và thường nghiệm tương ứng với chân lý tương đối, còn tuyệt đối thì tương ứng với chân lý cao nhất của Trung Luận tông. Trong Phật giáo, tuyệt đối đồng nghĩa với chân như. Nó bất biến, không đổi, không bị ảnh hưởng bởi bất cứ thứ gì, là tướng chung cho hết thảy các pháp. Tuyệt đối còn có nghĩa là "Tánh Không", là sự vắng bặt mọi sự tưởng. Tuyệt đối cũng có nghĩa là "Biên tế thực tại" hay "cái gì đã đến tột đỉnh chân lý", đến giới hạn tột cùng của những gì có thể tri nhận, hoàn toàn không còn sai lầm hay điên đảo. Tuyệt đối cũng có nghĩa là "Vô Tướng" là không có tướng trạng. Tuyệt đối lại còn có nghĩa là "Chân Lý tối thắng" hay thắng nghĩa, vì nó đạt thành do tối thắng của bậc Thánh. Ngoài ra, tuyệt đối còn đồng nghĩa với vô nhị, vô phân biệt xứ, vô sanh, chân tánh của chư pháp, bất khả thuyết, vô vi, phi hý luận, chân lý, chân tánh, Niết-bàn, tịch diệt, Phật quả, trí tuệ, giác ngộ, tri thức mà mình phải tự nhận trong chính mình, Pháp thân, Phật, vân vân và vân vân. Theo Phật Giáo, "Tuyệt Đối" còn rất nhiều nghĩa khác như sau: chân như (như thị), không tánh, Niết-bàn, bất nhị, bất sanh, cõi vô phân biệt, bản thể của pháp (bản chất của vật tồn hữu), bất khả diễn đạt, đích thật như nó đang là, không thể diễn tả bằng ngôn từ hay hý luận, như thật (cái thật sự đang là), chân đế, chân lý, Như Lai tạng, thực tại mà ta phải tự thể nghiệm trong nội tâm, vân vân. Theo trường phái Du Già, duy thức tuyệt đối là giáo pháp tiêu biểu nhất và là cái được gọi là "chủ nghĩa duy thức". Theo đó đối tượng thường nghiệm (vô thường) thì 'thuộc chủ quan' và chủ thể nhận thức là 'tuyệt đối'. Với đối tượng thường nghiệm, Duy Già phủ nhận tính hiện thật độc lập của đối tượng ngoại giới, và điều này chỉ là tiếp nối các ý niệm truyền thống về tính vượt trội của 'tâm' trên mọi đối tượng, dù có lẽ nó có thể mang cho chúng một nội dung phần nào sắc xảo hơn và hàm chứa nhận thức luận rõ ràng hơn trước. Trong một hành vi tri thức, tâm và tâm sở có tầm quan trọng quyết định, còn 'đối tượng' là một ảnh tợ phần lớn đã được định hình, và trong mức độ nào đó, nó do tâm tạo ra.

Chương 103. Thiện Pháp & Bất Thiện Pháp

Thiện Pháp: Thiện pháp là điều thiện, là hành động cố ý phù hợp với Bát Thánh Đạo. Như vậy điều thiện không những chỉ phù hợp với chánh nghiệp, mà còn phù hợp với chánh kiến, chánh tư duy, chánh chánh ngữ, chánh mạng, chánh tinh tấn, chánh niệm và chánh định nữa. Theo Kinh Pháp Cú, câu 183, Đức Phật dạy: "Chớ làm các điều ác, gắng làm các việc lành, giữ tâm ý trong sạch. Ấy lời chư Phật dạy." Điều Thiện sẽ giúp con người chế ngự được những phiền não khởi lên trong tâm. Ngược lại, nếu con người làm điều ác sẽ phải nhận chịu các hậu quả khổ đau trong đời này hay đời kế tiếp. Như vậy, thiện nghiệp có công năng thanh lọc bổn tâm và mang lại hạnh phúc cho mình và tha nhân. Thiện là trái với ác, là những hành pháp hữu lậu và vô lậu thuận ích cho đời này và đời khác (trên thông với Bồ Tát và Phật, dưới thấu trời và người). Theo Phật giáo, thiện nghiệp là hành động cố ý phù hợp với Bát Thánh Đạo. Như vậy thiện nghiệp không những chỉ phù hợp với chánh nghiệp, mà còn phù hợp với chánh kiến, chánh tư duy, chánh chánh ngữ, chánh mạng, chánh tinh tấn, chánh niệm và chánh định nữa. Theo Kinh Pháp Cú, câu 183, Đức Phật dạy: "Chớ làm các điều ác, gắng làm các việc lành, giữ tâm ý trong sạch. Ấy lời chư Phật dạy."

CHƯƠNG 103. Thiện Pháp & Bất Thiện Pháp

Thiện nghiệp sẽ giúp con người chế ngự được những phiền não khởi lên trong tâm. Ngược lại, nếu con người làm ác nghiệp sẽ phải nhận chịu các hậu quả khổ đau trong đời này hay đời kế tiếp. Một người tốt, tin theo thuyết nhân quả của Phật Giáo và sống một đời thiện lành. Trên đời này có hai hạng người, hạng ưa tranh luận và gây sự và hạng ưa hòa thuận và hoan hỷ. Hạng người đầu có thể nói là hạng người độc ác ngu si và phóng đãng. Hạng thứ hai là loại hành thiện, có trí tuệ và biết sống chế ngự điều phục. Đức Phật đã phân loại rõ ràng giữa thiện và ác và Ngài khuyên tất cả đệ tử của mình không nên làm ác, làm các hạnh lành và giữ cho tâm ý trong sạch. Ngài dạy rằng làm ác thì dễ, làm lành khó hơn, nhưng các đệ tử của Ngài phải biết lựa chọn giữa ác và thiện, vì kẻ ác phải đi xuống địa ngục và chịu rất nhiều khổ đau, còn bậc Thiện sẽ được lên cõi trời và hưởng thọ hạnh phúc.

Theo Tương Ưng Bộ Kinh, Phẩm Ambapali, có hai pháp cơ bản về các thiện pháp. Thứ nhất là giới khéo thanh tịnh bao gồm y cứ trên giới và an trú trên giới. Theo Kinh Trường Bộ, Phúng Tụng Kinh, có ba thiện căn. Đối với chư Tăng Ni có vô tham, vô sân, vô si; bố thí, từ bi, trí tuệ; thân lành, khẩu lành, ý lành. Tam thiện căn dùng để phát triển giới hạnh: vô tham thiện căn, vô sân thiện căn, và vô si thiện căn. Đối với Phật tử tại gia, có ba thứ thiện căn: bố thí thiện căn; bi Mẫn thiện căn; và trí tuệ thiện căn. Lại có Tam Thiện Đạo hay ba con đường hay ba trạng thái đi lên. Thứ nhất là thiên đạo, do nghiệp lành bậc trên mà bước tới. Thứ nhì là nhơn đạo, do nghiệp lành bậc giữa mà bước tới. Thứ ba là a-tu-la đạo, do nghiệp lành bậc dưới mà bước. Theo Trường Bộ, Kinh Phúng Tụng, có ba loại thiện giới. Thứ nhất là ly dục giới. Thứ nhì là vô sân giới. Thứ ba là vô hại giới. Theo Kinh Trường Bộ, Phúng Tụng Kinh, có ba thiện hạnh: thân thiện hạnh, khẩu thiện hạnh, và ý thiện hạnh. Tam Thiện Nghiệp bao gồm không tham, không sân và không si. Theo A Tỳ Đạt Ma Luận, có ba cửa thiện nghiệp thuộc về dục giới. Thứ nhất là thân nghiệp thuộc nơi Cửa Thân: không sát sanh, không trộm cắp và không tà dâm. Thứ nhì là khẩu nghiệp thuộc nơi Cửa Khẩu: không nói dối, không nói lời đâm thọc, không nói lời thô lỗ, và không nói lời nhảm nhí. Thứ ba là ý nghiệp thuộc nơi cửa Ý: không tham ái, không sân hận, và không tà kiến. Theo Trường Bộ, Kinh Phúng Tụng, có ba loại suy nghĩ thiện lành. Thứ nhất là Ly dục tầm. Thứ nhì là Vô sân tầm. Thứ nhì là Vô sân tầm. Thứ ba là Vô hại tầm. Theo Trường Bộ, Kinh Phúng Tụng, có ba loại thiện tưởng. Thứ nhất là Ly dục tưởng. Thứ nhì là Vô sân tưởng. Thứ ba là Vô hại tưởng.

Theo Đại Thừa, có bốn thứ thiện căn đưa đến những quả vị tốt đẹp: Thanh Văn, Duyên Giác, Bồ Tát, và Phật. Theo Câu Xá Tông, có bốn thứ thiện căn đưa đến những quả vị tốt đẹp: noãn pháp, đỉnh pháp, nhẫn pháp, và thế đệ nhất pháp. Theo Kinh Thủ Lăng Nghiêm, quyển Tám, có bốn thứ thiện căn đưa đến những quả vị tốt đẹp. Đức Phật đã nhắc ngài A Nan về tứ gia hạnh như sau: "Ông A Nan! Người thiện nam đó, thảy đều thanh tịnh, 41 tâm gần thành bốn thứ diệu viên gia hạnh." Thứ nhất là Noãn Địa. Lấy Phật giác để dùng làm tâm mình, dường như hiểu rõ Phật giác mà kỳ thật chưa hiểu rõ. Ví dụ như khoang cây lấy lửa, lửa sắp cháy lên, mà chưa thật sự cháy. Đây gọi là noãn địa. Thứ nhì là Đỉnh Địa. Lại lấy tâm mình thành đường lối đi của Phật, dường như nương mà chẳng phải nương. Như lên núi cao, thân vào hư không, dưới chân còn chút ngại. Gọi là Đỉnh Địa. Thứ ba là Nhẫn Địa. Tâm và Phật đồng nhau, thì khéo được trung đạo. Như người nhẫn việc, chẳng phải mang sự oán, mà cũng chẳng phải vượt hẳn sự ấy. Đó gọi là nhẫn địa. Thứ tư là Thế đệ nhất địa. Số lượng tiêu diệt, trung đạo giữa mê và giác, đều không còn tên gọi. Đây gọi là thế đệ nhất địa. Theo Trường Bộ, Kinh Phúng Tụng, có tám loại Thiện: Chánh Kiến, Chánh Tư Duy, Chánh Ngữ, Chánh Nghiệp, Chánh Mạng, Chánh Tinh Tấn, Chánh Niệm, và Chánh Định.

Trong Kinh Pháp Cú, Đức Phật dạy: "Như thứ hoa tươi

CHƯƠNG 103. Thiện Pháp & Bất Thiện Pháp

đẹp chỉ phô trương màu sắc mà chẳng có hương thơm, những người chỉ biết nói điều lành mà không làm điều lành chẳng đem lại ích lợi (51). Như thứ hoa tươi đẹp, vừa có màu sắc, lại có hương thơm, những người nói điều lành và làm được điều lành sẽ đưa lại kết quả tốt (52). Như từ đống hoa có thể làm nên nhiều tràng hoa, từ nơi thân người có thể tạo nên nhiều việc thiện (53). Nếu đã làm việc lành hãy nên thường làm mãi, nên vui làm việc lành; hễ chứa lành nhứt định thọ lạc (118). Khi nghiệp lành chưa thành thục, người lành cho là khổ, đến khi nghiệp lành thành thục, người lành mới biết là lành (120). Chớ nên khinh điều lành nhỏ, cho rằng "chẳng đưa lại quả báo cho ta." Phải biết giọt nước nhểu lâu ngày cũng làm đầy bình. Kẻ trí sở dĩ toàn thiện bởi chứa dồn từng khi ít mà nên (122)." Trong Kinh Tứ Thập Nhị Chương, chương 14, Đức Phật dạy: "Có một vị Sa Môn hỏi Phật: "Điều gì là thiện? Điều gì là lớn nhất?" Đức Phật dạy: "Thật hành Chánh Đạo, giữ sự chân thật là thiện. Chí nguyện hợp với Đạo là lớn nhất."

Bất Thiện Pháp: Bất thiện pháp là điều ác hay điều bất thiện, hay điều không lành mạnh (là cội rễ bất thiện) theo sau bởi tham sân si và những hậu quả khổ đau về sau. Trên thế gian này có hai loại nhận: một là nhân thiện, hai là nhân ác. Khi mình trồng nhân thiện thì mình gặt quả thiện, khi mình trồng nhân ác thì đương nhiên mình phải gặt quả ác. Theo Thanh Tịnh Đạo, bất thiện nghiệp là những việc làm bất thiện và là con đường dẫn đến ác đạo. Tâm bất thiện tạo ra những tư tưởng bất thiện (hận, thù, tổn hại và tà kiến, vân vân), cũng như những hành động gây ra khổ đau loạn động. Tâm bất thiện sẽ hủy diệt sự an lạc và thanh tịnh bên trong. Theo Phật giáo, nếu chúng ta trồng nhân ác thì tương lai chúng ta sẽ gặt quả xấu. Những ai tạo ra oan nghiệt, phạm đủ thứ lỗi lầm thì tương lai sẽ thọ lãnh quả báo của địa ngục, ngạ quỷ, súc sanh, vân vân. Tóm lại, làm điều thiện thì được thăng hoa, còn làm điều ác sẽ bị đọa vào ác đạo. Mọi thứ đều do mình tự tạo, tự mình làm chủ lấy mình, chứ đừng ỷ lại vào ai khác. Theo Thanh Tịnh Đạo, bất thiện hạnh hay tà hạnh là làm những điều đáng lý không nên làm, và không làm cái nên làm, do tham sân si và sợ. Chúng được gọi là đường xấu vì đó là những con đường mà bậc Thánh không đi. Ác hạnh nơi ý, khẩu hay thân, đưa đến ác báo. Bất thiện ngôn hay lời nói độc ác hay miệng độc ác (gây phiền não cho người). Trong Kinh Pháp Cú, Đức Phật dạy: "Chớ nên nói lời bất thiện thô ác. Khi ngươi dùng lời thô ác nói với người khác. Người khác cũng dùng lời thô ác nói với ngươi, thương thay những lời nóng giận thô ác chỉ làm cho các ngươi đau đớn khó chịu như đao gậy mà thôi (133). Nếu ngươi mặc nhiên như cái đồng la bể trước những người đem lời thô ác cãi vã đến cho mình, tức là ngươi đã tự tại đi trên đường Niết-bàn. Người kia chẳng làm sao tìm sự tranh cãi với ngươi được nữa (134)." Bất thiện kiến hay ác kiến là kiến giải ác hay sự thấy hiểu xấu ác với những quan niệm sai lầm và cố chấp (sự suy lường điên đảo về tứ diệu đế làm ô nhiễm trí tuệ): thân kiến, biên kiến, tà kiến, kiến thủ, và giới cấm thủ.

Bất thiện là hành vi trái đạo lý (sẽ chuốc lấy khổ báo trong hiện tại và tương lai). Bất thiện pháp là điều độc ác, là tìm cách làm hại người khác. Độc ác bao gồm việc rắp tâm trả đũa người đã làm điều sai trái đối với chúng ta, tìm cách làm cho người khác bị dày vò trong đau khổ hay làm cho người khác bị rơi vào tình cảnh thẹn thùa khó xử. Từ thời khởi thủy, tư tưởng Phật giáo đã tranh luận rằng những hành động vô luân là kết quả của vô minh, khiến cho chúng sanh tham dự vào các hành động dẫn đến những hậu quả xấu cho họ. Vì vậy điều ác trong Phật giáo chỉ là vấn đề thứ yếu, sẽ bị triệt tiêu khi khắc phục được vô minh. Vì vậy định nghĩa của tội lỗi và xấu ác theo giáo điển: những hành động xấu ác là những hành động đưa đến khổ đau và hậu quả được nhận biết như là nỗi đau đớn cho chúng sanh kinh qua. Bất thiện nghiệp hay ác nghiệp Tham, Sân, Si do Thân, Khẩu, Ý Gây. Bất thiện nghiệp là hành động của thân khẩu ý làm tổn hại

CHƯƠNG 103. Thiện Pháp & Bất Thiện Pháp

cả mình lẫn người, sẽ đưa đến quả báo xấu. Bất thiện nghiệp gồm có những nghiệp sau đây: tham, sân, si, mạn, nghi, tà kiến, sát, đạo, dâm, vọng. Theo Kinh Thi Ca La Việt, có bốn nguyên nhân gây nên bất thiện nghiệp: tham dục, sân hận, ngu si, và sợ hãi. Theo Kinh Thi Ca La Việt, Đức Phật dạy: "Này gia chủ tử, vì vị Thánh đệ tử không tham dục, không sân hận, không ngu si, không sợ hãi, nên vị ấy không làm ra bất thiện nghiệp theo bốn lý do kể trên." Trong Kinh Pháp Cú, Đức Phật dạy: "Như sét do sắt sinh ra rồi trở lại ăn sắt, cũng như ác nghiệp do người ta gây ra rồi trở lại dắt người ta đi vào cõi ác (240)."

Bất thiện Đạo gồm có ba thứ, còn gọi là tam đồ ác đạo gồm địa ngục, ngạ quỷ và súc sanh. Đây là ba đường của trạng thái tâm, thí dụ như khi chúng ta có tâm tưởng muốn giết hại ai, thì ngay trong giây phút đó, chúng ta đã sanh vào địa ngục vậy. Chúng sanh trong ác đạo chẳng gặp được Phật pháp, chẳng bao giờ tu tập thiện nghiệp, và luôn làm hại người khác. Thỉnh thoảng A-Tu-La cũng được xem như bất thiện đạo vì dù có phước đức cõi trời nhưng lại thiếu công đức và có quá nhiều sân hận. Có bốn thứ dục bất thiện căn bản: Bốn thứ này được xem là những phiền não căn bản bắt nguồn từ kiến giải cho rằng thật sự có một bản thể được gọi là ngã-linh hồn thường hằng. Thứ nhất là tin vào sự hiện hữu của một ngã thể. Thứ nhì là sự mê muội về cái ngã. Thứ ba là sự kiêu mạn về cái ngã. Thứ tư là sự tự yêu thương mình.

Tất cả nghiệp được kiểm soát bởi ba thứ thân, khẩu, ý. Có ba nghiệp nơi thân, bốn nghiệp nơi miệng, và ba nghiệp nơi ý. Theo Phật giáo, những hiện tượng xấu ác được dùng để chỉ những hiện tượng siêu nhiên do kết quả của thiền tập, như thần thông, và những năng lực ảo thuật khác, cũng như những ảo giác. Chúng là những thứ làm cho hành giả mất tập trung, nên hành giả được dạy là nên càng phớt lờ chúng nhiều chừng nào càng tốt chừng ấy để chỉ lo tập trung vào thiền tập mà thôi. Thuật ngữ Bắc Phạn "akusala" được dùng

467

để chỉ "khuynh hướng xấu ác." Đây là những trở ngại cho việc tu tập thân và tâm. Vài bình luận gia Phật giáo cũng thêm vào khuynh hướng thứ 3, đó là "khẩu." Người ta nói những khuynh hướng xấu ác này được gây nên bởi nghiệp chướng hay những hành hoạt trong quá khứ, và những dấu tích vi tế vẫn còn tồn đọng sau khi phiền não đã được đoạn tận. Một thí dụ thường được đưa ra là một vị A La Hán, người đã đoạn tận phiền não, thấy được tâm vương ý mã đang chạy nhảy và làm ồn áo như một con khỉ, nhưng sâu trong tâm thức, những dấu vết vi tế vẫn còn tồn đọng.

Theo Phật giáo, người bất thiện là người ác, là người chối bỏ luật Nhân quả (thà khởi lên ngã kiến như núi Tu Di, chứ đừng khởi lên ác thủ không, hay phủ nhận lý nhân quả, cho rằng cái này cái kia đều là không). Vì thế Đức Phật khuyên chúng ta không nên làm bạn với kẻ ác, mà chỉ thân thiện với bạn lành. Ngài nêu rõ rằng, nếu chúng ta muốn sống, chúng ta phải tránh ác như tránh thuốc độc, vì một bàn tay không thương tích có thể cầm thuốc độc mà không có hại gì. Pháp của bậc Thiện không mất, nhưng đi theo người làm lành đến chỗ các hạnh lành dẫn dắt đến. Các hạnh lành đón chào người làm lành khi đi về từ thế giới này qua thế giới khác, như bà con chào đón người thân yêu từ xa mới về. Như vậy, vấn đề đặt ra rất rõ ràng và dứt khoát. Ác và thiện đều do mình tạo ra. Ác đưa đến cãi nhau, gây hấn và chiến tranh. Còn thiện đưa đến hòa thuận, thân hữu và hòa bình. Cũng theo Phật giáo, kẻ bất thiện là kẻ phạm phải những tội lỗi ghê sợ và là những kẻ mà tâm trí dẫy đầy tham, sân, si. Những kẻ phạm phải vọng ngữ, nhàn đàm hý luận, nói lời độc ác, nói lưỡi hai chiều. Những kẻ lợi dụng lòng tốt của kẻ khác; những kẻ vì lợi lạc riêng tư mà lường gạt kẻ khác; những kẻ sát sanh, trộm cắp, tà dâm, mưu kế thâm độc, luôn nghĩ tới quỷ kế.

Ấn Quang Đại Sư khuyên người chuyên nhất niệm Phật cho tâm mình không còn tham luyến chi đến việc trần lao bên ngoài. Đừng quên cái chết đang rình rập bên mình chẳng

CHƯƠNG 103. Thiện Pháp & Bất Thiện Pháp

biết xãy ra lúc nào. Nếu như không chuyên nhất niệm Phật cầu sanh về Tây Phương, thì khi cái chết đến thình lình, chắc chắn là phải bị đọa vào trong tam đồ ác đạo. Nơi đó phải chịu khổ có khi đến vô lượng chư Phật ra đời hết rồi mà vẫn còn bị xoay lăn trong ác đạo, không được thoát ly. Vì thế, hành giả lúc nào cũng phải nghĩ đến thân người mong manh, cái chết thình lình. Đời trước và đời này đã tạo ra vô lượng vô biên ác nghiệp, và luôn nghĩ đến sự khổ nơi tam đồ ác đạo đang đợi chúng ta, để luôn tỉnh ngộ mà tâm không còn tham luyến chi đến các cảnh ngũ dục, lục trần ở bên ngoài nữa. Nếu như bị đọa vào địa ngục thì bị cảnh non đao, rừng kiếm, lò lửa, vạc dầu; một ngày đêm sống chết đến vạn lần, sự đau khổ cùng cực không sao tả xiết. Nếu như bị đọa vào ngạ quỷ thì thân mình xấu xa hôi hám. Bụng lớn như cái trống, còn cổ họng thì nhỏ như cây kim; đói khát mà không ăn uống được. Khi thấy thức ăn nước uống thì các vật ấy đều hóa thành ra than lửa, chịu đói khát khổ sở, lăn lộn, khóc la trong muôn vạn kiếp. Nếu như bị đọa vào súc sanh thì bị nghiệp chở, kéo, nặng nề, bị người giết mà ăn thịt, hoặc bị cảnh loài mạnh ăn loài yếu, hân tâm kinh sợ, khủng hoảng, không lúc nào yên.

Có năm loại bất thiện hay ăm loại ác trên thế gian này: Thứ nhất là tàn bạo: Mọi sinh vật, ngay cả các loài côn trùng, chiến đấu nhau.

Mạnh hiếp yếu, yếu lừa mạnh; cứ thế mà đánh nhau và bạo tàn với nhau. Thứ nhì là lừa gạt và thiếu thành thật: Không còn lần mé (tôn ti trật tự) đúng đắn giữa cha con, anh em, chồng vợ, bà con lão ấu. Hễ có dịp là trục lợi và lừa gạt nhau, không còn ưu tư gì đến thành tín. Thứ ba là thái độ xấu ác dẫn đến bất công và xấu ác: Không còn lần mé về hạnh kiểm của nam nữ. Mọi người đều muốn có tư tưởng xấu ác của riêng mình, từ đó dẫn đến những tranh cãi, đánh nhau, bất công và xấu ác. Thứ tư là không tôn trọng quyền lợi của người khác: Người ta có khuynh hướng không tôn trọng quyền lợi của người khác, tự tâng bốc thổi phồng mình lên bằng công sức của người khác, làm gương xấu về hạnh kiểm, bất công trong lời nói, lừa gạt, phỉ báng và lợi dụng người khác. Thứ năm là xao lãng nhiệm vụ. Người ta có khuynh hướng xao lãng bổn phận của mình đối với người khác. Họ chỉ nghĩ đến sự thoải mái cho riêng mình, và quên mất đi những ân huệ mà họ đã nhận do đó gây ra sự khó chịu cho người khác cũng như đưa đến những bất công.

Theo Trường Bộ, Kinh Phúng Tụng, có tám loại bất thiện: tà kiến, tà tư duy, tà ngữ, tà nghiệp, tà mạng, tà tinh tấn, tà niệm, và tà định. Có tám loại bất thiện giác hay ác giác: dục giác, sân giác, não giác, thân lý giác (nhớ nhà), quốc độ giác (ái quốc hay nghĩ đến sự lợi ích của quốc gia), bất tử giác (không thích cái chết), tộc tính giác (vì cao vọng cho dòng họ), và khinh vụ giác (khi dễ hay thô lỗ với người khác). Theo Kinh Phúng Tụng trong Trường Bộ Kinh, có chín sự bất thiện hay xung đột khởi lên bởi tư tưởng bằng cách nghĩ rằng: "Có lợi ích gì mà nghĩ rằng một người đã làm hại, đang làm hại, và sẽ làm hại mình, hại người mình thương, hoặc hại người mình ghét." Thứ nhất là người ấy đã làm hại tôi. Thứ nhì là người ấy đang làm hại tôi. Thứ ba là người ấy sẽ làm hại tôi. Thứ tư là người ấy đã làm hại người tôi thương mến. Thứ năm là người ấy đang làm hại người tôi thương mến. Thứ sáu là người ấy sẽ làm hại người tôi thương mến. Thứ bảy là người ấy đã làm hại người tôi không thương không thích. Thứ tám là người ấy đang làm hại người tôi không thương không thích. Thứ chín là người ấy sẽ làm hại người tôi không thương mến. Cổ Đức dạy: "Làm việc bất thiện 'thí như nhơn thóa thiên, hoàn tùng kỷ thân trụy.'" Nghĩa là làm ác như người phun nước miếng lên trời, nước miếng rơi trở xuống ngay nơi mặt chính họ. Hoặc là "Ngậm máu phun người nhơ miệng mình."

Năm Đề Nghị của Đức Phật ích lợi thực tiễn cho hành giả nhằm tránh những tư tưởng bất thiện: Thứ nhất là cố tạo những tư tưởng tốt, trái nghịch với loại tư tưởng trở ngại,

Chương 103. Thiện Pháp & Bất Thiện Pháp

như khi bị lòng sân hận làm trở ngại thì nên tạo tâm từ. Thứ nhì là suy niệm về những hậu quả xấu có thể xảy ra, như nghĩ rằng sân hận có thể đưa đến tội lỗi, sát nhân, vân vân. Thứ ba là không để ý, cố quên lãng những tư tưởng xấu xa ấy. Thứ tư là đi ngược dòng tư tưởng, phăng lần lên, tìm hiểu do đâu tư tưởng ô nhiễm ấy phát sanh, và như vậy, trong tiến trình ngược chiều ấy, hành giả quên dần điều xấu. Thứ năm là gián tiếp vận dụng năng lực vật chất.

Trong Kinh Pháp Cú, Đức Phật dạy: "Hãy gấp rút làm lành, chế chỉ tâm tội ác. Hễ biếng nhác việc lành giờ phút nào thì tâm ưa chuyện ác giờ phút nấy (116). Nếu đã lỡ làm ác chớ nên thường làm hoài, chớ vui làm việc ác; hễ chứa ác nhứt định thọ khổ (117). Khi nghiệp ác chưa thành thục, kẻ ác cho là vui, đến khi nghiệp ác thành thục kẻ ác mới hay là ác (119). Chớ khinh điều ác nhỏ, cho rằng "chẳng đưa lại quả báo cho ta." Phải biết giọt nước nhểu lâu ngày cũng làm đầy bình. Kẻ ngu phu sở dĩ đầy tội ác bởi chứa dồn từng khi ít mà nên (121). Người đi buôn mang nhiều của báu mà thiếu bạn đồng hành, tránh xa con đường nguy hiểm làm sao, như kẻ tham sống tránh xa thuốc độc thế nào, thì các ngươi cũng phải tránh xa điều ác thế ấy (123). Với bàn tay không thương tích, có thể nắm thuốc độc mà không bị nhiễm độc, với người không làm ác thì không bao giờ bị ác (124). Đem ác ý xâm phạm đến người không tà vạy, thanh tịnh và vô nhiễm, tội ác sẽ trở lại kẻ làm ác như ngược gió tung bụi (125). Một số sinh ra từ bào thai, kẻ ác thì đọa vào địa ngục, người chính trực thì sinh lên chư thiên, nhưng cõi Niết-bàn chỉ dành riêng cho những ai đã diệt sạch nghiệp sanh tử (126). Chẳng phải bay lên không trung, chẳng phải lặn xuống đáy bể, chẳng phải chui vào hang sâu núi thẳm, dù tìm khắp thế gian này, chẳng có nơi nào trốn khỏi ác nghiệp đã gây 127). Ác nghiệp chính do mình tạo, từ mình sinh ra. Ác nghiệp làm hại kẻ ngu phu dễ dàng như kim cang phá hoại bảo thạch 161). Việc hung ác thì dễ làm nhưng chẳng lợi gì cho ta, trái lại việc từ thiện có

471

lợi cho ta thì lại rất khó làm (163). Những người ác tuệ ngu si, vì tâm tà kiến mà vu miệt giáo pháp A-la-hán, vu miệt người lành Chánh đạo và giáo pháp đức Như Lai để tự mang lấy bại hoại, như giống cỏ cách-tha hễ sinh hoa quả xong liền tiêu diệt 164). Làm dữ bởi ta mà nhiễm ô cũng bởi ta, làm lành bởi ta mà thanh tịnh cũng bởi ta. Tịnh hay bất tịnh đều bởi ta, chứ không ai có thể làm cho ai thanh tịnh được 165). Chớ nên phỉ báng, đừng làm não hại, giữ giới luật tinh nghiêm, uống ăn có chừng mực, riêng ở chỗ tịch tịnh, siêng tu tập thiền định; ấy lời chư Phật dạy 185).

Trong Kinh Tứ Thập Nhị Chương, Đức Phật dạy: "Người ác nghe nói ai làm điều thiện thì đến để phá hoại. Khi gặp người như vậy, các ông phải tự chủ, đừng có tức giận trách móc. Bởi vì kẻ mang điều ác đến thì họ sẽ lãnh thọ điều ác đó (6). Có người nghe ta giữ đạo, thật hành tâm đại nhân từ, nên đến mắng ta; ta im lặng không phản ứng. Người kia mắng xong, ta liền hỏi: Ông đem lễ vật để biếu người khác, người kia không nhận thì lễ vật ấy trở về với ông không? Người kia đáp: "Về chứ." Ta bảo: "Nay ông mắng ta, ta không nhận thì tự ông rước họa vào thân, giống như âm vang theo tiếng, bóng theo hình, rốt cuộc không thể tránh khỏi. Vậy hãy cẩn thận, đừng làm điều ác." (7). Kẻ ác hại người hiền giống như ngước mặt lên trời mà nhổ nước miếng, nhổ không tới trời, nước miếng lại rơi xuống ngay mặt mình. Ngược gió tung bụi, bụi chẳng đến người khác, trở lại dơ thân mình, người hiền không thể hại được mà còn bị họa vào thân." (8).

Để chấm dứt khổ đau phiền não trong cuộc sống, Đức Phật khuyên tứ chúng nên: "Chư Ác Mạc Tác, Chúng Thiện Phụng Hành, Tự Tịnh Kỳ Ý". Trong Kinh A Hàm, Phật dạy: "Không làm những việc ác, chỉ làm những việc lành, giữ tâm ý trong sạch, đó lời chư Phật dạy." Biển pháp mênh mông cũng từ bốn câu kệ này mà ra. Những lời Phật dạy trong Kinh Pháp Cú: "Người trí hãy nên rời bỏ hắc pháp (ác pháp) mà tu tập bạch pháp (thiện pháp), xa gia đình nhỏ hẹp, xuất gia sống độc thân theo pháp tắc Sa-môn (87). Người trí phải gột sạch những điều cấu uế trong tâm, hãy cầu cái vui Chánh pháp, xa lìa ngũ dục mà chứng Niết-bàn (88). Người nào thường chính tâm tu tập các phép giác chi, xa lìa tánh cố chấp, rời bỏ tâm nhiễm ái, diệt hết mọi phiền não để trở nên sáng suốt, thì sẽ giải thoát và chứng đắc Niết-bàn ngay trong đời hiện tại (89)." Tuy nhiên, những lời Phật dạy thường là dễ nói khó làm. Vâng! "Chớ làm các điều ác, nên làm những việc lành, giữ tâm ý trong sạch." Đó là lời chư Phật dạy. Lời Phật dạy dễ đến độ đứa trẻ lên ba cũng nói được, nhưng khó đến độ cụ già 80 cũng không thật hành nổi. Theo Kinh Tứ Thập Nhị Chương, Phẩm 18, Đức Phật dạy: "Pháp của ta là niệm mà không còn chủ thể niệm và đối tượng niệm; làm mà không còn chủ thể làm và đối tượng làm; nói mà không có chủ thể nói và đối tượng nói; tu mà không còn chủ thể tu và đối tượng tu. Người ngộ thì rất gần, kẻ mê thì rất xa. Dứt đường ngôn ngữ, không bị ràng buộc bất cứ cái gì. Sai đi một ly thì mất tức khắc."

Chương 104. Giới Luật Phật Giáo

Vào thời Đức Phật còn tại thế, lúc một môn đệ mới bắt đầu được chấp nhận vào Tăng đoàn, Đức Phật nói với họ những lời đơn giản, "hãy lại đây, Tỳ-kheo!" Nhưng khi số người gia nhập ngày càng gia tăng và giáo hội phân tán. Những quy định đã được Đức Phật ban hành. Mỗi người Phật tử phải tuân giữ "Ngũ Giới" trong sự trau dồi cuộc sống phạm hạnh, và chư Tăng Ni tuân thêm 5 giới luật phụ được Đức Phật soạn thảo tỉ mỉ như là những điều luật rèn luyện và nói chung như là những giới luật tu tập. Năm giới luật phụ cho người xuất gia thời đó là tránh việc ăn sau giờ ngọ, tránh ca múa, tránh trang điểm son phấn và dầu thơm, tránh ngồi hay nằm trên giường cao, và tránh giữ tiền hay vàng bạc, châu báu. Về sau này, nhiều trạng huống khác nhau khởi lên nên con số luật lệ trong "Ba La Đề Mộc Xoa" cũng khác biệt nhau trong các truyền thống khác nhau, mặc dù có một số điểm cốt lõi chung khoảng 150 điều. Ngày nay, trong các truyền thống Đại Thừa và Khất Sĩ, có 250 cho Tỳ-kheo và 348 giới cho Tỳ-kheo Ni; trong khi truyền thống Theravada có 227 giới cho Tỳ-kheo và 311 giới cho Tỳ-kheo Ni. Trong tất cả các truyền thống, cả truyền thống Đại Thừa bao gồm Khất Sĩ, và truyền thống Theravada, cứ nửa tháng một lần những giới luật này được toàn thể chư Tăng Ni tụng đọc, tạo cho chư Tăng Ni cơ hội để sám hối những tội lỗi đã gây nên.

Lối sống thế tục có tính cách hướng ngoại, buông lung. Lối sống của một Phật tử thuần thành thì bình dị và tiết chế. Phật tử thuần thành có lối sống khác hẳn người thế tục, từ bỏ thói quen, ăn ngủ và nói ít lại. Nếu làm biếng, phải tinh tấn thêm; nếu cảm thấy khó kham nhẫn, chúng ta phải kiên nhẫn thêm; nếu cảm thấy yêu chuộng và dính mắc vào thân xác, phải nhìn những khía cạnh bất tịnh của cơ thể mình. Giới luật và thiền định hỗ trợ tích cực cho việc luyện tâm, giúp cho tâm an tịnh và thu thúc. Nhưng bề ngoài thu thúc chỉ là sự chế định, một dụng cụ giúp cho tâm an tịnh. Bởi vì dù chúng ta có cúi đầu nhìn xuống đất đi nữa, tâm chúng ta vẫn có thể bị chi phối bởi những vật ở trong tầm mắt chúng ta. Có thể chúng ta cảm thấy cuộc sống này đầy khó khăn và chúng ta không thể làm gì được. Nhưng càng hiểu rõ chân lý của sự vật, chúng ta càng được khích lệ hơn. Phải giữ tâm chánh niệm thật sắc bén. Trong khi làm công việc phải làm với sự chú ý. Phải biết mình đang làm gì, đang có cảm giác gì trong khi làm. Phải biết rằng khi tâm quá dính mắc vào ý niệm thiện ác của nghiệp là tự mang vào mình gánh nặng nghi ngờ và bất an vì luôn lo sợ không biết mình hành động có sai lầm hay không, có tạo nên ác nghiệp hay không? Đó là sự dính mắc cần tránh. Chúng ta phải biết tri túc trong vật dụng như thức ăn, y phục, chỗ ở, và thuốc men. Chẳng cần phải mặc y thật tốt, y chỉ để đủ che thân. Chẳng cần phải

CHƯƠNG 104. Giới Luật Phật Giáo

có thức ăn ngon. Thật phẩm chỉ để nuôi mạng sống. Đi trên đường đạo là đối kháng lại với mọi phiền não và ham muốn thông thường.

Giới luật là những qui tắc căn bản trong đạo Phật. Giới được Đức Phật chế ra nhằm giúp Phật tử giữ mình khỏi tội lỗi cũng như không làm các việc ác. Tội lỗi phát sanh từ ba nghiệp thân, khẩu và ý. Giới sanh định. Định sanh huệ. Với trí tuệ không gián đoạn chúng ta có thể đoạn trừ được tham sân si và đạt đến giải thoát và an lạc. Luật pháp và quy tắc cho phép người Phật tử thuần thành hành động đúng trong mọi hoàn cảnh (pháp điều tiết thân tâm để ngăn ngừa cái ác gọi là luật, pháp giúp thích ứng với phép tác chân chính bên ngoài gọi là nghi). Giới có nghĩa là hạnh nguyện sống đời phạm hạnh cho Phật tử tại gia và xuất gia. Có 5 giới cho người tại gia, 250 cho Tỳ-kheo, 348 cho Tỳ-kheo Ni và 58 giới Bồ Tát (gồm 48 giới khinh và 10 giới trọng). Đức Phật nhấn mạnh sự quan trọng của giới hạnh như phương tiện đi đến cứu cánh giải thoát rốt ráo (chân giải thoát) vì hành trì giới luật giúp phát triển định lực, nhờ định lực mà chúng ta thông hiểu giáo pháp, thông hiểu giáo pháp giúp chúng ta tận diệt tham sân si và tiến bộ trên con đường giác ngộ.

Già giới là những luật phụ hay thứ luật mà Phật chế ra như cấm uống rượu, đối lại với "tánh giới" là những giới luật căn bản của con người như cấm giết người. Giới luật trong Phật giáo có rất nhiều và đa dạng, tuy nhiên, nhiệm vụ của giới luật chỉ có một. Đó là kiểm soát những hành động của thân và khẩu, cách cư xử của con người, hay nói khác đi, là để thanh tịnh lời nói và hành vi của họ. Tất cả những điều học được ban hành trong đạo Phật đều dẫn đến mục đích chánh hạnh này. Tuy nhiên, giới luật tự thân nó không phải là cứu cánh, mà chỉ là phương tiện, vì nó chỉ hỗ trợ cho định (samadhi). Định ngược lại là phương tiện cho cho sự thu thập trí tuệ, và chính trí tuệ này lần lượt dẫn đến sự giải thoát của tâm, mục tiêu cuối cùng của đạo Phật. Do đó, Giới, Định và

Tuệ là một sự kết hợp hài hòa giữa những cảm xúc và tri thức của con người. Đức Phật vạch ra cho hàng đệ tử của Ngài những cách để khắc phục tà hạnh về thân và khẩu. Theo Kinh Trường Bộ (Majjhima Nikaya), Đức Phật dạy: "Sau khi điều phục lời nói, đã chế ngự được các hành động của thân và tự làm cho mình thanh tịnh trong cách nuôi mạng, vị đệ tử tự đặt mình vào nếp sống giới hạnh. Như vậy vị ấy thọ trì và học tập các học giới, giữ giới một cách thận trọng, và thấy sự nguy hiểm trong những lỗi nhỏ nhặt. Trong khi tiết chế lời nói và hành động như vị ấy phải cố gắng phòng hộ các căn. Vì nếu vị ấy thiếu sự kiểm soát các căn của mình thì các tư duy bất thiện sẽ xâm nhập đầy tâm của mình. Thấy một sắc, nghe một âm thanh, vân vân... Vị ấy không thích thú, cũng không khó chịu với những đối tượng giác quan ấy, mà giữ lòng bình thản, bỏ qua một bên mọi ưa ghét."

Giới luật mà Đức Phật đã ban hành không phải là những điều răn tiêu cực mà rõ ràng xác định ý chí cương quyết hành thiện, sự quyết tâm có những hành động tốt đẹp, một con đường toàn hảo được đắp xây bằng thiện ý nhằm tạo an lành và hạnh phúc cho chúng sanh. Những giới luật này là những quy tắc đạo lý nhằm tạo dựng một xã hội châu toàn bằng cách đem lại tình trạng hòa hợp, nhất trí, điều hòa, thuận thảo và sự hiểu biết lẫn nhau giữa người với người. Giới là nền tảng vững chắc trong lối sống của người Phật tử. Người quyết tâm tu hành thiền định để phát trí tuệ, phải phát tâm ưa thích giới đức, vì giới đức chính là yếu tố bồi dưỡng đời sống tâm linh, giúp cho tâm dễ dàng an trụ và tĩnh lặng. Người có tâm nguyện thành đạt trạng thái tâm trong sạch cao thượng nhất hằng thật hành pháp thiêu đốt dục vọng, chất liệu làm cho tâm ô nhiễm. Người ấy phải luôn suy tư rằng: "Kẻ khác có thể gây tổn thương, nhưng ta quyết không làm tổn thương ai; kẻ khác có thể sát sanh, nhưng ta quyết không sát hại sinh vật; kẻ khác có thể lấy vật không được cho, nhưng ta quyết không làm như vậy; kẻ khác có thể sống phóng túng lang chạ, nhưng ta quyết giữ mình trong sạch; kẻ khác có thể ăn nói giả dối đâm thọc, hay thô lỗ nhảm nhí, nhưng ta quyết luôn nói lời chân thật, đem lại hòa hợp, thuận thảo, những lời vô hại, những lời thanh nhã dịu hiền, đầy tình thương, những lời làm đẹp dạ, đúng lúc đúng nơi, đáng được ghi vào lòng, cũng như những lời hữu ích; kẻ khác có thể tham lam, nhưng ta sẽ không tham; kẻ khác có thể để tâm cong quẹo quàng xiên, nhưng ta luôn giữ tâm ngay thẳng. Kỳ thật, tu tập giới luật cũng có nghĩa là tu tập chánh tư duy, chánh ngữ và chánh nghiệp, vân vân, vì giữ giới là tu tập chánh tư duy về lòng vị tha, từ ái, bất tổn hại; giữ giới là tu tập chánh ngữ để có thể kiểm soát giọng lưỡi tác hại của chính mình; giữ giới là tu tập chánh nghiệp bằng cách kềm hãm không sát sanh, không trộm cắp dù trực tiếp hay gián tiếp, không tà dâm; giữ giới còn là tu tập chánh mạng, nghĩa là không sống bằng những phương tiện bất chính cũng như không thủ đắc tài sản một cách bất hợp pháp.

Theo Kinh Đại Bát Niết-bàn và Kinh Phúng Tụng trong Trường Bộ Kinh, có năm điều nguy hiểm của người ác giới: Thứ nhất là người ác giới vì phạm giới luật do phóng dật thiệt hại nhiều tài sản. Thứ nhì là người ác giới, tiếng xấu đồn khắp. Thứ ba là người ác giới, khi vào hội chúng sát Đế Lợi, Bà La Môn, Sa Môn hay cư sĩ, đều vào một cách sợ sệt và dao động. Thứ tư là người ác giới, chết một cách mê loạn khi mệnh chung. Thứ năm là người ác giới, khi thân hoại mạng chung sẽ sanh vào khổ giới, ác thú, đọa xứ, địa ngục. Cũng theo Kinh Đại Bát Niết-bàn và Kinh Phúng Tụng trong Trường Bộ Kinh, có năm điều lợi ích cho người đủ giới: Thứ nhất là người giữ giới nhờ không phóng túng nên được tài sản sung túc. Thứ nhì là người giữ giới tiếng tốt đồn khắp. Thứ ba là người giữ giới, khi vào hội chúng nào, Sát Đế Lợi, Bà La Môn, Sa Môn hay cư sĩ, vị ấy vào một cách đường hoàng, không dao động. Thứ tư là người giữ giới khi mệnh chung sẽ chết một cách không sợ sệt, không dao động. Thứ năm là người giữ giới, sau khi thân hoại mệnh chung được sanh lên thiện thú hay Thiên giới. Theo Tăng Chi Bộ Kinh, có năm lợi ích cho người đức hạnh toàn thiện giới: Thứ nhất là người có giới đức thừa hưởng gia tài lớn nhờ tinh cần. Thứ nhì là người có giới đức, được tiếng tốt đồn xa. Thứ ba là người có giới đức, không sợ hãi rụt rè khi đến giữa chúng hội Sát đế lợi, Bà-La-Môn, gia chủ hay Sa Môn. Thứ tư là người có giới đức khi chết tâm không tán loạn. Thứ năm là người có giới đức, lúc mệnh chung được sanh vào cõi an lạc hay cảnh trời. Trong kinh Pháp Cú, Đức Phật dạy: "Mùi hương của các thứ hoa, dù là hoa chiên đàn, hoa đa già la, hay hoa mạt ly đều không thể bay ngược gió, chỉ có mùi hương đức hạnh của người chân chính, tuy ngược gió vẫn bay khắp cả muôn phương (54). Hương chiên đàn, hương đa già la, hương bạt tất kỳ, hương thanh liên, trong tất cả thứ hương, chỉ thứ hương đức hạnh là hơn cả (55).

Hương chiên đàn, hương đa già la đều là thứ hương vi diệu, nhưng không sánh bằng hương người đức hạnh, xông ngát tận chư thiên (56). Người nào thành tựu các giới hạnh, hằng ngày chẳng buông lung, an trụ trong chính trí và giải thoát, thì ác ma không thể dòm ngó được (57). Già vẫn sống đức hạnh là vui, thành tựu chánh tín là vui, đầy đủ trí tuệ là vui, không làm điều ác là vui (333).

Trong Phật giáo, không có phép gọi là tu hành nào mà không phải trì giới, không có pháp nào mà không có giới. Giới là những qui luật giúp chúng ta khỏi phạm tội. Giới như những chiếc lồng nhốt những tên trộm tham, sân, si, mạn, nghi, tà kiến, sát, đạo, dâm, vọng. Dù có nhiều loại giới khác nhau như ngũ giới, thập giới, Bồ Tát giới, vân vân, ngũ giới là căn bản nhất. Giới là một trong ba pháp tu quan trọng của người Phật tử. Hai pháp kia là Định và Tuệ. Trì giới là để tránh những hậu quả xấu ác do thân khẩu ý gây nên. Theo Phật Giáo Nhìn Toàn Diện của Tỳ-kheo Piyadassi Mahathera, trước khi gia công thật hành những nhiệm vụ

CHƯƠNG 104. Giới Luật Phật Giáo

khó khăn hơn, như tu tập thiền định, điều chánh yếu là chúng ta phải tự khép mình vào khuôn khổ kỷ cương, đặt hành động và lời nói trong giới luật. Giới luật trong Phật Giáo nhằm điều ngự thân nghiệp và khẩu nghiệp, nói cách khác, giới luật nhằm giúp lời nói và hành động trong sạch. Trong Bát Chánh Đạo, ba chi liên hệ tới giới luật là chánh ngữ, chánh nghiệp, và chánh mạng. Người muốn hành thiền có kết quả thì trước tiên phải trì giữ ngũ giới căn bản không sát sanh, trộm cắp, tà dâm, vọng ngữ và uống rượu cũng như những chất cay độc làm cho tâm thần buông lung phóng túng, không tỉnh giác. Theo Kinh Potaliya trong Trung Bộ Kinh, có tám pháp đưa đến sự đoạn tận: "Do duyên gì, lời nói như vậy được nói lên? Ở đây, này gia chủ, vị Thánh đệ tử suy nghĩ như sau: "Do nhơn những kiết sử nào ta có thể sát sanh, ta đoạn tận, thành tựu sự từ bỏ các kiết sử ấy. Nếu ta sát sanh, không những ta tự trách mắng ta vì duyên sát sanh, mà các bậc có trí, sau khi tìm hiểu, cũng sẽ khiển trách ta vì duyên sát sanh, và sau khi thân hoại mạng chung, ác thú sẽ chờ đợi ta, vì duyên sát sanh. Thật là một kiết sử, thật là một triền cái, chính sự sát sanh này. Những lậu hoặc, phiền lao nhiệt não nào có thể khởi lên, do duyên sát sanh, đối với vị đã từ bỏ sát sanh, những lậu hoặc, phiền lao nhiệt não như vậy không còn nữa." Y cứ không sát sanh, sát sanh cần phải từ bỏ," do duyên như vậy, lời nói như vậy được nói lên. "Y cứ không lấy của không cho, lấy của không cho cần phải từ bỏ." "Y cứ nói lời chân thật, nói láo cần phải từ bỏ." "Y cứ không nói hai lưỡi, nói hai lưỡi cần phải từ bỏ." "Y cứ không tham dục, tham dục cần phải từ bỏ." "Y cứ không hủy báng sân hận, hủy báng sân hận cần phải từ bỏ." "Y cứ không phẫn não, phẫn não cần phải từ bỏ." "Y cứ không quá mạn, quá mạn cần phải từ bỏ."

Chương 105. Bát Nhã

"Prajna" thường được dịch là "tri thức" trong Anh ngữ, nhưng chính xác hơn phải dịch là "trực giác." Đôi khi từ này cũng được dịch là "trí tuệ siêu việt." Sự thật thì ngay cả khi chúng ta có một trực giác, đối tượng vẫn cứ ở trước mặt chúng ta và chúng ta cảm nhận nó, hay thấy nó. Ở đây có sự lưỡng phân chủ thể và đối tượng. Trong "Bát Nhã" sự lưỡng phân này không còn hiện hữu. Bát Nhã không quan tâm đến các đối tượng hữu hạn như thế; chính là toàn thể tính của những sự vật tự ý thức được như thế. và cái toàn thể tính này không hề bị giới hạn. Một toàn thể tính vô hạn vượt qua tầm hiểu biết của phàm phu chúng ta. Nhưng trực giác Bát Nhã là thứ trực giác tổng thể "không thể hiểu biết được bằng trí của phàm phu" về cái vô hạn này, là một cái gì không bao giờ có thể xảy ra trong kinh nghiệm hằng ngày của chúng ta trong những đối tượng hay biến cố hữu hạn. Do đó, nói cách khác, Bát Nhã chỉ có thể xảy ra khi các đối tượng hữu hạn của cảm quan và trí năng đồng nhất với chính cái vô hạn. Thay vì nói rằng vô hạn tự thấy mình trong chính mình, nói rằng một đối tượng còn bị coi là hữu hạn, thuộc về thế giới lưỡng phân của chủ thể và đối tượng, được tri giác bởi Bát Nhã từ quan điểm vô hạn, như thế gần gũi với kinh nghiệm con người của chúng ta hơn nhiều. Nói một cách tượng trưng, hữu hạn lúc ấy tự thấy mình phản chiếu trong chiếc gương của vô hạn. Trí năng cho chúng ta biết rằng đối tượng hữu hạn, nhưng Bát Nhã chống lại, tuyên bố nó là cái vô hạn, vượt qua phạm vi của tương đối. Nói theo bản thể luận, điều này có nghĩa là tất cả những đối tượng hay hữu thể hữu hạn có được là bởi cái vô hạn làm nền tảng cho chúng, hay những đối tượng tương đối giới hạn trong phạm vi của vô hạn mà không có nó chúng chẳng có dây neo gì cả. Có hai loại Bát Nhã. Thứ nhất là thế gian Bát nhã. Thứ hai là xuất thế gian Bát nhã. Lại có thật tướng bát nhã và quán chiếu bát nhã. Thật tướng bát nhã là phần đầu của Bát Nhã Ba La Mật hay trí tuệ gốc. Quán chiếu Bát nhã là phần thứ nhì của Bát Nhã Ba La Mật hay trí tuệ đạt được qua tu tập. Lại có cộng bát nhã và bất cộng bát nhã. Cộng bát Nhã là ba giai đoạn của Thanh văn, Duyên giác và Bồ Tát. Bất cộng bát nhã là loại bát nhã của học thuyết toàn thiện Bồ Tát. Bát nhã có nghĩa là Trí tuệ khiến chúng sanh có khả năng đáo bỉ ngạn. Trí tuệ giải thoát là ba la mật cao nhất trong lục ba la mật, là phương tiện chánh để đạt tới Niết-bàn. Nó bao trùm sự thấy biết tất cả những huyễn hoặc của thế gian vạn hữu, nó phá tan bóng tối của si mê, tà kiến và sai lạc. Có ba loại Bát Nhã. Thứ nhất là thật tướng bát nhã, tức là trí tuệ đạt được khi đã đáo bỉ ngạn. Thứ nhì là quán chiếu bát nhã, tức là phần hai của trí tuệ Bát Nhã. Đây là trí tuệ cần thiết khi thật sự đáo bỉ ngạn. Thứ ba là phương tiện Bát Nhã (Văn tự Bát nhã), hay là trí tuệ hiểu biết chư pháp giả tạm và luôn thay đổi. Đây là trí tuệ cần thiết đưa đến ý hướng "Đáo Bỉ Ngạn".

Theo Kinh Pháp Bảo Đàn, Lục Tổ Huệ Năng dạy: "Này thiện tri thức, "Ma Ha Bát Nhã Ba La Mật" là tiếng Phạn, dịch là đại trí tuệ đến bờ kia, nó phải là hành nơi tâm, không phải tụng ở miệng. Miệng tụng mà tâm chẳng hành như huyễn như hóa, như sương, như điển. Miệng niệm mà tâm hành ắt tâm và miệng hợp nhau, bản tánh là Phật, lìa tánh không riêng có Phật. Này thiện tri thức, sao gọi là Bát Nhã? Bát Nhã nghĩa là "trí tuệ." Tất cả chỗ, tất cả thời, mỗi niệm không ngu, thường hành trí tuệ tức là Bát Nhã hạnh. Một niệm ngu khởi lên, tức là Bát Nhã bặt. Một niệm trí khởi lên, tức là Bát Nhã sanh. Người đời ngu mê không thấy Bát Nhã, miệng nói Bát Nhã mà trong tâm thường ngu, thường tự nói ta tu Bát Nhã, niệm niệm nói không nhưng không biết được chơn không. Bát Nhã không có hình tướng, tâm trí tuệ ấy vậy. Nếu khởi hiểu như thế tức gọi là Bát Nhã trí. "Prajna" là từ Phạn ngữ có nghĩa là trí tuệ (ý thức hay trí năng). Có ba loại bát nhã: thật tướng, quán chiếu và văn tự. Bát Nhã còn có nghĩa là thật lực nhận thức rõ ràng sự vật và những nguyên tắc căn bản của chúng cũng như xác quyết những gì còn nghi ngờ. Bát Nhã Ba La Mật Kinh diễn tả chữ "Bát Nhã" là đệ nhất trí tuệ trong hết thảy trí tuệ, không gì cao hơn, không gì so sánh bằng (vô thượng, vô tỷ, vô đẳng). Bát Nhã hay cái biết siêu việt nghĩa là ý thức hay trí năng (Transcendental knowledge). Theo Phật giáo Đại thừa, do trí năng trực giác và trực tiếp, chứ không phải là trí năng trừu tượng và phục tùng trí tuệ phàm phu mà con người có thể đạt đến đại giác. Việc thực hiện trí năng cũng đồng nghĩa với thực hiện đại giác. Chính trí năng siêu việt này giúp chúng ta chuyển hóa mọi hệ phược và giải thoát khỏi sanh tử luân hồi, chứ không ở lòng thương xót hay thương hại của bất cứ ai.

Phật tử chơn thuần, bất cứ ở đâu và bất cứ lúc nào, từng hành động của chúng ta phải luôn khế hợp với "trí tuệ Bát Nhã". Phàm phu luôn khoe khoang nơi miệng, nhưng tâm trí lại mê mờ. Đây là một trong ba loại Bát Nhã, lấy trí tuệ quán chiếu cái lý thật tướng hay nhờ thiền quán mà giác ngộ được chân lý, vì đây là trí tuệ giải thoát hay Bát Nhã Ba La Mật là mẹ của chư Phật. Bát nhã là ngọn đao trí tuệ có khả năng cắt đứt phiền não và ác nghiệp. Bát Nhã là sự hiểu biết trực giác. Nói chung, từ này chỉ sự phát triển sự hiểu biết trực giác là ý niệm chủ yếu trong Phật giáo. Theo Phật giáo Đại thừa, "bát nhã ba la mật" là ba la mật thứ sáu trong sáu ba la mật mà một vị Bồ Tát tu hành trên đường đi đến Phật quả, và do trí năng trực giác và trực tiếp, chứ không phải là trí năng trừu tượng và phục tùng trí tuệ phàm phu mà con người có thể đạt đến đại giác. Việc thực hiện trí năng cũng đồng nghĩa với thực hiện đại giác. Chính trí năng siêu việt này giúp chúng ta chuyển hóa mọi hệ phược và giải thoát khỏi sanh tử luân hồi, chứ không ở lòng thương xót hay thương hại của bất cứ ai. Bát Nhã là sự thấy biết bất thình lình. Bát Nhã quả thật là một thuật ngữ biện chứng chỉ cái tiến trình tri thức đặc biệt được biết đến như là "thấy bất thình lình," hay "bỗng thấy," "chợt thấy," không theo bất cứ một định luật hay lý luận nào; vì khi Bát Nhã vận hành thì người ta tự thấy cái không của vạn hữu một cách bất ngờ và kỳ diệu. Điều này xảy ra một cách bất thần và không do kết quả của lý luận, mà vào lúc ấy lý luận như bị quên lãng, và nói theo cách tâm lý, đó là vào lúc năng lực của ý chí đi đến chỗ thành tựu. Cái dụng của Bát Nhã mâu thuẫn với tất cả những gì chúng ta có thể nhận thức về thế giới này; nó thuộc về một trật tự hoàn toàn khác với trật tự của cuộc sống bình thường của chúng ta. Nhưng điều này không có nghĩa Bát Nhã là một cái gì đó hoàn toàn cách biệt với đời sống, với tư tưởng chúng ta, một cái gì đó phải đến với chúng ta từ cái nguồn nào đó không biết và không thể biết được, bằng phép lạ. Nếu vậy, Bát Nhã sẽ không thể có lợi ích gì cho chúng ta và chúng ta không thể đạt được giải thoát. Quả thật vai trò của Bát Nhã là bất liên tục và nó làm gián đoạn bước tiến của suy luận hợp lý, nhưng Bát Nhã không ngừng hiện diện dưới sự suy luận này và nếu không có nó chúng ta không thể suy luận gì cả. Cùng một lúc Bát Nhã vừa ở trên vừa ở trong quá trình suy luận. Về hình thức mà nói, điều này mâu thuẫn, nhưng sự thật do chính mâu thuẫn này khả hữu cũng do Bát Nhã đem lại.

Hầu như tất cả văn học tôn giáo đều chứa đầy những mâu thuẫn, phi lý và nghịch lý, và không bao giờ có thể có được, và đòi hỏi tin và chấp nhận những thứ ấy như là chân lý mặc khải, chính là vì tri thức tôn giáo đặt căn bản trên sự vận hành của Bát Nhã. Một khi người ta thích quan điểm Bát Nhã thì tất cả những phi lý cốt yếu của tôn giáo trở nên có thể hiểu được. Nó giống như một mẩu chuyện châm biếm hay cần phải thưởng thức. Trên mặt phải của nó phơi ra một sự lộn xộn hầu như khó tin của cái đẹp, và người nhận thức sẽ không vượt qua được những sợi chỉ rối beng. Nhưng ngay khi câu chuyện châm biếm bị đảo ngược thì tánh cách phức tạp và thần tình của cái đẹp ấy hiện ra. Bát Nhã gồm trong sự đảo ngược này. Cho đến bây giờ con mắt nhận thức bề mặt của cái áo, bề mặt duy nhất mà nó thường cho phép chúng ta quan sát. Bây giờ bỗng nhiên cái áo bị lộn trái, chiều hướng của cái thấy thình lình bị gián đoạn, không có sự liên tục nào của cái nhìn. Tuy nhiên do sự gián đoạn này, toàn bộ cấu trúc của cuộc sống bỗng nhiên được nhận thức, đó là "thấy trong tự tánh." Chính Bát Nhã đặt những bàn tay của nó lên "Tánh Không," hay "Chơn Như," hay "Tự Tánh." Và bàn tay này không đặt lên cái mà nó hình như hiện hữu. Điều này rõ ràng phát sinh từ cái mà chúng ta đã nói quan hệ đến những sự việc tương đối. Cho rằng tự tánh ở bên kia lãnh vực ngự trị của thế giới tương đối, sự nắm lấy nó bằng Bát Nhã không thể có nghĩa theo nghĩa thông thường của thuật ngữ này. Nắm lấy mà không phải là nắm lấy, sự xác quyết không thể tránh được nghịch lý. Theo thuật ngữ Phật giáo, sự nắm lấy này có hiệu quả bằng sự không phân biệt, nghĩa là bằng sự phân biệt có tính cách không phân biệt. Cái quá trình đột nhiên, gián đoạn, nó là một hành động của tâm, nhưng hành động này, dù rằng không phải là không có ý thức, phát sinh từ chính tự tánh, tức là vô niệm.

Ngày nào đó Bát Nhã phải được phát khởi trong tự tánh; vì chừng nào chúng ta chưa có kinh nghiệm này thì không bao giờ chúng ta có được cơ hội biết Phật, không những chỉ nơi bản thân chúng ta mà còn nơi những người khác nữa. Nhưng sự phát khởi này không phải là một hành động đặc thù thành tựu trong lãnh vực ngự trị của ý thức thật nghiệm, và việc này cũng có thể đem so sánh với phản ảnh của mặt trăng trong dòng suối; nó không phải liên tục; nó ở bên kia sanh tử; cũng như khi người ta bảo nó chết, nó không biết chết; chỉ khi nào đạt được trạng thái vô tâm thì mới có những thuyết thoại chưa từng được nói ra, những hành động chưa từng được thực hiện. Theo Lục Tổ Huệ Năng trong Kinh Pháp Bảo Đàn, Bát Nhã được phát khởi trong tự tánh theo cách "bất thình lình", chữ bất thình lình ở đây không có nghĩa là tức thì, theo cách bất ngờ hay thình lình, nó cũng có nghĩa là hành vi tự phát, nó là cái thấy, không phải là một hành động có ý thức thuộc phần tự tánh. Nói cách khác, ánh sáng của Bát Nhã phóng ra từ vô niệm tuy nhiên nó không bao giờ rời vô niệm; Bát Nhã ở trong vô thức về sự vật. Đây là cái mà người ta ám chỉ khi nói rằng "thấy là không thấy và không thấy là thấy," hoặc khi nói rằng vô niệm hay tự tánh, trở nên ý thức chính nó bằng phương tiện Bát Nhã, tuy nhiên trong ý thức này nó không có sự phân cách nào giữa chủ và khách. Do đó, Lục Tổ Huệ Năng nói: "Ai hiểu được chân lý này tức thì không nghĩ, không nhớ và không dính mắc." Nhưng chúng ta phải nhớ rằng Lục Tổ Huệ Năng không bao giờ giảng một giáo pháp nào về cái "Vô" đơn giản hay về sự bất động đơn giản và Ngài không cậy đến quan niệm về cái vô tri trong vấn đề đời sống. Cũng theo Lục Tổ Huệ Năng, Bát Nhã là cái tên đặt cho "Tự Tánh," hay chúng ta còn gọi nó là "Vô Thức," khi nó tự ý thức chính nó, hay chính xác hơn, chính hành động trở thành ý thức. Do đó Bát Nhã chỉ về hai hướng: Vô thức và thế giới của ý thức hiện mở ra. Hình thái thứ nhất được gọi là Trí Vô Phân Biệt và hình thái kia là Trí Phân Biệt. Khi chúng ta quan hệ với hướng đi ra ngoài của ý thức và phân biệt tại điểm quên hướng kia của Bát Nhã, hướng quy tâm về Vô thức, chúng ta có thuật ngữ được biết dưới tên "Trí Tưởng Tượng." Hay chúng ta có thể nói ngược lại: khi trí tưởng tượng tự xác định, Bát Nhã bị che khuất, sự phân biệt ngự trị làm chủ, và bề mặt thanh tịnh, không vô nhiễm của Vô Thức hay Tự Tánh hiện thời bị che mờ. Những ai chủ trương "vô niệm" hay "vô tâm" đều mong chúng ta ngăn Bát Nhã khỏi lạc theo hướng phân biệt và chúng ta cương quyết quay cái nhìn theo hướng kia. Đạt vô tâm có nghĩa là, nói một cách khách quan, phát hiện ra trí vô phân biệt. Khi quan niệm này được phát triển thêm, chúng ta hiểu được nghĩa của vô tâm, trong tư tưởng Thiền.

Chương 106. Tánh

Tánh có nghĩa là chủng tử dựa vào gốc bản. Tánh không thể sửa đổi được. Trong Phật giáo, tánh thường được dùng để chỉ cái nguyên lý tối hậu của sự hiện hữu của một vật hay một người hay cái mà nó vẫn còn tồn tại của một vật khi người ta lấy hết tất cả những gì thuộc về vật ấy hay người ấy đi mà tánh ấy vẫn thuộc về người ấy hay vật ấy một cách bất ngờ người ta có thể hỏi về cái mà nó có tính cách bất ngờ và cái có tánh tất yếu trong sự tạo thành một cá thể riêng biệt. Dù không nên hiểu "tánh" như là một thật thể riêng lẻ, như một hạt nhân còn lại sau khi bóc hết các lớp vỏ bên ngoài, hay như một linh hồn thoát khỏi thân xác sau khi chết. Tánh có nghĩa là cái mà nếu không có nó thì không thể có sự hiện hữu nào cả, cũng như không thể nào tưởng tượng ra nó được. Như cách cấu tạo tư dạng của nó gợi ý, nó là một trái tim hay một cái tâm sống ở bên trong một cá thể. Theo cách tượng trưng, người ta có thể gọi nó là "lực thiết yếu." Theo Phật giáo, tánh tức thị tâm, mà tâm tức thị Phật. Tánh là tâm, tâm là Phật. Tâm và tánh là một khi "ngộ," nhưng khi "mê" thì tâm tánh không đồng. Phật tánh vĩnh hằng nhưng tâm luôn thay đổi. Tánh như nước, tâm như băng; mê khiến nước đóng băng, khi ngộ thì băng tan chảy trở lại thành nước.

Trong Pháp Bảo Đàn Kinh, Lục Tổ Huệ Năng định nghĩa chữ "Tánh" theo cách như sau: "Tánh hay tâm là lãnh thổ," ở đây tánh là vua: vua ngự trị trên lãnh thổ của mình; chỗ nào có tánh, chỗ đó có vua; tánh đi, vua không còn nữa, khi tánh ở thì thân tâm còn, khi nào tánh không ở thì thân và tâm hoại diệt. Đức Phật phải được thành tựu trong tánh chớ đi tìm ngoài thân. Về việc này Lục Tổ Huệ Năng đã nỗ lực đem đến cho chúng ta sự hiểu biết rõ ràng về cái mà ngài nghe được bằng "Tánh." Tánh là lực thống trị toàn thể con người chúng ta, nó là nguyên lý của sự sống của chúng ta, cả về thể xác lẫn tinh thần. Sự hiện diện của Tánh là nguyên nhân của sự sống, cả về thể xác lẫn tinh thần, theo nghĩa cao nhất của nó. Khi Tánh không ở nữa, tất cả đều chết, điều này không có nghĩa là tánh là một vật gì ngoài thân và tâm, nơi nó vào để làm chúng hoạt động và ra đi vào lúc chết. Tuy nhiên, cái Tánh kỳ diệu này không phải là một loại lý luận tiên nghiệm, mà là một thực tại có thể kinh nghiệm được và nó được Lục Tổ Huệ Năng chỉ danh dưới hình thức "Tự Tánh, hay bản tánh riêng của cái "mình" trong suốt Pháp Bảo Đàn Kinh. Theo Phật giáo, giác tánh chính là Phật tánh. Giác tánh còn được gọi là Chân tánh hay Phật tánh. Giác tánh là tánh giác ngộ sẵn có ở mỗi người, hiểu rõ để dứt bỏ mọi thứ mê muội giả dối. Trong Liên Tâm Thập Tam Tổ, Đại Sư Hành Sách đã khẳng định: "Tâm, Phật, và Chúng sanh không sai khác. Chúng sanh là Phật chưa thành; A Di Đà là Phật đã thành. Giác tánh đồng một chớ không hai. Chúng sanh tuy điên đảo mê lầm, song Giác Tánh chưa từng mất; chúng sanh tuy nhiều kiếp luân hồi, song Giác Tánh chưa từng động. Chính thế mà Đại Sư dạy rằng một niệm hồi quang thì đồng về nơi bản đắc."

Pháp Tính tông chia tất cả chúng sanh ra làm năm tính: Thứ nhất là Thanh Văn Tánh: Đây là những người có chủng tử vô lậu có thể sanh quả vô sanh A La Hán, dứt đoạn luân hồi sanh tử, nhưng không thể đạt được Phật quả. Thứ nhì là Duyên Giác Tánh: Đây là những người có chủng tử vô lậu sanh ra Bích Chi Phật, dứt đoạn luân hồi sanh tử, nhưng chưa có thể đạt đến quả vị Phật. Thứ ba là Bồ Tát Tánh: Đây là những người có chủng tử vô lậu, dứt đoạn sanh tử để nẩy sanh quả Phật. Thứ tư là Bất Định Tánh: Đây là những người có vài chủng tử vô lậu, nhưng chưa dứt sanh tử luân hồi. Thứ năm là Vô tánh: Đây là những kẻ ngoại đạo không tín hành nhân quả nên không có tâm Phật, hoặc là loài hữu tình có đủ chủng tử hữu lậu của trời và người, không có vô lậu chủng tử của bậc tam thừa, cho nên mãi mãi xoay vần trong vòng lục đạo. Theo Kinh Viên Giác cũng có năm loại tánh: Thứ nhất là Phàm Phu Tính: Dầu là những người tốt nhưng vẫn chưa đoạn trừ được chủng tử hữu lậu. Thứ nhì là Nhị Thừa Tính: Những bậc chỉ đoạn trừ được hoặc kiến và tư kiến tức là sự chướng, chứ chưa đoạn trừ được lý chướng hay trần sa vô minh. Thứ ba là Bồ Tát Tính: Bậc đã từ từ đoạn trừ được cả hai sự và lý chướng. Thứ tư là Bất Định Tánh: Những kẻ với những tâm tính bất định như sau: không quyết định, không cố định, không ổn định, và không chắc chắn. Thứ năm là Vô Tánh: Vô tánh hay tánh của hàng ngoại đạo, không có Phật tánh.

Chương 107. Mười Tám Cảnh Giới

Theo các truyền thống Phật giáo, có mười tám cảnh giới: Đó là lục căn, lục cảnh và lục thức. Theo Tỳ Khưu Bồ Đề trong Vi Diệu Pháp, có mười tám giới: nhãn giới, nhĩ giới, tỷ giới, thiệt giới, thân giới, sắc giới, thanh giới, hương giới, vị giới, xúc giới, nhãn thức giới, nhĩ thức giới, tỷ thức giới, thiệt thức giới, thân thức giới, pháp giới, và ý thức giới. Lục Căn là những đối tượng của Thiền Tập. Theo Tỳ-kheo Piyananda trong Những Hạt Ngọc Trí Tuệ Phật Giáo, bạn phải luôn tỉnh thức về những cơ quan của giác quan như mắt, tai, mũi, lưỡi, thân và sự tiếp xúc của chúng với thế giới bên ngoài. Bạn phải tỉnh thức về những cảm nghĩ phát sinh do kết quả của những sự tiếp xúc ấy. Mắt đang tiếp xúc với sắc; tai đang tiếp xúc với thanh; mũi đang tiếp xúc với mùi; lưỡi đang tiếp xúc với vị; thân đang tiếp xúc với sự xúc chạm; và ý đang tiếp xúc với những vạn pháp. Lục cảnh hay sáu cảnh đối lại với lục căn nhãn, nhĩ, tỷ, thiệt, thân, ý là cảnh trí, âm thanh, vị, xúc, ý tưởng cũng như thị giác, thính giác, khứu giác, vị giác, xúc giác và tâm phân biệt. Lục Thức hay sáu nơi dung chứa những dữ kiện của lục căn, bao gồm nhãn thức, nhĩ thức, tỷ thức, thiệt thức, thân thức, và ý thức.

Trong Kinh Thủ Lăng Nghiêm, quyển Ba, Đức Phật đã

CHƯƠNG 107. Mười Tám Cảnh Giới

giải thích cho ông A Nan vì sao bản tính của Thập Bát Giới là Như Lai Tạng diệu chân như tính. Từ thứ nhất đến thứ ba là Nhãn Sắc Thức Giới: Đức Phật dạy: "Ông A Nan! Ông đã rõ, con mắt và sắc làm duyên, sinh ra nhãn thức. Cái thức đó nhân sinh mắt, lấy mắt làm giới, hay nhân sinh sắc, lấy sắc làm giới? Ông A Nan! Nếu nhân mắt sinh, không có sắc và không, không thể phân biệt; dù có thức dùng để làm gì? Cái thấy của ông, nếu phi các màu xanh, vàng, đỏ, trắng, không thể chỉ bày ra, vậy từ đâu lập ra giới hạn. Nếu nhân sắc sinh, khi nhìn hư không, không có sắc, đáng lẽ thức diệt, sao lại biết hư không? Nếu khi sắc tướng thay đổi, ông cũng biết nó thay đổi, mà thức của ông không thay đổi, thì đâu lập được giới? Nếu theo sắc thay đổi, thức là cái thay đổi, không thể có giới hạn. Nếu không thay đổi, nhãn thức là cái thường hằng, vậy đã từ sắc sinh ra, lẽ không biết được hư không là gì? Nếu gồm cả hai thứ mắt, sắc cùng sinh, nói hợp, chặng giữa lại phải ly; nói ly, hai bên phải hợp, thể tính tạp loạn, làm sao thành giới? Vậy ông nên biết, mắt và sắc làm duyên sinh nhãn, và thức giới, ba chỗ đều không thật có. Ba giới mắt, sắc và nhãn thức vốn chẳng phải tính nhân duyên hay tính tự nhiên." Từ thứ tư đến thứ sáu là Nhĩ Thanh Thức Giới: Đức Phật dạy: "Ông A Nan! Ông đã rõ, tai và tiếng làm duyên, sinh ra nhĩ thức. Cái thức đó nhân tai sinh, lấy làm giới, hay nhân tiếng sinh lấy tiếng làm giới? Ông A Nan! Nếu nhân tai sinh, hai tướng động tĩnh đã không hiện tiền, cái căn không thành tri giác. Tri giác không thành, cái thức hóa ra hình tướng gì? Nếu cái tai không có động tĩnh, không thành cái nghe, làm sao hình cái tai xen với sắc, chạm với trần, mà gọi được là thức giới. Cái nhĩ thức giới lại từ đâu mà lập ra được? Nếu nhân tiếng sinh, thức nhân tiếng mà có, không quan hệ gì đến cái nghe, như thế chính cái tướng của tiếng sẽ mất. Thức do tiếng sinh, dù cho tiếng nhân nghe mà có tướng, thì cái nghe phải nghe được thức. Nếu không nghe được, thức giống như tiếng. Thức đã bị nghe, thì cái gì biết nghe cái thức? Còn nếu không biết, hóa ra như cỏ cây. Không lẽ tiếng và nghe xen lộn thành trung giới. Giới đã không có địa vị ở giữa, thì tướng trong và ngoài từ đâu mà thành lập được? Vậy ông nên biết, tai và tiếng làm duyên sinh nhĩ thức giới, ba chỗ đều không thật có. Ba giới tai, tiếng, và nhĩ thức vốn chẳng phải tính nhân duyên hay tính tự nhiên."

Từ thứ bảy đến thứ chín là Tỷ Hương Thức Giới. Đức Phật dạy: "Ông A Nan! Ông đã rõ, mũi và mùi làm duyên sinh ra tỷ thức. Cái thức đó nhân mũi sinh, lấy mũi làm giới; hay nhân mùi sinh, lấy mùi làm giới? Ông A Nan! Nếu nhân mũi sinh, ý ông lấy gì làm tỷ căn? Cái mũi bằng thịt hay cái tính ngửi biết? Nếu lấy cái mũi bằng thịt, thịt tức là thân căn, thân biết gọi là xúc. Thân không phải là mũi. Xúc là trần của thân. Vậy không có cái gì đáng gọi là mũi, sao lập được giới? Nếu lấy tính ngửi biết làm tỷ căn, ý ông muốn lấy cái gì làm biết ngửi? Nếu lấy chất thịt làm biết ngửi, thì cái mà thịt biết được là xúc chứ không phải tỷ căn. Nếu lấy hư không làm biết ngửi, thì hư không tự có biết, còn chất thịt lẽ ra không có biết. Như vậy đáng lẽ hư không mới thật là ông. Thân ông không phải có biết, thì ông A Nan biết nương vào đâu. Nếu lấy mùi làm biết ngửi, cái biết thuộc về mũi, nào có quan hệ gì đến ông? Nếu các mùi thơm thúi sinh ở mũi của ông, không phải ở cây y-lan hay chiên đàn mà ra, vậy khi không có hai thứ đó, ông thử ngửi xem mũi ông xem thơm hay thúi? Mùi thúi không phải thơm, mùi thơm không phải thúi. Nếu ngửi được cả hai mùi thơm thúi, thì một mình ông lẽ ra phải có hai mũi, và đứng trước tôi hỏi đạo, phải có hai A Nan, vậy ai là ông? Nếu mũi có một, thơm thúi không phải hai, thúi là thơm, thơm thành thúi, hai tính không có, vậy theo đâu mà lập giới? Nếu nhân mùi sinh, cái tỷ thức nhân mùi mà có. Như con mắt thấy được, không nhìn con được mắt. Vậy tỷ thức nhân mùi mà có, lẽ ra không biết được mùi. Nếu biết được, không phải do mùi sinh. Còn nếu không biết, không phải là thức. Nếu mùi không có cái biết mùi thì

CHƯƠNG 107. Mười Tám Cảnh Giới

không thành được giới hạn cái thức. Nếu không biết mùi, thì không phải do mùi mà lập ra giới. Không có tỷ thức là chặng giữa, thì nội căn, ngoại trần không thể thành lập, và các tính ngửi biết chỉ là hư vọng. Vậy ông nên biết, mũi và mùi làm duyên sinh tỷ thức giới, ba chỗ đều không thật có. Ba giới mũi, mùi và tỷ thức vốn chẳng phải tính nhân duyên hay tính tự nhiên."

Từ thứ mười đến thứ mười hai là Thiệt Vị Thức Giới: Đức Phật dạy: "Ông A Nan! Ông đã rõ, lưỡi và vị làm duyên sinh ra thiệt thức. Cái thức đó nhân lưỡi sinh, lấy lưỡi làm giới; hay nhân vị sinh, lấy vị làm giới? Ông A Nan! Nếu nhân lưỡi sinh, thì các vị trong thế gian ngọt như mía, chua như me, đắng như huỳnh liên, mặn như muối, cay như gừng và quế, mấy thứ đó đều không có vị. Ông thự tự nếm lưỡi ông, xem ngọt hay đắng? Nếu đắng thì cái chi đến nếm lưỡi. Lưỡi đã không tự nếm, thì lấy cái chi mà biết vị? Nếu không đắng, lưỡi không sinh ra được vị, sao lập thành giới? Nếu nhân vị sinh, thì thiệt thức tự mình đã là vị, giống như lưỡi, không thể tự nếm vị mình được, sao biết là vị hay không phải vị? Lại tất cả các vị không phải do một vật sinh ra. Các vị đã do nhiều vật sinh ra, lẽ ra thức có nhiều thể. Nếu thức thể là một, và thể do vị sinh ra, thì đáng lẽ những vị mặn, nhạt, chua, cay hòa hợp cùng nhau sinh ra các tướng sai khác, đồng là một vị, không có phân biệt. Đã không có phân biệt, không gọi là thức, sao còn gọi là Thiệt-Vị-Thức Giới? Chẳng lẽ hư không sinh ra tâm thức của ông? Còn nói lưỡi và vị hòa hợp nhau mà sinh, thì cái chặng giữa căn trần đã không có tự tính, làm sao sinh được giới? Vậy ông nên biết, lưỡi và vị làm duyên sinh thiệt thức giới, ba chỗ đều không thật có. Ba giới lưỡi, vị và thiệt thức vốn chẳng phải tính nhân duyên hay tính tự nhiên."

Từ thứ mười ba đến thứ mười lăm là Thân Xúc Thức Giới: Đức Phật dạy: "Ông A Nan! Ông đã rõ, thân và xúc làm duyên sinh ra thân thức. Cái thức đó nhân thân sinh, lấy thân làm giới hạn, hay nhân xúc sinh, lấy xúc làm giới? Nếu nhân thân sinh, tất không có hai cái duyên giác quán hợp ly, thân còn biết gì nữa? Nếu nhân xúc sinh, chắc không có thân ông, ai không có thân mà biết hợp, biết ly được? Ông A Nan! Vật không thể biết xúc, thân mới biết có xúc. Xúc biết thân, thân biết xúc. Đã là xúc thì không phải là thân. Đã là thân, tức không phải là xúc. Hai tướng thân và xúc vốn không có xứ sở. Hợp với thân thì thành ra tự thể tính của thân. Ly với thân thành ra những tướng hư không. Nội căn và ngoại trần đã không thành, cái giữa là thức làm sao lập được? Giữa đã không lập được, tính trong ngoài là không, vậy từ đâu mà lập được cái giới sinh ra thức của ông? Vậy ông nên biết, thân và xúc làm duyên sinh thân thức giới, ba chỗ đều không thật có. Ba giới thân, xúc, và thân thức vốn chẳng phải tính nhân duyên hay tính tự nhiên."

Từ thứ mười sáu đến thứ mười tám là Ý-Pháp-Thức Giới: Đức Phật dạy: "Ông A Nan! Ông đã rõ, ý và pháp làm duyên sinh ra ý thức. Cái thức đó nhân ý sinh, lấy làm giới, hay nhân pháp sinh, lấy làm giới? Ông A Nan! Nếu nhân ý sinh, trong ý ông chắc có suy nghĩ mới phát minh ý ông. Nếu không có sự vật ở ngoài, ý không sinh ra được. Lìa các pháp duyên, ý không có hình tướng. Vậy thức dùng để làm gì? Thức tâm của ông giống hay khác các tư tưởng và các sự rõ biết. Nếu đồng với ý, sao gọi là do ý sinh. Nếu khác với ý, đáng lẽ không biết gì. Nếu thế, sao nói là do ý sinh. Nếu có biết, sao lại chia ra thức và ý? Nguyên đồng và khác còn không lập được, sao lập được giới? Nếu từ pháp trần sinh, các pháp trong thế gian, không rời năm trần. Ông hãy xem các sắc pháp, thanh pháp, hương pháp, vị pháp và xúc pháp, các tướng trạng đều phân minh, để đối với năm căn, các thứ đó đều không phải về phần trần cảnh của ý căn. Nếu thức của ngươi nhất định từ pháp trần ra, thì ngươi hãy xem xét hình tướng của mỗi pháp như thế nào? Nếu lìa sắc, không, thông, nghẽn, ly, hợp, và sanh diệt, ngoài các tướng này chẳng có sở đắc. Sanh thì các pháp sắc không cùng sanh, diệt thì các pháp sắc không cùng diệt, vậy cái nhân sanh ra đã không, làm sao có thức? Thức đã chẳng có, giới từ đâu lập? Vì thế ông nên biết ý căn, pháp trần làm duyên với nhau sanh ra ý thứ giới, ba chỗ đều không, tức ý căn, pháp trần, ý thức giới vốn chẳng phải tánh nhân duyên, cũng chẳng phải tánh tự nhiên."

Chương 108. Tám Ngọn Gió Độc

Vào thời Đức Phật còn tại thế, tại Ấn Độ, tiện nghi vật chất còn thiếu sót nhiều so với ngày nay và sự khổ đau phiền não của con người rất dễ nhận thấy. Ngày nay với sự tiến bộ của nền văn minh nhân loại, có thể mang con người tới các hành tinh xa xôi, nhưng không làm cho con người giảm thiểu được những khổ đau phiền não căn bản nhất. Tại sao con người trong nền văn minh hiện đại không có khả năng làm giảm thiểu những khổ đau phiền não? Phật giáo thấy rằng thế giới chúng ta đang sống là một thế giới còn đầy dẫy dục vọng mê cuồng, còn quá nhiều ham muốn thể chất. Tình cảm của con người luôn nhuốm thêm sắc dục; tình cảm không thuần túy biểu lộ tự trong tâm thanh sạch, mà pha lẫn tánh sinh lý và bối cảnh xã hội. Chính vì vậy mà Đức Phật gọi cảnh giới chúng ta đang sống là "Dục giới", một thế giới mà tứ tướng sinh, trụ, dị, diệt còn tùy thuộc hoàn toàn vào vật dục, vào đam mê thể chất. Ví dầu có những bậc tu hành đạt tới cảnh giới cao hơn cảnh giới chúng ta là "Sắc giới", như là thế giới của thần tiên, thế giới mà tứ tướng không hiện ra bằng vật dục, mà bằng sự cảm ứng sắc tánh. Hoặc giả có bậc tu chứng cao hơn nữa, là cảnh giới "Vô Sắc", ở đây đời sống không bằng vật dục hay sắc tính, mà bằng thức quan tương ứng tương giao, nhưng vẫn còn trong vòng sanh tử, nghĩa là vẫn còn khổ đau phiền não. Vì dục vọng mà con người dùng hết năng lượng của mình để tìm kiếm cho được càng nhiều vật chất, và khi có rồi thì họ lại không thấy thỏa mãn với những thứ mình đang có, phải có được ngày càng nhiều những thứ khác nữa. Thực tế cho thấy, càng có nhiều con người ta càng ham muốn có thêm. Nghĩa là họ chẳng bao giờ cảm thấy hạnh phúc và hài lòng với những gì mà họ có. Theo Kinh Phúng Tụng trong Trường Bộ Kinh, có tám ngọn gió khuấy lên dục vọng, làm cản trở hành giả trên bước đường tu tập giác ngộ. Chúng còn được gọi là Bát Pháp Thế Gian vì chúng cứ theo nhau tiếp diễn khi thế giới còn tồn tại. Sự vừa ý khi vinh, khi được..., và sự phẫn uất khi nhục thua. Sở dĩ gọi là "Bát Phong" vì chúng là tám ngọn gió làm ngăn trở sự phát triển của hành giả trên bước đường giác ngộ và giải thoát. Khi tám ngọn gió chướng này thổi, con người cảm thấy bị chúng xâu xé, vì vậy mà họ cố chạy lại đầu này để trốn đầu kia, cứ như thế mà họ tiếp tục bị xoay vần trong luân hồi sanh tử. Tám ngọn gió độc này chính là những ma chướng lớn trên đường tu tập của người Phật tử.

Ngọn gió độc thứ nhất là Đắc: Người ta luôn có khuynh hướng bám víu lấy lợi lộc, danh thơm, tiếng khen, và vui sướng; ngược lại, ghét bỏ sự thua lỗ, tiếng xấu, sự chê trách, và khổ đau. Thật vậy, đời là một chuỗi được thua, nhưng con người chỉ thỏa mãn nếu được và khổ sở nếu thua, chính vì thế mà cứ mãi khổ sở. Cuộc đời nếu mãi được thì cười thua thì khóc, thì cuộc đời không đáng để sống nữa. Chính vì thế mà Đức Phật dạy: "Trong mọi ngang trái, ta phải tỏ ra có tinh thần mạnh và can đảm, duy trì tinh thần quân bình thích hợp. Cuộc đời của những người tại gia phải có lúc lên lúc xuống khi tranh đấu với đời, muốn ít bị thất vọng, con người phải sẵn sàng chấp nhận điều tốt cũng như điều xấu." Vào thời Đức Phật còn tại thế, có một mệnh phụ quý phái cúng dường thực vật cho ngài Xá Lợi Phất và chư Tăng. Trong khi đang dâng thật phẩm cúng dường, bà nhận được giấy báo tin bất hạnh đã xảy ra cho gia đình bà. Không chút rối loạn, bà bình tĩnh bỏ lá thư vào túi rồi vẫn tiếp tục dâng thức ăn đến chư Tăng làm như không có chuyện gì xảy ra.

CHƯƠNG 108. Tám Ngọn Gió Độc

Một nô tỳ mang bình sữa để cúng dường, ngạc nhiên đến nỗi trợt té làm bể bình sữa vì ngỡ rằng khi nghe tin này chắc chắn bà này sẽ không khỏi khổ đau phiền não. Nghĩ rằng thế nào bà này cũng buồn vì cái bình bị vỡ, ngài Xá Lợi Phất liền khuyên giải bà và nói rằng tất cả những gì có thể vỡ được thì một ngày nào đó cũng sẽ bị vỡ. Bà nói: "Thế nào là cái mất không đáng kể? Tôi vừa nhận được tin bất hạnh đã xảy ra cho gia đình tôi. Tôi chấp nhận, tôi vẫn bình tĩnh. Tôi vẫn tiếp tục hầu hạ quý ngài mặc dù nhận được tin buồn." Sự dũng cảm của người đàn bà này thật đáng được ca ngợi. Theo Kinh Duy Ma Cật, Phẩm Mười. Các Bồ Tát nước Chúng Hương hỏi Ngài Duy Ma Cật: "Bồ Tát phải thành tựu mấy pháp ở nơi cõi này làm không lầm lỗi, được sanh về cõi Tịnh Độ?" Duy Ma Cật đáp: "Bồ Tát thành tựu tám pháp thời ở cõi này làm không lầm lỗi, được sanh về cõi Tịnh Độ: Một là lợi ích chúng sanh không mong báo đáp. Hai là thay thế tất cả chúng sanh chịu mọi điều khổ não. Ba là bao nhiêu công đức đều ban cho tất cả chúng sanh. Bốn là lòng bình đẳng đối với chúng sanh khiêm nhường không ngại, đối với Bồ Tát xem như Phật. Năm là những kinh chưa nghe, nghe không nghi. Sáu là không chống trái với hàng Thanh Văn. Bảy là thấy người được cúng dường cũng không tật đố, không khoe những lợi lộc của mình, ở nơi đó mà điều phục tâm mình. Tám là thường xét lỗi mình, không nói đến lỗi người, hằng nhứt tâm cầu các công đức. Theo quan điểm Phật giáo, Kinh Phúng Tụng trong Trường Bộ Kinh, có năm sự thành tựu. Ba thành tựu đầu bao gồm Thân Thuộc Thành Tựu, Tài Sản Thành Tựu, và Vô Bệnh Thành Tựu. Phật tử chân thuần nên luôn nhớ rằng không có loài hữu tình nào, vì được thân thuộc, tài sản hay vô bệnh thành tựu mà được sanh lên thiện thú hay Thiên giới. Hai thành tựu kế tiếp là Giới Thành Tựu và Kiến Thành Tựu. Phật tử chân thuần nên luôn nhớ rằng loài hữu tình, vì giới và kiến thành tựu mà được sanh lên thiện thú hay Thiên giới. Theo Đức Phật trong Kinh Hoa

Nghiêm, Đức Như Lai Chánh Đẳng Chánh Giác, chẳng phải do một duyên một sự, mà Như Lai xuất hiện được thành tựu là do mười vô lượng sự: Thứ nhất là thành tựu là do quá khứ vô lượng bồ đề tâm nhiếp thọ tất cả chúng sanh. Thứ nhì là thànhtựu là do quá khứ vô lượng chí nguyện thanh tịnh thù thắng. Thứ ba là thành tựu do quá khứ vô lượng đại từ đại bi cứu hộ tất cả chúng sanh. Thứ tư là thành tựu là do quá khứ vô lượng hạnh nguyện tương tục. Thứ năm là thành tựu là do quá khứ vô lượng tu các phước trí tâm không nhàm đủ. Thứ sáu là thành tựu là do quá khứ vô lượng cúng dường chư Phật và giáo hóa chúng sanh. Thứ bảy là thành tựu là do vô lượng quá khứ trí tuệ phương tiện thanh tịnh đạo. Thứ tám là thành tựu là do quá khứ vô lượng thanh tịnh công đức tạng. Thứ chín là thành tựu là do quá khứ vô lượng trang nghiêm đạo trí. Thứ mười là thành tựu là do quá khứ vô lượng thông đạt pháp nghĩa làm thành.

Ngọn gió độc thứ nhì là Thất hay Bất Đắc hay thua kém: Theo Kinh Phúng Tụng trong Trường Bộ Kinh, có năm sự tổn thất: Ba tổn thất đầu bao gồm thân thuộc tổn thất, tài sản tổn thất, và tật bệnh tổn thất. Không có loại hữu tình nào, vì thân thuộc tổn thất, tài sản tổn thất, tật bệnh tổn thất, mà sau khi hoại mạng bị sanh vào khổ giới, ác thú, đọa xứ hay địa ngục. Hai tổn thất kế tiếp bao gồm giới tổn thất và chánh kiến tổn thất. Chúng sanh phải sa vào ác đạo vì tổn thất nơi giới và chánh kiến. Đức Phật dạy: "Phật tử nên can đảm chấp nhận sự thua thiệt. Ta phải trực diện với sự thua lỗ một cách bình thản và lấy nó làm một cơ hội để trau dồi những đức hạnh cao siêu." Trong thời Đức Phật còn tại thế, một lần ngài đi khất thực tại một làng. Do sự can thiệp của Ma vương, Đức Phật không nhận được chút đồ ăn nào cả. Khi Ma vương hỏi châm biếm, "Ngài có đói không?" Đức Phật vui vẻ giải nghĩa thái độ tinh thần của những ai thoát khỏi mọi chướng ngại, Ngài đáp: "Sung sướng thay, chúng ta sống không bị điều gì chướng ngại. Ta thường sống an vui như các vị thần ở cõi Trời

CHƯƠNG 108. Tám Ngọn Gió Độc

Quang Âm. Một dịp khác, Đức Phật và các đệ tử của Ngài an cư vào mùa mưa tại một ngôi làng theo lời mời của một người Bà La Môn. Người này quên hẳn việc tiếp tế thực vật cho Đức Phật và Tăng Già. Trong suốt ba tháng, ngài Mục Kiền Liên đã phải xung phong dùng thần thông đi xin đồ ăn, thế mà Đức Phật không hề có một lời phàn nàn và chịu dùng cỏ khô của ngựa do một ông lái ngựa cúng dường.

Ngọn gió độc thứ ba là Vinh hay Danh Văn: Vinh nhục là một cặp hoàn cảnh trần thế không thể tránh được mà ta phải đương đầu trong đời sống hằng ngày. Chúng ta luôn thích thú với vinh và luôn ghét nhục. Danh dự làm ta vui sướng và nhục làm chúng ta buồn khổ. Chúng ta ham thích trở nên nổi tiếng. Nhiều người ao ước thấy hình ảnh của mình trên tạp chí bằng bất cứ giá nào. Chúng ta rất vui mừng khi thấy những hoạt động của mình được đem ra quảng bá, dù những sinh hoạt ấy hoàn toàn không có nghĩa lý gì, và đôi khi chúng ta quảng bá quá mức. Chúng ta phải công nhận rằng bản chất tự nhiên của con người là cảm thấy sung sướng và hạnh phúc khi danh của ta lan rộng. Nhưng qua kinh nghiệm thực tế, danh dự nào rồi cũng sẽ qua đi, chúng sẽ tiêu tan thành mây khói trong một sớm một chiều. Muốn có danh dự, nhiều người sẵn sàng lo lót hay cho các món tiền lớn lao cho những người có quyền hành để làm cho thiên hạ biết đến; một số người trưng bày lòng hảo tâm bằng cách cúng dường cả trăm chư Tăng Ni, nhưng họ lại hoàn toàn lạnh nhạt trước sự đau khổ của người nghèo, hay láng giềng thiếu thốn. Theo Kinh Tứ Thập Nhị Chương, Chương 21, Đức Phật dạy: "Người thuận theo lòng dục để mong được danh tiếng, khi danh tiếng vừa nổi thì thân đã mất rồi. Ham muốn cái danh tiếng thường tình mà không lo học đạo chỉ uổng công mệt sức mà thôi. Giống như đốt hương khi người ta ngửi được mùi thơm, thì cây hương đã tàn rồi. Cái lửa hại thân theo liền cái danh tiếng."

Ngọn gió độc thứ tư là Nhục: Chắc chắn chúng ta sẽ

không nghe lọt tai hay xao động khi phải chịu những điều nhục nhã. Lần nữa, đây là bản chất tự nhiên của con người. Phải mất nhiều thời gian mới xây dựng được vinh dự, nhưng vinh dự này có thể bị vùi chôn trong nháy mắt. Chuyện này dễ hiểu vì bản chất con người là luôn thích khen mình chê người. Không ai có được miễn trừ những lời chê trách. Bạn có thể sống một đời như Đức Phật, nhưng bạn vẫn không được miễn trừ những lời phê bình, tấn công hay mạ ly. Thời Đức Phật còn tại thế, Ngài là một người nổi tiếng nhất về đức hạnh, nhưng cũng là người bị nói xấu nhiều nhất thời bấy giờ. Một số người chống đối Đức Phật đã phao tin về một phụ nữ thường ngủ lại đêm trong tu viện, nhưng họ đã thất bại trong âm mưu hèn hạ này. Thế là họ quay sang phao tin Đức Phật và các đệ tử của Ngài đã giết chết người đàn bà và chôn xác trong đống rác hoa héo tàn trong tu viện. Tuy nhiên, về sau này chính những người này đã xác nhận chính họ là thủ phạm. Không cần thiết phải phí phạm thì giờ để cải chánh những báo cáo sai lầm trừ phi những hoàn cảnh bắt buộc cần thiết sự sáng tỏ. Kẻ địch sẽ hài lòng khi thấy bạn bị đau. Đó là điều kẻ địch mong muốn. Nếu bạn dửng dưng thì những xuyên tạc như vậy sẽ rơi vào những lỗ tai điếc. Không thể nào có thể ngăn chận những lời buộc tội, đồn đãi và rỉ tai sai lầm, nên trong Những Hạt Ngọc Trí Tuệ Phật Giáo, Hòa Thượng Dhammananda đã dạy: Thấy lỗi người khác, ta nên cư xử như một người mù. Khi nghe thấy những lời bình phẩm bất công của người khác, chúng ta nên xử sự như một người điếc. Trong Kinh Pháp Cú, Đức Phật dạy: Giống như sư tử không run sợ trước những tiếng động. Giống như luồng gió không bám víu vào mắt lưới. Giống như hoa sen không bị hôi tanh bởi bùn nơi nó mọc lên. Chúng ta đang sống trong một thế giới vẩn đục bùn nhơ. Nhiều đóa hoa sen mọc lên từ đó nhưng không nhiễm bùn nhơ, chúng tô điểm thế giới. Giống như hoa sen, chúng ta hãy cố gắng sống cuộc đời cao thượng thì không ai chê trách được, không quan tâm tới bùn nhơ có thể ném vào chúng ta. Đi lang thang một mình như con tê

CHƯƠNG 108. Tám Ngọn Gió Độc

giác. Như chúa sơn lâm, sư tử không hề biết sợ. Do bản chất chúng không sợ hãi trước những tiếng rống của các con vật khác. Trong thế giới này, chúng ta có thể nghe những báo cáo trái ngược, lời kết tội sai lầm, lời nhận xét đê hèn của những giọng lưỡi buông lung. Gống như sư tử, ta không nên nghe. Giống như quả tạ Bu-mơ-ren, ném ra rồi sẽ quay về chỗ cũ, tin đồn sai lầm sẽ chấm dứt ngay nơi chúng phát xuất. Nói xấu về người khác, ta nên cư xử như một người ngu. Chó sủa mặc chó, khách lữ hành vẫn tiếp tục tiến bước. Chúng ta nghĩ sẽ bị ném bùn nhơ thay vì hoa hồng. Như vậy chúng ta sẽ không bị thất vọng. Dù khó khăn chúng ta nỗ lực trau dồi không luyến chấp. Một mình ta đến, một mình ta đi. Không luyến chấp là hạnh phúc trên thế giới này. Không quan tâm đến những mũi tên độc phóng ra bởi giọng lưỡi buông lung, một mình chúng ta lang thang phục vụ tha nhân với hết khả năng. Thật là lạ lùng những vĩ nhân bị phỉ báng, nói xấu, đầu độc, hành xác và bị bắn. Nhà hiền triết Socrates bị đầu độc, chúa Jesus cao thượng bị đóng đinh tàn nhẫn trên thập tự giá, Gandhi bị bắn chết, vân vân. Thế giới này đầy rẫy chông gai sỏi đá, không thể nào chúng ta chuyển chúng hết được. Nhưng nếu chúng ta phải bước vào những chướng ngại ấy, thay vì cố gắng loại bỏ chúng đi là không thể được, chúng ta hãy theo lời khuyên là nên mang một đôi giày để bước cho khỏi bị đau. Đại trượng phu không màng tới danh dự hay mất danh dự, vinh hay nhục. Họ không rối trí khi bị công kích hay phỉ báng, vì những việc làm của họ không phải vì muốn có tên tuổi hay danh dự. Họ không màng tới người khác công nhận hay không công nhận sự phục vụ của họ. Làm việc, họ có toàn quyền nhưng không phải là để hưởng cái quả của việc làm ấy.

Ngọn gió độc thứ năm là Khen Ngợi: Bản chất đặc biệt của Khen là điều tự nhiên là ta hãnh diện khi được khen và buồn phiền khi bị chê. Khen nếu đáng giá thì nghe rất bùi tai. Nếu không đáng giá, như trường hợp nịnh bợ, tuy thích thú mà thật chất là lừa bịp. Tuy nhiên, chúng chỉ là những vang vọng, không tạo ảnh hưởng gì nếu chúng không đến tai chúng ta. Từ quan điểm trần thế, lời khen có thể đem lại đặc ân đặc lợi hay đặc quyền. Tuy nhiên, bậc đại trượng phu không cần đến nịnh bợ, và cũng không mong muốn được người khác nịnh bợ. Cái gì đáng khen, họ khen, không đố ky. Cái gì đáng trách, họ trách không khinh thường mà vì muốn sửa đổi người. Tóm lại, những gì đáng tán tụng nên tán tụng một cách nghiêm chỉnh. Theo Kinh Hoa Nghiêm, Phẩm 27, có mười Pháp xưng tán chỗ ngợi khen ngợi. Khi nhập vào nhứt thiết trí chúng sanh sai biệt thân đại tam muội, chư Bồ Tát sẽ trụ được mười pháp xưng tán chỗ ngợi khen. Thứ nhất là nhập vào chơn như nên gọi là Như Lai. Thứ nhì là vì giác ngộ tất cả pháp nên gọi là Phật. Thứ ba là vì được tất cả thế gian khen ngợi nên gọi là Pháp Sư. Thứ tư là vì biết tất cả pháp nên gọi là nhứt thiết trí. Thứ năm là vì được tất cả thế gian quy y nên gọi là chỗ sở y. Thứ sáu là vì rõ thấu tất cả pháp phương tiện nên gọi là đạo sư. Thứ bảy là vì dẫn tất cả chúng sanh vào đạo nhứt thiết trí nên gọi là đại đạo sư. Thứ tám là vì là đèn của tất cả thế gian nên gọi là quang minh. Pháp xưng tán chỗ ngợi khen thứ chín bao gồm tâm chí viên mãn, thành tựu cứu độ, nhiệm vụ đều xong, trụ trí vô ngại, và phân biệt biết rõ tất cả các pháp nên gọi là thập lực tự tại. Thứ mười là khen vì thông đạt tất cả pháp luân nên gọi là bực nhứt thiết kiến.

Ngọn gió độc thứ sáu là Chê Trách: Đa phần phàm phu chỉ chực tìm cái xấu mà không bao giờ tìm cái tốt và cái đẹp của người khác. Người Phật tử thuần thành nên tuân theo lời Phật dạy về cách ứng xử với sự "Khen chê" của thường tình thế tục. Chẳng hạn như có người chê bạn hay chê việc làm của bạn. Thường thì bạn cảm thấy bị sỉ nhục. Bản ngã của bạn có thể bị tổn thương. Nhưng trước khi để cho ý tưởng này phát khởi, bạn nên khách quan xem xét lời chê bai đó. Một mặt, nếu sự chê bai được đưa ra có cơ sở hẳn hòi và với ý định xây dựng, bạn nên chấp nhận sự chê bai ấy một cách nghiêm chỉnh và dùng nó một cách hữu ích cho việc tự cải thiện chính mình. Trái lại, nếu sự chê bai đó vô căn cứ và không với thiện ý, bạn cũng không nên giận dữ để rồi tổn hại tinh thần của chính mình. Bạn chỉ đơn giản quên nó đi và không ai bắt buộc bạn phải chấp nhận lời chê bai vô căn cứ đó. Cổ Đức có dạy: "Người không tu luôn chê bai người khác, người biết tu phần nào chỉ tự chê chính mình, và người hoàn toàn có tu không than trách gì ai cả." Một Phật tử thuần thành nên học cách đối đầu và giải quyết những khó khăn của mình như người hoàn toàn biết tu như lời dạy vừa rồi của cổ đức. Một Phật tử thuần thành đừng bao giờ tìm cách đổ trút trách nhiệm cho người khác. Người Phật tử thuần thành cũng không nên tự trách lấy mình, vì quy lỗi và trách cứ người khác hay tự trách chính mình, với đạo Phật, đều là thụ động, sẽ không giúp ích gì được cho người ấy trên bước đường tu tập tự hoàn thiện chính mình. Người Phật tử thuần thành, thay vì khiển trách người khác, nên có sự can đảm và hiểu biết về vấn đề để đi đến sự giải quyết thỏa đáng hơn. Điều này tích cực hơn, và sự tu luyện tích cực ở tâm sẽ giúp giải quyết nhiều vấn đề, và cũng giúp biến thế giới này thành một nơi tốt đẹp hơn cho mọi người sinh sống. Đức Phật dạy: "Người nói nhiều bị chê, người nói ít bị chê, người im lặng cũng bị chê. Trong thế giới này không ai là người không bị chê." Trên thế gian này, trừ Đức Phật ra, không có ai hoàn toàn tốt, mà cũng không ai hoàn toàn xấu. Chê dường như là một di sản của con người, vì con người ta có thể phục vụ và tận tình giúp đỡ người khác bằng tất cả tấm lòng; tuy nhiên những người được giúp đỡ chẳng những lại quay sang tìm lỗi của người đã từng mang công lãnh nợ để cứu giúp mình, mà còn vui mừng trước sự suy sụp của người ấy. Một lần Đức Phật được một vị Bà La Môn mời đến nhà để cúng dường. Khi Đức Phật đến, thay vì làm cho Ngài vui, hắn đã thóa mạ Đức Phật bằng những lời hết sức thô tục. Đức Phật hỏi: "Này ông Bà La Môn, có phải khách đến thăm nhà ông không?" Người

Bà La Môn trả lời: "Phải." Đức Phật nói: "Ông làm gì khi khách đến?" Người Bà La Môn nói: "Ồ! Tôi sửa soạn một bữa tiệc thịnh soạn." Đức Phật lại hỏi: "Nhưng nếu khách không ăn được thì ông phải làm sao với những thực vật ấy?" Người Bà La Môn đáp: "Thì chúng tôi phải vui vẻ chia nhau ăn." Đức Phật nói: "Tốt! Này ông bạn Bà La Môn, ông mời ta đến đây để cúng dường mà ông lại đối xử với ta bằng những lời thóa mạ. Ta không nhận chút nào cả. Làm ơn nhận lại." Qua câu chuyện trên, chúng ta thấy Đức Phật từ bi, không trả thù trả oán. Ngài khuyến khích: "Hận thù không thể chấm dứt được hận thù mà chỉ có tình thương mới chấm dứt được hận thù." Phật tử chân thuần nên luôn nhớ lời Phật dạy: "Đem ác ý xâm phạm đến người không tà vạy, thanh tịnh và vô nhiễm, tội ác sẽ trở lại kẻ làm ác như ngược gió tung bụi (125)." Đức Phật dạy: "Người tự giữ được im lặng trước những lời tấn công chửi bới và lạm dụng, người đó đang ở ngay tại Niết-bàn dù rằng chưa đạt được Niết-bàn thật sự." Trong lịch sử, không có một vị đạo sư nào được hết sức khen ngợi mà cũng bị kịch liệt công kích, chửi rủa và chê trách như Đức Phật. Khi Đức Phật đến một xóm Bà La Môn để hóa duyên khất thật, Ngài đã bị buộc tội giết một phụ nữ với sự giúp đỡ của các đệ tử của Ngài. Những người không phải là Phật tử tố cáo và công kích Ngài đến nỗi ngài A Nan phải thưa với Phật là nên dời đi làng khác. Nhân đó, Đức Phật bảo A Nan: "Này A Nan! Nếu những người dân làng ấy cũng ngược đãi chúng ta thì sao?" Ông A Nan đáp: "Thưa Thế Tôn, thì chúng ta lại di chuyển tới một làng khác nữa." Đức Phật bèn nhắc ngài A Nan: "Này A Nan! Nếu cứ làm như vậy thì tất cả xứ Ấn Độ này cũng không có chỗ cho chúng ta dung thân. Hãy kiên nhẫn. Những ngược đãi, chửi mắng đó sẽ tự động chấm dứt."

Ngọn gió độc thứ bảy là Buồn Khổ: Trạng thái khổ não bức bách thân tâm (tâm duyên vào đối tượng vừa ý thì cảm thấy vui, duyên vào đối tượng không vừa ý thì cảm thấy khổ). Đức Phật dạy khổ nằm trong nhân, khổ nằm trong quả, khổ bao trùm cả thời gian, khổ bao trùm cả không gian, và khổ chi phối cả phàm lẫn Thánh, nghĩa là khổ ở khắp nơi nơi. Khổ nằm trong nhân, chính vì vậy mà Bồ Tát sợ nhân chúng sanh sợ quả, nghĩa là chúng sanh vì mê mờ nên chỉ khi nào quả khổ tới mới lo sợ, khi đang gây nhân khổ thì lại không nhận thấy, mà vẫn cứ thản nhiên như không, nhiều khi lại cho là vui sướng. Khổ nằm trong quả, gây nhân nào gặt quả nấy, đó là định luật tự nhiên, thế nhưng trên đời có ít người công nhận như vậy, ngược lại còn than trời trách đất cho những bất hạnh của họ. Khổ bao trùm cả thời gian; từ vô thỉ đến nay, cái khổ của chúng sanh chưa bao giờ dứt, đây là một phần của định luật nhân quả luân hồi (cứ nhân tạo quả, rồi trong quả có nhân, cứ thế mãi không bao giờ ngừng nghỉ). Khổ bao trùm cả không gian; ở đâu có vô minh thì ở đó có khổ. Vô minh không những chỉ bao trùm trong thế giới này mà nó còn trùm khắp vô lượng thế giới. Khổ chi phối cả phàm lẫn Thánh. Chúng sanh ở địa ngục, ngạ quỷ, súc sanh, A tu la phải khổ sở vô cùng. Loài người bị tham sân si chi phối cũng bị lặn ngụp trong biển khổ. Chư Thiên cũng không tránh được khổ vì ngũ suy tướng hiện. Cho đến các hàng Thánh Tu Đà Hoàn, Tư Đà Hàm, A Na Hàm, Thanh Văn, Duyên Giác, vân vân, vì còn mê pháp, nên không tránh khỏi nỗi khổ biến dịch sinh tử. Xem thế nỗi khổ lớn lao vô cùng. Riêng chỉ các vị Bồ Tát nhờ lòng đại bi, thường ra vào sinh tử, lấy pháp lục độ để cứu độ chúng sanh, mà vẫn ở trong Niết-bàn tự tại.

Ngọn gió độc thứ tám là Vui Sướng: Theo A Tỳ Đạt Ma Luận (Vi Diệu Pháp), lạc là một yếu tố thiền na có nghĩa là an lạc hay hạnh phúc yên tĩnh. "Sukha" đồng nghĩa với "Somanassa." Đây là trạng thái thích thú không liên quan đến lạc thú vật chất. "Sukha" này chính là hậu quả của sự từ bỏ thú vui vật chất. Dù nghĩa của "Phỉ" và "Lạc" liên hệ mật thiết với nhau, chúng vẫn khác biệt nhau, "phỉ" thuộc về hành uẩn (tạo cho hành giả trạng thái cảm nghe hứng thú trong đề mục), còn "Lạc" là cảm giác giúp cho hành giả thỏa thích hưởng thọ đề mục. Phỉ được so sánh với một khách lữ hành đi trong sa mạc mệt mỏi thấy xa xa có một ốc đảo (trạng thái vui mừng trước khi thật sự thọ hưởng). Khi đến tận ốc đảo tắm rửa và uống nước thỏa thích là "Lạc." Lạc giúp ta đối đầu với những triền cái trạo cử và lo âu trong thiền na.

Theo Hòa Thượng Thích Giác Nhiên (Pháp Chủ Giáo Hội Phật Giáo Tăng Già Khất Sĩ Thế Giới), tám ngọn gió là tám món bao gồm: khen, chê, khổ, vui, lợi, suy, phỉ báng và vinh dự. Những thứ này được coi như là tám ngọn gió có thể làm lay chuyển và quay cuồng những ai không đủ định lực. Tám loại gió này chính là một pháp môn dùng để khảo nghiệm tâm của người tu. Gặp thuận cảnh hay nghịch duyên tâm đều không động. Nếu động tức là tu trì chưa đúng, hay định lực hãy còn kém. Thứ nhất là Khen: Khen hay xưng tán. Nếu có người xưng tán mình một câu, mình cảm giác ngọt ngào như ăn đường mật và cảm thấy thoải mái. Thứ nhì là Chê: Chê là chê bai. Như có người chê bai mình, mình không thích, trong lòng rất khó chịu. Thứ ba là Khổ: Đây là khổ não. Gặp chuyện gì phiền hà mình cảm thấy khổ sở. Thứ tư là Vui: Vui hay khoái lạc. Gặp điều gì vui sướng không nên lấy làm đắc ý. Mọi điều khoái lạc đến thì chúng ta hãy coi đó là một sự khảo nghiệm, để thử xem tâm ý của mình ra sao. Thứ năm là Lợi: Đây là lợi ích. Được lợi ích mình cảm thấy vui, bị thiệt hại mình cảm thấy buồn, đó là sự biểu hiện của sự yếu kém định lực. Thứ sáu là Thất (suy): Thất có nghĩa là suy bại. Gặp bất cứ sự gian nan đến đâu, chúng ta không nên nao núng, có thất bại cũng không động tâm. Thứ bảy là Phỉ báng: Ví dụ có người nói xấu mình, mình cũng không hề gì. Mình coi chuyện đó như không có gì, tự nhiên sóng gió sẽ hết. Thứ tám là Vinh dự: Như có người xưng tán mình, truyền tụng hay tôn xưng mình mình cũng không nên dao động. Chỉ nên coi các thứ công danh như sương mai còn đọng lại bên kiến cửa sổ vào buổi ban mai mà thôi.

Khi tám ngọn gió chướng này thổi lên, con người cảm thấy

CHƯƠNG 108. Tám Ngọn Gió Độc

bị chúng xâu xé, chạy lại đầu này để trốn đầu kia. Nhưng khi tâm đứng yên trong trạng thái an định của thiền quán, nó có thể vững vàng như một quả núi, ngay cả khi phải chịu đựng đủ thứ ngược đãi. Đức Phật có một vị đệ tử tại gia thường bỏ bê vợ để tu tập hay đi nghe Đức Phật thuyết pháp. Điều này khiến cho người vợ giận dữ. Bà vợ không những giận chồng mà còn giận luôn cả Đức Phật vì bà cho rằng Đức Phật đã dùng ma lực để cướp mất chồng mình. Một hôm, sau khi người chồng đi nghe pháp về trễ, bà vợ tìm đến la lối và chửi rủa Đức Phật. Đức Phật chỉ yên lặng ngồi nghe mà không nói một lời. Các đệ tử khác cố đẩy người đàn bà ra, nhưng Đức Phật bảo họ đừng làm như vậy. Người đàn bà tiếp tục la lối và rồi bỏ đi khi đã mệt mỏi. Sau khi người đàn bà đã bỏ đi, Đức Phật bèn hỏi các đệ tử: "Nếu có ai đó đem cho các ông một món quà mà các ông thích, thì các ông sẽ làm gì?" Các đệ tử trả lời: "Bạch Đức Thế Tôn, chúng con sẽ nhận lãnh món quà ấy." Đức Phật hỏi tiếp: "Nếu có ai đó đem tặng món quà mà các ông không thích thì các ông sẽ làm gì?" Các đệ tử trả lời: "Bạch Đức Thế Tôn, chúng con sẽ không nhận nó." Đức Phật nói thêm: "Nếu các ông không nhận nó, thì món quà đó thuộc về ai?" Các đệ tử trả lời: "Bạch Đức Thế Tôn, nó vẫn thuộc về người chủ của nó." Đức Phật tiếp: "Đó là việc của người đàn bà khi nãy. Bà ấy đem tặng ta một món quà mà ta không thích, nên ta không nhận nó. Vậy thì món quà đó vẫn còn trong tay bà ta." Như vậy nếu chúng ta không chạy theo những ngọn gió độc của thế gian như được, mất, danh, lợi, chê, khen, vui, buồn, vân vân, thì chúng sẽ không ảnh hưởng gì được với chúng ta cả.

Vào đời nhà Tống có vị thi sĩ tên là Tô Đông Pha, đã từng nghiên cứu Phật Pháp thâm sâu, nhưng công phu thiền định còn yếu kép. Tuy nhiên, ông cho rằng định lực của mình đã cao. Một hôm, nhân cảm hứng, ông cảm tác bài thơ:

稽首天中天，

毫光照大千。

八風吹不動,
端坐紫金蓮。

Khể thủ Thiên trung thiên,
Hào quang chiếu đại thiên.
Bát phong xuy bất động,
Đoan tọa tử kim liên.

Tạm dịch:

Đê đầu lễ Thế Tôn,
Hào quang soi khắp chốn.
Tám gió thổi không lay,
Trang nghiêm ngự sen hồng!

Lúc đó, ông tự nghĩ rằng mình đã khai ngộ, nên muốn có sự ấn chứng của Thiền Sư Phật Ấn. Ông sai người qua sông mang bài kệ tới chùa Kim Sơn. Thiền sư xem qua liền đề bốn chữ: "phóng thí" (放屁) ngay bên cạnh, rồi đưa cho thị giả mang về. Phóng thí có nghĩa như trung tiện, nghĩa là đánh rấm, phải hiểu là hàm ý chê bài thơ như... đánh rấm. Tô Đông Pha xem xong, lửa sân hận bốc cao ngùn ngụt. Ông giận dữ bảo: "Sao lại có chuyện này?" Đây là bài khai ngộ mà Thiền sư bảo là "đánh rấm" nghĩa là làm sao? Nói xong, ông bèn qua sông tìm Thiền sư Phật Ấn để chất vấn. Khi đến chùa thì Thiền Sư Phật Ấn đã đóng kín cửa phòng, nhưng trước cửa dán một mảnh giấy lớn ghi hai câu thơ:

八風吹不動,
一屁過江來。

Bát phong xuy bất động,
Nhất thí quá giang lai.

Tạm dịch:

Tám gió dù thổi không động,
Một "cú" vượt sông sang ngay!

Tô Đông Pha đang cơn giận dữ, nhưng đọc qua hai câu thơ rồi thì lập tức tự biết mình, thấy quả thật thiền sư đã nhận ra công phu của ông hãy còn non kém. Ông lễ tạ thiền sư từ bên ngoài cửa rồi lặng lẽ ra về. Từ đó ông bỏ thói "Khẩu Đầu Thiền". Thế mới biết, công phu thiền định không thể nói suông mà được.

Chương 109. Tánh Không

Chư pháp không hay là hư không, trống rỗng (sự không có tính chất cá biệt hay độc lập), vô thường, và không có tự ngã. Nghĩa là vạn pháp không có tự tính, mà tùy thuộc vào nhân duyên, và thiếu hẳn tự tánh. Vì vậy một con người nói là không có "tự tánh" vì con người ấy được kết hợp bởi nhiều thứ khác nhau, những thứ ấy luôn thay đổi và hoàn toàn tùy thuộc vào nhân duyên. Tuy nhiên, Phật tử nhìn ý niệm về "không" trong đạo Phật một cách tích cực trên sự hiện hữu, vì nó ám chỉ mọi vật đều luôn biến chuyển, nhờ vậy mới mở rộng để hướng về tương lai. Nếu vạn hữu có tánh chất không biến chuyển, thì tất cả đều bị kẹt ở những hoàn cảnh hiện tại mãi mãi không thay đổi, một điều không thể nào xảy ra được. Phật tử thuần thành phải cố gắng thấy cho được tánh không để không vướng víu, thay vào đó dùng tất cả thời giờ có được cho việc tu tập, vì càng tu tập chúng ta càng có thể tiến gần đến việc thành đạt "trí tuệ" nghĩa là càng tiến gần đến việc trực nghiệm "không tánh," và càng chứng nghiệm "không tánh" chúng ta càng có khả năng phát triển "trí tuệ ba la mật."

Thuật ngữ "Sunyata" là sự kết hợp của "Sunya" có nghĩa là không, trống rỗng, rỗng tuếch, với hậu tiếp từ "ta" có nghĩa là "sự" (dùng cho danh từ). Thuật ngữ rất khó mà dịch được sang Hoa ngữ; tuy nhiên, chúng ta có thể dịch như là sự trống không, sự trống rỗng, hoặc chân không. Khái niệm của từ "Sunyata" căn bản thuộc về cả hợp lý và biện chứng. Thật khó để hiểu được khái niệm "Tánh không" vì ý niệm chân đế của nó (thắng nghĩa không, lìa các pháp thì không có tự tánh) liên quan đến ý nghĩa ngôn ngữ học, đặc biệt vì từ nguyên học (tánh không có nghĩa là trống rỗng hoặc không có gì trong hình dáng của chư pháp) không cung cấp thêm được gì vào ý thực tiễn hay lý thuyết của khái niệm này. Theo Tiến sĩ Harsh Narayan, tánh không là thuyết hư vô thanh tịnh hoàn toàn, là thuyết phủ định, sự trống rỗng không triệt để của chư pháp hiện hữu cho đến những hệ quả cuối cùng của sự phủ định. Những nhà tư tưởng của trường phái Du Già đã mô tả tánh không như là hoàn toàn hư vô. Tiến sĩ Radhakrishnan nói rằng sự tuyệt đối dường như là bất động trong tính tuyệt đối. Tiến sĩ Murti nói rằng trí tuệ Ba la mật là một sự tuyệt đối hoàn toàn. Theo Trung Anh Phật học Từ Điển, bản chất không là tánh không vật thể của bản chất các hiện tượng là ý nghĩa căn bản của tánh không.

Theo các kinh điển Đại Thừa khác, tánh không có nghĩa là bản chất đích thật của thực tại kinh nghiệm. Tánh không vượt khỏi sự phủ định và không thể diễn tả được. Đức Phật cũng dùng vô số những hình ảnh so sánh trong kinh điển Pali để chỉ ra sự không thật của mỗi loại pháp và chính những hình ảnh này, sau này được dùng một cách hiệu quả trong các trường phái triết học Đại Thừa, đặc biệt là những nhà tư tưởng Phật giáo Trung Hoa đã so sánh tánh không với nhiều hình ảnh và màu sắc linh động. "Tánh không" không chướng ngại... giống như hư không trống không, hiện hữu trong mọi hiện tượng nhưng chưa bao giờ cản trở hoặc chướng ngại bất cứ tướng trạng nào. "Tánh không" như nhất thiết trí... giống như trống không, ở khắp nơi, nắm giữ và biết hết mọi điều, mọi nơi. "Tánh không" như sự bình đẳng... giống như Không, bình đẳng với tất cả, không phân biệt thiên lệch bất cứ nơi nào. "Tánh không" biểu thị tánh chất mênh mông... giống như không, vô biên, rộng lớn và vô tận. "Tánh không" không có hình sắc và bóng dáng... giống như không, không mang dáng dấp hoặc hình tướng nào. "Tánh không" biểu thị sự

CHƯƠNG 109. Tánh Không

thanh tịnh... giống như không, luôn luôn trong sáng không gợn phiền não ô uế. "Tánh không" biểu thị sự bất động... giống như không, luôn luôn ở trạng thái dừng chỉ, năng động nhưng vượt lên những tiến trình sanh và diệt. "Tánh không" ám chỉ sự phủ định tích cực... phủ định tất cả những gì có giới hạn và kết thúc. "Tánh không" ám chỉ sự phủ định của phủ định... phủ định tất cả Ngã chấp và đoạn diệt những chấp thủ vào tánh không. "Tánh không" ám chỉ sự không đạt được hoặc không nắm giữ được... giống như không gian hay hư không, không lưu dấu hoặc nắm giữ pháp nào.

Bắt đầu Trung Quán Luận, ngài Long Thọ đã đưa ra nền tảng triết lý của mình bằng tám sự phủ định. Không có sanh diệt, một, khác, đoạn, thường, đi đến trong định thức duyên khởi. Hay nói một cách khác về căn bản thì nơi đây chỉ có duy nhất "không sanh" được coi ngang hàng với tánh không. Trong vài chỗ khác ngài Long Thọ cũng cho rằng Duyên khởi là tánh không. Ở đây tánh không nằm trong thực tại của lý Trung Đạo này vượt khỏi hai quan điểm căn bản đối đãi là hiện hữu và không hiện hữu. Tánh không là sự hiện hữu tương đối của chư pháp hoặc là sự tương đối. Như vậy theo Trung Quán Luận thì tánh không không có nghĩa là không hiện hữu tuyệt đối mà là sự hiện hữu tương đối. Tánh không ám chỉ bản chất đích thật của thực tại kinh nghiệm hoặc điều gì đó giống như vậy, hình thức của bản chất thật của các hiện tượng. Tánh không bao gồm tất cả những vấn đề liên quan đến quan điểm của Phật giáo về cuộc đời và thế giới. Ngài Long Thọ đã tuyên bố rằng Tánh không như một bản chất đích thật của thực tại kinh nghiệm: "Với tánh không, tất cả đều có thể; không có tánh không, tất cả đều không thể." Trong kinh Bát Nhã Ba La Mật, tánh không chỉ cho thế giới tuệ giác là không thể tách rời ra khỏi thế giới vọng tưởng: "Thế giới vọng tưởng là đồng với thế giới tuệ giác (sắc là đồng nhất với không), thế giới tuệ giác là đồng với thế giới vọng tưởng (không thì đồng với sắc)."

Mục đích của Tánh không chỉ ra sự đoạn diệt về ngôn ngữ và những nỗ lực nhằm đưa đến sự đoạn diệt này: "Tánh không tương ứng với chân lý tối hậu, được gọi là trạng thái trong đó ngôn ngữ cũng bị đoạn tận và 'Tánh không' nghĩa là tất cả những pháp hiện hữu liên quan tới đời sống hằng ngày chúng ta là một yếu tố được xác lập thật sự.. Thuật ngữ 'Tánh Không' được sử dụng đơn giản như một phương tiện để đi đến Niết-bàn hay Giải thoát. Về mặt tâm lý học, 'Tánh Không' là sự buông bỏ chấp thủ. Pháp thoại về 'Tánh Không' nhằm để buông xả tất cả khát ái của tâm. Về mặt đạo đức học, sự phủ định của 'Tánh Không' là một hiệu quả tích cực, ngăn chặn Bồ Tát không làm các điều ác mà nỗ lực giúp người khác như chính bản thân mình. Đức hạnh này khiến nuôi dưỡng và tăng trưởng lòng từ bi. Về mặt nhận thức luận, 'Tánh Không' như ánh sáng chân trí tuệ rằng chân lý không phải là thật thể tuyệt đối. Tri thức chỉ cung cấp kiến thức, không cung cấp trí tuệ chân thật và tuệ giác là vượt qua tất cả ngôn từ. Về mặt siêu hình, 'Tánh Không' nghĩa là tất cả các pháp không có bản chất, tánh cách và chức năng cố định. Về mặt tinh thần, 'Tánh Không' là sự tự do, Niết-bàn hoặc giải thoát khỏi khổ đau phiền não. Như vậy, 'Tánh Không' không phải là lý thuyết suông, mà là nấc thang để bước lên giải thoát. Nấc thang mà nơi đó không cần phải bàn luận, mà chỉ cần cất chân bước lên. Nếu hành giả không bước, dù chỉ một bậc, thì nấc thang trở nên vô dụng. Như vậy, 'Tánh Không' tượng trưng cho một phương pháp tu tập hơn chỉ là một khái niệm để bàn luận. Công dụng duy nhất của 'Tánh Không' là giúp cho chúng ta loại bỏ phiền não và vô minh đang bao bọc chúng ta để mở ra những tiến trình tâm linh siêu vượt thế giới này ngang qua tuệ giác.

Theo Kinh Tiểu Không, Đức Phật bảo A Nan: "Này A Nan, nhờ an trú vào 'không tánh' mà bây giờ ta được an trú viên mãn nhất." Vậy thì nghĩa của trạng thái 'không' là gì mà từ đó Đức Phật được an trú vào sự viên mãn nhất? Chính nó là 'Niết-bàn' chứ không là thứ gì khác. Nó chính là sự trống vắng tất cả những dục lậu, hữu lậu và vô minh. Chính vì thế mà trong thiền định, hành giả cố gắng chuyển hóa sự vọng động của thức cho tới khi nào tâm hoàn toàn là không và không có vọng tưởng. Mức độ cao nhất của thiền định, diệt tận thọ-tưởng định, khi mọi ý tưởng và cảm thọ đã dừng thì được xem như là nền tảng vững chắc để đạt đến Niết-bàn. Đức Phật bảo Xá Lợi Phất về không như sau: "Trong 'Không' không có hình thể, không có cảm xúc, không có niệm lự, không có tư duy, không có ý thức, không có mắt, tai, mũi, lưỡi, thân và ý; không có hình thể, âm thanh, hương thơm, mùi vị, xúc chạm và hiện hữu; không có đối tượng của mắt cho đến không có đối tượng của ý thức; không có minh, không có vô minh, không có sự chấm dứt của minh, cũng không có sự chấm dứt của vô minh; cho đến không có tuổi già và sự chết, cũng không có sự chấm dứt của tuổi già và sự chết; không có khổ đau, không có nguyên nhân của khổ đau, không có sự chấm dứt khổ đau và không có con đường đưa đến sự chấm dứt khổ đau; không có trí giác cũng không có sự thành tựu trí giác; vì chẳng có quả vị trí giác nào để thành tựu. Người nào tỉnh thức bình yên do sống an lành trong tuệ giác vô thượng thì thoát ly tất cả. Và rằng, vì không có những chướng ngại trong tâm nên không có sợ hãi và xa rời những cuồng si mộng tưởng, đó là cứu cánh Niết-bàn vậy!"

Trên quan điểm Tuyệt Đối, Sunyata có nghĩa là "hoàn toàn không có cấu tác của tư tưởng, không có đa nguyên tánh." Nói cách khác, không tánh được sử dụng nơi nguyên lý có hàm ý: ngôn ngữ của nhân loại không thể diễn tả được; nó vừa "là" mà cũng vừa là "không là," "vừa là vừa không là," "chẳng phải là cũng không phải là không là," phạm trù tư tưởng hoặc thuật ngữ đều không thể áp dụng vào những thứ vừa kể trên được. Nó siêu việt trên tư tưởng; nó vô đa nguyên tánh, nó là một tổng thể, không thể phân chia thành những bộ phận được. Đặc điểm nổi bật nhất của triết lý Trung Quán là sự sử dụng nhiều lần hai chữ "không" và "không tánh." Vì đây là khái niệm chính yếu của hệ thống triết lý này, cho nên, hệ thống triết lý này thường được gọi là "hệ thống triết lý không tánh," xác định "không" như là đặc tánh của Thực tại. Chữ "không" đã khiến cho người ta cảm thấy bối rối nhất trong triết lý Phật giáo. Những người không phải là Phật tử đã giải thích nó như là thuyết "hư vô." Nhưng đó không phải là ý nghĩa của chữ này. Trên phương diện ngữ nguyên thì chữ gốc của nó là "svi," có nghĩa là "nở lớn ra" hay "bành trướng ra." Có điều đáng tò mò là chữ "Brhaman" (Bà la môn) có gốc là "brh" hoặc "brhm," cũng có nghĩa là nở lớn hay bành trướng. Theo lời Đức Phật về "Không lý" và về nguyên tắc của không, chữ không dường như được sử dụng theo nghĩa của "tồn hữu học" trong hầu hết các kinh văn Phật giáo. Sự ngụ ý về ý nghĩa ngữ nguyên của chữ này dường như không được diễn tả một cách đầy đủ và trọn vẹn. Theo một số các học giả cho rằng chữ "không" không mang ý nghĩa trên phương diện tồn hữu học. Nó chỉ là một loại ám thị trên mặt "cứu cánh học" mà thôi. Nhưng rõ ràng chữ "sunya" được dùng theo ý nghĩa "tồn hữu học," kèm theo ngụ ý của giá trị luận và bối cảnh của cứu thế học. Theo nghĩa tồn hữu học thì "sunya" là một loại "không" mà đồng thời cũng "chứa đầy." Bởi vì nó không phải là một thứ đặc biệt nào đó, cho nên nó có khả năng trở thành mọi thứ. Nó được xem là đồng nhất với Niết-bàn, với Tuyệt Đối, với Thực tại.

Từ "không tánh" là danh từ trừu tượng bắt nguồn từ chữ "sunya". Nó có nghĩa là sự tước đoạt chứ không phải là viên mãn. Hai chữ "sunya" và "sunyata" nên được hiểu theo tương quan với chữ "svabhava" hay "tự tánh." Nghĩa đen của chữ "svabhava" là "tự kỷ." Nguyệt Xứng cho rằng trong triết lý Phật giáo, chữ này được dùng bằng hai cách: bản chất hay đặc tánh của một sự vật, thí dụ như nóng là tự tánh hay đặc tánh của lửa. Ở trong thế giới này, một thuộc tánh luôn luôn đi theo một vật, tuyệt đối, bất khả phân, nhưng không liên hệ

CHƯƠNG 109. Tánh Không

một cách bền vững với bất cứ sự vật nào khác, đây được biết như là tự tánh hay đặc tánh của vật ấy. Chữ "svabhava" hay tự tánh là phản nghĩa của "tha tánh" (parabhava). nguyệt Xứng nói rằng "svabhava là tự tánh, cái bản chất cốt yếu của sự vật." Trong khi ngài Long Thọ bảo rằng "Kỳ thật tự tánh không do bất cứ một vật nào khác đem lại, nó là vô tác, nó không lệ thuộc vào bất cứ cái gì, nó không liên hệ với bất cứ thứ gì khác hơn là chính nó, nó không tùy thuộc và vô điều kiện." Chữ "sunya" cần phải được hiểu theo hai quan điểm. Thứ nhất là từ quan điểm của hiện tượng hoặc thực tại kinh nghiệm, nó có nghĩa là "svabhava-sunya," tức là "tự tánh không," hoặc không có thực tại tánh của thật thể tự kỷ độc lập của chính nó. Thứ nhì là từ quan điểm của Tuyệt Đối, nó có nghĩa là "prapanca-sunya," nghĩa là "hý luận không," hay không có sự diễn đạt bằng ngôn ngữ không có hý luận, không do tư tưởng tạo thành, và không có đa nguyên tánh.

Đối với tục đế hoặc thực tại kinh nghiệm thì không tánh có nghĩa là "vô tự tánh," nghĩa là không có tự ngã, không có bản chất, vô điều kiện. Nói cách khác, không tánh là chữ bao hàm "duyên khởi" hoặc sự hoàn toàn tương đối, hỗ tương lẫn nhau của sự vật. Ý tưởng này cũng được chuyên chở bằng cách khác với thuật ngữ "giả danh sở tác," sự có mặt của một cái tên không có nghĩa là thực tại tánh của sự vật được gọi tên. Nguyệt Xứng đã nói: "Một cái xe được gọi như vậy khi xét tới các bộ phận cấu thành của nó như bánh xe, vân vân; điều đó không có nghĩa rằng chính cái xe có thể là vật gì khác ngoài những thành phần của nó. Đây là một thí dụ khác về tánh tương đối hoặc sự hỗ tương lẫn nhau của sự vật. Trên phương diện hỗ tương nương nhau mà tồn tại thì 'không tánh' cũng bao hàm tính chất tương đối và phi tuyệt đối của những quan điểm đặc thù. Không tánh đã vạch rõ ra sự điên rồ của việc tiếp nhận bất cứ sự khởi đầu tuyệt đối nào hoặc sự kết thúc hoàn toàn nào; vì vậy 'không tánh' bao hàm 'trung đạo', đối xử với sự vật theo bản chất của chúng, tránh những khẳng định hoặc phủ định cực đoan như "là" và "không là." Ngoài những điểm trên, trong triết học Trung Quán, 'không tánh' còn có những ý nghĩa khác. Đối với thực tại tối thượng hay thắng nghĩa đế, không tánh còn bao hàm bản chất phi khái niệm của tuyệt đối. Đối với hành giả, không tánh có nghĩa là thái độ của "vô sở đắc," không bám víu vào sự tương đối như là tuyệt đối, cũng không bám víu vào sự tuyệt đối như là một cái gì đặc biệt. Đại Trí Độ Luận đã đưa ra một hàm ý khác về nguyên lý 'không tánh,' đó chính là "sự tìm kiếm thực tại" không thể cưỡng cầu được, nó siêu việt trên đời sống biến đổi hằng ngày này.

Chữ 'không tánh' không phải chỉ hàm ý tồn hữu học, mà nó còn hàm ý trên phương diện giá trị luận. Do bởi tất cả mọi sự vật kinh nghiệm đều không có thật thể, vì thế chúng đều không có giá trị. Sở dĩ chúng ta gắn cho những sự vật của trần thế nhiều giá trị như vậy là vì sự ngu muội của chúng ta. Một khi chúng ta lãnh hội được không tánh một cách chính xác thì những bám víu ấy sẽ tự động biến mất. Không tánh không phải chỉ là một khái niệm trên mặt tri thức. Mà sự chứng nghiệm không tánh là phương tiện cứu độ. Nếu chúng ta nắm vững một cách đúng đắn về không tánh, thì nó có thể dẫn chúng ta đến sự phủ định tánh "đa tạp" của các pháp, có thể giải thoát khỏi sự "thoáng hiện" của những cám dỗ trong đời sống. Thiền quán về 'không tánh' có thể dẫn đến tuệ giác Bát Nhã hay trí tuệ siêu việt, là thứ đem lại giải thoát cho hành giả. Ngài Long Thọ đã diễn đạt được sự tinh túy trong lời dạy của ngài về 'không tánh qua bài kệ dưới đây: "Giải thoát đạt được bằng cách tiêu trừ các hành vi và ái dục ích kỷ. Tất cả các hành vi và ái dục ích kỷ đều bắt nguồn từ những cấu trúc tưởng tượng, chúng coi những sự vật vô giá trị như là những sự vật đầy giá trị. Sự cấu tác của tưởng tượng phát sanh từ tác động của tâm trí sẽ chấm dứt khi đã nhận thức được không tánh, sự trống rỗng của sự vật. Không tánh được sử dụng trong triết học Trung Quán như là một biểu tượng của những thứ không thể diễn tả được. Khi gọi Thực tại là 'không', triết học trung Quán chỉ có ý nói rằng nó là 'không thể diễn tả được bằng ngôn ngữ.' Ngay trong câu thứ nhất của Trung Quán Tụng, ngài Long Thọ đã làm nổi bật lập điểm về 'không luận' một cách ngời sáng. Lập điểm này được cấu thành bởi "tám điều không": không diệt, không sanh, không đoạn, không thường, không nhất nguyên, không đa nguyên, không tới, không đi.

Chương 110. Chúng Sanh

Chúng sanh bao gồm chúng hữu tình và chúng vô tình. Chúng hữu tình là những chúng sanh có tình cảm và lý trí; trong khi chúng vô tình là những chúng sanh không có tình cảm và lý trí. Như vậy, hữu tình chúng sanh là những chúng sanh có tâm thức; trong khi vô tình chúng sanh tự sinh tồn bằng chính cơ thể của mình và những gì lấy được từ ánh nắng mặt trời, đất và không khí. Thực vật không được xem là loài hữu tình vì chúng không có tâm thức. Chúng sanh nói chung, kể cả vương quốc thảo mộc (những chúng sanh vô tình); tuy nhiên, từ "sattva" giới hạn nghĩa trong những chúng sanh có lý lẽ, tâm thức, cảm thọ; hay những chúng sanh có tri giác, nhạy cảm, sức sống, và lý trí. Theo Phật giáo, bất cứ sinh vật có thần thức và sống trong lục đạo (trời, người, a-tu-la, súc sanh, ngạ quỷ, và địa ngục). Có thể nói rằng tất cả chúng sanh đều có tánh giác hay Phật Tánh. Từ "Chúng sanh" nói đến tất cả những vật có đời sống. Mỗi sinh vật đến với cõi đời này là kết quả của nhiều nguyên nhân và điều kiện khác nhau. Những sinh vật nhỏ nhất như con kiến hay con muỗi, hay ngay cả những ký sinh trùng thật nhỏ, đều là những chúng sanh. Tuy nhiên, đa phần chúng sanh là những phàm nhân ngu dốt tối tăm, luôn xét mình là một kẻ phàm phu đầy tham sân si, cùng với vô số tội lỗi chất chồng trong quá khứ, hiện tại và vị lai, từ đó sanh lòng tàm quí, rồi phát nguyện tu tâm sửa tánh, sám hối, ăn năn, y theo lời Phật Tổ đã dạy mà hành trì, tu tập, như là tụng kinh, niệm Phật, ngồi thiền, vân vân, cầu cho nghiệp chướng chóng được tiêu trừ, mau bước lên bờ giác trong một tương lai rất gần.

Trong triết lý Phật giáo, chúng sanh là một sinh vật có lý trí, nghĩa là sinh vật ấy biết được những gì đang xảy ra quanh mình và có khả năng suy tưởng. Trong văn học tâm lý của Phật giáo, để làm một chúng hữu tình phải có đủ năm thứ: 1) cảm thọ, 2) suy tưởng phân biệt, 3) hành uẩn, 4) tác ý, 5) cảm xúc. Chúng sanh có nhiều loại dị biệt, nhưng nói chung chỉ có hai loại là thiện và ác, và mỗi thứ đều khác nhau. Mỗi thứ tạo những nghiệp riêng, rồi thọ những quả báo riêng. Nói chung, tất cả chúng sanh đều ở trong pháp Ngũ Uẩn. Mỗi chúng sanh là sự kết hợp của những thành tố, có thể phân biệt thành năm phần: sắc, thọ, tưởng, hành, thức. Do đó, chúng sanh này không khác với chúng sanh khác, và con người bình thường không khác với các bậc Thánh nhân. Nhưng do bản chất và hình thể của năm yếu tố tồn tại trong từng cá thể được thành lập, nên chúng sanh này có khác với chúng sanh khác, con người bình thường có khác với các bậc Thánh. Sự kết hợp năm uẩn này là kết quả của nghiệp và thay đổi từng sát na, nghĩa là chuyển hóa, thành tố mới thay cho thành tố cũ đã tan rã hoặc biến mất. Năm uẩn được kết hợp sẽ thành một hữu tình từ vô thủy, hữu tình ấy đã tạo nghiệp với sự chấp thủ định kiến của cái ngã và ngã sở. Sự hiểu biết của vị ấy bị bóp méo hoặc che mờ bởi vô minh, nên không thấy được chân lý của từng sát na kết hợp và tan rã của từng thành phần trong năm uẩn. Mặt khác, vị ấy bị chi phối bởi bản chất vô thường của chúng. Một người thức tỉnh với sự hiểu biết với phương pháp tu tập của Đức Phật sẽ giác ngộ được bản chất của chư pháp, nghĩa là một hữu tình chỉ do năm uẩn kết hợp lại và không có một thật thể thường hằng hoặc bất biến nào gọi là linh hồn cả.

Theo Phật giáo, trên phương diện thể chất, có bốn loại

CHƯƠNG 110. Chúng Sanh

chúng sanh, bao gồm cả loài hữu tình và vô tình: loài bay, loài bơi, loài đi bằng chân và thảo mộc. Tất cả những loài có máu và thở bằng phổi đều gọi là "thú", trong khi đó thảo mộc bao gồm, cỏ cây, và các loài cây trổ bông. Bốn loại chúng sanh này từ đâu tới? Nguyên thủy của chúng là đâu? Theo Phật giáo, nguyên thủy của nhất thiết chúng sanh là Phật Tánh. Nếu không có Phật Tánh, mọi thứ đều triệt tiêu. Phật tánh là thứ duy nhất đã lưu truyền qua hàng ngàn thế hệ mà không bị tiêu diệt. Từ Phật tánh phát khởi các chúng sanh Bồ Tát, Thanh Văn, chư Thiên, A Tu La, con người, thú vật, ngạ quỷ và địa ngục. Đây là những chúng sanh trong mười pháp giới, và mười pháp giới chưa từng tách rời ra khỏi tâm này. Nhất niệm duy tâm cũng là hạt giống của Phật Tánh. Nhất chân niệm là một tên gọi khác của Phật Tánh. Bốn loại chúng sanh này bao gồm loài thai sanh, tức loài sanh bằng thai; loài noãn sanh, tức loài sanh bằng trứng; loài thấp sanh, tức loài sanh từ nơi ẩm thấp; và loài hóa sanh, tức loài từ biến hóa mà sanh ra.

Theo Kinh Lăng Già, về quan điểm tôn giáo, có năm đẳng cấp chúng sanh: Thứ nhất là các chúng sanh thuộc hàng Thanh Văn được chứng ngộ khi nghe được những học thuyết về các Uẩn, Giới, Xứ, nhưng lại không đặc biệt lưu tâm đến lý nhân quả; các ngài đã giải thoát được sự trói buộc của các phiền não nhưng vẫn chưa đoạn diệt được tập khí của mình. Họ đạt được sự thể chứng Niết-bàn, và an trú trong trạng thái ấy, họ tuyên bố rằng họ đã chấm dứt sự hiện hữu, đạt được đời sống phạm hạnh, tất cả những gì cần phải làm đã được làm, họ sẽ không còn tái sinh nữa. Những vị này đã đạt được tuệ kiến về sự phi hiện hữu của "ngã thể" trong một con người, nhưng vẫn chưa thấy được sự phi hiện hữu trong các sự vật. Những nhà lãnh đạo triết học nào tin vào một đấng sáng tạo hay tin vào "linh hồn" cũng có thể được xếp vào đẳng cấp này. Thứ nhì là những chúng sanh thuộc hàng Bích Chi Phật bao gồm những vị hết sức lưu tâm đến những gì dẫn họ đến sự thể chứng quả vị Bích Chi Phật. Họ lui vào sống độc cư và không dính dáng gì đến các sự việc trên đời này. Khi họ nghe nói rằng Đức Phật hiện thân ra thành nhiều hình tướng khác nhau, khi thì nhiều thân, khi thì một thân, thi triển thần thông thì họ nghĩ rằng đấy là dành cho đẳng cấp của chính họ nên họ vô cùng ưa thích những thứ ấy mà đi theo và chấp nhận chúng. Thứ ba là những chúng sanh thuộc hàng Như Lai, tức những vị có thể nghe thuyết giảng về những chủ đề như những biểu hiện của tâm hay cảnh giới siêu việt của A Lại Da mà từ đấy khởi sinh thế giới của những đặc thù này, nhưng chư vị lại có thể không cảm thấy chút nào ngạc nhiên hay sợ hãi. Những chúng sanh trong đẳng cấp Như Lai có thể được chia làm ba loại: những vị đã đạt được tuệ kiến thấu suốt chân lý rằng không có một thật thể đặc thù nào đằng sau những gì mà người ta nhận thức; những vị biết rằng có một nhận thức tức thời về chân lý trong tâm thức sâu kín nhất của con người; những vị nhận thức rằng ngoài thế giới này còn có vô số Phật độ rộng lớn bao la. Thứ tư là những chúng sanh không thuộc đẳng cấp rõ ràng nào, tức những chúng sanh có bản chất bất định, vì những chúng sanh nào thuộc đẳng cấp này có thể nhập vào một trong ba đẳng cấp vừa kể trên tùy theo hoàn cảnh của mình. Thứ năm là những chúng sanh vượt ra ngoài các đẳng cấp trên. Hãy còn một đẳng cấp khác nữa của những chúng sanh không thể được bao gồm trong bất cứ đẳng cấp nào trong bốn đẳng cấp vừa kể trên; vì họ không hề mong muốn cái gì để giải thoát, và vì không có mong muốn ấy nên không có giáo lý nào có thể nhập vào lòng họ được. Tuy nhiên, có hai nhóm phụ thuộc nhóm này và cả hai nhóm này đều được gọi là Nhất Xiển Đề. Xiển đề là tiếng Phạn có nghĩa là "tín bất cụ" (hay không đủ niềm tin) và "thiếu thiện căn." Từ Bắc Phạn có nghĩa là "Niềm tin không trọn vẹn," hay "thiếu thiện căn." Một loại chúng sanh đã cắt đứt tất cả thiện căn và không còn hy vọng đạt thành Phật quả nữa. Tình trạng "xiển đề" đã từng là một chủ đề bàn luận trong Phật giáo vùng Đông Á, vài nhóm cho rằng xiển đề không thể nào thành Phật, nhóm khác xác nhận rằng tất cả chúng sanh, bao gồm xiển đề, đều có Phật tánh và vì thế có thể tái lập thiện căn. Xiển đề cũng có thể là một vị Tỳ-kheo không chịu vào Niết-bàn mà ở lại trần thế để tế độ chúng sanh. Xiển Đề còn có nghĩa là đoạn thiện căn giả, tức là người không có ý hướng giác ngộ Phật, kẻ thù của thiện pháp. Người cắt đứt mọi thiện căn. Nhất Xiển Đề là hạng người cùng hung cực ác, mất hết tất cả các căn lành, không thể nào giáo hóa khiến cho họ tu hành chi được hết. Tuy nhiên, Nhất Xiển Đề cũng áp dụng cho Bồ Tát nguyện không thành Phật cho đến khi nào tất cả chúng sanh đều được cứu độ. Trong Kinh Lăng Già, Đức Phật nhắc Mahamati: "Này Mahamati, vị Bồ Tát nhất xiển đề biết rằng tất cả sự vật đều ở trong Niết-bàn từ lúc khởi thỉ, nên vẫn giữ mãi không nhập Niết-bàn." Như vậy, xiển đề có thể là những người đã từ bỏ tất cả các thiện căn, hay những người phỉ báng các học thuyết dành cho chư Bồ Tát mà bảo rằng các học thuyết ấy không phù hợp với kinh luật cũng như học thuyết giải thoát. Vì sự phỉ báng này, họ tự cắt đứt mọi thiện căn và không thể nào vào được Niết-bàn. Xiển Đề cũng có thể là những người lúc đã nguyện độ tận chúng sanh ngay từ lúc mới khởi đầu cuộc tu hành của họ. Họ gồm những vị Bồ Tát mong muốn đưa tất cả chúng sanh đến Niết-bàn mà tự mình thì từ chối cái hạnh phúc ấy. Từ lúc khởi sự đạo nghiệp của mình, các ngài đã nguyện rằng cho đến khi mọi chúng sanh của họ được đưa đến an hưởng hạnh phúc vĩnh cửu của Niết-bàn, họ sẽ không rời cuộc đời khổ đau này, mà phải hành động một cách kiên trì với mọi phương tiện có thể được để hoàn tất sứ mạng của mình. Nhưng vì vũ trụ còn tiếp tục hiện hữu thì sẽ không có sự chấm dứt cuộc sống, cho nên các vị này có thể không bao giờ có cơ hội để hoàn tất công việc mà tịnh trú trong Niết-bàn tĩnh lặng. Cơ may cũng đến cho cả những người phỉ báng Bồ tát thừa khi nhờ lực trì gia hộ của chư Phật, mà cuối cùng họ theo Đại thừa và do tích tập thiện nghiệp mà nhập Niết-bàn, vì chư Phật luôn luôn hành động vì lợi ích của tất cả mọi chúng sanh dù chúng sanh có thế nào đi nữa. Nhưng đối với các vị Bồ Tát, không bao giờ nhập Niết-bàn vì các ngài có tuệ giác sâu xa, nhìn suốt bản chất của các sự vật là những thứ dù đang như thế, vốn vẫn ở ngay trong Niết-bàn. Như vậy chúng ta biết đâu là vị trí của chư vị Bồ tát trong công việc vô tận của các ngài là dẫn dắt hết thảy chúng sanh đến trú xứ tối hậu.

Theo Kinh Đại Duyên và Kinh Phúng Tụng trong Trường Bộ Kinh, có bảy loại chúng sanh: có loại chúng sanh hữu tình, thân sai biệt và tưởng sai biệt, như loài người, một số chư Thiên và một số thuộc đọa xứ; có loại chúng sanh hữu tình thân sai biệt nhưng tưởng đồng loại, như Phạm Thiên chúng vừa mới sanh lần đầu tiên (hay do tu sơ thiền); có loại chúng sanh hữu tình thân đồng loại, nhưng tưởng sai biệt, như chư Quang Âm Thiên; có loại chúng sanh hữu tình thân đồng loại và tưởng đồng loại, như chư Thiên cõi trời Biến Tịnh; có loại chúng sanh hữu tình vượt khỏi mọi tưởng về sắc, điều phục mọi tưởng về sân, không tác ý đến các tưởng sai biệt, chứng Không Vô Biên Xứ; có loại chúng sanh hữu tình vượt khỏi hoàn toàn Không Vô Biên Xứ, nghĩ rằng: "Thức là vô biên," và chứng Thức Vô Biên Xứ; và có loại chúng sanh hữu tình vượt khỏi hoàn toàn Thức Vô Biên Xứ, nghĩ rằng: "Không có vật gì cả," và chứng Vô Sở Hữu Xứ. Còn có bảy loại hiện hữu trong thế giới loài người hay trong bất cứ dục giới nào. Đó là địa ngục hữu tình, súc sanh hữu tình, ngạ quỷ hữu tình, thiên hữu tình, nhơn hữu tình, nghiệp hữu tình, và thân trung ấm hữu tình. Ngoài ra, còn có bảy loại chúng sanh khác nữa: địa ngục, ngạ quỷ, súc sanh, a-tu-la, nhơn, phi nhơn, và thiên. Theo kinh Diệu Pháp Liên Hoa, lại có tám loại chúng sanh: thiên, long, dạ xoa, a tu la, ca lâu la, khẩn na la, càng thát bà, và ma hầu la già.

Theo truyền thống Phật giáo, sanh hữu gồm chín loại:

CHƯƠNG 110. Chúng Sanh

Thứ nhất là dục hữu tình, tức là loại chúng sanh có dục vọng; thứ nhì là sắc hữu tình, tức là loại chúng sanh có sắc; thứ ba là vô sắc hữu tình, tức loại chúng sanh vô sắc; thứ tư là tưởng hữu tình, tức loại chúng sanh có tưởng; thứ năm là vô tưởng hữu tình, tức loại chúng sanh không có tưởng; thứ sáu là phi tưởng phi phi tưởng hữu tình, tức loại chúng sanh không có tưởng mà cũng không có không tưởng; thứ bảy là hữu nhất uẩn tình, tức loại chúng sanh có một uẩn; thứ tám là hữu tứ uẩn tình, tức loại chúng sanh có bốn uẩn; và thứ chín là hữu tình ngũ uẩn, tức loại chúng sanh có năm uẩn. Theo Kinh Phúng Tụng trong Trường Bộ Kinh, có chín loại hữu tình khác: loài hữu tình có thân sai biệt, tưởng sai biệt như loài người và một số chư Thiên; loài hữu tình có thân sai biệt, tưởng đồng nhất như Phạm chúng Thiên khi mới tái sanh; loài hữu tình có thân đồng nhất, tưởng sai biệt như Quang Âm Thiên; loài hữu tình có thân đồng nhất, tưởng đồng nhất như Tịnh Cư Thiên; loài hữu tình không có tưởng, không có thọ như chư Vô Tưởng Thiên; loài hữu tình đã chứng được (ở cõi) Không Vô Biên Xứ; loài hữu tình đã chứng được (ở cõi) Thức Vô Biên Xứ; loài hữu tình đã chứng (ở cõi) Vô Sở Hữu Xứ; và loài hữu tình đã chứng (ở cõi) Phi Tưởng Phi Phi Tưởng Xứ.

Trong Kinh Thủ Lăng Nghiêm, quyển Bảy, Đức Phật đã nhắc ngài A Nan về mười hai loại chúng sanh: 1) Loài noãn sanh, tức loài sanh ra bằng trứng. Bởi nhân thế giới hư vọng luân hồi, động điên đảo, hòa hợp với khí thành tám vạn bốn nghìn loài bay, bơi loạn tưởng. Như vậy nên có loài từ trứng sinh, lưu chuyển trong các quốc độ, như loài cá, chim, rùa, rắn, đầy dẫy trong thế giới. 2) Loài thai sinh, tức loài sanh ra bằng thao. Bởi nhân thế giới tạp nhiễm luân hồi, dục điên đảo, hòa hợp thành tám vạn bốn nghìn loài hoành thụ, loạn tưởng. Như vậy nên có loài từ thai sinh, như người, vật, tiên, rồng, đầy dẫy khắp thế giới. 3) Loài thấp sinh, tức loài sanh ra từ nơi ẩm thấp. Bởi nhân thế giới chấp trước luân hồi, thù điên đảo, hòa hợp khí nóng thành tám vạn bốn nghìn loài phiên phúc loạn tưởng. Như vậy nên có loài từ chỗ ẩm thấp sinh, như các loài trùng, sâu bọ, vân vân, lưu chuyển đầy dẫy quốc độ. 4) Loài hóa sinh, tức loài được biến hóa từ loài này sang loài khác. Bởi nhân thế giới biến dịch luân hồi, giả điên đảo, hòa hợp xúc thành tám vạn bốn nghìn loạn tưởng tân cố. Như vậy có loài tự biến hóa sinh, như loài thay vỏ, thoát xác bay đi, lưu chuyển đầy dẫy quốc độ. 5) Loài sắc tướng sanh, tức loài sanh ra từ sắc tướng. Bởi nhân thế giới lưu ngại luân hồi, chướng điên đảo, hòa hợp chấp trước thành tám vạn bốn nghìn tinh diệu loạn tưởng, như vậy nên có loài sắc tướng sanh, như loài tinh minh, xấu tốt, lưu chuyển đầy dẫy trong quốc độ. 6) Loài vô sắc tướng sanh, tức loài được sanh ra từ vô sắc tướng. Bởi nhân thế giới tiêu tản luân hồi, hoặc điên đảo, hòa hợp u ám thành tám vạn bốn nghìn âm ẩn loạn tưởng. Như vậy nên có loài vô sắc sinh, như loài không tản tiêu trầm lưu chuyển đầy dẫy trong quốc độ. 7) Loài tưởng tướng sanh, tức chúng sanh được sanh ra từ tưởng tướng. Bởi nhân thế giới vọng tưởng luân hồi, ảnh điên đảo, hòa hợp với 'nhớ' thành tám vạn bốn nghìn tiềm kiết loạn tưởng. Như vậy nên có loài tưởng tướng sanh, như là quỷ thần, tinh linh, lưu chuyển đầy dẫy trong quốc độ. 8) Loài vô tưởng sanh, hay chúng sanh được sanh ra từ vô tưởng. Bởi nhân thế giới ngu độn luân hồi, si điên đảo, hòa hợp ngu ngoan, thành tám vạn bốn nghìn khô khan loạn tưởng. Như vậy nên có loài vô tưởng sinh, như loài tinh thần hóa ra thảo mộc kim thạch, lưu chuyển đầy dẫy quốc độ. 9) Loài chẳng phải có sắc tướng sinh, hay loại chúng sanh chẳng phải có sắc tướng mà được sanh ra. Bởi nhân thế giới tương đãi luân hồi, ngụy điên đảo, hòa hợp nhiễm thành tám vạn bốn nghìn nhân y loạn tưởng. Như vậy nên có các loài chẳng phải có sắc tướng sinh, như loài thủy mẫu, lưu chuyển đầy dẫy quốc độ. 10) Loài chúng sanh chẳng phải vô sắc sinh mà được sanh ra. Bởi nhân thế giới tương dẫn luân hồi, tính điên đảo, hòa hợp với phù chú mà thành tám vạn bốn nghìn hô triệu loạn tưởng. Như vậy nên có loài chẳng phải không sắc sinh, như loài yếm chú, lưu chuyển đầy dẫy quốc độ. 11) Loài chẳng phải có tưởng sinh, hay loại chúng sanh chẳng phải vì có tưởng mà được sanh ra. Bởi nhân thế giới hợp vọng luân hồi, vỏng điên đảo, hòa hợp với các chất khác thành tám vạn bốn nghìn hồi hỗ loạn tưởng. Như vậy nên có các loài chẳng phải có tưởng sinh, như loài bồ lao, lưu chuyển đầy dẫy quốc độ. 12) Loài chẳng phải không tưởng sinh, hay loại chúng sanh chẳng phải vì không có tưởng mà được sanh ra. Bởi nhân thế giới oán hại luân hồi, sát điên đảo, hòa hợp quái thành tám vạn bốn nghìn loài tưởng ăn thịt cha mẹ. Như vậy nên có các loài chẳng phải không tưởng, mà vô tưởng, như loài thổ cưu và chim phá cảnh, lưu chuyển đầy dẫy quốc độ.

Theo Đức Phật, chúng sanh con người không được tạo ra bởi thượng đế sáng tạo, cũng không là kết quả của một tiến trình tiến hóa lâu dài theo như thuyết tiến hóa của Darwin cũng như thuyết Tân tiến hóa. Theo giáo pháp của Đức Phật, con người đã từng hiện hữu, không nhất thiết là trên địa cầu này. Sự hiện hữu của con người tại bất cứ nơi đặc biệt nào cũng đều bắt đầu bằng sự phát khởi tinh thần về "nghiệp của con người." Tâm, chứ không phải là thân, là yếu tố chính trong tiến trình này. Con người không độc lập với những hình thức khác của chúng sanh trong vũ trụ và con người có thể tái sanh vào những đường khác trong sáu đường sanh tử. Cũng như vậy, các chúng sanh khác cũng có thể tái sanh làm người. Cái chân lý tối thượng của chúng sanh của chúng sanh là Phật Tánh và cái Phật Tánh này không thể tạo mà cũng không thể diệt. Từ vô thỉ, khi trời đất chưa có, chưa có con người. Chưa có trái đất, chưa có sinh vật, chưa có cái gọi là thế giới. Căn bản là chưa có thứ gì hiện hữu. Và rồi, vào lúc thành lập kiếp, khi ấy sự vật bắt đầu hiện hữu, con người từ từ xuất hiện. Họ từ đâu đến? Có người nói rằng họ tiến hóa từ loài khỉ. Nhưng loài khỉ tiến hóa từ đâu? Nếu con người tiến hóa từ loài khỉ, thì tại sao bây giờ không thấy con người tiến hóa từ khỉ nữa? Điều này thật là lạ. Những người chủ xướng thuyết này quả là không có sự hiểu biết. Họ chỉ đề ra một vài thuyết đặc biệt nào đó mà thôi. Tại sao con người lại không tiến hóa từ những loài chúng sanh khác, mà phải từ loài khỉ?

Chương 111. Ngũ Uẩn

Phạn ngữ "Skandha" có nghĩa là "nhóm, cụm hay đống." Theo đạo Phật, "Skandha" có nghĩa là thân cây hay thân người. Nó cũng có nghĩa là năm nhóm, năm hiện tượng hay năm yếu tố kết thành sự tồn tại của chúng sanh. Theo triết học Phật giáo, mỗi hiện hữu cá nhân gồm năm thành tố hay uẩn, đó là sắc, thọ, tưởng, hành, thức, và vì chúng luôn thay đổi nên những ai cố gắng luyến chấp vào chúng sẽ phải chịu khổ đau phiền não. Tuy những yếu tố này thường được coi như là "sự luyến ái của các uẩn" vì, dù chúng là vô thường và luôn thay đổi, phàm phu luôn luôn phát triển những ham muốn về chúng. Theo Kinh Bát Nhã Ba La Mật Đa Tâm Kinh, ngũ uẩn bao gồm sắc, thọ, tưởng, hành, thức. Nói chung, ngũ uẩn có nghĩa là con người và thế giới sự vật hiện tượng. Che lấp hay che khuất, ý nói các pháp sắc tâm che lấp chân lý. Uẩn còn có nghĩa là tích tập hay chứa nhóm (ý nói các sắc pháp tâm lớn nhỏ trước sau tích tập mà tạo ra tính và sắc). Uẩn chỉ là những hiện tượng hữu vi chứ không phải vô vi. Muốn thoát ly khổ ách, Phật tử nên luôn hành thâm bát nhã và chiếu kiến ngũ uẩn giai không. Đức Phật đã nhắc nhở Xá Lợi Phất: "Này Xá Lợi Phất, Sắc chẳng khác Không, Không chẳng khác Sắc. Sắc là Không, Không là Sắc. Thọ, Tưởng, Hành, Thức lại cũng như vậy." Phàm phu chúng ta không nhìn ngũ uẩn như là những hiện tượng mà chúng ta lại nhìn chúng như một thật thể do bởi tâm mê mờ lừa dối chúng ta, do ham ham muốn bẩm sinh của chúng ta ch những thứ trên là của ta để thỏa mãn cái "Ngã" quan trọng của chúng ta. Theo Kinh Phúng Tụng trong Trường Bộ Kinh, có năm nhóm cấu thành một con người (ngũ uẩn). Ngũ uẩn là năm thứ làm thành con người. Ngũ uẩn là căn đế của mọi si mê làm cho chúng sanh xa rời Phật Tánh hằng hữu của mình. Ngũ uẩn được coi như là những ma quân chống lại với Phật tính nơi mỗi con người. Sắc cùng bốn yếu tố tinh thần cùng nhau kết hợp thành đời sống. Bản chất thật sự của năm uẩn này được giải thích trong giáo lý của nhà Phật như sau: "Sắc tương đồng với một đống bọt biển, thọ như bọt nước, tưởng mô tả như ảo ảnh, hành như cây chuối và thức như một ảo tưởng.

Theo kinh Thủ Lăng Nghiêm, quyển Nhì, Đức Phật đã nhắc ngài A Nan về Ngũ Ấm như sau: "Ông A Nan! Ông còn chưa biết hết thảy các tướng huyễn hóa nơi phù trần đều do nơi vọng niệm phân biệt mà sinh ra, lại cũng do nơi đó mà mất. Huyễn vọng là cái tướng bên ngoài. Tính sâu xa vẫn là diệu giác minh. Như vậy cho đến ngũ ấm, lục nhập, từ thập nhị xứ đến thập bát giới, khi nhân duyên hòa hợp, hư vọng như có sinh. Khi nhân duyên chia rẽ, hư vọng gọi là diệt. Không biết rằng dù sinh diệt, đi lại, đều trong vòng Như Lai tạng trùm khắp mười phương, không lay động, không thêm bớt, sinh diệt. Trong tính chân thường ấy, cầu những sự đi, lại, mê, ngộ, sinh, tử, đều không thể được. Ông A Nan! Vì sao ngũ ấm là Như Lai tạng diệu chân như tính?" Đức Phật dạy trong Kinh Sati Patthana: "Nếu chịu nhẫn nại và có ý chí, bạn sẽ thấy được bộ mặt thật của sự vật. Nếu bạn chịu quay vào nội tâm và quán chiếu bề sâu của tâm khảm, chú tâm nhận xét một cách khách quan, không liên tưởng đến bản ngã, và chịu trau dồi như vậy trong một thời gian, bạn sẽ thấy ngũ uẩn không phải là một thật thể mà là một loạt các tiến trình vật chất và tinh thần. Rồi bạn sẽ không còn lầm lẫn cái bề ngoài với cái thật. Bạn sẽ thấy ngũ uẩn phát sinh và biến đi một cách liên tục và nhanh chóng. Chúng luôn luôn biến đổi từng phút từng giây, không bao giờ tĩnh mà luôn động, không bao giờ là thật thể mà luôn biến hiện. Và Đức Phật dạy tiếp trong Kinh Lăng Già: "Như Lai không khác cũng không phải không khác với các uẩn."

Thứ nhất là Sắc Uẩn: Sắc uẩn hay tính vật thể gồm bốn yếu tố, rắn, lỏng, nhiệt và di động; các giác quan và đối tượng của chúng. Hình tướng của vật chất. Có nhiều loại sắc (vật chất, hình thể, hay hình dáng vật thể. Nội sắc (những căn của giác quan như nhãn, nhĩ, tỷ, thiệt, thân). Ngoại sắc (những trần cảnh bên ngoài như màu sắc, âm thanh, mùi thơm, hương vị, sự xúc chạm). Khả kiến hữu đối sắc (các sắc trần, trắng, xanh, vàng, đỏ, v.v.). Bất khả kiến hữu đối sắc (thanh, hương, vị, xúc). Bất khả kiến vô đối sắc (những vật thể trừu tượng). Sắc là hình thể, nhưng thường dùng theo nghĩa thể chất, có một vị trí trong không gian, và ngăn ngại với những hình thể khác. Vậy, sắc có thể tích, do đó có hạn cuộc, bị tùy thuộc. Sắc phát hiện khi hội đủ những nhân duyên nào đó, và tùy những nhân duyên ấy mà trụ một thời gian, rồi tiêu diệt mất. Sắc vốn vô thường, lệ thuộc, hư giả, tương đối, nghịch đảo và sai biệt. Có hình tướng thì gọi là sắc. Sắc cũng có nghĩa là đủ thứ sắc đẹp, hay loại nhan sắc khiến cho chúng ta mờ mịt. Thói thường mà nói, mắt thấy sắc thường bị sắc trần mê hoặc, tai nghe âm thanh thì bị thanh trần mê hoặc, mũi ngửi mùi thì bị hương trần mê hoặc, lưỡi nếm vị thì bị vị trần mê hoặc, thân xúc chạm thì bị xúc trần mê hoặc. Trong Đạo Đức Kinh có dạy: "Ngũ sắc linh nhân mục manh; ngũ âm linh nhân nhĩ lung; ngũ vị linh nhân khẩu sảng", có nghĩa là năm sắc khiến mắt người ta mù, năm âm khiến tai người ta điếc, và năm vị khiến lưỡi người ta đớ. Những thứ này đều do bởi sắc uẩn mê hoặc. Chính vì vậy mà trong Bát Nhã Tâm Kinh, Đức Phật dạy: "Nếu chúng ta khiến được cho sắc uẩn là không thì bên trong không có tâm, bên ngoài không có hình tướng, xa gần không có vật thể." Nếu chúng ta làm được như lời Phật dạy thì chúng ta không còn gì nữa để mà chấp trước, tức là giải thoát rồi vậy. Theo Kinh Thủ Lăng Nghiêm, Đức Phật dạy: "Ông A Nan! Có người mắt lành nhìn lên hư không, lúc đầu không thấy chi. Sau đó mắt mỏi, thấy các hoa đốm nhảy rối rít lăng xăng ở giữa hư không. Sắc ấm cũng vậy. Ông A Nan! Các hoa đốm đó chẳng phải từ hư không mà đến, cũng chẳng phải từ con mắt mà ra." Thật vậy, ông A Nan, nếu nó từ hư không đến, thì sau nó phải trở lại vào hư không. Nhưng nếu có vật đi ra đi vào, thì không phải là hư không. Nếu hư không không phải là hư không, lại không thể để mặc cho hoa đốm sinh diệt. Cũng như thân thể của ông A Nan không dung nạp được thêm một A nan nữa. Còn như hoa đốm từ con mắt ra, nếu quả thế, tất nhiên phải trở vào con mắt. Hoa đốm đã từ con mắt ra thì chắc chắn phải có tính thấy. Mà nếu có tính thấy, thì khi đi ra làm hoa đốm giữa hư không, khi quay trở lại phải thấy được con mắt. Còn nếu không có tính thấy, thì khi đi ra đã làm bóng lòa giữa hư không, đến khi trở về sẽ làm bóng lòa ở con mắt. Nếu vậy, khi thấy hoa đốm lẽ ra con mắt không mỏi. Sao lại chỉ khi thấy hư không rỗng suốt mới gọi là mắt lành? Vậy ông nên biết rằng sắc ấm hư vọng, vốn chẳng phải tính nhân duyên hay tính tự nhiên. Sắc uẩn thuộc về thân, còn bốn uẩn kia thuộc về tâm. Theo Hòa Thượng Piyadassi trong quyển "Con Đường Cổ Xưa," sắc uẩn chứa đựng và bao gồm Tứ Đại: đất, nước, lửa, gió. Tuy nhiên, tứ đại không đơn thuần là đất, nước, lửa, và gió như chúng ta thường nghĩ. Trong tư tưởng Phật giáo, nhất là trong Vi Diệu Pháp, tứ đại có ý nghĩa rộng hơn.

Thứ nhì là Thọ Uẩn: Thọ là pháp tâm sở nhận lãnh dung nạp cái cảnh mà mình tiếp xúc. Thọ cũng là cái tâm nếm qua những vui, khổ hay dửng dưng (vừa ý, không vừa ý, không vừa ý mà cũng không không vừa ý). Thọ là lãnh thọ, phát sanh cảm giác . Khi cảnh giới đến, chẳng cần suy nghĩ, liền tiếp thọ, phát ra cảm giác. Như ăn món gì thấy ngon, là thọ. Mặc áo đẹp thấy thích, là thọ. Ở nhà tốt, cảm thấy thích, là thọ. Đi xe tốt, có cảm giác êm ái, là thọ. Khi thân xúc chạm bất cứ thứ gì với cảm giác ra sao, cũng là thọ. Khi chúng ta gặp những đối tượng hấp dẫn, chúng ta liền phát khởi những cảm giác vui sướng và luyến ái. Khi gặp phải những đối tượng không hấp dẫn, thì chúng ta sinh ra cảm giác khó chịu; nếu đối tượng không đẹp không xấu thì chúng ta cảm thấy dửng dưng. Tất cả mọi tạo tác của chúng ta từ thân, khẩu và ý cũng đều được kinh qua nhờ cảm giác, Phật giáo gọi đó là "thọ" và Phật khẳng định trong Thập Nhị nhân duyên rằng "thọ" tạo nghiệp luân hồi sanh tử. Ông A Nan! Ví như có người tay chân yên ổn, thân thể điều hòa, không có cảm giác gì đặc biệt. Bỗng lấy hai bàn tay xoa vào nhau, hư vọng cảm thấy rít, trơn, nóng, lạnh. Thụ ấm cũng như vậy. A Nan! Những cảm xúc trên, không phải từ hư không đến, cũng không phải từ đôi bàn tay ra. Thật vậy, ông A Nan! Nếu từ hư không đến, thì đã đến làm cảm xúc bàn tay, sao không đến làm cảm xúc nơi thân thể. Chả lẽ hư không lại biết lựa chỗ mà đến làm cảm xúc? Nếu từ bàn tay mà ra, thì đáng lẽ không cần phải đợi đến hai tay hợp lại mới ra, mà lúc nào cảm xúc cũng ra. Lại nếu từ bàn tay mà ra, thì khi hợp lại, bàn tay biết có cảm xúc, đến khi rời nhau, cái cảm xúc tất chạy vào. Xương tủy trong hai cánh tay phải biết cảm xúc đi vào đến chỗ nào. Lại phải có tâm hay biết lúc nào ra, lúc nào vào, rồi lại phải có một vật gọi là cảm xúc đi đi lại lại trong thân thể. Sao lại đợi hai tay hợp lại phát ra tri giác mới gọi là cảm xúc? Theo Hòa Thượng Piyadassi trong quyển "Con Đường Cổ Xưa," mọi cảm thọ của chúng ta đều nằm trong nhóm "Thọ" này. Thọ có ba loại: Lạc thọ, khổ thọ, và phi lạc phi khổ thọ. Thọ phát sanh tùy thuộc nơi xúc. Thấy một sắc, nghe một âm thanh, ngửi một mùi, nếm một vị, xúc chạm một vật gì đó, nhận thức một ý niệm hay một tư tưởng, con người cảm nhận một trong ba loại thọ vừa nói trên. Chẳng hạn, khi mắt, hình sắc, và nhãn thức gặp nhau, chính sự tương hợp của ba yếu tố này được gọi là xúc. Xúc nghĩa là sự kết hợp của căn, trần, và thức. Khi ba yếu tố này cùng có mặt thì không có sức mạnh hay lực nào có thể ngăn được Thọ phát sinh. Vậy nên biết: thụ ấm hư vọng, vốn chẳng phải tính nhân duyên hay tính tự nhiên. Hành giả tu tập tỉnh thức nên luôn quán chiếu: "Quán chiếu những loại cảm thọ như lạc thọ, khổ thọ và trung tính thọ.

Thấu hiểu những thọ này đến đi thế nào. Quán chiếu thọ chỉ nẩy sanh khi nào có sự tiếp xúc giữa những giác quan mà thôi (mắt, tai, mũi, lưỡi, thân, ý). Quán chiếu những điều trên để thấy rõ rằng dù thọ vui, thọ khổ hay thọ trung tính, hậu quả của chúng đều là "khổ".

Thứ ba là Tưởng Uẩn: Ý thức chia các tri giác ra làm sáu loại (sắc, thinh, hương, vị, xúc, và những ấn tượng tinh thần). Tưởng uẩn tức là tư tưởng, ý niệm. Vì năm căn tiếp xúc, lãnh thọ cảnh giới của năm trần nên phát sanh ra đủ thứ vọng tưởng, đủ thứ ý niệm. Chúng thoạt sanh thoạt diệt, khởi lên suy nghĩ đến sắc và thọ. Theo theo Kinh Thủ Lăng Nghiêm, Đức Phật dạy: "Ông A Nan! Ví như có người nghe nói quả mơ chua, nước miếng đã chảy trong miệng. Nghĩ đến trèo lên dốc cao, thấy trong lòng bàn chân đau mỏi. Tưởng ấm cũng như vậy. Ông A Nan! Nếu cái tiếng chua đó, không tự quả mơ sinh, không phải tự miệng ông vào." Thật vậy ông A Nan, nếu chua từ quả mơ sinh ra, thì quả mơ cứ tự nói là chua, sao lại phải đợi người ta nói. Nếu do miệng vào, thì miệng phải tự mình nghe tiếng, sao lại cần có lỗ tai? Nếu riêng tai nghe, sao nước miếng không chảy ra ở tai? Tưởng tượng mình leo dốc, cũng tương tự như thế. Vậy nên biết: tưởng ấm hư vọng, vốn chẳng phải tính nhân duyên hay tính tự nhiên. Theo Hòa Thượng Piyadassi trong quyển "Con Đường Cổ Xưa," nhiệm vụ của tưởng là nhận biết đối tượng, cả vật chất lẫn tinh thần. Cũng như Thọ, Tưởng có sáu loại: sắc, thanh, hương, vị, xúc, pháp. Tưởng trong đạo Phật không được dùng theo nghĩa mà các triết gia Tây phương đã dùng như Bacon, Descartes, vân vân, mà chỉ đơn thuần như một sự nhận thức về giác quan. Có một sự tương đồng nào đó giữa Thức Tri (Vijanama), hay nhiệm vụ của Thức, và Tưởng Tri (Samjanama), hay nhiệm vụ của Tưởng. Trong khi Thức hay biết một đối tượng, lập tức Tâm Sở Tưởng bắt lấy dấu hiệu đặc biệt nào đó của đối tượng, nhờ vậy phân biệt được nó với các đối tượng khác, dấu hiệu đặc biệt này là công cụ giúp nhận ra đối tượng vào các lần khác. Thật vậy, mỗi lần chúng ta trở nên biết rõ hơn về đối tượng. Như vậy, chính Tưởng làm nẩy sanh ký ức.

Thứ tư là Hành Uẩn: Hành Uẩn là khái niệm hay hành động bao gồm phần lớn những hoạt động tâm thần, ý chí, phán xét, quyết tâm, vân vân. Hành có ý nghĩa dời đổi, lúc đến lúc đi, chẳng khi nào ngừng nghỉ, trôi mãi không ngừng. Động cơ làm thiện làm ác ở trong tâm, nhưng do vọng tưởng, suy tư chi phối và phản ảnh qua những hành vi, cử chỉ của thân, khẩu, ý. Tất cả những hành vi này đều thuộc về hành uẩn. Theo kinh Thủ Lăng Nghiêm, Đức Phật dạy: "Ông A Nan! Ví như dòng nước chảy mạnh, các sóng nối nhau, cái trước cái sau chẳng vượt nhau. Hành ấm cũng như vậy. Ông A Nan! Dòng nước như vậy, không phải do hư không sinh, không phải do nước mà có. Không phải là tính của nước, cũng không phải ra ngoài hư không và nước. Thật vậy, ông A Nan, nếu do hư không sinh, thì cả hư không vô tận trong mười phương đều thành dòng nước vô tận, mà thế giới bị chìm đắm. Nếu nhân nước mà có, thì tính của dòng nước chảy mạnh đó, lẽ ra không phải là tính nước; vì có tính riêng của dòng nước, chắc có thể chỉ rõ ràng. Còn nếu ra ngoài hư không và nước, thì không có gì ở ngoài hư không, mà ngoài nước ra không có dòng nước. Vậy nên biết: hành ấm hư vọng, vốn chẳng phải tính nhân duyên hay tính tự nhiên." Theo Hòa Thượng Piyadassi trong quyển "Con Đường Cổ Xưa," hành uẩn bao gồm tất cả các tâm sở, ngoại trừ Thọ và Tưởng. Vi Diệu Pháp đề cập đến 52 tâm sở. Thọ và Tưởng là hai trong số đó, nhưng không phải là hoạt động thuộc ý chí. Năm mươi tâm sở còn lại gọi chung là Hành. Tư Tâm Sở (Cetana) đóng một vai trò rất quan trọng trong lãnh vực tinh thần. Theo Phật giáo, không có hành động nào được xem là Nghiệp (kamma), nếu hành động đó không có chủ ý, hay tách động của Tư. Cũng như Thọ và Tưởng, Hành có sáu loại: sắc tư, thinh tư, hương tư, vị tư, xúc tư, và pháp tư.

CHƯƠNG 111. Ngũ Uẩn

Thứ năm là Thức Uẩn: Thức Uẩn là nhận thức bao gồm sáu loại ý thức nảy sinh từ sự tiếp xúc của giác quan tương ứng với một đối tượng tri giác. Thức có nghĩa phân biệt; cảnh giới đến thì sanh tâm phân biệt. Thí dụ như thấy sắc đẹp thì sanh lòng vui thích, nghe lời ác thì sanh lòng ghét bỏ, vân vân. Tất cả những phân biệt như thế này đều là một phần của thức uẩn. Theo kinh Thủ Lăng Nghiêm, Đức Phật dạy: "Ông A Nan! Ví như người lấy cái bình tần già, bịt cả hai miệng bình, rồi vác đầy một bình hư không, đi xa nghìn dặm, mà tặng nước khác. Thức ấm cũng như vậy. Ông A Nan! Cái hư không đó, không phải từ phương kia mà lại, cũng không phải ở phương này vào. Thật vậy, ông A Nan, nếu từ phương kia lại thì trong bình đó đã đựng hư không mà đi, ở chỗ cũ lẽ ra phải thiếu một phần hư không. Nếu từ phương này mà vào, thì khi mở lỗ trút bình, phải thấy hư không ra. Vậy nên biết: thức ấm hư vọng, vốn chẳng phải tính nhân duyên hay tính tự nhiên." Theo Hòa Thượng Piyadassi trong quyển "Con Đường Cổ Xưa", Thức uẩn được coi là quan trọng nhất trong năm uẩn; có thể nói Thức uẩn là kho chứa 52 tâm sở, vì không có Thức thì không Tâm sở nào có được. Thức và các Tâm sở tương quan, tùy thuộc và đồng thời tồn tại với nhau. Thức cũng có 6 loại và nhiệm vụ của nó rất đa dạng, nó có các Căn và Trần của nó. Tất cả mọi cảm nhận của chúng ta đều được cảm nhận qua sự tiếp xúc giữa các căn với thế giới bên ngoài. Mặc dù có sự tương quan giữa các căn và đối tượng của chúng. Chẳng hạn, nhãn căn với các sắc, nhĩ căn với các âm thanh, sự biết vẫn phải qua Thức. Nói cách khác, các đối tượng giác quan không thể được cảm nhận với độ nhạy cảm đặc biệt nếu không có loại Thức thích hợp. Bây giờ, khi con mắt và hình sắc đều có mặt, Thức Thấy sẽ phát sinh tùy thuộc hai yếu tố này. Tương tự, với tai và âm thanh, vân vân, cho tới tâm và các pháp trần. Lại nữa, khi ba yếu tố mặt, sắc và nhãn thức gặp nhau, chính sự trùng hợp này được gọi là xúc. Từ xúc sanh Thọ, vân vân. Như vậy, Thức sanh khởi do một kích thích nào đó xuất hiện ở năm cửa giác quan và ý môn, căn thứ sáu. Vì Thức phát sanh do sự tương tác giữa các Căn và Trần, nên nó cũng do duyên sanh chứ không hiện hữu độc lập. Thức không phải là một linh hồn hay tinh thần đối lại với vật chất. Các tư duy và ý niệm là thức ăn cho căn thứ sáu gọi là "tâm" này cũng do duyên sanh, chúng tùy thuộc vào thế giới bên ngoài mà năm căn kia kinh nghiệm. Năm căn tiếp xúc năm trần, chỉ trong thời hiện tại, nghĩa là khi trần (đối tượng) tiếp xúc chạm với căn tương ứng của nó. Tuy nhiên, Tâm căn có thể kinh nghiệm trần cảnh, dù đó là sắc, thanh, hương, vị, hay xúc đã được nhận thức bằng các giác quan. Chẳng hạn, một đối tượng của sự thấy, mà với đối tượng này nhãn căn đã tiếp xúc trong quá khứ, có thể được tưởng tượng lại bằng tâm căn ngay lúc này mặc dù đối tượng ấy không có trước mắt. Tương tự như vậy đối với các trần cảnh khác. Đây là chủ thể nhận thức và rất khó kinh nghiệm một số các cảm giác này. Loại hoạt động của Tâm này rất vi tế và đôi khi vượt quá sự hiểu biết thông thường.

Chương 112. Tứ Đại

Tứ Đại là bốn yếu tố lớn cấu tạo nên vạn hữu. Bốn thành phần này không tách rời nhau mà liên quan chặt chẽ lẫn nhau. Tuy nhiên, thành phần này có thể có ưu thế hơn thành phần kia. Chúng luôn thay đổi chứ không bao giờ đứng yên một chỗ trong hai khoảnh khắc liên tiếp. Theo Phật giáo thì vật chất chỉ tồn tại được trong khoảng thời gian của 17 chập tư tưởng, trong khi các khoa học gia thì cho rằng vật chất chỉ chịu đựng được 10 phần 27 của một giây. Nói gì thì nói, thân thể của chúng ta chỉ là tạm bợ, chỉ do nơi tứ đại hòa hợp giả tạm lại mà hành, nên một khi chết đi rồi thì thân tan về cát bụi, các chất nước thì từ từ khô cạn để trả về cho thủy đại, hơi nóng tắt mất, và hơi thở hoàn lại cho gió. Chừng đó thì thần thức sẽ phải theo các nghiệp lực đã gây tạo lúc còn sanh tiền mà chuyển vào trong sáu nẻo, cải hình, đổi xác, tiếp tục luân hồi không dứt. Theo Đại Trí Độ Luận, có bốn trăm lẻ bốn bệnh do tứ đại gây nên nơi thân: Một trăm lẽ một bệnh sốt nóng gây ra bởi Địa Đại. Một trăm lẽ một bệnh sốt nóng gây ra bởi Hỏa Đại. Một trăm lẽ một bệnh rét (lạnh) gây ra bởi Thủy Đại. Một trăm lẽ một bệnh rét (lạnh) gây ra bởi Phong Đại.

Địa Đại: Địa đại là phần vật chất thuộc về Đất (tóc, răng, móng, da, thịt, xương, thận, tim, gan, bụng, lá lách, phổi, bao tử, ruột, phẩn, và những chất cứng khác). Địa Đại là thành phần vật chất mở rộng hay thể nền của vật chất. Không có nó vật thể không có hình tướng và không thể choán khoảng không. Tính chất cứng và mềm là hai điều kiện của thành phần này. Sau khi chúng ta chết đi rồi thì những thứ này lần lượt tan rã ra thành cát bụi, nên nó thuộc về Địa Đại. Đất được coi như là một trong bốn con rắn độc trong giỏ ám chỉ tứ đại trong thân thể (tạo nên thân thể con người). Theo Hòa Thượng Piyadassi trong quyển "Con Đường Cổ Xưa," chất rắn chắc hay yếu tố giãn nở. Chính do yếu tố giãn nở này mà các vật thể chiếm một khoảng không gian. Khi chúng ta thấy một vật, chúng ta chỉ thấy một cái gì đó mở rộng trong không gian và chúng ta đặt cho nó một cái tên. Yếu tố giãn nở không chỉ hiện diện trong các chất cứng, mà còn ở các chất lỏng nữa; vì khi chúng ta thấy biển trải dài trước mắt chúng ta thì ngay khi ấy chúng ta hình dung ra chất có tính cách giãn nở. Tính cứng của đá và mềm của bột, tính chất nặng và nhẹ trong mọi vật cũng thuộc đặc tính giãn nở này, hay còn gọi là Địa Đại.

Thủy Đại: Thủy đại hay phần nước (đàm, mủ, máu, mồ hôi, nước tiểu, nước mắt, nước trong máu, mũi dãi, tất cả các chất nước trong người nói chung). Không giống như địa đại, nó không thể nắm được. Thủy đại giúp cho các nguyên tử vật chất kết hợp lại với nhau. Sau khi ta chết đi rồi thì những chất nước này thảy đều cạn khô không còn nữa, nói cách khác chúng hoàn trả về cho nước. Nước được coi như là một trong bốn con rắn độc trong giỏ ám chỉ tứ đại trong thân thể (tạo nên thân thể con người). Theo Hòa Thượng Piyadassi trong quyển "Con Đường Cổ Xưa," chất lỏng hay yếu tố kết dính. Chính yếu tố này đã xếp các phân tử của vật thể lại với nhau, không cho phép nó rời rạc. Lực kết dính trong chất lỏng rất mạnh, vì không giống như chất rắn, chúng liền lại với nhau ngay khi bị tách rời ra. Một khi chất cứng bị bể hay bị tách rời ra, các phân tử của chất cứng không thể kết hợp lại với nhau được. Để nối kết chúng lại, cần phải chuyển chất cứng đó thành thể lỏng bằng cách tăng nhiệt độ, như trong việc hàn các kim loại. Khi chúng ta thấy một vật, chúng ta chỉ thấy một sự bành trướng với những giới hạn, sự bành trướng hay "hình thù" này sở dĩ có được là nhờ lực kết dính.

Hỏa Đại: Hỏa đại hay phần Lửa (những món gây ra sức nóng để làm ấm thân và làm tiêu hóa những thứ ta ăn uống vào). Hỏa đại bao gồm cả hơi nóng lạnh, và chúng có sức mạnh làm xác thân tăng trưởng, chúng là năng lượng sinh khí. Sự bảo tồn và phân hủy là do thành phần này. Sau khi ta chết, chất lửa trong người tắt mất, vì thế nên thân xác dần dần lạnh. Lửa được coi như là một trong bốn con rắn độc trong giỏ ám chỉ tứ đại trong thân thể (tạo nên thân thể con người). Theo Hòa Thượng Piyadassi trong quyển "Con Đường Cổ Xưa," yếu tố nóng hay nhiệt, chính yếu tố này làm chín, tăng cường hay truyền sức nóng vào ba yếu tố kia (đất, nước và gió). Sức sống hay sinh khí của tất cả các loài động vật và thực vật được duy trì bởi yếu tố này. Từ nơi mỗi hình thù và sự bành trướng đó chúng ta có một cảm giác về nhiệt. Cảm giác này có tính cách tương đối, vì khi chúng ta nói rằng một vật nào đó là lạnh, chúng ta ám chỉ rằng sức nóng của vật đặc biệt đó kém hơn thân nhiệt của chúng ta. Như vậy, rõ ràng cái gọi là "lạnh" cũng được xem là yếu tố nhiệt hay sức nóng ở mức độ thấp.

Phong Đại: Phong đại hay phần gió (những chất hơi thường lay chuyển, hơi trong bao tử, hơi trong ruột, hơi trong phổi). Gió là thành phần chuyển động trong thân thể. Sau khi ta chết rồi thì hơi thở dứt bặt, thân thể cứng đơ vì phong đại đã ngừng không còn lưu hành trong cơ thể nữa. Gió được coi như là một trong bốn con rắn độc trong giỏ ám chỉ tứ đại trong thân thể (tạo nên thân thể con người). Theo Hòa Thượng Piyadassi trong quyển "Con Đường Cổ Xưa," yếu tố chuyển động (gió), đó là sức chuyển dịch. Yếu tố này cũng tương đối, muốn biết một vật có chuyển động hay không, chúng ta cần phải có một điểm mà chúng ta xem là cố định, nhờ điểm này mà chúng ta có thể xác định sự chuyển động đó. Tuy nhiên, không có một vật thể nào có thể được xem như là bất động tuyệt đối trong vũ trụ này. Vì vậy, cái gọi là trạng thái cố định cũng là yếu tố chuyển động. Sự chuyển động tùy thuộc vào sức nóng. Nếu sức nóng chấm dứt hoàn toàn, các nguyên tử sẽ ngừng chuyển động. Tuy nhiên, sự vắng mặt hoàn toàn của sức nóng chỉ có trên lý thuyết, chúng ta không thể cảm giác điều đó. Bởi vì ngay lúc ấy chúng ta ắt không còn tồn tại, vì chúng ta cũng được tạo bởi các nguyên tử mà thôi.

Chương 113. Năm Mươi Ma Chướng Nơi Ngũ Uẩn

Ma chướng cũng có thể là phiền não ma chỉ cho các phiền não tham nhiễm, hờn giận, si mê, khinh mạn, nghi ngờ, ác kiến; cho đến các thứ ma ngũ ấm, lục nhập, mười hai xứ, mười tám giới. Loại ma này cũng gọi là nội ma, do lòng mê muội điên đảo sanh ra, nên phải dùng tâm chân chánh sáng suốt giác ngộ mà giải trừ. Phàm phu tự mình đã có những nghiệp riêng, lại do cộng nghiệp sống chung trong khung cảnh, mà người xung quanh phần nhiều tánh tình hiểm ác, nghiệp chướng sâu dầy, nên dễ động sanh phiền não. Có kẻ không chịu đựng nổi sự lôi cuốn của ngũ trần nên bị sa ngã. Có người vì nghịch cảnh, khiến cho bi thương sầu não, chí tiến thủ tiêu tan. Những sự việc này xui khiến người tu nhẹ thì ưu sầu, uất ức sanh đau bệnh; nặng thì chán nản bỏ đạo, hoặc phẫn chí tự tận; nguy hại hơn nữa, tất đến chỗ đối với hàng xuất gia tại gia đều mất hết mỹ cảm, tránh xa chán ghét, sanh việc khinh rẻ chê bai, không tin nhân quả, làm điều ác, rồi phải đọa tam đồ. Muốn đối trị thứ ma này, hành giả phải quán xét phiền não là hư huyễn, xao động, nóng bức, trói buộc, tối tăm, chỉ làm khổ cho người và mình. Dứt phiền não, ta sẽ trở về chân tâm tự tại giải thoát, mát lặng sáng trong, an vui mầu nhiệm. Đối với sự mê chấp từ năm ấm cho đến mười tám giới, cũng nên quán như thế. Trong Kinh Pháp Hoa, Đức Phật bảo: "Các ngươi chớ nên tham đắm sắc, thanh, hương, vị, xúc, pháp, dù thô hay dù tế. Nếu mê đắm tham trước, Tất bị nó thiêu đốt. Khi xưa Đức Văn Thù Sư Lợi Bồ Tát hỏi một vị Thiên nữ: "Ngươi xem mười tám giới như thế nào?" Thiên nữ đáp: "Như thấy kiếp lửa đốt thế gian!" Đây là những lời cảnh giác để phá trừ loại ma phiền não. Phiền não ma hay nội ma, nếu không chế phục được, tất sẽ chiêu cảm đến ngoại ma ở ngoài đến phá. Lời xưa nói: "Trong cửa có tiểu nhơn, ngoài cửa tiểu nhơn đến. Trong cửa có quân tử, ngoài cửa quân tử đến." Lại như khi ăn trộm đào ngách muốn vào nhà, gia chủ hay được tỏ ra bình tỉnh răn trách, tất nó phải sợ hãi bỏ đi. Nếu chủ nhà kinh sợ rối rít năn nỉ, đó chính là thái độ khuyên rước trộm vào nhà vậy. Trong chương sách này, chúng ta đặc biệt nói về năm mươi ma chướng nơi ngũ uẩn.

Mười Thứ Ma Chướng Nơi Sắc Uẩn: Sắc uẩn hay tính vật thể gồm bốn yếu tố, rắn, lỏng, nhiệt và di động; các giác quan và đối tượng của chúng. Hình tướng của vật chất. Có nhiều loại sắc (vật chất, hình thể, hay hình dáng vật thể. Nội sắc (những căn của giác quan như nhãn, nhĩ, tỷ, thiệt, thân). Ngoại sắc (những trần cảnh bên ngoài như màu sắc, âm thanh, mùi thơm, hương vị, sự xúc chạm). Khả kiến hữu đối sắc (các sắc trần, trắng, xanh, vàng, đỏ, v.v.). Bất khả kiến hữu đối sắc (thanh, hương, vị, xúc). Bất khả kiến vô đối sắc (những vật thể trừu tượng). Sắc là hình thể, nhưng thường dùng theo nghĩa thể chất, có một vị trí trong không gian, và ngăn ngại với những hình thể khác. Vậy, sắc có thể tích, do đó có hạn cuộc, bị tùy thuộc. Sắc phát hiện khi hội đủ những nhân duyên nào đó, và tùy những nhân duyên ấy mà trụ một thời gian, rồi tiêu diệt mất. Sắc vốn vô thường, lệ thuộc, hư giả, tương đối, nghịch đảo và sai biệt. Có hình tướng thì gọi là sắc. Sắc cũng có nghĩa là đủ thứ sắc đẹp, hay loại nhan sắc khiến cho chúng ta mờ mịt. Thói thường mà nói, mắt thấy sắc thường bị sắc trần mê hoặc, tai nghe âm thanh thì bị thanh trần mê hoặc, mũi ngửi mùi thì bị hương trần mê hoặc, lưỡi nếm vị thì bị vị trần mê hoặc, thân xúc chạm thì bị xúc trần mê hoặc. Trong Đạo Đức Kinh có dạy: "Ngũ sắc linh nhân mục manh; ngũ âm linh nhân nhĩ lung; ngũ vị linh nhân khẩu sảng", có nghĩa là năm sắc khiến mắt người ta mù, năm âm khiến tai người ta điếc, và năm vị khiến lưỡi người ta đớ. Những thứ này đều do bởi sắc uẩn mê hoặc. Chính vì vậy mà trong Bát Nhã Tâm Kinh, Đức Phật dạy: "Nếu chúng ta khiến được cho sắc uẩn là không thì bên trong không có tâm, bên ngoài không có hình tướng, xa gần không có vật thể." Nếu chúng ta làm được như lời Phật dạy thì chúng ta không còn gì nữa để mà chấp trước, tức là giải thoát rồi vậy. Theo Kinh Thủ Lăng Nghiêm, Đức Phật dạy: "Ông A Nan! Có người mắt lành nhìn lên hư không, lúc đầu không thấy chi. Sau đó mắt mỏi, thấy các hoa đốm nhảy rồi rít lăng xăng ở giữa hư không. Sắc ấm cũng vậy. Ông A Nan! Các hoa đốm đó chẳng phải từ hư không mà đến, cũng chẳng phải từ con mắt mà ra." Thật vậy, ông A Nan, nếu nó từ hư không đến, thì sau nó phải trở lại vào hư không. Nhưng nếu có vật đi ra đi vào, thì không phải là hư không. Nếu hư không không phải là hư không, lại không thể để mặc cho hoa đốm sinh diệt. Cũng như thân thể của ông A Nan không dung nạp được thêm một A nan nữa. Còn như hoa đốm từ con mắt ra, nếu quả thế, tất nhiên phải trở vào con mắt. Hoa đốm đã từ con mắt ra thì chắc chắn phải có tính thấy. Mà nếu có tính thấy, thì khi đi ra làm hoa đốm giữa hư không, khi quay trở lại phải thấy được con mắt. Còn nếu không có tính thấy, thì khi đi ra đã làm bóng lòa giữa hư không, đến khi trở về sẽ làm bóng lòa ở con mắt. Nếu vậy, khi thấy hoa đốm lẽ ra con mắt không mỏi. Sao lại chỉ khi thấy hư không rỗng suốt mới gọi là mắt lành? Vậy ông nên biết rằng sắc ấm hư vọng, vốn chẳng phải tính nhân duyên hay tính tự nhiên. Sắc uẩn thuộc về thân, còn bốn uẩn kia thuộc về tâm. Theo Hòa Thượng Piyadassi trong quyển "Con Đường Cổ Xưa," sắc uẩn chứa đựng và bao gồm Tứ Đại: đất, nước, lửa, gió. Tuy nhiên, tứ đại không đơn thuần là đất, nước, lửa, và gió như chúng ta thường nghĩ. Trong tư tưởng Phật giáo, nhất là trong Vi Diệu Pháp, tứ đại có ý nghĩa rộng hơn. Theo Kinh Lăng Nghiêm, quyển thứ Chín, có mười sắc ấm ma. Đây là những ma chướng lớn trên đường tu tập của người Phật tử. Ma chướng thứ nhất là Thân ra khỏi ngại: Đức Phật bảo ông A Nan khi đang trong ấy tinh nghiên diệu minh, bốn đại chẳng xen dệt, trong giây lát thân có thể ra khỏi chướng ngại. Ấy gọi là minh tinh lưu dật cảnh hiện tiền, nhờ công dụng tạm thời mà được như vậy. Không phải là chứng Thánh, đừng khởi tâm cho là Thánh, gọi là cảnh giới tốt. Nếu cho là Thánh, thì liền bị quần tà. Ma chướng thứ nhì là Trong Thân Nhặt Trùng: Ông A Nan! Lại do tâm ấy, tinh nghiên diệu minh, trong thân rỗng suốt. Người đó bỗng nhiên lấy ra các loài giun sán ở trong thân. Thân tướng còn nguyên, không bị tổn thương. Đó gọi là tinh minh lưu lộ hình thể. Ấy chỉ là tinh hạnh, tạm thời được như vậy. Không phải là chứng Thánh, đừng khởi tâm cho là Thánh, gọi là cảnh giới tốt. Nếu cho là Thánh liền bị quần tà. Ma chướng thứ ba là Tinh Phách Đắp Đổi Hợp: Lại do tâm ấy, trong ngoài tinh nghiên. Khi ấy hồn phách, ý chí, tinh thần, thảy đều xen vào, đắp đổi làm chủ làm khách, trừ thân chấp thọ. Bỗng trong hư không nghe tiếng thuyết pháp, hoặc nghe mười phương đồng tỏ nghĩa bí mật. Ấy gọi là tinh phách đắp đổi hợp ly, thành tựu thiện chủng. Tạm thời được như vậy, không phải là chứng Thánh, đừng khởi tâm cho là Thánh, gọi là cảnh giới tốt. Nếu cho là Thánh, liền bị quần tà. Ma chướng thứ

CHƯƠNG 113. Năm Mươi Ma Chướng Nơi Ngũ Uẩn

tư là Phật Hiện Ra: Lại do tâm ấy, đứng lặng trong suốt, sáng từ bề trong phát ra. Mười phương khắp hóa thành sắc vàng Diêm phù đàn. Tất cả các giống loại hóa ra thành Như Lai. Khi ấy bỗng thấy Đức Tỳ Lô Giá Na ngồi trên đài Thiên Quang, nghìn đức Phật nhiễu chung quanh. Trăm ức quốc độ cùng các hoa sen đồng thời xuất hiện. Ấy gọi là tâm hồn linh ngộ nhiễm thành. Tâm quang sáng chói, chiếu các thế giới. Tạm thời được như vậy, chứ không phải là chứng Thánh, đừng khởi tâm cho là Thánh, thì gọi là cảnh giới tốt. Nếu cho là Thánh, liền bị quần tà. Ma chướng thứ năm là Hư Không Hóa Thành Sắc Báu: Lại do tâm ấy tinh nghiên, diệu minh, xem xét không dừng, đè nén, hàng phục, vằng ép quá phần. Lúc đó bỗng nhiên mười phương hư không hóa thành bảy sắc báu, hoặc trăm sắc đồng thời đầy khắp, chẳng chướng ngại nhau. Các màu xanh, vàng, đỏ, trắng đều hiển hiện. Đó là công lực đè ép quá phần, tạm được như vậy, chứ không phải là chứng Thánh, đừng khởi tâm cho là Thánh, thì gọi là cảnh giới tốt. Nếu cho là Thánh, liền bị quần tà. Ma chướng thứ sáu là Trong Tối Thấy Vật: Lại do tâm đó, nghiên cứu triệt để, tinh quang chẳng loạn. Bỗng lúc nửa đêm, ở trong nhà tối, thấy các đồ vật, chẳng khác ban ngày. Mà vật trong nhà tối cũng chẳng mất. Đó là tế tâm mật trừng, xem thấy rỗng suốt. Tạm được như vậy, chớ không phải là chứng Thánh, đừng khởi tâm cho là Thánh, gọi là cảnh giới tốt. Nếu cho là Thánh, liền bị quần tà. Ma chướng thứ bảy là Thân Giống Như Cây Cỏ: Lại do tâm đó, tiến vào, mãn phần vào nơi rỗng không. Chân tay bỗng nhiên giống như cây cỏ, lửa đốt dao cắt không hề biết. Lửa sáng thiêu cũng không nóng, dao cắt thịt như đốn cây. Đó là tiêu bỏ trần cảnh và xô dẹp tứ đại, một mặt thuần túy. Tạm thời được như vậy, chớ không phải là chứng Thánh, đừng khởi tâm cho là Thánh, thì gọi là cảnh giới tốt. Nếu cho là Thánh, liền bị quần tà. Ma chướng thứ tám là Nhìn thấy mọi nơi đều thành nước Phật: Lại do tâm đó, thành tựu thanh tịnh, lắm công tịnh tâm. Bỗng nhiên thấy núi sông, đất bằng mười phương đều thành nước Phật, đầy đủ bảy món báu, sáng chói khắp cả. Lại thấy hằng sa Phật đầy dẫy hư không, lầu các tốt đẹp. Nhìn xuống thấy địa ngục, xem trên thiên cung không chướng ngại. Đó là tại mong thấy cõi Phật, tư tưởng lâu ngày hóa thành, chứ không phải là chứng Thánh, đừng khởi tâm cho là Thánh, gọi là cảnh giới tốt. Nếu cho là Thánh, liền bị quần tà. Ma chướng thứ chín là Nghe được xa: Lại do tâm ấy, nghiên cứu sâu xa. Bỗng ban đêm từ xa nhìn thấy làng xóm, tỉnh, chợ, đường xá, thân tộc, quyến thuộc, hoặc nghe tiếng nói. Đó là bức tâm, đè nén tâm quá, tâm bay xa, nên thấy chỗ xa, chứ không phải là chứng Thánh, đừng khởi tâm cho là Thánh, gọi là cảnh giới tốt. Nếu cho là Thánh, liền bị quần tà. Ma chướng thứ mười là Thấy thiện tri thức: Lại do tâm ấy, nghiên cứu tinh cực, thấy thiện tri thức, hình thể dời đổi, trong chốc lát bỗng nhiên thay đổi nhiều cách. Đó là tà tâm bị yêu mị, hoặc mắc thiên ma vào trong tâm phúc, bỗng dưng thuyết pháp, thông đạt nghĩa mầu. Đây không phải là chứng Thánh, đừng khởi tâm cho là Thánh, ma sự dứt hết. Nếu cho là Thánh, liền bị quần tà.

Mười Thứ Ma Chướng Nơi Thọ Uẩn: Thọ là pháp tâm sở nhận lãnh dung nạp cái cảnh mà mình tiếp xúc. Thọ cũng là cái tâm nếm qua những vui, khổ hay dửng dưng (vừa ý, không vừa ý, không vừa ý mà cũng không không vừa ý). Thọ là lãnh thọ, phát sanh cảm giác. Khi cảnh giới đến, chẳng cần suy nghĩ, liền tiếp thọ, phát ra cảm giác. Như ăn món gì thấy ngon, là thọ. Mặc áo đẹp thấy thích, là thọ. Ở nhà tốt, cảm thấy thích, là thọ. Đi xe tốt, có cảm giác êm ái, là thọ. Khi thân xúc chạm bất cứ thứ gì với cảm giác ra sao, cũng là thọ. Khi chúng ta gặp những đối tượng hấp dẫn, chúng ta liền phát khởi những cảm giác vui sướng và luyến ái. Khi gặp phải những đối tượng không hấp dẫn, thì chúng ta sinh ra cảm giác khó chịu; nếu đối tượng không đẹp không xấu thì chúng ta cảm thấy dửng dưng. Tất cả mọi tạo tác của chúng

CHƯƠNG 113. Năm Mươi Ma Chướng Nơi Ngũ Uẩn

ta từ thân, khẩu và ý cũng đều được kinh qua nhờ cảm giác, Phật giáo gọi đó là "thọ" và Phật khẳng định trong Thập Nhị nhân duyên rằng "thọ" tạo nghiệp luân hồi sanh tử. Ông A Nan! Ví như có người tay chân yên ổn, thân thể điều hòa, không có cảm giác gì đặc biệt. Bỗng lấy hai bàn tay xoa vào nhau, hư vọng cảm thấy rít, trơn, nóng, lạnh. Thụ ấm cũng như vậy. A Nan! Những cảm xúc trên, không phải từ hư không đến, cũng không phải từ đôi bàn tay ra. Thật vậy, ông A Nan! Nếu từ hư không đến, thì đã đến làm cảm xúc bàn tay, sao không đến làm cảm xúc nơi thân thể. Chả lẽ hư không lại biết lựa chỗ mà đến làm cảm xúc? Nếu từ bàn tay mà ra, thì đáng lẽ không cần phải đợi đến hai tay hợp lại mới ra, mà lúc nào cảm xúc cũng ra. Lại nếu từ bàn tay mà ra, thì khi hợp lại, bàn tay biết có cảm xúc, đến khi rời nhau, cái cảm xúc tất chạy vào. Xương tủy trong hai cánh tay phải biết cảm xúc đi vào đến chỗ nào. Lại phải có tâm hay biết lúc nào ra, lúc nào vào, rồi lại phải có một vật gọi là cảm xúc đi đi lại lại trong thân thể. Sao lại đợi hai tay hợp lại phát ra tri giác mới gọi là cảm xúc? Theo Hòa Thượng Piyadassi trong quyển "Con Đường Cổ Xưa," mọi cảm thọ của chúng ta đều nằm trong nhóm "Thọ" này. Thọ có ba loại: Lạc thọ, khổ thọ, và phi lạc phi khổ thọ. Thọ phát sanh tùy thuộc nơi xúc. Thấy một sắc, nghe một âm thanh, ngửi một mùi, nếm một vị, xúc chạm một vật gì đó, nhận thức một ý niệm hay một tư tưởng, con người cảm nhận một trong ba loại thọ vừa nói trên. Chẳng hạn, khi mắt, hình sắc, và nhãn thức gặp nhau, chính sự tương hợp của ba yếu tố này được gọi là xúc. Xúc nghĩa là sự kết hợp của căn, trần, và thức. Khi ba yếu tố này cùng có mặt thì không có sức mạnh hay lực nào có thể ngăn được Thọ phát sinh. Vậy nên biết: thụ ấm hư vọng, vốn chẳng phải tính nhân duyên hay tính tự nhiên. Hành giả tu tập tỉnh thức nên luôn quán chiếu: "Quán chiếu những loại cảm thọ như lạc thọ, khổ thọ và trung tính thọ. Thấu hiểu những thọ này đến đi thế nào. Quán chiếu thọ chỉ nẩy sanh khi nào có sự tiếp xúc giữa những giác quan mà thôi (mắt, tai, mũi, lưỡi, thân, ý). Quán chiếu những điều trên để thấy rõ rằng dù thọ vui, thọ khổ hay thọ trung tính, hậu quả của chúng đều là "khổ". Theo Kinh Thủ Lăng Nghiêm, Đức Phật nhắc ông A Nan về mười thụ ấm ma, những ma chướng lớn trên đường tu tập của người Phật tử như sau: Ma chướng thứ nhất là Ép mình sanh ra buồn: Ông A Nan! Người thiện nam đó, đương ở lúc thụ ấm chưa bị phá, được rất sáng chói, tâm ấy phát minh. Bị đè ép quá phần, bỗng phát buồn vô cùng. Đến nỗi coi ruồi muỗi như con nhỏ, thương xót đến chảy nước mắt. Đó là dụng công đè nén quá đáng. Hễ biết thì không lỗi gì. Không phải là chứng Thánh. Hễ chẳng mê thì tự tiêu. Nếu cho là Thánh thì có ma Bi vào trong tâm phủ. Thấy người thì buồn, than khóc thảm thiết. Mất chính thụ và sẽ bị chìm đắm. Ma chướng thứ nhì là Nâng mình lên ngang với Phật: Ông A Nan! Lại trong cảnh định, các thiện nam tử thấy sắc ấm tiêu, thụ ấm minh bạch, thắng tướng hiện tiền. Cảm kích quá phần, bỗng sanh tâm mạnh mẽ vô hạn, chí tầy các Đức Phật. Cho là một niệm có thể vượt khỏi được ba a tăng kỳ kiếp. Đó là vì công phu hăng hái cố tiến cố gắng quá. Tỉnh ngộ thì không lỗi. Chẳng phải là chứng Thánh. Hễ chẳng mê thì cảnh ấy tự tiêu hết. Nếu cho là Thánh thì có ma Cuồng vào trong tâm phủ. Thấy người là khoe khoang kiêu ngạo, ngã mạn không ai bằng. Tâm ấy trên chẳng thấy Phật, dưới chẳng thấy người. Mất chính định, sẽ bị chìm đắm. Ma chướng thứ ba là Trong định hay nhớ: Lại trong định, các thiện nam tử thấy sắc ấm tiêu, thụ ấm minh bạch, trước không thấy cảnh giới mới chứng, lui lại thì mất địa vị cũ, sức trí kém mòn, giữa chừng bị trụy, không thấy gì cả. Trong tâm bỗng nhiên sanh rất khô khan, suốt ngày nhớ mãi không tan, lấy làm siêng năng. Đó là tu tâm không tuệ, tự mất phương tiện. Biết thì không lỗi. Không phải là chứng Thánh. Nếu cho là Thánh thì có ma Nhớ vào trong tâm phủ. Sáng chiều tập trung tâm ở một chỗ. Mất chính định, sẽ bị chìm đắm. Ma chướng thứ tư là Tuệ đa cuồng: Lại trong định, các thiện nam tử thấy sắc ấm tiêu, thụ âm minh bạch, tuệ lực nhiều hơn định, mất dũng mạnh, do tính hiếu thắng ưa hơn người ta, để trong tâm, cho là mình giỏi ngang với Phật Tỳ Lô Giá Na. Được chút ií đã cho là đủ. Đó là dụng tâm, bỏ mất hằng xét nét, đắm nơi tri kiến. Biết thì không lỗi. Không phải chứng Thánh. Nếu cho là Thánh thì có ma Hèn, tự lấy làm đủ, vào trong tâm phủ. Thấy người tự nói: "Ta được đệ nhất nghĩa đế vô thượng." Mất chính định, sẽ bị chìm đắm. Ma chướng thứ năm là Thấy gian hiểm hay lo: Lại trong định, các thiện nam tử thấy sắc ấm tiêu, thụ ấm minh bạch. Sự chứng mới chưa được, tâm cũ đã mất. Xem hai chỗ đó, tự sinh gian hiểm. Bỗng nhiên tâm sinh lo vô cùng, như ngồi giường sắt, như uống thuốc độc, lòng chẳng muốn sống. Thường cầu người để hại mạng mình, mau được giải thoát. Đó là tu hành sai mất phương tiện. Biết thì không lỗi. Không phải chứng Thánh. Nếu cho là Thánh thì có ma hay Lo Rầu vào trong tâm phủ. Tay cầm đao kiếm, tự cắt thịt mình, muốn bỏ thọ mạng. Hoặc thường lo buồn chạy vào rừng rú, chẳng chịu thấy người. Mất chính định, sẽ bị chìm đắm. Ma chướng thứ sáu là Thấy an lành hay mừng: Lại trong định, các thiện nam tử thấy sắc ấm tiêu, thụ ấm minh bạch. Ở trong cảnh thanh tịnh, tâm yên lành rồi. Bỗng nhiên tự sinh mừng vô hạn. Trong tâm vui mừng không thể ngăn được. Đó là an lành, không có tuệ để tự cấm. Tỉnh ngộ thì không lỗi. Không phải chứng Thánh. Nếu cho là Thánh thì có ma ưa Vui Mừng vào trong tâm phủ. Thấy người thì cười, múa hát ngoài đường. Tự cho là đã được giải thoát vô ngại. Mất chính định, sẽ bị chìm đắm. Ma chướng thứ bảy là Thấy hơn khinh người: Lại trong định, các thiện nam tử thấy sắc ấm tiêu, thụ ấm minh bạch. Tự cho mình đầy đủ. Bỗng dưng đại ngã mạn khởi lên, nào ngạo mạn người ngang mình, ngạo mạn người hơn mình, hoặc ngạo mạn tăng lên, hoặc ngạo mạn thấp hèn, đồng thời phát ra. Trong tâm dám khinh mười phương Như Lai, huống là các bậc thấp như Thanh Văn hay

Duyên Giác. Đó là khí bồng bột thấy mình hơn, không có tuệ để cứu. Tỉnh ngộ thì không lỗi. Không phải chứng Thánh. Nếu cho là Thánh thì có ma Đại Ngã Mạn vào trong tâm phủ. Chẳng lễ tháp miếu, phá hư kinh, tượng Phật. Bảo các cư sĩ: "Tượng là kim đồng, hoặc là gỗ; kinh là lá cây, hoặc là vải. Nhục thân chân thường, sao chẳng tự cung kính, trở lại những chất gỗ, thật là điên đảo." Những người quá tin theo bèn phá bỏ kinh và tượng Phật, hay đem chôn. Nghi ngộ chúng sanh, vào ngục vô gián. Mất chính định, sẽ bị chìm đắm. Ma chướng thứ tám là Tuệ an tự cho là đủ: Lại trong định, các thiện nam tử thấy sắc ấm tiêu, thụ ấm minh bạch. Trong cảnh tinh minh, viên ngộ tinh lý, được rất tùy thuận. Tâm bỗng sinh khoan khoái vô cùng. Nói thành Thánh, được rất tự tại. Đó là nhân tuệ được khinh thanh. Tỉnh ngộ thì không lỗi. Không phải chứng Thánh. Nếu cho là Thánh thì có một phần ma ưa Khinh Thanh vào trong tâm phủ, tự cho là đầy đủ, chẳng cầu tiến nữa. Những hạng ấy phần nhiều là Tỳ-kheo không có học hỏi, khiến chúng sanh nghi ngờ, bị đọa ngục vô gián. Mất chính định, sẽ bị chìm đắm. Ma chướng thứ chín là Chấp không và pháp giới: Lại trong định, các thiện nam tử thấy sắc ấm tiêu, thụ ấm minh bạch. Trong cảnh minh ngộ, được cái tính rỗng không sáng suốt. Bỗng dưng quay về cảnh vĩnh diệt, bác không có nhân quả, một mạch vào không, không tâm hiện tiền, cho đến sanh cái hiểu biết hằng đoạn diệt. Tỉnh ngộ thì không lỗi. Không phải chứng Thánh. Nếu cho là Thánh thì có ma Không vào trong tâm phủ. Chê người trì giới, nói là tiểu thừa. Bồ Tát giác ngộ không, cần gì phải trì phạm. Người ấy thường ở nhà tín tâm đàn việt, uống rượu ăn thịt, hay làm những sự dâm uế. Vì sức ma thu nhiếp các người kia, không sinh nghi báng. Ma quỷ nhập tâm đã lâu, hoặc ăn những đồ nhơ nhớp, cũng như là rượu thịt. Một mặt đều không, phá luật nghi Phật. Làm cho người bị lầm mắc tội. Mất chính định, sẽ bị chìm đắm. Ma chướng thứ mười là Chấp có và buông dâm: Lại trong định,

CHƯƠNG 113. Năm Mươi Ma Chướng Nơi Ngũ Uẩn

các thiện nam tử thấy sắc ấm tiêu, thụ ấm minh bạch. Tham đắm nơi cảnh hư minh. Cảnh đó thâm nhập trong tâm cốt. Tâm đó bỗng dưng thấy yêu vô cùng. Yêu đến cùng cực phát cuồng, bèn làm những việc tham dục. Đó là định cảnh an thuận nhập tâm, không tuệ để giữ, lầm vào các dục. Tỉnh ngộ thì không lỗi. Không phải chứng Thánh. Nếu cho là Thánh thì có ma Dâm Dục vào trong tâm phủ. Chuyên nói tham dục là đạo Bồ Đề, giáo hóa các người bạch y bình đẳng làm dâm, cho hành dâm là giữ pháp tử. Vì sức quỷ thần nên trong đời mạt pháp thu nhiếp kẻ phàm ngu, cho đến hàng nghìn hàng vạn. Ma sinh tâm nhàm chán, bỏ thân thể người ấy. Họ hết uy đức, bị mắc nạn với nước với dân. Nghi ngộ chúng sanh vào ngục vô gián. Mất chánh định, sẽ bị chìm đắm.

Mười Thứ Ma Chướng Nơi Tưởng Uẩn: Ý thức chia các tri giác ra làm sáu loại (sắc, thinh, hương, vị, xúc, và những ấn tượng tinh thần). Tưởng uẩn tức là tư tưởng, ý niệm. Vì năm căn tiếp xúc, lãnh thọ cảnh giới của năm trần nên phát sanh ra đủ thứ vọng tưởng, đủ thứ ý niệm. Chúng thoạt sanh thoạt diệt, khởi lên suy nghĩ đến sắc và thọ. Theo theo Kinh Thủ Lăng Nghiêm, Đức Phật dạy: "Ông A Nan! Ví như có người nghe nói quả mơ chua, nước miếng đã chảy trong miệng. Nghĩ đến trèo lên dốc cao, thấy trong lòng bàn chân đau mỏi. Tưởng ấm cũng như vậy. Ông A Nan! Nếu cái tiếng chua đó, không tự quả mơ sinh, không phải tự miệng ông vào." Thật vậy ông A Nan, nếu chua từ quả mơ sinh ra, thì quả mơ cứ tự nói là chua, sao lại phải đợi người ta nói. Nếu do miệng vào, thì miệng phải tự mình nghe tiếng, sao lại cần có lỗ tai? Nếu riêng tai nghe, sao nước miếng không chảy ra ở tai? Tưởng tượng mình leo dốc, cũng tương tự như thế. Vậy nên biết: tưởng ấm hư vọng, vốn chẳng phải tính nhân duyên hay tính tự nhiên. Theo Hòa Thượng Piyadassi trong quyển "Con Đường Cổ Xưa," nhiệm vụ của tưởng là nhận biết đối tượng, cả vật chất lẫn tinh thần. Cũng như Thọ, Tưởng có sáu loại: sắc, thanh, hương, vị, xúc, pháp. Tưởng trong đạo Phật không được dùng theo nghĩa mà các triết gia Tây phương đã dùng như Bacon, Descartes, vân vân, mà chỉ đơn thuần như một sự nhận thức về giác quan. Có một sự tương đồng nào đó giữa Thức Tri (Vijanama), hay nhiệm vụ của Thức, và Tưởng Tri (Samjanama), hay nhiệm vụ của Tưởng. Trong khi Thức hay biết một đối tượng, lập tức Tâm Sở Tưởng bắt lấy dấu hiệu đặc biệt nào đó của đối tượng, nhờ vậy phân biệt được nó với các đối tượng khác, dấu hiệu đặc biệt này là công cụ giúp nhận ra đối tượng vào các lần khác. Thật vậy, mỗi lần chúng ta trở nên biết rõ hơn về đối tượng. Như vậy, chính Tưởng làm nẩy sanh ký ức. Theo Kinh Lăng Nghiêm, Đức Phật dạy ông A Nan về mười tưởng ấm ma, những ma chướng lớn trên đường tu tập của người Phật tử như sau: Ma chướng thứ nhất là Tham cầu thiện xảo: Ông A Nan! Người thiện nam đó, thụ ấm hư diệu, chẳng mắc tà lự, viên định phát minh trong tam ma địa. Tâm ưa mến viên minh, phấn khởi tinh thần cứu xét, tham cầu sự khéo giỏi. Khi đó Thiên ma nhân dịp tiện lợi, nhập xác người, giảng kinh pháp. Người đó không biết là bị ma nhập, nói được Niết-bàn vô thượng. Đến chỗ người thiện nam cầu thiện xảo, trải tọa cụ nói pháp. Trong giây phút hiện hình, hoặc ông Tỳ-kheo cho người kia thấy, hoặc làm Đế Thích, đàn bà, hoặc Tỳ-kheo Ni, hoặc nằm trong nhà tối, thân có ánh sáng. Người tu cầu thiện xảo trên, ngu mê, lầm cho là Bồ Tát, tin lời nó giáo hóa, phiêu đãng tâm mình, phá luật nghi Phật, âm thầm làm sự dâm dục. Ưa nói những việc tai tường quái gở, hoặc nói Như Lai chỗ đó ra đời, hoặc nói kiếp tận lửa cháy, hoặc nói đao binh, làm cho người ta sợ hãi, khiến cho gia tài vô cớ bị tổn hại. Đó là quỷ quái lâu năm thành ma, não loạn người ấy. Đến khi ma nhàm chán, bỏ xác người, đệ tử với thầy đều bị nạn vua phép nước. Ông phải biết như thế mới mong thoát khỏi luân hồi. Nếu mê hoặc mà không biết là đọa ngục vô gián. Ma chướng thứ nhì là Tham cầu du lịch: Ông A Nan! Lại người thiện nam, thụ ấm hư diệu, chẳng mắc tà lự, viên định phát minh trong tam

CHƯƠNG 113. Năm Mươi Ma Chướng Nơi Ngũ Uẩn

ma địa. Tâm ưa mến phiêu đãng, phấn khởi tinh thần cứu xét, tham cầu kinh nghiệm. Khi đó Thiên ma nhân dịp tiện, nhập xác người giảng kinh nói pháp. Người đó không biết là mình bị ma nhập, nói được Niết-bàn vô thượng. Đến chỗ người thiện nam cầu du lịch, trải tọa cụ nói pháp. Hình nó không thay đổi. Người nghe pháp bỗng thấy thân mình ngồi trên sen báu, toàn thể hóa thành sắc vàng. Cả chúng nghe pháp đều được như vậy, cho là chưa từng có. Người nghe ngu mê, lầm cho là Bồ Tát, dâm dật cái tâm mình, phá luật nghi Phật, âm thầm làm dâm dục. Người ma ưa nói các Phật ứng thế, chỗ đó, người ấy, là vị Phật hóa thân đến đấy. Người đó tức là vị Bồ Tát ấy đến hóa trong nhân gian. Thiện nam thấy vậy, tâm sinh khao khát, tà kiến âm thầm khởi lên, chưởng trí bị tiêu diệt. Đó là Bạt Quỷ lâu năm thành ma, não loạn người đó. Đến khi ma nhàm chán, bỏ xác người, đệ tử với thầy đều bị nạn vua phép nước. Ông phải biết trước mới khỏi luân hồi. Mê hoặc không biết, đọa ngục vô gián. Ma chướng thứ ba là Tham cầu khế hợp: Lại người thiện nam, thụ ấm hư diệu, chẳng mắc tà lự, viên định phát minh trong tam ma địa. Tâm ưa mến thầm hợp, càng chuyên tinh thần cứu xét, tham cầu khế hợp. Khi đó Thiên ma nhân dịp tiện, nhập xác người, giảng kinh nói pháp. Người đó không biết là bị ma nhập, nói được Niết-bàn vô thượng. Đến chỗ người thiện nam cầu hợp, trải tọa cụ nói pháp. Hình nó và những người ngoài nghe pháp không dời đổi chi. Về bề trong, khiến thính giả trước khi nghe, tâm tự khai ngộ. Trong giây lát dời đổi, hoặc được túc mệnh, hoặc có tha tâm thông, hoặc thấy địa ngục, hoặc biết các việc tốt xấu trong nhân gian, hoặc nói kệ tụng kinh. Ai nấy đều được vui mừng, thấy chưa từng có. Thiện nam ngu mê, lầm cho là Bồ Tát, lòng lưu luyến theo, phá luật nghi Phật, âm thầm làm tham dục. Người ma ưa nói Phật có lớn nhỏ, các vị Phật trước sau, trong đó các Phật chân giả, trai gái, Bồ Tát cũng vậy. Thiện nam thấy vậy, đổi mất bản tâm, dễ vào nơi tà ngộ. Đó là My Quỷ lâu năm thành ma, não loạn người ấy. Đến khi nhàm chán, ma bỏ xác người, đệ tử với thầy đều bị nạn vua phép nước. Ông phải biết trước mới khỏi luân hồi. Mê hoặc không biết là đọa ngục vô gián. Ma chướng thứ tư là Tham cầu biện bạch, phân tách: Lại người thiện nam, thụ ấm hư diệu, chẳng mắc tà lự, viên định phát minh trong tam ma địa. Tâm ưa căn bản, xem xét cho cùng tận sự biến hóa của sự vật, về tính chất thủy chung. Tâm ấy càng tinyh sáng, tham cầu biện bạch, phân tách. Khi đó Thiên ma nhân dịp tiện, nhập xác người giảng kinh nói pháp. Người đó không biết là bị ma nhập, nói được Niết-bàn vô thượng. Đến chỗ người thiện nam cầu biện bạch, trải tọa cụ nói pháp. Thân nó có uy thần, triết phục các người cầu, khiến cho dưới pháp tọa, dù chưa nghe pháp, tự nhiên tâm đã phục. Các người ấy cho là Phật, Bồ Đề, Niết-bàn, Pháp thân tức là thân thịt hiện tiền của ta. Cha cha, con con thay đổi sinh nhau, tức là pháp thân thường trú bất tuyệt. Cõi hiện tại là xứ Phật. Không có cõi tịnh nào riêng, và không có tướng sắc vàng. Người nghe tin chịu, bỏ mất tâm trước, thân mệnh quy y, được chưa từng có. Thiện nam ngu mê, lầm cho là Bồ Tát, xem xét cái tâm ấy, phá luật nghi Phật, âm thầm làm tham dục. Người ma ưa nói: mắt, tai, mũi, lưỡi đều là tịnh độ, nam căn, nữ căn tức là chỗ Bồ Đề, Niết Bàn. Các người nghe không biết, tin lời uế ngôn ấy. Đó là ác quỷ Cổ Độc Yểm Thắng lâu năm thành ma, não hại người đó. Đến khi nhàm chán, ma bỏ xác người, đệ tử với thầy đều bị nạn vua phép nước. Ông A Nan! Ông phải biết trước, mới khỏi luân hồi. Mê hoặc không biết, đọa ngục vô gián. Ma chướng thứ năm là Tham cầu minh cảm: Lại người thiện nam, thụ ấm hư diệu, chẳng mắc tà lự, viên định phát minh trong tam ma địa, tâm ưa cảm ứng, cứu xét tinh vi chẳng dứt, tham cầu minh cảm. Khi đó Thiên ma nhân dịp tiện, nhập xác người giảng kinh nói pháp. Người đó không biết là bị ma nhập, nói được Niết-bàn vô thượng. Đến chỗ người thiện nam cầu cảm ứng, trải tọa cụ nói pháp. Ma có thể khiến người nghe tạm thời thấy thân người đó như cả trăm, nghìn tuổi. Lòng người nghe sinh yêu mến, không rời xa được, thân làm đầy tớ, cúng dường bốn thứ: ăn mặc, áo quần, thuốc men, đồ dùng, chẳng ngại khó nhọc. Khiến người nghe thấy là Tiên sư, là thiện tri thức, hết sức mến yêu, thiết tha như keo sơn, được cái chưa từng có. Thiện nam ngu mê, lầm cho là Bồ Tát, lòng hằng thân cận, phá luật nghi Phật, âm thầm làm tham dục. Ma ưa nói: đời trước, ta sinh nơi đó, độ người này, người nọ, đương thời là vợ, là anh em với ta. Nay đến độ nhau. Đem nhau về thế giới của ta, cúng dường Phật ở đó. Hoặc nói riêng có trời đại quang minh, Phật ở đó, chư Phật nghỉ ở đó. Người nghe không biết, tin lầm lời dối trá, quên mất bản tâm. Đó là Lệ Quỷ lâu năm thành ma, não loạn người đó. Đến khi nhàm chán, ma bỏ xác người, đệ tử với thầy đều bị nạn vua phép nước. Ông A Nan! Ông phải biết trước, mới khỏi luân hồi. Mê hoặc không biết, đọa ngục vô gián. Ma chướng thứ sáu là Tham cầu tĩnh mật: Lại người thiện nam, thụ ấm hư diệu, chẳng mắc tà lự, viên định phát minh trong tam ma địa. Tâm ưa thâm nhập, buộc mình khó nhọc, ưa chỗ vắng vẻ, tham cầu tĩnh mịch. Khi đó, Thiên ma nhân dịp tiện, nhập xác người giảng kinh nói pháp. Người đó không biết là bị ma nhập, nói được Niết-bàn vô thượng. Đến chỗ người thiện nam, trải tọa cụ nói pháp. Khiến người nghe đều biết bản nghiệp. Gọi một người trong chúng, bảo: "Nay ngươi chưa biết mà đã hóa làm súc sanh." Rồi sai một người đứng đằng sau đạp đuôi, làm người ấy đứng dậy không được. Cả đám người nghe đều khâm phục, kính sợ. Có người khởi tâm nghĩ chi, nó đã biết. Ngoài luật nghi của Phật, càng thêm tinh khổ. Chê bai Tỳ-kheo, mắng nhiếc đồ chúng. Tỏ lộ việc người, chẳng tránh hiềm khích. Ưa nói các việc họa phúc chưa đến, sau thấy đúng không sai. Đó là Đại Lực Quỷ lâu năm thành ma, não loạn người đó. Đến khi nhàm chán, ma bỏ xác người, đệ tử với thầy đều bị nạn vua phép nước. Ông A Nan! Ông phải biết trước, mới khỏi luân hồi. Mê hoặc không biết, đọa ngục vô gián. Ma chướng thứ bảy là Tham cầu túc mệnh: Lại người thiện nam, thụ ấm hư diệu, chẳng mắc tà lự, viên định phát minh trong tam ma địa. Tâm ưa tri kiến, siêng khổ nghiên tầm, tham cầu túc mệnh. Khi đó Thiên ma nhân dịp tiện, nhập xác người giảng kinh nói pháp. Người đó không biết là bị ma nhập, nói được Niết-bàn vô thượng. Đến chỗ người thiện nam, trải tọa cụ nói pháp. Người nghe bỗng nhiên được hòn ngọc báu nơi chỗ thuyết pháp. Ma đó hoặc có khi hóa làm súc sinh, miệng ngậm ngọc báu và các của báu như là sách, bùa, các vật quý lạ, trước đem trao cho người nghe, rồi sau nhập xác người đó. Hoặc cám dỗ những người nghe, chôn dưới đất hòn ngọc ngọc minh nguyệt sáng chói chỗ ấy. Các người nghe được chưa từng có. Thường ăn toàn rau, không ăn cơm. Hoặc có khi một ngày chỉ ăn một hạt vừng hay một hạt gạo, mà thân thể vẫn béo mạnh, vì sức ma hộ trì. Chê bai Tỳ-kheo, mắng nhiếc đồ chúng, chẳng tránh hiềm khích. Kẻ ấy thích nói: phương khác có kho báu do các vị Thánh Hiền ở mười phương cất dấu. Theo sau nó thường thấy có các người kỳ dị. Đó là sơn lâm, thổ địa, Thành Hoàng, Xuyên nhạc, quỷ thần lâu năm thành ma. Hoặc có tỏ ra sự dâm dục, phá giới luật Phật. Với học trò thì âm thầm làm sự ngũ dục. Hoặc có tinh tiến, thuần ăn cây cỏ. Những việc làm không có nhất định. Não loạn người đó. Đến khi nhàm chán, ma bỏ xác người, đệ tử với thầy đều bị nạn vua phép nước. Ông A Nan! Ông phải biết trước, mới khỏi luân hồi. Mê hoặc không biết, đọa ngục vô gián. Ma chướng thứ tám là Tham cứu thần lực: Lại người thiện nam, thụ ấm hư diệu, chẳng mắc tà lự, viên định phát minh trong tam ma địa. Tâm thích thần thông, các phép biến hóa, nghiên cứu cội nguồn biến hóa, tham lấy thần lực. Khi đó Thiên ma nhập dịp tiện, nhập xác người, giảng nói kinh pháp. Người đó không biết là bị ma nhập, nói được Niết-bàn vô thượng. Đến chỗ người thiện nam, trải tọa cụ nói pháp. Người ấy hoặc tay nắm lửa sáng chia để trên đầu các người nghe. Lửa sáng dài hơn vài thuốc trên đầu mỗi người, mà không thấy nóng, không bị cháy.

CHƯƠNG 113. Năm Mươi Ma Chướng Nơi Ngũ Uẩn

Hoặc đi trên nước như trên đất bằng. Hoặc giữa hư không ngồi yên chẳng động. Hoặc vào trong bình, hoặc ở trong đẫy, hoặc đi qua tường vách, không hề chướng ngại. Chỉ đối với đao binh, chẳng được tự tại. Ma tự nói là Phật. Thân mặc áo trắng, để các Tỳ-kheo làm lễ. Chê bai người tu thiền luật, mắng nhiếc đồ chúng. Phát lộ việc người, chẳng tránh hiềm khích. Thường nói thần thông tự tại. Hoặc khiến người ở nơi bên thấy Phật độ. Sức quỷ mê hoặc người, chẳng phải có chân thật. Khen ngợi những việc hành dâm, chẳng bỏ thô hạnh. Đem việc ô nhớp, cho là truyền pháp. Đó là Thiên Địa Đại Lực, Sơn tinh, Hải tinh, Phong tinh, Hà tinh, Thổ tinh, tất cả cây cối sống lâu nhiều kiếp đều có thể thành tinh mỵ, hoặc long mỵ, hoặc Tiên mãn số, sống lại làm mỵ, hoặc Tiên đến lúc chết, hình không tản, có con quái chi khác nhập vào xác, lâu năm thành ma, não loạn người đó. Đến khi nhàm chán, ma bỏ xác người, đệ tử và thầy đều bị nạn vua phép nước. Ông A Nan! Ông phải biết trước, mới khỏi luân hồi. Mê hoặc không biết, đọa ngục vô gián. Ma chướng thứ chín là Tham cầu thâm không: Lại người thiện nam, thụ ấm hư diệu, chẳng mắc tà lự, viên định phát minh trong tam ma địa. Tâm ưa nhập diệt, nghiên cứu tinh biến hóa, tham cầu thâm không. Khi đó Thiên ma nhân dịp tiện, nhập xác người giảng kinh nói pháp. Người đó không biết là bị ma nhập, nói được Niết-bàn vô thượng. Đến chỗ người thiện nam, trải tọa cụ nói pháp. Giữa đại chúng, hình nó bỗng biến mất, chúng không trông thấy. Lại từ nơi hư không hiện ra, còn mất tự tại.

Hoặc hiện thân trong suốt như ngọc lưu ly. Hoặc đưa tay chân, có mùi hương chiên đàn. Hoặc đại tiểu tiện như đường phén. Chê bai giới luật, khinh bỉ người xuất gia. Thường nói không nhân không quả. Một phen chết rồi là mất hẳn, không còn thân sau. Các phàm Thánh dù được không tịch, âm thầm làm sự tham dục. Người thụ dục cũng được không tâm. Bác bỏ nhân quả. Đó là Tinh Khí Nhật Thật, Nguyệt thật, Kim thạch, Chỉ thảo, hoặc lân, phụng, rùa, hạc trải qua nghìn muôn năm chẳng chết, hóa ra linh, xuất sinh trong quốc độ, lâu năm thành ma, não loạn người đó. Đến khi nhàm chán, ma bỏ xác người, đệ tử với thầy đều bị nạn vua phép nước. Ông A Nan! Ông phải biết trước, mới khỏi luân hồi. Mê hoặc không biết, đọa ngục vô gián. Ma chướng thứ mười là Tham cầu sống lâu: Lại người thiện nam, thụ ấm hư diệu, chẳng mắc tà lự, viên định phát minh trong tam ma địa. Tâm thích sống lâu, khó nhọc nghiền ngẫm, tham cầu sống lâu, bỏ thân sanh tử phân đoạn, mong được thân biến dịch, tế tướng thường còn. Khi đó Thiên ma nhân dịp tiện, nhập xác người, giảng kinh nói pháp. Người đó không biết là bị ma nhập, nói được Niết-bàn vô thượng. Đến chỗ người thiện nam, trải tọa cụ nói pháp. Thích nói phương khác, qua lại không có trệ ngại. Hoặc qua muôn dặm, nháy mắt trở lại, đến phương xa lấy đồ vật. Hoặc nơi một chỗ, trong một nhà, khoảng vài bước, khiến từ phương Đông sang phương Tây, đi mau tới nhiều năm chẳng đến. Vì thế người nghe tin, nghi là Phật hiện tiền. Thường nói mười phương chúng sanh đều là con ta. Ta sinh các Đức Phật. Ta xuất hiện ra thế giới. Ta là ông Phật đầu, xuất thế tự nhiên, chẳng nhân tu mà được. Đó là Tự Tại Thiên Ma ở đời, khiến các quyến thuộc như Gia Văn Tra và Tỳ Xá Đồng tử của Tứ Thiên Vương, họ chưa phát tâm, có sức định hư minh thụ hưởng tinh khí; hoặc có khi hiện hình cho người tu hành xem thấy. Xưng là Chấp Kim Cang, cho ngươi sống lâu. Hiện thân mỹ nữ, thịnh hành tham dục. Chưa được một năm, cân não đã khô kiệt. Nói chuyện một mình. Nghe yêu my, người khác không hiểu. Nhiều khi bị nạn vua phép nước. Chưa kịp xử hình mà đã chết khô. Não loạn người cho đến chết. Ông A Nan! Ông phải biết trước, mới khỏi luân hồi. Mê hoặc không biết, đọa ngục vô gián.

Mười Thứ Ma Chướng Nơi Hành Uẩn: Hành Uẩn là khái niệm hay hành động bao gồm phần lớn những hoạt động tâm thần, ý chí, phán xét, quyết tâm, vân vân. Hành có ý nghĩa dời đổi, lúc đến lúc đi, chẳng khi nào ngừng nghỉ, trôi mãi

CHƯƠNG 113. Năm Mươi Ma Chướng Nơi Ngũ Uẩn

không ngừng. Động cơ làm thiện làm ác ở trong tâm, nhưng do vọng tưởng, suy tư chi phối và phản ảnh qua những hành vi, cử chỉ của thân, khẩu, ý. Tất cả những hành vi này đều thuộc về hành uẩn. Theo kinh Thủ Lăng Nghiêm, Đức Phật dạy: "Ông A Nan! Ví như dòng nước chảy mạnh, các sóng nối nhau, cái trước cái sau chẳng vượt nhau. Hành ấm cũng như vậy. Ông A Nan! Dòng nước như vậy, không phải do hư không sinh, không phải do nước mà có. Không phải là tính của nước, cũng không phải ra ngoài hư không và nước. Thật vậy, ông A Nan, nếu do hư không sinh, thì cả hư không vô tận trong mười phương đều thành dòng nước vô tận, mà thế giới bị chìm đắm. Nếu nhân nước mà có, thì tính của dòng nước chảy mạnh đó, lẽ ra không phải là tính nước; vì có tính riêng của dòng nước, chắc có thể chỉ rõ ràng. Còn nếu ra ngoài hư không và nước, thì không có gì ở ngoài hư không, mà ngoài nước ra không có dòng nước. Vậy nên biết: hành ấm hư vọng, vốn chẳng phải tính nhân duyên hay tính tự nhiên." Theo Hòa Thượng Piyadassi trong quyển "Con Đường Cổ Xưa," hành uẩn bao gồm tất cả các tâm sở, ngoại trừ Thọ và Tưởng. Vi Diệu Pháp đề cập đến 52 tâm sở. Thọ và Tưởng là hai trong số đó, nhưng không phải là hoạt động thuộc ý chí. Năm mươi tâm sở còn lại gọi chung là Hành. Tư Tâm Sở (Cetana) đóng một vai trò rất quan trọng trong lãnh vực tinh thần. Theo Phật giáo, không có hành động nào được xem là Nghiệp (kamma), nếu hành động đó không có chủ ý, hay tách động của Tư. Cũng như Thọ và Tưởng, Hành có sáu loại: sắc tư, thinh tư, hương tư, vị tư, xúc tư, và pháp tư. Theo Kinh Thủ Lăng Nghiêm, Đức Phật đã nhắc nhở ông A Nan về mười thứ ma chướng lớn của người tu Thiền gây ra bởi Hành Uẩn như sau: Ma chướng thứ nhất là hai thứ vô nhân: Một là người đó thấy gốc vô nhân. Tại sao? Người ấy đã được sinh cơ toàn phá, nhờ nhãn căn 800 công đức, thấy trong tám vạn kiếp: chúng sanh theo dòng nghiệp chảy quanh, chết chỗ đây, sinh chỗ kia. Chỉ thấy chúng sanh luân hồi trong ngần ấy. Ngoài tám vạn kiếp ra, bặt không thấy gì nữa. Bèn cho là những chúng sanh trong thế gian mười phương, ngoài tám vạn kiếp, không có nhân tự có. Bởi so đo chấp trước, mất chính biến tri, đọa lạc vào ngoại đạo, mê lầm tính Bồ Đề. Hai là người thấy ngọn vô nhân. Tại sao? Người ấy đối với sinh cơ, đã thấy căn nguyên, như người sinh người, chim sanh chim. Con quạ thì từ xưa nay vẫn đen, cò vẫn trắng. Người và trời vẫn đi thẳng, súc sanh vẫn đi ngang. Sắc trắng chẳng phải giặt rửa mà thành. Sắc đen chẳng phải nhuộm mà nên. Từ tám vạn kiếp, không có dời đổi. Nay hết cái hình ấy, cũng lại như vậy, mà tôi vẫn chẳng thấy Bồ Đề. Thế nào lại có sự thành Bồ Đề? Mới biết ngày nay các vật tượng đều gốc không nhân. Vì so đo chấp trước như thế, mất chính biến tri, đọa lạc ngoại đạo, mê lầm tính Bồ Đề. Ma chướng thứ nhì là bốn thứ biến thường: Theo Kinh Thủ Lăng Nghiêm, quyển Chín, phần Thập Hành Ấm Ma, Đức Phật đã nhắc nhở ngài A Nan về bốn thứ biến thường như sau: "Ông A Nan! Các người thiện nam trong tam ma địa, chính tâm yên lặng sáng suốt. Ma chẳng tìm được chỗ tiện cùng tột căn bản của 12 loài sinh. Xem xét trạng thái u thanh, thường nhiễu động bản nguyên. Trong viên thường khởi so đo chấp trước. Người ấy bị đạo vào luận bốn thứ biến thường." Thường Chấp vào Tâm Cảnh: Một là người đó nghiên cứu cùng tột tâm cảnh, tính chất đều không có nhân. Tu tập có thể biết trong hai vạn kiếp, mười phương chúng sanh sinh diệt, đều là xoay vần, chẳng hề tan mất, rồi chấp cho là thường. Thường Chấp vào tứ đại: Hai là người ấy nghiên cứu cùng tột căn nguyên của tứ đại, tính thường trụ. Tu tập có thể biết trong bốn vạn kiếp mười phương chúng sanh sanh diệt đều là hằng thường, chẳng hề tan mất. Rồi từ đó chấp cho là thường. Thường Chấp vào lục căn, mạt na và thức: Ba là người đó nghiên cứu cùng tột lục căn, mạt na chấp thụ, trong tâm ý thức, về chỗ bản nguyên, tính hằng thường. Tu tập có thể biết trong tám vạn kiếp tất cả chúng sanh xoay vần chẳng mất, bản lai thường trú, đến cùng tính

CHƯƠNG 113. Năm Mươi Ma Chướng Nơi Ngũ Uẩn

chẳng mất, rồi chấp cho là thường. Thường Chấp vào tưởng: Bốn là người đó đã cùng tột cái căn nguyên của tưởng, hết cái sinh lý, lưu chỉ xoay vần; sinh diệt tưởng tâm, nay đã dứt bặt, tự nhiên thành cái lý bất sanh diệt. Nhân tâm so đo chấp trước cho là thường. Vì chấp thường, mà mất chánh biến tri, đọa lạc ngoại đạo, mê lầm tính Bồ Đề. Ma chướng thứ ba là bốn thứ điên đảo: Một là, người đó quán sát cái tâm diệu minh, khắp các cõi mười phương, trạm nhiên, cho là thần ngã hoàn toàn, từ đó chấp là thần ngã khắp mười phương, yên lặng, sáng suốt, chẳng động. Tất cả chúng sanh trong thần ngã, tâm tự sinh tự chết. Thì tính cách của ngã tâm là thường. Còn kia sinh diệt, thật là tính cách vô thường. Hai là, người đó chẳng quán sát cái tâm, chỉ xem xét khắp cả mười phương hằng sa quốc độ, thấy cái chỗ kiếp bị hư, gọi là chủng tính vô thường hoàn toàn. Còn cái chỗ kiếp chẳng bị hư, gọi là thường hoàn toàn. Ba là, người đó chỉ quán sát cái ngã tâm của mình, tinh tế nhỏ nhiệm, ví như vi trần lưu chuyển mười phương, tính không dời đổi. Có thể khiến thân này liền sinh liền diệt, mà nói là tính chẳng hoại, và gọi là ngã tính thường. Bốn là, người đó biết tưởng ấm hết, thấy hành ấm còn lưu động. Hành ấm thường lưu động, nên chấp làm tính thường. Các ấm sắc, thụ, tưởng đã hết, gọi là vô thường. Vì so đo chấp trước một phần vô thường, một phần thường như trên, nên đọa lạc ngoại đạo, mê lầm tính Bồ Đề. Ma chướng thứ tư là bốn thứ hữu biên: Một là người đó tâm chấp cái sinh nguyên lưu dụng chẳng dứt. Chấp quá khứ và vị lai là hữu biên và chấp tương tục là vô biên. Hai là người đó quán sát trong tám vạn kiếp thì thấy chúng sanh; nhưng trước tám vạn kiếp thì bặt không thấy nghe gì cả. Nên chỗ không thấy nghe thì cho là vô biên, còn chỗ thấy nghe lại cho là hữu biên. Ba là người đó chấp cái ngã khắp biết được tính vô biên, tất cả mọi người đều bị ngã biết, mà ngã không hay họ có tính biết riêng, nên cho là họ không có tính vô biên, họ chỉ là tính hữu biên. Bốn là người đó cùng tột cái hành ấm không, do cái chỗ sở kiến, tâm lộ tính xem xét, so sánh tất cả chúng sanh, trong một thân đều có một nửa sinh, một nửa diệt. Rõ biết mọi vật trong thế giới đều một nửa hữu biên, một nửa vô biên. Vì so đo chấp trước hữu biên, vô biên, nên đọa lạc ngoại đạo và mê lầm tính Bồ Đề. Ma chướng thứ năm là bốn thứ kiểu loạn: Lại các thiện nam, trong tam ma địa, chính tâm yên lặng kiên cố. Ma chẳng tìm được chỗ tiện, cùng tột căn bản của các loài sanh. Xem cái trạng thái u thanh, thường nhiễu động bản nguyên. Trong tri kiến, khởi so đo chấp trước. Người đó bị đọa vào bốn thứ điên đảo, bất tử kiểu loạn, biến kế hư luận. Một là người đó xem cái bản nguyên biến hóa; thấy cái chỗ thay đổi gọi là "biến," thấy cái chỗ nối nhau gọi là "hằng," thấy cái chỗ bị thấy gọi là "sinh;" chẳng thấy chỗ bị thấy gọi là "diệt;" chỗ tương tục không đoạn gọi là "tăng;" chỗ tương tục gián đoạn gọi là "giảm;" mỗi cái có chỗ sinh gọi là "có;" mỗi cái có chỗ diệt gọi là "không." Lấy lý xem xét dụng tâm thấy riêng. Có người đến cầu pháp hỏi nghĩa, đáp: "Tôi nay cũng sinh, cũng diệt, cũng có, cũng không, cũng tăng, cũng giảm." Các thời đều nói lộn xộn, khiến cho người nghe quên mất chương cú. Hai là người đó xem xét tâm kỹ càng, cái chỗ xoay vần không có. Nhân không mà có chứng được. Có người đến hỏi, chỉ đáp một chữ, không ngoài chữ "không," không nói gì cả. Ba là người đó xem xét kỹ càng cái tâm của mình, cái gì cũng có chỗ, nhân "có" mà chứng được. Có người đến hỏi chỉ đáp một chữ "phải." Ngoài chữ "phải" ra không nói gì cả. Bốn là người đó đều thấy hữu, vô, vì cái cảnh phân hai, tâm cũng kiểu loạn. Có người đến hỏi lại đáp "cũng có" tức là "cũng không," trong "cũng không" chẳng phải "cũng có." Vì so đo chấp trước kiểu loạn hư vô, nên đọa lạc ngoại đạo và mê lầm tính Bồ Đề. Ma chướng thứ sáu là mười sáu thứ hữu tưởng: Lại có thiện nam, trong tam ma địa, chính tâm yên lặng kiên cố. Ma chẳng tìm được chỗ tiện, cùng tột căn bản của các loài sanh. Xem cái trạng thái u thanh, thường nhiễu động bản nguyên. Chỗ lưu vô tận, khởi so đo chấp trước.

CHƯƠNG 113. Năm Mươi Ma Chướng Nơi Ngũ Uẩn

Người đó bị đọa vào điên đảo hữu tướng sau khi chết. Hoặc tự kiên cố thân, nói sắc là ngã, hoặc thấy ngã viên mãn, trùm khắp quốc độ. Nói ngã có sắc. Hoặc kia tiền cảnh duyên theo ngã ứng dụng. Nói sắc thuộc ngã. Hoặc ngã nương ở trong cái hành tướng tương tục, nói ngã ở sắc. Đều so đo chấp trước rằng sau khi chết có tướng. Như vậy xoay vần có mười sáu tướng. Từ ấy hoặc chấp rằng rốt ráo phiền não, rốt ráo Bồ Đề, hai tính cách đều đi đôi, chẳng có xúc ngại nhau. Vì so đo chấp trước sau khi chết rồi có tướng, đọa lạc ngoại đạo, mê lầm tính Bồ Đề. Ma chướng thứ bảy là tám thứ vô tướng: Lại các thiện nam, trong tam ma địa, chính tâm yên lặng kiên cố. Ma chẳng tìm được chỗ tiện. Cùng tột căn bản của các loài sinh. Xem cái trạng thái u thanh, thường nhiễu động bản nguyên. Trong chỗ diệt trừ sắc, thụ, tưởng, khởi so đo chấp trước, sau khi chết đọa vào vô tướng điên đảo. Thấy sắc diệt, hình không sở nhân. Xem tưởng diệt, tâm không chỗ buộc. Biết cái thụ diệt, không còn nối liền. Tính ấm tiêu tan, dù có sinh lý, mà không thụ tưởng, đồng như cây cỏ. Cái chất ấy hiện tiền, còn không thể được, huống là khi chết mà lại còn các tướng? Nhân đó so đo, sau khi chết, tướng không có, như vậy xoay vần, có tám vô tướng. Từ đó cho rằng: Niết-bàn, nhân quả, tất cả đều không, chỉ có danh từ, hoàn toàn đoạn diệt. Vì so đo chấp trước sau khi chết không có, đọa lạc ngoại đạo, mê lầm tính Bồ Đề. Ma chướng thứ tám là tám phủ định: Lại các thiện nam, trong tam ma địa, chính tâm yên lặng kiên cố. Ma chẳng tìm được chỗ tiện. Cùng tột căn bản của các loài sinh. Xem cái trạng thái u thanh, thường nhiễu động bản nguyên. Đối trong hành ấm còn, và thụ tưởng diệt, chấp cả có và không, tự thể phá nhau. Sau khi chết người ấy đọa vào luận Cu-Phi, khởi điên đảo. Trong sắc, thụ, tưởng, thấy có và chẳng phải có. Trong cái hành ấm thiên lưu, xem không và chẳng không. Như vậy xoay vần cùng tột ngũ ấm, 18 giới. Tám cái tướng cu-phi, hễ theo được một cái đều nói: "chết rồi có tướng không tướng." Lại chấp rằng các hành tính chất hay dời đổi, tâm phát ra thông ngộ, có không đều không, hư thật lầm lỗi. Vì so đo chấp trước chết rồi đều không, hậu lai mờ mịt, không thể nói được, đọa lạc ngoại đạo, mê lầm tính Bồ Đề. Ma chướng thứ chín là bảy chỗ đoạn diệt: Lại các thiện nam, trong tam ma địa, chính tâm yên lặng kiên cố. Ma chẳng tìm được chỗ tiện. Cùng tột căn bản của các loài sinh. Xem cái trạng thái u thanh, thường nhiễu động bản nguyên. Đối về sau không có, khởi so đo chấp trước. Người đó bị đọa vào luận bảy thứ đoạn diệt. Hoặc chấp cái thân mất, hoặc cái dục diệt tận, hoặc cái khổ mất, hoặc cực lạc mất, hoặc cực xả mất. Như vậy xoay vần cùng tột bảy chỗ hiện tiền tiêu diệt, mất rồi không còn nữa. Vì so đo chấp trước chết rồi đoạn diệt, nên đọa lạc ngoại đạo, mê lầm tính Bồ Đề. Ma chướng thứ mười là năm Niết-bàn: Theo Kinh Thủ Lăng Nghiêm, quyển Chín, phần Thập Hành Ấm Ma, Đức Phật đã nhắc nhở Ngài A Nan về năm Niết-bàn như sau: "Lại có người thiện nam, trong tam ma địa, chính tâm yên lặng kiên cố. Ma chẳng tìm được chỗ tiện. Cùng tột căn bản của các loài sinh. Xem cái trạng thái u thanh, thường nhiễm động bản nguyên. Chấp sau khi chết phải có, khởi so đo chấp trước. Người đó bị đọa vào luận năm Niết-bàn." Vì so đo đo chấp trước năm Niết-bàn mà phải đọa lạc ngoại đạo, và mê lầm tính Bồ Đề. Hoặc lấy Dục Giới làm Niết-bàn, xem thấy viên minh, sinh ra ưa mến. Hoặc lấy Sơ Thiền vì tính không lo. Hoặc lấy Nhị Thiền tâm không khổ. Hoặc lấy Tam Thiền rất vui đẹp. Hoặc lấy Tứ Thiền khổ vui đều mất, chẳng bị luân hồi sanh diệt. Mê trời hữu lậu cho là vô vi. Năm chỗ an ổn cho là thắng tịnh. Cứ như thế mà bị xoay vần.

Mười Thứ Ma Chướng Nơi Thức Uẩn: Thức Uẩn là nhận thức bao gồm sáu loại ý thức nảy sinh từ sự tiếp xúc của giác quan tương ứng với một đối tượng tri giác. Thức có nghĩa phân biệt; cảnh giới đến thì sanh tâm phân biệt. Thí dụ như thấy sắc đẹp thì sanh lòng vui thích, nghe lời ác thì sanh lòng ghét bỏ, vân vân. Tất cả những phân biệt như thế này đều là

CHƯƠNG 113. Năm Mươi Ma Chướng Nơi Ngũ Uẩn

một phần của thức uẩn. Theo kinh Thủ Lăng Nghiêm, Đức Phật dạy: "Ông A Nan! Ví như người lấy cái bình tần già, bịt cả hai miệng bình, rồi vác đầy một bình hư không, đi xa nghìn dặm, mà tặng nước khác. Thức ấm cũng như vậy. Ông A Nan! Cái hư không đó, không phải từ phương kia mà lại, cũng không phải ở phương này vào. Thật vậy, ông A Nan, nếu từ phương kia lại thì trong bình đó đã đựng hư không mà đi, ở chỗ cũ lẽ ra phải thiếu một phần hư không. Nếu từ phương này mà vào, thì khi mở lỗ trút bình, phải thấy hư không ra. Vậy nên biết: thức ấm hư vọng, vốn chẳng phải tính nhân duyên hay tính tự nhiên." Theo Hòa Thượng Piyadassi trong quyển "Con Đường Cổ Xưa", Thức uẩn được coi là quan trọng nhất trong năm uẩn; có thể nói Thức uẩn là kho chứa 52 tâm sở, vì không có Thức thì không Tâm sở nào có được. Thức và các Tâm sở tương quan, tùy thuộc và đồng thời tồn tại với nhau. Thức cũng có 6 loại và nhiệm vụ của nó rất đa dạng, nó có các Căn và Trần của nó. Tất cả mọi cảm nhận của chúng ta đều được cảm nhận qua sự tiếp xúc giữa các căn với thế giới bên ngoài. Mặc dù có sự tương quan giữa các căn và đối tượng của chúng. Chẳng hạn, nhãn căn với các sắc, nhĩ căn với các âm thanh, sự biết vẫn phải qua Thức. Nói cách khác, các đối tượng giác quan không thể được cảm nhận với độ nhạy cảm đặc biệt nếu không có loại Thức thích hợp. Bây giờ, khi con mắt và hình sắc đều có mặt, Thức Thấy sẽ phát sinh tùy thuộc hai yếu tố này. Tương tự, với tai và âm thanh, vân vân, cho tới tâm và các pháp trần. Lại nữa, khi ba yếu tố mặt, sắc và nhãn thức gặp nhau, chính sự trùng hợp này được gọi là xúc. Từ xúc sanh Thọ, vân vân. Như vậy, Thức sanh khởi do một kích thích nào đó xuất hiện ở năm cửa giác quan và ý môn, căn thứ sáu. Vì Thức phát sanh do sự tương tác giữa các Căn và Trần, nên nó cũng do duyên sanh chứ không hiện hữu độc lập. Thức không phải là một linh hồn hay tinh thần đối lại với vật chất. Các tư duy và ý niệm là thức ăn cho căn thứ sáu gọi là "tâm" này cũng do duyên sanh, chúng tùy thuộc vào thế giới bên ngoài mà năm căn kia kinh nghiệm. Năm căn tiếp xúc năm trần, chỉ trong thời hiện tại, nghĩa là khi trần (đối tượng) tiếp xúc chạm với căn tương ứng của nó. Tuy nhiên, Tâm căn có thể kinh nghiệm trần cảnh, dù đó là sắc, thanh, hương, vị, hay xúc đã được nhận thức bằng các giác quan. Chẳng hạn, một đối tượng của sự thấy, mà với đối tượng này nhãn căn đã tiếp xúc trong quá khứ, có thể được tưởng tượng lại bằng tâm căn ngay lúc này mặc dù đối tượng ấy không có trước mắt. Tương tự như vậy đối với các trần cảnh khác. Đây là chủ thể nhận thức và rất khó kinh nghiệm một số các cảm giác này. Loại hoạt động của Tâm này rất vi tế và đôi khi vượt quá sự hiểu biết thông thường. Theo Kinh Thủ Lăng Nghiêm, quyển Chín, Đức Phật đã nhắc nhở ngài A Nan về mười thức ấm ma, những ma chướng lớn trên đường tu tập của người Phật tử như sau: Ma chướng thứ nhất là chấp nhân và sở nhân: A Nan! Ông phải biết, người thiện nam đó nghiên cùng hành ấm tiêu không, đối với thức đã trở về chỗ đầu. Đã dứt sanh diệt, mà đối với tịch diệt tinh diệu chưa được viên. Có thể khiến cái thân căn của mình, căn cách hợp ly. Với các loại mười phương thông biết. Hiểu biết đã thông hợp, có thể vào nơi viên nguyên. Nếu đối với chỗ sở quy, lập cái nhân chơn thường, cho là thắng giải, thì người ấy đọa về cái chấp nhân, sở nhân. Thành bạn lữ của phái Ca Tỳ La chấp "minh đế" là chỗ sở quy, mê Bồ Đề của Phật, bỏ mất tri kiến. Đó là cái chấp thứ nhất lập tâm sở đắc, thành quả sở quy, trái xa viên thông, ngược với thành Niết-bàn, sinh giống ngoại đạo. Ma chướng thứ nhì là chấp năng phi năng: Ông A Nan! Lại người thiện nam nghiên cùng hành ấm tiêu không, đối với thức đã trở về chỗ đầu. Đã dứt sinh diệt, mà đối với tịch diệt tinh diệu chưa được viên. Nếu đối với chỗ sở quy, ôm làm cái thể của mình, cùng tận cõi hư không, trong 12 loại chúng sinh, đều là trong thân ta một loại lưu xuất ra, cho là thắng giải. Người ấy đọa về cái chấp năng và phi năng. Thành bạn lữ của phái Ma Hê Thủ La, hiện cái thân vô biên, mê Bồ

CHƯƠNG 113. Năm Mươi Ma Chướng Nơi Ngũ Uẩn

Đề của Phật, bỏ mất tri kiến. Đó là cái chấp thứ hai, lập tâm năng vi, thành quả năng sự, trái xa viên thông và thành Niết-bàn, sinh trời đại mạn, cho rằng ta trùm khắp tất cả. Ma chướng thứ ba là chấp thường phi thường: Lại người thiện nam nghiên cùng thành ấm tiêu không, đối với thức đã trở về chỗ đầu. Đã dứt sinh diệt, mà đối với tịch diệt tinh diệu chưa được viên. Nếu đối với chỗ sở quy, có cái chỗ nương về, thì tự nghi thân tâm từ đó lưu xuất, mười phương hư không đều do đó phát khởi. Cứ nơi sinh khởi, đó là chỗ tuyên lưu ra, làm cái thân chân thường, cho là không sinh diệt. Ở trong sinh diệt, đã chấp là thường trú. Đã lầm cái bất sinh, lại mê cái sinh diệt. An trụ nơi trầm mê, cho là thắng giải. Người đó đọa về chấp thường phi thường. Làm bạn của trời Tự Tại, mê Bồ Đề của Phật, bỏ mất tri kiến. Đó là cái chấp thứ ba lập cái tâm nhân y, thành quả vọng chấp, trái xa viên thông và thành Niết-bàn, sinh điên đảo viên. Ma chướng thứ tư là chấp tri vô tri: Lại người thiện nam nghiên cùng hành ấm tiêu không. Đã dứt sinh diệt, mà đối với tịch diệt tinh diệu chưa được viên. Nếu đối với chỗ bị biết, cái biết nó khắp và hoàn toàn. Nhân cái biết đó lập ra kiến giải rằng: "Mười phương thảo mộc đều gọi là hữu tình, với người không khác. Cỏ cây là người, người chết lại thành mười phương cỏ cây. Không lựa riêng cái biến tri." Cho là thắng giải. Người ấy đọa về cái chấp tri vô tri. Thành bạn lữ của phái Ba Tra Tiện Ni, chấp tất cả có giác, mê Bồ Đề của Phật, bỏ mất tri kiến. Đó là cái chấp thứ tư, lập cái tâm viên tri, thành quả hư vọng, trái xa viên thông và thành Niết-bàn, sinh giống biết điên đảo. Ma chướng thứ năm là chấp sinh vô sinh: Lại người thiện nam nghiên cùng hành ấm tiêu không. Đã dứt sinh diệt, mà đối với tịch diệt tinh diệu chưa được viên. Nếu đối trong cái tính viên dung, các căn hỗ dụng, đã được tùy thuận. Bèn đối với viên dung biến hóa, tất cả phát sinh, cầu lửa sáng chói, ưa nước thanh tịnh, ưa gió chu lưu, xem trần thành tựu, mỗi mỗi phụng sự. Lấy các trần ấy, phát làm bản nhân, lập cho là thường trụ. Người đó đọa về cái chấp sinh vô sinh, là bạn lữ của Ca Diếp Ba và Bà La Môn, tâm siêng năng ép xác thờ nước lửa, cầu ra khỏi sinh tử, mê Bồ Đề của Phật, bỏ mất tri kiến. Đó là cái chấp thứ năm: chấp trước thờ phụng, bỏ tâm theo vật, lập cái nhân vọng cầu, cầu cái quả vọng ký, trái xa viên thông và thành Niết-bàn, sinh giống điên đảo. Ma chướng thứ sáu là chấp quy vô quy: Lại người thiện nam nghiên cùng hành ấm tiêu không. Đã dứt sanh diệt, mà đối với tịch diệt tinh diệu chưa được viên. Nếu đối với viên minh, họ chấp trong viên minh ấy trống rỗng, phá bỏ các cái biến hóa, lấy cái vĩnh diệt làm chỗ quy y, sinh thắng giải. Người đó đọa về cái chấp quy vô quy. Làm bạn lữ của phái chấp "vô tưởng thiên" và Thuấn Nhã Đa, mê Bồ Đề của Phật, bỏ mất tri kiến. Đó là cái chấp thứ sáu, lập tâm viên hư vô thành quả không vong, trái xa viên thông và thành Niết-bàn, sinh giống đoạn diệt. Ma chướng thứ bảy là chấp tham phi tham: Lại người thiện nam nghiên cùng hành ấm tiêu không. Đã dứt sinh diệt, mà đối với tịch diệt tinh diệu chưa được viên. Nếu đối với viên thường, họ kiên cố thân thường trú, đồng với cái tinh viên hằng chẳng mất, sinh thắng giải. Người ấy đọa về cái chấp tham phi tham. Làm bạn lữ của phái chấp A Tư Đà Tiên, cầu sống lâu, mê Bồ Đề của Phật, bỏ mất tri kiến. Đó là cái chấp thứ bảy: chấp trước nơi sống lâu, lập cái nhân cố vọng, đến quả sống lâu mà khổ, trái xa viên thông và thành Niết-bàn, sinh giống vọng sống lâu. Ma chướng thứ tám là chấp chân phi chân: Lại người thiện nam nghiên cùng hành ấm tiêu không. Đã dứt sanh diệt, mà đối với tịch diệt tinh diệu chưa được viên. Quán sát căn mệnh với trần cảnh dung thông lẫn nhau, sợ phải tiêu hết, cố gắng làm cho căn cảnh bền chắc. Nơi đó ngồi cung Liên Hoa, biến hóa rất nhiều đồ quý báu đẹp đẽ, buông lung tâm mình, sinh thắng giải. Người đó đọa về cái chấp chân phi chân. Làm bạn lữ của phái Tra Chỉ Ca La, mê Bồ Đề của Phật, bỏ mất tri kiến. Đó là cái chấp thứ tám, phát nhân nghĩ sai, lập quả trần lao hưng thịnh, xa trái viên thông và thành Niết-bàn, sinh giống Thiên ma. Ma chướng thứ chín là định tính Thanh Văn: Lại người thiện nam nghiên cùng hành ấm tiêu không. Đã dứt sinh diệt, mà đối với tịch diệt chưa được viên. Đối với trong mệnh minh, phân biệt tinh, thô, thẩm, quyết, chân, ngụy. Nhân quả báo đáp nhau, chỉ cầu cảm ứng, trái với đạo thanh tịnh. Đó là thấy quả khổ, đoạn tập nhân, chứng tịch diệt, tu đạo lý, ở tịch diệt rồi thôi, chẳng tiến tới nữa, sinh thắng giải. Người đó đọa về định tính Thanh Văn. Làm bạn lữ của các Tăng ít học, Tăng thượng mạn, mê Bồ Đề của Phật, bỏ mất tri kiến. Đó là cái chấp thứ chín, cố làm đầy đủ công hạnh, cầu quả tịch diệt, xa trái viên thông và thành Niết-bàn, sinh giống bị buộc nơi cái không. Ma chướng thứ mười là định tính Độc Giác: Lại người thiện nam nghiên cùng hành ấm tiêu không. Đã dứt sinh diệt, mà đối với tịch diệt tinh diệu chưa được viên. Nếu đối với viên dung thanh tịnh giác minh, nghiên cùng phát ra thâm diệu. Bèn lập Niết-bàn, mà chẳng tiến nữa, sinh thắng giải. Người đó bị đọa về định tính Bích Chi. Làm bạn lữ với các Duyên Giác, chẳng hồi tâm, mê Bồ Đề của Phật, bỏ mất tri kiến. Đó là cái chấp thứ mười, tâm hợp với viên giác của Duyên Giác, thành quả trạm minh, xa trái viên thông và thành Niết-bàn, sinh giống giác viên minh, chẳng hóa viên.

Chương 114. Thất Tình Lục Dục

Thuật ngữ "Thất tình lục dục" thường được người đời dùng để ám chỉ những ma chướng trong đời sống hằng ngày. Ai trong chúng ta cũng đều biết rằng những tình cảm bất thiện sẽ đưa đến khổ đau, trong khi tình cảm thiện lành đưa đến hạnh phúc, và mục tiêu của Phật tử là mong đạt được hạnh phúc. Như vậy chúng ta cần phải cố gắng thể thực hiện điều tạo nên hạnh phúc và ráng loại bỏ những gì làm cho ta đau khổ. Thất tình theo Phật giáo là bảy loại tình cảm dẫn đến khổ đau phiền não. Thất tình là bảy cảm xúc: vui, buồn, thương, ghét, tham vọng, sân hận, và sợ hãi. Cái gì mang lại thoải mái là hạnh phúc. Hạnh phúc bình thường là thỏa mãn sự khao khát. Tuy nhiên, ngay khi điều mong muốn vừa được thực hiện thì chúng ta lại mong muốn một thứ hạnh phúc khác, vì lòng thèm muốn ích kỷ của chúng ta không cùng tận. Tiền không mua được hạnh phúc, hay sự giàu có thường không mang lại hạnh phúc. Kỳ thật, hạnh phúc thật sự chỉ tìm thấy trong nội tâm chứ không nơi của cải, quyền thế, danh vọng hay chiến thắng. Đức Phật đã nêu lên các loại hạnh phúc cho người cư sĩ tại gia: "Hạnh phúc có sức khỏe, có của cải, sống lâu, đẹp đẽ, vui vẻ, sức mạnh, tài sản và con cái, vân vân. Đức Phật không khuyên chúng ta từ bỏ cuộc sống trần tục và rút lui về sống ẩn dật. Tuy nhiên, Ngài khuyên Phật tử tại gia, sự vui hưởng của cải không những nằm trong việc sử dụng cho riêng mình, mà nên đem phúc lợi cho người khác. Những cái mà chúng ta đang có chỉ là tạm bợ. Những cái mà chúng ta đang gìn giữ, rốt rồi chúng ta cũng bỏ chúng mà đi. Chỉ có những nghiệp sẽ phải theo chúng ta suốt nẻo luân hồi. Đức Phật dạy về hạnh phúc của người cư sĩ như sau: "Sống nghèo về vật chất mà tinh thần thoải mái là hạnh phúc. Sống đời không bị chê trách là hạnh phúc, vì người không bị chê trách là phúc lành cho chính mình và cho người khác. Người đó được mọi người ngưỡng mộ và cảm thấy sung sướng hơn khi truyền cảm được làn sóng hòa bình sang người khác. Tuy nhiên, rất khó mà không bị mọi người chê trách. Vì thế người trí cao thượng nên cố sống dửng dưng với sự khen chê bên ngoài, cố đạt được hạnh phúc tinh thần bằng cách vượt qua lạc thú vật chất." Sau đó Đức Phật tiếp tục nhắc nhở chư Tăng Ni: "Hạnh phúc Niết-bàn là dạng thức hạnh phúc giải thoát khổ đau cao thượng nhất." Chính vì vậy mà trong Kinh Pháp Cú, Đức Phật dạy: "Hạnh phúc thay đức Phật ra đời! Hạnh phúc thay diễn nói Chánh pháp! Hạnh phúc thay Tăng già hòa hợp! Hạnh phúc thay dõng tiến đồng tu! (194). Sung sướng thay chúng ta sống không thù oán giữa

CHƯƠNG 114. Thất Tình Lục Dục

những người thù oán; giữa những người thù oán, ta sống không thù oán (197). Sung sướng thay chúng ta sống không tật bệnh giữa những người tật bệnh; giữa những người tật bệnh chúng ta sống không tật bệnh (198). Sung sướng thay chúng ta sống không tham dục giữa những người tham dục; giữa những người tham dục, chúng ta sống không tham dục (199). Sung sướng thay chúng ta sống không bị điều gì chướng ngại. Ta thường sống với những điều an lạc như các vị thần giữa cõi trời Quang-Âm (200). Thắng lợi thì bị thù oán, thất bại thì bị đau khổ; chẳng màng tới thắng bại, sẽ sống một đời hòa hiếu an vui và hạnh phúc (201). Nếu bỏ vui nhỏ mà được hưởng vui lớn, kẻ trí sẽ làm như thế (290). Gặp bạn xa lâu ngày là vui, sung túc phải lúc là vui, mệnh chung có được thiện nghiệp là vui, lìa hết thống khổ là vui (331). Được kính dưỡng mẹ hiền là vui, kính dưỡng thân phụ là vui, kính dưỡng sa-môn là vui, kính dưỡng Thánh nhơn là vui (332). Già vẫn sống đức hạnh là vui, thành tựu chánh tín là vui, đầy đủ trí tuệ là vui, không làm điều ác là vui (333). Theo giáo thuyết Phật giáo, ai lạc tương sinh (Buồn vui cùng sanh ra lẫn nhau, nghĩa là buồn sinh ra vui, vui sinh ra buồn. Ý khuyên chúng ta khi gặp chuyện vui không nên quá vui, mà khi gặp chuyện buồn cũng không nên quá buồn vì trong vui có buồn và trong buồn có vui). Tình thương trên thế gian này không tình thương nào hơn tình cha mẹ thương con. Nếu có người, vai bên trái cõng cha, vai bên mặt cõng mẹ, đi giáp núi Tu Di trăm ngàn vòng, máu chảy đầy chân, cũng còn chưa thể báo đền được tình thương và công ơn sanh dưỡng (Kinh Pháp Cú). Phật dạy: "Tình thương là phương cách duy nhất để xóa bỏ hận thù. Hận thù không thể đánh bại được hận thù." Đức Phật dạy khi bạn ghét ai thì bạn trở nên mất hạnh phúc, còn khi bạn thương ai thì mọi người đều cảm thấy hạnh phúc. Để triệt tiêu sự thù ghét, bạn nên thiền quán về lòng từ bi. Tham ái, tham dục đòi hỏi những sự ham muốn về vật chất như thèm ăn, thèm ngủ, thèm ân ái, vân vân, là những khoái lạc về ngũ quan. Con người còn ham muốn để được thỏa mãn những nhu cầu về tinh thần như ham chiếm đoạt, ham phô trương, ham quyền lực, ham lợi lộc. Những phiền não của lòng tham muốn che lấp tâm thức hữu tình thì không cho phép thiện pháp nẩy sinh. Lòng ham muốn đắm mê không bao giờ biết ngừng, không bao giờ được thỏa mãn cả, như chiếc thùng không đáy. Để thỏa mãn dục vọng mà con người sanh ra vị kỷ, độc ác, làm hại, làm khổ người khác để mình được vui, được sung sướng. Vì lòng tham mà chúng ta không ngại sử dụng mọi thủ đoạn để đạt cho được mục đích, bất kể chuyện gì xảy đến cho người khác. Phật tử chúng ta nên thấy rõ vì không tu nên cõi đời trở thành một đấu trường mà nước mắt đổ như mưa rào, bể khổ dâng lên như nước thủy triều biển khơi. Tham dục là tham muốn của cải trần thế. Hầu hết người đời thường định nghĩa hạnh phúc trần tục như là sự thỏa mãn của mọi tham dục. Tham dục trần thế là vô hạn, nhưng chúng ta lại không có khả năng nhận ra chúng và tham dục không được thỏa mãn thường gây ra khổ đau phiền não cho mình và cho người. Khi chúng ta chỉ phần nào thỏa mãn tham dục, chúng ta luôn có khuynh hướng tiếp tục theo đuổi chúng cho đến khi được thỏa mãn, chính vì vậy mà chúng ta càng gây nên khổ đau cho mình và cho người. Ngay cả khi đã thỏa mãn tham dục, chúng ta cũng khổ đau. Chúng ta chỉ nghiệm được chân hạnh phúc và an nhiên tự tại khi chúng ta có ít tham dục. Đây cũng là một trong những bước lớn đến bến bờ giải thoát của chúng ta. Đức Phật dạy: "Tham dục chính là nguồn gốc của khổ đau. Mọi vật rồi sẽ thay đổi, vì thế không nên luyến ái hay vương víu vào một thứ gì. Nên nhiếp tâm thanh tịnh tìm chân lý và đạt đến hạnh phúc vĩnh hằng." Biết tri túc thiểu dục là biết sẽ giúp chúng ta diệt trừ tham dục. Điều này có nghĩa là biết thỏa mãn với những điều kiện vật chất khả dĩ giúp cho chúng ta có đầy đủ sức khỏe để tu tập. Đây là phương cách hữu hiệu nhất để cắt đứt lưới tham dục, an ổn thân tâm và có nhiều thì giờ giúp đỡ tha

CHƯƠNG 114. Thất Tình Lục Dục

nhân. Trong xã hội hôm nay người ta sợ đủ thứ, sợ không tiền, sợ không nhà, sợ già, sợ bệnh, sợ chết, vân vân. Kỳ thật vì không hiểu bản chất thật sự của đời sống nên chúng ta cố gắng duy trì những thứ mà chúng ta không thể duy trì được, rồi từ đó chúng ta đâm ra sợ hãi. Phật tử nên luôn nhớ rằng đời sống này luôn thay đổi. Nó được cấu tạo bởi một mớ yếu tố có thể đổi thay (vô thường). Hiểu được như vậy chúng ta sẽ không còn cảm thấy sợ hãi trước những biến cố của cuộc đời này nữa.

Lục dục hay sáu dục bao gồm: sắc dục, hình mạo dục, uy nghi tư thái dục, ngữ ngôn âm thanh dục, tế hoạt dục, và nhân tướng dục. Tình cảm, dù tiêu cực hay tích cực, đều vô thường (có nghĩa là không tồn tại), nhưng chúng ta không thể nói chúng ta không đếm xỉa tới tình cảm của chúng ta vì chúng vô thường. Chúng ta không thể nói vì cả khổ đau lẫn hạnh phúc đều là vô thường nên chúng ta chẳng cần tìm mà cũng chẳng cần tránh chúng. Người tu theo Phật như chúng ta cần phải cố gắng thể thực hiện điều tạo nên hạnh phúc và ráng loại bỏ những gì làm cho ta đau khổ. Theo Phật giáo, lục dục còn là sáu tình khởi lên từ sáu căn: Nhãn Tình, tức là tình khởi lên từ nhãn căn hay mắt. Nhĩ Tình, tức là tình khởi lên từ nhĩ căn hay tai. Tỷ Tình, tức là tình khởi lên từ tỷ căn hay mũi. Thiệt Tình, tức là tình khởi lên từ thiệt căn hay lưỡi. Thân Tình, tức là tình khởi lên từ thân căn. Ý Tình, tức là tình khởi lên từ ý căn. Người tu tập tỉnh thức luôn coi Lục Căn là những đối tượng trong tu tập. Theo Tỳ-kheo Piyananda trong Những Hạt Ngọc Trí Tuệ Phật Giáo, bạn phải luôn tỉnh thức về những cơ quan của giác quan như mắt, tai, mũi, lưỡi, thân và sự tiếp xúc của chúng với thế giới bên ngoài. Bạn phải tỉnh thức về những cảm nghĩ phát sinh do kết quả của những sự tiếp xúc ấy: Mắt đang tiếp xúc với sắc; tai đang tiếp xúc với thanh; mũi đang tiếp xúc với mùi; lưỡi đang tiếp xúc với vị; thân đang tiếp xúc với sự xúc chạm; và ý đang tiếp xúc với vạn pháp.

Chương 115. Những Pháp Ấn Trong Phật Giáo

Pháp ấn là dấu ấn của diệu pháp, diệu pháp chân thật, không chuyển động hay biến đổi nên gọi là "Ấn." Pháp ấn là dấu hiệu chứng ngộ mà chư Phật hay chư Tổ trao truyền tâm pháp cho nhau. Trong Phật giáo, có nhiều loại Pháp Ấn trong cả hai truyền thống Đại Thừa và Nguyên Thủy. Tam Pháp Ấn: Tam Pháp Ấn là ba dấu hiệu mà Đức Phật đã tuyên bố chung cho vạn hữu, hay ba dấu hiệu phân biệt (ba dấu hiệu của hiện hữu): vô thường, khổ và vô ngã. Lại có ba pháp ấn khác: vô thường, khổ, và Niết-bàn. Một vài tông phái lại cho rằng có bốn pháp ấn: khổ, vô thường, vô ngã, Niết-bàn. Đối với hành giả tu Phật, tam pháp ấn không phải là ba pháp khác nhau, mà là từ ba quan điểm để xem một pháp, đó là sinh mệnh của mình. Vì thế các bạn có thể hiểu được sinh mệnh của chính mình từ ba quan điểm này và sẽ thấy chúng chồng chéo lên nhau như thế nào. Thí dụ như khi hiểu rõ bản chất của vô thường thì các bạn sẽ hiểu rõ bản chất của khổ và vô ngã. Khi hiểu vô ngã là hiểu rõ Niết-bàn tịch tĩnh. Tam Pháp Ấn là ba đặc tánh phổ quát của cuộc sống. Đây là một phần quan trọng trong giáo lý của Đức Phật. Bất cứ Phật tử thuần thành nào tỉnh thức được tam pháp ấn là đã một bước tiến gần đến giác ngộ. Nhiều người không để ý, cũng giống như những giáo lý quan trọng khác như Tứ Diệu Đế, Bát Thánh Đạo, lý Nhân Duyên, Giới Định, Ngũ Uẩn, vân vân, kỳ thật tam pháp ấn cũng là một phần của tuệ học. Nói cách khác, một khi chúng ta am hiểu được lẽ thật của "Tam Pháp Ấn", chúng ta đã đạt được trí tuệ cần thiết cho việc tu tập giải thoát. Nói là ba đặc tính, kỳ thật đây là ba chân của chiếc ghế "bản chất thật của vạn hữu" mà chân này liên quan mật thiết với chân kia. Nếu chúng ta thiếu mất một đặc tánh thì nguyên lý "Tam Pháp Ấn" trở nên vô nghĩa; hoặc giả như chiếc ghế kia thiếu một chân thì nó không thể nào đứng vững được. Đức Phật luôn nhấn mạnh đến "Tam Pháp Ấn" như là

CHƯƠNG 115. Những Pháp Ấn Trong Phật Giáo

ba đặc tánh trọng yếu của đạo Phật, vì thứ nhất "Tam Pháp Ấn" luôn liên hệ đến cuộc sống, thứ nhì chúng luôn được tìm thấy trong cuộc sống, và thứ ba chúng là tiêu chuẩn được dùng để thẩm định chân giáo pháp trong Phật giáo (giáo lý nhà Phật luôn song hành với vô thường, khổ và vô ngã).

Chính vì vậy mà khi Đức Phật nói cuộc sống này có ba đặc tính, Ngài muốn nhấn mạnh rằng ba đặc tính này lúc nào cũng hiện hữu trong cuộc sống, và chính ba đặc tính này giúp chúng ta biết được phải làm gì với cuộc sống để có được hạnh phúc miên viễn. Phật tử chân thuần nên luôn nhớ rằng bất cứ một bài thuyết giảng nào mà không hội đủ ba đặc tánh hay tam pháp ấn này, đều không thuộc về Phật giáo. Hành giả tu Phật nên có cái nhìn như thế nào về sắc và tam pháp ấn? Theo kinh Vô Ngã Tướng, Đức Phật dạy: "Này các Tỳ-kheo, sắc không phải là ngã. Vì này các Tỳ-kheo, nếu sắc là ngã, thì thân này sẽ không bị bệnh và chúng ta có thể nói 'ước mong sắc của ta được như vầy, ước mong sắc của ta không phải như vầy. Nhưng vì này các Tỳ-kheo, sắc thân không phải là Ngã cho nên thân này bị bệnh và chúng ta không thể nói 'ước mong cho sắc của ta được như vầy, hay ước mong cho sắc ta không phải như vầy. Lại nữa này các Tỳ-kheo, các ông nghĩ thế nào? Sắc là thường hay vô thường?" Bạch Đức Thế Tôn: "Sắc là vô thường." "Cái gì vô thường thì tạo khổ đau hay lạc thú?" Bạch Đức Thế Tôn: "Nó tạo khổ đau." Vậy cái gì vô thường, khổ đau, chịu sự biến hoại thì có thể nào suy nghĩ theo cách này: "Cái này là của tôi, cái này là tự ngã của tôi, được chăng?" Bạch Đức Thế Tôn: "Không thể như vậy được." Như vậy bằng phương pháp phân tích, Đức Phật đã nhìn nhận sự hiện diện của khổ đau trên đời này. Ngài cho thấy rằng luyến ái mọi vật mà không có chánh kiến về thật chất của chúng là nguyên nhân của khổ đau. Tánh vô thường và biến đổi vốn có sẵn trong bản chất của vạn hữu. Đây là bản chất của chúng ta và đây là chánh kiến. Nếu chúng ta không chấp nhận điều này, chắc chắn chúng ta sẽ gặp nhiều điều xung đột mâu thuẫn vì chúng ta không thể nào thay đổi được bản chất của vạn hữu và kết quả là 'niềm hy vọng xa dần khiến cho chúng ta đau khổ. Vậy giải pháp duy nhất là ở chỗ phải điều chỉnh quan điểm của chính mình.

Tứ Pháp Ấn: Vài trường phái Phật giáo cho rằng có bốn pháp ấn: khổ, vô thường, vô ngã, Niết-bàn. Pháp ấn thứ nhất là Khổ: Người ta thường dịch chữ "Dukkha" dịch sang Anh ngữ là "Suffering". Tuy nhiên chữ "Suffering" thỉnh thoảng gây ra hiểu lầm bởi vì nó chỉ sự khốn khổ hay đau đớn cực kỳ. Cần nên hiểu rằng khi Đức Phật bảo cuộc sống của chúng ta là khổ, ý Ngài muốn nói đến mọi trạng thái không thỏa mãn của chúng ta với một phạm vi rất rộng, từ những bực dọc nho nhỏ đến những vần đề khó khăn trong đời sống, từ những nỗi khổ đau nát lòng chí đến những tang thương của kiếp sống. Vì vậy chữ "Dukkha" nên được dùng để diễn tả những việc không hoàn hảo xảy ra trong đời sống của chúng ta và chúng ta có thể cải hóa chúng cho tốt hơn. Trạng thái khổ não bức bách thân tâm (tâm duyên vào đối tượng vừa ý thì cảm thấy vui, duyên vào đối tượng không vừa ý thì cảm thấy khổ). Đây là đế thứ nhất trong Tứ Diệu Đế của Phật giáo, cho rằng vòng luân hồi sanh tử được đặt tính hóa bởi những bất toại và đau khổ. Điều này liên hệ tới ý tưởng cho rằng vạn hữu vô thường, chúng sanh không thể nào tránh được phân ly với cái mà họ mong mỏi và bắt buộc phải chịu đựng những thứ không vui. Mục đích chính được kể ra trong Phật giáo là khắc phục "khổ đau." Pháp ấn thứ nhì là Vô Thường: Vô thường nghĩa là không thường, không mãi mãi ở yên trong một trạng thái nhất định mà luôn thay hình đổi dạng. Đi từ trạng thái hình thành, cao to, thấp nhỏ, tan rã, vân vân, đạo Phật gọi đây là những giai đoạn thay đổi đó là thành trụ hoại không. Tất cả sự vật trong vũ trụ, từ nhỏ như hạt cát, thân con người, đến lớn như trái đất, mặt trăng, mặt trời đều nằm trong định luật vô thường. Vô thường là nét căn bản trong giáo lý nhà Phật: Sống, thay đổi và chết

CHƯƠNG 115. Những Pháp Ấn Trong Phật Giáo

(thay đổi liên tục trong từng phút giây). Pháp ấn thứ ba là Vô Ngã: Chúng sanh tuy hết thảy đều có cái tâm thân do ngũ uẩn hòa hợp giả tạm mà thành, nhưng không có cái thật thể thường nhất của mình, nên gọi là ngã không. Đạo Phật dạy rằng con người được năm yếu tố kết hợp nên, gọi là ngũ uẩn: vật chất, cảm giác, tư tưởng, hành nghiệp và nhận thức. Nếu vật chất là do tứ đại cấu thành, trống rỗng, không có thật chất thì con người, do ngũ uẩn kết hợp, cũng không có tự ngã vĩnh cửu, hay một chủ thể bất biến. Con người thay đổi từng giây từng phút, cũng trải qua sát na vô thường và nhất kỳ vô thường. Nhờ nhìn sâu vào ngũ uẩn cho nên thấy "Ngũ ấm vô ngã, sinh diệt biến đổi, hư ngụy không chủ" và đánh tan được ảo giác cho rằng thân này là một bản ngã vĩnh cửu. Vô Ngã Quán là một đề tài thiền quán quan trọng vào bậc nhất của đạo Phật. Nhờ Vô Ngã Quán mà hành giả tháo tung được biên giới giữa ngã và phi ngã, thấy được hòa điệu đại đồng của vũ trụ, thấy ta trong người và người trong ta, thấy quá khứ và vị lai trong hiện tại, và siêu việt được sinh tử. Vô Ngã là một trong tám đặc tánh của giác ngộ trong Thiền. Có lẽ khía cạnh đáng chú ý nhất của kinh nghiệm Thiền là ở chỗ nó không có dấu vết nhân ngã. Trong sự chứng ngộ của Phật giáo, không hề có chút dính dáng với những quan hệ và xúc cảm cá nhân bằng những từ ngữ thông diễn dựa trên một hệ thống hữu hạn của tư tưởng; thật tình, chẳng liên quan gì với chính kinh nghiệm. Dù ở đâu đi nữa, thì sự chứng ngộ hoàn toàn mang tính cách vô ngã, hay đúng hơn, trí năng tối thượng. Không những sự chứng ngộ chỉ là một biến cố bình thường, nhạt nhẽo, mà cái cơ duyên kích phát như cũng vô vị và thiếu hẳn cảm giác siêu nhiên. Sự chứng ngộ được kinh nghiệm ngay trong mọi biến cố bình sinh. Nó không xuất hiện như một hiện tượng phi thường mà người ta thấy ghi chép trong các tác phẩm thần bí của Thiên Chúa giáo. Khi sự bùng vỡ của tâm trí bạn đã đến lúc chín mùi, người ta nắm tay bạn, vỗ vai bạn, mang cho một chén trà, gây một chú ý tầm thường nhất, hay đọc một đoạn kinh, một bài thơ, bạn chứng ngộ tức khắc. Ở đây chẳng có tiếng gọi của Thánh linh, chẳng có sự sung mãn của Thánh sủng, chẳng có ánh sáng vinh danh nào hết. Và ở đây chẳng chút sắc màu lộng lẫy; tất cả đều xám xịt, không một chút ấn tượng, không một chút quyến rũ. Pháp ấn thứ tư là Niết-bàn: Niết-bàn có nghĩa là thoát khỏi luân hồi sanh tử, chấm dứt khổ đau, và hoàn toàn tịch diệt, không còn ham muốn hay khổ đau nữa (Tịch diệt hay diệt độ). Niết-bàn là giai đoạn cuối cùng cho những ai đã dứt trừ khát ái và chấm dứt khổ đau. Nói cách khác, Niết-bàn là chấm dứt vô minh và ham muốn để đạt đến sự bình an và tự do nội tại. Niết-bàn với chữ "n" thường đối lại với sanh tử. Niết-bàn còn dùng để chỉ trạng thái giải thoát qua toàn giác. Niết-bàn cũng được dùng theo nghĩa trở về với tánh thanh tịnh xưa nay của Phật tánh sau khi thân xác tiêu tan, tức là trở về với sự tự do hoàn toàn của trạng thái vô ngại. Trạng thái tối hậu là vô trụ Niết-bàn, nghĩa là sự thành tựu tự do hoàn toàn, không còn bị ràng buộc ở nơi nào nữa. Niết-bàn là danh từ chung cho cả Tiểu Thừa lẫn Đại Thừa. Với hành giả tu Thiền, khi bạn hiểu rõ vô ngã thì sẽ hiểu rõ Niết ban tịch tĩnh. Chữ "Nirvana" được dịch nhiều cách, có khi dịch là "viên mãn", có khi dịch là "diệt trừ dục vọng". Thế nhưng Niết-bàn và vô thường lại là cái phía trước và cái phía sau. Hiểu rõ vô thường liền đạt được Niết-bàn; hiểu rõ sự sống là Niết-bàn là đã quán chiếu được vô thường. Vì thế, hành giả tu Thiền thà là nghĩ ra cách đối mặt với vô thườngcòn hơn là phải xử lý toàn bộ tam pháp ấn (vô thường, khổ và vô ngã) như là một pháp phải chứng đắc. Theo Kinh Lăng Già, Đức Phật bảo Mahamati: "Này Mahamati, Niết-bàn nghĩa là thấy suốt vào trú xứ của thật tính trong ý nghĩa chân thật của nó. Trú xứ của thật tính là nơi mà một sự vật tự nó trú. Trú trong chính cái chỗ của mình nghĩa là không xao động, tức là mãi mãi tĩnh lặng. Nhìn thấy suốt vào trú xứ của thật tính đúng như nó nghĩa là thông hiểu rằng chỉ có cái được nhìn từ chính tâm mình, chứ không có thế giới nào bên ngoài như thế cả." Sau khi Đức Phật vắng bóng, hầu hết các thảo luận suy luận siêu hình tập trung quanh đề tài Niết-bàn. Kinh Đại Bát Niết-bàn, những đoạn văn bằng tiếng Bắc Phạn vừa được phát kiến mới đây, một ở Trung Á và đoạn khác ở Cao Dã Sơn cho thấy một thảo luận sống động về các vấn đề như Phật tánh, Chân như, Pháp giới, Pháp thân, và sự khác nhau giữa các ý tưởng Tiểu Thừa và Đại Thừa. Tất cả những chủ điểm đó liên quan đến vấn đề Niết-bàn, và cho thấy mối bận tâm lớn của suy luận được đặt trên vấn đề vô cùng quan trọng này.

Chương 116. Bồ Tát Hạnh & Bồ Tát Nguyện

Khoảng 200 hay 300 năm sau khi Đức Phật nhập diệt, một lý tưởng Phật giáo mới bắt đầu vươn lên. Không hài lòng với mục đích giới hạn của một vị A La Hán, cách nhìn mới này nhấn mạnh đến một vị Bồ Tát như là nguyện vọng cao nhất cho tất cả mọi người. Bồ Tát là người có ước vọng thành Phật và cũng là người hết lòng giúp đỡ người khác đạt được sự cứu độ. Những con người đầy lòng bi mẫn này được đề cao trong trường phái Đại Thừa; thật vậy, nét đặc trưng nổi bật nhất của Phật giáo Đại Thừa có thể là sự ủng hộ Bồ Tát Thừa như con đường giải thoát. Vị Bồ Tát đi theo con đường dài và gian khổ thường được mô tả có 10 giai đoạn (thập địa) và trải qua nhiều kiếp sống, cuối cùng vị này đạt được Phật quả. Bồ Tát Hạnh: Bồ Tát Hạnh theo truyền thống Phật Giáo Đại Thừa (một vị Bồ Tát muốn thật hành Bồ Tát Hạnh phải trước hết phát tâm Bồ Đề, đối với chúng hữu tình phải có đầy đủ tâm từ bi hỷ xả không ngằn mé. Ngoài ra, Bồ Tát phải luôn thật hành hành nguyện độ tha với lục Ba La Mật. Cuối cùng vị ấy phải lấy Tứ Nhiếp Pháp trong công việc hoằng hóa của mình). Theo Kinh Duy Ma Cật, Bồ Tát là những vị có tiếng tăm, đều đã thành tựu trí hạnh Đại Thừa.

Do nhờ sự chỉ giáo của chư Phật mà các ngài đã làm thành bức thành hộ pháp, giữ gìn Chánh Pháp, diễn nói pháp âm tự tại vô úy như sư tử hống giáo hóa chúng sanh, danh đồn xa khắp mười phương. Người đời không cầu thỉnh mà các sẵn sàng đến chúng hội để tuyên lưu Tam Bảo, không để dứt mất. Các ngài hàng phục tất cả ma oán, ngăn dẹp các ngoại đạo; sáu căn tam nghiệp thân khẩu ý đều thanh tịnh; trọn lìa năm món ngăn che và mười điều ràng buộc. Tâm thường an trụ nơi lý vô ngại giải thoát. Nhờ niệm định tổng trì và và tâm bình đẳng mà các ngài có khả năng biện tài thông suốt không hề trở ngại. Các ngài đã thành tựu Lục Ba La Mật, các hạnh bố thí, trì giới, nhẫn nhục, tinh tấn, thiền định, trí tuệ, cũng như giáo pháp phương tiện thiện xảo lợi mình lợi người thảy đều đầy đủ. Tuy nhiên, với các ngài, những thành tựu này không có nghĩa là làm lợi cho chính họ, mà các ngài đã được đến bậc vô sở đắc mà không khởi pháp nhẫn (vô sinh pháp nhẫn). Các ngài có khả năng tùy thuận diễn nói pháp luân bất thối; khéo hiểu rõ chân tướng vạn pháp, thấu biết căn cơ chúng sanh; oai đức bao trùm đại chúng và thành tựu pháp vô úy. Các ngài dùng công đức trí tuệ để trau sửa tâm mình, bằng cách lấy tướng tốt trang nghiêm thân hình sắc tướng dung nhan bậc nhất, vì thế bỏ hẳn tất cả trang sức tốt đẹp trong đời. Danh tiếng các ngài cao xa vượt hẳn núi Tu Di. Lòng tin thậm thâm của các ngài bền chắc không bị phá vở như kim cương. Pháp bảo của các ngài soi khắp, và mưa cam lồ tuôn đổ nơi nơi. Tiếng thuyết pháp của các ngài là thậm thâm vi diệu bậc nhất. Các ngài đã thâm nhập lý duyên khởi, dứt bỏ các tập khí kiến chấp sai lầm, thoát khỏi nhị biên. Các ngài diễn nói các pháp không sợ sệt như sư tử hống, những lời giảng nói như sấm vang. Các ngài không thể bị hạn lượng hạn chế, vì các ngài đã vượt ra ngoài sự hạn lượng. Các ngài tự chứa nhóm rất nhiều Pháp Bảo như Hải Đạo Sư. Các ngài hiểu rõ nghĩa thậm thâm của các pháp, biết rõ hiện trạng qua lại trong các cảnh thú và hành vi tốt xấu trong tâm niệm

CHƯƠNG 116. Bồ Tát Hạnh & Bồ Tát Nguyện

của chúng sanh. Các ngài đã đạt đến trạng thái gần như trí tuệ tự tại vô thượng của chư Phật, đã thành đạt thập lực vô úy, và thập bát bất cộng. Dù các ngài đã ngăn đóng các cửa nẻo ác thú, các ngài vẫn hiện thân trong năm đường hóa độ chúng sanh, làm vị đại y vương khéo trị lành các bệnh, tùy theo trường hợp cá nhân mà cho thuốc một cách công hiệu. Vì thế mà các ngài đã thành tựu vô lượng công đức, trang nghiêm thanh tịnh vô lượng cõi Phật. Chúng sanh nào được nghe danh thấy hình đều được lợi ích vì các hành động của các ngài đều không uổng phí. Vì thế các ngài đều đã thành tựu mọi công đức tuyệt hảo.

Theo Kinh Hoa Nghiêm, phẩm 21 (Thập Hạnh), có mười hạnh Bồ Tát mà chư Phật đã tuyên thuyết trong tam thế: hoan hỷ hạnh (làm cho chúng sanh hoan hỷ), nhiêu ích hạnh (thường làm lợi lạc cho chúng sanh), vô vi nghịch hạnh (hạnh không sân hận với chúng sanh mọi loài), vô khuất nhiễu hạnh, vô si loạn hạnh (hạnh tu hành xa lìa si loạn), thiện hiện hạnh (hạnh thị hiện là người tốt giáo hóa chúng sanh), vô trước hạnh (hạnh không bao giờ chấp trước), nan đắc hạnh (thật hành những hạnh khó đạt được), thiện pháp hạnh (hạnh tu hành thiện pháp), và chơn thiệt hạnh (hạnh tu hành theo chân lý của Đức Phật). Theo kinh Pháp Hoa, có mười Đại Hạnh Của Bồ Tát Phổ Hiền. Nhứt giả lễ kỉnh chư Phật. Nhị giả xưng tán Như Lai. Tam giả quảng tu cúng dường. Tứ giả sám hối nghiệp chướng. Ngũ giả tùy hỷ công đức. Lục giả thỉnh chuyển Pháp Luân. Thất giả thỉnh Phật trụ thế. Bát giả thường tùy học Phật. Cửu giả hằng thuận chúng sanh. Thập giả phổ giai hồi hướng. Theo lời Phật dạy trong Kinh Hoa Nghiêm, phẩm 38, chư Bồ Tát có mười thứ hạnh giúp họ được đại trí tuệ vô thượng của chư Như Lai: Thứ nhất là hạnh vì tất cả chúng sanh, vì nhờ đó mà làm cho khắp cả được thành thục. Thứ nhì là hạnh cầu tất cả các pháp, vì nhờ đó mà tu học tất cả. Thứ ba là hạnh làm tất cả các thiện căn và khiến cho chúng tăng trưởng. Thứ tư là hạnh tam muội vì nhờ đó mà được nhứt tâm bất loạn. Thứ năm là hạnh thật hành trí tuệ vì nhờ đó mà không có chi là chẳng rõ chẳng biết. Thứ sáu là hạnh tu tập tất cả, do đó mà không chi là không tu được. Thứ bảy là hạnh nương nơi tất cả Phật sát (Phật độ hay Phật quốc), vì thảy đều trang nghiêm. Thứ tám là hạnh tôn trọng và hỗ trợ tất cả thiện hữu tri thức. Thứ chín là hạnh tôn kính và cúng dường chư Như Lai. Thứ mười là hạnh tu tập thần thông biến hóa, vì nhờ đó mà có thể biến hóa tự tại để hóa độ chúng sanh.

Trong Kinh Thủ Lăng Nghiêm, quyển Tám, Đức Phật đã nhắc nhở ngài A Nan về mười hạnh cần thiết của Bồ Tát: Thứ nhất là Hoan Hỷ Hạnh: Hạnh hoan hỷ tùy thuận mười phương. Đức Phật nói với A Nan: "Ông A Nan! Người thiện nam đó thành Phật tử rồi, đầy đủ diệu đức của vô lượng Như Lai. Tùy thuận mười phương chúng sanh để ban bố đức mầu. Đó gọi là hoan hỷ hạnh. Thứ nhì là Nhiêu Ích Hạnh: Hạnh làm lợi ích cho tha nhân, hay thường làm việc lợi ích cho tất cả chúng sanh. Đức Phật bảo ngài A Nan: "Khôn khéo có thể lợi ích tất cả chúng sanh gọi là nhiêu ích hạnh." Thứ ba là Vô Sân Hận Hạnh: Nết hạnh không giận hờn; tự giác ngộ cho mình, giác ngộ cho người, chẳng trái nghịch. Đức Phật bảo ngài A Nan: "Tự giác, giác tha được khỏi chống trái, gọi là vô sân hận hành." Thứ tư là Vô Tận Hạnh: Làm việc lợi tha vô tận (tùy cơ loại của chúng sanh mà hiện cái thân mình để cứu độ chúng sanh mãi mãi). Đức Phật bảo ngài A Nan: "Xuất sinh chủng này, loại khác, cho đến mãi mãi trong tương lai. Bình đẳng với ba đời, thông đạt mười phương, gọi là vô tận hạnh." Thứ năm là Ly Si Loạn Hạnh: Lìa khỏi tánh ngu si, rối loạn. Đức Phật bảo A Nan: "Tất cả hợp đồng các pháp môn, được không sai lầm gọi là ly si loạn hạnh." Thứ sáu là Thiện Hiện Hạnh: Nết hạnh khéo hiện, nhờ rời khỏi tánh ngu si mê loạn mà có thể hiện ra các tướng ở trong đồng loại để cứu độ họ. Đức Phật bảo ngài A Nan: "Trong chỗ 'đồng' đó, hiện ra các 'dị.' Mỗi mỗi tướng dị, đều thấy đồng.

CHƯƠNG 116. Bồ Tát Hạnh & Bồ Tát Nguyện

Đó gọi là thiện hiện hành." Thứ bảy là Vô Trước Hạnh: Nết hạnh không chấp trước, nghĩa là ở trong cõi trần mà chẳng bị nhiễm trước. Đức Phật bảo ngài A Nan: "Như vậy cho đến mười phương hư không đầy vi trần, trong mỗi vi trần hiện mười phương thế giới. Hiện vi trần, hiện thế giới, mà chẳng lưu ngại nhau. Đây gọi là vô trước hạnh." Thứ tám là Tôn Trọng Hạnh: Còn gọi là "Nan Đắc Hạnh." Nết hạnh tôn trọng Bát Nhã. Đức Phật bảo ngài A Nan: "Các thứ biến hiện đều là đệ nhất ba la mật đa, đó gọi là tôn trọng hành." Thứ chín là Thiện Pháp Hạnh: Nết hạnh phép lành, đức viên dung để làm thành quy tắc của chư Phật mười phương. Đức Phật bảo ngài A Nan: "Như vậy viên dung, có thể thành tựu quỹ tắc của các Đức Phật mười phương, đó gọi là thiện pháp hành." Thứ mười là Chơn Thật Hạnh: Nết hạnh chơn thật của vạn hữu đều hiện ra trong giai đoạn này. Đức Phật bảo ngài A Nan: "Mỗi mỗi đều thanh tịnh, không mê lậu. Nhất chân vô vi, tính bản nhiên. Đó gọi là chân thật hạnh."

Bồ Tát Nguyện: Bổn nguyện của Bồ Tát Đại Thừa là cứu độ chúng sanh vượt thoát si mê. Theo Nghiên Cứu Kinh Lăng Già của Thiền Sư D.T. Suzuki, theo trí tuệ siêu việt các Bồ Tát biết rằng chân lý Bồ Tát vượt khỏi mọi sự định tính và không hề chịu bất cứ hình thức miêu tả nào, nhưng vì tâm các ngài đầy từ bi đối với tất cả chúng sanh, là những kẻ không thể nào bước ra khỏi vùng nước xoáy của hữu và phi hữu, nên các ngài hướng những nguyện ước mãnh liệt của các ngài đến sự cứu độ và giải thoát chúng sanh. Trái tim của chính ngài thì thoát khỏi những chấp trước như những kẻ chưa chứng ngộ thường tôn giữ, mà lại cảm thấy kiên định vì trí tuệ của các ngài đã không phá diệt điều này, và từ đó mà có các bổn nguyện, các phương tiện thiện xảo và các Hóa Thân của các ngài. Nhưng tất cả những gì mà các ngài làm để làm chín muồi tất cả mọi chúng sanh để đáp ứng yêu cầu của họ và cũng giống như ánh trăng trong nước, các ngài hiện ra đủ mọi hình tướng mà thuyết pháp. Hoạt động của các ngài thuật ngữ Đại Thừa gọi là Vô Công Dụng Hạnh, nghĩa là những hành động không dụng công, không tác động, không mục đích. Khi vị Bồ Tát nhập vào địa thứ nhất gọi là Hoan Hỷ Địa, trong sự nghiệp tu tập tâm linh, ngài phát ra mười lời nguyện bao trùm toàn bộ vũ trụ, trải rộng tới cuối chỗ không gian, đạt đến tận cùng của thời gian, hết tất cả các kiếp và vẫn vận hành không gián đoạn khi có Đức Phật xuất hiện. Thứ nhất là Tứ Hoằng Thệ Nguyện: Tứ Hoằng Thệ Nguyện là bốn phổ nguyện lớn của Phật và Bồ Tát. Tứ hoằng thệ nguyện căn bản là sự diễn giải lại về Tứ Diệu Đế của trường phái Đại Thừa. Ngoài việc chấm dứt khổ đau của chính mình, người ta còn nguyện chấm dứt khổ đau cho chúng sanh mọi loài. Ngoài việc diệt tận phiền não của chính mình, người ta còn nguyện chấm dứt phiền não cho hết thảy chúng sanh. Ngoài việc tu học một pháp môn duy nhất cho sự giác ngộ của chính mình, người ta nguyện sẽ tu học hết thảy các pháp môn, để từ đó người ta có thể giảng dạy lại cho hết thảy chúng sanh một cách thích hợp. Người ta nguyện tu thành Phật chứ không thỏa thích với quả vị A La Hán. Tuy nhiên, chỉ tụng đọc những lời nguyện lớn này không chưa đủ. Mình phải tự xét lấy chính mình. Khi mình nói chúng sanh vô biên thệ nguyện độ. Mình đã có hóa độ ai chưa? Nếu đã có hóa độ rồi, thì hãy tiếp tục hóa độ họ. Tại sao? Vì người ta nói Đức Phật cứu độ hết thảy chúng sanh, nhưng lại nghĩ rằng mình chưa từng hóa độ một chúng sanh nào. Điều này có nghĩa là dù mình có cứu độ nhiều chúng sanh đi nữa cũng đừng luyến chấp vào hình tướng của sự hóa độ chúng sanh ấy. Theo Phật giáo Đại Thứa, tứ hoằng thệ nguyện hay bốn lời thệ nguyện rộng lớn, là một phần trong những lời thệ nguyện của Bồ Tát mà người ta thường đọc tụng ba lần sau các buổi tọa thiền trong các Thiền viện. Những lời thệ nguyện này cũng được tụng đọc sau các khóa lễ Phật giáo. Thứ nhất là Chúng sanh vô biên thệ nguyện độ, tức là nguyện cứu độ hết thảy chúng sanh. Theo Lục Tổ Huệ

CHƯƠNG 116. Bồ Tát Hạnh & Bồ Tát Nguyện

Năng trong Pháp Bảo Đàn Kinh, tự tâm chúng sanh vô biên thệ nguyện độ, tự tâm phiền não vô biên thệ nguyện đoạn, tự tánh pháp môn vô tận thệ nguyện học, tự tánh Vô Thượng Phật đạo thệ nguyện thành." Này thiện tri thức! Cả thảy đâu chẳng nói: "Chúng sanh vô biên thệ nguyện độ, nói thế ấy, vả lại không phải là Huệ Năng độ." Này thiện tri thức! Chúng sanh trong tâm, chỗ gọi rằng tâm tà mê, tâm cuống vọng, tâm bất thiện, tâm tật đố, tâm ác độc, những tâm như thế trọn là chúng sanh, mỗi người nên tự tánh tự độ, ấy gọi là chơn độ. Sao gọi là tự tánh tự độ? Tức là trong tâm những chúng sanh tà kiến, phiền não, ngu si, mê vọng, đem chánh kiến mà độ. Đã có chánh kiến bèn sử dụng trí Bát Nhã đánh phá những chúng sanh ngu si mê vọng, mỗi mỗi tự độ, tà đến thì chánh độ, mê đến thì ngộ độ, ngu đến thì trí độ, ác đến thì thiện độ, độ như thế gọi là chơn độ. Thứ nhì là Phiền não vô tận thệ nguyện đoạn, nghĩa là nguyện đoạn tận hết thảy phiền não dục vọng. Cũng theo Kinh Pháp Bảo Đàn, lại phiền não vô biên thệ nguyện đoạn, đem tự tánh Bát Nhã trí trừ hư vọng tư tưởng tâm ấy vậy. Thứ ba là Pháp môn vô lượng thệ nguyện học, nghĩa là nguyện học hết vô lượng pháp môn. Cũng theo Kinh Pháp Bảo Đàn, lại pháp môn vô tận thệ nguyện học, phải tự thấy tánh của mình, thường hành chánh pháp, ấy gọi là chơn học. Thứ tư là Phật đạo vô thượng thệ nguyện thành, nghĩa là nguyện chứng thành Phật đạo vô thượng. Cũng theo Kinh Pháp Bảo Đàn, lại vô thượng Phật đạo thệ nguyện thành, đã thường hay hạ tâm hành nơi chơn chánh, lìa mê, lìa giác, thường sanh Bát Nhã trừ chơn trừ vọng, tức thấy được Phật tánh, liền ngay nơi lời nói, liền thành Phật đạo, thường nhớ tu hành, ấy là pháp nguyện lực. Thứ nhì là Mười Nguyện Bồ Tát: Theo Nghiên Cứu Kinh Lăng Già của Thiền Sư D.T. Suzuki, chư Bồ Tát có mười bốn nguyện: Nguyện thứ nhất: Tôn kính và phụng sự hết thảy chư Phật, một vị và tất cả, không trừ ra vị nào. Nguyện thứ hai: Mãi mãi hộ trì giáo pháp của chư Phật. Nguyện thứ ba:

Có mặt khi mỗi Đức Phật xuất hiện, dù bất cứ ở đâu hay bất cứ lúc nào. Nguyện thứ tư: Thật hành Bồ Tát hạnh là rộng lớn vô lượng, vô tận, vượt khỏi mọi ô nhiễm, và mở rộng các ba la mật hay đức hạnh toàn hảo đến tất cả chúng sanh. Nguyện thứ năm: Đưa chúng sanh bằng những lời lẽ dễ hiểu nhất để đến với giáo lý của chư Phật khiến họ có thể tìm thấy chỗ an trú tối hậu trong trí tuệ của các bậc toàn trí. Nguyện thứ sáu: Có một nhận thức tự nội về vũ trụ rộng rãi và vô tận trong tất cả các mọi khía cạnh phức tạp của nó. Nguyện thứ bảy: Thể hội mối tương quan hỗ tương xâm nhập chặt chẽ của một và tất cả, của tất cả và một, và làm cho mọi quốc độ của chúng sanh thanh khiết như một quốc độ của Phật. Nguyện thứ tám: Kết hợp với hết thảy chư Bồ Tát trong sự nhất thể của ý định, trở nên thân thiết với phẩm chất, sự hiểu biết và điều kiện tâm linh của chư Như Lai, khiến cho vị Bồ tát có thể nhập vào mọi giới chúng sanh mà thành tựu Đại Thừa, là giáo pháp vượt khỏi mọi tư nghì. Nguyện thứ chín: Xoay bánh xe bất thối chuyển mà từ đó thực hiện công việc phổ độ của mình bằng cách tự làm cho mình giống như vị đại y sư hay như viên ngọc Mani. Nguyện thứ mười: Thể chứng sự chứng ngộ tối thượng trong mọi thế giới bằng cách vượt qua các Bồ Tát địa và thành tựu các nguyện ước của mọi chúng sanh bằng một tiếng nói, và trong khi tỏ hiện mình ở trong Niết-bàn, vẫn không ngừng thực hiện các mục đích của quả vị Bồ Tát. Thứ ba là Phổ Hiền Thập Nguyện: Theo kinh Hoa Nghiêm, Phẩm 38, có Mười Phổ Hiền Hạnh Pháp mà chư Bồ Tát đều có. Thứ nhất, nguyện trụ tất cả kiếp vị lai. Thứ nhì, nguyện cung kính cúng dường tất cả Phật vị lai. Thứ ba, nguyện an trụ tất cả chúng sanh nơi hạnh của Phổ Hiền

Bồ tát. Thứ tư, nguyện chứa nhóm tất cả thiện căn. Thứ năm, nguyện nhập tất cả Ba La Mật. Thứ sáu, nguyện đầy đủ tất cả Bồ tát hạnh. Thứ bảy, nguyện tất cả trang nghiêm tất cả thế giới. Thứ tám, nguyện sanh tất cả cõi Phật. Thứ chín, nguyện khéo quán sát tất cả các pháp. Thứ mười, nguyện

CHƯƠNG 116. BỒ TÁT HẠNH & BỒ TÁT NGUYỆN

nơi tất cả Phật quốc độ thành vô thượng Bồ Đề. Thứ tư là Mười Nguyện Thanh Tịnh Của Chư Đại Bồ Tát: Theo Kinh Hoa Nghiêm, Phẩm 18, có mười nguyện thanh tịnh của chư Bồ Tát: Thứ nhất là nguyện thành thục chúng sanh không mỏi nhàm. Thứ nhì là nguyện làm đủ điều lành để nghiêm tịnh thế giới. Thứ ba là nguyện thừa sự và tôn kính Như Lai. Thứ tư là nguyện hộ trì chánh pháp, chẳng tiếc thân mạng. Thứ năm là nguyện dùng trí quán sát vào các Phật độ. Thứ sáu là nguyện cùng các Bồ Tát đồng một thể tánh. Thứ bảy là nguyện vào cửa Như Lai và biết rõ các pháp. Thứ tám là nguyện người thấy sanh tín tâm và được lợi lạc. Thứ chín là nguyện thần lực trụ thế tận kiếp vị lai. Thứ mười là nguyện đủ Phổ Hiền hạnh tu tập môn nhứt thiết chủng trí. Thứ năm là Mười Nguyện Vô Ngại Dụng Của Chư Đại Bồ Tát: Theo kinh Hoa Nghiêm, Phẩm 38, chư Đại Bồ Tát có mười nguyện vô ngại dụng: Thứ nhất là đem nguyện của tất cả Bồ Tát làm nguyện của mình. Thứ nhì là đem nguyện lực thành Bồ Đề của tất cả chư Phật, thị hiện tự mình thành chánh giác. Thứ ba là tùy chúng sanh được hóa độ, tự mình thành vô thượng chánh đẳng chánh giác. Thứ tư là đại nguyện chẳng dứt nơi tất cả vô biên tế kiếp. Thứ năm là xa lìa thức thân, chẳng chấp trí thân, dùng nguyện tự tại hiện tất cả thân. Thứ sáu là xả bỏ thân mình để thành mãn nguyện của người. Thứ bảy là giáo hóa khắp chúng sanh mà chẳng bỏ đại nguyện. Thứ tám là ở tất cả các kiếp thật hành Bồ Tát hạnh mà đại nguyện chẳng dứt. Thứ chín là nơi một lỗ lông hiện thành chánh giác, do nguyện lực nên đầy khắp tất cả Phật độ. Ở vô lượng thế giới vì mỗi chúng sanh mà thị hiện như vậy. Thứ mười là nói một câu pháp khắp tất cả pháp giới, nổi mây lớn chánh pháp, chói điển quang giải thoát, nổ tiếng sấm thiệt pháp, rưới mưa vị cam lồ, dùng nguyện lực lớn thấm nhuần khắp tất cả chúng sanh giới.

Chương 117. Tâm Phàm Phu

Theo Phật giáo, mặc dầu Phàm Thánh đều cùng có bổn tánh như nhau là Phật tánh. Thánh Nhân đối lại với Phàm Nhân là những người chưa giác ngộ. Thánh là những bậc đã chứng đắc Chính Đạo. Trong khi phàm phu là hạng người ngu dốt tối tăm, nhưng luôn xét mình là một kẻ phàm phu đầy tham sân si, cùng với vô số tội lỗi chất chồng trong quá khứ, hiện tại và vị lai. Phàm phu chỉ "người bình thường," hay một người của giai cấp thấp về bản chất và nghề nghiệp. Tên gọi khác của phàm phu. Trong Phật giáo, phàm phu được dịch là "dị sinh" vì do vô minh mà theo tà nghiệp chịu quả báo, không được tự tại, rơi vào các đường dữ. Trong Phật giáo Đại Thừa, tâm của phàm phu là tâm của những người không thể đạt được kiến đạo nên không nhận biết trực tiếp được tánh không. Do vậy họ đồng tình với những khái niệm giả tạo về thật tánh. Trong Phật giáo Nguyên Thủy, từ này chỉ những chúng sanh còn tham dục trần thế. Họ đối ngược lại với Thánh nhân, bao gồm cả những người đã đạt được một trong năm con đường siêu việt, từ Dự Lưu đến A La Hán. Trong Kinh Pháp Cú, Đức Phật dạy: "Đêm rất dài với những kẻ mất ngủ, đường rất xa với kẻ lữ hành mỏi mệt. Cũng thế, vòng luân hồi sẽ tiếp nối vô tận với kẻ ngu si không minh đạt chánh pháp (60). Không được kết bạn với kẻ hơn mình, không được kết bạn với kẻ ngang mình, thà quyết chí ở một mình tốt hơn kết bạn với người ngu muội (60). "Đây là con ta, đây là tài sản ta," kẻ phàm phu thường lo nghĩ như thế, nhưng chẳng biết chính ta còn không thiệt có, huống là con ta hay tài sản ta? (62). Ngu mà tự biết ngu, tức là trí, ngu mà tự xưng rằng trí, chính đó mới thật là ngu (63). Người ngu suốt đời gần gũi người trí vẫn chẳng hiểu gì Chánh pháp, ví như cái muỗng múc canh luôn mà chẳng bao giờ biết được mùi vị của canh (64). Người trí dù chỉ gần gủi người trí trong khoảnh khắc cũng hiểu ngay được Chánh pháp, chẳng khác

CHƯƠNG 117. Tâm Phàm Phu

gì cái lưỡi dù mới tiếp xúc với canh trong khoảnh khắc, đã biết ngay được mùi vị của canh (65). Kẻ phàm phu không giác ngộ nên đi chung với cừu địch một đường. Cũng thế, những người tạo ác nghiệp nhất định phải cùng ác nghiệp đi đến khổ báo (66). Những người gây điều bất thiện, làm xong ăn năn khóc lóc, nhỏ lệ dầm dề, vì biết mình sẽ phải thọ lấy quả báo tương lai (67). Những người tạo các thiện nghiệp, làm xong chẳng chút ăn năn, còn vui mừng hớn hở, vì biết mình sẽ thọ lấy quả báo tương lai (68). Khi ác nghiệp chưa thành thục, người ngu tưởng như đường mật, nhưng khi ác nghiệp đã thành thục, họ nhứt định phải chịu khổ đắng cay (69). Từ tháng này qua tháng khác, với món ăn bằng đầu ngọn cỏ Cô-sa (cỏ thơm), người ngu có thể lấy để nuôi sống, nhưng việc làm ấy không có giá trị bằng một phần mười sáu của người tư duy Chánh pháp (70). Người cất sửa bò, không phải chỉ sáng chiều đã thành ra vị đề hồ được. Cũng thế, kẻ phàm phu tạo ác nghiệp tuy chẳng cảm thụ quả ác liền, nhưng nghiệp lực vẫn âm thầm theo họ như lửa ngún giữa tro than (71). Kẻ phàm phu, lòng thì muốn cầu được trí thức mà hành động lại dẫn tới diệt vong, nên hạnh phúc bị tổn hại mà trí tuệ cũng tiêu tan (72). Kẻ ngu xuẩn thường hay muốn danh tiếng mà mình không xứng: chỗ ngồi cao trong Tăng chúng, oai quyền trong Tăng lữ, danh vọng giữa các gia tộc khác (73). Hãy để cho người Tăng kẻ tục nghĩ rằng "sự này do ta làm, trong mọi việc lớn hay nhỏ đều do nơi ta cả." Kẻ phàm phu cứ tưởng lầm như thế, nên lòng tham lam ngạo mạn tăng hoài (74). Một đàng đưa tới thế gian, một đàng đưa tới Niết-bàn, hàng tỳ-kheo đệ tử Phật, hãy biết rõ như thế, chớ nên tham đắm lợi lạc thế gian để chuyên chú vào đạo giải thoát (75)."

Trong Anh ngữ, "mind" có nghĩa là trái tim, tinh thần, hay linh hồn. Mind với chữ "m" thường có nghĩa là chỗ ở của lý trí, "Mind" với chữ "M" viết hoa có nghĩa là chân lý tuyệt đối. Theo kinh nghiệm nhà thiền, thì tâm là toàn bộ tỉnh thức, nói cách khác lắng nghe khi nghe là tỉnh thức. Theo

Hòa Thượng Dhammananda trong Những Hạt Ngọc Trí Tuệ Phật Giáo, tâm có thể được định nghĩa đơn giản là sự nhận thức về một đối tượng bởi không có một tác nhân hay linh hồn chỉ huy mọi hoạt động. Tâm bao gồm trạng thái tính thoáng qua luôn luôn trỗi lên rồi mất đi nhanh như tia chớp. "Vì sinh ra để thành nguồn của nó và chết đi để trở thành lối vào của nó, nó bền vững tràn trề như con sông nhận nước từ các suối nguồn bồi thêm vào dòng chảy của nó." Mỗi thức nhất thời của dòng đời không ngừng thay đổi, khi chết đi thì truyền lại cho thức kế thừa toàn bộ năng lượng của nó, tất cả những cảm tưởng đã ghi không bao giờ phai nhạt. Cho nên mỗi thức mới gồm có tiềm lực của thức cũ và những điều mới. Tất cả những cảm nghĩ không phai nhạt được ghi vào cái tâm không ngừng thay đổi, và tất cả được truyền thừa từ đời này sang đời kia bất chấp sự phân hủy vật chất tạm thời nơi thân. Vì thế cho nên sự nhớ lại những lần sanh hay những biến cố trong quá khứ trở thành một khả năng có thể xảy ra. Tâm là con dao hai lưỡi, có thể sử dụng cho cả thiện lẫn ác. Một tư tưởng nổi lên từ một cái tâm vô hình có thể cứu hay phá hoại cả thế giới. Một tư tưởng như vậy có thể làm tăng trưởng hay giảm đi dân cư của một nước. Tâm tạo Thiên đàng và địa ngục cho chính mình. Tâm còn được định nghĩa như là toàn bộ hệ thống của thức, bổn nguyên thanh tịnh, hay tâm. Citta thường được dịch là "ý tưởng." Trong Kinh Lăng Già cũng như trong các kinh điển Đại Thừa khác, citta được dịch đúng hơn là "tâm." Khi nó được định nghĩa là "sự chất chứa" hay "nhà kho" trong đó các chủng tử nghiệp được cất chứa, thì citta không chỉ riêng nghĩa ý tưởng mà nó còn có ý nghĩa có tính cách hữu thể học nữa. Trong Kinh Pháp Cú, Đức Phật dạy: "Tâm dẫn đầu các hành vi, tâm là chủ, tâm tạo tác tất cả."

Tâm chúng sanh như vượn chuyền cây, hãy để cho nó đi nơi nào nó muốn; tuy nhiên, Kinh Kim Cang đề nghị: "Hãy tu tập tâm và sự tỉnh thức sao cho nó không trụ lại nơi nào cả."

CHƯƠNG 117. Tâm Phàm Phu

Tâm không trụ vào đâu. Hãy để cho quá khứ đi vào quá khứ. Tâm vô sở trụ là tâm chẳng chấp vào không gian hay thời gian. Cái tâm quá khứ tự nó sẽ dứt, tức gọi là vô quá khứ sự, với hiện tại và vị lai lại cũng như vậy (tâm hiện tại rồi sẽ tự dứt, tức gọi là vô hiện tại sự; tâm vị lai rồi cũng sẽ tự dứt, tức gọi là vô vị lai sự), nhận biết chư pháp không thật nên không chấp trước. Tâm đó gọi là tâm vô sở trụ hay tâm giải thoát, tâm Phật, tâm Bồ Đề; tâm không vướng mắc vào ý tưởng sanh diệt (vô sinh tâm), đầu đuôi. Theo ngài Tế Tỉnh Đại Sư, Tổ thứ 12 trong Liên Tông Thập Tam Tổ của Trung Quốc, có hai thứ lực là tâm lực và nghiệp lực. Dù nghiệp lực có lớn, nhưng tâm lực lại càng lớn hơn. Bởi vì nghiệp kia nguyên lai không có tự tánh, nghĩa là nghiệp không có sẵn, mà chỉ hoàn toàn nương vào nơi tâm. Vì thế khi tâm chú trọng thì làm cho nghiệp mạnh thêm. Tâm có thể tạo nghiệp thì cũng chính tâm có thể diệt nghiệp.

Trong Phật giáo không có sự phân biệt giữa tâm và thức. Cả hai đều được dùng như đồng nghĩa. Tâm trí con người ảnh hưởng sâu đậm trên cơ thể. Nếu để tâm ta hoạt động tội lỗi và nuôi dưỡng tư tưởng bất thiện, tâm có thể gây ra những thảm họa. Tâm có thể giết chúng sanh, nhưng tâm có thể chữa khỏi thân bệnh. Khi tâm trí được tập trung về những tư tưởng lành mạnh với cố gắng và hiểu biết chính đáng, hiệu quả mà nó có thể sinh ra rất rộng lớn. Tâm trí với tư tưởng trong sáng và lành mạnh thật sự đưa đến một cuộc sống khỏe mạnh thoải mái. Chính vì thế mà Đức Phật dạy: "Không có kẻ thù nào làm hại chúng ta bằng tư tưởng tham dục, đố kỵ, ganh ghét, vân vân. Một người không biết điều chỉnh tâm mình cho thích hợp với hoàn cảnh thì chẳng khác gì thây ma trong quan tài. Hãy nhìn vào nội tâm và cố gắng tìm thấy lạc thú trong lòng và bạn sẽ thấy một suối nguồn vô tận lạc thú trong nội tâm sẵn sàng cho bạn vui hưởng. Chỉ khi tâm trí được kềm chế và giữ đúng trên con đường chính đáng của sự tiến bộ nhịp nhàng thứ tự thì nó sẽ trở nên hữu ích cho sở hữu chủ và cho xã hội. Tâm phóng túng bừa bãi sẽ là mối nguy cơ. Tất cả sự tàn phá gieo rắc trên thế giới này đều do sự tạo thành loài người mà tâm trí không được huấn luyện, kềm chế, cân nhắc và thăng bằng. Bình tĩnh không phải là yếu đuối. Một thái độ bình tĩnh luôn thấy trong con người có văn hóa. Chẳng khó khăn gì cho một người giữ được bình tĩnh trước những điều thuận lợi, nhưng giữ được bình tĩnh khi gặp việc bất ổn thì thật là khó khăn vô cùng. Bằng sự bình tĩnh và tự chủ, con người xây được sức mạnh nghị lực. Tâm bị ảnh hưởng bởi sự bất an, khiêu khích, nóng giận, cảm xúc, và lo lắng. Chúng ta không nên đi đến một quyết định vội vàng nào đối với bất cứ vấn đề gì khi bạn đang ở trong một tâm trạng bất an hay bị khiêu khích, ngay cả lúc bạn thoải mái ảnh hưởng bởi cảm xúc, vì quyết định trong lúc cảm xúc bạn có thể phải hối tiếc về sau nay. Nóng giận là kẻ thù tệ hại nhất của chính bạn. Tâm là người bạn tốt nhất, mà cũng là kẻ thù tệ hại nhất. Bạn phải cố gắng tiêu diệt những đam mê của tham, sân, si tiềm ẩn trong tâm bằng cách tu tập Giới Định Tuệ. Bí quyết của đời sống hạnh phúc và thành công là phải làm những gì cần làm ngay từ bây giờ, và đừng lo lắng về quá khứ cũng như tương lai. Chúng ta không thể trở lại tái tạo được quá khứ và cũng không thể tiên liệu mọi thứ có thể xảy ra cho tương lai. Chỉ có khoảng thời gian mà chúng ta có thể phần nào kiểm soát được, đó là hiện tại. Trong Những Hạt Ngọc Trí Tuệ Phật Giáo, Hòa Thượng Dhammananda đã khẳng định: "Nếu bạn không muốn có kẻ thù, trước tiên bạn phải giết kẻ thù lớn nhất chính nơi bạn, đó là sự nóng giận của bạn. Hơn nữa, nếu bạn hàm hồ hành động có nghĩa là bạn đã làm đúng những ước vọng của kẻ thù bạn, vô tình bạn đã sa vào bẫy của họ. Bạn không nên nghĩ rằng bạn chỉ học hỏi được từ những người tán dương, giúp đỡ và thân cận gần gũi bạn. Có nhiều điều bạn có thể học hỏi được từ kẻ thù; bạn không nên nghĩ rằng họ hoàn toàn sai vì họ là kẻ thù của bạn. Kẻ thù của bạn đôi khi có nhiều đức tính tốt mà bạn không ngờ được. Bạn không thể nào loại bỏ kẻ thù bằng cách

CHƯƠNG 117. Tâm Phàm Phu

lấy oán báo oán. Nếu làm như vậy bạn sẽ tạo thêm kẻ thù mà thôi. Phương pháp tốt nhất và đúng nhất để chống lại kẻ thù là mang lòng thương yêu đến họ. Bạn có thể nghĩ rằng điều đó không thể làm được hay vô lý. Nhưng phương pháp đó đã được người trí đánh giá rất cao. Khi bạn bắt đầu biết một người nào đó rất giận dữ với bạn, trước nhất bạn hãy cố gắng tìm hiểu nguyên nhân chính của sự thù hằn đó; nếu là lỗi của bạn thì bạn nên thừa nhận và không ngần ngại xin lỗi người đó. Nếu là do sự hiểu lầm giữa hai người thì bạn nên giải bày tâm sự và cố gắng làm sáng tỏ cho người đó. Nếu vì ganh ghét hay cảm nghĩ xúc động nào đó, hãy đem lòng từ ái đến cho người ấy để bạn có thể ảnh hưởng người đó bằng năng lượng tinh thần. Cũng theo Tỳ-kheo Piyananda trong Những Hạt Ngọc Trí Tuệ Phật Giáo, bạn không thể chạy trốn khỏi tâm. Với thiền bạn có thể huấn luyện cho tâm bình tĩnh và thoát khỏi những xáo trộn bên trong hay bên ngoài. Áp dụng tập trung tỉnh thức với những hỗn loạn bên trong và mâu thuẫn tinh thần, quan sát hay chú tâm đến tất cả những trạng thái thay đổi của tâm. Khi tâm được phát triển đúng cách, nó sẽ mang lại niềm vui và hạnh phúc nhất. Nếu tâm bị xao lãng nó sẽ mang lại cho bạn trở ngại và khó khăn không thể kể xiết. Tâm kỷ luật rất mạnh mẽ và hữu hiệu. Người trí huấn luyện tâm họ như người ta huấn luyện ngựa vậy. Vì thế bạn nên quan sát tâm mình. Khi bạn ngồi một mình bạn nên quan sát những thay đổi nơi tâm. Chỉ nên quan sát mà không chống cự lại hay trốn chạy hay kiểm soát những thay đổi ấy. Khi tâm đang ở trạng thái tham dục, nên tỉnh thức biết mình đang có tâm tham dục. Khi tâm đang ở trạng thái sân hận hay không sân hận, nên tỉnh thức biết mình đang có tâm sân hận hay tâm không sân hận. Khi tâm tập trung hay tâm mông lung, bạn nên tỉnh thức biết mình đang có tâm tập trung hay tâm mông lung. Bạn nên luôn nhớ nhiệm vụ của mình là quan sát những hoàn cảnh thay đổi mà không đồng hóa với chúng. Nhiệm vụ của bạn là không chú tâm vào hoàn cảnh bên ngoài mà chú tâm vào chính bạn. Quả là khó khăn, nhưng có thể làm được. Hành giả tu Phật hãy luôn cố gắng trau dồi độ lượng, vì độ lượng giúp bạn tránh những phán xét vội vàng, thông cảm với những khó khăn của người khác, tránh phê bình ngụy biện để nhận thức rằng cả đến người tài ba nhất cũng không thể không sai lầm; nhược điểm mà bạn tìm thấy nơi người cũng có thể là nhược điểm của chính bạn. Khiêm nhường không phải là nhu nhược, mà khiêm nhường là cái thước đo của người trí để hiểu biết sự khác biệt giữa cái hiện tại và cái sẽ đến. Chính Đức Phật đã bắt đầu sứ mệnh hoằng pháp của Ngài bằng đức khiêm cung là loại bỏ tất cả niềm kiêu hãnh của một vị hoàng tử. Ngài đã đạt Thánh quả nhưng chẳng bao giờ Ngài mất cái hồn nhiên, và chẳng bao giờ Ngài biểu lộ tánh kẻ cả hơn người. Những lời bình luận và ngụ ngôn của Ngài chẳng bao giờ hoa mỹ hay phô trương. Ngài vẫn luôn có thì giờ để tiếp xúc với những người hèn kém nhất. Kiên nhẫn với tất cả mọi chuyện. Nóng giận đưa đến rừng rậm không lối thoát. Trong khi nóng giận chẳng những chúng ta làm bực bội và làm người khác khó chịu vô cùng, mà chúng ta còn làm tổn thương chính mình, làm yếu đi thể chất và rối loạn tâm. Một lời nói cộc cằn giống như một mũi tên từ cây cung bắn ra không bao giờ có thể lấy lại được dù cho bạn có xin lỗi cả ngàn lần.

Trong kinh Pháp Cú, đức Phật dạy: Trong các pháp, tâm dẫn đầu, tâm là chủ, tâm tạo tác tất cả. Nếu đem tâm ô nhiễm nói năng hoặc hành động, sự khổ sẽ theo nghiệp kéo đến như bánh xe lăn theo chân con vật kéo xe (1). Trong các pháp, tâm dẫn đầu, tâm làm chủ, tâm tạo tác tất cả. Nếu đem tâm thanh tịnh tạo nghiệp nói năng hoặc hành động, sự vui sẽ theo nghiệp kéo đến như bóng với hình (2). Nhà lợp không kín ắt bị mưa dột thế nào, kẻ tâm không tu tất bị tham dục lọt vào cũng thế (13). Nhà khéo lợp kín ắt không bị mưa dột, kẻ tâm khéo tu tất không bị tham dục lọt vào (14). Tâm kẻ phàm phu thường xao động biến hóa rất khó chế phục

CHƯƠNG 117. Tâm Phàm Phu

gìn giữ, nhưng kẻ trí lại chế phục tâm mình làm cho chánh trực một cách dễ dàng, như thợ khéo uốn nắn mũi tên (33). Như con cá bị quăng lên bờ sợ sệt và vùng vẫy thế nào, thì cũng như thế, các người hãy đem tâm lo sợ, phấn đấu để mau thoát khỏi cảnh giới ác ma (34). Tâm phàm phu cứ xoay vần theo ngũ dục, xao động không dễ nắm bắt; chỉ những người nào đã điều phục được tâm mình mới được yên vui (35). Tâm phàm phu cứ xoay vần theo ngũ dục, biến hóa u-ẩn khó thấy, nhưng người trí lại thường phòng hộ tâm mình, và được yên vui nhờ tâm phòng hộ ấy (36). Tâm phàm phu cứ lén lút đi một mình, đi rất xa, vô hình vô dạng như ẩn náu hang sâu, nếu người nào điều phục được tâm, thì giải thoát khỏi vòng ma trói buộc (37). Người tâm không an định, không hiểu biết chánh pháp, không tín tâm kiên cố, thì không thể thành tựu được trí tuệ cao (38). Người tâm đã thanh tịnh, không còn các điều hoặc loạn, vượt trên những nghiệp thiện ác thông thường, là người giác ngộ, chẳng sợ hãi (39). Cái hại của kẻ thù gây ra cho kẻ thù hay oan gia đối với oan gia, không bằng cái hại của tâm niệm hướng về hành vi tà ác gây ra cho mình (42). Chẳng phải cha mẹ hay bà con nào khác làm, nhưng chính tâm niệm hướng về hành vi chánh thiện làm cho mình cao thượng hơn (43). Những vị A-la-hán đã bỏ hết lòng sân hận, tâm như cõi đất bằng, lại chí thành kiên cố như nhân đà yết la, như ao báu không bùn, nên chẳng còn bị luân hồi xoay chuyển (95). Những vị A-la-hán ý nghiệp thường vắng lặng, ngữ nghiệp hành nghiệp thường vắng lặng, lại có chánh trí giải thoát, nên được an ổn luôn (96). Trong những thời quá khứ, ta cũng từng thả tâm theo dục lạc, tham ái và nhàn du, nhưng nay đã điều phục được tâm ta như con voi đã bị điều phục dưới tay người quản tượng tài giỏi (326). Hãy vui vẻ siêng năng, gìn giữ tự tâm để tự cứu mình ra khỏi nguy nan, như voi gắng sức để vượt khỏi chốn sa lay (327).

Chương 118. Tâm Thánh

Thánh Nhân đối lại với Phàm Nhân. Thánh là bậc đã chứng đắc Thánh Đạo. Theo Phật giáo, Thánh chúng được xem là tất cả các bậc Thánh. Những vị Bồ Tát Thánh đã vượt thoát phiền não từ sơ địa trở lên. Bậc Thánh là bậc đã bước vào con đường đi đến Niết-bàn. Theo Duy Thức Luận, Thánh Tính Ly Sinh là cuộc sống của sự Thánh thiện của các vị Thanh Văn, Duyên Giác, A La Hán hay Bồ Tát, những vị đã đạt được vô lậu trí và dứt bỏ phiền não do phân biệt khởi lên (đã dứt bỏ phiền não và sở tri chướng), đối lại với cuộc sống của phàm phu hay người chưa giác ngộ. Theo Phật giáo, bậc Thánh là bậc đã chứng Thánh và đã hoàn toàn thấu triệt chân lý mà không phải học nữa. Hành giả đi đến giai đoạn sau cùng, tức là con đường không còn gì để học nữa. Khi đó kết quả mà hành giả hướng đến khi tu tập tứ diệu đế sẽ tự đến. Khi hành giả đạt đến giai đoạn cuối cùng này thì trở thành một vị A La Hán. Theo Tiểu Thừa, đó là quả vị giác ngộ cao nhất. Nhưng theo Đại Thừa, A La Hán chỉ mới giác ngộ được một phần mà thôi. Lý tưởng của đạo Phật là hoàn tất đức tính của con người, hay là đưa con người đến Phật quả bằng căn bản trí tuệ giới hạnh, đó là nhân cách cao nhất. Đó là những đặc điểm của đạo Phật.

Tâm Thánh là tâm của bậc Thánh như tâm Phật. Tâm của các bậc Thánh luôn điềm tĩnh an vui, không tham lợi dưỡng, cũng không ham được cung kính tôn trọng. Tâm Thánh là tâm Phật vì nó là tâm của từ, bi, hỷ, xả... Nó là tâm của những suy nghĩ tốt đẹp về tha nhân. Đồng thời, tâm Thánh cũng là tâm của bậc Bồ Tát: Thượng cầu Phật đạo, hạ hóa chúng sanh. Tâm Thánh không chấp trước, không luyến ái, bao gồm không chấp trước bỏ vật chất như những của cải, thân, sắc, âm thanh, vị và tiếp xúc, vân vân; và xả bỏ tinh thần như tâm thiên vị, tà kiến hay ngã chấp, vân vân. Nói cách khác, tâm của các bậc Thánh là tâm đã được giải thoát

CHƯƠNG 118. Tâm Thánh

khỏi tất cả mọi dục vọng. Tâm là một tên khác của A Lại Da Thức (vì nó tích tập hạt giống của chư pháp hoặc huân tập các hạt giống từ chủng tử chủng pháp mà nó huân tập). Không giống như xác thân vật chất, cái tâm là phi vật chất. Chúng ta nhận thức được những tư tưởng và cảm nghĩ của chúng ta cùng nhiều điều khác bằng trực giác, và chúng ta kết luận sự hiện hữu của chúng bằng phép loại suy. Tâm là gốc của muôn pháp. Trong Tâm Địa Quán Kinh, Đức Phật dạy: "Trong Phật pháp, lấy tâm làm chủ. Tất cả các pháp đều do tâm sanh." Tâm tạo ra chư Phật, tâm tạo thiên đường, tâm tạo địa ngục. Tâm là động lực chính làm cho ta sung sướng hay đau khổ, vui hay buồn, trầm luân hay giải thoát. Trong Thiền, tâm có nghĩa là toàn bộ những sức mạnh về ý thức, tinh thần, trái tim, hay tâm hồn, hoặc là sự hiện thật tuyệt đối, tinh thần thật sự nằm bên ngoài nhị nguyên của tâm và vật. Để cho hành giả dễ hiểu hơn về Tâm, các vị thầy Phật giáo thường chia Tâm ra làm nhiều giai tầng, nhưng đối với Thiền, Tâm là một toàn thể vĩ đại, không có những thành phần hay phân bộ. Các đặc tính thể hiện, chiếu diệu và vô tướng của Tâm hiện hữu đồng thời và thường hằng, bất khả phân ly trong cái toàn thể.

Đoàn thể do Đức Phật lập nên gọi là "Thánh Chúng" (Aryan sangha), đó là môi trường tu tập của những người cao quý. Vì truyền thống Bà La Môn đã được thiết lập kiên cố nên giai cấp bấy giờ đã được phân chia thật là rõ rệt. Bởi lẽ đó, Đức Phật luôn xác nhận rằng trong hàng Tăng chúng của Ngài không có phân biệt giữa Bà La Môn và Võ tướng, hay giữa chủ và tớ. Ai đã được nhìn nhận vào hàng Tăng Chúng đều được quyền học tập như nhau. Đức Phật dạy rằng không thể gọi một giai cấp nào là cao quý hay không cao quý được bởi vì vẫn có những người đê tiện trong giai cấp gọi là cao quý và đồng thời cũng có những người cao quý trong giai cấp đê tiện. Khi chúng ta gọi cao quý hay đê tiện là chúng ta nói về một người nào đó chứ không thể cả toàn thể một giai cấp.

Đây là vấn đề của tri thức hay trí tuệ chứ không phải là vấn đề sinh ra ở trong dòng họ hay giai cấp nào. Do đó, vấn đề của Đức Phật là tạo nên một người cao quý hay Thánh Giả (Arya pudgala) trong ý nghĩa một cuộc sống cao quý. Thánh Chúng đã được thiết lập theo nghĩa đó. Theo đó thì Thánh Pháp (Arya dharma) và Thánh Luật (Arya vinaya) được hình thành để cho Thánh Chúng tu tập. Con đường mà Thánh Giả phải theo là con đường Bát Thánh Đạo (Arya-astangika-marga) và cái sự thật mà Thánh Giả tin theo là Tứ Diệu Đế. Sự viên mãn mà Thánh Giả phải đạt tới là Tứ Thánh Quả (Arya-phala) và cái toàn bị mà Thánh Giả phải có là Thất Thánh Giác Chi (sapta-arya-dharma). Đó là những đức tính tinh thần cao cả. Người học Phật không nên đánh mất ý nghĩa của từ ngữ "Thánh" này vốn được áp dụng cẩn thận vào mỗi điểm quan trọng trong giáo pháp của Đức Phật. Đức Phật, như vậy, đã cố gắng làm sống lại ý nghĩa nguyên thủy của chữ "Thánh" nơi tâm của mỗi người trong cuộc sống thường nhật.

Phàm phu với phàm tâm nhìn mọi sự mọi vật không đúng như thật do bởi vô minh hay không hiểu sự thật về cuộc đời. Vô minh hay bất giác là ngược lại với sự hiểu biết. Trong đạo Phật, vô minh là không biết, không thấy, không hiểu, không am tường chân lý, vân vân. Người nào bị vô minh che lấp thì dầu cho mắt sáng mà cũng như mù, vì người ấy không thấy bản chất thật của vạn hữu, không am tường chân lý nhân quả, vân vân. Vô minh là gốc rễ của mọi khổ đau phiền não. Vì si mê mà người ta không thể phân biệt đúng sai. Ngu si làm cho người ta mù quáng về chấp ngã, chấp pháp là những thứ vô thường, luôn thay đổi và hoại diệt. Chừng nào mà chúng ta không phát triển tâm mình để đạt được trí tuệ chừng đó chúng ta vẫn vô minh về bản chất đúng của sự vật. Theo Phật giáo, vô minh có nghĩa là coi cái ngã hay cái ta là thật. Vô minh là nguyên nhân chính của sự không giác ngộ của chúng ta. Vô minh chỉ là giả tướng nên nó chịu ảnh

CHƯƠNG 118. Tâm Thánh

hưởng của sanh, diệt, tăng, giảm, uế, tịnh, vân vân. Vô minh chính là nguyên nhân của, sanh, lão, lo âu, sầu muộn, khổ sở, bệnh hoạn, và chết chóc. Vì si mê mà người ta không thấy được cái nhìn như thị, không thể phân biệt đúng sai. Ngu si làm cho người ta mù quáng về chấp ngã, chấp pháp là những thứ vô thường, luôn thay đổi và hoại diệt. Khi giận dữ đã khởi lên thì con người sẽ không còn gì ngoài "si mê." Để triệt tiêu si mê bạn nên tu tập quán "nhân duyên." Tất cả những vấn đề khó khăn của chúng ta đều bắt nguồn từ vô minh và mê hoặc. Vô minh là bợn nhơ đứng hàng đầu. Tham lam, sân hận, ngã mạn và rất nhiều bợn nhơ khác cùng phát sanh chung với vô minh. Giải pháp phải nằm trong những vấn đề ấy, và do đó, chúng ta không nên tách rời, chạy đi tìm ở đâu ngoài vấn đề. Phân tách và nghiên cứu cho tận tường chúng ta sẽ thấy rằng tất cả những vấn đề ấy đều là những vấn đề của kiếp nhân sinh, của con người, vậy thì chúng ta không nên đổ trách nhiệm cho ai khác hơn là con người. Những vấn đề thật sự chủ chúng ta phải được và chỉ được giải quyết bằng cách dứt bỏ những ảo kiến và những khái niệm sai lầm, và thu xếp nếp sống của chúng ta vào khuôn khổ điều hòa đồng nhịp với thực tại. Và điều này chỉ có thể thực hiện được qua tu tập mà thôi.

Kỳ thật, theo Phật giáo, Phật tánh nơi phàm phu và nơi các bậc Thánh không sai khác, chỉ khác chỗ tâm phàm phu của chúng ta luôn bị những vọng tưởng khuấy động, vọng tưởng về lo âu, sung sướng, thù hận, bạn thù, vân vân, nên chúng ta không làm sao có được cái tâm an tịnh. Trạng thái tâm đạt được do tu tập là trạng thái tịnh lự đạt được bởi buông bỏ. Trong Phật giáo, hành giả tu tập để làm lắng dịu và loại bỏ luyến ái, hận thù, ganh ghét và si mê trong tâm chúng ta hầu đạt được trí tuệ siêu việt có thể dẫn tới đại giác. Một khi chúng ta đã đạt được trạng thái tịnh lự do tu tập, chúng ta sẽ tìm thấy được chân tánh bên trong, nó chẳng có gì mới mẻ. Tuy nhiên, khi việc này xảy ra thì giữa ta và

Phật không có gì sai khác nữa. Để dẫn đến thiền định cao độ, hành giả phải tu tập bốn giai đoạn tĩnh tâm trong tu tập. Xóa bỏ dục vọng và những yếu tố nhơ bẩn bằng cách tư duy và suy xét. Trong giai đoạn này tâm thần tràn ngập bởi niềm vui và an lạc. Giai đoạn suy tư lắng dịu, để nội tâm thanh thản và tiến lần đến nhất tâm bất loạn (trụ tâm vào một đối tượng duy nhứt trong thiền định). Giai đoạn buồn vui đều xóa trắng và thay vào bằng một trạng thái không có cảm xúc; con người cảm thấy tỉnh thức, có ý thức và cảm thấy an lạc. Giai đoạn của sự thản nhiên và tỉnh thức.

Đức Phật dạy: "Từ lâu rồi phàm tâm chúng ta đã từng bị tham, sân, si làm ô nhiễm. Những nhơ bợn trong tâm làm cho chúng sanh ô nhiễm, và chỉ có phương cách gội rữa tâm mới làm cho chúng sanh thanh sạch mà thôi." Phật tử thuần thành nên luôn nhớ rằng lối sống hằng ngày của chúng ta phải là một tiến trình thanh lọc ô nhiễm lời nói và hành động một cách tích cực. Và chúng ta chỉ có thể thực hiện loại thanh lọc này bằng thiền tập, chứ không phải bằng tranh luận triết lý hay lý luận trừu tượng. Đức Phật dạy: "Dầu ta có chinh phục cả ngàn lần, cả ngàn người nơi chiến trường, người chinh phục vĩ đại nhất vẫn là người chinh phục được chính mình." Chinh phục chính mình hay chinh phục chính cái phàm tâm của mình không gì khác hơn là tự chủ, hay tự làm chủ lấy mình. Chinh phục chính mình là nắm vững cái phàm tâm của chính mình, làm chủ những cảm kích, tình cảm, những ưa thích và ghét bỏ của chính mình. Vì vậy, chinh phục chính mình là một vương quốc vĩ đại mà mọi người đều mơ ước, và bị dục vọng điều khiển là sự nô lệ đau đớn nhất của đời người.

Chương 119. Tu Phước

Trong Phật giáo, tu phước bao gồm những cách thật hành khác nhau cho Phật tử, như thật hành bố thí, in kinh ấn tống, xây chùa dựng tháp, trì trai giữ giới, vân vân. Tuy nhiên, tâm không định tĩnh, không chuyên chú thực tập một pháp môn nhứt định thì khó mà đạt được nhất tâm. Phước đức là những cách thật hành khác nhau trong tu tập cho Phật tử, như thật hành bố thí, in kinh ấn tống, xây chùa dựng tháp, trì trai giữ giới, vân vân. Người Phật tử chân thuần nên luôn nhớ rằng "Phước phải từ nơi chính mình mà cầu. Nếu mình biết tu phước thì có phước, nếu biết tu huệ thì có huệ. Tuy nhiên, phước huệ song tu thì vẫn tốt hơn. Tu phước là phải hướng về bên trong mà tu, tu nơi chính mình. Nếu mình làm việc thiện là mình có phước. Ngược lại, nếu mình làm việc ác là mình không có phước, thế thôi. Người tu Phật phải hướng về nơi chính mình mà tu, chứ đừng hướng ngoại cầu hình. Cổ đức có dạy: "Họa Phước vô môn, duy nhân tự chiêu," hay "Bệnh tùng khẩu nhập, họa tùng khẩu xuất," nghĩa là họa phước không có cửa ra vào, chỉ do tự mình chuốc lấy. Con người gặp phải đủ thứ tai họa, hoạn nạn là do ăn nói bậy bạ mà ra. Chúng ta có thể nhất thời khoái khẩu với những món ngon vật lạ như bò, gà, đồ biển, vân vân, nhưng về lâu về sau này chính những thật phẩm này có thể gây nên những căn bệnh chết người vì trong thịt động vật có chứa rất nhiều độc tố qua thức ăn tẩm hóa chất để nuôi chúng mau lớn. Tuy nhiên, hành giả tu thiền nên luôn nhớ rằng trong nhà Thiền, một việc làm được coi như hoàn toàn thanh tịnh khi nó được làm hoàn toàn không phải với ý được thưởng công, dù là trần tục hay thiên công. Việc làm này được gọi là 'việc làm không cầu phước'. Do bởi không cầu phước, mà việc làm này được phước vô kể, công đức vô tận. Một việc làm lớn, không nhất thiết phải là việc vĩ đại. Cái quan trọng ở đây là lý do thúc đẩy việc làm chứ không phải tầm mức lớn nhỏ của việc làm đó. Nếu sự thúc đẩy thanh tịnh, thì việc làm thanh tịnh; còn nếu sự thúc đẩy bất tịnh, thì dầu cho việc có lớn thế mấy, vẫn là bất tịnh. Có lẽ đây là lý do tại sao, khi Lương Võ Đế hỏi tổ Bồ Đề Đạt Ma xem coi ông được bao nhiêu công đức khi xiển dương Phật giáo trên một bình diện rộng lớn, và tổ lại trả lời 'Không có công đức gì cả.'

Phước đức là kết quả của những việc làm thiện lành tự nguyện, còn có nghĩa là phước điền, hay hạnh phước điền. Phước điền, công lao hay công trạng qua việc bố thí, thờ phụng và những phục vụ về tôn giáo, tụng kinh, cầu nguyện, vân vân, bảo đảm cho những điều kiện tồn tại tốt hơn trong cuộc đời sau này. Việc đạt tới những công trạng là một nhân tố quan trọng khuyến khích Phật tử thế tục. Phật giáo Đại thừa cho rằng công lao tích lũy được dùng cho sự đạt tới đại giác. Sự hồi hướng một phần công lao mình cho việc cứu độ người khác là một phần trong những bổn nguyện của chư Bồ Tát. Tuy nhiên, trong các xứ theo Phật giáo Nguyên Thủy, làm phước là một trọng điểm trong đời sống tôn giáo của người tại gia, những người mà người ta cho rằng không có khả năng đạt được những mức độ thiền định cao hay Niết-bàn. Trong Phật giáo nguyên thủy, người ta cho rằng phước đức không thể hồi hướng được, nhưng trong giáo thuyết của Phật giáo Đại Thừa, "hồi hướng công đức" trở nên phổ quát, và người ta nói rằng đó là công đức chủ yếu của một vị Bồ Tát, người sẵn sàng ban bố công đức hay những việc thiện lành của chính mình vì lợi ích của người khác. Phước đức do quả báo thiện nghiệp mà có. Phước đức bao gồm tài sản và hạnh phước của cõi nhân thiên, nên chỉ là tạm bợ và vẫn chịu luân hồi sanh tử. Những cách thật hành khác nhau cho Phật tử, như thật hành bố thí, in kinh ấn tống, xây chùa dựng tháp, trì trai giữ giới, vân vân. Người Phật chân thuần tử nên luôn nhớ rằng luật nhân quả hay sự tương quan giữa nguyên nhân và kết quả trong luật về "Nghiệp" của Phật giáo là không thể nghĩ bàn. Mọi hành động là nhân sẽ có kết quả hay hậu quả của nó. Giống như vậy, mọi hậu quả đều có nhân của nó. Luật nhân quả là luật căn bản trong Phật giáo chi phối mọi hoàn cảnh. Luật ấy dạy rằng người làm việc lành, dữ hoặc vô ký sẽ nhận lấy hậu quả tương đương. Người lành được phước, người dữ bị khổ. Nhưng thường thường người ta không hiểu chữ phước theo nghĩa tâm linh, mà hiểu theo nghĩa giàu có, địa vị xã hội, hoặc uy quyền chánh trị. Chẳng hạn như người ta bảo rằng được làm vua là do quả của mười nhân thiện đã gieo trước, còn người chết bất đắc kỳ tử là do trả quả xấu ở kiếp nào, dầu kiếp này người ấy không làm gì đáng trách.

Trong Phật giáo, từ "phước điền" được dùng như một khu ruộng nơi người ta làm mùa. Hễ gieo ruộng phước bằng cúng dường cho bậc ứng cúng sẽ gặt quả phước theo đúng như vậy. Phật tử chân thuần nên tu tập phước đức (Lương phước điền) bằng cách cúng dường Phật, Pháp, Tăng. Phước điền là ruộng cho người gieo trồng phước báo. Người xứng đáng cho ta cúng dường. Giống như thửa ruộng gieo mùa, người ta sẽ gặt thiện nghiệp nếu người ấy biết vun trồng hay cúng dường cho người xứng đáng. Theo Phật giáo thì Phật, Bồ tát, A La Hán, và tất cả chúng sanh, dù bạn hay thù, đều là những ruộng phước đức cho ta gieo trồng phước đức và công đức. Hiếu dưỡng cha mẹ và tu hành thập thiện, bao gồm cả việc phụng thờ sư trưởng, tâm từ bi không giết hại, và tu thập thiện. Phụng dưỡng song thân, một trong bốn mảnh ruộng phước điền. Đức Phật dạy: "Con cái nên triệt để lưu ý đến cha mẹ. Khi cha mẹ lớn tuổi, không thể nào tránh khỏi cảnh thân hình từ từ già yếu suy nhược bằng nhiều cách, làm cho họ không ngớt phải chịu đựng bệnh khổ làm suy nhược mỗi cơ quan trong hệ tuần hoàn. Điều này là tất nhiên không tránh khỏi. Dù con cái không bị bắt buộc phải chăm sóc cha mẹ già yếu bệnh hoạn, và cha mẹ chỉ trông chờ vào thiện chí của con cái mà thôi. Hành giả nên chăm sóc cha mẹ già bằng tất cả lòng hiếu thảo của mình, và hành giả nên luôn nhớ rằng không có một cơ sở nào có thể chăm sóc cha mẹ già tốt bằng chính gia đình mình." Ngoài việc hiếu dưỡng cha mẹ, hành giả tu thiền còn phải thọ tam qui, trì ngũ giới, luôn nên phụng thờ sư trưởng, tâm từ bi không giết hại, và tu thập thiện.

Chương 120. Tu Huệ

Theo truyền thuyết Phật giáo, trong giáo pháp nhà Phật có tới tám mươi bốn ngàn pháp môn. Con số tám mươi bốn ngàn là một con số biểu tượng, tiêu biểu cho vô số pháp môn của Phật. Dầu nói giáo pháp có nhiều vô số, tất cả chỉ tập trung tại hai vấn đề. Thứ nhất là tu phước nhằm tích tụ phước đức; và thứ nhì là tu huệ nhằm tích tụ công đức. Trong hạn hẹp của chương sách này, chúng ta chỉ nói về tu tập trí tuệ. Trí tuệ không phải là thứ có thể đạt được từ bên ngoài, chỉ do bởi chỗ chúng ta bị vô minh làm mê lầm nên không thể làm hiển lộ được tiềm năng trí tuệ này mà thôi. Nếu chúng ta có thể đoạn trừ được mê lầm thì chúng ta sẽ chứng ngộ được trí tuệ vốn có vậy. Đây chính là mục đích tu tập trong Phật giáo. Mục tiêu tối thượng trong việc tu tập là đạt được sự giác ngộ viên mãn. Hành giả nên luôn nhớ lời Phật dạy: "Mọi thứ đều do tâm tạo." Vì vậy, một khi tâm thanh tịnh thì mọi thứ khác đều thanh tịnh. Phật tử chân thuần nên luôn nhớ rằng đạo Phật là con đường tìm trở về với chính mình (hướng nội) nên giáo dục trong nhà Phật cũng là nên giáo dục hướng nội chứ không phải là hướng ngoại cầu hình cầu tướng. Như trên đã nói, nguyên nhân căn bản gây ra khổ đau phiền não là tham, sân, si, mạn, nghi, tà kiến, sát, đạo, dâm, vọng... và mục đích tối hậu của đạo Phật là nhằm giúp chúng sanh, nhất là những chúng sanh con người, tu tập phước và huệ song song để họ có thể loại trừ những thứ ấy để nếu chưa thành Phật thì ít nhất chúng ta cũng trở thành một chân Phật tử có một cuộc sống an lạc, tỉnh thức và hạnh phúc.

Đức Phật đã từng dạy chúng đệ tử vô số pháp môn tu

CHƯƠNG 120. Tu Huệ

hành giúp cho tâm được an tĩnh trong mọi hoàn cảnh, không sinh ra những vọng niệm phân biệt hay chấp thủ, từ đó hành giả có thể phục hồi lại được bổn tánh của chính mình. Tu huệ tức là điều chỉnh ý nghĩ, lời nói, và những hành động sai lầm trước đây của mình, chứ không phải là thứ gì cao xa cả. Trong tu tập nhằm đạt được trí tuệ, giới luật và thiền định đóng vai trò vô cùng quan trọng vì trì giới giúp hành giả không phạm sai lầm, còn thiền định giúp đạt tâm thanh tịnh. Trí tuệ cơ bản vốn có nơi mỗi người chúng ta có thể lộ khi nào bức màn vô minh bị vẹt bỏ qua tu tập. Theo Đức Phật, trí tuệ là một phẩm hạnh cực kỳ quan trọng vì nó tương đương với chính sự giác ngộ. Chính trí tuệ mở cửa cho sự tự do, và trí tuệ xóa bỏ vô minh, nguyên nhân căn bản của khổ đau phiền não. Người ta nói rằng chặt hết cành cây hay thậm chí chặt cả thân cây, nhưng không nhổ tận gốc rễ của nó, thì cây ấy vẫn mọc lại. Tương tự, dù ta có thể loại bỏ luyến chấp vằng cách từ bỏ trần tục và sân hận với tâm từ bi, nhưng chừng nào mà vô minh chưa bị trí tuệ loại bỏ, thì luyến chấp và sân hận vẫn có thể nảy sinh trở lại như thường. Về phần Đức Phật, ngay hôm Ngài chứng kiến cảnh bất hạnh xãy ra cho con trùng và con chim trong buổi lễ hạ điền, Ngài bèn ngồi quán tưởng dưới gốc cây hồng táo gần đó. Đây là kinh nghiệm thiền định sớm nhất của Đức Phật. Về sau này, khi Ngài đã từ bỏ thế tục để đi tìm chân lý tối thượng, một trong những giới luật đầu tiên mà Ngài phát triển cũng là thiền định. Như vậy chúng ta thấy Đức Phật đã tự mình nhấn mạnh rằng trí tuệ chỉ có thể đạt được qua thiền định mà thôi.

Trong đạo Phật, trí tuệ là quan trọng tối thượng, vì sự thanh tịnh có được là nhờ trí tuệ, do trí tuệ. Nhưng Đức Phật không bao giờ tán thán tri thức suông. Theo Ngài, trí phải luôn đi đôi với thanh tịnh nơi tâm, với sự hoàn hảo về giới: Minh Hạnh Túc. Trí tuệ đạt được do sự hiểu biết và phát triển các phẩm chất của tâm là trí, là trí tuệ siêu việt, hay trí tuệ do tu tập mà thành. Đó là trí tuệ giải thoát chứ không phải là sự lý luận hay suy luận suông. Như vậy Đạo Phật không chỉ là yêu mến trí tuệ, không xúi dục đi tìm trí tuệ, không có sự sùng bái trí tuệ, mặc dù những điều này có ý nghĩa của nó và liên quan đến sự sống còn của nhân loại, mà đạo Phật chỉ khích lệ việc áp dụng thực tiễn những lời dạy của Đức Phật nhằm dẫn người theo đi đến sự xả ly, giác ngộ, và giải thoát cuối cùng.

Đối với hành giả tu Phật, bắt đầu tu tập trí tuệ là bắt đầu cuộc chiến nội tâm với chính chúng ta. Thiền sư Philip Kapleau viết trong quyển 'Ba Trụ Thiền': Tọa thiền giúp đưa đến sự tự chứng ngộ, không phải là mơ màng vẩn vơ, hay khoảnh khắc bất động trống không, nhưng là một cuộc chiến nội tâm để được quyền kiểm soát tâm thức, rồi dùng nó như một hỏa tiễn thầm lặng để vượt qua rào cản của ngũ quan và trí năng biện biệt (thức thứ sáu). Điều đó đòi hỏi năng lực, sự quyết tâm và lòng can đảm. Thiền sư An Cốc Bạch Vân gọi đó là "cuộc chiến giữa các thế lực đối nghịch mê hoặc và giác ngộ." Tâm thái ấy được đức Phật mô tả một cách sống động khi ngài ngồi dưới cội Bồ đề trong nỗ lực tối thượng, và lời của ngài thường được trích dẫn trong các buổi nhiếp tâm trong các thiền đường: "Cho dầu chỉ còn da, xương và gân, cho dầu máu và thịt khô đi và héo tàn, sẽ không rời chỗ này cho đến khi nào đạt đến toàn giác." Thôi thúc hướng đến giác ngộ một mặt bắt nguồn từ cảm giác khổ đau về trói buộc nội tâm, những nỗi ê chế trong cuộc sống, sự sợ hãi về cái chết, hoặc cả hai; và mặt khác, từ niềm xác tín rằng giác ngộ đưa đến giải thoát. Chính nhờ tọa thiền mà sức mạnh và sinh lực của thân và tâm gia tăng và chung sức đột phá vào thế giới tự do mới mẻ ấy.

Đức Phật thường dạy chúng đệ tử rằng tất cả chúng sanh đều có trí tuệ hay bổn tánh của một vị Phật, thứ có thể biết về hiện tại, quá khứ và vị lai. Đây là những khả năng nguyên thủy của chúng sanh mọi loài. Không may, những khả năng này đã bị che khuất bởi sự mê mờ. Sự mê mờ xuất hiện khi tâm trí chúng ta không an tịnh, trong khi cái tâm giác ngộ vẫn không hề bị ảnh hưởng gì. Tưởng cũng nên ghi nhận khi sáu giác quan của chúng ta tiếp xúc với ngoại cảnh, tâm trí của chúng ta sẽ dao động, phát sanh những tư tưởng tán loạn. Tu tập trí tuệ là kết quả của giới và định. Dù trí tuệ quan hệ tới nhân quả. Những ai đã từng tu tập và vun trồng thiện căn trong những đời quá khứ sẽ có được trí tuệ tốt hơn. Tuy nhiên, ngay trong kiếp này, nếu bạn muốn đoạn trừ tam độc tham lam, sân hận và si mê, bạn không có con đường nào khác hơn là phải tu giới và định hầu đạt được trí tuệ ba la mật. Với trí tuệ ba la mật, bạn có thể tiêu diệt những tên trộm này và chấm dứt khổ đau phiền não. Trí tuệ là một trong ba pháp tu học quan trọng trong Phật giáo. Hai pháp kia là Giới và Định. Theo Tỳ-kheo Piyadassi Mahathera trong Phật Giáo Nhìn Toàn Diện thì tâm định ở mức độ cao là phương tiện để thành đạt trí tuệ hay tuệ minh sát.

Chương 121. Phước Huệ Song Tu

Trong tu tập theo Phật giáo, pháp môn thì có nhiều, nhưng cách tu chỉ có hai: Tu phước và tu huệ. Tu phước bao gồm những cách thật hành khác nhau cho Phật tử, như thật hành bố thí, in kinh ấn tống, xây chùa dựng tháp, trì trai giữ giới, vân vân. Phước là do quả báo thiện nghiệp mà có. Phước đức bao gồm tài sản và hạnh phước của cõi nhân thiên, nên chỉ là tạm bợ và vẫn chịu luân hồi sanh tử. Phước báo tưởng thưởng, như được tái sanh vào cõi trời hay người. Phước đức là kết quả của những việc làm thiện lành tự nguyện, còn có nghĩa là phước điền, hay hạnh phước điền. Phước đức là tính chất trong chúng ta bảo đảm những ơn phước sắp đến, cả vật chất lẫn tinh thần. Không cần khó khăn lắm người ta cũng nhìn thấy ngay rằng ước ao phước đức, tạo phước đức, tàng chứa phước đức, hay thu thập phước đức, dù xứng đáng thế nào chăng nữa vẫn ẩn tàng một mức độ ích kỷ đáng kể. Phước đức luôn luôn là những những chiến thuật mà các Phật tử, những thành phần yếu kém về phương diện tâm linh trong giáo hội, dùng để làm yếu đi những bản năng chấp thủ, bằng cách tách rời mình với của cải và gia đình, bằng cách ngược lại hướng dẫn họ về một mục đích duy nhất, nghĩa là sự thủ đắc phước đức từ lâu vẫn nằm trong chiến thuật của Phật giáo. Nhưng, dĩ nhiên việc này chỉ có giá trị ở mức độ tinh thần thấp kém. Ở những giai đoạn cao hơn người ta phải quay lưng lại với cả hình thức thủ đắc này, người ta phải sẵn sàng buông bỏ kho tàng phước đức của mình vì hạnh phúc của người khác. Đại Thừa đã rút ra kết luận này, và mong mỏi tín đồ cấp cho chúng sanh khác phước đức của riêng mình, như kinh điển đã dạy: "Hồi hướng hay trao tặng công đức của họ cho sự giác ngộ của mọi chúng sanh." "Qua phước đức của mọi thiện pháp của tôi, tôi mong ước xoa dịu nỗi khổ đau của hết thảy chúng sanh, tôi ao ước là thầy thuốc và kẻ nuôi bệnh chừng nào còn có bệnh tật. Qua những cơn mưa thật phẩm và đồ uống, tôi ao ước dập tắt ngọn lửa của đói và khát. Tôi ao ước là một kho báu vô tận cho kẻ bần cùng, một tôi tớ cung cấp tất cả những gì họ thiếu. Cuộc sống của tôi, và tất cả mọi cuộc tái sanh, tất cả mọi của cải, tất cả mọi phước đức mà tôi thủ đắc hay sẽ thủ đắc, tất cả những điều đó tôi xin từ bỏ không chút hy vọng lợi lộc cho riêng tôi, hầu sự giải thoát của tất cả chúng sanh có thể thực hiện."

Phải thành thật mà nói, nhờ tu tuệ mà hành giả đạt được một số công đức góp phần không nhỏ cho tiến trình giải thoát khỏi sáu nẻo luân hồi. Công đức là thật hành cái gì thiện lành như giảm thiểu tham, sân, si. Công đức là hạnh tự cải thiện mình, vượt thoát khỏi vòng luân hồi sanh tử để đi đến Phật quả. Sức mạnh làm những việc công đức, giúp vượt qua bờ sanh tử và đạt đến quả vị Phật. Phước đức được thành lập bằng cách giúp đỡ người khác, trong khi công đức nhờ vào tu tập để tự cải thiện mình và làm giảm thiểu những ham muốn, giận hờn, si mê. Cả phước đức và công đức phải được

CHƯƠNG 121. Phước Huệ Song Tu

tu tập song hành. Hai từ này thỉnh thoảng được dùng lẫn lộn. Tuy nhiên, sự khác biệt chính yếu là phước đức mang lại hạnh phúc, giàu sang, thông thái, vân vân của bậc trời người, vì thế chúng có tính cách tạm thời và vẫn còn bị luân hồi sanh tử. Công đức, ngược lại giúp vượt thoát khỏi luân hồi sanh tử và dẫn đến quả vị Phật. Cùng một hành động bố thí với tâm niệm đạt được quả báo trần tục thì mình sẽ được phước đức; tuy nhiên, nếu mình bố thí với quyết tâm giảm thiểu tham lam bỏn xẻn, mình sẽ được công đức. Trong khi phước đức tức là công đức bên ngoài, còn công đức là do công phu tu tập bên trong mà có. Công đức do thiền tập, dù trong chốc lát cũng không bao giờ mất. Có người cho rằng 'Nếu như vậy tôi khỏi làm những phước đức bên ngoài, tôi chỉ một bề tích tụ công phu tu tập bên trong là đủ'. Nghĩ như vậy là hoàn toàn sai. Người Phật tử chơn thuần phải tu tập cả hai, vừa tu phước mà cũng vừa tu tập công đức, cho tới khi nào công đức tròn đầy và phước đức đầy đủ, mới được gọi là 'Lưỡng Túc Tôn.' Theo kinh Pháp Bảo Đàn, phẩm thứ ba, Tổ bảo Vi Thứ Sử: "Võ Đế tâm tà, không biết chánh pháp, cất chùa độ Tăng, bố thí thiết trai, đó gọi là cầu phước, chớ không thể đem phước đổi làm công đức được. Công đức là ở trong pháp thân, không phải do tu phước mà được." Tổ lại nói: "Thấy tánh ấy là công, bình đẳng ấy là đức. Mỗi niệm không ngưng trệ, thường thấy bản tánh, chân thật diệu dụng, gọi là công đức. Trong tâm khiêm hạ ấy là công, bên ngoài hành lễ phép ấy là đức. Tự tánh dựng lập muôn pháp là công, tâm thể lìa niệm ấy là đức. Không lìa tự tánh ấy là công, ứng dụng không nhiễm là đức. Nếu tìm công đức pháp thân, chỉ y nơi đây mà tạo, ấy là chơn công đức. Nếu người tu công đức, tâm tức không có khinh, mà thường hành khắp kỉnh. Tâm thường khinh người, ngô ngã không dứt tức là không công, tự tánh hư vọng không thật tức tự không có đức, vì ngô ngã tự đại thường khinh tất cả. Này thiện tri thức, mỗi niệm không có gián đoạn ấy là công, tâm hành ngay thẳng ấy là đức; tự tu tánh, ấy là công, tự tu thân ấy là đức. Này thiện tri thức, công đức phải là nơi tự tánh mà thấy, không phải do bố thí cúng dường mà cầu được. Ấy là phước đức cùng với công đức khác nhau."

Theo giáo thuyết nhà Phật, tuệ là một trong năm căn, tuệ căn có thể quán đạt chúng sanh để nẩy sinh ra đạo lý. Tuệ căn nghĩa là trí tuệ mà người có tôn giáo phải duy trì. Đây không phải là cái trí tuệ tự kỷ mà là cái trí tuệ thật sự mà chúng ta đạt được khi chúng ta hoàn toàn thoát khỏi cái ngã và ảo tưởng. Hễ chừng nào chúng ta có trí tuệ này thì chúng ta sẽ không đi lạc đường. Chúng ta cũng có thể nói như thế về niềm tin của chúng ta đối với chính tôn giáo, không kể đến cuộc sống hằng ngày. Nếu chúng ta không tu tập bằng trí tuệ, chắc chắn chúng ta sẽ bị bị ràng buộc vào những ham muốn ích kỷ, nhỏ nhặt. Cuối cùng, chúng ta có thể đi lạc vào một tôn giáo sai lầm. Tuy rằng chúng ta có thể tin sâu vào tôn giáo ấy, hết lòng tu tập theo tôn giáo ấy, giữ gìn nó trong tâm và tận tụy đối với nó, chúng ta cũng không được cứu độ vì giáo lý của nó căn bản là sai, và chúng ta càng lúc càng bị chìm sâu hơn vào thế giới của ảo tưởng. Quanh chúng ta có nhiều trường hợp về những người đi vào con đường như thế. Dù "tuệ căn" được nêu lên cuối cùng trong năm quan năng đưa đến thiện hạnh, nó cũng nên được kể là thứ tự đầu tiên khi ta bước vào cuộc sống tôn giáo.

Đối với bất cứ hành giả tu Phật nào, Tuệ và Định đều đóng vai trò cực kỳ quan trọng trên bước đường tu hành. Thiền định (thu nhiếp những tư tưởng hỗn tạp) và trí tuệ (quán chiếu thấu suốt sự lý), giống như hai cánh tay, tay trái là thiền định, tay phải là trí tuệ. Theo Kinh Pháp Bảo Đàn, phẩm thứ tư, Lục Tổ dạy: "Này thiện tri thức! Pháp môn của ta đây lấy định tuệ làm gốc, đại chúng chớ lầm nói định tuệ riêng. Định tuệ một thể không hai. Định là thể của tuệ, tuệ là dụng của định. Ngay khi tuệ, định ở tại tuệ; ngay khi định, tuệ ở tại định. Nếu biết được nghĩa này tức là cái học định tuệ bình đẳng. Những người học đạo chớ nói trước định rồi sau mới phát tuệ, hay trước tuệ rồi sau mới phát định, mỗi cái riêng khác. Khởi cái thấy như thế ấy, thì pháp có hai tướng. Miệng nói lời thiện, mà trong tâm không thiện thì không có định tuệ, định tuệ không bình đẳng. Nếu tâm miệng đều là thiện, trong ngoài một thứ, định tuệ tức là bình đẳng. Tự ngộ tu hành không ở chỗ tranh cãi, nếu tranh trước sau tức là đồng với người mê, không dứt sự hơn thua, trở lại tăng ngã và pháp, không lìa bốn tướng. Này thiện tri thức! Định tuệ ví như cái gì? Ví như ngọn đèn và ánh sáng. Có ngọn đèn tức có ánh sáng, không đèn tức là tối, đèn là thể của ánh sáng, ánh sáng là dụng của đèn; tên tuy có hai mà thể vốn đồng một. Pháp định tuệ này lại cũng như thế."

Hành giả chân thuần nên luôn nhớ rằng chính những cản trở do phiền não gây ra hay những dục vọng và ảo tưởng làm tăng tái sanh và trở ngại cho sự phát sanh trí tuệ. Nhờ có Tuệ Tu Hạnh hay hạnh thật hành trí tuệ nên không có chi mà chúng ta chẳng rõ chẳng biết. Bên cạnh đó, nhờ có hạnh tu tuệ mà hành giả sẽ có được tuệ nhãn, hay con mắt trí tuệ thấy vạn hữu giai không. Với con mắt này, Bồ Tát ném cái nhìn vào tất cả những cái kỳ diệu và bất khả tư nghì của cảnh giới tâm linh, thấy tận hố thẳm sâu xa nhất của nó. Tuệ nhãn còn có nghĩa là nhận rõ thật tính của các sự vật cũng như tướng trạng thật sự của chúng. Theo một ý nghĩa riêng, đây là một lối nhìn có tính cách triết học về các sự vật. Một người có tuệ nhãn có thể quan sát các sự vật mà một người thường không thể nhìn thấy được và có thể nhận thức những vấn đề vượt ngoài trí tưởng tượng. Người ấy hiểu rằng mọi sự trên đời này luôn luôn biến đổi và không có một cái gì hiện hữu trong một hình thái cố định. Điều này có nghĩa là hết thảy mọi sự vật đều vô thường, không có sự vật nào hiện hữu một cách riêng lẻ trong vũ trụ mà không có liên quan với các sự vật khác; mọi sự vật hiện hữu trong mối liên hệ với mọi sự vật khác giống như những mắt lưới, không có cái gì có một tự ngã. Đồng thời, hành giả cũng đạt được tuệ lực hay sức mạnh của trí năng (sức mạnh của trí tuệ), dựa vào chân lý Tứ Diệu

Để dẫn đến nhận thức đúng và giải thoát.

Mục đích của tu tập thiền là để đạt được trí tuệ. Trí tuệ chân chính khởi lên từ cái tâm thanh tịnh. Trí tuệ chân chánh không phải là thứ trí tuệ đạt được qua việc đọc và học kinh điển hay sách vở; cái trí tuệ đạt được qua việc đọc và học chỉ là phàm trí chứ không phải là chân trí tuệ. Bên cạnh đó, hành giả tu tập trí tuệ phải luôn sáng suốt chứ không mê muội về nhân quả. Các bậc cổ đức Phật giáo thường nói: "Bồ Tát Sợ Nhân, Chúng Sanh Sợ Quả." Thật vậy, tất cả những người tu tập trí tuệ đều biết rằng cả nhân lẫn quả liên hệ mật thiết trong khi cùng hỗ tương tồn tại. Mọi sự vật trên đời này đều phải chịu sự chi phối của luật nhân quả. Vạn vật đều trống rỗng và vô thường, nhưng luật nhân quả lại không bao giờ thay đổi. Bồ Tát, những vị tu tập trí tuệ, vì sợ quả ác về sau, cho nên chẳng những tránh gieo ác nhân trong hiện tại, mà còn tinh tấn tu hành cho nghiệp chướng chóng tiêu trừ, đầy đủ công đức để cuối cùng đạt thành Phật quả. Còn chúng sanh vì vô minh che mờ tâm tánh nên tranh nhau gây tạo lấy ác nhân, vì thế mà phải bị nhận lấy ác quả. Trong khi chịu quả, lại không biết ăn năn sám hối, nên chẳng những sanh tâm oán trách trời người, mà lại còn gây tạo thêm nhiều điều ác độc khác nữa để chống đối. Vì thế cho nên oan oan tương báo mãi không thôi. Từ vô thỉ, do cảm nhận và hành xử một cách sai lầm, mà chúng ta phải chịu khổ đau phiền não. Theo Phật giáo, mọi hành vi từ thân, khẩu, ý đều sanh ra những nghiệp quả hoặc tốt hoặc xấu. Có nhiều người tin rằng nguyên nhân gây nên khổ đau phiền não đến từ những hoàn cảnh bên ngoài xã hội, nhưng với Phật giáo, những nguyên nhân này nằm ở ngay bên trong mỗi người chúng ta. Phật tử chân thuần nên luôn nhớ rằng khổ đau phiền não gây nên bởi vô minh, còn nguồn gốc của hạnh phúc Niết-bàn là trí tuệ. Chính vì lý do này mà chúng ta cần phải tu tập để chuyển hóa những khổ đau phiền não thành ra an lạc, tỉnh thức, hạnh phúc, và cuối cùng đi đến cứu cánh Niết-bàn. Nếu

CHƯƠNG 121. Phước Huệ Song Tu

chúng ta muốn chuyển hướng ra khỏi những tham, sân, si, mạn, nghi, tà kiến, sát, đạo, dâm, vọng... cách duy nhất là chúng ta phải đạt được trí tuệ chân chánh. Vì với trí tuệ chân chánh chúng ta có thể chế ngự được mười tên giặc ác vừa kể ở trên. Từ đó, cuộc sống của chúng ta sẽ trở nên thanh tịnh và an lạc hơn.

Trong Phật giáo, trí tuệ và Bát Nhã Trí thường có chung nghĩa; tuy nhiên thông đạt sự tướng hữu vi thì gọi là "trí." Thông đạt không lý vô vi thì gọi là "tuệ." Trí Tuệ được mô tả là sự hiểu biết về Tứ Diệu Đế, sự hiểu biết về lý nhân duyên, và những điều tương tự như vậy. Sự đắc thành trí tuệ là sự đắc thành khả năng biến đổi học thuyết từ những đối tượng của trí tuệ thành kinh nghiệm thực tế cho cá nhân mình. Nói cách khác, trí tuệ theo Phật giáo là khả năng biến đổi những kiến thức về Tứ Diệu Đế và những điều tương tự học trong kinh điển thành chân lý hiện thật và sinh động. Muốn đạt được trí tuệ, trước nhất chúng ta phải trau dồi giới hạnh và phát triển sự định tỉnh nơi tinh thần. Nên nhớ rằng, đọc và hiểu kinh điển không phải là đạt được trì tuệ. Trí tuệ là đọc, hiểu và biến được những gì mình đã đọc hiểu thành kinh nghiệm hiện thật của cá nhân. Trí tuệ cho chúng ta khả năng "thấy được chân lý" hay "thấy sự thể đúng như sự thể" vì đạt được trí tuệ không phải là một bài tập về trí tuệ hay học thuật, mà là sự thấy biết chân lý một cách trực tiếp.

Trong Phật giáo, Trí Tuệ là đức tính cao cả nhất. Người ta thường dịch từ ngữ Bắc Phạn "Prajna" (pali-Panna) là trí tuệ, và cách dịch đó không được chính xác. Tuy nhiên, khi chúng Ta-bàn về truyền thống Phật giáo, chúng ta phải luôn nhớ rằng Trí Tuệ ở đây được dùng theo một ý nghĩa đặc biệt, thật đặc biệt trong lịch sử tư tưởng của nhân loại. Trí Tuệ được các Phật tử hiểu như là sự "quán tưởng các pháp một cách có phương pháp." Điều này được chỉ bày rõ ràng theo định nghĩa của Ngài Phật Âm: "Trí Tuệ có đặc tính thâm nhập vào bản chất của vạn pháp. Nhiệm vụ của nó là phá tan bóng tối của ảo tưởng che mất tự tính của vạn pháp. Biểu hiện của trí tuệ là không bị mê mờ. Bởi vì "người nào nhập định biết và thấy rõ thật tướng, thiền định chính là nguyên nhân trực tiếp và gần nhất của trí tuệ." Trí tuệ là khí giới của Bồ Tát, vì tiêu diệt tất cả vô minh phiền não. Chư Bồ Tát an trụ nơi pháp này thời có thể diệt trừ những phiền não, kiết sử đã chứa nhóm từ lâu của tất cả chúng sanh. Nói tóm lại, người tu tập phước huệ sẽ thấy được cái tinh túy của thân người cùng sử dụng hữu ích thân này, không bị lôi cuốn theo các việc vô nghĩa của kiếp sống này. Người tu tập phước huệ luôn hăng hái cố gắng tinh tấn tu tập các pháp môn, phương tiện, từ bỏ những điều đưa đến tai họa và luôn tu tập tích tụ công đức lành và cuối cùng đi đến giải thoát hoàn toàn.

Đức Phật dạy rằng trí tuệ toàn hảo tối thượng là thứ có sẵn bên trong mỗi chúng sanh. Kinh Hoa Nghiêm dạy: "Chúng sanh đều có trí tuệ và đức năng như chư Phật." Tuy nhiên, tại sao hiện tại chúng ta không có cái trí tuệ này? Đó là do bởi vọng tưởng và những chấp thủ. Bây giờ cố gắng tu tập là để phục hồi lại cái thứ trí tuệ sẵn có ấy. Nếu có trí tuệ thì từ ý nghĩ, lời nói đến hành động đều đúng đắn, thì làm sao mà chúng ta phải chịu những nghiệp quả xấu? Dĩ nhiên, cuộc sống của chúng ta là gì nếu không muốn nói là cuộc sống an lạc, tỉnh thức và hạnh phúc? Giáo thuyết nhà Phật chỉ cho chúng ta thấy rằng với trí tuệ chân chánh, con người có thể chuyển đời sống khổ đau phiền não thành đời sống an lạc, tỉnh thức và hạnh phúc. Nói cách khác, tu tập trong Phật giáo là khôi phục lại đời sống trí tuệ, khôi phục lại cái trí tuệ viên mãn giống như đức Phật đã từng làm trên hai mươi sáu thế kỷ về trước.

Cuối cùng, trong tu hành Phật giáo, Phước và Huệ là đôi chân của vị hành giả đang trên đường đi đến vùng đất Phật. Nếu thiếu mất một chân thì ngay lập tức người ấy sẽ trở thành què quặt và sẽ không bao giờ tự mình có thể đi đến được đất Phật. Thật vậy, theo giáo lý nhà Phật, nếu không có giới hạnh thanh tịnh sẽ không thể đình chỉ sự loạn động của tư tưởng. Nói cách khác, nếu không tu phước nơi thân thì nơi tâm sẽ lang thang quanh quẩn mà không có sự đình chỉ những loạn động của tư tưởng và cũng sẽ không có sự thành tựu của tuệ giác. Sự thành tựu của tuệ giác có nghĩa là sự viên mãn của tri thức và trí tuệ, tức giác ngộ trọn vẹn. Đó là kết quả của chuỗi tự tạo và lý tưởng của đời sống tự tác chủ. Giới luật mà Đức Phật đã ban hành không phải là những điều răn tiêu cực mà rõ ràng xác định ý chí cương quyết hành thiện, sự quyết tâm có những hành động tốt đẹp, một con đường toàn hảo được đắp xây bằng thiện ý nhằm tạo an lành và hạnh phúc cho chúng sanh. Những giới luật này là những quy tắc đạo lý nhằm tạo dựng một xã hội châu toàn bằng cách đem lại tình trạng hòa hợp, nhất trí, điều hòa, thuận thảo và sự hiểu biết lẫn nhau giữa người với người. Phật tử chân thuần nên luôn nhớ rằng đạo Phật là con đường tìm trở về với chính mình (hướng nội) nên giáo dục trong nhà Phật cũng là nên giáo dục hướng nội chứ không phải là hướng ngoại cầu hình cầu tướng. Như trên đã nói, nguyên nhân căn bản gây ra khổ đau phiền não là tham, sân, si, mạn, nghi, tà kiến, sát, đạo, dâm, vọng... và mục đích tối hậu của đạo Phật là nhằm giúp chúng sanh, nhất là những chúng sanh con người, tu tập phước và huệ song song để họ có thể loại trừ những thứ ấy để nếu chưa thành Phật thì ít nhất chúng ta cũng trở thành một chân Phật tử có một cuộc sống an lạc, tỉnh thức và hạnh phúc.

Chương 122. Chúng Sanh Trong Sáu Nẻo

Chúng sanh(1) trong sáu nẻo từ địa ngục đến cõi trời bao gồm chúng hữu tình và chúng vô tình. Chúng hữu tình là những chúng sanh có tình cảm và lý trí; trong khi chúng vô tình là những chúng sanh không có tình cảm và lý trí. Như vậy, hữu tình chúng sanh là những chúng sanh có tâm thức;

trong khi vô tình chúng sanh tự sinh tồn bằng chính cơ thể của mình và những gì lấy được từ ánh nắng mặt trời, đất và không khí. Thực vật không được xem là loài hữu tình vì chúng không có tâm thức. Chúng sanh nói chung, bao gồm cả vương quốc thảo mộc, những chúng sanh vô tình; tuy nhiên, từ "sattva" giới hạn nghĩa trong những chúng sanh có lý lẽ, tâm thức, cảm thọ(2); hay những chúng sanh có tri giác, nhạy cảm, sức sống, và lý trí. Theo Phật giáo, bất cứ sinh vật có thần thức(3) và sống trong lục đạo (trời, người, a-tu-la, súc sanh, ngạ quỷ, và địa ngục). Có thể nói rằng tất cả chúng sanh đều có tánh giác hay Phật Tánh. Từ "Chúng sanh" nói đến tất cả những vật có đời sống. Mỗi sinh vật đến với cõi đời này là kết quả của nhiều nguyên nhân và điều kiện khác nhau. Những sinh vật nhỏ nhất như con kiến hay con muỗi, hay ngay cả những ký sinh trùng thật nhỏ, đều là những chúng sanh. Tuy nhiên, theo nghĩa thông thường, đa phần chúng sanh là những phàm nhân ngu dốt tối tăm, luôn xét mình là một kẻ phàm phu đầy tham sân si, cùng với vô số tội lỗi chất chồng trong quá khứ, hiện tại và vị lai, từ đó sanh lòng tàm quí, rồi phát nguyện tu tâm sửa tánh, sám hối, ăn năn, y theo lời Phật Tổ đã dạy mà hành trì, tu tập, như là tụng kinh, niệm Phật, ngồi thiền, vân vân, cầu cho nghiệp chướng chóng được tiêu trừ, mau bước lên bờ giác trong một tương lai rất gần.

Trong triết lý Phật giáo, chúng sanh là một sinh vật có lý trí, nghĩa là sinh vật ấy biết được những gì đang xảy ra quanh mình và có khả năng suy tưởng. Trong văn học tâm lý của Phật giáo, để làm một chúng hữu tình phải có đủ năm thứ: 1) cảm thọ, 2) suy tưởng phân biệt, 3) hành uẩn, 4) tác ý, 5) cảm xúc. Chúng sanh có nhiều loại dị biệt, nhưng nói chung chỉ có hai loại là thiện và ác, và mỗi thứ đều khác nhau. Mỗi thứ tạo những nghiệp riêng, rồi thọ những quả báo riêng. Nói chung, tất cả chúng sanh đều ở trong pháp Ngũ Uẩn. Mỗi chúng sanh là sự kết hợp của những thành tố, có

CHƯƠNG 122. Chúng Sanh Trong Sáu Nẻo

thể phân biệt thành năm phần: sắc, thọ, tưởng, hành, thức. Do đó, chúng sanh này không khác với chúng sanh khác, và con người bình thường không khác với các bậc Thánh nhân. Nhưng do bản chất và hình thể của năm yếu tố tồn tại trong từng cá thể được thành lập, nên chúng sanh này có khác với chúng sanh khác, con người bình thường có khác với các bậc Thánh. Sự kết hợp năm uẩn này là kết quả của nghiệp và thay đổi từng sát na, nghĩa là chuyển hóa, thành tố mới thay cho thành tố cũ đã tan rã hoặc biến mất. Năm uẩn được kết hợp sẽ thành một hữu tình từ vô thủy, hữu tình ấy đã tạo nghiệp với sự chấp thủ định kiến của cái ngã và ngã sở. Sự hiểu biết của vị ấy bị bóp méo hoặc che mờ bởi vô minh, nên không thấy được chân lý của từng sát na kết hợp và tan rã của từng thành phần trong năm uẩn. Mặt khác, vị ấy bị chi phối bởi bản chất vô thường của chúng. Một người thức tỉnh với sự hiểu biết với phương pháp tu tập của Đức Phật sẽ giác ngộ được bản chất của chư pháp, nghĩa là một hữu tình chỉ do năm uẩn kết hợp lại và không có một thật thể thường hằng hoặc bất biến nào gọi là linh hồn cả.

Theo Phật giáo, trên phương diện thể chất, có bốn loại chúng sanh, bao gồm cả loài hữu tình và vô tình: loài bay, loài bơi, loài đi bằng chân và thảo mộc. Tất cả những loài có máu và thở bằng phổi đều gọi là "thú", trong khi đó thảo mộc bao gồm, cỏ cây, và các loài cây trổ bông. Bốn loại chúng sanh này từ đâu tới? Nguyên thủy của chúng là ở đâu? Theo Phật giáo, nguyên thủy của nhất thiết chúng sanh đều là Phật Tánh. Nếu không có Phật Tánh, mọi thứ đều triệt tiêu. Phật tánh là thứ duy nhất đã lưu truyền qua hàng ngàn thế hệ mà không bị tiêu diệt. Từ Phật tánh phát khởi các chúng sanh Bồ Tát, Thanh Văn, chư Thiên, A Tu La, con người, thú vật, ngạ quỷ và địa ngục. Đây là những chúng sanh trong mười pháp giới, và mười pháp giới chưa từng tách rời ra khỏi tâm này. Nhất niệm duy tâm cũng là hạt giống của Phật Tánh. Nhất chân niệm là một tên gọi khác của Phật Tánh. Bốn loại chúng sanh này bao gồm loài thai sanh, tức loài sanh bằng thai; loài noãn sanh, tức loài sanh bằng trứng; loài thấp sanh, tức loài sanh từ nơi ẩm thấp; và loài hóa sanh, tức loài từ biến hóa mà sanh ra.

Theo Kinh Lăng Già, về quan điểm tôn giáo, có năm đẳng cấp chúng sanh: Thứ nhất là các chúng sanh thuộc hàng Thanh Văn được chứng ngộ khi nghe được những học thuyết về các Uẩn, Giới, Xứ, nhưng lại không đặc biệt lưu tâm đến lý nhân quả; các ngài đã giải thoát được sự trói buộc của các phiền não nhưng vẫn chưa đoạn diệt được tập khí của mình. Họ đạt được sự thể chứng Niết-bàn, và an trú trong trạng thái ấy, họ tuyên bố rằng họ đã chấm dứt sự hiện hữu, đạt được đời sống phạm hạnh, tất cả những gì cần phải làm đã được làm, họ sẽ không còn tái sinh nữa. Những vị này đã đạt được tuệ kiến về sự phi hiện hữu của "ngã thể" trong một con người, nhưng vẫn chưa thấy được sự phi hiện hữu trong các sự vật. Những nhà lãnh đạo triết học nào tin vào một đấng sáng tạo hay tin vào "linh hồn" cũng có thể được xếp vào đẳng cấp này. Thứ nhì là những chúng sanh thuộc hàng Bích Chi Phật bao gồm những vị hết sức lưu tâm đến những gì dẫn họ đến sự thể chứng quả vị Bích Chi Phật. Họ lui vào sống độc cư và không dính dáng gì đến các sự việc trên đời này. Khi họ nghe nói rằng Đức Phật hiện thân ra thành nhiều hình tướng khác nhau, khi thì nhiều thân, khi thì một thân, thi triển thần thông thì họ nghĩ rằng đấy là dành cho đẳng cấp của chính họ nên họ vô cùng ưa thích những thứ ấy mà đi theo và chấp nhận chúng. Thứ ba là những chúng sanh thuộc hàng Như Lai, tức những vị có thể nghe thuyết giảng về những chủ đề như những biểu hiện của tâm hay cảnh giới siêu việt của A Lại Da mà từ đấy khởi sinh thế giới của những đặc thù này, nhưng chư vị lại có thể không cảm thấy chút nào ngạc nhiên hay sợ hãi. Những chúng sanh trong đẳng cấp Như Lai có thể được chia làm ba loại: những vị đã đạt được tuệ kiến thấu suốt chân lý rằng không có một thật thể đặc

CHƯƠNG 122. Chúng Sanh Trong Sáu Nẻo

thù nào đằng sau những gì mà người ta nhận thức; những vị biết rằng có một nhận thức tức thời về chân lý trong tâm thức sâu kín nhất của con người; những vị nhận thức rằng ngoài thế giới này còn có vô số Phật độ rộng lớn bao la. Thứ tư là những chúng sanh không thuộc đẳng cấp rõ ràng nào, tức những chúng sanh có bản chất bất định, vì những chúng sanh nào thuộc đẳng cấp này có thể nhập vào một trong ba đẳng cấp vừa kể trên tùy theo hoàn cảnh của mình. Thứ năm là những chúng sanh vượt ra ngoài các đẳng cấp trên. Hãy còn một đẳng cấp khác nữa của những chúng sanh không thể được bao gồm trong bất cứ đẳng cấp nào trong bốn đẳng cấp vừa kể trên; vì họ không hề mong muốn cái gì để giải thoát, và vì không có mong muốn ấy nên không có giáo lý nào có thể nhập vào lòng họ được. Tuy nhiên, có hai nhóm phụ thuộc nhóm này và cả hai nhóm này đều được gọi là Nhất Xiển Đề. Xiển đề là tiếng Phạn có nghĩa là "tín bất cụ" (hay không đủ niềm tin) và "thiếu thiện căn." Theo từ Bắc Phạn có nghĩa là "Niềm tin không trọn vẹn," hay "thiếu thiện căn." Một loại chúng sanh đã cắt đứt tất cả thiện căn và không còn hy vọng đạt thành Phật quả nữa. Tình trạng "xiển đề" đã từng là một chủ đề bàn luận trong Phật giáo vùng Đông Á, vài nhóm cho rằng xiển đề không thể nào thành Phật, nhóm khác xác nhận rằng tất cả chúng sanh, bao gồm xiển đề, đều có Phật tánh và vì thế có thể tái lập thiện căn. Xiển đề cũng có thể là một vị Tỳ-kheo không chịu vào Niết-bàn mà ở lại trần thế để tế độ chúng sanh. Xiển Đề còn có nghĩa là đoạn thiện căn giả, tức là người không có ý hướng giác ngộ Phật, kẻ thù của thiện pháp. Người cắt đứt mọi thiện căn. Nhất Xiển Đề là hạng người cùng hung cực ác, mất hết tất cả các căn lành, không thể nào giáo hóa khiến cho họ tu hành chi được hết. Tuy nhiên, Nhất Xiển Đề cũng áp dụng cho Bồ Tát nguyện không thành Phật cho đến khi nào tất cả chúng sanh đều được cứu độ. Trong Kinh Lăng Già, Đức Phật nhắc Mahamati: "Này Mahamati, vị Bồ Tát nhất xiển đề biết rằng tất cả sự vật đều ở trong Niết-bàn từ lúc khởi thỉ, nên vẫn giữ mãi không nhập Niết-bàn." Như vậy, xiển đề có thể là những người đã từ bỏ tất cả các thiện căn, hay những người phỉ báng các học thuyết dành cho chư Bồ Tát mà bảo rằng các học thuyết ấy không phù hợp với kinh luật cũng như học thuyết giải thoát. Vì sự phỉ báng này, họ tự cắt đứt mọi thiện căn và không thể nào vào được Niết-bàn. Xiển Đề cũng có thể là những người lúc đã nguyện độ tận chúng sanh ngay từ lúc mới khởi đầu cuộc tu hành của họ. Họ gồm những vị Bồ Tát mong muốn đưa tất cả chúng sanh đến Niết-bàn mà tự mình thì từ chối cái hạnh phúc ấy. Từ lúc khởi sự đạo nghiệp của mình, các ngài đã nguyện rằng cho đến khi mọi chúng sanh của họ được đưa đến an hưởng hạnh phúc vĩnh cửu của Niết-bàn, họ sẽ không rời cuộc đời khổ đau này, mà phải hành động một cách kiên trì với mọi phương tiện có thể được để hoàn tất sứ mạng của mình. Nhưng vì vũ trụ còn tiếp tục hiện hữu thì sẽ không có sự chấm dứt cuộc sống, cho nên các vị này có thể không bao giờ có cơ hội để hoàn tất công việc mà tịnh trú trong Niết-bàn tĩnh lặng. Cơ may cũng đến cho cả những người phỉ báng Bồ tát thừa khi nhờ lực trì gia hộ của chư Phật, mà cuối cùng họ theo Đại thừa và do tích tập thiện nghiệp mà nhập Niết-bàn, vì chư Phật luôn luôn hành động vì lợi ích của tất cả mọi chúng sanh dù chúng sanh có thế nào đi nữa. Nhưng đối với các vị Bồ Tát, không bao giờ nhập Niết-bàn vì các ngài có tuệ giác sâu xa, nhìn suốt bản chất của các sự vật là những thứ dù đang như thế, vốn vẫn ở ngay trong Niết-bàn. Như vậy chúng ta biết đâu là vị trí của chư vị Bồ tát trong công việc vô tận của các ngài là dẫn dắt hết thảy chúng sanh đến trú xứ tối hậu.

Theo Kinh Đại Duyên và Kinh Phúng Tụng trong Trường Bộ Kinh, có bảy loại chúng sanh: 1) Có loại chúng sanh hữu tình, thân sai biệt và tưởng sai biệt, như loài người, một số chư Thiên và một số thuộc đọa xứ. 2) Có loại chúng sanh hữu tình thân sai biệt nhưng tưởng đồng loại, như Phạm Thiên

CHƯƠNG 122. Chúng Sanh Trong Sáu Nẻo

chúng vừa mới sanh lần đầu tiên (hay do tu sơ thiền). 3) Có loại chúng sanh hữu tình thân đồng loại, nhưng tưởng sai biệt, như chư Quang Âm Thiên. 4) Có loại chúng sanh hữu tình thân đồng loại và tưởng đồng loại, như chư Thiên cõi trời Biến Tịnh. 5) Có loại chúng sanh hữu tình vượt khỏi mọi tưởng về sắc, điều phục mọi tưởng về sân, không tác ý đến các tướng sai biệt, chứng Không Vô Biên Xứ. 6) Có loại chúng sanh hữu tình vượt khỏi hoàn toàn Không Vô Biên Xứ, nghĩ rằng: "Thức là vô biên," và chứng Thức Vô Biên Xứ. 7) Có loại chúng sanh hữu tình vượt khỏi hoàn toàn Thức Vô Biên Xứ, nghĩ rằng: "Không có vật gì cả," và chứng Vô Sở Hữu Xứ. Còn có bảy loại hiện hữu trong thế giới loài người hay trong bất cứ dục giới nào. Đó là địa ngục hữu tình, súc sanh hữu tình, ngạ quỷ hữu tình, thiên hữu tình, nhơn hữu tình, nghiệp hữu tình, và thân trung ấm hữu tình. Ngoài ra, còn có bảy loại chúng sanh khác nữa: địa ngục, ngạ quỷ, súc sanh, a-tu-la, nhơn, phi nhơn, và thiên. Theo kinh Diệu Pháp Liên Hoa, lại có tám loại chúng sanh: thiên, long, dạ xoa, a tu la, ca lâu la, khẩn na la, càng thát bà, và ma hầu la già.

Theo truyền thống Phật giáo, sanh hữu gồm chín loại: Thứ nhất là dục hữu tình, tức là loại chúng sanh có dục vọng; thứ nhì là sắc hữu tình, tức là loại chúng sanh có sắc; thứ ba là vô sắc hữu tình, tức loại chúng sanh vô sắc; thứ tư là tưởng hữu tình, tức loại chúng sanh có tưởng; thứ năm là vô tưởng hữu tình, tức loại chúng sanh không có tưởng; thứ sáu là phi tưởng phi phi tưởng hữu tình, tức loại chúng sanh không có tưởng mà cũng không có không tưởng; thứ bảy là hữu nhất uẩn tình, tức loại chúng sanh có một uẩn; thứ tám là hữu tứ uẩn tình, tức loại chúng sanh có bốn uẩn; và thứ chín là hữu tình ngũ uẩn, tức loại chúng sanh có năm uẩn. Cũng theo kinh Phúng Tụng trong Trường Bộ Kinh, có chín chỗ an trú cho loài hữu tình hay chín loại chúng sanh:

1) Loài hữu tình có thân sai biệt, tưởng sai biệt như loài người và một số chư Thiên. 2) Loài hữu tình có thân sai biệt,

tưởng đồng nhất như Phạm chúng Thiên khi mới tái sanh. 3) Loài hữu tình có thân đồng nhất, tưởng sai biệt như Quang Âm Thiên. 4) Loài hữu tình có thân đồng nhất, tưởng đồng nhất như Tịnh Cư Thiên. 5) Loài hữu tình không có tưởng, không có thọ như chư Vô Tưởng Thiên. 6) Loài hữu tình đã chứng được (ở cõi) Không Vô Biên Xứ. 7) Loài hữu tình đã chứng được (ở cõi) Thúc Vô Biên Xứ. 8) Loài hữu tình đã chứng (ở cõi) Vô Sở Hữu Xứ. 9) Loài hữu tình đã chứng (ở cõi) Phi Tưởng Phi Phi Tưởng Xứ.

Trong Kinh Thủ Lăng Nghiêm, quyển Bảy, Đức Phật đã nhắc ngài A Nan về mười hai loại chúng sanh: 1) Loài noãn sanh, tức loài sanh ra bằng trứng. Bởi nhân thế giới hư vọng luân hồi, động điên đảo, hòa hợp với khí thành tám vạn bốn nghìn loài bay, bơi loạn tưởng. Như vậy nên có loài từ trứng sinh, lưu chuyển trong các quốc độ, như loài cá, chim, rùa, rắn, đầy dẫy trong thế giới. 2) Loài thai sinh, tức loài sanh ra bằng thao. Bởi nhân thế giới tạp nhiễm luân hồi, dục điên đảo, hòa hợp thành tám vạn bốn nghìn loài hoành thụ, loạn tưởng. Như vậy nên có loài từ thai sinh, như người, vật, tiên, rồng, đầy dẫy khắp thế giới. 3) Loài thấp sinh, tức loài sanh ra từ nơi ẩm thấp. Bởi nhân thế giới chấp trước luân hồi, thù điên đảo, hòa hợp khí nóng thành tám vạn bốn nghìn loài phiên phúc loạn tưởng. Như vậy nên có loài từ chỗ ẩm thấp sinh, như các loài trùng, sâu bọ, vân vân, lưu chuyển đầy dẫy quốc độ. 4) Loài hóa sinh, tức loài được biến hóa từ loài này sang loài khác. Bởi nhân thế giới biến dịch luân hồi, giả điên đảo, hòa hợp xúc thành tám vạn bốn nghìn loạn tưởng tân cố. Như vậy có loài tự biến hóa sinh, như loài thay vỏ, thoát xác bay đi, lưu chuyển đầy dẫy quốc độ. 5) Loài sắc tướng sanh, tức loài sanh ra từ sắc tướng. Bởi nhân thế giới lưu ngại luân hồi, chướng điên đảo, hòa hợp chấp trước thành tám vạn bốn nghìn tinh diệu loạn tưởng, như vậy nên có loài sắc tướng sanh, như loài tinh minh, xấu tốt, lưu chuyển đầy dẫy trong quốc độ. 6) Loài vô sắc tướng sanh, tức loài được sanh ra từ vô sắc tướng. Bởi nhân thế giới tiêu tản luân hồi, hoặc điên đảo, hòa hợp u ám thành tám vạn bốn nghìn âm ẩn loạn tưởng. Như vậy nên có loài vô sắc sinh, như loài không tản tiêu trầm lưu chuyển đầy dẫy trong quốc độ. 7) Loài tưởng tướng sanh, tức chúng sanh được sanh ra từ tưởng tướng. Bởi nhân thế giới vọng tưởng luân hồi, ảnh điên đảo, hòa hợp với 'nhớ' thành tám vạn bốn nghìn tiềm kiết loạn tưởng. Như vậy nên có loài tưởng tướng sanh, như là quỷ thần, tinh linh, lưu chuyển đầy dẫy trong quốc độ. 8) Loài vô tưởng sanh, hay chúng sanh được sanh ra từ vô tưởng. Bởi nhân thế giới ngu độn luân hồi, si điên đảo, hòa hợp ngu ngoan, thành tám vạn bốn nghìn khô khan loạn tưởng. Như vậy nên có loài vô tưởng sinh, như loài tinh thần hóa ra thảo mộc kim thạch, lưu chuyển đầy dẫy quốc độ. 9) Loài chẳng phải có sắc tướng sinh, hay loại chúng sanh chẳng phải có sắc tướng mà được sanh ra. Bởi nhân thế giới tương đãi luân hồi, ngụy điên đảo, hòa hợp nhiễm thành tám vạn bốn nghìn nhân y loạn tưởng. Như vậy nên có các loài chẳng phải có sắc tướng sinh, như loài thủy mẫu, lưu chuyển đầy dẫy quốc độ. 10) Loài chúng sanh chẳng phải vô sắc sinh mà được sanh ra. Bởi nhân thế giới tương dẫn luân hồi, tính điên đảo, hòa hợp với phù chú mà thành tám vạn bốn nghìn hô triệu loạn tưởng. Như vậy nên có loài chẳng phải không sắc sinh, như loài yểm chú, lưu chuyển đầy dẫy quốc độ. 11) Loài chẳng phải có tưởng sinh, hay loại chúng sanh chẳng phải vì có tưởng mà được sanh ra. Bởi nhân thế giới hợp vọng luân hồi, võng điên đảo, hòa hợp với các chất khác thành tám vạn bốn nghìn hồi hỗ loạn tưởng. Như vậy nên có các loài chẳng phải có tưởng sinh, như loài bồ lao, lưu chuyển đầy dẫy quốc độ. 12) Loài chẳng phải không tưởng sinh, hay loại chúng sanh chẳng phải vì không có tưởng mà được sanh ra. Bởi nhân thế giới oán hại luân hồi, sát điên đảo, hòa hợp quái thành tám vạn bốn nghìn loài tưởng ăn thịt cha mẹ. Như vậy nên có các loài chẳng phải không tưởng, mà vô tưởng, như loài thổ cưu và chim phá cảnh, lưu chuyển đầy dẫy quốc độ.

Chú thích:

(1) Từ "Chúng sanh" nói đến tất cả những vật có đời sống. Mỗi sinh vật đến với cõi đời này là kết quả của nhiều nguyên nhân và điều kiện khác nhau. Những sinh vật nhỏ nhất như con kiến hay con muỗi, hay ngay cả những ký sinh trùng thật nhỏ, đều là những chúng sanh. Mỗi chúng sanh là sự kết hợp của những thành tố, có thể phân biệt thành năm phần: sắc, thọ, tưởng, hành, thức. Do đó, chúng sanh này không khác với chúng sanh khác, và con người bình thường không khác với các bậc Thánh nhân. Nhưng do bản chất và hình thể của năm yếu tố tồn tại trong từng cá thể được thành lập, nên chúng sanh này có khác với chúng sanh khác, con người bình thường có khác với các bậc Thánh. Sự kết hợp năm uẩn này là kết quả của nghiệp và thay đổi từng sát na, nghĩa là chuyển hóa, thành tố mới thay cho thành tố cũ đã tan rã hoặc biến mất. Năm uẩn được kết hợp sẽ thành một hữu tình từ vô thủy, hữu tình ấy đã tạo nghiệp với sự chấp thủ định kiến của cái ngã và ngã sở. Sự hiểu biết của vị ấy bị bóp méo hoặc che mờ bởi vô minh, nên không thấy được chân lý của từng sát na kết hợp và tan rã của từng thành phần trong năm uẩn. Mặt khác, vị ấy bị chi phối bởi bản chất vô thường của chúng. Một người thức tỉnh với sự hiểu biết với phương pháp tu tập của Đức Phật sẽ giác ngộ được bản chất của chư pháp, nghĩa là một hữu tình chỉ do năm uẩn kết hợp lại và không có một thật thể thường hằng hoặc bất biến nào gọi là linh hồn cả.

(2) Thọ là pháp tâm sở nhận lãnh dung nạp cái cảnh mà mình tiếp xúc. Thọ cũng là cái tâm nếm qua những vui, khổ hay dửng dưng (vừa ý, không vừa ý, không vừa ý mà cũng không không vừa ý). Khi chúng ta gặp những đối tượng hấp dẫn, chúng ta liền phát khởi những cảm giác vui sướng và luyến ái. Khi gặp phải

những đối tượng không hấp dẫn, thì chúng ta sinh ra cảm giác khó chịu; nếu đối tượng không đẹp không xấu thì chúng ta cảm thấy dửng dưng. Tất cả mọi tạo tác của chúng ta từ thân, khẩu và ý cũng đều được kinh qua nhờ cảm giác, Phật giáo gọi đó là "thọ" và Phật khẳng định trong Thập Nhị Nhân Duyên rằng "thọ" tạo nghiệp luân hồi sanh tử.

(3) Về những vấn đề tâm lý học, Phật giáo không chấp nhận sự hiện hữu của một linh hồn được cho là chân thật và bất tử, mà chỉ có thần thức hay tâm thức. Vô ngã áp dụng cho tất cả vạn hữu (sarva dharma), hữu cơ hay vô cơ. Theo Nhân Sinh, cũng không có linh hồn, không có cái ngã chơn thật nào là bất tử. Còn trong trường hợp chỉ chung cho vạn hữu, cũng không có bản thể, không có bản chất nào mà không biến dịch. Bởi vì không có một cái ngã chân thật theo không gian, nghĩa là không có thật thể, nên không bao giờ có thường hằng.

Chương 123. Kết Tập Kinh Điển

Sơ Lược Về Các Đại Hội Kết Tập Kinh Điển Phật Giáo

Đức Phật đã nhập diệt, nhưng giáo lý của Ngài vẫn còn lưu truyền đến ngày nay một cách trọn vẹn. Mặc dù giáo huấn của Đức Thế Tôn không được ghi chép ngay thời Ngài còn tại thế, các đệ tử của Ngài luôn luôn nhuần nhã nằm lòng và truyền khẩu từ thế hệ này sang thế hệ khác. Vào thời Đức Phật còn tại thế, biết chữ là đặc quyền của giới thượng lưu ở Ấn Độ, vì thế truyền khẩu giáo lý là một dấu hiệu cho thấy dân chủ được coi trọng trong truyền thống Phật giáo đến mức cách trình bày giáo pháp bằng văn chương đã bị bỏ quên. Nhiều người không biết chữ, cho nên truyền khẩu là phương tiện phổ thông và hữu hiệu nhứt để gìn giữ và phổ biến giáo pháp. Vì có nhiều khuynh hướng sai lạc về giáo pháp nên ba tháng sau ngày Đức Thế Tôn nhập diệt, các đệ tử của Ngài đã triệu tập Đại Hội Kết Tập Kinh Điển Phật Giáo để đọc lại di ngôn của Phật. Lịch sử phát triển Phật giáo có nhiều Hội Nghị kết tập kinh điển với những hoàn cảnh vẫn có phần chưa rõ. Lúc đầu các hội nghị này có thể là những hội nghị địa phương chỉ tập hợp vài cộng đồng tu sĩ. Sau đó mới có những nghị hội chung. Trong lịch sử Phật giáo, có bốn hội nghị lớn bên trong Ấn Độ và vài cuộc kết tập khác bên ngoài Ấn Độ.

Hội Nghị Kết Tập Kinh Điển Lần Thứ Nhất

Hội nghị đầu tiên do Ma Ha Ca Diếp triệu tập, diễn ra tại thành Vương xá ngay sau khi Phật nhập diệt. Ngài Ca Diếp hỏi Upali về giới luật và hỏi A Nan về kinh tạng. Những câu trả trời của Upali được dùng làm cơ sở để biên soạn Luật Tạng, còn những câu trả lời của A Nan thì dùng để soạn Kinh Tạng. Văn bản mà mọi người đồng ý được mọi người cùng nhau trùng tụng. Trong Tập Ký Sự của Ngài Pháp Hiển, Ngài đã ghi lại hai kỳ kết tập kinh điển. Mặc dù vắn tắt nhưng những tường thuật của Ngài có vẻ chính xác hơn của Ngài Huyền Trang. Ngài tả lại là về hướng Tây của tịnh xá Trúc Lâm, cách năm sáu dặm có hang Thất Diệp. Sau khi Đức Phật nhập diệt, có 500 vị A La Hán đã làm một cuộc kết tập kinh điển. Vào thời tụng đọc, có ba pháp tòa được dựng lên, trang hoàng đẹp đẽ. Xá Lợi Phất ngồi trên tòa bên trái, còn Mục Kiền Liên ngồi trên tòa bên phải. Trong 500 vị A La Hán, thiếu mất một vị. Tôn giả Đại Ca Diếp chủ tọa nghị hội trong khi tôn giả A Nan đứng ngoài hang vì không được thâu nhận.

Ba tháng sau ngày Đức Phật nhập diệt (vào khoảng năm 543 trước Tây Lịch), do nhận thấy có khuynh hướng diễn dịch sai lạc và xu hướng suy yếu về giới luật trong nội bộ Tăng Già sau khi Phật nhập diệt, nên Đại Hội kết tập kinh điển lần thứ nhất được vua A Xà Thế tổ chức tại hang Pippala, có sách lại ghi là hang Saptaparni, trong thành Vương Xá thuộc xứ Ma Kiệt Đà. Dù vị trí và tên của hang vẫn chưa được xác định rõ ràng, nhưng không có gì nghi ngờ là Hội Nghị thứ nhất đã diễn ra tại thành Vương Xá. Các học giả đều thừa nhận rằng Hội Nghị Kết Tập lần thứ nhất này chỉ bàn về Kinh Tạng (Dharma) và Luật Tạng (Vinaya), phần Luận Tạng không được nói đến ở đây. Trong hội Nghị này có 500 vị Tỳ-kheo tham dự, trong đó có ngài Đại Ca Diếp, người được trọng vọng nhất và là bậc trưởng lão, và hai nhân vật quan trọng chuyên về hai lãnh vực khác nhau là Pháp và Luật là ngài A Nan và Ưu Ba Li đều có mặt. Chỉ hai phần Pháp và Luật là được trùng tụng lại tại Đại Hội lần thứ nhất. Tuy không có nhiều ý kiến dị biệt về Pháp, có một số thảo luận về Luật. Trước khi Đức Phật nhập diệt, Ngài có nói với ngài A Nan rằng nếu Tăng Đoàn muốn tu chính hay thay đổi một số luật thứ yếu cho hợp thời, họ có thể làm được. Tuy nhiên, vào lúc đó ngài A Nan vì quá lo lắng cho đức Phật nên quên không hỏi những luật thứ yếu là những luật nào. Vì các thành viên trong Hội Nghị không đi đến thỏa thuận về những luật nào thuộc về thứ yếu nên ngài Ma Ha Ca Diếp quyết định không có luật lệ nào đã được đặt ra bởi đức Phật có thể được thay đổi, và cũng không có luật lệ mới nào được đưa ra. Ngài Đại Ca Diếp nói: "Nếu ta thay đổi luật, người ta sẽ nói đệ tử của Đức Cồ Đàm thay đổi luật lệ trước khi ngọn lửa thiêu Ngài chưa tắt." Trong Hội Nghị này, Pháp được chia làm hai phần và mỗi phần được trao cho một vị trưởng lão cùng với đệ tử của vị ấy ghi nhớ. Pháp được truyền khẩu từ thầy đến trò. Pháp được tụng niệm hằng ngày bởi một nhóm Tỳ-kheo và thường được phối kiểm lẫn nhau để bảo đảm không có sự thiếu sót cũng như không có gì thêm vào. Các sử gia đều đồng ý truyền thống truyền khẩu đáng tin cậy hơn văn bản của một người viết lại theo trí nhớ của mình vài năm sau hội nghị. Nhiều người nghi ngờ hiện thật lịch sử của Hội Nghị Kết Tập Kinh Điển lần đầu này, nhưng có thể là việc biên soạn những văn bản Kinh Luật thiêng liêng đầu tiên diễn ra tương đối sớm. Vào lúc Đại Hội sắp kết thúc, có vị Tăng tên là Purana được những người tổ chức mời tham gia vào giai đoạn bế mạc của Đại Hội, Purana đã khước từ và nói rằng ông chỉ thích nhớ lại những lời dạy của đức Phật như ông đã từng nghe từ chính kim khẩu của đức Phật. Sự kiện này cho thấy tự do tư tưởng đã hiện hữu từ thời khai mở của cộng đồng Phật giáo.

Ngài Đại Ca Diếp, người được mọi người trọng vọng nhất mà cũng là bậc trưởng lão, là chủ tịch Hội Nghị. Kế đó, ngài Đại Đức Ưu Ba Li/Upali trùng tụng lại những giới luật của Phật bao gồm luật cho cả Tỳ-kheo và Tỳ-kheo Ni. Ngài Ưu Ba Li đã tụng đọc 80 lần các văn luật trong 90 ngày mới hoàn tất nên còn gọi là "80 tụng luật." Đây cũng là giới luật căn bản cho Phật giáo về sau này bao gồm những văn bản sau đây: Luật Thập Tụng, Luật Tăng Kỳ, Luật Tứ Phần, và Luật Ngũ Phần. Kế đó nữa là ngài A Nan, người đệ tử thân cận nhất của Phật trong suốt 25 năm, thiên phú với một trí nhớ xuất sắc. Lúc đầu đã không được xếp vào thành viên Hội Nghị. Theo Kinh Tiểu Phẩm, sau đó vì có sự phản đối của các Tỳ-kheo quyết liệt bênh vực cho A Nan, mặc dù ông này chưa đắc quả A La Hán, bởi vì ông có phẩm chất đạo đức cao và cũng vì ông đã được học kinh tạng và luật tạng từ chính Đức Bổn Sư. Sau cùng A Nan đã được Đại Ca Diếp chấp nhận vào Hội Nghị. A Nan đã trùng tụng lại tất cả những gì mà đức Phật nói, gồm năm bộ kinh A Hàm, còn gọi là A Kiệt Ma: Trường A Hàm, ghi lại những bài pháp dài. Trung A Hàm, ghi lại những bài pháp dài bậc trung. Tăng Nhất A Hàm, ghi lại những bài pháp sắp xếp theo số. Tạp A Hàm, ghi lại những câu kinh tương tự nhau. Tiểu A Hàm, ghi lại những câu kệ ngắn.

Hội Nghị Kết Tập Kinh Điển Lần Thứ Hai

Hội nghị thứ hai: Hội nghị thứ hai được diễn ra tại thành Vaishali, vào năm 386 BC, tức là khoảng một thế kỷ sau hội

CHƯƠNG 123. Kết Tập Kinh Điển

nghị thứ nhứt. Hội nghị này được mô tả cụ thể hơn trong các văn bản và được xem như một biến cố lịch sử của Phật giáo. Lý do triệu tập hội nghị là vì những bất đồng về kỷ luật của các sư tại Vaishali và các đệ tử của Ngài A Nan. Các sư tại Vaishali chấp nhận cúng dường bằng tiền và vàng bạc, dù việc này phạm luật. Các sư này còn bị cáo buộc bởi phái Yasha (một đệ tử của A Nan) chín sự vi phạm khác, trong đó có thọ thật bất thời, uống rượu, v.v. Ngược lại các sư Vaishali khai trừ Yasha vì những lời cáo buộc của ông. Do đó hội nghị thứ hai được triệu tập với sự hiện diện của 700 nhà sư, và hội đồng gồm bốn sư trưởng lão đã phán quyết rằng các sư Vaishali có tội. Các sư Vaishali đã chấp nhận sự phán quyết mà không một lời phản kháng. Trong Tập Ký Sự của Ngài Pháp Hiển, Ngài đã ghi lại: "Cách 3 hay 4 dặm xa hơn về phía Đông thành Tỳ Xá Ly, có một ngôi tháp. Sau khi Đức Phật nhập diệt 100 năm, một số Tỳ-kheo trong thành Tỳ Xá Ly làm 10 điều phi pháp ngược lại với giới luật Tăng Già, lại cho rằng Đức Phật đã cho phép những hành vi ấy. Bấy giờ những vị A La Hán và những vị Tỳ-kheo trì luật gồm cả thảy 700 vị, khởi sự kết tập Luật Tạng. Người đời sau dựng một cái tháp tại chỗ này mà đến nay vẫn còn."

Đại hội kết tập kinh điển lần thứ hai được tổ chức tại thành Xá Vệ (Tỳ Xá Ly), 100 năm sau ngày Phật nhập diệt. Đại Hội này được tổ chức để bàn luận về một số giới luật (có sự không thống nhứt về giới luật). Không cần thiết phải thay đổi những giới luật ba tháng sau ngày Đức Phật nhập diệt vì lẽ không có gì thay đổi nhiều về chính trị, kinh tế và xã hội trong khoảng thời gian ngắn ngủi này. Nhưng 100 năm sau, một số chư Tăng (theo giáo lý nguyên thủy) nhận thấy cần phải có sự thay đổi một số giới luật thứ yếu. Các nhà sư thuộc phái Vaisali đã chấp nhận vàng và bạc của thí chủ cúng dường. Yasha, một môn đồ của A Nan, còn đưa ra chín điều trách cứ đối với các thành viên của cộng đồng Vaisali, nhứt là việc ăn uống vào những thời điểm bị cấm, về việc dùng rượu, về việc các nhà sư cùng một cộng đồng lại làm lễ Bố Tát một cách phân tán, vân vân. Hội Nghị lần thứ hai được mô tả cụ thể hơn nhiều trong các văn bản, nói chung được thừa nhận vững chắc về mặt lịch sử.

Những nhà sư chính thống cho rằng không có gì nên thay đổi, trong khi những vị khác thuộc phái Bạt Kỳ ở Tỳ Xá Ly (Vaisali) đã khai trừ trưởng lão Da Xá (Yasha) ra khỏi cộng đồng với nhiều lời buộc tội ngài. Họ đã đề nghị mười điểm thay đổi như sau: Thứ nhất là cho phép đựng muối trong sừng trâu hay các đồ chứa bằng sừng: Gián tiếp cho phép sát sanh để lấy sừng, trong khi phái chính thống cho rằng việc mang muối đựng trong cái sừng rỗng bị coi như phạm giới cấm Ba Dật Đề thứ 38, về việc cấm tồn trữ thật phẩm và giới sát sanh. Thứ nhì là buổi trưa khi mặt trời đã qua bóng hai lóng tay vẫn ăn được, nghĩa là vẫn được phép ăn sau giờ ngọ. Việc này coi như bị cấm trong Ba Dật Đề thứ 37 về giới không được ăn sau giờ ngọ. Thứ ba là được đi qua một làng khác ăn lần thứ hai. Sau khi ăn rồi, đi đến nơi khác vẫn ăn lại được trong cùng một ngày. Việc làm này coi như bị cấm trong Ba Dật Đề thứ 35 về giới cấm ăn quá nhiều. Thứ tư là Cho Bố tát ở riêng trong một khu. Thực hiện nghi thức Bố Tát (Uposatha) tại nhiều nơi trong cùng một giáo khu. Điều này trái với các giới luật Mahavagga về sự cư trú trong một giáo khu. Thứ năm là Được phép hội nghị với thiểu số. Dù không đủ số quy định như tam sư thất chứng, hội nghị vẫn có hiệu lực như thường. Được phép yêu cầu chấp nhận một hành động sau khi đã làm. Đây là vi phạm kỷ luật. Thứ sáu là cho làm theo các tập quán trước. Đây cũng là vi phạm kỷ luật. Thứ bảy là cho uống các loại sữa sau bữa ăn. Cho phép uống các loại sữa dù chưa được lọc. Điều này trái với Ba Dật Đề thứ 35 về luật ăn uống quá độ. Thứ tám là được uống rượu mạnh hòa với đường và nước nóng. Việc làm này trái với Ba Dật Đề thứ 51, cấm uống các chất độc hại. Thứ chín là được ngồi tự do khắp nơi. Được phép ngồi các chỗ rộng lớn, không cần phải theo quy định ngày trước của Đức Phật. Được dùng tọa cụ không có viền tua. Việc này trái với Ba Dật Đề thứ 89, cấm dùng tọa cụ không có viền.

Đại Đức Da Xá công khai tuyên bố những việc làm này là phi pháp. Sau khi nghe phái Bạt Kỳ phán xử khai trừ mình ra khỏi Tăng Đoàn, Da Xá (Yasha) liền đi đến Kausambi để tìm kiếm sự bảo hộ của các nhà sư có thế lực trong các vùng mà Phật giáo bắt đầu phát triển (Avanti ở phía tây và ở miền nam). Da Xá mời họ họp lại và quyết định để ngăn chặn sự bành trướng của việc chà đạp đạo giáo và bảo đảm việc duy trì luật tạng. Sau đó Da Xá đi đến núi A Phù, nơi trưởng lão Tam Phù Đà đang sống để trình lên trưởng lão mười điều đề xướng của các tu sĩ Bạt Kỳ. Da Xá yêu cầu trưởng lão Tam Phù Đà xem xét tánh cách nghiêm trọng của vấn đề. Trong khoảng thời gian này có sáu mươi vị A La Hán từ phương Tây đến và họp lại tại núi A Phù, cũng như tám mươi tám vị khác từ Avanti và miền Nam cũng gia nhập với họ. Các vị này tuyên bố đây là vấn đề khó khăn và tế nhị. Họ cũng nghĩ đến trưởng lão Ly Bà Đa ở Soreyya, vốn là người nổi tiếng uyên bác và từ tâm. Nên họ quyết định cùng nhau đến gặp trưởng lão để xin sự hỗ trợ của ngài.

Trong khi đó, các tu sĩ Bạt Kỳ cũng chẳng ngồi yên. Họ cũng đến Câu Xá Di để xin được trưởng lão Ly Bà Đa ủng hộ. Họ dâng cho ông nhiều lễ vật hậu hỷ nhưng đều bị ông từ chối. Họ lại dụ dỗ được đệ tử của ông là Đạt Ma thỉnh cầu giùm họ, nhưng trưởng lão vẫn một mực chối từ. Trưởng lão Ly Bà Đa khuyên họ nên trở về Tỳ Xá Ly là nơi xuất phát vấn đề để mở ra cuộc tranh luận. Cuối cùng, nghị hội Vaisali tập hợp 700 nhà sư, tất cả đều là A La Hán, còn gọi là hội nghị các trưởng lão. Tỳ-kheo A Dật Đa được chỉ định làm người tổ chức. Trưởng lão Sabbakhami được bầu làm chủ tịch ủy ban. Từng điểm một của mười điều cho phép của phái Bạt Kỳ được xem xét kỹ càng. Vì thấy 10 điều thay đổi trên hoàn toàn vô lý nên một phán quyết của hội nghị đồng thanh tuyên bố việc làm của các nhà sư Bạt Kỳ là phi pháp. Kết quả là các nhà sư Bạt kỳ ở Tỳ Xá Ly (Vaisali) đã bị một ủy ban gồm bốn nhà sư thuộc cộng đồng phương tây và bốn vị thuộc cộng đồng phương đông coi là có tội. Họ đều chấp nhận sự phán quyết mà không phản kháng. Những thầy tu vi phạm giới luật coi như đã không tôn trọng luật chính thống và đã bị khiển trách tùy theo lỗi lầm. Do đó giới luật trong lần kết tập này hầu như không thay đổi. Trong văn bản tiếng Pali và Sanskrit của Luật Tạng đều có kể lại hội nghị này. Hội Nghị lần thứ hai đánh dấu sự phân phái giữa phe bảo thủ và phe tự do. Người ta kể lại, nhóm sư Bạt Kỳ đã triệu tập một Hội Nghị khác có mười ngàn tu sĩ tham dự với tên là Đại Chúng Bộ. Vào thời đó, dù được gọi là Đại Chúng Bộ, nhưng chưa được biết là Đại Thừa.

Hội Nghị Kết Tập Kinh Điển Lần Thứ Ba

Hội nghị thứ ba được tổ chức tại thành Hoa Thị dưới sự bảo trợ của vua A Dục, một Phật tử tại gia nổi tiếng. Hội nghị thứ ba được diễn ra tại thành Vaishali, vào năm 386 BC, tức là khoảng một thế kỷ sau hội nghị thứ nhứt. Hội nghị này được mô tả cụ thể hơn trong các văn bản và được xem như một biến cố lịch sử của Phật giáo. Lý do triệu tập hội nghị là vì những bất đồng về kỷ luật của các sư tại Vaishali và các đệ tử của Ngài A Nan. Các sư tại Vaishali chấp nhận cúng dường bằng tiền và vàng bạc, dù việc này phạm luật. Các sư này còn bị cáo buộc bởi phái Yasha (một đệ tử của A Nan) chín sự vi phạm khác, trong đó có thọ thật bất thời, uống rượu, v.v. Ngược lại các sư Vaishali khai trừ Yasha vì những lời cáo buộc của ông. Do đó hội nghị thứ hai được triệu tập với sự hiện diện của 700 nhà sư, và hội đồng gồm bốn sư trưởng lão đã phán quyết rằng các sư Vaishali có tội. Các sư Vaishali đã chấp nhận sự phán quyết mà không một lời phản kháng. Vẫn theo Mahadeva thì A la hán có thể đạt được sự giác ngộ qua sự giúp đỡ của tha nhân. Những ý kiến này dẫn tới sự phân liệt,

CHƯƠNG 123. Kết Tập Kinh Điển

do đó hội nghị được triệu tập. Tuy nhiên, hội nghị chỉ xác nhận những phân liệt chứ không đạt được một thỏa hiệp nào. Phái Phật giáo Tích Lan phản đối hội nghị này. Họ xem hội nghị được Vua A Dục triệu tập là hội nghị chính thức và lý do triệu tập hội nghị A Dục vào năm 244 trước Tây Lịch là vì có sự lợi dụng của một số nhà sư muốn gia nhập Tăng đoàn để hưởng lợi. Toàn bộ điển lễ được trình bày ở hội nghị này dẫn đến việc sáng lập trường phái Theravada tại Tích Lan.

Một nhà sư thuộc thành Hoa Thị tên là Đại Thiên đưa ra luận điểm cho rằng một vị A La Hán có thể để cho mình bị cám dỗ, nghĩa là có những sự xuất tinh ban đêm và không trừ bỏ được sự ngu si cũng như những nghi ngờ về giáo thuyết. Cuối cùng A La Hán có thể tiến bước theo con đường giải thoát, theo Đại Thiên, nhờ ở một sự giúp đỡ bên ngoài và nhờ gia tăng khả năng tập trung, do đó những cơ may cứu rỗi của người đó là nhờ ở việc lặp đi lặp lại một số âm thanh. Những ý kiến khác nhau về những luận điểm ấy dẫn tới sự phân chia các sư thành hai phe: Những người tự cho mình đông hơn, những người bảo vệ những luận điểm của Đại Thiên tự gọi mình bằng cái tên Mahasanghika hay cộng đồng lớn, còn những đối thủ của họ, do những người "Cũ" đại diện, đó là những vị nổi bật về đại trí và đại đức, thì tự gọi mình là "Sthavira".

Với việc vua A Dục đi theo đạo Phật, nhiều tu viện nhanh chóng phát triển về mặt vật chất và các tu sĩ có một đời sống đầy đủ dễ chịu hơn. Nhiều nhóm dị giáo đã bị mất nguồn thu nhập nên ngã theo Phật giáo. Tuy nhiên, dù theo đạo Phật, nhưng họ vẫn giữ tín ngưỡng, cách hành trì, cũng như thuyết giảng giáo lý của họ thay vì giáo lý đạo Phật. Điều này khiến cho trưởng lão Mục Kiền Liên Tư Đế Tu đau buồn vô cùng, nên ông lui về ở ẩn một nơi hẻo lánh trong núi A Phù suốt bảy năm. Số người dị giáo và tu sĩ giả hiệu ngày một đông hơn những tín đồ chân chánh. Kết quả là trong suốt bảy năm chẳng có một tự viện nào tổ chức lễ Bố Tát hay tự tứ. Cộng đồng tu sĩ sùng đạo từ chối không chịu làm lễ này với những người dị giáo. Vua A Dục rất lo lắng về sự xao lãng này của Tăng chúng nên phải ra lệnh thực hiện lễ Bố Tát. Tuy nhiên, vị đại thần được nhà vua giao phó nhiệm vụ này đã gây ra một vụ thảm sát đau lòng. Ông ta hiểu sai mệnh lệnh nhà vua nên đã chặt đầu những tu sĩ không chịu thực hiện lệnh vua. Hay tin này, vua rất đau lòng. Ngài đã cho thỉnh trưởng lão Mục Kiền Liên Tư Đế Tu về để tổ chức hội nghị.

Vì những lý do nêu trên làm chia rẽ Tăng đoàn nên vua A Dục cho tổ chức Đại Hội kết tập kinh điển lần thứ ba tại thành Ba Tra Lợi Phất (Hoa Thị Thành, thủ đô cổ của Tích Lan), khoảng vào thế kỷ thứ ba trước Tây Lịch. Vua A Dục đã đích thân chọn 60.000 vị Tỳ-kheo tham dự Hội Nghị. Trong khi đó trưởng lão Mục Kiền Liên Tư Đế Tu đã phụng mệnh vua A Dục chọn ra một ngàn vị Tăng tinh thông tam tạng kinh điển kết tập chánh pháp. Hội nghị đã bàn thảo trong chín tháng về những ý kiến dị biệt giữa những Tỳ-kheo của nhiều phái khác nhau. Tại Đại Hội này, sự khác biệt không chỉ hạn hẹp trong Giới Luật, mà cũng liên quan đến Giáo Pháp nữa. Đây không phải là một hội nghị toàn thể mà chỉ là một cuộc nhóm họp nhỏ thôi. Lúc kết thúc Hội Nghị, ngài Mục Kiền Liên Tư Đế Tu, đã tổng hợp vào một cuốn sách gọi là Thuyết Sự Luận (Kathavatthupakarana), bác bỏ những quan điểm và lý thuyết dị giáo cũng như những sai lầm của một số giáo phái. Giáo lý được phê chuẩn và chấp thuận bởi Đại Hội được biết là Theravada hay Nguyên Thủy. Vi Diệu Pháp được bao gồm trong Đại Hội này: Bố Tát Thuyết Giới, và Kết Tập Tam Tạng Kinh, Luật, Luận.

Do đó mà Hội Nghị thứ ba được tiến hành với nhu cầu thanh khiết hóa Phật pháp đang lâm nguy do sự xuất hiện của nhiều hệ phái khác nhau với những luận điệu, giáo lý và cách hành trì đối nghịch nhau. Một trong những thành quả quan trọng của Hội Nghị lần thứ ba là nhiều phái đoàn truyền giáo đã được gởi đi khắp các xứ để hoằng dương Phật

CHƯƠNG 123. Kết Tập Kinh Điển

pháp. Sau Đại Hội kết tập lần thứ ba, người con của Vua A Dục, ngài Hòa Thượng Mahinda, và người con gái tên Tăng Già Mật Đa, đã mang Tam Tạng Kinh Điển đến Sri-Lanka, cùng với những lời bình luận của Hội Nghị này. Họ đã đạt được thành công rực rỡ tại đảo quốc này. Những kinh điển được mang về Sri-Lanka vẫn được giữ gìn cho đến ngày nay không mất một trang nào. Những kinh điển này được viết bằng chữ Pali, căn cứ vào ngôn ngữ của xứ Ma Kiệt Đà là ngôn ngữ của Đức Phật. Chưa có gì gọi là Đại Thừa vào thời bấy giờ. Ngoài ra, qua những chỉ dụ của vua A Dục, chúng ta được biết thêm về những phái đoàn truyền giáo Phật giáo được nhà vua cử đi đến các nước xa xôi ở Á Châu, Phi Châu và Âu Châu. Phật giáo đã trở thành một tôn giáo quan trọng của nhân loại phần lớn là nhờ ở các hoạt động của phái đoàn này. Giữa thế kỷ thứ nhất trước Tây Lịch và thế kỷ thứ hai sau Tây Lịch, hai từ Đại Thừa và Tiểu Thừa xuất hiện trong Kinh Diệu Pháp Liên Hoa. Vào thế kỷ thứ hai sau Tây Lịch, Đại Thừa được định nghĩa rõ ràng. Ngài Long Thọ triển khai triết học "Tánh Không" của Đại Thừa và chứng minh tất cả mọi thứ đều là "Không" trong một bộ luận ngắn gọi là Trung Quán Luận. Vào khoảng thế kỷ thứ tư sau Tây Lịch, hai ngài Vô Trước và Thế Thân viết nhiều tác phẩm về Đại Thừa. Sau thế kỷ thứ nhất sau Tây Lịch, những nhà Phật giáo Đại Thừa giữ vững lập trường rõ ràng này, từ đó hai từ Đại Thừa và Tiểu Thừa được nói đến. Chúng ta không nên lẫn lộn Tiểu Thừa với Nguyên Thủy, vì hai từ này hoàn toàn khác nhau. Nguyên Thủy Phật Giáo nhập vào Sri-Lanka vào thế kỷ thứ ba trước Tây Lịch, lúc chưa có Đại Thừa xuất hiện. Phái Tiểu Thừa xuất hiện tại Ấn Độ, có một bộ phận độc lập với dạng thức Phật Giáo tại Sri-Lanka.

Đại Hội Kết Tập Kinh Điển Lần Thứ Tư

Đúng hơn đây chỉ là hội nghị của trường phái Sarvastivadin, được diễn ra dưới triều vua Kanishka, nhằm ngăn ngừa một số cải cách bên trong Tăng đoàn. Có 500 vị A la hán và 600 vị Bồ Tát tham dự hội nghị này. Về sau này, vì nhận thấy tầm quan trọng của hội nghị Sarvastivadin nên người ta thừa nhận nó như một hội nghị của Phật giáo. Hội nghị này dường như chỉ là hội nghị của một phái, phái Sarvastivadin, hơn là một hội nghị chung thật sự. Đại hội kết tập kinh điển lần thứ tư được tổ chức tại thành Ca Thấp Di La (Kashmir) khoảng năm 70 trước Tây Lịch, dưới sự tổ chức của Vua Ca Nị Sắc Ca (Kanishka), nhưng lần này chỉ có sự tham dự bởi phái Nhất Thiết Hữu Bộ, chứ không được phái Nguyên Thủy thừa nhận (Sau thời vua A Dục khoảng 300 năm tức là vào khoảng năm 70 trước Tây Lịch, miền tây bắc Ấn Độ có vua Ca Nị Sắc Ca (Kanishka), rất kính tin Phật pháp, thường thỉnh chư Tăng vào triều thuyết pháp. Vì thấy pháp không đồng và luật lệ của nhóm này khác với nhóm kia, nên vua bèn chọn 500 Tăng sĩ kiến thức uyên bác, và triệu thỉnh ngài Hiếp Tôn Giả (Parsvika) tổ chức hội nghị kết tập kinh điển lần thứ tư. Hội nghị đề cử Thượng Tọa Thế Hữu (Vasumitra) làm chủ tọa, còn ngài Mã Minh được mời từ Saketa đến để soạn thảo Luận Thư (commentaries) đồng thời là Phó chủ tọa, địa điểm là tịnh xá Kỳ Hoàn ở Ca Thấp Di La (Kashmir). Mục đích kỳ kết tập này là giải thích rõ ràng ba tạng kinh điển, gồm 300.000 bài tụng. Sau đó chế ra bản đồng, đúc chữ in lại tất cả, cho xây bửu tháp để tàng trữ kinh điển. Không phải như ba lần kết tập trước, lần này nghĩa lý kinh điển được giải thích rõ ràng. Tuy nhiên, ngài Hiếp Tôn Giả Parsvika) là một vị đại học giả về Hữu Bộ, vua Ca Nị Sắc Ca (Kanishka) cũng tin theo Hữu Bộ, nên sự giải thích trong lần kết tập này đều y cứ vào "Nhất Thế Hữu Bộ (Sarvastivadah)." Chủ đích của Hội Nghị là phân tích lại một phần Vi Diệu Pháp nhằm ngăn ngừa một số khuynh hướng cải cách bên trong cộng đồng. Nhiều nguồn tin cho biết có sự tham dự của 500 vị A La Hán và 600 vị Bồ Tát tại hội nghị này. Nghị Hội được triệu tập theo sự đề xuất của một cao tăng uyên thâm Phật pháp là Hiếp Tôn Giả. Ngài Thế

Hữu (Vasumitra) làm chủ tịch Hội Nghị, trong khi ngài Mã Minh được mời đến từ Saketa, làm Phó chủ tọa, và cũng là người lo biên soạn quyển Mahavibhasa, một quyển bình giải về Vi Diệu Pháp. Hội Nghị này chỉ giới hạn trong việc kết tập những lời bình. Có vẻ như là chủ thuyết nào tranh thủ được sự đồng ý rộng rãi nhất thì được chú ý nhất. Mà dường như các tu sĩ của trường phái Nhất Thiết Hữu Bộ chiếm đa số. Và rất có thể là các chi nhánh quan trọng của trường phái Sarvastivada gồm những hệ phái không chính thống cũng đã tham dự với số lượng khá đông. Không có chứng cớ là Phật giáo Đại Thừa và Nguyên Thủy đã tham dự. Tuy nhiên, do sự bành trướng quan trọng sau đó của phong trào Sarvastivadin, người ta thừa nhận hội nghị này có tầm quan trọng chung như một Đại Hội Kết Tập Kinh Điển Phật Giáo: Mười muôn (100.000) bài tụng để giải thích Kinh Tạng; mười muôn bài tụng để giải thích Luật Tạng; mười muôn bài tụng để giải thích Luận Tạng. Hiện nay vẫn còn 200 quyển A Tỳ Đạt Ma Đại Tỳ Bà Sa Luận do Ngài Huyền Trang dịch.

Đại Hội Kết Tập Kinh Điển Lần Thứ Năm

Đại hội kết tập kinh điển lần thứ năm được vua Mindon của Miến Điện tổ chức năm 1871 (Buddhist year 2414). Người ta nói có khoảng 2.400 tu sĩ có học vấn cùng các giáo sư tham dự. Các trưởng lão Jagarabhivamsa, Nirindabhidhaja và Sumangala Sami luân phiên chủ trì hội nghị. Công việc kết tập và ghi lại Tam Tạng kéo dài trên năm tháng trong hoàng cung và kinh điển được khắc vào 729 bản đá cẩm thạch và lưu trữ tại Mandalay. Điều đáng chú ý là nhiều ấn bản khác nhau đã được sử dụng để đối chiếu trong hội nghị này.

Đại Hội Kết Tập Kinh Điển Lần Thứ Sáu

Đại hội kết tập kinh điển lần thứ sáu được tổ chức tại Ngưỡng Quang, thủ đô của Miến Điện vào năm 1954. Có khoảng 2500 Tỳ-kheo uyên bác trên khắp thế giới (từ Ấn

Độ, Miến Điện, Tích Lan, Népal, Cam Bốt, Thái Lan, Lào, và Pakistan) tham dự, trong đó có khoảng năm trăm Tỳ-kheo Miến Điện, uyên thâm trong việc nghiên cứu và hành trì giáo lý của Đức Phật, được mời đảm nhận việc kiểm lại văn bản tam tạng kinh điển Pali. Hội nghị khai mạc năm 1954, và hoạt động liên tục đến ngày trăng tròn Vaisakha năm 1956, nghĩa là trong dịp kỷ niệm 2.500 năm ngày Đức Phật nhập Niết-bàn.

Đại Hội Kết Tập Kinh Điển Lần Thứ Bảy Và Những Hội Nghị Khác

Nhiều người cho rằng Đại Hội Kết Tập lần thứ năm và sáu là không cần thiết vì Kinh Điển đã hoàn chỉnh mỹ mãn sau lần kết tập thứ tư. Ngoài ra, còn có nhiều Hội Nghị khác ở Thái Lan và Tích Lan, nhưng không được coi như là Nghị Hội đúng nghĩa. Hội nghị được triệu tập dưới triều vua Devanampiya Tissa (247-207 trước Tây Lịch). Hội nghị được chủ tọa bởi tôn giả Arittha. Hội nghị này được tổ chức sau khi phái đoàn truyền giáo của Hòa Thượng Ma Thẩn Đà, con vua A Dục, đến Tích Lan. Theo lời kể thì có sáu vạn A La Hán tham dự. Thượng Tọa Arittha (người Tích Lan, đại đệ tử của Ma Thẩn Đà thuộc dòng Thera Simhala) tuyên đọc Pháp điển. Theo Sangitisamva thì một Hội Nghị được triệu tập dưới triều vua Mahanama vào năm 516 Phật Lịch. Trong hội nghị này chỉ có các bài luận giải được dịch từ tiếng Simhala (Tích Lan) ra tiếng Ma Kiệt Đà (pali) bởi tôn giả Bhadhanta Busshaghosa. Một hội nghị khác diễn ra tại Sri-Lanka vào năm Phật Lịch 1587 dưới triều vua Parakramabahu. Hội nghị này diễn ra trong hoàng cung và kéo dài một năm. Các đại trưởng lão tuyên tụng lại luận tạng của các Đại Trưởng Lão dưới sự chủ trì của tôn giả Đại Ca Diếp. Một Hội Nghị khác đã diễn ra tại Thái Lan trong khoảng những năm 2000 hay 2026 Phật Lịch, và kéo dài một năm. Nhằm xây dựng Phật giáo trên một nền tảng vững chắc, vua Sridharmacakravarti

Tilaka Rajadhiraja, vị vua trị vì miền Bắc Thái Lan, đã triệu tập hội nghị này tại Chieng-Mai, lúc đó là kinh đô nước này. Một hội nghị khác ở Thái Lan, diễn ra vào năm 2331 Phật Lịch, sau một cuộc chiến tranh giữa Thái Lan và một nước láng giềng. Kinh đô cũ của Thái là Ayuthia bị thiêu rụi và nhiều bộ sách cùng tam tạng cũng ra tro. Lại thêm Tăng chúng bị rối loạn và đạo đức sa sút vì tình trạng thù địch kéo dài. Thế nên vua Rama I cùng hoàng đệ của ông triệu tập hội nghị để lấy lại niềm tin của mọi người. Dưới sự bảo trợ của vương triều, có 218 trưởng lão và 32 học giả cư sĩ họp lại làm việc liên tục trong một năm để kết tập bộ tam tạng.

Chương 124. Tam Tạng Kinh Điển

Tam tạng Kinh điển (Kinh, Luật, Luận) của Phật giáo Nguyên Thủy viết lại bằng chữ Pali và Kinh điển Đại Thừa được viết bằng chữ Bắc Phạn. Tam tạng Kinh điển Phật gồm: Kinh, Luật và Luận. Kinh Tạng (Sutra-pitaka) là một tập hợp những thuyết giảng về Đức Phật và các đệ tử của Ngài. Từ "Tripitaka" là một thuật ngữ Bắc Phạn có nghĩa là "ba cái giỏ." Từ này chỉ kinh điển Phật giáo, được chia làm ba phần: kinh, luật và luận. Kinh là những bài thuyết giảng hay giáo thuyết của Đức Phật và những đại đệ tử của Ngài. Luật bao gồm những giới luật được Đức Phật tuyên dạy. Và luận là những bàn luận hay những bài bài luận về những vấn đề liên hệ đến kinh điển.

Kinh Tạng

Kinh Tạng đại để gồm những bài pháp có tính cách khuyên dạy mà Đức Phật giảng cho cả hai, bậc xuất gia và hàng cư sĩ, trong nhiều cơ hội khác nhau. Một vài bài giảng của các vị đại đệ tử như các ngài Xá Lợi Phất, Mục Kiền Liên và A Na Đà cũng được ghép vào Tạng Kinh và cũng được tôn trọng như chính lời Đức Phật vì đã được Đức Phật chấp nhận.

Phần lớn các bài pháp này nhắm vào lợi ích của chư Tỳ-kheo và đề cập đến đời sống cao thượng của bậc xuất gia. Nhiều bài khác liên quan đến sự tiến bộ vật chất và tinh thần đạo đức của người cư sĩ. Kinh Thi Ca La Việt chẳng hạn, dạy về bổn phận của người tại gia. Ngoài ra, còn có những bài giảng lý thú dành cho trẻ em. Tạng Kinh giống như một bộ sách ghi lại nhiều quy tắc để theo đó mà thật hành, vì đó là các bài pháp do Đức Phật giảng ở nhiều trường hợp khác nhau cho nhiều người có căn cơ, trình độ và hoàn cảnh khác nhau. Ở mỗi trường hợp Đức Phật có một lối giải thích để người thính pháp được lãnh hội dễ dàng. Thoáng nghe qua hình như mâu thuẫn, nhưng chúng ta phải nhận định đúng Phật ngôn theo mỗi trường hợp riêng biệt mà Đức Phật dạy điều ấy. Tỷ như trả lời câu hỏi về cái "Ta," có khi Đức Phật giữ im lặng, có khi Ngài giải thích dông dài. Nếu người vấn đạo chỉ muốn biết để thỏa mãn tánh tọc mạch thì Ngài chỉ lặng thinh không trả lời. Nhưng với người cố tâm tìm hiểu chân lý thì Ngài giảng dạy rành mạch và đầy đủ.

Tên những kinh gọi theo Phật Giáo Nguyên Thủy và các trường phái Bắc Tông, tạng kinh gồm năm bộ. Tên kinh gọi theo Phật Giáo Đại Thừa: Trường Bộ Kinh, Trung Bộ Kinh, Tương Ưng Bộ Kinh, Tăng Chi Bộ Kinh, và Tiểu Bộ Kinh. Thứ nhất là Trường A Hàm: Ghi chép những bài pháp dài. Từ Pali chỉ "Trường Bộ Kinh." Từ "Nikaya" đồng nghĩa với "Agama" trong Bắc Phạn Sanskrit. Bộ kinh thứ nhất trong 5 bộ trong Kinh Tạng Pali, gồm 32 bài giảng dài của Đức Phật, thỉnh thoảng của một đại đệ tử của Ngài. Gần như kinh Trường A Hàm trong kinh điển Đại Thừa, hiện còn văn bản bằng chữ Hán với 27 bài giảng. Kinh Trường A Hàm, một trong những kinh điển Phật giáo xưa nhất do Đức Phật Thích-ca Mâu Ni thuyết giảng về những công đức của Phật, sự tu hành của Phật giáo, và những vấn đề giáo lý quan trọng đặc biệt đối với Phật tử tại gia trong bổn phận làm cha mẹ, làm con cái, làm thầy, làm trò, vân vân. Kinh được hai vị Phật Đà Da Xá và Trúc Niệm Phật dịch sang Hoa ngữ. Thứ nhì là Trung A Hàm: Ghi chép những bài pháp dài bậc trung. Bắc Tông gọi là Kinh Trung Bộ, những bài thuyết giảng không dài không ngắn. Kinh nói về những lời dạy và đức hạnh của Đức Phật Thích-ca cũng như các đệ tử của Ngài, về Giáo lý căn bản của Phật giáo nguyên thủy, Tứ đế, Thập nhị nhân duyên. Kinh này được Ngài Xá Lợi Phất trùng tụng trong lần Đại Hội Kết Tập Kinh Điển đầu tiên ngay sau khi Phật nhập diệt. Đây là phần thứ hai trong Tạng Kinh Pali, tương ứng với kinh Trung A Hàm được viết bằng chữ Bắc Phạn. Kinh gồm 152 bài thuyết giảng trong tạng Pali, mà người ta nói đa số là do Đức Phật Thích-ca Mâu Ni thuyết giảng. Trong khi tạng Trung Hoa gồm 222 quyển dịch từ tạng Sanskrit đã thất lạc. Hai bản Phạn và Pali có 97 quyển giống nhau. Bản kinh bằng chữ Bắc Phạn được ngài A Nan trùng tụng trong lần kết tập kinh điển lần thứ nhất. Thứ ba là Tạp A Hàm: Ghi chép những câu kinh tương tự nhau. Tất cả những kinh điển linh tinh, ban đầu người ta nói nó thu nhiếp hết thảy giáo hành của chư vị Bồ Tát, nhưng kỳ thật nó chứa đựng những tác phẩm của người Thiên Trúc và Trung Hoa, được kết tập lại vào thời nhà Minh có sự bổ túc của Bắc và Nam Tạng Trung Hoa (Tạp tạng không phải là ngôn thuyết của một người, có khi là Đức Phật giảng thuyết, có khi đệ tử của ngài giảng thuyết, có khi tán tụng chư thiên). Từ Bắc Phạn dùng để chỉ "Tương Ưng Bộ Kinh." Đây là bộ thứ ba trong năm bộ sưu tập trong Kinh Tạng Pali, gồm 56 nhóm kinh, sắp xếp theo đề mục. Kinh Tạp A Hàm (Tương Ưng Bộ Kinh), sưu tập thứ ba. Kinh gồm những bài nhỏ liên quan tới những chi tiết về cuộc đời và hành động của Phật. Thứ tư là Tăng Nhứt A Hàm: Ghi chép những bài pháp sắp xếp theo số. Tăng Nhứt A Hàm, 51 quyển, sưu tập số của pháp môn. Bộ thứ nhất trong bốn bộ Kinh A Hàm, Tăng Nhất A Hàm là bộ kinh mà mỗi phần được tăng lên một. Anguttara là từ Bắc Phạn có nghĩa là "Những bài giảng về Tăng Nhất." Giỏ kinh tạng thứ tư trong kinh tạng Pali. Tăng Nhất A Hàm (Tăng Chi Bộ Kinh) bao gồm những bài thuyết giảng của Đức Phật, và thỉnh thoảng của các đại đệ tử của Ngài, được sắp xếp thứ tự theo con số của từng đề mục trong kinh. Những bài giảng này được xếp từ số một đến số mười một. Thứ năm là Tiểu A Hàm: Ghi chép những bài kệ ngắn. Tiểu A Hàm, Bắc Tông gọi là Tiểu Bộ Kinh, phần thứ năm của Đại Tạng Kinh gồm Mười lăm phần, bao gồm kinh Pháp Cú, kinh Vô Vấn Tự Thuyết, tạp kinh, Trưởng Lão Tăng Kệ, Trưởng Lão Ni Kệ, và kinh Bổn Sự, vân vân. Thứ nhất là những bài kệ ngắn, sưu tập các qui tắc làm lễ. Thứ nhì là Kinh Pháp Cú: Còn gọi là "Con Đường Chân lý". Văn bản 426 câu nền tảng học thuyết Phật giáo (Pháp Cú), rất nổi tiếng tại những nước theo Phật giáo Nguyên thủy. Thứ ba là Hoan Hỷ Ca: 80 câu trang trọng của Phật. Thứ tư là những bài kinh bắt đầu bằng "Dạy như thế này". Ngụ ngôn đạo đức được gán cho Phật. Thứ năm là Những bài kinh sưu tập: Văn bản điển lễ với trình độ văn chương cao. Thứ sáu là Câu chuyện những cảnh Trời: 83 sưu tập truyền thuyết cho thấy cuộc sống đức hạnh sẽ tái sanh trong thế giới thần thánh. Thứ bảy là Câu chuyện cảnh giới ngạ quỷ: Sự tái sanh trong thế giới ma đói sau một đời tội lỗi. Thứ tám là Kệ của người thiện nam: Sưu tập 107 thánh thi được gán cho những nhà sư ngày xưa của Phật giáo. Thứ chín là Kệ của người tín nữ: 73 Thánh thi của những sư nữ đức hạnh ngày xưa. Thứ mười là Túc Sanh Truyện: Những câu chuyện tái sanh của Bồ Tát. Những chuyện kể về tiền thân Đức Phật, các đệ tử cũng như những kẻ chống đối Ngài: Thứ mười một là Những bài trần thuật: Những bài bình giải về Kinh Sutta Nipata. Thứ mười hai là những bài đề cập đến kiến thức phân giải: Những bài luận phân tích theo phong các của luận A Tỳ Đạt Ma. Thứ mười ba là Đời sống của chư vị A La Hán: Những mẩu chuyện từ thiện tiền kiếp của Tăng Ni và Thánh chúng. Thứ mười bốn là Tiểu sử của Đức Phật: Truyện kể bằng thơ về 24 vị Phật trước Phật Thích-ca. Thứ mười lăm là Những phẩm hạnh: Sưu tập chuyện kể về những chủ đề lớn trong Jataka cho thấy Phật đã đạt được Thập thiện như thế nào.

Nói về lịch sử phiên dịch kinh điển tại các nước Trung Hoa, Nhật Bản và Việt Nam. Bộ kinh điển đầu tiên của Trung quốc được soạn do lệnh của vua Lương Võ Đế với 5.400 cuốn. Sau đó là bộ Khai Nguyên Thích Giáo Lục, gồm 5.048 quyển. Dưới thời nhà Tống, nhà vua cho soạn bộ Tống Tạng gồm 5.714 cuốn. Bản đời nhà Nam Tống gồm 5.665 quyển. Thời nhà Minh, bộ Minh Tạng được soạn với 6.771 cuốn. Bản đời nhà Thanh gồm 8.460 quyển, vì nhà Thanh đã cho in lại tạng kinh đời nhà Minh với khổ lớn hơn nhiều và có phần bổ túc. Bộ này mới đây được in lại tại Thượng Hải và Đông Kinh. Người ta tin rằng bộ kinh điển lâu đời nhất còn lưu lại được là bộ kinh điển của Hàn quốc với 6.467 cuốn. Bản của Nhật Bản dựa vào đời Nam Tống, gồm 5.665 quyển. Trước thế kỷ thứ 19, Việt Nam không cần phải phiên dịch kinh điển vì có cùng chữ viết với Trung Quốc. Mãi đến cuối thế kỷ thứ 20, chư Tăng Ni Việt Nam trong và ngoài nước bắt đầu phiên dịch bộ Tam Tạng sang Việt ngữ.

Luật Tạng

Luật Tạng (Vinaya-pitaka) gồm những văn bản nói về sự ra đời của Sangha và các qui tắc kỷ luật chi phối sinh hoạt tu tập của Tăng Ni và hai chúng tại gia. Theo Hòa Thượng Narada trong Đức Phật và Phật Pháp, Luật Tạng được xem là cái neo vững chắc để bảo tồn con thuyền Giáo Hội trong những cơn phong ba bão táp của lịch sử. Phần lớn Luật Tạng đề cập đến giới luật và nghi lễ trong đời sống xuất gia của các vị Tỳ-kheo và Tỳ-kheo Ni. Ngót hai mươi năm sau khi thành đạo, Đức Phật không có ban hành giới luật nhứt định để kiểm soát và khép chư Tăng vào kỷ cương. Về sau, mỗi khi có trường hợp xảy đến, Đức Phật đặt ra những điều răn thích hợp. Luật Tạng nêu rõ đầy đủ lý do tại sao và trường hợp nào mà Đức Phật đặt ra một giới, và mô tả rành mạch các nghi thức hành lễ sám hối của chư Tăng. Ngoài ra, lịch trình phát triển đạo giáo từ thuở ban sơ, sơ lược đời sống và chức nhiệm của Đức Phật, và những chi tiết về ba lần kết tập Tam Tạng Kinh Điển cũng được đề cập trong Luật Tạng. Tóm lại, đây là những tài liệu hữu ích về lịch sử thời thượng cổ, về các cổ tục ở Ấn Độ, về kiến thức và trình độ thẩm mỹ thời bấy giờ. Luật Tạng gồm năm quyển: Tội Nặng, Tội Nhẹ, Phần lớn, Phần nhỏ, và Giới luật toát yếu.

Luận Tạng

Luận Tạng (Abhidharma-pitaka) gồm những triết học và tâm lý học trong Phật giáo. Theo Hòa Thượng Narada trong Đức Phật và Phật Pháp, Luận Tạng thâm diệu và quan trọng nhất trong toàn thể giáo pháp, vì đây là phần triết lý cao siêu, so với Kinh tạng giản dị hơn. Đây là tinh hoa của Phật giáo. Đối với một vài học giả, Luận Tạng không phải do Đức Phật mà do các nhà sư uyên bác khởi thảo về sau này. Tuy nhiên, đúng theo truyền thống thì chính Đức Phật đã dạy phần chánh yếu của Luận Tạng. Những đoạn gọi là Matika hay Nòng Cốt Nguyên Thủy của giáo lý cao thượng này như thiện pháp, bất thiện pháp, và bất định pháp, trong sáu tập của Luận Tạng (trừ tập nói về những điểm tranh luận) đều do Đức Phật dạy. Ngài Xá Lợi Phất được danh dự lãnh trọng trách giảng rộng và giải thích sâu vào chi tiết. Dầu tác giả, hay các tác giả là ai, chắc chắn Luận Tạng là công trình sáng tác của một bộ óc kỳ tài chỉ có thể so sánh với một vị Phật. Và điểm này càng nổi bậc hiển nhiên trong tập Patthana Pakarana, vừa phức tạp vừa tế nhị, diễn tả mối tương quan của luật nhân quả với đầy đủ chi tiết. Đối với bậc thiện tri thức muốn tìm chân lý, Luận Tạng là bộ sách chỉ đạo khẩn yếu, vừa là một bộ khải luận vô giá. Ở đây có đủ thức ăn tinh thần cho học giả muốn mở mang trí tuệ và sống đời lý tưởng của người Phật tử. Luận Tạng không phải là loại sách để đọc qua cầu vui hay giải trí. Khoa tâm lý học hiện đại, còn hạn định, vẫn nằm trong phạm vi của Vi Diệu Pháp khi đề cập đến tâm, tư tưởng, tiến trình tư tưởng, các trạng thái tâm. Nhưng Luận Tạng không chấp nhận có một linh hồn, hiểu như một thật thể trường tồn bất biến. Như vậy Vi Diệu Pháp dạy một thứ tâm lý trong đó không có linh hồn. Trong Vi Diệu Pháp, tâm hay tâm vương được định nghĩa rõ ràng. Tư tưởng được phân tích và sắp xếp đại để thành từng loại về phương diện luân lý. Tất cả những trạng thái tâm hay tâm sở đều được lược kê cẩn thận. Thành phần cấu hợp của mỗi loại tâm được kể ra từng chi tiết. Tư tưởng phát sanh như thế nào cũng được mô tả tỉ mỉ. Riêng những chập tư tưởng bhavanga và javana, chỉ được đề cập và giải thích trong Vi Diệu Pháp. Trong Vi Diệu Pháp, những vấn đề không liên quan đến giải thoát đều bị gác hẳn qua một bên. Vi Diệu Pháp không nhằm tạo lập một hệ thống tư tưởng về tâm và vật chất, mà chỉ quan sát hai yếu tố cấu tạo nên cái được gọi là chúng sanh để giúp hiểu biết sự vật đúng theo thật tướng. Bà Rhys Davids đã viết: "Vi Diệu Pháp đề cập đến cái gì ở bên trong ta, cái gì ở chung quanh ta, và cái gì ta khao khát thành đạt." Tạng Kinh chứa những giáo lý thông thường, còn Luận Tạng chứa đựng những giáo lý cùng tột. Hầu hết các học giả Phật giáo đều cho rằng muốn thông hiểu Giáo lý của Đức Phật phải có kiến thức về Luận Tạng vì đó là chìa khóa để mở cửa vào "thực tế."

Chương 125. Tứ Hoằng Thệ Nguyện

Tứ Hoằng Thệ Nguyện là bốn phổ nguyện lớn của Phật và Bồ Tát. Tứ hoằng thệ nguyện căn bản là sự diễn giải lại về Tứ Diệu Đế của trường phái Đại Thừa. Ngoài việc chấm dứt khổ đau của chính mình, người ta còn nguyện chấm dứt khổ đau cho chúng sanh mọi loài. Ngoài việc diệt tận phiền não của chính mình, người ta còn nguyện chấm dứt phiền não cho hết thảy chúng sanh. Ngoài việc tu học một pháp môn duy nhất cho sự giác ngộ của chính mình, người ta nguyện sẽ tu học hết thảy các pháp môn, để từ đó người ta có thể giảng dạy lại cho hết thảy chúng sanh một cách thích hợp. Người ta nguyện tu thành Phật chứ không thỏa thích với quả vị A La Hán. Tuy nhiên, chỉ tụng đọc những lời nguyện lớn này không chưa đủ. Mình phải tự xét lấy chính mình. Khi mình nói chúng sanh vô biên thệ nguyện độ. Mình đã có hóa độ ai chưa? Nếu đã có hóa độ rồi, thì hãy tiếp tục hóa độ họ. Tại sao? Vì người ta nói Đức Phật cứu độ hết thảy chúng sanh, nhưng lại nghĩ rằng mình chưa từng hóa độ một chúng sanh nào. Điều này có nghĩa là dù mình có cứu độ nhiều chúng sanh đi nữa cũng đừng luyến chấp vào hình tướng của sự hóa độ chúng sanh ấy. Theo Phật giáo Đại Thừa, tứ hoằng thệ nguyện hay bốn lời thệ nguyện rộng lớn, là một phần trong những lời thệ nguyện của Bồ Tát mà người ta thường đọc tụng ba lần sau các buổi tọa thiền trong các Thiền viện. Những lời thệ nguyện này cũng được tụng đọc sau các khóa lễ Phật giáo. Thứ nhất là Chúng sanh vô biên thệ nguyện độ, tức là nguyện cứu độ hết thảy chúng sanh. Theo Lục Tổ Huệ Năng trong Pháp Bảo Đàn Kinh, tự tâm chúng sanh vô biên thệ nguyện độ, tự tâm phiền não vô biên thệ nguyện đoạn, tự tánh pháp môn vô tận thệ nguyện học, tự tánh Vô Thượng Phật đạo thệ nguyện thành." Này thiện tri thức! Cả thảy đâu chẳng nói: "Chúng sanh vô biên thệ nguyện độ, nói thế ấy, vả lại không phải là Huệ Năng độ." Này thiện tri thức! Chúng sanh trong tâm, chỗ gọi rằng tâm tà mê, tâm cuồng vọng, tâm bất thiện, tâm tật đố, tâm ác độc, những tâm như thế trọn là chúng sanh, mỗi người nên tự tánh tự độ, ấy gọi là chơn độ. Sao gọi là tự tánh tự độ? Tức là trong tâm những chúng sanh tà kiến, phiền não, ngu si, mê vọng, đem chánh kiến mà độ. Đã có chánh kiến bèn sử dụng trí Bát Nhã đánh phá những chúng sanh ngu si mê vọng, mỗi mỗi tự độ, tà đến thì chánh độ, mê đến thì ngộ độ, ngu đến thì trí độ, ác đến thì thiện độ, độ như thế gọi là chơn độ. Thứ nhì là Phiền não vô tận thệ nguyện đoạn, nghĩa là nguyện đoạn tận hết thảy phiền não dục vọng. Cũng theo Kinh Pháp Bảo Đàn, lại phiền não vô biên thệ nguyện đoạn, đem tự tánh Bát Nhã trí trừ hư vọng tư tưởng tâm ấy vậy. Thứ ba là Pháp môn vô lượng thệ nguyện học, nghĩa là nguyện học hết vô lượng pháp môn. Cũng theo Kinh Pháp Bảo Đàn, lại pháp môn vô tận thệ nguyện học, phải tự thấy tánh của mình, thường hành chánh pháp, ấy gọi là chơn học. Thứ tư là Phật đạo vô thượng thệ nguyện thành, nghĩa là nguyện chứng thành Phật đạo vô thượng. Cũng theo Kinh Pháp Bảo Đàn, lại vô thượng Phật đạo thệ nguyện thành, đã thường hay hạ tâm hành nơi chơn chánh, lìa mê, lìa giác, thường sanh Bát Nhã trừ chơn trừ vọng, tức thấy được Phật tánh, liền ngay nơi lời nói, liền thành Phật đạo, thường nhớ tu hành, ấy là pháp nguyện lực.

Chương 126. Tam Giới Như Hỏa Trạch

Dục giới, sắc giới và vô sắc giới đang thiêu đốt chúng sanh với những khổ đau không kể xiết. Tam giới giống như nhà lửa đang hừng hực cháy. Kinh Pháp Hoa dạy: "Ba cõi không an, dường như nhà lửa, sự khổ dẫy đầy, đáng nên sợ hãi." Chúng sanh trong ba cõi, đặc biệt là chúng sanh trong cõi Ta-bà này, luôn bị những sự khổ não và phiền muộn bức bách. Sống chen chúc nhau trong đó như ở giữa một căn nhà đang bốc cháy, dẫy đầy hiểm họa, chẳng biết còn mất lúc nào. Ấy thế mà mọi người chẳng biết, chẳng hay, cứ mãi nhởn nhơ vui thú của ngũ dục, làm như không có chuyện gì xãy ra cả. Phật tử chơn thuần nên luôn nhớ vậy để lúc nào cũng chuyên cần tinh tấn tu hành cầu giải thoát. Thí dụ về nhà lửa đang cháy, một trong bảy ngụ ngôn trong Kinh Diệu Pháp Liên Hoa, trong đó ông Trưởng giả dùng để dẫn dụ những đứa con vô tâm bằng những phương tiện xe dê, xe nai, xe trâu, đặc biệt là Bạch Ngưu Xa. Dục giới, sắc giới và vô sắc giới đang thiêu đốt chúng sanh với những khổ đau không kể xiết. Tam giới giống như nhà lửa đang hừng hực cháy. Kinh Pháp Hoa dạy: "Ba cõi không an, dường như nhà lửa, sự khổ dẫy đầy, đáng nên sợ hãi." Chúng sanh trong ba cõi, đặc biệt là chúng sanh trong cõi Ta-bà này, luôn bị những sự khổ não và phiền muộn bức bách. Sống chen chúc nhau trong đó như ở giữa một căn nhà đang bốc cháy, dẫy đầy hiểm họa, chẳng biết còn mất lúc nào. Ấy thế mà mọi người chẳng biết, chẳng hay, cứ mãi nhởn nhơ vui thú của ngũ dục, làm như không có chuyện gì xãy ra cả. Phật tử chơn thuần nên luôn nhớ vậy để lúc nào cũng chuyên cần tinh tấn tu hành cầu giải thoát. Thật vậy, chúng ta thấy cuộc sống trên cõi đời này nào có được bình an lâu dài. Thảm cảnh xãy ra khắp nơi, binh đao, khói lửa, thiên tai, bão lụt, đói kém, thất mùa, xã hội thì dẫy đầy trộm cướp, giết người, hiếp dâm, lường gạt, vân vân không bao giờ thôi dứt. Còn về nội tâm của mình thì đầy dẫy các sự lo âu, buồn phiền, áo não, và bất an. Trong kinh Pháp Cú, câu 146, Đức Phật dạy: "Làm sao vui cười, có gì thích thú, khi ở trong cõi đời luôn luôn bị thiêu đốt? Ở trong chỗ tối tăm bưng bít, sao không tìm tới ánh quang minh?"

Chương 127. Lục Hòa

Lục hòa còn gọi sáu pháp hòa kính trong tự viện. Trong Kinh Trung Bộ, Đức Phật dạy: "Này các Tỷ Kheo, có sáu pháp cần phải ghi nhớ, tạo thành tương ái, tạo thành tương kính, đưa đến hòa đồng, đưa đến không tranh luận, đưa đến hòa hợp. Thế nào là sáu? Ở đây, này các Tỷ kheo, Tỷ kheo an trú với thân hành đối với các vị đồng phạm hạnh, cả trước mặt lẫn sau lưng. Pháp này cần phải ghi nhớ, tạo thành tương ái, tạo thành tương kính, đưa đến hòa đồng, đưa đến không tranh luận, đưa đến hòa hợp. Lại nữa, này các Tỷ kheo, Tỷ kheo an trú với khẩu hành đối với các vị đồng phạm hạnh, cả trước mặt lẫn sau lưng. Pháp này cần phải ghi nhớ, tạo thành tương ái, tạo thành tương kính, đưa đến hòa đồng, đưa đến không tranh luận, đưa đến hòa hợp. Lại nữa, này các Tỷ kheo, đối với các tài vật nhận được đúng pháp, hợp pháp, cho đến những tài vật thâu nhận chỉ trong bình bát, Tỷ kheo không phải là người không san sẻ các tài vật nhận được như vậy, phải là người san sẻ dùng chung với các vị đồng phạm hạnh có giới đức, cả trước mặt lẫn sau lưng. Pháp này cần phải ghi nhớ, tạo thành tương ái, tạo thành tương kính, đưa đến hòa đồng, đưa đến không tranh luận, đưa đến hòa hợp. Lại nữa này các Tỷ kheo, đối với các giới luật không có vi phạm, không có tỳ vết, không có vẩn đục, không có uế tạp, giải thoát, được người trí tán thán, không bị chấp trước, đưa đến thiền định, Tỷ kheo sống thành tựu trong các giới luật ấy với các vị đồng phạm cả trước mặt lẫn sau lưng. Pháp này cần phải ghi nhớ, tạo thành tương ái, tạo thành tương kính, đưa đến hòa đồng, đưa đến không tranh luận, đưa đến hòa hợp. Lại nữa này các Tỷ kheo, đối với các tri kiến, thuộc về bậc Thánh, có khả năng hướng thượng, khiến người thật hành chân chánh diệt tận khổ đau, Tỷ kheo sống thành tựu tri kiến như vậy chung với các vị đồng phạm hạnh có giới đức, cả trước mặt lẫn sau lưng. Pháp này cần phải ghi nhớ, tạo thành tương ái, tạo thành tương kính, đưa đến hòa đồng, đưa đến không tranh luận, đưa đến hòa hợp. Này các Tỷ kheo, có sáu pháp này, cần phải ghi nhớ, tạo thành tương ái, tạo thành tương kính, đưa đến hòa đồng, đưa đến không tranh luận, đưa đến hòa hợp." Lục Hòa Kính Pháp trong tự viện bao gồm thân hòa đồng trụ, khẩu hòa vô tranh, ý hòa đồng duyệt, giới hòa đồng tu, kiến hòa đồng giải, và lợi hòa đồng quân.

Theo Kinh Đại Bát Niết-bàn và Kinh Phúng Tụng trong Trường Bộ Kinh, có sáu điểm sống chung hòa hợp trong tự viện: Thứ nhất là "Giới Hòa Đồng Tu": Giới Hòa Đồng Tu có nghĩa là luôn cùng nhau giữ giới tu hành. Vị Tỳ-kheo, trước mặt hay sau lưng, không phá giới, không vi phạm, mà kiên trì tuân hành, không có tỳ vết, làm cho con người được giải thoát, được người tán thán, không uế tạp và hướng đến thiền định. Thứ nhì là "Thân Hòa Đồng Trụ": Thân Hòa Đồng Trụ có nghĩa là cùng một thân luôn cùng nhau lễ bái trong an tịnh. Vị Tỳ-kheo thành tựu từ ái nơi thân nghiệp, trước mặt hay sau lưng đối với các vị đồng phạm. Thứ ba là "Kiến Hòa Đồng Giải": Kiến Hòa Đồng Giải có nghĩa là cùng nhau bàn luận và lý giải giáo pháp hay cùng chung kiến giải. Vị Tỳ-kheo sống đời được chánh kiến hướng dẫn, chơn chánh đoạn diệt khổ đau, vị ấy sống thành tựu với chánh kiến như vậy với các vị đồng phạm hạnh, trước mặt và sau lưng. Thứ tư là "Lợi Hòa Đồng Quân": Lợi Hòa Đồng Quân có nghĩa là cùng nhau chia đều những lợi lạc vật chất về ăn, mặc, ở và thuốc men hay chia đều nhau về lợi, hành, học, thí. Đối với các đồ vật cúng dường một cách hợp pháp, cho đến đồ vật nhận trong bình bát, đều đem chia đồng chứ không giữ riêng. Thứ năm là "Khẩu Hòa Vô Tranh": Khẩu Hòa Vô Tranh có nghĩa là cùng nhau tán tụng kinh điển hay nói những lời hay ý đẹp, chứ không bao giờ tranh cãi. Vị Tỳ-kheo, trước mặt hay sau lưng, thành tựu từ ái nơi khẩu nghiệp đối với các vị đồng phạm. Thứ sáu là "Ý Hòa Đồng Duyệt": Ý Hòa Đồng Duyệt có nghĩa là cùng nhau tín hỷ phụng hành giáo pháp nhà Phật. Vị Tỳ-kheo, trước mặt hay sau lưng, thành tựu từ ái nơi ý nghiệp đối với các vị đồng phạm.

Chương 128. Hàng Phục Phiền Não

Phiền não là những lo âu thế gian, dẫn đến luân hồi sanh tử, là những trở ngại như ham muốn, thù ghét, cao ngạo, nghi ngờ, tà kiến, vân vân, dẫn đến những hậu quả khổ đau trong tương lai tái sanh, vì chúng là những sứ giả bị nghiệp lực sai khiến. Phiền não còn có nghĩa là "những yếu tố làm ô nhiễm tâm," khiến cho chúng sanh làm những việc vô đạo đức, tạo nên nghiệp quả. Phiền não chỉ tất cả những nhơ bẩn

CHƯƠNG 128. Hàng Phục Phiền Não

làm rối loạn tinh thần, cơ sở của bất thiện, cũng như gắn liền con người vào chu kỳ sanh tử. Người ta còn gọi chúng là khát vọng của Ma vương. Muốn giác ngộ trước tiên con người phải cố gắng thanh lọc tất cả những nhơ bẩn này bằng cách thường xuyên tu tập thiền định. Nhơ bẩn có nhiều thứ khác nhau. Người tu tập tỉnh thức hàng phục phiền não bằng bốn cách: Hàng phục phiền não bằng tâm, bằng cách đi sâu vào thiền quán hay niệm Phật. Hàng phục phiền não bằng quán chiếu nguyên lý của vạn hữu. Khi vọng tâm khởi lên mà tâm không thể điều phục được bằng thiền quán hay niệm Phật thì chúng ta nên tiến tới bước kế tiếp bằng cách quán sát nguyên lý của vạn hữu. Khi nào phiền não của những ham muốn phát triển thì chúng ta nên quán pháp bất tịnh, khổ, không và vô ngã. Khi nào sân hận khởi lên thì chúng ta nên quán từ bi, vị tha và tánh không của vạn pháp. Hàng phục phiền não bằng cách quán sát hiện tượng. Khi thiền quán, niệm Phật và quán sát không có hiệu quả cho một số người nặng nghiệp, hành giả có thể dùng phương cách rời bỏ hiện tượng, nghĩa là rời bỏ hiện trường. Khi chúng ta biết rằng cơn giận hay cơn gây gỗ sắp sửa bùng nổ thì chúng ta nên rời hiện trường và từ từ nhấp nước lạnh vào miệng (uống thật chậm) để làm dịu chính mình. Hàng phục phiền não bằng cách sám hối nghiệp chướng qua tụng kinh niệm chú.

Kỳ thật, theo Phật giáo Đại thừa, đặc biệt là tông Thiên Thai, phiền não và bồ đề là hai mặt của đồng tiền, không thể tách rời cái này ra khỏi cái kia. Khi chúng ta nhận biết rằng phiền não không có tự tánh, chúng ta sẽ không vương mắc vào bất cứ thứ gì và ngay tức khắc, phiền não đã biến thành Bồ đề (khi biết vô minh trần lao tức là bồ đề, thì không còn có tập để mà đoạn; sinh tử tức Niết-bàn, như thế không có diệt để mà chứng). Khi liễu ngộ được nghĩa lý của "phiền não tức bồ đề" tức là chúng ta đã hàng phục được phiền não rồi vậy. Đức Phật vì thấy chúng sanh phải chịu đựng vô vàn khổ đau phiền não nên Ngài phát tâm xuất gia tu hành, tìm

645

cách độ thoát chúng sanh thoát khổ. Phiền não xuất hiện qua sự vô minh của chúng ta, khi thì qua sắc tướng, khi thì tiềm tàng trong tâm trí, vân vân. Trong đời sống hằng ngày, chúng ta không có cách chi để không bị khổ đau phiền não chi phối. Tuy nhiên, nếu chúng ta biết tu thì lúc nào cũng xem phiền não tức bồ đề. Nếu chúng ta biết vận dụng thì phiền não chính là Bồ Đề; ví bằng nếu không biết vận dụng thì Bồ Đề biến thành phiền não. Theo Cố Hòa Thượng Tuyên Hóa trong Pháp Thoại, Quyển 7, Bồ Đề ví như nước và phiền não được ví như băng vậy; mà trên thực tế thì nước chính là băng và băng chính là nước. Nước và băng vốn cùng một thể chứ chẳng phải là hai thứ khác nhau. Khi giá lạnh thì nước đông đặc lại thành băng, và lúc nóng thì băng tan thành nước. Vậy, nói cách khác, khi có phiền não tức là nước đóng thành băng, và khi không có phiền não thì băng tan thành nước. Nghĩa là có phiền não thì có băng phiền não vô minh; và không có phiền não thì có nước Bồ Đề trí tuệ.

Chương 129. Thiện Ác

Theo Phật giáo, thiện có nghĩa là thuận lý, và ác có nghĩa là nghịch lý. Xưa nay chúng ta tạo nghiệp thiện ác lẫn lộn, không rõ ràng. Vì vậy mà có lúc chúng ta sanh tâm lành, lúc lại khởi niệm ác. Khi niệm thiện khởi lên thì tâm niệm "Không làm điều ác chỉ làm điều lành," nhưng khi niệm ác khởi lên thì chúng ta hăng hái nghĩ đến việc "làm tất cả điều ác, không làm điều lành." Vì từ vô lượng kiếp đến nay chúng ta đã tạo nghiệp lẫn lộn giữa thiện và ác như vậy cho nên hôm nay làm việc thiện song ngày mai lại khởi tâm làm ác, rồi ngày kia lại khởi tâm làm việc chẳng thiện chẳng ác. Người con Phật chân thuần phải hết sức cẩn trọng trong mọi tác động từ đi, đứng, nằm, ngồi. Lúc nào mình cũng phải có ý niệm thanh tịnh, quang minh, chứ không khởi niệm bất tịnh, ô nhiễm.

CHƯƠNG 129. Thiện Ác

Trong Kinh Pháp Cú, Đức Phật dạy: "Ở chỗ này ăn năn, tiếp ở chỗ khác cũng ăn năn, kẻ làm điều ác nghiệp, cả hai nơi đều ăn năn; vì thấy ác nghiệp mình gây ra, kẻ kia sanh ra ăn năn và chết mòn (15). Ở chỗ này vui, tiếp ở chỗ khác cũng vui; kẻ làm điều thiện nghiệp, cả hai nơi đều an vui; vì thấy thiện nghiệp mình gây ra, người kia sanh ra an lạc và cực lạc (16). Ở chỗ này than buồn, tiếp ở chỗ khác cũng than buồn, kẻ gây điều ác nghiệp, cả hai nơi đều than buồn: nghĩ rằng "tôi đã tạo ác" vì vậy nên nó than buồn. Hơn nữa còn than buồn vì phải đọa vào cõi khổ (17). Ở chỗ này hoan hỷ, tiếp ở chỗ khác cũng hoan hỷ, kẻ tu hành phước nghiệp, cả hai nơi đều hoan hỷ: nghĩ rằng "tôi đã tạo phước" vì vậy nên nó hoan hỷ. Hơn nữa còn hoan hỷ vì được sanh vào cõi lành (18). Chớ thân với bạn ác, chớ thân với kẻ tiểu nhân. Hãy thân với bạn lành, hãy thân với bậc thượng nhân (Pháp Cú 78). Hãy gấp rút làm lành, chế chỉ tâm tội ác. Hễ biếng nhác việc lành giờ phút nào thì tâm ưa chuyện ác giờ phút nấy (116). Nếu đã lỡ làm ác chớ nên thường làm hoài, chớ vui làm việc ác; hễ chứa ác nhứt định thọ khổ (117). Nếu đã làm việc lành hãy nên thường làm mãi, nên vui làm việc lành; hễ chứa lành nhứt định thọ lạc (118). Khi nghiệp ác chưa thành thục, kẻ ác cho là vui, đến khi nghiệp ác thành thục kẻ ác mới hay là ác (119). Khi nghiệp lành chưa thành thục, người lành cho là khổ, đến khi nghiệp lành thành thục, người lành mới biết là lành (120). Chớ khinh điều ác nhỏ, cho rằng "chẳng đưa lại quả báo cho ta." Phải biết giọt nước nhểu lâu ngày cũng làm đầy bình. Kẻ ngu phu sở dĩ đầy tội ác bởi chứa dồn từng khi ít mà nên (121). Chớ nên khinh điều lành nhỏ, cho rằng "chẳng đưa lại quả báo cho ta." Phải biết giọt nước nhểu lâu ngày cũng làm đầy bình. Kẻ trí sở dĩ toàn thiện bởi chứa dồn từng khi ít mà nên (122). Người đi buôn mang nhiều của báu mà thiếu bạn đồng hành, tránh xa con đường nguy hiểm làm sao, như kẻ tham sống tránh xa thuốc độc thế nào, thì các ngươi cũng phải tránh xa điều ác thế ấy (123). Với bàn tay không thương tích, có thể nắm thuốc độc mà không bị nhiễm độc, với người không làm ác thì không bao giờ bị ác (124). Đem ác ý xâm phạm đến người không tà vạy, thanh tịnh và vô nhiễm, tội ác sẽ trở lại kẻ làm ác như ngược gió tung bụi (125). Một số sinh ra từ bào thai, kẻ ác thì đọa vào địa ngục, người chính trực thì sinh lên chư thiên, nhưng cõi Niết-bàn chỉ dành riêng cho những ai đã diệt sạch nghiệp sanh tử (126). Chẳng phải bay lên không trung, chẳng phải lặn xuống đáy bể, chẳng phải chui vào hang sâu núi thẳm, dù tìm khắp thế gian này, chẳng có nơi nào trốn khỏi ác nghiệp đã gây (127). Kẻ ngu phu tạo các ác nghiệp vẫn không tự biết có quả báo gì chăng? Người ngu tự tạo ra nghiệp để chịu khổ, chẳng khác nào tự lấy lửa đốt mình (136). Như xe vua lộng lẫy, cuối cùng cũng hư hoại, thân này rồi sẽ già. Chỉ có Pháp của bậc Thiện, khỏi bị nạn già nua. Như vậy bậc chí Thiện, nói lên cho bậc Thiện (Pháp Cú 151). Việc hung ác thì dễ làm nhưng chẳng lợi gì cho ta, trái lại việc từ thiện có lợi cho ta thì lại rất khó làm (163). Những người ác tuệ ngu si, vì tâm tà kiến mà vu miệt giáo pháp A-la-hán, vu miệt người lành Chánh đạo và giáo pháp đức Như Lai để tự mang lấy bại hoại, như giống cỏ cách-tha hễ sinh hoa quả xong liền tiêu diệt (164). Làm dữ bởi ta mà nhiễm ô cũng bởi ta, làm lành bởi ta mà thanh tịnh cũng bởi ta. Tịnh hay bất tịnh đều bởi ta, chứ không ai có thể làm cho ai thanh tịnh được (165). Ai dùng các hạnh lành, làm xóa mờ nghiệp ác, sẽ chói sáng đời này, như trăng thoát mây che (Pháp Cú 173). Khách lâu ngày tha hương, an ổn từ xa về, bà con cùng thân hữu, hân hoan đón chào mừng. Cũng vậy các phước nghiệp, đón chào người làm lành, đời này đến đời kia, như thân nhân đón chào (Pháp Cú 219 & 220). Người lành dầu ở xa, sáng tỏ như núi Tuyết. Kẻ ác dầu ở đây, cũng không hề được thấy, như tên bắn đêm đen (Pháp Cú 304). Ác hạnh không nên làm, làm xong chịu khổ lụy. Thiện hạnh ắt nên làm, làm xong không ăn năn (Pháp Cú 314)."

Theo Phật Giáo Nguyên Thủy, có mười ác nghiệp: Tất

CHƯƠNG 129. Thiện Ác

cả nghiệp được kiểm soát bởi ba thứ thân, khẩu, ý. Có ba nghiệp nơi thân, bốn nghiệp nơi miệng, và ba nghiệp nơi ý: sát sanh, trộm cắp, tà dâm, nói dối, nói lời vu khống, nói lời độc ác, tham, ác ý, và tà kiến. Thứ nhất là sát sanh gồm giết sanh mạng cả người lẫn thú. Nói cách khác, giết có nghĩa là tiêu diệt bất cứ một chúng sanh nào kể cả súc vật. Hành động giết có 5 điều kiện cần thiết: một chúng sanh, biết đó là một chúng sanh, cố ý giết, cố gắng giết, và kết quả của sự giết là cái chết. Thứ nhì là Trộm cắp, mọi hình thức đem về cho mình cái thuộc về người khác. Hành động trộm cắp gồm có năm điều kiện: lấy tài sản của người khác, ý thức được việc lấy trộm này, cố ý trộm cắp, có nỗ lực trộm cắp, và kết quả là hành động trộm cắp. Thứ ba là Tà dâm, bao gồm những ham muốn nhục dục bằng hành động hay tư tưởng. Hành động tà dâm có ba điều kiện chính: có dụng ý tà dâm, nỗ lực vui hưởng tà dâm, và hành động tà dâm hay chiếm đoạt mục tiêu đã bị cấm. Thứ tư là nói dối: Nói dối gồm có bốn trường hợp: nói không đúng, cố ý đánh lừa, cố gắng đánh lừa, và diễn đạt vấn đề (sự dối trá) đến người khác. Thứ năm là nói lời vu khống (chửi rủa hay nói lưỡi hai chiều). Hành động vu khống gồm có bốn điều cần thiết sau đây: nói chia rẽ, có dụng ý chia rẽ, có sự cố gắng chia rẽ, và diễn đạt sự chia rẽ qua lời nói. Thứ sáu là nói lời độc ác: Người nói lời ác độc thường bị nguời đời ghét bỏ cho dù không có lỗi lầm. Hành động nói lời độc ác có ba điều kiện: có người để sỉ nhục, có tư tưởng giận dữ, và chửi rủa người. Thứ bảy là nói chuyện phiếm: Hậu quả của kẻ ngồi lê đôi mách nói chuyện phù phiếm là không ai chấp nhận lời nói của mình cho dù sau này mình có nói thật. Hành động nói chuyện phiếm có hai điều kiện: hướng về chuyện phú phiếm và nói phù phiếm. Khẩu nghiệp rất ư là mãnh liệt. Chúng ta nên biết rằng lời ác còn quá hơn lửa dữ bởi vì lửa dữ chỉ đốt thiêu tất cả tài sản và của báu ở thế gian, trái lại lửa giận ác khẩu chẳng những đốt mất cả Thất Thánh

Tài¹ và tất cả công đức xuất thế, mà còn thêm chiêu cảm ác báo về sau này. Thứ tám là tham lam: Hành động tham lam gồm hai điều kiện chính: tài sản của người khác và muốn lấy tài sản của người khác. Thứ chín là ác ý: Để lập thành ác nghiệp sân hận, cần có hai điều kiện: một chúng sanh khác và cố ý làm hại chúng sanh. Thứ mười là tà kiến: Tà kiến có nghĩa là nhìn sự vật một cách sai lệch, không biết chúng thật sự đúng như thế nào. Tà kiến gồm có hai điều kiện chính: đối xử sai lầm trong quan điểm với đối tượng và hiểu lầm đối tượng ấy theo quan điểm sai trái đó. Chính vì thế, Đức Phật dạy: "Phật tử thuần thành nên tâm niệm như sau: không sát sanh, không trộm cắp, không tà dâm, không nói dối, không nói lời trau chuốt, không nói lời đâm thọc hay nói lưỡi hai chiều, không nói lời độc ác, không tham lam, không sân hận, và không mê muội tà kiến."

Chương 130. Luôn Biết Hổ Thẹn & Sám Hối Với Những Lỗi Lầm Trong Quá Khứ

Biết hổ thẹn với những lỗi lầm trong quá khứ theo Phật giáo có nghĩa là sám hối hay sám ma. Sám Hối có nghĩa là thân nên kiên trì nhẫn nại nói ra những lỗi lầm của mình, và thỉnh cầu tiền nhân tha thứ. Đây là một trong những phương cách buông bỏ tuyệt vời nhất trên đường tu tập của hành giả bởi vì một khi chúng ta nguyện không bao giờ tái phạm nữa

---

¹ Thất Thánh Tài gồm: Tín: Đức tin-Faithfulness, Tấn: Tinh tấn-Vigor, Tàm quý: Hổ với bên ngoài và thẹn với bên trong-Shamefulness, Đa văn: Học nhiều hiểu rộng-Broad knowledge, Xả: Không chấp giữ trong tâm-Forgiveness or Abandonment, Định: Tâm không dao động-Concentration or Samadhi, Huệ: Trí tuệ-Wisdom. Theo Kinh Phúng Tụng trong Trường Bộ Kinh, có thất thánh tài-According to the Sangiti Sutta in the Long Discourses of the Buddha, there are seven Ariyan treasures: Tín Tài: The treasure of Faith, Giới Tài: The treasure of morality, Tàm Tài: Hiri (p)-The treasure of moral shame, Quý Tài: Ottappa (p)-The treasure of moral dread, Văn Tài: Suta (p)-The treasure of learning, Thí Tài: Caga (p)-The treasure of renunciation, Tuệ Tài: Wisdom).

CHƯƠNG 130. Luôn Biết Hổ Thẹn & Sám Hối

tức là chúng ta đã buông bỏ vĩnh viễn rồi. Trong vô số kiếp luân hồi của ta kể từ vô thủy cho đến ngày nay, vì vô minh tham ái tài, sắc, danh, thật, thùy, của cải, quyền uy, vân vân phủ che khiến cho chơn tánh của chúng ta bị mê mờ, do đó thân khẩu ý gây tạo không biết bao nhiêu điều lầm lạc. Hơn nữa, do từ nơi ngã và ngã sở chấp, nghĩa là chấp lấy cái ta và cái của ta, mà chúng ta chỉ muốn giữ phần lợi cho riêng mình mà không cần quan tâm đến những tổn hại của người khác, vì thế mà chúng ta vô tình hay cố ý làm não hại vô lượng chúng sanh, tạo ra vô biên tội nghiệp, oan trái chất chồng. Ngay cả đến ngôi Tam Bảo chúng ta cũng không chừa, những tội nghiệp như vậy không sao kể xiết. Nay may mắn còn chút duyên lành dư lại từ kiếp trước nên gặp và được thiện hữu tri thức dạy dỗ, dắt dìu, khiến hiểu được đôi chút đạo lý, thấy biết sự lỗi lầm. Thế nên chúng ta phải phát tâm hổ thẹn ăn năn, đem ba nghiệp thân khẩu ý ra mà chí thành sám hối. Sám hối là một trong những cửa ngõ quan trọng đi vào đại giác, vì nhờ đó mà nội tâm chúng ta luôn được gội rửa.

Sám nghĩa là sám trừ cái lỗi lầm xưa, cảm thấy hổ thẹn với những lỗi lầm đã phạm phải trong quá khứ. Hối là cải sửa, quyết tâm sửa đổi để không còn tái phạm nữa. Sám hối hay Sám ma có nghĩa là thân nên kiên trì nhẫn nại nói ra những lỗi lầm của mình, và thỉnh cầu tiền nhân tha thứ. Hơn nữa, sám hối là sự thú lỗi về những hành động đã qua của mình, những sai lầm về vật lý và tâm lý, tâm ta được thanh tịnh do sự sám hối như vậy, và vì nó giải thoát cho ta khỏi một cảm giác tội lỗi nên ta cảm thấy dễ chịu hơn. Trong vô số kiếp luân hồi của ta kể từ vô thủy cho đến ngày nay, vì vô minh tham ái tài, sắc, danh, thật, thùy, của cải, quyền uy, vân vân phủ che khiến cho chơn tánh của chúng ta bị mê mờ, do đó thân khẩu ý gây tạo không biết bao nhiêu điều lầm lạc. Hơn nữa, do từ nơi ngã và ngã sở chấp, nghĩa là chấp lấy cái ta và cái của ta, mà chúng ta chỉ muốn giữ phần lợi cho riêng mình mà không cần quan tâm đến những tổn hại của người khác, vì thế mà chúng ta vô tình hay cố ý làm não hại vô lượng chúng sanh, tạo ra vô biên tội nghiệp, oan trái chất chồng. Ngay cả đến ngôi Tam Bảo chúng ta cũng không chừa, những tội nghiệp như vậy không sao kể xiết. Nay may mắn còn chút duyên lành dư lại từ kiếp trước nên gặp và được thiện hữu tri thức dạy dỗ, dắt dìu, khiến hiểu được đôi chút đạo lý, thấy biết sự lỗi lầm. Phật tử thuần thành nên luôn nhớ rằng những điều xấu mình làm từ trước thì hôm qua kể như là ngày cuối. Cũng kể từ hôm nay chúng ta bắt đầu một cuộc đời mới. Nếu như mình không siêng năng sám hối nghiệp tội do mình tạo ra sẽ tiếp tục khiến mình mãi đọa lạc thêm mãi mà thôi. Thế nên chúng ta phải phát tâm hổ thẹn ăn năn, đem ba nghiệp thân khẩu ý ra mà chí thành sám hối. Sám hối là một trong những cửa ngõ quan trọng đi vào đại giác, vì nhờ đó mà nội tâm chúng ta luôn được gội rữa. Sám hối không có nghĩa là dàn xếp với chính mình, không phải là có một thái độ lãnh đạm hay mập mờ, mà là đánh bóng Phật tánh của mình bằng cách loại bỏ dần những ảo tưởng và ô nhiễm ra khỏi tâm mình. Sự thật hành sám hối chính là hạnh Bồ Tát, qua đó không những người ta đánh bóng Phật tánh của mình mà còn phục vụ tha nhân nữa. Sám hối là điều tiên quyết không thể thiếu được trong đời sống tôn giáo. Hy vọng là mọi người sẽ không ngừng liên tục thật hành sám hối trong cuộc sống hằng ngày của mình. Chính vì vậy mà Đức Phật dạy trong Kinh Pháp Hoa: "Trong tương lai, nếu có ai thật hành (tu tập) pháp sám hối thì hãy nên biết rằng người ấy đã mặc áo của hổ thẹn, được chư Phật che chở và giúp đỡ, chẳng bao lâu người ấy sẽ đạt được trí tuệ tối thượng."

Sám hối vì "như thị đẳng tội, vô lượng vô biên." Nghĩa là sám hối vì những tội như vậy không bờ bến, không hạn lượng. Không những tội mình không thể kể hết được mà nó còn nhiều không biên tế. Nếu như đã biết tội nghiệp của mình sâu dầy như vậy thì mình nên đối trước Phật tiền mà sám hối. Trong sám hối, sự thành tâm là tối yếu. Khi sám hối

CHƯƠNG 130. Luôn Biết Hổ Thẹn & Sám Hối

phải thành tâm mà sám hối, ví bằng gian dối thì dù có trải qua trăm ngàn vạn ức, hằng hà sa số kiếp cũng không thể nào làm cho tội nghiệp tiêu trừ được. Cổ đức có dạy một bài sám hối như sau:

往昔所造諸惡業
皆由無始貪瞋癡
從身語意之所生
一切我今皆懺悔

Vãng tích sở tạo chư ác nghiệp,
Giai do vô thủy tham, sân, si.
Tùng thân ngữ ý chi sở sanh,
Nhất thiết ngã kim giai sám hối.

Mọi thứ ác nghiệp trong quá khứ,
Đều do vô thỉ tham, sân, si
Nơi thân, khẩu, ý mà sanh ra,
Con nay thảy đều xin sám hối.

Bài sám văn này chẳng những có thể làm mình sám hối được tội chướng, mà nó còn cho mình thấy nguyên nhân của việc tạo tội. Phật tử chân thuần nên luôn nhớ rằng bất luận là tội do thân tạo ra như là sát sanh, trộm cắp, tà dâm; hoặc do nơi miệng tạo ra như nói láo, nói lời độc ác, nói lời thêu dệt, nói lưỡi hai chiều; hoặc là tội phát sinh từ nơi ý như tham, sân, si, vân vân, mình đều phải khẩn thiết sám hối. Nếu không thì mình sẽ ngày càng sa lầy trong biển nghiệp chướng nặng nề.

Cảm giác tội lỗi thường hiện diện mỗi khi chúng ta nói hay làm điều gì bất thiện và gây nên đau khổ cho người khác, mặc dầu họ không biết. Người Phật tử không nên mang thứ mặc cảm này, mà nên thay vào đó bằng sự hối cải sáng suốt. Người Phật tử chân thuần nên luôn nhớ rằng lời nói và việc làm bất thiện sẽ mang lại hậu quả xấu nên mỗi khi làm việc gì không phải chúng ta nên thành thật chấp nhận và sửa sai. Ngoại đạo tin rằng có cái gọi là "Đấng cứu chuộc" trên thế gian này, nhưng đạo Phật không nhấn mạnh đến sự chuộc lỗi. Theo đạo Phật, mỗi người phải tự tu để cứu lấy chính mình. Chúng ta có thể giúp đỡ người khác bằng tư tưởng, lời nói hay việc làm, nhưng chúng ta không thể nhận lãnh hậu quả thế cho những nghiệp dữ mà người ấy đã gây tạo. Tuy nhiên, Phật giáo nhấn mạnh đến lòng bi mẫn của các vị Bồ Tát nhằm giúp chúng sanh nhẹ bớt khổ đau phiền não. Theo Phật giáo, hối hận có nghĩa là cảm thấy tiếc cho những hành động trong quá khứ. Hối hận cho những việc làm bất thiện hay không có đạo đức trong quá khứ là hối hận tích cực; tuy nhiên nếu hối tiếc cho những việc làm tốt trong quá khứ là hối hận tiêu cực. Theo Phật giáo, Phật tử chân thuần nên luôn luôn sám hối nghiệp chướng là vì từ vô thỉ tham, sân, si đã khiến thân khẩu ý tạp gây vô biên ác nghiệp. Cũng do ba thứ độc này làm chủ nên thân thể mình mới phạm vào những tội như sát sanh, trộm cắp, tà dâm. Nơi miệng thì sản sanh ra những tội vọng ngữ, nói lời thêu dệt, ác độc, nói lưỡi hai chiều. Nay đem trọn cả ba nghiệp thanh tịnh thân, khẩu và ý thành tâm sám hối trước mười phương tam thế các Đức Như Lai. Sám Hối Nghiệp Chướng còn là hạnh nguyện thứ tư trong Phổ Hiền Thập Hạnh Nguyện. Bên cạnh đó, nghi thức phát lồ sám hối tội lỗi là nghi thức tu tập thường xuyên trong các khóa lễ của chư Tăng Ni.

Theo Kinh Tứ Thập Nhị Chương, Chương 3, Đức Phật dạy: "Người có lầm lỗi mà không tự sám hối để mau chấm dứt tâm tạo tội ác, thì tội lỗi sẽ chồng chất vào thân như nước chảy về biển, dần dần trở nên sâu rộng. Nếu người có tội mà tự nhận biết tội, bỏ ác làm lành thì tội lỗi tự diệt, như bệnh được đổ mồ hôi dần dần sẽ khỏi." Trong Kinh Pháp Hoa, Đức Phật dạy về sự sám hối của ba hạng người như sau: Giả như một Thanh Văn phá bỏ tam quy, ngũ giới, tám giới, các giới của Tỳ-kheo, các giới của Sa di, Sa di Ni, Thức xoa ma na và các uy nghi; và giả như do người ấy ngu si, do tâm xấu ác hay tà vạy mà phạm các giới và uy nghi. Nếu người ấy muốn diệt

CHƯƠNG 130. Luôn Biết Hổ Thẹn & Sám Hối

trừ khiến không còn các lầm lỗi để trở lại thành một Tỳ-kheo đầy đủ các pháp của hàng Sa môn thì người ấy phải chăm chỉ đọc các kinh Phương Đẳng, tư duy về pháp "Không" thâm sâu của đệ nhất nghĩa, khiến cái trí tuệ "Không" tương ứng với tâm của mình. Nên biết rằng trong mỗi một niệm, mọi ô nhiễm của tội lỗi của người ấy sẽ vĩnh viễn chấm dứt, không còn chút tàn dư. Đấy gọi là người đầy đủ các pháp và giới của hàng Sa môn và đầy đủ các uy nghi. Người như thế sẽ xứng đáng được hết thảy trời và người cúng dường. Giả như có Ưu Bà Tắc vi phạm các oai nghi và làm các việc xấu. Làm các việc xấu tức là bảo rằng Phật pháp là sai lầm, là xấu; bàn luận những việc xấu của tứ chúng; phạm tội trộm cắp, tà dâm mà không biết hổ thẹn. Nếu người ấy muốn sám hối và đoạn trừ các tội lỗi thì phải chuyên đọc tụng các kinh Phương Đẳng và tư duy về đệ nhất nghĩa. Giả như có một vị vua, đại thần, Bà la môn, trưởng giả hay viên quan mải mê tham cầu các dục lạc, phạm năm nghịch tội, phỉ báng các kinh Phương Đẳng, làm đủ mười điều ác. Quả báo của những điều ác lớn lao này sẽ khiến họ bị đọa lạc vào các đường ác nhanh hơn mưa bão. Chắc chắn họ sẽ rơi vào địa ngục A tỳ. Nếu họ muốn diệt trừ các nghiệp chướng này thì họ phải khởi lòng hổ thẹn và cải hối các tội lỗi. Nếu họ muốn diệt trừ các nghiệp chướng này thì họ phải khởi lòng hổ thẹn và cải hối các tội lỗi. Họ phải chánh tâm, không phỉ báng Tam Bảo, không gây chướng ngại cho hàng xuất gia, không làm ác đối với người thật hành phạm hạnh. Họ phải ủng hộ cúng dường người trì giữ Đại thừa, họ phải nhớ niệm đến cái "Không" của ý nghĩa đệ nhất của kinh pháp thâm sâu. Họ phải hiếu dưỡng cha mẹ, cung kính các bậc thầy và các vị trưởng thượng. Họ phải trị nước theo chánh pháp và không ép uổng nhân dân một cách bất công. Họ phải ra lệnh khắp nước nên giữ sáu ngày trai giới và không được sát sanh. Họ phải tin vào nhơn quả một cách sâu đậm, tin vào con đường của cái thật tánh duy nhất và biết rằng Đức Phật bất diệt.

Người tu Phật đừng nên buông lung tạo tội lỗi, mà ngược lại cần phải làm nhiều việc công đức. Làm được như vậy mới mong bù đắp được phần nào tội lỗi mà mình đã gây tạo từ trước. Tuy nhiên, nếu phạm lỗi chúng ta cần phải phát lồ sám hối, vì tội lỗi dầu lớn tầy trời, nếu biết sám hối, tội thời tiêu tan. Phật tử chân thuần phải sám hối như thế nào? Chúng ta phải ở trước tứ chúng kể ra tất cả tội lỗi mà mình đã phạm phải, phải nói rõ mọi chi tiết của các tội và phát nguyện rằng từ nay về sau tuyệt đối sẽ không tái phạm. Như vậy chư Phật và chư Bồ Tát sẽ hộ trì cho chúng ta tu tập trừ sạch nghiệp tội. Vì những tội lỗi trước kia của chúng ta đều là "Vô tâm sở phạm," tức là do vô ý mà phạm. Nếu mình đã phát lồ sám hối mà vẫn còn tiếp tục tái phạm, tức là đã biết rõ mà vẫn cố ý vi phạm, thì gọi là minh tri cố phạm, thì dầu cho có sám hối đi nữa cũng không có tác dụng, bởi vì nó thuộc loại định nghiệp, tương lai tất nhiên chúng ta phải chịu quả báo. Phật tử chân thuần đừng nên có tư tưởng tạo tội rồi sám hối là hết, là kể như vô tội. Rồi từ đó cứ gây nghiệp tạo tội, gây xong rồi lại sám hối, sám hối rồi lại gây. Nếu như vậy thì tội của chúng ta sẽ chất chồng cao lên như hòn núi Tu Di, kết quả tất nhiên là con đường địa ngục không thể tránh khỏi. Có người tin nơi "Thủ tướng sám hối", tức là phép sám hối cầu sự có mặt của Phật để được tận trừ tội lỗi. Định tâm tin chắc rằng Phật xoa đầu và xả tội cho mình. Tuy nhiên, hành giả nên tu tập thiền và quán tưởng lẽ vô sanh, dứt các phiền não, tránh được những tư tưởng sai trái cũng như ảo tưởng và màn vô minh che lấp Trung đạo.

Đức Phật dạy: "Thân là nguồn gốc của tất cả nỗi khổ, là nguyên nhân của mọi hình phạt và quả báo trong tam đồ ác đạo." Chúng sanh vì ngu muội nên chỉ biết có thân mình chớ chẳng cần biết đến thân người khác. Chỉ biết nỗi khổ của mình chớ chẳng nghĩ đến nỗi khổ của người. Chỉ biết mình cầu được yên vui, mà không biết rằng người khác cũng mong được yên vui. Hơn nữa, cũng vì vô minh mà ta khởi

CHƯƠNG 130. Luôn Biết Hổ Thẹn & Sám Hối

tâm bỉ thử, từ đó mà sanh ra ý tưởng thân sơ, dần dần kết thành thù oán lẫn nhau, gây nghiệp oan trái tiếp nối đời đời kiếp kiếp. Thân nghiệp có ba lỗi lớn là sát sanh, trộm cắp và tà dâm. Muốn sám hối nơi thân, phải đem thân lễ kính Tam Bảo, nghĩ biết rằng sắc thân này vô thường, nhiều bệnh hoạn khổ đau, và hằng luôn thay đổi, chuyển biến, rốt lại chúng ta chẳng thể nào chủ trì hay chỉ huy được thân này. Vì thế chúng ta chớ nên quá lệ thuộc vào thân và đừng nên vì thân này mà tạo ra các điều ác nghiệp. Cũng theo Đức Phật, miệng là cửa ngõ của tất cả mọi oán họa. Quả báo của khẩu nghiệp nặng nề vào bậc nhất. Khẩu nghiệp có bốn thứ là nói dối, nói lời mạ ly, nói lời thêu dệt, và nói lưỡi hai chiều. Do nơi bốn cái nghiệp ác khẩu này mà chúng sanh gây tạo ra vô lượng vô biên tội lỗi, hoặc nói lời bay bướm, ngọt ngào, giả dối, lừa gạt, ngôn hành trái nhau. Một khi ác tâm đã sanh khởi thì không nói chi đến người khác, mà ngay cả cha mẹ, sư trưởng, chúng ta cũng không chừa, không một điều nào mà ta không phỉ báng, chúng ta không từ một lời nói độc ác, trù rủa nào, hoặc nói lời ly tán khiến cho cốt nhục chia lìa, không nói có, có nói không, nói bừa bãi vô trách nhiệm. Phật tử chơn thuần phải luôn sám hối khẩu nghiệp, phải dùng cái miệng tội lỗi ngày xưa mà phát ra những lời ca tụng, tán thán công đức của chư Phật, tuyên nói những điều lành, khuyên bảo kẻ khác tu hành, ngồi thiền, niệm Phật hay tụng kinh. Sau đó, thề trọn đời không dùng miệng lưỡi đó nói ra những lời thô tục, hỗn láo. Đối trước Tam Bảo phải thành kính bày tỏ tội lỗi chẳng dám che dấu. Cũng cùng cái miệng lưỡi tội lỗi ngày xưa đã từng gây tạo ra biết bao ác khẩu nghiệp, thì ngày nay tạo dựng được vô lượng công đức và phước lành. Phật tử chơn thuần nên luôn nhớ rằng tất cả năm thức từ nhãn, nhĩ, tỷ, thiệt, thân, sở dĩ gây nên vô số tội lỗi là do ở nơi ý thức. Ý thức này cũng ví như mệnh lệnh của vua ban xuống quần thần. Mắt ưa ngắm bậy, tai ham nghe âm thanh du dương, mũi ưa ngửi mùi hương hoa, son phấn, lưỡi ưa phát ngôn tà vạy, thân ưa thích sự súc chạm mịn màng. Tất cả tội nghiệp gây ra từ năm thức này đều do chủ nhân ông là tâm hay ý thức mà phát sanh ra. Cuối cùng phải bị đọa vào tam đồ ác đạo, chịu vô lượng thống khổ nơi địa ngục, ngạ quỷ, súc sanh. Trong Kinh Pháp Cú, Đức Phật dạy: "Phòng ý như phòng thành, giữ tâm như giữ gìn tròng con mắt. Giặc cướp công đức, một đời hay nhiều đời, không gì hơn ý." Nay muốn sám hối ý nghiệp, trước hết phải nghĩ rằng ba nghiệp tham sân si của ý là mầm mống gây tạo nên vô lượng nghiệp tội, là màng vô minh che mất trí tuệ, là phiền não bao phủ chơn tâm. Thật là đáng sợ. Phật tử chơn thuần phải đem hết tâm ý sám hối ăn năn, thề không tái phạm. Chúng ta từ vô thỉ kiếp đến nay, do nơi chấp ngã quá nặng nên bị vô minh hành xử, thân, khẩu, ý vì thế mà tạo ra vô lượng nghiệp nhân, thậm chí đến các việc nghịch ân bội nghĩa đối với cha mẹ, Tam Bảo, vân vân chúng ta cũng không từ. Ngày nay giác ngộ, ắt phải sanh lòng hổ thẹn ăn năn bằng cách đem ba nghiệp thân khẩu ý ấy mà chí thành sám hối. Như Đức Di Lặc Bồ Tát, đã là bậc Nhất sanh Bổ xứ thành Phật vậy mà mỗi ngày còn phải sáu thời lễ sám, cầu cho mau dứt vô minh, huống là chúng ta! Người Phật tử chân thuần nên phát nguyện sám hối nghiệp chướng nơi thân khẩu ý, hưng long ngôi Tam Bảo, độ khắp chúng sanh để chuộc lại lỗi xưa và đáp đền bốn trọng ân Tam Bảo, cha mẹ, sư trưởng, và chúng sanh. Thân nghiệp tỏ bày tội lỗi, nguyện không sát sanh, không trộm cắp, không tà dâm, và phát lồ cầu được tiêu trừ, rồi dùng thân ấy mà hành thiện nghiệp như bố thí cúng dường, vân vân. Khẩu nghiệp tỏ bày tội lỗi, nguyện không nói dối, không nói lời đâm thọc, không chửi rủa, không nói lời vô tích sự, không nói lời hung dữ, không nói lời đâm thọc, không nói lưỡi hai chiều, và phát lồ cầu được tiêu trừ. Sau đó dùng khẩu ấy mà niệm Phật, tụng kinh, hay ăn nói thiện lành, vân vân. Ý nghiệp phải thành khẩn ăn năn, nguyện không ganh ghét, không xấu ác, không bất tín, không tham, không sân, không si mê, thề không tái phạm. Khi sám hối chúng ta phát nguyện:

CHƯƠNG 130. LUÔN BIẾT HỔ THẸN & SÁM HỐI

"Con xin sám hối tất cả những hành vi bất thiện của con. Mười hành vi bất thiện và năm trọng nghiệp.
Đã phạm từ vô thủy đến nay bởi tâm thức bị vô minh lấn áp."

Nói tóm lại, buông bỏ sẽ được hiện thật một cách tự nhiên khi chúng ta luôn biết hổ thẹn với những việc làm sai trái của mình trong quá khứ, bởi vì khi thấy được như vậy chúng ta sẽ không tiếp tục khư khư ôm chấp vào mình những sai trái này nữa. Hành giả chúng ta nên cố gắng sám hối tất cả những hành động bất thiện đã phạm từ vô thủy. Chúng ta đã mang không biết bao nhiêu là thân xác mỗi khi chúng ta được sanh ra. Theo quan điểm Phật giáo, chết không phải là sự chấm dứt mà là một lối dẫn đến sự tái sanh khác. Tâm thức chỉ di chuyển từ đời này sang đời khác. Điểm bắt đầu của một tiến trình như thế thật không thể nào truy cứu được. Tuy nhiên, sự hiện hữu của chúng ta trong vòng luân hồi sanh tử thì không vô hạn một cách tự nhiên. Có thể thực hiện để chấm dứt nó. Cách duy nhất để làm được việc này là thật chứng sự vô ngã. Giống như một hạt giống không có sự bắt đầu nhưng bản chất của nó không phải là vô hạn. Nếu chúng ta đốt hạt giống ấy là chúng ta có thể hủy diệt khả năng mọc lên của nó. Đó là sự chấm dứt. Rất khó cho chúng ta nhớ lại tất cả những hành vi bất thiện mà chúng ta đã làm trong tất cả những kiếp quá khứ, nhưng chúng ta có thể nghĩ đến những hành vi bất thiện mà chúng ta đã phạm từ lúc mà chúng ta có thể nhớ được. Khi sám hối, Phật tử thuần thành nên luôn nghĩ về những hành vi bất thiện đã phạm trong vô số kiếp quá khứ, càng xa càng tốt ngay cả không nhận ra chúng được. Sám hối không phải là chuyện giản dị để tường thuật những hành vi bất thiện mà không có ý nghĩ nghiêm túc về sự ăn năn. Cách thiện xảo để sám hối là sám hối với một cảm giác hối hận chân thật. Do đó, nhớ lại những hành vi bất thiện đã phạm trở nên cần thiết và nhờ đó chúng ta có thể nhớ và cảm thấy hối lỗi về chúng. Điều này sẽ dẫn đường cho chúng ta chuộc lỗi những tội ác của chính mình. Bản chất tự nhiên sẵn có của tâm chúng ta là ánh sáng trong suốt. Nó chính là sự nhân cách hóa của sự hoàn hảo. Nhưng bản chất trong suốt ấy tạm thời bị che đậy. Nó bị bẩn nhơ; bị che mờ bởi chính những cảm xúc tiêu cực của chúng ta. Đó là tại sao chúng ta nói trong khi sám hối rằng bởi vì tâm con bị vô minh lấn áp, từ vô thủy con đã phạm những hành vi bất thiện. Do tâm vọng tưởng, ngay cả trong cuộc sống hiện tại, chúng ta liên tục hoạt động với những hành động bất thiện. Chúng ta không có tự do để tránh những cảm xúc tiêu cực. Chúng ta bị nô lệ bởi chúng. Chúng ta là tên tù của chính chúng ta. Thí dụ như khi giận dữ khởi lên trong chúng ta, chúng ta trở thành hoàn toàn chịu sự kiểm soát của cảm xúc tiêu cực này. Nó làm chúng ta suy nghĩ và hành xử những điều mà chúng ta không muốn làm. Nếu chúng ta chịu lùi lại một bước và thử nhìn vào gương khi chúng ta giận dữ, thì chúng ta sẽ thấy sự giận dữ đã làm gì đến chúng ta. Lúc đó chúng ta sẽ thấy quyền lực của sự giận dữ nó phá hủy chúng ta và những người chung quanh. Chúng ta có thể tự hỏi không biết chúng ta có thể chuộc lỗi một hành vi bất thiện như là một trong năm trọng nghiệp hay không. Theo Trung Quán Luận, bất cứ hành vi bất thiện nào đều có thể được chuộc lỗi. Đây là tính chất của những điều bất thiện. Nếu chúng ta không quên lãng chúng, và chúng chưa được chín mùi, là chúng ta có thể thanh tịnh hóa chúng. Những hành vi không đạo đức thì bản chất là bất thiện nhưng chúng có một đặc tính là có thể được thanh tịnh hóa. Có người tin rằng họ có thể tránh khỏi những hậu quả của hành động tiêu cực đã phạm. Họ là những người không tin vào luật nhân quả. Chúng ta miễn bàn đến họ. Phật tử thuần thành nên luôn nhớ rằng theo luật nhân quả, hậu quả của bất cứ hành động nào, dù thiện hay bất thiện, phải được đối diện bởi chính người đó. Nói cách khác, mọi người phải chịu trách nhiệm cho những hành động của chính mình.

Chương 131. Tam Độc Tham Sân Si

Độc còn gọi là Cấu hay Chướng, là những thứ độc hại hay những món phiền não lớn. Đây là những thứ ác căn bản gắn liền trong đời sống khởi sanh đau khổ. Độc bao gồm lời nói đắng cay, nghịch pháp hay pháp trái duyên. Độc còn là chất độc của tham dục hay sự nhiễm uế của tham dục. Độc dục hay ái độc làm tổn hại cho việc tu hành Phật pháp. Ngoài ra, si độc, một trong tam độc, sự độc hại của ngu si (ngu si chẳng những hại mình mà còn hại người, chẳng những não loạn mình mà còn não loạn người khác); và xúc độc hay sự độc hại của xúc chạm, từ ám chỉ đàn bà. Tam Độc còn được gọi là Tam Cấu hay Tam Chướng, là ba thứ độc hại hay ba món phiền não lớn. Đây là những thứ ác căn bản gắn liền trong đời sống khởi sanh đau khổ. Phiền não có rất nhiều, nói rộng thì đến 84 ngàn, nói hẹp thì có 10 loại phiền não gốc, trong có có tam độc tham sân si. Tam Độc Tham, Sân, Si chẳng những gây phiền chuốc não cho ta, mà còn ngăn chận không cho chúng ta hưởng được hương vị thanh lương giải thoát.

Cái Độc Thứ Nhất Là Lòng Tham: Lòng tham hay lòng ham muốn vị kỷ thúc đẩy chúng ta thỏa mãn những gì mình cần cũng như những gì mình không xứng đáng được như ăn uống, nhà cửa, xe cộ, tài sản và danh vọng, vân vân. Mắt thì ham nhìn nơi sắc đẹp không biết chán, tai ham nghe mọi thứ âm thanh du dương, mũi ham mong ngửi mùi hương các loại, lưỡi ham nếm các vị béo bổ ngọt ngon, thân ham những xúc chạm mịn màng, và ý ham các sự ghét thương bỉ thử, vân vân. Lòng tham của con người như thùng không đáy, như biển cả lấy nước liên tục từ trăm ngàn sông hồ to nhỏ, hết ngày này qua ngày khác. Trong thời mạt pháp này, chúng sanh nói chung và nhân loại nói riêng, đã và đang dùng đủ mọi phương cách, thủ đoạn, mưu chước để lường gạt và tàn hại lẫn nhau. Thế nên cuộc đời của chúng sanh, nhất là nhân loại, vốn dĩ đã đau khổ, lại càng đau khổ hơn. Tất cả đều do nơi tánh tham lam, lòng ích kỷ bỏn xẻn mà ra. Chính bằng mưu gian chước quỷ, dối gạt, phương tiện cũng như lật lọng bằng mọi thủ đoạn để đạt cho bằng được. Lòng tham là mãnh lực tinh thần mạnh mẽ khiến cho người ta đấu tranh giết chóc, lọc lừa dối trá lẫn nhau, ngay cả những hành động tàn độc cũng không chừa. Tham lam là món thứ nhất trong tam độc. Tham lam đối với tài sản người khác có nghĩa là tìm cách để chiếm đoạt vật không phải của mình. Khi tham lam nằm trong tâm ý của chúng ta thì không người nào khác thấy được vì nó vô hình vô tướng. Nhưng tâm tham này lại có thể khiến chúng ta làm những việc xu nịnh, đút lót, lừa đảo hay trộm cắp để đạt được những điều mà chúng ta mong muốn. Tham là căn bất thiện đầu tiên che đậy lòng tham tự kỷ, sự ao ước, luyến ái và chấp trước. Tánh của nó là bám víu vào một sự vật nào đó hay tham lam đắm nhiễm những gì nó ưa thích. Nghiệp dụng của nó là sự bám chặt, như thịt bám chặt vào chảo. Nó hiện lên áp chế khi chúng ta không chịu buông bỏ. Nguyên nhân gần đưa đến tham là vì chúng ta chỉ thấy sự hưởng thụ trong sự việc. Người ta thường tham tài, tham sắc, tham danh, tham thật, tham thùy hay sắc, thinh, hương, vị, xúc, vân vân và vân vân. Theo Hoà Thượng Narada trong Đức Phật và Phật Pháp, có ba điều kiện cần thiết để thành lập nghiệp tham lam: thứ nhất là vật sở hữu của người khác; thứ nhì là tâm thèm muốn, ước mong được làm chủ vật ấy; và thứ ba là lấy vật ấy không có sự cho phép của người khác. Theo Kinh Phúng Tụng trong Trường Bộ Kinh, có năm loại xan tham: thứ nhất là xan tham đối với trú xứ; thứ nhì là xan tham đối với gia đình; thứ ba là xan tham đối với các vật thâu hoạch; thứ tư là xan tham đối với sắc; và thứ năm là xan tham đối với Pháp. Lại còn năm loại tham lam bủn xỉn: thứ nhất là trụ xứ khan, hay một mình ta ở đây, chẳng cho ai khác vào đây; thứ nhì là gia chủ thí khan, hay một mình ta ở nhà này làm việc bố thí, chứ chẳng ai khác; thứ ba là thí khan hay một mình ta nhận của bố thí này; thứ tư

CHƯƠNG 131. Tam Độc Tham Sân Si

là dư tán khan hay một mình ta nhận sự tán thán này chứ chẳng ai khác; và thứ năm là pháp khan hay một mình ta biết thâm nghĩa của kinh này chứ chẳng cho người khác biết. Theo Thanh Tịnh Đạo, có năm loại tham: thứ nhất là tham đối với chỗ ở; thứ hai là tham đối với quyến thuộc; thứ ba là tham đối với lợi lộc; thứ tư là tham đối với pháp; và thứ năm là tham đối với tiếng khen.

Tham và Dục là ham muốn của cải trần thế. Hầu hết người đời thường định nghĩa hạnh phúc trần tục như là sự thỏa mãn của mọi tham dục. Tham dục trần thế là vô hạn, nhưng chúng ta lại không có khả năng nhận ra chúng và tham dục không được thỏa mãn thường gây ra khổ đau phiền não cho mình và cho người. Khi chúng ta chỉ phần nào thỏa mãn tham dục, chúng ta luôn có khuynh hướng tiếp tục theo đuổi chúng cho đến khi được thỏa mãn, chính vì vậy mà chúng ta càng gây nên khổ đau cho mình và cho người. Ngay cả khi đã thỏa mãn tham dục, chúng ta cũng khổ đau. Chúng ta chỉ nghiệm được chân hạnh phúc và an nhin tự tại khi chúng ta có ít tham dục. Đây cũng là một trong những bước lớn đến bến bờ giải thoát của chúng ta. Đức Phật dạy: "Tham lam chính là nguồn gốc của khổ đau. Mọi vật rồi sẽ thay đổi, vì thế không nên luyến ái hay vướng víu vào một thứ gì. Nên nhiếp tâm thanh tịnh tìm chân lý và đạt đến hạnh phúc vĩnh hằng." Biết tri túc thiểu dục là biết sẽ giúp chúng ta diệt trừ tham dục. Điều này có nghĩa là biết thỏa mãn với những điều kiện vật chất khả dĩ giúp cho chúng ta có đầy đủ sức khỏe để tu tập. Đây là phương cách hữu hiệu nhất để cắt đứt lưới tham dục, an ổn thân tâm và có nhiều thì giờ giúp đỡ tha nhân. Tham lam và sân hận vừa có thật mà cũng vừa là ảo tưởng. Những phiền não mà chúng ta thường gọi là tham ái, tham dục, tham lam, hay sân hận, si mê, vân vân chỉ là những cái tên bề ngoài. Giống như trường hợp chúng ta gọi cái nhà này đẹp, cái kia xấu, to, nhỏ, vân vân đó không phải là sự thật. Những cái tên được gọi một cách quy ước như vậy khởi phát từ sự tham ái của chúng ta. Nếu chúng ta muốn một cái nhà lớn hơn chúng ta xem cái nhà mà chúng ta đang có là nhỏ. Lòng tham ái khiến chúng ta có sự phân biệt. Thật ra, chân lý không có tên gọi. Nó thế nào thì để nó thế ấy. Hãy nhìn sự vật theo đúng thật tướng của chúng, đừng định danh theo quan niệm thiên lệch của mình. Bạn là người đàn ông hay đàn bà chỉ là sự biểu hiện bên ngoài của sự vật. Thật ra, bạn chỉ là một sự kết hợp của nhiều yếu tố, là một tổng hợp của các uẩn biến đổi không ngừng. Khi bạn có một tâm hồn tự do, cởi mở, bạn không còn sự phân biệt nữa. Chẳng có lớn hay nhỏ, chẳng có tôi và anh. Chẳng có gì cả. Vô ngã hay không có một linh hồn vĩnh cửu. Thật ra cuối cùng thì chẳng có ngã hay vô ngã gì cả. Đó chỉ là những danh từ quy ước. Tham lam phải được quân bình bằng sự chú tâm vào đề mục bất tịnh. Dính mắc vào vóc dáng có thể là một cực đoan. Gặp trường hợp như thế chúng ta phải để tâm đến một cực đoan khác của cơ thể. Chúng ta hãy quan sát cơ thể và xem đó như một xác chết. Hãy nhìn vào tiến trình tan rã, hủy hoại của một xác chết. Cũng có thể quan sát từng bộ phận của cơ thể như tim, phổi, gan, mắt, máu, nước tiểu, mồ hôi, vân vân. Hãy nhớ lại hình ảnh của các yếu tố bất tịnh của cơ thể mỗi khi tham lam phát sanh. Làm như thế sẽ tránh khỏi tham lam quấy nhiễu.

Cái Độc Thứ Nhì Là Sân Hận: Sân hận là tâm từ chối các đối tượng không vừa lòng; chẳng hạn, trong lúc hành thiền, tâm khó chịu khi cơ thể bị đau nhức. Sân hận là một trong ba phiền não chính khiến tâm chúng sinh mê mờ. Hai phiền não kia là tham lam và si mê. Sân hận là sự đáp lại cảm xúc đối với việc gì không thích đáng hay không công bằng. Nếu không đạt được cái mình ham muốn cũng có thể đưa đến sân hận. Sân hận liên hệ tới việc tự bảo vệ mình. Tuy nhiên, theo giáo thuyết nhà Phật thì sân hận tự biểu lộ trong nó một tư cách thô lỗ, phá mất hành giả một cách hữu hiệu nhất. Đức Phật tuyên bố rất rõ ràng rằng một tâm đầy những sân hận

CHƯƠNG 131. Tam Độc Tham Sân Si

và thù địch không thể hiểu một cách tốt đẹp, không thể nói một cách tốt đẹp. Một người ôm ấp nuôi dưỡng sự bất mãn và uất hận sẽ không làm dịu bớt hận thù của mình. Chỉ với tâm bất hại và lòng từ mẫn đối với chúng sanh mọi loài mới có thể chấm dứt được hận thù. Chính vì thế mà trong kinh Pháp Cú, Đức Phật dạy để chế ngự sân hận, chúng ta phải phát triển lòng từ bi bằng cách thiền quán vào lòng từ bi. Theo Phật giáo, căn bản của sự sân giận thường thường là do sự sợ hãi mà ra. Vì khi chúng ta nổi giận lên thường chúng ta không còn sợ hãi điều gì nữa, tuy nhiên, đây chỉ là một loại năng lượng mù quáng. Năng lượng của sự giận dữ có tính cách tàn phá và không xây dựng được chuyện gì hết. Thật vậy, giận dữ thái quá có thể dẫn đến việc tự mình kết liễu đời mình. Vì vậy Đức Phật dạy: "Khi mình giận ai, hãy lui lại và ráng mà nghĩ đến một vài điều tốt của người ấy. Làm được như vậy, cơn giận tự nó sẽ nguôi đi."

Sân hận là nguyên nhân chính của khổ đau và địa ngục. Sân hận là căn bản phiền não "Sân Khuể" hay sự nóng nảy. Sân Hận xãy ra khi chúng ta đè nén sự cảm xúc giận vào sâu bên trong. Sân hận là một trong tam độc, hay một trong ba ngọn lửa đang đốt cháy tâm. Sân hận là nhiên liệu đốt cháy cả rừng công đức của kẻ tu hành. Người tu phải luôn chế ngự sân hận và phát triển lòng từ bi trong tâm. Theo tâm lý học Phật giáo, yếu tố tâm thức về sân hận luôn nối kết với kinh nghiệm khổ đau. Người ta có thể tham và lạc cùng một lúc, nhưng không thể nào vừa sân hận mà lại vừa vui vẻ cùng một lúc được. Bất kỳ ai vun xới oán ghét, sân hận, giận dữ, tính ác nuôi dưỡng sự trả thù hay bảo tồn lòng căm giận đều bị trói buộc vào kinh nghiệm khổ đau như thế, vì người ấy đã chấp chặt vào một nguồn cội rất mạnh của khổ đau. Những ai gieo hận thù cho người khác như giết chóc hay hành hạ hay cắt xéo thân thể, có thể sẽ tái sanh vào những cảnh giới nơi mà họ phải cảm thọ những kinh nghiệm cực kỳ đau đớn, nhức nhối, khắc nghiệt. Chỉ trong những hoàn cảnh như thế họ mới có thể kinh nghiệm những nỗi khốn khổ mà do sự bất thiện của chính họ, họ đã tự đem đến cho chính họ. Đức Phật dạy: "Giặc cướp công đức, không gì hơn sân hận. Vì khi tâm sân hận nổi lên thì chúng sanh lập tức tạo nghiệp, và do đó mà muôn ngàn chướng ngại lập tức hiện ra, ngăn che Thánh đạo, lấp mờ Phật tánh. Cho nên nói 'Nhứt niệm sân tâm khởi, bá vạn chướng môn khai,' nghĩa là chỉ vì một niệm giận tức mà phải lãnh chịu bao nhiêu chướng nạn."

Theo Hòa Thượng Narada trong Đức Phật và Phật Pháp, có hai điều kiện cần thiết để thành lập nghiệp sân hận: thứ nhất là từ một người khác; và thứ nhì là từ tư tưởng muốn tạo phiền não cho người đó. Đặc tánh của sân hận là ghét hay không ưa những cảnh trái nghịch. Nghiệp dụng của nó là tự bành trướng và đốt cháy thân tâm của chính nó. Sân hận là một trong tam độc, hay một trong ba ngọn lửa đang đốt cháy tâm. Sân hận là nhiên liệu đốt cháy cả rừng công đức của kẻ tu hành. Người tu phải luôn chế ngự sân hận và phát triển lòng từ bi trong tâm. Theo tâm lý học Phật giáo, yếu tố tâm thức về sân hận luôn nối kết với kinh nghiệm khổ đau. Người ta có thể tham và lạc cùng một lúc, nhưng không thể nào vừa sân hận mà lại vừa vui vẻ cùng một lúc được. Bất kỳ ai vun xới oán ghét, sân hận, giận dữ, tính ác nuôi dưỡng sự trả thù hay bảo tồn lòng căm giận đều bị trói buộc vào kinh nghiệm khổ đau như thế, vì người ấy đã chấp chặt vào một nguồn cội rất mạnh của khổ đau. Những ai gieo hận thù cho người khác như giết chóc hay hành hạ hay cắt xéo thân thể, có thể sẽ tái sanh vào những cảnh giới nơi mà họ phải cảm thọ những kinh nghiệm cực kỳ đau đớn, nhức nhối, khắc nghiệt. Chỉ trong những hoàn cảnh như thế họ mới có thể kinh nghiệm những nỗi khốn khổ mà do sự bất thiện của chính họ, họ đã tự đem đến cho chính họ. Sự sân hận đốt cháy trong lòng chúng sanh, gây nên biết bao cảnh trái ý và thù nghịch cho người khác. Người sân hận nói năng thô bỉ không có chút từ bi, tạo nên không biết bao nhiêu là khổ não. Trong Tam Độc, mỗi thứ có một ác tính độc đáo khác nhau; tuy nhiên, sân hận có một tướng trạng vô cùng thô bạo, nó là kẻ thù phá hoại đường tu cũng như công hạnh của người tu Phật mạnh mẽ nhất. Lý do là khi một niệm sân hận đã sanh khởi trong tâm thì liền theo đó có muôn ngàn thứ chướng ngại khác lập tức hiện ra, ngăn trở con đường tu đạo, công hạnh cũng như sự tiến tu của người học đạo.

Chính vì thế mà cổ đức có dạy rằng: "Nhứt niệm sân tâm khởi, bá vạn chướng môn khai." (có nghĩa là khi một niệm oán thù vừa chớm khởi, thì có ngàn muôn cửa chướng khai mở). Thí dụ như đang lúc ngồi thiền, bỗng chợt nhớ đến người kia bạc ác, xấu xa, gây cho ta nhiều điều cay đắng xưa nay. Do nghĩ nhớ như thế nên tâm ta chẳng những không yên, mà còn sanh ra các sự buồn giận, bứt rứt. Thân tuy ngồi yên đó mà lòng dẫy đầy phiền não sân hận. Thậm chí có người không thể tiếp tục tọa thiền được nữa, cũng như không thể tiếp tục làm những gì họ đang làm vì tâm họ bị tràn ngập bởi phiền não. Lại có người bực tức đến quên ăn bỏ ngủ, nhiều khi muốn làm gì cho kẻ kia phải chết liền tức khắc mới hả dạ. Qua đó mới biết cái tâm sân hận nó luôn dày xéo tâm can và phá hoại con đường tu tập của người tu như thế nào. Chính vì thấy như thế mà Đức Phật đã dạy cách đối trị sân hận trong Kinh Pháp Hoa như sau: "Lấy đại từ bi làm nhà, lấy nhẫn nhục làm áo giáp, lấy tất cả pháp không làm tòa ngồi." Chúng ta phải nên nghĩ rằng khi ta khởi tâm giận hờn phiền não là trước tiên tự ta làm khổ ta. Chính ngọn lửa sân hận ấy bên trong thì thiêu đốt nội tâm, còn bên ngoài thì nó khiến thân ta ngồi đứng chẳng yên, than dài, thở vắn. Như thế ấy, chẳng những chúng ta không cải hóa được kẻ thù, mà còn không đem lại chút nào an vui lợi lạc cho chính mình.

Khi sân hận nổi lên phải niệm tâm từ. Khi tâm nóng giận nổi lên chúng ta phải quân bình chúng bằng cách khai triển tâm từ. Nếu có ai làm điều xấu đối với chúng ta hay giận chúng ta, chúng ta cũng đừng nóng giận. Nếu sân hận nổi lên, chúng ta càng mê muội và tối tăm hơn người đó nữa. Hãy sáng suốt giữ tâm từ ái và thương người đó vì họ đang đau khổ. Hãy làm cho tâm tràn đầy tình thương, xem người đang giận dỗi mình như anh, chị, em thân yêu của mình. Lúc bấy giờ chúng ta hãy chú tâm vào cảm giác từ ái, và lấy sự từ ái làm đề mục thiền định. Trải lòng từ đến tất cả chúng sanh trên thế gian này. Chỉ có lòng từ ái mới thắng được sự sân hận mà thôi. Cũng theo Hòa Thượng Narada trong Đức Phật và Phật Pháp, đây là những hậu quả tất yếu của sự sân hận: thứ nhất là thân hình xấu xa; thứ nhì là cơ thể bệnh hoạn; và thứ ba là bẩm tánh khó thương. Muốn sám hối tâm sân hận trước nhất chúng ta nên sám hối ý nghiệp. Phật tử chơn thuần nên luôn nhớ rằng tất cả năm thức từ nhãn, nhĩ, tỷ, thiệt, thân, sở dĩ gây nên vô số tội lỗi là do ở nơi ý thức. Ý thức này cũng ví như mệnh lệnh của vua ban xuống quần thần. Mắt ưa ngắm bậy, tai ham nghe âm thanh du dương, mũi ưa ngửi mùi hương hoa, son phấn, lưỡi ưa phát ngôn tà vạy, thân ưa thích sự xúc chạm mịn màng. Tất cả tội nghiệp gây ra từ năm thức này đều do chủ nhân ông là tâm hay ý thức mà phát sanh ra. Cuối cùng phải bị đọa vào tam đồ ác đạo, chịu vô lượng thống khổ nơi địa ngục, ngạ quỷ, súc sanh. Trong Kinh Pháp Cú, Đức Phật dạy: "Phòng ý như phòng thành, giữ tâm như giữ gìn tròng con mắt. Giặc cướp công đức, một đời hay nhiều đời, không gì hơn ý." Nay muốn sám hối ý nghiệp, trước hết phải nghĩ rằng ba nghiệp tham sân si (see Tam Độc) của ý là mầm mống gây tạo nên vô lượng nghiệp tội, là màng vô minh che mất trí tuệ, là phiền não bao phủ chơn tâm. Thật là đáng sợ. Phật tử chơn thuần phải đem hết tâm ý sám hối ăn năn, thề không tái phạm.

Nói về thái độ chấp nhận hay không chấp nhận phẫn nộ và không hoan hỷ, theo Kinh Trung Bộ, Đức Phật dạy: "Phẫn nộ và không hoan hỷ, Bà la môn Akkosaka Bharadvaja đi đến Thế Tôn, sau khi đến y nói những lời không tốt đẹp, ác ngữ, phỉ báng và nhiếc mắng Thế Tôn. Được nghe nói như

CHƯƠNG 131. Tam Độc Tham Sân Si

vậy, Thế Tôn nói với Bà la môn Akkosaka Bharadvaja: "Này Bà la môn, ông nghĩ thế nào? Các thân hữu bà con huyết thống, các khách có đến viếng thăm ông không? Bà la môn Akkosaka Bharadvaja trả lời: "Thỉnh thoảng các thân hữu bà con huyết thống, các khách có đến viếng. Đức Phật bảo: "Này Bà la môn, ông nghĩ thế nào? Ông có sửa soạn cho họ các món ăn loại cứng, loại mềm và các đồ nếm không?" Bà la môn Akkasoka trả lời: "Thỉnh thoảng có sửa soạn cho họ các món ăn loại cứng, loại mềm và các loại đồ nếm." Đức Phật hỏi tiếp: "Nhưng này Bà la môn, nếu họ không nhận, thời các món ăn ấy sẽ về ai?" Bà la môn Akkasoka đáp: "Nếu họ không nhận, thời các món ăn ấy sẽ về lại chúng tôi." Đức Phật nói tiếp: "Cũng vậy, này Bà la môn, nếu ông phỉ báng chúng tôi là người không phỉ báng lại, mắng nhiếc chúng tôi là người không mắng nhiếc lại, xỉ vả chúng tôi là người không xỉ vả lại, chúng tôi không thâu nhận sự việc ấy từ ông, thời này Bà la môn, sự việc ấy lại về ông. Này Bà la môn, ai phỉ báng lại khi bị phỉ báng, nhiếc mắng lại khi bị nhiếc mắng, xỉ vả lại khi bị xỉ vả, thời như vậy, này Bà la môn, người ấy được xem là hưởng thọ, đã san sẻ với ông. Còn chúng tôi không cùng hưởng thọ sự việc ấy với ông, không cùng san sẻ sự việc ấy với ông, thời này Bà la môn, tất cả sự việc ấy lại về với ông và tất cả sự việc ấy chỉ về lại với ông mà thôi." Chính vì thế mà Đức Phật thường luôn nhắc nhở chúng đệ tử rằng: "Hận thù không thể chấm dứt bằng hận thù, chỉ có tình thương mới chấm dứt được hận thù mà thôi." Ngài cũng nhắc tiếp: "Càng gặp nhiều oan trái, Như Lai càng hành thiện vì Như Lai chỉ lấy ân trả oán mà thôi." Có người tin rằng "lấy ân trả oán" là việc làm không thực tế và họ tin rằng "đao kiếm phải được trả bằng đao kiếm." Vâng, "lấy đao kiếm trả đao kiếm" quả là dễ nghĩ và dễ làm, nhưng rất có thể làm như vậy chúng ta sẽ bị sa lầy trong khó khăn trắc trở. Thật là khó khăn khi phải lấy ân trả oán. Thật là khó khăn khi phải mỉm cười với kẻ vừa mới vung tay đánh mình, nhưng người con Phật phải lắng nghe lời Phật dạy, phải lấy ân trả oán trong mọi thời, mọi lúc, mọi hoàn cảnh. Đức Phật dạy: "Giặc cướp công đức, không gì hơn sân hận. Vì khi tâm sân hận nổi lên thì chúng sanh lập tức tạo nghiệp, và do đó mà muôn ngàn chướng ngại lập tức hiện ra, ngăn che Thánh đạo, lấp mờ Phật tánh. Cho nên nói 'Nhứt niệm sân tâm khởi, bá vạn chướng môn khai,' nghĩa là chỉ vì một niệm giận tức mà phải lãnh chịu bao nhiêu chướng nạn." Trong Kinh Pháp Cú, Đức Phật dạy: "Người kia lăng mạ tôi, đánh đập tôi, phá hại tôi, và cướp đoạt của tôi." Ai còn ôm ấp tâm niệm ấy, thì sự oán hận không thể nào dứt hết (Dharmapada 3). "Người kia lăng mạ tôi, đánh đập tôi, phá hại tôi, và cướp đoạt của tôi." Ai bỏ được tâm niệm ấy, thì sự oán giận tự nhiên san bằng (Dharmapada 4). Ở thế gian này, chẳng phải hận thù trừ được hận thù, chỉ có từ bi mới trừ được hận thù. Đó là định luật của ngàn xưa (Dharmapada 5). Xả bỏ lòng giận dữ, trừ diệt tánh kiêu căng, giải thoát mọi ràng buộc, không chấp trước danh sắc; người không có một vật chi ấy, sự khổ chẳng còn theo dõi được (221). Người nào ngăn được cơn giận dữ nổi lên như dừng được chiếc xe đang chạy mạnh, mới là kẻ chế ngự giỏi, ngoài ra chỉ là kẻ cầm cương hờ mà thôi (222). Lấy từ bi thắng nóng giận, lấy hiền lành thắng hung dữ, lấy bố thí thắng xan tham, lấy chơn thật thắng ngoa ngụy (223). Nói chân thật, không giận hờn, đích thân bố thí cho người đến xin. Đó là ba việc lành đưa người đến cõi chư Thiên. (Dhammapada 224). Gìn giữ thân đừng nóng giận, điều phục thân hành động, xa lìa thân làm ác, dùng thân tu hạnh lành (231). Gìn giữ lời nói đừng nóng giận, điều phục lời nói chánh chơn, xa lìa lời nói thô ác, dùng lời nói tu hành (232). Gìn giữ ý đừng nóng giận, điều phục ý tinh thuần, xa lìa ý hung ác, dùng ý để tu chân (233).

Cái Độc Thứ Ba Là Si Mê: Trong Phật giáo, si mê là vô minh, là không biết hay mù quáng hay sự cuồng si của tâm thức, không có khả năng phân biệt về tính thường hằng và tính không thường hằng. Vô minh là sự ngu dốt về Tứ Diệu

CHƯƠNG 131. Tam Độc Tham Sân Si

Đế, Tam bảo, Luật Nhân quả, v.v. Vô minh là giai đoạn đầu tiên của Thập nhị nhân duyên dẫn đến mọi rắc rối trên đời và là gốc rễ của mọi độc hại trên đời. Đây là yếu tố chính làm vướng víu chúng sanh trong vòng luân hồi sanh tử. Theo nghĩa của Phật giáo, Avidya chỉ việc thiếu hiểu biết về tứ diệu đế, nghiệp báo, nhân duyên, và những giáo thuyết chủ yếu trong Phật giáo. Theo trường phái Trung Quán, "vô minh" chỉ trạng thái của một tinh thần bị những thiên kiến và những định kiến thống trị khiến cho mọi người tự mình dựng lên một thế giới lý tưởng lẫn lộn hình thức và tính đa dạng với hiện thật thường ngày, hạn chế cách nhìn đối với hiện thật. Vô minh là sự không am hiểu bản tính thật của thế giới là hư không và hiểu sai thật chất của các hiện tượng. Như vậy vô minh có hai chức năng: một là che dấu bản chất thật, và hai là dựng lên một hiện thật hư ảo. "Vô minh" được coi như là hiện thật ước lệ. Theo các phái Kinh Lượng Bộ và Tỳ Bà Sa Luận Bộ, "vô minh" là một cách nhìn thống nhất và thường hằng đối với thế giới, trong khi thật ra thế giới là đa dạng và không thường hằng. "Vô minh" là lẫn lộn bản chất của thế giới với những vẻ bên ngoài. Theo quan điểm của trường phái Du Già, "vô minh" coi đối tượng như một đơn vị độc lập với ý thức, nhưng trong hiện thật, nó giống như ý thức. Vô minh là không giác ngộ, là mắc xích thứ nhất hay mắt xích cuối cùng trong Thập Nhị Nhân Duyên. Vô minh là cái tâm ám độn, không chiếu rọi được rõ ràng sự lý của các pháp. Vô minh không biết gì đến con đường thoát khổ là một trong ba lậu hoặc nuôi dưỡng dòng sanh tử luân hồi. Vô minh là nguyên nhân chính của sự không giác ngộ của chúng ta. Vô minh chỉ là giả tướng nên nó chịu ảnh hưởng của sanh, diệt, tăng, giảm, uế, tịnh, vân vân. Có khi Vô minh có nghĩa là ảo tưởng. Nghĩa là bóng tối hoàn toàn không có ánh chiếu sáng. Vô minh là lầm cái dường như với cái thật là, hay hiện tượng ảo tưởng mà cho là thực tại. Vô minh chính là nguyên nhân của, sanh, lão, lo âu, sầu muộn, khổ sở, bệnh hoạn, và chết chóc. Vô minh là một trong ba ngọn lửa cần phải dập tắt trước khi bước chân vào Niết-bàn. Đây là trạng thái sai lầm của tâm làm khởi dậy sự tin tưởng về bản ngã. Cũng chính vì si mê mà người ta không thấy được cái nhìn như thị, không thể phân biệt đúng sai. Ngu si làm cho người ta mù quáng về chấp ngã, chấp pháp là những thứ vô thường, luôn thay đổi và hoại diệt.

Để chế ngự những tư duy tham lam, sân hận và ganh tỵ và những tư duy khác mà con người phải chịu, chúng ta cần phải có nghị lực, siêng năng tinh tấn và tỉnh giác. Khi thoát khỏi những vướng bận của cuộc sống phố thị hoặc những lo toan vướng bận khác của cuộc đời, chúng ta không đến nỗi bị quyến rũ để đánh mất mình, nhưng khi hòa nhập vào nhịp sống xã hội, đó là lúc mà chúng ta cần phải tinh tấn để chặn đứng những sai sót, lầm lẫn của mình. Thiền định là sự trợ lực lớn lao giúp chúng ta điềm tĩnh khi đối diện với những tư duy xấu này. Nghiệp tham sân si biểu hiện dưới nhiều hình thức, không thể tả xiết! Người tu Phật đối trị tham sân si cũng đồng nghĩa với việc chúng ta đẩy được qua một bên những chướng ngại lớn trên bước đường tu tập của chính mình. Đây là một trong những phương cách đối trị tuyệt vời nhất cho hành giả. Hành giả nên luôn nhớ rằng nghiệp tham sân si biểu hiện dưới nhiều hình thức, không thể tả xiết! Theo Hòa Thượng Thích Thiền Tâm trong Niệm Phật Thập Yếu, có bốn cách đối trị tham sân si: Tùy theo trường hợp, hành giả có thể dùng một trong bốn cách này để đối trị tham sân si. Cách thứ nhất là "Dùng Tâm Đối trị": Người mê với bậc giác ngộ chỉ có hai điểm sai biệt: tịnh là chư Phật, nhiễm là chúng sanh. Chư Phật do thuận theo tịnh tâm nên giác ngộ, đủ thần thông trí tuệ; chúng sanh bởi tùy nơi trần nhiễm nên mê hoặc, bị luân hồi sanh tử. Tu Tịnh Độ là đi sâu vào Niệm Phật Tam Muội để giác ngộ bản tâm, chứng lên quả vị Phật. Vậy trong niệm Phật, nếu thấy bất cứ một vọng niệm vọng động nào khác nổi lên, liền phải trừ ngay và trở về tịnh tâm. Đây là cách dùng tâm để đối trị. Cách thứ nhì là "Dùng Lý Đối Trị": Nếu khi vọng niệm khởi lên, dùng tâm ngăn trừ không nổi, phải chuyển sang giai đoạn hai là dùng đến quán lý. Chẳng hạn như khi tâm tham nhiễm nổi lên, quán lý bất tịnh, khổ, vô thường, vô ngã. Tâm giận hờn phát khởi, quán lý từ, bi, hỷ, xả, nhẫn nhục, nhu hòa, các pháp đều không. Cách thứ ba là "Dùng Sự Đối Trị": Những kẻ nặng nghiệp, dùng lý đối trị không kham, tất phải dùng sự, nghĩa là dùng đến hình thức. Thí dụ, người tánh dễ sân si, biết rõ nghiệp mình, khi phát nóng bực hay sắp muốn tranh cãi, họ liền bỏ đi và uống từ một ly nước lạnh để dằn cơn giận xuống. Hoặc như kẻ nặng nghiệp ái, dùng lý trí ngăn không nổi, họ lựa cách gần bậc trưởng thượng, làm Phật sự nhiều, hoặc đi xa ra để quên lãng lần tâm nhớ thương, như câu châm ngôn "xa mặt cách lòng." Bởi tâm chúng sanh y theo cảnh, cảnh đã vắng tức tâm mất chỗ nương, lần lần sẽ phai nhạt. Cách thứ tư là "Dùng Sám Tụng Đối Trị": Ngoài ba cách trên từ tế đến thô, còn có phương pháp thứ tư là dùng sám hối trì tụng để đối trị. Sự sám hối, niệm Phật, trì chú hoặc tụng kinh, mà giữ cho đều đều, có năng lực diệt tội nghiệp sanh phước huệ. Vì thế thuở xưa có nhiều vị trước khi thọ giới hay sắp làm Phật sự lớn, thường phát nguyện tụng mấy muôn biến chú Đại Bi, hoặc một tạng kinh Kim Cang Bát Nhã. Thuở xưa, các cư sĩ khi họp lại Niệm Phật Đường để kiết thất, nếu ai nghiệp nặng niệm Phật không thanh tịnh, hay quán Phật không được rõ ràng, vị Pháp sư chủ thất thường bảo phải lạy hương sám. Đây là cách đốt một cây hương dài, rồi thành kính đảnh lễ hồng danh Phật sám hối, cho đến khi nào cây hương tàn mới thôi. Có vị suốt trong thời kỳ kiết thất bảy ngày hoặc hai mươi mốt ngày, toàn là lạy hương sám. Trong kinh Thủ Lăng Nghiêm, đức Phật dạy: Nhân tham lam quả báo là địa ngục lạnh. Theo Kinh Thủ Lăng Nghiêm, quyển Tám, Đức Phật đã nhắc nhở ngài A Nan về Tham Tập Nhân như sau: "Tham tập giao kết, phát ra thu hút mãi không thôi. Như vậy nên có chứa cái giá lạnh, trong đó lạnh lẽo. Ví dụ người lấy miệng hít gió, thấy có hơi lạnh. Hai cái tập xô đẩy nhau, nên có những việc ba ba, tra tra, la la, như băng lạnh, hoa sen trắng, đỏ, xanh. Vì thế mười phương các Đức Phật nói tham cầu như là nước tham. Bồ Tát nên tránh tham như tránh biển độc."

Chương 132. Thu Thúc Lục Căn

Hành giả nên luôn quán chiếu về lục căn chính là những lý do khiến con người đọa địa ngục, làm ngạ quỷ, hoặc súc sanh, vân vân, không ngoài sự chi phối của lục căn. Con người sở dĩ sanh làm a tu la, sanh lên cõi trời hay sanh vào cõi người cũng không ngoài tác dụng của sáu căn này. Đồng ý lục căn giúp chúng ta sinh hoạt trong cuộc sống hằng ngày, nhưng chúng lại là tác nhân chính rước khổ đau phiền não vào thân tâm của chúng ta. Chúng chính là những nhân tố chính khiến chúng ta gây tội tạo nghiệp, để rồi cuối cùng phải bị đọa vào các đường dữ cũng vì chúng. Chúng ta đừng cho rằng mắt là vật tốt, giúp mình nhìn thấy, bởi vì chính do sự giúp đỡ của mắt mà sanh ra đủ thứ phiền não, như khi mắt nhìn thấy sắc đẹp thì mình sanh lòng tham sắc đẹp, tham tới mức dầu đạt hay không đạt được cái sắc ấy mình vẫn bị phiền não chế ngự. Ngay cả tai, mũi, lưỡi, thân, và ý cũng đều như vậy. Chúng khiến mình phát sanh đủ thứ phiền não. Chính vì thế mà Đức Phật khuyên chúng đệ tử của Ngài như thế này: "Các con phải tu làm sao cho trên không biết có trời, giữa không biết có người, dưới không biết có đất." Tu như thế nào mà trời, đất và người không còn ảnh hưởng đến lục căn, đông tây nam bắc cũng không còn ảnh hưởng đến lục căn, ấy chính là lúc chúng ta giải thoát khỏi mọi chướng ngại. Lục Căn có thể là những cửa ngõ đi vào địa ngục, đồng thời chúng cũng là những cửa ngõ quan trọng đi vào đại giác, vì từ đó mà chúng ta gây tội tạo nghiệp, nhưng cũng nhờ đó mà chúng ta có thể hành trì chánh đạo. Theo Kinh Phúng

CHƯƠNG 132. Thu Thúc Lục Căn

Tụng trong Trường Bộ Kinh, có sáu căn: Mắt là một trong sáu giác quan hay sáu chỗ để nhận biết. Tai là một trong sáu sự hòa hợp giữa sáu căn với sáu trần, tai phải hòa hợp với âm thanh nghe. Mũi phải hòa hợp với mùi ngửi, một trong sáu sự hòa hợp giữa sáu căn với sáu trần. Lưỡi phải hòa hợp với vị được nếm, đây là một trong sáu sự hòa hợp giữa sáu căn với sáu trần. Thân phải hòa hợp với vật tiếp xúc, đây là một trong sáu sự hòa hợp giữa sáu căn với sáu trần. Và Ý phải hòa hợp với pháp được nghĩ đến. Đức Phật dạy: "Tự các ông tạo nghiệp thì cũng chính các ông chuyển hóa nếu các ông muốn nghiệp tiêu trừ. Không ai có thể khiến nghiệp tiêu trừ giùm các ông được. Ta có nhiều loại thuốc, nhưng Ta không thể uống dùm cho các ông được." Như vậy, thu thúc lục căn và theo dõi cảm giác của mình là một sự thực tập tốt đẹp. Lúc nào chúng ta cũng phải chú tâm tỉnh thức, ghi nhận mọi cảm giác đến với mình, nhưng đừng thái quá. Hãy đi, đứng, nằm, ngồi một cách tự nhiên. Đừng quá thúc ép việc hành thiền của mình, cũng đừng quá bó buộc chính mình vào trong một khuôn khổ định sẵn nào đó. Quá thúc ép cũng là một hình thức của tham ái. Hãy kiên nhẫn, kiên nhẫn chịu đựng là điều kiện cần thiết của hành giả. Nếu chúng ta hành động một cách tự nhiên và chú tâm tỉnh thức thì trí tuệ sẽ đến với chúng ta một cách tự nhiên. Hiển nhiên là trong khi thiền tập, sáu căn luôn thanh tịnh, nghĩa là tiêu trừ tội cấu từ vô thủy để phát triển sức mạnh vô hạn (như trường hợp Đức Phật). Sự phát triển tròn đầy này làm cho mắt có thể thấy được vạn vật trong Tam thiên Đại thiên thế giới, từ cảnh trời cao nhất xuống cõi địa ngục thấp nhứt, thấy tất cả chúng sanh trong đó từ quá khứ, hiện tại, vị lai, cũng như nghiệp lực của từng cá nhân.

Trong Lục Căn thì Ý căn có sự nhận thức của tư duy hay tâm suy nghĩ (cảnh sở đối của mắt, tai, mũi, lưỡi, thân là do sắc pháp tứ đại đất, nước, lửa, gió hình thành; trong khi cảnh sở đối với ý căn là tâm pháp nghĩa là đối với pháp cảnh thì nảy sinh ra ý thức). Theo Hòa Thượng Piyadassi trong quyển "Con Đường Cổ Xưa," ý căn nhận thức các pháp trần, chúng ta biết không phải là thứ gì có thể sờ mó hay nhận thấy được như năm căn khác nhận thức năm trần, con mắt nhận thức thế giới của màu sắc, hay những sắc trần; lỗ tai có thể nghe được các âm thanh, vân vân. Tuy nhiên, tâm nhận thức thế giới của những ý niệm và tư tưởng. Căn (Indriya) theo nghĩa đen là "thủ lãnh" hay "Ông chủ". Các sắc chỉ có thể được thấy bằng nhãn căn, chứ không phải bằng tai, nghe cũng vậy, phải có nhĩ căn, vân vân. Khi nói đến thế giới của những ý niệm và tư tưởng thì tâm căn là ông chủ cai quản lãnh vực tinh thần này. Con mắt không thể nghĩ ra các tư tưởng và tập trung các ý niệm lại, nhưng nó là công cụ để thấy các sắc, thế giới của màu sắc. Hành giả nên luôn thu thúc các căn và theo dõi cảm giác của mình là một sự thực tập tốt đẹp. Lúc nào chúng ta cũng phải chú tâm tỉnh thức, ghi nhận mọi cảm giác đến với mình, nhưng đừng thái quá. Hãy đi, đứng, nằm, ngồi một cách tự nhiên. Đừng quá thúc ép việc hành thiền của mình, cũng đừng quá bó buộc chính mình vào trong một khuôn khổ định sẵn nào đó. Quá thúc ép cũng là một hình thức của tham ái. Hãy kiên nhẫn, kiên nhẫn chịu đựng là điều kiện cần thiết của hành giả. Nếu chúng ta hành động một cách tự nhiên và chú tâm tỉnh thức thì trí tuệ sẽ đến với chúng ta một cách tự nhiên. Bên cạnh đó, tu tập thiền định có mục đích hiểu tánh thuần khiết và khách quan trong khi quan sát và cố tránh những cảm giác vui, buồn, thương, ghét, thiện, ác, ham muốn, hận thù, v.v. Hành giả nên luôn coi Lục Căn là những đối tượng của Thiền Tập. Theo Tỳ-kheo Piyananda trong Những Hạt Ngọc Trí Tuệ Phật Giáo, bạn phải luôn tỉnh thức về những cơ quan của giác quan như mắt, tai, mũi, lưỡi, thân và sự tiếp xúc của chúng với thế giới bên ngoài. Bạn phải tỉnh thức về những cảm nghĩ phát sinh do kết quả của những sự tiếp xúc ấy. Mắt đang tiếp xúc với sắc. Tai đang tiếp xúc với thanh. Mũi đang tiếp xúc với mùi. Lưỡi đang tiếp xúc với vị. Thân đang tiếp xúc với sự xúc chạm. Ý đang tiếp xúc với vạn pháp. Theo Kinh Sa Môn Quả trong Trường Bộ Kinh, Đức Phật đã dạy về một vị Tỳ-kheo Hộ Trì Các Căn: "Thế nào là vị Tỳ-kheo hộ trì các căn? Khi mắt thấy sắc, Tỳ-kheo không nắm giữ tướng chung, không nắm giữ tướng riêng. Những nguyên nhân gì, khiến nhãn căn không được chế ngự, khiến tham ái, ưu bi, các ác, bất thiện khởi lên, Tỳ-kheo tự chế ngự nguyên nhân ấy, hộ trì nhãn căn, thật hành sự hộ trì nhãn căn. Khi tai nghe tiếng, mũi ngửi hương, thân cảm xúc, ý nhận thức các pháp, vị ấy không nắm giữ tướng chung, không nắm giữ tướng riêng. Nguyên nhân gì khiến ý căn không được chế ngự, khiến tham ái, ưu bi, các ác, bất thiện pháp khởi lên, Tỳ-kheo chế ngự nguyên nhân ấy, hộ trì ý căn, thật hành sự hộ trì ý căn. Vị ấy nhờ sự hộ trì cao quý các căn ấy, nên hưởng lạc thọ nội tâm, không vẩn đục. Tóm lại, hành giả nào cố gắng thu thúc lục căn là chẳng những đang đi trên đường lên Phật, mà cuộc sống hằng ngày của họ cũng luôn được an lạc, tỉnh thức và hạnh phúc.

Chương 133. Vô Minh

"Vô Minh" theo thuật ngữ Bắc Phạn là 'Avidya' có nghĩa là mê mờ. Trong Phật giáo, vô minh là không biết hay mù quáng hay sự cuồng si của tâm thức, không có khả năng phân biệt về tính thường hằng và tính không thường hằng. Vô minh là sự ngu dốt về Tứ Diệu Đế, Tam bảo, Luật Nhân quả, v.v. Avidya là giai đoạn đầu tiên của Thập nhị nhân duyên dẫn đến mọi rắc rối trên đời và là gốc rễ của mọi độc hại trên đời. Đây là yếu tố chính làm vướng víu chúng sanh trong vòng luân hồi sanh tử. Theo nghĩa của Phật giáo, Avidya chỉ việc thiếu hiểu biết về tứ diệu đế, nghiệp báo, nhân duyên, và những giáo thuyết chủ yếu trong Phật giáo. Theo trường phái Trung Quán, "vô minh" chỉ trạng thái của một tinh thần bị những thiên kiến và những định kiến thống trị khiến cho mọi người tự mình dựng lên một thế giới lý tưởng lẫn lộn hình thức và tính đa dạng với hiện thật thường ngày, hạn chế cách nhìn đối với hiện thật. Vô minh là sự không am hiểu bản tính thật của thế giới là hư không và hiểu sai thật chất của các hiện tượng. Như vậy vô minh có hai chức năng: một là che dấu bản chất thật, và hai là dựng lên một hiện thật hư ảo. "Vô minh" được coi như là hiện thật ước lệ. Theo các phái Kinh Lượng Bộ và Tỳ Bà Sa Luận Bộ, "vô minh" là một cách nhìn thống nhất và thường hằng đối với thế giới, trong khi thật ra thế giới là đa dạng và không thường hằng. "Vô minh" là lẫn lộn bản chất của thế giới với những vẻ bên ngoài. Theo quan điểm của trường phái Du Già, "vô minh" coi đối tượng như một đơn vị độc lập với ý thức, nhưng trong hiện thật, nó giống như ý thức.

Vô minh là không giác ngộ, là mắc xích thứ nhất hay mắt xích cuối cùng trong Thập Nhị Nhân Duyên. Vô minh là cái tâm ám độn, không chiếu rọi được rõ ràng sự lý của các pháp. Vô minh không biết gì đến con đường thoát khổ là một trong ba lậu hoặc nuôi dưỡng dòng sanh tử luân hồi. Vô minh là nguyên nhân chính của sự không giác ngộ của chúng ta. Vô minh chỉ là giả tướng nên nó chịu ảnh hưởng của sanh, diệt, tăng, giảm, uế, tịnh, vân vân. Có khi Vô minh có nghĩa là ảo tưởng. Nghĩa là bóng tối hoàn toàn không có ánh chiếu sáng. Vô minh là lầm cái dường như với cái thật là, hay hiện tượng ảo tưởng mà cho là thực tại. Vô minh chính là nguyên nhân của, sanh, lão, lo âu, sầu muộn, khổ sở, bệnh hoạn, và chết chóc. Vô minh là một trong ba ngọn lửa cần phải dập tắt trước khi bước chân vào Niết-bàn. Đây là trạng thái sai lầm của tâm làm khởi dậy sự tin tưởng về bản ngã.

Trong nhà Thiền, vô minh là nhìn mọi sự mọi vật không đúng như thật. Không hiểu sự thật về cuộc đời. Chừng nào mà chúng ta không phát triển tâm mình để đạt được trí tuệ chừng đó chúng ta vẫn vô minh về bản chất đúng của sự vật. Theo Phật giáo, vô minh có nghĩa là coi cái ngã hay cái ta là thật. Vì si mê mà người ta không thấy được cái nhìn như thị, không thể phân biệt đúng sai. Ngu si làm cho người ta mù quáng về chấp ngã, chấp pháp là những thứ vô thường, luôn thay đổi và hoại diệt. Khi giận dữ đã khởi lên thì con người sẽ không còn gì ngoài "si mê." Để triệt tiêu si mê bạn nên thiền quán "nhân duyên." Tất cả những vấn đề khó khăn của chúng ta đều bắt nguồn từ vô minh và mê hoặc. Vô minh là bợn nhơ đứng hàng đầu. Tham lam, sân hận, ngã mạn và rất nhiều bợn nhơ khác cùng phát sanh chung với vô minh. Giải pháp phải nằm trong những vấn đề ấy, và do đó, chúng ta không nên tách rời, chạy đi tìm ở đâu ngoài vấn đề. Phân tách và nghiên cứu cho tận tường chúng ta sẽ thấy rằng tất cả những vấn đề ấy đều là những vấn đề của kiếp nhân sinh, của con người, vậy thì chúng ta không nên đổ trách nhiệm cho ai khác hơn là con người. Những vấn đề thật sự chủ chúng ta phải được và chỉ được giải quyết bằng cách dứt bỏ những ảo kiến và những khái niệm sai lầm, và thu xếp nếp sống của chúng ta vào khuôn khổ điều hòa đồng nhịp với thực tại. Và điều này chỉ có thể thực hiện được qua thiền hành mà thôi. Vô minh còn là những tư tưởng và tác ý nào ngăn trở không cho chúng ta giải thoát. Nếu chúng ta muốn giải thoát khỏi những phiền trược này, trước tiên chúng ta phải thấy được mặt mũi của chúng qua Thiền định. Tương tự như những lời Phật dạy trong kinh điển mỗi khi gặp ma vương, Ngài liền bảo: "Ma Vương! Ra đã thấy mặt mũi của ngươi rồi". Người tu tập thiền quán nên nhớ rằng mục tiêu của sự tu tập thiền quán theo đúng phương pháp là để loại trừ vô minh, khai mở chân tâm và duy trì chánh niệm. Qua thiền tập, chúng ta chú trọng vào sự việc với một ý thức không xao lãng. Chúng ta cũng không suy nghĩ về việc gì, không phân tách, cũng không trôi lạc theo chư pháp, mà lúc nào cũng nhìn thấy được tự tánh của bất cứ việc gì đang xảy ra trong tâm mình. Nhờ đó mà tâm của chúng ta dần dần được soi sáng, có nghĩa là vô minh bị loại dần ra khỏi tâm ý của người tu tập thiền quán. Nếu bạn nghĩ rằng tâm của bạn có thể được khai mở bởi một vị thầy nào đó ngoài kia, tức là bạn chẳng bao giờ tu tập theo giáo lý nhà Phật cả. Nếu bạn nghĩ ai đó có thể phá vỡ vô minh cho bạn, bạn cũng chẳng phải là người Phật tử thuần thành.

Chương 134. Bạn Lành & Bạn Ác

Bạn Lành: Bạn lành hay thiện hữu tri thức là bất cứ ai (Phật, Bồ tát, người trí, người đạo đức, và ngay cả những người xấu ác) có thể giúp đỡ hành giả tiến tu giác ngộ. Thiện có nghĩa là hiền và đạo đức, Tri là sự hiểu biết chơn chánh, còn Thức là thức tỉnh, không mê muội và tham đắm nơi các duyên đời nữa. Thế nên, thiện tri thức là người hiền, hiểu đạo, và có khả năng làm lợi lạc cho mình và cho người. Thiện hữu tri thức là người bạn đạo hạnh, người thầy gương mẫu, sống đời đạo hạnh, cũng như giúp đỡ khuyến tấn người khác sống đời đạo hạnh. Người bạn đạo tốt, thật thà, chân thật, có kiến thức thâm hậu về Phật pháp và đang tu tập Phật pháp. Đức Phật đã nói về thiện hữu tri thức trong đạo Phật như sau: "Nói đến Thiện Hữu Tri Thức là nói đến Phật, Bồ Tát, Thanh Văn, Duyên Giác và Bích Chi Phật, cùng với những người kính tin giáo lý và kinh điển Phật giáo. Hàng thiện hữu tri thức là người có thể chỉ dạy cho chúng sanh xa lìa mười điều ác và tu tập mười điều lành. Lại nữa, hàng thiện hữu tri thức có lời nói đúng như pháp, thật hành đúng như lời nói, chính là tự mình chẳng sát sanh cùng bảo người khác chẳng sát sanh, nhẫn đến tự mình có sự thấy biết chơn thật (chánh kiến) và đem sự thấy biết đó ra mà chỉ dạy cho người. Hàng thiện hữu tri thức luôn có thiện pháp, tức là những việc của mình thật hành ra chẳng mong cầu tự vui cho mình, mà thường vì cầu vui cho tất cả chúng sanh, chẳng nói ra lỗi của người, mà luôn nói các việc thuần thiện. Gần gũi các bậc thiện hữu tri thức có nhiều điều lợi ích, ví như mặt trăng từ đêm mồng một đến rằm, ngày càng lớn, sáng và đầy đủ. Cũng vậy, thiện hữu tri thức làm cho những người học đạo lần lần xa lìa ác pháp, và thêm lớn pháp lành.

CHƯƠNG 134. Bạn Lành & Bạn Ác

Có ba bậc thiện tri thức: Giáo Thọ Thiện Tri Thức là vị thông hiểu Phật pháp và có kinh nghiệm về đường tu để thường chỉ dạy mình; hay mình đến để thỉnh giáo trước và sau khi kiết thất. Trong trường hợp nhiều người đồng đả thất, nên thỉnh vị giáo thọ này làm chủ thất, mỗi ngày đều khai thị nửa giờ hoặc mười lăm phút. Ngoại Hộ Thiện Tri Thức là một hay nhiều vị ủng hộ bên ngoài, lo việc cơm nước, quét dọn, cho hành giả được yên vui tu tập. Thông thường, vị này thường được gọi là người hộ thất. Đồng Tu Thiện Tri Thức là những người đồng tu một môn với mình, để nhìn ngó sách tấn lẫn nhau. Vị đồng tu này có thể là người đồng kiết thất chung tu, hoặc có một ngôi tịnh am tu ở gần bên mình. Ngoài sự trông nhìn sách tấn, vị đồng tu còn trao đổi ý kiến hoặc kinh nghiệm, để cùng nhau tiến bước trên đường đạo. Lời tục thường nói: "Ăn cơm có canh, tu hành có bạn" là ý nghĩa này.

Thời nay muốn tu hành đúng đắn phải nương nơi bậc thiện tri thức thông kinh điển, đã có kinh nghiệm tu thiền nhiều năm để nhờ sự hướng dẫn. Đây là một trong năm điều kiện cần thiết cho bất cứ hành giả tu thiền nào. Nếu vị tu thiền nào không hội đủ năm điều kiện trên rất dễ bị ma chướng làm tổn hại. Theo Kinh Kalyana-mitra, Đức Phật dạy, "Thời nay muốn tìm minh sư, hay thiện hữu tri thức để gần gũi theo học, còn có chăng trong sách vở hay gương Thánh hiền, chứ còn trong vòng nhân tình đời nay, quả là hiếm có vô cùng." Các ngài còn dạy thêm năm điều về thiện hữu tri thức như sau: Đời nay trong 1.000 người mới tìm ra được một người lành. Trong 1.000 người lành mới có một người biết đạo. Trong 1.000 người biết đạo, mới có được một người tin chịu tu hành. Trong 1.000 người tu hành mới có được một người tu hành chân chánh. Vậy thì trong 4.000 người mới tìm ra được bốn người tốt.

Chính vì vậy mà Đức Phật thường khuyên chúng đệ tử của Ngài nên lắng nghe thiện hữu tri thức, không nên có lòng nghi ngờ. Đã gọi là thiện hữu tri thức thì khi họ khuyên mình tu hành cần phải có khổ công thì mình phải tin như vậy. Nếu mình có lòng tin một cách triệt để nhất định mình sẽ được minh tâm kiến tánh, phản bổn hoàn nguyên. Phật tử chân thuần phải thường nghe lời chỉ dạy của thiện hữu tri thức. Nếu vị ấy dạy mình niệm Phật thì mình phải tinh chuyên niệm Phật. Nếu vị ấy dạy mình đừng buông lung phóng dật thì mình không được buông lung phóng dật, đây chính là sự lợi lạc mà mình hưởng được nơi thiện hữu tri thức vậy. Sau đây là những lời Phật dạy về "Thiện Hữu Tri Thức" trong Kinh Pháp Cú: "Nếu gặp được người hiền trí thường chỉ bày lầm lỗi và khiển trách mình những chỗ bất toàn, hãy nên kết thân cùng họ và xem như bậac trí thức đã chỉ kho tàng bảo vật. Kết thân với người trí thì lành mà không dữ (76). Những người hay khuyên răn dạy dỗ, cản ngăn tội lỗi kẻ khác, được người lành kính yêu bao nhiêu thì bị người dữ ghét bỏ bấy nhiêu (77). Chớ nên làm bạn với người ác, chớ nên làm bạn với người kém hèn, hãy nên làm bạn với người lành, với người chí khí cao thượng (78). Được uống nước Chánh pháp thì tâm thanh tịnh an lạc, nên người trí thường vui mừng, ưa nghe Thánh nhơn thuyết pháp (79). Nếu gặp bạn đồng hành hiền lương cẩn trọng, giàu trí lự, hàng phục được gian nguy, thì hãy vui mừng mà đi cùng họ (328). Nếu không gặp được bạn đồng hành hiền lương, giàu trí lự, thì hãy như vua tránh nước loạn như voi bỏ về rừng (329). Thà ở riêng một mình hơn cùng người ngu kết bạn. Ở một mình còn rảnh rang khỏi điều ác dục như voi một mình thênh thang giữa rừng sâu (330)."

Bạn Ác: Bạn ác hay Ác tri thức là ác nhân, là người thô lỗ bị sân hận chế ngự, thiếu từ tâm, thiếu lòng tha thứ, thiếu cả tình thương. Ngược lại tốt có đầy đủ đức từ bi. Trên thế gian này nhiều người tâm đầy sân hận, không thể phân biệt được các hành động thiện ác, không khiêm nhường, không tôn kính các bậc đáng tôn kính, không học hỏi giáo pháp, cũng không tu tập. Họ dễ dàng nổi giận vì một chuyện bực mình nhỏ. Họ cáu kỉnh với người khác và tự hành hạ chính mình bằng sự tự trách. Đời sống của họ tràn đầy thô bạo và không có ý nghĩa gì. Chúng ta thử tưởng tượng mà xem, làm bạn với những hạng này có lợi ích gì? Trái hẳn với hạng ác tri thức, những thiện tri thức là những người bạn tốt, những người có tâm đầy tình thương. Họ luôn nghĩ đến sự an lạc và lợi ích của tha nhân. Tình thương và sự nồng ấm của họ được biểu hiện qua lời nói và việc làm của họ. Họ giao tiếp với người khác bằng ái ngữ, bằng lợi hành và đồng sự. Họ luôn phát tâm bố thí những gì họ có thể bố thí nhằm lợi lạc tha nhân.

Trong Kinh Pháp Cú, Đức Phật dạy: "Không được kết bạn với kẻ hơn mình, không được kết bạn với kẻ ngang mình, thà quyết chí ở một mình tốt hơn kết bạn với người ngu muội (61). Những người hay khuyên răn dạy dỗ, cản ngăn tội lỗi kẻ khác, được người lành kính yêu bao nhiêu thì bị người dữ ghét bỏ bấy nhiêu (77). Chớ nên làm bạn với người ác, chớ nên làm bạn với người kém hèn, hãy nên làm bạn với người lành, với người chí khí cao thượng (78). Đi chung với người ngu, chẳng lúc nào không lo buồn. Ở chung với kẻ ngu khác nào ở chung với quân địch. Ở chung với người trí khác nào hội ngộ với người thân (207)."

Chương 135. Sự Giác Ngộ Của Đức Phật

Sau những lần thăm viếng ngoại thành, những hình ảnh về già, bệnh và chết luôn ám ảnh Thái tử. Ngài nghĩ rằng vợ đẹp, con ngoan, và ngay cả chính bản thân ngài cũng không tránh được cái vòng già, bệnh và chết này. Kiếp nhân sinh thật là ngắn ngủi và huyễn ảo. Vua Tịnh Phạn, cha ngài, đoán biết được những suy nghĩ từ bỏ thế tục của ngài, nên nhà vua đã cố gắng xây cung điện mùa hè để cho ngài hưởng thụ cuộc sống vật chất ca vui hoan lạc. Tuy nhiên, không có thú vui nào có thể làm cho Thái tử hứng thú. Lúc nào Thái tử cũng muốn tìm cho ra những phương cách giải thoát khỏi những thống khổ của kiếp người. Một đêm, Thái tử cùng Xa

Nặc rời khỏi hoàng cung. Thái tử đi thẳng đến chuồng ngựa, lên yên ngựa và bắt đầu cuộc hành trình bất thường. Vì thế mà Xa Nặc không còn cách nào lựa chọn, nên phải đi cùng Thái tử. Thái tử cưỡi ngựa đến một chân núi, ngài xuống ngựa, trao hoàng bào, vương miện, và châu báu, và bảo Xa Nặc nên trở về hoàng cung.

Trong khi tìm kiếm sự giác ngộ, Thái tử Tất Đạt Đa Cồ Đàm cùng 5 vị đạo sĩ khổ hạnh tu tập những pháp khổ hạnh nghiêm ngặt với hy vọng đạt được tuệ giác tối cao. Cùng với những người này, Thái tử Cồ Đàm học cách chịu đựng sự tự hành xác, trở nên kiệt sức và suy nhược do bởi đói khát và đau đớn. Thậm chí những hảo tướng trên người của Ngài có từ lúc chào đời hầu như biến mất. Thái tử Tất Đạt Đa Cồ Đàm, người đã từng biết đến những dục lạc tuyệt vời nhất nay đã cảm nhận được sự đối nghịch chính xác của nó. Cuối cùng, Ngài đi đến sự nhận thức rằng người ta không thể đạt được bất cứ điều gì từ sự suy sụp quá mức. Như vị vua trời Đế Thích đã bày tỏ cho Ngài, nếu những sợi dây đàn quá căng chúng sẽ đứt và nếu chúng quá chùng chúng sẽ không khãy được: chỉ khi nào chúng được căng một cách vừa phải thì chúng sẽ phát ra tiếng. Thái tử Cồ Đàm hiểu rằng sự quân bình giống như vậy rất cần thiết với nhân loại và đi đến quyết định chấm dứt cuộc sống khổ hạnh quá mức bằng cách tắm gội và nhận lấy thật phẩm. Quan sát sự thay đổi này, năm người đồng môn của Ngài đều xa lánh Ngài. Họ cho rằng Ngài đã chịu thất bại, do đó không xứng đáng với họ nữa.

Đức Phật thừa nhận rằng người ta có thể đạt được nhiều điều thiện lành khi sống đời đạo sĩ khổ hạnh giản dị, nhưng Ngài cũng dạy rằng hình thức cực đoan khổ hạnh không dẫn tới con đường giải thoát. Sau 6 năm trải qua nhiều thử thách khác nhau, Thái tử Cồ Đàm quyết định chuẩn bị cho con đường của chính mình: đó là con đường trung đạo, giữa sự buông thả quá mức và sự hành xác quá độ. Bên bờ sông Ni

CHƯƠNG 135. Sự Giác Ngộ Của Đức Phật

Liên Thiền, Ngài đã nhận lấy thật phẩm cúng dường của người thiếu nữ tên Sujata. Ngài biết rằng sự giác ngộ đã gần kề do bởi đêm trước đó Ngài có năm giấc mơ báo trước. Do đó, Ngài chia phẩm vật cúng dường ra làm 49 phần, mỗi phần cho mỗi ngày mà Ngài biết sẽ dành cho sự suy niệm tiếp theo cái đêm Ngài đạt được đạo quả giác ngộ. Giống như "một con sư tử thức dậy sau giấc ngủ," Ngài tiến hành thực hiện những gì sau khi Ngài hiểu biết được dưới cội Bồ Đề trong Bồ Đề Đạo Tràng. Quan sát 4 hướng, Ngài ngồi trong tư thế hoa sen dưới cội cây và phát nguyện sẽ không đứng dậy cho đến khi trở thành bậc giác ngộ. Hiếm hoi biết dường nào cho một vị Bồ Tát thành Phật, và một sự kiện lớn lao đột ngột như vậy đã được lan truyền đi những chấn động khắp tất cả các cõi của thế giới.

Sau khi từ bỏ lối tu hành khổ hạnh, Thái tử quyết định thay đổi hoàn toàn lối tu của mình. Ngài bước xuống dòng Ni Liên Thiền, để cho nước mát gột sạch những bụi bặm phủ đầy trên cơ thể của Ngài. Ngài quyết định đi vào lối tu làm thanh tịnh nội tâm, diệt trừ phiền não để mở rộng trí tuệ và thông suốt chân lý. Tuy nhiên, do sức cùng lực kiệt, nên khi vừa tắm xong, Thái tử vật ngã xuống cạnh bờ sông. May mắn thay, ngay lúc đó thì một cô gái chăn bò tên Nanda, đang đội bình sữa đi qua, nàng nhận biết Thái tử ngất xỉu vì quá suy nhược nên nàng bèn mở nắp và rót một bát cho Thái tử uống. Thái tử cảm thấy bát sữa vừa dâng của cô gái chăn bò ngọt như nước cam lộ. Uống xong Ngài cảm thấy cơ thể thoải mái và từ từ khôi phục. Sau khi hồi sức, Thái tử vui vẻ đi về phía năm anh em Kiều Trần Như là những người đã cùng tu khổ hạnh với Ngài trong quá khứ, nhưng bị họ tránh né vì nghĩ rằng Thái tử đã bị cô gái đẹp kia mê hoặc rồi. Vì thế Thái tử đành rời khu rừng một mình, lội qua sông Ni Liên và đi về hướng núi Ca Đa. Thái tử ngồi xuống tảng đá dưới tàng cây Bồ đề như một cây dù lớn, Ngài quyết định lưu lại nơi đây, tiếp tục tham thiền cho đến khi đạt được giác ngộ và giải thoát. Vào lúc đó có một cậu bé cắt cỏ đi ngang qua, trên vai vác bó cỏ, cậu bé liền cúng dường cho Thái tử bó cỏ làm chỗ ngồi cho êm. Thái tử chấp nhận sự cúng dường của cậu bé.

Lúc này, ma vương, chúa của tất cả các loài ma quỷ, cảm thấy rằng Thái tử Cồ Đàm đã vượt ra khỏi quyền lực của mình, nên tập họp đạo binh ma để trục xuất vị Bồ Tát ra khỏi chỗ ngồi của Ngài dưới gốc cây giác ngộ. Sự chạm trán xảy ra, trong trận chiến này Ma vương đã hoàn toàn bị đánh bại. Đây là một trong những câu chuyện tuyệt vời của truyền thống Phật giáo. Ma vương tấn công vị Bồ Tát với chín loại vũ khí, nhưng không có kết quả: những trận cuồng phong, những tảng đá bay và vô số những cây tên lửa đã biến thành những cánh hoa sen rơi rụng, những cơn bão cát, tro bụi và bùn đất biến thành trầm hương thơm ngát và cuối cùng cái màn tối tăm nhất của sự u mê đã được vị Bồ Tát làm sáng tỏ rực rỡ. Với sự tức giận điên cuồng, Ma vương xoay sang vị Phật tương lai và đòi lấy địa vị của Ngài. Ngài từ tốn đáp lại: "nhà ngươi không tu tập 'thập độ bố thí' cũng không từ bỏ thế gian, mà cũng không mưu cầu tri kiến và tuệ giác chân thật. Địa vị này không có ý nghĩa với ngươi. Duy nhất chỉ một mình ta mới đủ tư cách ngồi nơi này." Trong cơn thịnh nộ, Ma vương phóng cái dĩa sắt cạnh về phía Đức Phật, nhưng nó biến thành một tràng hoa ở trên đầu Ngài. Sau đó Đức Cồ Đàm thách thức Ma vương: "nếu Ma vương tin rằng mình có quyền nắm giữ vị trí của bậc giác ngộ, hãy tự mình đưa ra những bằng chứng về những hành động công đức của mình." Ma vương xoay qua đồng bọn dưới quyền, bắt chúng đưa ra bằng chứng. Rồi Ma vương yêu cầu Bồ Tát phải trưng ra bằng chứng cho nó. Đức Cồ Đàm đưa bàn tay phải ra, chỉ xuống và nói rằng "Hãy để quả đất to lớn vững chắc này là chứng nhân của ta." Với lời tuyên bố này, quả địa cầu chấn động quét sạch vũ trụ và tất cả loài ma quỷ bị thổi bay mất. Ngay cả con voi khổng lồ của Ma vương cũng phải phủ phục trước vị Phật tương lai.

CHƯƠNG 135. Sự Giác Ngộ Của Đức Phật

Sau khi Đức Phật đánh bại Ma vương, tất cả chư thiên đều tụ tập quanh Ngài, trong khi Ngài vẫn còn chú tâm vào sự giác ngộ. Trong canh một, Bồ Tát trải qua bốn giai đoạn thiền liên tục, hoặc trạng thái tâm an định, thoát khỏi những trói buộc của các ý tưởng tầm thường, Ngài có thể nhớ lại nhiều tiền kiếp, từ đó đạt được tri kiến hoàn thiện của bản thân Ngài. Vào canh hai, Ngài hướng thiên nhãn vào vũ trụ và trông thấy toàn thể thế gian như thể được phản ánh trong một tấm gương không chút tì vết. Ngài trông thấy những kiếp sống bất tận của nhiều chúng sanh trong vũ trụ mở ra tùy vào giá trị đạo đức về hành động của họ. Một số người may mắn, còn những người khác bất hạnh; một số người xinh đẹp, và những người khác xấu xí, nhưng không một ai có thể cho dừng lại việc xoay chuyển vòng sinh tử bất tận này. Vào canh ba, Đức Cồ Đàm chuyển hướng suy niệm của mình sang bản chất thật của thế gian. Ngài thấy vạn vật lần lượt sanh diệt ra sao và luôn luôn bắt nguồn từ vật khác như thế nào. Hiểu được định luật Nhân Duyên này cuối cùng Ngài tìm được lời giải đáp để bẻ gãy vòng luân hồi sanh tử bất tận. Và với sự hiểu biết này Ngài đạt đến sự toàn hảo. Người ta nói rằng Ngài trở nên vắng lặng giống như một bếp lửa khi đã tàn. Vào canh tư và cũng là canh chót của đêm, khi bình minh sắp ló dạng, sự hiểu biết cao cả nhất của vị Bồ Tát có thể giúp Ngài hoàn toàn dập tắt (nghĩa đen của Niết-bàn) những ngọn lửa tham, sân, si mà trước đó đã trói buộc Ngài vào vòng sanh tử khổ đau. trong khoảnh khắc thành Phật, sự hiểu biết trọn vẹn của Ngài kết tinh thành Tứ Diệu Đế. Mặc dù có nhiều tường thuật về sự kiện đêm thành đạo, tuy có lúc có sự khác biệt về chi tiết, nhưng có một sự đồng nhất về "Tứ Diệu Đế." Người ta nói Tứ Diệu Đế chứa đựng toàn bộ giáo lý của Đức Phật và là kết quả của Phật giáo, và đến mức mọi người hiểu chúng là dấu chỉ của sự tiến bộ trên con đường đi đến hiểu biết ở đạo Phật là thông hiểu sâu sắc và nhận thức được Tứ Diệu Đế. Chỉ Đức Phật mới có sự hiểu biết trọn vẹn và rốt ráo về ý nghĩa vi tế nhất của chúng, điều này tương đương với sự giác ngộ và Niết-bàn.

Thái tử ngồi ngay ngắn và nguyện: "Nếu ta không đạt thành giác ngộ và giải thoát, thề quyết không đứng dậy khỏi chỗ này." Thái tử ngồi như thế, lòng như nước lặng, bao nhiêu cám dỗ đều không quấy phá được Ngài. Lòng của Ngài mỗi lúc một thêm kiên định. Ngài tiến sâu vào cảnh giới thiền định tam muội, đạt đến thanh tịnh vô niệm. Thái tử tiếp tục ngồi kiết già dưới cội Bồ đề, dứt bỏ mọi ràng buộc. Vào một đêm khi sao mai vừa ló dạng trên bầu trời phương đông. Thái tử ngẩng đầu lên nhìn thấy ngôi sao này, lòng hốt nhiên bừng sáng. Ngài đạt được Chánh Đẳng Chánh Giác, triệt ngộ bản tánh, trí tuệ từ bi to lớn. Ngài trở thành người giác ngộ chân lý vũ trụ. Ngài là Phật. Lúc ấy Ngài biết rằng tất cả chúng sanh luân hồi trong lục đạo, chịu nhiều quả báo khác nhau. Phật cũng biết rằng, tất cả chúng sanh đều có đức tánh và trí tuệ Như Lai, đều có cơ hội đạt thành chánh giác, chỉ vì bị vô minh che lấp mà bị chìm đắm trong bể khổ, không thể thoát ra được.

Sau khi Đức Phật đã đạt được chân lý vũ trụ nhân sinh, Ngài còn thiền định thêm 21 ngày nữa dưới cội Bộ đề, sau đó Ngài đạt đến cảnh giới hanh thông vô ngại. Ngài bèn rời chỗ để đi về hướng thành Ca Thi để bắt đầu sự nghiệp truyền đạo cứu độ chúng sanh.

Chương 136. Tám Thức

Thuật ngữ Bắc Phạn "Vijnana" có nghĩa là "Hồn Thần" là tên gọi khác của tâm thức. Nguyên Thủy lập ra sáu thức, Đại Thừa lập ra tám thức này đối với nhục thể gọi là "hồn thần," mà ngoại đạo gọi là "linh hồn". Thức là tên gọi khác của tâm. Thức có nghĩa là liễu biệt, phân biệt, hiểu rõ. Tâm phân biệt hiểu rõ được cảnh thì gọi là thức. Theo Phật giáo, "Tánh" tức là "Phật." "Thức" tức là "Thần Thức", "Ý" tức là "Tâm Phân

Biệt", và "Tâm" tức là sự suy nghĩ vọng tưởng. Bản tánh thì lúc nào cũng quang minh sáng suốt, không có bỉ, không có thử, không đẹp, không xấu; không rơi vào số lượng hay phân biệt... Nhưng khi có "Thức" rồi thì con người lại bị rơi vào số lượng và phân biệt. "Ý" cũng tạo nên sự phân biệt, và đây chính là thức thứ sáu. Đây là thức tương đối ô nhiễm. Trong khi thức thứ bảy và thức thứ tám thì tương đối thanh tịnh hơn. Có tám loại thức: mắt, tai, mũi, lưỡi, thân, ý, mạt na, và a lại da thức. Về mặt cơ bản mà nói, thức không phải có tám loại dù nó có tám tên gọi. Thức chỉ là một nhưng lại có tám bộ phận khác nhau. Dầu có tám bộ phận khác nhau nhưng vẫn do chỉ một thức kiểm soát. "Thức" là hành động phân biệt bao gồm sự hiểu biết, nhận biết, trí thông minh, và kiến thức. Thức gồm có tám thứ; năm thứ đầu là kết quả của những hành động liên hệ đến ngũ căn; thức thứ sáu bao gồm tất cả những cảm giác, ý kiến và sự phán đoán; thức thứ bảy là ý thức (cái ngã thầm thầm); thức thứ tám là A Lại Da hay Tàng Thức, nơi chứa đựng tất cả những nghiệp, dù thiện, dù ác hay trung tính. Thức còn có nghĩa là sự nhận thức, sự phân biệt, ý thức, nhưng mỗi từ này đều không bao gồm hết ý nghĩa chứa đựng trong vijnana. Thức là cái trí hay cái biết tương đối. Từ này lắm khi được dùng theo nghĩa đối lập với Jnana trong ý nghĩa tri thức đơn thuần. Jnana là cái trí siêu việt thuộc các chủ đề như sự bất tử, sự phi tương đối, cái bất khả đắc, vân vân, trong khi Vijnana bị ràng buộc với tánh nhị biên của các sự vật.

Khi nói đến "Thức" người ta thường lầm tưởng đến đây chỉ là phần ý thức, phần tinh thần mà theo tâm lý học Phật giáo gọi là thức thứ sáu. Kỳ thật, có sáu thức căn bản, trong đó thức thứ sáu là ý thức. Tâm lý học Phật giáo dựa trên quá trình nhận thức từ sáu năng lực nhận thức: thấy, nghe, ngửi, nếm, xúc chạm, và suy nghĩ. Mỗi năng lực liên quan đến một giác quan cùng với một thức nhận biết hoạt động đặc biệt tương ứng với giác quan đó. Thức thứ sáu hay ý thức, không phải là tâm, nó là chức năng của tâm, nó không tùy thuộc vào bất cứ căn nào, nhưng nó lệ thuộc vào sự tương tục của "Tâm". Ý thức nhận biết tất cả sáu đối tượng (sắc, thanh, hương, vị, xúc, và hiện tượng) cả trong quá khứ, hiện tại và vị lai, rồi chuyển giao tất cả tin tức cho Mạt Na thức để nó chuyển giao cho Tàng Thức lưu trữ. Chúng ta hãy thử quan sát thân tâm để xem trong hai thứ đó chúng ta có thể tìm thấy được cái "Ta" nó nằm ở đâu, và chúng ta thấy cái "Ta" nó chẳng ở thân mà cũng chẳng ở tâm. Như vậy cái "Ta" chỉ là tên gọi của một tổng hợp những yếu tố vật chất và tinh thần. Hãy xét về sắc uẩn, sắc tương ứng với cái mà chúng ta gọi là vật chất hay yếu tố vật chất. Nó chẳng những là xác thân mà chúng ta đang có, mà còn là tất cả những vật chất chung quanh chúng ta như nhà cửa, đất đai, rừng núi, biển cả, vân vân. Tuy nhiên, yếu tố vật chất tự nó không đủ tạo nên sự nhận biết. Sự tiếp xúc đơn giản giữa mắt và đối tượng nhìn thấy, hay giữa tai và tiếng động không thể đem lại kết quả nhận biết nếu không có thức. Chỉ khi nào ý thức, năm giác quan và năm đối tượng của nó cùng hiện diện mới tạo nên sự nhận biết. Nói cách khác, khi mắt, đối tượng của mắt, và ý thức cùng hoạt động thì sự nhận biết về đối tượng của mắt mới được tạo nên. Vì vậy, ý thức là yếu tố tối cần thiết trong việc tạo nên sự nhận biết. Ý Thức tức là thức thứ sáu hay tâm. Giác quan này phối hợp với năm giác quan mắt, tai, mũi, lưỡi, và thân để tạo nên sự nhận biết. Việc phối hợp giữa những yếu tố vật chất và tinh thần tạo nên sự thành hình ý thức nội tâm, và tính chất của năm uẩn này đều ở trong trạng thái thay đổi không ngừng. Ngoài ra, chúng ta còn có thức thứ bảy, hay Mạt Na Thức, có công năng chuyển tiếp tất cả tin tức từ ý thức qua A Lại Da Thức; và A Lại Da Thức có công năng như một Tàng Thức hay nơi lưu trữ tất cả tin tức.

Thứ nhất là Nhãn Thức: Nhiệm vụ của nhãn thức là nhận biết hình dáng. Không có nhãn thức, chúng ta sẽ không nhìn thấy gì cả; tuy nhiên nhãn thức lại tùy thuộc vào nhãn căn.

CHƯƠNG 136. Tám Thức

Khi nhãn căn gặp một hình dạng thì nhãn thức liền phát sanh. Nếu Nhãn căn không gặp hình dáng thì nhãn thức không bao giờ phát sinh (một người bị mù không có nhãn căn, như vậy nhãn thức không bao giờ phát sinh). Người tu tập nên luôn thấu triệt điểm tối yếu này để thực tập sao cho hạn chế nhãn căn tiếp xúc với hình sắc, để làm giảm thiểu sự khởi dậy của nhãn thức. Phật nhắc nhở chúng đệ tử của Ngài rằng, phương pháp duy nhất để giảm thiểu sự khởi dậy của nhãn thức là thiền định.

Thứ nhì là Nhĩ Thức: Nhiệm vụ của Nhĩ thức là nhận biết âm thanh; tuy nhiên, nhĩ thức tùy thuộc nơi nhĩ căn. Khi nhĩ căn và âm thanh gặp nhau, nhĩ thức liền phát sanh (nơi người điếc thì nhĩ căn và âm thanh không bao giờ gặp nhau, nên nhĩ thức không bao giờ khởi sanh). Hành giả nên luôn nhớ như vậy để tu tập thiền định mà đóng bớt nhĩ căn.

Thứ ba là Tỷ Thức: Tỷ thức phát triển trên những điều kiện của khứu giác. Tỷ thức tùy thuộc hoàn toàn nơi tỷ căn. Nơi một người mất khả năng khứu giác, thì khứu giác và mùi vị không bao giờ gặp nhau, do đó tỷ thức không khởi sanh. Người tu Phật phải cố gắng đóng bớt tỷ căn.

Thứ tư là Thiệt Thức: Thiệt thức phát sinh liền khi thiệt căn tiếp xúc với một vị nào đó, lúc ấy chúng ta mới kinh qua phân biệt giữa vị này với vị khác, cũng từ đó dục vọng khởi sinh.

Thứ năm là Thân Thức: Thân thức phát triển khi điều kiện nổi bậc trong đó thân tiếp xúc với đối tượng bên ngoài. Thân căn nằm khắp các nơi trong cơ thể. Ở đây vị Tỳ-kheo, thân xúc chạm, không có hoan hỷ, không có ưu phiền, an trú xả, chánh niệm, tỉnh giác. Đây là một trong sáu pháp hằng trú mà Đức Phật dạy trong Kinh Phúng Tụng trong Trường Bộ Kinh.

Thứ sáu là Ý Thức: Ý Thức là sự suy nghĩ phối hợp với các căn. Ý thức hay thức của trí thông minh không phải là tâm, nó là sự vận hành của tâm. Tâm chúng sanh là một cơn xoáy không ngừng xoay chuyển, trong đó những hoạt động của tâm không bao giờ ngừng nghỉ theo bốn tiến trình sanh, trụ, dị, diệt. Ý thức không tùy thuộc vào bất cứ căn nào, nhưng lệ thuộc vào sự liên tục của tâm. Ý thức chẳng những nhận biết cả sáu đối tượng gồm sắc, thanh, hương, vị, xúc và các hiện tượng trong quá khứ, hiện tại và ngay cả vị lai. Ý thức sẽ cùng ta lữ hành từ kiếp này qua kiếp khác, trong khi năm thức trước chỉ là những tâm tạm thời. Ý thức còn là một trong năm uẩn. Chức năng của mạt na thức theo giả thiết là suy nghĩ về mạt na, như nhãn thức suy nghĩ về thế giới hình sắc và nhĩ thức suy nghĩ về thế giới của âm thanh; nhưng thật ra, ngay khi mạt na thức phát sinh ra cái nhị biên của chủ thể và đối tượng do từ cái nhất thể tuyệt đối của A Lại Da thì mạt na thức và quả thật tất cả các thức khác cũng bắt đầu vận hành. Chính vì thế mà trong Kinh Lăng Già, Đức Phật bảo: "Niết-bàn của Phật giáo chính là sự tách xa cái mạt na thức phân biệt sai lầm. Vì mạt na thức làm nguyên nhân và sở duyên thì sự phát sinh bảy thức còn lại xảy ra. Lại nữa, khi mạt na thức phân biệt và chấp thủ vào thế giới của các đặc thù ở bên ngoài thì tất cả các loại tập khí (vasana) được sinh ra theo, và A Lại da được chúng nuôi dưỡng cùng với cái ý tưởng về "tôi và của tôi," mạt na nắm giữ nó, bám vào nó, suy nghĩ về nó mà thành hình và phát triển. Tuy nhiên, trong bản chất, mạt na và mạt na thức không khác gì nhau, chúng nhờ A Lại Da làm nguyên nhân và sở duyên. Và khi một thế giới bên ngoài thật vốn chỉ là sự biểu hiện của chính cái tâm mình bị chấp chặt mà cho là thật, thì cái hệ thống tâm thức (tâm tụ-citta-kalapa) liên hệ hỗ tương được sinh ra trong tổng thể của nó. Giống như những con sóng biển, được vận hành bởi cơn gió của một thế giới bên ngoài là thế giới do chính cái tâm người ta biểu hiện ra, sinh khởi và biến diệt. Do đó bảy thức kia diệt theo với sự diệt của mạt na thức." Ý thức không tùy thuộc vào bất cứ căn nào, nhưng lệ thuộc vào

CHƯƠNG 136. Tám Thức

sự liên tục của tâm. Ý thức chẳng những nhận biết cả sáu đối tượng gồm sắc, thanh, hương, vị, xúc và các hiện tượng trong quá khứ, hiện tại và ngay cả vị lai. Ý thức sẽ cùng ta lữ hành từ kiếp này qua kiếp khác, trong khi năm thức trước chỉ là những tâm tạm thời. Ý thức còn là một trong năm uẩn. Ý thức xãy ra khi giác quan tiếp xúc với đối tượng bên ngoài. Năm thức đầu tương ứng với ngũ quan. Thức thứ sáu thông qua năm thức trước mà phán đoán về thế giới bên ngoài. Thức thứ bảy làm trung tâm lý luận, tính toán, và kiến trúc đối tượng. Đây chính là nguyên lai của sự chấp trước, nguồn gốc của tự ngã, và nguyên nhân ảo tưởng khởi lên vì cho rằng hiện tượng là có thật. Từ "ý thức" và "vô thức" được dùng với nhiều nghĩa khác nhau. Trong một ý nghĩa mà chúng ta có thể nói là có tính cách tác năng, "ý thức" và "vô thức" ám chỉ một trạng thái chủ thể trong cá nhân. Nói rằng một người ý thức được nội dung tâm thần này nọ có nghĩa là người ấy nhận thức được những tình cảm, dục vọng, phán đoán, vân vân.

Thứ bảy là Mạt-Na thức (Ý Căn): Phạn ngữ "Klista-mano-vijnana" chỉ "tri giác." Trong Phật giáo người ta gọi nó là "Ýù Căn" vì nó có khả năng làm cho con người trở thành một sinh vật có trí khôn và đạo đức. Mạt Na thường được nghĩ tương đương với "tâm" hay "thức." Nó được rút ra từ gốc chữ Phạn "Man" có nghĩa là "suy nghĩ hay tưởng tượng," và nó liên hệ tới sinh hoạt tri thức của "thức." Đây là lý trí tạo ra mọi hư vọng. Nó chính là nguyên nhân gây ra bản ngã (tạo ra hư vọng về một cái "tôi" chủ thể đứng tách rời với thế giới khách thể). Mạt Na Thức cũng tác động như là cơ quan chuyển vận "hạt giống" hay "chủng tử" của các kinh nghiệm giác quan đến thức thứ tám (hay tàng thức). Mạt na thức được diễn tả như là một cái biển trong đó những dòng chảy tư tưởng cứ dâng trào lên không ngừng nghỉ. Nó là thức chuyển tiếp tất cả những tin tức từ ý thức qua A lại da thức. Mạt Na Thức và năm tâm thức tập hợp lại với nhau như các triết gia đã vạch ra. Theo Kinh Lăng Già, hệ thống năm căn thức này phân biệt cái gì thiện với cái gì không thiện. Mạt Na Thức phối hợp với năm căn thức thủ chấp các hình sắc và tướng trạng trong khía cạnh đa phức của chúng; và không có lúc nào ngưng hoạt động cả. Điều này ta gọi là đặc tính sát na chuyển (tạm bợ của các thức). Toàn bộ hệ thống các thức này bị quấy động không ngừng và vào mọi lúc giống như sóng của biển lớn. Mạt-Na thức hay Ý căn là sự suy nghĩ phối hợp với các căn. Ý thức hay thức của trí thông minh không phải là tâm, nó là sự vận hành của tâm. Tâm chúng sanh là một cơn xoáy không ngừng xoay chuyển, trong đó những hoạt động của tâm không bao giờ ngừng nghỉ theo bốn tiến trình sanh, trụ, dị, diệt. Ý thức không tùy thuộc vào bất cứ căn nào, nhưng lệ thuộc vào sự liên tục của tâm. Ý thức chẳng những nhận biết cả sáu đối tượng gồm sắc, thanh, hương, vị, xúc và các hiện tượng trong quá khứ, hiện tại và ngay cả vị lai. Ý thức sẽ cùng ta lữ hành từ kiếp này qua kiếp khác, trong khi năm thức trước chỉ là những tâm tạm thời. Ý thức còn là một trong năm uẩn. Mạt Na hoạt động như một trạm thâu thập tất cả những hoạt động của sáu thức kia. Mạt Na chính là thức thứ bảy trong tám thức, có nghĩa là "Tư Lường." Nó là Ý thức hay những hoạt động của Ý Căn, nhưng tự nó cũng có nghĩa là "tâm." Những cơn sóng làm gợn mặt biển A Lại Da thức khi cái nguyên lý của đặc thù gọi là vishaya hay cảnh giới thổi vào trên đó như gió. Những cơn sóng được khởi đầu như thế là thế giới của những đặc thù này đây trong đó tri thức phân biệt, tình cảm chấp thủ, và phiền não, dục vọng đấu tranh để được hiện hữu và được sự tối thắng. Cái nhân tố phân biệt này nằm bên trong hệ thống các thức và được gọi là mạt na (manas); thật ra, chính là khi mạt na khởi sự vận hành thì một hệ thống các thức hiển lộ ra. Do đó mà các thức được gọi là "cái thức phân biệt các đối tượng" (sự phân biệt thức-vastu-prativikalpa-vijnana). Chức năng của Mạt na chủ yếu là suy nghĩ về A Lại Da, sáng tạo và phân biệt chủ thể và đối tượng từ cái nhất thể thuần túy của A Lại Da. Tập khí tích tập trong A Lại Da giờ đây bị phân ra thành cái nhị biên tính của tất cả các hình thức và tất cả các loại. Điều này được so sánh với đa phức của sóng quấy động biển A Lại Da. Mạt na là một tinh linh xấu theo một nghĩa và là một tinh linh tốt theo nghĩa khác, vì sự phân biệt tự nó không phải là xấu, không nhất thiết luôn luôn là sự phán đoán lầm lạc hay hư vọng phân biệt (abhuta-parikalpa) hay lý luận sai trái (hý luận quá ác-prapanca-daushthulya). Nhưng nó trở thành nguồn gốc của tai họa lớn lao khi nó tạo ra những khát vọng được đặt căn bản trên những phán đoán lầm lạc, như là khi nó tin vào cái thật tính của một ngã thể rồi trở nên chấp vào ngã thể mà cho rằng đấy là chân lý tối hậu. Vì mạt na không những chỉ là cái tri thức phân biệt mà còn là một nhân tố ước vọng và do đó là một tác giả. Mạt na thức cũng được phát hiện từ A Lại Da Thức. Nó là một thứ trực giác, trực giác về sự có mặt của một bản ngã tồn tại và độc lập với thế giới vạn hữu. Trực giác này có tính cách tập quán và mê muội. Tính mê vọng của nó được cấu thành bởi liễu biệt cảnh thức, nhưng nó lại trở thành căn bản cho liễu biệt cảnh thức. Đối tượng của loại tuệ giác này là một mảnh vụn biến hình của A lại da mà nó cho là cái ta, trong đó có linh hồn và thân xác. Đối tượng của nó không bao giờ là tánh cảnh mà chỉ là đối chất cảnh. Vừa là nhận thức về ngã, mạt na được xem như là chướng ngại căn bản cho sự thể nhập thực tại. Công phu thiền quán của liễu biệt cảnh thức có thể xóa được những nhận định sai lạc của mạt na. Chức năng của mạt na thức theo giả thiết là suy nghĩ về mạt na, như nhãn thức suy nghĩ về thế giới hình sắc và nhĩ thức suy nghĩ về thế giới của âm thanh; nhưng thật ra, ngay khi mạt na thức phát sinh ra cái nhị biên của chủ thể và đối tượng do từ cái nhất thể tuyệt đối của A Lại Da thì mạt na thức và quả thật tất cả các thức khác cũng bắt đầu vận hành. Chính vì thế mà trong Kinh Lăng Già, Đức Phật bảo: "Niết-bàn của Phật giáo chính là sự tách xa cái mạt na thức phân biệt sai lầm. Vì mạt na thức làm nguyên nhân và sở duyên thì sự phát sinh bảy thức còn lại xảy ra. Lại nữa, khi mạt na thức phân biệt và chấp thủ vào thế giới của các đặc thù ở bên ngoài thì tất cả các loại tập khí (vasana) được sinh ra theo, và A Lại da được chúng nuôi dưỡng cùng với cái ý tưởng về "tôi và của tôi," mạt na nắm giữ nó, bám vào nó, suy nghĩ về nó mà thành hình và phát triển. Tuy nhiên, trong bản chất, mạt na và mạt na thức không khác gì nhau, chúng nhờ A Lại Da làm nguyên nhân và sở duyên. Và khi một thế giới bên ngoài thật vốn chỉ là sự biểu hiện của chính cái tâm mình bị chấp chặt mà cho là thật, thì cái hệ thống tâm thức (tâm tụ-citta-kalapa) liên hệ hỗ tương được sinh ra trong tổng thể của nó. Giống như những con sóng biển, được vận hành bởi cơn gió của một thế giới bên ngoài là thế giới do chính cái tâm người ta biểu hiện ra, sinh khởi và biến diệt. Do đó bảy thức kia diệt theo với sự diệt của mạt na thức."

Thứ tám là A Lại Da thức (Tàng Thức): A Lại Da là thức căn bản, thức thứ tám trong Bát Thức, còn gọi là Tàng Thức. Tàng thức nơi chứa đựng tất cả chủng tử của các thức, từ đây tương ứng với các nhân duyên, các hạt giống đặc biệt lại được thức Mạt Na chuyển vận đến sáu thức kia, kết thành hành động mới đến lượt các hành động này lại sản xuất ra các hạt giống khác. Quá trình này có tính cách đồng thời và bất tận. A Lại da còn được gọi là "Hiển Thức", chứa đựng mọi chủng tử thiện ác, hiển hiện được hết thảy mọi cảnh giới. Chữ "Alaya" có nghĩa là cái nhà nơi mà tất cả những gì có giá trị cho chúng ta dùng được tàng trữ và cũng là nơi cư ngụ của chúng ta. Thức A Lại Da, cũng còn được gọi là "Tàng Thức," hay là "thức thứ tám," hay là "tàng nghiệp." Tất cả mọi nghiệp đã lập thành trong quá khứ hay đang được lập thành trong hiện tại đều được tàng trữ trong A Lại Da Thức này. Giáo điển dạy Tâm Lý Học, về tám thức (nhãn, nhĩ, tỷ, thiệt, thân, ý, Mạt na và A Lại Da). Những thức này giúp chúng sanh phân biệt phải trái. Tuy nhiên, chúng sanh con người có một cái thức thâm sâu gọi là A Lại Da Thức, là chủ thể chính của sự luân hồi sanh tử, và bị các thức khác hiểu lầm đó là một linh hồn hay một cái ngã trường cửu. Chính tại A Lại Da Thức này những ấn tượng hay kinh nghiệm của hành động được tàng trữ dưới hình thức những 'chủng tử' và chính những chủng tử này làm nẩy nở những kinh nghiệm sắp tới tùy theo hoàn cảnh của từng cá nhân. Theo Bồ Tát Mã Minh trong Đại Thừa Khởi Tín Luận và Nhiếp Luận Tông, A Lại Da thức là nơi hòa hợp chân vọng. Khi nó trở nên thanh tịnh và không còn ô nhiễm, nó chính là "Chân Như." A Lại Da có nghĩa là chứa tất cả. Nó đi chung với bảy thức được sinh ra trong ngôi nhà vô minh. Trong Kinh Lăng Già, Đức Phật nói: "Này Mahamati! Như Lai Tạng chứa trong nó những nguyên nhân cả tốt lẫn xấu, và từ những nguyên nhân này mà tất cả lục đạo (sáu đường hiện hữu) được tạo thành. Nó cũng giống như những diễn viên đóng các vai khác nhau mà không nuôi dưỡng ý nghĩ nào về 'tôi và của tôi.'" Chức năng của A Lại Da Thức là nhìn vào chính nó trong đó tất cả tập khí (vasana) từ thời vô thỉ được giữ lại theo một cách vượt ngoài tri thức (bất tư nghì-acintya) và sẵn sàng chuyển biến (parinama), nhưng nó không có hoạt năng trong tự nó, nó không bao giờ hoạt động, nó chỉ nhận thức, theo ý nghĩa này thì nó giống như một tấm kiếng; nó lại giống như biển, hoàn toàn phẳng lặng không có sóng xao động sự yên tĩnh của nó; và nó thanh tịnh không bị ô nhiễm, nghĩa là nó thoát khỏi cái nhị biên của chủ thể và đối tượng. Vì nó là cái hành động nhận thức đơn thuần, chưa có sự khác biệt giữa người biết và cái được biết. Theo Giáo Sư Junjiro Takakusu trong Cương Yếu Triết Học Phật Giáo, khi vạn vật phản chiếu trong tâm trí ta, thì thế lực phân biệt hay tưởng tượng của tâm ta sẽ sẵn sàng hoạt động ngay. Đây gọi là "thức" (vijnana). Chính vì thức kết hợp với tất cả yếu tố phản chiếu, tàng chứa chúng, nên được gọi là A Lại Da Thức hay "thức tạng." Tạng thức chính nó là sự hiện hữu của tập hợp nhân quả và những tâm sở thanh tịnh hoặc nhiễm ô, được tập hợp hay lẫn lộn với chúng theo tương quan nhân quả. Khi tạng thức bắt đầu hoạt động và bước xuống thế giới thường nhật này, thì chúng ta có hiện hữu đa dạng vốn chỉ là thế giới tưởng tượng. Tạng thức, vốn là chủng tử thức, là trung tâm ý thức; và thế giới do thức biểu hiện là môi trường của nó. Chỉ có ở nơi sự giác ngộ viên mãn của Phật, thức thanh tịnh mới bừng chiếu lên. Tịnh thức này có thể tẩy sạch phần ô nhiễm của tạng thức và còn khai triển thế lực trí tuệ của nó. Thế giới của tưởng tượng và thế giới hỗ tương liên hệ được đưa đến chân lý chân thật, tức Viên Thành Thật tánh (parinispanna). Sau khi đạt đến đó, chủng tử tạng, tức là thức, sẽ biến mất và cuối cùng đưa đến trạng thái nơi mà chủ thể và đối tượng không còn phân biệt. Đấy là vô phân biệt trí (avikalpa-vijnana). Trạng thái tối hậu là Vô Trụ Niết-bàn (apratisthita-nirvana) nghĩa là sự thành tựu tự do hoàn toàn, không còn bị ràng buộc ở nơi nào nữa. Cái tâm thứ biến hiện chư cảnh thành tám thức. A-Lại Da hay thức thứ tám được gọi là "Sơ Năng Biến" vì các thức khác đều từ đó mà ra. Một khái niệm về giáo thuyết đặc biệt quan trọng với trường phái Du Già. Thuật ngữ này có khi được các học giả Tây phương dịch là "Tàng Thức," vì nó là cái kho chứa, nơi mà tất cả những hành động được sản sinh ra. Tàng thức cất giữ những gì được chứa vào nó cho đến khi có hoàn cảnh thích hợp cho chúng hiện ra. Những dịch giả Tây Tạng lại dịch nó là "Căn bản của tất cả" vì nó làm nền tảng cho mọi hiện tượng trong vòng sanh tử và Niết-bàn. Qua thiền tập và tham dự vào những thiện nghiệp, người ta từ từ thay thế những chủng tử phiền não bằng những chủng tử thanh tịnh; một khi người ta thanh tịnh hóa một cách toàn diện A Lại Da, thì đó được coi như là "Tịnh Thức." A Lại Da có nghĩa là cái tâm cất chứa tất cả. Nó đi chung với bảy thức được sinh ra trong ngôi nhà vô minh. A Lại Da tàng thức (đệ bát thức). Ý thức căn bản về mọi tồn tại hay ý thức di truyền, nơi những hạt giống karma lọt vào và gây ra hoạt động tâm thần. Tiềm thức hay tạng thức, thức thứ tám hay Nghiệp thức. Tất cả nghiệp được thành lập trong hiện đời và quá khứ đều được tàng trữ trong A Lại Da thức. A Lại Da thức hành xử như nơi tồn chứa tất cả những dữ kiện được Mạt Na thức thâu thập. Khi một sinh vật chết thì bảy thức kia sẽ chết theo, nhưng A-Lại-Da thức vẫn tiếp tục. Nó là quyết định tối hậu cho cho sự đầu thai trong lục đạo.

Chương 137. Phật Tánh Và Pháp Tánh

Phạn ngữ Buddhata hay Buddhitattva có nghĩa là Phật tánh, trạng thái giác ngộ của Phật hay bản thể toàn hảo, hoàn bị vốn có nơi sự sống hữu tình và vô tình. Phật tánh trong mỗi chúng sanh đồng đẳng với chư Phật. Chủng tử tỉnh thức và giác ngộ nơi mọi người tiêu biểu cho khả năng tỉnh thức và thành Phật. Bản thể toàn hảo và hoàn bị sẵn có mỗi chúng sanh. Phật tánh ấy sẵn có trong mỗi chúng sanh, tất cả đều có khả năng giác ngộ; tuy nhiên, nó đòi hỏi sự tu tập tinh chuyên để gặt được quả Phật. Trong thiền, việc đạt tới Phật tính là lẽ tồn tại và mục đích cao nhất của mọi chúng sanh. Bởi lẽ mọi chúng sanh đều có Phật tính, vấn đề ở đây không phải là chuyện đạt được bất cứ thứ gì, mà là chúng ta có thể thấy và sống với bản tính toàn thiện ban đầu của chúng ta trong cuộc sống hằng ngày cũng đồng nghĩa với việc thành Phật vậy. Trong Hoàng Bá Ngữ Lục, Thiền sư Hoàng Bá dạy: "Phật tánh bản lai của chúng ta không một mảy may mang tính khách thể. Nó trống rỗng, hiện diện khắp nơi, tĩnh lặng và thanh tịnh; đó là một niềm vui an bình, rạng rỡ và huyền bí, và chỉ có vậy thôi. Hãy nhập sâu vào nó bằng cách tự thức tỉnh lấy mình. Nó ở ngay trước mặt bạn đó, trọn vẹn và viên mãn. Ngoài nó ra, tất cả chỉ là số không. Ngay cả khi bạn đã lần lượt vượt qua từng chặng công phu đủ để đưa một vị Bồ Tát thành Phật, cuối cùng, bất chợt, bạn đạt đến toàn giác, bạn cũng chỉ chứng ngộ được Phật tánh vốn đã luôn có trong bạn; và trong những giai đoạn sau đó, bạn cũng sẽ không thêm được một chút gì vào đó." Theo Bạch Ẩn, một Thiền sư Nhật Bản nổi tiếng, Bản tánh của Phật là đồng nhất với điều mà người ta gọi là "Hư Không." Mặc dù Phật tánh nằm ngoài mọi quan niệm và tưởng tượng, chúng ta có thể đánh thức nó trong chúng ta vì chính bản thân của chúng ta cũng là một phần cố hữu của Phật tánh. Charlotte Joko Beck viết lại một câu chuyện lý thú trong quyển 'Thiền Trong Đời Sống Hằng Ngày': Đây là câu chuyện về ba người ngắm nhìn một vị Tăng đứng trên đỉnh đồi. Sau khi nhìn một hồi lâu, một người nói: "Đây chắc hẳn là một người chăn cừu đang đi tìm một con cừu bị lạc." Người thứ hai nói: "Không, anh ta chẳng hề nhìn quanh, tôi nghĩ rằng anh ta đang đợi một người bạn." Người thứ ba nói: "Có lẽ đó là một vị Tăng. Tôi dám cá ông ta đang thiền định." Ba người tiếp tục tranh cãi về chuyện vị Tăng đang làm gì, và sau rốt, họ quyết giải quyết cho ra lẽ, nên họ leo lên đỉnh đồi, đến gần vị Tăng và hỏi: "Có phải ông đang tìm kiếm một con cừu hay không?" "Không, tôi không đi tìm cừu." "Vậy chắc ông đang chờ một người bạn?" "Không, tôi chẳng chờ ai." "Vậy chắc ông đang thiền quán?" "Không, không phải thế. Tôi đứng đây và tôi đứng đây. Tôi chẳng làm gì cả." Thấy được Phật tánh đòi hỏi chúng ta phải hoàn toàn hiện hữu trong mọi lúc, cho dầu chúng ta đang làm gì, đi tìm con cừu, đang chờ người bạn hay đang thiền quán, chúng ta vẫn đứng nơi đây, vào lúc này đây, và không làm gì cả.

Phật tánh chỉ cho các loài hữu tình, và Pháp Tánh chỉ chung cho vạn hữu; tuy nhiên, trên thực tế cũng chỉ là một, như là trạng thái của giác ngộ (nói theo quả) hay là khả năng giác ngộ (nói theo nhân). Pháp Tánh là bản thể nội tại của chư pháp hay chân thân của Phật đã chứng lý thể pháp tánh. Chơn tánh tuyệt đối của vạn hữu là bất biến, bất chuyển và vượt ra ngoài mọi khái niệm phân biệt. Thứ nhất, Pháp tánh có nghĩa là thế giới giác ngộ, đó là Pháp giới của Đức Phật. Pháp giới duy tâm. Chư Phật đã xác chứng điều này khi các Ngài thành tựu Pháp Thân... vô tận và đồng đẳng với Pháp Giới, trong đó thân của các Đức Như Lai tỏa khắp. Pháp tánh

CHƯƠNG 137. Phật Tánh Và Pháp Tánh

là pháp giới tỏa khắp hư không vũ trụ, nhưng nói chung có 10 Pháp giới. Mười pháp giới này là lục phàm tứ Thánh. Mười pháp giới này không chạy ra ngoài vòng suy tưởng của bạn. Pháp tánh còn được gọi dưới nhiều tên khác nhau: pháp định, pháp trụ, pháp giới, pháp thân, thực tế, thật tướng, không tánh, Phật tánh, vô tướng, chân như, Như Lai tạng, bình đẳng tánh, ly sanh tánh, vô ngã tánh, hư định giới, bất biến dị tánh, bất tư nghì giới, và tự tánh thanh tịnh tâm, vân vân. Ngoài ra, còn có những định nghĩa khác liên quan đến Pháp tánh. Thứ nhất là Pháp Tánh Chân Như. (Pháp tánh và chân như, khác tên nhưng tự thể giống nhau). Thứ nhì là Pháp tánh pháp thân. Chân thân của Phật đã chứng lý thể pháp tánh. Thứ ba là Pháp Tánh Sơn là Pháp tánh như núi, cố định, không lay chuyển được. Thứ tư là Pháp Tánh Tùy Duyên. Pháp tánh tùy duyên hay chân như tùy duyên. Thể của pháp tánh tùy theo nhiễm duyên mà sanh ra, có thể là tĩnh hay động; khi động thì hoàn cảnh bên ngoài trở nên ô nhiễm, mà gây nên phiền não; khi tĩnh là không ô nhiễm hay Niết-bàn. Khi tĩnh như tánh của nước, khi động như tánh của sóng.

Trong Tu Tâm, Thiền sư Hoàng Mai Hoằng Nhẫn dạy: "Theo Thập Cảnh Kinh, trong con người mọi chúng sanh đều có một Phật tánh bất hoại, như vầng mặt trời, tròn đầy, bao la và vô hạn, nhưng vì bị che lấp bởi mây đen ngũ uẩn, Phật tánh không sáng lên được, giống như một chiếc đèn nằm bên dưới đáy bình. Khi mây và sương mù giăng phủ nơi nơi, thế giới chìm trong bóng tối, nhưng điều đó không có nghĩa là mặt trời đã bị hủy hoại. Tại sao không có ánh sáng? Ánh sáng không bao giờ bị hủy hoại mà chỉ bị mây và sương mù che khuất. Cái tâm thanh tịnh của mọi chúng sanh cũng vậy, chỉ bị che khuất bởi những đám mây u ám, của những ám ảnh về các đối tượng, những tư tưởng độc đoán, những sầu não tâm lý, những quan điểm và ý kiến. Nếu bạn có thể giữ cái tâm tĩnh lặng để không một tư tưởng buông lung nào có thể phát khởi, thật tướng Niết-bàn sẽ tự nhiên hiện ra. Như thế, chúng ta biết được rằng cái tâm cố hữu của con người từ bổn lai vốn thanh tịnh."

Cũng trong Tu Tâm, Thiền sư Hoằng Nhẫn dạy, "Phật tánh bổn lai thanh tịnh. Một khi chúng ta biết rằng Phật tánh trong mọi chúng sanh vốn thanh tịnh như mặt trời ẩn sau những đám mây, nếu chúng ta giữ cho chân tâm căn bản trong sáng toàn hảo, mây mù của những tư niệm buông lung sẽ tan biến và mặt trời trí tuệ xuất hiện; có cần phải nghiên cứu thêm tri kiến của những đau khổ sanh tử, hoặc học thuyết này nọ, và những chuyện quá khứ, hiện tại, tương lai hay không? Giống như khi lau bụi trên tấm gương; vẻ trong suốt sẽ hiện ra ngay khi những hạt bụi biến mất. Như vậy bất cứ thứ gì mà bạn học trong cái tâm vô minh đều không có giá trị. Nếu bạn có thể giữ được sự tỉnh thức nhạy bén một cách trong sáng, tất cả những gì học được trong cái tâm chân thật của bạn sẽ là những cái học chân thật. Nhưng dầu tôi có gọi nó là cái học chân thật, cuối cùng chẳng có gì được học cả. Tại sao vậy? Tại vì cả cái ngã và Niết-bàn vốn trống rỗng; không có hai, mà cũng không có một. Như thế chẳng có thứ gì được học; nhưng dầu cho vạn pháp chủ yếu là không tánh, cần phải giữ cái chân tâm trong sáng toàn hảo, bởi vì khi đó những tư niệm mê hoặc không khởi hiện, và lòng tư kỷ và tính tư hữu biến mất. Kinh Niết-bàn nói: 'Những ai biết rằng Phật không giảng dạy điều gì, người ta gọi họ là những bậc toàn thức.' Đây là cách chúng ta giữ được chân tâm căn bản là nguồn gốc của mọi kinh điển."

Thiền sư Philip Kapleau viết trong quyển Giác Ngộ Thiền: "Phật tánh vô giới tánhTheo quan điểm của Phật tánh, đồng tính hay lưỡng tính, đàn ông hay đàn bà, là điều không quan trọng. Khi bạn đạt đến cảnh giới có thể để cho Phật tánh tự biểu hiện, hoặc bạn đã vượt qua được quan niệm nhị nguyên ta và người, cũng có nghĩa là nam hay nữ sẽ không có vấn đề giới tính không chuẩn mực, không có sự phân chia giới tính 'đúng'. Hoạt động tình dục sai quấy, theo định nghĩa, phải xuất phát từ cái tự tư tự kỷ, từ mối quan tâm ích kỷ đến ham muốn của riêng mình. Để có mối quan hệ gắn bó, chúng ta phải quan tâm đến người khác. Nhưng nếu trước hết, bạn chỉ tìm cách thỏa mãn cho riêng mình, ấy chính là hoạt động tình dục sai quấy. Cho dầu là đồng tính hay lưỡng tính, bạn không có gì phải xấu hổ. nếu bạn không cảm nhận được cái Nhất Thể, và biểu hiện nó trong cuộc sống hằng ngày, xét về mặt tâm linh, đó mới là điều duy nhất khiến bạn phải xấu hổ... Giới luật thứ ba cấm tà dâm. Tà dâm, mặc dầu vẫn có một định nghĩa pháp lý, cũng có nghĩa rằng trong lúc sống với một người khác trong một mối quan hệ ổn thỏa, người ta làm ô uế mối quan hệ ấy bằng cách đồng thời có quan hệ với một người khác."

Khi Lục Tổ Huệ Năng đến Huỳnh Mai lễ bái Ngũ Tổ. Tổ hỏi rằng: "Ngươi từ phương nào đến, muốn cầu vật gì?" Huệ Năng đáp: "Đệ tử là dân Tân Châu thuộc Lãnh Nam, từ xa đến lễ Thầy, chỉ cầu làm Phật, chớ không cầu gì khác." Tổ bảo rằng: "Ông là người Lãnh Nam, là một giống người mọi rợ, làm sao kham làm Phật?" Huệ Năng liền đáp: "Người tuy có Bắc Nam, nhưng Phật tánh không có Nam Bắc, thân quê mùa này cùng với Hòa Thượng chẳng đồng, nhưng Phật tánh đâu có sai khác."

Chương 138. Mười Giai Đoạn Chăn Trâu Được Sánh Với Mười Giai Đoạn Điều Tâm

Mười giai đoạn chăn trâu hay Thập Mục Ngưu Đồ là một trong những bộ tranh vẽ truyền bá rộng rãi nhất trong nhà Thiền. Giữa kiến tánh cạn sâu có sự khác biệt phi thường và những khác biệt này được miêu tả trong mười bức tranh chăn trâu. Chúng ta phải thành thật mà nói rằng trong các hình thức biểu lộ về các mức độ chứng ngộ trong nhà Thiền, không một hình thức nào được biết đến một cách rộng rãi hơn các bức tranh chăn trâu này, một bộ mười bức theo thứ tự với lời bình bằng văn xuôi và kệ tụng. Có lẽ bởi vì bản tánh thiêng liêng của con bò ở xứ Ấn Độ thời cổ đại, nên con vật thường được dùng tượng trưng cho bản tánh nguyên thủy của con người hay Phật tánh. Người ta qui cho Thiền sư Quách Am Sư Viễn là tác giả của các bức tranh "Chăn Trâu" (Thập Mục Ngưu Đồ) và lời bình đi kèm. Thật ra, Thiền sư Quách Am không phải là người đầu tiên minh họa các giai đoạn phát triển của sự tu chứng bằng tranh. Trước thời của ngài, có nhiều bản xuất hiện với năm hoặc tám bức họa, trong đó con trâu dần dần trở nên trắng hơn, và bức cuối cùng là một vòng tròn. Điều này ám chỉ rằng sự nhận ra cái "Một", tức là sự xóa sạch mọi tư niệm về ta và người, là mục đích tối hậu của Thiền. Nhưng Thiền sư Quách Am Sư Viễn cảm thấy như vậy vẫn chưa đủ nên ông thêm vào hai bức nữa sau bức vẽ vòng tròn, làm cho nó rõ ràng hơn rằng Thiền giả có sự phát triển tâm linh cao nhất, sống hòa đồng với phàm nhân trong thế giới trần tục của hình tướng và đa dạng một cách hết sức vô ngại và tự tại. Hơn thế nữa, trong thế giới ấy, Thiền giả còn tiếp độ bất cứ ai hữu duyên đi trên con đường của Phật với lòng từ bi và trí tuệ của mình. Bản của Thiền sư Quách Am là bản được chấp nhận rộng rãi nhất ở Nhật; và qua nhiều năm nó đã tỏ ra là nguồn giáo huấn và cảm hứng hữu hiệu đối với Thiền sinh. Sau đây là tóm lược về mười bức tranh Chăn Trâu với lời bình, bản tiếng Anh dựa theo quyển Ba Trụ Thiền của Thiền sư Philip Kapleau xuất bản năm 1956; và bản tiếng Việt dựa theo kệ do Tuệ Sỹ rút ra từ Tục Tạng Kinh bằng chữ Hán và Trúc Thiên giải thích bằng chữ Việt, NXB An Tiêm ấn hành năm 1972 tại Sài Gòn, Việt Nam. Thứ nhất là Tìm Trâu: Thật tình mà nói, Trâu có lạc mất bao giờ đâu, thế thì tại sao phải đi tìm? Con người quay lưng lại với chân tánh của mình nên không thấy được nó. Vì bởi những nhiễm ô nên không còn thấy được Trâu. Bỗng dưng thấy mình đứng trước những ngã rẽ hỗn độn mờ mịt. Lòng

CHƯƠNG 138. Mười Giai Đoạn Chăn Trâu

tham được và nỗi lo sợ mất mát nổi lên như những ngọn lửa bừng cháy, ý niệm thị phi phóng ra như những mũi dao nhọn.

茫茫撥草去追尋，
水闊山遙路更深，
力盡神疲無處覓，
但聞楓樹晚蟬吟。

Mang mang bát thảo khứ truy tầm
Thủy khoát sơn diêu lộ cánh thâm
Lực tận thần bì vô xứ mịch
Đãn văn phong thụ vãn thiền ngâm.

Miên man vạch cỏ cố truy tầm,
Non xa nước rộng lối âm âm,
Dạ mỏi chân mòn đâu chẳng thấy
Chỉ thấy ve chiều ngọn phong ngâm.

Thứ nhì là Thấy Dấu: Hành giả nhờ kinh giáo mà biết đó là dấu chân Trâu. Các khí cụ tuy đa dạng nhưng vốn cùng một thứ vàng, cũng như vạn vật đều là hiện thân của Tự Ngã. Nhưng hành giả vẫn chưa phân biệt được tốt với xấu, thật với giả. Hành giả chưa thật sự vào được cửa, nhưng đã biết lối đi theo dấu chân Trâu.

水邊林下跡偏多，
芳草離披見也麼？
縱是深山更深處，
遼天鼻孔怎藏他？

Thủy biên lâm hạ tích thiên đa
Phương thảo li phi kiến dã ma
Túng thị thâm sơn cánh thâm xứ
Liêu thiên tị khổng chẩm tàng tha?

Ven rừng mé nước dấu chân đầy
Cỏ thơm vướng vít, hẳn đâu đây
Núi hố một màu sâu thăm thẳm
Cái mũi kình thiên dấu được mày?

Thứ ba là Thấy Trâu: Nếu đã nghe thấy tiếng ắt sẽ tìm được nguồn phát ra tiếng. Trong mọi sinh hoạt hằng ngày nguồn luôn hiển hiện. Giống như muối trong nước biển hay màu trong sơn. Khi hành giả tập trung được cái thấy bên trong ắt sẽ nhận ra rằng cái bị thấy đồng nhất với Chân Nguyên (nguồn). Nói cách khác, hành giả chỉ thấy cảnh giới ở "bên kia sắc giới"; tuy nhiên, kiến tánh của hành giả dễ bị mất nếu hành giả trở nên lười biếng và không tiến hành tu tập thêm nữa.

Hơn nữa, dầu đã kiến tánh, hành giả vẫn là hành giả như lúc trước, không thêm được gì, hành giả không trở thành to lớn hơn.

黃鸝枝上一聲聲，
日暖風和岸柳青，
只此更無回避處，
森森頭角畫難成。

Hoàng li chi thượng nhất thanh thanh,
Nhật noãn phong hòa ngạn liễu thanh.
Chỉ thử cánh vô hồi tị xứ,
Sâm sâm đầu giác họa nan thành.

Vàng anh ríu rít hót trên cành
Nắng ấm gió êm bờ liễu xanh
Chẳng trốn được đâu, trâu ở đó
Đầu sừng sừng sững vẽ sao thành

Nhưng nếu tiếp tục tọa Thiền, hành giả sẽ đạt đến giai đoạn thứ tư là Được Trâu: Ngay lúc này hành giả chưa sở hữu được sự kiến tánh của mình. Bấy lâu nay Trâu đã sống ngoài hoang dã, nay mới gặp lại và thật sự đã bắt được nó. Vì bấy lâu nay lêu lổng, đã mất hết những thói quen trước, nên muốn khắc phục không phải là chuyện dễ. Nó vẫn tiếp tục ham thích những thứ cỏ có hương vị ngọt ngào; nó vẫn cứng đầu và không kềm chế được. Nếu hành giả muốn thuần thục

CHƯƠNG 138. Mười Giai Đoạn Chăn Trâu

nó hoàn toàn thì phải dùng đến roi vọt.

竭盡神通獲得渠，
心強力壯卒難除，
有時纔到高原上，
又入煙雲深處居。

Kiệt tận thần thông hoạch đắc cừ
Tâm cường lực tráng tốt nan trừ
Hữu thời tài đáo cao nguyên thượng
Hựu nhập yên vân thâm xứ cư.

Trăm phương ngàn kế khắc phục mi,
Tâm lực cương cường, thật khó thay
Ví chẳng phóng lên trên gò nổng
Lại vào những chốn khói mây bay.

Giai đoạn thứ năm là Thuần Hóa Trâu: Sau giai đoạn bắt được trâu là giai đoạn chăn trâu hay thuần hóa nó. Sự dấy lên của một niệm kéo theo một niệm khác khởi sanh. Giác ngộ đem lại nhận thức rằng các niệm như thế đều không thật, ngay cả khi chúng phát xuất từ Chân Tánh. Chỉ vì sự mê hoặc vẫn còn tồn tại, mà chúng ta tưởng rằng chúng có thật. Trạng thái không thật này không bắt nguồn từ thế giới khách quan bên ngoài mà từ bên trong tâm mình.

鞭索時時不離身，
恐伊縱步入埃塵，
相將牧得純和也，
羈鎖無抑自逐人。

Tiên sách thời thời bất ly thân
Khủng y túng bộ nhập ai trần
Tương tương mục đắc thuần hòa dã
Cơ tỏa vô ức tự trục nhân.

Thừng roi chớ có lúc lìa thân
Vì ngại chân đi nhập bụi trần

Cùng nhau chăn dắt thuần hòa nết
Cùm kẹp không màng theo chủ nhân.

Thứ sáu là Cõi Trâu Về Nhà: Đây là trạng thái trực quan mà trong ấy kiến tánh và cái ngã được xem là một và như nhau. Cuộc chiến đấu đã chấm dứt, "được" và "mất" không còn tác dụng nữa. Miệng nghêu ngao khúc ca mộc mạc của người tiều phu và những bài đồng dao của bọn trẻ trong làng. Ngồi trên lưng Trâu, mắt thanh thản nhìn mây trời lơ lửng trên cao. Đầu không quay lại theo hướng cám dỗ. Dẫu cho có người làm mình khó chịu, hành giả vẫn như như bất động.

騎牛迤邐欲還家，
羌笛聲聲送晚霞，
一拍一歌無限意，
知音何必鼓唇牙。

Kỵ ngưu dĩ lệ dục hoàn gia
Khương địch thanh thanh tống vãn hà
Nhất phách nhất ca vô hạn ý
Tri âm hà tất cổ thần nha.

Cưỡi ngược lưng Trâu trở lại nhà
Vi vu tiếng sáo tiễn chiều tà
Mỗi nhịp mỗi lời mênh mang ý
Tri âm lọ phải hé môi ra.

Thứ bảy là Quên Trâu Còn Người: Trong Pháp không có hai. Trâu là Nguyên Tánh: bây giờ hành giả đã nhận ra điều này. Cái bẫy không còn cần nữa khi đã bắt được thỏ, lưới bỏ đi khi cá đã bắt rồi. Giống như vàng ròng một khi đã tách khỏi quặng, như mặt trăng ra khỏi đám mây, một tia chiếu sáng mãi mãi.

騎牛已得到家山，
牛也空兮人也閒，
紅日三竿猶作夢，
鞭繩空頓草堂間。

CHƯƠNG 138. Mười Giai Đoạn Chăn Trâu

Kỵ ngưu dĩ đắc đáo gia sơn,
Ngưu dã không hề nhân dã nhàn
Hồng nhật tam can do tác mộng
Tiên thằng không đốn thảo đường gian.

Cưỡi trâu về đến núi quê ta
Trâu không còn nữa người nhàn hạ
Mặt nhật ba sào còn mãi mộng
Roi thừng vứt đó giữa hàng ba.

Thứ tám là Người Trâu Đều Quên: Mê tình tiêu mất mà thánh ý cũng không còn. Hành giả không còn nấn ná trong trạng thái "Mình là Phật" và bước mau qua giai đoạn "thấy mình đã gột sạch vọng tình rằng mình không phải là Phật". Dẫu ngàn mắt của năm trăm vị Phật và Tổ cũng không biện biệt được đặc điểm nơi hành giả. Nếu có hàng trăm chim muông trải hoa trong phòng mình, hành giả cũng chỉ tự thẹn lấy chính mình.

鞭索人牛盡屬空，
碧天寥闊信難通，
紅爐焰上爭容雪，
到此方能合祖宗。

Tiên sách nhân ngưu tận thuộc không
Bích thiên liêu khoát tín nan thông
Hồng lô diệm thượng tranh dung tuyết
Đáo thử phương năng hiệp tổ tông.

Trâu người thừng gậy thảy đều không
Trời xanh bát ngát, tin khó thông
Tuyết không thể còn trên lò lửa
Đến chốn này đây gặp tổ tông.

Thứ chín là Trở Về Nguồn Cội: Trở về nguồn cội hay đại ngộ, thâm nhập đến tận đáy và ở đấy không còn phân biệt ngộ với không ngộ. Ngay từ đầu có mấy bụi nào đâu để làm mờ tánh thanh tịnh vốn có. Giờ đây hành giả quan sát thế sự đầy vơi mà vẫn an trụ trong tịch nhiên bất động. Sự đầy vơi này không phải là bóng ma hay ảo ảnh, mà chỉ là sự hiển hiện của cội nguồn. Vậy thì tại sao mình phải cố làm bất cứ chuyện gì? Nước biếc núi xanh. Một mình hành giả lặng ngắm sự biến đổi không ngừng của vạn hữu.

返本還源已費功，
爭如直下似盲聾，
庵中不見庵前物，
水自茫茫花自紅。

Phản bổn hoàn nguyên dĩ phí công
Tranh như trực hạ nhược manh lung
Am trung bất kiến am tiền vật
Thủy tự mang mang hoa tự hồng.
Cội nguồn trở lại rõ phí công
Từ đây nghe thấy tựa như không
Trong am không thấy chi đàng trước
Nước vẫn mênh mông, hoa vẫn hồng.

Giai đoạn cuối cùng, giai đoạn thứ mười là Thõng Tay Vào Chợ: Có nghĩa là đi vào chốn trần ai. Cửa am khép lại, dầu thánh cũng chẳng thấy được hành giả. Toàn bộ tâm cảnh của hành giả cuối cùng đã biến mất. Hành giả đi con đường riêng của mình, không cố bước chân theo dấu thánh hiền xưa. Mang bầu rượu thong dong đi vào chợ, nương gậy dài lại trở về nhà. Tiện tay dắt đám chủ quán và nhóm hàng thịt theo con đường của Phật.

露胸跣足入鄽來，
抹土塗灰笑滿腮，
不用神仙真秘訣，
直教枯木放花開。

Lộ hung tiển túc nhập triền lai
Mạt thổ đồ hôi tiếu mãn tai
Bất dụng thần tiên chân bí quyết

Trực giáo khô mộc phóng hoa khai.

Ngực lộ chân trần vào thị tứ
Bùn lầy bụi phủ toét miệng cười
Chẳng dùng bí quyết thần tiên dạy,
Mà cây khô thoáng nở hoa tươi.

Đây là giai đoạn kết thúc toàn bộ sự tu chứng, sống giữa thế nhân, sẵn sàng giúp đỡ họ bất cứ lúc nào có thể được, hoàn toàn tự tại, không còn bị ngộ ràng buộc. Sống trong trạng thái cuối cùng này là cái đích của cuộc sống của bất cứ hành giả tu Thiền nào, và việc hoàn thành nó có thể mất nhiều đời nhiều kiếp. Hành giả tu Thiền nên cố gắng đặt chân lên con đường dẫn tới cái đích này. Tóm tại, những bức tranh này vẽ lại những mức độ tăng tiến của Thiền sinh. Trong một vài truyền thống, khởi đầu là con trâu đen, rồi từ từ trở thành trắng, và rồi hoàn toàn trắng. Sau đó thì trâu cũng biến mất. Sự liên tục của những bức tranh tiêu biểu cho sự thành thạo từ từ của Thiền sinh trong thiền tập, trong đó tâm được kiểm soát hay huấn luyện từ từ. Để rồi cuối cùng không cần phải học nữa mà vẫn thong dong đi vào kẻ chợ.

Chương 139. Bảy Vị Cổ Phật

Có bảy đấng Như Lai theo truyền thống Phật Giáo Nguyên Sơ: Đức Phật Thích-ca Mâu Ni không phải là vị Phật duy nhất, mà là một trong nhiều Đức Phật đã từng xuất hiện ở thế giới này trong nhiều kiếp. Sự hiểu biết về những vị Phật không được ghi nhận trong lịch sử dường như ngày càng gia tăng theo thời gian. Tuy nhiên, theo truyền thuyết Phật giáo, nguyên thủy có bảy vị Phật tất cả. Ba vị Phật trong thời quá khứ Trang Nghiêm Kiếp bao gồm Tỳ Bà Thi Như Lai, Thi Khí Như Lai, và Tý Xá Phù Như Lai: Thứ nhất là Tỳ Bà Thi Phật: Tên của vị Phật đầu tiên trong bảy vị cổ Phật, mà Đức Thích-ca Mâu Ni là vị thứ bảy (Thắng

Quan, Chủng Chủng Quan, Chủng Chủng Kiến. Hồi 91 kiếp sơ trước Hiền Kiếp, có vị Phật tên là Tỳ Bà Thi). Theo Kinh Địa Tạng Bồ Tát, phẩm thứ chín, về thuở quá khứ có đức Phật ra đời hiệu là Tỳ Bà Thi Như Lai. Như có người nam người nữ nào nghe được danh hiệu của đức Phật đây, thời mãi không còn sa đọa vào chốn ác đạo, thường được sanh vào chốn trời người, hưởng lấy sự vui thù thắng vi diệu. Thứ nhì là Thi Khí Phật: Vị Phật thứ 999 của kiếp cuối cùng mà Đức Thích-ca Mâu Ni đã từng gặp. Vị Phật thứ hai trong bảy vị Phật quá khứ, sanh tại Quang Tướng Thành. Thi Khí Phật là vị Phật thứ 999 của kiếp cuối cùng mà Đức Thích-ca Mâu Ni đã từng gặp, cũng là vị Phật thứ nhì trong bảy vị cổ Phật. Thứ ba là Tỳ Xá Phù Phật: Trong Kinh Trường A Hàm, Tỳ Xá Phù là Đức Phật thứ 1000 trong kiếp trước, vị Phật thứ ba trong bảy vị cổ Phật, bậc đã hai lần độ được 130.000 người. Bốn vị Phật trong thời Hiền Kiếp bao gồm Câu Lưu Tôn Như Lai, Câu Na Hàm Mâu Ni Như Lai, Ca Diếp Như Lai, và Thích-ca Mâu Ni Như Lai. Thứ tư là Ca-la-ca-tôn (Câu Lưu Tôn) Phật: Vị Phật thứ nhất trong các vị Phật trong (1000 vị Phật) Hiền kiếp, vị Phật thứ tư trong bảy vị cổ Phật. Theo Kinh Địa Tạng Bồ Tát, phẩm thứ chín, về thuở quá khứ, có đức Phật ra đời hiệu là Câu Lưu Tôn Như Lai. Như có người nam người nữ nào nghe danh hiệu của đức Phật đây, chí tâm chiêm ngưỡng lễ bái, hoặc tán thán, người này nơi pháp hội của một ngàn đức Phật trong Hiền Kiếp làm vị Đại Phạm Vương, đặng Phật thọ ký đạo Vô thượng cho. Theo Kinh Địa Tạng Bồ Tát, phẩm thứ chín, về thuở quá khứ, có đức Phật ra đời hiệu là Câu Lưu Tôn Như Lai. Như có người nam người nữ nào nghe danh hiệu của đức Phật đây, chí tâm chiêm ngưỡng lễ bái, hoặc tán thán, người này nơi pháp hội của một ngàn đức Phật trong Hiền Kiếp làm vị Đại Phạm Vương, đặng Phật thọ ký đạo Vô thượng cho. Thứ năm là Câu Na Hàm Mâu Ni Phật: Còn gọi là Câu Na Hàm Mâu Ni, Ca Na Già Mâu Ni, hay Cát Nặc Già Mâu Ni. Đây là vị Phật thứ hai trong năm vị Phật Hiền kiếp, vị Phật thứ năm trong bảy vị Phật quá khứ. Theo Giáo Sư Soothill trong Trung Anh Phật Học Từ Điển, đây có lẽ đây là một vị Thánh ở Ấn Độ trước thời Phật Thích-ca. Thứ sáu là Ca Diếp Phật: Phật Ca Diếp là vị Phật thứ ba trong năm vị Phật hiền kiếp, là vị Phật thứ sáu trong bảy vị Phật thời cổ. Ca Diếp có nghĩa là chòm sao "nuốt ánh sáng" của mặt trời và mặt trăng (nhưng không có sự kiểm chứng rõ ràng). Thứ bảy là Thích-ca Mâu Ni Phật: Phật Thích-ca Mâu Ni, vị Phật lịch sử đã sáng lập ra Phật giáo. Ngài tên là Cồ Đàm Sĩ Đạt Đa, đản sanh năm 581-501 trước Tây lịch, là con đầu lòng của vua Tịnh Phạn, trị vì một vương quốc nhỏ mà bây giờ là Nepal và kinh đô là Ca Tỳ La Vệ. Vào tuổi 29 Ngài lìa bỏ cung điện và vợ con, ra đi tìm đường giải thoát chúng sanh. Vào một buổi sáng lúc Ngài 35 tuổi, Ngài đã thật chứng giác ngộ trong khi đang thiền định dưới cội Bồ đề. Từ đó về sau, Ngài đã đi khắp các miền Ấn Độ giảng pháp giúp người giải thoát. Ngài nhập diệt vào năm 80 tuổi. Theo Eitel trong Trung Anh Phật Học Từ Điển, Thích-ca Mâu Ni là vị Thánh của dòng họ Thích-ca. Chữ Thích-ca có nghĩa là nhân từ hay tịnh mặc, là một vị sống độc cư, hay bậc tịch tĩnh trong dòng họ Thích-ca. Sau 500 hay 550 kiếp, cuối cùng Đức Thích-ca Mâu Ni đạt được quả vị Bồ tát, sanh vào cung trời Đâu Suất, và vào ngày 8 tháng tư giáng trần bằng bạch tượng, vào hông phải của Hoàng Hậu Ma Da vợ vua Tịnh Phạn. Năm sau vào ngày 8 tháng hai Hoàng Hậu hạ sanh ngài trong vườn Lâm Tỳ Ni, ở phía đông thành Ca Tỳ La Vệ, nay thuộc Népal. Ngài là con vua Tịnh Phạn, dòng dõi Sát Đế Lợi, cai trị thành Ca Tỳ La Vệ. Hạ sanh ngài được bảy ngày thì Hoàng Hậu Ma Da qua đời, ngài được bà dì tên Ba Xà Ba Đề nuôi nấng dạy dỗ. Ngài vâng lệnh vua cha kết hôn cùng công chúa Da Du Đà La, được một con trai tên La Hầu La. Sau đó Ngài lìa bỏ gia đình ra đi tìm chân lý, trở thành một nhà tu khổ hạnh, cuối cùng vào năm 35 tuổi Ngài chứng ngộ và nhận thức rằng giải thoát khỏi vòng sanh tử không phải do khổ hạnh, mà do nơi giới đức thanh tịnh; những điều này ngài giải thích trong

Tứ Diệu Đế và Bát Chánh Đạo. Cộng đồng Tăng Sĩ của ngài dựa trên đức hạnh và trí tuệ, được biết đến như là Đạo Phật, và Ngài cũng được biết đến như là vị Phật. Ngài nhập diệt khoảng năm 487 trước Tây Lịch, khoảng 8 năm trước Khổng Tử. Tên tộc (gia đình) của ngài là Cồ Đàm, người ta nói Cồ Đàm là tên của toàn bộ tộc. Ngoài ra, còn có bảy Đấng Như Lai theo truyền thống Tịnh Độ: A Di Đà Như Lai, Cam Lộ Vương Như Lai, Quán Âm Như Lai, Diệu Sắc Thân Như Lai, Bảo Thắng Như Lai, Li Bố Úy Như Lai, và Quảng Bác Thân Như Lai (Đa Bảo Như Lai).

Chương 140. Thân Phật

Nhiều người nghĩ thân Phật là nhục thân của Ngài. Kỳ thật thân Phật chính là sự Giác Ngộ Bồ Đề. Thân ấy không có hình tướng cũng không có vật chất, không phải là nhục thân được nuôi dưỡng bằng thật phẩm phàm phu. Đó là thân vĩnh hằng mà chất liệu của nó là trí tuệ. Vì vậy thân Phật chẳng bao giờ biến mất khi sự Giác ngộ Bồ Đề vẫn còn tồn tại. Sự Giác Ngộ Bồ Đề xuất hiện như ánh đuốc trí tuệ khiến cho chúng sanh giác ngộ và tu chứng để được sanh vào thế giới của chư Phật. Theo giáo thuyết Đại thừa, chư Phật có ba thân: 1) Pháp thân hay bản tánh thật của Phật, hay chân thân của Phật, đồng nhất với hiện thật siêu việt, với thật chất của vũ trụ. Sự đồng nhất của Phật với tất cả các hình thức tồn tại. Đây cũng là biểu hiện của luật mà Phật đã giảng dạy, hoặc là học thuyết do chính Phật Thích-ca thuyết giảng; 2) Ứng thân hay Báo Thân hay thân hưởng thụ. Thân thể Phật, thân thể của hưởng thụ chân lý nơi "Thiên đường Phật." Đây cũng chính là kết quả của những hành động thiện lành trước kia; và 3) Hóa thân hay thân được Phật dùng để hiện lên với con người, nhằm thật hiên ý muốn đưa tất cả chúng sanh lên Phật. Đây cũng chính là hiện thân của chư Phật và chư Bồ Tát trần thế. Ba thân Phật không phải là một mà cũng

CHƯƠNG 140. Thân Phật

không khác. Vì trình độ của chúng sanh có khác nên họ thấy Phật dưới ba hình thức khác nhau. Có người nhìn thấy pháp thân của Phật, lại có người nhìn thấy báo thân, lại có người khác nhìn thấy hóa thân của Ngài. Lấy thí dụ của một viên ngọc, có người thấy thể chất của viên ngọc tròn đầy, có người thấy ánh sáng tinh khiết chiếu ra từ viên ngọc, lại có người thấy ngọc tự chiếu bên trong ngọc, vân vân. Kỳ thật, không có phẩm chất của ngọc và ánh sáng sẽ không có ánh sáng phản chiếu. Cả ba thứ này tạo nên vẻ hấp dẫn của viên ngọc. Đây là ba loại thân Phật. Một vị Phật có ba loại thân hay ba bình diện chơn như. Theo triết học Du Già, ba thân là Pháp thân, Báo thân, và Hóa thân. Tam Thân Phật, trong đó Pháp Thân là lãnh vực chuyên môn, Báo Thân với sự luyện tập để thâu thập được lãnh vực chuyên môn này, và Hóa Thân với sự áp dụng lãnh vực chuyên môn trong cuộc sống hằng ngày.

Theo Kinh Lăng Già, có bốn loại thân Phật: Hóa Phật (Pháp thân), Công Đức Phật (Báo thân), Trí tuệ Phật, và Như như Phật (Hóa thân). Theo Duy Thức Luận, có bốn loại thân Phật: Tự Tính Thân (Pháp Thân), Tha Thụ Dụng Thân (Báo Thân), Tự Thụ Dụng Thân (Báo Thân), và Biến Hóa Thân (Hóa Thân). Theo tông Thiên Thai, có bốn loại thân Phật: Pháp Thân, Báo Thân, Ứng Thân, và Hóa Thân. Tông này cho rằng báo thân Phật hay thân tái sanh của Phật. Thân được lập thành do bởi nghiệp báo của chúng ta gọi là báo thân. Thiên Thai cho rằng ứng thân là thân Phật ứng với cơ duyên khác nhau mà hóa hiện. Ứng thân Phật tương ứng với chân như. Cũng theo trường phái Thiên Thai, thân Phật có năm loại: Thứ nhất là Như Như Trí Pháp Thân. Đây là cái thật trí đã chứng ngộ lý như như. Thứ nhì là Công đức pháp thân. Đây là hết thảy công đức thành tựu. Thứ ba là Tự pháp thân, còn gọi là Ứng thân hay Tự thân. Thứ tư là Biến hóa thân hay Biến hóa pháp thân. Thứ năm là Hư không thân hay Hư không pháp thân. Lý như như lìa tất cả tướng cũng như hư không. Theo Kinh Hoa nghiêm, thân Phật có năm loại: Thứ nhất là Pháp tánh sanh thân. Thân Như Lai do pháp tánh sanh ra. Thứ nhì là Công đức pháp thân. Thân do muôn đức của Như Lai mà hợp thành. Thứ ba là Biến hóa pháp thân: Thân biến hóa vô hạn của Như Lai, hễ có cảm là có hiện, có cơ là có ứng. Thứ tư là Thật tướng pháp thân hay thật thân hay thân vô tướng của Như Lai. Thứ năm là Pháp thân Như Lai rộng lớn như hư không: Hư không pháp thân, hay Pháp thân Như Lai rộng lớn tràn đầy khắp cả hư không. Pháp thân của Như Lai dung thông cả ba cõi, bao trùm tất cả các pháp, siêu việt và thanh thịnh.

Theo Kinh Thủ Lăng Nghiêm, quyển Sáu, Đức Quán Thế Âm Bồ Tát đã bạch trước Phật về ba mươi hai ứng thân của ngài như sau: "Bạch Thế Tôn! Bởi tôi cúng dường Đức Quán Thế Âm Như Lai, nhờ Phật dạy bảo cho tôi tu pháp 'Như huyễn văn huân văn tu kim cương tam muội' với Phật đồng một từ lực, khiến tôi thân thành 32 ứng, vào các quốc độ." Ba mươi hai ứng thân diệu tịnh, vào các quốc độ, đều do các pháp tam muội văn huân, văn tu, sức nhiệm mầu hình như không làm gì, tùy duyên ứng cảm, tự tại thành tựu. Theo Kinh Pháp Bảo Đàn, Lục Tổ Huệ Năng đã dạy về Viên Mãn Báo Thân Phật như sau: "Này thiện tri thức! Sao gọi là Viên Mãn Báo Thân Phật? Thí như trong một ngọn đèn hay trừ ngàn năm tối, một niệm trí tuệ có thể diệt muôn năm ngu. Chớ suy nghĩ về trước, đã qua không thể được. Thường phải nghĩ về sau, mỗi niệm mỗi niệm tròn sáng, tự thấy bản tánh. Thiện ác tuy là khác mà bản tánh không có hai, tánh không có hai đó gọi là tánh Phật. Ở trong thật tánh không nhiễm thiện ác, đây gọi là Viên Mãn Báo Thân Phật. Tự tánh khởi một niệm ác thì diệt muôn kiếp nhơn lành, tự tánh khởi một niệm thiện thì được hằng sa ác hết, thẳng đến Vô Thượng Bồ Đề, niệm niệm tự thấy chẳng mất bổn niệm gọi là Báo Thân."

Trong Tiểu Thừa, Phật tánh là cái gì tuyệt đối, không thể nghĩ bàn, không thể nói về lý tánh, mà chỉ nói về ngũ phần pháp thân hay ngũ phần công đức của giới, định, tuệ, giải

CHƯƠNG 140. Thân Phật

thoát, và giải thoát tri kiến. Đại Thừa Tam Luận Tông của Ngài Long Thọ lấy thật tướng làm pháp thân. Thật tướng là lý không, là chân không, là vô tướng, mà chứa đựng tất cả các pháp. Đây là thể tính của pháp thân. Pháp Tướng Tông hay Duy Thức Tông định nghĩa pháp thân thể tính như sau: Pháp thân có đủ ba thân và Pháp thân trong ba thân. Nhất Thừa Tông của Hoa Nghiêm và Thiên Thai thì cho rằng "Pháp Thân" là chân như, là lý và trí bất khả phân. Chân Ngôn Tông thì lấy lục đại làm Pháp Thân Thể Tính. Thứ nhất là Lý Pháp Thân, lấy ngũ đại (đất, nước, lửa, gió, hư không) làm trí hay căn bản pháp thân. Thứ nhì là Trí Pháp Thân, lấy tâm làm Trí Pháp Thân. Thể Tánh của Pháp Thân là bản thể nội tại của chư pháp (chân thân của Phật đã chứng lý thể pháp tánh). Chơn tánh tuyệt đối của vạn hữu là bất biến, bất chuyển và vượt ra ngoài mọi khái niệm phân biệt.

Theo các truyền thống Đại Thừa, có bảy sự thù thắng của Thân Phật: Bảy loại vô thượng nơi Đức Phật. Thứ nhất là nơi Phật thân có ba mươi hai hảo tướng và tám mươi bốn dấu hiệu tốt. Thứ nhì là nơi Phật pháp. Thứ ba là Phật huệ. Thứ tư là Phật Toàn. Thứ năm là Thần lực Phật. Thứ sáu là khả năng đoạn khổ giải thoát của Đức Phật. Thứ bảy là Phật Niết-bàn. Ngoài ra, còn nhiều sự thù thắng khác của Thân Phật. Theo quan điểm của Đại Chúng Bộ trong Dị Bộ Tông Luân Luận, thân Phật là thanh tịnh không thể nghĩ bàn: Thứ nhất là thân Như Lai là siêu việt trên tất cả. Thứ nhì là thân Như Lai không có thật thể của thế gian. Thứ ba là tất cả lời nói của Như Lai là nhằm thuyết pháp. Thứ tư là Như Lai giải thích rõ ràng hiện tượng của chư pháp. Thứ năm là Như Lai dạy tất cả các pháp như chúng đang là. Thứ sáu là Như Lai có sắc thân. Thứ bảy là khả năng của Như Lai là vô tận. Thứ tám là thọ mạng của Như Lai là vô hạn. Thứ chín là Như Lai không bao giờ mệt mỏi trong việc cứu độ chúng sanh. Thứ mười là Như Lai không ngủ. Thứ mười một là Như Lai vượt lên trên nhu cầu nghi vấn. Thứ mười hai là Như

Lai thường thiền định, không nói một lời, tuy nhiên, Ngài chỉ dùng ngôn ngữ cho phương tiện thuyết pháp. Thứ mười ba là Như Lai hiểu ngay tức khắc tất cả những vấn đề. Thứ mười bốn là với trí tuệ Như Lai, Ngài thông hiểu tất cả các pháp chỉ trong một sát na. Thứ mười lăm là Như Lai không ngừng sản sanh diệt tận trí và vô sanh trí cho đến khi đạt được Niết-bàn.

Chương 141. Tam Thân Phật

Theo giáo thuyết Đại thừa, chư Phật có ba thân: Thứ nhất là Pháp thân: Kinh Bát Nhã Ba La Mật Đa duy trì khái niệm rằng Pháp thân là do pháp tạo thành. Vì vậy Pháp thân là nguyên lý và tánh chất căn bản của sự giác ngộ. Bản tánh thật của Phật, đồng nhất với hiện thật siêu việt, với thật chất của vũ trụ. Sự đồng nhất của Phật với tất cả các hình thức tồn tại. Đây cũng là biểu hiện của luật mà Phật đã giảng dạy, hoặc là học thuyết do chính Phật Thích-ca thuyết giảng. Còn một lối giải thích cho rằng pháp thân chính là "Tối Thắng Quang Phật" của Đức Tỳ Lô Giá Na. Thứ nhì là Ứng thân hay Báo Thân: Báo thân là thân của trí tuệ viên mãn hay là thân của sự khởi đầu giác ngộ. Đây là thân hưởng thụ. Thân thể Phật, thân thể của hưởng thụ chân lý nơi "Thiên đường Phật." Đây cũng chính là kết quả của những hành động thiện lành trước kia. Báo thân còn được xem là là thân của Ngài Sở Lưu Phật, có nghĩa là "Thành Tịnh Phật." Thứ ba là Hóa thân: Hóa thân là sự thể hiện lòng bi mẫn với chúng sanh mọi loài. Thân được Phật dùng để hiện lên với con người, nhằm thật hiên ý muốn đưa tất cả chúng sanh lên Phật. Đây cũng chính là hiện thân của chư Phật và chư Bồ Tát trần thế. Hóa thân còn được biết là thân của Đức Phật Thích-ca Mâu Ni, có nghĩa là "Tịch Tịnh Phật."

Trong nhà Thiền, ba thể của Phật chỉ ba trình độ về sự thật chứng: Pháp thân là ý thức vũ trụ, một khái niệm thoát

CHƯƠNG 141. Tam Thân Phật

ra ngoài tánh duy lý. Ứng thân hay Báo Thân là Thể nghiệm xuất thần do đại giác đem lại. Hóa thân có nghĩa là thân Phật sáng chói, do Phật Thích-ca hiện thân. Theo Kim Cang thừa hay Mật tông Phật giáo, khía cạnh của thế giới được nhìn qua 3 bình diện của thế tục: hình tướng, cảm xúc và hững hờ. Có những mức độ nhận thức rõ ràng theo Mật giáo về các bình diện này, đó là nguyên lý của 3 thân, hay là "tam thân." Kaya là tiếng Bắc Phạn có nghĩa là "thân." Giữa ba thân và ba bình diện của nhận thức có một sự tương ứng với nhau. Trong ngôn ngữ của Mật giáo, bình diện của hình tướng tương ứng với hóa thân hay thân của sự biến hiện; bình diện cảm xúc tương ứng với báo thân, thân của sự an lạc vô biên; và bình diện hững hờ với Pháp thân, hay thân của vô biên pháp giới.

Giữa sự trình bày của Mật giáo và sự trình bày của thế gian không có một sự căng thẳng chống trái nào. Hơn nữa, giáo lý Mật giáo về ba thân cho chúng ta thấy chúng ta có thể làm việc trực tiếp với ba bình diện hình tướng, cảm xúc và vô minh qua sự tương ứng với ba thân đều có đủ đầy trong mỗi chúng ta. Trong quá trình học hỏi Mật giáo, chúng ta phải làm việc đồng thời một lúc với ba thân qua sự liên hệ của chúng với vị Kim Cang đạo sư, người biểu tượng của ba thân. Ba thân không phải là một nguyên lý trừu tượng, mà chúng ta có thể làm việc trực tiếp với chúng bằng sự cảm nhận, tâm linh và siêu việt. Khi chúng ta đã thành tựu bình diện hình tướng một vị thầy, bình diện của hóa thân, chúng ta sẽ thành tựu báo thân. Trên bình diện này những cảm xúc sẽ được biến đổi và trở thành đề tài của tu tập. Hơn nữa, chúng ta bắt đầu chuẩn bị cho Pháp thân, thân của một không gian rộng mở và xuyên suốt mọi vật. Khi chúng ta sắp sửa học Mật giáo, điều cần thiết là phải hiểu nguyên lý về "tam thân" của hiện tượng và hiện thật. Trong truyền thống Mật giáo, bước đầu tiên là đối mặt với hóa thân, bình diện của hình tướng. Sau đó chúng ta phải nhận ra sự liên quan giữa năm gia đình

Phật với hóa thân hay với bình diện của cảm xúc. Hơn nữa, sự vượt qua bình diện của hình tướng và cảm xúc cũng rất là cần thiết, vì đó là Pháp thân cao tột. Phải thấy rõ tầm quan trọng của sự liên hệ giữa hình tướng hay thế giới hiện hữu, và sự liên hệ với vị đạo sư Kim Cang, vị thầy vĩ đại, đang sống trên quả đất này. Trong một ý nghĩa nào đó vị đạo sư Kim Cang là nhà phù thủy, một nhà ảo thuật: ông ta đã thành tựu cái không gian vô biên, vượt qua bình diện của cảm xúc và sống bằng một xác thân hoàn toàn xương thịt. Pháp thân biểu hiện cho sức mạnh của tánh không thâm nhập và bao trùm tất cả, được hiện thân của Ngài Phổ Hiền. Ứng thân hay Báo Thân tiêu biểu cho những phẩm chất của "thể luật." Đây chính là pháp hiện trên thân Phật. Hóa thân là sự hiện thân có ý thức của thể luật dưới hình thức con người. Trong Đại thừa, hiện thân này là Đức Phật lịch sử, thì trong Kim Cang thừa, hiện thân này là bất cứ ai thừa hưởng phẩm chất tâm linh của một vị thầy đã khuất.

Tam Thân Theo triết học Du Già: Ba thân hay ba bình diện chơn như là Pháp thân, Báo thân, và Hóa thân. Thứ nhất là Pháp Thân: Pháp (dharma) ở đây có thể được hiểu như là "thật tính," hoặc là "nguyên lý tạo luật" hay đơn giản hơn là "luật." Thân (kaya) nghĩa là "thân thể" hay "hệ thống." Tập hợp Pháp Thân (Dharmakaya) có nghĩa đen là thân thể hay một người hiện hữu như là nguyên lý, và nay nó có nghĩa là là thật tính tối thượng mà từ đó các sự vật có được sự hiện hữu và luật tắc của chúng, nhưng thật tính này tự nó vốn vượt khỏi mọi điều kiện. Tuy nhiên Dharmakaya không phải là một từ triết học suông như khi nó được nêu định bằng từ "kaya" là từ gợi lên ý niệm về nhân tính, đặc biệt là khi nó liên hệ với Phật tính một cách nội tại và một cách thiết yếu, vì không có nó thì Đức Phật mất đi toàn bộ sự hiện hữu của Ngài. Pháp Thân cũng còn được gọi là Svabhavakaya, nghĩa là "cái thân thể tự tính" tự tính thân, vì nó trú trong chính nó, nó vẫn giữ như là giự tự tính của nó. Đây chính là ý nghĩa của khía cạnh tuyệt đối của Đức Phật mà trong Ngài sự tịch lặng toàn hảo là thù thắng. Thứ nhì là Báo Thân: Cái thân thứ hai là Báo Thân, thường được dịch là cái thân của sự đền bù hay sự vui hưởng. Theo nguyên nghĩa "sự vui hưởng: là tốt nhất để dịch "sambhoga" vì nó nó xuất phát từ ngữ căn "bhuj," nghĩa là "ăn," hay "vui hưởng," tiền từ của nó là "sam," nghĩa là "cùng với nhau" được thêm vào đó. Sambhogakaya được dịch sang Hoa ngữ là "Cộng Dụng Thân" hay "Thọ Dụng Thân," hay "Thật Thân." Khi chúng ta có từ Báo Thân, cái thân của sự khen thưởng, đền đáp dành cho nó. Cái thân thọ dụng này đạt được như là kết quả hay sự đền đáp cho một chuỗi tu tập tâm linh đã thể hiện xuyên qua rất nhiều kiếp. Cái thân của sự đền đáp, tức là cái thân được an hưởng bởi một vị rất xứng đáng tức là vị Bồ Tát Ma Ha Tát. Đức Phật như là cái thân thọ dụng thường được biểu thị như là một hình ảnh bao gồm tất cả sự vinh quang của Phật tính; vì ở trong Ngài, với hình hài, có một thứ tốt đẹp thánh thiện do từ sự toàn hảo của đời sống tâm linh. Những nét đặc trưng của từng vị Phật như thế có thể thay đổi theo các bổn nguyện của Ngài, ví dụ, hoàn cảnh của Ngài, danh tánh, hình tướng, xứ sở và sinh hoạt của Ngài có thể không giống với các vị Phật khác; đức Phật A Di Đà có Tịnh Độ của Ngài ở phương Tây với tất cả mọi tiện nghi như Ngài mong muốn từ lúc khởi đầu sự nghiệp Bồ Tát của Ngài; và Đức Phật A Súc cũng thế, như được miêu tả trong bộ Kinh mang tên Ngài là A Súc Phật Kinh. Báo Thân thỉnh thoảng cũng được gọi là "Ứng Thân." Thứ ba là Hóa Thân: Cái thân thứ ba là Hóa Thân, nghĩa là "thân biến hóa" hay đơn giản là cái thân được mang lấy. Trong khi Pháp Thân là cái thân quá cao vời đối với những chúng sanh bình thường, khiến những chúng sanh này khó có thể tiếp xúc tâm linh được với nó, vì nó vượt khỏi mọi hình thức giới hạn nên nó không thể trở thành một đối tượng của giác quan. Những phàm nhân phải chịu sinh tử như chúng ta đây chỉ có thể nhận thức và thông hội với cái thân tuyệt đối này nhờ vào những hình tướng biến hóa của nó mà thôi. Và chúng ta nhận thức những hình tướng này theo khả năng của chúng ta về tâm linh, trí tuệ. Những hình tướng này xuất hiện với chúng ta không theo cùng một hình thức như nhau. Do đó mà chúng ta thấy trong Kinh Pháp Hoa rằng Bồ Tát Quán Thế Âm hóa hiện thành rất nhiều hình tướng khác nhau tùy theo loại chúng sanh mà Ngài thấy cần cứu độ. Kinh Địa Tạng cũng ghi rằng Bồ Tát Địa Tạng mang nhiều hình tướng khác nhau để đáp ứng những nhu cầu của chúng sanh. Quan niệm về Hóa Thân là quan trọng, vì cái thế giới tương đối này đối lập với giá trị tuyệt đối của Như Như là giá trị vốn chỉ đạt được tới bằng cái trí như như. Bản thể của Phật tính là Pháp Thân, nhưng hễ chừng nào Đức Phật vẫn ở trong bản thể của Ngài thì cái thế giới của những đặc thù vẫn không có hy vọng được cứu độ. Vì thế Đức Phật phải từ bỏ trú xứ nguyên bổn của Ngài và mang lấy hình tướng mà các cư dân của trái đất này có thể nhận thức và chấp nhận được.

Theo Thiền Sư D.T. Suzki trong Thiền Luận, Tập III, Thiền Tông có ba loại Phật Thân: Thứ nhất là Pháp Thân: Pháp thân là tự thể của hết thảy chư Phật và chúng sanh. Do Pháp thân mà chư pháp có thể xuất hiện. Không có Pháp thân sẽ không có thế giới. Nhưng đặc biệt, Pháp thân là bản thân yếu tính của hết thảy mọi loài, đã có sẵn từ trước. Theo nghĩa này, Pháp thân là Pháp tánh (Dharmata) hay Phật tánh (Buddhata), tức Phật tánh trong hết thảy mọi loài. Thứ nhì là Báo Thân: Cũng gọi là Thọ Dụng Thân, là bản thân tâm linh của các Bồ Tát, được Bồ Tát thọ dụng như là kết quả do tu tập các Ba La Mật. Các ngài tự mình thành tựu điều này tùy theo định luật nhân quả trên phương diện đạo đức, và trong đây các ngài giải trừ trọn vẹn tất cả những sai lầm và ô nhiễm trong cảnh giới của năm uẩn. Thứ ba là Hóa Thân: Cũng gọi là Ứng Hóa Thân hay Biến Hóa Thân, phát sinh từ đại bi tâm (mahakaruna) của chư Phật và chư

CHƯƠNG 141. Tam Thân Phật

Bồ Tát. Bằng lý thể của đại bi mà các ngài hướng tới chúng sanh, các ngài không bao giờ thọ dụng những kết quả của các hành vi đạo đức của mình. Chí nguyện thiết tha của các ngài là chia xẻ những kết quả này cho tất cả chúng sanh. Nếu Bồ Tát có thể thay thế kẻ phàm phu chịu khổ não, Bồ Tát thực hiện ngay. Nếu kẻ phàm phu có thể được giác ngộ do Bồ Tát hồi hướng công đức cho mình, ngài sẽ thực hiện ngay. Bồ Tát hồi hướng công đức và chịu khổ thay cho chúng sanh nhờ Biến Hóa Thân của ngài. Hóa thân là hình tướng mà Đức Phật đã sử dụng khi muốn dùng thân hình của một con người để đi vào thế giới này. Do đó, trong tính cách không gian, Bồ Tát chia thân mình thành trăm nghìn koti vô số thân. Ngài có thể hóa thân làm những loài bò bay máy cựa, làm Thánh, làm Ma vương, nếu ngài thấy đó là cơ duyên thích hợp để cứu vớt thế gian ra khỏi sự kềm tỏa của vô minh, phiền não và đủ mọi thứ nhiễm ô bất tịnh.

Theo Nhiếp Luận Tông, có ba loại Phật Thân: Thứ nhất là Pháp Thân: Bản tánh là lý thể và trí tuệ. Thứ nhì là Báo Thân: Thọ dụng thân, chỉ thị hiện cho Bồ Tát. Thứ ba là Hóa Thân: Biểu hiện cho thường nhân để họ tôn sùng. Hóa thân Phật là thân vật chất mà chư Phật thị hiện để cứu độ chúng sanh. Theo Pháp Tướng Tông, có ba loại thân Phật: Sắc thân, Pháp môn thân, và Thật tướng thân. Vì Nhiếp Luận Tông là tiền thân của Pháp Tướng Tông, vì thế dầu tên của những thân Phật trong Pháp Tướng Tông có tên khác với Nhiếp Luận Tông, nghĩa của chúng cũng giống nhau.

Theo tông Thiên Thai, ba thân Phật được coi như là Phật quả; đây là lý thuyết đặc trưng của tông Thiên Thai. Mỗi Đức Phật giác ngộ viên mãn đều được quan niệm là có ba thân: Pháp Thân, Thọ Dụng Thân, và Ứng Hóa Thân. Tam Thân Phật, trong đó Pháp Thân là lãnh vực chuyên môn, Báo Thân với sự luyện tập để thâu thập được lãnh vực chuyên môn này, và Hóa Thân với sự áp dụng lãnh vực chuyên môn trong cuộc sống hằng ngày. Về Hóa thân hay Ứng thân, từ ngữ "thân," theo nghĩa thường rất dễ bị hiểu lầm vì nó gợi ra ý tưởng về một hiện hữu thể xác. Tuy nhiên, theo Thiên Thai tông thì Ứng Hóa Thân là thân thể xuất hiện qua nhiều hình thức hay thân chuyển hóa của chư Phật. Khi muốn cứu độ chúng sanh, một vị Phật có thể hóa thân vào một thân thể, như trường hợp Phật Thích-ca Mâu Ni là hóa thân của Phật Tỳ Lô Giá Na. Hóa thân hay Ứng thân gồm có hai phần: Thứ nhất là thân thể chỉ riêng cho các vị Bồ Tát sơ cơ. Thứ nhì là thân thể dành cho những chúng sanh dưới hàng Bồ Tát sơ cơ. Báo thân Phật là báo thân của sự thọ hưởng. Đây là kinh nghiệm về sự cực lạc của giác ngộ, về pháp tâm của Phật và chư tổ, và về sự tu tập tâm linh được truyền từ thế hệ này qua thế hệ khác. Phật A Di Đà trong cõi Tây Phương Cực Lạc tượng trưng cho báo thân này. Báo thân này luôn đang ngự trị trên cõi Tịnh Độ, chỉ hiển hiện trên cõi trời chứ chẳng bao giờ hiển hiện trong cõi trần, báo thân này thường được chư Bồ tát giác ngộ tháp tùng. Theo tông Thiên Thai, thọ dụng thân là hiện thân hữu ngã với chứng ngộ chân thật, nghĩa là tự thân đạt được do báo ứng của một tác nhân lâu dài. Thân này có hai loại: Thứ nhất là Tự Thọ Dụng: Vô lượng công đức chân thật và viên tịnh thường biến sắc thân của các Đức Như Lai do ba a tăng kỳ kiếp tu tập vô lượng phước huệ tư lương mà khởi lên. Thứ nhì là Tha Thọ Dụng: Vi diệu tịnh công đức thân của các Đức Như Lai do bình đẳng trí thị hiện ra, chư Bồ Tát trụ nơi Thập Địa hiện đại thần thông, chuyển chánh pháp luân, xé rách lưới nghi của chúng sanh khiến họ thọ dụng được pháp lạc Đại Thừa. Pháp thân Phật vô sắc, bất biến, siêu việt, không thể nghĩ bàn và đồng nghĩa với "Tánh không." Đây là kinh nghiệm về tâm thức vũ trụ, về nhất thể ở bên kia mọi khái niệm. Pháp thân được thừa nhận vô điều kiện là bản thể của tánh viên dung và toàn hảo tự do phát sinh ra mọi hình thức hữu sinh hoặc vô sinh và trật tự luân lý. Phật Tỳ Lô Giá Na, tức Quang Minh Biến Chiếu Phật, là hiện thân hình thái này của tâm thức vũ trụ. Theo tông

Thiên Thai, Pháp thân chính là lý niệm, lý tánh hay chân lý, không có một hiện hữu hữu ngã nào. Nó đồng nhất với "Trung Đạo Đế."

Chương 142. Sống Tỉnh Thức Theo Quan Điểm Phật Giáo

Sự tỉnh thức hay chánh niệm là yếu tố giác ngộ thứ nhất. "Smrti" là thuật ngữ Bắc Phạn có nghĩa là "tỉnh thức." Tỉnh thức là thực hiện hành động với đầy đủ ý thức, ngay cả trong lúc thở, đi, đứng, nằm, ngồi, v.v. Mục đích của sự chú tâm là kiểm soát và làm lắng dịu tâm. Đây là một trong những điểm trọng yếu của thiền tập trong Phật giáo, bao gồm việc tu tập tỉnh thức thân, khẩu và ý để hoàn toàn tỉnh thức về việc mình làm và cái mình muốn. Chánh niệm là phần thứ bảy trong tám phần của Bát Thánh Đạo. Nhờ chánh niệm mà hành giả có thể hiểu được thật tính của vạn hữu. Niệm có nghĩa là ký ức không quên đối với cảnh. Niệm còn bao gồm những nghĩa sau đây: sự chăm chú, sự chú tâm mạnh mẽ vào vấn đề gì, sự chú tâm vào một điểm, sự hồi tưởng, ký ức (sự nhớ), sự lưu tâm, sự ngẫm nghĩ, sự tưởng nhớ, ý thức, và tất cả những gì khởi lên từ trong tâm. Bên cạnh đó, "Sati" là thuật ngữ tương đương gần nhất trong ngôn ngữ Nam Phạn dùng để chỉ và dịch ra cho từ "Chánh niệm." Tuy nhiên, chánh niệm phải được hiểu với nghĩa tích cực hơn. Chánh niệm phải được hiểu là tâm tiến đến và bao phủ hoàn toàn đối tượng, xuyên thấu vào trong đối tượng không thiếu phần nào. Chánh niệm có thể được hiểu rõ bằng cách khảo sát ba khía cạnh là đặc tánh, chức năng và sự thể hiện. Tỉnh thức là ý thức về một cái gì hay là tiến trình nghĩ nhớ về cái gì. Chúng ta đã học chữ "Tỉnh thức" theo nghĩa nhận biết hay chỉ là chăm chú về cái gì, nhưng nghĩa của tỉnh thức không dừng lại ở đó. Trong tỉnh thức cũng có những yếu tố của định và tuệ đi kèm. Định và tuệ đi với nhau là thiền quán trên sự thiếu vắng một thật thể riêng biệt. "Smrti" là từ Bắc Phạn có nghĩa là "tỉnh thức." Tỉnh thức là thực hiện hành động với đầy đủ ý thức, ngay cả trong lúc thở, đi, đứng, nằm, ngồi, v.v. Mục đích của sự chú tâm là kiểm soát và làm lắng dịu tâm. Đây là một trong những điểm trọng yếu của thiền tập trong Phật giáo, bao gồm việc tu tập tỉnh thức thân, khẩu và ý để hoàn toàn tỉnh thức về việc mình làm và cái mình muốn. Chánh niệm là phần thứ bảy trong tám phần của Bát Thánh Đạo. Nhờ chánh niệm mà hành giả có thể hiểu được thật tính của vạn hữu. Trong Thiền, chánh niệm còn có nghĩa là quán niệm hay quán sát cảnh hiện tại và tưởng tượng cảnh tương lai. Chúng ta nên quán tưởng đến cảnh đời đau khổ, bệnh tật, mê mờ của chúng sanh mà khuyến tu; tưởng niệm làm những điều lợi ích chung, không thối lui, không e ngại khó khăn nhọc nhằn. Chánh niệm còn có nghĩa là chú tâm đúng là tưởng đến sự thật và chối bỏ tà vạy. Lúc nào cũng tỉnh táo dẹp bỏ tham lam và buồn khổ của thế tục. Chánh niệm còn có nghĩa là lúc nào cũng tỉnh giác về thân thể, cảm xúc, tư tưởng cũng như những đối tác bên ngoài. Chánh niệm là tu tập sao cho tâm mình luôn trong sáng và tỉnh thức, trong đó mình phải tỉnh thức những biến chuyển trong tâm cũng như tâm thái của chính mình, và quan trọng hơn hết là mình phải kiểm soát được tâm mình. Xuyên qua sự tự quán sát và tâm thái tỉnh thức, người ta có thể phát triển chánh niệm nhằm làm cho mình có thể tự kiểm và tập trung những tình cảm, tư tưởng và cảm giác của mình về hướng tu tập giác ngộ Bồ Đề.

Như trên đã nói, chánh niệm còn có nghĩa là lúc nào cũng tỉnh giác về thân thể, cảm xúc, tư tưởng cũng như những đối tác bên ngoài. Khi có chánh niệm nơi hơi thở, chúng ta cũng đang có chánh niệm nơi tâm. Sau đó chúng ta sẽ thấy tâm chúng ta trở thành một với hơi thở. Khi có chánh niệm nơi hành động của thân, như lúc này là lúc đang ngồi, chúng ta cũng đang tỉnh thức nơi tâm của mình. Rồi một lúc sau chúng ta sẽ thấy thân và tâm là một. Nhìn vào tâm mình, chúng ta

CHƯƠNG 142. Sống Tỉnh Thức Theo Quan Điểm Phật Giáo

thấy các niệm đến rồi đi, giống hệt như sóng lên rồi xuống. Cho đến khi chúng ta thấy không còn niệm nào khởi, tâm mình sẽ trở nên an tỉnh như mặt hồ phẳng lặng không sai khác. Kinh Quán Niệm nói: "Khi đi, bạn nên ý thức rằng bạn đang đi. Khi đứng, bạn ý thức rằng bạn đang đứng. Khi ngồi, bạn ý thức rằng bạn đang ngồi. Khi nằm, bạn ý thức rằng bạn đang nằm. Bất cứ thân tâm mình đang được sử dụng trong tư thế hay suy nghĩ nào, bạn đều luôn ý thức tư thế hay suy nghĩ ấy. Cứ như thế bạn luôn sống trong tỉnh thức." Phật tử nên luôn nhớ rằng chúng ta tỉnh thức rằng chúng ta đang có khả năng sống ngay trong lúc hiện tại này. Cái gì chúng ta đang làm ngay trong hiện tại là cái quan trọng nhất cho đời sống của chúng ta. Lúc chúng ta đang nói chuyện, thì nói chuyện là chuyện quan trọng nhất trong đời. Lúc chúng ta đang đi, thì chuyện đi là chuyện quan trọng nhất trong đời. Lúc chúng ta đang uống trà, thì chuyện uống trà là chuyện quan trọng nhất trong đời, vân vân. Mọi sinh hoạt trong cuộc sống hằng ngày của chúng ta đều là Thiền. Chính vì vậy mà chúng ta có khả năng tỉnh thức hai mươi bốn giờ trong một ngày, chứ không chỉ ngay lúc ngồi thiền mà thôi. Mọi hành động đều phải được làm trong sự tỉnh thức.

Theo Kinh Niệm Xứ, hành giả nên "quán niệm thân thể trong thân thể, quán niệm cảm thọ trong cảm thọ, quán niệm tâm thức nơi tâm thức, quán niệm đối tượng tâm thức nơi đối tượng tâm thức." Nghĩa là hành giả phải sống chánh niệm với thân thể, chứ không phải là khảo cứu về thân thể như một đối tượng, sống chánh niệm với cảm giác, tâm thức và đối tượng tâm thức chứ không phải là khảo cứu về cảm giác, tâm thức và đối tượng tâm thức như những đối tượng. Khi chúng ta quán niệm về thân thể, chúng ta sống với thân thể của chúng ta như một thực tại với tất cả sự chăm chú và tỉnh táo của mình, mình và thân thể là một, cũng như khi ánh sáng chiếu vào một nụ hoa nó thâm nhập vào nụ hoa và làm cho nụ hoa hé nở. Công phu quán niệm làm phát hiện không phải là một ý niệm về thực tại mà là một cái thấy trực tiếp về thực tại. Cái thấy đó là tuệ, dựa trên niệm và định.

Theo Phật giáo, có nhiều cách tỉnh thức. Thứ nhất là tỉnh thức về tất cả mọi sinh hoạt: Trong Phật giáo chánh niệm là luôn tỉnh thức về tất cả mọi sinh hoạt, từ vật chất đến tinh thần. Hành giả giữ tâm chánh niệm là vị ấy hiểu biết rõ ràng về những hoạt động của cơ thể mình và luôn tỉnh thức về những uy nghi: khi đi, đứng, ngồi hay nằm. Tất cả những hoạt động của cơ thể hành giả đều làm với cái tâm tỉnh thức. Khi đi tới đi lui, khi nhìn tới hoặc nhìn một bên, hành giả chú tâm hay biết rõ ràng; khi co tay co chân hay khi duỗi tay duỗi chân hành giả luôn làm trong chánh niệm; khi mặc quần áo, khi ăn, uống, nhai, vân vân, hành giả phải luôn chú tâm hay biết rõ ràng; khi đi, đứng, ngồi, nằm, hành giả phải luôn giữ chánh niệm; khi nói cũng như khi không nói hành giả phải luôn hay biết rõ ràng. Đặc tính của chánh niệm là không hời hợt bề ngoài. Có nghĩa là chánh niệm phải xuyên suốt và thâm sâu. Nếu chúng ta quăng một cái nút chai xuống dòng suối, cái nút chai ấy sẽ nổi trôi theo dòng nước. Nếu chúng ta quăng một hòn đá, thí hòn đá ấy sẽ chìm ngay xuống đáy dòng suối. Cũng vậy, chánh niệm sẽ đưa tâm chìm sâu vào đối tượng mà không phơn phớt trên bề mặt. Chức năng của chánh niệm là giữ cho đối tượng luôn ở trong tầm quan sát của hành giả, chứ không cho nó biến mất. Khi chánh niệm có mặt thì đối tượng xuất hiện sẽ được ghi nhận không bị quên lãng hay bỏ sót. Thứ nhì là tỉnh thức không chỉ có sự quan sát đối tượng một cách hời hợt: Để không chỉ có sự quan sát đối tượng một cách hời hợt bên ngoài hay không để cho đối tượng biến mất, chúng ta phải thông hiểu khía cạnh thứ ba của chánh niệm, đó là yếu tố hiển bày. Khi yếu ớt hiểm bày được phát triển thì nó sẽ kéo theo hai yếu tố đặc tính và chức năng của chánh niệm. Sự hiển bày chánh của chánh niệm là sự trực diện với đề mục: mặt đối mặt với đề mục giống như khi chúng ta đi trên đường dài gặp một khách bộ hành đi

Chương 142. Sống Tỉnh Thức Theo Quan Điểm Phật Giáo

ngược chiều về hướng của mình. Khi chúng ta hành thiền, tâm chúng ta phải đối diện với đề mục y như vậy. Chỉ khi nào chúng ta trực diện với đề mục thì chánh niệm mới thật sự phát sinh. Khi hành giả liên tục mặt đối mặt với đề mục, thì những nỗ lực của hành giả mới có kết quả. Chánh niệm sẽ trở nên tích cực và gắn chặt hơn vào đối tượng quan sát. Không bị bỏ sót, không bị lãng quên. Đề mục không bị mất trong tầm quan sát của hành giả. Lúc tâm chánh niệm như thế thì phiền não không thể xen vào được. Nếu chánh niệm được duy trì trong một thời gian dài, hành giả có thể khám phá ra sự thanh tịnh vĩ đại vì phiền não đã vắng bóng. Sự bảo vệ tâm không bị phiền não tấn công là khía cạnh thứ hai của sự biểu hiện chánh niệm. Khi chánh niệm được phục hoạt một cách đều đặn và kiên trì thì trí tuệ sẽ phát sinh. Hành giả sẽ thấy rõ bản chất của thân và tâm. Không những hành giả chứng nghiệm được bản chất thật của cảm thọ mà còn thấy rõ đặc tính riêng biệt của vô vàn hiện tượng danh sắc diễn ra bên trong. Thứ ba, tỉnh thức bằng cách hiểu biết rõ ràng những hoạt động của cơ thể mình: Vị hành giả giữ tâm niệm, hiểu biết rõ ràng những hoạt động của cơ thể mình cũng hay biết oai nghi của mình. Như khi đi, đứng, ngồi, nằm, hành giả luôn luôn hay biết các nghi thể ấy. Tất cả mọi hoạt động của mình, vị ấy đều làm với cái tâm hoàn toàn tỉnh giác. Khi đi tới đi lui, khi nhìn trước hay khi nhìn một bên, hành giả luôn chú tâm hay biết rõ ràng; khi co tay co chân, hoặc khi duỗi ra, hành giả chú tâm hay biết rõ ràng; khi mặc áo, khi ăn, khi uống, khi nhai, khi nghe vị của thức ăn, khi đi, đứng, nằm, ngồi, khi tỉnh giấc, khi nói và khi giữ im lặng, hành giả cũng thường hay biết rõ ràng. Trong khi nằm xuống, hành giả phải nằm xuống với cái tâm luôn giữ tâm niệm vào đề mục hành thiền của mình, và khi đi vào giấc ngủ không bị si loạn làm mờ ám. Hành giả nên luôn tỉnh giác trong mọi trường hợp. Đây là những lời dạy của Đức Thế Tôn: "Chú niệm, này chư Tỳ-kheo, Như Lai tuyên bố 'chú niệm thiết yếu trong mọi việc, ở mọi nơi, cũng giống như muối cần thiết cho nồi cà ri vậy.' Này chư Tỳ-kheo, Như Lai không biết có thứ gì khác mà đem lại lợi ích được nhiều như sự chú niệm. Chú niệm quả thật đem lại rất nhiều lợi ích lớn lao." Chúng ta phải nhận thức vấn đề chú niệm và hiểu biết rõ ràng trong ý nghĩa rộng rãi. Lẽ dĩ nhiên tứ chánh cần đã là sự bảo vệ chắc chắn. Sự chú niệm phải được áp dụng trong mọi trường hợp ngay từ lúc đầu, và trạng thái vắng lặng của tâm tỉnh giác sẽ giúp hành giả nắm vững tình thế một cách thuận lợi. Nhưng đây cũng là sắc thái chính của "Trung Đạo," có những trường hợp mà hành giả phải vận dụng pháp tứ chánh cần trong hình thức mạnh mẽ nhất. Thứ tư là tỉnh thức trong mọi sinh hoạt hằng ngày: Theo Thiền Sư Thích Nhất Hạnh trong Phép Lạ Của Sự Tỉnh Thức. Thiền sư nhắc đến quyển "Tỳ Ni Nhật Dụng" của Sư Độc Thể, chùa Bảo Sơn. Đây là một tập sách mỏng vào khoảng 40 trang, nhưng nó chứa đựng những ý tưởng mà Sư Độc Thể dùng để tỉnh thức tâm ý của ông khi làm bất cứ việc gì. Khi mới thức dậy vào ban sáng, ông khởi dậy ý tưởng như vầy trong trí, "Vừa mới tỉnh giấc, tôi mong cho mọi người mau đạt được trạng thái tỉnh thức, hiểu biết thấu suốt mười phương." Khi múc nước rửa tay, ông sử dụng ý tưởng này để tự đưa mình về trạng thái ý thức: Múc nước rửa tay, tôi mong cho mọi người có những bàn tay trong sạch để đón nhận lấy chân lý". Toàn tập Tỳ Ni Nhật Dụng Thiết Yếu, chỉ có những câu như thế, mục đích là giúp hành giả mới vào đạo nắm lấy được tâm ý mình. Sư Độc Thể đã giúp cho các hành giả mới bước vào đạo thực hiện những điều dạy trong Kinh Quán Niệm một cách tương đối dễ dàng. Mỗi khi mặc áo, rửa chân, đi cầu, trải chiếu, gánh nước, súc miệng, vân vân... hành giả đều có thể mượn một ý tưởng trong Tỳ Ni Nhật Dụng để nắm bắt tâm ý mình. Kinh Quán Niệm dạy: "Khi đi, hành giả ý thức rằng mình đang đi; khi đứng, ý thức rằng mình đang đứng; khi ngồi, ý thức rằng mình đang ngồi; khi nằm, ý thức rằng mình đang nằm. Bất cứ thân thể mình đang được sử dụng trong tư thế nào, hành giả cũng ý thức

CHƯƠNG 142. Sống Tỉnh Thức Theo Quan Điểm Phật Giáo

được tư thế ấy của thân thể. Cứ thế hành giả sống trong sự thường trực quán niệm thân thể. Tuy vậy, ý thức được những tư thế của thân thể vẫn chưa đủ. Ta còn phải ý thức về mọi hơi thở, mọi động tác, mọi hiện tượng sinh lý, vật lý, cảm giác và tư duy liên hệ tới bản thân mình nữa." Thứ năm là Thân Hành Niệm Tỉnh Thức: Theo Kinh Thân Hành Niệm trong Trung Bộ Kinh, Tu tập thân hành niệm là khi đi biết rằng mình đang đi; khi đứng biết rằng mình đang đứng; khi nằm biết rằng mình đang nằm; khi ngồi biết rằng mình đang ngồi. Thân thể được sử dụng thế nào thì mình biết thân thể như thế ấy. Sống không phóng dật, nhiệt tâm, tinh cần, các niệm và các tư duy về thế tục được đoạn trừ. Nhờ đoạn trừ các pháp ấy mà nội tâm được an trú, an tọa, chuyên nhất và định tĩnh. Như vậy là tu tập thân hành niệm. Thứ sáu: tỉnh thức bằng cách nhận biết các vọng hay sự tỉnh thức của tâm với pháp: Ngay cả với người tại gia, dầu hãy còn bận rộn với những sinh hoạt hằng ngày, cũng nên nhìn vào tâm mình, tỉnh thức được các vọng niệm và đừng tiếp tục lang thang với chúng nữa. Một khi các vọng niệm ít dần đi thì chúng ta sẽ có cơ hội thật sự được sống với chân tâm của chính mình. Thứ bảy: tỉnh thức bằng cách biết lắng nghe với cái tâm rỗng rang: Đức Phật dạy: "Bạn là những gì bạn suy nghĩ; tâm bạn đã hình thành thế giới này". Đừng suy nghĩ về bất cứ chuyện gì vì tất cả chỉ là vô thường. Hãy dịu dàng lắng nghe, sâu thẳm lắng nghe tất cả, chứ đừng chỉ nghe một âm thanh cụ thể nào. Chỉ nên lắng nghe với cái tâm rỗng rang. Chúng ta sẽ thấy rằng tất cả âm thanh đến rồi đi hệt như tiếng vang, như mộng, như ảo. Thế thôi! Hãy nhìn vào tấm gương! Hình ảnh đến rồi đi, nhưng tánh chiếu vẫn luôn vô vi bất động, bất sinh, bất diệt. Hãy tỉnh thức nhìn vào tâm mình. Niệm khởi sinh rồi diệt mất, nhưng tánh thấy biết của tâm vẫn luôn vô vi, bất động, bất sinh, bất diệt.

Nói tóm lại, lợi ích trước mắt là tỉnh thức có thể giúp chúng ta vượt qua những cơn giận dữ. Sự tỉnh thức hay chánh niệm không bao giờ đánh phá sân hận hay tuyệt vọng. Sự tỉnh thức chỉ có mặt để nhận diện. Sự tỉnh thức về một cái gì là nhận diện sự có mặt của cái đó trong hiện tại. Sự tỉnh thức là khả năng biết được những gì đang xảy ra trong hiện tại. Theo Hòa Thượng Thích Nhất Hạnh trong tác phẩm "Giận," cách tốt nhất để tỉnh thức về sân hận là "khi thở vào tôi biết sân hận phát khởi trong tôi; thở ra tôi mỉm cười với sân hận của tôi." Đây không phải là bức chế hay đánh phá sân hận. Đây chỉ là nhận diện. Một khi chúng ta nhận diện được sân hận, chúng ta có thể chăm sóc một cách tử tế hay ôm ấp nó với sự tỉnh thức của chính mình. Sự tỉnh thức giúp chúng ta có khả năng nhận diện và chấp nhận sự có mặt của cơn giận. Sự tỉnh thức cũng như người anh cả, không bức chế hay đàn áp đứa em đau khổ. Sự tỉnh thức chỉ nói: "Em thân yêu, có anh đây sẵn sàng giúp đỡ em." Bạn ôm ấp đứa em của bạn vào lòng và an ủi vỗ về. Đây chính là sự thực tập của chúng ta. Cơn giận của chúng ta chính là chúng ta, và từ bi cũng chính là chúng ta. Sự tỉnh thức trong thiền tập không có nghĩa là đánh phá. Trong đạo Phật, sự tỉnh thức là phương pháp ôm ấp và giúp chúng ta chuyển hóa sự giận dữ, chứ không phải là đánh phá. Khi cơn giận khởi dậy trong chúng ta, chúng ta phải bắt đầu thực tập hơi thở trong tỉnh thức ngay tức khắc. "Thở vào tôi biết cơn giận đang có trong tôi. Thở ra, tôi chăm sóc cơn giận của tôi." Nếu bạn không biết cách chăm sóc bạn với tâm từ bi thì làm sao bạn có thể chăm sóc người khác với tâm từ bi cho được? Khi cơn giận nổi dậy, hãy tiếp tục thực tập hơi thở trong sự tỉnh thức, bước chân trong sự tỉnh thức để chế tác năng lượng của sự tỉnh thức. Chúng ta tiếp tục nâng niu năng lượng của cơn giận trong chúng ta. Cơn giận có thể sẽ kéo dài một thời gian, nhưng chúng ta sẽ được an toàn, bởi vì Đức Phật đang có mặt trong chúng ta, giúp chúng ta chăm sóc cơn giận. Năng lượng của sự tỉnh thức là năng lượng của Phật. Khi thực tập hơi thở trong sự tỉnh thức và ôm ấp cơn giận chúng ta đang được Phật bảo hộ. Không còn gì để nghi ngờ, Phật đang ôm ấp chúng ta và cơn giận của chúng ta trong từ bi vô lượng.

Chương 143. Vi Diệu Pháp

Tổng Quan Và Ý Nghĩa Của Vi Diệu Pháp: Vi diệu Pháp hay bộ Luận Tạng Phật giáo hay là cái giỏ của học thuyết cao thượng. Vi Diệu Pháp là tạng thứ ba trong Tam tạng giáo điển Phật giáo. Nghiên cứu về Phật pháp. A Tỳ Đạt Ma được dịch sang tiếng Trung Hoa như là Đại Pháp hay Vô Tỷ Pháp (Vô Đối Pháp). Tuy nhiên, trong những tác phẩm Phật giáo Đại Thừa về sau này, người ta thường gán cho từ "A Tỳ Đạt Ma" là giáo thuyết Tiểu Thừa. Kỳ thật, đây chính là những lời giảng và phân tích về các hiện tượng tâm thần và tâm linh chứa đựng trong những thời thuyết pháp của Phật và các đệ tử của Ngài. Abhidharma với tiếp đầu ngữ "Abhi" có nghĩa là "hơn thế," hay "nói về." Như vậy Abhidharma có nghĩa là "Tối thắng Pháp" hay "trần thuật về Dharma." Trong khi Dharma là giáo lý tổng quát của Phật, thì A Tỳ Đạt Ma là một trần thuật siêu hình đặc biệt do các bậc trưởng lão mang lại. A Tỳ Đạt Ma chứa đựng những minh giải trừu tượng và triết học siêu hình về Phật giáo; hai tạng kia là Luật Tạng, gồm những điều luật Phật chế ra cho tứ chúng. Tạng Luận, do ngài Ca Chiên Diên (Katyayana) trùng tụng, chứa đựng những bài luận bàn thảo về những giáo lý chính yếu của đạo Phật. Luận Tạng bao gồm phần giải thích và biện luận kinh điển hay những lời Phật dạy. Luận Tạng đầu tiên được mọi người công nhận là của ngài Đại Ca Diếp, một đệ tử của Phật biên soạn, nhưng mãi về sau này mới hoàn thành. Luận Tạng tập trung chính yếu vào triết học và tâm lý học, thường được gọi tắt là Luận. Những lời giảng và phân tích về các hiện tượng tâm thần và tâm linh chứa đựng trong những thời thuyết pháp của Phật và các đệ tử của Ngài. Bộ Luận Tạng đã được dịch sang Hoa ngữ gồm ba phần: Đại Thừa

Luận, Tiểu Thừa Luận, và Tống Nguyên Tục Nhập Tạng Chư Luận (960-1368 sau Tây Lịch). Đây cũng là cơ sở giáo lý chủ yếu của phái Nam Tông. Vi Diệu Pháp là tạng thứ ba trong Tam Tạng Kinh Điển Phật Giáo của trường phái Phật giáo Nguyên Thủy. Mặc dù hầu hết các trường phái Phật giáo nguyên thủy đều có bộ luận tạng riêng của họ, nhưng chỉ có hai bộ còn đến ngày nay: 1) Thuyết Nhất Thiết Hữu Bộ A Tỳ Đạt Ma, còn bản Hoa ngữ và Tây Tạng; và 2) A Tỳ Đạt Ma Phật Giáo Nguyên Thủy, bản chữ Pali.

Phạn ngữ Abhidharma có nghĩa là "giáo thuyết cao," chỉ triết thuyết chứa đựng trong A Tỳ Đạt Ma Luận Tạng của các trường phái Phật giáo Ấn Độ. Những tài liệu về A Tỳ Đạt Ma Luận được biên soạn vào khoảng 300 năm trước Tây lịch. Theo truyền thuyết, thì A Tỳ Đạt Ma lần đầu tiên được Đức Phật thuyết giảng cho mẹ Ngài khi Ngài thăm viếng bà trên cung trời Đâu Suất. Theo các nhà triết học Đông và Tây phương, thì A Tỳ Đạt Ma Luận là một sự gạn lọc và nghiên cứu kỹ lưỡng về giáo thuyết được trình bày trong văn chương kinh điển. Vì giáo thuyết trong kinh điển không trình bày theo một hệ thống triết học trước sau như một, nên mục tiêu chính của người viết A Tỳ Đạt Ma là sắp xếp các giáo thuyết này lại cho có hệ thống. A Tỳ Đạt Ma Luận sắp xếp lại và phân loại những từ ngữ và khái niệm trong kinh điển, đặc biệt về nhận thức luận và tâm lý học. Những chủ đề quan trọng khác bao gồm vũ trụ luận và học thuyết về thiền định. Theo Erich Frauwallner, những học giả sớm nhất đã gom góp những khái niệm từ nhiều kinh điển, nhưng không có sự sắp xếp có chuẩn mực rõ ràng nào cả. Mãi cho đến vài thế kỷ sau Tây lịch thì A Tỳ Đạt Ma mới được phát triển toàn vẹn thành nhiều tập trong đó giáo thuyết và phương pháp thật hành được sắp xếp và hệ thống hóa với những chi tiết chính xác và giải thích rõ ràng. Vì có nhiều trường phái phát triển trong Phật giáo Ấn Độ thời đó, nên những trường phái khác nhau tự tạo A Tỳ Đạt Ma luận cho riêng mình. Hiện tại bộ

CHƯƠNG 143. Vi Diệu Pháp

A Tỳ Đạt Ma Hoàn chỉnh còn sót lại trong ngôn ngữ Ấn Độ được tìm thấy trong kinh tạng Pali của trường phái Nguyên Thủy, nhưng các bản dịch ra tiếng Trung Hoa và Tây Tạng, và những phần không đầy đủ bằng tiếng Bắc Phạn vẫn còn. Bên cạnh bộ A Tỳ Đạt Ma của các trường phái Phật giáo Nguyên Thủy, cũng còn có các tác phẩm về A Tỳ Đạt Ma của các trường phái Đại Thừa, như bộ A Tỳ Đạt Ma Luận của ngài Vô Trước. A Tỳ Đạt Ma là những pháp được xếp đặt có lý luận. Người ta có thể coi A Tỳ Đạt Ma như trình bày có hệ thống về tâm lý học của Tâm. A Tỳ Đạt Ma hay Luận Tạng được Đức Phật và các đệ tử trực tiếp của Ngài thuyết giáo đầu tiên, tuy nhiên về sau này Luận Tạng cũng bao gồm những bài luận của những vị thầy đã giác ngộ. Luận Tạng nổi tiếng của phái Tiểu Thừa là bộ luận A Tỳ Đạt Ma Câu Xá được viết bởi ngài Thế Thân. Trong số những bộ luận phổ thông nhất của Đại Thừa là bộ Luận Thành Duy Thức của ngài Tam Tạng Pháp Sư Huyền Trang.

Vi Diệu Pháp là những phương pháp phát triển Trí Tuệ được trình bày trong Luận Tạng. Những bộ sách này rõ ràng được viết sau những phần khác của Kinh Điển. Một vài trường phái như Kinh Lượng Bộ, chủ trương rằng những tác phẩm này không phải đích thật lời Phật thuyết, và do đó phải gạt ra ngoài. Ý nghĩa của chữ A Tỳ Đạt Ma không hoàn toàn rõ rệt. A Tỳ Đạt Ma có thể có nghĩa là "Pháp Tối Hậu" hay "Tối Thắng Pháp." Thật khó mà biết A Tỳ Đạt Ma được trước tác vào lúc nào. Có lẽ người ta không sai lầm lắm khi cho rằng bộ luận này được trước tác vào khoảng hai thế kỷ sau khi Đức Phật nhập diệt. Ngày nay chúng ta còn có hai bản sao và hiệu đính của luận tạng A Tỳ Đạt Ma: một bộ 7 cuốn bằng tiếng Pali, và một bộ 7 cuốn được lưu giữ bằng tiếng Hoa, nhưng theo nguyên bản tiếng Phạn. Kinh bản tiếng Pali của truyền thống Thượng Tọa Bộ, kinh bản Sanskrit của Hữu Bộ. Vào khoảng 7 thế kỷ sau khi nguyên bản A Tỳ Đạt Ma được trước tác, những giáo lý của cả hai truyền thống A

Tỳ Đàm sau cùng được biên tập thành pháp điển, có lẽ vào khoảng 400 đến 450 sau Tây lịch. Tác phẩm này được ngài Phật Âm thực hiện cho Thượng Tọa Bộ ở Tích Lan, và Thế Thân cho Hữu Bộ ở vùng Bắc Ấn. Sau năm 450 sau Tây lịch, có rất ít, nếu không phải là không có, một sự phát triển nối tiếp những lý thuyết của A Tỳ Đạt Ma. Phải nhận rằng văn pháp của A Tỳ Đạt Ma rất khô khan và không hấp dẫn. Cách luận giải những chủ đề khác nhau trong đó giống như tài liệu mà người ta mong thấy trong một bài khái luận về kế toán, hay một cuốn sách giáo khoa về cơ học hay vật lý. Văn pháp bóng bẩy lôi cuốn không thiếu trong văn chương Phật giáo khi nó được dùng để hoằng hóa đạo pháp, hay cảm hóa tín đồ. Nhưng A Tỳ Đạt Ma chỉ dành riêng cho thành phần tinh hoa nhất của Phật giáo, và hình như trí Tuệ thủ đắc từ việc đọc những cuốn sách đó đủ là một phần thưởng và khích lệ của việc học hỏi.

Sự Giải Thích Về A Tỳ Đạt Ma: Thứ nhất là Thắng Pháp: Thắng Pháp Yếu Luận là một trong những bộ luận của Câu Xá Tông, trong đó tất cả các pháp được chia làm hữu vi và vô vi. Những pháp này đều là hữu vi, tổng cộng có 72, cùng với 3 pháp vô vi tạo thành 5 bộ loại với 75 pháp. Hữu Vi Pháp: Pháp hữu vi được thành lập bởi nhân duyên hay điều kiện. Tất cả các hiện tượng bị ảnh hưởng bởi quy luật sanh, trụ, dị và diệt. Pháp còn nằm trong phạm trù điều kiện (có tính điều kiện), làm cho ý chí và nghị lực chúng ta hướng ngoại cầu hình tướng thay vì hướng nội cầu lấy tâm Phật. Pháp hữu vi là pháp có liên quan đến các pháp khác. Các pháp trong cuộc sống hằng ngày của chúng ta là hữu vi theo hai cách: một là mỗi pháp tùy thuộc vào vô số các pháp khác xung quanh nó, và hai là tất cả các pháp bị ràng buộc với nhau, rồi dẫn đến khổ đau và vô minh ngang qua mười hai mắc xích nhân duyên nối với nhau. Đức Phật đã kết luận với một bài kệ nổi tiếng trong kinh Kim Cang Bát Nhã Ba La Mật Đa như sau: "Nhất thiết hữu vi pháp, như mộng huyễn bào ảnh, như lộ diệc như điển, phải quán sát như vậy." Vô Vi Pháp: Vô vi pháp là pháp xa lìa nhân duyên tạo tác hay không còn chịu ảnh hưởng của nhân duyên. Vô vi pháp là pháp thường hằng, không thay đổi, vượt thời gian và siêu việt. Niết-bàn và hư không được xem như là Vô Vi Pháp. Vô vi pháp là thật tính tĩnh lặng của chư pháp. Thứ nhì là Vô Tỷ Pháp: Pháp cao tột không gì có thể so sánh được. Thứ ba là Đối Pháp: Trí đối cảnh, pháp đối quán hay đối hướng, nghĩa là dùng trí tuệ của bậc Thánh đạo vô lậu để đối quán cái lý của tứ đế Niết-bàn. Thứ tư là Hướng Pháp: Nhân hướng quả.

Văn Học A Tỳ Đàm: Theo Giáo Sư Junjiro Takakusu trong Cương Yếu Triết Học Phật Giáo, văn học A Tỳ Đàm gồm những tác phẩm sau đây: Thứ nhất là A Tỳ Đạt Ma Phát Trí Luận: Phát Trí Luận hay Bát Kiền Độ Luận của Ca Đa Diễn Ni Tử, do Tỳ-kheo Ấn Độ Cà Đa Diễn Ni Tử soạn vào khoảng thế kỷ thứ nhất sau Tây Lịch (có thuyết nói vào khoảng năm 300 sau khi Phật nhập diệt) và được ngài Huyền Trang dịch sang Hoa ngữ vào khoảng những năm 656 và 659. Thứ nhì là Lục Túc Luận (viết về Bát Kiền Độ Luận): i) Phẩm Loại Túc Luận, được viết bởi ngài Thế Hữu. ii) Thức Thân Túc Luận, được viết bởi ngài Đề Bà Thiết Ma. iii) Pháp Uẩn Túc Luận, được viết bởi ngài Xá Lợi Phất. iv) Thi Thiết Túc Luận, được viết bởi ngài Mục Kiền Liên. v) Giới Thân Túc Luận, được viết bởi ngài Phú Lâu Na. vi) Tập Dị Môn Túc Luận: Tập Dị Môn Túc Luận, được viết bởi ngài Đại Câu Thi La. Thứ ba là Đại Tỳ Bà Sa Luận, được viết bởi Parsva, được dịch ra Hán văn thành 200 quyển. Thứ tư là Bệ Bà Sa Luận, Tỳ Ba Sa Luận được dịch ra Hán văn thành 14 quyển. Ở Trung Hoa có hai bản lưu truyền của Tỳ Bà Sa. Đại bộ 200 quyển và tiểu bộ 14 quyển. Tuy nhiên, chúng ta không thể đoan chắc rằng bộ nào là bản tóm tắc của bộ kia. Nhưng theo nhiều quan điểm chúng ta có thể tin rằng bộ lớn thuộc phái Kashmir và bộ nhỏ thuộc phái Kiện Đà La. Thứ năm là A Tỳ Đàm Tâm Luận, được viết bởi Pháp Thượng, dịch ra Hán văn vào năm 391 sau Tây Lịch. A Tỳ Đạt Ma Tâm Luận được viết trước hay sau cuộc kết tập kinh điển của vua Ca Sắc Nị Ca, bởi Pháp Thượng (Dharmamottara), một cao Tăng thuộc chi phái ở Kiện Đà La. Tác phẩm này được dịch sang Hán văn vào năm 391 sau Tây Lịch. Một bản chú giải về tác phẩm này là Tạp A Tỳ Đàm Tâm Luận, do Pháp Cứu, một đồ đệ của Pháp Thượng soạn thảo. Tác phẩm này trở thành bản văn căn bản của chi phái Kiện Đà La và sau cùng là của phái A Tỳ Đàm Trung Hoa. Thứ sáu là Tạp A Tỳ Đàm Tâm Luận, được viết bởi ngài Pháp Cứu, Hán dịch vào năm 426 sau Tây Lịch. Kể từ đó, học phái A Tỳ Đàm được thành lập ở Trung Quốc. Thứ bảy là A Tỳ Đạt Ma Câu Xá Luận, viết bởi Thế Thân: A Tỳ Đạt Ma Câu Xá Luận (Tổng Minh Luận) hay A Tỳ Đạt Ma Câu Xá Luận, kho báu Vi Diệu Pháp, phản ảnh việc chuyển từ Tiểu Thừa (Hinayana) sang Đại Thừa (Mahayana) được Ngài Thế Thân soạn tại Kashmir vào khoảng thế kỷ thứ 5 sau công nguyên. Hán dịch của Chân Đế vào khoảng những năm 563-567 sau Tây Lịch. Kể từ đó học phái Câu Xá được thành lập ở Trung Hoa. Hán dịch của Huyền Trang (596-664 sau Tây Lịch) vào khoảng những năm 651 đến 654 sau Tây Lịch. Sau bản Hán dịch này, học phái Câu Xá được kiện toàn như một hệ thống triết học, chính yếu là do Khuy Cơ (632-682), một đệ tử của Huyền Trang.

Những Bộ A Tỳ Đạt Ma khác: 1) A Tỳ Đạt Ma Pháp Tụ Luận. 2) A Tỳ Đạt Ma Pháp Uẩn Túc Luận: Do Ngài Đại Mục Kiền Liên biên soạn. 3) A Tỳ Đạt Ma Giới Thuyết Luận. 4) A Tỳ Đạt Ma Giới Thân Túc Luận: A Tỳ Đạt Ma Giới Thân Túc Luận, do Ngài Thế Hữu biên soạn. 5) A Tỳ Đạt Ma Thuyết Sự Luận. 6) A Tỳ Đạt Ma Câu Xá Hiển Tông Luận: Do Ngài Chúng Hiền biên soạn. 7) A Tỳ Đạt Ma Đại Tỳ Bà Sa Luận: A Tỳ Đạt Ma Đại Tỳ Bà Sa Luận, được viết bởi Parsva, được dịch ra Hán văn thành 200 quyển. Tên gọi tắt của Bộ Luận A Tỳ Đạt Ma Đại Tỳ Bà Sa. Bộ Kinh Luận do Thi Đà Bàn Ni soạn, được ngài Tăng Già Bạt Trừng dịch sang Hoa ngữ

CHƯƠNG 143. Vi Diệu Pháp

vào khoảng năm 383 sau Tây Lịch. Theo Giáo Sư Junjiro Takakusu trong Cương Yếu Triết Học Phật Giáo, có lẽ vào thế kỷ thứ II sau Tây Lịch, trước hay sau cuộc kiết tập kinh điển của triều đại Ca Sắc Nị Ca, chúng ta không thể nói được, một số giải vĩ đại và chi li mệnh danh Tỳ Bà Sa Luận (Aibhasa-sastra) được tập thành dựa trên tác phẩm của Ca Đa Diễn Ni Tử. Từ ngữ "Vibhasa" có nghĩa là "Quảng diễn," hay những "Dị kiến," và tiêu đề này tỏ ra rằng nhiều quan điểm của thời ấy được tập hợp và phê bình chi tiết, và một vài quan điểm riêng tư được tuyển chọn và ghi chép lại. Mục đích chánh của luận Tỳ Bà Sa là lưu truyền lời trần thuật chính xác của trường phái A Tỳ Đàm, từ đó trường phái này mới được gọi là phái Phân Biệt Thuyết (Vaibhasika). 8) A Tỳ Đạt Ma Thuận Chánh Lý Luận: Do Ngài Chúng Hiền biên soạn. 9) A Tỳ Đạt Ma Thi Thiết Túc Luận. 10) A Tỳ Đạt Ma Phẩm Loại Túc Luận: Do Ngài Thế Hữu biên soạn. 11) A Tỳ Đạt Ma Nhân Thi Thiết Luận. 12) A Tỳ Đạt Ma Tạp Tập Luận: Do Ngài Xá Lợi Phất biên soạn. 13) Trích yếu Vi Diệu Pháp: Abhidharma-samuccaya theo Phạn ngữ có nghĩa là "Bản trích yếu Vi Diệu Pháp." Đây là bản luận bằng Phạn ngữ quan trọng được viết bởi Ngài Vô Trước, cố gắng dụng bộ Vi Diệu Pháp cho Phật giáo Đại Thừa. Bản trích yếu này tập trung vào những đặc tính của chư Pháp, đồng thời cũng nhấn mạnh đến tánh không và tự tánh. 14) A Tỳ Đạt Ma Giáo nghĩa Cương Yếu. 15) A Tỳ Đạt Ma Thập Nhị Môn Túc Luận. 16) A Tỳ Đạt Ma Pháp Uẩn Túc Luận. 17) A Tỳ Đạt Ma Giáo Nghĩa Cương Yếu: Do một luận sư người Tích Lan tên Anuruddha soạn vào khoảng năm 1100 sau Tây Lịch, giới thiệu tổng quát giáo nghĩa của phái A Tỳ Đàm. 18) A Tỳ Đạt Ma Phân Biệt Luận. 19) A Tỳ Đạt Ma Tỳ Ba Sa Luận: A Tỳ Đạt Ma Tỳ Ba Sa Luận giải thích cuốn Phát Trí Luận của Cà Đa Diễn Ni Tử và được ngài Huyền Trang dịch sang Hoa ngữ vào khoảng những năm 656 và 659. Người ta tin rằng có lẽ bộ luận này được biên soạn tại Kashmir vào khoảng thế kỷ thứ nhất sau Tây Lịch. Đây là một bộ luận về triết học của trường phái Thuyết Nhứt Thiết Hữu Bộ biện luận chống lại các trường phái đương thời khác. 20) A Tỳ Đạt Ma Thức Thân Túc Luận: Do Tỳ-kheo Ấn Độ tên Đề Bà Thiết Ma biên soạn, phủ nhận cái "ngã". 21) A Tỳ Đạt Ma Song Đối Luận (Kinh Song Đối).

A Tỳ Đạt Ma Câu Xá Luận: Còn được gọi là Tổng Minh Luận. Abhidharma-Kosa là từ Phạn ngữ có nghĩa là "Tạng Vi Diệu Pháp," một trong những tác phẩm Phật giáo quan trọng, được Ngài Thế Thân viết trước khi Ngài chuyển qua Đại Thừa. Kho báu A Tỳ Đạt Ma, phản ảnh việc chuyển từ Tiểu Thừa (Hinayana) sang Đại Thừa (Mahayana). Ngài Thế Thân soạn bộ luận này tại Kashmir vào khoảng thế kỷ thứ 5 sau Tây lịch. Bản gốc thường được tin rằng đã được viết theo hệ thống triết lý của trường phái Tỳ Bà Sa, nhưng luận luận tạng của Ngài Thế Thân, những bài phê bình những yếu tố chính của bản gốc thì từ bối cảnh của trường phái đối nghịch là Kinh Lượng Bộ. Đây là một bộ luận hàm súc bàn luận về giáo thuyết Tiểu Thừa. Bộ luận bao gồm những phân tích chi tiết về nghiệp thức của con người liên hệ với môi trường chung quanh, cũng như sự chuyển hóa xảy ra trong tiến trình thiền tập. Học thuyết A Tỳ Đạt Ma Câu Xá góp phần phát triển giáo thuyết của trường phái Du Già về sau này. A Tỳ Đạt Ma Câu Xá Luận đã được ngài Huyền Trang dịch sang tiếng Hoa vào khoảng những năm 651 và 654. Bộ A Tỳ Đạt Ma câu Xá Luận được ngài Thế Thân soạn ra để phản bác lại trường phái Tỳ Bà Sa, được ngài Huyền Trang dịch ra Hoa ngữ dưới thời nhà Đường. Nội dung bộ luận, theo Giáo Sư Junjiro Takakusu trong Cương Yếu Triết Học Phật Giáo. Thứ nhất, theo ấn bản này và dịch bản của Trung Hoa, nội dung của Câu Xá Luận như sau: Phân biệt giới về các pháp, Phân biệt căn về các quan năng, Phân biệt thế gian về thế giới, Phân biệt nghiệp về các nghiệp, Phân biệt tùy miên về các phiền não, Phân biệt Hiền Thánh về Thánh giả và đạo, Phân biệt trí về trí thức, Phân biệt định về tư duy. Ngoài ra, Hán dịch có một phẩm thứ chín (Phá Ngã Phẩm). Thứ nhì, theo nguồn tài liệu của A Tỳ Đạt Ma: Khi viết Câu Xá Luận, Thế Thân hình như đã noi theo tác phẩm của vị tiền bối là ngài Pháp Cứu, gọi là Tạp A Tỳ Đạt Ma Tâm Luận (Samyukta-abhidharma-hrdaya); và tác phẩm này lại là sớ giải về A Tỳ Đàm Tâm Luận của ngài Pháp Thượng. So sánh kỹ cả ba tác phẩm này chúng ta sẽ thấy rằng Thế Thân đã có trước mặt những tác phẩm của các vị tiền bối, nếu không thì những vấn đề được thảo luận trong các tác phẩm này chắc chắn cũng là chủ trương chung của học phái này. Tám chương đầu của tác phẩm cắt nghĩa những sự kiện hay những yếu tố đặc thắng là sắc và tâm, trong khi chương chín là chương cuối cùng minh giải nguyên lý cơ bản và tổng quát, tức Vô Ngã, một nguyên lý mà hết thảy các học phái Phật giáo khác đều phải noi theo. Đặc biệt chương chín hình như xuất phát từ quan điểm riêng của Thế Thân, vì không có dấu vết gì về chủ đề này trong những sách khác. Mặc dù Câu Xá Luận giống với Tâm Luận về chủ đề, nhưng không có chứng cớ nào nói rằng nó vay mượn Tâm Luận khi thành lập các quan điểm, bởi vì Thế Thân rất tự do và quán triệt trong tư tưởng của mình, và ông không ngần ngại lấy những chủ trương của bất cứ bộ phái nào ngoài chủ trương riêng của mình khi tìm thấy ở chúng lối lý luận tuyệt hảo.

Dịch Thuật Và Sự Phát Triển Của A Tỳ Đạt Ma Câu Xá Luận Tại Trung Quốc: Khi Câu Xá Luận của Thế Thân được truyền bá ở Kiện Đà La, liền gặp phải sự chống đối nghiêm khắc từ bên trong và bên ngoài bộ phái của ông (tức Hữu Bộ). Dù vậy, hình như thắng lợi cuối cùng đã về phía ông, bởi vì tác phẩm của ông phổ biến khắp xứ Ấn Độ, nó được giảng dạy rộng rãi và có nhiều chú giải về nó được viết ở Na Lan Đà, Valabhi và những nơi khác. Nó được dịch sang Tạng ngữ do Jinamittra và dịch sang Hoa ngữ lần đầu do Chân Đế từ năm 563 đến năm 567 sau Tây Lịch, và lần sau do Huyền Trang, người đã từng du học tại Na Lan Đà vào khoảng những năm 651-564 sau Tây Lịch. Đặc biệt ở Trung Hoa có nhiều khảo cứu và ít ra có bảy bộ sớ giải được viết căn kẻ về nó, mỗi bộ có trên hai hay ba mươi quyển. Trước khi Câu Xá Luận được dịch, ở Trung Hoa đã có một học phái mệnh danh là Tì Đàm Tông, đứng đầu trong bản danh sách về các tông phái Trung Hoa ở trên. Tỳ Đàm là tên gọi tắt của tiếng Trung Hoa về A Tỳ Đạt Ma (Abhidharma). Tông phái này đại diện cho chi phái Hữu Bộ ở Kiện Đà La. Những tác phẩm chính của phái này, cùng với bản sớ giải Tỳ Bà Sa được dịch sang Hán văn rất sớm, vào khoảng những năm 383-434 sau Tây Lịch. Bản đại sớ Đại Tỳ Bà Sa thuộc chi phái Kashmir cũng được phiên dịch, nhưng không có tông phái Trung Hoa nào đại diện cả. Khi Câu Xá Luận của Thế Thân được Chân Đế dịch vào khoảng những năm 563-567 sau Tây Lịch, và Huyền Trang dịch vào khoảng những năm 651-654 sau Tây Lịch, từ đó Câu Xá Tông (Kosa) xuất hiện, được nghiên cứu tường tận và trở thành một nền tảng thiết yếu cho tất cả những khảo cứu Phật học. Tỳ Đàm tông hoàn toàn được thay thế bởi tông phái mới mang tên là Câu Xá Tông.

Chương 144. Hạnh Phúc Theo Quan Điểm Đạo Phật

Con người trong thời cận đại hình như đang tìm kiếm hạnh phúc từ bên ngoài thay vì từ bên trong mình. Tuy nhiên, hạnh phúc không tùy thuộc nơi thế giới bên ngoài. Khoa học và kỹ thuật hiện đại hình như hứa hẹn sẽ biến thế giới này thành một thiên đường. Chính vì thế mà người ta không ngừng làm việc mong biến cho thế gian này trở thành một nơi tốt đẹp hơn. Các nhà khoa học theo đuổi những phương thức cũng như thí nghiệm với nỗ lực và quyết tâm không ngừng nghỉ. Sự cố gắng của con người nhằm vén lên bức màn bí mật bao trùm thiên nhiên vẫn còn tiếp tục không khoan nhượng với thiên nhiên. Những khám phá và những phương

CHƯƠNG 144. Hạnh Phúc Theo Quan Điểm Đạo Phật

tiện truyền thông hiện đại đã tạo nên những thành quả ly kỳ. Tất cả những cải thiện trên dù có mang lại thành quả lợi ích, đều hoàn toàn mang tính vật chất và thuộc về ngoại cảnh. Cho dù có những thành quả khoa học như vậy, con người vẫn chưa kiểm soát được tâm mình. Bên trong dòng chảy của thân và tâm, có những kỳ diệu mà có lẽ các nhà khoa học còn phải cần đến nhiều năm nữa để khảo sát. Cái gì mang lại thoải mái là hạnh phúc. Tuy nhiên, hạnh phúc đạt được từ sự ổn định của tâm thức là quan trọng nhứt vì mục đích tối thượng của đời người là hạnh phúc và an vui. Hạnh phúc bình thường là thỏa mãn sự khao khát. Tuy nhiên, ngay khi điều mong muốn vừa được thực hiện thì chúng ta lại mong muốn một thứ hạnh phúc khác, vì lòng thèm muốn ích kỷ của chúng ta không cùng tận. Chúng ta thường cố gắng theo đuổi những cảm giác dễ chịu và hài lòng cũng như loại bỏ những khổ đau bất hạnh bằng những giác quan của mắt, tai, mũi, lưỡi và thân. Tuy nhiên, còn một mức độ cảm nhận khác hơn, đó là sự cảm nhận bằng tâm. Hạnh phúc thật sự cũng phải được theo đuổi bằng tâm nữa. Như vậy, theo Phật giáo chúng ta không thể định nghĩa hạnh phúc đích thật bằng những thỏa mãn vật chất và nhục dục, mà chỉ bằng cách khai tâm mở trí sao cho lúc nào chúng ta cũng hướng đến tha nhân và những nhu cầu của họ. Phật tử chân thuần phải nên luôn nhớ rằng hạnh phúc thật sự chỉ bắt nguồn từ cuộc sống đạo đức. Tiền không mua được hạnh phúc, hay sự giàu có thường không mang lại hạnh phúc. Kỳ thật, hạnh phúc thật sự chỉ tìm thấy trong nội tâm chứ không nơi của cải, quyền thế, danh vọng hay chiến thắng.

Hạnh phúc của người có vật sở hữu nhờ sự nỗ lực cố gắng, nhờ sức lực của chân tay và mồ hôi, sở hữu một cách hợp pháp. Chính mình thọ hưởng tài sản ấy, hoặc dùng nó để gieo duyên tạo phước. Đây mới đích thật là hạnh phúc. Đức Phật đã nêu lên các loại hạnh phúc cho người cư sĩ tại gia: "Hạnh phúc có sức khỏe, có của cải, sống lâu, đẹp đẽ, vui vẻ, sức mạnh, tài sản và con cái, vân vân. Đức Phật không khuyên chúng ta từ bỏ cuộc sống trần tục và rút lui về sống ẩn dật. Tuy nhiên, Ngài khuyên Phật tử tại gia, sự vui hưởng của cải không những nằm trong việc sử dụng cho riêng mình, mà nên đem phúc lợi cho người khác. Những cái mà chúng ta đang có chỉ là tạm bợ. Những cái mà chúng ta đang gìn giữ, rốt rồi chúng ta cũng bỏ chúng mà đi. Chỉ có những nghiệp sẽ phải theo chúng ta suốt nẻo luân hồi. Đức Phật dạy về hạnh phúc của người cư sĩ như sau: "Sống nghèo về vật chất mà tinh thần thoải mái là hạnh phúc. Sống đời không bị chê trách là hạnh phúc, vì người không bị chê trách là phúc lành cho chính mình và cho người khác. Người đó được mọi người ngưỡng mộ và cảm thấy sung sướng hơn khi truyền cảm được làn sóng hòa bình sang người khác. Tuy nhiên, rất khó mà không bị mọi người chê trách. Vì thế người trí cao thượng nên cố sống dửng dưng với sự khen chê bên ngoài, cố đạt được hạnh phúc tinh thần bằng cách vượt qua lạc thú vật chất." Sau đó Đức Phật tiếp tục nhắc nhở chư Tăng Ni: "Hạnh phúc Niết-bàn là dạng thức hạnh phúc giải thoát khổ đau cao thượng nhất."

Nhiều người cho rằng họ có thể giải quyết mọi vấn đề của mình khi họ có tiền, nên họ luôn bận rộn đem hết sức lực của mình ra để kiếm tiền. Càng kiếm được nhiều tiền họ càng muốn kiếm thêm nữa. Họ không nhận thức được rằng tiền không mua được hạnh phúc, hay sự giàu có thường không mang lại hạnh phúc. Kỳ thật, hạnh phúc thật sự chỉ tìm thấy trong nội tâm chứ không nơi của cải, quyền thế, danh vọng hay chiến thắng. Nếu chúng ta so sánh giữa hạnh phúc vật chất và tâm hồn thì chúng ta sẽ thấy rằng những hạnh phúc và khổ đau diễn ra trong tâm hồn chúng ta mãnh liệt hơn vật chất rất nhiều. Phật tử thuần thành nên luôn nhớ rằng tài sản sẽ ở lại khi bạn ra đi. Bạn bè người thân sẽ đưa tiễn bạn ra nghĩa trang. Chỉ có nghiệp lành nghiệp dữ mà bạn đã tạo ra sẽ phải đi theo với bạn vào chung huyệt mộ mà thôi.

CHƯƠNG 144. Hạnh Phúc Theo Quan Điểm Đạo Phật

Vì thế, tài sản chỉ có thể được dùng để trang hoàng căn nhà, chứ không thể tô điểm được cho công đức của mình. Y phục có thể được dùng để trang hoàng thân thể của bạn, chứ không phải cho chính bạn. Hạnh phúc bình thường là thỏa mãn sự khao khát. Tuy nhiên, ngay khi điều mong muốn vừa được thực hiện thì chúng ta lại mong muốn một thứ hạnh phúc khác, vì lòng thèm muốn ích kỷ của chúng ta không cùng tận. Chúng ta thường cố gắng theo đuổi những cảm giác dễ chịu và hài lòng cũng như loại bỏ những khổ đau bất hạnh bằng những giác quan của mắt, tai, mũi, lưỡi và thân. Tuy nhiên, còn một mức độ cảm nhận khác hơn, đó là sự cảm nhận bằng tâm. Hạnh phúc thật sự cũng phải được theo đuổi bằng tâm nữa. Trong Kinh Tăng Nhứt A Hàm, Đức Phật đã giảng về bốn loại hạnh phúc của người cư sĩ như sau: hạnh phúc của người có vật sở hữu nhờ sự nỗ lực cố gắng, nhờ sức lực của chân tay và mồ hôi, sở hữu một cách hợp pháp. Khi nghĩ như vậy, người kia cảm thấy thỏa thích và mãn nguyện; hạnh phúc được có tài sản: Người kia tạo nên tài sản do nơi cố gắng nỗ lực. Bây giờ chính mình thọ hưởng tài sản ấy, hoặc dùng nó để gieo duyên tạo phước. Khi nghĩ như vậy, người ấy cảm thấy thỏa thích và mãn nguyện; hạnh phúc không nợ nần, người kia không thiếu ai món nợ lớn nhỏ nào. Khi nghĩ như vậy người kia cảm thấy thỏa thích và mãn nguyện; hạnh phúc không bị khiển trách, bậc Thánh nhân không bị khiển trách về thân khẩu ý. Khi nghĩ như vậy, người ấy cảm thấy thỏa thích và mãn nguyện.

Với người tu tập tỉnh thức, bí mật của hạnh phúc nằm ở chỗ chúng ta biết những gì cần làm ngay trong hiện tại, và không bận tâm đến quá khứ và tương lai. Chúng ta không thể nào trở về lại để thay đổi những việc đã xảy ra trong quá khứ, và chúng ta cũng chẳng thể nào biết trước những gì sẽ xảy ra trong tương lai. Chỉ có khoảnh khắc thời gian mà chúng ta tương đối kiểm soát được là hiện tại. Theo giáo thuyết nhà Phật, cuộc sống hạnh phúc có nghĩa là cuộc sống mà trong đó con người luôn duy trì cho mình cái tâm bình an và hạnh phúc. Còn chư Tăng Ni, họ nên luôn tri túc và tự nguyện tu tập. Chừng nào mà một người còn ôm ấp sự thù hằn, chừng đó tâm thức người ấy chưa hàm chứa thể cách lý tưởng của một Phật tử thuần thành; dù bất cứ bất hạnh nào giáng xuống cho người ấy, người ấy vẫn phải giữ một cái tâm bình an tĩnh lặng. Còn an lạc là một cái gì có thể hiện hữu trong giờ phút hiện tại. Thật là kỳ cục khi nói, "Hãy đợi cho đến khi tôi làm xong cái này rồi thì tôi thoải mái để sống trong an lạc được." Cái ấy là cái gì? Một mảnh bằng, một công việc, một cái nhà, một chiếc xe, hay trả một món nợ? Như vậy bạn sẽ không bao giờ có an lạc. Lúc nào cũng có một cái khác sau cái này. Theo đạo Phật, nếu bạn không sống trong an lạc ngay trong giây phút này, thì bạn sẽ không bao giờ có an lạc. Nếu bạn thật sự muốn an lạc, thì bạn có thể an lạc ngay trong giờ phút này. Nếu không thì bạn chỉ có thể sống trong hy vọng được an lạc trong tương lai mà thôi. Muốn đạt được một cuộc sống an bình và hạnh phúc trước tiên bạn phải có một cái tâm an tịnh và tập trung. Đây là một cái tâm luôn cần thiết cho người tu Phật. Phật tử thuần thành nên dùng tâm bình an, tĩnh lặng và tập trung này để xem xét thân tâm. Ngay cả những lúc tâm bất an chúng ta cũng phải để tâm theo dõi; sau đó chúng ta sẽ thấy tâm an tịnh, vì chúng ta sẽ thấy được sự vô thường. Ngay cả sự bình an, tĩnh lặng cũng phải được xem là vô thường. Nếu chúng ta bị dính mắc vào trạng thái an tịnh, chúng ta sẽ đau khổ khi không đạt được trạng thái bình an tĩnh lặng. Hãy vứt bỏ tất cả, ngay cả sự bình an tĩnh lặng. Làm được như vậy là chúng ta đã có được cuộc sống an bình và hạnh phúc ngay trong đời kiếp này. Trong Phật giáo, Niết-bàn được gọi là hạnh phúc tối thượng (Paranam sukham) và hạnh phúc này phát sanh do sự lắng dịu hoàn toàn, sự diệt hoàn toàn của mọi cảm thọ. Đây chính là lời tuyên bố làm cho chúng ta hoàn toàn khó hiểu, vì chúng ta đã quen cảm thọ những lạc thọ này bằng các căn của chúng

CHƯƠNG 144. Hạnh Phúc Theo Quan Điểm Đạo Phật

ta. Theo Kinh Tăng Chi Bộ, tôn giả Udayi, một vị đệ tử của Đức Phật cũng đã đối diện với vấn đề này. Một lần nọ, Tôn giả Xá Lợi Phất gọi các Tỳ-kheo và nói: "Niết-bàn, này chư hiền đức, là lạc, Niết-bàn chính là hạnh phúc." Khi ấy Tôn giả Udayi bèn hỏi: "Nhưng hiền giả Xá Lợi Phất! Lạc thú ấy là thế nào, vì ở đây không có thọ?" Xá Lợi Phất trả lời: "Ngay đó chính là lạc, này hiền giả, vì ở đây không còn thọ." Lời giải thích này của tôn giả Xá Lợi Phất đã được xác chứng bởi lời Phật dạy trong kinh Tương Ưng Bộ: "Bất cứ thứ gì được cảm thọ, được nhận thức, được cảm giác, tất cả những thứ đó đều là khổ." Như vậy, hạnh phúc tối thượng là một trạng thái có thể chứng đắc ngay trong kiếp sống này. Người có suy tư, có đầu óc quan sát, hẳn sẽ không thấy khó hiểu trạng thái này.

Hạnh phúc của người tu tập tỉnh thức là hành trì Phật Pháp hay vui mừng khi nghe hay nếm được vị pháp. Theo Kinh Duy Ma Cật, Phẩm Bồ Tát, Ma Vương giả làm Trời Đế Thích, đem hiến một muôn hai ngàn thiên nữ cho Bồ Tát Trì Thế. Ma vương nói với Trì Thế: "Thưa Chánh sĩ! Xin ngài nhận một muôn hai ngàn Thiên nữ này để dùng hầu hạ quét tước." Trì Thế nói rằng: "Này Kiều Thi Ca! Ông đừng cho vật phi pháp này, tôi là kẻ Sa Môn Thích tử, việc ấy không phải việc của tôi." Nói chưa dứt lời, bỗng ông Duy Ma Cật đến nói với Trì Thế: "Đây chẳng phải là Đế Thích, mà là Ma đến khuấy nhiễu ông đấy!" Ông lại bảo ma rằng: "Các vị Thiên nữ này nên đem cho ta, như ta đây mới nên thọ. Ma sợ hãi nghĩ rằng: "Có lẽ ông Duy Ma Cật đến khuấy rối ta chăng?" Ma muốn ẩn hình mà không thể ẩn, rán hết thần lực, cũng không đi được. Liền nghe giữa hư không có tiếng rằng: "Này Ba Tuần! Hãy đem Thiên nữ cho ông Duy Ma Cật thì mới đi được. Ma vì sợ hãi, nên miễn cưỡng cho. Khi ấy ông Duy Ma Cật bảo các Thiên nữ rằng: "Ma đã đem các ngươi cho ta rồi, nay các ngươi đều phải phát tâm Vô thượng Chánh đẳng Chánh giác. Rồi ông theo căn cơ của Thiên nữ mà nói Pháp để cho phát ý đạo, và bảo rằng các người đã phát ý đạo, có Pháp hạnh phúc để tự hạnh phúc chớ nên hạnh phúc theo ngũ dục nữa." Thiên nữ hỏi: "Thế nào là Pháp hạnh phúc?" Ông đáp: "Hạnh phúc thường tin Phật; hạnh phúc muốn nghe pháp; hạnh phúc cúng dường Tăng; hạnh phúc lìa ngũ dục; hạnh phúc quán ngũ ấm như oán tặc; hạnh phúc quán thân tứ đại như rắn độc; hạnh phúc quán nội nhập (sáu căn) như không; hạnh phúc gìn giữ đạo ý; hạnh phúc lợi ích chúng sanh; hạnh phúc cung kính cúng dường bực sư trưởng; hạnh phúc nhẫn nhục nhu hòa; hạnh phúc siêng nhóm căn lành; hạnh phúc thiền định chẳng loạn; hạnh phúc rời cấu nhiễm đặng trí tuệ sáng suốt; hạnh phúc mở rộng tâm Bồ Đề; hạnh phúc hàng phục các ma; hạnh phúc đoạn phiền não; hạnh phúc thanh tịnh cõi nước Phật; hạnh phúc thành tựu các tướng tốt mà tu các công đức; hạnh phúc trang nghiêm đạo tràng; hạnh phúc nghe pháp thâm diệu mà không sợ; hạnh phúc ba môn giải thoát mà không hạnh phúc phi thời; hạnh phúc gần bạn đồng học; hạnh phúc ở chung với người không phải đồng học mà lòng thương không chướng ngại; hạnh phúc giúp đỡ ác tri thức; hạnh phúc gần thiện tri thức; hạnh phúc tâm hoan hỷ thanh tịnh; hạnh phúc tu vô lượng Pháp đạo phẩm. Đó là Pháp hạnh phúc của Bồ Tát."

Hạnh phúc có sức khỏe, có của cải, sống lâu, đẹp đẽ, vui vẻ, sức mạnh, tài sản và con cái, vân vân. Đức Phật không khuyên chúng ta từ bỏ cuộc sống trần tục và rút lui về sống ẩn dật. Tuy nhiên, Ngài khuyên Phật tử tại gia, sự vui hưởng của cải không những nằm trong việc sử dụng cho riêng mình, mà nên đem phúc lợi cho người khác.

Những cái mà chúng ta đang có chỉ là tạm bợ. Những cái mà chúng ta đang gìn giữ, rốt rồi chúng ta cũng bỏ chúng mà đi. Chỉ có những nghiệp sẽ phải theo chúng ta suốt nẻo luân hồi. Vì vậy chúng ta nên nhận chân và khử trừ những cảm xúc mạnh mẽ về tham, sân, hận, si mê, ngã mạn, nghi hoặc, và tà kiến, vân vân vì chúng không mang lại cho chúng ta hạnh phúc trường cửu. Một sự ham muốn được thỏa mãn có

CHƯƠNG 144. Hạnh Phúc Theo Quan Điểm Đạo Phật

thể mang lại cho chúng ta một cảm giác hài lòng tạm thời, nhưng sự hài lòng này không tồn tại lâu dài. Thí dụ như chúng ta hài lòng vì mới vừa mua một cái xe mới, nhưng sự hài lòng này sẽ tồn tại được bao lâu? Chẳng bao lâu sau cái xe rồi sẽ cũ sẽ hư và chúng ta sẽ trở nên buồn bã khổ đau vì sự hư hoại của cái xe ấy. Chính vì thế mà Đức Phật dạy về hạnh phúc của người cư sĩ như sau: "Sống nghèo về vật chất mà tinh thần thoải mái là hạnh phúc. Sống đời không bị chê trách là hạnh phúc, vì người không bị chê trách là phúc lành cho chính mình và cho người khác. Người đó được mọi người ngưỡng mộ và cảm thấy sung sướng hơn khi truyền cảm được làn sóng hòa bình sang người khác. Tuy nhiên, rất khó mà không bị mọi người chê trách. Vì thế người trí cao thượng nên cố sống dửng dưng với sự khen chê bên ngoài, cố đạt được hạnh phúc tinh thần bằng cách vượt qua lạc thú vật chất." Sau đó Đức Phật tiếp tục nhắc nhở chư Tăng Ni: "Hạnh phúc Niết-bàn là dạng thức hạnh phúc giải thoát khổ đau cao thượng nhất." Trong kinh Pháp Cú, Đức Phật dạy: "Hạnh phúc thay đức Phật ra đời! Hạnh phúc thay diễn nói Chánh pháp! Hạnh phúc thay Tăng già hòa hợp! Hạnh phúc thay dõng tiến đồng tu! (194). Sung sướng thay chúng ta sống không thù oán giữa những người thù oán; giữa những người thù oán, ta sống không thù oán (197). Sung sướng thay chúng ta sống không tật bệnh giữa những người tật bệnh; giữa những người tật bệnh chúng ta sống không tật bệnh (198). Sung sướng thay chúng ta sống không tham dục giữa những người tham dục; giữa những người tham dục, chúng ta sống không tham dục (199). Sung sướng thay chúng ta sống không bị điều gì chướng ngại. Ta thường sống với những điều an lạc như các vị thần giữa cõi trời Quang-Âm (200). Thắng lợi thì bị thù oán, thất bại thì bị đau khổ; chẳng màng tới thắng bại, sẽ sống một đời hòa hiếu an vui và hạnh phúc (201). Không lửa nào bằng lửa tham dục, không ác nào bằng ác sân si, không khổ nào bằng khổ ngũ ấm, và không vui nào bằng vui Niết-bàn (202). Đói là chứng bệnh lớn, vô thường là nỗi khổ lớn; biết được đúng đắn như thế, đạt đến Niết-bàn là hạnh phúc tối thượng (Dharmapada 203). Vô bệnh là điều rất lợi, biết đủ là kẻ rất giàu, thành tín là nơi chí thân, Niết-bàn là niềm hạnh phúc tối thượng (Dharmapada 204). Ai đã từng nếm được mùi độc cư, ai đã từng nếm được mùi tịch tịnh, người ấy càng ưa nếm pháp vị để xa lìa mọi tội ác, sợ hãi (205). Gặp được bậc Thánh nhân là rất quý, vì sẽ chung hưởng sự vui lành. Bởi không gặp kẻ ngu si nên người kia thường cảm thấy hạnh phúc (Dharmapada 206). Đi chung với người ngu, chẳng lúc nào không lo buồn. Ở chung với kẻ ngu khác nào ở chung với quân địch. Ở chung với người trí khác nào hội ngộ với người thân (207). Đúng như vậy, người hiền trí, người đa văn, người nhẫn nhục, người trì giới chân thành và các bậc Thánh giả là chỗ nương dựa tốt nhất cho mọi người. Được đi theo những bậc thiện nhân hiền huệ ấy, khác nào mặt trăng đi theo đường tịnh đạo (208). Nếu bỏ vui nhỏ mà được hưởng vui lớn, kẻ trí sẽ làm như thế (290)."

Theo kinh Hạnh Phúc, đức Phật dạy: "Chư Thiên và nhân loại đều cầu mong được an lành và ai cũng suy tìm hạnh phúc. Kính bạch Đức Thế Tôn, xin Ngài hoan hỷ chỉ dạy chúng con về Phúc Lành Cao Thượng Nhất. Không kết giao với người ác, thân cận với bậc hiền trí, và tôn kính bậc đáng kính, là phúc lành cao thượng nhất. Cư ngụ nơi thích nghi, đã có tạo công đức trong quá khứ, và hướng tâm về chánh đạo, là hạnh phúc cao thượng. Học nhiều hiểu rộng, lão luyện tinh thông thủ công nghiệp, giới hạnh thuần thục trang nghiêm, có lời nói thanh nhã, là hạnh phúc cao thượng. Hiếu thảo phụng dưỡng cha mẹ, thương yêu tiếp độ vợ con, và hành nghề an lạc, là hạnh phúc cao thượng. Rộng lượng bố thí, tâm tánh chánh trực, giúp đỡ họ hàng, và tạo nghiệp chân chánh, là hạnh phúc cao thượng. Loại trừ và ngăn ngừa nghiệp ác, thận trọng kiên cử các chất say, vững vàng giữ gìn phẩm hạnh, là hạnh phúc cao thượng. Đức hạnh biết tôn

CHƯƠNG 144. Hạnh Phúc Theo Quan Điểm Đạo Phật

kính, khiêm tốn, biết đủ, biết nhớ ơn và đúng lúc, lắng nghe giáo pháp, là hạnh phúc cao thượng. Nhẫn nhục, biết vâng lời, thường gặp gỡ bậc sa Môn, và tùy thời luận đàm giáo pháp, là hạnh phúc cao thượng. Tự kiểm soát, sống đời thánh thiện, quán tri Tứ Đế, liễu ngộ Niết-bàn, là hạnh phúc cao thượng. Người mà tâm không giao động khi tiếp xúc với thế gian pháp, không sầu muộn, vô nhiễm và an toàn, là hạnh phúc cao thượng. Đối với những ai đã viên mãn hoàn thành các pháp trên, ở mọi nơi đều không thể bị thất bại, đi khắp nơi đều được hạnh phúc, là hạnh phúc cao thượng."

Theo Kinh Tam Bảo, đức Phật dạy: Bất luận ai hội tụ nơi đây, hoặc chúng sanh trên địa cầu hoặc chúng sanh ở cảnh trời, ngưỡng mong tất cả đều an lành hạnh phúc! Tất cả hãy chú tâm lắng nghe những lời này! Tất cả hãy chú tâm suy niệm; hãy biểu lộ lòng từ ái đối với chúng sanh trong cảnh người, ngày đêm hằng dâng cúng. Hãy tận tình hộ trì những người ấy. Dầu kho tàng quý giá nào trên đời hay trong một cảnh giới khác, dầu châu báu trong những cảnh trời, không gì sánh bằng Đức Thế Tôn. Đúng vậy, Đức Phật là châu báu thù diệu. Do sự thật này, ngưỡng mong được an lành hạnh phúc! Bậc Thiện trí dòng Thích-ca đã viên mãn. Chấm dứt phiền não, ly dục và thành đạt trạng thái vô sanh bất tử vô thượng. Không gì sánh bằng giáo pháp. Đúng vậy, giáo pháp là châu báu thù diệu. Do sự thật này, ngưỡng mong được an lành hạnh phúc! Các bậc Thánh nhân mà Đức Thế Tôn tán dương, được mô tả là tâm an trụ không gián đoạn. Không có gì như tâm an trụ ấy. Đúng vậy, giáo pháp là châu báu thù diệu. Do sự thật này, ngưỡng mong được an lành hạnh phúc! Tám vị Thánh ấy hợp thành bốn đôi, được bậc thiện tri thức tán dương; các Ngài là những bậc đáng được cúng dường, là đệ tử của Đấng Thiện Thệ. Vật dâng cúng đến các Ngài sẽ đem lại quả phúc dồi dào. Đúng vậy, Tăng già là châu báu thù diệu. Do sự thật này, ngưỡng mong được an lành hạnh phúc. Với ý chí kiên trì vững chắc, sống trọn vẹn trong giáo huấn của Đức Gotama, không ái dục, các Ngài đã thành đạt những gì cần thành đạt và thể nhập quả vị Bất Tử, các Ngài an nhàn thọ hưởng cảnh thanh bình an lạc. Đúng vậy, Tăng già là châu báu thù diệu. Do sự thật này, ngưỡng mong được an lành hạnh phúc! Như cột trụ chôn sâu trong lòng đất không thể bị gió bốn phương lay chuyển, cùng thế ấy Như Lai tuyên ngôn, con người chánh trực đã chứng ngộ Tứ Diệu Đế lại cũng như vậy. Đúng vậy, Tăng già là châu báu thù diệu. Do sự thật này, ngưỡng mong được an lành hạnh phúc! Những bậc đã thấu đạt rõ ràng các Thánh Đế mà bậc trí tuệ thậm thâm đã giáo truyền, dầu dễ duôi phóng dật, vẫn không tái sanh đến lần thứ tám. Đúng vậy, Tăng già là châu báu thù diệu. Do sự thật này, ngưỡng mong được an lành hạnh phúc! Người chứng ngộ minh sát, ba điều kiện nếu còn, sẽ được loại trừ, đó là thân kiến, hoài nghi và giới cấm thủ. Không bao giờ sa đọa vào bốn cảnh khổ và không còn có thể vi phạm sáu trọng nghiệp bất thiện. Đúng vậy, Tăng già là châu báu thù diệu. Do sự thật này, ngưỡng mong được an lành hạnh phúc! Bất luận hành động nào mình đã làm bằng thân, khẩu hay ý, bậc Thánh nhân không thể giấu; bởi vì người đã thấy con đường không thể còn phạm lỗi. Đúng vậy, Tăng già là châu báu thù diệu. Do sự thật này, ngưỡng mong được an lành hạnh phúc! Cũng dường như cây trong rừng đua nhau đâm chồi nẩy lộc khi mùa hè bắt đầu ấm nóng. Giáo pháp tối thượng dẫn đến Niết-bàn đã được giáo truyền vì lợi ích tối thượng cũng thế ấy. Đúng vậy, Đức Phật là châu báu thù diệu. Do sự thật này, ngưỡng mong được an lành hạnh phúc! Đức Thế Tôn Vô Thượng, bậc Toàn Giác, bậc Thánh Nhân đã ban bố, bậc đã đem đến và giáo truyền Pháp cao siêu tối thượng. Đúng vậy, Đức Phật là châu báu thù diệu. Do sự thật này, ngưỡng mong được an lành hạnh phúc! Quá khứ đã chấm dứt, vị lai thì chưa đến, tâm không dính mắc trong một kiếp tái sanh vị lai, tham ái không sanh khởi, các bậc trí tuệ ấy siêu thoát như ngọn đèn kia chợt tắt. Đúng vậy, Tăng già là châu báu

CHƯƠNG 144. Hạnh Phúc Theo Quan Điểm Đạo Phật

thù diệu. Do sự thật này, ngưỡng mong được an lành hạnh phúc! Chúng ta tụ hội nơi đây, dầu là chúng sanh ở địa cầu hay thiên giới, hãy đảnh lễ Đức Thế Tôn, bậc được chư Thiên và nhân loại kính mộ tôn vinh. Ngưỡng mong được an lành hạnh phúc. Chúng ta tụ hội nơi đây, dầu là chúng sanh địa cầu hay thiên giới, hãy đảnh lễ Đức Thế Tôn, bậc được chư thiên và nhân loại kỉnh mộ tôn vinh. Ngưỡng mong được an lành hạnh phúc. Chúng ta tụ hội nơi đây, dầu là chúng sanh địa cầu hay thiên giới, hãy đảnh lễ Đức Thế Tôn, bậc được chư thiên và nhân loại kỉnh mộ tôn vinh. Ngưỡng mong được an lành hạnh phúc.

Theo Kinh Pháp Hoa, có bốn an lạc hạnh hay bốn phương cách để đạt được hạnh phúc: Trong kinh này, Đức Phật dạy chúng ta phải đối xử như thế nào, phải nói năng làm sao, phải giữ thái độ của tâm thức và nỗ lực thực hiện lý tưởng của chúng ta như thế nào. Thân an lạc hạnh, hay an lạc bằng những thiện nghiệp của thân. Đức Phật dạy hạnh an lạc về thân bằng cách chia hạnh này ra làm hai phần, phạm vi hành sử (hoạt động) và phạm vi thân cận (gần gũi) của một vị Bồ Tát. Phạm vị hành xử của một vị Bồ Tát là thái độ căn bản của vị ấy, đây là nền tảng của sự ứng xử riêng của vị ấy. Một vị Bồ Tát phải luôn kiên nhẫn, tử tế, nhu hòa, không nóng nảy; không hách dịch, không như người bình thường, vị ấy không kiêu mạn hay khoe khoang về những việc tốt của riêng mình, vị ấy phải nhìn thấy đúng như thật tính của tất cả các sự vật. Vị ấy không bao giờ có cái nhìn phiến diện về các sự vật. Vị ấy hành sử với lòng từ bi với tất cả mọi người mà không bao giờ tỏ lộ, nghĩa là không phân biệt. Đức Phật dạy về phạm vi gần gũi của một vị Bồ Tát bằng cách chia phạm vi này ra làm 10 phần: một vị Bồ Tát không gần gũi với những người có chức vị cao hay có uy thế nhằm đạt lợi dưỡng, cũng không chịu giảng pháp cho họ bằng sự thân mật thái quá với họ; một vị Bồ Tát không gần gũi các ngoại đạo, các nhà làm thơ văn thế tục, không gần gũi với những người

753

chỉ biết chạy theo thế tục hay những người chán bỏ thế tục. Do đó mà vị Bồ Tát luôn đi trên "Trung Đạo" chứ không bị ảnh hưởng bất tịnh của các hạng người vừa kể; một vị Bồ Tát không tham dự vào các môn thể thao hung bạo như quyền anh hay đô vật, hay những cuộc trình diễn múa men của các vũ công hay của những người khác; một vị Bồ Tát không lui tới thân cận với những người làm nghề sát sanh, như người bán thịt, đánh cá, thợ săn, và vị ấy không bày tỏ thái độ dửng dưng đối với việc làm ác; một vị Bồ Tát không thân cận gần gũi với chư Tăng Ni chỉ biết tìm cầu an lạc và hạnh phúc cho riêng mình, còn thì không lo gì cho ai, và những người bằng lòng với cuộc sống tách biệt với thế tục. Hơn nữa, vị ấy không bị tiêm nhiễm bởi những ý tưởng ích kỷ, cũng không chịu nghe pháp mà họ giảng. Nếu họ có tới nghe pháp của mình thì mình phải nắm lấy cơ hội mà thuyết giảng, nhưng không mong cầu bất cứ điều gì nơi họ; khi giảng pháp cho phụ nữ, vị ấy không để lộ vẻ bên ngoài có thể gây ý tưởng đam mê, và vị ấy luôn giữ một tâm lý đứng đắn và một thái độ nghiêm túc; vị ấy không thân cận với một người lưỡng tính. Nghĩa là vị ấy phải cẩn trọng khi thuyết giảng cho một người lưỡng tính như thế; vị ấy không vào nhà người khác một mình. Nếu vì bất cứ lý do gì mà phải làm như vậy, vị ấy chỉ chú tâm nghĩ nhớ tới Đức Phật. Đây là lời khuyên dạy của Đức Phật cho vị Bồ Tát khi vị này đi mọi nơi cùng với Đức Phật; khi giảng pháp cho phụ nữ, không nên để lộ răng khi cười, cũng không nên để lộ ngực mình ra; vị ấy không thích giữ các vị sa-di và trẻ em bên cạnh mình. Ngược lại, Đức Phật khuyên vị ấy nên ưa thích thiền định, độc cư, học tập và kiểm soát tâm mình. Khẩu an lạc hạnh, hay an lạc bằng những thiện nghiệp của khẩu: một vị Bồ Tát không ưa thích kể những sai lầm của người khác hay của các kinh; một vị Bồ Tát không khinh thường những người thuyết giảng khác; vị ấy không nói cái tốt, cái xấu hay ưu khuyết điểm của người khác, không nêu tên các Thanh văn và không nêu truyền những sai lầm và tội lỗi của họ; vị ấy không ca ngợi đức hạnh của họ và không sanh lòng ghen tỵ; vị ấy luôn giữ tâm hoan hỷ và mở rộng. Khi có ai đặt câu hỏi khó, vị ấy không bao giờ nói những điều mà mình không biết. Ý an lạc hạnh hay an lạc bằng những thiện nghiệp của ý: vị ấy không nuôi dưỡng lòng đố kỵ, lừa dối; vị ấy không khinh thường hay nhục mạ những người học đạo khác, dù những người này là những người sơ cơ, vị ấy cũng không vạch ra những dư thừa hay thiếu sót của họ; nếu có ai tìm cầu Bồ Tát đạo, vị ấy không làm cho họ chán nản khi khiến họ nghi ngờ hay nuối tiếc; vị ấy cũng không nói những điều làm họ nhụt chí; vị ấy không ưa thích bàn luận về các pháp hoặc tranh cãi mà nên nỗ lực bàn về phương cách tu tập để cứu độ tất cả chúng sanh; vị ấy nên nghĩ đến việc cứu độ tất cả chúng sanh khỏi các khổ đau bằng lòng đại từ bi của mình; vị ấy nên nghĩ đến chư Phật như tưởng nghĩ đến đấng từ phụ; vị ấy nên nghĩ đến những vị Bồ Tát như những bậc thầy vĩ đại của mình; vị ấy nên giảng pháp đồng đều cho tất cả chúng sanh. Thệ nguyện an lạc hạnh, hay an lạc bằng cách giảng dạy kinh pháp. Vào thời mạt pháp, chư Bồ Tát nên phát sinh một tinh thần từ thiện lớn lao với những người chưa là Bồ Tát.

Chương 145. Thiểu Dục Tri Túc

Thiểu dục là có ít dục lạc; tri túc là biết đủ. Thiểu dục tri túc là ít ham muốn mà thường hay biết đủ. Tri túc là bằng lòng với những điều kiện sinh hoạt vật chất tạm đủ để sống mạnh khỏe tiến tu. Tri túc là một phương pháp hữu hiệu nhất để phá lưới tham dục, để đạt được sự thảnh thơi của thân tâm và hoàn thành mục tiêu tối hậu của sự nghiệp tu tập. Thiểu dục là có ít dục lạc hay ít ham muốn. Ở đây "ham muốn" không chỉ gồm ham muốn tiền bạc và vật chất, mà còn mong ước địa vị và danh vọng. Ham muốn cũng chỉ về sự mong muốn được những người khác thương yêu và phục vụ.

Trong đạo Phật, một người đã đạt đến mức độ tâm thức thâm sâu thì sẽ có rất ít các ham muốn mà có khi còn thờ ơ với chúng nữa là khác. Chúng ta cũng nên chú ý rằng một người như thế thờ ơ với những ham muốn thế tục, nhưng người ấy lại rất khao khát với chân lý, tức là người ấy có sự ham muốn lớn lao đối với chân lý, vì theo đạo Phật, thờ ơ với chân lý là biếng nhác trong đời sống. Thiểu dục cũng còn có nghĩa là thỏa mãn với những thâu đạt vật chất ít ỏi, tức là không cảm thấy buồn bực với số phận của mình và không lo lắng nhiều đến việc đời. Tuy nhiên, đây không có nghĩa là không quan tâm đến sự tự cải tiến của mình, mà là cố gắng tối đa với một thái độ không chán nản. Một người như thế chắc chắn sẽ được người chung quanh biết tới . Mà dù cho những người chung quanh có không biết tới đi nữa, thì người ấy cũng cảm thấy hoàn toàn hạnh phúc và theo quan điểm tâm linh thì người ấy đang sống như một vì vua vậy. Có hai thứ cần phải thiểu dục. Thứ nhất là thức ăn, thứ hai là sắc đẹp; một cái gọi là thật dục, một cái gọi là sắc dục. Hai thứ này giúp đỡ cho vô minh làm đủ thứ chuyện xấu, nên Đức Khổng Phu Tử có dạy: "Thật, sắc tánh dã." Nghĩa là háo ăn, háo sắc đều là bản tánh của chúng sanh. Người tu Phật phải biết tại sao vô minh chẳng phá được? Tại sao phiền não cũng không đoạn được? Tại sao trí tuệ chẳng hiển lộ? Chỉ do bởi mình không biết thiểu dục đó thôi. Phật tử chân thuần nên nhớ rằng ăn uống thì trợ giúp cho dục vọng, dục vọng lại làm tăng trưởng vô minh. Một khi đã có lòng tham ăn rồi thì sau đó sẽ là tham sắc. Con trai thì ham muốn nữ sắc, con gái thì ham muốn nam sắc, cứ thế mà quyến luyến không rời và không thể nào nhìn sự vật thấu suốt được. Ăn uống bao nhiêu thứ thành chất bổ dưỡng, hễ chất bổ dưỡng sung mãn thì sanh lòng ham mê sắc dục. Phật tử chân thuần nên luôn nhớ rằng đồ ăn càng ít ngon chừng nào càng tốt chừng ấy. Không nên coi quá trọng vấn đề ăn uống. Ăn là để duy trì mạng sống mà tu tập, vì thế nên tiết độ trong ăn uống; không cần phải ăn đồ ăn ngon, mà cũng không ăn những đồ đã bị hư hoại, vì cả

CHƯƠNG 145. Thiểu Dục Tri Túc

hai đều có hại cho sức khỏe của mình. Tri túc là biết đủ và thỏa mãn với những gì mình có ngay trong lúc này. Tri túc là đặc điểm của hạnh phúc cá nhân. Phàm phu thường nghĩ rằng tri túc rất khó trau dồi và phát triển. Tuy nhiên, nếu chúng ta kiên trì dũng mãnh, và quyết tâm kiểm soát những tư tưởng bất thiện cũng như hậu quả gây ra do bởi không biết tri túc, thì chúng ta sẽ cảm thấy luôn hạnh phúc với những gì mình đang có. Đối với những người có trí tuệ, biết quyền biến, tháo vát, khéo an nhẫn với cảnh đời, biết suy cùng nghĩ cạn, thì trong cảnh ngộ nào cũng vẫn an nhiên bình thản. Với hoàn cảnh giàu sang thì biết đủ theo cảnh giàu sang, với cảnh nghèo hèn thì biết đủ theo nghèo hèn. Thật vậy, trong đời sống hằng ngày, chúng ta làm đủ cả mọi việc, suy tính đủ mọi phương cách, chước mầu, thậm chí đến việc không từ nan bất cứ thủ đoạn nào, miễn sao cho mình được lợi thì thôi, còn thì tổn hại cho ai cũng không cần nghĩ đến. Thử hỏi chúng ta làm như vậy để chi? Chẳng qua là để có cuộc sống tốt đẹp hơn, ăn mặc, nhà cửa, cất chứa tiền bạc nhiều hơn. Nhưng suy nghĩ kỹ chúng ta sẽ thấy mặt trời mọc, đứng bóng, rồi lặn và biến mất về đêm; trăng đầy rồi khuyết, rồi mất hẳn ánh sáng; gò cao đổi thành vực thẳm, biển cả hóa nương dâu, vân vân. Cuộc đời xưa nay thịnh suy, đắc thất, vinh nhục, bổng trầm, còn mất, hợp tan, chỉ là lẽ thường chớ đâu có gì được tồn tại mãi, tất cả rồi cũng về với hư không. Thế nên người trí phải luôn biết tri túc với hoàn cảnh hiện tại. Đức Phật tán dương cuộc sống đơn giản, cuộc sống đơn giản dẫn đến việc mở mang tâm trí con người. Chính vì thế mà Đức Phật luôn thuyết giảng sự lợi ích cho các thầy Tỳ-kheo về tri túc trên những món như sau: Y áo mà các thầy nhận được, dù thô hay dù mịn; đồ cúng dường hay thật phẩm các thầy nhận được, dù ngon hay không ngon; nơi ở mà các thầy nhận được, dù đơn sơ hay sang trọng. Ai mà mãn ý với ba điều trên đây có thể giảm được lòng ham muốn và đồng thời in sâu vào tâm khảm những thói quen của một cuộc sống đơn giản.

Phật tử chân thuần nên luôn nhớ rằng đối với đạo Phật, dục lạc ngũ trần thật là phù du và hư ảo, chợt đến rồi chợt đi. Phải chăng đó là hạnh phúc thật sự khi mình cứ mãi săn đuổi một cái gì mong manh, mau tàn và luôn thay đổi? Hãy nhìn xem biết bao nhiêu điều phiền toái khó khăn mà chúng ta gặp phải khi chúng ta cứ mãi đi tìm những cảm giác mà chúng ta cho là hạnh phúc. Nhiều người vì quá ham muốn hưởng thụ lạc thú nên họ đã có những hành vi phạm pháp, gây ra những tội ác tầy trời khiến cho người khác phải khổ đau phiền não. Họ chỉ nghĩ đến lạc thú tạm bợ của giác quan mà quên đi sự khổ đau của người khác. Họ không hiểu được hậu quả tai hại, những kết quả thảm khốc họ phải gặt lấy sau này do những tội lỗi mà họ đã gây ra. Ngay cả hạng phàm phu tục tử vẫn có thể biết được những phút giây hạnh phúc ngắn ngủi và những khổ đau mà họ phải gánh lấy là không cân xứng, không đáng để họ đeo đuổi theo dục lạc trần thế. Phật tử chân thuần nên luôn nhớ rằng đau khổ đi liền theo ham muốn. Mọi vấn đề trên thế gian có gốc rễ từ những ham muốn dục lạc ngũ trần. Vì con người muốn tiếp tục hưởng thụ dục lạc ngũ trần mà có những bất hòa trong gia đình. Cũng vì nhu cầu hưởng thụ dục lạc mà bạn bè hàng xóm đôi khi không thể cư xử tốt đẹp với nhau. Cũng vì dục lạc ngũ trần mà người này chống lại người kia, nước này chống lại nước kia. Cũng chính vì dục lạc ngũ trần mà biết bao nhiêu điều khổ đau, phiền não, và mọi thứ phiền toái đã xãy ra trên khắp thế giới. Cũng chính do dục lạc ngũ trần mà con người trở nên dã man, độc ác, tàn bạo và mất hẳn nhân tánh.

Chương 146. Chúng Hội

Tứ Chúng: Trong Phật giáo, khi nói đến "Chúng Hội", chúng ta nên dùng từ "Sangha". Đây là từ Bắc Phạn dùng để chỉ cho "Cộng đồng Phật tử." Theo nghĩa hẹp, từ này có thể được dùng cho chư Tăng Ni; tuy nhiên, theo nghĩa rộng, theo nghĩa rộng, Sangha ám chỉ cả tứ chúng (Tăng, Ni, Ưu Bà Tắc

CHƯƠNG 146. Chúng Hội

và Ưu Bà Di). Phật tử tại gia gồm những Ưu Bà Tắc và Ưu Bà Di, những người đã thọ ngũ giới. Tất cả tứ chúng này đều đòi hỏi phải chính thức thọ giới luật; giới luật tự viện giới hạn giữa 250 và 348 giới; tuy nhiên, con số giới luật thay đổi giữa luật lệ khác nhau của các truyền thống. Một điều bắt buộc tiên khởi cho cả tứ chúng là lễ quán đảnh hay quy y Tam Bảo: Phật, Pháp, Tăng. Tứ Chúng Tăng Già bao gồm Tỳ-kheo, Tỳ-kheo Ni, Ưu Bà Tắc và Ưu Bà Di. Tứ Chúng theo tông Thiên Thai bao gồm phát khởi chúng, đương cơ chúng, ảnh hưởng chúng, và kết duyên chúng. Phát Khởi Chúng là chúng hội mà Ngài Xá Lợi Phật đã ba lần cung thỉnh khiến cho Đức Thế Tôn khởi thuyết Kinh Pháp Hoa. Đương Cơ Chúng là chúng hội nghe hiểu Pháp Hoa, tự mình thọ nhận và hành trì những gì Phật dạy trong đó. Ảnh Hưởng Chúng là chúng hội phản ảnh hay rút ra được những lời dạy của Đức Thế Tôn như ngài Văn Thù Sư Lợi. Kết Duyên Chúng là những chúng sanh kết duyên được thấy và nghe Phật thuyết pháp, nên nhân duyên chứng ngộ của họ sẽ được về đời sau này. Trong khi Tứ Chúng Xuất Gia bao gồm Tỳ-kheo, Tỳ-kheo Ni, Sa Di và Sa Di Ni. Tỳ có nghĩa là phá, kheo nghĩa là phiền não. Tỳ-kheo ám chỉ người đã phá trừ dục vọng phiền não. Người thoát ly gia đình, từ bỏ của cải và sống tu theo Phật. Người đã được thọ giới đàn và trì giữ 250 giới cụ túc. Tất cả chư Tỳ-kheo đều phải tùy thuộc vào của đàn na tín thí để sống tu, không có ngoại lệ. Tất cả chư Tỳ-kheo đều thuộc chủng tử Thích-ca, dòng họ của Phật. Tỳ-kheo còn có nghĩa là người đã xuất gia, đã được giữ cụ túc giới. Tỳ-kheo có ba nghĩa: khất sĩ, bố ma và phá ác. Thứ nhất là Khất sĩ, người chỉ giữ một bình bát để khất thật nuôi thân, không chất chứa tiền của thế gian. Khất Sĩ lại chia làm hai loại: nội khất và ngoại khất. Nội Khất là người có khả năng tự kềm chế nội tâm. Ngoại Khất là người có khả năng tự kềm chế những hình thức bên ngoài. Thứ nhì là Bố ma: Bố Ma là người đã phát tâm thọ giới, phép yết ma đã thành tựu, loài yêu ma phiền não phải sợ hãi. Thứ ba là Phá ác, người dùng trí tuệ chân chính để quán sát và phá trừ mọi tật ác phiền não; người chẳng còn sa đọa vào vòng ái kiến nữa. Trong Kinh Pháp Cú, Đức Phật dạy: "Trong hết thảy nhơ cấu đó, vô minh cấu là hơn cả. Các ngươi có trừ hết vô minh mới trở thành hàng Tỳ-kheo thanh tịnh (243). Người nào nghiêm giữ thân tâm, chế ngự khắc phục ráo riết, thường tu phạm hạnh, không dùng đao gậy gia hại sanh linh, thì chính người ấy là một Thánh Bà la môn, là Sa môn, là Tỳ khưu vậy (142). Chỉ mang bình khất thật, đâu phải là Tỳ-kheo! Chỉ làm nghi thức tôn giáo, cũng chẳng Tỳ-kheo vậy! (266). Bỏ thiện và bỏ ác, chuyên tu hạnh thanh tịnh, lấy "biết" mà ở đời, mới thật là Tỳ-kheo (267)." Tỳ-kheo Ni là nữ tu Phật giáo, người đã gia nhập giáo đoàn và nguyện trì giữ 348 hoặc 364 giới Tỳ-kheo Ni. Ngoài ra, Tỳ-kheo Ni phải luôn vâng giữ Bát Kính Giáo. Để thành lập giáo đoàn Tỳ-kheo Ni Đầu Tiên, ngài A Nan đã khẩn khoản xin Phật cho mẹ là bà Ma Ha Ba Xà Ba Đề, cũng là dì và nhũ mẫu của Đức Phật, được xuất gia làm Tỳ-kheo Ni đầu tiên. Mười bốn năm sau ngày Đức Phật thành đạo, Ngài đã nhận dì của Ngài và các phụ nữ vào giáo đoàn đầu tiên, nhưng Ngài nói rằng việc nhận người nữ vào giáo đoàn sẽ làm cho Phật giáo giảm mất đi 500 năm. Ngoài ra, cón có Thức Xoa Ma Na, người nữ tu tập sự bằng cách thực tập sáu giới. Một trong năm chúng xuất gia, tuổi từ 18 đến 20, học riêng lục pháp để chuẩn bị thọ cụ túc giới.

Hai Chúng Tại Gia: Ưu bà tắc và ưu bà di. Ưu bà tắc là các môn đồ nam tại gia của đạo Phật, trong cả hai trường phái Nguyên Thủy và Đại Thừa, đều tuyên thệ gia nhập Phật giáo bằng việc tuyên thệ trì giữ Tam qui ngũ giới, bát quan trai giới, cũng như luôn tuân thủ Bát Chánh Đạo. Họ là những người hộ trì Tam bảo bằng cách dâng cúng những phương tiện của cải vật chất như thức ăn, áo quần, v.v. Lễ thọ trì Tam qui Ngũ giới tại các nước theo truyền thống Phật giáo rất quan trọng vì đây chính là điểm tựa tinh thần cho người tại gia tuân giữ và sống đời đạo đức trong cuộc sống hằng ngày. Ưu bà di là người tại gia nữ.

CHƯƠNG 146. Chúng Hội

Theo Kinh Phúng Tụng trong Trường Bộ Kinh, có tám chúng: Thứ nhất là chúng Sát Đế Lợi: Đây là một trong bốn giai cấp chính ở Ấn Độ. Ở Ấn Độ, sát Đế Lợi là giai cấp thứ nhì, dòng dõi chiến đấu hay giai cấp cai trị trong thời Phật còn tại thế. Hoa ngữ dịch là giai cấp địa chủ và Vương chủng, giai cấp mà từ đó Đức Phật được sanh ra. Thứ nhì là chúng Bà La Môn: Bà La Môn là một đạo giáo cổ truyền của Ấn Độ cách đây trên bốn ngàn năm, do ông Krishna sáng lập. Căn cứ trên Thánh kinh Vệ Đà thì thần Phạm Thiên là vị thần có quyền pháp sáng tạo ra muôn vật. Có bốn giai cấp trong xã hội theo Ấn Độ giáo. Theo đạo Bà La Môn, sống đây là sống gởi. Chết sẽ về với Phạm Thiên đời đời nếu tuân theo đúng chân lý của Phạm Thiên. Bà La Môn là những người thuộc giai cấp cao nhất trong xã hội Ấn Độ dưới thời Đức Phật. Thứ ba là chúng gia chủ. Thứ tư là chúng Sa môn. Thứ năm là chúng Tứ Đại Thiên Vương. Thứ sáu là chúng Tam Thập Tam Thiên. Thứ bảy là chúng Thiên Ma. Đây là một trong tứ ma trên cõi trời thứ sáu, thường che lấp hay cản trở chân lý Phật giáo. Danh từ này tiêu biểu cho những người lý tưởng luôn tìm cách quấy phá Đạo Phật, có ba loại. Thứ nhất là sát giả, thường làm những chuyện phóng dật hại thân. Thứ nhì là Ba Tuần, còn gọi là Ác Ái (là loại ma vương xuất hiện trong thời Phật còn tại thế). Thứ ba là Ba Ty Dạ, một loại ma vương đặc biệt hồi Phật còn tại thế. Chúng thứ tám là chúng Phạm Thiên: Phạm Thiên là vị thần chính của Ấn giáo, thường được diễn tả như người sáng tạo hệ thống thế giới. Phạm Thiên cũng là chủ của cung trời sắc giới. Ngài làm chúa tể của chúng sanh, được Phật giáo thừa nhận là chư Thiên, nhưng thấp hơn Phật hay người đã giác ngộ. Chư Thiên trong cõi trời sắc giới gồm ba loại: Phạm Chúng Thiên, Phạm Phụ Thiên, và Đại Phạm Thiên (Phạm Thiên Vương).

Ngoài ra, cũng còn có nhiều loại chúng hội khác: Thứ nhất là Đại Hải Chúng: Đại hải chúng có nghĩa là hội chúng giống như nước chảy ra biển cũng trở nên mặn, cũng như vậy tất cả đại chúng trong Tăng đoàn trở thành một vị và mất đi những khác biệt trước đây. Chỗ ngồi hội họp của Thánh chúng, những vị có đức độ sâu rộng lớn như biển cả. Thứ nhì là Kết Duyên Chúng: Những chúng sanh kết duyên được thấy và nghe Phật thuyết pháp, nên nhân duyên chứng ngộ của họ sẽ được về đời sau này. Một trong Tứ Chúng, do duyên kiếp trước còn nông cạn, chưa được độ nên kết nhân duyên đắc đạo sau này, với hy vọng cải thiện nghiệp chướng trong tương lai. Thứ ba là Minh Dương Chúng: Minh ám chỉ loài quỷ nơi cõi âm, dương ám chỉ chư thiên nơi cõi trời hay chúng Bà La Môn. Minh Dương Hội là hội cúng dường cho hai loại chúng sanh vừa kể trên. Thứ tư là Thường Tùy Chúng: Một ngàn hai trăm năm chục vị A La Hán thường đi theo Phật sau khi Ngài chuyển Pháp Luân. Đây là các bậc Pháp Thân Đại Sĩ, bậc Bồ Tát đã chứng được Pháp Thân nhưng thị hiện ra làm thanh văn, theo giúp Đức Phật hoằng dương Phật Pháp.

Thánh Chúng: Trong Phật giáo, Thánh chúng có nghĩa là chúng hội của tất cả các bậc Thánh. Những vị Bồ Tát Thánh đã vượt thoát phiền não từ sơ địa trở lên. Đối với Thánh chúng hay bậc trí, những gì thường phải được xem là một sự lầm lẫn, tức là cái thế giới của các đặc thù này, vẫn không biểu hiện là điên đảo hay phi điên đảo. Đoàn thể do Đức Phật lập nên gọi là "Thánh Chúng" (Aryan sangha), đó là môi trường tu tập của những người cao quý. Vì truyền thống Bà La Môn đã được thiết lập kiên cố nên giai cấp bấy giờ đã được phân chia thật là rõ rệt. Bởi lẽ đó, Đức Phật luôn xác nhận rằng trong hàng Tăng chúng của Ngài không có phân biệt giữa Bà La Môn và võ tướng, hay giữa chủ và tớ. Ai đã được nhìn nhận vào hàng Tăng chúng đều được quyền học tập như nhau. Đức Phật dạy rằng không thể gọi một giai cấp nào là cao quý hay không cao được bởi vì vẫn có những người đê tiện trong cái giai cấp gọi là cao quý và đồng thời cũng có những người cao quý trong giai cấp đê tiện. Khi chúng ta gọi cao quý hay đê tiện là chúng ta nói về một người nào đó chứ không thể cả toàn thể một giai cấp. Đây là vấn đề của tri thức hay trí tuệ chứ không phải là vấn đề sinh ra ở trong dòng họ hay giai cấp nào. Do đó, vấn đề của Đức Phật là tạo nên một người cao quý hay Thánh giả (Arya pudgala) trong ý nghĩa một cuộc sống cao quý. Thánh chúng đã được thiết lập theo nghĩa đó. Theo đó thì Thánh Pháp (Arya dharma) và Thánh luật (Arya vinaya) được hình thành để cho Thánh chúng tu tập. Con đường mà Thánh giả phải theo là con đường Bát Thánh Đạo (Arya-astangika-marga) và cái sự thật mà Thánh giả tin theo là Tứ Diệu Đế. Sự viên mãn mà Thánh giả phải đạt tới là Tứ Thánh quả (Arya-phala) và cái toàn bị mà Thánh giả phải có là Thất Thánh Giác Chi (sapta-arya-dharma). Đó là những đức tính tinh thần cả. Người học Phật không nên đánh mất ý nghĩa của từ ngữ "Thánh" này vốn được áp dụng cẩn thận vào mỗi điểm quan trọng trong giáo pháp của Đức Phật. Đức Phật, như vậy, đã cố gắng làm sống lại ý nghĩa nguyên thủy của chữ "Thánh" nơi cá tính con người trong cuộc sống thường nhật. Hàng Tăng chúng đức cao đạo trọng đã dứt bỏ mê hoặc, đã chứng đắc chân lý, đối lại với phàm Tăng. Trong Phật Giáo Đại Thừa thì coi Ngài Văn Thù Sư Lợi Bồ Tát như là một Thánh Tăng, và tượng của ngài được đặt ở giữa Tăng Đường. Trong Phật Giáo Tiểu Thừa thì Ngài Ca Diếp hay Tu Bồ Đề được coi như là những Thánh Tăng, tượng của các ngài thường được đặt giữa Tăng Đường. Có bốn loại Thánh: Thứ nhất là Thanh Văn, những vị tu tập Tứ Diệu Đế, đệ tử trực tiếp của Phật. Thứ nhì là Duyên Giác, một vị thành Phật nhờ tu tập 12 nhân duyên; hay một vị Phật tự giác ngộ, chứ không giảng dạy kẻ khác. Thứ ba là Bồ Tát, một người giác ngộ hay một vị Phật tương lai. Thứ tư là Phật, người đã đắc vô thượng chánh đẳng chánh giác. Người chuyển Pháp luân. Một vị Phật không ở trong vòng mười cõi thế gian này, nhưng Ngài thị hiện giữa loài người để giảng dạy giáo lý của mình nên một phần Ngài được kể trong Tứ Thánh.

Chương 147. Những Điều Bất Khả Tư Nghì Trong Giáo Thuyết Phật Giáo

Những Điều Bất Khả Tư Nghì: Trong đạo Phật, không thể nghĩ bàn được còn gọi là bất khả tư nghì. Bất tư nghì là những điều vượt ra ngoài sự suy tưởng, vượt ra ngoài sự diễn tả, vượt ra ngoài sự bàn luận. Có nhiều loại Bất Khả Tư Nghì: Thứ nhất là quán đảnh bất tư nghì: Theo Kinh Hoa Nghiêm, Phẩm 27 (Thập Định), có mười pháp quán đảnh bất tư nghì mà chư Bồ Tát nhận được từ nơi Đức Như Lai. Một khi chư Đại Bồ Tát vào được tam muội Quá Khứ Thanh Tịnh Tạng, thời nhận được mười pháp quán đảnh bất tư nghì của Đức Như Lai, cũng được, cũng thanh tịnh, thành tựu, nhập, chứng, viên mãn, trì giữ, và bình đẳng biết rõ tam giới thanh tịnh. Mười pháp quán đảnh bất tư nghì này bao gồm chư Bồ Tát biện thuyết chẳng trái nghĩa là bất khả tư nghì, chư Bồ Tát thuyết pháp vô tận, chư Bồ Tát huấn từ không lỗi là bất khả tư nghì, chư Bồ Tát nhạo thuyết chẳng dứt là bất khả tư nghì, tâm của Chư Bồ Tát không bị khủng bố là bất khả tư nghì, lời nói của Chư Bồ Tát luôn thành thật là bất khả tư nghì, chúng sanh y tựa nơi chư Bồ Tát là bất khả tư nghì, chư Bồ Tát luôn cứu thoát ba cõi là bất khả tư nghì, thiện căn của chư Bồ Tát tối thắng là bất khả tư nghì, và chư Bồ Tát luôn điều ngự Diệu Pháp là bất khả tư nghì. Thứ nhì là bất tư nghì dụng tướng: Do tịnh trí tướng mà hiện ra hết thảy mọi cảnh giới làm lợi ích chúng sanh. Thứ ba là Phật độ cảnh giới bất khả tư nghì. Thứ tư là Tánh của Pháp Thân Như Lai Bất Khả Tư Nghì. Theo Thiền sư D.T. Suzuki trong Nghiên Cứu Kinh Lăng Già, ý niệm về Pháp thân không phải không có trong Kinh Lăng Già; tuy nhiên, ý niệm ấy không được dùng theo ý nghĩa pháp thân của học thuyết Tam Thân. Lăng Già nói đến Pháp Thân Như Lai, đến Pháp Thân bất khả tư nghì, và đến Pháp thân như là Ý sinh thân. Thứ năm là Thiên

CHƯƠNG 147. Những Điều Bất Khả Tư Nghì

long bất khả tư nghì. Thứ sáu là bất tư nghì huân: Bất tư nghì huân là sự thẩm thấu của sự ngu si hay trí tuệ vào tự tánh thanh tịnh trong tâm của chân như rồi sau đó xuất hiện trong thế giới hiển hiện để tạo thành phiền não. Theo Khởi Tín Luận thì Bất Tư Nghì Huân là ảnh hưởng huân tập của căn bản vô minh trên chân như tạo thành phiền não. Thứ bảy là chúng sanh bất khả tư nghì: Giáo thuyết của Đức Thế Tôn về nhân sinh quan (những hoàn cảnh của chúng sanh) vượt ra ngoài khái niệm của nhân loại. Thứ tám là Bất Tư Nghì Biến Dịch Sanh Tử: Sự biến dịch của cái chết là không thể nghĩ bàn. Quả báo Tịnh độ giới của nghiệp vô lậu. Do bi nguyện vô lậu mà chuyển biến hướng thượng thân sinh tử lên trên Tam giới (xuất quá tam giới thân). Đây là sự sanh tử của các bậc Thánh đã đoạn hết kiến tư hoặc. Cái chết thuộc về sự biến hóa kỳ diệu của chư Bồ Tát, hay cái chết thuộc sự sự biến hóa không thể quan niệm được xảy ra bên trong tâm, làm cho tâm hiểu được các sự vật đặc thù bên ngoài. Thứ chín là bất tư nghì trí: Trí tuệ không thể diễn tả được của Đức Phật hay trí trực giác. Thứ mười là thế giới bất khả tư nghì: Giáo thuyết của Đức Thế Tôn về vũ trụ quan vượt ra ngoài khái niệm của nhân loại.

Thêm Những Điều Bất Khả Tư Nghì Khác Trong Phật Giáo: Theo các truyền thống Phật giáo, có bốn điều không thể nghĩ bàn nơi chư Phật. Trong Kinh Tăng Nhứt A Hàm, có bốn điều không thể nghĩ bàn nơi chư Phật: Thứ nhất là thế giới bất khả tư nghì: Thật vậy, giáo thuyết của Đức Thế Tôn về vũ trụ quan vượt ra ngoài khái niệm của nhân loại. Thứ nhì là Chúng sanh bất khả tư nghì: Thật vậy, giáo thuyết của Đức Thế Tôn về nhân sinh quan vượt ra ngoài khái niệm của nhân loại. Thứ ba là Thiên long bất khả tư nghì: Giáo thuyết của Đức Thế Tôn về thiên long vượt ra ngoài khái niệm của nhân loại. Thứ tư là Phật độ cảnh giới bất khả tư nghì: Giáo thuyết của Đức Thế Tôn về Phật độ vượt ra ngoài khái niệm của nhân loại.

Trong Kinh Thủ Lăng Nghiêm, ngài Quán Thế Âm Bồ Tát đã bạch với Đức Thế Tôn về Bốn Thứ Bất Khả Tư Nghì: "Bạch Thế Tôn! Ngoài mười bốn thứ vô úy, tu chứng vô thượng đạo, lại có thể được bốn bất khả tư nghì, vô tác diệu đức." Thứ nhất là do tôi trước được diệu văn tâm, tâm linh thoát bỏ văn căn, kiến văn giác tri không thể phân cách, thành một viên dung thanh tịnh bảo giác, cho nên tôi có thể hiện ra nhiều diệu dụng, có thể nói vô biên bí mật thần chú; trong đó hoặc hiện một cho đến tám vạn bốn ngàn đầu, tay, mắt, hoặc từ hoặc uy, hoặc định, hoặc tuệ để cứu hộ chúng sanh được tự tại. Thứ nhì là bởi tôi tu tập văn tư, thoát khỏi sáu trần, như cái tiếng vượt qua tường, chẳng bị ngăn ngại, nên tôi thần diệu có thể hiện mỗi mỗi hình, tụng mỗi mỗi chú, hình và chú có thể lấy vô úy ban cho các chúng sanh.

Cho nên mười phương quốc độ nhiều như bụi nhỏ đều gọi tên tôi là Thí Vô Úy. Thứ ba là bởi tôi tu tập bản diệu viên thông, thanh tịnh bản căn, nên đi chơi các thế giới, đều khiến chúng sanh bỏ trân bảo của mình, cầu tôi thương xót. Thứ tư là tôi được Phật tâm, chứng quả hoàn toàn, có thể lấy các trân bảo đem cúng dường mười phương Như Lai, và giúp chúng sanh trong lục đạo, khắp pháp giới cầu vợ được vợ, cầu con được con, cầu tam muội được tam muội, cầu sống lâu được sống lâu, như vậy cho đến cầu đại Niết-bàn được đại Niết-bàn. Theo Trí Độ Luận, có năm thứ bất khả tư nghì: Thứ nhất là chúng sanh vô biên bất khả tư nghì. Thứ nhì là nghiệp quả báo bất khả tư nghì. Thứ ba là định lực của Thiền giả là bất khả tư nghì. Thứ tư là lực của các rồng là bất khả tư nghì. Thứ năm là Phật pháp là bất khả tư nghì.

Chương 148. Những Điều Khó Theo Giáo Thuyết Phật Giáo

Trong các trân bảo, sinh mạng là hơn, nếu mạng mình còn là còn tất cả. Chỉ mong sao cho thân mạng này được sống còn, thì lo chi không có ngày gầy dựng nên cơ nghiệp. Tuy nhiên, vạn vật ở trên đời nếu đã có mang cái tướng hữu vi, tất phải có ngày bị hoại diệt. Đời người cũng thế, hễ có sanh là có tử; tuy nói trăm năm, nhưng mau như ánh chớp, thoáng qua tựa sương, như hoa hiện trong gương, như trăng lồng đáy nước, hơi thở mong manh, chứ nào có bền lâu? Phật tử chơn thuần nên luôn nhớ rằng khi sanh ra đã không mang theo một đồng, nên khi chết rồi cũng không cầm theo một chữ, suốt đời làm lụng khổ thân tích chứa của cải, rốt cuộc vô ích cho bản thân mình trước cái sanh lão bệnh tử. Sau khi chết đi, của cải ấy liền trở qua tay người khác một cách phủ phàng. Lúc ấy không có một chút phước lành nào để cho thần thức nương cậy về kiếp sau, cho nên phải đọa vào tam đồ ác đạo. Cổ đức có dạy: "Thiên niên thiết mộc khai hoa dị, nhất thất nhơn thân vạn kiếp nan." Nghĩa là cây sắt ngàn năm mà nay nở hoa cũng chưa lấy làm kinh dị, chớ thân người một khi đã mất đi thì muôn kiếp cũng khó mà tái hồi. Vì thế, Phật tử chơn thuần nên luôn nhớ những gì Phật dạy: "Thân người khó được, Phật pháp khó gặp. Được thân người, gặp Phật pháp, mà ta nỡ để cho thời gian luống qua vô ích, quả là uổng cho một kiếp người."

Theo Đức Phật, có sáu điều khó gặp: Thứ nhất là được sanh ra làm người là khó. Thứ nhì là được sanh ra cùng thời với Phật là khó. Thứ ba là nghe được chánh pháp là khó. Thứ tư là có tâm lành là khó. Thứ năm là được sanh ra nơi trung tâm vương quốc là khó. Thứ sáu là tu tập được quả vị là khó. Lại có sáu điều khó gặp khác: Thứ nhất là Ngộ Phật Thế Nan, nghĩa là sanh ra nhằm thời có Phật là khó. Thứ nhì là Văn Chánh Pháp Nan, nghĩa là nghe được chánh pháp là khó. Thứ ba là Sanh Thiện Tâm Nan, nghĩa là sanh được thiện tâm là khó. Thứ tư là Sanh Trung Quốc Nan, nghĩa là được sanh ra trong xứ trung tâm là khó. Thứ năm là Đắc Nhân Thân Nan, nghĩa là được thân người là khó. Thứ sáu là Toàn Căn Nan, nghĩa là được đầy đủ các căn là khó.

Có tám điều khó gặp hay nghe được Phật pháp: Tám điều kiện hay hoàn cảnh khó gặp Phật pháp, hay tám chỗ chướng nạn, một khi sanh vào thì chẳng có thể tu học cho thành đạo được. Thứ nhất là địa ngục, tái sanh nơi địa ngục, chúng sanh phải luôn chịu khổ đau. Thứ nhì là ngạ quỷ, nơi chúng sanh chẳng bao giờ cảm thấy dễ chịu và luôn ham muốn. Thứ ba là súc sanh, nơi chúng sanh không có khả năng hiểu biết Phật pháp. Thứ tư là Bắc Cu lô châu, nơi chúng sanh luôn vui sướng ngũ dục làm cho chúng sanh không còn thiết gì đến tu hành Phật pháp. Thứ năm là cung trời trường thọ, nơi chúng sanh sống trường thọ và sung sướng đến nỗi không ai muốn tìm cầu Phật pháp. Thứ sáu là sanh làm thức giả hay triết giả phàm phu, vì những chúng sanh này tưởng mình là thế trí biện thông, biết hết mọi thứ nên không còn muốn tu tập theo Phật. Thứ bảy là sanh ra với khuyết tật, sanh làm những người đui, điếc, câm, què. Thứ tám là tái sanh trong thời không có Như Lai, hay trong buổi chuyển tiếp sau thời Phật nhập diệt và thời Đức Hạ sanh Di Lặc Tôn Phật. Trong thời kỳ này, chúng sanh chỉ biết nhàn đàm hý luận về Phật pháp chứ không chịu tu tập.

Theo Kinh Tứ Thập Nhị Chương, chương 36, có chín điều khó: Thứ nhất là kẻ thoát được ác đạo để được sanh làm người là khó. Thứ nhì là được làm người mà thoát được thân nữ để làm thân nam là khó. Thứ ba là làm được thân nam mà sáu giác quan đầy đủ là khó. Thứ tư là một khi đã có sáu căn đầy đủ, vẫn khó được sanh vào xứ trung tâm. Thứ năm là đã sanh được vào xứ trung tâm, vẫn khó được sanh vào thời có Phật. Thứ sáu là đã sanh vào thời có Phật, vẫn khó được gặp

CHƯƠNG 148. Những Điều Khó Theo Giáo Thuyết Phật Giáo

Đạo. Thứ bảy là đã gặp Đạo, vẫn khó khởi được niềm tin. Thứ tám là đã có được niềm tin, vẫn khó phát tâm Bồ Đề. Thứ chín là phát tâm Bồ Đề mà đạt đến chỗ vô tu vô chứng là khó.

Trong Kinh Tứ Thập Nhị Chương, có hai mươi đều khó mà chúng sanh thường gặp phải: Đức Phật dạy: "Thứ nhất là nghèo mà phát tâm bố thí là khó: Nghèo khổ mà muốn thật hành bố thí quả là khó, bởi nghèo khổ dù muốn bố thí, nhưng ngặt vì có lòng mà thiếu sức, nếu gắng gượng bố thí tất cả ảnh hưởng đến sự sống của của mình nên phải hy sinh lớn lao. Thứ nhì là giàu sang và có quyền thế mà phát tâm tu hành là khó: Giàu sang mà chịu học đạo tu hành là khó, bởi giàu sang tuy có sức bố thí, song lại bị cảnh dục lạc lôi cuốn, khó buông bỏ thân tâm để tu hành. Thứ ba là từ bỏ thế tục để đương đầu với tử thần là điều khó (xả thân cầu đạo là khó). Thứ tư là gặp được kinh Phật là điều khó. Thứ năm là được sanh ra vào thời có Phật là điều khó: Sanh gặp đời Phật là khó, như Đại Trí Độ Luận nói: "Ở nước Xá Vệ gồm chín trăm ngàn dân mà chỉ có một phần ba trong số người này được gặp thấy Phật, một phần ba số người tuy nghe danh tin tưởng nhưng không thấy gặp, và một phần ba số người hoàn toàn không được nghe biết cũng không được thấy. Đức Phật ở tại xứ này giáo hóa trước sau hai mươi lăm năm, mà còn ba ức người không thấy gặp nghe biết, thì những kẻ sanh nhằm đời Phật nhưng ở cách xa, hoặc sanh trước hay sau khi Phật ra đời, tất cả cơ duyên gặp Phật hoặc nghe Phật Pháp là điều không phải dễ. Tuy không gặp Phật mà y theo Phật pháp tu hành, thì cũng như gặp Phật. Nếu không theo lời Phật dạy, dù ở gần Phật, vẫn là xa cách. Khi xưa Đề Bà Đạt Đa là em họ của Đức Phật cũng như Tỳ-kheo Thiện Tinh làm thị giả cho Phật hai mươi năm, vì không giữ đúng theo đường đạo, nên kết cuộc bị đọa vào địa ngục. Bà lão ở phía đông thành Xá Vệ, sanh cùng ngày cùng giờ với Phật, nhưng vô duyên nên không muốn thấy Phật. Thế cho nên thấy được Phật, nghe được pháp, y theo lời dạy phụng hành, phải là người có nhiều căn lành phước đức nhân duyên. Thứ sáu là chống lại được với tham dục là điều khó. Thứ bảy là thấy được việc mà không phải bỏ công tìm cầu là điều khó. Thứ tám là bị sỉ nhục mà không sanh tâm tức giận là điều khó. Thứ chín là có quyền thế mà không lạm dụng là điều khó. Thứ mười là tiếp xúc với sự việc mà không bị vướng mắc là điều khó. Thứ mười một là quảng học Phật pháp là điều khó. Thứ mười hai là bỏ được tự mãn và cống cao ngã mạn là điều khó. Thứ mười ba là không khinh thường người sơ cơ (chưa học Phật pháp) là điều khó. Thứ mười bốn là tu tập cho tâm được thanh tịnh là điều khó. Thứ mười lăm là không nhàn đàm hý luận là chuyện khó. Thứ mười sáu là gặp được thiện hữu tri thức là điều khó: Nay Đức Phật đã nhập diệt, các bậc thiện tri thức thay thế Ngài ra hoằng dương đạo pháp, nếu thân cận nghe lời khuyên dạy tu hành của quý ngài, tất cũng được giải thoát. Nhưng kẻ căn lành sơ bạc, gặp thiện tri thức cũng khó. Dù có duyên được thấy mặt nghe pháp, song nếu không hiểu nghĩa lý, hoặc chấp hình thức bên ngoài mà chẳng chịu tin theo, thì cũng vô ích. Theo Kinh Phạm Võng và Hoa Nghiêm, muốn tìm cầu thiện tri thức, đừng câu nệ theo hình thức bên ngoài; như chớ chấp người đó trẻ tuổi, nghèo nàn, địa vị thấp, hoặc dòng dõi hạ tiện, tướng mạo xấu xa, các căn chẳng đủ, mà chỉ cầu người thông hiểu Phật pháp, có thể làm lợi ích cho mình. Lại đối với bậc thiện tri thức chớ nên tìm cầu sự lầm lỗi, bởi vị đó có khi mật hạnh tu hành, vì phương tiện hóa độ, hoặc đạo lực tuy cao song tập khí còn chưa dứt, nên mới có hành động như vậy. Thứ mười bảy là thấy được tự tánh mà tu tập là điều khó. Thứ mười tám là cứu độ chúng sanh theo đúng hoàn cảnh của họ là điều khó. Thứ mười chín là thấy sự việc mà không bị cảm xúc là điều khó. Thứ hai mươi là hiểu và thật hành đúng theo chánh pháp là điều khó."

Bên cạnh những điều khó, theo các truyền thống Phật giáo, có bốn điều không thể đạt được: trẻ mãi không già (thường thiếu bất khả đắc), không ốm đau bịnh hoạn (vô bệnh bất khả

CHƯƠNG 148. Những Điều Khó Theo Giáo Thuyết Phật Giáo

đắc), sống lâu (trường thọ bất khả đắc), và không chết (bất tử bất khả đắc). Theo Kinh A Hàm, có bốn thứ chẳng thể khinh thường: Thứ nhất là Thái tử tuy còn nhỏ, nhưng tương lai sẽ làm quốc vương, nên chẳng thể khinh thường. Thứ nhì là rắn tuy nhỏ, nhưng nọc độc có thể làm chết người, nên không thể khinh thường. Thứ ba là tia lửa tuy nhỏ, nhưng có thể đốt cháy núi rừng đồng cỏ lớn, nên không thể khinh thường. Thứ tư là Sa Di tuy nhỏ, nhưng có thể thành bậc Thánh, nên không thể khinh thường. Lại có bốn thứ không còn được giao phó cho điều gì nữa cả: người già, cái chết gần kề, xa xôi, và quỷ quái. Lại có bốn điều không thể thấy được: Thứ nhất là cá không thể thấy nước. Thứ nhì là người không thấy không khí hay gió. Thứ ba là kẻ mê muội mờ mịt không thể thấy được thật chất của vạn pháp. Thứ tư là người giác ngộ không thể thấy được cái không vì nhân tố của chính người ấy và tánh không đã vượt ra ngoài ý niệm. Lại có bốn thứ không thể sinh được: Thứ nhất là pháp chẳng tự thân mà sanh ra (Bất Khả Tự Sinh). Thứ nhì là pháp chẳng do tha nhân mà sanh ra (Bất Khả Tha Sinh). Thứ ba là Pháp chẳng phải là chẳng tự sanh (chẳng phải tự sanh mà cũng chẳng phải tha sanh) khi đến thời điểm trổ quả của nghiệp (của 2 trường hợp 1 & 2). Thứ tư là pháp chẳng do vô nhân mà sanh ra, một khi nghiệp nhân đủ đầy là chồi đâm trái trổ (Bất Khả Bất Hạ Sinh). Trên thế gian này có năm điều mà không ai có thể thành tựu được: Thứ nhất là muốn thân không già nhưng nó vẫn cứ già. Thứ nhì là muốn không bệnh mà vẫn cứ bệnh. Thứ ba là muốn không chết nhưng vẫn cứ chết từng phút từng giây. Thứ tư là chối bỏ sự hoại diệt khi sự hoại diệt vẫn sờ sờ ra đó. Thứ năm là muốn bất tận nhưng vẫn cứ phải chịu tận. Có bảy điều không tránh khỏi: Thứ nhất là tái sanh chẳng thể tránh được. Thứ nhì là già chẳng tránh được. Thứ ba là bệnh chẳng tránh được. Thứ tư là chết chẳng tránh được. Thứ năm là tội chẳng tránh được. Thứ sáu là phước chẳng tránh được. Thứ bảy là nhơn duyên chẳng tránh được.

Chương 149. Thông Đạt Phật Đạo

Đạo có nghĩa là con đường; tuy nhiên, theo Phật giáo, "Đạo" là con đường diệt khổ là con đường chấm dứt dục vọng. Trong Phật giáo, mỗi khi nói đến "Đạo" là người ta nghĩ ngay đến "Đạo Đế" và "Bát Thánh Đạo". Đạo Đế hay đế thứ tư trong Tứ Diệu Đế. Bát Thánh Đạo hay cửa ra đau khổ để bước vào Niết-bàn. Trong Phật giáo "Đạo" là nhân giải thoát, và giác ngộ Bồ Đề là quả. "Marga" là từ Bắc Phạn chỉ "con đường" trong tu tập Phật giáo dẫn đến giải thoát khỏi vòng luân hồi sanh tử. Theo Kinh Tứ Thập Nhị Chương, Chương 2, Đức Phật dạy: "Đạo của người xuất gia làm sa Môn là phải từ bỏ ái dục, biết được nguồn tâm, thấu triệt giáo pháp của Phật, hiểu pháp vô vi. Bên trong không có cái để được, bên ngoài không có chỗ để cầu. Tâm không chấp thủ nơi đạo, cũng không hệ lụy bởi nghiệp, không có suy tưởng, không có tạo tác, không có tu, không có chứng, chẳng cần trải qua các Thánh vị mà tự thành cao tột, đó gọi là Đạo." Người Phật tử quyết định tu theo Phật luôn nghĩ đến những con đường đi đến giải thoát. Thứ nhất là "Đạo Tư Lương": Đây chính là con đường thứ nhất trong năm con đường đã được vạch ra trong lý thuyết thiền định, trong thời gian đó hành giả tích trữ hai loại tích trữ: 1) tích trữ công đức, liên hệ tới việc tu tập công đức để có được thiện nghiệp; 2) tích trữ trí tuệ, bằng cách tu tập thiền định để đạt được trí tuệ nhằm lợi lạc chúng sanh mọi loài. Trong giáo thuyết thiền định của Phật giáo Đại Thừa, người ta nói hành giả bước vào con đường tích tụ công đức bằng cách phát tâm Bồ Đề. Sự tu tập trên con đường này đưa đến con đường kế tiếp là con đường chuẩn bị. Con đường thứ hai là "Đạo của chân lý": Theo Kinh Pháp Bảo Đàn, Lục Tổ Huệ Năng dạy: "Này thiện tri thức! Nhất hạnh tam muội là đối với tất cả chỗ, đi đứng nằm ngồi thường hành một trực tâm ấy vậy." Kinh Tịnh Danh nói: "Trực tâm là đạo tràng, trực tâm là Tịnh độ. Tâm đừng làm những chuyện

CHƯƠNG 149. Thông Đạt Phật Đạo

siểm khúc, miệng nói trực, miệng nói nhất hạnh tam muội mà không hành trực tâm, còn hành trực tâm, đối với tất cả các pháp chớ có chấp trước. Người mê chấp pháp tướng, chấp nhất hạnh tam muội, chỉ nói ngồi không động, tâm vọng không khởi tức là nhất hạnh tam muội, người khởi hiểu thế này tức là đồng với vô tình, trở lại là nhơn duyên chướng đạo." Này thiện tri thức! Đạo phải thông lưu, do đâu trở lại ngưng trệ, tâm không trụ nơi pháp, đạo tức là thông lưu. Tâm nếu trụ pháp gọi là tự phược, nếu nói thường ngồi không động, ấy chỉ như Ngài Xá Lợi Phất ngồi yên trong rừng lại bị Ngài Duy Ma Cật quở trách. Này thiện tri thức! Lại có người dạy ngồi khán tâm quán tịnh, không động không khởi, từ đây mà lập công khóa, người mê không hiểu liền chấp thành ra điên cuồng, những người như thế này thật là đông, dạy nhau như thế, nên biết đó là lầm lớn." Thứ ba là Đạo Đế: Đây là con đường cực kỳ quan trọng trong tu hành. Đây là chân lý thứ tư trong Tứ Diệu Đế, là chân lý diệt khổ, là Bát Thánh Đạo. Đạo Đế hay con đường đưa đến chấm dứt đau khổ. Bát Chánh Đạo dẫn đến sự đoạn diệt khổ đau và phiền não được định rõ trong Tứ Diệu Đế là sự trình bày của Đức Phật về cái khổ mà tất cả chúng sanh đều phải trải qua. Nó thường được phân tách làm 3 thành phần chủ yếu: giới, định và tuệ. Một phương cách tương tự khác cũng giống như con đường này nhưng bắt đầu bằng bố thí. Bố thí làm nền móng cho trì giới và kế tiếp có thể giúp hành giả tiến xa hơn tới những nguyện vọng cao cả. Giới, định, tuệ là cốt lõi của sự tu tập tâm linh trong đạo Phật và không thể tách rời chúng được. Chúng không chỉ thuần túy là những phần phụ trợ với nhau giống như những cuống hoa, nhưng được hòa trộn với nhau giống như "muối trong đại dương" dẫn đến sự so sánh nổi tiếng của Phật giáo. Nếu Đạo Phật không có khả năng giúp cho Phật tử tu tập theo con đường giải thoát thì đạo Phật chỉ là một thứ đạo chết không hơn không kém. Đạo Phật chết là đạo Phật qua những hình thức tổ chức rườm rà, nghi lễ cổ điển, cúng kiến, kinh kệ bằng những ngôn ngữ xa lạ làm cho giới trẻ hoang mang. Từ đó giới trẻ nhìn về những ngôi chùa như một viện dưỡng lão của ông già bà cả, cho những người thiếu tự tin, hoặc cho những thành phần mê tín dị đoan.

Trong Kinh Pháp Cú, Đức Phật dạy: "Bát Chánh Đạo là đạo thù thắng hơn các đạo. Tứ đế là lý thù thắng hơn các lý. Ly dục là pháp thù thắng hơn các pháp. Cụ nhãn là bậc thù thắng hơn các bậc Thánh hiền (273). Chỉ có con đường này, chẳng còn con đường nào khác có thể làm cho tri kiến các ngươi thanh tịnh. Các ngươi thuận làm theo, thì bọn ma bị rối loạn (274). Các ngươi thuận tu theo Chánh đạo trên này, thì khổ não sẽ dứt hết, và biết rằng Đạo ta nói có sức trừ diệt chông gay (275). Các ngươi hãy tự nỗ lực lên! Như Lai chỉ dạy cho con đường giác ngộ, chứ không giác ngộ cho ai được. Sự trói buộc của ma vương sẽ tùy sức thiền định của các ngươi mà được cởi mở (276). Các hành đều vô thường; khi đem trí tuệ soi xét được như thế thì sẽ nhàm lìa thống khổ để đi đến giải thoát. Đó là Đạo thanh tịnh (277). Các hành đều là khổ; khi đem trí tuệ soi xét được như thế thì sẽ nhàm lìa thống khổ để được giải thoát. Đó là Đạo thanh tịnh (278). Hết thảy pháp đều vô ngã; khi đem trí tuệ soi xét như thế thì sẽ nhàm lìa thống khổ để được giải thoát. Đó là Đạo thanh tịnh (279). Khi đáng nỗ lực, không nỗ lực, thiếu niên cường tráng đã lười biếng, ý chí tiêu trầm và nhu nhược: kẻ biếng nhác làm gì có trí để ngộ Đạo (280). Thận trọng lời nói, kềm chế ý nghĩ, thân không làm ác, ba nghiệp thanh tịnh, là được Đạo Thánh Nhơn (281). Tự mình dứt hết ái tình, như lấy tay bẻ cành sen thu; siêng tu Đạo tịch tịnh. Đó là Niết-bàn mà đức Thiện thệ đã truyền dạy (285). Trong Kinh Tứ Thập Nhị Chương, Đức Phật dạy: "Đức Phật dạy: "Người giữ ái dục ở trong lòng thì không thấy được Đạo. Thí như nước trong mà lấy tay khuấy động, người ta đến soi không thấy bóng của mình. Người do ái dục khuấy động mà trong tâm ô nhiễm nổi lên nên không thấy được Đạo. Sa Môn các ông cần phải xả ly ái dục. Ái dục

CHƯƠNG 149. Thông Đạt Phật Đạo

hết rồi có thể thấy được Đạo. Người thấy được Đạo cũng như cầm đuốc vào trong nhà tối, bóng tối liền mất, còn lại ánh sáng. Người học Đạo mà thấy được chân lý thì vô minh liền diệt, chỉ còn lại trí tuệ."

Theo Giáo Sư Junjiro Takakusu trong Cương Yếu Triết Học Phật Giáo, Phật giáo đặt nền tảng trên Tam Học (siksa): Giới, Định, Tuệ. Nghĩa là nếu không trì giới thì tâm không định, tâm không định thì không phát tuệ. Định ở đây bao gồm những kết quả vừa tư biện vừa trực quán. Tiếp đó Đạo Phật còn dạy hành giả phải đi vào Tam Đạo là Kiến đạo, Tu đạo, và Vô học đạo. Đây là ba giai đoạn mà hành giả phải trải qua khi tu tập Kiến Đạo với Tứ Diệu Đế bằng cách thật hành Bát Chánh Đạo; kế đến, hành giả tu tập Tu Đạo với Thất Giác Chi. Tu đạo ở đây lại có nghĩa là kết quả của suy tư chân chánh; và cuối cùng là thực hiện hoàn toàn bằng Vô Học Đạo. Nói cách khác, không thấy được đạo thì không tu được đạo và không thực hiện được đời sống lý tưởng. Thứ nhất là "Kiến Đạo": Kiến đạo tức là thấy được chân lý chấm dứt luân hồi sanh tử, như các bậc Thanh Văn và Sơ Địa Bồ Tát. Trong Tứ Diệu Đế, Đạo đế với Bát Thánh Đạo mà Đức Phật dạy hàng Thánh giả phải tu tập (chánh kiến, chánh tư duy, chánh ngữ, chánh nghiệp, chánh tinh tấn, chánh niệm, chánh mạng, chánh định). Thứ nhì là "Tu Đạo": Tu đạo tức là giai đoạn thứ hai của con đường này là con đường tu tập hay Tu Đạo theo Thất Giác Chi (trạch pháp, tinh tấn, hỷ, khinh an, niệm, định, và xả). Theo Phật giáo Tây Tạng, "Lam bras" có nghĩa là "Con đường và Kết quả" hay "Tu Đạo". Đây là hệ thống thiền định làm nền tảng tu tập cho trường phái Sakyapa của Phật giáo Tây Tạng. Đây là một cái nhìn toàn diện của việc tu tập trong Phật giáo dựa theo Mật chú Hevajra. Trong hệ thống này, con đường và kết quả được nối kết không thể tách rời được: kết quả gộp vào con đường, vì cái này dẫn tới cái kia, và con đường gộp vô kết quả, vì nó là phương tiện nhờ đó mà kết quả được thành đạt. Phương pháp của loại tu tập này có từ thời Mahasiddha Viruoa (Đại Thành Tựu Viruoa của Ấn Độ). Giáo thuyết căn bản của hệ thống này là những văn kinh được khai triển bởi ngài Sachen Gunga Nyingpo. "Lam rim" là thuật ngữ Tây Tạng dùng để chỉ "Những giai đoạn của con đường," đường tìm thấy trong Phật giáo Tây Tạng, một thí dụ xưa nhất là "Bảo Châu Trang Nghiêm Giải Thoát." Lam Rim cũng là hệ thống thiền tập chủ yếu của trường phái Gelukpa. Thứ ba là "Vô Học Đạo": Vô học đạo tức là đã hoàn toàn thấu triệt chân lý mà không phải học nữa. Hành giả đi đến giai đoạn sau cùng, tức là con đường không còn gì để học nữa, Vô Học Đạo. Khi đó kết quả mà hành giả hướng đến khi tu tập tứ diệu đế sẽ tự đến. Khi hành giả đạt đến giai đoạn cuối cùng này thì trở thành một vị A La Hán. Theo Tiểu Thừa, đó là quả vị giác ngộ cao nhất. Nhưng theo Đại Thừa, A La Hán chỉ mới giác ngộ được một phần mà thôi. Lý tưởng của đạo Phật là hoàn tất đức tính của con người, hay là đưa con người đến Phật quả bằng căn bản trí tuệ giới hạnh, đó là nhân cách cao nhất. Đó là những đặc điểm của đạo Phật.

Theo Lục Tổ Huệ Năng, đắc đạo không quan hệ gì đến sự vận hành liên tục từ sai lầm đến chân lý, hay từ vô minh đến giác ngộ. Ngày nay hầu hết các thiền sư đều đồng ý với tổ và khẳng định rằng chẳng có sự giác ngộ nào có thể được người ta tuyên bố cả. Nếu bạn nói rằng bạn đã sở đắc cái gì đó, đó là bằng chứng chắc chắn nhất là bạn đã đi sai đường. Do đó, không là có, im lặng là sấm sét, vô minh là giác ngộ; những vị Thánh Tăng của thanh tịnh đạo vào hỏa ngục trong khi các Tỳ-kheo pháp giới đi vào Niết-bàn; thanh tẩy có nghĩa là tích lũy bụi trần (vì nếu không có tích lũy bụi trần là không có thanh tẩy); tất cả những từ ngữ khẳng định nghịch lý này và đầy dẫy trong văn học nhà Thiền đều nói lên tánh phủ nhận sự vận hành liên tục từ phân biệt đến vô phân biệt, từ trạng thái nhiễm ái đến không nhiễm ái, vân vân. Quan niệm về sự vận hành liên tục không phù hợp với các sự kiện, trước hết bởi vì quá trình vận hành này dừng lại nơi cái gương vẫn sáng rạng từ vô thủy, không cố vượt ra và tiếp tục vô hạn định, kế thứ, bởi vì bản tánh thanh tịnh của gương chịu đựng sự ô nhiễm, nghĩa là một vật thể này phát sinh ra một vật thể khác, hoàn toàn trái ngược nhau. Hãy nghĩ đến sự vật theo cách khác: cần có sự phủ định tuyệt đối, nhưng có còn có thể hay không khi quá trình vẫn liên tục? Đó là lý do tại sao Lục Tổ Huệ Năng khăng khăng chống lại quan niệm ấp ủ của đối thủ của Ngài là Thần Tú. Ngài không bám chặt giáo lý về tính liên tục của Tiệm Giáo của Thần Tú. Ngược lại, Huệ Năng là tay vô địch của Đốn Giáo. Theo tông này thì sự vận hành từ mê đến ngộ là ngay lập tức chứ không từ từ, gián đoạn chứ không liên tục. Khi nói rằng quá trình ngộ là lập tức có nghĩa là nó nhảy vọt, theo luận lý học và tâm lý học trong kinh nghiệm Phật giáo. Cái nhảy vọt theo lý luận học chủ yếu ở chỗ quá trình lý luận bình thường dừng lại ngay tức khắc, đến độ được xem là phi lý này lại trở thành hoàn toàn tự nhiên, trong khi cái nhảy vọt theo tâm lý cốt yếu ở chỗ các giới hạn của ý thức bị vượt qua, và người ta phóng vào Vô thức, và cuối cùng chẳng phải là không ý thức. Quá trình này gián đoạn, lập tức và không thể tính toán được, đó là "Thấy được tự tánh."

Nếu biết được tự tánh mình, một khi ngộ được thì tức khắc đạt Đạo và đến ngay đất Phật. Trong Pháp Bảo Đàn Kinh, Lục Tổ Huệ Năng dạy: "Này các thiện hữu tri thức, khi tôi còn ở chỗ của ngũ tổ Hoằng Nhẫn, một hôm tôi chỉ nghe một câu mà ngộ được, bèn thấy ngay bổn tánh chân như của mình. Đây là lý do mà tôi muốn thấy giáo pháp ấy lưu hành cùng khắp, khiến cho những người học đạo ngộ ngay Bồ Đề, mỗi người tự quán tâm mình, để tự thấy được bổn tánh của mình. Chư Phật ba đời quá khứ, hiện tại và vị lai và tất cả kinh điển trong 12 bộ kinh, trong tự tánh mỗi người vốn đã có đủ... Trong tự tâm mình đã có sẵn tri thức để tự ngộ. nếu mình tự dấy lên ý nghĩ tà vạy mê muội; thì không có một thiện tri thức bên ngoài nào có thể dạy bảo hay giúp đỡ được chúng ta. Nhưng nếu tự khởi lên được sự quán chiếu bằng phương tiện chân chánh của trí Bát Nhã, thì mọi vọng niệm đều tiêu tan trong chốc lát. Nếu biết được tự tánh mình, một khi ngộ được thì tức khắc đến ngay đất Phật. Này các thiện tri thức, khi có sự quán chiếu của trí tuệ thì trong và ngoài trở thành hoàn toàn trong sáng và biết rõ bổn tâm. Nếu biết rõ bổn tâm thì đó là gì nếu không là giải thoát? Nếu được giải thoát rồi, tức đó là Bát Nhã Tam Muội, và khi Bát Nhã Tam Muội đã được hiểu rõ thì đó là trạng thái của "Vô Niệm."

Người Phật tử chơn thuần luôn tin vào việc "Thông Đạt Đạo Vô Thượng" ngay trong Cuộc Sống hằng ngày và ngay trong cuộc sống này. Thông đạt Phật đạo là một trong ba mục tiêu của tọa thiền. Thể hiện đạo vô thượng trong cuộc sống hằng ngày. Lúc này chúng ta không còn phân biệt cứu cánh và phương tiện nữa. Giai đoạn này tương ứng với tối thượng thừa thiền. Khi các bạn ngồi một cách hăng say và không vị kỷ, cũng như hợp với sự dẫn đạo của một bậc chân sư, nghĩa là hợp với tâm mình, mặc dù có ý thức đầy đủ, vẫn hoàn toàn vô niệm như một tờ giấy trắng tinh không một vết bẩn, bây giờ dù các bạn đã ngộ hay chưa, Phật tánh thanh tịnh vốn có của mình vẫn khai mở. Nhưng đây phải nhấn mạnh chỉ với chân ngộ các bạn mới có thể trực nhận được chân thể tánh Phật của mình, và tối thượng thừa thiền là loại thuần khiết nhất, không khác gì loại thiền đã được chư Phật thật hành. Theo Kinh Duy Ma Cật, chương tám, phẩm Phật Đạo, cư sĩ Duy Ma Cật đã nói về "Thông Đạt Phật Đạo". Bấy giờ ngài Văn Thù Sư Lợi hỏi ông Duy Ma Cật rằng: "Bồ Tát thế nào là thông đạt Phật đạo?" Duy Ma Cật đáp: "Bồ Tát thật hành phi đạo (trái đạo) là thông đạt Phật đạo." Văn Thù Sư Lợi hỏi: "Thế nào là Bồ Tát thật hành phi đạo?" Duy Ma Cật đáp: "Nếu Bồ Tát gây năm tội vô gián mà không buồn giận, đến ở trong địa ngục mà không có tội cấu; đến trong loài súc sanh mà không có những lỗi vô minh kiêu mạn; đến trong ngạ

CHƯƠNG 149. Thông Đạt Phật Đạo

quỷ mà vẫn đầy đủ công đức; đến cảnh sắc và vô sắc giới mà không cho là thù thắng; hiện làm tham dục mà không nhiễm đắm; hiện làm giận dữ mà đối với chúng sanh không có ngại gì; hiện cách ngu si mà dùng trí tuệ điều phục tâm mình; hiện làm hạnh tham lam bỏn xẻn mà bỏ tất cả của cải, không tiếc thân mạng; hiện pháp giới cấm mà ở trong tịnh giới, đến như tội bé nhỏ cũng hết lòng sợ sệt; hiện làm thù hận mà thường từ bi nhẫn nhục; hiện làm lười biếng mà siêng tu các công đức; hiện làm loạn ý mà thường niệm định; hiện làm ngu si mà thông đạt trí tuệ thế gian và xuất thế gian; hiện làm dua dối mà phương tiện thuận theo nghĩa các kinh; hiện làm kiêu mạn mà đối với chúng sanh mình cũng như cầu đó; hiện làm tất cả phiền não mà lòng thường thanh tịnh; hiện vào trong chúng ma mà thuận theo trí tuệ của Phật, không theo đạo giáo khác; hiện làm hàng Thanh Văn mà nói các pháp chưa từng nghe cho chúng sanh; hiện vào hàng Bích Chi Phật mà thành tựu lòng đại bi, giáo hóa chúng sanh; hiện vào hạng nghèo nàn mà có tay đầy đủ công đức; hiện vào hạng tàn tật mà đủ tướng tốt để trang nghiêm thân mình; hiện vào hạng hèn hạ mà sanh trong dòng giống Phật, đầy đủ các công đức; hiện vào hạng người ốm yếu xấu xa mà được thân Na la diên (kim cang), tất cả chúng sanh đều muốn xem; hiện vào hạng già bệnh mà đoạn hẳn gốc bệnh, không còn sợ chết; hiện làm hạng giàu có mà xem là vô thường, không có tham đắm; hiện có thê thiếp, thế nữ mà tránh xa bùn lầy ngũ dục; hiện nơi hạng đần độn mà thành tựu biện tài, vẫn giữ tổng trì; hiện vào tà tế mà dùng chánh tế độ chúng sanh; hiện vào khắp các đạo, để đoạn đứt nhơn duyên; hiện vào Niết-bàn mà không bỏ sanh tử. Thưa ngài Văn Thù Sư Lợi! Nếu Bồ Tát làm được những việc trái đạo như thế, đấy là thông suốt Phật đạo."

Chương 150. Những Ngày Lễ Trong Phật Giáo

Tài liệu của các tự viện Phật giáo buổi ban sơ cho thấy rằng các lễ hội không được khuyến khích, mặc dầu có rất nhiều lễ hội được tổ chức, như lễ tụng giới Bố Tát. Tuy nhiên, khi tôn giáo này trở thành một tôn giáo với con số Phật tử tại gia đáng kể, lễ hội thường xuyên được phát triển. Trong Phật giáo đương thời, có rất nhiều lễ hội hằng năm và lễ hội theo mùa với công năng khác nhau, như lễ đánh dấu những biến cố quan trọng giống như ngày đầu năm hay ngày thu hoạch mùa màng. Những lễ hội khác tạo cơ hội cho Phật tử tạo công đức cúng dường bố thí, chẳng hạn như Lễ Dâng Y được tổ chức hàng năm trong cả 2 truyền thống, Nguyên Thủy và Đại Thừa hay lễ Monlam Chenmo của người Tây Tạng. Nhưng lễ hội Phật giáo còn được dùng như cách để quảng bá Phật giáo đến với những người không phải là Phật tử qua những buổi lễ quan trọng như ngày Phật Đản Sanh, thành đạo, và nhập Niết-bàn. Trong truyền thống Nguyên Thủy, cả 3 ngày này được tổ vào ngày trăng tròn tháng 5. Ngày này được gọi là ngày Vesak ở Sri Lanka, ngày Visakha Puja ở Thái Lan. Những ngày lễ quan trọng khác ở Sri Lanka còn có ngày Poson, để tưởng niệm ngày đạo Phật được truyền bá vào quốc đảo này, và ngày Esala Parahera, ngày răng xá lợi của Đức Phật được diễn hành đi khắp các đường phố Kandy. Tại các xứ theo truyền thống Đại Thừa như Trung Hoa, Nhật Bản, Đại Hàn, Mông Cổ, Tây Tạng và Việt Nam, ngày Phật Đản thường được tổ chức vào ngày mồng 8 hay rằm tháng 4, lễ Phật Thành Đạo được tổ chức vào ngày mồng 8 tháng chạp, và lễ Phật nhập Niết-bàn được tổ chức vào ngày rằm tháng 2. Một lễ hội quan trọng khác tại Nhật Bản là lễ Setsubon, tập trung vào việc xua đuổi ma quỷ, được tổ chức vào những ngày đầu tháng hai. Những lễ hội quan trọng khác trong Phật giáo Đại Thừa bao gồm lễ "cúng cô hồn" (lễ Vu Lan), nhằm xoa dịu những oan hồn khốn khổ. Một vài ngày lễ quan trọng trong

CHƯƠNG 150. Những Ngày Lễ Trong Phật Giáo

Phật giáo như ngày Lễ Phật Đản (ngày rằm tháng tư âm lịch), ngày Lễ Vu Lan (Giải Đảo Huyền vào ngày rằm tháng bảy âm lịch), và ngày Lễ Phật thành đạo vào ngày rằm tháng chạp.

Những ngày lễ vía của các vị Phật và các vị Bồ Tát quan trọng: Vào tháng giêng âm lịch có ngày vía Đức Phật Di Lặc vào ngày mồng một tháng giêng âm lịch, và vía Đản Sanh Đức Định Quang Phật vào ngày mồng 6 tháng giêng âm lịch. Vào tháng hai âm lịch có lễ vía Đản Sanh Lục Tổ Huệ Năng vào ngày mồng 8 tháng 2 âm lịch, lễ vía đản sanh Đức Quan Thế Âm vào ngày 19 tháng 2 âm lịch, và lễ vía đản sanh Phổ Hiền Bồ Tát vào ngày 21 tháng 2 âm lịch. Không có lễ vía nào vào tháng ba âm lịch. Vào tháng tư âm lịch có lễ vía đản sanh Đức Văn Thù Sư Lợi Bồ Tát vào ngày 4 tháng 4 âm lịch, lễ vía Đức Phật Đản Sanh vào ngày rằm tháng tư âm lịch, và lễ vía đản sanh Đức Bồ Tát Dược Vương vào ngày 28 tháng 4 âm lịch. Không có lễ vía nào vào tháng năm âm lịch. Có một lễ vía vào tháng sáu âm lịch, đó là lễ vía Quan Thế Âm Bồ Tát Thành Đạo vào ngày 19 tháng 6 âm lịch. Vào tháng bảy âm lịch có lễ an cư kiết hạ bắt đầu từ ngày rằm tháng tư và chấm dứt vào rằm tháng bảy, lễ vía ngày Vu Lan hay Giải Đảo Huyền vào ngày rằm tháng bảy, lễ vía đản sanh Đức Long Thọ Bồ Tát vào ngày 24 tháng 7 âm lịch, lễ vía đản sanh Đức Địa Tạng Bồ Tát vào ngày 30 tháng 7 âm lịch, và lễ vía đản sanh Đức Đại Thế Chí Bồ Tát vào ngày 13 tháng 7 âm lịch. Vào tám chín âm lịch có lễ vía Đức Lục Tổ Nhập Niết-bàn vào ngày mồng 3 tháng 8 âm lịch, và lễ vía đản sanh Đức Nhiên Đăng Cổ Phật vào ngày 22 tháng tám âm lịch. Vào tháng chín âm lịch có lễ vía thứ nhì của Ngài Quán Âm 19 tháng 9 âm lịch, và lễ vía đản sanh Đức Phật Dược Sư vào ngày 30 tháng 9 âm lịch. Có một lễ vía vào tháng mười âm lịch, đó là lễ vía đản sanh Tổ Bồ Đề Đạt Ma vào ngày 5 tháng mười âm lịch. Có một lễ vía vào tháng mười một âm lịch, đó là lễ vía ngày đản sanh của Đức Phật A Di Đà vào ngày 17 tháng 11 âm lịch. Vào tháng chạp âm lịch có lễ vía ngày Phật thành đạo vào ngày rằm, và lễ vía ngày đản sanh Đức Hoa Nghiêm Bồ Tát vào ngày 29 tháng 12 âm lịch.

Ngoài ra, còn có mười ngày cúng chay hay là Thập Trai Nhựt: Mười ngày ăn chay tính theo âm lịch là mồng 1, 8, 14, 15, 18, 23, 24, 28, 29 và 30. Trong những ngày này ăn thịt, săn bắn, câu cá, hành hình đều bị cấm. Đây cũng là mười ngày cúng chay cho chư Phật và chư Bồ tát. Thứ nhất là Định Quang Phật, vào ngày mồng một. Thứ nhì là Dược Sư Phật, vào ngày mồng tám. Thứ ba la Phổ Hiền Bồ Tát, vào ngày 14. Thứ tư là A Di Đà Như Lai, vào ngày 15. Thứ năm là Quán Âm Bồ Tát, vào ngày 18. Thứ sáu là Đại Thế Chí Bồ Tát, vào ngày 23. Thứ bảy là Địa Tạng Bồ Tát, vào ngày 24. Thứ tám là Tỳ Lô Giá Na Phật, vào ngày 28. Thứ chín là Dược Vương Bồ Tát, vào ngày 29. Thứ mười là Thích-ca Mâu Ni Phật, vào ngày 30.

TÀI LIỆU THAM KHẢO

1. Bodh Gaya, Shanti Swaroop Bauddh, New Delhi, 2005.
2. Buddha, Dr. Hermann Oldenberg, New Delhi, 1997.
3. The Buddha's Ancient Path, Piyadassi Thera, 1964.
4. The Buddha Eye, Frederick Franck, 1982.
5. The Buddha and His Dharma, Dr. B.R. Ambedkar, Delhi, 1997.
6. The Buddha and His Teachings, Narada: 1973.
7. Buddhism, Ed. Manan Sharma, New Delhi, 2002.
8. Buddhist Ethics, Hammalawa Saddhatissa, 1970.
9. The Buddhist Handbook, John Snelling, 1991.
10. Buddhist Images of Human Perfection, Nathan Katz, India 1982.
11. Buddhist Logic, 2 Vols., Th. Stcherbatsky, 1962.
12. Buddhist Sects in India, Nalinaksha Dutt, 1978.
13. Buddhist Shrines in India, D.C. Ahir, New Delhi, 1986.
14. Buddhist Thought in India, Edward Conze, 1962.
15. The Chinese Madhyama Agama and the Pali Majjhima Nikaya, Bhikkhu Thích Minh Châu, India 1991.
16. A Compendium of Chief Kagyu Master, Dr. C.T. Dorji, New Dehli, 2005.
17. A Comprehensive Manual of Abhidharma, Bhikkhu Bodhi, Sri Lanka 1993.
18. The Concept of Personality Revealed Through The Pancanikaya, Thích Chơn Thiện, New Delhi, 1996.
19. The Connected Discourses of the Buddha, translated from Pali by Bhikkhu Bodhi, 2000.
20. The Conquest of Suffering, P.J. Saher, Delhi 1977.
21. The Dhammapada, Narada, 1963.

22. Đạo Phật An Lạc và Tỉnh Thức, Thiện Phúc, USA, 1996.
23. Đạo Phật Trong Đời Sống, 10 volumes, Thiện Phúc, USA, 1994.
24. English-Vietnamese Buddhist Dictionary, 10 volumes, Thiện Phúc, USA, 2007.
25. Essential of Buddhism, Gnanarama, Singapore, 2000.
26. Essentials of Buddhism, Kogen Mizuno, Tokyo, 1972.
27. The Flower Ornament Scripture, Shambhala: 1987.
28. Gems of Buddhist Wisdom, many authors, Kular Lumpur, 1983.
29. The Great Buddhist Emperor of Asia, Ven. Dr. Medhankar, Nagpur, India, 2000.
30. The Heart of Wisdom, Dr. C.T. Dorji, New Dehli, 2005.
31. History of Theravada Buddhism in South East Asia, Kanai Lal Hazra, New Dehli, 1981.
32. The Holy Teaching of Vimalakirti, Robert A.F. Thurman: 1976.
33. An Index to the Lankavatara Sutra, Daisetz Teitaro Suzuki, London, 1934.
34. Kim Cang Giảng Giải, Hòa Thượng Thích Thanh Từ, 1992.
35. Kinh Duy Ma Cật Sở Thuyết, Hòa Thượng Thích Huệ Hưng, 1951.
36. Kinh Trường Bộ, Hòa Thượng Thích Minh Châu: 1991.
37. Kinh Trường Bộ, Viện Nghiên Cứu Phật Học Việt Nam: 1991.
38. Kinh Trung Bộ, Viện Nghiên Cứu Phật Học Việt Nam: 1992.
39. Kinh Tương Ưng Bộ, Viện Nghiên Cứu Phật Học Việt Nam: 1993.
40. Kinh Tăng Chi Bộ, Viện Nghiên Cứu Phật Học Việt Nam: 1996.

41. Kinh Tạp A Hàm, Viện Nghiên Cứu Phật Học Việt Nam: 1993.
42. Kinh Trung A Hàm, Viện Nghiên Cứu Phật Học Việt Nam: 1992.
43. Kinh Trường A Hàm, Viện Nghiên Cứu Phật Học Việt Nam: 1991.
44. Linguistic Approach to Buddhism Thought, Genjun H. Sasaki, Delhi 1986.
45. The Long Discourses of the Buddha, translated from the Pali by Maurice Walshe, 1987.
46. A Manual of Abhidharma, Most Venerable Narada, Kuala Lumpur, 1956.
47. A Manual of Buddhism, Most Venerable Narada, Kuala Lumpur, 1992.
48. The Method of Zen, Eugen Herrigel, 1960.
49. The Middle Length Discourses of the Buddha, translated from the Pali by Bhikkhu Nanamoli, edited and revised by Bhikkhu Bodhi, 1995.
50. Nagarjuna's Philosophy, K. Venkata Ramanan, Delhi 1975.
51. Những Đóa Hoa Vô Ưu, 3 tập, Thiện Phúc, USA, 2012.
52. Niệm Phật Thập Yếu, Hòa Thượng Thích Thiền Tâm, 1950.
53. Pen Portraits Ninety Three Eminent Disciples of the Buddha, C. de Saram, Singapore, 1966.
54. Phật Giáo và Triết Học Tây Phương, H.T. Thích Quảng Liên, 1996.
55. Phật Pháp Căn Bản (Việt-Anh)-Basic Buddhist Doctrines, 08 volumes, Thiện Phúc, USA, 2009.
56. The Pioneers of Buddhist Revival in India, D.C. Ahir, New Delhi 1989.
57. Rajagraha, Jugal Kishore Bauddh, New Delhi, 2005.

58. A Record of Buddhist Kingdoms, Fa-Hsien, English translator James Legge, 1965.
59. Sarnath, Shanti Swaroop Bauddh, New Delhi, 2003.
60. Seven Works of Vasubandhu, Stefan Anacker, Delhi 1984.
61. The Spectrum of Buddhism, Mahathera Piyadassi, Sri Lanka, 1991.
62. Studies in Ch'an and Hua-Yen, Robert M. Gimello and Peter N. Gregory, Honolulu, 1983.
63. Studies in the Lankavatara Sutra, Daisetz Teitaro Suzuki, London, 1930.
64. Tài Liệu Nghiên Cứu Và Diễn Giảng, Hòa Thượng Thích Thiện Hoa, 1957.
65. Thiên Trúc Tiểu Du Ký, Thiện Phúc, USA, 2006.
66. Thiền Sư, Thiện Phúc, USA, 2007.
67. Thiền Sư Trung Hoa, Hòa Thượng Thích Thanh Từ: 1995.
68. Thiền Trong Đạo Phật, 3 tập, Thiện Phúc, USA, 2012.
69. Thiền Trong Đời Sống, 1 tập, Thiện Phúc, USA, 2012.
70. Thủ Lăng Nghiêm Kinh, Tâm Minh Lê Đình Thám, 1961.
71. Thủ Lăng Nghiêm Kinh, Trí Độ và Tuệ Quang, 1964.
72. Trung A Hàm Kinh, Viện Nghiên Cứu Phật Học Việt Nam: 1992.
73. Trung Bộ Kinh, Viện Nghiên Cứu Phật Học Việt Nam: 1992.
74. Trường A Hàm Kinh, Viện Nghiên Cứu Phật Học Việt Nam: 1991.
75. Trường Bộ Kinh, Hòa Thượng Thích Minh Châu: 1991.
76. Trường Bộ Kinh, Viện Nghiên Cứu Phật Học Việt Nam: 1991.
77. Tương Ưng Bộ Kinh, Viện Nghiên Cứu Phật Học Việt Nam: 1993.
78. Từ Điển Phật Học Anh-Việt-English-Vietnamese Buddhist Dictionary, 10 volumes, Thiện Phúc, USA, 2007.

79. Từ Điển Phật Học Việt-Anh-Vietnamese-English Buddhist Dictionary, 6 volumes, Thiện Phúc, USA, 2005.
80. Từ Điển Thiền & Thuật Ngữ Phật Giáo Việt-Anh Anh-Việt-Vietnamese-English English-Vietnamese Dictionary of Zen & Buddhist Terms, 12 volumes, Thiện Phúc, USA, 2016.
81. The Vimalakirti Nirdesa Sutra, Charles Luk, 1972.
82. Walking with the Buddha, India Dept. of Tourism, New Delhi, 2004.

www.ingramcontent.com/pod-product-compliance
Lightning Source LLC
LaVergne TN
LVHW021649060526
838200LV00050B/2279